NHIỀU TÁC GIẢ

CẢM NHẬN THƠ LUÂN HOÁN

NHÂN ẢNH
2025

CẢM NHẬN
THƠ LUÂN HOÁN

Thiết kế bìa:
UYÊN NGUYÊN TRẦN TRIẾT / LUÂN HOÁN

Thiết kế sách:
LUÂN HOÁN / LÊ HÂN

Đọc bản thảo:
TRẦN THỊ NGUYỆT MAI

Chăm sóc in:
LÊ HÂN

Nhà xuất bản:
NHÂN ẢNH
2025

ISBN: 9798349379291

TÁC GIẢ CẢM NHẬN

ÁI CẦM - BÍCH PHƯỢNG - BÙI BẢO TRÚC - CAO THANH TÂM - CAO THOẠI CHÂU - CẨM LOAN - CHU VƯƠNG MIỆN - DIÊN NGHỊ - DƯƠNG DIÊN HỒNG - DU TỬ LÊ - ĐÀM TRUNG PHÁP - ĐẶNG CHÂU LONG - ĐỖ TRƯỜNG - ĐỖ QUÝ TOÀN - ĐỒNG THỊ CHÚC - ĐỨC PHỔ - HẢI ĐÀ VƯƠNG NGỌC LONG - HOÀNG KHỞI PHONG - HOÀNG DỤC - HOÀNG KIM OANH - HOÀNG LỘC - HOÀNG YÊN LƯU - HỒ ĐÌNH NGHIÊM - HỒ TRƯỜNG AN - KHẮC MINH - KIM CHI - LẠI QUẢNG NAM - LÃM THÚY - LÂM CHƯƠNG - LÊ HÂN - LÊ MAI LĨNH - LÊ NGỌC TRÁC - LÊ NHẬT THĂNG - LƯU NGUYỄN - LƯƠNG THƯ TRUNG - MẠC PHƯƠNG ĐÌNH - MAI KHẮC ỨNG - MANG VIÊN LONG - MH HOÀI LINH PHƯƠNG - NAM DAO - NGU YÊN - NGUYÊN SA - NGUYỄN AN BÌNH - NGUYỄN CHÍ THIỆP - NGUYỄN DUY LONG - NGUYỄN ĐÔNG GIANG – NGUYỄN ĐÔNG NGẠC - NGUYỄN LỆ UYÊN - NGUYỄN MẠNH TRINH - NGUYỄN MINH NỮU - NGUYỄN NAM AN - NGUYỄN NGỌC NHƯ Ý - NGUYỄN QUỐC TƯỜNG - NGUYỄN SAO MAI - NGUYỄN THỊ HẢI HÀ - NGUYỄN THỊ THANH DƯƠNG - NGUYỄN THIÊN THỤ - NGUYỄN THU HÀ – NGUYỄN TÙNG (CHU TRẦM NGUYÊN MINH) - NGUYỄN VĂN DIÊN - NGUYỄN VĂN NHÂN - NGUYỄN VĂN SÂM - NGUYỄN VÕ KHANG HẠ - NGUYỄN VŨ SINH - NGUYỄN VY KHANH - NGUYỄN XUÂN HOÀNG - NHƯ KHÔNG - PHẠM HIỀN MÂY - PHẠM VĂN NHÀN - PHAN NHẬT NAM - PHAN NI TẤN - PHAN THỊ TRỌNG TUYẾN - PHAN TRANG HY - PHAN VIỆT THỦY - PHAN XUÂN SINH - PHƯỚC KHÁNH - PHƯƠNG TRIỀU - QUAN DƯƠNG - SONG VINH - SONG THAO - SỸ LIÊM - THÁI TÚ HẠP - THANH VÂN - THẢO NGUYÊN - THIÊN NGUYÊN - THU THUYỀN - TIỂU NGUYỆT - TRANG CHÂU - TRANG THÙY - TRẦN DZẠ LỮ - TRẦN HOÀI THƯ - TRẦN HOÀNG VY - TRẦN HUIỀN ÂN - TRẦN MINH HIỀN - TRẦN THỊ CỔ TÍCH - TRẦN THỊ NGUYỆT MAI - TRẦN TRUNG ĐẠO - TRẦN VĂN NAM - TRẦN VẤN LỆ - TRẦN YÊN HÒA - TRIỀU HOA ĐẠI - TRƯƠNG VĂN NGHĨA - TUYỀN LINH NGUYỄN VĂN THƠ - UYÊN NGUYÊN TRẦN TRIẾT - VĨNH ĐIỆN - VÕ CÔNG LIÊM - VÕ KỲ ĐIỀN - VÕ PHIẾN - VŨ ĐÌNH TRƯỜNG - VƯƠNG TRÙNG DƯƠNG - XUYÊN TRÀ

LỜI CẢM ƠN CHUNG

Với những người đã đọc sáng tác của mình, và bỏ công ưu ái giới thiệu bằng văn bản, có ngắn có dài, nhưng đậm đà thân tình; tôi ngỡ dễ viết một đôi dòng quý kính cảm ơn, nhưng sao chợt thấy vô vàn khó khăn.

Những tác giả trong cuốn sách này, một số tôi được quen thân, một số tôi chưa được hân hạnh gặp mặt, thậm chí có vài người tôi chỉ được lượm bài trên vài trang mạng. Và cho đến ngày tháng này, số người rời cuộc sống cũng đã hơi nhiều. Bài viết của tất cả, đã để lại cho tôi niềm vui thật khó diễn đạt. Bên cạnh hai chữ hạnh phúc đã có trong đời cầm bút, tôi xin dùng thêm hai chữ để gửi đến tất cả quý anh chị:

ĐA TẠ

Cung kính cầu nguyện những linh hồn đã bay xa luôn thanh thoát.

Kính chúc quý anh chị đang đồng hành trong cuộc nhân sinh luôn luôn an bình, và gặp mọi tốt đẹp trong công việc của mình,

Thành kính,

Luân Hoán
Montréal Canada, thứ sáu 16-5-2025

MỤC LỤC

THÁI TÚ HẠP

NHỮNG THI PHẨM CỦA LUÂN HOÁN TRƯỚC 1975

Sau khi đọc những bài thơ của LH đăng trên tạp chí Mai, Bách Khoa,Văn, Văn Học... tôi sung sướng được tin nhà thơ này đang sinh sống tại Đà Nẵng, lại càng thú vị hơn khi được biết, anh cũng ra đời tại phố cổ Hội An, như tôi. Và, cùng lứa tuổi với tôi.

Về sau, khi đã thành bạn bè, tôi mới hiểu thêm, anh chỉ có duyên cư ngụ bên giòng sông Thu khoảng 6 năm (1941-1947). Cuộc chiến đã mang anh lên rừng núi Tiên Hội, Tiên Phước 4 năm (1947-1951), trả anh về quê cha, Liêm Lạc, Hòa Đa, Hòa Vang Quảng Nam vài năm, để rồi giao cho thành phố Đà Nẵng nuôi anh khôn lớn, từ năm 1953.

Luân Hoán học làm thơ từ năm mười một tuổi. Anh đã cho độc giả biết điều này, qua câu hỏi của nhà văn Hồ Trường An (dưới bút hiệu Đào Huy Đán). Người dạy anh làm thơ đầu tiên là thân phụ anh: Ông Lê Hoán, một điền chủ, một viên chức ngành ngân khố, với 4 bà vợ và một đời đào hoa. Người vợ thứ 3 của ông, bà Nguyễn thị Luân, chánh quán La Qua, Điện Bàn Quảng Nam, là thân mẫu của Luân Hoán. Nhà thơ đã ghép tên cha mẹ để làm bút hiệu. Và cái bút hiệu này đã đánh ngã những bút hiệu khác anh đã dùng, để sống còn cùng ngòi bút của anh đến hôm nay.

Luân Hoán có thơ đăng trên hầu hết các báo có tầm vóc của miền Nam trước 1975. Chính các tạp chí này đã có công giới thiệu, thúc đẩy anh sớm thành danh. Tạp chí Phổ Thông của cố thi sĩ Nguyễn Vỹ, năm 1975, nhằm kỷ niệm 20 năm Phổ Thông (1955-1975) đã thực hiện cuộc thăm dò dư luận rộng rãi mọi thành phần quần chúng và đã công báo 16 nhân vật nổi bật nhất trong năm, dưới tiêu đề: "Người của năm 1974", trong đó có Luân Hoán, bên cạnh những bạn thơ khác như Vương Hữu Bột (Đỗ Quý Toàn), Dương Kiền, họa sĩ Chóe, v.v... Trong bài giới thiệu về Luân Hoán tờ báo viết:

..."Chúng tôi không nghĩ rằng Luân Hoán chỉ là nhà thơ của năm 1974, anh là thi sĩ, viết hoa thi sĩ cho cả đời anh, và hơn thế nữa của Việt Nam còn mãi..."

(Phổ Thông trang 114 số 30 năm 1975)

Luân Hoán bắt đầu chọn thơ mình để in thành sách từ năm 1964. Tính đến tháng 3/75 anh đã ấn hành được 11 thi phẩm, gồm 5 tập in riêng và 6 tập in chung với các bạn thơ khác...

Sau đại nạn của đất nước, sách báo của miền Nam Việt Nam đa số bị cộng sản hủy hoại. Gần như không còn ai giữ được tủ sách gia đình. Trong cuộc vượt thoát tìm đất sống vĩ đại nhất của nhân loại, mang đi được chính thân xác mình đã là vấn đề, kể gì đến sách báo. Vì thế, chính những tác giả cũng không giữ nổi những gì họ đã viết, đã in. Riêng Luân Hoán, anh không mang được gì trong chuyến đi chính thức theo chương trình O.D.P vào năm 1985. Một vài thi phẩm cũ của anh còn tìm thấy ở nước ngoài, nhờ trước đó anh đã gởi cho người em trai, Lê Hân, du học tại Hoa Kỳ và một vài tập có mặt ở thư viện Quốc Hội Hoa Kỳ. Chúng tôi là kẻ yêu thơ, nhân đây xin giới thiệu đến những bạn có lòng với thơ những thi phẩm hiếm hoi đó.

1. Về Trời

Với gần 60 bài thơ đủ loại, viết về quê hương và thân phận nhược tiểu của một dân tộc giàu chiến tranh, tập thơ Về Trời do nhà xuất bản Văn Học (Sài Gòn) của nhà báo Phan Kim Thịnh chủ trương, ấn hành năm 1964. Mẫu bìa nền xanh da trời, hiện nhạt nhòa một thân hình khẳng khiu, hai tay vươn cao, như cố thoát khỏi những trói buộc của những vòng dây kẽm gai. Tranh bìa không ghi tên họa sĩ.

Để có cái nhìn khái quát về thời điểm tác phẩm ra đời, lẫn nội dung, chúng tôi xin trích trọn lời bạt của nhà văn kiêm luật sư Dương Kiền, đã viết cho Luân Hoán vào tháng 11 năm 1964 tại Sài Gòn:

" Anh Luân Hoán,

Có nhiều lần tôi tự hỏi, trong một cuộc thế mịt mù và hỗn độn, nhiều máu và nước mắt, thi ca và tiểu thuyết có làm được gì? có thay đổi được gì? với âm thanh nào, khi mỗi ngày hàng trăm người, dù có nhãn hiệu nào gục chết trên khắp phần đất quê hương? Nhiều lần tôi cầm viết lên những danh từ to lớn mà lòng cảm thấy hổ thẹn. Chúng ta có tự lừa dối bằng những ngôn ngữ xảo trá hay không? có những lời lẽ bi thương nào sánh được với tiếng khóc của mẹ già, trẻ dại...trong tối tăm, chết chóc.

Nhưng đến nay, tôi thấy vấn đề cần phải đặt ngược lại. Chúng ta đã thảm bại trước những sức mạnh vật chất, chúng ta đã bị tù đày trong nghịch cảnh chính trị và kinh tế chúng ta làm được gì, nếu không là giữ gìn và phát huy ngôn ngữ và tư tưởng của một dân tộc mơ mộng và dũng cảm, kiêu hãnh mà khổ đau này?

Vì thế, tôi đã đón nhận tập thơ của anh, với nhiều thông cảm mà sông núi không thể ngăn cách được. Chúng ta chưa từng nắm tay nhau, nhưng xin anh tin rằng, bàn tay chúng ta đã ở trong nhau khắng khít và tin yêu.

Tự thơ anh đã nói lên tất cả những lời chân thành mà anh muốn gởi tới người đọc, tôi viết những lời vô vị này thật thừa thãi. Nhưng tôi vẫn viết, có lẽ chỉ để chứng tỏ chúng ta sẵn sàng bên nhau, không phải để chia sẻ vinh quang, mà là chia sẻ những nhọc nhằn của một thế hệ mở mắt và có lẽ sẽ nhắm mắt trong cay đắng tủi nhục.

Gia tài quê hương của chúng ta đã bị xâu xé gần hết, chúng ta chỉ còn lại một di sản quý báu: tình tự con người. Tình tự con người bất chấp mọi tương tranh, chia cắt, vùi dập, thủ đoạn... nó sáng ngời trong đêm tối kéo dài từ hai chục năm nay, nó là ngọn lửa sưởi ấm những tâm hồn còn biết hướng về nhau, những con tim còn biết xôn xao mơ ước. Nó làm thành một thế giới trên những thế giới của tham vọng và hận thù.

Anh Luân Hoán,

Chính thơ anh đã đưa tôi vào thế giới ấy. Nhận vinh dự viết lời bạt, tôi nghĩ rằng không bắt buộc phải ca ngợi anh. Phê phán anh đã có độc giả của anh, dù tôi có gian dối viết lên đây đôi lời tán tụng phù phiếm, cũng không làm thay đổi cái nhìn của người đọc.

Nhưng tôi nghĩ rằng, tôi bắt buộc phải ghi lên giấy, một ý nghĩ có thực của tôi: thơ anh là những âm thanh tình tự thiết tha và tất cả giá trị của anh là ở điều đó. Vì thế đôi khi anh bất chấp những xảo thuật của ngôn ngữ để làm tăng vẻ đẹp hình thức; anh chỉ quan tâm tới một điều: nói tiếng nói của con người, tìm thấy nhau trong nhịp điệu của sự sống đầy yêu mến thiết tha."

Dương Kiền

Qua lời bạt của Dương Kiền, chúng ta có thể tạm hình dung: Thời điểm mà Luân Hoán làm thơ, in thơ, Tổ Quốc chúng ta đang mịt mù khói lửa súng đạn, bởi cuộc chiến tàn khốc chủ nghĩa. Trước những chết chóc, thù hận, trước những đau xót, bất lực của dân tộc, nhà thơ đã xúc động. Ý thơ từ đó đã bùng vỡ trên những giòng chữ đơn giản. Thơ Luân Hoán do đó đã mang đến cho người đọc sự chú ý, sự cảm thông. Về kỷ thuật ở tập này có lẽ chưa được ổn định. Chúng tôi xin phép được trích đăng một số bài để bạn đọc cùng thẩm định:
mời click vào:
trichtho.htm

2. Trôi Sông

Hai năm sau, khi Về Trời đã trước bạ với làng văn học nghệ thuật miền Nam Việt Nam, Luân Hoán gởi đến độc giả thi phẩm thứ hai. Nhưng lần này đứa con tinh thần không được phương phi, tốt tướng như đứa con đầu lòng. Ở thời điểm mà việc ấn loát hãy còn rất đơn giản, khó khăn, một người làm văn nghệ ở tỉnh lẻ như Luân Hoán, càng khó thực hiện những hoài bão của mình. Tuy nhiên với lòng yêu văn nghệ thiết tha, anh đã không ngại noi gương nhà văn Thế Phong của Đại Nam Văn Hiến, mà thực hiện thi phẩm của mình bằng cách bìa in typo, ruột quay ronéo. Số lượng vì thế cũng rất khiêm nhường, hầu như chỉ phổ biến trong giới yêu thích thơ. Chính vì thế, hiện nay chúng tôi cũng không tìm được một vài bài cụ thể trong Trôi Sông, để giới thiệu đến bạn đọc. Chúng ta hãy nghe Luân Hoán, tự đánh giá về thi phẩm thứ 2 của mình:

"... nội dung cũng na ná như tập thơ đầu tay, nhưng hình thức tồi hơn, bìa Văn Học in, ruột quay ronéo" (Đào Huy Đán, Làng Văn số 35). Như thế, chúng ta có thể hiểu, tập Trôi Sông, ngoài hình thức sút kém, nội dung thơ Luân Hoán cũng chưa có gì thay đổi.

Ghi chú: *Năm 1996 trưởng nữ của Luân Hoán, Lê Ngọc Hòa Bình có về thăm lại nhà cũ tại Đà Nẵng, trong chuyến đi này, Hòa Bình đã tìm đem qua Gia Nã Đại tập Trôi Sông. Tập thơ này đã được em trai Luân Hoán cùng nhà thơ Song Vinh cho tái trình diện với độc giả năm 2001. Và đang giới thiệu đầy đủ, mời bạn có thể vào đọc, theo địa chỉ:*
trichtho.htm

3. Chết Trong Lòng Người

Thi phẩm thứ 3 của Luân Hoán xuất hiện trên thị trường chữ nghĩa miền Nam vẫn còn mang cái tựa đề bi quan như hai tập trước. Bốn chữ "Chết Trong Lòng Người" có phải là hoài bão của nhà thơ? Ước muốn thơ mình sẽ được nằm trong đáy mộ: Lòng Người. Tập thơ ra đời năm 1967, năm Luân Hoán đang theo học quân sự ở trường Bộ Binh Thủ Đức. Hiện tình đất nước, bổn phận của tuổi trẻ, có lẽ là những bối cảnh, chất liệu, mà thơ Luân Hoán đã thở?

Về hình thức, mẫu bìa do Hoàng Trọng Bân, một người bạn chí thân của Luân Hoán vẽ và trình bày. Nhà xuất bản Văn Học in, nhưng tên nhà xuất bản được ghi là Ngưỡng Cửa. Xin bỏ trong ngoặc đơn: Ngưỡng Cửa là cơ sở xuất bản cò con, tỉnh lẻ, như nhiều nhà xuất bản tài tử khác ở miền Nam trước năm 1975. Ngưỡng Cửa do Luân Hoán và hai người bạn thơ của anh, Hà Nguyên Thạch và Đynh Hoàng Sa, chủ trương, đã ấn hành được:

- Chết Trong Lòng Người, thơ Luân Hoán
- Chân Cầu Sóng Vỗ, thơ Hà Nguyên Thạch
- Vùng Trú Ẩn Hoang Đường, thơ Đynh Hoàng Sa
- Thắp Tình, thơ Thành Tôn
- Đốt Tuổi, thơ Phan Nhự Thức

Ở trong tập CTLN, có một bài ngũ ngôn "Lời Nguyện Pháp Trường" đã được Phạm Thế Mỹ phổ nhạc, in như một phụ bản. Bài này từng do Miên Đức Thắng hát trong đĩa nhựa Việt Nam 2.
audio.htm

4. Viên Đạn Cho Người Yêu Dấu

Luân Hoán bắt đầu gia nhập đại gia đình Quân Đội Việt Nam Cộng Hòa từ năm 1966. Ta hãy nhìn nhà thơ trong "Một Ngày Trước Khi Trình Diện":

" bỏ lệnh gọi trong túi quần
tôi đi qua từng đường phố
không biết phải làm gì
tôi trở về rửa mặt
quyết định
ngủ một ngày
thản nhiên không mơ mộng..."

Cùng trong ngày đó, nhà thơ còn làm những việc lặt vặt như "*đốt chồng thư cũ*", *bán xôn bớt áo quần*"... như thắp một nén hương cho mẹ... để rồi ngày mai nằm trong trại nhập ngũ số 1 với "*nửa tờ nhật báo ôm lưng, đầu kê dép nhật trông chừng dáng em*" và trong đầu thì lúc nào cũng "*ý ta vai gói về liền*" nhưng "*trông ra súng gác cổng phiền muộn thôi*", vì thế nhà thơ đã phải đổ mồ hôi 9 tháng ở quân trường Bộ Binh Thủ Đức, cùng thời với Nguyên Sa, Trần Hoài Thư, Phạm Hoàng, Lê Thanh, Lâm Chương, Cao Thoại Châu, Châu Văn Tùng, v.v...

Cuối cùng anh cũng đã từ giã những "*buổi sáng đánh giày, buổi chiều nhổ cỏ*" để ra đi với ám ảnh trong đầu: "*ra khỏi nơi này sẽ gặp nghĩa trang, ra khỏi nơi này ngọn hương sẽ sáng...*". Bị cái chết thường trực ám ảnh, nhưng Luân Hoán đã tự chọn về sư đoàn 2 Bộ Binh (Quảng Ngãi), mặc dù anh có nhiều điều kiện để phục vụ ở một đơn vị an toàn hơn.

Đời sống của những người lính trận, đã mang đến cho Luân Hoán những lượng máu hồng hào, những hơi thở nồng nàn hơn bao giờ. Từ những mảnh thịt vụn của đồng đội, từ những giọt máu của chính mình vướng trên ngọn cỏ biếc, từ những ngờ nghệch khờ khạo của những tân binh, từ những đớn đau rên xiết của đồng bào, từ những ngọn lửa thiêu rụi làng mạc, thơ Luân Hoán bắt nhịp vươn cao. Anh đã có một vốn liếng cần thiết: Sống.

Với một người sớm nhìn cuộc đời bằng cặp mắt bi quan, Luân Hoán khó ngăn được mình trước những tàn phá đổ vỡ, trước những đớn đau, tủi nhục của một dân tộc vốn dĩ rất anh hùng. Những dòng thơ u uất buồn đau, xót xa đến độ mỉa mai bất mãn, được gọi là "phản chiến", bàng bạc trong thi phẩm này. Những suy tư, dằn vặt của anh, của thế hệ anh, ngày nay nhìn lại có lẽ thật đáng trách. Nhưng những người cầm bút thời đó, sẽ làm gì hơn nếu không trưng bày ra những hình ảnh sống thực, những xúc cảm tự nhiên của một con người còn tình người? Nhà văn Hà Thúc Sinh trong tác phẩm Đại Học Máu, ở trang 614 đã cho nhân vật Vĩnh của mình nhận xét về Luân Hoán:

..."anh đã làm những câu thơ than thở mà theo Vĩnh, có lẽ là những câu thơ yếm thế và thê lương nhất trong thời chiến tranh...
Hoán viết:
"tôi là một sĩ quan mù
chỉ huy một đoàn quân điếc..."

câu thơ ấy ngày xưa Vĩnh đọc chả thấy gì tai hại. Nhưng ngày nay nhớ lại, Vĩnh không khỏi bàng hoàng, thế hệ của anh, của Luân Hoán, của Nguyễn Bắc Sơn, Nguyễn Đức Sơn, Trần Tuấn Kiệt, Lâm Hảo Dũng... những người không vướng vào cái tai hại làm thơ huê tình, ve gái ngay giữa thời chiến nhưng lại dính vào cái lỗi lầm có lẽ trầm trọng hơn: đã tìm cách bi thảm hóa cái thân phận mình một cách hơi lố bịch..."

Nhà văn Hà Thúc Sinh hẳn đã có lý, nhưng lúc anh khám phá ra điều này, có lẽ nhà thơ Luân Hoán cũng đã ngậm ngùi nhìn nhận như thế? Quan niệm chủ quan của chúng tôi, văn học nghệ thuật nói chung, thơ văn nói riêng nếu mang được cảm xúc chân thật, hình ảnh sống động của một thời, của một giai đoạn lịch sử, tự nó đã có một chút gì để tồn tại, dù sự tồn tại chỉ có giá trị như những chứng nhân.

Viên Đạn Cho Người Yêu Dấu do nhà xuất bản Thơ (chính tác giả, Lê Thành Tôn và Lê Vĩnh Thọ chủ trương) ấn hành năm 1969, tập thơ này không được phổ biến rộng, chúng tôi xin được trích một số bài gởi đến bạn đọc.

ghi chú: *tập Viên Đạn Cho Người Yêu Dấu được thực hiện lại năm 1995 có thể đọc:*
trichtho.htm

5. Rượu Hồng Đã Rót

Khoảng bốn, năm tháng trước khi mất nước, thi tập Rượu Hồng Đã Rót được ra mắt tại thành phố Đà Nẵng do hội Khuyến Học và Hội Phát Huy Văn Hóa Miền Trung tổ chức.

Phần ra mắt sách nằm trong sinh hoạt như thuyết trình, triển lãm văn hóa... Rượu Hồng Đã Rót với 49 bài thơ được chia làm hai phần. Phần đầu với chủ đề tình yêu trai gái gồm 26 bài. Đây là một tập thơ được in đẹp nhất của Luân Hoán. Bìa do anh Nguyễn Sông Ba kẻ chữ và trình bày (bìa hai lớp) in tại thành phố Đà Lạt. Chân dung và tiểu sử của tác giả được in trong tập này. Trước khi vào tập có in 4 câu thơ, có lẽ để thay lời tựa:

"thơ chỉ là sông cho tôi trôi nổi
tôi chỉ là thuyền cho người lênh đênh
vậy người cứ ngồi đây qua sông rộng
vậy em cứ ngồi đây qua hồn tôi "

Thơ Luân Hoán ở tập này nhẹ nhàng và cái buồn u uất, bất mãn của thời cuộc đã vơi đi rất nhiều. Không khí tin yêu cuộc đời sống bàng bạc trong thơ. Phải chăng sau khi đã trả xong phần nào cái nợ làm trai, tâm hồn nhà thơ lắng dịu hơn. Hãy nghe anh:

" đố ai biết tôi bây giờ mấy tuổi
đang nghĩ gì và đang ao ước ra sao
đời thân mật rủ rê tôi trở lại
sống bình thường như điệu ca dao "
(Khai Bút Đầu Xuân)

Đạt được như thế, bởi Luân Hoán đã biết quan niệm " hạnh phúc nào cần tìm ở đâu xa" khi chung quanh "chim hót quanh vườn cây nẩy lộc", "vịt đầy ao gà đầy vườn chuối chín" và "chó băng rào nhảy cỡn gọi nhau vang"...Nhà thơ tưởng tượng:

"sẽ đứng cười trong sân đất sét khô
hút với người láng giềng điếu thuốc rê Cẩm Lệ
bàn chuyện làm ăn
hân hoan như trái tim đều nhịp "

Cùng lúc với những "con cá diếc cá rô... những con nòng nọc... mừng thấy đời hồi sinh"

Luân Hoán hứa:

" sẽ làm biết bao nhiêu chuyện khác
như cưới vợ
như sinh con
như làm thơ
như vỡ đất..."
(Trên Nóc Tình Tôi)

Một cuộc sống mới được trang trọng đón nhận, bởi vì " *ta ví như triệu nụ hoa, trong bình trời đầy nước, hương chở hồn thi ca, nở đầy lòng thảo mộc* (Ví Như). Thi sĩ đã ví cuộc sống mỗi một con người như hoa lá, thản nhiên tiếp rước cuộc đời một cách âm thầm nhưng tha thiết. Sông núi không quên kẻ có lòng, kẻ có lòng không quên nhen ngọn lửa tin yêu đời trong trái tim:

..." sông núi nào quên kẻ thiết tha
bạn hỡi hãy nghe hoa lá nở
âm thầm như một một chúng ta
vẫn nhen trong trái tim chút lửa
soi ấm muôn đường ta sẽ qua..."
(Dừng Dưới Chân Đèo Bình Đê)

Bao nhiêu tăm tối, hờn giận trong cõi phù sinh được xóa bỏ, để đón nhau về, để đãi nhau từng hạt cơm, đã được chắt chiu thổi yêu dấu vào. Cảm động biết bao nhiêu khi đọc bài Khói Cơm Chiều:

" bếp đã nhúm gạo đã vo sạch sẽ
tôi dặn lòng thổi yêu dấu vào cơm
tay từng ngón chắt chiu từng ngọn củi
lửa chiều vui tôi đốt cả căm hờn"
.....
"cha có mỏi gót trời con xin cõng
anh rã rời tay xách em xin mang
hãy vội vã trên lối về trải lụa
trên lòng người chờ đợi những hân hoan "

thật tội nghiệp cho một niềm tin dễ thương:
" chắc phải có người về đây so đũa
trên mâm đồng san sẻ nỗi tình xưa..."

tin bởi vì "*triệu hạt sầu tôi đã chín như cơm* " và cái hình ảnh "*giậu trưa hồng phà khói*
thuốc lên hoa" sao mà thân thương gần gũi quá.

Trái tim nhà thơ quả thật huyền diệu: " *không yêu thương nhưng bỗng nhớ nhung*" huống chi "*tôi không có lịch sử, tôi chỉ có tình sử, cả đời tôi đã sống, và sẽ sống, bằng chừng đó...*" để mà " *vẽ em lên thơ, lên cuộc đời*" mặc dù "*đời đã trách tôi dật dờ, lẩn thẩn, đời đã khinh tôi lãng mạn điên khùng, tôi muốn nói với em về chuyện người mê gái, mê tình yêu, thơ thẩn viết thơ tình* (Thiệp Hồng). Trong trái tim thi sĩ, trong "*Cái vạt đất đầy phân tình và nước mắt*" đó em cũng trở thành, một "chất liệu" cho thi ca. Biết thế, nhưng rồi thế nào em cũng đến:

" và như thế chắc là em sẽ đến
sẽ vào thăm cho biết trái tim tôi
không có lửa làm sao có khói
không yêu thương làm sao được thất tình
rượu đã rót em hãy say một bận
trong cõi sầu tôi sẽ ẵm em đi "

Thất tình có phải là một cái gì cao quý, xinh xắn nhất của một đời làm người? Một thành công rực rỡ của người biết yêu? Thất tình như luôn luôn tạo thêm cái bề thế, cái cốt cách của một tâm hồn lãng mạn? không thế, tại sao thi sĩ của chúng ta phải *tập làm gã thất tình*?

Và các thi nhân ngày xưa cũng đều khoe cái khổ đau vì tình của mình. Coi đó như một vinh dự lớn lao của một thời đẹp nhất đời người. Luân Hoán không phải chỉ có "một thời để yêu, một thời để thất tình" mà:

" xin em hãy nhớ cho rằng
tôi già đời vẫn gió trăng tuyệt vời "

dẫu phải:

" trắng đêm ta ngồi uống rượu
một mình một chén đăm đăm
trời cao mấy vì sao rụng
buồn chưa đủ lót chỗ nằm "

Không buồn không ngủ, ngồi vớ vẩn "*chờ Một Người Yêu Xứ Bắc*", ngồi năn nỉ: "*Xin Huế Một Người Tình* " hoặc vẽ cho người em Hội An một nụ hoa. Lãng mạn và thơ như thế thật là đẹp. Trước khi đặt ly Rượu Hồng xuống bàn, chúng ta hãy uống đến giọt cuối cùng:

..."thôi nhé cũng đành yên phận vậy
nằm buồn vơ vẩn viết thơ chơi
tình dài giấy đắt in chi thấu
viết để mà chơi viết đốt chơi
mai sau ta trở thành thi bá
dẫu chết hậu sinh cũng bắt ngồi
nhớ để cho ta vuông chiếu rộng
ta mời bè bạn của ta luôn"

thật hào sảng đầy thi vị.

Ngoài 5 thi phẩm kể trên. Trong khoảng 11 năm, Luân Hoán đã cho ấn hành chung với các bạn thơ của anh những thi phẩm sau (tóm lược):

1. Thơ Tình (in chung cùng Khắc Minh, thơ xuất bản 1969)
2. Ca Dao Tình Yêu, Chân Mây Điệp Khúc (in chung cùng Khắc Minh)
3. Nhịp Buồn 6/8 (in cùng Lê Vĩnh Thọ)
4. Lục Bát Ca (lục bát của Luân Hoán và Lê Vĩnh Thọ, Vĩnh Điện phổ nhạc)
5. Nén Hương Cho Bàn Chân Trái (tập hợp nhiều bài viết của Luân Hoán và các bạn văn).

Từ lâu Luân Hoán đã được nhìn nhận là một nhà thơ. Bút pháp của anh vững vàng, nhuần nhuyễn. Thong dong, xuôi suốt ở thể 7, 8 chữ. Mềm mại, nhẹ nhàng ở thể lục bát. Cô đọng, tự nhiên ở 5 chữ. Thơ của anh dồi dào hình ảnh, màu sắc với giọng giản dị đôn hậu, hay đưa tục ngữ vào thơ, đánh thức được xúc cảm của người đọc. Kêu gọi sự tham dự của người thưởng thức đến từng dòng, từng chữ... Tóm lại Luân Hoán là nhà thơ của cảm xúc. Và anh đã thành công trên đường đi của anh.

Thái Tú Hạp
(Chân Dung Thơ Luân Hoán - 1992)

NGUYỄN ĐÔNG NGẠC
MỘT TẤM LÒNG THƠ

Tôi vẫn tin rằng thơ là một bộ môn đã được bắt đầu và phát triển sớm nhất, trong nền văn học nghệ thuật Việt nam Hải ngọai. Tính đến nay, 1991, nền văn học lưu vong của chúng ta đã 16 tuổi. Một thời gian đủ dài cho những trưởng thành ngậm ngùi trong đời lưu cư khắc khoải, Căn cứ theo những bản tổng kết tình hình sinh hoạt văn học nghệ thuật hằng năm trên các báo, chúng ta thấy số lượng thi phẩm đã được ấn hành hằng năm rất cao, và mỗi năm đều có gia tăng. Dĩ nhiên, chưa bàn đến vấn đề giá trị nghệ thuật; thơ hay không thơ, của từng ấn bản. Riêng Luân Hoán, một khuôn mặt thơ thành danh trước 1975, chỉ sau 6 năm định cư tại xứ tuyết vùng Montréal, Canada, đã cho trình diện 4 tập thơ mới, mà giá trị nghệ thuật đã được đa số giới thưởng ngoạn đón tiếp, và công nhận là có da thịt, có hơi thở. Với 4 thi phẩm này đã nâng số lượng sách của Luân Hoán xuất bản từ trước đến nay lên con số 15. Đành rằng không thể lấy con số đơn thuần để thẩm định tài năng của tác giả, nhưng phải nhìn nhận một điều, con số đó, đã biết nói với chúng ta về tấm lòng của một người, đã chung tình với thi ca, ngay trên bước đời xa xứ và trên một thị trường chữ nghĩa, mà thơ thời nào cũng sẵn sàng chịu số phận ế ẩm.

Là một bạn đọc lâu năm của Luân Hoán, tôi ghi lại dưới đây một vài nhận xét cùng những cảm xúc đậm đà, sau khi đọc những Hơi Thở Việt Nam, Đưa Nhau Về Đến Đâu, Ngơ Ngác Cõi Người và Cảm Ơn Đất Đá Trổ Thơ...

Điểm tôi gặp trước tiên trong 4 thi tập của Luân Hoán là thái độ chính trị của tác giả qua những dòng thơ hiện thực đấu tranh. Có thể quả quyết: toàn tập Hơi Thở Việt Nam với 39 bài dài, ngắn đều xoay quanh một chủ đề tố cáo sự cai trị hà khắc của chế độ cộng sản qua những trưng bày rõ ràng và cảm động về từng cảnh sống trong xã hội chủ nghĩa VN....

Tôi xin phép ông Nguyễn Hưng Quốc, một cây bút phê bình văn học có thực tài hiện nay ở hải ngoại, để dẫn chứng, bằng những lời ông đã tinh vi nhìn về thơ Luân Hoán, trong ít dòng của bài Tứ Thơ, in trong tác phẩm Tìm hiểu Nghệ Thuật Thơ Việt Nam của ông:

"...Trong bài Một chút xuân quê nhà Luân Hoán chọn lựa chi tiết rất đắt. Tố cáo cuộc sống bần cùng khốn khó dưới chế độ cộng sản, ông không cần dao to, búa lớn, chỉ cần một lá thư với những chi tiết nhỏ nhoi đến tội nghiệp:

... xin báo cùng anh tin vui thứ nhất
cây cúc đầu hè nở được một bông
... xin báo cùng anh cây cà chua nhỏ
cũng đậu được vài trái đỏ xinh xinh
... xin báo cùng anh vồng khoai luống cải
nhờ bón phân người lá cũng rất xanh
... xin báo cùng anh sáng nay đầu ngõ
có con cu cườm đậu tuốt ngọn tre...

Chỉ có thế, dù: "thư viết cho anh đắn đo từng chữ, lựa lọc từng lời cho đỡ nặng cân" nhưng những lời kể trước sau vẫn cứ quanh quẩn hoài với những điều rất mực vu vơ, những niềm vui rất ư nhỏ bé, không còn gì khác, người đọc đủ thấy rưng rưng hiện lên trước mắt một cuộc đời lam lũ, tối tăm đến là thương. Nói là báo tin vui, nhưng sự thực lại là vang lên những tiếng khóc não nùng.
(Nguyễn Hưng Quốc, THNTTVN trang 161-162)
.....

Điểm thứ hai tôi tìm thấy bàng bạc trong các thi phẩm của Luân Hoán là Tình Yêu. Hai chữ tình yêu thật bao la và nhà thơ đã xoải lòng để bay cùng khắp vũ trụ tuyệt diệu này. Từ tình yêu quê hương, lứa đôi, vợ chồng, cha con, chị em, đến bạn hữu... — mỗi góc tình, Luân Hoán đều đã cho chúng ta thưởng thức cõi lòng lãng mạn, trữ tình, bao dung của một thi sĩ.

Xuất thân từ Quảng Nam, một miền đất gầy ốm, sắn khoai nhưng hùng vĩ với Trường Sơn, mơ mộng với sông Thu Bồn và biển cả, nên tình người vẫn ánh lên, lấp lánh như mỏ vàng Bồng Miêu, Luân Hoán đã thưa thiệt:

... phải thú nhận đã bao lần anh khóc
lệ không rơi nhưng đủ ướt làn mi
khi được nói, được viết về Tổ Quốc
dù đôi giòng ngờ nghệch chẳng ra chi

Luân Hoán đã viết về quê hương không phải chỉ một đôi giòng ngờ nghệch, mà ông đã viết với tất cả tấm lòng dịu dàng, đằm thắm, thao thức, bất tuyệt, từ bài này sang bài khác. Viết về nơi ra đời:

Hội An Hội An Hội An
rún ta trong thớ đất vàng trổ thơ

Dù lưu lạc nơi đâu tấm lòng nhà thơ cũng quay quắt trở về cái vạt đất trổ thơ thành chùm của ông:
... lâu năm ghé lại thăm mình
cái hồn sắp vữa cái hình chực cong
bao nhiêu bèo bọt trong lòng
thở vào chữ nghĩa mặn nồng chua ngoa
gởi hoang vu lại quê nhà
xin cho thương nhớ lột da sống đời

...

Bên cạnh tình yêu quê hương, là tấm tình giữa người và người. Dĩ nhiên tình yêu nam nữ, lứa đôi bao giờ cũng chiếm một diện tích nhiều hơn. Cũng như chúng ta, Luân Hoán biết yêu. Nhưng ông hơn chúng ta, ở chỗ, nhờ yêu, mà lúc nào ông cũng làm được thơ.

Trong bài viết về thơ tình Luân Hoán, Đỗ Quý Toàn, một thi sĩ, phát biểu:

".... tôi không nói xạo, chính Luân Hoán thú nhận tình yêu giống như ghiền:

tiếc rằng chỉ một trái tim
viết hoài không hết cái ghiền yêu em

Nhưng phải nói Luân Hoán ghiền làm thơ mới đúng, nhất là ghiền làm thơ yêu em. Trong ba mươi sáu thứ ghiền, có lẽ đây là món ghiền thích thú nhất, vô hại nhất và dễ thương biết chừng nào..."
(Đỗ Quý Toàn)

Những ai có may mắn đã có thời được làm người yêu của Luân Hoán chắc chắn rất hãnh diện. Bởi họ đã thật sự sống còn trong thơ ông, Và cũng nhờ họ ông đã tạo nên những vần điệu có linh hồn. Gia tài tình nhân của Luân Hoán được điểm danh như sau:

... cái hồi mới biết soi gương
đã dòm thấy mặt nhiều đường đào hoa
nhớ năm hết tuổi mười ba
cái lòng đã muốn lân la cái tình

đêm đêm thích ngủ một mình
trùm chăn mà tưởng tượng hình bóng ai
mỗi ngày một thấy bảnh trai
lòng phơi phới ngát hương lài hương cau

một cô ươm triệu hạt sầu
một cô góp lệ làm giàu cho thơ
một cô thu vén dại khờ
một cô cù rũ phất phơ giang hồ

một cô tiếp nối một cô
tính ra lố nhố cả lô hoa hồng
lòng ta lúc bổng, lúc trầm
lúc êm ái, lúc bềnh bồng sóng chao

em tàn theo giấc chiêm bao
em tan theo giọt mưa rào trên vai
cái gì đọng mãi không phai
trong tim bầm dập đã ngoài bốn mươi?

có em chắc chắn mỉm cười
có em chắc sẽ ngậm ngùi thở ra

nếu tình cờ đọc lướt qua
hãy nhắm mắt thử nhớ ra những gì

yêu em... yêu... thật lạ kỳ... yêu em
vẫn còn nhớ đủ họ tên
nhưng xin được giữ kín em trong lòng...

Những người yêu này, theo Luân Hoán, họ đã giúp ông tồn tại với thời gian:

... em yêu dấu, hỡi con chim trúng đạn
rơi về đâu trong cõi sống mênh mông
ta vẫn còn đây mái tóc bềnh bồng
dù sương gió ươm đôi dòng bụi trắng
đời chìm nổi những ba cay bảy đắng
lòng vẫn xanh như cỏ dại thong dong
trái tim ta vẫn rộng rãi thư phòng
có em ngủ muôn đời trên vần điệu
ta mai mốt dù tài danh mệnh yểu
đã nhờ em, tồn tại với thời gian
hỡi em yêu thăm thẳm cánh phượng hoàng
có đậu lại trong sân trường bữa ấy..? ...

Dù ở lứa tuổi nào tấm lòng nhà thơ cũng mở rộng và trái tim thì bao la vô cùng, hãy nghe ông dụ dỗ:

... lòng tôi bằng phẳng dễ đi
năm mười giây tới tức thì trái tim

Dụ người nhưng vẫn biết rõ kẻ mắc bẫy lại là mình:

... vì em dại dột nên rồi
tôi đành dành cả cuộc đời làm thơ
...

Khuôn mặt tình nhân lớn nhất của nhà thơ chính là bà Luân Hoán, nhũ danh Trần thị Lý. Tôi đồng ý với nhiều bạn nhận xét: Luân Hoán còn đứng vững với cuộc đời, với thi ca đến ngày hôm nay, phần lớn đã nương tựa vào tình yêu chân thành và nồng nàn của người đàn bà này. Luân Hoán đã từng khoe với tôi một thi sĩ (nhà thơ Nguyễn Hữu

Nhật) đã viết thư cho ông, trong đó có một câu, ông quý và biết ơn vô vàn. Một câu thật giản dị, nhưng nói rất nhiều với Luân Hoán:

"... vì thơ, xin cảm ơn chị"

Nếu không hiểu về LH, có người sẽ trách ông đã đưa vợ vào thơ quá nhiều, nhưng nếu biết qua hình ảnh đó, thơ LH đã bay được rất xa, thì một lời cảm ơn quả không là quá. Hãy nhìn chân dung tình nhân ruột của nhà thơ:

... đường thì rộng, đời thì dài mệt mỏi
em âm thầm như một bóng chim bay
lọn tóc rối giấu trong vành khăn ấm
mắt chong đèn trong ngòi bút anh đây...

hoặc:
em nuôi ta từng bữa
cơm nước cùng nụ cười
đàng sau đôi mắt đẹp
thao thức chút ngậm ngùi

Cận kề bên tình yêu là tình thương, Luân Hoán đã đặc biệt nhớ nhung người chị ruột còn lận đận ở quê nhà. Tình chị em đã thành những câu thơ thật dịu dàng, cảm động trong cả hai bài viết theo hai thể. Bài thứ nhất với cái nhan đề *Khiêng Nước* đã là niềm xúc cảm cho nhạc sĩ kiêm thi sĩ Phan Ni Tấn phổ nhạc rất tới. Bài *Xin cho em vài giọt mưa* viết ở thể 7 chữ với những hình ảnh trộn trong chân tình:

... mưa suốt ngày đêm suốt mùa đông
chị đang đúc bánh xèo phải không?
chảo đen bột trắng bàn tay nhỏ
đổ hết lòng trên ngọn lửa hồng

nhớ gởi kèm theo một chén tương
ớt xiêm chanh lụa ấm hơi vườn
gởi theo búp chuối chị đang xắt
lỡ đứt tay, đừng bịt vết thương!...

Một lời khuyên thật vô lý khi người chị bị đứt tay, cũng chỉ vì, nhà thơ muốn trong những thức ăn chị gởi qua, có cả những giọt máu hồng thân yêu. Cảm động thay!

Điểm tìm thấy sau cùng của tôi qua thơ Luân Hoán là những khắc khoải, ưu tư của ông trong cuộc đời lưu cư. Là một nhà thơ đang đi vào lứa tuổi 50, ông cảm thấy lạc lõng giữa cõi sống trắng đen vàng lẫn lộn, vội vã đời ngược xuôi. Cõi sống này quả thật khó mà phù hợp với một người "chỉ mình tôi từ tốn", dù trước đó đã mang niềm tin tưởng rằng "đời đã bảnh". Không riêng gì tác giả, một thân thể thiếu hụt, mà đa số chúng ta cũng rơi vào thế long đong, chạy đua cùng vật chất, cùng nếp sống, theo nhịp máy ở xứ người. Luân Hoán đã cố hòa nhập vào xã hội mới bằng cách dạo chơi nơi này, lang thang công viên nọ, thậm chí thả tình theo em tóc nâu sang Longueuil, dạo mưa qua các đường phố. Hình như cái đuổi bắt của ông vẫn là cái "nằm rình con muỗi đêm", hoặc ngồi ước mơ "phải chi có con kiến"... Luân Hoán viết về thành phố Montréal khá nhiều. Những tên đường, những vườn hoa, những khu phố và người và người, tuyết và tuyết. Nhà thơ Đỗ Quý Toàn, trong bài Nói Chuyện Thơ, đã ưu ái nhận xét:

"Luân Hoán là thi sĩ của cuộc sống, như Nguyễn Khuyến, như Vương Tân. Nhà thơ Bạch Cư Dị của người Việt ở Montréal này đã giúp bà con thấy thành phố Montréal trở nên thành phố Việt. Những phở Mai, quán Huế, phở Hòa, Plaza Côte des neiges... trở thành những tên gọi thân mật, những chuyến xe buýt buổi chiều, những đống tuyết cao trước cửa có thật hơn, vì thi sĩ thổi hơi sống vào các vật vô tri đó" (ĐQT).

Quả đúng như thế, Luân Hoán đã thở vào đất đai, cây lá nơi ông đã chịu ơn:

đứng hát giữa lòng Montréal
trời xanh trời xanh trời quá xanh
có con chim nhỏ bay trong nắng
chở cả lòng tôi bay quẩn quanh

....

và tưởng chừng như Montréal
có ta cây cỏ càng thêm xanh
ba năm hồn rót vào thớ đất
góp cả buồn vui cho lá cành
và tưởng chừng như mây khói bay

có hơi ta tiếp nối vơi đầy
được cười, được khóc, được than thở
không thể không yêu xứ sở này...

Để kết luận, đối với tôi, thơ LH có một sức quyến rũ đặc biệt. Tôi bắt gặp đời sống nội tâm của một con người, có quá nhiều tình cảm đối với gia đình, bạn hữu, quê hương, đất nước.

Thơ ông là sự cô đọng của tâm hồn được bày tỏ phần lớn bằng thể thơ dân tộc, sáu tám, phóng khoáng, hồn hậu, ngọt ngào, trữ tình, dạt dào như ca dao. Do đó khi đọc thơ ông những dòng chữ như biến mất chỉ còn lại cái nghĩa hay nói cách khác chữ và nghĩa chỉ còn là một, hỗ tương, nói ngay được với người đọc những điều nhà thơ muốn diễn tả. Tâm hồn người đọc đồng điệu với tâm hồn người sáng tác rất nhanh, rất dịu dàng, rất thấm, rất sảng khoái. Người đọc thấy thú vị tưởng mình cũng đang là người sáng tác, cũng làm thơ với Luân Hoán.

Và trong không khí này, mặc dù lười làm thơ đã lâu, tôi chợt viết được những câu sáu tám này:

đọc xong Ngơ Ngác Cõi Người
ta nghe ngơ ngẩn ngậm ngùi cõi ta
cõi nào cõi ấy xót xa
đục trong riêng cái bao la cõi lòng
đoạn đời còn lại chưa xong
bạn còn khúc cuối tấm gương nòi tình
cõi này hẳn bạn phiêu linh
mây mưa trăng gió một mình rong chơi
còn đây Ngơ Ngác Cõi Người
ta còn ngơ ngẩn ngậm ngùi cõi ta
cảm ơn bạn tới thăm nhà
tặng thơ, từ đó lòng ta nhói hoài

Nguyễn Đông Ngạc

(Chân Dung Thơ Luân Hoán - 1992)

HỒ ĐÌNH NGHIÊM

ĐÃ TÀN CHƯA NHỮNG CÁNH HOA
TA TỪNG TƯỚI NƯỚC QUA LOA BÊN ĐƯỜNG *

Ở Huế, một nam sinh trường Quốc Học bị bạn bè gán cho danh xưng: "Thất tình đại hiệp". Rụt rè, ăn nói nhỏ nhẹ, dễ đỏ mặt, người con trai ấy sau này trở thành một nhà văn, một thi sĩ. Như đa số bạn cùng trang lứa, chàng vào sống đời quân ngũ. Khi tôi có cơ duyên gặp mặt, năm 1974, chàng đã mang cấp bậc Trung úy, Sư đoàn 1 Bộ binh, trú quân ở Dạ Lê. Trung úy Quảng không mang tác phong một người lính. Nếu trộn lẫn hình ảnh gã thất tình đại hiệp vào người, thủy chung bộ dạng chàng vẫn là một sinh viên luôn ngần ngại. Tóc có ngắn đi, mặt mày đen đúa chút đỉnh; chỉ vậy thôi, chẳng biến tướng. Chúng ta không lạ, khi bắt gặp toàn bộ không khí an lành về thế giới học trò trong hầu hết tác phẩm của chàng: Người ký bút hiệu Mường Mán. Hỏi: Tên ấy do đâu? Trả lời: Vì không dưng, đọc truyện Tô Thùy Yên, bị ám ảnh cảnh đôi tình nhân phải chia tay ở sân ga Mường Mán. Rồi từ đó... "chết" luôn một danh xưng.

Hơn trăm cây số đường chim bay, qua khỏi những chân đèo, đổ xuống Đà Nẵng, dưới mái trường Phan Chu Trinh cũng có một nam sinh luôn mộng mị cùng nàng Thơ. Trái ngược với thất tình đại hiệp, người con trai có mái tóc bồng bềnh nghệ sĩ ấy dường như luôn ẩn nấp dưới bóng dâm của cung đào hoa, theo cách lý giải về tướng số. Có thể chàng là người bất bình, không hài lòng khi nghe ai kia ngâm nga: "Học trò trong Quảng ra thi, thấy cô gái Huế chân đi không đành". Chưa chắc. Hòa Cầm, Phước Tường, Hòa Vang, Nam Ô, Liên Chiểu... đâu mà chẳng có gái đẹp! Chợ Mới, Cổ viện Chàm, Sao Mai, Lê Đình Dương, Bạch Đằng, Độc Lập, Đồng Khánh, Trần Hưng Đạo, Hoàng Diệu, Ngã Năm, Hùng Vương, Chợ Cồn... của một Đà Nẵng dọc ngang những mối tình vướng chân, giăng bủa. Lạ gì? Chàng làm thơ từ tuổi 16. Thủy chung với Đà Nẵng, sao phải lặn lội ra Huế cho nhọc thân?

... "tôi thấy con đường ra Hòa Khánh
lòng cầu Đỏ chở một vòng tay
tóc cù sau gáy đùa lên má
khúc khích em cười: Khéo gió bay!"

Chàng có lắm bút hiệu, sau này rơi rụng cả, "gió bay"mất, chỉ còn một, duy nhất, định hình cõi thơ riêng biệt: Luân Hoán. Hỏi: Bút hiệu ấy do đâu ra? Nhớ thời học đệ Thất đệ Lục, những trò viết chữ đẹp trong lớp được cô cho giữ vở luân hoán, rất lấy làm hãnh diện. Luân phiên, hoán chuyển, giữ gìn cuốn vở ấy như một bảo vật, rất mẫu mực... Trả lời: Không đúng, tôi ghép tên song thân lại mà thành.

Nghe, khởi thủy đã có ấn tượng đẹp về chàng. Một trái tim rộng lớn, yêu sa đà mọi thứ giữa đời mênh mông, và để khỏi vấp ngã, nhớ đến mẹ cha, tự khắc biết kềm giữ lại ở một giới hạn. Sự giới hạn luôn cần thiết cho một nhà thơ. Như ngọn đèn cháy đỏ giữa những ngã tư đầy tăm tối. Luân Hoán, như Mường Mán, như Hồ Minh Dũng, như Trần Hoài Thư, như Nguyễn Bắc Sơn, như Tô Thùy Yên... cuối cùng đều nhập ngũ. Sẽ không gọi là chàng Luân Hoán nữa, mà đổi thành ông. Ông Thiếu úy Lê Ngọc Châu, khóa 24 sĩ quan trừ bị Thủ Đức. Trước ngày "đổi đời" ông ghi lại sự việc xảy ra qua bài thơ "Một Ngày Trước Khi Trình Diện":

"Bỏ lệnh gọi trong túi quần
Tôi đi qua từng đường phố
Không biết phải làm gì
Tôi trở về rửa mặt
Quyết định ngủ một ngày
Thản nhiên không mơ mộng

Bỏ lệnh gọi trong túi quần
Ngồi lật chồng sách cũ

Không biết phải làm gì
Ngó loanh quanh chỗ ở
Chợt nhớ người mẹ già
Trên bàn thờ ám khói
Tôi thắp một nén hương

Bỏ lệnh gọi trong túi quần
Mở tìm từng ngăn tủ
Không biết phải làm gì
Tôi bán xôn quần áo
Đi ăn tô bún bò
Thản nhiên không suy tính

Bỏ lệnh gọi trong túi quần
Cứ làm thơ cái đã
Không biết phải làm gì
Tôi dán trên vách cửa:
Một người sắp hy sinh
Bạn bè đừng ca ngợi

Và bỗng thèm hôn em
Tôi đạp xe ra phố
Thảnh thơi thở tự do
Ngày cuối cùng dân sự

Bỏ lệnh gọi trong túi quần
Bắt tay bác cảnh sát
Tôi vui vẻ đứng cười
Đêm bắt đầu vây phủ
Tôi hoàn toàn vô tư."

Bài thơ hay, bình thản lạ lùng, nếu có nghe ra dao động, thì đó chỉ là thoáng phân vân, chút sật sừ "không biết phải làm gì". Thời gian có vẻ ngưng đọng lại. Rảnh rang quá. Rảnh tới độ lặp lui lặp tới cái điệp khúc "Bỏ lệnh gọi trong túi quần", xong, lại "chẳng biết phải làm gì!". Cái hay của bài thơ nằm ở chỗ: Ông hoàn toàn thảnh thơi, ông chẳng ưa toan tính, ông đang tìm cách phủi tay. Nhưng chúng ta, người đọc thơ ông buộc phải hoài nghi, phải bận bịu, phải hứng chịu nỗi rã rời ông vứt bỏ đằng sau. Ông cho ta cái cảm giác bất an dù ông nói rằng ông đang vui vẻ. Ông dắt chúng ta vào phòng, đóng lại cánh cửa duy nhất và chúng ta bần thần, sợ khi phải mở rộng cánh cửa đó. Ngày mai, trời sáng, có người đi trình diện nhập ngũ. Và định mệnh sẽ gọi tên may rủi kẻ đi đùa nghịch dưới hòn tên mũi đạn ấy. Lành ít dữ nhiều. Xui xẻo tràn lan, cơ may chẳng mấy hột!

"... hôm đó nghe đâu trời nóng lắm
nắng tràn bốn phía nắng bao vây
lâu lâu gió biển vung roi quất
muối xát thâm đen cả mặt mày
bạn mới ngã lưng lim dim mộng
cạc-bin bảy chín lẫn A.K
trời xanh thăm thẳm hồn nhiên quá
phận số dành riêng mỗi chúng ta?

*

Một thanh niên bị động viên, hỏi vị sĩ quan quân đội:

- Tại sao họ lại bắt tôi phải đánh nhau với một người ở vùng đất xa lạ, một người mà ngay cả mặt mày anh ta tôi cũng chẳng mường tượng ra nó tròn hay méo?

Vị sĩ quan giải thích:

- Họ không buộc anh phải đánh nhau với kẻ khác. Họ cũng không yêu cầu anh phải giết người khác. Chỉ đơn giản là họ cho anh mặc quân phục, đặt vào tay anh một khẩu súng và đưa anh đến chiến trường. Sau đó, anh đối mặt với kẻ thù, người đó cũng có một khẩu súng... Rồi họ để anh tự quyết định. Anh có thể không giết kẻ thù kia mà...

Hỏi và trả lời. Thắc mắc và giải đáp, nghe như cóp nhặt từ đối thoại của những nhân vật do Erich Maria Remarque nhào nặn ra. Từ "Chiến Hữu". Từ "Một Thời Để Yêu Và Một Thời Để Chết" chẳng hạn. Hay "Bia Mộ Đen"? Hay "Mặt Trận Miền Tây Vẫn Yên Tĩnh"? Không, hà cớ gì phải vượt biên qua tận nước Đức xa xăm. Và xa xưa. Hãy nghe Tô Thùy Yên kể chuyện. Mới, như vừa hôm qua:

"... Ví dầu ngươi bắn rụng ta
Như tiếng hét
Xé hư không bặt im
Chuyện cũng thành vô ích
Ví dầu ngươi gục
Vì bom đạn bất dung
Thi thể chẳng ai thâu
Nào có chi đáng kể
...

Ở cõi âm nào ngươi vốn không tin
Hỏi nhau chơi thỏa chút tính bông đùa:
Ngươi cùng ta ai thật sự hy sinh
Cho tổ quốc Việt Nam - một tổ quốc?
Các việc ngươi làm
Ngươi tưởng chừng ghê gớm lắm
Các việc ta làm
Ta xét thấy chẳng ra chi
Nên ngươi hăng điên, còn ta ảm đạm
Khi cùng làm những việc như nhau..."

Hãy nghe Nguyễn Bắc Sơn phân trần:

"... ta vốn hiền khô ta là lính cậu
đi hành quân rượu đế vẫn mang theo
mang trong đầu những ý nghĩ trong veo
xem cuộc chiến như tai trời ách nước
ta bắn trúng ngươi vì ngươi bạc phước
vì căn phần ngươi xui khiến đó thôi..."

Và nghe Trần Hoài Thư, trung đội trưởng thám kích thuộc Sư đoàn 22 Bộ binh:

"... hành trang ta là lựu đạn dao găm
thêm tuổi trẻ ta già như quả đất
thêm một trái tim ngự đầy Chúa Phật
thêm một cõi lòng tràn ngập quê hương
khi đánh nhau thắng bại lẽ thường
chỉ mong đàn con bình an vô sự
chỉ mong trở về gặp nhau đụng rượu
lỡ chết rồi, hồn cũng thoát thành men..."

Những người bộ đội xâm trên cánh tay hàng chữ "Sinh Bắc Tử Nam", họ có viết được những dòng thơ như vậy? Bốn chữ Sinh Bắc Tử Nam nghe có vẻ như một thứ Kamikaze ôm bom tự sát. Đầu óc chật chội luôn trăn trở niềm ám muội chết chóc, họ sẽ cảm thấy xa lạ bởi cái tình cảm ủy mị tiểu tư sản của anh lính Ngụy. Bài "Viết Cho Thằng Em Cùng Trung Đội" của Trần Hoài Thư ướt đẫm, úng thủy chất "phản động" ấy, đánh mất "lập trường", nghe ngậm ngùi dâng cao:

Một chút cay cay mà lòng bỗng tủi
Buồn thì về, đừng nán lại, thằng em
Không sao cả, lên cao rồi xuống vực
Đất mở rồi, ở lại cũng buồn thêm

Chuyến tải thương cỏ rạp mình trải thảm
Xám sườn non, buổi ấy mới ra quân
Lên, trèo lên, ngựa rung bờm, tóc xõa
Hứng trăm ngàn oan nghiệt buổi thù chung

Cùng đứng lại, hai chân nghiêm, cúi mặt
Đây hàng quân đọc lại thiếu tên em
Người lính trẻ chưa đầy hai mươi tuổi
Nhớ thì về, cốc rượu để phần em...

Người lính, họ có nhiều dung mạo. Chân dung một người lính qua nét vẽ Luân Hoán rất đáng yêu. Đáng yêu, bởi trước tiên, người lính đó đích thực là một nghệ sĩ:

"Vào giờ G ta ra mặt trận
ngồi trước ca-bin ngủ gật ngủ gà
một chút nhớ em, một chút nhớ
cái thằng nào đó giống y ta
xe bỏ mắt mèo qua Châu Ổ
chờn vờn trước mắt bóng ma trơi
nhìn lâu lại hóa ra đom đóm
buồn bã bay khan ở cuối trời
ếch nhái ve nhau loạn thiên hát
lạnh lùng hơi đất cuốn hơi sương
che tay ngồi kéo dài hơi thuốc
nhớ cái... lưng em thật dễ thương
nhét cái bản đồ trong áo giáp
khẩu Colt ngủ mỏi một bên đùi
câu thơ chợt đến chợt đi mất
mặt trận từ ta nối tới người
....
mờ sáng quân vào hết mục tiêu
tầm tã mưa vây đời hắt hiu
đứng nhìn đồng đội bung lục soát
mưa tạt lạnh lòng mắt đăm chiêu
gác súng lên đùi nghĩ vẩn vơ

đầu đêm qua ngủ, nhớ còn mơ
mắt em đưa đẩy hai đầu võng
ta ngủ giữa lòng em với thơ
trời sáng dần dần trong lưới mưa
trơ bên nền cháy gốc cây dừa
ở đây cây cỏ đều sống thật
chỉ có riêng ta có vẻ thừa
……….
địch phá đám ta không kiêng nể
cái giờ tịnh khẩu nghĩ về em
cuồng tay rút súng phơ bờ bụi
phơ cả đất trời đang muốn quên
……….
một loạt đạn bay một ngày ập tới
một phút làm người sung sướng biết bao
nhưng dẫu tình cờ thân đầy vết đạn
chẳng oán hận gì vì vẫn chiêm bao".

Tập thơ đầu tiên của Luân Hoán là tập "Về Trời", in năm 1966. Rồi "Trôi Sông". Rồi "Chết Trong Lòng Người Yêu Dấu". Mỗi năm ra đời một tập thơ, cho tới 1970 thì xuất hiện "Nén Hương Cho Bàn Chân Trái", thực hiện chung, cùng dăm ba hiền hữu góp mặt. Hãy để ý tới tên gọi, cách đặt tựa cho mỗi thi tập. Chứa đựng điềm gở, nghe như đó là lời phân ưu được soạn sẵn, thứ cáo phó có thời gian để thong thả "nhuận sắc". Sau cùng là gì, sau cùng: Người chiến sĩ luôn chiêm bao mộng mị kia đã phải để lại bàn chân trái tại mặt trận Quảng Ngãi vào năm 1969.

Khuôn mặt chiến tranh ít còn hiện diện trong thơ ông, từ biến cố buồn bã kia. Nếu có, chỉ là sự cực lòng khi buộc phải hồi tưởng lại. Ông cố quên, ông lui về đời dân dã và ngợi ca tình yêu không mỏi mệt. Thời gian này ông thích nuôi chim, cá cảnh, yêu đời thực vật hoa lá cành và đêm về thường mộng những cảnh sắc trong liêu trai. Ông tựa như một vị quan ngày xưa chán cảnh triều chính lui về ẩn náu chốn tịch lặng sân trước vườn sau. Cho nên, trong thơ ông, nổi ra điểm dị biệt: Những chuyện gay cấn, sinh tử, khẩn thiết, nghiêm trọng, lớn lao… ông đều kéo nó xuống thật thấp, bình thường hóa mọi thứ. Và những cái nhỏ nhặt đáng yêu hiển hiện thường hằng quanh ông, ông sẽ rộng lòng mang đặt nó lên đỉnh cao, đường bệ. Ông phả linh hồn vào những vật vô tri ông bắt gặp trên đường đi, ông muốn chúng chia sẻ cùng ông những thở than hoạn nạn, những hạnh phúc xối xả tình cờ.

Đọc thơ ông, những ai tiếp cận lần đầu, sẽ ngỡ tác giả là một thi sĩ trẻ. Rất mực trẻ trung. Trẻ tới bến. Vì sao? Vì cái chất tinh nghịch, chút phá phách nằm ẩn nấp đâu đó dưới những câu cú dung dị thuần khiết. Chấm xuống hàng là quậy, sau dấu phẩy là van nài "mời em lên ngựa". Đứng kề bên dấu than là yêu chết bỏ bể bỏ. Sau lưng dấu chấm hỏi là sự mè nheo đòi ăn chè... Một sứ giả của tình yêu, làm sao kẻ đó có thể già cỗi được? Họ sẽ bị mất việc, sẽ bị đuổi khỏi vườn địa đàng ngay!

Ngoài những bóng hồng, hết Phạm tới Tôn Nữ, hết Nguyễn đến Trần, hết Hồ tới Lê, hết Châu tới Đặng... sau cùng là Lý. Ngoài những tình nhân, người yêu một ngày, người yêu đôi ba tháng cho tới kỳ cùng là người bạn đời; trái tim rộng lớn của ông còn để dành một ngăn trang trọng cho bè bạn. Khi nhớ bạn, ông cẩn trọng mặc áo quần lục bát vào từng kỷ niệm. Ông chia đều cho mỗi người bốn câu, những cảnh đời trung thực, những phần số không may, những hoạn nạn. Máu, nước mắt, tiếng cười nghẹn ứ, bốn món ăn chơi trần ai khoai củ tùng tam tụ tứ trộn lẫn vào nhau. Chỉ xin mạn phép nhặt ra chút ít gọi là cùng nhau chia ngọt sẻ bùi:

"tay mày không có hoa tay
thôi mày chùi súng, đánh giày giùm tao
tuần sau bò lạc nào vào
tao hứa chia bớt mày xào khô chơi"

"bạn về trời tết Mậu Thân
ngay khi gõ cửa thất thần gọi ta
ta rời phòng trọ đêm qua
để bạn lãnh đạn làm ma trước thềm"

"ghé Tổng y viện Duy Tân
thăm Chân Tu bỏ một chân trên rừng
một năm sau tau hành quân
không ngờ trời bắt anh hùng như mi"

"xe thồ dừng giữa sân trưa
nhói vai, rơi nạng, mày đưa tay quàng
cắn môi, sao lệ cứ tràn
ta chưa tử trận, bạn vàng khóc ai?"
"theo quân tái chiếm Cổ thành
ghé thăm tôi cạnh bờ xanh sông Hàn

lòng tôi đâu nỡ cư tang
thương anh ngồi vọc nắng tàn trên sông"

"dách, thùng, cù lũ cũng thua
cái khe cửa hở gió đưa Tam kỳ
chẳng hay bạn sùng đạo chi?
bốn mùa tâm nguyện chân quỳ trước hoa"

"hăm chín tháng ba bảy lăm
chia tay nhau tại Ngã Năm dặn rằng:
thằng nào sống, phải nhớ ăn
thêm tô mì Quảng cho thằng chết đi"

"cắt cờ giải phóng miền Nam
anh cho tôi dán vội vàng trước hiên
nhờ bùa, quỷ tạm để yên
đêm nằm cứ sợ ngụy quyền lộ ra"

"sinh thời tôi, bạn chơi thân
mấy trang sử lật, rẽ phân đôi dòng
tôi hơn bạn cái lưu vong
bạn hơn cái mộ giữa lòng quê hương"

"cái nắm tay chặt và nồng
vừa gặp đã chợt hiểu lòng dạ nhau
máu nhà binh vẫn một màu
tôi anh còn nặng cái đau tan hàng".

Ở trên là những mảnh vụn, tựa như trò chơi Jigsaw Puzzle. Ráp lại, toàn bộ hiển lộ một hình ảnh rõ nét: Thảm thương và chân thành. An ủi và khí khái. Đùa cợt và cảnh tỉnh. Nhưng quan trọng hơn cả, tình nghĩa thay người làm ra những câu thơ ấy! Xúc động thay, qua dâu bể, tâm ông vẫn thủy chung, ăn đời ở kiếp với lòng thành.

Tôi chưa từng vào quân đội. Và tháng ngày mà Luân Hoán gặp hoạn nạn, tôi vẫn là đứa học trò yên hàn vô sự ngày ngày cắp sách đến trường. Tôi đi học giữa tan tành đổ nát, Huế chưa gượng dậy được với vết chém tàn nhẫn Mậu Thân. Mưa vẫn còn rơi, gió vẫn luôn thì thầm lời quyến dụ trên hai hàng lá cây; hay đó là nước mắt, là tiếng than uất nghẹn của những hồn oan? Một địa ngục có thật? Tôi đi học và thầm cám ơn những quân nhân, đã hy sinh mọi thứ cốt chống đỡ làn sóng đỏ từ phương Bắc tràn xuống. Họ vứt tuổi xanh, họ giã biệt gia đình, mang thân làm lá chắn, nhằm bảo vệ cho vùng đất mà tôi đang sống thở từng ngày.

Tôi chưa là lính, nhưng nếu được, xin cứ xem đây là bản báo cáo của một "thằng em cùng Trung đội" đã lạc đơn vị từ hôm triệt thoái vùng Một chiến thuật để lầm lũi di tản, mải miết di tản. Dòng thơ miền Nam trước 75 cũng là một thứ Puzzle, vung vãi nhiều mảnh đời của những thi sĩ mặc quân phục. Xin hãy ráp lại đủ đầy thứ chân dung u sầu nọ. U sầu và khí phách.

Cám ơn những người lính. Cám ơn những thi sĩ. Nghiêm. Chào. Nghỉ. Tan hàng. Cố gắng. Cố g.. ắ.. n.. g!!!

(*) Tựa đề là hai câu thơ của Luân Hoán.

Hồ Đình Nghiêm

SONG THAO
QUÊ HƯƠNG, TÌNH YÊU TRONG THƠ LUÂN HOÁN

Đọc thơ Luân Hoán là một điều thú vị. Những câu thơ thật hồn nhiên, nhẹ nhàng, chân thật như đi thẳng từ trong bụng ra chẳng cần một sự cố gắng đặt vần ráp điệu nào cả. Làm thơ như vậy coi bộ dễ quá. Cứ lấy giấy bút ra là có thơ liền. Nhưng có giấy bút trong tay rồi mới thấy chẳng phải như vậy. Cái tưởng như dễ hóa ra muôn vàn khó khăn Làm thơ đâu có phải chuyện tầm phào. Làm thơ hay không phải chuyện ba lơn.

Thơ Luân Hoán không thể là thơ không hay được. Nó như một hòn đá: nhìn bên ngoài tưởng như thô sơ, mộc mạc nhưng thật ra bên trong có chứa ngọc. Chất ngọc tinh tuyền vì nó được chắt lọc từ cuộc sống muôn vẻ muôn sắc. Hình như bất cứ trong hoàn cảnh nào cuộc sống Luân Hoán cũng có thơ được. Lúc vui lúc buồn, khi đắng cay, khi phẫn nộ, lúc tủi nhục, lúc hiên ngang, khi dịu dàng, khi hờn dỗi... mà thơ nào cũng mang cái giọng chất phác, duyên dáng nhưng tiềm ẩn bên trong là cái tinh quái, sắc sảo. Đọc xong một bài thơ là mường tượng ngay ra được nụ cười của nhà thơ nằm đâu đó. Nụ cười có lúc ngọt, lúc bùi, lúc chua, lúc nồng nhưng cũng có lúc đắng lúc cay.

Vị ngọt ngào của tình yêu có lẽ là cái vị thấm sâu vào nhà thơ nhất. Cái "tên dật dờ" đã sớm bước vào đường tình tự những ngày xa lắc xa lơ khi chưa qua khỏi tuổi thơ dại:

"nhớ năm hết tuổi mười ba
cái lòng đã muốn lân la cái tình"
(Ta phỏng vấn ta - NNCN)

Anh hoa phát tiết sớm sủa như vậy nên thơ tình của Luân Hoán có những câu dễ thương lạ:

"mỗi lần sắp sửa yêu ai
tự nhiên mặt mũi tóc tai lạ lùng
tưởng như có triệu vi trùng
ngo ngoe đòi được nhớ nhung với mình"
(Triệu Chứng - ĐNVĐĐ)

hoặc:
"lạ quá khi không mà tương tư
đêm nay lại thức nữa, hình như
có ai đổ rượu vào ngôn ngữ
tôi nói ra toàn thơ rất thơ"
(Thắc Mắc - ĐNVĐĐ)

Cái tài nói ra thơ đã làm nhà thơ của chúng ta giàu có vần điệu quá đỗi. Chất ngọt của tình yêu thấm vô từng chữ từng câu. Nhà thơ hào phóng từng thở ra thơ cho các người tình. Người mang thơ ra tặng:

"mang vào lớp bài thơ anh mới tặng
khoe bạn bè cho chúng lác mắt chơi
í mà chết, anh viết gì trong đó?
chuyện chúng mình? em, hổng chịu đâu"
(Nhõng Nhẽo - ĐNVĐĐ)

Người dùng thơ lót đường cho người đẹp:

"theo bóng hồng qua mấy phố vui
mắt em háy nhẹ, đẹp như cười

thơ ta, ta lót đường em dạo
trời ngát hương da thịt tiểu thư"
(Họa Phẩm - ĐNVĐĐ)

Người cho thơ quỳ gối hầu người đẹp ngủ:

"trời treo mặt đầu ngọn tre
vài con ve rủ nhau lè nhè rên
em nằm đợi gió ngủ quên
thơ ta quỳ gối bốn bên em nằm"
(Một Ngày Ở Quê Huỳnh Phú)

Người dùng thơ thổ lộ nỗi lòng:

"yêu em yêu quá nên không dám
viết bậy lòng ra năm bảy câu
dẫu chẳng cần khai em cũng biết
hồn vía ta chừ đang ở đâu"
(Giải Thích - ĐNVĐĐ)

Đọc thơ tình coi bộ không có ai không thích. Làm thơ tình chắc hẳn là điều thích thú hơn. Gỗ đá cũng phải động lòng thì mấy ai có thể để lòng mình dửng dưng với cái ngọt ngào của tình yêu. Thơ tình của Luân Hoán triền miên như sóng biển phong phú như sao trời và đậm đà như hương đồng cỏ nội:

"chuyện tình, ờ thứ này hay
cho dù lải nhải suốt ngày chả sao"
(Ta phỏng vấn ta - NNCN)

Thế là thi sĩ "lải nhải" từ những mối tình:

"em có nhớ trong sân trường bữa ấy
ta theo em ngơ ngẩn tội làm sao
tay hổ ngươi ôm tập vở chép ca dao
với ý định tặng cho em kỷ niệm..."
(Trong Sân Trường Bữa Ấy - ĐNVĐĐ)

từ cái vụng dại dễ thương của chàng trai lần đầu tiên tới xông đất nhà người yêu:

"nhớ hồi xông đất nhà em
hai chân lính quýnh bước lên thềm nhà
trái tim chỉ chực vọt ra
cái miệng ấp úng như là cà lăm
cái đầu cái óc tối tăm
cũng may nhờ cái hết lòng yêu em"
(Chuyện Tình Năm Xưa - ĐNVĐĐ)

Từ cái tha thiết tình tứ đi theo người đẹp:

"em đi lễ sáng sang chiều
hôm nay trời lạnh gió nhiều nghe em
giá tôi được phép theo bên
thở dồn dập chắc ấm thêm chút nào"
(Lẽo Đẽo Theo Sau- ĐNVĐĐ)

Đến những lúc "chì" hơn: không buông tha cả người nữ tu:

"thôi đành vậy, người yên lòng cầu nguyện
mặc tôi quỳ sám hối để nguôi quên
Chúa quá xa, người còn xa hơn Chúa
tôi chẳng xin gì ngoài vài phút lênh đênh"
(Thơ Tặng Người Nữ Tu - ĐNVĐĐ)

Và tán luôn cả người đã một lần dang dở trong tình trường:

"trưa trờ trưa trật rồi em
lăn qua lăn lại đâu quên được buồn
tốt hơn nên đổi người thương
ta xin thế chỗ tầm thường đó cho"
(Tán Người Đang Thất Tình - ĐNVĐĐ)

Tình của người mà sao như có bóng hình những mối tình của mình. Phảng phất đâu đây tâm hồn mình nằm trong thơ người. Nghe như trong lòng vẫn còn xao xuyến với những vụng dại ngờ nghệch của những ngày chớm yêu, nghe như chưa lắng đọng những ngây ngất dạt dào của những đắm say ngày cũ, nghe như những hồn ma của những cuộc tình dang dở đang bay về gợi nhớ gợi thương.

Cái ngọt ngào của ngày cũ như trộn vào cái ngọt bùi của ngày nay. Cái mối tình lớn lúc nào cũng tinh khôi như chẳng bao giờ khô trong kỷ niệm. Người chia ngọt sẻ bùi hôm nay vẫn mang nguyên vẹn dáng dấp thanh xuân của những ngày mới quen:

"một buổi sáng trời mưa buồn chi lạ
bâng khuâng nhìn em vọc nước ngoài hiên
gió mùa thu đùa trong tóc nghiêng nghiêng
bay lên má... nhận ra em đã lớn
.....
mười sáu năm qua đời dừng trong ga nhỏ
chiều hôm nay ngồi vơ vẩn trông mưa
em ngoài hiên lại vọc nước như xưa
ta bỗng thấy em vẫn còn con gái...
(Chiều Mưa - ĐNVĐĐ)

Vì em mãi mãi là con gái nên nhà thơ vẫn còn mãi mãi mê say. Chỗ của người-vợ-người-tình vẫn là cái chỗ dành riêng muôn thuở:

"Ôi cô bé trường Tây Hồ Trần Thị...
dẫu bây giờ đã hòa nhập trong ta
ta vẫn thấy phải dành riêng một chỗ
để ngồi nhìn em mãi mãi thướt tha"
(Một Chỗ Cho Em - ĐNVĐĐ)

Cái ngọt bùi của nghĩa tào khang mang nét đậm đà của muối mặn gừng cay. Sự chí tình của nhà thơ thấy mà cảm động:

"năm giờ sáng em bắt đầu đến sở
trời tờ mờ tuyết lạnh vướng bên chân
ổ bánh nhỏ trong tay chừng đã mỏi
métro sang bus đã bao lần?"
(Ly Rượu Cuối Tuần Cho Lý - NNCN)

Hình ảnh của người đầu gối tay ấp có bao giờ phai nhạt trong lòng thi sĩ:

"đóng cây đinh treo ảnh em lên vách
nhìn mắt em cười trong ảnh muốn hôn
xinh đẹp như ri sao mà lận đận
theo ta làm gì hỡi ả mèo con?"
(Một Ngày Nghỉ Bệnh - ĐNVĐĐ)

Ả mèo con hẳn đã từng là một độc giả tâm đầu ý hợp của nhà thơ, nên dù biết lận đận nhưng vẫn miệt mài với thi sĩ. Làm một nàng thơ thường xuyên nằm trong những vần điệu nồng ấm chẳng là một sự thích thú sao? Huống chi thi sĩ này lại tự hào với cái nghiệp chữ nghĩa của mình:

"em nên nhớ rằng lưng ngựa ô
làm sao bằng được lưng nhà thơ
êm như võng lụa nồng như rượu
dìu dắt em vào triệu giấc mơ"
(Đưa Em Trình Diện Ao Vườn - CƠĐĐTT...)

Dìu em vào triệu giấc mơ rồi nhà thơ của chúng ta bèn quẹo qua những giấc mơ thầm kín của riêng mình. Lòng người làm thơ bao la rộng mở. Sông bao nhiêu nước cho vừa? Nhưng bóng hình người cũ tuy có nhạt nhòa nhưng vẫn thoáng hiện đâu đây. Nhà thơ đa tình đi tìm lại cái vị chua hấp dẫn của những mối tình với các nàng thơ cũ:

"lâu quá không còn được gặp
tình cờ giữa phố thấy nhau
em ngồi xích lô vắt vẻo
ta theo chân vợ qua cầu
......
tình cờ chắc là vô tội
ta về rót rượu rửa môi
vết hôn ngày xưa đã mất
cảm ơn đôi phút bồi hồi
(Bên Cầu chữ Y SG - ĐNVĐĐ)

Những hoa lá của cuộc đời tạo nên những tác phẩm. Hoa lá trong vườn cũng như hoa lá ngoài vườn. Nhiều khi hoa lá ngoài vườn có cái xa cách hấp dẫn lại tạo những cảm hứng dạt dào hơn. Nên dù có tự dễ dãi cho mình là vô tội vì sự gặp gỡ tình cờ thì nhà thơ vẫn cứ thú vị với cái bồi hồi khi cắn vào trái cấm. Và với người nòi tình thì sự tình cờ chẳng phải chỉ có một lần:

"ao ước người kia chẳng biết ta
để đừng thảng thốt liếc vội qua
cỗ quan tài nhỏ trong lòng vẫn
ấm áp lời thề ai thiết tha "
(Gặp Em Ở Plaza Côte des Neiges- NNCN)

Nhưng những khi miệt mài theo bóng hình kiều diễm thì dù có lấp liếm tới đâu cũng phải thú nhận đó chẳng phải là sự tình cờ:

"đâu có phải tình cờ tôi theo dõi
gót chân hồng thoăn thoắt đó về đâu
em kiều diễm một đôi lần ngó lại
đôi mắt xanh như khuyến khích gật đầu
....
đường mấy nẻo theo em làm thi sĩ
có chi vui hơn săn đuổi tình yêu
ngọn nến đỏ trong lòng tôi chợt thắp
gã đông phương thơ thẩn hết buổi chiều "
(Theo Em Sang Longueil- NNCN)

Gã đông phương thơ thẩn theo em mắt xanh qua Longueil cũng chính là gã đông phương tưởng nhớ nàng mắt xanh soi bóng trên giòng sông Seine:

"chắc có lẽ tôi cũng vừa nhung nhớ
Jeanne hãy nhìn xuống mặt nước sông Seine
tôi hy vọng khuôn mặt Jeanne rạng rỡ
bởi có lòng tôi vừa ghé đứng kề bên"
(Thư Cho Scotte Jeanne - ĐNVĐĐ)

Tội nghiệp cho gã đông phương hào hoa, cái sầu của những cuộc tình lỡ chỉ có thể đong bằng chất cay màu hổ phách. Càng đong càng sầu. Càng sầu thơ càng thiết tha:

"còn em sao cũng kỳ khôi lắm
ba năm khăn gói gối tay chồng
lảng vảng làm gì trong cốc rượu
uống càng thương nhớ kẻ sang sông"
(Trời Mưa Uống Rượu- ĐNVĐĐ)

Nước có len lỏi qua rừng qua biển thì nước cũng trở về nguồn. Nhà thơ của chúng ta có lang bang qua trăm phương ngàn lối thì cũng quay về lối cũ. Cái lối thân thương ngọt bùi vẫn cứ mãi mãi níu hồn thi sĩ:

"dù viết về một ai
cũng bằng tim em cả

hình ảnh em không phai
dù gọi tên kẻ khác"
(Em Vẫn Là Người Tình - ĐNVĐĐ)

Thi sĩ của chúng ta đi một đòn hóa giải khá bay bướm. Cái mặn nồng đối với người chia ngọt sẻ bùi kể như đã vẹn toàn. Cái mặn nồng đối với quê hương còn da diết trong tim. Quê hương là chốn nuôi nấng, bao bọc, yêu thương và là nơi để lại muôn vàn kỷ niệm:

"treo lòng lên mũi Chân Mây
lim dim nghe tiếng lá cây trở mình
thương em, khép nép ngồi rình
mây vào lá lá ổ tình đẻ thơ
trên tuyệt mù đỉnh hư vô
ta chìm nổi giữa phất phơ bụi trần"
(Mây Trắng Bay Nhiều Quá... - NNCN)

Quê hương là nơi làm mềm trái tim của đứa con lưu lạc khi đặt chân trở về:

"phi cơ dừng bánh trong phi cảng
run run tôi đứng vẫy tay chào
bốn mươi tám tuổi còn được khóc
như đứa trẻ con, thú biết bao"
(Quê Hương Nhắm Mắt Như Sờ Được... - NNCN)

Quê hương là niềm nhớ không bao giờ phai:

"bao nhiêu bèo bọt trong lòng
thở vào chữ nghĩa mặn nồng chua ngoa
gởi hoang vu lại quê nhà
xin cho thương nhớ lột da sống đời"
(MTBNQ- NNCN)

Quê hương là nơi giữ hồn của đứa con phải rời xa quê mẹ:

"chào em cúi mặt chào em
xác đây hồn đã lênh đênh cõi nào
vay đời đôi hạt ca dao
ươm trong tim khóm trúc đào xinh xinh"
(Cúi Mặt Chào ĐN - NNCN)

Chốn quê hương ngọt ngào đó giờ đã dẫm đầy nước mắt dưới gót chân hận thù của lũ người không tim. Một quê hương đau khổ nằm dưới muôn ngàn đắng cay. Nơi mà con người chẳng còn quyền làm người, nơi mà tình người là một thứ vô dụng thừa thãi:

"chúng tôi là súc vật
hôm nay học làm người
xin chân thành "đăng ký"
chúng tôi thừa trái tim"
(Trình Diện - HTVN)

Nơi mà ước mơ của con người không bay cao hơn được cái bụng:

"cơm ăn ngày lưng bữa
đỡ rửa chén rửa nồi
áo quần không bột giặt
thơm hoài hương mồ hôi"

Nơi con người là địa ngục của con người. Rình rập nhau, theo dõi nhau, tố cáo nhau một cách bần tiện đê hèn:

"quê ta chừ khỏi chê
mỗi đêm mỗi hội họp
mổ xẻ từng bữa ăn
lắng nghe từng hơi ngáp"
(Thăm Quê - HTVN)

Nơi mà con người như những con chuột làm gì cũng phải lén lút, chui rúc. Chữ tự do đã chết một cách tức tưởi, đắng cay:

"em đừng nhắc chút đời ta ngày trước
cái tàn dư Mỹ Ngụy đó cho qua
thơ mấy tập đã đốt mừng giải phóng
kiếp làm người đã nhượng lại quỷ ma"
(Nhan Sắc - HTVN)

Nơi mà tương lai chỉ là bóng tối mù mịt:

"còn thầy đây như các em đã thấy
thân xác này và mủng bánh bột khoai
cái kính trắng chút hương thừa trí thức

râu tóc dài như bóng tối tương lai"
(Trước Cổng Trường Hồng Đức - HTVN)

Nơi mà những đứa con của quê mẹ chẳng còn cách nào khác hơn là mong ước rời xa quê mẹ:

"thay nhau đạp tới đạp lui
gặp thêm mấy mống ngậm ngùi ngồi mong
thằng khổ đè đến lưng cong
đứa buồn ngập đến đỏ lòng mắt sâu
thằng nào cũng bạc tóc râu
đứa nào cũng mộng ghe tàu trốn đi"
(Sài Gòn Xuân 84 - HTVN)

Những người làm thơ, những người có con tim nhạy cảm với tất cả âm ba của cuộc sống chẳng thể làm ngơ trước những nghịch cảnh của quê hương:

"mỗi ngày trăm cảnh sống
mỗi cảnh trăm bài thơ
không viết thì uất ức
viết ra ngục đang chờ"
(Nợ Đời - HTVN)

Dù phải chịu trăm ngàn đắng cay thì con người thơ vẫn cứ hiên ngang cầm bút. Sự bất khuất như một mẫu số chung của những người còn nhiều tâm huyết với quê hương:

"thơ của ta là thơ của trái tim
mỗi một chữ là mỗi mầm nhân ái
mỗi một câu là giòng máu về tim
thơ như vậy có lửa nào đốt nổi
lửa thù hằn lửa đố kỵ nhỏ nhen"
(Vẫn Còn Ta - HTVN)

Tôi nhớ trong một truyện ngắn nào đó, văn hào Léon Tolstoi đã cho rằng: *"cuộc sống không phải là cuộc sống, nếu người ta phải sống"*. Trên quê hương chúng ta ngày nay chỉ còn những con người phải sống. Muốn sống vô tri như cây cỏ cũng chẳng được. Muốn sống dật dờ như chỉ hít thở không khí cũng chẳng xong. Trong đầu đồng bào chúng ta ở quê nhà, đều có hình ảnh một con tàu, hay một chiếc máy bay. Chúng ta không ruồng bỏ quê hương, cũng như quê hương chẳng ruồng bỏ chúng ta. Nhưng trong những giây phút trớ trêu của lịch sử, con người phải giã từ chốn thân thương như một chọn lựa cay nghiệt:

"ta không khóc nào đâu ta có khóc
giọt nước này? thưa đó chỉ giọt sương
ai đưa tiễn mở lớn giùm mắt biếc
cho ta nhìn lần cuối nỗi bi thương
cho ta thấy được ta vừa trốn thoát
một cõi đời không nguôi nỗi nhớ thương"
(6 tháng ở 22 Lê Lợi Sàigòn - NNCN)

Còn cay đắng nào hơn cái cay đắng phải trốn thoát nơi không nguôi nỗi nhớ thương. Còn cái buồn nào hơn, cái buồn phải dứt bỏ tất cả, để đi vào chốn mù mịt xa lạ của kiếp lưu vong:

"uống thì uống quách cho xong
xong thì xong chứ đừng hòng ta vui
mai ta đã bỏ đi rồi
cồn kia bãi nọ ai ngồi thay ta?"

Và cái vị đắng của cuộc lưu đày bắt đầu ngay từ giờ thứ nhất, khi phải xếp hàng khám ghẻ, tại chốn dừng chân đầu tiên trên đường lìa bỏ quê nhà:

"từng người một xắn quần giở áo
thịt da vàng lở lói gì không
máu rất đỏ nhưng hồn bầm nhẫn nhục
thẹn đong đầy từng bước lưu vong"
(4 giờ tại phi trường Thái Lan - NNCN)

Cái phần bầm tím của tên lưu đày biệt xứ đè nặng lên con người vừa mất nước:

"bữa cơm trưa quê người thứ nhất
có thịt gà trứng vịt khoai tây
cơm quá khô thầm chan nước mắt
nuốt nửa chừng, mửa lạnh bàn tay"
(4GTPTTL-NNCN)

Bỗng thấy bàn tay mình xuội xuống trống trơn; bỗng thấy con người mình trần trụi chẳng còn cái chi chi, như một sự hụt hẫng tàn bạo kéo xuống hun hút vực sâu. Trống rỗng tuyệt đối. Mất mát hoàn toàn. Cái thiên đường tưởng vừa thấy được hóa thành một niềm cay đắng mới:

"xưa ta xe ngựa đi về
chừ ta trâu ngựa yên bề ẩn thân
chốn này danh nghiệp phù vân
đầu ơi cứ cúi thấp dần được không?"
(Lạc Giòng - NNCN)

Cấp bậc, huy chương, bằng cấp, chức vụ như những thứ đồ giả, cái đã có như của phù vân. Cái phải có cầm bằng như vô vọng:

"cái cần ta không đạt
cái đạt người không cần
lỡ tay đời thầy thợ
ước gì mọc lại chân"
(Một Chiếu - NNCN)

Bắt đầu cuộc đời mới, như cõng trên lưng nỗi nhọc nhằn đáng ghét:

"ta cõng trên lưng cái thùng thật lớn
còn nặng hơn cái tấm thân ta
cố nghiến răng giữ cho khỏi ngã
mỗi bước chân chếnh choáng như là..."
(Nghề Nghiệp Mới - NNCN)

Và cái con sâu buồn phiền tủi nhục cứ ngày ngày bò nhột nhạt trong trái tim héo úa:

"ba năm lạng quạng xứ người
soi gương già khọm như mười mấy năm
thì ra sữa thịt lùi chân
trước anh địch thủ ngàn cân buồn phiền"
(Thơ Mùa Xuân Con Rồng - NNCN)

Nỗi buồn phiền cứ quanh quẩn trong từng hơi thở của cuộc sống nặng nề nơi xứ người:

"gắp con bún gắp thân thương
ngoằn ngoèo gợi nhớ trăm đường cỏ xanh
vài trái ớt ít giọt chanh
vì cay hay nhớ long lanh lệ trào?"
(Ngồi Lê - NNCN)

Cuộc sống lúc nào cũng túng rối những nhớ nhớ thương thương:

"đêm dài dài dằng dặc
thức đái thức đái hoài
nước gì trong đôi mắt
thỉnh thoảng giọt giọt dài"
(Gọi Tên Bạn Bè - NNCN)

Cuộc sống không bao giờ nguôi niềm trăn trở bẽ bàng:

"nợ nước nợ nhà chưa trả
sợ chi cái thứ nợ say
năm bảy chén sầu cạn sạch
mặt mày như thịt heo quay"
(Bắc Chước Viết Hành Ca Lưu Vong - NNCN)

Cuộc sống lúc nào cũng dày đặc nỗi lo sợ đánh mất con người thực của mình:

"bỗng tưởng chừng như máu tim ta
đỏ hơn thời tù tội quê nhà
phải chăng chớm nở mầm vong bản
nhục nước phai vì bả vinh hoa "
(Nghêu Ngao Giữa Lòng Montréal - NNCN)

Cuộc sống luôn luôn thắc mắc tra hỏi có còn là cuộc sống không:

"ví như ta được thành ta nữa
thơ thẩn một đời lại thẩn thơ
bài thơ mai mốt ra sao nhỉ
có đỡ xót xa hơn bao giờ?"
(Thắc Mắc - NNCN)

Cái xót xa của Luân Hoán có là cái xót xa chung của những con người lưu vong còn có lòng với quê hương không? Tâm trạng của Luân Hoán phải chăng chính là tâm trạng của mỗi người chúng ta.

"*Cùng một lứa bên trời lận đận*"(VHC). Tôi có một cái duyên nhỏ được chung cái lận đận với nhà thơ từ những ngày sửa soạn ra đi ở Việt Nam, cho tới lúc qua xứ người hầu như cùng thời gian. Những gì tôi cảm thấy ở quê nhà ngày lìa xa, ở quê người lúc khởi đầu gian nan, đều thấy có trong thơ Luân Hoán. Thật thú vị và tiện lợi. Cứ mượn thơ người mà vỗ về nỗi lòng mình. Thơ như chẳng còn là thơ người. Nỗi lòng mình như chẳng còn là của riêng mình. Đọc thơ như vậy chẳng chỉ là đọc suông mà như hòa mình vào thơ. Thơ không còn ở bên ngoài mà đã nằm gọn gàng trong tâm hồn mình. Nỗi cảm thông khít khao như vậy còn gì vẹn toàn hơn.

Song Thao

(Chân Dung Thơ Luân Hoán - 1992)

NGUYỄN VY KHANH
LUÂN HOÁN THUỞ VÀO ĐỜI THƠ

Tên thật Lê Ngọc Châu, sinh ngày 10-1-1941 tại Hội An. Nhà thơ xuất-hiện đã nổi tiếng từ thời trẻ, trên báo học sinh *Tuổi Xanh* rồi các tạp-chí *Gió Mới, Mai, Thời Nay, Ngàn Khơi, Tiểu-Thuyết Thứ Bảy, Kỷ Nguyên Mới* và sau đó là *Bách Khoa, Văn Học, Giữ Thơm Quê Mẹ* và *Văn* ở Sài-Gòn cũng như *Nhận Thức* ở Huế và *Trước Mặt* ở Quảng Ngãi nơi nhà thơ đóng quân và bị thương để lại một chân nơi chiến trường. Luân Hoán còn thuộc ban chủ trương hai nhà xuất bản Ngưỡng Cửa (1967-) và Thơ (1969-) trước 1975. Tác phẩm đã xuất bản: *Về Trời* (Văn Học, 1964), *Trôi Sông* (ruột ronéo, Văn Học, 1966), *Chết Trong Lòng Người* (Đà Nẵng, Ngưỡng Cửa, 1967), *Viên Đạn Cho Người Yêu Dấu* (1969), ...

Về Trời (1964) gồm 60 bài thơ, chủ đề chung quê-hương. Thời đất nước đang mịt mù khói lửa vì cuộc chiến-tranh ý thức hệ và chủ nghĩa ngoại lai. Trước những chết chóc, thù hận, trước những đau xót, bất lực của dân tộc, nhà thơ đã xúc động. Nói như Dương Kiền trong lời Bạt: "*Chúng ta đã thảm bại trước những sức mạnh vật chất, chúng ta đã bị tù đày trong nghịch cảnh chính trị và kinh tế, chúng ta làm được gì, nếu không là giữ gìn và phát huy ngôn ngữ và tư tưởng của một dân tộc mơ mộng và dũng cảm, kiêu hãnh mà khổ đau này?*". Ý thơ từ đó đã mở ra trên những giòng chữ đơn giản. Thơ Luân Hoán nhờ chân thật, đã mang đến cho người đọc sự để ý và cảm thông. Về kỹ thuật ở tập này thơ đầu tay chưa được rõ nét. Thay cho lời khai từ tác-giả ghi lại hai câu thơ của Huy Giang: *"Khi khổ quá tôi muốn làm rơm cỏ / Nắng khô đi xin lửa đốt về trời"*. Tập thơ nói đến tình quê chân chất nhưng lãng-mạn qua Hẹn Về, bài thơ đầu tiên đã đăng tạp chí *Bách Khoa*:

"anh sẽ về thăm em với lời ca bé nhỏ
của trái tim tha thiết mến yêu này
với niềm vui nhốt chặt cả vòng tay
anh thận trọng mang về làm sính lễ
dù đến sớm hay chậm chân đến trễ
anh cũng về để tìm lại hơi nhau
trời mùa đông gió lạnh nhuốm ưu sầu
nên thương nhớ sống đầy hồn đắm đuối
(...) em đừng ngại xe đông người không có chỗ
anh sẽ nương thân nép một bên thôi
đường nở hoa xe chạy với mây trời
thăm thẳm giữa rừng cây xanh trái ngọt
(...) anh sẽ về thăm em và đất đai Đại Lộc
ăn lòn bon uống nước suối Hố Bông
và cầm tay cho đôi má em hồng
run nét chữ thương yêu lên Đồi Đá
suối Mõ Diều ào ào qua kẽ lá
đệm theo lời tình tự của đôi ta
tiếng trở mình xe gió bến Hà Nha
cũng âu yếm trổi lên giòng nhã nhạc
quê em nghèo nhưng vang vang tiếng hát
của thương yêu chân thật từ ngàn xưa
chùa Cổ Lâm thầm kín dưới nắng mưa
tô đậm nét lòng dân lành trong sạch
gò Tạp Phước đá chồng như trang sách
ghi lời thề máu lệ của ông, cha
lớn thời gian tình ái vẫn không già
ôi lộng lẫy những vùng quê nước Việt
anh sẽ về thăm em và vụng về tay viết
bài ca này dâng sông núi bình yên
khí giới tình yêu, hơi thở ngoan hiền
nguyện bảo vệ quê hương bằng cội nguồn máu đỏ
tình anh về, mong hồn em mở ngõ!"

Lục bát của Luân Hoán đã nhuyễn, như dân ca, như bài Sầu Biếc, được phổ nhạc (*Lục Bát Ca*, 1970):

"Tóc xưa thôi bỏ đuôi gà
môi xưa thôi bỏ mặn mà tay che
mắt cười còn biếc ngọn tre
lòng ai thôi đã vàng hoe nắng chiều
trong tay đầy nỗi tiêu điều
choàng vai nghe lạc niềm yêu thương người
lời sầu dài biết bao nguôi
ai vun quén để ngậm ngùi lòng nhau
xin trời một thoáng mưa ngâu
vườn xanh lá chuối che đầu trao hôn
chút hơi phù phiếm trong hồn
dâng làm kỷ niệm héo hon một đời
người về sầu lẫn trong tôi
em về sầu lẫn trong lời thơ bay" (tr. 61)

Hay thơ 4 chữ, trong Bóng Tay:

"bàn tay lá mạ / cài hoa cúc vàng
khép tà áo lụa / bay chiều thu sang
tôi qua mấy dặm / phố xa bóng chàng
đôi dòng nước lũ / đẫm cồn má ngoan
(...) bàn tay lá mạ / bày trên mặt bàn
anh nhìn không thấy / những lời than van
em nhìn không thấy / từng giây phai tàn"

Ở Luân Hoán trước sau chính thức là thơ tình, cho người yêu, người đẹp, người thân và bạn hữu. Bài Tâm Sự Cùng Em Trai ghi viết "*cho Lê Hân", người em ở xa, kể chuyện quê nhà, gia-đình:*

"hình như có tổ chim trên mái rạ
anh nghe vui tiếng mẹ rỉa lông con
chao ôi nhớ chiếc lồng tre thơ dại
ôm say mê lên đôi mắt xưa tròn
giờ thì chúng tập nhau bay, có lẽ
cho anh xin viên sỏi nhỏ tay em
anh còn lại chút lương tâm này đó
nỡ lòng nào đem bắn chúng sao em
anh vẫn nhớ trên hoàng hôn bờ cỏ

đôi chim nào đạp mái, ngượng bàn tay
khi giương ná bàng hoàng nghe tuổi lớn
bỏ tình trôi theo đường cánh chim bay
cũng từ đó nguyện yêu đời mãi mãi
sao bây giờ bọt lệ trắng niềm vui
làn chăn mỏng hoang vu vòng ngực nhỏ
nghe gì em trong thăm thẳm môi cười
chắc vang vọng một vài viên đạn nổ
ngang lưng trời, ngang khúc ruột quê hương
người người chết cho tự do vẫn sống
xác thay phân bón cho cỏ xanh đường
anh ngại nói, đã từ lâu anh muốn...
tội cha già bán mệt nhọc nuôi con
may mẹ đã nằm yên trong lòng đất
anh em mình mỗi đứa mỗi cô đơn
em đừng trách anh bỏ nhà bỏ cửa
sống lang thang xao lãng cả học hành
em cũng khóc từng đêm nằm suy nghĩ"

Và những người bạn, như Nguyễn Nho Sa Mạc yểu vận - bài Hoài Niệm Nguyễn Nho Sa Mạc:

"cũng vô nghĩa như hương đèn vàng bạc
lời buồn này trang trí giữa làn tro
hơi góp gió mênh mông đầy nỗi nhớ
ôi điêu tàn từ giã ngón tay thơ
muốn gọi Bửu bằng anh cho trang trọng
sao như còn e ngại mất lòng nhau
tình bạn hữu lòng nhủ lòng đâu nỡ
khách sáo san bằng thân mật mi tau
xin đôi phút vẽ vời từng nén lệ
hồn trong hồn như thấy lại mặt nhau
tay vô vọng quàng vai trời giá lạnh
thôi một người vĩnh viễn với mai sau (...)".

Chiến-tranh đã ở trong thơ Luân Hoán thời này, qua một cách nhìn:

"một con gà trống đỏ / một con gà trống đen
cùng nhìn về phương đó / khát vọng và bản năng
cả hai cùng hăm hở / đá nhau không nói năng" (Chiến Tranh).

Luân Hoán đã nhận biết hồn thơ của chính mình:

"ai đang gõ cửa hiên ngoài
đừng vào, vỡ tiếng thở dài cuộc tôi
trái tim đã hết chỗ ngồi
vỏ bia tàn thuốc lá phơi phận người
ngọn đèn buộc tôi thấy tôi
đầu kê giữa gối tìm đời dưới chân
tôi thu tôi nhỏ lại dần
vừa tròn một tiếng thở bâng khuâng buồn
tâm hồn tôi, một giọt sương
nằm chờ nắng bốc về nguồn cội xưa" (Tâm Hồn Tôi)

Và trong Tiếng Hát Loài Chim Không Tên:

"ta không hiểu ta sinh ra thời nào, vào giai đoạn
nào trong lịch sử/ mà muôn năm ta không trẻ không già
không thời gian nào đi qua tâm hồn ta
không sự hủy diệt nào hỏa thiêu thân thể
những sự kiện nhỏ này không đáng xót xa
nếu các người không lên lời ám ảnh
(...) ta chỉ cần ta / và ta là tất cả
sao các người còn cao vọng ôm ta
đèn không thắp vì trời chưa sụp tối
ta không cần ai vì ta chỉ là ta
quý gì đâu những vở kịch dài không muốn hết
lũ âm thanh mang danh tiếng linh hồn
quý gì đâu những xác thân mỏi mệt
lết lê đời tìm một nụ hôn
vết dao đâm cũng tạo nên huyền thoại
rồi quê hương lịch sử vân vân...
đời chồng chất đã bao lần tiếp diễn
cao vọng ôm xa hút cõi ta ngồi"

Miền Trung đã sôi động với những biến cố Phật giáo 1963, 1965, Đại học Huế, nhóm Lập Trường, rồi tiếp đó, các biến cố Tết Mậu Thân, Mùa Hè Đỏ Lửa, v.v..., với Luân Hoán và những người thơ trẻ Trần Vàng Sao, Thái Luân, Mường Mán, Hoàng Lộc, Thành Tôn, ...

Trôi Sông (1966): Thơ về một không-gian quen thuộc (vùng Quảng Nam, Đà Nẵng) của một nhà thơ Đẩy Đưa Mấy Lời về tình-yêu lớn nhỏ, si mê nhiều năm cũng có mà thoáng qua cũng thường (Hẹn Em Bên Đường, Qua Ngõ Mỹ Nhân, Tỏ Tình, Mánh Khóe, Nghêu Ngao Mua Tình, Ngồi Chơi Ngoài Gò Mả, Nghiêng Chào Đà Nẵng Tiểu Thư, Cám Ơn Những Nhánh Thơ Tình, Chuyện Tình Không Có Thật, Theo Em Về Đại Lộc, ...), về cuộc đời và những biến cố lớn nhỏ (Cái Dằm Đầu Tay, Chim Xanh, Một Lần Về Liêm Lạc, Dạy Kèm, Rằm Tháng Tư, Tiên Châu Chiều Cuối Năm, Một Ngày Ở Núi, Người Bạn Ngoài Bụi Cây, ...), về chính mình như là nhà thơ (Nghe Mưa, Vừa Đi Vừa Làm Thơ Trên Đường Quang Trung, Văn Vần Cho Một Thời Tinh Ranh, Đi Tìm Nguyễn Thị Liên Phượng, Thơ Viết Ngoài Bãi Biển Thanh Bình, ...) và bạn bè từ nhỏ đến trưởng thành bước vào tình-yêu rồi làng thơ (Bằng Hữu Thân Tình) và lấy vợ (Đính Hôn, ...).

Ghi nhận vài bài tiêu biểu:

"hành trang vài bộ áo quần
một xấp giấy trắng lừng khừng vai mang
con đường bụi nắng chang chang
vuốt mồ hôi bước hoang mang theo đời
   giọng chim đuổi gió bên đồi
nghe ra trời đất đón mời, cưu mang
vẫy tay chào cõi địa đàng
tôi mang quốc tịch da vàng tóc đen
   mỗi ngày đùn một vết nhăn
trong vồng máu nhược tiểu hoen nỗi buồn
lớn khôn theo những vết thương
vẫn tâm nguyện thở cùng hương đất trời
hết lòng gia nhập cuộc chơi" (Nhập Thế)
"buổi sáng đi vào núi / gặp được một con chim
lặng lẽ nhìn chim hót / lòng vô cùng bình yên
   buổi trưa đi vào núi / gặp được một bụi hoa
lặng yên nghe hoa nở / lòng vô cùng bao la
   buổi chiều đi vào núi / gặp được một bà tiên
đang biến thành con cú / lòng chợt hiền vô biên"
(Một Ngày Ở Núi)

Chết Trong Lòng Người (Ngưỡng Cửa, 1967) những bài từ khi nhà thơ theo học quân sự ở trường Bộ Binh Thủ Đức. Tình hình đất nước, bổn phận của tuổi trẻ, có lẽ là những bối cảnh, chất liệu cho thơ, như bài Lời Nguyện Pháp Trường:

"chắc trời còn xanh lắm / cho tôi quỳ xuống đây
tiếng ru nào trót dậy / chắc buồn mà không hay
tôi tay đầy vòng buộc / thân che lòng cát này
quê hương sầu tôi đấy / mắt nào nhìn lại đây?
hỡi người anh phía trước / hỡi người bạn sau lưng
hỡi từng viên đạn nhỏ / cho tôi ly rượu mừng
mùa xuân nào lại tới / lời ca nào lại bay
giấc mơ nào của mẹ / tiếng lệ nào của em
cho tôi xin mở mắt / nhìn tay người đang run
chiến công nào cao lớn / hơn mạng người đau thương?
lạy trời tôi đừng biết / tôi là Người, như anh
lạy trời tôi đừng biết / tôi chết vì tay anh".

Bài thơ năm chữ đã xác định chỗ đứng của Luân Hoán trong văn-học phản chiến, bi quan về cuộc đời, cuộc chiến, một nhập dòng thi ca phản kháng chiến-tranh bên cạnh dòng thơ quê hương và tình yêu với một ngôn ngữ riêng. Cái Chết được nghĩ đến trong hy vọng sống còn, sống với đời.

Viên Đạn Cho Người Yêu Dấu (1969): Chiến-tranh và khói lửa thật sự đi vào thơ Luân Hoán, và thi-tập này đánh dấu một khúc rẽ tâm thức của nhà thơ, về cuộc chiến, về con người – ông cũng vừa bị thương và mất một chân trong một trận chiến. Luân Hoán từ đây bị nhìn như một nhà thơ phản chiến, tuy tình-yêu và tình tự quê-hương, bạn hữu mới là những đề tài được trân trọng trong thơ ông! Tâm sự người lính mới tìm thấy trong Trái Tim Hành Quân viết cho người em:

"chẳng lẽ trích một đoạn thơ Trần Dần
hay một đoạn thơ Phùng Quán
để trả lời đứa em trai / từ xa gởi về thăm hỏi cuộc đời của anh nó
tôi gắng làm một bài thơ / như gắng đi một đoạn đường khó
ôi bài thơ sẽ muôn đời / sáng như sao bắc đẩu
ôi bài thơ sẽ muôn đời / mầu nhiệm như thánh ca
em hỡi em / anh bây giờ là tên lính mù
trong trận chiến tối / phải dùng lệ mình và máu thân yêu
để nhìn mặt người / phân chia thù bạn
để bắn thật tình / để giết tự nhiên
ôi bàn tay anh xác xơ tủi nhục
khẽ vuốt mặt mày / (ngại sẽ ăn năn)
tuổi trẻ anh bây giờ là đó
đời sống anh bây giờ là đó

ai cũng có quyền xài phí tự do
hình như anh cười dửng dưng chịu đựng
em nhận ra chưa, anh yêu mến của em
anh bây giờ là tên lính mù / chỉ huy một trung đội điếc
với chiếc còi trên môi / và hàng trăm câu chửi tục
anh ném vào lính của anh / niềm âu lo thương mến
biết chúng đã nghe được gì / ôi một trung đội điếc
lựu đạn nổ chẳng bằng tiếng gà gáy
lựu đạn nổ chẳng bằng dạ dày cháy lời thèm khát
chúng tiến / chúng tiến đến mục tiêu
anh dũng / chẳng phải một người bỏ mạng
cả bọn anh rồi sẽ hy sinh
ôi mục tiêu / mày là cái gì hỡi?
có phải là miếng ăn / có phải là lá cờ tự do nào treo đó?
anh đã biết nó là gì / em hỡi em, làm sao anh nói
anh chỉ là tên lính mù / chỉ huy một trung đội điếc
dù còn đủ tâm hồn / anh cũng sẽ đốt nhà
cũng sẽ bắn trâu bò, bắn gà vịt
không hổ ngươi / như lính của anh
phải sống / phải ăn / phải tàn bạo nữa
đó là điều cần trong cuộc hành quân
đừng băn khoăn chi, hỡi em thương mến
Anh chẳng có thì giờ để nói cùng em
đời chiến binh ở ngoài mặt trận
họ sống, họ yêu, họ ao ước thế nào
bởi chính anh đã thành viên sỏi
nằm thật âm thầm bên núi sông xanh
ai biết ai thương ai còn nghĩ tới
chúng tôi nào cần, nào dám cần ai
tâm hồn vàng hoe lá cờ đầu gió
sống chết là gì, hỡi các anh em
anh bây giờ là tên lính mù / của tiểu đoàn 1/4
thuộc sư đoàn 2 bộ binh / chỉ biết ăn ngủ và hành quân (...)"

Thơ Luân Hoán giàu nhạc tính, chữ dùng bình dị, tự nhiên, như tiếng nói thường ngày và cả phương ngữ của tác-giả, tất cả đã được nhà thơ thi-hóa làm nên hồn thơ. Chữ khéo dùng như khi nói chuyện vĩnh cửu:

"chết rồi nghĩ lại phân vân
bao giờ sòng phẳng nợ nần cho xong

ngó ra, người đứng khóc ròng
quanh quan tài đỏ những vòng lá hoa
mắt mi cũng ướt, gọi là
yêu ta vô lượng đậm đà, tội thay
bạn bè góp mặt góp tay
sao chôn chưa kín buồn này khổ chưa
hồn hoang mang những thiếu thừa
đớn đau hạnh phúc cũng vừa cáo chung" (Muôn Năm, *Về Trời*)

Hình ảnh đã khéo chọn, một bằng chứng: "*khi mây trời cúi xuống / giao tay với hàng cây / những dãy nhà bỗng lớn / hằn vết nhăn mặt mày*" (Mưa Vào Thành Phố, *Về Trời*).

Sau những tập thơ đầu, thơ Luân Hoán còn đi xa và đi mãi, ở trong nước ra đến hải-ngoại (từ đầu năm 1985), và nét thường hằng ở ông là thi tính, từ ngôn-ngữ đến ý tưởng, v.v...

Nguyễn Vy Khanh
6-2011

(*Văn Học Miền Nam 1954-1975*. Quyển Hạ. San Jose CA: Nhân Ảnh, 2019. Tr. 1127-1134)

(Luân Hoán Một Đời Thơ - 2005)

NHƯ KHÔNG
LUÂN HOÁN, CÁNH CHIM TRONG VĂN HỌC MIỀN NAM

Tôi viết về anh mà lòng cứ ngại ngần. Viết về một người có hàng chục đầu sách thơ văn đã xuất bản trong và ngoài nước từ trước cho đến sau 75, về một giá trị văn học đã tỏa sáng và ổn định từ non nửa thế kỷ với các bài viết, các tác phẩm của nhiều tác giả khảo cứu về những văn nhân VN viết về nhà thơ Luân Hoán - người đã viết trên dưới năm ngàn bài thơ. Liệu mình đã hiểu được đến đâu, chạm được mấy phần với một sự nghiệp đồ sộ như vậy? Nhưng văn chương vốn dĩ như vậy. Chỉ một rung động dẫu khẽ khàng cũng hé lộ chút tâm hồn nhau nhưng cũng dù hì hục đào bới bao nhiêu vẫn có thể chỉ là một kiểu cưỡi ngựa xem hoa, vẫn cứ là một người ở bên ngoài một tâm hồn thơ làm rung động lòng người.

Trường hợp của nhà thơ LH là vậy. Tôi đọc thơ anh từ rất lâu khi còn là một cậu học sinh trung học trong giờ Giảng Văn tập tễnh làm quen với thơ Đường. Chúng tôi lớn lên trong thời chiến, tai nghe quen tiếng "đại bác đêm đêm dội về thành phố" (Lời một bản nhạc của Trịnh Công Sơn), mắt từng thao thức hàng đêm nhìn ánh hỏa châu chiếu sáng trên bầu trời, quen với những đêm choàng dậy lao vào chiếc hầm bao cát sát bên nhà khi tiếng nổ pháo kích của Bắc quân nổ choáng óc đinh tai trong thành phố. Lớn thêm một chút đã nhìn thấy lũ bạn đầu còn xanh mướt thành những thương binh tật nguyền, buổi tối ngồi cà phê với bạn lặng người nghe bản nhạc "Kỷ Vật cho em" (Thơ Linh Phương, nhạc Phạm Duy). Từng thừ người im lìm khi nghe những bản nhạc như "Ngày trở về" của Phạm Duy hay bản "Khi tôi về" phổ thơ Kim Tuấn. Lời bản nhạc tha thiết, day dứt trong sâu thẳm lòng mình với một thức tại rất đỗi bấp bênh trong một thành phố mà chiến tranh hiện diện rất gần. "Khi tôi về, con chim sâu nằm trong tổ ấm, dây thép gai đã hết rào quanh đồn phòng ngự... Khi tôi về, có người yêu xưa nằm chờ bên gối...". Nhưng thực tế rất khác. Có khi chẳng còn một "người yêu nằm chờ bên gối" nào nữa. Mà cô đã lặng lẽ rời xa sau nhiều lần "Em ngại ngùng dạo phố mùa Xuân... Bên người yêu tật nguyền chai đá" mất rồi. Chúng tôi chấp nhận sự thực bằng tâm hồn còn rất đỗi non nớt của mình dẫu đã từng trải chiến trận. Tình yêu, với chúng tôi là một điều cực kỳ quý giá và cũng quá đỗi mong manh. Tôi tin rằng với nhà thơ Luân Hoán cũng vậy. Hơn nhau mười tuổi, bằng tâm hồn nhạy cảm của một người làm thơ hẳn anh từng đã bao lần khắc khoải với thời cuộc và với một thứ "tương lai" rất đỗi ảm đạm của một người lính trận. Anh cũng vội vã yêu, vội vã sống và đã buộc phải chấp nhận cuộc sát phạt - vì không còn sự lựa chọn nào khác - bằng máu và mạng người, bằng những chia ly đứt ruột đứt gan với người thân, với bè bạn và những mối tình không có tuổi thọ.

"Chiều đứng chần chừ trên ngọn lá
Hiu hiu gió động ánh vàng phai
Từng con chim nhỏ bay về tổ
Man mác lòng vang tiếng thở dài
Thoáng nhớ hương môi em thấm ngọt
Mi dài mắt biếc ướp tình hoa
Lời thơm thỏ thẻ bên làn má
Từng nhịp tình ngân cánh tay ngà "
(Thoáng nhớ lúc hoàng hôn – Thơ LH)

Lời thơ anh trong veo không vương chút bụi trần. Cứ như một cậu học sinh vừa lớn nhìn đời bằng con mắt màu hồng dẫu bao nhiêu biến động chết người đang diễn ra từng ngày chung quanh. Tâm hồn anh, tâm hồn chúng tôi ngày đó thánh thiện đến mức không thể thánh thiện hơn nữa.

"Em từ bụi chuối bước ra
Ánh trăng làm nũng chạy qua ống quần
Niềm vui giấu dưới bàn chân
Vỗ theo sợi gió lâng lâng ngậm ngùi"
(Trăng đêm nở hoa – Thơ LH)

Sự cao thượng và thánh thiện trong tình yêu của tuổi trẻ chúng tôi ngày đó là kết quả của một nền giáo dục đầy tính nhân văn mà cho đến bây giờ càng lúc càng được nhìn nhận rõ những giá trị. Chúng tôi đọc nhiều và biết khá rõ về văn học thế giới qua những tác giả và những tác phẩm để đời như của Virgil Gheorghiu, như Albert Camus, John Steinbeck và nhiều tác giả khác.

"Yêu em không làm thơ
Cũng trở thành thi sĩ
Nhớ em dù làm thơ
Trăm triệu bài vẫn nhớ"
(Yêu và nhớ - Thơ LH)

Thơ tình anh viết ngày còn trẻ đủ để phần nào hình dung một xã hội mà trong đó chúng tôi được nuôi dưỡng và trưởng thành. Chúng tôi, dẫu là những công dân còn trẻ tuổi vẫn được sự tôn trọng đúng mực và từ đó, chúng tôi tôn trọng người khác. Mọi giá trị tâm linh đều được thừa nhận, chúng tôi chấp nhận sự khác biệt để cùng tồn tại trong một xã hội khoan dung và ôn hòa. Ôi chao! Mọi việc bây giờ đã khác biết bao nhiêu! Nhà thơ Luân Hoán ra đời ở Hội An, một thị xã nhỏ bé và trầm mặc nơi có dòng sông Hoài êm ả chảy qua, nơi có những mái nhà rêu phong cổ kính, nơi có chiếc chùa Cầu bên trong có con khỉ bằng đá mà tuổi thơ mỗi lần đi qua co rúm người lại vì sợ hãi, nơi có những chiếc xe đạp và những tà áo trắng nữ sinh tha thướt trong buổi đến trường.

"Khi không nín hẳn nói cười
Trong lòng tủm tỉm thấy vui vô chừng
Em ngồi chưa dám thẳng lưng
Vai càng thu gọn càng run từng hồi
Ta đạp đã quá chậm rồi
Lạ kỳ xe chạy như trôi nhẹ nhàng
Nắng chiều lấp kín không gian
Chung quanh cây lá ngập hoàng hôn rơi
....
Hôm nay chợt thấy ngoài rào
Chiếc xe ngang rất hao hao một thời
Nghiêng nghiêng em sắp lên ngồi
Định đi đâu đó có mời ta theo?"
(Chiếc xe đạp ngang - Thơ LH)

Bài thơ hay cực kỳ! Nếu bài thơ này được đưa vào sách Giáo Khoa cho các học sinh từ Đệ Thất đến Đệ Ngũ sẽ ở lại trong lòng người nhiều thế hệ, sẽ là một thứ hành trang rất êm ái để đi vào đời. "Em ngồi chưa dám thẳng lưng"... Hóa ra cô đã bằng lòng cho anh chở đi nhưng cô lại sợ... va chạm nên càng cúi thấp xuống càng tốt trên chiếc xe đạp chắc cũng cọc cạch như anh chàng thi sĩ đang sướng run người vì được chở cô đi. Tay chân anh cứ nhẹ hẫng như... hồn đang lìa khỏi xác vì kỳ lạ quá, không biết anh có đạp không mà chiếc xe "cứ trôi đi nhẹ nhàng" như không.

"Nắng chiều lấp kín không gian
Chung quanh cây lá ngập hoàng hôn rơi"

Anh quên tuốt hết rồi. Mọi khái niệm về không gian và thời gian đều biến mất sạch, chỉ còn lại bên dưới cánh tay học trò của anh một quả tim đang thổn thức như chính quả tim anh. Những câu thơ trong vắt như một bức họa màu tươi rực rỡ về một thời áo trắng thánh thiện, về những đêm nhớ nhung mất ngủ nhưng sẵn sàng lò mò nửa đêm lặng lẽ đi qua nhà "nàng", chỉ để có cảm giác được gần gũi dẫu có phải khuya khoắt một mình qua... chùa Cầu, dù mới chỉ lúc ban ngày đã phải co giò chạy thục mạng qua vì sợ. Trong ký ức của anh còn lưu lại đâu đó mối tình tinh khôi lúc còn đi học, để một ngày chợt bàng hoàng cả người khi hốt nhiên nhìn thấy chiếc xe đạp dựng bên hàng rào nhà mình:

"Hôm nay chợt thấy ngoài rào
Chiếc xe đạp cũ hao hao một thời
Nghiêng nghiêng em sắp lên ngồi
Định đi đâu đó có mời ta theo?"

Chàng thi sĩ của chúng ta là vậy. Như rất nhiều chàng thi sĩ khác, duyên nợ với văn chương và duyên nợ với... mỹ nhân là một. Vì hình như là những lần sau, cô gái nhỏ chịu ngồi trên chiếc xe đạp cà tàng của anh mà khi đạp đi thì cái gì cũng kêu trừ cái chuông, đã dám ngồi thẳng lưng để anh có thể ngây ngất vì mái tóc mượt mà thơm mùi bồ kết. Cô lại còn dám tựa lưng vào lồng ngực của anh để nghe rõ được tiếng của trái tim đang hổn hển của anh nữa. Nhà thơ không chịu kể cho chúng ta nghe thêm nhưng cái kết của mối tình học trò quả thật vô cùng tròn trĩnh.

"Ba nhớ ba hồi đó
Chẳng có gì là ngon

Lại có hơi ba trợn
Với rất nhiều ba lơn
Rồi thì Ba và Má
Dắt nhau bỏ trốn nhà
Nhiều người bạn che chở
Năm bảy bữa bỏ nhà
Nếu không có ông nội
Quen biết và khôn lanh
Chắc ba ngồi gỡ lịch
Tội dụ trẻ đầu xanh"
(Chuyện xưa – Thơ LH)

Đàn bà con gái hay lắm Luân Hoán sư huynh ạ! Trong cái mà anh gọi là "ba trợn" đó chắc chắn phải có gì đó rất đặc biệt nên "cô ấy" mới theo anh chứ dễ dầu gì!

Thơ Luân Hoán hầu như không có những bài thơ than trời trách đất oán trách số phận. Anh mặc nhiên chấp nhận những điều xảy đến cho mình bằng một phong thái rất ung dung và có chút hài hước. Luân Hoán, người sĩ quan tác chiến của quân lực VNCH bỏ lại một bàn chân trên chiến trường Mộ Đức vào năm 1969, nơi gần giáp ranh tỉnh Sa Huỳnh thuộc vùng 2 Chiến Thuật. Tôi từng đi thực tập Pháo Binh ở vùng đó, nơi có những ngọn đồi thấp chạy dài về phía những triền núi xa xôi, những lần đụng trận có thể nhìn thấy những chiếc Phantom bổ nhào xuống ném bom, tiếng nổ âm ỉ vọng lại và những cột khói đen bốc lên. Hẳn trang bị chiến đấu của anh ngày đó vẫn còn là những khẩu Garant M1, M2 hay may lắm mới chỉ là Carbine hay Thompson cổ lỗ sĩ từ thời Đệ Nhị Thế Chiến. Vùng đất miền Trung nghèo nàn bốn mùa lũ lụt, từ hướng Bắc chạy vào ngang qua núi Thiên Ấn, Thiên Bút, ngang qua cái xe nước dẫn nước từ sông Trà Khúc để tưới cho những cánh đồng bạt ngàn chạy dài ngút mắt. Tỉnh Quảng Ngãi ngày đó còn có những cỗ xe ngựa lóc cóc gõ móng trên đường, có món chim mía nhậu ngon "ác chiến", có cà phê Diễm Xưa nằm ở bến xe cũ, nơi coi "được nhất" cho dân Kaki ngồi thả hồn nghe nhạc sau những ngày hành quân, vùng đất có Sư Đoàn 2 lẫy lừng chiến tích. Trong quân sử có những trận đánh vang dội của Tiểu Đoàn 21 BĐQ thuộc Vùng 1 CT, dân Mũ Nâu cũng hào hoa ra phết, chiến trận xong về là nhào vào vũ trường, ở Đà Nẵng ngày đó có vũ trường Arirang House nằm ở đường Thái Phiên gần bánh mì Tiến Thành nổi tiếng một thời gần bên sông Hàn. Nhưng thời gian ấy có lẽ về sau, còn nhà thơ Luân Hoán từ giã chiến trường từ năm 69. Cái món thuế máu phải trả cho tự do và sự yên ấm cho quê hương không nhỏ dù có những *case* nặng hơn anh rất nhiều. Anh từ khóa 24 Thủ Đức ra trường năm 66 và chiến chinh kể từ năm đó. Bạn anh, nhà thơ Nguyễn Trung Thuần nói về anh như sau, "Tôi vui vì biết anh không còn chụm đủ hai chân để chào ai cả, anh chào mọi người bằng tấm lòng anh và thơ của anh". Sự tàn khốc của chiến tranh không để lại mấy người lành lặn. Chúng tôi đã nhìn thấy những "chiếc trực thăng sơn màu tang trắng" (Lời bản nhạc Kỷ Vật cho Em) chở thương binh hay những xác chết trở về sau những trận đánh lớn. Vào thời kỳ đó có những nhà thơ lừng lẫy như Phạm Ngọc Lư với bài "Biên Cương Hành", với Sương Biên Thùy (sau này là nhà thơ Lê Mai Lĩnh), với các tác giả nổi tiếng khác như Nguyễn Đức Sơn, Hoài Khanh, Nguyễn Đình Toàn, Tô Thùy Yên, Viên Linh, Trần Hoài Thư. Về sau một chút có Hoàng Lộc, Thiếu Khanh và các nhà thơ tài hoa yểu mệnh khác như Nguyễn Nho Nhượn, Vũ Hữu Định. Hơn nhau về tuổi tác không nhiều, chúng tôi từng trải qua một thời chinh chiến và cùng mất mát như nhau. Với chúng tôi, đó là một cuộc chiến tranh tự vệ. Chúng tôi đổ máu để gìn giữ những giá trị tự do của mình, cho cuộc sống bình yên chúng tôi đang có. Chúng tôi ra trận với một khát vọng hòa bình cho quê hương vì chúng tôi chiến đấu trên những vùng đất chúng tôi đang sống. Lịch sử đang và đã phục hồi giá trị cho xương máu đổ ra trên cả hai miền khi đối chiếu với những sự thật đau lòng đến ê chề ngày hôm nay, khi viễn cảnh Bắc thuộc không còn xa xôi nữa.

"Một con gà trống đỏ
Một con gà trồng đen
Cùng nhìn về phương đó
Khát vọng và bản năng
Cả hai cùng hăm hở
Đá nhau không nói năng"
(Chiến tranh – Thơ LH)

Cả dân tộc chúng ta mù lòa khi những mặt nạ chính trị rơi xuống:

"Anh bây giờ là tên lính mù
Chỉ huy một trung đội điếc
Với chiếc còi trên môi
Và hàng trăm câu chửi tục
Anh ném vào lính anh
Niềm âu lo thương mến
Biết chúng đã nghe được gì
Ở một trung đội điếc
Lựu đạn nổ chẳng bằng tiếng gà gáy

Lựu đạn nổ chẳng bằng dạ dày
Cháy lời thèm khát
Chúng tiến
Chúng tiến đến mục tiêu
Anh dũng
Chẳng phải một người bỏ mạng
Cả bọn anh rồi sẽ hy sinh"
(Trái tim hành quân – Thơ LH)

Bằng tấm lòng của một vị chỉ huy dù là một đơn vị nhỏ anh vẫn lo lắng cho thuộc cấp của mình dù anh biết rằng chính mình cũng sẽ hy sinh như họ. Nhưng anh và cả thế hệ chúng tôi không có sự chọn lựa nào khác. Kể cả những người từ phương Bắc xa xôi cũng vậy.

"Dù còn đủ tâm hồn
Anh cũng sẽ đốt nhà
Cũng sẽ bắn trâu bò gà vịt
Không hổ ngươi
Như lính của anh
Phải sống
Phải ăn
Phải tàn bạo nữa
Đó là điều cần thiết trong cuộc hành quân"
(Trái tim hành quân)

Cường độ chiến tranh gia tăng. Các phương tiện giết người tối tân hơn. Cả dân tộc say máu lao vào cuộc bắn giết. Không hề có một cái đầu Việt nào đủ sáng suốt để nhìn ra được những âm mưu lớn lao hơn rất nhiều từ Bắc Kinh, nơi những kẻ chủ sòng đang đầu cơ xương máu của cả một dân tộc trong nhiều thế hệ với những toan tính rợn người.

"Lính tráng bây giờ như những chiếc đinh đen
Đóng chặt đời vào động cơ và nổ
Bắn giết bình thường như bài tiết, như ăn
Bôi mặt vẽ mày đi đứng vô tri
Đó chính là tôi
Tôi là người lính trận"
(Giới thiệu – Thơ LH)

... Tôi nghĩ rằng chúng tôi, thế hệ lớn lên trong chiến tranh đã sống đủ cuộc đời mình. Đã yêu cháy bỏng, thiết tha những bóng hình yêu dấu của mình và đã sống trọn vẹn những ngày máu lửa. Đã cống hiến hết mình và cũng đã chịu đựng những ngày gian nan nhất trong chiến trận với mịt mù khói lửa chung quanh, đã nhìn thấy tận mắt những đồng đội tan xác vì cả một trái mìn chống xe tăng nặng hàng mươi tấn. Đã ăn bờ ngủ bụi nơi rừng núi, giữa những nơi sình lầy tăm tối nhất của rừng già. Và cũng đã bỏ thây giữa rừng thiêng nước độc sau những trận đánh mà đơn vị phải rút đi gấp để tránh thêm tổn thất. Và cũng đã thèm khát vô cùng ngày được trở lại hậu phương, dù đã là một gã tật nguyền để nhìn thấy người yêu dấu đã lặng lẽ sang ngang vì tương lai quá đỗi mịt mờ của một người lính trận. Cũng đã nhiều đêm ngồi lặng lẽ sau ngày sống sót trở về trong một quán nhạc nào đó, lẻ loi một mình để đối diện với những bóng tối mà chiến tranh chụp xuống trong đời mình. Có lẽ không thể nào đâu, ngày chúng ta, anh em còn gặp lại giữa Saigon, ngồi vỉa hè với nhau để uống một lần "chết bỏ" (hình như là một câu thơ của nhà thơ Trần Trung Đạo) giữa một bối cảnh tươi sáng mà hôm nay càng ngày càng thêm xa vời. Thưa Anh Luân Hoán, có lẽ những dòng cuối này đang lạc điệu. Nhưng tôi và nhiều anh em chung một hoàn cảnh khác mong mỏi biết bao nhiêu ngày đó. Ngày mà anh em chúng ta có lẽ vừa khóc vừa cười ôm chầm lấy nhau dẫu chỉ nghe tên chứ chưa hề gặp mặt. Dân tộc chúng ta là một dân tộc bất hạnh. Bất chấp bao nhiêu bài viết, bao nhiêu công phu tâm huyết cả một đời người của rất nhiều người như chúng ta, có người lớn tuổi hơn và trẻ hơn đều đã trở nên vô vọng. Sau Đệ Nhị Thế Chiến, người Do Thái lưu vong từ khắp nơi trên thế giới đã trở về lập quốc năm 1948. Họ đã quang phục đất nước mình một cách vẻ vang với một dân số nhỏ nhoi chỉ 4 triệu người trong vòng vây thù địch của các nước Ả Rập chung quanh với dân số hơn 700 triệu. Nhưng họ đã đứng vững và tồn tại cho đến hôm nay với những phát triển, những thành tựu khoa học và trên hết, bằng lòng dũng cảm mà cả thế giới phải kính nể. Nhưng dân tộc của chúng ta, dẫu với 4000 năm lịch sử lại không như họ. Thế giới đang đổi chiều và đất nước VN chúng ta, phần nào do vấn đề địa lý chính trị, phần lớn hơn nhiều do những cái đầu tăm tối không đủ tầm để nhìn thấy những hiểm họa mà chúng ta đã từng chiến đấu để chống lại trong tận cùng cơ cực và thiếu thốn những ngày cuối tháng tư năm 75. Xin kính chào anh, nhà thơ Luân Hoán, cánh chim đại bàng trong văn học miền Nam VN với lời kính chúc anh được nhiều sức khỏe. Xin coi đây là một món quà nhỏ về bài thơ anh viết tặng cho tôi và cũng là một món quà Giáng Sinh tâm huyết gửi đến anh và các anh em văn nghệ khác.

Như Không
Tháng 12/ 2017

(Đọc Nhịp Thở Luân Hoán)

CAO THOẠI CHÂU

LUÂN HOÁN, LẶNG LẼ TÌM LẤY ĐƯỜNG MÀ ĐI

Tôi ít bạn, rất ít bạn. Có thể là do cá tính của tôi tuy không gai góc nhưng tôi tự ý thức mình là kẻ rất khó chịu, không tạo được thiện cảm, mỹ cảm cho nhiều người. Đã thế còn luôn kiên trì một nguyên tắc chỉ tìm kiếm, chấp nhận, lưu giữ, duy tu bảo dưỡng những quan hệ với người cầm cây viết, với tôi đó là những con người có đẳng cấp giữa đám dân thường xung quanh trong cái đời khi trang nghiêm khi hài hước này.

Là nói vậy, nhưng cũng khó lòng chịu nổi một nhà văn nhà thơ hay các nhà tương cận khi mãi mà họ không cho đọc một bài thơ khiến tôi xúc động. Bởi ngày ngày vẫn thở hít không khí thừa mứa, vẫn ăn ăn uống uống chán ngấy, yêu thương sầu hận đủ và đầy, và nhất là vẫn xoay tròn trong một xã hội ngà ngà như phê ma túy, như sát thủ hung ác và như những thầy tu phá giới mắc chứng la cà ba hoa... bảo sao tôi không tìm đến gõ cửa và chờ đợi một nhà thơ? Có điều là sự kiên nhẫn đợi chờ ấy không bền! Không có ai hóa đá trước nhà của một nhà thơ bao giờ, sẽ nhủ anh ta đã chết khi sản phẩm của anh không có hoặc có mà không ra sản phẩm, đi gõ một nhà khác. Ít bạn là một phần lớn như vậy.

Nếu không có cuộc binh đao đến hồi gay cấn thì chúng tôi – tôi và Luân Hoán - đã không gặp nhau được cho những ngày gần gũi nhau dài đến chín tháng như chúng tôi đã có hồi 1965. Thời điểm ấy chúng tôi như bị nhốt vào rọ và tôi được quen biết nhiều người cầm bút và lẽ tự nhiên đã có sự sàng lọc, gạo một bên, đậu một bên và sỏi đá một bên! Ngày đầu gặp nhau ở chốn quân trường ấy tôi có một vài giây sững sững vì cứ đinh ninh đã ***"Về trời" (*)*** thì ắt đã đủ tuổi để lụ khụ! Vóc dáng, khuôn mặt và nhất là nụ cười, cái nhìn của nhà thơ Luân Hoán toát ra sự trẻ trung rạng rỡ hiền lương, không ba trợn như nhiều nhà khác.

Mấy năm sau, tôi có mặt tại Đà Nẵng ngay trong nhà bạn nằm trên tấm ván ngựa vốn là thứ tôi rất dị ứng. Lúc ấy mỗi chúng tôi đều đã ra khỏi cuộc binh đao theo cách riêng của mình, bạn đang hì hục tự in *"Hòa bình ơi, hãy đến"* - tôi nhớ như vậy. Vẫn là một nhà thơ gây cảm giác giao tiếp dễ chịu và tôi không phải chờ đợi chi để đọc những bài thơ hay.

Đọc thơ Luân Hoán bấy chầy từ ấy đến nay, tôi hình dung ra thơ đó ***không khu trú bi quan*** (chứ không chắc đã lạc quan) cho dù nhiều lúc cũng loạng quạng ***tìm kiếm cái Tôi***:

"tôi đánh trống tôi từng hồi kêu gọi/ tôi rung chuông tôi từng chuỗi báo nguy/ chợt nhận ra mình/ cong cong lưng ngựa/ nhào lộn nhiều vòng/ thấm mỏi tứ chi/ anh sẽ treo cờ cho tôi gióng đích? /em sẽ chong đèn thay mắt tôi trông?"

Như một cuộc rong chơi trầm cảm thay vì những đào xới tung tẩy cả lên cho dù cái gọi là thân phận con người không thể lớt phớt đi qua, Luân Hoán đi theo cách của anh ấy, mấy câu trên cho tôi một cách hiểu. Cho nên đọc thơ Luân Hoán người ta sẽ không bải hoải, mềm mị mà là khô ráo như vẫn được hong trong nắng sớm. Thơ Luân Hoán khó lẫn vào với thơ ai, nói một cách mọi người thường nói, đó là một phong cách rất riêng, những câu chữ ấy chân thật, lãng mạn nhưng không làm dáng cũng không than thở, tôi nghĩ rằng người đàn ông sinh ra tại xứ Quảng một mai đây khi sang tuổi già là sang tại xứ người này làm thơ cốt để cho mình, ai đọc là đọc ké, là đứng nhìn sang nhà bạn. Nhưng cái lạ, những thơ tự sự nếu không buồn não thì cũng lớn lối, còn ở Luân Hoán thì không:

"cảm tạ ơn người / tôi là viên đạn/ có đặt nơi nào cũng một số không/ ví dụ như tôi may thành thi sĩ/ ca ngợi chính mình đại khái như sau/
tôi là mặt trời
tôi là ngôn ngữ
tôi là con người
tôi là trái tim
tôi là nụ hoa
tôi là cục đá
tôi còn là gì...
hỡi luân hoán tôi?"

Những năm sau khi chia tay ở Đà Nẵng hồi 1969 ấy, khi nghĩ về thơ bạn, tôi còn thấy một cạnh ***trào lộng***, thứ trào lộng của người ý thức được mình là người thắng thế nghe nó mới bốc và bao dung làm sao! Cái nhìn trào lộng về bạn bè, mọi thứ thập cẩm sẽ làm cho mọi thứ lung linh dễ thương hơn!

Khoảng mấy năm nay bạn có vẻ thăng tiến trong cạnh trào lộng trong thơ này, thí dụ như vẽ Cao Thoại Châu, bạn đã viết:

"bác thuộc dạng lãng mạn/nhưng hơi hơi nhát gan/
yêu cô em "lựu đạn"/ chỉ biết ngồi mơ
màng/ thơ thẩn cũng từ đó/ thơm lừng cả ngàn trang
/ rất riêng rất độc đáo / ngấm hương rượu
nồng nàn"/"bác thi sĩ duy nhất thời Việt Nam
Cộng Hòa/ còn ở cùng tổ quốc / dám cho thơ thở ra
/ những ưu tư thời cuộc
/những nét sử gần xa /gói cả một tâm sự / trong uất hận
xót xa".

Tôi dẫn thơ Luân Hoán vẽ tôi vì như thế tôi mới có thể mạnh miệng hỏi câu này: Ai dám còn nghĩ trào lộng là hơi thở ò è của yếm thế? Cái trào lộng của Luân Hoán là cái rút được chân ra khỏi những nhiễu nhương của thế sự, tình sự, gia sự để khỏi bị kiến cắn vào chân! Cũng là cách tự khai phá lấy đường mà đi!

Tuy nhiên, trên hết thảy và cũng với một quá trình tiếp cận thơ Luân Hoán, tôi nghĩ rằng chủ yếu thơ anh là ***thơ tình yêu***, thứ tình say mê nhưng không có nổi loạn đầu rơi máu đổ thịt nát xương tan, cũng không bị cuốn vào hoàn lưu bão tố do thế mà lời thơ không xót xa, không đau đáu vật vã. Quen nhau trong chín tháng, hiểu một phần nào con người bạn, tôi nhận thức thơ tình và trái tim nhà thơ có một sự đồng điệu không phải của thác lũ mà của tràng giang mênh mông bình thản tìm đường ra biển. Con người ấy, như tôi biết, nhiều tính xây dựng hơn phá phách trong tình trường. *"... bởi ngày mai anh trở ra mặt trận/ ở đó, anh không thiếu một thứ gì/ kể cả máu/ chỉ duy có thứ này/ hãy viện trợ cho anh/ đó là giọt lệ em xanh biếc..."*. Không buồn nổi sóng, không bi thiết trước cảnh binh đao, thì ra nhiều người sợ binh dao làm mất tình yêu hơn là sợ chết, còn Luân Hoán thì quả là thật bình thản với một niềm tin vững chãi vào tình yêu. Và tình yêu ở Luân Hoán là ***tình thanh tân*** có phần thiêng liêng như vầy:

em đến lớp nắng đùa trên áo
cặp che ngang ngực thơm ngát ngọc lan
tay giở vở tưởng chừng như đệm nhạc
hồn thanh xuân em lót xuống từng trang

Chỉ bốn câu này đủ thấy thơ tình Luân Hoán khác với nhiều người. Ngực đã có hoa ngọc lan dậy hương, những ngón tay chắc là thon lướt cái gì, mà có lẽ ở bài này là cây bút trên trang vở, cũng như đang nhẹ nhàng trên phím đàn. Hồn thanh xuân ép trong từng trang vở... những thứ ấy chỉ có thể có ở mối tình thanh tân! Tôi rất quý những câu thơ tình yêu trong sáng và thiết thực đó, có lẽ vì trong tình ái tôi vừa nhút nhát lại vừa gấu bể hơn. Ở xa nhau (Luân Hoán hiện định cư tại Canada) nên có câu hỏi không có dịp trao cho nhà thơ, hỏi rằng Luân Hoán không có thơ thất tình, không có thơ triết lý về tình, phải không? Nếu thật đúng như vậy thì đó là hạnh phúc, một thuyền một bến, khi thuyền đi bến cũng khởi hành theo với một thuyền! Còn nhớ, những năm cuối thập kỷ 50 gì đó, một nhà đạo diễn lừng danh ở châu Âu trước câu hỏi của nhà báo về danh vọng lớn của ông, đã nói đại ý rằng nếu có hạnh phúc thì đấy, ông sẵn sàng đổi để lấy nó!

Cuối cùng, có tới mấy từ để nói về một người có dính dáng đến thơ: thi sĩ, nhà thơ, người làm thơ, người dùng thơ. Chúng không thể mập mờ với nhau, tôi không thích hai chữ thi sĩ nghe trang trọng nhưng có vẻ châm biếm, ai gọi tôi như vậy tôi ngượng chín cả người. Hai chữ nhà thơ có lẽ là được hơn cả, cũng như *đàn bà* và *phụ nữ*, tôi thường loại đàn bà ra khỏi mỗi khi xưng hô hay suy nghĩ về người phụ nữ của mình!

Cao Thoại Châu
(Đọc Nhịp Thở Luân Hoán - 2005)

ĐỖ TRƯỜNG
LUÂN HOÁN,
NGƯỜI KỂ CHUYỆN BẰNG THƠ

Tôi có hai ông bạn, là thông gia của nhau. Một ông nguyên là sĩ quan Việt Nam Cộng Hòa và ông là cựu bộ đội. Cả hai cùng cư ngụ gần thành phố Frankfurt/M. Có chung đến nửa tiểu đội cháu, sắp lấy chồng, lấy vợ đến nơi rồi, ấy vậy, hễ ngồi cùng bàn là hai ông chọc ngoáy, cãi cọ nhau. Kỳ nghỉ hè vừa rồi, tôi đi Wien vòng sang Paris, lúc về, tạt qua thăm cả hai ông. Trong bàn nhậu, tôi ngồi giữa, thế mà hai ông vẫn tranh luận, xỉa xói khá căng thẳng. Ông nào cũng cho, các nhà thơ, nhà văn khoác áo lính của (phe) mình là nhất. Dường như, thấy nguy cơ bát đĩa chuẩn bị bay, hai bà vợ hết cười lườm rồi lại quát, nhưng hai ông cứ khoa tay, múa chân đều đều. Có lẽ quen nhờn như vậy rồi, nên hai bà thở dài. Tôi phải ấn vai hai ông xuống, đùa giảng hòa: Em có hai người lính, nhà thơ, dù ở hai chiến tuyến khác nhau, nhưng có nhiều điều giống nhau đến kỳ lạ. Hai ông này, đại diện cho hai bác, có lẽ, bất phân thắng bại về tài năng cũng như nhân cách, nếu đem ra tỉ thí. Ngoài ra, dám tử vì thơ trong thời bèo cám này, có lẽ, chỉ còn sót lại hai ông thi sĩ này.

Hai ông bạn tôi nhao lên, sốt ruột bỏ mẹ, dài dòng làm gì, là ai, nói toẹt ra đi...

Vâng! Nếu như được lựa chọn, những nhà thơ yêu thích, mặc áo lính, trực tiếp cầm súng, ở cả hai chiến tuyến, trong cuộc chiến tàn khốc vừa qua, chắc chắn tôi nghĩ đến người lính VNCH Luân Hoán (Lê Ngọc Châu) và anh bộ đội Hoàng Cát.

Trong bài " Hoàng Cát, Vết Chân Tròn Vẫn Cắm Sâu Vào Lòng Cát" trước đây, tôi đã viết về tình yêu thơ ca mãnh liệt, cũng như thân phận trước và sau chiến tranh của nhà thơ Hoàng Cát. Mặc dù bị đánh tơi bời, cuộc sống cũng như linh hồn đã bị đẩy xuống tận cùng, sau vụ Cây Táo Ông Lành, Hoàng Cát vẫn vịn chặt vào những câu thơ mà sống. Với ông, thi ca là nguồn sống bất tận:

"Nếu quả thật có luân hồi đổi kiếp
Xin hãy cho ta trở lại kiếp thi nhân" (Hoàng Cát)

Khi Hoàng Cát ở bên này, bộc lời ước nguyện ấy, thì bên kia con sông Gianh, nhà thơ Luân Hoán tỏ lời tri ân:

"Cám ơn đất đá trổ thơ
Lòng ta hạt bụi vu vơ bám hoài"

Cũng như Hoàng Cát, Luân Hoán được sinh ra và lớn lên trên dải đất miền Trung, nắng và gió. Nơi đây, là một trong những chiếc nôi sản sinh ra những thi hào, những nhà văn tài năng của dân tộc. Nhưng hận thù nào và từ đâu đến, làm họ không thể hòa thơ, thưởng nguyệt mà buộc phải nhả đạn vào nhau? Để rồi trên chính chiến trường đất Quảng này, cả hai, Hoàng Cát, Luân Hoán phải để lại một bàn chân trái vào cùng năm 1969.

Luân Hoán đến với thi ca từ rất sớm, năm 1964 vừa tròn 23 tuổi, ông đã bước vào làng văn với tập thơ Về Trời. Thơ Luân Hoán đi vào nhiều góc cạnh của cuộc sống, chiến tranh, thân phận con người và tình yêu quê hương, đặc biệt là tình yêu đôi lứa. Ông viết nhiều, lời thơ dân dã, mộc mạc, gần gũi với những câu nói thường nhật. Do vậy, thơ của ông dễ đi vào lòng người, nhất là những người lính, học sinh và nông dân, thợ thuyền. Tuy được nhiều người đọc, người thích như vậy, nhưng thơ của ông có mặt hạn chế về chiều sâu, cũng như hình ảnh tưởng tượng. Nên khi đọc thơ của Luân Hoán, ta thấy hiếm (ít) có những bài thật hay, hoặc những câu, những đoạn bất chợt thăng hoa vụt sáng lên như trong thơ Du Tử Lê hay Nguyên Sa. Cũng cần phải nói thêm, dù thơ của Du Tử Lê có những bài rất hay, có câu đã gắn liền hoặc thay cả tên gọi của nhà thơ. Nhưng thơ Du Tử Lê, lại kén người đọc.

Viết đến đây, hai ông bạn già ghé mắt đọc, rồi véo tai tôi, hỏi lại, thế thì chú thích đọc ông nào nhất. Điều tất nhiên, tôi thích đọc cả hai, bởi vì mỗi nhà thơ đều có nét hay, đặc trưng riêng. Âu đó cũng là điều riêng biệt, góp phần làm phong phú nền văn học nước nhà.

Sinh ra và lớn lên trong chiến tranh, những ngày chạy loạn đã đi hết tuổi thơ của Luân Hoán. Trưởng thành, ông lại phải cầm súng xông pha nơi chiến trường, nên với ông chiến tranh chỉ là những tham vọng, ích kỷ của con người:

"một con gà trống đỏ
một con gà trống đen
cùng nhìn về phương đó
khát vọng và bản năng
cả hai cùng hăm hở
đá nhau không nói năng" (Chiến tranh)

Dù có nhân danh bất cứ điều gì, chiến tranh cũng chỉ để lại chết chóc, tàn phá quê hương, xóm làng và xé nát trái tim cũng như linh hồn con người, nhất là những người lính cầm súng trực tiếp nơi chiến trường. Sự tàn nhẫn này, không phải chỉ có mình người lính VNCH Luân Hoán viết và ghi lại, mà đồng đội của ông, nhà thơ người lính Huỳnh Hữu Võ đã từng viết: *Anh phải ngủ thật nhiều ban ngày/để đêm từng đêm ngồi ôm súng gác/anh phải cười nơi đây thật to/để khỏi nghe tiếng súng/anh phải văng tục nơi đây cho đã/vì thiếu bóng đàn bà suốt tháng/anh phải thủ dâm.* Còn hơn thế nữa, bên kia của chiến tuyến, giữa mặt trận đỏ lửa, anh bộ đội Đỗ Hoàng phải cay đắng bật thành thơ *"Dừng lại vội vàng giây lát thôi/ Thành quách ngày xưa đổ nát rồi/ Sao cảnh trăm đời như vẫn một/ Đầu hèn lính mọi lại sắp rơi!"* Và sau này, trong lúc ám ảnh của linh hồn, người lính chiến Bảo Ninh đã vạch trần sự tàn nhẫn, nỗi đau đó, bằng chính tác phẩm *"Nỗi Buồn Chiến Tranh"* của mình.

Lời thơ lộn xộn, khi ngắn lúc dài với nhịp lên xuống bất chợt, nó là sự ám ảnh, thể hiện tâm trạng nhất quán cũng như hành động của thi sĩ Luân Hoán và những người lính trận, trong giai đoạn này. Cái bi quan và chán nản ấy, thể hiện đậm nét qua bài Trái Tim Hành Quân. Chúng ta đọc lại đoạn trích dưới đây để thấy rõ sự thật trần trụi đó:

"... anh bây giờ là tên lính mù
chỉ huy một trung đội điếc
với chiếc còi trên môi
và hàng trăm câu chửi tục

anh ném vào lính của anh
niềm âu lo thương mến
biết chúng đã nghe được gì
ôi một trung đội điếc
lựu đạn nổ chẳng bằng tiếng gà gáy
lựu đạn nổ chẳng bằng dạ dày cháy lời thèm khát
chúng tiến
chúng tiến đến mục tiêu
anh dũng
chẳng phải một người bỏ mạng
cả bọn anh rồi sẽ hy sinh
ôi mục tiêu
mày là cái gì hỡi?
có phải là miếng ăn
có phải là lá cờ tự do nào treo đó?
anh đã biết nó là gì
em hỡi em, làm sao anh nói
anh chỉ là tên lính mù
chỉ huy một trung đội điếc
dù còn đủ tâm hồn
anh cũng sẽ đốt nhà
cũng sẽ bắn trâu bò, bắn gà vịt
không hổ ngươi
như lính của anh
phải sống
phải ăn
phải tàn bạo nữa
đó là điều cần trong cuộc hành quân..."

Dường như nhà thơ không dám, hay không thể gọi thành tên nỗi đau của cha mình, trong ngày gặp lại, khi người lính trẻ Luân Hoán đã là phế binh, từ mặt trận trở về. Nhà thơ cứ tưởng giấu nó vào trong thơ, sẽ giảm được nỗi đau chăng? Nhưng ông đã lầm. Chính những câu thơ với từ ngữ ẩn dụ, tưởng là nhẹ là êm ấy, chỉ cần một hình ảnh ba bàn chân khua thôi, nó đã nhói lên nỗi đau, mất mát, không chỉ riêng Luân Hoán và người cha già, mà người đọc cũng phải ngơ ngác, bàng hoàng theo:

"... Dìu nhau về tới hiên nhà
Nạng con ngơ ngác, gậy ba bàng hoàng
Không gian cùng với thời gian
Bỗng dưng khựng dưới ba bàn chân khua..."

Có thể nói, Luân Hoán có tài kể chuyện bằng thơ. Mỗi bài thơ là một câu chuyện của bản thân, gia đình hay của bè bạn, mà ông đã chiêm nghiệm hoặc đi qua. Từ ngữ trong thơ, đọc lên như có cảm giác, tác giả bốc chỗ này một chút, nhón chỗ kia một tí, ghép lại, thế mà gợi lại một câu chuyện hay làm lay động lòng người. Cái thùng nho nhỏ, đoạn tre cũng nho nhỏ, nằm trong câu chuyện nho nhỏ, Luân Hoán nhè nhẹ kể lại một kỷ niệm khiêng nước, làm cho tôi bâng khuâng nhớ về ngày tuổi thơ. Cái ngày, Hà Nội thời bao cấp, thời ngăn sông cấm chợ, không dốc đá như nơi tản cư của Luân Hoán, nhưng thùng nước vẫn sánh đổ và vấp ngã luôn luôn. Bài "Khiêng Nước", là một trong những bài thơ tiêu biểu cho tài năng này của Luân Hoán, tôi nghĩ, có nhiều người đồng cảm:

"một cái thùng con con
một đoạn tre nho nhỏ
chị thương chịu nặng hơn
lâu lâu hơi cau có
em đi trước run run
đòn nghiêng vì vai thấp
dốc đá vấp luôn luôn
thùng va vào sau gót
một đôi lần em khóc
ngồi chùi vệt máu tươi
rắc lên chút đất bột
thế mà vui rất vui
giếng trong xanh nước mát
uống lưng một vành gàu
chị múc em đứng hát
nắng chiều vàng tàu cau
ngày qua ngày qua vội
mới đó thế mà già
chị chồng con lận đận
em bỏ xứ bỏ nhà
ở đây trời đẹp lắm
sao chẳng hề thấy vui
chẳng phải vì em khổ
chợt nhớ nhà đó thôi
ước chi được nhỏ lại
như những ngày tản cư
cùng chị đi khiêng nước
bắt nòng nọc vọc chơi"

Tuy không được đọc thơ Luân Hoán một cách có hệ thống, nhưng tôi cũng tưởng tượng ra ba giai đoạn, có lẽ bi đát nhất của cuộc đời ông. Vết thương vừa lành sẹo, Luân Hoán chưa kịp đứng vững trên chiếc chân gỗ của mình, thì biến cố tháng 4-1975 ập đến, ông lại phải tập tễnh bước vào trại cải tạo (tù). Rồi cứ tưởng thiên đường của cuộc sống sẽ là vòm trời Âu-Mỹ chăng? Chỉ có Luân Hoán hiểu và những kẻ lưu vong như chúng tôi thấu hiểu. Hơn thế nữa, cái đau của Luân Hoán là cái đau không thể sẻ chia, của người phế binh trong hoàn cảnh hoàn toàn bất lực. Vâng! Đau đến nỗi nhà thơ lưu vong Thế Dũng phải cắn răng viết: *"Lừa thai cho tuyệt chủng/ Kiếp lưu vong u cuồng"*. Chúng ta đọc lại câu chuyện thơ đầy bi quan, mặc cảm, chán chường của nhà thơ Luân Hoán dưới đây, để thấy được thơ và đời của ông trong những ngày đầu đặt chân trên xứ người nhé:

"xin vợ dăm cents lẻ
dồn mua bia uống chơi
một mình ta một chiếu
xem ra vẫn thảnh thơi
bia chua hay bia đắng
nốc cạn cái cuộc đời
tại sao em đập chén
trong hồn ta em ơi
rảnh rỗi sao không viết
ngơ ngác cõi quê người
tiến lên thì bất lực
ngó lại hết đường lui
cái cần ta không đạt
cái đạt người không cần
lỡ tay đời thầy thợ
ước gì mọc lại chân
thì thôi, thôi cứ uống
không say thì giả say
hết bia còn nước lã
chơi cho đời biết tay" *(Một Chiếu)*

Có một điều đặc biệt, nếu từ ngữ trong thơ của Luân Hoán nói chung dân dã, mộc mạc bao nhiêu, thì từ ngữ riêng trong thể lục bát của ông, trau chuốt giàu hình tượng bấy nhiêu. Nếu để thơ lục bát bên cạnh những thể thơ khác của ông, đọc lên, ta cứ ngỡ không phải do cùng một người viết ra.

Để diễn tả tâm trạng nhớ nhung, với vết bụi của thời gian, trong cái trầm lặng, u hoài khi ông về thăm ngôi trường cũ, Luân Hoán đã dùng hình tượng "Phủi sợi bụi già". Chỉ một cụm từ mới này của Luân Hoán, làm cả bài thơ hay một cách đến lạ lùng. Thơ hay, nhất là thơ lục bát, muốn không bị nhạt và nhàm, dứt khoát phải có hình tượng và từ mới. Như một lần tôi đã viết: Thơ hay dứt khoát phải có từ mới, hoặc cụm từ mới. Từ hay cụm từ mới không có nghĩa người viết chế, nghĩ ra, mà do cách sử dụng từ ngữ. Nhiều từ, cụm rất cũ, nhưng người viết đặt hoặc ghép trong câu đúng văn cảnh nào đó, gây bất ngờ cho người đọc, nó trở thành câu mới, nghĩa mới. Nhà thơ tài năng, ngoài kiến thức ra, dứt khoát phải là người có trí tưởng tượng và sự liên tưởng phong phú.

Thật vậy, ta hãy đọc lại đoạn thơ dưới đây, để thấy được tài năng như vậy của nhà thơ Luân Hoán:

"nhón chân phủi sợi bụi già
đóng trên khung cửa mở ra hững hờ
tôi nhìn trong nỗi bơ vơ
không thấy mà gặp thầy cô bạn bè..."

Thơ tình, nhất là tình yêu đôi lứa là đề tài được nhắc đến nhiều nhất trong thi ca nước nhà. Nó cũng là cảm hứng dường như bất tận cho người nghệ sĩ. Do vậy, để tránh được sự trùng lặp, nhàm chán, viết được một bài thơ tình hay rất khó, viết theo thể lục bát lại càng khó hơn. Có lẽ, cảm được điều này, nên Luân Hoán luôn luôn làm mới thơ của mình, kể cả hình thức dù là thơ lục bát. "Tình Xuân Lục Bát" là một bài thơ như vậy, ông đưa cả lời thoại nhân vật và những chấm, ngắt xuống hàng giữa câu, làm cho bài thơ có "khuân mặt" mới lạ. Dẫu là thế, nhưng hồn vía cả bài thơ lại nằm ở câu thơ cuối cùng:

"em vào,
nhớ khép cửa buồng
giữ hương xuân ấm chiếu giường quanh năm"

Nếu không có hình tượng ẩn dụ này, mở cả bài thơ, buộc người đọc phải suy ngẫm, thì nó chỉ là câu chuyện kể bình thường mà thôi:

"tháng chạp cải nở hoa vàng
rủ con bướm chở hương sang hiên người
lỡ lòng gởi sợi thơ tôi
khiến em lộ mặt, ngó trời, thở ra

trái tim có dịp la cà
qua thăm nhánh khế sau nhà người dưng

rồi vì, em biểu rằng:
- đừng!
nên chi,
em với ta cùng của nhau

một lần,
lần nữa, đến đâu...
đâm ra ở suốt bên nhau đến giờ

xuân xưa rất đỗi ngây thơ
xuân này tiếp tục ngây thơ bình thường
em vào,
nhớ khép cửa buồng
giữ hương xuân ấm chiếu giường quanh năm"

Tôi không tin, Luân Hoán là người không hoạt ngôn, như đã đọc ở đâu đó. Bởi vì, những sáng tác của ông có yếu tố văn học dân gian. Ông đã đưa nhiều khẩu ngữ vào thơ. Tuy vậy, thơ Luân Hoán, ta ít bắt gặp những từ ngữ địa phương, như một số nhà thơ xứ Quảng khác. Luân Hoán viết nhiều, về mọi chủ đề và trong mọi hoàn cảnh. Kể cả những lúc bi đát nhất của cuộc đời, ông vẫn giễu đời giễu mình:

"Mời anh qua Mỹ thị
Mời chị lên Hòa cường
Xe tôi vừa thay lốp
Đảm bảo đi đường trường..."

Thế Dũng đưa đặt vòng tránh thai vào thơ, đọc đã thấy sởn cả người, thế mà Luân Hoán đưa cả đi cầu, đại tiện vào trong thơ của mình, thì kinh hơn nữa. Nhưng quả thật, đọc lên, ta cảm thấy thanh, thấy khoan khoái là đằng khác, chứ chẳng thấy tục chút nào. Đúng như ai đó đã nói, ông Luân Hoán lúc nào cũng có thể "nhả" ra được thơ:

"đột kích lên Văn Bâng
rơi đúng vào giờ tý
trái, phải chân vấp chân
quân cờ người đã thí
từng phút từng phút qua
địch quân không chường mặt

ta ngồi bên bụi hoa
đại tiện thật thong thả" (Đột Kích)

Nhà văn Song Thao cho rằng: *"Thơ Luân Hoán không thể là thơ không hay được. Nó như một hòn đá: nhìn bên ngoài tưởng như thô sơ, mộc mạc nhưng thật ra bên trong có chứa ngọc. Chất ngọc tinh tuyền vì nó được chắt lọc từ cuộc sống muôn vẻ muôn sắc".*

Vâng! Đúng như vậy. Nhưng tôi xin phép nhà văn Song Thao, được viết tiếp vào nhận định trên của ông một tí ti thôi: *"Tuy nhiên do viết nhiều, những chất ngọc tinh tuyền ấy của Luân Hoán dù được qua chưng cất, nhưng đã để không ít vỉa sạn rớt xuống trang sách".*

Thật ra, cả đời viết văn làm thơ, người nghệ sĩ để lại cho đời vài, ba tác phẩm hay đã là thành công và đáng quý lắm rồi. Nhà văn, nhà thơ dù có tài giỏi đến mấy, viết hay đến mấy, có nhiều tác phẩm hay, chắc chắn phải có nhiều tác phẩm không hay. Tài danh đến như Xuân Diệu, Huy Cận, không phải không có những tác phẩm dở. Nhà thơ Luân Hoán viết nhiều, hơn thế nữa thơ ông dùng nhiều khẩu ngữ, do vậy có những bài dở, âu cũng là điều bình thường. Đọc bài "Chuyện Xưa" ông viết gần đây, tôi ngỡ đây là những câu ứng khẩu vui vui, đọc lên trong lúc trà dư tửu hậu, chứ đây chưa hẳn là một bài thơ:

"má con thời con gái /cũng xinh đẹp như con. chỉ có điều còn dại đã sớm bị hớp hồn
ba nhớ ba hồi đó/ đâu có gì là ngon/lại có hơi ba trợn/ cộng rất nhiều ba lơn
rồi thì ba và má/ dắt nhau bỏ trốn nhà/ nhiều người bạn che chở/ năm bảy bữa bỏ nhà
nếu không có ông nội/quen biết và khôn lanh/chắc ba ngồi gỡ lịch.
tội dụ trẻ đầu xanh
cuộc tình ba và má/ thơ mộng trong cam go/kết cuộc thật có hậu/ các con đã biết rồi."

Sống ở trong nước, hay ở nước ngoài, trên nửa thế kỷ qua, Luân Hoán vẫn miệt mài cõng thơ trên đôi nạng gỗ của mình. Thơ ông luôn gắn liền với đời sống của mọi tầng lớp lao động. Dù đã trải qua bao biến cố đau đớn, nhưng thơ Luân Hoán vẫn đầy ắp tình người, tuyệt nhiên ta không thấy sự hằn thù nào ở trong đó. Mỗi bài thơ của ông như một câu chuyện phảng phất thiền ca đến ru người và ru đời vậy.

(Tiện đây, tôi đề nghị nhà thơ Luân Hoán, ghi lại rõ ràng, thời gian và địa điểm sáng tác, ở dưới mỗi bài thơ, vì khá nhiều bài trên các báo, kể cả trang luanhoan.net, không có. Điều đó, gây trở ngại cho những ai muốn nghiên cứu thơ cũng như con người Luân Hoán, nhất là thế hệ con cháu chúng ta sau này).

Leipzig ngày 1-11- 2013
Đỗ Trường

Đỗ Trường, sinh năm 1959 tại Hà Nội, nguyên là công nhân lao động tại Đông Đức cũ. Hiện đã có 25 năm cư ngụ tại Đức, chuyên về thơ và biên khảo, bài phổ biến trên nhiều trang web.

(Đọc Nhịp Thở Luân Hoán - 2014)

PHAN XUÂN SINH
LUÂN HOÁN VỚI ĐÀ NẴNG

Hai người cộng đủ hai chân
trải thơ dán cái phong trần đãi nhau
còn mưa còn nắng đội đầu
chân tình còn đỡ gốc sầu trổ thơ
Luân Hoán

Đó là mấy câu thơ của Luân Hoán viết tặng tôi. Hai anh em chúng tôi đều bỏ một phần thân thể và xương máu tại chiến trường. Anh bị thương 1969 tại mặt trận Quảng Ngãi, tôi bị thương 1972 tại mặt trận Quảng Nam. Anh mất một bàn chân trái, tôi mất một bàn chân phải, nếu hai đứa tôi cộng lại chỉ bằng một người bình thường. Chỉ khác một điều, anh là người rất nổi tiếng lâu nay, còn tôi chỉ là thằng làm thơ vớ vẩn chẳng ra gì. Câu thơ nghe chua xót quá, thế nhưng tôi vô cùng thích thú, thấy được tấm lòng của anh trải ra đối với tôi, không kể chi thành danh hay tuổi tác.

Khi tôi bước chân vào những năm đầu của trung học, thì anh Luân Hoán sắp sửa rời khỏi trung học. Nói để biết rằng anh thuộc hàng huynh trưởng, trang lứa với anh lúc đó có Chu Tân, Đông Trình, Hà Nguyên Thạch, Đynh Hoàng Sa v.v... ở Quảng Nam - Đà Nẵng. Nhưng phải nói Luân Hoán là người nổi nhất trong những người làm thơ thuở đó, tên tuổi anh gắn liền với cái thành phố thân yêu này. Ai tới Đà Nẵng hỏi bất cứ người nào về Luân Hoán, họ đều biết ngay, mỗi người mỗi chút về anh, sự thật có, thêu dệt có, cường điệu có, tạo ra một chân dung Luân Hoán thật dễ thương, thật trân quý. Khi anh đã thành danh, thì lúc ấy tôi mới bắt đầu chập chững làm thơ, anh đang ở trên ngọn cây thì tôi còn trượt lên trượt xuống, ngả tới ngả lui dưới gốc, không cách nào bò lên khỏi gốc được. Kém tài, kém sức, đầu óc chỉ quẩn quanh mấy vần điệu xói mòn rỗng tuếch, tôi biết phận mình không có khiếu văn chương, không có tâm hồn thi phú, thì dù có cố gắng cách mấy cũng chẳng làm nên chuyện.

Hồi đó, khoảng giữa thập niên 60 khi còn đi học, tôi phải nhịn ăn quà buổi sáng để lấy tiền mua báo. Tôi có đủ trọn bộ Bách Khoa, Văn, Văn Học, mà bạn bè trang lứa của tôi lúc ấy nhìn thấy thèm chảy nước miếng. Mỗi cuối tháng tôi đạp xe xuống nhà sách Lam Sơn ở đường Bạch Đằng, đứng chờ báo từ Sài Gòn về thì chạy vào mua ngay. Dựng xe bên lề, tìm mấy bài thơ đọc trước dù trời nắng chang chang như đổ lửa. Hôm nào có đăng thơ của Luân Hoán là bữa đó trong bụng sướng rân, trời như mát lại. Mấy thằng bạn ngồi ở nhà chờ báo về coi cọp, chúng nó cũng ở tâm trạng giống tôi là thích thơ Luân Hoán, đọc tới, đọc lui, trầm trồ. Sau này khi lớn lên một chút, nghiệm lại tâm trạng này chúng tôi phân tích một cách rất chính xác về hiện tượng Luân Hoán trong lòng chúng tôi lúc ấy: Anh là người Đà Nẵng của chúng tôi. Thơ anh không cầu kỳ, kênh kiệu. Thơ anh man mác, mang nụ cười tủm tỉm nhưng sâu lắng. Anh làm thơ sao thấy dễ dàng quá, giống như móc đồ trong túi ra. Đọc thơ anh thấy gần gũi, thân mật. Sau này khi tôi bắt đầu làm thơ tôi mới thấy thơ Luân Hoán thấy vậy mà không phải vậy, thơ anh mới đọc qua tưởng chừng như dễ dàng, nhưng quả thật là cực kỳ khó khăn. Chính điều này tạo cho Luân Hoán một chỗ đứng riêng, không ai có thể làm giống hoặc na ná thơ của anh được.

Tôi không còn nhớ ai đó tặng cho tôi tập thơ "Về Trời" của anh, tôi lận trong người đi đâu cũng mang theo như một loại kinh điển, đọc đi đọc lại. Ngồi uống café với bạn bè bao giờ cũng đọc vài câu thơ của anh để làm quà. Khi thấy anh, tôi định mang tập thơ tới cho anh ký để giữ trong tủ sách làm kỷ niệm, nhưng khi móc trong người ra thì nó không còn hình dáng trang nhã của một tập thơ, qua bao nhiêu ngày lận trong người, đẫm ướt mồ hôi trên lưng xe đạp, vo tròn cầm trên tay, bây giờ nó tơi tả rách bươm. Tôi không dám mang lại để anh nhìn thấy sản phẩm quý báu của mình bị một thằng nhãi con phá hoại. Tôi cũng tiếc hùi hụi, tập thơ đó không có chữ ký của anh. Trong sinh hoạt văn nghệ của Đà Nẵng thuở đó, Luân Hoán được xem là người tiêu biểu, thơ anh được đọc trong những đêm được tổ chức dành riêng cho anh một cách trang trọng. Theo tôi biết, có lẽ chỉ có anh mới được niềm vinh dự này nhiều nhất, mặc dù trước anh, cùng thời với anh hoặc sau anh, Đà Nẵng cũng có những nhà thơ nổi tiếng trên văn đàn nhưng tiếng tăm của họ, hoặc cảm tình của người đọc tại thành phố này dành cho họ không bằng anh được.

Trước năm 75, tôi không quen với anh. Nhưng tôi là dân Đà Nẵng nên biết mặt anh. Luân Hoán vào Thủ Đức, Luân Hoán ra Sư Đoàn 2, Luân Hoán bị thương, Luân Hoán làm việc ở Ngân Hàng, và sau 75 Luân Hoán đi Canada. Có lẽ anh là người được mọi người biết nhiều nhất và lưu tâm nhiều nhất. Cùng thế hệ với anh có Chu Tân cũng ở Đà Nẵng, một nhà thơ cũng nổi tiếng cùng thời với anh. Chu Tân cũng đi lính và mất một bàn chân như anh. Thế nhưng Chu Tân chỉ được bạn bè và những người lưu tâm đến văn nghệ biết tới điều này còn quần chúng hình như ít ai biết. Còn anh, thì ngược lại khác hẳn, tin anh bị thương ở Quảng Ngãi nhanh chóng truyền về Đà Nẵng, trước hết là bạn bè anh, giới văn nghệ và sau được lan tràn ra quần chúng. Được tin này ai cũng ngậm ngùi thương tiếc. Đúng là tài hoa bạc mệnh. "Nén Hương Cho Bàn Chân Trái" ra đời, lúc đó tôi không đọc được bài thơ này, cũng như không có tập thơ này trong tay. Bài thơ này được truyền tụng ở Đà Nẵng, mọi người cho đó là một bài thơ tuyệt vời của Luân Hoán. Đến đầu tháng 6 năm 1972, trong một cuộc hành quân tảo thanh tại Cẩm Hải, Quảng Nam, tôi cũng mất một bàn chân tại chiến trường. Tôi cũng được đưa về nằm tại Phòng 1A của Tổng Y Viện Duy Tân, mà trước đó 3 năm có lẽ Luân Hoán cũng điều trị tại đây. Một người bạn tới thăm tôi, mang cho tôi tập thơ "Nén Hương Cho Bàn Chân Trái". Tôi là một người cùng cảnh ngộ với Luân Hoán. Anh mất một bàn chân lúc 28 tuổi, tôi mất một bàn chân lúc mới 24 tuổi. Chiến tranh đã cướp của chúng tôi quyền được sống, đã đẩy chúng tôi ra khỏi cộng đồng của loài người. Thú thật, trong những ngày nằm tại Tổng Y Viện, mỗi lần mở tập thơ của anh ra đọc, tôi đều khóc sướt mướt, khóc ấm ức trong tức tối. Tâm trạng của tôi lúc ấy không phải là đọc mà là nuốt từng lời từng chữ của anh, nuốt tới đâu nghẹn ngào tới đó. Trong tột cùng của đau khổ như nhau, không có ai hiểu anh bằng tôi lúc ấy. Anh đã nói lên giùm tôi tất cả những gì mà tôi không nói được. Cái đau của anh là cái đau của tôi, cái nhức nhối của anh cũng là cái nhức nhối của tôi. Tôi đang quằn quại trên giường bệnh đọc anh mới thấy thấm thía và càng kính phục anh hơn. Chính sự mất mát quá to lớn này, tôi đã hai lần tự tử được cứu sống, bởi vì tôi nghĩ không thể nào mang một thương tật đau khổ này suốt đời được. Những người bạn gái đến thăm tôi một lần trong bệnh viện, rồi ngoay ngoảy bỏ đi như trốn chạy một loại cùi hủi. Trách sự bạc tình của họ ư? Không, tôi hoàn toàn không trách họ, chỉ thấy tủi thân. Với tôi làm gì có cái cảnh: "Bên người yêu tật nguyền chai đá"*, dù có ngại ngùng họ cũng không thể đi bên tôi được. Họ cao bay xa chạy cả rồi, có ai dám đi bên mình đâu. Còn với anh, anh có một chỗ dựa thật vững chắc: Chị Lý, một người đàn bà tuyệt vời. Một người tình, một người thơ, một người vợ, mang một ngọn lửa thủy chung, sưởi ấm anh suốt cuộc đời còn lại. Cám ơn chị, người làm nên Luân Hoán, người thay thế cho đôi nạng gỗ vực anh đứng dậy, một chỗ vịn vững chắc để anh tuôn những câu thơ chắt lọc từ đáy lòng. Trong muôn trùng đổi thay của cuộc sống, chị đã chống lưng cho anh đứng thẳng người. Trong cái thành công của anh trên văn đàn, hơn một nửa có sự hà hơi tiếp sức của chị.

Một người làm thơ, gặp một hoàn cảnh đau khổ và vô cùng bi đát như anh. Chúng ta cũng muốn biết anh làm thơ như thế nào giữa trùng trùng bấn loạn của tâm hồn, anh mô tả thế nào giữa lúc tinh thần ở trạng thái thấp nhất. Trước đây chúng ta đã có Hàn Mặc Tử, đem cái đau khổ của thân xác mình vào thơ, đã làm cho mọi người sững sờ thấm thía. Bây giờ chúng ta có Luân Hoán, có "Nén Hương Cho Bàn Chân Trái", đọc nó để chúng ta hiểu anh, thương cho anh. Nếu người đọc cũng "sững sờ thấm thía" thì đó là thành công không thể chối cãi được. Trong "Chân Dung Thơ Luân Hoán", anh rất tự trọng và khiêm nhường để nói về tập thơ này: "Không nên mang vết thương cá nhân của mình (dù có thể đại diện cho cả triệu đau buồn tương tự) để làm một đề tài ép người khác phải thưởng ngoạn, phải xót thương. Không thể trách bạn đọc, bạn văn có ý nghĩ sai lầm: dùng sự không may của cơ thể, thịt xương để tạo tiếng vang trên bước sinh hoạt văn nghệ. Dù oan tình, tôi vẫn thành thật cám ơn bài học này". Theo tôi việc đọc thơ, thưởng ngoạn thơ không ai ép được. Đó là vấn đề tự nguyện, đọc thơ mà cảm thấy xót thương hoàn cảnh đau đớn của tác giả, người đọc có được một bữa thưởng ngoạn rất lý thú. Họ phải cám ơn tác giả. Sợ rằng tác giả không làm được điều này. Chứ làm "tới" như anh, thì làm sao có sự trách móc được.

Người ta bảo, sau khi bị thương, thơ của Luân Hoán mang vẻ phản chiến? Anh thù ghét và đay nghiến cuộc chiến. Đúng vậy, chính tôi cũng ở trong tâm trạng này. Nghĩ lại cho cùng, có ai thích chiến tranh đâu. Nói đến chiến tranh là nói đến sự tan nát chia lìa, sự cùng cực khổ đau. Chỉ có những người kinh doanh trên xương máu của kẻ khác, những người sống bằng quyền lợi của cuộc chiến mang lại, những người được bổng lộc, giàu sụ bất kể sự oằn oại của dân tộc, họ mới thích chiến tranh. Còn phần đông chúng tôi thuộc loại "dân ngu khu đen", những người cô thế bị đẩy ra chiến trường một cách oan ức, làm những con vật hy sinh tế thần. Phía sau, cả một tập đoàn mục nát, chễm chệ ngồi trên đầu trên cổ điều khiển và vơ vét. Miền Nam cũng như Miền Bắc toàn một thứ như nhau cả. Chỉ có người dân hai miền bị thiệt thòi. Trách anh Luân Hoán thật là oan ức, những người chưa hề nếm được cái mùi đau khổ do cuộc chiến gây ra thì làm sao biết được sự khổ đau này. Thỉnh thoảng, tôi có đọc vài bài thơ của anh dưới cái dạng đó, tôi vẫn thấy anh hiền hòa, nhân hậu và nhẹ nhàng với cuộc chiến tranh phi lý. Cũng trong thời gian bị thương, tôi có làm vài bài thơ về cuộc chiến, bằng cái giọng mất bình tĩnh, phẫn nộ, thù ghét, đay nghiến, chửi đổng, nặng kí hơn, mạnh tay hơn. Rất tiếc, cùng chung với số phận tủ sách gia đình trong những tháng đầu Việt Cộng chiếm Đà Nẵng, sách nào cảm thấy không nguy hại thì đem nộp cho Thông Tin Văn Hóa. Sách nào mang hơi hám bất lợi thì Ba tôi thiêu rụi. Trong đó có những bài tùy bút và mấy vài chục bài thơ của tôi. Khi mất Đà Nẵng tôi đang sống ở Sài Gòn.

Luân Hoán cùng với bạn bè anh sau này mở một tiệm cafe ở đường Hùng Vương, Đà Nẵng. Tiệm mang tên "Từ Thức", một nhân vật mê gái rất dễ thương trong huyền thoại, đã lạc vào tiên giới. Thỉnh thoảng tôi cũng chống nạng vào đó uống café, nhưng ít khi gặp anh. Đây là một nơi mà bạn bè viết lách của anh hay lui tới. Trong thơ anh gắn liền với Đà Nẵng nhiều, anh thủy chung với Đà Nẵng cho nên người dân ngoài tôi rất quý trọng anh. Cũng như Hoàng Lộc với Hội An vậy. Có nhiều lần nói chuyện với anh bằng điện thoại mới biết xa Đà Nẵng mấy chục năm, anh vẫn nhớ rõ ràng từng góc phố, từng con hẻm, nhà của từng người thân quen với anh, những người đàn bà đẹp, những xóm, những làng của Đà Nẵng một thời anh còn cắp sách. Vào Website của anh mới thấy anh nặng tình với thành phố này, anh đã dành rất nhiều thời giờ để viết về Đà Nẵng, để những đồng hương có thể vào đây dạo một vòng tìm lại những kỷ niệm.

Cuối năm 1974 tôi vào Sài Gòn, rồi sau đó Miền Nam rơi vào tay Cộng Sản. Thơ Luân Hoán không còn đất dụng võ vì những tờ báo hàng đầu của Sài Gòn bị đóng cửa, anh vẫn còn ở lại Đà Nẵng, cùng chung với số phận với các văn nghệ sĩ khác, anh sáng tác trong tư thế chui rúc, rất nguy hiểm. Thế nhưng, làm sao anh bỏ thơ được. Anh một đời sống với thơ, thủy chung với thơ, thì dù có chết anh vẫn một lòng với thơ. Chính vì thế sau này ra hải ngoại, chúng ta được đọc những bài thơ anh sáng tác trong nước, được cất giữ kỹ càng, lén lút gửi đi. Ta ra ngoài này đọc thấy rất an toàn, nhưng nghĩ lại thương anh, sáng tác trong thập phần nguy hiểm. Ta mới thấy được cái can đảm của anh lúc bấy giờ không thua gì người lính đứng trước đầu tên mũi đạn. Vẫn cái giọng rất Luân Hoán đó nửa cười, nửa như khóc, đọc lên thấy thấm thía cho số phận con người của anh.

Cách đây chừng 7 năm, tôi có dịp đi Montréal cùng với một số anh chị văn nghệ của Boston. Qua đó anh Trần Hoài Thư đề nghị đi thăm Luân Hoán, tôi tháp tùng đi ngay. Biết Luân Hoán mấy chục năm trước, cùng ở một thành phố với nhau, thấy anh cũng đã nhiều lần, thế nhưng ngồi với nhau nói chuyện, thì tôi chưa được hân hạnh đó. Đây là lần đầu tiên ngồi nói chuyện với anh, chụp hình với anh, khi ra về anh tặng cho mỗi người một tập thơ, không biết sao anh lại viết tặng tôi tới hai tập: "Mời em lên ngựa" và "Đưa nhau về đến đâu". Khi ngồi trên xe ra về tôi lật vội tìm mấy bài lục bát của anh ra đọc trước. Ngày xưa thú thật tôi mê nhất là thơ lục bát của Luân Hoán và Viên Linh, đọc lên thấy sướng ghê lắm. Bẵng đi một thời gian đọc lại anh, thấy anh vẫn còn chiếm ngự trong lòng yêu thơ của tôi.

Tháng 7 năm 2000, tôi ra mắt tập thơ "Đứng Dưới Trời Đổ Nát" tại Boston, tôi có mời anh và một số anh em văn nghệ của Montréal đến dự. Mời vậy, nhưng tôi nghĩ anh sẽ không bao giờ đi. Điều thứ nhất tôi là một thứ vô danh tiểu tốt. Điều thứ hai anh ít khi đi xa, vì bàn chân giả hơn 30 năm không được thay, nên đi rất đau. Thế mà anh không nệ hà những chuyện này, anh và các anh Song Thao, Hồ Đình Nghiêm, Hoàng Xuân Sơn đều có mặt trong bữa đó, cùng với một số anh chị em văn nghệ ở những tiểu bang xa xôi. Đó là những người bạn trong số những người tham dự làm cho tôi cảm động nhất. Sau này có dịp qua Montréal nhiều lần và lần nào cũng gặp anh, tôi mới biết anh rất có tình với anh em văn nghệ, trải lòng ra để tiếp nhau. Chân anh đau ngồi lâu không được, sợi dây cột chân bó chặt máu không lưu thông, ngồi một chút là phải đứng dậy. Anh bị bệnh suyễn, thuốc lá và rượu là điều cấm kỵ, thế mà ngồi với anh em, anh cũng uống đến tàn cuộc rượu mới ra về. Đó là những gì tôi biết về Luân Hoán sau này.

Ngày xưa, tên tuổi Luân Hoán dẫm nát trên các tạp chí văn nghệ hàng đầu của Miền Nam. Tụi tôi, những thằng nhóc con mới tập tễnh làm thơ ở Đà Nẵng nghe tên anh đã sợ mất hồn. Ngày nay, mon men bước chân vào chốn văn nghệ, đối với tôi, bóng của anh vẫn còn lớn quá, sự nghiệp của anh đồ sộ, nội lực anh còn thâm hậu, trái tim anh vẫn còn rạo rực trẻ trung, thơ anh vẫn còn lai láng... còn khả năng tả xung hữu đột. Chưa thấy anh mệt mỏi, hay dừng bút. Đó lại là điều đáng sợ hơn. Trong lúc tôi mới ngo ngoe được vài câu thơ, bây giờ đã cảm thấy cùn trí. Anh xứng đáng tiêu biểu là người Thi Sĩ kiên cường của quê hương tôi, tên tuổi anh xứng đáng gắn liền với thành phố đã nuôi anh lớn khôn, đó là thành phố Đà Nẵng.

Boston, những ngày đầu năm 2004

Phan xuân Sinh

**Em ngại ngùng dạo phố mùa xuân*
Bên người yêu tật nguyền chai đá
Kỷ vật cho em (nhạc Phạm Duy)

(Luân Hoán Một Đời Thơ - 2005)

TRẦN VĂN NAM
NGHĨ VỀ ĐỀ TÀI CHIẾN TRANH, TÌNH YÊU SIÊU HÌNH TRONG THƠ LUÂN HOÁN

Nhà thơ Luân Hoán đã có bề dày văn chương qua số lượng sáng tác hiện diện trong sách báo, thời gian đóng góp từ trước 1975 cho đến nay ở hải ngoại, và phẩm chất tác phẩm làm người viết bài cảm thức được cái hay qua đề tài chiến tranh, tình yêu và siêu hình. Cảm thức những phẩm chất hay đó, xin lần lượt nêu ra trong ba phần. Dĩ nhiên còn biết bao đề tài khác, người viết mong được đưa bài này đến đứng cạnh để có được tổng thể về sự nghiệp văn chương của nhà thơ Luân Hoán, chẳng hạn như còn đề tài quê hương sinh quán, đề tài tổ quốc, đề tài tình bạn, đề tài từ ngữ thơ đôi khi giễu cợt...

Đề tài chiến tranh đáng lý phải bao gồm tình yêu đất nước, nhưng đề tài tổ quốc ấy có lẽ nên dành riêng cho một bài khác, vì chiến tranh được nói đến ở đây gắn liền với chiến thương mà tác giả gánh chịu từ lúc mới 35 tuổi. Bàn chân trái bị cắt lìa khỏi thân thể do chiến trận là điều Luân Hoán thường kể trong thơ. Cho nên ta nói thơ chiến tranh của ông gắn liền với chiến thương. Có gì khác với màu sắc thơ chiến tranh thuộc khuynh hướng không ưa chiến tranh của một số người? Ta thấy không có gì khác, vì trước khi bị thương thì tác giả đã không ưa chiến tranh rồi. Tác giả nhấn mạnh lòng yêu chuộng hòa bình hơn là muốn biểu lộ chủ trương phản chiến có tính cách chính trị:

... cuối cùng rồi cũng xong
vắt mình xuống ổ quân trang vừa tha về
nghĩ về em
ngủ thiếp
giá trái pháo kích rơi đúng chỗ nằm
đời đã đỡ ngang dọc.
(Trích: Bài học vỡ lòng ở trường Bộ Binh Thủ Đức)

Coi tình yêu trai gái đáng lưu tâm hơn việc phải đối phó với lửa đạn, ta nghĩ tác giả hơi cường điệu để biểu lộ nỗi bất mãn không được sống ở thời bình yên. Bất mãn sự quấy nhiễu thời cuộc, vậy không hẳn do chủ trương phản chiến, mà chỉ là thái độ không ưa chiến tranh. Không ưa mà phải tuân lệnh là không quyết liệt chống đối. Tác giả nói súng đạn địch không kiêng giờ tác giả đang nghĩ đến người yêu, làm mất bình yên tư lự:

... chiều ngày thứ tư ngồi dựa ngửa
bên con đường sắt ở Nghĩa Hưng
trùng trùng lửa đạn từ âm phủ
ta chợt hết hồn chợt nổi xung
địch phá đám ta không kiêng nể
cái giờ tịnh khẩu nghĩ về em
cuồng tay rút súng phơ bờ bụi
phơ cả đất trời đang muốn quên.
(Trích bài: Đệ nhất thiêng liêng là giờ nhớ em)

Tác giả rút súng bắn vu vơ vào bờ bụi cho hả giận thời thế, có khi cho hả giận nỗi bất hạnh của đồng đội chết trận; và có khi cho vơi niềm đau xót súng đạn vô tình giáng xuống một người thay cho mình được về phép. Kẻ gây ra đau thương chiến tranh mang tên là Thời Thế, là Định Mệnh. Những người từng lâm trận, từng chứng kiến may rủi của chết chóc, nhiều phen hóa ra khinh bạc, nhiều nữa thì hóa ra chai lì. Đôi khi nhà thơ Luân Hoán đã có được tính khinh bạc này. Ta không biết nên dùng những từ ngữ "*có được tính khinh bạc*" hay "*biến thành khinh bạc*"; biến thành do thụ động biến đổi tính tình, còn"có được" do ý thức tự rèn luyện. Cũng như chai lì, do tâm hồn biến tính hay được rèn luyện?:

... từ đồn Đức Hải ta về phép
bạn thế chân ta kích xóm đêm

... đâu có chỗ nào vừa mắc võng
nằm hoài cũng mỏi cái lênh đênh
....bạn mới ngả lưng lim dim mộng
cạc-bin, bảy-chín, lẫn AK
trời xanh thăm thẳm hồn nhiên quá
phận số dành riêng mỗi chúng ta?
... ta trở lại đồn qua xóm cũ
rút colt bắn lẫy cái lu sành
nước tràn, lu vỡ, trời ta khóc
bóng bạn chập chờn đóm lệ xanh
... Nam ơi, Đức Phổ trưa nay vắng
biển lặng ngồi không, xót phận mày
ngày mai nhổ trại lùng Đức Phụng
đến lượt ta, hay đứa nào đây?
(Bàn giao cho bạn địa-bàn. Bàn giao cho bạn nghĩa-trang vô tình)

Đề tài chiến tranh bao gồm đề tài chiến thương, riêng với nhà thơ Luân Hoán. Trong thơ, thi sĩ có nhắc khá nhiều lần về điều này, có khi nó mang đến điều mặc cảm làm đời vô dụng đối với gia đình, có khi mừng nó là khúc rẽ để được cắt đứt cuộc tình-ngã-ba (sẽ bàn đến sau trong phần thơ tình và tình gia đình). Có một bài thơ tác giả dành trọn vẹn cho biến cố mất bàn chân trái trong chiến trận. Điếu văn cho bàn chân trái, bạn hiền bàn chân gỗ, bia mộ cho bàn chân, cái chân một thuở đánh rơi, bàn chân tuyệt tình, tất cả là những từ ngữ đặc biệt đó tác giả ưu ái nói về chiến thương của mình. Ngôn ngữ đặc biệt ấy rải rác đây đó trong thơ của Luân Hoán. Ta muốn biết rõ nơi nào nhà thơ gặp nạn; trong trường hợp nào; và một phần thân thể đó nay ở đâu..., tác giả ghi lại đầy đủ như sau:

... thế rồi tôi lên Núi Vàng
bằng trực thăng giữa chiều loang cánh đồng
nằm im mà thấy bềnh bồng
nghe như mây đảo vòng vòng trong tim
tỉnh ra sửng sốt giật mình
một đoạn chân đã tuyệt tình bỏ đi
... núi Vàng, cõi đặt mộ bia
cho bàn chân trái năm kia, mơ hồ
... cái chân một thuở đánh rơi
hình như đang nhớ đến tôi, khóc thầm...
(Trích bài: Núi Vàng, nghĩa địa một bàn chân)

(Núi Vàng, nơi có bệnh viện quân đội Mỹ, ở Đức Phổ, Quảng Ngãi)

Thứ hai là Đề tài Tình Yêu bao gồm Tình Gia Đình trong văn chương Luân Hoán, thi tứ cũng dồi dào như thơ với đề tài chiến tranh. Ta có thể kể theo thứ tự tình lúc gặp gỡ thời son trẻ; tình khi thành vợ chồng; tình ở khúc rẽ ngã ba; tình gia đình hiện tại. Tình yêu gặp gỡ lúc son trẻ nếu không có đặc điểm riêng thì đều tương tự với các nhà thơ khác. Tác giả như cố tránh trùng hợp nên quy vào điều đặc biệt ngay, như trường hợp cảm hứng viết nên bài thơ dám theo em đến vùng "xôi đậu" giữa thời kình địch của hai phe lâm chiến: bài thơ "Theo Em Về Đại Lộc". Ta không biết "tình theo em về vùng bất an" đó đã đi đến đâu, nhưng "tình theo em về quê em" có lẽ đã thành duyên nợ. Có lẽ thôi, vì tác giả cũng không nói rõ phần chung cuộc như thế nào. Bài thơ tình này cảm động, đại ý nói quê nàng không có gì rực rỡ nhưng tình của tác giả đối với người yêu làm nó rực rỡ. Cảnh vật tác giả nói trong thơ tưởng đâu không có gì đáng kể như bụi chuối, con rắn mối, cỏ gà, đôi chòm mả, ao bèo nước xanh xao... nhưng tất cả chan chứa đầy tình yêu, và còn hẹn vì nàng mà nhà thơ sẽ đào xới cải tạo đất đai dù chỉ quen với nghề cầm bút:

... em chỉ ta xem đìa cá nhỏ
đục câm nằm núp bóng hàng keo
chà tre, thanh chõng, vạt giường cũ
chìm nổi xanh xao giữa đám bèo
em chỉ ta xem đôi chòm mả
mấy đời nội ngoại đã nằm đây
xương tàn cốt rụi xanh chân mạ
quấn quít hồn ôm bụi đất này
em chỉ ta xem dòng sông cái
đã buồn từ thuở mới luân lưu
bao nhiêu đò đã thay trên bến
bao kẻ qua sông biết ngậm ngùi?
... quê em có vẻ không giàu lắm
ruộng thấp ruộng cao úng nước phèn
lỏng leo vài tiếng gà cục tác
đời lún dần vào nỗi băn khoăn
yêu em ta nguyện yêu màu lúa
màu mái rạ thâm sì nắng mưa
tay ta tuy đã quen cầm bút
luống chữ hẹn thơm những đường bừa...
(Trích bài: Quê em lộng lẫy quá bởi vì đã có em)

Thơ tình của Luân Hoán bao gồm tình trai gái lãng mạn và tình gia đình. Tình lãng mạn dồi dào dĩ nhiên, cũng nhiều như ở các nhà thơ khác, và tình gia đình trong thơ của ông thêm cảm động ở những đoạn tác giả nghĩ mình vô dụng với đời phế binh làm nặng gánh cho vợ. Nhưng trong đó có vài điều tác giả không tiện nói ra làm ta thắc mắc, như tự hào "không bán nốt lương tâm", chỉ ban phát đạo lý trong việc "bán chữ nghĩa" mà thôi:

... em không hỏi vì sao ta bỏ cuộc
giữa chợ đời không bán nốt lương tâm
... em không hỏi vì sao ta bất lực
ngồi bó đầu chờ đợi áo cơm em
... rượu đã hết, xin cho ta giọt lệ
giọt mồ hôi, em đổ sáng sang chiều...
(Trích bài: Vết thương)

Nhưng tình gia đình có một lần tác giả tự thú đã bị mình làm vẩn đục vì đèo bòng thêm một hình bóng khác. Tác giả lấy ẩn dụ một ngã tư để nói về việc đèo bòng này, cũng như ở Mỹ người ta thường dùng hình ảnh tình "tam giác tay ba". Ngã ba (thật ra là ngã tư) trong thơ Luân Hoán không trừu tượng, vì ngã rẽ làm lạc hướng đó có thật, là một địa điểm ở vùng Sông Trà tỉnh Quảng Ngãi. Việc xảy ra khi tác giả tham dự một cuộc hành quân, dĩ nhiên ở thời điểm nhà thơ Luân Hoán chưa mất một bàn chân. Chuyện đã qua khá lâu trong thời chiến, và chuyện bị tiết lộ rồi cũng mau chóng được giải quyết xong. Nay tác giả kể lại như một câu chuyện vui. Vui vẻ cả làng, vì trái mìn làm nhà thơ mất đi bàn chân trái, đồng thời làm mất đi mối tình đèo bòng, vì nàng thiếu nữ lãng mạn yêu thơ yêu người ấy cũng đã xa bay khi hay tin chàng đã thành phế binh, và người phế binh trở về trong vòng tay của vợ:

... tình chẳng thong dong như dòng mây trắng
bà xã hay, và em cũng ngộ ra
từng lá thư buồn nhạt nhòa dấu lệ
vợ cũng quay lưng về lại quê nhà
ta bỗng hiện nguyên một thằng thua cuộc
ngồi mé ngã tư, đứng dựa ngã ba
thơ thẩn bỗng không hơn gì giấy lộn
đắp mặt không xong, phủ lòng xót xa
định mệnh bất ngờ giúp nhau mở lối
trái mìn oan khiên như vị cứu tinh
em chợt vội vàng làm cô dâu mới
vợ đã yên lòng nuôi gã thương binh

... ta phỉnh ai đâu, phỉnh ta đấy chứ
cho đến bây giờ ta vẫn phỉnh ta
nhớ nước sông Trà quay bờ xe nước
lòng đậu hay trôi ngã tư Ba La?
(Trích bài: Đôi mắt ngã tư Ba La)

Ta dễ nhận ra tác giả có những từ ngữ đùa cợt trong thơ, phải nói là rất dồi dào, những từ ngữ thường có trong đối thoại của đại chúng, chẳng hạn như: đổ quạu, mập ú, sống nhăn răng, làm hết hồn, đúng y-bon, rút súng phơ bờ bụi, cái ngắt cái véo, đứng chầu rìa, đêm tối thui, tỉnh bơ, bà xã, ai dạy em háy nguýt, đếch cần đời... khiến thơ tình của ông có vẻ đùa cợt. lúc lãng mạn cũng như lúc đau thương. Cả khi không dùng từ ngữ thuộc về đối thoại đời thường như trên mà thơ tình của Luân Hoán cũng có vẻ cợt đùa:

... ai cho em về gõ cửa
hồn ta nào phải cõi không
mà em neo tình cư ngụ
sầu ơi gắng nép trong lòng
... ai cho em về tìm bóng
hồn ta nào phải tấm gương
lệ đây ta nhờ em khóc
cho vừa đủ rửa vết thương
yêu em ta nghêu ngao hát
một mình ta dẫm bóng ta
tiếng không lời sao bi đát
nhạc không điệu cũng xót xa
... trắng đêm ta ngồi uống rượu
ly rồi ly nữa nghe em
mừng ta được mời ăn cưới
mừng em... vâng, để mừng em.
(Trích bài: Bài ca của người thất tình)

Chủ đề thứ ba người viết muốn nói đến là đề tài siêu hình trong thơ Luân Hoán. Siêu hình ở đây chỉ là những ý nghĩ về thời gian đời người, về kiếp người có lúc muốn dứt bỏ có lúc bám níu sự sống. Không phải bàn về thơ siêu thực hay tôn giáo, điều ta ít thấy biểu lộ trong thơ Luân Hoán. Luân Hoán đôi khi bi quan, đó là do hậu quả của chiến thương, có những mặc cảm thành phế nhân vô dụng. Lúc bi quan nhất ông mới 59 tuổi, và cũng đã là thời gian ông sống nơi hải ngoại ở Canada. Ta nghĩ không phải do eo hẹp vật chất, vì Canada là nơi vốn hào sảng về phúc lợi. Bi quan đây là do cảm thức sự đều đặn chảy trôi của hàng ngày, do mặc cảm phế nhân trong một thời gian ông cho là đã dài rồi, sẵn sàng đón nhận cái chết. Bây giờ nghĩ lại chắc nhà thơ thấy 60 mươi năm chưa phải là kỳ hạn của đời người trong những xứ văn minh như Canada, Nhật Bản hay Hoa Kỳ:

tảng sáng nghe chim hót
xế trưa nhìn mây bay
sẩm chiều gác chân đợi
trừ đời thêm một ngày
không nặng như đá tảng
chẳng nhẹ như lông hồng
thỉnh thoảng nghe gió lọt
qua lòng chút bềnh bồng
có lẽ vào buổi sáng
không chừng vào buổi trưa
biết đâu vào chạng vạng
kết thúc đời dư thừa.
(Trích bài: 59, tôi)

Cảm thức sự nhàm chán trôi chảy của ngày tháng mà sinh ra yếm thế, đúng là do tâm-sinh-lý hòa quyện vào nhau. Cơ thể không vận động do thương tích đã tác động lên tâm hồn mà gây sự buồn rầu, điều này chỉ hiện diện đôi lúc khi thời tiết khó chịu. Còn những khi dễ chịu như buổi sáng tưng bừng tiếng chim hót hay sẩm chiều chờ đợi người thân trở về thì nhà thơ lại mong một ngày đừng trôi qua. Rõ ràng nhà thơ cũng như mọi người trong chúng ta đều ham sống. Ta có thể khẳng định vài cảm nghĩ yếm thế của nhà thơ Luân Hoán chỉ trong phút chốc nào đó mà thôi. Nhà thơ Luân Hoán từng nói ông tiếc mỗi ngày trôi qua, thời gian còn lại của đời người thật quý báu cần duy trì cả mỗi phút giờ. Ta ghi nhận được như vậy, qua bài thơ rất cảm động ông thương tiếc cái chết của con chim hồng yến nuôi trong nhà, sau vài ngày cố tranh thủ sự sống cho con chim bị mắc bệnh:

... nhỏ cho mày giọt thuốc
trùm khăn ấm trần lồng
đặt vừa tầm dòng sưởi
mừng mày đứng vững dần
... sáng sớm ta xuống lầu
lòng nhẹ bớt lo âu
khi thấy mày vẫn đứng
dù hơi cúi thấp đầu
... mày chiêm chiếp vài lần

mắt nhìn ta trân trân
có điều gì muốn nói
mà lòng còn bâng khuâng?
... yến ơi mày đã chết
sau đêm dài đợi chờ
nhìn mặt ta lần cuối
rồi lịm vào hư vô
... cuộc sống ta còn lại
quý báu từng phút giờ
mất thêm một bằng hữu
ta đành hành hạ thơ...
(Trích bài: Vĩnh biệt Hồng Yến)

Lần lượt nói về ba chủ đề "chiến tranh bao gồm chiến thương – tình yêu bao gồm tình gia đình – siêu hình về kỳ hạn đời người", như vậy cũng có phần nào viết về tác giả. Viết về tác giả vốn là điều người viết bài thực sự muốn tránh, vì việc này đòi hỏi tìm hiểu thấu đáo các tác phẩm của một người. Tìm hiểu thấu đáo như thế thuộc về khuynh hướng nghiên cứu hay phê bình. Còn chỉ vì cảm thấy cái hay của một số bài thơ liên hệ đến các chủ đề trên, rồi bàn theo suy xét riêng của mình, nghĩa là tự giới hạn ở vài nhận định mà thôi. Tóm lại, những cảm nghĩ của người viết mong cùng bên cạnh những nghiên cứu của một số người khác để có một cái nhìn tổng thể về Luân Hoán, một tác giả với thi ca có những đặc điểm và cũng đã nhiều đóng góp văn chương.

Walnut, California, tháng 4 năm 2011
Trần Văn Nam

(Thư Quán Bản Thảo, số 47 tháng 6-2011)

(Đọc Nhịp Thở Luân Hoán - 2014)

NGUYỄN NGỌC NHƯ Ý
CẢM THỨC THỜI GIAN TRONG THƠ LUÂN HOÁN

1.

Thời gian muôn đời là nỗi ám ảnh, là niềm cảm hứng cho bao tâm hồn thi sĩ. Kể từ khi những nhà tư tưởng của Hy Lạp cổ đại nhận thức về sự trôi chảy của thời gian: "Không ai có thể tắm hai lần trên một dòng sông" (Héraclite) cho đến các nhà thơ hiện đại cũng từng ngẩn ngơ "từ tôi phút trước sang tôi phút này" (Xuân Diệu), thời gian đã trở thành cảm thức cho trái tim đập những nhịp rộn ràng tha thiết trong tiếng gọi của cõi lòng thi nhân. Vậy thời gian là gì? Theo nhà nghiên cứu Trần Đình Sử, "thời gian trong triết học người ta xem là hình thức tồn tại của vật chất" còn trong tác phẩm văn học, ngoài thời gian vật chất con người còn "cảm nhận thời gian nghệ thuật, thể hiện ý thức sáng tạo của người nghệ sĩ." (Thi pháp học, 1998, NXB Giáo Dục).

Đến với thơ Luân Hoán - một gương mặt thi ca đã trở nên quen thuộc với bạn đọc trong và ngoài nước, cảm thức thời gian được biểu hiện trong muôn vàn sắc thái. Thời gian trở thành cảm xúc được thăng hoa của trái tim người nghệ sĩ kết đọng trong tình đời, tình người như nhận xét của Dương Kiền:

"Thơ anh là những âm thanh tình tự thiết tha và tất cả giá trị của anh là ở điều đó. Vì thế, đôi khi anh bất chấp những xảo thuật của ngôn ngữ để làm tăng vẻ đẹp hình thức, anh chỉ quan tâm tới một điều, nói tiếng nói của con người, tìm thấy nhau trong nhịp điệu của sự sống đầy yêu mến thiết tha".
(Dẫn lại theo Thái Tú Hạp. Những tác phẩm của Luân Hoán trước 1975)

Nhịp điệu của sự sống là bản chất của thời gian miên viễn, đôi khi cũng là tiếng gọi vọng lại của hồn người trong những khoảnh khắc đong đầy cảm xúc. Thời gian đã in bóng và trở thành sự sống, hơi thở trong thơ Luân Hoán với những dáng nét, những biểu hiện, không thể nào quên.

2.

Cảm thức thời gian trong thơ Luân Hoán biểu hiện ở đề tài viết về tình yêu. Bởi tình yêu vừa là sự giao cảm, chiêm nghiệm qua thời gian, vừa là cách thắng vượt thời gian bằng tốc độ cảm xúc qua những cung bậc của tình yêu: nhung nhớ, giận hờn, buồn sầu, hy vọng rồi thất vọng... Những cảm xúc ấy đều được tìm thấy trong thơ tình Luân Hoán. Tình yêu chợt đến như tiếng sét ái tình, khoảnh khắc mà hóa thành vĩnh cửu:

"Ta yêu em thật tình cờ
Như tia điện chớp có ngờ được đâu"

Đáng yêu biết mấy cái bất ngờ khoảnh khắc mà hiện hữu tình yêu như ánh chớp và cứ thế, men say tình ái hồn nhiên đằm thắm mà dâng đầy "trong sân trường bữa ấy":

"Chưa hôn nhau lòng đã vội say mèm
Ta nghiêng ngả giữa bốn bề mộng mị"

Lòng e ấp và những điều chưa nói trong buổi ban đầu khi mộng vừa chín. Tình yêu khiến cuộc sống trở nên thơm ngát tỏa hương. Người say tình nhìn đâu cũng thấy bóng hình của khu vườn tình ái:

"Hương đời hương dủ dẻ
Hương tóc xanh mười ba
Hương mực hương sách vở
Sực nức hồn thiết tha"

Tình yêu hóa tất cả nên thơ. Tình yêu hóa tất cả quê hương thành suối nguồn của dòng thơ. Do vậy, bóng hình người yêu hóa thân vào cảnh vật thân quen đến da diết cõi lòng:

"Yêu em yêu dòng sông
Yêu em yêu bờ cát
Em lội qua mấy dòng
Cả dòng thơ bát ngát"

Bóng hình em bảng lảng trong thơ, trong con đường, trong dòng sông, trong tâm thức của hồn anh để tình yêu thắng vượt cả thời gian, trôi theo cảm thức bốn mùa:

"Trời nắng tiếp trời mưa
Mùa xuân qua mùa hạ
Quấn bên nhau bốn mùa
Vẫn hoài hoài mới lạ"

Thấm đẫm trong trái tim yêu, cảm thức thời gian trong thơ Luân Hoán còn gắn kết chặt chẽ với hình bóng của giai nhân cùng nỗi nhớ:

"Sợi trăng buồn xẻ vóc mây
Nhớ nhung chừng đã nghe vừa vóc nhau"
(Giấc nhớ)

Hay gần gũi bình dị đến bất ngờ:

"Nồi cơm trắng hạt yêu thương
Em nêm chút nhớ thay đường vào canh"
(Bên bếp lửa chiều và Lý)

Nỗi nhớ ấy miên man từ sương sớm, buổi trưa nắng dọi, chiều xuống trăng lên cho đến đêm về *"từng đêm hồn mộng nhập về ru em"*.

Chủ thể của nỗi nhớ là nhân vật trữ tình, trái tim thi sĩ đa cảm tinh tế trước những đổi thay của cuộc đời, thiên nhiên tạo vật và lòng người. Khách thể của nỗi nhớ là "em" một hình bóng ẩn hiện vừa thực vừa hư. Em hiện lên trên muôn nẻo đường về, trong hoài nhớ, trong mắt nhìn tâm tưởng và ngự trị nơi trái tim anh. Với anh, em là lẽ sống là ngọn đèn dẫn lối qua những mê đắm ảo say cõi người. Và thật dễ hiểu trong lời tỏ bày say đắm, nhà thơ thiết tha *"xin cho tôi được ca ngợi em, em đồng ý không? Các bạn đồng ý không?"* (Thơ tình Khắc Minh - Luân Hoán). Bởi em là giai nhân là hình ảnh cái đẹp của tuổi trẻ và tình yêu. Thời gian sóng sánh giữa khoảnh khắc và miên viễn, giữa phút giây và vĩnh hằng. Thời gian làm thắm lại những ký ức, kỷ niệm và dự phóng tương lai. Hình bóng giai nhân trong thơ Luân Hoán trở thành tâm điểm cho những ám ảnh về thời gian.

Này là những mộng mơ thật nên thơ, đẹp đẽ gắn với hình ảnh em ở tuổi 16 trăng rằm:

"Mười sáu tuổi em tập làm thiếu nữ
Vai tóc thề áo lụa trắng bay bay
Quai nón đỏ ngậm hờ vành môi ướt
Vuông khăn thêu kín đáo xếp trong tay
Em đến lớp nắng theo đùa trên áo
Cặp che ngang thơm ngát ngọc lan
Tay giở vở tưởng chừng như đệm nhạc
Hồn thanh xuân em lót xuống từng trang..."
(Điều bí ẩn bình thường)

Đọc những dòng thơ trên chúng ta như bất chợt quay về một thời áo trắng của tuổi hoa niên. Hòa cùng với nhạc thơ 3/2/3 là hình tượng thiếu nữ đẹp e ấp, bỡ ngỡ mà tỏa hương thuần khiết tinh khôi:

"Em đến lớp nắng theo đùa trên áo
Cặp che ngang thơm ngát ngọc lan"

Bức tranh người con gái trong nắng sân trường tỏa hương dịu dàng với màu "áo lụa trắng bay bay", "quai nón đỏ", "vành môi ướt" cùng với âm thanh của những trang vở học trò:

"Tay giở vở tưởng chừng như đệm nhạc
Hồn thanh xuân em lót xuống từng trang"

Từng trang, từng trang giấy học trò đượm hồn thanh xuân và đầy ắp kỷ niệm làm nên nét riêng của thơ Luân Hoán đẹp, mềm mại uyển chuyển trong ý thức về một quá vãng đầy lưu luyến:

"Em từ bụi chuối bước ra
Ánh trăng làm nũng chao qua ống quần
Niềm vui giấu dưới bàn chân

Vỡ theo sợi gió lâng lâng ngậm ngùi"
(Trăng đêm nở hoa)

Thoáng ngậm ngùi mà "lâng lâng", những thi ảnh thật lạ, nhiều ám ảnh chứa đựng bao nghịch lý. Như hương thời gian lặng lẽ trở mình trong đêm, như ánh trăng cứ làm duyên theo sợi gió lên ngàn. Những thanh âm màu sắc và hương thơm hô ứng với nhau trong khoảnh khắc tuyệt vời của hồn thi nhân. Người tình sống trong phiêu lãng trong chiều mưa mà gọi mời ý niệm mãi mãi:

"Em có biết em có còn trẻ mãi
Bởi vì ta còn mãi mãi yêu em
Nối tay nhau đan từng sợi võng mềm
Ta kính cẩn mời em yêu ngả xuống
Chiều bát ngát mưa ngoài hiên phiêu lãng"
(Chiều mưa)

Câu thơ "chiều bát ngát mưa ngoài hiên phiêu lãng" thâu tóm cả không gian lẫn thời gian cả tâm thế của chủ thể trữ tình. Hình bóng em trẻ mãi trong trái tim yêu bởi tình ta là vĩnh viễn. Câu thơ ân cần như một lời tình tự gởi đến thiên thu.

Cảm thức thời gian trong thơ Luân Hoán còn biểu hiện trong nhịp điệu câu thơ. Vì nhịp điệu trong thơ thể hiện bước đi của thời gian của tâm trạng chủ thể trữ tình. Về điều này, Phan Ni Tấn đã từng có những nhận định nhịp điệu trong thơ Luân Hoán:

"Tôi rất thích cái nhạc điệu trong thơ Luân Hoán. Không riêng gì lục bát mà các thể loại khác anh cũng chứng tỏ cái khả năng tượng hình phong phú không những về vật thể mà còn về âm thanh. Sự giàu âm trong ngôn ngữ thơ và dấu giọng đã là yếu tố chứa đựng âm nhạc rồi"
(dẫn lại theo Việt Hải. Nghĩ sao viết vậy, "Tán gẫu về Luân Hoán")

Ở đây, cần có sự phân biệt giữa nhịp và điệu. Nhịp có được nhờ vào những chỗ ngừng - ngắt giữa các dòng thơ và trong một dòng thơ tạo thành khúc nhịp tiết tấu ở những khúc đoạn có độ dài tương đương lặp lại. Nhịp thơ được tạo nên giữa những ngắt nhịp của âm tiết, dòng thơ được tạo thành từ những nhịp thơ. Ngược lại, dòng thơ chia thành những nhịp thơ. Điệu có được nhờ sự sắp xếp lặp lại tuần hoàn các âm thanh mạnh-yếu, dài-ngắn, cao-thấp theo những khuôn thước nhất định. Sự bài trí và hòa phối giữa các nhịp khác nhau (chẵn-lẻ, bằng-trắc, bổng-trầm) theo một thể thơ sẽ tạo nên cấu trúc nhịp điệu của dòng thơ và khổ thơ. Thưởng thức những câu thơ của Luân Hoán, chẳng hạn:

"Em về giữa phố mưa bay
Nghiêng vai lả ngọn tóc lay lắt buồn"
(Mưa xuân)

ta đã thấy nhịp thơ mang âm hưởng ca dao trong thể thơ lục bát những như những lời ru. Mà không chỉ thơ lục bát cả thể thơ ngũ ngôn hay thơ 7, 8 chữ, ông đều có khả năng chuyển tải nhịp điệu tâm hồn thành nhịp điệu thơ ca với tài năng sáng tạo của riêng mình:
"Mười sáu tuổi em tập làm thiếu nữ
Vai tóc thề áo lụa trắng bay bay"

Tứ thơ ấy vẫn mang sắc điệu trẻ trung khi hơn 20 năm sau nhà thơ Nguyễn Phan Hách cũng cùng chung một cảm xúc vỡ òa:

"Tuổi mười lăm em lớn từng ngày
Một buổi sáng bỗng thành thiếu nữ
Hôm ấy mùa thu anh vẫn nhớ
Hoa sữa thơm ngây ngất bên hồ"
(Hoa sữa)

"Em" đứng riêng một nhịp "tập làm thiếu nữ" e ấp trong cảm xúc bâng khuâng lưu luyến với bước đi nhẹ nhàng của thời gian. Và cứ thế, cảm thức về sự trôi chảy, biến chuyển của tâm trạng gợi mở của hồn người. Mạch thơ cứ trôi chảy trong mạch vận động của thời gian *"em đến lớp nắng trêu đùa trên áo"* đến *"tay giở vở tưởng chừng như đệm nhạc"* cũng chính là nhịp đập trong trái tim yêu của người nghệ sĩ.

Cảm thức thời gian trong thơ Luân Hoán luôn xuyên suốt trở đi trở lại trong nhiều bài thơ của ông với nhiều mức độ khác nhau. Nó trở thành một trong những dòng mạch ngầm chảy trong thơ mà mỗi chúng ta theo mỗi góc nhìn sẽ tiếp cận để đi vào cõi tịnh - cõi thơ Luân Hoán thấm đẫm tình yêu con người và cuộc sống.

Nguyễn Ngọc Như Ý
2021, Quảng Ngãi

(Gặp Luân Hoán Trong Đời sống Thơ - 2022)

VÕ PHIẾN
LUÂN HOÁN

Luân Hoán ghép tên cha mẹ làm bút hiệu, làm thơ yêu vợ thương con nhớ bạn, thiết tha với nước, khắng khít với quê. Ai cũng phải chịu ông là người đôn hậu, chân phương, là người lành.

Thơ ông cũng lành thôi, dễ dãi thôi. Ngoài trừ một số bài viết trong thời kỳ ông vào lính. Trong thời kỳ không mấy dài, sau đó ông bị chiến thương ("đời cầm súng chẳng là bao" - Tự Thú). Tuy nhiên trong thời kỳ ngắn ấy, nhịp thơ của ông đổi khác: câu thơ bung ra ngoài khuôn khổ, dài ngắn chen nhau, tự do. Và ý thơ thì thoát sáo hẳn.

Khi thành thực, giản dị, người ta có thể hóa ra độc đáo. Người quân nhân bấy giờ không nói chuyện đất nước quê hương, chuyện phải trái, cũng không hơi đâu chán ghét chiến tranh. Bấy giờ chỉ còn con người trong lúc chờ bắn viên đạn đi, chờ đón viên đạn đến. Tâm trạng lúc ấy ra sao?

"ngồi thở thầm trong lá
tôi nhìn thấy mặt người
tôi nhìn thấy trời cao
tôi nhìn thấy ngón tay
run run trên cò súng

thản nhiên mày,
thản nhiên mày, đừng nghĩ"
(Chiều trên sườn đồi)

Trong chiến tranh đã qua hiếm khi bắt gặp được trong văn chương những phút giây tâm trạng thực như thế, bất ngờ như thế của một người cầm súng,

Võ Phiến
(Văn Học Miền Nam - thơ)
11-1995

Trích đầy đủ bài:
- Chiều trên sườn đồi
- Dưỡng quân ở Núi Dẹp
- Ở ngã tư Ba La

Phần trích thơ

(trang 2907|VHMN - Thơ):

CHIỀU TRÊN SƯỜN ĐỒI

ngày trần truồng trên sườn đồi
tiếng chim đầu ngọn lá
tôi uống ngụm nước trong
con suối vuốt ve ghềnh đá
con suối khuyên nhủ lòng tôi
thản nhiên mày
thản nhiên mày, đừng nghĩ
ngày trần truồng trên sườn đồi
nhịp gõ trên báng súng
tôi liếm giọt mồ hôi
chiều nắng vuốt ve ngực áo giáp
chiều nắng khuyên nhủ lòng tôi
thản nhiên mày,
thản nhiên mày, đừng nghĩ
ngày trần truồng trên sườn đồi
cây lá hát trong chiều gió
tôi mất trăm kẻ thù

tôi mất trăm thằng bạn
tôi mất luôn hồn tôi
hỡi tôi, hỡi tôi, đừng nghĩ
ngày trần truồng trên sườn đồi
ngồi thở thầm trong lá
tôi nhìn thấy mặt người
tôi nhìn thấy trời cao
tôi nhìn thấy ngón tay
run run trên cò súng
thản nhiên mày,
thản nhiên mày, đừng nghĩ
ngày trần truồng trên sườn đồi
tiếng buồn đầy tiếng nổ
tôi chợt hiểu lòng tôi
con chim lìa cõi phúc
đường bay mù mù khơi
thản nhiên mày,
thản nhiên mày, đừng nghĩ ■

(trang 2909 |VHMN - Thơ):

DƯỠNG QUÂN Ở NÚI DẸP

đến phiên về giữ đồn
vắt vẻo trên Núi Dẹp
mây nắm lọt kẽ tay
luyện hoài không thành phép
đêm lẩn quẩn đi tuần
ngày dạo quanh Quán Lát
trí não bỗng lừng khừng
buồn nghêu ngao nằm hát
tám tuần chưa làm tình
tám tuần chưa hớt tóc
đụng hoa năm bảy lần
bỏ lơ vì đồi trọc
về Núi Dẹp giữ đồn
tới lui hoài Sông Vệ
giọt Sương chưa kịp tròn
đã tan vào cốc rượu ■

(trang 2910| VHMN - Thơ):

Ở NGÃ TƯ BA LA

đêm ngã tư ba la
ngào ngạt hương thịt da
nằm nghe lũ ếch nhái
vừa làm tình vừa ca
tôi ở cách xa em
có trên trăm cây số
sao nghe hoài nhịp rên
loay hoay mãi thật khổ
đêm. đêm. rộng mông mênh
cong lưng trong lòng võng
mà như tuồng bay lên
nhanh hơn nhịp tim động
ở ngã tư ba la
một tuần lễ đi qua
bản đồ không mở ra
tưởng như mình đang già ■

(Luân Hoán Một Đời Thơ - 2005)

THẢO NGUYÊN
VỀ MỘT BÚT HIỆU

Tôi bước vào mạng lưới điện toán, chăm chú đi tìm một người ở nơi xa, qua nhịp cầu Vuông Chiếu của nhà thơ Luân Hoán. Nhưng tôi chắc vì chưa có đủ duyên với người muốn gặp, cho nên đến bây giờ xa vẫn cứ xa. Nhưng, lạ kỳ thay người không có ý kiếm tìm, rồi một ngày hóa ra người thân thiết không hay! Vuông Chiếu của Luân Hoán, có lẽ được đan kết bằng vô số sợi nhân duyên. Cho nên cho đến đúng ngày tháng đó, tôi nhận thêm vào đời sống của mình một người anh ở thật xa. Chúng tôi nhận nhau hơi muộn, nhưng dường như cùng có sẵn trong nhau một điểm chung. Đó là sự giản dị, chân thành cho dù đã đôi khi tôi có kêu ca: - *"ông anh hà tiện lời quá"*. Hơn bất cứ người nào tôi biết, Luân Hoán chỉ nói khi cần nói, không màu mè khách sáo, sau khi đã lặng yên lắng nghe. Điều này đã khiến tôi có lần mắc cỡ thầm, vì trước đó vẫn có ý hơi e ngại, không dám gần gũi, kết thân với "mấy ông nhà thơ"! Tôi sợ mềm lòng vì những âm điệu ngọt ngào, những xảo thuật ngôn ngữ. Cái sợ có lẽ vẫn còn, nhưng nay, tôi đã như là em gái của một người làm thơ.

Luân Hoán trở thành người anh quý kính, mà ngay sau phút nhận nhau tôi đã thân thiết gọi anh bằng "anh Châu"- là tên mà Mẹ Cha đặt cho anh. Dù đọc nhiều, hiểu ít, tôi cũng biết được cái bút hiệu Luân Hoán khởi từ tên gọi của hai người sinh thành ra anh. Một cái tên ấp ủ cả dáng Mẹ hình Cha. Mẹ Luân và Cha Hoán đã cùng anh, cùng với thơ hòa nhau làm một, từ khi anh còn là chàng tuổi trẻ vốn giòng... thơ thẩn, và có lẽ cho đến một ngày nào, anh gửi thân và thơ lại để ra đi vào cõi vĩnh hằng. Tôi chưa có năng khiếu làm thơ, nhưng cũng như rất nhiều người Việt Nam khác, tôi có thể đọc và cảm thông được với người sáng tác, nhất là những người thể hiện tấm lòng mình bằng sự trong sáng, giản dị như Luân Hoán. Tôi là người mộ đạo Phật. Khói hương, chuông mõ hình như vốn gần với thơ. Không khí, hình ảnh trong những mùa báo hiếu luôn luôn là những cõi an bình đầy tình thương yêu dành cho tôi, nên đọc thơ Luân Hoán, tôi rất thích những bài anh viết dành cho bậc sinh thành. Hôm nay tôi xin được viết về những tình cảm của một nhà thơ dành cho cha mẹ mình, dù tình cảm đó có thể đã thể hiện đủ trong việc dùng bút hiệu.

Với mẹ, ngay từ khi còn rất đỗi thơ ngây, Luân Hoán đã xem Mẹ như bà tiên hiền dịu bước xuống đời, mở rộng vòng tay để ấp yêu, bảo bọc đời con. Mỗi vần thơ là một hình ảnh đẹp, dù chỉ là lúc ngắm nhìn Mẹ tỉa lá sâu trong sân nắng vàng thu:

Vạch cành me tìm lá sâu
Nắng thu nghiêng xuống tặng câu thơ vàng
Lòng me phơi phới nhẹ nhàng
Thành tiên giữa cõi trần gian phù trầm
(Mẹ - Mời Em Lên Ngựa)

Rồi cũng trong đêm thu đó, Luân Hoán đã dùng chính nguồn sữa mẹ trộn với ca dao mà mẹ anh ngày nào đã đẩy đưa anh trong một chiếc nôi, để giữ lại hình ảnh mẹ anh trong một đêm trăng:

Mẹ nằm đọc Lục Vân Tiên
Trăng thu vào chật mái hiên nghe cùng
Hương từ vần điệu nghĩa trung
Hương từ giọng mẹ thơm lừng đêm khuya

Trái tim dễ rung động của tôi đã bồi hồi xúc cảm, khi bắt gặp hình ảnh đứa con trai nhỏ ngồi tựa bên chỗ mẹ đang nằm, vừa để ý ngắm nhìn khuôn mặt Mẹ thật gần, vừa săm soi tìm tóc bạc trong nỗi băn khoăn âm thầm khi nhận ra dấu vết của thời gian trên mái tóc mẹ yêu:

Ngồi nhổ tóc ngứa cho me
Thấy me nhăn mặt lòng se sắt buồn
Me đau hay me cũng buồn
Chùn tay bứng ngọn thời gian nhói lòng

Anh Luân Hoán đã miệt mài vẽ mẹ, bằng những bức tranh thơ rất đỗi dễ thương. Tấm lòng của mẹ bao la trải rộng, từ người thương yêu ruột rà cho đến cỏ cây. Mẹ là Phật, mẹ là tiên trong trái tim thơ dại. Mẹ thuở thanh xuân tóc xõa dài, mang giày lụa bước nhẹ ra hiên nhà, đưa tay nâng niu từng đọt lá, nhành cây, mỗi cử chỉ, động, tĩnh của mẹ đều đã là thơ:

Chim khách gọi trước hiên nhà
Mẹ mang giày lụa bước ra ngoài vườn
Trăm hoa đang độ ngát hương
Với tâm Phật, mẹ cúi hôn lá cành

Anh Luân Hoán giống như là chiếc bóng, lủi thủi đi theo sau mẹ bất kể đêm ngày. Có lẽ vì vậy mà anh tin chắc rằng anh hiểu mẹ, hiểu còn hơn bất cứ ai.

Năm nào mẹ cũng nhương sao
Mẹ quỳ giữa chiếu lạy vào hư không
Phật trời có hiểu gì không?
Riêng con đọc hết nỗi lòng mẹ yêu

Mẹ của anh Luân Hoán là người mẹ an nhiên vui sống, biết trân quý những gì mình đang thật có trong tay. Và coi như mây bay gió thoảng, những mất còn, may rủi trong đời:

Rồi một bữa mẹ hiền tôi bị bắt
Bị tịch thu sạch sẽ chẳng còn chi
......
Mẹ không khóc không buồn, không than thở
Phơi tóc dài nằm đọc Lục vân Tiên
(Nhắc tôi một chút mẹ hiền - Trôi Sông)

Ở mẹ không có nỗi buồn phiền lặng câm đè nặng xuống đôi vai, bởi mẹ chỉ biết cho ra tình thương mà không mong nhận lại, cho dù đời mẹ không khác gì hình ảnh tội nghiệp của thân cò lặn lội bờ sông, một mình bảo bọc, lo toan cho cuộc sống của chồng con:

Vì ba thích rượu, ghiền trà
Cà phê, thuốc lá tà tà quanh năm
Nên mẹ thủ phận gánh gồng
Cho hương hạnh phúc vẫn thơm mỗi ngày
(Mẹ - Mời Em Lên Ngựa)

Tình mẹ thương con là tình thương không có tuổi, cho nên chú bé con lẽo đẽo theo sau chân mẹ ngày nào và chàng lãng tử một ngày quay bước trở về nhà, dường như không có khác chi nhau:

Mẹ ngồi im như ngủ quên
Gió lùa cửa mở, ngó lên con về
Nụ cười phá vỡ cơn mê
Mặt con chợt sáng bốn bề phòng không

Đưa tay mẹ ngỡ như bồng
Thằng con hư của chờ mong đã về
Lặng nghe tay mẹ mân mê
Ấm dần thớ thịt rong rêu bụi đường
(Một lần Về Liêm Lạc - Trôi Sông)

Con lớn khôn thêm một chút, là mẹ càng gần với tuổi già hơn. Nhưng tình mẹ cho con và ngược lại, thời gian dường như không hiện hữu bao giờ. Ngày xưa như vẫn hôm qua, bởi có đứa con trai dù đã lớn lắm rồi, vẫn còn quấn quanh bên cạnh mẹ:

Xếp bằng trên phản tôi ngồi
Nhìn mẹ móm mém nhai trầu mà thương
(Một lần về Liêm Lạc - Trôi Sông)

Mẹ đến với cuộc đời, mang theo tấm lòng của biển. Giòng nước mát dịu dàng đã theo từng ngõ ngách ngấm sâu vào từng mạch máu âm thầm luân lưu ở trong con. Rồi một ngày mẹ nhẹ nhàng ra khỏi cuộc đời, như gió, như mây tan loãng vào mênh mông của hư không trong ngày rằm tháng Tư âm lịch - ngày Đức Phật đản sanh. Nỗi mất mát, đớn đau làm tê dại lòng đứa con trai có tình thương sâu đậm dành cho đấng sinh thành. Con đứng đó, vòng tay câm lặng, nhìn thân xác mẹ mờ ảo, nhạt nhòa trong nhang khói thoảng bay quanh:

Mẹ mất đúng rằm tháng Tư
Xác mòn mỏi ngấm từ từ khói hương
Con vòng tay đứng cạnh giường
Mặt mày khô ráo, bình thường như không
(Rằm Tháng Tư 1959 - Trôi Sông)

Tôi nhẩm tính ngày mẹ lìa đời, anh Luân Hoán vẫn còn trẻ lắm- mới chừng đâu 18 tuổi mà thôi. Trong khi thời gian con cần mẹ bên đời, làm sao nói được bao nhiêu cho đủ, có chăng là cả một đời con. Tôi thầm nghĩ phải chi anh khóc được! Nhưng không, anh chỉ đứng lặng ngắm nhìn nỗi đau ở bên trong mà tưởng chừng như cả gió và trăng cũng để tang chung:

Hiên ngoài gió chở trăng vàng
Nhập vào khe cửa cư tang cho người

Tiễn mẹ đi bằng câu kinh tụng. Mong cho người mẹ yêu thương được siêu thoát nhẹ nhàng, đi về nơi mãi mãi có an vui. Vậy đó, mà như vẫn không tin mình mất mẹ. Lẫn trong tiếng mõ chuông có giọt lệ khô nào rớt xuống, chạm niềm đau như không có thật ở đây:

Dòng kinh siêu độ ngậm ngùi
Ai tụng, không phải lòng tôi đâu mà
Tiếng chuông mõ mơ hồ xa
Loãng tan như giọt lệ va xuống lòng

Ngày mẹ mất, nghe như không có tiếng khóc, lời than, nhưng vẫn làm nhói lòng người qua những điều hết sức bình thường. Căn buồng nhỏ, mẹ nằm bất động. Con đứng nhìn đàn muỗi quẩn quanh bay. Và căn buồng nhỏ chợt mênh mông lạnh lẽo, khi không còn hơi ấm mẹ quanh đây:

Con đứng ngơ ngác trời trồng
Căn buồng hư ảo mênh mông lạnh lùng
Chập chờn cánh muỗi ngập ngừng
Còn về xin giọt máu buồn mẹ chăng?

Mắt tôi dường như ướt, khi nghe lời từ biệt sau cùng, anh Luân Hoán dành riêng cho người mẹ yêu thương:

Trộn tình vào những vệt trăng

Ướp thơm xác mẹ vĩnh hằng siêu sinh
Đời con đi chẳng một mình
Bởi trong hồn vẫn hiển linh mẹ nằm
Rằm tháng Tư, Phật trong con
(Rằm tháng Tư 1959)

Với tôi, không còn lời tạ ơn nào mát ngọt nghĩa tình hơn, gói ghém trọn vẹn tấm lòng con thương mẹ. Vì tâm của mẹ là tâm của Phật, cho nên Phật trong con bởi mẹ luôn luôn ở trong con.

Rồi có một ngày bên dốc núi, đứa con xưa trở về ôm tro cốt mẹ trên tay, để chôn gửi mẹ thêm lần nữa, ở một nơi xa khuất quạnh hiu:

Mang tro cốt mẹ lên sườn núi
Cải táng, dựng bia gửi đời sau

Mẹ bây giờ nằm sâu bên sườn núi. Và con, đứa con trai vuốt mặt, quay lưng đi mải miết thật xa. Dấu vết thời gian dù làm đùn da thịt, nhưng ngoái lại nơi chốn mẹ yên nghỉ ngàn đời sao thấy thật gần - gần như trong những giấc mơ con:

Vuốt mặt quay lưng đi xuống núi
đi hoài, đi miết, đi thật xa
Nửa vòng trái đất đâu là mấy
Đêm đêm ngoái lại vẫn như là

....

Chiều dài cuộc sống đùn da thịt
vẫn thấy mẹ về trong giấc mơ
(Vẫn thấy mẹ về trong giấc mơ - Cỏ Hoa Gối Đầu)

Làm sao biết có những ngày đầu năm mới, đứa con trai mất mẹ thật lâu rồi, vẫn quỳ xuống thì thầm dâng lên mẹ, những ân tình trong buổi sáng đầu xuân:

Vẫn chừng đó trên mâm cơm cúng mẹ
Đĩa rau xanh, cái bánh tráng nướng vàng

Và đây là những lời thì thầm cùng mẹ, về những mất mát,buồn phiền trong cuộc đời riêng:

Tấm thân thể mẹ nâng niu sinh nở
Cũng bán một phần lây lất qua ngày

....
Mẹ kính yêu cho con quỳ bên mẹ
Học một đời trong sạch bao dung
....
Mẹ vẫn biết con vẫn cười vẫn nói
Vẫn cho đời sức sống tự nhiên
Qua hơi thở qua dòng thơ chân thật
Dẫu nhiều khi ướt sũng lệ ưu phiền
(Rước mẹ đầu năm - Rượu Hồng Đã Rót)

Bên cạnh nhiều thật nhiều hình ảnh mẹ được lưu giữ lại bằng thơ, anh Luân Hoán cũng dùng thơ để vẽ cha - không nhiều lắm nhưng chân thành và sâu thẳm tận cùng ở bên lòng. Và tính lém lỉnh trẻ con ngày thơ dại, là một hình ảnh khó phai nhòa mà anh đã có với người cha:

Cuối tuần ba thuê đấm lưng
Nắng ngoài sân đợi, dòm chừng, đếm gian

Lớn khôn thêm chút nữa, là khi con biết lặng lẽ ngắm nhìn từng thói quen và từng chút đổi thay ở nơi cha:

Chiết trà ra chén gan gà
Tay ba kính cẩn hơn là nâng hoa
......
Khói bay trắng tóc hay là...
Không đâu con chỉ quáng gà đấy thôi

Tôi chắc kỷ niệm đậm sâu có với người cha, chính là lúc nhà thơ với tác phẩm đầu đời, trân trọng và ngại ngùng đem đến trao cha. Có lẽ lòng người cha trong giây phút đó, là nỗi xúc động, bồi hồi trộn lẫn với buồn vui. Bởi tôi được biết trong gia đình anh Luân Hoán, hình như mọi người ai ai cũng làm thơ. Người làm thơ trước hết là cha anh, và anh Luân Hoán có lẽ là người thừa hưởng nhiều hơn hết, rồi đến em anh và cả con gái anh.

Ba cầm thi phẩm của con
Long lanh mắt, lật, ngó, không nói gì
Khi con quay gót chân đi
Thoáng nghe tiếng gọi thầm thì: con tôi!
(Cha Già - Mời Em Lên Ngựa)

Khi dấn thân vào đời binh nghiệp, những lá thư ân cần gói ghém tình thương gửi cho con nhận được từ quê nhà, anh chợt biết: với cha già, mình mãi mãi vẫn là đứa con trai nhỏ ngày xưa:

Con đi học làm sĩ quan
Mỗi tuần ba gởi vài trang chữ đầy
Hóa ra con vẫn như ngày
Lên năm lên sáu thơ ngây thuở nào
(Cha Già - Mời Em Lên Ngựa)

Đâu ngờ ngày người lính Luân Hoán trở về, chính là ngày người cha già chống gậy bước ra sân, sững sờ đưa tay dìu đón con mình trong chiếc nạng chưa quen, bởi đã gửi lại một phần thân thể trong binh lửa:

Dìu nhau về tới hiên nhà
Nạng con ngơ ngác, gậy ba bàng hoàng
Không gian cùng với thời gian
Bỗng dưng khựng dưới ba bàn chân khua
(Cha - MELN)

Nếu mẹ như là biển - biển có ngàn lời âu yếm, vỗ về như từng đợt sóng lao xao tiếp nối ngày đêm. Thì cha như là núi - núi trầm mặc, uy nghi cùng với gió sương. Như không có lời nào để nói cùng cha, nhưng tận sâu thẳm bên trong, ngọn núi của cha luôn sừng sững, cao dày không gì so sánh được. Con ngậm ngùi xa xót biết dường nào, khi hiểu nhiều hơn ai hết cuộc đời cha trong buổi hoàng hôn:

Thêm một ngọn nến buồn vừa được thắp
Trong đời cha le lói nỗi đau thương
Thêm ngàn giọt sương buồn vừa lấp lánh
Trong đời cha chằng chịt vết thuương

Khi để dành ra đôi phút lắng lòng, để quay nhìn lại đoạn đường mà mẹ cha đã đi qua. Tôi chắc rằng ai cũng cảm nhận được rõ ràng những gì mà thơ Luân Hoán đã nói giùm mình

Cha yêu quý làm sao con nói hết
Tiếng thở dài len lén lẫn vào tim
Cha yêu quý làm sao con biết hết
Những buồn đau cha vẫn giấu trong tim

Với tấm lòng thành và tình thương yêu vô bờ bến mà con trai đã dành cho, tôi tin rằng người cha vẫn luôn luôn cảm nhận, vậy mà lời thơ con sao mãi xót xa:

Lòng hiếu thảo vẫn ngại ngùng khách sáo
Nên âm thầm như một kẻ vô ơn
Cha yêu quý, làm thế nào khóc được
Một lần thôi trên vầng trán hoàng hôn
(Trên Vầng Trán Hoàng Hôn - Rượu Hồng Đã Rót)

Nhìn đoạn cuối đường cha đã gần kề, con chợt hốt hoảng mong cho thời gian đi chậm lại, để cho con mãi mãi còn cha:

Bảy mươi tám năm qua rồi có phải
Cha chưa già, cha vẫn trẻ trong con
Xin nước mắt hãy cho con nhuộm tóc
Một đời người sắp vĩnh viễn cô đơn
(Trên vầng trán hoàng hôn - RHDR)

Đường đời đi dẫu đã nhiều. Những gai góc buồn phiền dẫm mãi làm chai dần gót chân và cả con tim. Nhưng mãi mãi với riêng đấng sinh thành, tôi tin rằng chúng ta cũng như anh Luân Hoán - qua thơ, lòng vẫn muôn đời thơ dại, nhớ tiếc và ước ao một điểm tựa êm đềm bên giòng suối từ bi của mẹ, và dáng núi uy nghi lặng lẽ đứng che giông bão đời con của cha hiền. Cám ơn anh Luân Hoán. Cám ơn những lời thơ thấm đượm nghĩa tình, như một lời nhắc nhở cho những ai còn may mắn có trong đời, bảo vật thiêng liêng và rất mong manh. Cám ơn cả những ngậm ngùi nuối tiếc, lòng biết ơn, mà rất nhiều người đã không còn cơ hội để tỏ bày với đấng sinh thành, dù hết dạ yêu thương nhưng có bao giờ nói đươc một câu để tỏ lòng thương kính.

Thảo Nguyên
(Viết trong ngày Rằm tháng Tư, Houston 2004)

(Luân Hoán Một Đời Thơ - 2005)

VƯƠNG TRÙNG DƯƠNG

NHÌN LẠI 40 NĂM LUÂN HOÁN

Tháng 5-2004, nhận được tập thơ Sông Núi Cùng Người Thơm Ngát Thơ của anh Luân Hoán từ Canada gởi tặng; tôi chọn những bài thơ trong thi phẩm này để đăng tải trên vài tờ báo ở Nam California, đáp lại tấm lòng của anh từ phương xa. Anh cho biết, em trai anh, nhà thơ Lê Hân đang cùng bạn bè thực hiện cho anh một tập Kỷ Niệm Một Đời Thơ Luân Hoán, bằng những đóng góp bài vở của bằng hữu để chào đón cái tuổi 65 sắp đến, sống chết không biết sẽ còn được bao lâu! Nghĩ đến bệnh tình và sức khỏe của anh, tôi chợt nhớ đến những lời tâm tình của chị Trần Thị Lý - hiền thê của anh - với Hồ Đình Nghiêm, *"Ông nhà tôi, thì mở miệng ra, không nhức chân quá thì cũng đau đầu quá, không buồn quá thì cũng chán quá... cứ thế gặp ai cũng than thở, làm như than thở thì hết buồn chán. Đặc biệt đầu mùa đông, ảnh thường phán một câu: chắc không qua khỏi mùa đông năm nay..."* lòng bàng hoàng, xúc động!

Anh với tôi, đồng hương, cùng những ngày trong quân trường Bộ Binh Thủ Đức. Tháng 12 năm 1966, tôi theo học Khóa I Nguyễn Trãi của Trường Đại Học Chiến Tranh Chính Trị Đà Lạt, quân trường lúc đó đang hình thành nên khóa tôi được gởi sang học quân sự giai đoạn I ở Trường BB Thủ Đức cùng với khóa 24. Năm 1966, Đại Úy Vũ Trọng Mục, Trưởng Khối Chiến Tranh Chính Trị trường BBTĐ thành lập Ban Biên

Tập với thành phần Sinh Viên Sĩ Quan cho nguyệt san BBTĐ; vì vậy, khóa 23 & 24 đã quy tụ khá đông như Nguyên Sa, Trần Sơn Hà, Lưu Trung Khảo, Trần Hoài Thư, Luân Hoán, Chu Tân, Mê Kung Phan Nhự Thức, Phạm Văn Bình, Hồ Minh Dũng, Cao Thoại Châu, Lâm Chương... tạo thành sắc thái đặc biệt cho tờ báo. Cùng sinh hoạt trong ban biên tập lúc đó, tôi thân với Phan Nhự Thức và Chu Tân vì thỉnh thoảng thường mượn cớ để trốn học, la cà với nhau.

Tháng 5-1967, chúng tôi chia tay, hơn hai năm sau, tôi nhận được điện thoại của Phan Nhự Thúc, trong tiếng khóc, báo tin Luân Hoán mất một bàn chân rồi!... Chiến trường ở Quảng Ngãi lúc đó rất khốc liệt, không còn gì ngoài lời an ủi *"thôi đành, để còn sống với vợ con".*

Ba mươi bảy năm rồi, mỗi người một phương, tuy không gặp Luân Hoán nhưng thơ văn của anh rất gần gũi với tôi. Tôi đang thực hiện loạt bài Chân Dung Người Lính Cầm Bút giữa người nằm xuống và kẻ còn lại, nhưng viết về Luân Hoán, khó quá, bạn bè đã đề cập rất nhiều; nếu có ghi lại cũng khó thoát ra quỹ đạo các cây bút đã viết về anh.

Thơ anh đã xuất hiện cho đến nay gần nửa thế kỷ, tôi xin lấy thời điểm thi phẩm Về Trời cho đến tập thơ vừa nhận được để *'trả nợ tình xa'*.

Dòng Đời

Luân Hoán, tên thật là Lê Ngọc Châu, sinh ngày 10 tháng 01 năm 1941, cuối năm Canh Thìn ở phố cổ Hội An, Quảng Nam. Quê nội ở Liêm Lạc, Hòa Đa, Hòa Vang, Quảng Nam, cách Đà Nẵng khoảng mười cây số về hướng Nam. Quê ngoại ở La Qua, Điện Bàn, Quảng Nam, cách Đà Nẵng khoảng ba mươi cây số về hướng Nam... Thân phụ anh là ông Lê Hoán, thân mẫu là bà Nguyễn Thị Luân nên anh ghép tên song thân thành bút hiệu Luân Hoán. Ngoài ra, anh còn có các bút hiệu: Lê Quyên Châu, Châu Thị Ngọc Lê, Đoàn Thị Bích Hà, Châu Hải Châu, Lý Phước Ninh, Lê Bảo Hoàng, Cự Hải...

Trong thời kỳ kháng chiến chống Pháp, như nhiều gia đình khác, năm 1947, gia đình anh di tản lên miền rừng núi Tiên Hội, Tiên Phước, Quảng Nam. Sau này, Tiên Phước thuộc tỉnh Quảng Tín; vào cuối thế kỷ XIX, Quảng Nam có hai phủ là Điện Bàn và Thăng Hoa, tổng Tiên Hội thuộc Thăng Hoa có các thôn, trong đó có thôn tên cũng là Hội An và Hội Lâm sát nhập thành Tiên Quý, và Thanh Bôi cùng Tiên Quý còn gọi là Tứ

Hòa, nằm cạnh sông Tiên, nhánh sông Chiên Đàn, chạy dần về hướng bắc, gặp sông Tranh thành sông Thu Bồn.

Năm 1951, gia đình anh chuyển về Hòa Vang và năm 1953 dời về Đà Nẵng. Sau đó, thân phụ anh là viên chức ở Ngân Khố. (Trong thi phẩm Sông Núi Cùng Người Thơm Ngát Thơ có ba bài thơ của anh ghi lại địa danh: Hội An, 1945 - Tiên Phước, 1949 và Hòa Đa, 1953). Cụ Lê Hoán rất sính thơ văn nên từ nhỏ Luân Hoán được hấp thụ máu thi phú của thân phụ để tập tễnh làm thơ.

Giữa thập niên 50, năm học Đệ Ngũ, anh có thơ được đăng tải trên Tuổi Xanh, Gió Mới rồi dần dà đến các tờ Tiểu Thuyết Thứ Bảy, Ngàn Khơi, Kỷ Nguyên Mới, Mai, Bách Khoa, Văn Học... Những bài thơ của thuở học trò được chọn lọc lại để in trong các thi phẩm Về Trời (Văn Học, 1964), Trôi Sông (Văn Học, 1966)...

Vào giữa thập niên 50 và 60, những nhà thơ trẻ đất Quảng xuất hiện trên nhiều tờ báo ở Sài Gòn như Luân Hoán, Thành Tôn, Thái Tú Hạp, Chu Tân (gốc Huế), Triều Hoa Đại (gốc Bắc) Nguyễn Thị Liên Phượng (Nguyễn Nho Sa Mạc), Phương Tấn, Hoàng Quy, Đynh Hoàng Sa, Hà Nguyên Thạch, Vương Thanh (gốc Bắc), Phan Duy Nhân (Dương Phù Sao), Huy Giang... bên cạnh những khuôn mặt hiện diện ở Sài Gòn như Hoàng Trúc Ly, Tạ Ký, Bùi Giáng, Tường Linh... Sau đó, xuất hiện thêm các khuôn mặt trẻ như Tần Hoài Dạ Vũ (gốc Huế), Hoàng Lộc, Uyên Hà, Vũ Đức Sao Biển, Đynh Trầm Ca, Hạ Quốc Huy, Nguyễn Nho Nhượn, Phan Xuân Sinh, Trần Yên Hòa... tạo thành phong trào thi ca trong giới trẻ cùng với các nhóm Sông Thu, Đất Hàn...

Mê thơ và cứ nhởn nhơ với đời nên đường học vấn không đi đến chốn, theo ước vọng của ông già. Cuối năm 1966 anh bước vào 'Ngưỡng Cửa Quân Đội' Khóa 24 Trường Bộ Binh Thủ Đức. Ra trường, anh đổi về làm Trung Đội Trưởng, Trung đội II, Đại Đội II, Tiểu Đoàn I, Trung Đoàn 4, Sư Đoàn 2 Bộ Binh. Ở đó, anh có dịp sinh hoạt văn nghệ với Hà Nguyên Thạch, Khắc Minh, Phạm Trung Việt, Vương Thanh, Đynh Hoàng Sa, Nghiêu Đề, Minh Đường, Trần Thuật Ngữ, Phan Nhự Thức... qua các tạp chí Trước Mặt, Tập Hợp.

Cũng như Trần Hoài Thư, hai que sậy văn nghệ, ra trường đã lao ngay vào đơn vị tác chiến. Và, tháng ngày quân ngũ kết thúc với bàn chân trái của anh vào cuối năm Mậu Thân, đầu năm Kỷ Dậu, 1969. Anh đã kể lại hình ảnh đau thương này:

"Cuộc hành quân bước qua ngày thứ 5, chúng tôi có lệnh trở về Núi Dẹp. Khi ngang một chòm mộ mồ côi, con đất Thi Phổ của Quảng Ngãi bỗng toác miệng cười, trải tôi nằm ngửa trên một thảm cỏ rất xanh. Có lẽ 4 giờ chiều, trời đất mênh mang yên lặng. Tôi nhịn đau chống tay ngồi tháo giày, cái áo giáp đè nặng trên lưng. Ba ngón chân sát cánh ngón cái bị dập nát. Với vết thương này, nếu Quân Y Viện Việt Nam, có lẽ tôi chỉ bị mất đi nửa bàn chân. Tiếc thay vì có chút xíu cấp bậc, người đồng minh sốt sắng đưa tôi về bệnh viện dã chiến Hoa Kỳ, trên ngọn núi Đức Phổ. Và sau đó, theo công thức ấn định, tôi bị cắt bỏ nửa phần chân dưới trong cơn mê. Kỹ thuật cưa cắt từ một phần xương thịt lành lặn, quả đã sớm giúp vết thương liền miệng an toàn. Nằm với thương binh Mỹ từ 24 tháng chạp đến mùng Ba Tết, tôi được đưa về Quân Y Viện Quảng Ngãi. Bạn văn tìm đến đủ mặt Vương Thanh, Phan Nhự Thức... khóc như trẻ thơ. Qua một đêm tôi được về Tổng Y Viện Duy Tân. Trong tay, ngoài cặp nạng, còn có cái khăn tay của Khắc Minh buộc sẵn. Gần một tháng sau, tôi nhắn tin buồn cho gia đình. Vợ tôi đang trong thời kỳ chuẩn bị sinh cháu đầu lòng, Lê Ngọc Hòa Bình..."

Cuộc tình của anh giống như cuộc tình của nhà thơ Hữu Loan với cô học trò Lê Đỗ Thị Ninh, năm Hữu Loan 33 tuổi và cô học trò mới tròn 16. Người tình, người bạn đời Trần Thị Lý gắn bó với Luân Hoán trong những thập niên qua cho biết: *"... Tôi đến với ảnh chẳng qua vì hồi đó tôi còn trẻ quá mà ảnh thì có cái mã được trai lắm. Ảnh đến nhà ba mẹ tôi thuê phòng ở trọ, rồi kèm tôi học, ngon trớn kèm luôn, quỷ thật".* Chị nhỏ hơn anh tròn một con giáp nên phải man khai giấy khai sinh thêm hai tuổi cho khỏi vị thành niên mới hợp lệ để làm hôn thú.

Thi phẩm Nén Hương Cho Bàn Chân Trái (cùng với bạn văn) ấn hành năm 1970 với những bài thơ buồn rất tuyệt.

Giải ngũ, anh về làm việc ở ngân hàng Việt Nam Thương Tín Đà Nẵng. Tưởng cũng nên biết, trước khi vào quân đội, Luân Hoán làm việc tại Tòa Thị Chính, thời Bác sĩ Mẫn, dưới sự chỉ huy trực tiếp của Đại úy Tích, văn phòng Xây Dựng Nông Thôn. Sau tháng 4-1975, trong thời điểm này anh cho biết:

"Tôi chỉ phải tập trung cải tạo tại trại Ngô Văn Sở cũ. Và đến đợt thực thi chính sách đổi tiền một cách rầm rộ, đều khắp, tôi cũng như hầu hết viên chức cũ của ngành ngân hàng, đều được móc ra để trở về việc chuyên môn. Tôi trở lại bộ phận kế toán. Trước khi nhận việc, tôi bị gọi trình diện thủ trưởng. Lão cán bộ này, có lẽ chấp hành đúng chính sách, cho tôi xem lời phân loại trên phiếu lý lịch cá nhân của tôi: 'Thành phần cặn bã của chế độ cũ'. Dĩ nhiên tôi không hề buồn và xấu hổ bởi sự đánh

giá trên. Nhưng tinh thần bị bao vây và khủng bố tinh tế như vậy, tôi phải biết lo sợ, đề phòng và quyết tâm trốn ra nước ngoài. Sự thiếu hụt chân đi, chân chạy của tôi là một trở ngại quá lớn trong kế hoạch vượt biên. Nhưng tôi cũng đã tổ chức, tham dự hai lần. Cả hai đều thất bại trước khi bị phát hiện. Lần đầu, trong lúc cả nhà đang đợi đến giờ ra đi, bất ngờ cách cửa nhà tôi độ 40m xảy ra một án mạng. Đường Hùng Vương, mặt tiền của nhà tôi bị phong tỏa. Lần thứ hai, ông già vợ tôi trù trừ tạm giữ lại một chiếc xe đò chạy Đà Nẵng - Quảng Ngãi. Chúng tôi trà trộn cùng hành khách đến điểm hẹn thứ nhất, bất ngờ xe hỏng máy giữa đường, sửa mãi không được. Bỏ cuộc. Cũng may vào năm 1979 tôi nhận được giấy bảo lãnh đoàn tụ của em trai tôi (Lê Hân) từ Canada. Có giấy, nhưng vẫn sợ và ngại, nên mãi đến năm 1981, bắt được mối lo lót, tôi mới lập thủ tục và ra đi vào năm 1985".

Ngày 2 tháng 2 năm 1985, anh định cư tại thành phố Montréal, Québec, Canada. Gia cảnh: vợ và bốn con, hai trai, hai gái.

Dòng Thơ

Trong bốn thập niên qua, nhà thơ Luân Hoán đã ấn hành 18 thi phẩm, riêng anh và chung với bằng hữu. Trang web của anh, http://www.digital-info.com/luanhoan, được thực hiện đã lâu và rất công phu nên được phổ biến khắp nơi.

Trong cuộc sống, bản tính anh hơi nhút nhát, không thích đám đông, tính tình chơn chất, hiền lành, chân tình, không màu mè, kiểu cách nên ảnh hưởng rất nhiều trong ngôn ngữ thi ca. Có điều, trong tình yêu, anh sống trọn vẹn với người bạn đời, anh cảm thấy hạnh phúc có được người vợ thủy chung, lo cho chồng, chăm sóc con cái để tâm hồn anh 'mơ theo trăng và vơ vẩn cùng mây' vì vậy, anh có những người tình trong thơ, tưởng chừng như thật để bày tỏ với tha nhân.
Dù thơ anh bay bổng với bóng dáng nào đi nữa, hình ảnh Lý, vợ anh, vẫn là nguồn an ủi vô biên:

"... em hỡi em,
người anh yêu
anh có quyền hôn em lúc này
bởi ngày mai anh trở ra mặt trận
ở đó, anh không thiếu một thứ gì
kể cả máu
chỉ duy có thứ này

hãy viện trợ cho anh
đó là giọt lệ em xanh biếc...".

(Và, hình như nhiều nhà thơ xứ Quảng tôi quen thân, thơ tình rất lãng mạn nhưng đời thường lại chung tình với vợ, có lẽ sợ Quảng Nam hay cãi nhau... thì bất tận).

Nhận định về thơ Luân Hoán, qua các thi phẩm, thân hữu và bạn bè đã ghi nhận, điển hình như: Đỗ Quý Toàn, Bùi Bảo Trúc, Thái Tú Hạp, Nguyễn Đông Ngạc, Trần Hoài Thư, Nguyễn Mạnh Trinh, Lưu Nguyễn, Hồ Trường An, Phan Ni Tấn...

Đỗ Quý Toàn gặp Luân Hoán định cư tại Canada, nơi xứ lạnh, tâm tình của nhà thơ đến trước trao gởi đến người bạn mới:

"... Nếu kiếp sau trời cho tôi làm thi sĩ, tôi muốn được làm thơ tình như Luân Hoán. Sáng làm thơ. Trưa làm thơ. Tối trước khi đi ngủ cũng hãy làm thơ đã. Làm thơ khi thức dậy, để lót dạ. Làm thơ khi đứng đợi xe, để qua thì giờ...

... Thơ Luân Hoán mang lại cho tình yêu học trò nhiều điều mới lắm. Vì những bài thơ tình của Luân Hoán thật hơn, cụ thể hơn, lẩm cẩm ngu ngơ hơn tất cả những thi sĩ nổi tiếng trên. Nghĩa là học trò hơn. Thật sự học trò không khoác vô tình học trò một bộ áo của ngôn ngữ diễm lệ hay thêu dệt những tình tứ kiêu kỳ. Ngôn ngữ của Luân Hoán thật giản dị. Hình ảnh là hình ảnh bình thường của đời sống hàng ngày".

Vừa định cư tại Canada, thi phẩm Hơi Thở Việt Nam do Sông Thu của Thái Tú Hạp xuất bản năm 1986 như món quà ra mắt với thân hữu hải ngoại, dòng thơ của người xa xứ khi vọng về dĩ vãng đã in đậm trong tâm thức, Bùi Bảo Trúc viết:

"Hơi Thở Việt Nam với 39 bài thơ, 5 chữ, lục bát, 7 chữ, 8 chữ là những bài thơ còn vang vọng âm hưởng của những bài thơ mà người ta đã được đọc của ông trong những năm trước 1975. Những hình ảnh xám ngắt của quê hương tan nát, những binh đao trận mạc, những ước mơ của một đời về một hòa bình không bao giờ đến, những quà tặng chiến tranh, những chân tay chia lìa trên một thân thể trở về sau một cuộc chiến".

Thái Tú Hạp và Luân Hoán, thân nhau từ thuở mới cắp sách đến trường, qua suốt bao thập niên, tình bạn luôn luôn gắn bó, và cái nhìn của anh về Luân Hoán cũng như ý nghĩ của bạn bè:

"Bút pháp của Luân Hoán vững vàng, nhuần nhuyễn. Thong dong, xuôi suốt ở thể 7, 8 chữ. Mềm mại, nhẹ nhàng ở thể lục bát. Cô đọng, tự nhiên ở 5 chữ. Thơ của anh dồi dào hình ảnh, màu sắc với giọng giản dị

đôn hậu, hay đưa tục ngữ vào thơ, đánh thức được xúc cảm của người đọc. Kêu gọi sự tham dự của người thưởng thức đến từng dòng, từng chữ... Tóm lại Luân Hoán là nhà thơ của cảm xúc. Và anh đã thành công trên đường đi của anh".

Nguyễn Đông Ngạc cảm nhận tấm lòng của Luân Hoán với thơ, đã bày tỏ:

"Thơ ông là sự cô đọng của tâm hồn được bày tỏ phần lớn bằng thể thơ dân tộc, sáu tám, phóng khoáng, hồn hậu, ngọt ngào, trữ tình, dạt dào như ca dao. Do đó khi đọc thơ ông những dòng chữ như biến mất chỉ còn lại cái nghĩa hay nói cách khác chữ và nghĩa chỉ còn là một, hỗ tương, nói ngay được với người đọc những điều nhà thơ muốn diễn tả. Tâm hồn người đọc đồng điệu với tâm hồn người sáng tác rất nhanh, rất dịu dàng, rất thấm, rất sảng khoái. Người đọc thấy thú vị tưởng mình cũng đang là người sáng tác, cũng làm thơ với Luân Hoán".

Gặp nhau ở quân trường, cảm nhận được sự trân quý của con người yêu thơ, sau ba mươi năm, thời thế đổi thay ảnh hưởng đến tâm tính, nhưng với Luân Hoán, vẫn một lòng như xưa, Trần Hoài Thư ghi nhận:

"Chưa bao giờ tôi thấy một người thơ nào lại âu yếm cùng thi ca đến như thế. Tôi không nói đến chữ nghĩa như một số người đã bảo. Bởi Luân Hoán không phải là một phù thủy chữ nghĩa. Phù thủy chữ nghĩa chỉ là cái thùng rỗng, hay người kỹ nữ về già. Đọc kêu to nhưng không thấm thía, không bùi ngùi, tha thiết. Với anh, tưởng như mọi thứ, mọi điều, mọi vật, nhỏ vô cùng như hạt bụi, to lớn vô cùng như trời đất vô lượng, tất cả đều có linh hồn và tất cả đều được thi ca gìn giữ...

... Nói đến thơ, người ta sẽ nói đến cái gì tốt đẹp, tuyệt vời, vượt xa cõi ô trọc thường tình. Với Luân Hoán, trái lại, thi ca gần kề với quả đất, cõi trần gian".

Qua các cuộc mạn đàm, trao đổi, Nguyễn Mạnh Trinh nhận xét:

"Thơ Luân Hoán gần gụi với đời sống. Đề tài không cao xa, nó đứng gần thực tại một với tay. Tất cả có mặt trong dòng sống chất nghèo đói, thiếu thốn, bất công rẫy đầy, nhưng tràn đầy mơ ước. Trong tiếng than van vẫn ẩn chứa cao ngạo. Trong cam chịu vẫn cố ý vượt lên...".

Với tình yêu và cuộc đời được thể hiện trong thơ Luân Hoán, khi đề cập đến Kỹ Thuật Trong Thơ, Lưu Nguyễn dẫn chứng về ngôn ngữ, hình ảnh và nhạc điệu, với dòng kết:

"Tôi đã đọc thơ Luân Hoán trong nỗi thông cảm sâu xa, từ những bài thơ tình nồng nàn lãng mạn của tuổi học trò thơ ngây trong trắng,

đến tình nghĩa vợ chồng đậm đà giấy mực, Luân Hoán lúc nào cũng tha thiết, cuồng nhiệt như tuổi vừa biết yêu. Có thể nói dưới mắt của Luân Hoán, cuộc đời là một bài thơ bất tận. Thơ trải dài theo từng chặng đường đất nước, mang nỗi ray rứt thương nhớ khôn nguôi qua cuộc bể dâu của vận nước nổi trôi, âm vang như tiếng thở dài trong đêm vắng của một kiếp người lầm than lưu lạc bên trời lận đận...".

Từ Pháp, Hồ Trường An cũng bắt gặp được dòng thơ của Luân Hoán, lưu lại suy nghĩ của mình:

"Ngôn ngữ thơ anh cực kỳ đơn giản mà tinh khôi tân kỳ. Tài sử dụng ngôn ngữ của anh lạ lắm: anh làm thơ khơi khơi như nói chuyện, đôi lúc như hí lộng. Chúng ta không bắt gặp sự gọt giũa, trau chuốt trong thơ anh. Y vậy, mà ngôn ngữ anh đẹp lạ lùng, nó chứa cả nguồn sinh lực vô biên, hồn nhiên tuyệt vời. Qua ngôn ngữ thơ đó, chúng ta bắt gặp một sự nhạy cảm rất thơ, một tâm hồn phóng khoáng kỳ diệu".

Nhật Ngân, Phạm Thế Mỹ, Vĩnh Điện, Mai Đức Vinh... đã đem thơ Luân Hoán phổ thành ca khúc. Phan Ni Tấn đã phổ nhạc hai ca khúc Khiêng Nước và Phải Lòng Con Gái Bến Tre, với anh, chân dung Luân Hoán được phác họa:

"Nhìn chung trong Luân Hoán có hai con người. Một con người vọng động nỗ lực diễn đạt thơ mình bằng những lời lẽ đơn sơ, phóng túng, hào sảng, nhiều khi gần với khẩu ngữ. Và hồn nhiên trong sáng đối với tình yêu lứa đôi, tình học trò. Một con người khác lặng lẽ hơn thâm trầm hơn làm thơ về nỗi chia lìa quê hương nhắm mắt như sờ được..."

Gần nửa thế kỷ đóng góp trên thi đàn Việt Nam, rất nhiều bài viết về Luân Hoán từ nhận xét về bài thơ, từng tập thơ đến tổng quát về dòng thơ của Luân Hoán... cảm nhận được con người chọn thơ như lẽ sống, trân quý ý thơ mà giản dị trong ngôn ngữ. Quê hương, tình yêu, bạn bè, chiến chinh... được gói trọn qua hàng trăm bài thơ của Luân Hoán, rất gần gũi và dễ cảm thông.

Kết

"... Ngoài tập Về Trời, đầu tay, phải bán một phần nhỏ ruộng đất được gia đình chia cho phần mình để in thơ. Những thi phẩm còn lại, hầu hết được bạn đọc, bạn văn (trong số này, có nhiều bạn đến nay, tôi vẫn chưa được gặp mặt, bắt tay một lần) in cho....
... Trong cuộc sống tôi, có nhiều việc bắt đầu bằng những tình cờ. Nhưng việc làm thơ lại được quyết tâm học hỏi, trau giồi đàng hoàng với ông

thân sinh. Thời gian khởi đầu, tôi làm thơ, thuần túy vì mê thơ, khoái làm thơ...
... Quê hương đúng là một đề tài lớn trong thơ của tôi. Tôi có thể viết về quê hương dù đang ở bất cứ một nơi nào khác trên trái đất. Tuy nhiên sức sống và linh hồn của những dòng thơ này vẫn chỉ bắt nguồn từ những rung động sống thật đã được có trong quá khứ..
.... Tôi không làm dáng cho thơ tôi, nhưng tôi cũng không thể, không tiến chiếm mục tiêu... Thời gian hoàn tất một bài thơ, (với tôi, thường là một loạt, vài ba bài) quả không có thời gian nhất định. Nhưng trung bình độ 3 đến 4 tiếng đồng hồ là nhiều nhất, dĩ nhiên không - những bài thật dài. Sau khi hoàn tất, thường chỉ thay đổi một ít chữ. Nếu phải sửa lại nhiều, tôi viết lại bài mới, có khi đổi cả thể loại... Và, làm thơ là để giãi bày tâm sự của chính mình và viết cho người khác..."

Thơ và chân dung Luân Hoán được đúc kết lại từ bản thân, người bạn đời, thân hữu và bạn bè quá đủ để nói lên Luân Hoán qua thi ca và Luân Hoán dễ thương trong cuộc sống.

Thi phẩm đầu tay Về Trời của anh do Văn Học xuất bản vào cuối năm 1964, trong Lời Bạt, Dương Kiền đã viết: '*Thơ anh là những âm thanh tình tự thiết tha và tất cả giá trị của anh là ở điều đó. Vì thế đôi khi anh bất chấp những xảo thuật của ngôn ngữ để làm tăng vẻ đẹp hình thức; anh chỉ quan tâm tới một điều: nói tiếng nói của con người, tìm thấy nhau trong nhịp điệu của sự sống đầy yêu mến thiết tha*'. Từ sáu mươi bài thơ trong Về Trời đến bảy mươi bài thơ trong Sông Núi Cùng Người Thơm Ngát Hoa, nhìn lại một chặng đường quá dài nhưng ý thơ của Luân Hoán vẫn luôn luôn súc tích và quyện trong lòng người. Xin mượn câu nói của nhà văn Pháp Chateaubriand vào đầu thế kỷ XIX để nhìn lại 40 năm Luân Hoán: *'Thơ là khúc hát nội tâm'*.

Vương Trùng Dương
Little Saigon, Tháng 7-2004

(Luân Hoán Một Đời Thơ - 2005)

PHAN THỊ TRỌNG TUYẾN

LUÂN HOÁN, NHỮNG DÒNG PHƠI PHỚI, NGƯỜI THƠ YÊU KHÔNG MỆT MỎI

bao nhiêu hạt tuyết trong dòng tuyết?
tuyết trắng trời kia có mấy dòng?
khí lạnh khởi từ tinh thể tuyết
có buốt bằng thơ chết trong lòng?
thơ đã tắt rồi thơ đã chết?

Những câu hỏi!

Những câu hỏi trong khi thi nhân nằm bệnh năm Nhâm Ngọ. Đây là một trong đôi ba bài thơ nhiều dấu hỏi, đậm màu hoang mang nhất của Luân Hoán. Bài cuối trong tập thơ mới nhất ra mắt năm 2002. Sông núi cùng người thơm ngát thơ. Khiến người đọc quen (tôi) ngẩn ngơ bồi hồi khi khép tờ thơ cuối. Những lần khác, nghĩa là sau mỗi lần đọc một bài thơ anh, đều là cảm giác vương vấn dễ chịu, tổng số của bâng khuâng, một chút buồn buồn, một cái lắc đầu, một tí tặc lưỡi, một tị hân hoan, một nụ cười. Như khi nhận được thư nhà. Có được tin chờ đợi, thì an tâm. Biết đời sống sẽ tiếp tục, và thi nhân cũng vẫn *lòng ta vừa mới bóc ra. hoá ra chỉ có đôi ba sợi tình... thơ tôi là những rong bèo. chân không chấm đất hồn theo mây hồng. thơ tôi là những nhánh sông. chia xa chẳng trở lại dòng cội xưa. thơ tôi là những đọt mưa. trồng trên mái đất sầu vừa bám dây.* Dù người thơ hơn một lần quả quyết đôi điều tưởng như rất mâu thuẫn*: dù vẫn còn làm thơ. nhưng quả tình chán sống. dù thơ đã quá rỗng...* nhưng bạn bè hay người đọc trung thành biết rằng người thơ này sẽ lại gượng dậy, như bao lần trước đó vì cuộc sống tiếp tục, mặc kệ những hệ lụy*: lâu nay quen phận ngồi tù. quản ngục là vợ, cai tù là con.* hệ lụy mà đời vẫn đáng sống vì chúa ngục với cai tù ấy, coi vậy mà không phải vậy, khi tên tù nửa đêm thức giấc phải nhìn nhận, thú nhận một sự thật rất khác (dẫu) đề huề vợ đẹp với con ngoan... *sáu mươi năm, tôi vẫn tôi. câu thơ chưa trải đã đầy bóng em.* Người bạn đọc thơ mỉm cười thích thú, lắc đầu tự nhủ đây đúng là syndrome Stockholm, rồi gật gù thông hiểu nỗi lòng thi nhân: *ơ kìa mùa xuân đang sang. bài thơ chúc bạn hoàn toàn vu vơ...* vì cuộc sống cũng như người tình: *trời nắng tiếp trời mưa. mùa xuân qua mùa hạ. quẩn bên nhau bốn mùa. vẫn hoài hoài mới lạ.* Vì*: cuộc đời là đám bạn chơi. chết sống vẫn đợi nhau. đám quỷ ấy, thằng nào coi cũng ngộ. lòng như sông đời phưng phức văn thơ...*

Có lẽ tôi bồi hồi vương vấn mãi như *hạt bụi vu vơ bám hoài* chỉ vì sợ rằng bài thơ ấy thật sự là bài thơ cuối?

... có buốt bằng thơ chết trong lòng?
thơ đã tắt rồi thơ đã chết?
máu chừng chảy vội để lạc thơ
ta nghe đâu đó trong da thịt
khởi kết vòng hoa dựng nấm mồ

chỉ vì những câu hỏi cuối của giờ phút (tưởng là?) cuối? Tưởng hay không tưởng, bài thơ khép lại ấy đã làm vẩn lên một thoáng ngậm ngùi nhẹ nhàng rồi trầm lắng. Và tôi cứ đọc lại, suy gẫm, so sánh, với hy vọng mình đã tự để dễ dàng lôi cuốn vì ấn tượng thứ nhất, vì những dấu hỏi dồn dập. Vì tập thơ chấm dứt chỗ này.

Thật ra trước giờ Luân Hoán vẫn hỏi. Từ lâu lắm, lâu như chuyện trăm năm cũ, lúc trái tim thi sĩ vừa nở hoa tình, lúc "chàng" hỏi nhưng chưa thật sự đặt câu hỏi, những câu hỏi vu vơ vì trái tim choáng ngợp trước đời sống vừa mở ra:

đố ai biết tôi bây giờ mấy tuổi. đang nghĩ gì và đang ao ước ra sao. đời thân mật rủ rê tôi trở lại. sống bình thường như điệu ca dao.

Tôi quen anh lần đầu tiên qua những câu thơ nói trên, hình như từ một ngày nhớ nhà ghê gớm, từ một trang đọc lại của tờ Bách Khoa cũ đã sậm vàng và cong queo sờn góc; lẩn thẩn tự hỏi người thơ và giấc mơ ấy bây giờ ra sao.

Bẵng đi lâu lắm, hơn chục năm sau, được cùng nhau gặp gỡ trò chuyện, gặp thi nhân và nàng thơ, và vài người bạn thân của anh, những người *"chẳng tột cùng hiển hách. thiếu lưu manh, thủ đoạn, có hơi khờ"*. Những lần gặp gỡ trong chuyến đi Gia Nã Đại năm ấy, gặp những người đã viết những dòng thơ văn tôi đã đọc, đã yêu thích, chúng tôi như đã biết nhau từ đời kiếp nào. Trong chuyến đi đó tôi hai lần bị công an cảnh sát rượt đuổi, không phải vì tội ngưu tầm ngưu, mã tầm mã như đã bị gán ghép thô bạo vài năm sau đó tại Sài Gòn, mà chỉ vì lái xe quá tốc độ và vượt đèn đỏ. Y hệt như lần nào trên xa lộ California. Trên những nơi chốn êm đềm có bạn bè và thân nhân, có những người can đảm bắt đầu lại cuộc đời mình.

Mắt mũi lèm nhèm vì trái tim phơi phới. Dòm đỏ ra xanh và miles ra kilomètres. Mà thích thú chưa, lần nào, các hung thần xa lộ luôn luôn xa lạ, nghiêm trang, vô cùng khe khắt ấy- vì chẳng biết cười và không bao giờ muốn làm bạn hay đầy tớ dân - đều nhìn thấy dễ dàng và tha thứ cái phơi phới vô độ lượng dại dột (và nguy hiểm!) khi thấy tôi xấu hổ ấp úng biện bạch đôi câu bất thành cú.

Kể từ đó tôi siêng năng theo dõi, biết tin anh hơi "bị nhiều".
Và không còn lẩn thẩn nữa, tôi hân hoan theo bước người tự xưng

chưa điên nhưng có hơi khùng. hỡi tên Luân Hoán vô cùng lố lăng.
... ham chơi lười biếng nói năng vụng về... nằm ngồi đi đứng cặp kè với thơ.
lâu ngày lâm bệnh ngẩn ngơ...
chắc ta còn vô dụng. hơn cả Trần Tế Xương

Chỉ lố lăng, vụng về, vô dụng, lè phè thôi sao? Không, anh khoe:

còn cùng chung loại máu ba mươi lăm nữa [với Nguyễn Đông Giang]. (...)
ngắt ra một chút đời mê gái. đã đủ ươm nồng mấy luống thơ.

Nhờ bạn bè Luân Hoán, tôi được đọc những bài thơ cũ thật cũ, trước cả trang báo Bách Khoa thuở nào, rồi tôi thấy anh trong những bài thơ mới thật mới, và anh, vẫn không ngừng hỏi han, hoang mang, buồn vui, lên xuống với đường trường cuộc đời dù biết:

đi hoài không đến, không nơi đến. ta lạc dần ta mỗi trạm dừng.

Tôi nghe lời anh dụ (vợ?):

đừng tin vần điệu lèm nhèm. hãy vào cho đúng trái tim của chàng.

Sợ gì mà không vào! Bởi vì thi sĩ cam đoan:

trái tim như nắm tay mà rộng... trái tim co thắt không đều nhịp. là nở bừng ra những búp thơ... trái tim thưa thốt lời chân thật. thơm át mùi hương của lá hoa.

Trái tim ấy:

yêu hoài không mất phân vốn nào. trái tim có lớn là bao.

Tôi biết rồi: Trái tim bán ruộng lấy tiền in thơ!

Hơn ba mươi năm trước, tôi biết anh thờ thẫn chất vấn, lúc dẫn lính đi hành quân:

khi *anh bây* [bấy] *giờ là tên lính mù. chỉ huy một trung đội điếc: (...) cả bọn anh rồi sẽ hy sinh, cả đồng bào ta rồi sẽ hy sinh, ôi mục tiêu, mày là cái gì hỡi? có phải là miếng ăn? có phải là lá cờ tự do nào treo đó?*

hoặc khi người ta (hay anh? về phép) vô xóm « thăm em »: *gặp em ở hẻm Hòa Hưng, đang "đi" ta bỗng lừng khừng muốn thôi. sợ em lây cái bụi đời?*

Những câu hỏi siêu thực trong một cuộc chiến quả có thật và vài năm sau đó một trận hòa bình không thể hiện thực hơn khi nhà thơ quảy gánh làm ông ngụy bán ve chai:

vừa đi vừa rống ớ ve chai (...) lưng còng áo rách phơi xương sống. mê nón bung vành bay phất phơ (...)

tuy vẫn hào hoa:

ta sẽ cười vui với trẻ con. da nhăn bụng ỏng ngẩn ngơ buồn. cho em bao thuốc làm giấy vụn. phân lượng nào cân được mến thương?

nhưng xót xa cho những em bé là "cháu ngoan" khác, ghê gớm hay bình thường:

tuổi em chừng mười bốn. hay sắp tròn mười ba. cớ sao ai cũng sợ. thấy em lo tránh xa?
... mười lăm năm bới tóc. đời con gái mấy ngày?

Những câu hỏi liên miên ấy:

phải không Lê Vĩnh Thọ; đừng giấu Nguyễn Đông Giang. trả lời đi Vĩnh Điện. đời qua mấy trại giam?

Đó là thuở:

quê ta chừ khỏi chê. mỗi đêm mỗi buổi họp. mổ xẻ từng bữa ăn. lắng nghe từng hơi ngáp.

Đó là khi:

rồi thì cách mạng bắt. một hai bảo tôi khai. tôi khai hoài khai mãi. tôi khai mãi khai hoài. lý lịch tôi từ đó. đâm ra thành truyện dài.

Đó là một phen hòa bình với:

tiếng síp lê tiếng đạn bắn ngang trời. trước dãy lầu một bà già đứng chửi. vài chục áo vàng rối rít lăng xăng. bọn tự vệ cánh tay choàng giẻ đỏ. ùa vào nhà mang đồ đạc ra quăng. trên hè phố đống nồi niêu soong chảo.

Một cảnh xã hội quá đỗi hiện thực, "nhân dân" đuổi gia chủ lên vùng kinh tế mới? ''Đầy tớ nhân dân'' đánh tư sản mại bản? Ôi, những bà già nước Việt chỉ biết (luôn luôn) khóc và (đôi khi) chửi, rồi (luôn luôn) tha thứ và quên đi! Cho nên mấy bà đã phải đành cứ quên, khóc, chửi dài dài. Xã hội sẽ lột xác ngày nào mấy bà biết tự động xuống đường cương quyết đòi trả những nợ nần người ta đã ngang nhiên vay mượn như những bà mẹ Chili thời Pinochet, những " bà điên" Á Căn Đình thời độc tài quân phiệt, những bà mẹ Nga thời chiếm đóng Afghanistan... như những bà mẹ, những phụ nữ biết mình có quyền sống, thứ quyền cơ bản của con người, không cứ là nam hay nữ.

Đó, một thời đau đớn khác:

đã mất tiêu rồi, những dối gian. ngồi thiền ngay giữa sở công an (...) đã mất tiêu rồi, những hổ ngươi. đứng trân đời ngó. thú hay người? đã mất tiêu rồi, những đớn đau. đi hoài không đến. đến nơi đâu? (...) thằng nào cũng bạc tóc râu. đứa nào cũng mộng ghe tàu trốn đi.

Mơ đi, mà đi xong, lại mơ về. Không thể nói, không thể phản kháng mà cũng không thể giải tỏa uất ức bằng nước mắt, chỉ còn lại ước mơ. Tìm về một nơi chốn khác. Bỏ đi. Trốn đi. Qua hết cơn *hơi thở nặng nề Việt Nam*. Qua *xuân Sài Gòn 1984*. *Ngó con đường, ngó hàng cây. Chào, gởi Hội An, Liêm Lạc Hòa Đa, chào Đà Nẵng*. Sau khi tập làm *người khách lạ của quê hương* và rồi vài năm sau *ngơ ngác cõi người*, cõi của người ta, người xa lạ, người khác và lại nhớ về Đà Nẵng, nhớ về Sài Gòn, nhớ bạn bè. *Co tay vét một vốc lòng. vãi quanh, tạ ngọn gió vòng vo bay... đến đây gửi chút nhớ thương. hương tàn khói có nhớ đường hồi hương*. Đời sống mới mà vẫn đầy tràn những giấc mơ và câu hỏi.

hỡi con sáo sang sông từ dạo ấy, có lần nào về Ái Nghĩa thăm hoa, dốc cây số 15 người có thấy, một cái gì? không lẽ trái tim ta?

A, trái tim thừa của thi sĩ ngụy dạo thua trận:

hôm nay học làm người. xin chân thành đăng ký: chúng tôi thừa trái tim. trái tim thừa của thi sĩ say tình: *tiếc rằng chỉ một trái tim. viết hoài không hết bệnh ghiền yêu em...*

quê hương nhắm mắt như sờ được. sao vẫn buồn xo đến thế này?

Thi sĩ ơi, người hỏi giùm ai đó? Những câu hỏi không cần được trả lời vì là lời hỏi để thăm trời hôm nay chắc nắng. em vẫn đi xe thồ? xe em còn đủ thắng? xuống dốc hoài hay sao?(...) ngày em đi mấy bận? xe nổ lốp mấy lần? công an phạt mấy chục? còn tháo bánh xe không? tại sao không đăng ký? Hộ khẩu bị cắt rồi? nghĩa vụ em vẫn trốn?

Những câu hỏi không hẳn là câu hỏi.

năm ngàn một lít xăng pha nước. pha cả máu người đã rẻ chưa?

Hỏi khi hoa nắng nở bừng trên đất nước mới, khi anh gặp lại bạn bè, khi anh đi tìm việc, ngồi bên hè phố xa lạ, ngắm những tóc vàng sợi nhỏ. Trái tim thi nhân mở ra, đón nhận, lại vui, lại buồn. Rất con người, rất cuộc đời. Canada mưa khi không còn nắng, tuyết, anh vẫn hỏi:

mưa suốt ngày đêm, suốt mùa đông. chị đang đúc bánh xèo phải không?

mưa suốt ngày đêm, suốt mùa đông. nhà mình có dột chỗ nào không?

... mỗi lần chị nói bị em la. đã quen ăn hiếp chị từ bé. có hiểu em thương chị nhất nhà? mưa suốt ngày đêm, suốt mùa đông. mưa xuyên đầu núi, lún mặt sông. mưa từ Đà Nẵng qua Bắc Mỹ. mưa phất phơ bay mưa lưu vong...

cũng hồn đây với xác này. sao chưa trả hết đắng cay nợ đời, còn gì gì nữa mai sau, trốn quê nhà. biết trốn đâu kiếp người…

Không từ đất sao phải về với đất?

Những câu hỏi khiến bạn bè mỉm cười.

Ôi những câu hỏi liên miên, siêu linh, hiện thực, những câu hỏi đớn đau, tình tự, những câu hỏi khơi khơi không cần trả lời, những câu hỏi biết lá mấy cây, biết sông mấy khúc, những câu hỏi đương sự giải đáp ngay, có câu hỏi tất cả bạn bè và người đọc trung thành với thơ anh trả lời được ví như ta được thành ta nữa, thơ thẩn một đời lại thẩn thơ. bài thơ mai mốt ra sao nhỉ. có đỡ xót xa hơn bây giờ? là cái chắc. Phải là cái chắc. Khi nụ cười trở lại, khi xuân về, tôi mỉm cười "thấy" anh nghêu ngao giữa lòng Montréal, ngắm nắng, như thấy tôi, như bao nhiêu người khác, thức dậy sau cơn đông miên, tôi thấy anh đưa con đi học, thấy anh cảm động xôn xao lúc bắt gặp giọt nước mắt con gái hôm về nhà chồng, thấy anh trở về ngôi trường cũ, gọi tên từng bạn xưa, nhắc nhở những cuộc tình thoáng nhẹ vốn hình như lấp lánh mãi trong từng giây ngoái lại. Thấy anh đi làm cu li ở đường Iberville, thấy anh ngồi trên bãi cỏ ở vườn Olympique, nhổ râu mà nghe mình vẫn phong lưu, tuy... lỡ vận, ngắm những người đẹp phơi đời trên cỏ xanh mà tưởng mình chiêm bao, như thuở nhỏ đưa trâu ra đồng. Thấy anh nhắc bạn, thương nhớ mẹ cha, nâng niu những dấu vết đầu đời, nhìn thấy anh rầu rĩ phờ râu lấp mãi gốc sầu vẫn xanh, trốn trong ảo ảnh, nhìn ảo ảnh... anh quanh quẩn trong jardin botanique vuốt mặt lạnh tưởng tuyết, té ra lệ, ô hay, anh xem xuân ở Complexe Desjardins, lại nhậu ở quán Bonsai, qua cầu Champlain, bát phố Sainte Catherine, nhặt lá phong rơi trong rừng thu La Chute đọc trên gân lá trăm lời vu vơ, tôi mừng anh đã thật thà, sôi nổi được cười được nói được than thở, không thể không yêu được xứ này… chào hết muôn loài, chào cả ta. ba năm được ở Canada, tôi mỉm cười khi thấy anh hỏi, trả lời rất hiên ngang, rất thiền và triết gia: lấy gì đo thử thành hay bại. và sẽ làm chi nếu bại? thành? rồi trở lại bình thường, an phận: tôi đà chán ngấy cái tôi. chỉ thương cái xác lui cui thở dài... phải chăng chớm nở mầm vong bản. nhục nước phai vì bả vinh hoa?

Vậy thì tại sao bài thơ nằm bệnh lại khiến tôi sững sờ? Có thể vì đã lỡ trộm nghĩ rằng anh thật sự cận kề cái chết? Nhưng nào phải đây là lần đầu tiên bệnh hoạn, hư vô về trong thơ anh, hay lần đầu tiên anh đối diện với nó. jewish general hospital đã vô bốn bịch nước biển. ôm ống respirex...

... bắt đầu đã mấy năm nay. tôi xem tôi thoát kiếp này ra sao. ví như ta chết từ năm ngoái... luân hồi kiếp kiếp ta thay đổi. thành cỏ hoa chim cá hay ai?

Năm ngoái này, cách đây khoảng 15 năm, là điều thắc mắc thoáng qua và có dáng vẻ kiểu cách ước lệ và thiếu tin tưởng, vì sức sống và đời sống chưa đến lúc phải chịu thua cái chết cho dù hoàn cảnh mới khi ấy cho thấy anh, một lần nữa, đang ở tận cùng tuyệt vọng:

muốn chết mà sợ chết. ngồi ngó bốn bức tường. sợ chết mà muốn chết. tâm ta hết bình thường... hạnh phúc ta tìm thấy. bây giờ là nấm mồ. ngại thay hòm quá đắt. trả góp đến bao giờ?

May quá, cái chi tiết hiện thực đột xuất quá hiện thực và hiện sinh này khiến chàng thi sĩ lồm cồm bò dậy, vung tay xua đi mọi bi quan và đem lại nụ cười; tuy ngậm ngùi nhưng vẫn là nụ cười. Tôi thấy, tôi vẫn thấy niềm lạc quan yêu đời tươm ra từ trái tim nhân hậu trải dài trên những bài thơ. Cách nào giải thích những xao động trong tôi?

đời lỡ sống với những trò vô ích.
làm chi hơn khi dòng máu đầy thơ?
trang chữ viết đâu để dùng đắp mặt.
giọt bụi ta đọng được giữa hư vô?

Như một tính sổ cuối cuộc hành trình. Như một ngoảnh nhìn, rồi lặng người tự hỏi đâu rồi hơi hướng bước chân qua.

Mà, vài năm trước đó thôi, anh cam đoan:

"tay mở lòng trống không... tôi xưa chừ vẫn vậy. thân thiết giấu trong lòng. vài nhánh buồn vừa đủ. cho đời tình trổ bông... Giòng thơ xưa chẳng mỏi. hồn nhiên sống như sông. đời thơ thanh thản cõng. đời tôi dạo vòng vòng".

Nhưng, đâu phải lần đầu tính sổ!

"một đời tôi sống với. một đời tôi sống theo. những cuộc tình gió thoảng. những cuộc tình trong veo... Ta thẹn làm người tự do viễn xứ. ngó lại đời mình trùng điệp số không".

Đâu phải lần đầu chiến sĩ đối diện với một màn đánh trong trận đời hão huyền phù phiếm, mà đòi tìm cho ra vết thương cùng chiến lợi phẩm?: "*có lẽ vào buổi sáng. không chừng vào buổi trưa. biết đâu vào chạng vạng. kết thúc đời dư thừa*".

Thuở chưa yêu ai, khi đang yêu em, hoặc trong một phút tình cờ ngó lại, hoặc khi nhớ nhung những thoảng quá khứ, những khi *"trái tim có dịp la cà. qua thăm nhánh khế sau nhà người dưng... Những người đẹp nguýt quanh mình... những hương áo thở đôi tà* những hình bóng bâng quơ mà ghi khắc một đời, *chập chùng xuân ảnh vãi hương. ngó ai lòng cũng yêu thương tức thì".*

Khi nghĩ đến cái chết của chính mình, *xác nằm thơm cỗ quan tài mặc hồn thả bộ gặp ai cũng chào.* Dù *mắt ta ráo hoảnh mà cay*, lại nhớ ngay đến kẻ khác:

"khi tôi chết xin đem giùm thi thể, chia cho thù lẫn bạn, nhậu chơi".

(Di chúc khoan hồng nhưng chắc chắn bạn bè chỉ dám mỉm cười xin kiếu không dám nhận đâu ạ) và trở lại với mình:

" ta nằm trong cỗ quan tài nhìn xuyên thớ gỗ, u hoài ngắm em".

Trên đường về âm phủ, dù chín cửa địa ngục, dù vài tô cháo lú:

"lòng ta vẫn thanh thản. bay cao hơn trăng sao. chẳng trở thành gì cả. chẳng đọng lại chỗ nào. sự sống và sự chết. vĩnh viễn từ hôm nay. là trái tim vô lượng. thơm ngát giọt thơ này.

chí lớn đều thi nhau rụng. lòng xanh vẫn mớ chữ này. cho khó nói chi đến bán. dễ gì gởi lại gió mây. người chết được chôn cũng đỡ. ta rồi không biết sao đây? sống tạm chết nhờ đất lạ. hồn mai sau nhớ đường bay?... ai gọi tên ta một tiếng. ai nắm giùm ta bàn tay".

Đến nỗi *xin cho khi hấp hối. làm được vài câu thơ.*

Nhưng hôm nay:

"nhìn em đứng thất thần lo lắng
xốn như gai ai chích khắp thân mình

không dám nghĩ ngày mai em ở lại
nuốt hương trầm lặng lẽ giữa tràng kinh"

qua nét mặt người tình muôn thuở cô em mười bốn Phước Ninh anh chợt bàng hoàng nhận ra...

Trong vài tích tắc - tuy vẫn có những tích tắc như những ánh chớp trong đêm, chỉ lòe sáng và làm kinh hoàng trong... một tích tắc - thấy mình chiếm chỗ quá lớn dù *"yêu em không thể nói. yêu em không dễ cười. thành tâm trong cuồng nhiệt. cúng dường hết tình tôi..."*

Nhận ra sự thiệt thòi của em dù chàng vẫn khẳng định đối tượng thơ bấy lây nay vẫn là em luôn là em.

"nghìn thu em ở trong lòng. âm dương thơ vẫn đầy lòng vọng em... trăm năm chưa nói hết lời yêu em...
em yếu đuối em thiệt thà vụng dại
một đời giàu nhân nghĩa với yêu thương
thân mòn mỏi sẽ cõng đời còn lại
một mình đi cho hết những đoạn trường"

Những tích tắc phù du nhận ra *"chợt hiểu rằng em quý hơn thơ. chợt hay ta sống đến bây giờ. chẳng qua là để làm thi sĩ. trau chuốt em thành những áng thơ",* người tình thơ ấy đã luôn luôn bị đẩy lùi về phía sau, cho dù *đại diện nhận là em,* nhưng đặc biệt giờ đây chàng thấm thía nhận ra một sự thật quá hiển nhiên: xưa nay trung tâm, trọng điểm cuộc đời luôn luôn là cái tôi thi sĩ. Mặt trời, trái đất, tinh tú... cả vũ trụ quay quanh nàng thơ của thi sĩ, để phục vụ thi sĩ.

Cho nên cái nhìn bỗng xót xa, bàng hoàng. *em yếu đuối em thiệt thà vụng dại* đặt mình vào chỗ người yêu, nên cái nhìn bỗng khác với cái nhìn trước kia *"từ chân mày đến gót bàn chân. bềnh bồng da thịt Thúy Vân Thúy Kiều"* nàng từ nay sẽ không dịp được nhà thơ cho ngồi trên *lưng võng lụa cõng vào triệu giấc mơ;* người đẹp từ nay không còn được xưng tụng

"lãnh thổ thơ tôi, một cõi Em. hàng trăm chánh thất, chỉ một tên. và không cung nữ không hoàng hậu. lộng lẫy trong cùng một dáng em
em gắng nhé, em yêu đường còn lại
ta hình dung, ta tưởng tượng, rõ như là...
gắng đốt hết vết đời ta sót lại
thương chính mình là em đã nhớ ta"

Cái tôi thuở trước *"trộn chút tình ta vào bột giặt* và *vò nhẹ nhàng bởi lo sợ em đau*, nhìn tấm lưng ong người yêu để xôn xao *em ơi, lát nữa giao thừa..."*, bồi hồi tưởng nhớ khi nhìn ngón tay nàng giỡn nước mưa ngoài hiên... Tất cả êm đềm nhẹ nhàng ấy thay vào bằng bây giờ lo lắng và hối hận: *gắng đốt hết vết đời ta sót lại*... Xúi điều chi lạ rứa? Đốt hết vết đời thì xóa tội thi nhân? Một lát nữa hay mai mốt...

"em gắng nhé, bước ngoan đường còn lại
... một lát nữa hay mốt mai... đâu biết
lặng nhìn em vừa lội tuyết ra ngoài.
thơ đuối sức nhưng lòng bay theo tuyết
em về lo khăn áo để mang vô...
vẫn để tình ở lại hồi sinh thơ
sẽ vì em gắng sống đến bao giờ..."

Những lời trăng trối? Không, không phải, chỉ là lời sau cùng của tập thơ 2002, bởi Luân Hoán đã trót hứa *vì "không tính chuyện chuồn êm,* nên *không chuẩn bị lời trăng trối gì"* kia mà! Ví dù lời thơ ấy có mang màu trăng trối, nó đã kịp bị chuyển trở thành lời hứa.

Nhờ nhẩm mãi lời hứa này, độc giả tôi bình tĩnh lại được, vì tin vào lời hứa, và rất mong muốn thi nhân hãy giữ lời hứa, cố gắng tiếp tục sống sau khi được tình khiến hồi sinh.

Mong muốn anh tiếp tục *"đứng bên tịch mịch mà gieo giọt buồn"*, mong anh như con chim sẻ ngày nào trên con đường đau đớn *"cánh nhỏ mà bao la. qua mấy rừng biển lớn"*. Mong muốn anh tiếp tục giở từng trang thơ ấu đem về những "*tiếng trở mình ai uể oải. tiếng cột tre ru quai võng nhẹ nhàng. tiếng rón rén đôi bàn chân trốn mẹ. giấu ná lưng quần đội nắng lang thang*".

Mong anh tiếp tục để khi nào nhắc nhở Hội An, Đà Nẵng là nhớ đến Luân Hoán, nhớ Bùi Giáng, những nhà thơ xứ Quảng, điên loạn hay bình tĩnh, một đời khóc cười một con mắt, bâng khuâng vì cuộc tồn sinh hay một đời hạnh phúc thơ rượu đề huề vợ con, bạn bè trọn vẹn, có lúc *bốn dollars một đời lao động, chiều thứ năm lãnh check như ai,* một đời thơ trau chuốt với cồn bãi mưa nguồn, hay giản dị cực kỳ *chưa làm chi được chỉ lo cày* có một đời tình ái bao la, hiện thực với em đài các văn khoa hay nghiêm trang sư phạm, hay mãi mãi mộng mị với em Brigitte hay mẫu hậu Kim Cương, ni cô hay tài tử xi nê. Những thi nhân thở ra thơ, khóc cười thành thơ.

Sẽ nhớ các địa danh trước lạ giờ đây trở nên quen thuộc với mọi người, nhớ đến Luân Hoán để không bỡ ngỡ, để có lý do quyến luyến, mơ tưởng, để có những cái nhìn khác, mang hơi hướm những khuôn

mặt quen, những bài thơ đã đọc, khi đi qua những Tiên Lãnh, Liêm Lạc, Hòa Đa, sông Hàn, những Tiên Châu, Bàn Cờ, Vườn Chuối, Vĩnh Điện, Hòa Thọ, Sơn Chà, Núi Bút, Bầu Giang, Nam Phước, Hương An, Lăng Cha Cả, Ngã tư Bảy Hiền, Bình Nhâm, Chợ Búng, Cồn Phụng, Mỹ Lồng, Chợ Giữa, Lương Quới Giồng Trôm, Ba Tri, Rạch Miễu.... bọn tôi sẽ theo *"hồn ta tụ điểm ngàn phương hướng đời* khi qua những cây *cầu Lăng Cô, cầu Bạch Hổ... những thân cầu ôm đất mẹ, nối được lòng người đứt ruột chia ly",* sẽ mải mê *"chào những vỉa hè những ngã tư"*, những ngã đường bỗng mang *hạt bụi vu vơ* ném vào đôi mắt ngơ ngác.
Khi nào thấy rằng *"mỗi dặm đường qua mỗi dặm buồn. chùn chân đời đẩy mãi sau lưng* thì sẽ lại tìm đến anh, đến bạn, cùng nhau *cụng ly năm bảy bận... hớp này đãi bạn hớp phạt ta"...* để cạn ly thành huynh đệ... *"rượu ơi rượu hãy nói. đừng giống ta thở dài",* hay uống trà và hỏi nhau *"rót chưa bạn, giọt nắng chiều. xác trà xưa đọng ít nhiều hương ta?"*

Mong anh tiếp tục hỏi như thế kia và như thế này *"lòng ta vô hình ảnh. mà ngát mùi dị hoa... đố em trong cõi sống có bao nhiêu loại hoa"*. Để tiếp tục thấy con sẻ ở Canada cũng là con sẻ Việt Nam và nắng mưa Montréal, giống hệt mưa nắng Sài Gòn. Đời sống tuyệt diệu, ở bất cứ nơi nào, nhất là khi còn người yêu, còn bạn, còn thơ, còn rượu. Nghĩa là *"bây chừ hãy tạm coi như. cụng ly cái nữa từ từ tính sau"*.

8-2004

Phan Thị Trọng Tuyến

vài ý nghĩ muốn bạn thử coi chơi
nhớ người độ lượng trải phơi cõi lòng

NGUYỄN LỆ UYÊN
CHÂN DUNG LUÂN HOÁN TRONG BÓNG CHỮ

Luân Hoán xuất hiện trên văn đàn miền Nam khá sớm. Theo như tự sự của ông thì "năm 11 tuổi đã bắt đầu tập làm thơ do thân phụ ông hướng dẫn". Ba năm sau, Luân Hoán có thơ đăng trên Tuổi Xanh; sau đó lần lượt đăng trên các tạp chí Gió Mới, Mai ở tuổi 15, 16. Cũng theo ông, thì Ngàn Khơi và Tiểu Thuyết Thứ Bảy đăng thơ thời niên thiếu của ông nhiều nhất. Đến nửa thập niên 60, ông có chân trong Ban Biên Tập tạp chí Văn Học (sau khi nhà văn Dương Kiền chuyển giao Chủ bút cho ông Phan Kim Thịnh). Từ đó thơ ông xuất hiện đều đặn trên Bách Khoa, Phổ Thông, Văn Học, Văn...

Thơ Luân Hoán hướng về đề tài chiến tranh, tình yêu, thân phận tuổi trẻ... như nhiều nhà thơ khác cùng thời (Hẳn nhiên, mỗi người đều có cách nhìn khác nhau về đề tài mình chọn lựa). Sau khi gửi lại một bàn chân nơi chiến trường Mộ Đức 1969, Luân Hoán vẫn tiếp tục làm thơ, như một cái nghiệp trói chặt cuộc đời ông. Có người nói: Luân Hoán đã đứng dậy và làm thơ hay hơn xưa bởi bên cạnh có người vợ hiền, để, tới nay ông đã có trên 10 tập thơ được xuất bản trong và ngoài nước.

Tập đầu tay, Về Trời do Văn Học (?) ấn hành khoảng đầu năm 64. Tập thứ hai Trôi Sông cũng do Văn Học ấn hành. Và tập thứ 3, thứ 4... khốn thay, bây giờ không có mặt trong tủ sách gia đình. Điều này cũng dễ hiểu sau cái ngày đen tối 30.4, thời điểm của *phần thư, biếm trích*!

Chính vì những điều này, nên tôi chỉ dám nhìn dòng thơ ông như một kẻ cỡi ngựa xem hoa. Âu cũng là vạn bất đắc dĩ, không thể khác được. Tuy nhiên, với hơn 10 tập thơ xuất bản trước sau, thì không thể không nhắc đến thời kỳ ông ở trong quân ngũ.

Cũng chính là người trực tiếp tham dự vào "trò chơi súng đạn" do những tên giảo hoạt dựng lên, nên ít nhiều dòng thơ ông đã xới động lòng người đọc nhiều nhất, buộc ta phải nhăn mặt, phì cười hoặc quặn thắt, đau theo từng câu thơ ông viết từ trái tim, nước mắt và máu.

Tâm trạng của những "chàng tuổi trẻ" nơi chốn sa trường lúc này, khi bật ra thành lời hay giữ kín trong lòng đều khiến người đọc phải thông cảm: Bởi bản thân họ vốn dĩ không mấy "lành lặn" về tâm hồn. Cái sự không "lành lặn" kia, thế tất sẽ dẫn đến sự cẩu thả với ngay chính thân thể mình cũng không có gì khó hiểu. Đó là những anh chàng "*Râu lởm chởm tóc rễ tre lộn xộn/ Má hóp môi chì da xếp nhô xương*" là hình ảnh chân thật của những chàng Luân Hoán thời chiến. Có thể coi đây như là biểu tượng của những chiến binh trong những năm tháng dài ngoài trận mạc được chăng? Rõ ràng, những nét phác họa sơ sài về ngoại hình, vừa là tâm thế của những anh lính trận thuở trước, phần nào cho người đọc thấy rõ hơn về sự nhếch nhác của cuộc chiến tương tàn: 50 con trên núi đánh nhau với 50 con dưới biển, theo sự điều khiển của ngoại bang! Tuy nhiên "tóc tai, người ngợm" của Luân Hoán không có vẻ khinh bạc như Nguyễn Bắc Sơn, khi kêu lên "*Cắt tóc cạo râu là chuyện nhỏ/ Ba ngàn thế giới cũng không to*", nhưng ngẫm lại, nó lại là nguyên mẫu của người lính chiến từ thời Vương Duy đến Quang Dũng, hay Cao Xuân Huy, Trang Châu... sau này.
Hẳn nhiên, người lính trận thì chẳng có gì gọi là thong dong; trận mạc chẳng phải là nơi đầy hương thơm, cỏ lạ, là nơi chốn bình yên để rong chơi!

Những địa danh ghi lại qua những cuộc hành quân dài ngắn, khác với những nhà thơ cùng thời, là đạn bay, là khói lửa, nhớ nhung về người yêu ở hậu phương, Luân Hoán bắt ở một nhịp khác, rất thật, rất trần trụi, rất có thể không làm hài lòng các bậc túc nho còn sót lại khi ông đưa tính dục vào thơ. Ban đầu, mới chỉ là sự liên tưởng vu vơ, (trong bài Ở ngã tư Ba La) như sự trỗi dậy của bản năng gốc, chợt "thức giấc" sau những đêm dài đi kích:

Đêm ngã tư Ba La
Ngào ngạt hương thịt da
Nằm nghe lũ ếch nhái
Vừa làm tình vừa ca.

Cái hiện thực trên kia, Luân Hoán vừa phơi ra có thể giải thích theo Freud từ những ẩn ức thuộc về nhu cầu bình thường của con người bình thường nhất. Nó không xa lạ, không buông thả hay tệ hơn như một thứ nhục dục thấp kém.

Đêm luẩn quẩn đi tuần
Ngày dạo quanh Quán Lát
Trí não bỗng lừng khừng
Buồn nghêu ngao nằm hát
Tám tuần chưa làm tình
Tám tuần chưa hớt tóc
(Dừng quân ở núi Dẹp)

Có thật nó trần trụi lắm không khi mà nhà thơ đã phơi trần sự thật không cần phải che đậy? Và liệu như thế thì chất thơ sẽ có giảm di chăng? Điều này xin nhường cho các nhà phê bình văn học phân tích. Riêng tôi, người đã từng đọc nghiến ngấu tập đầu tay Về Trời, thì Luân Hoán không nhân danh một sứ mệnh cao cả nào, như những người lính Bắc phương, mà đơn giản ông nói được điều ông suy nghĩ, ông cảm rồi cuồn cuộn dâng lên, không thể kềm giữ lại. Đó là sự thật.

Vả lại chất "chiến binh" trong hầu hết các nhà thơ miền Nam là sự trong sáng, hồn nhiên đầy ắp trong tâm trí họ, khi nhìn thấy mọi sự vật diễn ra chung quanh mình. Họ hồn nhiên đến nỗi đi hành quân mà tưởng đi picnic như NBS, hay *nổi máu giang hồ hảo hán để gật đầu ra lệnh thả mỹ nhân* như Linh Phương khi nhìn thấy em VC xinh đẹp như con gái Sài Gòn. Ở Luân Hoán chưa thấy những gò bó, một chiều thẳng đuột đi đúng lề đúng cách như các nhà thơ Bắc phương. Ví như mấy câu sau đây:

Hai mươi tháng Chạp đi lùng giặc
Mộ Đức, Nghĩa Hành lội nhởn nhơ
Súng lận lưng quần cho có chuyện
Mắt đầy cỏ lá, hồn đầy thơ
(Đệ nhất thiêng liêng là giờ nhớ em)

Trong khi đi hành quân mà mang *cỏ lá* vào mắt, mang *thơ* đầy ắp hồn và súng đạn thì "*lận lưng quần cho có chuyện*" chỉ có thể có trong cung cách người lính miền Nam, trong thơ ca miền Nam. Đó cũng chính là chất hồn nhiên của Luân Hoán và của tất cả các nhà thơ cùng thời. Ngay cả khi đoàn quân đang tiến chiếm mục tiêu, nhà thơ cũng có những nỗi nhớ bâng khuâng *mắt em đưa đẩy hai đầu võng/ ta ngủ giữa lòng em với thơ.* Chưa hết, khi mưa đã tạnh, cuộc hành quân vẫn đang tiếp diễn, thay vì làm nhiệm vụ truy kích hay dàn chiến thuật tiến chiếm mục tiêu thì Luân Hoán lại đưa người đọc đến thật gần với hoa với cỏ, làm như đó là cuộc đi dạo, và trước mắt, trong những lùm bụi kia là những người bạn trẻ đang chơi trò cút bắt chứ không phải quân địch?

Hiển linh thay đóa hoa vạn thọ
Một thoáng ta đang ở tại nhà
Bát ngát trời thơm hương sắc xuân
Bỗng quên đang lặn lội hành quân
Ta ngồi huýt sáo mừng cây cỏ
Hứng giọt mưa trong thế rượu mừng
(Hiên ngang một đóa hoa vạn thọ)

Trong khi Phạm Hữu Quang "*nghe tiếng cơm sôi cũng nhớ nhà*" là cái nhớ của kẻ *"giang hồ vặt"* như ông đã từng thú nhận, thì Luân Hoán lại có những ý nghĩ rằng mình đang ở quê nhà, khi nhìn thấy đóa hoa vạn thọ, là biểu tượng của mùa xuân trong dân gian nông thôn, là nhìn thấy sự bình yên để quên rằng mình "*đang hành quân*". Phải chăng *hương sắc xuân* là sắc màu mơ ước của Luân Hoán về một chút thanh bình đang giữa mùa chinh chiến?

Phàm chiến tranh thì phải có mất mát, đau thương. Và một lần trong đời của thế hệ chúng tôi, dường như không ai tránh khỏi cảnh chia lìa oan nghiệt với người thân, bạn bè... Số phận ấy cũng không rời Luân Hoán, khi bạn ông, Thiếu úy Nguyễn Nam ngã xuống. Đó là nỗi đau của ông. Và cái cách để tẩy rửa nỗi đau kia không phải là những lời lẽ hằn học, mà là một hành động rất "trẻ thơ", rất "hồn nhiên tuổi ngọc" (chữ của nhà văn Võ Hồng) đến chảy nước mắt. Thay vì kêu gào trả thù, mà không biết trả thù ai, thì bắn bừa vào chiếc lu sành, như thể chiếc lu kia là kẻ khốn nạn giết chết người bạn thân của mình.

Ta trở lại đồn qua xóm cũ
Rút colt bắn lấy cái lu sành

Nước tràn, lu vỡ, trời, ta khóc
Bóng bạn chập chờn đóm lệ xanh
...
Ngày mai nhổ trại lùng Đức Phụng
Đến lượt ta hay đứa nào đây?
(Bàn giao cho bạn...)

(Mở ngoặc để xin được chắp tay vái Luân Hoán, như lời thơ Quách Thoại *ta sụp lạy cúi đầu* trong bài Thược Dược, khi ông dùng từ *lẫy* trong *bắn lẫy*. Ông đã đưa ngôn ngữ nói của giới bình dân vào hoàn cảnh này là quá xuất thần: *bắn lẫy cái lu sành*!)

Cuối cùng cái ngày đen tối nhất cũng đã đến với, không chỉ có những chiến binh cầm súng đối đầu, mà còn cả nửa đất nước. Mọi nhân phẩm, giá trị đạo đức làm người tối thiểu nhất bị chà đạp, lăng nhục. Chỉ có kẻ chiến thắng và người thua cuộc. Không có máu mủ, nghĩa đồng bào, tình tự dân tộc nào được xưng tụng, tôn vinh. Chỉ còn lại sự giả trá, hằn học. Và tất cả phải gánh chịu khổ nạn này như một định mệnh tiên thiên:

Các anh là súc vật
Nhân dân hằng căm hờn
(Trình diện)

Những ai đã từng ra trình diện trong những ngày đầu quân quản hẳn đã nghe câu nói này của các cán binh. Nó trở thành câu cửa miệng, được tuyên truyền dạy dỗ cẩn thận trước khi tiếp quản. Luân Hoán đã mang cả ngôn ngữ nói đưa vào thơ, không đánh bóng, xi mạ dùng nguyên xi thứ khẩu ngữ thường sử dụng, khiến người đọc càng cảm thấy đau xót khi đọc hai câu thơ trên và nhớ lại những ngày tủi nhục xa xưa kia. Chỉ một câu nói được lặp lại bằng ngôn ngữ thơ làm chúng ta phải chạnh lòng, như tiếng thở dài sau khi xếp lại tập Animal Farm (George Orwell viết từ tháng 11 năm 1943 - tháng 2 1944. Bản in đầu tiên phát hành tại Anh ngày 17 tháng 8 năm 1945, được dịch ra 68 thứ tiếng, ấn hành hàng triệu bản trên thế giới).

Chúng tôi là súc vật
Hôm nay học làm người
(Trình diện)

Đây là giai đoạn mà tất cả mọi người đều phải gánh chịu số phận bi thảm nhất một đời người: Bị tập trung giam giữ trong những trại tù khổng lồ không có bản án, đến 10 năm 20 năm... Nhiều người đã bỏ xác nơi rừng thiêng nước độc. May mắn trở về thì cũng chỉ là những thân cây còi cọc biết di động, để sau đó lại hứng tiếp cuộc sống đầy nhóc nỗi nhục nhằn. Luân Hoán cũng trở về, và ông ghi lại, một cách nguệch ngoạc cuộc sống lúc đó:

Ngủ ngồi trên gác tối
Bụng rỗng như bình hoa
Cắm cành cây hy vọng
Xanh sắc nỗi xót xa
(Gác chiều)

Và những hy vọng ấy là thực tế phơi bày trước mắt ông:

Chữ thánh hiền không lẽ cũng mang gông
... Càng vùng vẫy ta càng bất lực
Dao ai kề sau cổ, chợt rùng mình
(Vết thương)

Rồi ông tự vỗ về, an ủi:

Tuổi chưa lớn nhưng đớn đau quá lớn
Không các con chắc ba đã đầu hàng
(Theo vết xe lăn)

Hẳn nhiên đó chỉ là cách ta thán trong hoàn cảnh khắc nghiệt. Bởi vì sau đó, ông vẫn sống, đứng lên. Đứng lên và sống hết lòng với đời, với thơ, với những khốn lụy nơi xứ người.

Thêm một ngày, ngày nữa
Lang thang như đi chơi
Cúi đầu chợt nhìn thấy
Bóng ta trên đất người
(Mỏi chân ngồi bên đường Saint Denis)

Ông đi đâu đến mỏi chân phải ngồi bên vệ đường xứ người? Hóa ra, trong bài sau, ông cho biết "đi làm cu li" một cách rất yêu đời, vì "*ngẫm ra ta cũng ngon/chưa hoàn toàn vô dụng*".

Mấy câu sau mới đọc nghe dung dị, như nói chơi với bạn. Nhưng càng đọc càng thấm, càng đau, càng cảm thông cảnh ngộ với những ai đã bỏ nước ra đi:

Xin được chân cu li
Tại hãng Aronoff
Ngày ngày ta ra đi
Như cán bộ đi họp
Sáng đi như đuổi ma
Chiều về như ma đuổi
(Đi làm cu li ở đường Iberville)

Viết tới đây tôi chợt nhớ lại thiên tiểu thuyết Giờ thứ hai mươi lăm của nhà văn Roumanie, C. Virgil Gheorghiu viết từ năm 1949, mô tả lại cảnh sống tù ngục, đọa đày của người dân Roumanie, phải bỏ tổ quốc ra xứ người. Nhưng cái thiên đường tự do kia cũng không khá hơn như lòng mong đợi của họ. Hệ quả là những thất vọng, buồn chán... về thân phận của kẻ lưu vong.

Dẫn ra chi tiết này để chúng ta có thể nhận ra rằng, trong cuộc sống nơi xứ người, Luân Hoán và những người như Luân Hoán, vốn dĩ có tâm hồn nhạy cảm, có lẽ cũng cảm thấy thừa thãi, đau đớn bởi sự cách ly về mặt văn hóa, tập quán; những khó khăn nhất định để hòa nhập như một tiền đề khiến tất cả đều cảm thấy cô đơn, lạc lõng:

Hát lên đi hỡi thằng ta
Bài lưu vong đã xót xa chín muồi
... Ngoài trời tuyết tả tơi bay
Trong ta trống rỗng mà quay quắt buồn
... Bia tan dần bọt trong ly
Uống như uống bóng nắng chiều quê hương
Rùng mình mặt chạm mù sương
Bặm môi khói thuốc như vương màu buồn
(Ngồi lê)

Cũng có lúc ông tự dằn vặt lương tâm bất định:

Bỗng tưởng chừng như máu tim ta
Đỏ hơn thời tù tội quê nhà
Phải chăng chớm nở mầm vong bản
Nhục nước phai vì bả vinh hoa
(Nghêu ngao giữa lòng Montréal)

Tới đây lại có thêm sự liên tưởng khác: Không biết đọc đâu đó một bài thơ của Xuyên Sơn, cũng có tâm trạng như Luân Hoán, xin dẫn ra để thấy hết nỗi nhục nhằn, thân phận của những người phải bất đắc dĩ bỏ nước ra đi:

Anh có ở lại đây một trăm năm,
Ăn gà tây, uống coca, cũng không thành Mỹ trắng.
Anh có ở lại đây một ngàn năm,
Cắt cỏ dang nắng, cũng không thành Mỹ đen.
Tiếng Anh tiếng U nay chắc anh nói cũng đã quen,
Nhưng đến bao giờ mới phai mùi nước mắm.
Anh có muốn ở lại suốt đời?
Để mỗi lần đi cày về anh tắm,
Chỉ tắm dưới vòi sen?
Những người đồng hương anh vừa quen hôm qua,
Ngày mai có thể trở thành kẻ lạ.
Những người thường làm mặt lạ,
Lại có thể bá cổ hôn anh,
Nếu anh lên nhanh, nếu anh trúng số.
Ôi cái xứ sở xô bồ,
Lắm người qua hơn hai mươi năm
Vẫn còn bị hố.
Hàng xóm, láng giềng, nhà nhà lố nhố,
Nhưng chẳng ai thèm biết tên ai.
Xe của ai nấy đi,
Nhà của ai nấy đóng kín mít.
Tết tây tết ta, lễ tạ ơn tạ nghĩa,
Chẳng hề qua lại hỏi thăm nhau.
Thỉnh thoảng gặp nhau trên đường đi,
Cũng đặt bày làm người lịch sự,
Mấp máy nói hai nói ba, chào nhau,
Như chào cái cột cờ di động.
Đường phố, phi trường, núi rừng, ruộng đồng quá rộng,
Mà lòng con người đa phần tôi gặp,
Lại nhỏ bé đến li ti,
Nhỏ bé đến dị kỳ,
Nhỏ bé còn hơn những gì nhỏ nhất!
...
Vì sao? Vì sao?

Tâm trạng rã rời chán ngắt. Cõi lòng nát tan vì bị xô đẩy tới nơi chốn tận cùng không ai muốn đến. Đó là những gì Luân Hoán phơi bày, một phần rất nhỏ trong những bài thơ ông sáng tác nơi xứ người. Đọc ông để chia sẻ chút ngậm ngùi cùng ông, quay quắt cùng ông, đau đớn với ông.

Nguyễn Lệ Uyên
(tháng 6/2011)

(Đọc Nhịp Thở Luân Hoán - 2014)

LẠI QUẢNG NAM
ĐÙA CÙNG CHỮ NGHĨA QUA DÒNG LỤC BÁT LUÂN HOÁN

Thi hào Nguyễn Du viết danh tác Long thành cầm giả ca, chuyện kể rằng có một giai nhân được đào tạo để trở thành một nhạc công theo cách bài bản nhất nhằm đánh khúc Cung phụng tại một nơi duy nhất, đó là cung cấm của vua nhà Hậu Lê. Bản đàn chỉ dành cho chính vua nghe. Nàng dùng cây đàn Nguyễn để đánh một khúc nhạc hay nhất trần gian. Khúc nhạc hay nhất trần gian ấy gồm những gì? Nó giai điệu mà mỗi khi đánh ra nó thấm sâu vào lòng người nghe, khiến người nghe hiểu được thế nào là giá trị thật của cuộc sống. Một khúc nhạc không hề đề cập đến nhân sinh quan bàng bạc trong đời sống của phần lớn người Việt hiện nay "đời có bao lâu mà hững hờ". Nó có bốn khúc. Khúc thanh, khúc tình, khúc sững sờ*, và khúc bi thương**. "Khúc sững sờ" ập xuống đời không khác chi trời sập, nó đóng cửa vĩnh viễn một tương lai đầy hứa hẹn của người đàn ông đang độ tuổi sung mãn nhất. Khúc bi thương nhất của đời người có ăn học là gì? Là lúc họ mất tiếng nói của dân tộc mình khi họ mang thân lưu lạc hay làm hàng thần lơ láo. Là lúc tiếng nói dân tộc mình bị mất khi đất nước bị xóa sạch. Là lúc tiếng nói từ lúc nằm nôi chỉ được dùng vào lúc lâm chung. Tôi không hiểu vì lý do gì mà cả bốn khúc này đã được Luân Hoán "chia sẻ một cách đầy linh tính và ngẫu nhiên, nó trùng hợp đến kỳ lạ". Nguyễn Du than, "Ba trăm năm nữa về sau, Ai trong thiên hạ chia sầu Tố Như (với ta)". Có lẽ Luân Hoán là người chia được chút sầu này của người thi nhân lớn nhất nước ta kể từ thời lập quốc. Khúc bi thương càng sâu nhất là với con người như Luân Hoán chính là ngôn ngữ quê cha là một phần của cuộc sống mình, không ai có thể làm cho nó thoát ly ra khỏi tâm hồn ông. Làm thân ly khách, một ly khách bỏ nước ra đi khi một biến cố xảy ra với ông như trời sập. Mọi đường sống và tương lai trước mặt ông bị tắt. Tại quê người, tuy ông không như chàng Trang Tịch kia nguyên là thân hàng thần người Việt được Sở lưu dung như trong bản đàn của giai nhân đất Long Thành mà ông chỉ là một người "di tản". Tại quê người cho dù ông được có cuộc sống tạm gọi là an ổn ấm no, tuy nhiên lòng người thi nhân bị dằn vặt giữa dòng người "Tây nói Tây nghe, mình nói mình nghe", mình chỉ biết ú ớ vài câu để tồn tại khi hữu sự. Hằng đêm thèm nghe tiếng nói thân quen của dân tộc mình. Ông nghĩ đến việc dùng giòng thơ lục bát để tự mình tìm vui qua ngôn ngữ quê hương. Trước là cho mình. "Một mình chưa đủ phải rủ thêm người". Nhớ xưa "*Trước thềm giải chiếu ngồi chơi, dưới tùng nâng chén gọi mời trăng thanh. Cảnh tình một khối hình thành. Huống chi! bạn cũ tành tành ghé thăm* (1)

Một " Vuông chiếu"(*) được Luân Hoán trải ra vào năm 1999, lúc này có lẽ Luân Hoán vừa tròn 60. Một sân chơi chữ nghĩa được hình thành. "Em từ lục bát bước ra" đã được anh chọn. Như nữ thần vệ nữ lộng lẫy, đài các, tuyệt sắc từ biển từ từ vươn lên, cái đầu, cái ngực, cánh tay ngà, lẫn cái "ngao bạch huê" mũm mĩm không che đậy. M!, "Em từ lục bát bước ra" cũng như nàng vệ nữ kia, nàng tươi trẻ và có lồng lộng ngôn từ để ngợi ca nàng. M là người con gái, M là người giai nhân. Mỗi khi M hiện ra là có "giòng lục bát Luân Hoán" tuôn trào ra theo bước chân em. Hay M là chính "giòng lục bát", là câu thơ nối kết những tâm hồn người Việt tha hương lại cùng nhau. Anh đã trải Vuông Chiếu chào mời trước là cố nhân sau là cộng đồng Việt và cho những ai còn yêu tiếng nói dân tộc mình, một thứ tiếng nói mà bất cứ ai cũng có thể nói được một câu thơ thuộc loại "thi pháp lục bát ca dao"(2)

Với một người mà tuổi đời nay đã vào tuổi 60 (năm 1999), và nay anh đã trên 70 rồi, còn vui được là vui, góp được gì cho văn hóa nước nhà thì góp, phát huy được ngôn ngữ nước mình tại quê người là điều quá quý, đáng trân trọng. Chuyện khen chê hạ hồi phân giải, có lẽ nhà thơ cũng chẳng mấy quan tâm. Tôi thấy những người đã thành đạt trong lãnh vực thi ca xưa nay đa phần đều như thế cả. Lý Bạch cũng bông đùa nói tục, Bạch Cư Dị cũng bông đùa nói tục, Nguyễn Khuyến cũng bông đùa nói tục. Họ bông đùa bằng thứ ngôn ngữ gọi là tục tại thời điểm họ. So với Luân Hoán thì họ không có được "một trời" thơ để tung hoành, họ chỉ làm một hai bài, riêng Luân Hoán có những "ba trời" (ba-trời) lớn hơn. Tại dòng thơ "baTrời lục bát" bạn sẽ gặp đúng ngôn ngữ thuần Việt một cách bất ngờ hóm hỉnh, thương yêu khi con chữ ngoan ngoãn đứng đúng vào vị trí đã sắp sẵn cho nó. Ngay trong hát ru của dân Quảng Nam, tiền nhân Anh cũng đùa cợt, nói bậy qua câu hát ru như thế này đây:

(À ơi... chứ) Chuột kêu rúc rích trong rương
Anh đi cho khéo (kẻo…) đụng giường mẹ la.

Nói bậy là gì? Nói bậy là nói những gì mà người phụ nữ né, khi ấy không gian có từ hai người đàn ông trở lên. Luân Hoán thường nói bậy với ai? Nói bậy với vợ. Nói bậy với người tình. Nói bậy với người phụ nữ mọi giới tại chốn riêng tư nếu như họ đã chịu anh. Nói bậy với chính mình qua cây viết và với M, "Em từ lục bát bước ra". Nói bậy là cách duy nhất để được sống mãi với tiếng nói của quê hương mình tại xứ người mà chẳng làm phiền lòng ai. Niềm đau Trang Tịch như Nguyễn Du đã viết trong bài Long thành cầm giả ca như tôi đã dẫn ở trên luôn là nỗi lòng của người ly khách như Luân Hoán. Cứ nghĩ bậy đi, cứ nói bậy đi, nói một mình đi? Không sao đâu, bên anh luôn có "Em từ lục bát bước ra" đầu xuôi đuôi lọt. Chập chờn giỏi lắm từ câu đầu, lúc này khẩu ngữ rơi vào câu 6. Ví dụ: "đừng tưởng em không có râu". Câu khẩu ngữ này xuất hiện với sự thất niêm tại vị trí 2, 4 sau đó câu 8 sẽ trào ra, lúc này thi nhân có thể gieo vần để kéo về vần điệu lục bát thông thường. Đâu cũng vào đó, không sao, giá trị và chỗ đứng của từ chưa định hình, chưa rõ ràng xin đừng dừng lại, hãy để thi từ trào ra một cách tự nhiên. Thi từ từ thi nhân sẽ hiện ra để cứu toàn câu lục bát. Chính điều này đã được thi nhân chia sẻ cùng chúng ta một cách tự nhiên. Những đề tài tưởng chừng như hóc búa đã không xuất hiện một cách có hệ thống và có chủ đích trước của anh nay lại xuất hiện như những viên ngọc với những thi từ bất ngờ đầy kinh ngạc.

Tôi đồng tình với ý kiến này của anh Tuyền Linh, link www.art2all.net

"Triết gia Tây phương đã nhận định, tưởng tượng làm sống lại những kỷ niệm và tôn giá trị niềm vui sướng mà những kỷ niệm ấy gợi lên. Tưởng tượng sáng tạo như Luân Hoán được đánh giá là rất tích cực, mang đến cho con người phương tiện để thoát khỏi những buồn rầu trong cuộc sống; làm cho con người hạnh phúc hơn trong thực tế, làm phong phú cảm xúc con người." Và "Luân Hoán kết hợp thế giới hiện thực

và thế giới tưởng tượng một cách rất nhuần nhuyễn, bởi trí tưởng tượng cũng nằm trong vùng tâm thức cá nhân anh."

Từ đó hy vọng bạn sẽ hiểu sức sống của "Việt ngữ " và đó là câu trả lời cho câu hỏi tại sao "Việt ngữ" quá phong phú như vậy. Chính Luân Hoán là một trong những người đã có và cố công tiếp sức, hà hơi cho nó, M, "Em từ lục bát bước ra" là một trong các cách tốt nhất để mọi từ ngữ Việt trở nên có chỗ đứng trong thơ. Từ Hán Việt được Luân Hoán dùng khi cần thiết hay thật tối cần thiết mà thôi, phần lớn do yêu cầu của niêm luật, đó là một điểm son của Luân Hoán. Những liên từ "và, nhưng", mạo từ như "cái" vốn đang là từ khẩu ngữ, từ trong văn thư đột nhiên cũng có chỗ ngồi nhất định trong thi ca. Việc dùng từ Hán Việt rất ít trong thơ Luân Hoán trong những năm gần đây là một sự tôn vinh Tiếng Việt và đã làm sinh sôi nẩy nở Tiếng Việt một cách sinh động tại quê người. Phải có một ngữ lực(3) phong phú như Luân Hoán mới làm được điều này. Sinh ngữ Việt chỉ phát triển khi mà dạng ngôn ngữ phiTrườnglớp (informal) áp đảo ngôn ngữ trường lớp (formal) của "Việt ngữ". Sự áp đảo này xảy ra khi người Việt ở khắp nơi thấy hay, có lý và dễ dùng, mang âm hưởng Việt, đọc là hiểu ngay không cần người dẫn giải hay buộc phải tra từ điển. Yếu tố dùng thử, dùng nhiều lần của người Việt biến nó sẽ thành từ thông tục (informal) được chấp nhận. Trước mắt việc đưa các từ này vào thi ca từ sự hà hơi của M, "Em từ lục bát bước ra" là một kinh nghiệm quý giá mà Luân Hoán đã và đang làm được. Anh làm rất tốt. Cám ơn anh.

Muốn nói bậy như Luân Hoán không dễ, nó đòi hỏi người thi nhân phải có một ngữ lực phong phú, một sức tưởng tượng đa dạng. Nói bậy không có duyên sẽ gọi đích danh hay nói lái trắng trợn như kiểu Duyên Anh với "Bồn lừa", Bùi Giáng với "lá hoa cồn" và Tú Kếu với câu câu thách đối "ở nhà tồn lo nắng cực" xuất hiện trên nhật báo Sống của Chu Tử tại Saigon năm xưa.

Nếu bạn là người sắp ly hương, hay bạn sẽ là người ly hương, bạn thử chuẩn bị cho mình một ngữ lực phong phú về "Việt ngữ" để từ đó có khi và có thể bạn lặp lại bước đi của Luân Hoán một cách tốt nhất. Nếu bạn nay còn trẻ còn sung sức thì càng quá quý. Một khi bạn làm được điều này, nó sẽ giúp bạn trải nghiệm rằng "mình không có đủ thời sống chứ không phải là đang sống thừa" như nhiều người phát biểu, điều này rất lợi cho cộng đồng Việt ngày nay trong đó có cả con cái bạn tại quê người cũng được hưởng.

I) Chia sẻ cùng khách thơ vài bài thơ thuộc dòng tứ tuyệt lục bát của Luân Hoán.

Giòng lục bát hai câu hay giòng tứ tuyệt lục bát có 28 từ. 28 từ là số chữ trong giòng thơ thất ngôn tứ tuyệt nổi tiếng trong giòng thơ Đường của Trung Hoa. 28 từ là số chữ trong một câu song thất lục bát. Riêng lục bát ca dao thì số câu lục bát chỉ có hai câu chiếm một tỉ lệ áp đảo. Muốn được gọi là bài tuyệt cú lục bát thì ít ra cũng chịu một dạng bố cục mang tính chất bất ngờ, hay mang tính nhân văn cao, hay thật là hóm hỉnh. Tất cả dồn ý thơ câu cuối. Các bài tứ tuyệt thật hay của Trung Hoa thời Đường đều có bố cục như thế theo nhận xét của tôi. Giòng này Nguyễn Đức Sơn có những bài xuất sắc và Luân Hoán cũng vậy. Cả hai, Nguyễn Đức Sơn và Luân Hoán, đều là những người có thực tài trong lãnh vực lục bát.

Do thời gian không cho phép lề mề, laiquangnam xin nhà thơ thứ lỗi khi cực chẳng đã phải sắp xếp lại những giòng xuống giòng kể cả khoảng trống có ý đồ của anh khi anh chừa các khoảng cách không đều nhau. Tôi hiểu hình thức ám thị này trong thi ca. Nay tôi xin phép được dồn lại để cho dễ thuyết minh nhanh và khách thơ có thì giờ tranh thủ đọc nhanh. (4)

1- Nhớ
nằm nghiêng... thừa cánh tay ôm
nằm ngửa... thiếu cánh tay thơm lạnh đùi
nằm sấp... bứt rứt cả người
ngồi lên chạm mỹ nhân ngồi chung quanh

2- Thả Thơ Trên Biển
mây cao chốc chốc muốn sa,
nắng soi từng góc thân hoa thiên thần.
câu thơ biết phận cù lần
rút lui vào trái tim trần nằm mơ

3- Nhật ký chặng đường Đà Nẵng – Sài Gòn
ngoắt kêu một bác xe lôi
một mình mà tưởng đang ngồi với em
quanh co xe chạy đã thèm
bác phu nhỏ nhẹ: "thầy quên chỉ đường"

Trong dòng tuyệt cú thất ngôn của Tàu đôi khi nó được cắt ra từ một bài thất ngôn bát cú luật thi. Cũng như vậy, ta thử cắt 4 câu trong một bài lục bát nào đó của anh rồi mang vào giòng tuyệt cú lục bát liệu có được không? Đoạn này trích từ bài Tơ tình

4- Tơ tình
đừng tưởng em không có râu
vô hình, có đấy, nằm sâu da tình
đừng ngại lông em không xinh
tóc thì khỏi nói, suối tinh khôi mềm.

5- Bài Nhớ Nhung
đêm mênh mông lặng như tờ
nghe em ú ớ ngủ mơ trong mùng
cái mền chưa thể đắp chung
nhưng trong cái nhớ có cùng cả hai

6- Tặng vợ
hình như nổi tiếng như cồn
hay là mang tiếng mê l vợ thôi
tiếng tăm cũng chỉ trời ơi
còn nhau còn cả một đời lạc quan
Luân Hoán, 09-10-2013

Một khi bạn sống chết yêu thơ lục bát, tạo điều kiện cho "Em từ lục bát bước ra", chuẩn bị cho mình một ngữ lực Tiếng Việt thật sung mãn, các viên ngọc quý sẽ có cơ may xuất hiện như Luân Hoán đã góp nhặt lúc anh làm "Vuông chiếu". Theo tôi, Lục bát Luân Hoán là một trong các nguồn cung cấp cho bạn yêu thơ lục bát ngoài danh tác của Nguyễn Du một lượng đồ sộ về lượng cũng như về chất. Sau đây là những viên ngọc tình cờ nhặt được khi anh để dòng thơ tự chảy:

7- Đi Ngang
em nằm, phơi rốn, với chân
chiều đờ đẫn trải một sân nắng vàng
đúng vừa lúc tôi về ngang
hai con mắt níu hai bàn chân đi
.....

II) Chia sẻ cùng khách thơ vài bài thơ thuộc dòng "Ba-sô" lục bát Luân Hoán.

Dòng thơ lục bát Luân Hoán khi bạn đùa với nó, sẽ có những dòng thơ ba câu xuất hiện, kiểu như dòng Ba-sô của Nhật. Dòng thơ lục bát ba câu đòi hỏi ý thơ phải nằm sâu sau câu cuối. Câu cuối không phải là câu kết thúc mà là câu bắt đầu. Nó ám theo người đọc nó trong một thời gian dài.

1
mơ em nằm ngủ ở truồng
hai bàn chân khép phấn hương mượt mà
còn tôi, ngồi ngắm cuống hoa!....&????

2
đêm nào... tôi cũng nằm mơ
không mơ, ... chắc chắn xác xơ, ... bất thường
mơ em nằm ngủ ở truồng!....&???

III) Chia sẻ cùng khách thơ vài bài thơ thuộc dòng "lục bát Luân Hoán một giòng".

- Lục bát Luân Hoán một câu

Lục bát một câu là một câu lục bát đã đủ ý. Trọn vẹn. Tròn trịa. Thêm nữa kéo dài lê thê do sự mắn miệng có khi thừa. Lộ ý. Dòng thơ Đường rất ngắn cũng dùng cách này. Dịch thơ cổ văn làm lộ ý mất hay. Diễn dịch thơ lục bát một giòng cũng mất hay như thế.

Bài số 1-
làm thơ là để làm thinh
im nghe ta tự tỏ tình với ta.

Bài số 2
loanh quanh trong bóng sẩm chiều
nghe chân mày thả lời phiêu bồng chào.

IV) Kết luận

Do là người cỡi ngựa xem hoa, vốn không phải là dân theo nghiệp văn chương. Tôi đọc thơ Luân Hoán trong tinh thần của người Quảng Nam đồng hương với anh. Tò mò đọc thử. Mong rằng ý mình không tương phản xa mấy với ý thơ của anh. Mong rằng mình không phạm lỗi tày trời khi diễn dịch để bị trách "Giàu vì bạn khốn nạn vì đồng hương". Câu mà người Quảng Nam chúng tôi vốn rất e dè.

Gia tài Luân Hoán để lại khá lớn và đồ sộ. Năm câu hỏi mà laiquangnam nhất thời xin đặt hàng cùng văn giới chuyên nghiệp.

1-Sức mạnh của giòng lục bát Việt Nam có thể vươn vai đến đâu khi ngôn ngữ thơ và thể thơ càng ngày càng đa dạng.

2- Giòng lục bát Việt Nam có thể thành thơ tuyệt cú được không?

3- Lục bát ba giòng, như giòng thơ BA-SÔ, giòng thơ chỉ có ba giòng đặc trưng của Nhật Bản có thể tồn tại được trong thể thơ này không? Người Việt chúng ta có thể phát triển nó xa đến đâu.

4- Người mang di sản "tiếng Quảng" như Luân Hoán đã từng dùng là các từ nào trong thơ mình, trong đề tài nào. Có bao nhiêu từ ấy đã chết và bao nhiêu từ còn tồn tại trong ngôn ngữ Quảng Nam hiện nay.
5- Với "cái đo đó" của phụ nữ, Luân Hoán đã dùng bao nhiêu từ mô tả và đạt đến những giá trị nào ngoài từ Bạch huê rất đổi bác học trong di sản của người Đàng trong. Đúng ra, Bạch huê là nỗi ám ảnh trong đầu người đàn ông Việt Nam từ rất lâu (bài Tơ tình đã dẫn như một thuộc tính săm soi dưới thắt lưng nữ). Luân Hoán đã hài hước với nó một hoạt cảnh trong kịch bản rất ngắn. Người đàn ông Việt Nam do nhiễm văn hóa Tàu đã quên rằng trong mười nỗi khổ đau nhất mà người phụ nữ Việt Nam phải chịu thì Bạch huê là tai nạn thứ nhất trong mười tai ương đã được tả rất kỹ trong bộ "bài tới", mà bài chòi đã mượn. Tai nạn này do chính ông trời bất công đã làm cho cuộc đời họ bị rơi vào ngõ cụt. Người đàn ông Việt Nam đã quá sai trái khi nghĩ những gì tồn tại dưới thắt lưng của Phụ nữ Bạch huê. Với Luân Hoán, nay anh không xem nó là nguồn gốc gây ra xui xẻo nữa. Anh đã bỏ nó tại quê nhà từ lúc anh đi định cư tại Canada. Với anh nó là một phần của đời sống, nó tồn tại như một món quà mà thượng đế dành cho thi nhân, và là nguồn gợi cảm hứng cho thi ca. Với anh, nó cho anh một cái cười nụ để từ đó mà anh xáp vô giòng lục bát M, "Em từ lục bát bước ra". Một khi anh không có ý thơ thì có khi nó hiện diện đâu đó cũng đủ khiến cho anh bật cười một mình rồi anh viết liên tu bất tận. Giấy đâu! Tiếp, nhờ vậy mà nơi quê người anh thấy thời gian qua mau. Thấy mình sống dai và làm được nhiều việc? Có phải thế không ông anh mình?
6- Liệu người Quảng Nam có cần phải nói lái, như kiểu Bùi Giáng đã dùng mới đem đến tiếng cười cho dân Quảng hay không?
Quá nhiều câu hỏi và yêu cầu đặt ra cho tôi, nói chuyện thi tứ, thi từ trong thơ Luân Hoán biết bao giờ cho dứt.

V) Chú thích và Tham khảo

* Khúc sững sờ, trong bài Long thành cầm giả ca: Theo tích Tàu, có một hàn sĩ ra kinh thành chờ khoa thi, hết tiền, đói. Ông làm một bài phú than vãn về phần số mình. Quan trấn thủ kinh thành (Phạm Trọng Yêm, đời Tống) cảm động ban cho ân huệ là sáng mai được đến rập chữ trên văn bia để bán lấy tiền độ nhật và chờ khoa thi. Thấp thỏm mừng, mình sẽ có cái ăn và có cơ may đổi đời. Ngờ đâu ngay trong đêm ấy sấm sét đã đánh tan bia.

** Khúc bi thương trong bài Long thành cầm giả ca kể về Trang Tích: Ông là một viên quan người nước Việt. Khi Sở diệt Việt, ông được Sở lưu dung. Khi ốm nặng vua Sở sai người đến thăm dò. Sở vương hỏi cận thần, sao Tích có oán gì ta không? Sự hậu đãi của ta có làm cho y còn nhớ nước Việt của y không? Người hầu thưa, Thần chỉ nghe Tích "ngâm" bằng tiếng nước Việt.

1- Bạch Cư Dị, Hữu nhân dạ phỏng.

2- Ngữ lực là từ của anh NGU YÊN. Ngữ lực là khả năng sử dụng số từ cao nhất mà một người nào đó có thể mang ra dùng với mọi cố gắng của cá nhân họ.

3- Định nghĩa thi pháp lục bát ca dao.
Thi pháp lục bát ca dao có hai đặc điểm:
Phải có hai câu, bất luận dài ngắn, ngắn nhất hai ba từ, dài nhất có khi lên đến trên 9, 10 từ.
Chữ cuối của câu thứ nhất phải ăn vần với chữ thứ ba của câu thứ hai, đếm ngược từ sau ra trước. Nếu câu đầu 6, câu sau 8 gọi là lục bát chính chuẩn, nếu không thì gọi là lục bát phá thể hay lục bát biến thể.

4- Nếu khách thơ không hiểu nội hàm của câu thơ trích dẫn xin đọc ở phần giải mã cuối bài viết (6)
Vuông Chiếu khởi trải từ 21 tháng 3 năm 1999, bây giờ giòng
« Ba-trời Lục Bát"của Luân Hoán đã lên một tầng cao mới, anh đặt tên là "Trường phái Lục bát lung tung". Nó chẳng lung tung tí nào, bởi nó đa dạng quá & nay Vuông Chiếu là http://www.luanhoan.net.
6- Riêng phần giải mã này xem như không có với giới biên khảo phê bình. Mục đích của phần này nhằm giúp những khách thơ thuộc lớp tài tử có thể họ tự hỏi tại sao lại có câu thơ "hành văn" như thế.

1- Nhớ
"Giải mã": Câu 4?, tại sao "ngồi lên chạm mỹ nhân ngồi chung quanh"? Đừng nghĩ người thi nhân đang là ông hoàng Ả Rập ngồi giữa rừng em gái chân dài. Một khi đã chịu "Ngồi lên" thì thi nhân kịp lấy cánh tay tưởng chừng đang thừa kia chụp lấy giấy bút trên đầu giường ra mời M "Em từ lục bát bước ra". Từ đó dẫn đến "bao nhiêu thi tứ hình thành". Tất cả từ cái M lục bát đó mà ra cả. Cánh tay bây giờ đâu còn thừa, còn thiếu, cái tâm, cái đầu nay đâu còn không gian để mà làm bứt rứt, làm bận lòng thi nhân. M, "Em từ lục bát bước ra", M "Em từ lục bát bước ra" khắp nơi. M, M & M đã vây lấy chàng.
Bạn có thể đọc nhiều bài thơ khác của anh tại trang Luân Hoán.

2- Thả Thơ Trên Biển
Thân hoa thiên thần => đẩy đến sự liên tưởng hình ảnh Thần Vệ Nữ từ biển nhô lên trên thân không tấm áo tấm quần, đẹp mất hồn. Xem tượng khỏa thân của Italia là biết. => M, Em từ lục bát bước ra => ngôn ngữ thi ca của Luân Hoán được dịp tuôn trào. Cụm từ "Chim sa cá lặn" thành ngữ chỉ nét đẹp của Mỹ nhân. Chim cá là loài động vật biết làm tình thì đã, nhưng nay mây Cao là thứ vô tri, nằm bất động trên nền trời xanh, nay cũng động lòng dục vì vẻ đẹp của mỹ nhân cũng muốn "sa xuống trần". Đến lúc này thì ngôn ngữ thơ cam đành bất lực, tẽn tò. "Em từ lục bát bước ra" là M muôn hình muôn vẻ. Câu "rút lui vào trái tim trần nằm mơ" là động thái bất ngờ. Thi ca, ngôn từ lồng lộng như vậy cũng cam đành bó tay.

3- Nhật ký chặng đường Đà Nẵng – Sài Gòn
Ông lòng dao động vì mỹ nhân đang đi Honda trên đường, có khi giơ cái lưng tròn lẳn mời gọi, hay bộ ngực trễ. Đâu có gì lạ. Mỹ nhân tự cổ như danh tướng. Cả hai đều là hàng quý hiếm mà. Tái đắc gần như là điều không tưởng. Thi nhân có những cảm xúc về vẻ đẹp Mỹ nhân nhạy cảm hơn chúng ta nhiều!
quanh co xe chạy đã thèm
bác phu nhỏ nhẹ: "thầy quên chỉ đường"

4- Tơ tình
Ý Thơ muốn nói cái gì thế kia?
Chiều ba mươi tết, các người chiến binh kéo nhau đi xả xui. Xui với họ là nếu chẳng may họ gặp phải nàng "bạch huê". Bà Tú dẫn ra nhiều nhân vật nữ để người trong cuộc chọn. Biết rõ người lính chiến tìm hàng gì trong chiều ba mươi tết, cô nàng lẹ miệng nói ngay cho an lòng người trong cuộc chọn mình.
"Giải mã". Tơ là từ đa nghĩa. Tơ là sợi tơ. Tơ là nghĩ đến, là nhớ. Người Quảng Nam chân chất hay nói " tơ tưởng". Tơ khác với tư (= nhớ nhiều).

Tơ còn là mối dây ràng buộc, nó là một sự trói buộc vào nhau. Tơ tưởng hay hơn tưởng nhớ nhiều, bởi sinh động hơn, dễ hình dung hơn về lòng thương nhớ tình nhân. Luân Hoán đặt nhan đề quá hay. Dẫu lìa ngó ý còn vương tơ lòng (Kiều). Ở đây Râu= lông= tơ, chỉ là một. Nó được nói một cách khác đó thôi. Câu "tóc thì khỏi nói, suối tinh khôi mềm". Câu dứt khoát mà người phụ nữ trong cuộc nói ra với cái nhìn nheo mắt, lập tức đã giải tỏa sự lo lắng hên xui cho chàng chiến binh này. Thì ra cô nàng đã dùng từ tóc thay lông. Năm mới chắc mình gặp hên. Kịp nghe câu "tóc thì khỏi nói, suối tinh khôi mềm" chắc là hòn tên mũi đạn né mình. Họ nhập cuộc. Chàng đã "đi" như "đi" với một tình nhân thay vì với người buôn phấn bán hương. Đi là từ của Luân Hoán trong thơ.
Tưởng cũng nên nói lại. Da là từ khóa. Đọc ẩu làm tài lanh rất dễ làm cho chúng ta thò tay sửa thơ của Luân Hoán, da biến thành đa. Da tình là từ đa nghĩa có khi lấy âm không chừng. Da= gia= tăng thêm. Da có thể là da thịt. Da tình là thịt da đa tình? Da<=>va, âm Quảng Nam, da là va chạm. Hay là người con gái quê kia nói đớt. Da= dâm, da tình, dâm tình! Bó tay. Tùy.

5- Bài Nhớ Nhung

Giải mã. Cứ tạm hiểu đây là bối cảnh trong đó người nam sinh dưới quê lên thành phố ở trọ. Người phụ nữ trên đây là con của bà chủ không chừng. "Tình trong như đã mặt ngoài còn e" (Kiều). Tài hoa trong bài này là Luân Hoán dùng các từ "nhưng, cái" mà không thèm chải chuốt. Các từ "nhưng, cái" là các từ vốn không phải là ngôn ngữ thơ. Chính khi được sắp hàng, chiếm vị trí đắc địa nó trở thành ngôn ngữ thi ca. Điều này càng chứng minh được một điều là không có màu nào là không đẹp, không có từ nào là từ không "thơ". Ta không mấy ngạc nhiên khi đọc thơ Luân Hoán ta gặp không biết bao nhiêu từ vốn là từ khẩu ngữ nay lại là từ thi ca xuất sắc. Vấn đề là do người sử dụng nó. Bởi khi chải chuốt quá có khi thơ không thực và vận tốc thơ trở nên chậm lại. Ví dụ ta thử đổi "cái mền" thành "chăn đơn", "nhưng trong" thành "đâu hay", cái nhớ thành "nỗi nhớ", "có cùng cả hai" thành "đang cùng sóng đôi", v.v... Chọn lọc quá có khi làm nghèo ngôn ngữ Việt?

6- Tặng vợ

"Giải mã". Với người Việt, ai chết đi, rồi cũng vùi dưới ba thước đất. Câu 1, 2: Ai nói vậy? Tác giả tự nói hay tác giả nhắc lại câu bè bạn nói trong lúc ngồi cùng bàn rượu? Câu 3, 4 là câu tự đúc kết khôn dại của đời người. Một trong các nỗi khổ đau của người đàn ông là về già sống trong cô đơn. Tú Mỡ đã thở than khi người vợ yêu chết đi. Không có gì bằng sự săn sóc "của bà cho ông". Đâu phải sự quấn quít của người chồng già bên người vợ là vì mê L đâu. Có vợ bên mình khi tuổi đã về chiều khiến

người đàn ông lạc quan vui sống, ít ra là họ nghĩ mình không bị phản bội vào lúc cuối đời khi mà tuổi thanh xuân của họ đã vét hết cho gia đình, vợ con.
Bạn tự thả vào thơ các câu thơ của Luân Hoán dấu chấm câu, bạn sẽ tìm vui cùng tác giả. Bạn chỉ làm điều này cho riêng bạn thôi nhé!
Luân Hoán viết những bài tặng vợ cực kỳ xuất sắc và cảm động. Do khuôn khổ của bài viết laiquangnam không đề cập đến các bài với giọng văn nghiêm túc này. Phạm vi viết bài này là ngôn ngữ Bậy trong thi ca của Luân Hoán mà thôi. Tuy vậy nó cũng chỉ là một góc sân quá nhỏ so với những gì mà anh Luân Hoán công bố.

7- Lời cuối cùng cho bài viết
"ba trời" (ba-trời)
Luân Hoán đặt giòng lục bát của mình "baTrời lục bát" mới nghe như có tính chất tự trào nhưng đó chính là dòng lục bát thuộc "Trường phái Lục bát lung tung" vừa được anh cập nhật. Gói gọn lục bát trong một khung trời với thi từ ước lệ chải chuốt là một nhánh mà các thi nhân Việt Nam dày công đã xây dựng lâu nay, mà đỉnh cao là Đoạn trường tân thanh (Kiều), có lẽ nay cái áo cũng đã chật, bởi nay hiếm người có khả năng làm một bài thơ lục bát dài trên 24 câu có khả năng thu hút lòng người như trước 75 trừ tác phẩm Đoạn trường tân thanh (Kiều) và một vài danh tác khác. Nay, 2013, rất khó tìm được khách thơ chịu đọc thơ mình. Họ không quởn! Cạnh đó còn có dòng lục bát ca dao từ ngôn ngữ bình dân nhưng rất trữ tình và được người Việt nâng niu. Lẽ nào chỉ có hai khung trời như vậy? Có một dòng thứ ba là dòng lục bát tuôn trào vì đặc tính ngôn ngữ Việt. Dòng thứ ba này thuộc "Trường phái Lục bát lung tung" như Luân Hoán đã tự đùa cợt ngôn ngữ mình, dòng này Bùi Giáng đã muốn làm và đã thử mớm, Bùi Giáng đã xông vào nhưng do vì tình trạng thể lực mà ông bỏ dở ý tưởng của mình, nay Luân Hoán tiếp tục, tiếp tay và hà hơi cho nó. BaTrời trong ý nghĩa này là có ba khung trời dung nạp dòng lục bát. Có một nhánh rất nhỏ trong dòng lục bát baTrời là dòng lục bát với ngôn ngữ "nói bậy", dòng này giấu nụ cười nhân bản và tại khung trời này thi nhân thử đi tìm tinh hoa đích thực của các từ khẩu ngữ, từ địa phương, thử đưa tất cả ngôn ngữ thuộc trường phái "informal" vào ngôn ngữ xem sao. Một hướng đi đầy hứa hẹn. Nó cần thời gian để chín muồi.

BaTrời là từ rất hay mà Luân Hoán đã dùng,
1- ba Trời là ba khung trời,chỉ số lượng. 2- baTrời là một từ đôi nhưng thể hiện với một từ duy nhất, tạm ký hiệu là baTrời (viết liền), trong đó ba là một tiếp đầu ngữ (prefix) chỉ sự xấu xa. Ví dụ: baTàu, baTrời, baNhe, baQue xỏ lá, baBựa, v.v...

2- Câu hát ru ***
Chuột kêu rúc rích trong rương
Anh đi cho khéo đụng giường mẹ la.

Là một câu nghiêm túc, khi người phụ nữ Quảng Nam đẩy nôi ru con ngủ, bà mẹ trẻ nhắc chừng chồng đừng có làm ồn, hãy để cho con "théc", théc là ngủ trong ngôn ngữ Quảng Nam. Nhưng, khi hát bà kéo dài, phải là người trong cuộc mới thấy anh chồng "đang khi... chồng đòi tòm tem". Ô là là. Ngôn ngữ "Bậy" là như thế, giấu nụ cười lạc quan khúc khích sau lưng là thế.

3- khi viết bài tuyệt cú

Tặng vợ

hình như nổi tiếng như cồn
hay là mang tiếng mê l vợ thôi
tiếng tăm cũng chỉ trời ơi
còn nhau còn cả một đời lạc quan
Luân Hoán, 09-10-2013

Anh Luân Hoán nổi tiếng như cồn? Điều đó có thật một phần nào trong mắt tôi. Tôi đã thử đặt lên Vuông Chiếu 8 bài thơ thương nhớ vợ hay nhất theo thẩm định của tôi, theo thời gian; trong đó giòng cổ văn của ta có ba bài của tiền nhân ta gồm một của Nguyễn Trãi, một của Nguyễn Du và một của Cao Bá Quát; giòng cổ văn trong dòng thơ Đường của Tàu, một dòng thơ rất có ảnh hưởng với thi nhân ta thuộc thế hệ anh cũng có hai bài khá cảm động, một của Nguyên Chẩn và một của Bạch Cư Dị; bài thứ 6 là bài Khóc vợ của Tú Mỡ, một thế hệ đàn anh của anh. Anh Luân Hoán có hai bài mà tôi cho là rất xuất sắc không kém trong dòng thơ nói về người vợ đầu ấp tay gối của mình với thứ ngôn ngữ rất đỗi đời thường, từ không chải chuốt mấy, mà thấm đậm tính nhân văn, vậy mà anh tự trào "tiếng tăm cũng chỉ trời ơi".
Hẹn quay lại với các bạn trong một dịp khác.

Lại Quảng Nam

Một sáng tại quê người
Ngày Veterans, Nov. 11, 2013

tên thật Trương Được, sinh năm 1946, quê nội Đại Lộc, Quảng Nam
học trung học Trần Quý Cáp Hội An, lập nghiệp và sinh sống tại Sài Gòn
45 năm, hiện cư ngụ tại Hoa Kỳ, bài phổ biến trên nhiều trang web.

NGUYỄN XUÂN HOÀNG
THƠ KHAI SINH TỪ NHỮNG GỢI TÌNH

Thơ Luân Hoán tôi có may mắn được đọc từ những năm trước 75 ở Sài Gòn, thời tôi làm tạp chí Văn ở đường Phạm Ngũ Lão.

Vào cái thời mà chúng ta vừa có Quách Tấn, Đông Hồ, Vũ Hoàng Chương, rất cổ... điển. Chúng ta lại cũng có Thanh Tâm Tuyền, rất mới, rất hiện đại, và cùng lúc là Viên Linh, Du Tử Lê, Nguyễn Tất Nhiên, Vũ Hữu Định... Luân Hoán từ miền trung với Mường Mán, Hà Nguyên Thạch... đến với chúng ta nhẹ nhàng như một hơi thở. Gọi anh là thi sĩ của tình yêu - thi sĩ nào mà không làm thơ từ tiếng gọi của tình yêu? - không có gì ngạc nhiên, nhưng anh là một thi sĩ toàn phần cho tình yêu.

Những Thiếu nữ tràn ngập trên mỗi dòng thơ anh. Anh ấp ủ thiếu nữ trong trái tim mình đã đành, anh còn thấy thiếu nữ cả trong tranh của những họa sĩ bạn anh. Anh viết *"Suối hoa, khe trúc ướp thơ mượt mà"* trong tranh Đinh Cường, anh cảm nhận thiếu nữ trong tranh Hồ Thành Đức *"chằng chịt những sợi gân"*, anh nhìn ra những *"búp gân tím, thỏi thịt hồng"* của những cô gái trong nét vẽ Khánh Trường hay một vẻ đẹp trầm hương hư ảo [hình như em chẳng có xương] trong Nghiêu Đề, hay như Nguyên Khai mượn cái *"thân thể ngựa phiêu bồng"* đắp lên vóc dáng em. Luân Hoán không chỉ nhìn ngắm thiếu nữ trong tranh, mà anh còn ngợi ca họ, làm thơ tặng thiếu nữ ở mọi thời đại, bởi vì *"em ở trong tôi, từ lâu lâu lắm... từ hồi chưa quen."*

Tuy vậy có lẽ những bài thơ Luân Hoán làm tôi ngây ngất là những câu thơ hiện thực của anh. Anh viết thơ anh khai sinh từ 'mùi hương cái vạt giường' thuở nọ, cái thời anh còn nằm trên chiếc giường tre ngâm, luồn dưới gối bàn tay tha thiết, và hơi thở, và thịt da, tự do mình dài ngắn 'trên chiếc giường tình thuở nọ'.

Thơ Luân Hoán ra đời vào những buổi tối, anh nằm nghe tiếng hát của chính anh, tiếng hát hân hoan chờ đợi vì nhìn thấy em nói dối mẹ lẻn qua nhà anh, và ái ân cuồng nhiệt như *"em đã cất ta sâu vào da thịt"* em.

Thơ không chỉ là hư ảo, với Luân Hoán, thơ còn khai sinh từ mùi hương da thịt, từ hai bàn chân, từ 'đờ đẫn', 'rình mò' trong 'nách lá cây?', từ sự âu yếm *"mon men tôi ướm tay thăm, vô tình vướng phải cái dầm nhớ nhung"*, từ cái ống quần, từ cái vết xước dịu dàng của đêm thơm...

Thơ Luân Hoán nở ra từ cái đầu có mái tóc dài nằm gối lên cánh tay anh, ngất ngây giữa ngày và đêm, và thịt da quyện vào nhau trong một trận mưa tình ái...

Thơ của Luân Hoán, ôi sao mà sexy!

Nguyễn Xuân Hoàng, tán gẫu

ĐỨC PHỔ

HÌNH ẢNH ẨN DỤ TRONG LỤC BÁT LUÂN HOÁN

Đọc thơ Luân Hoán, nhất là lục bát của anh, người đọc có thể hình dung được ngay tác giả. Phải là một tay chơi... 'chữ nghĩa' thứ thiệt. Thơ mộng mà lịch lãm, hiền lành mà nóng bỏng, đa tình mà thủy chung... mới xuất chiêu và dụng chiêu tài tình như thế!

Thơ anh viết tưởng chừng thật dễ dàng. Nhưng khó lắm. Không phải ai muốn viết như anh cũng được. Do anh quá dồi dào cảm hứng chăng?! Tất nhiên. Nhưng cảm hứng của anh thường được xào nấu, pha trộn bằng thứ gia vị độc đáo. Cái độc đáo của cách liên tưởng sự việc, tình cảnh... quả thật tài tình với những nét ẩn dụ quấn quít từng câu thơ, đoạn thơ. *'xăn quần, em thả gót hồng/ nghịch cho nước chảy lòng vòng quanh chân/ lòng tôi trong nước lần quần/ mon men tìm lỗ chân lông bám vào...'*

Hình ảnh ẩn dụ được anh lồng vào trong thơ lục bát, ' sex' lắm! Nhưng không trần truồng, dung tục... Dung nhan người nữ trong thơ Luân Hoán thường được anh vẽ lên bằng những nét gợi tình: *'gót hồng', 'em nằm phơi', 'lỗ chân lông', 'búp da trắng, búp thịt đào', 'búp đùi thánh thiện', 'cồn hoa', 'chân sen duỗi', 'em ngủ ở truồng', 'hai bàn chân khép'...* Đã làm cho anh cảm thấy *'trục trặc cái chi trong lòng'* khi *'thu nhãn lực viếng thăm ngọn ngành'*, để rồi bộc bạch một cách tỉnh táo, không ngượng ngập rằng, *'cái tâm bằng phẳng là không phải người...'*

Với chiều dài chung sống cùng thi ca trên bốn thập niên. Với một bề dày tác phẩm đồ sộ anh đã góp mặt với đời. Tôi vẫn thích thú nghĩ rằng, những người nữ hiện diện thường trực trong lục bát Luân Hoán, được anh phỏng họa từ dung nhan, đức hạnh... của người bạn tình gắn bó gần suốt đời cùng anh, mặc dù anh đã phải hứng chịu nỗi bất hạnh lớn lao nhất của đời mình khi thắp *'nén hương cho bàn chân trái'*... Và, cũng kể từ khi *'con bướm chở hương sang hiên người/ là lòng gửi sợi thơ tôi/ khiến em lộ mặt, ngó trời, thở ra/ trái tim có dịp la cà/ qua thăm nhánh khế sau nhà người dưng/ rồi vì, em biểu rằng: - đừng!/ nên chi, em với ta cùng của nhau/ một lần, lần nữa, đến đâu.../ đâm ra ở suốt bên nhau đến giờ'..* Hương yêu ngày xa xưa ấy, giờ đây vẫn chưa nguội lạnh trong anh. Anh vẫn luôn tình tứ với người yêu dấu bằng lời dặn nồng nàn: *'em vào, nhớ khép cửa buồng/ giữ hương xuân ấm chiếu giường quanh năm'...*

Nhà thơ Luân Hoán có nội lực thi ca thâm hậu, có trái tim say đắm và hừng hực lửa yêu đương. Vì thế anh luôn giữ cho mình một tâm hồn và thể xác sung mãn, một phong cách sống giản dị, bình thường... Chữ nghĩa trong thơ anh không cầu kỳ, trau chuốt. Anh viết như nói chuyện, như tâm tình. Bởi thế, thơ Luân Hoán không kén chọn độc giả. Người đọc, bất luận ở trong tầng lớp nào cũng thích đọc thơ anh. Anh đã khéo chọn cho mình một chỗ đứng riêng trong lĩnh vực thi ca. Anh đã bơi/ chèo/ ngụp/ lặn... trong cõi-riêng-thơ ấy bao năm một cách thoải mái, vô tư! Ta hãy thử đưa ra một số thơ lục bát không ghi tên tuổi, của nhiều tác giả khác nhau, người đọc cũng sẽ dễ dàng nhận ra ngay, đâu là bài thơ Luân Hoán! Đó là một ưu điểm mà không phải người làm thơ nào cũng đạt được...

Anh nghĩ suy và cảm hứng từ những chuyện đời thường tưởng như ai ai cũng nghĩ được như thế. Nhưng viết ra thì có mấy ai! *'chúc con, cháu là chúc ta/ khuya về ôn lại hương hoa động phòng...'* Và từ những hình ảnh bình thường như khi *'thấy em thay áo tình cờ...'* đủ làm cho anh *'nức lòng thanh xuân...'* hoặc thấy *'em nằm phơi rốn với chân'* mà anh thấy được hồn *'trải một sân nắng vàng'...*

Thơ hay, thường xuất phát từ một tấm lòng biết rung động chân thành với đời, với người, với sự vật, với cảnh tình... Cùng với tài hoa của người viết nên tác phẩm. Nhưng qua cách nhìn, thi hứng được tưởng tượng, thi hóa bằng sự nhạy cảm của thi nhân. Với bút pháp điêu luyện, với một âm ngữ nhàn nhã gây nên tiết tấu thơ Luân Hoán có một nhịp điệu khoan thai, dè dặt và rất lạc quan, yêu đời...

...

Lần đầu tiên đọc thơ Luân Hoán, tôi thích thú bởi cái bút hiệu của anh. Nó làm tôi liên tưởng ngay đến cuốn sổ 'luân hoán' tôi từng được thầy cô giáo trao cho, với nhiệm vụ trình bày và ghi chép ngày giờ, môn học, nội dung môn học, tên thầy cô giáo phụ trách giảng dạy... Ấy là năm tôi học lớp đệ ngũ. Ấy là năm học được mấy đứa bạn nghịch ngợm 'nói lái' để chọc ghẹo đám nữ sinh và đã được mấy cô nường háy nguýt đã đời. Ấy là năm tôi biết đọc thơ Luân Hoán, ắt hẳn phải là cơ duyên!...

Sau đó, một đôi lần biết anh (nhưng chưa quen...) tại quán cà phê Từ Thức của anh ở Đà Nẵng trong mấy dịp tôi từ Sài Gòn đi phép ra Huế, ghé qua. Tôi vẫn cứ cảm thấy cái tên 'Luân Hoán' hay ghê! Cái tên, đã bao lần dắt dìu ký ức tôi trở về với trường cũ thầy xưa... Cho đến một ngày, đọc được rằng, cái bút hiệu đã gắn bó, sống chung cùng anh qua bao chặng đường thi ca là bửu danh của bậc song thân, được anh ghép lại! Tôi đã cảm động đến dường nào!!!...

Với tình yêu, nhà thơ Luân Hoán được sống trọn một đời tình, tôi không theo kịp được. Nhưng với lòng hiếu thảo của anh đối với bậc sinh thành, tôi nghĩ, cũng chân thành không kém! Anh cùng lớp người được sinh ra với tuổi thơ trắng ngần trang giấy mới, với tuổi mơ mộng văn chương thơ phú. Rồi lớn lên, nổi trôi theo trường lính trường đời, rồi tan hàng rã ngũ... Trang đời anh đặc biệt hơn, có ghi thêm *'bàn chân trái'* gửi lại sa trường... Khi viết về Cha, về Mẹ anh tỏ ra duyên dáng trong những nét ẩn dụ chứa đựng nỗi ngậm ngùi sâu lắng mà ai cũng có thể dễ dàng chia sẻ cùng anh. *'cuối tuần ba thuê đấm lưng/ nắng ngoài sân gọi, dòm chừng, đếm gian...' 'ba cầm thi phẩm của con/ long lanh mắt lật, ngó, không nói gì...' 'con đi học làm sĩ quan/ mỗi tuần ba gửi vài trang chữ đầy...' 'dìu nhau về tới hiên nhà/ nạng con ngơ ngác, gậy ba bàng hoàng/ không gian cùng với thời gian/ bỗng dưng khựng dưới ba bàn chân khua...'* Với Mẹ, anh tỏ ra xúc động sâu sắc từ đức tính trung hậu, từ tấm lòng bao dung... của Mẹ. Anh còn đặc biệt thương cảm sự hy sinh, thương khó của Mẹ biết chừng nào! *'vì ba thích rượu ghiền trà/ cà phê, thuốc lá tà tà quanh năm/ nên mẹ thủ phận gánh gồng/ cho hương hạnh phúc vẫn thơm mỗi ngày...'*

Nói chuyện thi ca, tên tuổi và tác phẩm của anh không còn xa lạ gì với người mến mộ! Đôi dòng viết về anh chỉ là sự mạo muội của kẻ múa rìu... Xin hãy xem bài viết ngắn và thô thiển này, chỉ ghi lại từ cảm tính của riêng tôi thay cho lời cảm ơn nhà thơ Luân Hoán đã cho tôi niềm hưng phấn khi cảm nhận thơ anh...

Đức Phổ
10-05-2004

* chữ in nghiêng: trích thơ Luân Hoán từ các Thi tập ‘Mời Em Lên Ngựa’, ‘Cỏ Hoa Gối Đầu’, ‘Sông Núi Cùng Người Thơm Ngát Thơ’ và Tạp chí Văn số 84 & 85 Xuân Giáp Thân, 2004.

QUAN DƯƠNG
TÔI ĐỌC LỤC BÁT LUÂN HOÁN

Năm 1997 lần đầu tiên tôi nhận được "Cỏ Hoa Gối Đầu" của nhà thơ Luân Hoán do cơ sở Sóng Văn gửi tặng. Vốn từng âm thầm theo dõi sát nút nhà thơ này từ trước cho nên khi nhận được tập thơ nhân thể theo chân những câu lục bát của nhà thơ Luân Hoán tôi gặp lại từng kỷ niệm thời niên thiếu của mình còn đang mắc kẹt trong tiềm ức. Dường như anh đang giải tỏa giùm tôi những mắc kẹt đó trong khi tôi vô phương chống đỡ. Anh diễn đạt một cách quá dễ dàng giống như lấy viên kẹo trong túi. Mỗi khi đọc xong một bài nào của anh tôi lại mỉm cười nể phục vì cứ mỗi một bài là mỗi một chiêu thức điểm trúng tim đen. Mỗi một bài là mỗi một câu chuyện, là mỗi một kỷ niệm, là mỗi một quãng đời. Hồn tôi hòa nhập vào thơ anh để được sống lại một thời thơ thới nhẹ nhàng chưa mang nặng những vướng mắc trong cuộc sống. Trong lục bát của anh tôi thấy được hình ảnh của chính tôi:

Thu mình trốn sát chuồng heo
Vầng trăng mười tám trong veo sau hè
Kìa em, không núp bờ tre
Âm thầm dội gáo nước nghe thơm lừng
(Cỏ hoa gối đầu)

dụi hai con mắt làm thinh
ngẩng đầu vọng núm cau xinh nhú hồng
lên rừng xuống biển long đong
Vẫn còn thỉnh thoảng nhớ lòng đang run
(Cỏ hoa gối đầu)

Thông thường thơ lục bát rất dễ làm, chỉ đem cần câu 6 theo luật bằng trắc gieo vần đè lên câu 8 là xong, cho nên thiên hạ thường thích làm thơ lục bát. Chắc có lẽ tại thơ lục bát giản dị quá, giản dị có thể đâm ra buồn ngủ cho nên nhiều tác giả sau này cố biến nó thành cầu kỳ để tăng thêm phần kích thích. Có phải vì thế mà cảm xúc họ không thể tuôn tự nhiên? Cho nên giữa một rừng người làm thơ đại trà hiện nay, người đọc không sao tránh khỏi cảm tưởng là có nhiều bài thơ mang âm hưởng giống nhau. Riêng lục bát của nhà thơ Luân Hoán thì không như thế, anh chiếm lĩnh một cõi theo cung cách của anh, không cầu kỳ rắc rối khiến cho người đọc sau khi đọc xong phải gồng mình vận dụng trí tuệ vốn đã muốn hết hơi sau một ngày đi làm ná thở, nhất là những độc giả vốn lười biếng động não như tôi chẳng hạn. Cuối ngày đi làm về hoặc trong giờ giải lao ở hãng bắt gặp một sinh thể nào đó đang bay trên trời như mây, đang trôi dưới nước như rác rến, đang vật vờ trong không gian như sợi khói uốn mình từ điếu thuốc đang hút tự nhiên tôi nghĩ đến thơ của anh Luân Hoán. Những câu lục bát của anh cứ tà tà mà chảy vào cảm giác thiệt là thoải mái cái đầu.

Cẩm Phô trộn nắng vào mây
Gió mùa xuân lót gót giày tháng năm
(Hội An 1945)

Cả làng Liêm Lạc sạch bong
Nắng tơ gió lụa lòng vòng ngọn tre
(Hoà Đa 1953)

Giả vờ châm thuốc nhâm nhi
Nuốt thầm vóc đứng dáng đi quanh mình
(Đà Nẵng 1960)

Hình như không có thứ gì hiện diện trong em trên đời này là không xảy ra trong lục bát Luân Hoán, từ hình ảnh em đi, đứng, ngồi, nằm đến em thức, em ngủ, em ho, em cười, em khóc, em vân vân và em vân vân, hễ anh ngửi được là anh thở ra lục bát.

thấy em thay áo tình cờ
lòng khi không mọc vạt thơ phiêu bồng

Em nằm đợi gió ngủ quên
Thơ ta quỵ gối bốn bên em nằm

Môi hương em nở dịu dàng
Máu theo lưỡi cuốn lòng tràn âm thơ

Lưu âm như cánh môi hoa
Hồng từng vuông thịt chan hòa khói sương
(Cỏ hoa gối đầu)

Rõ ràng những chữ anh dùng trong lục bát toàn là những chữ đời thường đụng mặt nhau bôm bốp hằng ngày trong cuộc sống, thế mà khi anh tung vô thơ thì nó lại biến thành mới mẻ. Giống như cục đất sét xấu xí sau khi qua bàn tay nắn nót điêu luyện của một nghệ nhân thì nó biến thành những bức tượng đầy sinh động giá trị. Với tôi, nhà thơ Luân Hoán đúng là một nghệ nhân nắn lục bát. Ví dụ như

Quả nhiên danh bất hư truyền
Em là con gái Thừa Thiên rặt nòi
Mi xanh má đỏ chân dài
Đánh tôi một chưởng rớt đài như không

Càng già càng dẻo càng dai
Trời đánh trật búa thành tài hoa thôi
tội cho em
khổ một đời
Yêu ta theo đến cuối trời đau thương

Nắng đang thay nhựa trong cây
Em đang thay máu tim này, cám ơn
từ ngày được em dỗi hờn
thơ tôi chợt méo chợt tròn lê thê
(thơ Luân Hoán)

Tháng 7 năm 2000 nhà thơ Phan Xuân Sinh ra mắt "Đứng dưới trời đổ nát", tôi có dịp gặp mặt nhà thơ Luân Hoán tại Boston nhân buổi họp bạn đó. Đó là một buổi hội ngộ hiếm có giữa bạn bè văn thi hữu khắp nơi trên đất Mỹ và Canada lần theo dấu thơ rải dọc đường mà về.

Nhà thơ Luân Hoán cùng một số văn thi hữu như Hoàng Xuân Sơn, Song Thao, Khải Minh, Hồ Đình Nghiêm, Nguyễn Vy Khanh lái xe từ Montréal qua. Ngoài nhà biên khảo Nguyễn Vy Khanh và Khải Minh, những nhà thơ nhà văn Canada còn lại tôi gặp lần đầu. Thiệt là xúc động khi tôi được biết nhà thơ Luân Hoán chỉ còn một chân. Chân kia anh đã bỏ lại Quảng Ngãi năm 1969 trong cuộc chiến tranh Việt Nam. Dễ chừng trải qua bao nghiệt ngã cay đắng như thế, con người dù gì cũng chỉ bằng xương bằng thịt thì làm sao tránh khỏi oán hờn. Nhưng qua thơ anh tôi không hề tìm ra được sự oán hờn. Anh chỉ cay đắng âm thầm chấp nhận sự đau đớn của thể xác cũng như tinh thần như một phần chia sẻ số phần mà thế hệ của tuổi trẻ Việt Nam ai nấy đều cùng chung gánh chịu. Đêm hội ngộ tại Boston đó mới đây mà đã thoáng chốc bốn năm trôi qua. Bốn năm, tôi vẫn còn nhớ nét mặt bình tâm đầy nhân hậu như qua bài thơ anh nói về biến cố đó. Chữ "nhón chân" ở câu 8 hay rợn da gà. Thiệt đúng là Luân Hoán.

Dễ chừng hồn vía mùa xuân
đứng ngoài cửa sổ nhón chân ngó vào

hăm tám cúi mặt cởi giày
chặt đi một đoạn xuân đầy cỏ hoa
Xuân nằm trên bụng băng ca
Nghe trời đất bỏ sót da thịt thừa
(SNCNTNT)

Thật ra tôi biết đọc thơ và biết thưởng thức thơ rất muộn, đâu tận mãi đến thập niên chín mươi sau ngày định cư tại Mỹ. Biết thưởng thức một món ăn tinh thần mà hầu như hầu hết những người yêu thơ khác biết hưởng từ khuya. Tôi tìm đến với thơ khi không còn là thanh niên nữa. Không biết có phải vì sự yêu đến muộn màng đầy dồn nén đó khiến cho sinh lực chứa trong cơ thể cứ muốn xì hơi. Tôi đâm ra hối hả ngấu nghiến thơ tình và mê mẩn nó đến độ bội thực. Nhưng khi ăn vào món lục bát Luân Hoán thì tôi cảm thấy rằng hình như không bao giờ đủ. Trong thơ lục bát của anh nó vẫn còn giấu kín một điều gì đó rất tâm linh khiến cho người đọc đọc xong vẫn còn ngây ngất tìm tòi

Trái tim có dịp la cà
qua thăm nhánh khế sau nhà người dưng
em vào nhớ khép cửa buồng
giữ hương xuân ấm chiếu giường quanh năm

Hay:

Cái ngày mở mắt khai hoa
câu thơ vãi xuống mấy tòa thiên nhiên
tôi thành ngay gã thánh hiền
trong mùa Tết nọ để ghiền đến nay

dập dìu theo chiếc lá bay
một đời nhốt chặt gió mây túi quần
vói tay về phía sau lưng
ước chi sờ trúng bàn chân tháng ngày
(SNCNTNT)

Tháng bảy năm này, nắng đổ ập lên tiểu bang Louisiana trăm ngàn đốm lửa, nhất là vào giữa trưa tay chân thân thể như muốn lột da non. Tôi làm thợ sơn trên chiếc tàu Polar Endevour. Cái nóng bên ngoài đã vậy, cái nóng trong lòng tàu lại càng tăng thêm phần thê thảm. Hơi nóng của máy đang hoạt động hùa với cái nóng được nung bởi thân tàu bằng sắt khiến cho mồ hôi rơi đồm độp không kịp lau. Mỗi một ngày cơ thể khô rốc của tôi phải cần thiết nạp vào một số lượng khoảng hai gallons nước là ít. Hơi nóng nuốt chửng hết không khí chung quanh, nhiều lúc muốn hít thở một chút gió trong lành cũng không biết hứng ở đâu. Tôi thường chui vô một góc nào đó rồi hả họng ra hớp không khí giống như mấy con cá mắc cạn. Thời gian vì thế bị kéo dài ra lê thê, cứ nhìn đồng hồ sao mà lâu hết giờ để dzọt. Thoi thóp như thế vậy mà cũng không sao tránh khỏi nghĩ đến hai câu lục bát sau của anh Luân Hoán mỗi khi nhìn những giọt mồ hôi trườn từ sóng mũi trước khi buông tay té nhào vô áo:

long lanh rớt giọt sương già
thanh tân địa phủ trổ hoa vô thường

Khi anh sáng tác hai câu trên để dùng trong một bài thơ tình, nhưng khi nhìn những giọt mồ hôi trong veo bám tòn ten trên chóp mũi, tôi lại liên tưởng đó là những giọt sương già đang long lanh rớt. Ở vào lứa tuổi không còn thanh xuân, sự liên tưởng khiến lòng càng thêm ngậm ngùi. Nhất là những buổi sáng sớm lò mò thức dậy khi bóng đêm còn dày đặc để lái xe sao cho kịp đến hãng trước 5 giờ sáng. Đường vô hãng phải dừng đợi ở một ngã tư đèn xanh đèn đỏ, hai bên là rừng. Sáng nào cũng vậy, cũng vào khoảng giờ nhất định, xe tôi đều ngừng ở đó. Trong khi nằm nối đuôi chờ đến phiên mình thế nào tôi cũng nghe tiếng gà rừng đang gáy ở bên đường. Tiếng gà ác ôn cứ khiến cho lòng bồi hồi nhớ đến quê nhà. Thò đầu ra khỏi xe để phun một hơi khói thuốc chào buổi mờ sương thấy giữa khoảng trời còn nhạt nhòa bóng đêm hai câu lục bát của anh khi ẩn khi hiện:

sáng ra lòng dạ bần thần
với tay mở cánh cửa gần chiêm bao

Anh Luân Hoán làm thơ khi còn trẻ, trước và sau năm 1975. Anh có một khoảng thời gian dài làm thơ trong khi tôi thì chỉ có một thời gian quá ngắn để cảm nhận, do đó sự bày tỏ không thể nào gói gọn trong vài ba trang giấy là đủ. Bài viết này tôi chỉ xin chọn một góc nhỏ lục bát của anh và đứng từ góc đó xin bày tỏ ý nghĩ đến những vần thơ tình dạt dào sự sống mà anh đã gieo rải trên suốt gần hết quãng thanh xuân của mình. Bày tỏ với lòng cám ơn của một người ái mộ thơ anh.

Louisiana, tháng 7 /2004

Quan Dương

PHAN NI TẤN

NHẠC ĐIỆU TRONG THƠ LUÂN HOÁN

1.

Mấy năm nay, vì công việc làm ăn, tôi vẫn thường thức dậy sớm. Nhớ lại những ngày đầu, cơn buồn ngủ cứ làm tôi ngầy ngật, khó chịu luôn, nhưng dần dà rồi cũng quen. Tháng 5, năm giờ sáng, ngoài trời còn tinh khiết đầu ngày, và lắng nghe chim hót. Mùa xuân, sau vườn nhà tôi, sáng sớm nào bầy sáo cũng líu lo trên cành phong rậm lá. Nghe chim hót tôi có cảm tưởng như sự thù hằn, nỗi đau khổ trầm luân trong cuộc đời này thảy đếu tan biến đi,

Một buổi sáng trên đường tới sở, khi ngang qua một hồ nước, tôi thích thú bắt gặp đôi thiên nga đang lượn lờ trên mặt hồ. Nhìn vẽ nhởn nhơ, thong thả, nhẹ nhàng của loài thú tôi lại thương thân mình, biết là vội vàng hấp tấp song khó mà cưởng lại được dòng cuồn lũ của đời sống cuốn đi,

Từ đó, mỗi lần lái xe ngang hồ nước, tôi đều dõi mắt tìm kiếm đôi uyên ương xinh xắn nhàn nhã kia. Có hôm trở trời, mặt hồ khói sương dật dờ ảm đạm, dưới đáy sủi lên một lớp bùn non vàng ệch.Những hôm đó chim trời vắng bóng, lòng buồn vu vơ tôi thường ê a bài thơ Mắt

Chiều của anh Luân Hoán gởi cho tôi cách đây 5 năm, cùng với một loạt thơ khác của anh:

anh theo chim vịt kêu chiều
lên vùng thương nhớ đổ xiêu tiếng buồn
vàng trời tình thiết tha buông
màn sương lệ kết thành nguồn chở em
luyến lưu mùa động tay mềm
mây qua cửa sổ lênh đênh vào lòng
thôi rồi anh trót chờ mong
mắt chiều em đỏ lên hong nụ cười

Tôi rất thích cái nhạc điệu trong thơ LH. Không riêng gì vần lục bát mà các thể loại khác anh cũng chứng tỏ cái khả năng tượng hình phong phú không những về vật thể mà còn về âm thanh. Sự giàu âm trong ngôn ngữ thơ và dấu giọng đã là yếu tố chứa đựng âm nhạc rồi.

Đây là một trong loạt thơ lục bát của Luân Hoán đã được nhạc sĩ Vĩnh Điện phổ nhạc trước 1975, ở bên nhà (cùng lúc phổ thơ của Lê Vĩnh Thọ). Vĩnh Điện là một nhạc sĩ giỏi về cung cách phổ thơ lục bát. Tôi thấy anh nắm được hồn nhạc trong thơ bạn, nên mỗi khi phổ nhạc mỗi bài một vẽ, không thấy có sự trùng hợp trong âm hưởng. Theo tôi, lục bát là một thể thơ rất dễ phổ nhạc mà cũng khó đạt thành công. Niêm luật xưa nay của vần lục bát vẫn BBTTBB... lên bổng xuống trầm như uốn như lượn, nếu không khéo vận dụng khối óc và con tim sáng tạo, nhạc sĩ dễ bị rơi vào sự quen thuộc, nhàm chán của giai điệu.

2.

Hai mươi năm trước, trên báo chí quê nhà tôi đọc thấy quảng cáo một tập thơ: Hòa Bình ơi, Hãy Đến của nhà thơ Luân Hoán viết chung với Lê Vĩnh Thọ và Phạm Thế Mỹ. Đó là lần đầu tiên tôi nghe danh Luân Hoán, Ròi cùng năm lại được tin anh in thêm Nén Hương Cho Bàn Chân Trái, sau khi mất một chân tại mặt trận Quảng Ngãi năm 1969. Thi tập này có thêm sự đóng góp đông đảo bạn bè anh như Lê Vĩnh Thọ, Phạm Thế Mỹ, Đynh Hoàng Sa, Tường Linh, Phổ Đức, v.v... Tiếc rằng cả hai tập này tôi chỉ biết qua báo chí và qua bạn bè, còn nội dung ra sao, tới nay tôi vẫn chưa được đọc. — Pleiku mùa hè đỏ lửa 72, qua tiếng hát Miên Đức Thắng, tôi lại nghe Luân Hoán trong ca khúc Lời Nguyện Pháp Trường của Phạm Thế Mỹ phổ thơ anh. Sự trầm bổng luyến láy cùng với nhịp độ nhanh chậm của nhạc điệu luồn lách bám sát vào sự diễn đạt của lời ca gây cho người nghe một cảm xúc bàng hoàng. Lời Nguyện Pháp Trường là một ca khúc nhận diện cái chết. Một cái chết chắc chắn đau thương, tức tưởi, nghẹn ngào, cái chết thèm được sống, được mở mắt ra nhìn lại trời xanh, thấy lại quê hương buồn Và lời ca thì lạy trời xin đừng biết mình chết dưới tay kẻ giết mình. Khi nghe nhạc tôi không cảm thấy sự giận dữ, căm hờn, hay bị bóp méo qua lời ca. Tôi chỉ cảm nhận cái chết, cuối cùng không hề mất đi tấm lòng nguyên vẹn biết khoan dung và chan chứa tình người. Đó chính là một đặc điểm trong tinh thần nội dung của tác phẩm Luân Hoán. Ca khúc này tôi chỉ nghe được vài lần rồi thôi. Từ đó, có lẽ vì chiến cuộc, vì ở nơi heo hút tôi không còn dịp được nghe, được đọc Luân Hoán thêm lần nào nữa. Đường đời chông gai trắc trở, đời lính nay đây mai đó, lâu ngày đoạn tháng thời gian xóa nhòa tên Luân Hoán trong trí tôi, cho tới ngày tôi thoát ra hải ngoại.

Nếu không kể bài LNPT mà tôi đã từng nghe băng nhạc ở quê nhà, thì bài thơ Quả mít vườn mẹ của Luân Hoán đăng trong tạp chí Nhân Văn bên Hoa Kỳ năm 1985 là bài thơ thứ nhất trong đời tôi được đoc kể từ ngày tôi nghe tên tuổi anh....

Tôi đã từng phổ nhạc từ thơ của nhiều tác giả trong nước trước 75, cũng như ngoài nước sau này. Nhưng riêng trường hợp LH tôi phải đợi tới 14 năm sau mới có dịp phổ biến nhạc của tôi qua những dòng thơ chuyển hướng của anh, và đương nhiên, bản nhạc đầu tiên tôi phổ thơ LH là bản Quả mít vườn mẹ, cùng tên với bài thơ. Nguyên bài thơ gồm 20 câu, khi phổ nhạc tôi chia hai phần dựa theo hơi thơ, giọng kể và tiết điệu của bài thơ. Dĩ nhiên tôi phải thận trọng trong việc sáng tác sao cho sự trầm bổng của ca khúc được sự hài hòa và cân phương cần thiết. Mặc dù ngày nay phần lớn những ca khúc tân thời đã phá luật cân phương cổ điển này. Bản nhạc thơ này đã mang lại sự giao tình cởi mở giữa bạn thơ Luân Hoán và tôi; ban đầu qua lại bằng thư từ, điện thoại, cuối cùng là đi gặp gỡ nhau. Nhớ lần đầu tiên từ Toronto đi Montréal, tôi đã tới thẳng nhà LH sau khi đã hẹn với anh. Tới nay tôi vẫn còn hình dung được buổi sơ ngộ này.

Từ trong phòng ngủ chậm rãi bước ra là một dáng người gầy nhom, quả đúng như anh từng tự vẽ:

ốm nhom như con cò ma
phất phơ giữa cõi thi ca tối ngày

Tuy anh không mang vóc dáng như tôi mường tượng, song dung nhan không đến nỗi: *râu lởm chởm, tóc rễ tre lộn xộn.* Một con người khắc khổ khô héo đã mang tên tuổi mình đi vào thế giới thi ca bằng một di sản thơ khá đồ sộ, Vậy mà anh vẫn tỏ ra khiêm tốn, nói năng điềm đạm. Sau này quen lâu mới biết rõ tính tình LH. Tôi tin rằng những kẻ ác tâm khó mà nghĩ ra những câu thơ thật hiền lành như chính con người anh. Sau lần gặp gỡ đó, thỉnh thoảng có dịp về Montréal, chúng tôi lại gặp nhau hàn huyên bên tách trà, ly rượu, ngâm thơ, hò hát với bạn bè thân quen.

3.

Sau biến cố tháng tư 75, sự đổi đời ảnh hưởng sâu đậm đến thế giới thơ của LH...

Nhìn chung trong LH có hai con người. Một con người vọng động nỗ lực diễn đạt thơ mình bằng những lời lẽ đơn sơ, phóng túng, hào sảng, nhiều khi gần với khẩu ngữ. Và hồn nhiên trong sáng đối với tình yêu lứa đôi, tình học trò. Một con người khác lặng lẽ hơn thâm trầm hơn làm thơ về nỗi chia lìa *quê hương nhắm mắt như sờ được....*

Trong lịch sử thi ca Việtnam, ít có người viết về tình chị em một cách hiền hòa tha thiết và đầy ưu ái như LH. Tôi vẫn nghĩ rằng, sau những lần rong chơi, nghịch ngợm, phá phách trong thơ, thì cũng trong thơ hình ảnh người thân như một căn nhà vững chắc nhất, bình yên nhất, thân yêu nhất vẫn là nơi trú ẩn cuối cùng để người thơ tìm về. Và Luân Hoán đã trú ẩn trong từng hoài niệm. Lâu rồi.

Viết về chị, riêng cho chị, LH có hai bài thơ hoài niệm cảm động. Cả hai đều hay về bút pháp, về cách cấu trúc, hình tượng, nhất là về tình người. Bài "Xin Gởi Cho Em Vài Hạt Mưa" trong đó có 4 câu tôi nhớ hoài:

chị buồn còn hơn những hạt mưa
sầu hơn vọng cổ tự ngàn xưa
nhớ thương em trốn vào thi khúc
sao chút lòng em vẫn cứ thừa

Nhưng sự cô đọng của bài "Khiêng Nước" vẫn có sức gợi cảm gợi nhớ hơn. Khi đọc, tôi nghe toát ra từ bài thơ một nỗi gì lâng lâng, man mác và thiết tha vô tả, đặt biệt về khía cạnh nhạc điệu lúc trầm bổng luyến láy và ngân hoài trong suốt 28 dòng thơ ngủ ngôn tuyệt cú.

Sau "Quả Mít Vườn Mẹ", "Khiêng Nước" là bản nhạc thứ hai tôi phổ thơ LH đăng trong tạp chí Văn Học cách đây 5 năm, đánh dấu ngày tôi quen biết với nhà thơ Luân Hoán.

Phan Ni Tấn

HOÀNG LỘC

LUÂN HOÁN, ÔNG ANH PHÍA TRƯỚC

Cuống rốn của Luân Hoán được cắt tại Hội An, cách tôi một năm. Thắng nhất tuế vi huynh - nên Luân Hoán là ông anh của tôi.

Tôi trưởng thành tại Hội An - và Luân Hoán ở Đà Nẵng, thành phố lớn nhất Quảng. Cái gì của thị thành, Luân Hoán đều biết trước tôi, trong đó có lắm thứ thuộc về các bộ môn nghệ thuật. Tôi là dân Trần Quý Cáp - anh ấy, Phan Chu Trinh - cũng là ngôi trường trung học bề thế hơn...

Sinh trước một năm, Luân Hoán được lắm thứ trước tôi. Luôn luôn, tôi gọi Luân Hoán là... Ông Anh Phía Trước.

*

Khoảng đầu năm 1960 - lần đầu tiên, tôi gặp nhà thơ Luân Hoán.

Ở Hội An lúc bấy giờ, mấy tay thơ lớp trên tôi là Thái Tú Hạp, Hoàng Quy, Thành Tôn có làm nhóm thơ Tình Người Sông Thu. Các anh góp mỗi người chừng 15 bài thơ, đánh máy trên giấy pelure fort và đóng thành tập. Dù tôi chơi rất thân với Thành Tôn nhưng tôi mới chỉ là thằng em tập tành viết lách, khó mà được gợi ý gia nhập nhóm. Tôi nhìn các anh thật ái mộ đến mê tín. Mượn được tập thơ đọc mấy ngày trời, lòng tôi rộn ràng hạnh phúc: sao bài nào của các anh cũng hay đến vậy!

Thời ấy, lớp tuổi ấy, theo tôi, ở Quảng có hai người làm thơ vượt trội những người khác. Đó là Nguyễn Nho Sa Mạc và Luân Hoán. Khi tôi mới có vài bài thơ đầu đời, in ở vườn thơ báo Văn Nghệ Tiền Phong - thì những Luân Hoán, Nguyễn Nho Sa Mạc đã có thơ ở Mai, Bách Khoa, Văn Học...

Một hôm, anh Thành Tôn đưa tin: Luân Hoán sẽ ghé Hội An, thăm các anh.

Không biết các anh trong nhóm Tình Người Sông Thu có hớn hở hơn tôi trước cái tin này?

Đồng bạc học trò thật khó khăn, do các anh đóng góp - và lần thứ hai, sau khi đón tiếp Phan Duy Nhân, cũng là người thơ khá nổi thời ấy - tôi được phụ trách việc nước nôi đãi khách.

Tôi nhớ hoài chuyện đi mua bốn chai nước cam vàng, kèm ít đá đập. Tất nhiên chỉ Luân Hoán, ông khách quý và ba mạng trong nhóm Tình Người được uống thứ nước cao cấp này.

Còn thằng em Hoàng Lộc thì may mắn quá, được... rót nước!

Số là đọc và thích thơ Luân Hoán, nên lòng tôi muốn gặp người. Hơn nữa, trong những ngày ấy - tôi đang vui với một bài thơ, được anh Hoài Thương chọn in hai màu trên tờ Thời Nay một cách trân trọng, có cái tựa đề niềm đau phố thị, rất thời thượng. Bài thơ thế này:

tôi xin giữ dấu chân người
với niềm đau cũ ngàn đời nín thinh
dòng buồn chừ trót lênh đênh
héo hon đại lộ đôi ngành rẽ phân
lối về lòng có bâng khuâng
hỡi người con gái một lần tôi yêu?

Anh Thái Tú Hạp đọc bài này, đã phán: Mình thấy thơ cậu cũng khá đấy! (Lối xưng hô của đàn anh với đàn em thời ấy là vậy). Tôi mong mỏi gặp Luân Hoán để nghe anh có phán gì thêm!

Chừng hơn 10 giờ sáng, Thái Tú Hạp và Hoàng Quy và một người trẻ tuổi, vóc dáng thư sinh, nét cười dễ mến - cùng đi bộ từ phố chính Hội An ra tận Trường Lệ, ghé ngôi nhà anh Thành Tôn trọ học. Bốn người gặp nhau, rôm rả chuyện trò - và tôi, cứ tự nhiên làm kẻ bồi bàn. Thành Tôn giới thiệu tôi với Luân Hoán, như một thằng em ham làm thơ và đọc thơ, vừa có bài thơ đầu tiên đăng trên Thời Nay. Ông anh Luân Hoán bắt tay tôi và nói: Thơ Hoàng Lộc bước bước đầu tiên khá vững vàng. Tôi sướng mê người vì cái bắt tay và cách khen ngợi rất... bằng hữu của ông anh mới gặp.

Tôi khép nép đứng nghe những đàn anh nói về chuyện thơ - chuyện mấy tờ báo lớn ở Sài Gòn - chuyện những bè bạn của các anh đang sinh hoạt chữ nghĩa. Tôi lấy làm lạ là không nghe các anh nói về chuyện... gái gung?

**

Nhớ quán cô Thuyền, nhớ nhà Nam Ngãi

Câu trên là thơ Trần Hoài Thư, viết về những kỷ niệm ở Tam Kỳ, Quảng Nam.

Quán cô Thuyền là nơi mà mọi gã thanh niên, có chút máu me văn nghệ thời ấy đều phải biết. Cô Thuyền nổi tiếng là hoa khôi một thời có lẽ cũng nhờ các ông anh Luân Hoán, Nguyễn Nho Sa Mạc... bôi son trét phấn ít nhiều?

Chính tôi, đọc thơ các ông đề tặng Thuyền - sinh hiếu kỳ, băng bộ năm mươi cây số, từ Hội An, vào cho được Tam Kỳ để mong nhìn thử người đẹp.

Cái ngập ngừng của thằng trai mới lớn, cái nôn nao của một sự tìm gặp mà duyên cớ mơ hồ đã khiến tôi e dè tìm địa chỉ bà Thuyền. Để rồi, khi có quyết định liều, chân bước vào cửa nhà, mắt đã nhìn vào phòng khách, lại... vội vã bước ra! Chao ôi - đã có ông anh tôi, Luân Hoán và anh Nguyễn Nho Sa Mạc đang ngồi chình ình ở... ghế giữa nhà em!

Sau này, khi biết chút chút yêu thương - thấy gã đàn ông đến hỏi cưới người yêu, tôi viết - mà lại nhớ đến hình ảnh Luân Hoán hôm ấy ở quán Cô Thuyền:

từ trăm năm em, gã sức mạnh như thần
xô giạt đời anh - xoay cả đời em lại
kể chi chút tình mong manh sương khói ấy
ta đã hết lòng chăm chuốt vì nhau

từ trăm năm em, gã đánh phủ đầu
nhân danh những thói lề khắc nghiệt
chỉ chén rượu miếng trầu qua quít
mà gã được vào cửa chính nhà em!

Cuối cùng, tôi không biết cô Thuyền có phải là giai nhân thật trong đời, hay chỉ trong thơ Luân Hoán!

***

Năm 1967, khi tôi đang dạy học tại trường Nguyễn Duy Hiệu, Vĩnh Điện - nhân chuyến tìm thăm vị cựu hiệu trưởng của tôi là nhà thơ Hoàng Thị Bích Ni ở đường Pasteur, Đà Nẵng - tôi có gặp lại ông anh Luân Hoán trên đường Độc Lập. Hình như lúc ấy, anh rất bận - có cả Vương Thanh đi cạnh. Nghe đâu các anh đi đến điểm hẹn nào đó, có nhà phê bình văn học Đặng Tiến đang chờ.

Lần thứ hai, tôi được ông anh bắt tay - cho dù lúc ấy, Luân Hoán đã in đến tập Trôi Sông. Nhưng tôi vẫn lấy làm lạ là tại sao anh không ngỏ ý cho tôi được đi theo, ngó thử ông Đặng Tiến một lần. Dù sao tôi cũng là giáo sư giảng dạy môn văn trung học, cũng đã biết làm thơ nữa.

Để cuối cùng, đến giờ này - tôi cũng chưa biết mặt nhà phê bình mà tôi ưa thích một thời là anh Đặng Tiến!

****

Sau hai tháng ở trường Bộ Binh vì lệnh tổng động viên năm 1968, tôi được gắn alpha và xin phép về Hội An một tuần để thăm ông thân tôi bệnh, tôi có... ăn nằm với Luân Hoán một đêm, tại nhà anh, ở Đà Nẵng.

Lần gặp thứ ba đầy tình thân - có lẽ bên tình văn thơ còn tình chiến hữu. Luân Hoán tốt nghiệp khóa 24 Thủ Đức, còn tôi đang theo khóa 27. Tôi gặp anh là lúc anh vừa xuất viện, vết thương chưa cắt chỉ, sau khi bỏ lại một bàn chân trên chiến trường Quảng Ngãi. Chắc **nén hương cho bàn chân trái** được viết trong thời điểm này.

Đêm đó, tôi với anh cùng ngủ chung giường. Tôi có đọc câu thơ Đinh Hùng cho anh nghe: anh với tôi giường chung mộng chung. Không biết ông anh có nghĩ là tôi đã tự ví mình như Đinh Hùng, còn anh, như Thạch Lam chăng?

Hai anh em tâm sự đủ điều, đến gần sáng mới vào giấc. Tôi cũng lấy làm lạ là tuy anh và tôi đều viết thơ tình - mà không hề nói với nhau về những... chuyện tình riêng?

Sau đó nhiều năm, tôi về phục vụ một đơn vị quân đội tại ngay Đà Nẵng - nhưng vẫn ít có dịp cùng anh bù khú - đến nỗi nghe anh mở quán sách Ngôn Ngữ, tôi vẫn chưa đến quán này.

Chỉ có lần anh in xong rượu hồng đã rót, ký tặng tôi - và khi biết tôi muốn in thơ, anh đã giới thiệu Nguyễn Sông Ba cho tôi quen. Khi ấy, Nguyễn Sông Ba đang có một nhà in master ronéo ở Đà Lạt, in khá đẹp. Rất tiếc, tôi chưa kịp in tập thơ này thì đã xảy ra chuyện tù tội!

*****

Năm 1994, khi anh Nguyễn Mộng Giác in mấy bài thơ của tôi trên Văn Học - thì Luân Hoán và tôi mới bắt liên lạc lại với nhau. Anh vẫn làm thơ hay - và đã in rất nhiều thơ ở xứ người.

Cái bình bát của thơ sáu tám, nếu có như người ta nói - theo tôi, của Quảng Nam, thì sau Bùi Giáng, đã vào tay Luân Hoán. Nhiều anh em Quảng vẫn tự hào về lục bát Luân Hoán - như một dòng ca dao riêng mà sức bồi của phù sa ngôn ngữ làm tươi xanh mãi những cây lá thi ca của miền đất vốn yêu mến vần điệu này.

Thơ tình Luân Hoán phong phú quá chừng - vì anh đã quen biết - hay nói đúng hơn là đã gặp gỡ quá chừng những nhan sắc. Chừng vài chục cái tên người nữ, sau đó còn nhiều cái chấm chấm - chứng tỏ ông anh của tôi cũng là một trong *top ten* của loài hiếu sắc. Thử kể ra, coi thử: Thu Hà, Thu Liên, Quỳnh Chi, Quỳnh Cư, Như Thoa, Phước Khánh, Phước Hạnh, Hồ Thị Hồng, Huỳnh Phú, Thái Thu, Thùy Trâm. Scotte Jeanne, Lâm An, Nguyễn Thị Ngọc Lan, Hồng Hạnh, Trân Châu, Ỷ Vân, Đoàn Thị Bích Hà, Lê Thị Quỳnh Như, Kiều Trang, Bích Quân, Minh Xuân, Ái Cầm, Thạch Trúc...

Ôi - hơi sức nào kể ra cho hết!

Thế hệ làm thơ chúng tôi - thường thì hiếu sắc cho lắm - thì cũng chỉ hưởng chút hương hoa, phần xôi thịt thì lại nhường hết cho những người ngoài giới? Luân Hoán cũng thế - cho nên thơ anh, người nữ hiện ra thật rực rỡ mà ấm nồng. Rớ đến xôi với thịt - thì làm sao có những vần thơ tình như thế?

Nhan sắc nào cũng một thời. Các chị trong thơ ông anh tôi thì đẹp mãi xưa sau. Nhan sắc các chị, dù có chị đến nay đã có cháu ngoại đi nữa, cũng đã bất tử nhờ thơ Luân Hoán.

******

Lâm Chương, nhà văn - bạn tôi - vẫn thường than dài rằng chúng tôi sinh ra trong chiến tranh, học hành trong chiến tranh, yêu thương theo kiểu hồn bướm mơ tiên. Thời sung sức nhất là thời lo đánh giặc - rồi đi tù. Khi có tuổi, hình như có một thứ không nguôi trong người - như một sự ức chế lâu ngày thành bệnh.

Tôi cũng thấy thế - thấy rõ hơn trong thơ tình Luân Hoán. Chỉ vì không dám rớ đến xôi thịt, ông anh tôi đã thành một người mà dân Quảng gọi là... hoang ngầm?

đồi cao, cỏ tỉa gọn gàng
con chim mở mắt làng quàng muốn bay
đầu trần trụi, đứng, loay hoay
mùi hương phấn cỏ ứa đầy môi hoa...
(đồi 888 Montréal)

thừa bàn tay
thọc túi quần
gặp em
vấp ngọn núi sừng sững nghiêng...
(gặp)

em ngồi trải cánh chân phơi
nắng nghiêng thơm một góc trời săm se
tôi ngồi đờ đẫn tay che
con-chim-thơ-đội-mộng xòe cánh bay...
(trên đồi cỏ)

cái đầu, gối mỏi cái tay

chập chờn lẫn lộn giữa ngày và đêm
duỗi chân,
đụng phải cái mền
vội co tay
ủm cái thèm-thịt-da
(lo mơ trong giấc ngủ ngày)

Đọc những câu thơ như trên, thiệt... không chịu nổi!

****

Luân Hoán sinh trước tôi, học trước, làm thơ trước, đi lính trước, giải ngũ trước, xuất ngoại trước... biết yêu và lập gia đình cũng trước.

Tôi gọi Luân Hoán là Ông Anh Phía Trước. Đáng lắm!

Tôi chỉ khám phá ra một điều, trước khi viết bài này chừng một tháng - ông anh Luân Hoán đã... sau tôi.
Số là khi điện đàm - anh em chúng tôi hay nói đùa với nhau. Có mẩu đàm thoại như sau:

- Sao rồi? Anh vẫn khỏe chứ?
- Nhờ trời, vẫn OK. Cảm ơn Lộc.
- Hì hì. Hoàng Lộc và Lâm Chương như đã bắt đầu yếu... mục ấy. Còn anh?
- Nhờ trời, vẫn ngon lành.

Memphis, mùa hạ năm 2004
Hoàng Lộc

LƯU NGUYỄN
TÌM HIỂU KỸ THUẬT TRONG THƠ LUÂN HOÁN

Có cảm xúc, có ý tưởng nhưng không nắm bắt được những quy luật bằng trắc, cách gieo vần, cách đặt câu thì bài viết không thể nào thành thơ, cho dù thơ tự do.

Am hiểu tường tận luật bằng trắc, cách gieo vần, tôn trọng đúng số lượng chữ quy định cho mỗi câu, ở mỗi thể loại, nhưng thiếu cảm xúc, không có ý, không tượng hình thì bài viết chỉ là một bài văn vần. Nó là một thứ gì đó, nhưng nhất định không phải là thơ. Lâu nay đã có một số sách được xuất bản và bài vở trên báo chí nằm trong những trường hợp này và vẫn được dễ dãi gọi là thơ; thành ra gia tài thi ca Việt Nam coi ra rất phồn thịnh. Lấy cái mốc từ thời tiền chiến cho đến nay, trong các bộ môn sinh hoạt nghệ thuật, số người làm thơ đông đảo hơn các bộ môn khác, nhưng thực sự thành danh cũng không nhiều. Đó là những người đã đạt được các tiêu chuẩn cần thiết cho cái giá trị nghệ thuật trong tác phẩm của họ. Nói rõ hơn, là ngoài cảm xúc, ý tưởng người viết còn phải điêu luyện trong vấn đề kỹ thuật. Luân Hoán là một trong những người có mặt trong đội ngũ này.

Tìm hiểu về Kỹ thuật trong thơ Luân Hoán để thấy rõ hơn những yếu tố đã giúp ông thành công.

Nhìn chung, đa số thơ Luân Hoán đều tôn trọng niêm luật, và ở mỗi thể loại, ông tỏ ra có một kỹ thuật điêu luyện, từ lục bát, ngũ ngôn, đến 7, 8 chữ... thể loại nào ông cũng có những bài thơ hay. Ở đây, chúng tôi không bàn về cảm xúc và ý tưởng trong thơ Luân hoán, chúng tôi chỉ chú trọng một vài đặc điểm trong kỹ thuật và bút pháp của ông mà thôi.

1. Cách Dùng Chữ:

Trong thơ Luân Hoán rất hiếm những sáo ngữ, điều mà rất nhiều người làm thơ mắc phải. Luân Hoán đã vượt lên trên điều đó, và sau đây là những đặc điểm trong cách dùng chữ của ông:

a/ thông dụng, giản dị, không cầu kỳ, vì đó là ngôn ngữ chúng ta thường dùng hàng ngày trong đời sống. Một đôi khi mộc mạc, hồn nhiên đến độ có người cho là quê mùa nữa, ai viết, ai làm cũng được:

" ta cầm tinh tuổi con rồng
bốn mươi năm lẻ, chổng mông lộn hoài
"càng già càng dẻo càng dai"
trời đánh trật búa thành tài hoa thôi
(thơ xuân con rồng)

" chừ gặp em, khi không mà quở ốm
ta giật mình rờ lại tứ chi coi"
(nhan sắc)

" gặp nhau nói chuyện tầm phào
trắng đêm rỉ rả rượu vào lời ra"
......
cụng ly cái nữa từ từ tính sau
(lâu ngày gặp bạn cũ)

b/ Chữ được dùng rất chính xác theo từng giọng quen thuộc của mỗi địa phương. Với Quảng Nam:

"râu lởm chởm tóc rễ tre lộn xộn
má hóp môi chì da xếp nhô xương "

" em như đã chết đà lâu lắm

bỗng lòng trở chứng gì đây?"
(bên cầu chữ Y Sàigòn)

Với Huế:

" bớ cô em gái bún bò
bên ni bên nớ bên mô Hương Trà?"
(cho ta giữ một chút gì thưa Huế)

"tui đâu dám làm O buồn đó nợ
bởi gặp O Huế chợt sống trong hồn"
(Gặp một người nghi rất Huế)

Với miền Nam:

" bậu qua phà Rạch Miễu
ngoay ngoảy về Bến Tre
qua quyết lòng ở rể
năn nỉ hoài hổng nghe
....
gái vườn dừa hết sẩy
qua cũng nòi tài hoa.."
(ta may mắn được làm thi sĩ...)

c / Mô tả được những động tác và gợi hình một cách linh hoạt:

" em chỉ cho ta xem bụi chuối
bốn mùa thủ thỉ tiếng chim sâu"
(quê em lộng lẫy quá)

" xe lam uể oải trườn theo nắng
lóc cóc ngựa lê gót qua ngày "
(hờn trách hay là...)

" tóc đôi ba sợi lăm le bạc
lòng vẫn cầm quân hô chiếm thành"
(gởi quà)

" bùi ngùi thoảng tiếng Tường Linh thở
lúc thúc quanh chân cụm Ngũ Hành"
(quê hương nhắm mắt như sờ được)

2. Hình Ảnh:

Những hình ảnh rất tầm thường quen thuộc đã trở nên rất thơ trong thơ Luân Hoán. Ngược lại, cũng chính nhờ những hình ảnh này đã làm cho thơ Luân Hoán trở nên bình dị, dịu dàng, gợi được sự cảm thông của người đọc. Mặt khác, Luân Hoán đã nhân cách hóa một số hình ảnh để làm cho thơ trở nên sống động hòa nhập với thiên nhiên và cuộc sống hàng ngày:

"tưởng như có triệu vi trùng
ngo ngoe đòi được nhớ nhung với mình"
(triệu chứng)

"em gởi qua cho một cuộn băng cassette
đã rình thâu tiếng hót chích chòe
ôi tiếng hót giở từng trang thơ ấu
thơ đầy hồn nhạc gió mát lũy tre"
(nghe tiếng chim xưa)

"con ve than trên cành nhớ đong đưa
hoa vẫn đỏ trong nắng vàng lộng lẫy
ta chợt thấy hình như em ngồi đấy..."
(trong sân trường bữa ấy)

3. Màu Sắc:

Nhiều hình ảnh dĩ nhiên phải có nhiều màu sắc. Luân Hoán rất nhạy cảm trước thiên nhiên, vì thế cảnh vật trong thơ ông như là một cái nền để trải ra những rung cảm thẩm mỹ:

"ngoài kia màu nắng vàng muôn thuở
đang vuốt ve từng ngọn sứ xanh"
(cổ viện chàm)

" tà áo trắng xòe như đôi cánh lượn
trải dịu dàng trên cỏ mượt mà xanh "
(trong sân trường bữa ấy)

" tay em trắng nõn cơm dừa
nhát gan không dám cắn bừa nên chi..."
(hội an, hội an...)

Một điều cũng rất đáng ngạc nhiên là màu sắc của Luân Hoán đã dùng thường để điểm trang cho nhân vật hơn là cảnh vật, một không gian rất rộng trong thơ ông.

4. Nhạc Điệu:

Cũng như Nguyễn Bính, thơ Luân Hoán mang âm hưởng ngọt ngào của ca dao, thấm đẫm tình tự dân ca, tự nó đã gắn liền với nhạc điệu:

"một đôi lần em khóc
ngồi chùi vệt máu tươi
rắc lên chút đất bột
thế mà vui cứ vui"
(khiêng nước)

"em về giữa phố mưa bay
nghiêng vai lả ngọn tóc lay lắt buồn"
(mưa xuân)

Đây chỉ là một vài đặc điểm về kỹ thuật trong thơ Luân Hoán, dưới cái nhìn rất hạn hẹp của một người yêu thích văn nghệ, đặc biệt là yêu thơ, như một phần của đời sống, như một nơi nương tựa của tâm hồn.

Từ căn bản đó, tôi đã đọc thơ Luân Hoán trong nỗi thông cảm sâu xa, từ những bài thơ tình nồng nàn lãng mạn của tuổi học trò thơ ngây trong trắng, đến tình nghĩa vợ chồng đậm đà giấy mực, Luân Hoán lúc nào cũng tha thiết, cuồng nhiệt như tuổi vừa biết yêu. Có thể nói dưới mắt của Luân Hoán, cuộc đời là một bài thơ bất tận. Thơ trải dài theo từng chặng đường đất nước, mang nỗi ray rứt thương nhớ khôn nguôi qua cuộc bể dâu của vận nước nổi trôi, âm vang như tiếng thở dài trong đêm vắng của một kiếp người lầm than lưu lạc bên trời lận đận:

"cảm ơn người cảm ơn đời
cảm ơn chữ nghĩa mỉm cười bao dung"

Hạnh phúc chỉ dành cho những người biết nắm bắt và biết gìn giữ hạnh phúc. Với tôi, một trong những điều hạnh phúc là được đọc những bài thơ hay, dĩ nhiên trong đó có thơ Luân Hoán.

Lưu Nguyễn

NGUYỄN ĐÔNG GIANG
SỐNG ĐỜI VỚI THƠ

Kính tặng những người đẹp một thời của Đà Nẵng
Và cảm ơn bạn thơ Luân Hoán
Nguyễn Đông Giang

Trên chiếu thơ Luân Hoán, những người đẹp trong thập niên 60, 70 của Đà Nẵng đã được anh ưu ái dành cho nhiều chỗ ngồi rất trang trọng. Làm thơ tình, ba hoa ngợi ca nhan sắc là một chuyện bình thường. Nhưng nịnh gái, ve gái bằng nghệ thuật thi ca, Luân Hoán quả có phần chơi lấn hơn những người bạn thơ đồng hương, đồng thời với anh, trong đó có tôi.

Mê sắc đẹp chưa hẳn là mê gái. Bào chữa này khó đứng vững, nếu không có những câu thơ sinh động biện minh. Căn cứ vào thơ, tôi quả quyết Luân Hoán đã đi qua hầu hết những ngõ nhà của mỹ nhân. Hơn thế nữa, anh đã từng nghiêng chào tất cả những tiểu thư xinh đẹp của thành phố.

Phương danh trong đội ngũ hoa hồng này, có lẽ được sắp xếp theo từng thời điểm bắt gặp đối tượng của tác giả. Một điều có thể tin chắc, anh không xếp hạng. Với một nhà thơ bản tính ba phải là chuyện thường, huống chi Luân Hoán, hình như, chỉ chú tâm đến việc vẽ vời, cùng hiệu đính thêm những xúc cảm của mình. Những họa phẩm của anh do đó bức nào cũng tuyệt vời, bởi cội nguồn của nó đã là một sản phẩm đẹp của tạo hóa. Trò chơi lẩn thẩn của Luân Hoán tưởng chừng vô ích, nhưng không, ngày nay nhờ những họa phẩm bằng chữ nghĩa này, chúng ta thấy lại được thành phố Đà Nẵng thân yêu của chúng ta, một thời đã có quá nhiều người đẹp đến như vậy.

Cá nhân tôi cũng làm thơ, cũng mê gái, nhưng trước đây lỡ bỏ sót khá nhiều cơ hội thưởng ngoạn, tán thưởng, nên lần này, sau khi đọc lại một số thi phẩm của Luân Hoán, bạn tôi, một người bạn quen thân từ thời tiểu học Hoàng Diệu, tôi thấy thích thú lần theo một số thơ lục bát tình của anh để tìm lại một số hình ảnh đã từng quý mến. Cuộc chơi một mình thường không vui, nên tôi xin trân trọng mời các bạn, nếu cũng thích vớ vẩn hãy cùng theo tôi.

Bài viết này không đặt nặng tính cách văn học, mà chỉ có mục đích gợi nhớ những trang nữ sắc tuyệt vời đã và đang sống đời với thơ. Điều cần thưa thêm: với thời điểm hiện nay, khi những người đẹp đã nặng trên vai một số tuổi đời đáng kể, thì việc xưng tụng này hẳn không mang một tính cách xúc phạm nào. Dù sao tôi cũng mong được quý người đẹp, cùng gia đình hệ thuộc thứ lỗi.

Bây giờ, mời chúng ta theo Luân Hoán để chiêm ngưỡng sắc hương:

rập rình qua ngõ Minh Xuân
liếc cho đỡ nhớ dải lưng lụa vàng
nhìn nghiêng, nắng gác hành lang
nhìn xéo, nắng giữ hai hàng sứ xanh
long lanh mắt vượt qua thành
vén màn hỏi nhỏ bức tranh treo tường...
âm thầm gởi tặng mùi hương
lên bàn tay vãi tiếng dương cầm buồn
lòng tôi phiêu lãng mười phương
bỗng về ở trọ trên trường túc hoa

Sở hữu chủ của cặp trường túc hoa là cô gái mang tên Minh Xuân, mùa xuân sáng óng ánh, có lẽ vậy. Chị (xin được thống nhất dùng từ Chị để gọi cho trang trọng) là một tay chơi dương cầm. Ngón đàn chưa biết trưởng thành đến đâu, nhưng những âm thanh từ đôi bàn tay sáp thon đó *vãi* ra đã làm cho một nhà thơ *phiêu lãng mười phương* bỗng muốn gác mộng giang hồ để được *về ở trọ* trên một cặp chân. Có một chút dung tục, nhưng hình ảnh rất đẹp. Qua thơ, ta còn thấy được cái lãng mạn của những sợi nắng ngày hôm ấy. Chúng lấp ló nằm ngang ngoài hành lang, chúng rập rình giữa hai hàng cây sứ. Và nhân vật chính, không thiếu tình tứ trong cử chỉ giả vờ đứng thưởng ngoạn một bức tranh treo tường, với mục đích đưa cái nhìn qua cửa sổ và *âm thầm gởi tặng mùi hương*. Tặng ai thì không biết, nhưng anh chàng làm thơ ngoài kia cứ tha hồ cảm nhận, và chẳng ai cấm được làm thơ linh tinh. Nhạc sĩ Phạm Thế Mỹ hẳn đã có lần đưa người bạn thơ, đến thăm cô học trò dương cầm của mình mới ra nông nỗi?

Được biết Minh Xuân, một cô gái người ngoan đạo Công Giáo, chị cư ngụ trên đường Độc Lập, con đường một chiều, nhưng là một trong những trục giao thông chính yếu của phố chính Đà Nẵng. Con đường ngày nay đã mang tên Trần Phú.

Sau khi hết *rập rình*, Luân Hoán bắt đầu:

thắc thỏm qua ngõ Như Thoa
vòng cung Độc Lập nối qua Bạch Đằng
phóng mắt lên nóc lầu đen
lên bao lơn rọi thay trăng Sơn Chà
trầm hương từ cõi thịt da
trải xanh ngọn gió ngấm ra sông Hàn
bàn tay cầm vợt bóng bàn
lỡ cho ai nắm lấm vàng tình thơ
tôi ngồi dựa gốc cây mơ
hóa thân thương nhớ thành tơ bắc cầu

Những cử chỉ của người bạn thơ của chúng ta ở trên, có thể có thật mà cũng có thể không. Cá nhân tôi có chút ít nghi ngờ, anh chỉ thi vị hóa. Nhà của Như Thoa nằm ở góc chéo giao điểm giữa hai đường Độc Lập, Bạch Đằng, gọi nôm na là đường bờ sông. Dinh thự này thuộc sở hữu chủ của Quan Thuế, dành cho gia đình cấp giám đốc cư ngụ. Đây là một kiến trúc của người Pháp, nằm chênh chếch về phía bên trái trường trung học công giáo Sao Mai. Như Thoa là một trong những tay chơi bóng bàn nổi tiếng của Đà thành. Chị là em gái chị Hoàng Mộng Điệp, một nữ danh thủ bóng bàn của Việt Nam Cộng Hòa. Là chị ruột Á hậu Việt Nam đầu tiên Hoàng Kim Uyên và cũng là chị của họa sĩ Hoàng Trọng Bân, một trong hai người bạn chí thân của Luân Hoán thời bấy giờ (người thứ hai là anh Châu Văn Tùng). Bân còn có người anh, Hoàng Trọng Biền, là bạn học cùng lớp với Luân Hoán ở Phan Châu Trinh. Chính điều này làm tôi có chút nghi ngờ như đã nói trên. Bởi tôi biết Luân Hoán vẫn thường tới chơi với Bân và Biền. Cơ hội để anh chạm mặt cùng người đẹp của tôi không phải là ít. Tôi xin nói, tôi cũng là một người từng mơ, nhớ đến Như Thoa. Chẳng giấu gì quý bạn, tên thật của tôi là Nguyễn Văn Ngọc đã được may mắn cùng học một trường Sao Mai với Như Thoa năm đệ nhị B. Nhưng *Bàn tay cầm vợt bóng bàn, lỡ cho ai nắm lấm vàng cả thơ*, ai, đây không phải là tôi, và cũng chắc không phải Luân Hoán. Chúng tôi chỉ là hai người trong số nhiều người đã từng đứng bên bờ sông Hàn để hít thở một mùi hương. Một mùi hương mà Luân Hoán phát hiện: *Trầm hương từ cõi thịt da, trải xanh ngọn sóng ngấm ra sông Hàn*

Hết những rập rình, thắc thỏm, Luân Hoán lại:

e dè qua ngõ Trân Châu
cây vông đồng đứng phía sau nhắc chừng
bởi ai lỡ thắt dây lưng
lên voi làm sống bà Trưng thuở nào
cho tình thức cũng chiêm bao
cho tình ngủ cũng nhả thơ nhớ đời
hàng rào chẳng phải mồng tơi
ném thư không tới, vói lời chẳng qua
thôi đành làm đóa sao sa
rơi hoài chẳng lọt nóc nhà hoa lan

Nóc nhà hoa lan của Trân Châu ở trên đường Trưng Nữ Vương, gần chợ Cây Vông Đồng. 'Cây vông đồng không trồng mà mọc, em chưa chồng anh ghẹo cho coi'. Không mê gái đẹp không phải là bệnh của nhà thơ. Luân Hoán mê Trân Châu là vậy. Chị đẹp, không lộng lẫy, nhưng uy nghi sắc nước, bàng hoàng cỏ hoa. Luân Hoán từng có dịp nhìn chị thủ vai Trưng Trắc, diễn hành qua các đường phố Đà Nẵng trong dịp lễ Hai Bà Trưng. Nhà thơ mê sững mê sờ. Tình anh vì thế *thức cũng chiêm bao* mà ngủ *cũng nhả thơ nhớ đời*. Anh còn nguyện làm một ánh sao sa, rơi hoài bất tận. Sao thì nhỏ, lẻ loi. Tình thì lớn mênh mang nên *rơi hoài chẳng lọt nóc nhà hoa lan*. Riêng tôi, với người đẹp này, không giữ lại được ấn tượng bao nhiêu. Một vài lần, đứng ngó từ khoảng cách xa, không làm sống nổi một nhân dạng trong trí nhớ, vốn đã nhiều lần phải nhúng trong cay đắng của cuộc đời.

Luân Hoán của chúng ta thì khác. Anh ngon lành hơn, không tin các bạn hãy xem anh chàng đang làm gì?

ngập ngừng qua ngõ Lâm An
mưa dông hộ tống hai bàn chân thơ
tưởng như đang đến nhà thờ
thủ lời xưng tội vẩn vơ trong lòng
lỡ quên hái bậy nhành bông
ngửa tay hứng giọt mưa trong ngỡ là
cổ em chưa vướng vòng hoa
chuỗi kim cương nước khác xa mọi người
trông qua cổng, thấy em cười
Chúa tha tôi tội yêu người sau lưng

Luân Hoán đang qua ngõ nhà của nhà Lâm An đó bạn. Nhà của cánh hoa này ở trên đường Hoàng Hoa Thám, gần quán kem chính của Diệp Hải Dung. Lâm An có người chị là Lâm Vui, cả hai chị em đều đẹp. Tôi tự hỏi tại sao Luân Hoán không phác họa một Lâm Vui? Chị không những rất xứng đáng mà cần phải có mặt trên chiếu thơ tình của anh. Thật là một thiếu sót đáng tiếc. Riêng Lâm An, chân dung chị đã được Luân Hoán vẽ dưới một cơn mưa anh đang đội trên đầu. Mưa từ sông Hàn bay lên, hay Sơn Chà bay xuống. Có phải những cơn mưa thường làm ướt lòng thi sĩ? Lời thơ như mềm ra trong thố lộ vẩn vơ, nhẹ nhàng. Những giọt mưa nhà thơ hứng trên tay để thử tạo ra một chuỗi hạt kim cương tặng người đẹp vô tình là những cứu tinh vớt vát những ngượng ngập cho người si tình, bạo chân mà chẳng bạo lòng nói ra. Nhưng cái người mang *tội yêu người sau lưng* này vẫn còn được an ủi khi *trông qua cổng, thấy em cười*. May cho Luân Hoán, anh không bị người đẹp xịt chó cắn như nhà thơ Hoàng Lộc, một trong những lần cũng lững thững săn tình như Luân Hoán.

Chúng ta mới dò dẫm qua bốn ngõ mỹ nhân của Luân Hoán. Ngõ thứ năm mở vào nhà Bích Quân. Người đẹp mang họ Hoàng, nghe đâu từ Sài Gòn chuyển về học tại Phan Châu Trinh. Với một chút tân thời của thủ đô cộng thêm một nhan sắc lộng lẫy, Bích Quân là nguồn cảm hứng của nhiều đối tượng. Một trong những ông thầy của chị cũng phải cất đi cái đạo mạo của nghề nghiệp để trồng cây si một cách ngon lành huống là chàng thư sinh thi sĩ Luân Hoán.

Cứ nhìn cái bộ tịch của anh cũng đủ thấy thương. Giữa cái bóng nắng cuối ngày, ngu ngơ trước một cửa lớn, làm gì hơn là cho tay vào túi quần, bước lui, bước tới đăm chiêu, rồi vờ vịt cúi cột dây giày, cố kéo dài khoảng thời gian bịn rịn trước một cửa ngõ để 'nhìn qua một chút'. Nhưng cái quyết tâm 'tứ núi cũng trèo, tam sông cũng lội...' rốt cuộc cũng chẳng giúp được gì cho anh chàng nghiện tình này.

'Bích Quân đẹp, đẹp mơ màng
thấy em chim hót xênh xang trên cành'

Hai câu lục bát này không phải của Luân Hoán, mà của chính tôi vừa ngẫu hứng khi nhớ đến Bích Quân. Còn thơ của Luân Hoán dành cho người đẹp của chúng ta, như sau:

lò dò qua ngõ Bích Quân
giú bàn tay ở túi quần, đăm chiêu
loanh quanh trong bóng sẩm chiều
nghe chân mày thả lời phiêu bồng chào
ngu ngơ dừng trước cổng vào
dòm anh khuyển rất bảnh bao cau mày
co chân buộc lại dây giày
tam sông, tứ núi... chút này ngán chi
ngại em... lững thững quay đi
bâng khuâng ngoái lại chung quy cũng là

Bên cạnh những cặp chị em tuyệt sắc mà những bậc cha mẹ đã hạnh phúc tạo được như Quỳnh Chi - Quỳnh Cư, Phước Khánh - Phước Hạnh, Lâm Vui - Lâm An... Thị dân Đà Nẵng khó quên được cặp Thu Liên, Thu Hà.

Trong vài bài thơ có liên quan đến Đà Nẵng, Luân Hoán vẫn thường nhắc tên Thu Liên nhưng trong các chùm thơ Qua Ngõ Mỹ Nhân, Nghiêng Chào Đà Nẵng Tiểu Thư, Tình Thơ Một Thuở... anh cũng chỉ nhắc đến cái tên tuổi lớn này mà quên phác họa đậm đà hơn, thật đáng tiếc. Có thể nhà thơ vấp phải một lý do gì chăng?

Với Thu Hà, ngọn thơ Luân Hoán rất mượt. Cùng mái tóc ngắn, nhí nhảnh, hồn nhiên, cùng tà váy nổi bật giữa đám áo dài, Thu Hà hẳn là con chim đẹp lộng lẫy giữa đàn. Chị còn nổi tiếng thông minh, một cây Việt văn có hạng của nữ sinh Phan Châu Trinh. Chị đã đủ sức làm cho hai bàn chân thi sĩ lơi đạp xe khi có dịp mon men qua ngõ.

mon men qua ngõ Thu Hà
dẫu lơi chân đạp cổng nhà cũng qua
nắng chiều đang thở trên hoa
hình như có bóng thướt tha vói nhìn
quay đầu xe lại, khó tin
nụ cười thơm ấy vô tình thật sao?
gáy ngà đỡ mái tóc cao
rõ ràng có hạt bụi thao thức nằm
váy thơ đang độ thong dong
chiếc xe đạp bỗng phải lòng quên đi

Trong khoảnh khắc những đọt nắng chiều đang thở trên những đóa hoa, Luân Hoán dù 'dùng dằng nửa ở nửa về' anh cũng không thể giữ cho cái xe đạp thăng bằng đứng yên một chỗ lâu được. Và khi đã phải vượt qua cái ngõ của thần tượng, anh quay đầu xe lại với chút ít hy vọng. Nhưng hỡi ơi, *nụ cười thơm ấy vô tình* quá đi. Anh bỗng ghen với những *hạt bụi thao thức nằm* trên gáy ngà. Hạt bụi có phước đến như thế còn thao thức nữa là... Chiếc xe đạp bỗng ngại ngần như có dự báo đã *phải lòng* và *quên đi*. Ở đây, Luân Hoán đã cho cái xe đạp thế thân anh một cách linh động, trở thành một hình ảnh đẹp. Chị Thu Hà, tôi nghĩ cho dù không thích bị đưa vào những đoạn 'thơ lãng nhách' như thế này cũng không đến nỗi phải phật lòng.

Và bây giờ chúng ta cùng Luân Hoán qua một ngõ hoa khác, ngõ hoa có đến với ba mỹ nữ:

tà tà qua ngõ Quỳnh Chi
hai hành lang gió thầm thì quanh năm
nắng không vào lọt chỗ nằm
hạt thơ đâu dễ bén mầm bên hoa
mê người nhớ cái ngã ba
Đông Kinh Nghĩa Thục rẽ qua Nguyễn Hoàng
ba nhành xuân sắc đoan trang
có khi nào thấy anh chàng ngu ngơ
chỗ nào véo cũng ra thơ
yêu ai chưa biết vu vơ để dành...

Tôi rất thích đoạn thơ trên. Đoạn thơ có nhiều hình ảnh đẹp. Trước nhất là sự kín cổng cao tường, nói lên cái phong cách khuê các, đài trang của các tiểu thư con nhà trưởng giả. Căn phòng của *ba cành xuân sắc đoan trang,* (Quỳnh Diên, Quỳnh Chi, Quỳnh Cư, tên gọi của ba chị em), an toàn đến nỗi một giọt nắng cũng khó lọt vào, thì dễ gì có cơ hội cho hạt thơ tình nẩy mầm. Nhưng với con người có một cơ thể mà ở đâu khi bị *véo vào cũng* nẩy *ra thơ* như Luân Hoán, thì việc ươm những vần điệu chắc không mấy khó khăn. Nhưng mà thật lạ, mê thì mê vậy nhưng đối tượng nhớ nhung của anh lại là cái ngã ba, *mê người nhớ cái ngã ba* quả kỳ diệu, tuyệt hảo lãng mạn. Cái ngã ba *Đông Kinh Nghĩa Thục rẽ qua Nguyễn Hoàng* ngày nay một tên đường (ĐKNT) đã bị đổi. Thánh Thất Cao Đài vẫn đứng gần đó và ngôi nhà ngói cổ của chị em Diên Chi Cư dù đã đổi chủ (?) vẫn còn đó mãi mãi, ít ra là trong thơ Luân Hoán.

Không xa nơi ở của Diên, Chi, Cư bao nhiêu, về hướng trường Phan Châu Trinh là một địa chỉ hoa khác. Thúy Oanh, Vũ Thúy Oanh, một cô bạn học thời đệ nhị C Phan Châu Trinh với Luân Hoán. Chắc chắn đôi bạn học không thể từng ngồi chung bàn, nhưng ai cấm anh chàng mê mỹ nữ này đã tìm cớ để ghé thăm. Nhờ ghé thăm, nên nét thơ được thể hiện chân chất cụ thể hơn:

phất phơ qua ngõ Thúy Oanh
một gian cư xá long lanh mắt cười
ai cho phép một con ruồi
yêu người hóa điểm son tươi bên cằm
trang Kiều mở dưới gối nằm
thơm lừng hương tóc trăng rằm ngủ quên
cánh tay tròn mướt tơ mềm
làm sao dám gối, chỉ thèm vu vơ
lỡ mang bệnh nghiện làm thơ
ngại chi đôi phút bất ngờ tà tâm

Từ hình ảnh cái nốt ruồi, Luân Hoán hình dung ra một con ruồi cùng sự tinh nghịch đa tình của nó, đến những ngọn lông tơ trên cánh tay tròn bị rối đi với một cách nghĩ tinh ranh nào đó, quả thật Luân Hoán đã có một chút gì mà chính anh cũng hồ nghi là tà tâm. Thúy Oanh nói giọng Hà Nội, khá kiêu kỳ về sau hình như chị làm nghề 'gõ đầu trẻ', không rõ giờ ở đâu?

Một cửa ngõ mà Luân Hoán đã bâng khuâng khi đi qua là cửa ngõ của Ái Cầm. Một người Hoa chính thống sinh ở Đà Nẵng và trọn đời mang trái tim Việt Nam. Điều gì làm cho nhà thơ bâng khuâng đây? Hãy thử đọc:

bâng khuâng qua ngõ Ái Cầm
chợ Cây Me ngó, thì thầm trên vai
chàng này coi cũng bảnh trai
tiếc rằng thiếu bước chân dài trổ hoa
phòng hồng đã chật tiếng ca
một nhà thơ ở phương xa đã vào
trời thừa bao nhiêu vị sao
thừa thêm vị nữa chẳng sao đâu tình
vẩn vơ vào cõi u minh
Tây cười dưới mộ giật mình làm thinh

Người thơ nghe được những thầm thì bình phẩm về mình, và cũng sớm thấy được cái đích đến không có nhiều kết quả, nhưng vẫn cao ngạo ví mình như một vị sao. Vị sao đó đã thừa, đành vẩn vơ vào một nghĩa trang để chuyện vãn với những người lính Pháp còn bỏ xương lại nơi này. Buồn có thể hơn năm phút phải không các bạn.

Về Ái Cầm đại khái tôi biết như sau: Chị theo học trường Phan Thanh Giản, sinh hoạt văn nghệ rất tích cực cho nhà trường. Từ khởi điểm này một ông quan ba của ngành Tâm lý chiến, trực thuộc Quân đoàn I cù rũ, và "em Phan Thanh Giản bỏ đời theo anh" (thơ Thái Tú Hạp) từ đó. Ngày nay, tại Hoa Kỳ, vợ chồng Ái Cầm - Thái Tú Hạp thành công trong nhiều lãnh vực sinh hoạt xã hội, văn hóa cho đến việc xuất bản ra cháu Doanh Doanh, một hoa hậu Việt Nam của quận Cam năm 2003 và đang trên đà thành danh trong nghiệp ca hát.

Thuộc phái người đẹp theo kịp nếp sống tân tiến nhất của Đà Nẵng thời bây giờ là chị Diệu Minh. Với Luân Hoán, chị là một bậc đàn chị. Với tôi, một người ngày trước ở tận bên kia sông, không được biết về chị nhiều, nên ở đây tôi chỉ trích thơ Luân Hoán, để các bạn tùy nghi nhớ lại, nghĩ về Diệu Minh.

lờ khờ qua ngõ Diệu Minh
trèo tường sân vận động nhìn mây bay
nhạc luồn theo những ngón tay
xoay lưng ong những vòng quay vật vờ
dáng hoa đài các thanh cao
bước dần ra khỏi vạt thơ mê tình
lầm bầm tụng một câu kinh
một câu kinh trị thất tình vô ngôn
ngó quanh trời đất vẫn tròn
ngả lưng đánh giấc thả hồn lưu linh

Sau một thời gian dài lang thang qua nhiều ngõ hoa như vậy, Luân Hoán như người đi đêm lâu ngày gặp ma. Và lần này anh không chỉ mê mà biết yêu nữa. Anh đã yêu và được yêu.Tôi cố tình không giới thiệu khuôn mặt quan trọng nhất trong đời sống thơ Luân Hoán. Nhưng tôi tin bạn đọc thơ anh, đều đã rõ.

lừng khừng qua ngõ Phước Ninh
lolita hiện hiển linh cười cười
giá bứng được cánh môi tươi
lấy thơ lấp lại cho đời khỏi ghen
tình yêu là cái mặt bằng
xây bao gác gió lầu trăng, vẫn thừa
hôn nhau từ sáng đến trưa
từ chiều sang tối vẫn chưa thơm lòng
đường Phan thanh Giản cong cong
cái chân đứng lại, cái lòng bâng khuâng

Mặc dù quan niệm cõi tình yêu như một vạt đất hứa và thổ lộ *hôn nhau từ sáng đến trưa, từ trưa đến tối vẫn chưa thơm lòng* nhưng vẫn thú thật cái vớ vẩn chưa chịu nằm yên: *cái chân đứng lại, cái lòng bâng khuâng*. Chính nhờ những bâng khuâng này mà chúng ta được nhắc nhở thêm nhiều người đẹp khác của Đà Nẵng trong hai thập niên 60, 70.

buồn buồn qua ngõ mỹ nhân
Quý Phẩm, Thạch Trúc, Ỷ Vân, Bích Hà
Xuân, Đông, Hồng, Phú, Phước, Nga...
những môi, những mắt, những da thịt nồng
những vồng đất biết trổ bông
thuận, không, tôi cũng đã trồng ra thơ
dài đời trôi nổi phất phơ
sờ trong ngực áo vẫn thao thức tình
gởi người thánh nữ siêu hình
nụ hôn này để tạ tình thế gian

nguyện đem theo xuống suối vàng

Trong những mỹ danh Luân Hoán gọi trên, thú thật có nhiều người tôi chưa được biết nhiều. Có thể vì anh chỉ dùng một từ để gọi như Phước, như Nga, v.v... làm tôi nhớ, đoán lẫn lộn bởi trong thành phố có quá nhiều người cùng tên. Tuy vậy không phải tôi hoàn toàn mù tịt.

Tôi có thể nhắc vài nét đơn giản để các bạn nhớ về những người mà tôi chắc các bạn một thời đã từng có đôi phút được diện kiến, hoặc mơ màng mông lung.

Đây là Chị Quí Phẩm. Chị mang họ Lê, Lê Thị Quí Phẩm. Một mẫu người đẹp thùy mị, hiền thục. Danh của chị không chỉ bềnh bồng trong khuôn viên trường Phan Châu Trinh, nơi chị theo học, mà còn được lan rộng cho cả thành phố ngưỡng mộ. Riêng tôi nhớ hình như chị ở trên đường Đống Đa, con đường dẫn về trại nhập ngũ số 1, một con đường định mệnh của đám nam sinh chúng tôi một thời.

Đây là Chị Thạch Trúc. Chị cũng mang họ Lê, Lê Thị Thạch Trúc. Với nhan sắc lộng lẫy của dáng dấp phương Tây, Thạch Trúc thuộc lớp người quý phái. Chị được sinh ra trong một gia đình thương gia giàu có. Gia đình này ngoài chị, còn có những cô em gái khác, tuy không tuyệt vời về nhan sắc nhưng đều là những người thành đạt. Nói về chị Thạch Trúc thật là khó, bởi mọi người ở Đà Nẵng hầu như đều biết và ngưỡng mộ chị. Thưởng ngoạn nhưng không miêu tả. Ngay đến cả một Luân Hoán, dấu vết ba hoa xâm đầy mình vẫn chưa dám viết tinh tường, có chăng chỉ là đôi lần gọi tên suông một cách vô thưởng vô phạt.

Đây là Chị Ỷ Vân. Chị vốn là học sinh của Trần Quý Cáp Hội An chuyển ra Phan Châu Trinh trong năm lên đệ nhị. Ỷ Vân có khuôn mặt trong sáng với mái tóc ngắn, ôm sát hai vành tai. Dáng người chị thon gọn trong một làn da chín nắng vừa đủ để vẽ ra cái đậm đà đầy ma lực thu hút.

Đây là Xuân, Đông... Nếu tôi không lầm là những bóng hồng, con của một chủ quán cà phê cóc gần Ty Thông Tin? Hai cô này... còn vài chị em nữa. Tất cả đều sắc nước, hương trời làm tốn bao nhiêu tiền cà phê của toàn thể nam sinh choi choi của Đà Nẵng một thời.

Có thể nói Luân Hoán là người liều mạng số một trong đám làm thơ chúng tôi thời bấy giờ. Gần như ai anh cũng mê cả. Dù sự mê của anh có thể chỉ kéo dài đủ cho anh làm một đoạn thơ, mà nhiều người cho là tầm phào, vớ vẩn. Còn các chị thì cho là dở hơi, khó ưa, tôi nghĩ vậy. Không dở hơi sao được, khi ai anh cũng cho là *những vồng đất biết trổ bông*, để rồi thư thái thú nhận: *thuận, không tôi cũng đã trồng ra thơ.* Và với một ngực áo sờ lúc nào cũng thấy thao thức tình, nên Luân Hoán không thể bỏ sót những tiểu thư khác.

Chúng ta hãy thử nhìn những tiểu thư mà anh đã nghiêm chỉnh nghiêng chào sau đây:

chào em, Lê Thị Quỳnh Như
xin đừng nghiêng nón, nắng thu rất hiền
con đường này đã dành riêng
cho người con gái có duyên như là
cô hoa khôi của Tam Tòa
thong dong dạo bước trong ta mỗi ngày
ngón chân như những sợi mây
lòng ta ngậm vóc tình đầy tiểu thư
thưa em, Lê Thị Quỳnh Như
em thơm như ngọn thơ từ Nguyễn Du

Người thứ nhất, đẹp đủ để Luân Hoán nghiêng chào là một cô gái từ phương bắc vào định cư tại Đà Nẵng, trong dịp tản cư năm 1954. Ở vào khu định cư Tam Tòa, cho chúng ta biết điều này. Chị Như có dáng mảnh khảnh mình dây. Điểm Luân Hoán chú ý nhất ở chị là bước đi rất nhẹ nhàng. Anh đã ví những ngón chân của chị là những sợi mây. Những sợi mây đó xinh đẹp như những câu Kiều. Và chị đã được ví như thơ, mà là thơ của bậc nhất thi ca Việt Nam, hẳn nhiên phải vô cùng đẹp. Tôi rất tiếc đã chưa được thưởng thức chị Lê Thị Quỳnh Như, nhưng đọc thơ Luân Hoán đọc cả cái tên đã có một phần nào hạnh phúc.

Sau Chị Như, chắc các bạn không xa lạ mấy với cô em này:

chào em, Đoàn Thị Bích Hà
xin đừng vội níu, giữ tà áo phơi
nụ cười em chợt đánh rơi
chắc không sơ ý như tôi ngỡ ngàng
hàng kiền kiền thở vội vàng
tôi nghe rõ những giọt đàn bay qua
thưa em, Đoàn Thị Bích Hà
em thơm nhánh chữ Nguyên Sa gởi tình

Lại thêm một người được ví với thơ, mà lần này là thơ Nguyên Sa, một nhà thơ nổi tiếng trong thế hệ chúng ta. Nếu tôi không nhớ sai thì Đoàn Thị Bích Hà là học sinh trường Phan Thanh Giản. Con đường có nhiều cây kiền kiền, ở đây có thể là con đường Thống Nhất, con đường có dốc Cầu Vồng, nơi gần nhà người đẹp Bích Hà. Hà có cái duyên với một vài nhà thơ, nhà văn, lẫn họa sĩ nữa. Tôi chỉ dám nói vậy thôi, để bạn đọc hồi nhớ.

Người thứ ba Luân Hoán chọn để nghiêng chào, không biết có phải là cháu của cụ Trần Quý Cáp, mà có lần anh thố lộ:

Nhớ một thuở mê cháu Trần Quý Cáp
may chưa yêu nên chưa được thất tình
thơ chưa sầu, đời chưa được lênh đênh...

Sở dĩ có nghi vấn này vì cô cháu của cụ Trần cũng có thời cư ngụ trên con đường Hoàng Diệu. Luân Hoán không nói cháu nội hay cháu ngoại. Nhưng có lẽ người đẹp Nguyễn Thị Ngọc Lan mà nhà thơ kính cẩn nghiêng mình là một tên tuổi khác.

chào em, Nguyễn Thị Ngọc Lan
xin đừng quíu gót chân vàng thanh xuân
triệu dòng tóc chảy trên lưng
đẩy xô, vẫy gọi ngập ngừng theo nhau
cõng câu thơ, tôi theo hầu
còn lo em sẽ quay đầu ngó lui
gió đường Hoàng Diệu nhắc tôi
theo sát chút nữa không thôi lạc đàng
thưa em, Nguyễn Thị Ngọc Lan
thơ Lê Vĩnh Thọ bén sang bao giờ?

Chỉ dựa vào thơ, tôi biết người đẹp này ở trên đường Hoàng Diệu. Chúng ta thử nhớ trên con đường nhiều bóng cây này có những người đẹp nào? Hình như có Phước của nhà bán đồ gỗ Nguyễn văn Phước. Hình như có Hồng Hạnh con gái cụ Phan Châu Toàn, đông y sĩ. Còn những ai nữa đâu? Như vậy chị Lan, người khiến cho Luân Hoán phải *cõng câu thơ* đi *theo hầu* chắc phải cư ngụ tại cư xá công chức Hoàng Diệu? Nơi nhạc sĩ Hoàng Bích Sơn cư ngụ. Những ước đoán này của tôi không rõ có chính xác không? Trong thơ, Luân Hoán có nhắc đến nhà thơ Lê Vĩnh Thọ, một cây bút của tạp chí Văn Học tại Sài gòn trước 1975. Luân Hoán hạ câu *thơ Lê Vĩnh Thọ bén sang bao giờ*? chắc hàm cái ý chị Lan đã là người yêu của ông thi sĩ này?

Người đẹp một thời của Đà Nẵng trong thơ Luân Hoán tưởng đã được kết thúc trong hai bài lục bát trích dẫn trên. Nhưng chưa, khi đọc số thơ chỉ mới phổ biến trên trang điện toán của Luân Hoán, tôi rất thích thú và sung sướng ngộ một cố nhân. Xin nói ngay rằng chữ cố nhân tôi vừa dùng chỉ để gọi một người có quen biết bình thường trong thời kỳ cùng học một trường. Chúng ta hãy nghe Luân Hoán giới thiệu về trang nhan sắc khôi vỹ này:

nắng hồng ngấp nghé hành lang
gót thơm Đỗ Thị Kiều Trang qua đường
phố phường bát ngát mùi hương
gió nghiêng cành gọi muôn phương chim về
xôn xao từng ngọn tóc thề
thốt nhiên điểm huyệt tôi mê mẩn ngồi
chìm dần trong giấc mơ trôi
nhón chân, vói, hụt, một đời mộng suông

Đỗ Thị Kiều Trang là con gái của Photo Thanh, nằm trên Hoàng Diệu sau dời về đường Phan Châu Trinh. Chị cùng Như Thoa, và tôi, Nguyễn Văn Ngọc ngồi chung lớp đệ nhị C trường Sao Mai (tôi nhắc lại điều đã nói trên).

'Như Thoa rất mực tuyệt vời
Kiều Trang rực rỡ bời bời sắc hương'

(Đây là lục bát của tôi, gọi là một chút đóng góp trong 'sự nghiệp' ca ngợi người đẹp, hơn là ca ngợi những thứ khác, chỉ làm con người khốn cùng).

Đúng là mỗi người mỗi vẻ. Đỗ Thị Kiều Trang tiểu thư, sắc nước, tôi mê. Thầy Phùng Văn Bộ, giáo sư toán, lý hóa lớp đệ nhị B cũng mê chị. Anh Luân Hoán lại có vẻ như mê chị nhiều hơn chúng tôi. Anh mê mẩn Kiều Trang là đúng, không si mê mới là một thiếu sót đáng trách. Với một người mỗi bước chân có khả năng tỏa ra mùi hương, gọi được cả chim ngàn, thì việc sắc hương ấy điểm huyệt chết sững một nhà thơ nòi tình là chuyện thường tình. Tôi được biết Kiều Trang là bạn của chị Kim Anh, chị ruột của Luân Hoán, người chị đã giúp anh có được hai bài thơ rất cảm động là Khiêng Nước và Xin Gởi Cho Em Vài Hạt Mưa. Kiều Trang còn có một cậu em tên Dũng, lính Không Quân, có chơi cùng Luân Hoán. Không hiểu vì sao người đẹp mà anh làm thơ lại trở thành vợ của một người bạn chung của tôi và Luân Hoán là kỹ sư Nguyễn Hạnh. Tôi nghe Luân Hoán kể: tại Montréal, khi nào Luân Hoán và thầy Phùng Văn Bộ gặp nhau, đều có nhắc về người đẹp này. Thật hạnh phúc cho hai ông, thú vị thật.

Đứng liền với Kiều Trang trong bài thơ mang tên Tình Thơ Một Thuở, là một khuôn mặt mang hai dòng máu Anh và Việt, Luân Hoán viết:

với hai dòng máu Việt, Anh
có làm cho trái tim thành biển sông?
bao la từ nhánh tóc bồng
nghìn trùng từ nụ mắt trồng chiêm bao
nghiêng vai, Scotte Jeanne chào
giật mình thả rớt lòng vào giữa hoa
em ngồi kế sát bên ta
câu thơ làm rối mất tà áo bay

Nếu các bạn từng là người cắp sách ở Đà Nẵng vào thập niên 60 hoặc đầu 70, hẳn nhớ một người Anh, với tầm vóc nhỏ thó, sống trong một ngôi nhà ngói cũ, sát rạp hát bội Hòa Bình trên đường Phan Châu Trinh, người đó chính là thân phụ của người đẹp mà Luân Hoán vừa nhắc. Ông dạy sinh ngữ tại trường Pascal. Scotte Jeanne được sinh ra và lớn lên tại Đà Nẵng, chị giống bố hơn mẹ. Với mũi cao, mắt xanh, hai yếu điểm dễ tạo nên một nhan sắc tuyệt hảo. Dĩ nhiên cái vẻ đẹp của một người có hai dòng máu rất sắc sảo. Luân Hoán không chỉ dành cho Scotte Jeanne một đoạn thơ lục bát này. Trong tập Đưa Nhau Về Đến Đâu, anh từng có một bài dài viết cho chị, khi chị đã về quê cha, sau 1975, trong thời điểm Luân Hoán vẫn còn ở Đà Nẵng. Tôi không dám đi xa trong việc tìm hiểu cội nguồn của những xúc động thành thơ này.

chưa cầm được cái cổ tay
sao lông măng mọc đã đầy trang thơ
Đỗ Hoa, Đỗ Phủ, Đỗ nào
dẫn tôi quanh quẩn ra vào quẩn quanh?
chỉ là giọt mắt long lanh
chỉ là hương giọng tròng trành níu vai
ước chi em mặc áo dài
cho tôi một vạt phơi bài tình hoa

Đỗ Hoa, một tên gọi rất lạ với tôi. Nét đẹp của người đẹp này có lẽ khá đặc biệt. Nó lấp lánh từ cái cổ tay. Cái cổ tay đã lưu được sự lưu luyến đáng nhớ đến thành thơ của Luân Hoán. Hẳn chị là người ít khi mặc áo dài, nên nhà thơ của chúng ta mới có một niềm ao ước thật giản dị. Cũng có thể người đẹp Đỗ Hoa, làm mẫu cho Luân Hoán trong thời điểm tại Việt Nam thiếu nữ chưa được phép mặc lại áo dài?

Đi giang hồ vặt trở về
nghe Đà Nẵng gọi bốn bề Thùy Trâm
ơi lolita môi trầm
ta qua Hồng Đức ngóng thầm cho vui
nghe danh mà chẳng thấy người
làm sao bắc ghế mời ngồi cõi thơ?
con đường, nắng cũng đang chờ
hàng chân mày nhíu vu vơ ngọn tình

Với người đẹp này, thuộc lớp học sau Luân Hoán một thời gian. Tuy vậy tên tuổi chị rất lẫy lừng, đủ làm xao động những trái tim có tuổi nhưng chưa già. Ôi đến khi nào cho một trái tim biết già?

Là học sinh trường nữ trung học Hồng Đức, Thùy Trâm được gọi là một lolita đương thời của Đà Nẵng. Ngày nay, nghe nói chị là phu nhân của một dược sĩ, có tài làm thơ hay đúng hơn là một nhà thơ đã có tác phẩm đã ấn hành. Xin được chúc chị mãi mãi là nguồn thơ, không phải chỉ dành riêng cho một người, mà cho cả đám thi nhân biết và quý trọng cái đẹp.

tự xem như đã bà con
mà sao đôi lúc vẫn còn xốn xang?
em cười, thế giới hoang mang
em đi, nhạc biếc nhạc vàng nối chân
câu thơ tôi chợt bần thần
giữ Kim Uyên lại thì bâng khuâng buồn
thả đi, hỏng cả mấy chương
tình thơ một thuở như tuồng vắng tênh

Cuối cùng, khuôn mặt tôi chờ đợi nhất cũng xuất hiện trên thơ Luân Hoán. Kim Uyên, người từng là á hậu đầu tiên của Việt Nam. Ngày ấy, nghe nói đúng ra chị phải là hoa hậu. Nhưng chuyện đã cũ. Hư thật, thật hư không còn cần thiết. Kim Uyên luôn luôn là một người đẹp đã từng hít thở không khí Đà Nẵng. Về sau, chị theo cha mẹ sinh sống tại Sài Gòn, rồi lập gia đình, rồi theo chồng ra hải ngoại. Cuộc sống dù cuốn hút đến đâu, nhan sắc chị cũng đã được ở lại một đời với thơ

Có lẽ để kết thúc công việc ngợi ca, mà nhiều người cho là vớ vẩn, Luân Hoán cùng một lúc đã ghi thêm vào trang thơ anh những tên gọi sáng chói khác. Nào là Thanh Thảo, Phương Lan, Bích Hường, Phước Hạnh, Thái Thu... Tôi, dĩ nhiên, đã được hân hạnh nghe, biết nhiều người trong số này.

Cụ thể như chị Thanh Thảo. Chị là bậc đàn chị của chúng tôi, nổi bật với tài ngâm thơ mà thị dân Đà Nẵng có lẽ không mấy ai yêu thích văn chương văn nghệ mà không biết. Chị Thanh Thảo sau ngày rời nhà trường trở thành phu nhân của nhà văn Trương Duy Hy. Cuộc tình của anh chị Hy Thảo được đánh giá là đẹp nhất thời bấy giờ, nó thủy thủy, chung chung từ đầu đến cuối.

Phương Lan là con gái photo Phụng Ký, cùng với người em tên Thủy Tiên, cũng đã từng làm nhiều nam sinh của Đà Nẵng một thời phải hỏng thi. Về sau, Phương Lan là vợ của giáo sư Tòng của trường Phan Châu Trinh.

Bích Hường, ở gần chợ Mới trên đường Trưng Nữ Vương. Đây là nguồn thơ để anh học sinh Nguyễn Đăng Trừng của Phan Châu Trinh trở thành nhà thơ Huy Giang với bài Tiễn Hường trữ tình.

Phước Hạnh thuộc lớp người đẹp của thời đàn em Luân Hoán. Tôi không biết nhiều về lứa tuổi này. Chỉ có lần được nghe Luân Hoán kể sơ sơ về cô bạn đồng nghiệp này của anh.

Thái Thu là một tên tuổi lớn, một nhan sắc đáng nể trong giới nữ lưu. Chị sớm trở thành phu nhân một viên chức lớn, có gốc nhà binh. Trong cuộc đổi đời sau 1975 tôi có nghe nói chị đã gặp nhiều không may trên đường di tản. Thật hư không biết ra sao. Nhưng dù ở thế giới nào cũng mong chị giữ mãi nét thanh lịch, đài các lồng lộng thanh xuân ngày xưa.

Châu Yến Loan hình như cũng thuộc lớp Thu Liên, Hồ Thị Hồng? Tôi chỉ được biết chị khi chị đã thành vợ của một bạn tôi, nhà giáo Nguyễn Thiếu Dũng, cháu nhà văn Nguyễn Văn Xuân... Tên Châu Yến Loan tôi có gặp đâu đó trên một vài đặc san, tạp chí trong các bài viết nghiên cứu về Sử, có phải chính đương sự? Dũng, bạn tôi còn ở Đà Nẵng, tôi chưa có dịp thăm hỏi.

Tất cả những người đẹp tôi vừa nhắc trên, Luân Hoán cho ăn ở trên đoạn lục bát này:

Một đời mê những mỹ danh
Thanh Thảo, Kiều Phúc, Kim Anh, Bích Đào
Phương Lan, Mộng Thúy, Lạc Giao
Bích Hường, Phước Khánh, Hồng Đào, Thái Thu

Huỳnh Thi, Phước Hạnh, Quỳnh Cư
Duyệt lai, Châu Yến Loan, Từ Thoại Chi....
mê tên người để làm gì?

Thu Liên vẫn lạ, Hồ Hồng vẫn xa
hóa ra là để ba hoa
có chăng chữ nghĩa đậm đà sắc hương
quý thay cái thuở bất thường
ước chi tiếp tục khác thường hơn xưa

Luân Hoán, bạn tôi, bạn của chúng ta đã từng bất thường và còn đang ao ước được khác thường hơn những cái bất thường đã có. Nếu vậy anh sẽ còn quấy nhiễu những người đẹp đến bao giờ? Và chúng ta sẽ phải mệt vì đọc thơ vớ vẩn của anh đến bao giờ?

Dù sao, xứ lạ quê người, giữa cõi bờ trần lụy, ngồi đọc lại thơ bạn bè, bên ly rượu, một mình, hiu hiu một tấm lòng mưa bụi, hồi tưởng lại những người đẹp xa xưa... vừa thích thú, vừa bàng hoàng. Tôi định làm thơ nhưng lại thôi, mượn tạm thơ của bậc đàn anh chúng tôi, Bùi Giáng, để khép lại bài này:

Cảm ơn thần thánh thiết tha
vốn người Xứ Quảng vốn là chịu chơi

Nguyễn Đông Giang
San Jose, California, May 2004

DU TỬ LÊ

NÉN HƯƠNG CHO BÀN CHÂN TRÁI

Việt Nam có nhiều vùng đất được ghi nhận là "địa linh nhân kiệt." Một trong những vùng được công nhận và, nói tới nhiều là Quảng Nam.

Những danh nhân có tên trong lịch sử, xuất thân từ xứ Quảng nhiều tới mức độ khó ai có thể nhớ hết. Tuy nhiên, những tên tuổi như Hoàng Diệu, Tiểu La / Nguyễn Văn Thành, Ông Ích Khiêm, Trần Quý Cáp, Trần Cao Vân, Phan Chu Trinh, Nguyễn Bá Trác, Phan Khôi... khi được nhắc tới, hầu như ít ai không biết.

Xứ Quảng cũng là nơi duy nhất, được vua Thành Thái sắc phong "Ngũ Phụng Tề Phi." Theo ghi nhận của nhà nghiên cứu văn học Nguyễn Q. Thắng thì, *"Khoa Mậu Tuất 1898 tỉnh Quảng Nam có 5 thí sinh trúng kỳ thi Hội và thi Đình nên được vua Thành Thái (1879-1854) ban tấm biển ghi 4 chữ 'Ngũ Phụng Tề Phi' (năm con phụng cùng bay) nhằm chúc, tặng cho các sĩ tử nói chung và học trò đất Quảng thuở ấy học giỏi."* (1)

Nhiều người nói với tôi rằng, đa số nam giới xứ Quảng chỉ có một trong hai chọn lựa: Làm cách mạng hoặc làm văn nghệ.

Tôi không rõ lắm xác suất của nhận định vừa kể. Nhưng, hiển nhiên, rất nhiều bằng hữu trong văn giới của tôi, xuất thân từ đất Quảng. Nhiều người nổi tiếng rất sớm. Cũng có những người khi bước qua tuổi trưởng thành, hoặc đã nửa đời người mới chính thức tìm vào sinh hoạt văn học, nghệ thuật. Tuy muộn màng, nhưng trong số này, cũng không thiếu người nổi tiếng.

Một trong những bằng hữu Quảng Nam của tôi, bước chân vào sân chơi văn chương miền Nam 20 năm, rất sớm là nhà thơ Luân Hoán.(2)

Ngay từ năm 1964, 23 tuổi, nhà thơ Luân Hoán / Lê Ngọc Châu đã có tác phẩm xuất bản. Thi phẩm "*Về trời*".

Ở phần "Lời Bạt," trước khi khép lại thi phẩm "Về trời" của Luân Hoán, nhà văn Dương Kiền viết:

"*Gia tài quê hương của chúng ta đã bị xâu xé gần hết, chúng ta chỉ còn lại một di sản quý báu: tình tự con người. Tình tự con người bất chấp mọi tương tranh, chia cắt, vùi dập, thủ đoạn... nó sáng ngời trong đêm tối kéo dài từ hai chục năm nay, nó là ngọn lửa sưởi ấm những tâm hồn còn biết hướng về nhau, những con tim còn biết xôn xao mơ ước. Nó làm thành một thế giới trên những thế giới của tham vọng và hận thù.*
Anh Luân Hoán, chính thơ anh đã đưa tôi vào thế giới ấy..." (3)

Nhưng theo ghi nhận của tôi, khi miền Nam cuối thập niên (19)60 bị đẩy sâu vào giai đoạn chiến tranh khốc liệt; dẫn tới việc nhà thơ của chúng ta đã để lại nơi chiến địa bàn chân trái của mình, Luân Hoán viết:

"nằm im mà thấy bềnh bồng
"nghe như mây đảo vòng vòng trong tim
"tỉnh ra sửng sốt giật mình
"một đoạn chân đã tuyệt tình bỏ đi
"... núi Vàng, cõi đặt mộ bia
"cho bàn chân trái nằm kia, mơ hồ.
"cái chân một thuở đánh rơi
"hình như đang nhớ đến tôi, khóc thầm..." (4)

Đó là năm 1969. Nơi "*... bàn chân trái nằm kia, mơ hồ*" của Luân Hoán / Lê Ngọc Châu là "Núi Vàng", thuộc quận Đức Phổ, Quảng Ngãi. Nhưng chính sự "*một đoạn chân đã tuyệt tình bỏ đi*" mà, từ đó, giới thưởng ngoạn được đọc thi phẩm "*Nén hương cho bàn chân trái*" của họ Lê.

Theo tôi, cũng chính từ thi phẩm vừa kể, Luân Hoán được người đọc và, văn giới chú ý tới thơ ông nhiều hơn nữa.

Trước đấy, dự cảm mang tính tiên tri, dường báo trước cho Luân Hoán biết, bi kịch chiến trường, rồi đây, sẽ xảy đến cho ông, sau khi chúng đã tìm đến những người bạn của ông:

"từ đồn Đức Hải ta về phép
"bạn thế chân ta kích xóm đêm
"đâu có chỗ nào vừa mắc võng
"nằm hoài cũng mỏi cái lênh đênh.

"bạn mới ngả lưng lim dim mộng
"cạc-bin, bảy-chín, lẫn AK
"trời xanh thăm thẳm hồn nhiên quá
"phận số dành riêng mỗi chúng ta?

"ta trở lại đồn qua xóm cũ
"rút colt bắn lẫy cái lu sành
"nước tràn, lu vỡ, trời ta khóc
"bóng bạn chập chờn đóm lệ xanh

"Nam ơi, Đức Phổ trưa nay vắng
"biển lặng ngồi không, xót phận mày
"ngày mai nhổ trại lùng Đức Phụng
"đến lượt ta, hay đứa nào đây?" (5)

Mặc dù Luân Hoán / Lê Ngọc Châu mang được vào trong thơ của mình, tên của nhiều loại súng hơn bất cứ một tác giả nào khác; nhưng tôi vẫn không thấy tính hận thù, sắt máu trong thơ ông. Khi nhớ tới bạn đã hy sinh nơi trận địa thì mức độ "bi phẫn" cao nhất của họ Lê, cũng chỉ là rút cây "colt" bắn... vỡ "*cái lu sành*" – Và sau đấy, ông bật khóc!

Cũng vậy, khi nhận được giấy gọi động viên, ông bình thản, như thể sự kiện ấy, không hề là một điều gì to lớn hay nghiêm trọng:

"bỏ lệnh gọi trong túi quần
"tôi đi qua từng đường phố
"không biết phải làm gì
"tôi trở về rửa mặt

"quyết định ngủ một ngày
"thản nhiên không mơ mộng..." (6)

Phải chăng thanh niên miền Nam, trong cuộc chiến miền Nam 20, ngay từ tấm bé, đã không bị dạy dỗ, nhồi nhét tinh thần căm thù? Phải chăng, vì thế mà, đặc tính thơ, văn miền Nam, theo ghi nhận của giáo sư Neil L. Jamieson, vốn đầy tính nhân bản? (7)

Du Tử Lê

Chú thích:

(1) Theo Wikipedia, Bách khoa toàn thư mở "Khoa cử và giáo dục Việt Nam", NXB Văn Hóa Thông Tin, 1993. Vẫn theo Wikipedia thì "Một lập luận khác của ông Trương Duy Hy là danh hiệu 'Ngũ phụng tề phi' do Tổng đốc Nam-Ngãi Đào Tấn và Đốc học Quảng Nam Trần Đình Phong lấy từ tích xưa đặt cho 5 vị đại khoa nói trên, đồng thời tặng cho bức trướng có 4 chữ Ngũ phụng tề phi, có thêm hình 5 con chim phụng đặt tại dinh Tổng đốc ở Điện Bàn. Và theo Giáo sư Sử học Đặng Tiến thì "... chuyện này không có sử sách nào ghi lại mà chỉ lưu truyền ở dân gian. Nhất là những đoàn hát bội ở Trung bộ lấy đó làm vẻ vang truyền tụng nhằm vinh danh xứ Quảng. Tuy nhiên, việc 5 đại khoa (gồm 3 Tiến sĩ và 2 Phó Bảng người Quảng Nam đỗ đại khoa trên 17 vị toàn quốc cũng được cho là hy hữu xưa nay hiếm tại Việt Nam."
(2) Nhà thơ Luân Hoán tên thật là Lê Ngọc Châu, sinh ngày 10-01-1941 tại Hội An, Quảng Nam. Gia đình ông di chuyển ra Đà Nẵng từ 1953. Là sĩ quan QLVNCH, ông bị mất bàn chân trái tại mặt trận Đức Phổ, Quảng Ngãi, 1968. Kể từ năm 1985, cùng với gia đình, ông định cư tại Montréal Canada.
(3), (4), (5), (6): Nguồn đd.
(7) Đọc thêm "Understanding Vietnam," bản paperback, in lần thứ nhất năm 1995, bởi liên đại học Berkeley, Los Angeles & London.

ĐÀM TRUNG PHÁP
CHÂN TÂM CỦA THI NHÂN TRONG "RƯỢU HỒNG ĐÃ RÓT"

Beauty is truth, truth beauty,' - that is all
Ye know on earth and all ye need to know.
(John Keats)

Tập thơ RƯỢU HỒNG ĐÃ RÓT của Luân Hoán đã xuất hiện từ năm 1974 tại quê nhà, nhưng đúng ba chục năm sau tôi mới được đọc tại hải ngoại, tất cả do hảo ý của Lê Hân, em trai của nhà thơ cũng là người đã cho in lại tập thơ này tại Montréal vào năm 2002.

Tứ hải giai huynh đệ, tôi đã được quen biết Lê Hân qua sự giới thiệu nồng nhiệt của em trai tôi ở Toronto, và nay qua Lê Hân tôi lại được biết thêm anh Luân Hoán. Thế gian này nhỏ quá, tôi tự nhủ lòng, sau khi tìm hiểu về cuộc đời anh Luân Hoán qua bài viết của những người quen biết anh từ lâu. Có hai điều thú vị đã làm tôi thấy gần anh hơn: anh và tôi cùng sinh cuối năm Canh Thìn tức là đầu năm 1941, và cùng tốt nghiệp Khóa 24 Trường Bộ Binh Thủ Đức năm 1967. Chín tháng trời 'quân trường đổ mồ hôi' với nhau một thời, anh một nhà thơ đang lên, tôi một nhà giáo vừa du học từ Mỹ về. Và lòng tôi chùng xuống khi biết anh đã hy sinh một phần thân thể cho đất nước tại chiến trường trong khi tôi bình an dạy học tại Saigon. Mong sao anh và tôi sẽ có ngày gặp gỡ để nói chuyện đời cho nhau nghe.

Hơn sáu chục năm về trước, khi nhận định về nhà thơ đa tình và mơ mộng Lưu Trọng Lư (tác giả của thi tập TIẾNG THU), nhà phê bình văn học Vũ Ngọc Phan viết: *"Cái hay trong thơ của Lưu Trọng Lư ở sự thành thực, tấm lòng sầu não của ông thế nào, sự ước mong của ông thế nào và có thể thổ lộ ra được chừng nào, ông thổ lộ ra chừng ấy"*. Nhận định của Vũ quân về thơ Lưu Trọng Lư cũng là nhận định của tôi về thơ Luân Hoán. Tôi muốn nói thêm, chân tâm của Luân Hoán chính là nét đẹp nhất trong thơ của anh, nhất là khi ý thơ lại đến từ một sự vỡ nước tràn bờ bất chợt của những xúc cảm mãnh liệt (the spontaneous overflow of powerful feelings) như William Wordsworth đã từng định nghĩa thế nào là thơ, qua nhãn quan của trào lưu lãng mạn tây phương. Sau đây là một vài trường hợp chân tâm hiện nguyên hình trong những cảm xúc mãnh liệt nhất để Luân Hoán thổ lộ ra những câu thơ tuyệt đẹp trong tập RƯỢU HỒNG ĐÃ RÓT.

Khó có xúc cảm nào mãnh liệt hơn cho một thương phế binh đã hy sinh một bàn chân trong cuộc chiến, khi chàng lạng quạng với đôi nạng gỗ trong tay trở về ngôi nhà trọ để kiếm người yêu cũ. Hãy nghe cái cảm xúc mãnh liệt ấy đang vỡ nước tràn bờ, thổ lộ chân tâm nhà thơ, ngay cả ý định từ bỏ cuộc đời, trong đoạn chót của bài "Lần Về Nhà Trọ Cuối Cùng Ở Quảng Ngãi." Tôi đoán chắc mọi người đều ướt mắt như tôi khi đọc những câu thơ lục bát đẹp bao nhiêu thì đứt ruột bấy nhiêu ấy dưới đây của Luân Hoán:

ta về khua nạng loay hoay
thu trăm hình ảnh em đầy không gian
tiếng chim chợt động nắng vàng
lòng ta chợt lạnh hai hàng lệ sa
ta chừ đã khác hôm qua
ta chừ quả thật khác ta mất rồi
có nên hủy diệt cuộc đời?

"Thơ Cho Buổi Chiều 03.3.1970" là lời thú tội của một Luân Hoán tự nhận mình là 'thằng khốn nạn' chỉ vì ích kỷ đã gây ra tai họa tầy trời cho một phụ nữ mà chàng từng yêu mến. Chân tâm nhà thơ dùng để tạ tội với nàng thực thấm thía, mặc dù cuộc 'mưu sát' ấy rất có thể đã là một yếu tố bất nhân chẳng đặng đừng trong một cuộc chiến ý thức hệ đẫm máu. Tấm lòng thành khẩn nhận tội này quả là can đảm, ít khi thấy trong văn chương nhân loại:

ôi khi tiễn em về cùng bổn phận
làm mẹ hiền, làm góa phụ muôn năm
tôi thấy rõ được tôi, thằng khốn nạn
đã yêu thương để toan tính kiếm lời
em hãy nhớ đừng bao giờ kể lại
với con em những đau đớn của mình
vì cha nó không bị ai mưu sát
ngoài một người đã thành thật yêu em
đã cầu nguyện cho đời em cô độc
đã điên cuồng ao ước thế cho nên...

Người Việt mình hiếu thảo có thừa trong hành động nhưng lại rất thiếu trong lời nói. Ước chi chúng ta có thể diễn tả lòng thương yêu kính mến đối với cha mẹ qua lời nói dễ dàng và tự nhiên như người tây phương! Tôi cũng đã ân hận không nói được nhiều điều yêu thương với cha tôi trong những năm cuối cùng cuộc đời cụ, và đôi lúc cũng cảm thấy mình như một 'kẻ vô ơn.' Trong bài "Trên Vầng Trán Hoàng Hôn", Luân Hoán đã nói giùm cho rất nhiều người trong chúng ta khi anh viết lời chúc thọ phụ thân vừa tròn bảy mươi tám tuổi đời. Lại một lần nữa cảm xúc ngút ngàn được biểu lộ qua chân tâm tuyệt đối của Luân Hoán để làm xốn xang tấm lòng người đọc:

con xấu hổ vẫn vụng về khờ dại
chưa dám hôn tay, chưa dám cảm ơn
lòng hiếu thảo vẫn ngại ngùng khách sáo
nên âm thầm như một kẻ vô ơn

Tuy rất bay bướm trong thơ và ngoài đời, Luân Hoán, khả ái thay, cũng là một người chồng chung thủy và biết ơn. Bài "Thiệp Hồng" mà nhà thơ trang trọng đặt vào trang đầu tiên của tập RƯỢU HỒNG ĐÃ RÓT là một lời cầu hôn kiêm giấy báo hỷ, thành tâm và nên thơ đến thế là cùng! Tôi thích nhất đoạn sau đây trong bài thơ tràn ngập ân tình ấy, và chép lại dưới đây để kết thúc bài viết này về một nhà thơ tôi chưa gặp bao giờ nhưng đã thấy thân thương rồi:

tôi yêu em, tôi chỉ nói với riêng em
tôi chỉ muốn một mình em đập chén

trong hồn tôi chếnh choáng cơn say
chuyện chi phải ngợi ca từng ngọn lá
bởi nhờ em đời đã đẹp lâu rồi
và hơn nữa, tôi thiếu tài giả dối
không ngụy trang, che giấu những riêng tư

Tiến Sĩ Đàm Trung Pháp
(1941- 2021)

Giáo Sư Thực Thụ (Ngữ Học), Texas Woman's University
31-5-2004

DƯƠNG DIÊN HỒNG
CÔ ĐƠN MÀ ẤM ÁP LẠ THƯỜNG!

Tôi được một bạn trên facebook gửi tặng một bài thơ qua Messenger cách đây vài tuần. Lúc đầu tôi không quan tâm (do ít vô Messenger) vì cứ ngỡ là những tin chuyển tiếp về Covid-19. Sau thấy trang giấy ố vàng, tôi biết đó là thơ trên các báo xưa. Đọc hết bài. Ồ thích thật! Tôi có hứa với bạn sẽ bình. Hổm rày lu bu dạy học. Nay có chút thời gian... nhâm nhi bài thơ như thú vui - một bữa ăn sáng.

Hỏi ra cặn kẽ thì bài thơ gần bằng tuổi tôi. Tác giả của bài là nhà thơ Luân Hoán. Ông sáng tác bài này năm 1971 và được đăng trên Tạp chí BÁCH KHOA (1957-1975) số 355 ngày 15 tháng 10 năm 1971:

KHÓI CƠM CHIỀU

Bếp đã nhúm, gạo đã vo sạch sẽ
tôi dặn lòng thổi yêu dấu vào cơm
tay từng ngón chắt chiu từng ngọn củi
lửa chiều vui, tôi đốt cả tâm hồn

này khói biếc, tự do bay đi nhé
tóc tôi dài đâu buộc nổi phiêu du

tình tôi ghé đậu nặng lòng cánh mỏng
xin bay cao thăm thẳm đến nghìn thu

tôi sẽ hát, dù mắt vàng những lệ
tôi sẽ cười dù phổi sắp cạn hơi
khói bát ngát hãy chiều lòng gió đợi
cho tôi theo đến góc bể chân trời

vui như thế, sao chưa ai về đến
cửa trông chờ, tôi mở rộng, van lơn
nắng càng lúc càng vàng trên hiên vắng
ngày từng giây, từng phút ngả sang chiều

cha có mỏi gót đời, con xin cõng
anh rã rời tay xách, em xin mang
hãy vội bước trên lối chiều trải lụa
trên lòng người chờ đợi những hân hoan

hãy vội vã, phải không anh hàng xóm
đã ra đi mà không biêt tôi sầu
đã ra đi mà không hề hò hẹn
sẽ quay về, khuya sớm liếc trộm nhau

hãy vội vã, hỡi những người yêu dấu
tôi không tin ngựa quỵ vó bên trời
tôi không tin những trái tim tôi thở
đã úa vàng nằm chờ gió thổi rơi

và đoan chắc, hỡi những người yêu dấu
phải về đây cho tôi thấy tôi cười
trong mắt nhớ tôi giăng ngàn bẫy mộng
xin hân hoan nâng giọt lệ vai người

chắc phải có người về đây so đũa,
trên mâm đồng san sẻ nỗi tình xưa.
cha bạc tóc anh trán nhăn vừa đủ,
cho tôi hùn trời rộng những hạt mưa.

vui đấy chứ phải không cha yêu dấu,
mo cau vàng con làm quạt hầu cha.

sung sướng phải không anh thương mến,
giậu trưa hồng áo ướt ngủ bên hoa.

khói bát ngát hãy chiều lòng gió đợi,
triệu hạt sầu tôi đã chín như cơm.
ngày hết nắng tôi bao giờ hết đợi,
những người về trong một cõi cô đơn...
(Luân-Hoán 1971 - Rượu Hồng Đã Rót)

Kết thúc bài thơ là một âm ba ngân vang mà đọng mãi:

"Ngày hết nắng tôi bao giờ hết đợi
những người về trong một cõi cô đơn..."

Day dứt quá! Tôi nghĩ ai đang khao khát sum họp gia đình, đang chờ đợi một cuộc hội ngộ ấm áp giữa cha-con, anh- em... hay bất kỳ một cuộc hội ngộ đã từng được chung mâm, so đũa rồi lại phải gián cách nhau chắc là rất buồn khi đọc bài thơ. Tác giả viết bài thơ khi còn rất trẻ, mà tâm hồn chững chạc như ông cụ 60. Giọng thơ cũng lụ khụ và mang khẩu khí của một vị huynh trưởng, dù nhà thơ không phải là huynh trưởng, vì theo nội dung bài thơ, tác giả còn có anh trai. Và lời Thơ rất ngọt ngào - theo chất ngọt của nam tính, có vẻ khẩn khoản nhưng cũng có vẻ ép buộc, như một mệnh lệnh mạnh mẽ, dứt khoát mà rất tự nhiên:

"chắc phải có người về đây so đũa,
trên mâm đồng san sẻ nỗi tình xưa.
cha bạc tóc anh trán nhăn vừa đủ,
cho tôi hùn trời rộng những hạt mưa."

Từ một ký ức gia đình hạnh phúc, anh em cùng so đũa trên mâm đồng, tác giả phóng bút một nét vẽ cảnh, bằng thủ pháp tưởng tượng, liên tưởng đến niềm vui sum họp khi phác họa "một cơn mưa" tình cảm. Tiếng rôm rả san sẻ, nhắc nhớ những kỷ niệm " nỗi tình xưa", những hạt mưa từ khóe mắt - đẹp như ngọc - của một người con chí tình, nhìn thấy cha và anh già nua theo năm tháng.

Và tất cả những hình dung ấy được khởi đầu bằng cụm từ có các từ tình thái bộc lộ độ tin cậy cao: "chắc phải có người về đây" đủ thay cho nỗi cô đơn khi có một người trở về "mái nhà xưa" - về một mình -

ngồi nhớ cha mẹ và anh chị em đã từng cùng nhau quây quần - nhớ đến bật khóc...

Khóc mà cũng "hùn" nữa ta! Ôi chao sự san sẻ và cộng hưởng được gói lại trong một từ dễ thương chi lạ! "Hùn" với đất trời để mưa thấm nhuần cho sông núi và con người mang lại sinh khí mới sau bao nhiêu xa cách, nhớ thương, sau bao nỗi mất mát và đau đớn vì thời cuộc.

Bài thơ ra đời 1971, chắc chắn sự tụ tán của gia đình có liên quan đến cuộc chiến của hai miền. Và cho dù thẩm thấu bài thơ một cách suy diễn theo hàm ý của ngôn từ, tôi lại cứ muốn mở ra trường liên tưởng: nhà thơ đang mơ một cuộc sum họp anh em dân tộc. Đó là một cuộc so đũa đầy lễ nghi trang trọng sau những cuộc chiến tương tàn...

Haiza... không khéo sẽ có người phản biện: bà căn cứ vào đâu mà nói về một chuyện đã đi quá xa nội dung nghĩa cụ thể trong bài thơ? Thì cái cách so đũa đó! Rồi mâm đồng nữa! Giống như hình ảnh của cư dân Lạc Việt trên trống đồng, đang so găng bằng công cụ tre mộc - cái thứ dùng làm phương tiện để gắp mà cũng có thể đem ra tỷ thí để gõ đầu nhau. Nhưng đi vào bữa ăn, nó lại trở thành một nét đẹp văn hóa thể hiện sự hài hòa, đồng đều và chuẩn mực...

Bài học so đũa còn có một giá trị nhắc nhở mọi người phải luôn kính trên, nhường dưới, biết sống chan hòa trong một tập thể nhỏ là gia đình, và tập thể lớn là xã hội, luôn gắn kết để làm nên sức mạnh của bó đũa... Nói đến đây thì dừng bớt suy diễn để trở về với cảnh thực trong bài thơ.

Và mưa! Một sự vỡ òa trong mát mẻ đầy cảm xúc yêu thương được diễn đạt lí lắc và có chút tinh nghịch khi đi chung một từ rất mộc mà rất chân tình là " hùn". Sức lay động của ngôn từ Thi ca ở đây là mang đến cho người đọc một cảm xúc rất hồn nhiên và chân thật. Thật nhưng không thô. Có vụng về trong lời nói nhưng không kém ý nhị, tinh tế và khiêm nhường...

Sự khao khát họp mặt gần như muốn van nài, rồi hóa thành khẩu khí ép buộc "chắc phải có..."

"Chắc phải có..." thì sẽ có. Đó là đã từng có niềm vui trong ký ức mùa hè:

"vui đấy chứ phải không cha yêu dấu,
mo cau vàng con làm quạt hầu cha.

sung sướng phải không anh thương mến,
giậu trưa hồng áo ướt ngủ bên hoa."

Hai lần nhà thơ dùng câu hỏi tu từ để bày tỏ với cha và anh những cảm xúc vui sướng khi nhà thơ được ở bên cạnh họ. Hầu quạt cha rồi ngủ ngon bên anh một cách vô tư trong mồ hôi nghịch ngợm đầm đìa. Và đọc đến đây, ta chợt nhận ra: hạnh phúc rất là đơn giản, cái đơn giản không dễ gì ai biết cảm nhận, nếu không phải là người yêu tha thiết gia đình. Đoạn kết bài Thơ là một sự thức tỉnh sau cơn mơ:

"khói bát ngát hãy chiều lòng gió đợi,
triệu hạt sầu tôi đã chín như cơm.
ngày hết nắng tôi bao giờ hết đợi,
những người về trong một cõi cô đơn..."

Tác giả đang ngồi một mình. Ngồi với "khói cơm chiều" chờ đợi phút đoàn viên. Và cất một khúc ru thấm đẫm nỗi buồn.

"Chắc phải có" mà nào có ai về đâu?
Chỉ có khói bát ngát
chỉ có hoàng hôn tắt nắng ngày
chỉ có người đợi rồi lại đợi.

Nỗi sầu được so sánh một cách thậm xưng mà tượng hình độc đáo. "Sầu triệu hạt" (thậm xưng) trong "tôi" được nấu lên đến chín rục như "gạo nấu cơm" - Mọi thứ như đã bày biện sẵn, để chờ mọi người về ăn chung. Về so đũa.

Thế mà chả có ai. Có chăng duy chỉ tấm lòng thơm thảo của người con, người em khao khát mái ấm. Và đáp lại nỗi chờ, nỗi sầu da diết chỉ có không gian bát ngát và tiếng bước chân trong tiềm thức của những người anh em như xoa dịu nỗi buồn của một tâm hồn xa quê trở về nhà - nơi được làm vua một cõi - cõi cô đơn mà rất ấm áp! -

14/5/2020

Dương Diên Hồng
giảng viên Đại học Tây Ninh

HOÀNG YÊN LƯU
RƯỚC MẸ ĐẦU NĂM

Mẫu tự "m" bật ra tự nhiên từ những đôi môi hồng bập bẹ khi bé thơ gọi người ban cho chúng ta cuộc đời và nguồn hạnh phúc làm người: Mẹ!

Mẹ hiền, hiền mẫu, từ mẫu và nhiều chữ cùng nghĩa trong các nguồn ngôn ngữ khác nhau dùng chỉ đấng sinh thành không phải tình cờ mà có những âm thanh gần giống nhau. Chúng thường được cấu tạo bởi một thanh bằng và một thanh trắc hay hai thanh bằng đọc lên êm tai, trầm bổng, không mấy ai không cảm động, không mấy ai không bồi hồi nhớ lại hình ảnh đẹp nhất đầu tiên mà mỗi con người chúng ta may mắn giữ được trong ký ức, cũng như tình yêu thánh thiện đầu tiên đã nhận được như vốn liếng vào đời. Đông và Tây có thể không bao giờ gặp nhau như nhà văn Anh Rudyard Kipling từng nói, nhưng về người mẹ, về tình mẹ thì Đông Tây, không những gặp nhau mà còn hòa đồng làm một, chỉ diễn tả bằng ngôn ngữ khác nhau mà thôi. Chúng ta thử nghe Edgar Allan Poe trong bài To My Mother thì thấy rõ:

"Because I feel that, in the Heavens above
The angels, whispering to one another
Can find, among their burning terms of love
None so devotional as that of Mothers"

Ngày 14 tháng năm là ngày lễ Mẹ hiền hay lễ Hiền mẫu. Đây là một ngày trọng đại, tưởng niệm công đức sinh thành và cũng là dịp chúng ta cảm ơn các nhà thơ, các nhạc sĩ và họa sĩ đã thay chúng ta dùng ngôn ngữ nghệ thuật, ca tụng và tưởng vọng Người Mẹ. Hình ảnh mẹ hiền sống mãi nhờ nhạc của Y Vân (Lòng Mẹ), của Phạm Duy (Tình Ca), văn thơ của Bùi Viện (Văn tế lão mẫu), Lưu Trọng Lư (Nắng Mới), và Vũ Hoàng Chương (Khóc Mẹ)...

Nhớ ơn dưỡng dục thì khi cha mẹ còn sống tuy chẳng phải học gương thầy Tử Lộ "thờ hai thân từng bữa canh lê / từng phen đội gạo đi về/ xa khơi trăm dặm nặng nề đôi vai"... nhưng ít ra cũng cần làm vui lòng các người và khi cha mẹ khuất bóng hãy tưởng niệm họ với tấm lòng mà một nhà thơ đương đại đã viết trong Rước Mẹ Đầu Năm:

Vẫn chừng đó trên mâm cơm cúng mẹ
Dĩa rau xanh, cái bánh tráng nướng vàng
Và đôi đũa còn thơm mùi tre mới
Và nước trong, trong chén ố thời gian

Con quỳ gối bàng hoàng không dám lạy
Pháo bên nhà hàng xóm nổ vang vang
Nén chua xót, ngượng ngùng con đốt nến
Đốt hương xin mẹ gắng hiểu cho cùng

Thân trôi nổi đã tròn ba mươi tuổi
Chẳng còn gì để dâng mẹ hôm nay
Tấm thân thể mẹ nâng niu sinh nở
Cũng bán một phần lây lất qua ngày

Mẹ kính yêu cho con quỳ bên mẹ
Học một đời trong sạch bao dung
Dẫu đói rách không lọc lừa gian lận
Dẫu đớn đau không than oán điên khùng

Mẹ hẳn biết con vẫn cười vẫn nói
Vẫn cho đời sức sống tự nhiên
Qua hơi thở, qua dòng thơ chân thật
Dẫu nhiều khi ướt sũng lệ ưu phiền

Mẹ kính yêu, cho con quỳ bên mẹ
Chiều cuối năm trời gió lạnh vô cùng

Con sẽ gắng viết thêm bài thơ mới
Thay cỗ bàn, dâng lên mẹ bao dung

Mẹ kính yêu, con đã quỳ bên mẹ
Quỳ trang nghiêm trong cõi trống không
Gối không đụng mặt đất người đi đứng
Nhưng lòng như đang bên mẹ phiêu bồng

Tác giả bài thơ trên là Luân Hoán. Luân Hoán là nhà thơ có sức sáng tạo phong phú vào bậc nhất trong mấy chục năm gần đây. Ông cũng là một nhà thơ tình cảm đặc sắc trong Văn Học Việt Nam hậu bán thế kỷ 20 bước sang tiền bán thế kỷ 21. Thơ của ông xoay quanh đề tài tình yêu, bè bạn, chiến hữu và đặc biệt là những vần thơ nói về Mẹ.

Bài Rước Mẹ Đầu Năm, trích trong tập Rượu Hồng Đã Rót xuất bản năm 1974 tại Sài Gòn, là một bài ông sáng tác vào tuổi ba mươi, nghĩa là trong các năm 1970 hay 1971 như ông đã cho biết: *"thân trôi nổi đã tròn ba mươi tuổi"*.

Bài thơ trên ra đời vào dịp đón năm mới. Ngày Tết con cái thắp đèn hương quỳ lạy trước bàn thờ cha mẹ là hình ảnh thường thấy nhưng cảnh ngộ và tâm trạng nhà thơ đã tạo cho bức tranh những nét đặc biệt không thể lẫn với bất cứ hình ảnh nào trong cùng dịp.

Trước hết là những nét khắc họa về người mẹ của tác giả. Bà mẹ quê hiền thục, đảm đang và giản dị, cả đời chỉ biết tận tụy vì chồng con như bà Tú trong thơ Trần Tế Xương. Chính từ sự giản dị này hình tượng người mẹ trở nên trong sáng hơn, vĩ đại hơn và thấm sâu hơn vào lòng người đọc:

Vẫn chừng đó trên mâm cơm cúng mẹ
Dĩa rau xanh, cái bánh tráng nướng vàng
Và đôi đũa còn thơm mùi tre mới
Và nước trong, trong chén ố thời gian

Chân dung tinh thần, ảnh người mẹ, được vẽ một cách gián tiếp. Bữa cơm cúng chỉ có: "đĩa rau xanh", "bánh tráng nướng vàng". Và "chén nước trong", xem ra thì đạm bạc nhưng qua sự đạm bạc này là chân tình nồng hậu và hình ảnh hy sinh vô bờ vô bến. Chỉ bốn câu thơ mà nói lên được sự thành kính (chén nước trong, đũa thơm mùi tre mới...), lòng trung hậu của người con dù trải qua bao thử thách nghiệt ngã của cuộc đời. Màu xanh, màu vàng, nước trong và mùi tre mới, bằng ấy thứ và tấm lòng thành, có lẽ qua bao nhiêu thăng trầm trong cuộc sống của tác giả, đã không hề thay đổi trong dịp giỗ tết cho dù thời gian đã làm cho ố màu chén nước

Con quỳ gối bàng hoàng không dám lạy
Pháo bên nhà hàng xóm nổ vang vang
Nén chua xót, ngượng ngùng con đốt nến
Đốt hương xin mẹ gắng hiểu cho cùng

Từ hình ảnh người mẹ thân thương, nhà thơ nói về mình. Hoàn cảnh của ông cũng có nhiều nỗi khảm kha bất bình mà ông ám chỉ bằng hai chữ "chua xót". Luân Hoán từng là một chiến binh và trong một cuộc hành quân ở Quảng Ngãi vào đầu năm Kỷ Dậu (1969) đã mất đi một bàn chân trái. Hình ảnh "*con quỳ gối bàng hoàng không dám lạy*" đã là bi kịch ghê gớm của một chàng trai lúc đó chưa đầy ba chục cho dù tác giả chỉ dùng chữ "chua xót" để mô tả. "Không dám lạy" vì một phần cơ thể giữ cho sự thăng bằng của thi nhân không còn nữa. "Ngượng ngùng đốt nến... đốt hương" gợi hình ảnh vụng về, lúng túng của thân xác và cả cảm giác không yên lòng vì không làm tròn nghi lễ, không được dâng mẹ cơm lành canh ngọt như lòng mong ước vào dịp bên ngoài pháo đón xuân của hàng xóm tưng bừng nổ.

Từ nỗi ngượng ngùng, nhà thơ xót cho thân phận mình, "tấm thân trôi nổi", sống "lây lất qua ngày" của kẻ tài tử đa cùng:

Thân trôi nổi đã tròn ba mươi tuổi
Chẳng còn gì để dâng mẹ hôm nay
Tấm thân thể mẹ nâng niu sinh nở
Cũng bán một phần lây lất qua ngày

Nhưng nghĩ tới công dưỡng dục của mẹ hiền, nguồn vui và không ít tự hào của mẹ khi sinh ra thi nhân, nhà thơ tâm niệm lời mẹ dặn và theo gương đạo đức của bà (chẳng khác tâm sự của Phùng Quán khi xưa)

Mẹ kính yêu cho con quỳ bên mẹ
Học một đời trong sạch bao dung
Dẫu đói rách không lọc lừa gian lận
Dẫu đớn đau không than oán điên khùng

Khi khấn mẹ, nhà thơ đã nói lên những xúc động chân thực nhất của mình trong phút linh thiêng đốt nén hương lòng. Ở đây bi kịch trong lòng tác giả nổi dậy. Nhà thơ gượng làm vui với con người và vì đời làm tròn thiên chức của kiếp tằm nhả tơ, nhưng toát ra những từ ý, những vần, có thể tìm thấy sự gượng vui, nỗi khổ tâm của một kẻ tài hoa vì đời mà lụy. "Ướt sũng lệ ưu phiền" đã khắc sâu nỗi đau trong lòng kẻ đa cảm và trung hậu. Lệ không ứa ra từ khóe mắt mà từ tâm tư và nước mắt không phải chỉ thấm mà làm ướt sũng tất cả. Chữ "sũng" dùng rất đắt vì cực tả được tâm trạng bi đát của nhà thơ

Mẹ hẳn biết con vẫn cười vẫn nói
Vẫn cho đời sức sống tự nhiên
Qua hơi thở, qua dòng thơ chân thật
Dẫu nhiều khi ướt sũng lệ ưu phiền

Nhà thơ nghèo hơn thiên hạ nhưng lại giàu lòng, giàu cảm xúc và người mẹ của tác giả đã thấu hiểu con mình hơn thế gian vì chính bà đã truyền cho thi nhân hồn thơ từ khi ông còn là một cậu bé bị đòn vì nghịch ngợm như ông từng tâm sự:

Mẹ nằm đọc Lục Vân Tiên
Trăng thu vào chật mái hiên nghe cùng
Hương từ vần điệu nghĩa trung
Hương từ giọng mẹ thơm lừng đêm khuya...

Và chắc hẳn bà sẽ mỉm cười nơi suối vàng vì yên tâm con mình "bất oán thiên, bất vưu nhân" sẽ vui vẻ và trung thành trên con đường nghệ thuật và dùng sản phẩm của trái tim vì đời để dâng mình mỗi dịp cúng giỗ:

Mẹ kính yêu, cho con quỳ bên mẹ
Chiều cuối năm trời gió lạnh vô cùng
Con sẽ gắng viết thêm bài thơ mới
Thay cỗ bàn, dâng lên mẹ bao dung

Bốn câu kết là chân của kiến trúc toàn bài. Chúng nặng về cảm xúc và chắc chắn, khéo léo về kỹ thuật. Tác giả đã quỳ bên mẹ, nhưng "trong cõi trống không" và "gối không đụng mặt đất người đi đứng" mà quỳ với cả lòng chung thủy, vĩnh viễn vượt cả không gian và thời gian. Cảm xúc do giác quan đưa lại tỏa ra và lan rộng, cuối cùng kết tinh lại và dâng lên cao kết tụ thành một rung động vô hình mãnh liệt nhất:

mẹ kính yêu, con đã quỳ bên mẹ
quỳ trang nghiêm trong cõi trống không
gối không đụng mặt đất người đi đứng
nhưng lòng như đang bên mẹ phiêu bồng

Luân Hoán tên thực Lê Ngọc Châu sinh năm 1941, và như người thân của ông tiết lộ, nhà thơ là một trong song thai khi cất tiếng chào đời và "èo uột khó nuôi" nên ân nghĩa "mang nặng đẻ đau" của bà mẹ đối với thi nhân càng nặng. Bà lại không phải là chính thất của thân sinh nhà thơ nên dù sao bà cũng thiệt thòi nhiều về mặt hạnh phúc. Người phụ nữ đức hạnh, giàu lòng hy sinh này đã mang bao nhiêu tình thương và tâm huyết gửi vào đàn con nhỏ và nuôi dạy họ nên người. Trong một bài thơ khác, bài Mẹ, nhà thơ đã kể lại những kỷ niệm ấu thơ: công lao dưỡng dục của mẹ dành cho thi nhân và nỗi thương nhớ mẹ ấp ủ mãi mãi trong lòng mình. Ấy cũng là lý do giải thích được tại sao ông lấy bút hiệu là Luân Hoán, một bút hiệu lạ và hay, do tên mẹ ghép với tên cha mà thành, và đã phản ánh được tấm lòng của người con hiếu với cha mẹ.

Hoàng Yên Lưu

(Thời Báo số 1280 Thứ bảy, ngày 06-5-2006)

(Đọc Nhịp Thở Luân Hoán - 2014)

BÙI BẢO TRÚC
ĐỌC "HƠI THỞ VIỆT NAM"

Luân Hoán tên thật Lê Ngọc Châu, một nhà thơ có nhiều tác phẩm đóng góp cho nền văn học miền Nam trước 1975. Tập thơ đầu tiên của ông, tập Về Trời, đã được gởi tới độc giả từ năm 1964. Sau đó, cứ mỗi năm chúng ta lại được đọc một tập thơ khác của ông. Năm 1966 là tập Trôi Sông, năm 1967 là tập Chết Trong Lòng Người, rồi Viên Đạn Cho Người Yêu Dấu năm 1969. Kế đó là các tác phẩm Lục Bát Ca, Hòa Bình Ơi, Hãy Đến, Nén Hương Cho Bàn Chân Trái và năm 1974 là cuốn Rượu Hồng Đã Rót.

Tập "Hơi Thở Việt Nam" là những bài thơ đã viết trong khoảng thời gian từ 1975 cho tới những năm 1983, 1984, trước khi ông rời Việt Nam, sang Montréal Gia Nã Đại, nơi ông nói là đến để tạm trú, từ đầu năm 1985. Những bài thơ của tập Hơi Thở Việt Nam đã được đem ra khỏi Việt Nam bằng những cách khá đặc biệt. Một số đã được các con ông học thuộc, và chép lại từ trí nhớ. Một số khác được bạn bè ông gởi dần từ Việt Nam sang Gia Nã Đại.

Ngay từ những năm ở Việt Nam, Luân Hoán chưa bao giờ là một nhà thơ nổi tiếng với những bài thơ tình. Thơ của ông, ngay cả những bài thơ tình rất ít ỏi, luôn luôn là một tiếng thơ buồn, uất nghẹn, và như lời nhận định của Thái Tú Hạp, là những ấm ức, những phẫn nộ, những đắng cay và những kinh hoàng của một nhân chứng lịch sử đen tối nhất của thời đại. Những nhận định của Thái Tú Hạp là ghi nhận về tập "Hơi Thở Việt Nam", nhưng cũng lại đúng cho toàn thể những tác phẩm thi ca khác của Luân Hoán.

"Hơi Thở Việt Nam" với 39 bài thơ, 5 chữ, lục bát, 7 chữ, 8 chữ là những bài thơ còn vang vọng âm hưởng của những bài thơ mà người ta đã được đọc của ông trong những năm trước 1975. Những hình ảnh xám ngắt của quê hương tan nát, những binh đao trận mạc, những ước mơ của một đời về một hòa bình không bao giờ đến, những quà tặng chiến tranh, những chân tay chia lìa trên một thân thể trở về sau một cuộc chiến.

Tập "Hơi Thở Việt Nam" ngoài những hình ảnh như vừa kể, còn là tiếng thở của một quê hương rũ liệt, của một đất nước không còn của những người lớn lên ở miền đất đó nữa, của một hòa bình đầy kinh hoàng:

"ngủ ngồi trên gác tối
trong ngày vui hòa bình
tiếng tim đập trong ngực
vừa mơ vừa rùng mình

ngủ ngồi trên gác tối
bụng rỗng như bình hoa
cắm cành cây hy vọng
xanh biếc nỗi xót xa

ngủ ngồi trên gác tối
tôi mơ tôi là người
thịt xương này của đất
hơi thở này của tôi

ngủ ngồi trên gác tối
quyển vở chờ trên bàn
bài thơ là tiếng thở
vỡ òa trong dấu than

ngủ ngồi trên gác tối
tự do như đêm dài
chết cần gì hấp hối
sống cần gì tương lai"

Việt Nam mà ông lắng nghe từng hơi thở đó không còn là quê hương của những ngày cũ. Việt Nam mà Luân Hoán viết trong thơ ông là những còm cõi, đau thương, là ác mộng, là trái cà chua cũng làm ông hoảng sợ vì cái màu đỏ của nó, như trong một bức thư viết cho người ở xa:

xin báo cùng anh tin vui thứ nhất
cây cúc đầu hè nở được một bông
đất còm cõi nhưng thương đời vẫn gắng
phơi hết lòng mình ra giữa gió đông

xin báo cùng anh cây cà chua nhỏ
cũng đậu được vài trái đỏ xinh xinh
(màu đỏ đẹp ơi, vì sao ta sợ
có lúc nhìn em ta chợt giật mình)
.....
xin báo cùng anh sáng nay đầu ngõ
có con cu cườm đậu tuốt ngọn tre
nó đứng rỉa lông mà không buồn gáy
có phải vì còn sợ ná ai đe?
.....
nhớ ngủ nghe anh đêm nay em đợi
như những đêm nào đợi pháo nửa đêm
xin mừng tuổi anh câu thơ què quặt
bạc tóc đừng già, mất nước đừng quên...

Và trên đất nước buồn thảm đó Luân Hoán đã sống những ngày làm người lạ mặt ngay trên quê hương mình, là kẻ tội đồ không phạm tội, là người bị buộc phải móc trái tim quăng ra ngoài:

chúng tôi ngồi chồm hổm
trong sân chùa Hải Châu
mắt lập lòe đom đóm
nắng đổ lửa trên đầu

đã bảy ngày như vậy
chúng tôi lo lắng chờ
miệng khô mồ hôi chảy
vạn người cùng bơ vơ

gục đầu che lồng ngực
tiếng loa xoáy vào hồn:
"các anh là súc vật
nhân dân hằng căm hờn
nhưng cách mạng sáng suốt
bao dung và khoan hồng
hãy thật thà khai báo
tố cáo thật rõ ràng
lập công đầu chuộc tội
giữa trật tự, xếp hàng"

chúng tôi là súc vật
hôm nay học làm người
xin chân thành "đăng ký":
chúng tôi thừa trái tim

đã bảy ngày như vậy
chúng tôi lo lắng chờ
viết thật nhiều lý lịch
để làm người tự do!

Luân Hoán sinh tại Quảng Nam, năm 1941, ông viết những bài thơ đầu trong những năm của thập niên 60. Ông nhập ngũ năm 1967 và giải ngũ năm 1970, sau khi để lại bàn chân trái ở chiến trường. Ông trở về đời sống dân sự sau đó và phục vụ tại một ngân hàng cho tới năm 1975. Luân Hoán đã có thơ đăng trên nhiều tạp chí văn học ở miền Nam trong khoảng thời gian này. Với một lý lịch như thế, ông đã phải sống nhiều tháng trong trại học tập cải tạo:

.....
rồi thì cách mạng bắt
một hai bảo tôi khai
tôi khai hoài khai mãi
tôi khai mãi khai hoài
lý lịch tôi từ đó
đâm ra thành truyện dài
mai sau in thành sách
may ra thành thiên tài
xin cảm ơn cách mạng
tôi nguyện cầm bút hoài...

"Hơi Thở Việt Nam" là một chứng từ của một người đã sống những ngày khủng khiếp nhất tại Việt Nam, những ngày sau 30-4-1975. Hãy nghe cảnh cải tạo nhà đất:

có cái gì xôn xao ngoài phố
thử đạp một vòng quanh quẩn coi chơi
mỗi ngã tư đường vài đám đông lố nhố
tiếng síp lê tiếng đạn bắn ngang trời
trước dãy lầu một bà già đứng chửi
vài chục áo vàng rối rít lăng xăng
bọn tự vệ cánh tay choàng giẻ đỏ
ùa vào nhà mang đồ đạc ra quăng
trên hè phố đống nồi niêu soong chảo
ngổn ngang nằm trơ mặt mũi tối đen
vài chiếc chiếu đang cuộn tròn nằm vạ
thằng bé con trất cu đái lăng quăng....

Quê hương mà ông nói tới là thù hận, là *"đập đá núi lấp cho đầy trí não, xây thành cao bằng ánh mắt căm hờn"*; là cơ cực, là *" một hạt cơm cõng mấy hạt bo bo, nước rau muống có làm em đỡ nghẹn, đời đang vui sao nét mặt buồn xo?"*; là nỗi đau đớn của một kẻ lạ mặt ngay trên chính xứ sở mình *"giữa quê nhà sao nghe sao nghe quá bơ vơ?"* Cái quê hương đó không còn tương lai cho những người lớn: *"mi nằm mi đứng mi đi, mi mang cái tội Bắc Kỳ di cư, mi mang cái tội làm người, nửa đời tham trận, thua rồi nghe con..."* Cũng không còn bình an cho những người đã chết: *"mẹ có biết con về đào mả mẹ theo chủ trương, đúng chính sách đề ra, ruộng đất hẹp, đời đang cần hoa quả, hỡi quỷ thần trả lại bãi tha ma..."* Và tuổi trẻ cũng bị tước đoạt những hồn nhiên măng sữa:

... tuổi em chừng mười bốn
hay sắp tròn mười ba
cớ sao ai cũng sợ
thấy em lo tránh xa?

ai dạy em phấn đấu
để trở thành đoàn viên
cổ em quàng khăn đỏ
đời đã được bình yên?

ai dạy em nhận mặt
thế nào là Ngụy Quân

chế độ nào bóc lột
những ai cần thanh trừng?

hỡi người em tuổi nhỏ
tôi chính là Ngụy Quân
dưới mắt người cộng sản
vẫn thương em vô cùng..."

Trong cái không khí thê lương đó, đôi lúc người ta thấy lóe lên một chút ánh sáng, một chút hy vọng, một chút hạnh phúc trong đêm mịt mùng của chế độ. Hãy nghe Luân Hoán kể về một đêm mưa nghe lén nhạc Phạm Duy:

đêm mưa nằm ngủ không đành
tôi trôi theo giọng Thái Thanh dập dìu
"tôi còn yêu, tôi cứ yêu..."
nhạc bao la trải bóng kiều liêu trai
"tôi đang mơ giấc mộng dài
đừng lay tôi nhé, cuộc đời chung quanh"
hoan hô anh sống hết mình
cảm ơn anh thắp nỗi tình núi sông
hát lên anh, máu vẫn hồng
xiềng không xích nổi đêm đông nằm sầu..."

Đó là một thứ hơi thở Việt Nam để Luân Hoán sống tiếp. Tập thơ của ông có lúc như những tiếng thét thảm thiết, có lúc như những chịu đựng buông xuôi, có lúc như một cơn mơ hạnh phúc. Đọc toàn thể, tập thơ là một nhịp thở bồi hồi của quê hương xa cách ngàn trùng; là những đớn đau của cả một dân tộc bất hạnh được ghi lại. Hơi thở ấy vẫn là những làn hơi ấm nhắc nhở cho những người đọc thơ Luân Hoán về một miền đất cũ.

Bùi Bảo Trúc
tháng 7-1987

(Chân Dung Thơ Luân Hoán - 1992)

NGUYỄN MẠNH TRINH
"HƠI THỞ VIỆT NAM", CHỨNG NHÂN CỦA CƠN HỒNG THỦY

Thơ là tiếng nói tinh khôi đãi lọc của nhân loại, một ngôn ngữ cơ động xao xuyến nhất của nội tâm con người. Từ tâm thức vùng vỡ vì nghịch cảnh lịch sử, từ tình cảm đời sống mãi dồn nén trói buộc ở Việt Nam, thơ được tôi luyện và tham dự vào đời sống văn chương. Thi sĩ có trái tim dễ rung động, dễ "khóc cười theo vận nước nổi trôi" cho nên những vần điệu chỉ là ngôn ngữ nói lên hình ảnh và biểu tượng của một thời tan vỡ và đau xót.

Đối với thi sĩ, biểu tượng là cái áo khoác lên ý tưởng muốn diễn tả. Và dĩ nhiên cái áo khoác đó có những màu sắc khác nhau, lòe loẹt rực rỡ hay đơn giản chất phác. Có người quan niệm vũ trụ của thi sĩ là vũ trụ của phóng thể, một bầu trời của riêng hắn mà trong đó hắn ngự trị, là Chúa Tể, là Thượng Đế. Hắn sáng tạo tất cả với ý hướng biểu hiện những ước mơ chưa thực hiện. Nhưng ngược lại ở trường hợp khác, đời sống có thực đã hiện diện trong tác phẩm. Thi sĩ khai quật những chiếc quặng sự thực của đời sống, lấy trên điểm tụ những góc cạnh bắt gặp trong giây phút của đời người và như thế cũng đầy đủ để tạo ra những hình ảnh cần thiết diễn tả những biểu tượng muốn nhắc đến. Đời sống Việt Nam có quá nhiều chi tiết độc đáo, ở thân phận rẫy đầy khổ ải truân chuyên, ở cơm áo đã đưa con người trở về thời kỳ ăn lông ở lỗ.

Phẫn nộ đắng cay là một thứ gia vị của đời sống đã có và hiện diện rẫy đầy nhiều khi đã thành bình thường, có lúc nhàm chán. Ngôn ngữ đã thừa cho việc diễn tả bởi ai cũng thấy và ai cũng nói. Ở Việt Nam, chuyện đi tù là chuyện bình thường, còn chuyện yên ổn mới là việc lạ. Đau thương ở khắp nơi, ai cũng có, và ai cũng cảm, văn chương truyền khẩu đã thành những mũi tên bắn mạnh vào thành trì bạo quyền. Ở thơ Luân Hoán, từ đắng cay có thực, từ phẫn nộ thường xuyên dồn nén, bi phẫn kéo dài suốt đời sống văn chương một thứ rượu cất quý giá hảo hạng.

"Hơi Thở Việt Nam", 39 bài thơ như những bản cáo trạng của một nhà thơ chứng nhân ghi chép lại tình trạng một xã hội đang chìm trong cơn hồng thủy. Tan nát hoàn toàn và nghịch vỡ toàn diện. Trên dòng chữ, thấp thoáng những giọt máu và mồ hôi. Ở vần điệu đâu đó xuất hiện những tiếng thở dài bất tận, những hụt hẫng hun hút trầm buồn. Thế kỷ hôm nay đã thật nhiều bi kịch, hàng triệu diễn viên trong vai trò bất đắc dĩ đã đóng trong tuồng tận thế. Luân Hoán đã sống ở đó và trong giây tơ của rung động, anh đã nói bằng ngôn ngữ bình thường của mình như một chứng nhân, anh không thêm bớt, không cường điệu. Và như thế, đâu đó trong đời sống chúng ta có lúc những hình ảnh, những biểu hiện của thơ Luân Hoán bỗng gần gũi lạ thường, như một đồ vật còn đang trong bàn tay nắm dù đó chỉ là những ý nghĩ, những tư duy không rõ ràng hiện thực.

Đối với tôi, Luân Hoán không phải là một nhà thơ xa lạ. Trong cuộc chiến trước năm 1975, tôi đã được đọc rất nhiều thơ của anh. Trong đó, tôi nhớ thấp thoáng một bài thơ, ghi lại cảnh dừng xe trên đèo Bình Đê. Bài thơ đó tạo cho tôi một xúc động mà tới bây giờ tôi còn mường tượng và cảm thấy. Điệu thơ trầm buồn, nhưng đầy hào sảng, ngôn ngữ của chiến sĩ được tận dụng để thành cây cầu bắc qua giòng sông cảm xúc.

Với một đời sống sôi động, rất gần tử sinh, những người lính có một lăng kính thật tốt, để ghi lại những nét chấm phá trên bức tranh vĩ đại của quê hương. Họ đã tạo thành những bài thơ xuất thần, ghi lại một thời điểm tai ương của lịch sử, với đầy rẫy thống khổ và của uất nghẹn, máu xương tan tành đổ vỡ. Những Tô Thùy Yên, Nguyễn Bắc Sơn, Luân Hoán, Vũ Hữu Định... đã khắc đậm nét văn chương lên thời thế và những dòng thơ đã chạy như nhịp máu trong tim.

Tôi vẫn nghĩ rằng công việc chú giải thơ là một thất bại ngay từ khởi điểm và bao hàm một ngụy tín, một thái độ hàm hồ. Bởi thơ hàm chứa nhiều nhất, đồng thời thơ lại là mê hồn trận, nơi ta dễ dàng lạc lối nhất. Thành ra công việc kiếm tìm những đoạn thơ tiêu biểu của Luân Hoán để giới thiệu với độc giả là một công việc khó khăn. Trong tập thơ có quá nhiều đặc sắc, phải để ý, phải rung cảm. Bằng một thứ ngôn ngữ thường dùng hàng ngày, với những đề tài linh động, thấm nhuần một sự tích sống thật. Cảm xúc đã trùng trùng kéo tới, những đoạn phim tiếp nối của xã hội tan rã đến tận cùng, đã hiện ra thật hấp dẫn và thôi thúc, mời gọi sự chú tâm để ý. Rất nhiều đắng cay, rất nhiều chua xót, những giọt lệ vẫn chưa chảy được, nó len lén lên bờ mi, nó cắn răng trong chịu đựng bất hạnh, nhưng sao đôi mắt vẫn rực sáng, dù hằn vết, nhiều dấu tích: gãy, đổ, vỡ, tang thương. Có cuộc đời nào tàn nhẫn hơn đã xảy ra ở Việt Nam. Ông thầy giáo bỏ nghề dạy học trò, trở về trường cũ bán bánh kẹo cho những học trò nhỏ của mình, để làm kế mưu sinh. Mời bạn đọc xem bài thơ: "Trước Cổng Trường Hồng Đức" (trang 53, 54 và 55). Hình như nụ cười chua chát đã có. Hình như một bi thảm kịch của giọt lệ đã rớt cho cả ông thầy và đám học trò nhỏ bé ngây thơ nhưng bất hạnh. Chúng ta hoang mang giữa cái cười và cái khóc, khóc ngập ngừng, nhưng cười nửa miệng:

"còn thầy đây như các em đã thấy
thân xác này và những bánh bột khoai
cái kính trắng chút hương thừa trí thức
râu tóc dài như bóng tối tương lai
ngày mấy bận thầy lang thang trước cổng
bán bánh xoài bánh ít ngọt quê hương
lòng vẫn tưởng đang đứng trên bục giảng
tim vẫn nghe từng hơi thở sân trường..."

Những người đã sống với cộng sản sau ngày mất nước, chắc không lạ với những đổi đời này, nhưng những người chưa từng sống chung với quỷ dữ, chắc sẽ nghi ngờ cho là người thơ bịa đặt và cường điệu sự thật. Bởi nó là điều thật phi lý đã xảy ra. Không phải là tình cờ, mà do cố ý chủ trương, chính sách của những kẻ cầm quyền. Tri, phú, địa, hào đào tận gốc, bốc tận rễ. Anh thầy giáo ốm yếu, chỉ có trái tim nhỏ bé và viên phấn trắng bảng đen vũ trang, bỗng trở thành mục tiêu diệt trừ của chế độ. Như thế được bán bánh qua ngày, cũng đã là một may mắn lắm rồi.

Dù khổ cực, nhưng người thầy giáo vẫn yêu nghề, vẫn nghĩ đến đứa học trò tội nghiệp. Buồn man mác của thầy lẫn trò, những đổi đời quá sâu, quá đau, làm thành vết thương nhức nhối. Cáo trạng đã được viết, dù chỉ vỏn vẹn vài câu thơ. Sự thực được nhìn ngắm rồi trở thành những lát dao phóng về phía những tên cộng sản. Dù thế nào, ông thầy vẫn nghĩ lạc quan:

"Mua đi chứ thầy không hề xấu hổ
ái ngại chi chút tình nghĩa thầy trò
thầy không bán cho các em cay đắng
nhưng tặng thêm vài hơi thở tự do"

Nhiều khi hình ảnh không còn là thực tại. Nó bao hàm một ý hướng và thể hiện một dự phóng. Ý tưởng biểu hiện trong hình ảnh, thật rõ nét nhưng khoác áo ngoài bình dị.

Màu đỏ, dù chỉ là màu sắc của trái cà chua xinh xinh mọng nước, vẫn là màu của ghê sợ của đè nén, áp bức. Vồng khoai, luống cải dù tươi tốt xanh rờn, nhưng vắng đàn bươm bướm luôn bởi không khí rình rập nghi ngờ. Những bâng quơ như thế ở trường hợp khác có thể trở thành lẩn thẩn, nhưng đối với Việt Nam, không có lời buộc tội nào xác đáng và rõ nét hơn những biểu tượng đó:

"xin báo cùng anh cây cà chua nhỏ
cũng đậu được vài trái đỏ xinh xinh
(màu đỏ đẹp ơi vì sao ta sợ
có lúc nhìn em ta chợt giật mình)
xin báo cùng anh vồng khoai luống cải
nhờ bón phân người lá cũng rất xanh
anh nhìn thấy không con bươm bướm trắng
lãng mạn nghi ngờ rình rập bay quanh
xin báo cùng anh sáng nay đầu ngõ
có con cu cườm đậu tuốt ngọn tre
nó đứng rỉa lông mà không buồn gáy
có phải nó còn sợ ná ai đe?

Ở Luân Hoán, không thể tách rời con người với tác phẩm. Những bài thơ vẽ rõ một đời sống. Thiếu thốn nghèo nàn, những của cải vật chất tầm thường lúc nào cũng ám ảnh dù cả trong những vần thơ. Chiếc xe đạp, một tài sản trong thời cộng sản được nhắc đến nhiều lần. Chúng ta xem:

"rô líp xe em răng mòn có lẽ
em đạp khoan thai nhưng trật sên hoài..."

hoặc:

"còi lại rít tứ tung trên đường phố
xe tôi về run cầm cập trật sên"

hay:

..."Mời anh qua Mỹ Thị
mời chị lên Hòa Cường
xe tôi vừa thay lốp
đảm bảo đi đường trường"

Một xã hội nghèo nàn đến thảm hại. Chiếc xe lúc nào cũng tật bệnh đã được để ý để khoác lên đó một biểu tượng của đời sống hư hao, của những lo lắng nhỏ nhoi, nhưng lại thành quan trọng trong cuộc sống.

Nhưng dù thế nào, người thơ vẫn vượt lên cao qua khỏi những tầm thường nghịch cảnh. Tôi vừa bắt gặp những vần lục bát hào sảng:

"Núi rừng xanh thật là xanh
đốn cây mà ngắm loanh quanh đất trời
dây nào trói được óc tôi
cùm nào xích được hồn rời trại giam?"

Thơ Luân Hoán gần gụi với đời sống. Đề tài không cao xa, nó đứng gần thực tại một với tay. Tất cả có mặt trong dòng sống chất nghèo đói, thiếu thốn, bất công rẫy đầy, nhưng tràn đầy mơ ước. Trong tiếng than van vẫn ẩn chứa cao ngạo. Trong cam chịu vẫn cố ý vượt lên. Con người Việt Nam, nhất là con người miền Trung, sống ở đất khô cằn, "cày lên sỏi đá" có một sức chịu đựng bền bỉ, phi thường. Giày vò trù ẻo của bạo quyền như được nén lại để chờ ngày bùng nổ. Cáo trạng đã được viết như một bài thơ khắc trên đá. Sắt thép hứa hẹn một ngày phục hận. Hơi Thở Việt Nam, Thơ của một chiến sĩ, viết bằng tâm cảm rung động bén nhạy của thi sĩ, có lúc trở thành thôi thúc lên đường. Bỗng lúc nó trở thành những lời lẫm liệt buộc tội. Nhưng dù thế nào, chất đôn hậu nhân bản vẫn tràn đầy.

Cáo trạng mọi người lưu vong đều biết nhưng phải nói ra. Luân Hoán mới rời quê hương hơn một năm, đã thở chung với quê hương một nhịp tim trầm thống nghẹn ngào. Nếu quan niệm văn chương là những ngọn giáo phóng mạnh về phía bạo quyền, thì thơ Luân Hoán là những mũi tên lao vào tấn kích. Cáo trạng của một chiến sĩ đã hy sinh một phần thân thể trong cuộc chiến không là trò chơi. Không phải là tiếng hô hào suông của những người mập mờ chơi trò gá bạc. Tiếng thơ phải có tiếng sắt thép lên đường. Chất xúc tác của hờn căm bùng vỡ đã có trong thơ. Ba mươi chín bài thơ với nhiều hình ảnh, cảnh ngộ, tôi trở về Việt Nam với một chuyến viễn du trong tâm tưởng. Và người thơ Luân Hoán chắc đã có sẵn sàng chất liệu để tiếp tục nói cho Việt Nam mai sau...

Nguyễn Mạnh Trinh

27-8-1986

(Chân Dung Thơ Luân Hoán - 1992)

NGUYÊN SA
"HƠI THỞ VIỆT NAM", THƠ VIẾT HOA

Luân Hoán tên thật Lê Ngọc Châu, sinh ngày 10 tháng 1 năm 1941 ở Hội An Quảng Nam. Từ mấy năm nay anh đã đến bến bờ tự do. Tình cờ đã mang anh tới Gia Nã Đại như tình cờ đã mang mỗi người chúng ta đến một chỗ khác biệt.

Tôi không nhớ báo chí đã cho tôi biết tin vui này hay thi sĩ Thái Tú Hạp đã thông báo cho tôi. Nhưng tôi nhớ rất rõ là hai anh em chúng tôi; Thái Tú Hạp và tôi nói chuyện với nhau nhiều lần. Thái Tú Hạp cho tôi biết về đời sống hiện tại của Luân Hoán, về những bài thơ mới nhất của Luân Hoán, về những dự định của bằng hữu làm mọi cách để in ra bằng được tác phẩm thi ca mới của Luân Hoán. Tôi kể cho Thái Tú Hạp nghe những ngày tôi theo học trường Bộ Binh Thủ Đức, cùng với Luân Hoán, với Trịnh Cung, với Lưu Trung Khảo... Tôi có biết Luân Hoán, tác giả Về Trời, sau khi tốt nghiệp Thủ Đức đã về miền Trung, anh bị trúng mìn, trở thành phế binh, mất cả đôi chân (điểm này nhà thơ Nguyên Sa nhầm lẫn, - chú thích của Vũ Ngọc Hiến khi đánh máy). Thi sĩ Thái Tú Hạp bổ túc cho những hiểu biết mơ hồ của tôi. Một nhà văn sĩ quan cao cấp làm trong ban tham mưu của ông tướng quân đoàn, đã làm công điện gọi ba người viết văn về tâm lý chiến. Nhà thơ Luân Hoán được gọi về từ tác chiến, trên đường về nhận nhiệm vụ mới, anh đã trúng mìn Việt Cộng. Hai anh em chúng tôi nói chuyện với nhau thật nhiều về thơ Luân Hoán.

Tôi thật sự thích thơ Luân Hoán từ Thủ Đức. Từ trước đó nữa. Lần nào chủ nhiệm Văn Học cũng nhắc nhở tôi: "có thơ Luân Hoán đó anh". Tôi vẫn có cảm tình riêng với những chàng trai Quảng Nam, Hội An. Vì sự thẳng thắn của họ. Vì lòng chân thành và khẳng khái của họ. Anh em Quảng Nam, anh em Đà Nẵng, tôi có cái may gặp những người thật tài hoa, thật khẳng khái. (Hạ Quốc Huy, sao mà tôi mến cái anh chàng vẽ đẹp, thơ hay, võ giỏi có phong thái võ sĩ đạo thời Trung cổ lạc loài trong thế giới sắt thép hôm nay, muôn năm trên đường tìm tiểu muội). Những bạn bè miền Trung của tôi từ Quan Quantek, Hạ Quốc Huy, Thái Tú Hạp, Kiêm Thêm... tôi nhìn thấy họ một ngàn lần con trai Hà Nội và lần gặp gỡ nào họ cũng cho tôi thấy họ nhìn thấy tôi nồng nàn đam mê bọc kín trong khô cằn sỏi đá, tình yêu ngàn đời không biết nói ra.

Thái Tú Hạp vừa gởi cho tôi tập thơ. THƠ. Bạn biết ngay đó là Hơi Thở Việt Nam. Sách dày trên trăm trang. Có tiểu sử thi sĩ. Có bản tường trình của Thái Tú Hạp. Và Thơ. Và Thơ. Và Thơ. Thơ còn buồn lắm. Còn u uất. Trùng điệp nghẹn ngào. Luân Hoán nhìn thơ. Thơ không bao giờ quên được với chia tay vĩnh viễn, với bạn bè gục ngã, với dân tộc bị xiềng xích, với dối trá, phản trắc, bạo động trở thành thói quen. Thơ không chấp nhận "trán mười năm cúi thấp", thơ không thích "nghe lén nhạc Phạm Duy". Thơ nổ tung với "mìn chiều tháng tư". Mở vào thơ với Trình Diện, với chúng tôi ngồi chồm hổm trong sân chùa Hải Châu. Tôi muốn viết bài đọc thơ Luân Hoán. Khép cuốn lại với: "Tặng Người Viên Chức". Tôi muốn điện thoại cho Thái Tú Hạp. Tôi muốn nói với Thái Tú Hạp, tôi muốn nhờ thi sĩ mời sang đây cho tôi, cho chúng ta, Luân Hoán. Chúng ta sẽ ngồi cùng nhau, đọc cùng nhau, đọc cùng một lượt với nhau, như tập đọc đồng đều thời tiểu học, như tín đồ đọc kinh cầu. Vì trong thơ Luân Hoán có cả tuổi trẻ xót xa đã mất mà vẫn còn, và kinh khổ đau của dân tộc, mỗi phút mỗi chồng chất chẳng thể phôi pha.

Nguyên Sa
1987
(Chân Dung Thơ Luân Hoán - 1992)

NGUYỄN VĂN SÂM
VĂN CHƯƠNG VÀ CHÍNH TRỊ TRONG "HƠI THỞ VIỆT NAM"

Làm thơ đã nhiều ở Việt Nam, Luân Hoán qua tập thơ đầu tiên ở hải ngoại, sau hơn một năm thoát khỏi thiên đường Đỏ, đã ghi lại những sự kiện, trạng huống, thảm cảnh, cái cười ra nước mắt, niềm phẫn uất, sự tạm chấp nhận chờ thời... của những người kẹt vướng trong vòng lao lý thênh thang nơi quê nhà.

Là chứng nhân nói lên điều mắt thấy, bằng thơ, là người tố cáo tội trạng kẻ bôi đen đời sống dân tộc, bằng ngôn ngữ. Ông, người chép những sự kiện từ hai phía: cầm quyền tham lam ngu muội và người dân chấp nhận oằn mình lại như con sâu để tự tồn. Mỗi hành vi, mỗi thái độ đều không qua khỏi mắt nhà thơ. Từ điều nhỏ nhặt xảy ra, đến điều lớn lao, biến chuyển trong tâm hồn con người. Phải có một cảm xúc mãnh liệt, phải có một cặp mắt quan sát tinh vi, Luân Hoán mới có được tập thơ, mà điều nói đến trải dài như vậy.

Những chứng nhân, cáo nhân, người chép sử ở mặt nào đó không phù hợp với tính cách thơ. Chữ nghĩa làm giảm đi cường độ của tội trạng, tội trạng xóa nhòe phần nào nét đẹp của thơ. Đó là hai đối nghịch, người Việt Nam nào cũng cảm nhận. Cảm nhận nhưng không thể làm ngơ, vì yếu tính của người thơ, là nói lên tiếng lòng phẫn uất, hay cảm khái trước sự thật. Người làm thơ còn là một ca nhân, có cường độ cảm thức bén nhạy trước sự kiện. Dòng thơ Việt hải ngoại bây giờ, đều trong những phạm trù đó, những dòng sông lớn đó, chỉ khác cách diễn tả, cách trình bày biểu tượng, và sự lựa chọn những gì cần diễn tả.

Sự kiện thực tế xảy ra tùy mỗi nhà thơ, tuy sự cảm nhận, điều được đưa vào thơ khác nhau phần nào đó, điều khác nhau này là bản sắc, là con đường riêng của mỗi cá nhân thi sĩ. Ngôn ngữ thi ca dĩ nhiên cũng góp phần trong việc tạo nên nhà thơ, nhưng đó là phần khác.

Ở Luân Hoán, những điều cần mô tả đã được ghi lại một cách trung thực, những bức tranh xã hội Việt Nam nghèo khó bây giờ thật đậm nét: trình diện học tập, thầy giáo không được dạy học, người dân nghèo khó tang thương, chán chường tuổi trẻ mất phương hướng đi vào đường lầm lạc, con người bị bắt buộc thực hiện những điều đau lòng... Tất cả mọi khía cạnh không chi tiết nào thoát khỏi cặp mắt chứng nhân, không hạt bụi nào lọt khỏi máy lọc cáo trạng... Những bài thơ tạo thành hơi thở hấp hối, ngất ngưởng khò khè, đứt đoạn của một nước Việt Nam bị vây hãm trong gông cùm chủ nghĩa, bị một sự đảo lộn trật tự đến khủng khiếp...

Nguyễn Chí Thiện đã làm điều Luân Hoán làm, Nguyễn Mạnh Trinh, Lâm Hảo Dũng đã đi bước trước Hơi Thở Việt Nam trong đầu thập niên 80... Điều riêng biệt ở Luân Hoán là những bật dậy, những đột kích, những phản kháng, những cú đánh trả thật bất ngờ của con người trước hoàn cảnh. Điều đó thôi, cho tôi ý nghĩ tim thi sĩ Luân Hoán vẫn đập nhịp trong thái độ cầm bút của người tố cáo. Hai đối nghịch Văn chương, Chính trị mà ai trong chúng ta cũng có lúc trực diện suy nghĩ. Tùy theo sự lựa chọn tự do của mọi cá nhân ta có nhà-thơ-diễn-tả-những-điều-liên-quan-đến-chính-kiến hay người-làm-chính-trị-trên-cái-xác-của-thi-ca.

Nói chung, loại thứ nhất ta thường thấy ở người Việt hải ngoại hay các nhà văn nhà thơ Miền Nam và loại thứ hai là các văn nô Cộng, thân Cộng hay những tên chóp-bu-thơ kiểu Hồ Chí Minh, Sóng Hồng, Tố Hữu...

Tại sao tính chất thơ có nhiều ở Luân Hoán mặc dù đề tài của ông hầu hết đều là những bật dậy, những đột kích tràn đầy ý thơ trong hầu hết các bài trong tập.

Một sự đột kích rằng ta có tình nguời:

"Chúng tôi là súc vật
hôm nay học làm người
xin chân thành 'đăng ký'
CHÚNG TÔI THỪA TRÁI TIM"

Chúng ta những người tôn trọng sự thật dầu gặp cảnh ngộ nào cũng không bẻ cong ngòi bút, viết không được cách này, chúng ta viết bằng cách khác (bằng trí nhớ chẳng hạn):

"Xin cảm ơn cách mạng
tôi nguyện cầm bút hoài"

Chúng ta không bỏ cuộc khi đã chọn nghiệp:

"Phổi chưa rách vẫn còn quyền quẫy lật
chữ Thánh Hiền không lẽ cũng mang gông"

Coi thường mọi thứ khi tự do đã mất:

"ngủ ngồi trên gác tối
tự do như đêm dài
chết cần gì hấp hối
sống cần gì tương lai"

Thương bằng tất cả tấm lòng một thế hệ đã đánh mất mình vì sự xảo trá của chế độ:

"xin tặng em buổi sáng
mưa bụi mù hôm nay
xin tặng em nước mắt
tôi khóc bằng bàn tay"

Chúng ta thua thiệt và chật vật bên ngoài, chúng ta mất mát những lòng tin, tình yêu, tình gia tộc; nếp sống văn hóa ta còn trong tim, chúng nó không thể nào hủy diệt được:

"mẹ kính yêu, mẹ bao dung mầu nhiệm
hãy vui lòng về đậu giữa tim con

nấm mộ đó bạo quyền không san được
và nén hương con thắp cả tâm hồn"

Những cú đánh trả thật bất ngờ như vậy ở trong hầu hết các bài thơ. Tính chất Thơ ở đó và tính chất Dấn Thân cũng ở đó. Thơ Luân Hoán đáng hoan nghinh ở chỗ hòa điệu giữa hai đối nghịch này, mặc dù theo tôi sự hòa điệu đó chưa được cân xứng. Lắm khi vai trò chứng nhân quá nặng nề làm lệch đi tiếng thơ của thi sĩ. Nhưng biết sao? Văn học hải ngoại cần nung sôi nhiệt huyết trong tâm hồn mọi người chúng ta mà cuộc sống ở đây với những hệ lụy của nó dễ dàng làm cho nguội lạnh đi.

Nguyễn Văn Sâm
tháng 11 năm 1986

(Chân Dung Thơ Luân Hoán - 1992)

CHU VƯƠNG MIỆN
TRÌNH DIỆN "HƠI THỞ VIỆT NAM"

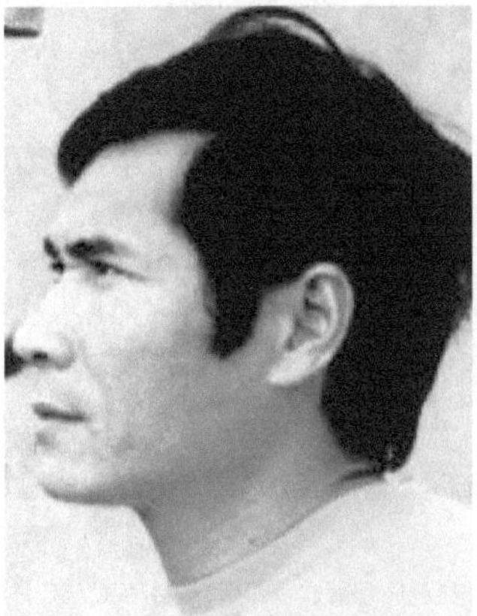

"Hơi Thở Việt Nam" là thi phẩm đầu tiên của Luân Hoán được một số bằng hữu ở Mỹ ấn hành, và là thi phẩm thứ 12 của Luân Hoán tính từ năm 1964 đến bây giờ, tháng 7 năm 1986.

Thi phẩm "Hơi Thở Việt Nam" được xuất hiện trong hoàn cảnh khó khăn, tác giả thì mới qua Canada tị nạn hơn một năm, sự có mặt của thi phẩm hiếm hoi này ở thị trường chữ nghĩa hải ngoại là do Tưởng Năng Tiến và Thái Tú Hạp, một bạn thơ của tác giả hơn ba mươi năm về trước, và đóng và quyên góp một số bằng hữu có lòng với thi ca và lòng quý mến Luân Hoán.

Viết văn hay làm thơ như một cái duyên, cái nợ. Viết thì cứ viết, nhưng có thành được cái gì hay không thì cũng chả ai biết được, kể cả tác giả và độc giả. Mọi giá trị, dù khen hết lời, dù chê sát ván, theo thời gian thì cái sự khen chê này nó cũng qua đi, trôi vào quên lãng, mà chỉ còn tồn tại ở tác phẩm, có giá trị hay không mà thôi.

Tên tuổi Luân Hoán có lẽ không xa lạ gì với những người đọc thơ và thích mến thi ca. Thơ Luân Hoán hiền hòa, không cầu kỳ, giũa gọt. Thơ Luân Hoán cũng y như cuộc đời Luân Hoán, lúc vui lúc buồn, lúc thăng lúc giáng. Có lẽ người bạn thơ thân nhất của Luân Hoán là Thái Tú Hạp nhận xét về Luân Hoán khá khách quan:

"... Luân Hoán làm thơ không ngừng nghỉ. Thơ như một miền trú ẩn êm đềm, thơ mộng nhất của cuộc đời. Qua thơ Luân Hoán, chúng ta như thấy lại con đường bằng hữu thênh thang chân tình. Những núi Ấn sông Trà với Hà Nguyên Thạch, Nghiêu Đề, Đynh Hoàng Sa, Khắc Minh, Phan Nhự Thức... Đà Nẵng với Lê Vĩnh Thọ, Phan Du, Nguyễn Văn Xuân, Vũ Hữu Định, Hoàng Trọng Bân, Lâm Quang Phước... và quán cà phê TỪ THỨC, nơi hội ngộ tao đàn nghĩa khí cái bang. Thần kinh Huế với Hồ Minh Dũng, Mường Mán... Phố Hội thân yêu với Hoàng Lộc, Hoàng Quy, Thái Tú Hạp và căn nhà tuổi thơ đầy kỷ niệm của Luân Hoán. Điện Bàn với hơi thở đã vắng xa của Nguyễn Nho Sa Mạc, Nguyễn Nho Nhượn, những gần gũi của Đynh Trầm Ca, Hoàng Thị Bích Ni, Nguyễn Kim Phượng, và Tam Kỳ với Huy Tưởng, Thành Tôn... Những bằng hữu thân thương đó bây giờ ở đâu và trôi giạt về đâu trong thế giới sâu thẳm biền biệt?..."

Anh em miền Trung làm thơ khá đông, thường thường những nét na ná giống nhau, nhưng phải kể tới Luân Hoán, Thành Tôn, Hà Nguyên Thạch, Nguyễn Nho Sa Mạc, Phan Trước Viên, Vũ Hữu Định, sau 1964 - Hoàng Lộc - sau 1972, là những người đã gặt hái được thành công và tên tuổi họ rất quen thuộc với các tạp chí miền Nam trước 1975.

Để kết luận, người viết trích dẫn phần cuối bài Vào Đề tập thơ của thi sĩ Thái Tú Hạp rất tự nhiên, trung thực, viết về một người bạn thơ, không công kênh, khen ngợi. Bởi thơ Luân Hoán tự nó như một câu trả lời giá trị.

"... Sau vài chục năm "thiên đường cộng sản" không có gì thay đổi. Vẫn đầy rẫy những hình ảnh bác sĩ Zivago tiều tụy, hoài nghi tội nghiệp trong những thành phố ở quê hương hắt hiu buồn. Và những quần đảo ngục tù bi thảm khép kín tối tăm. Thế giới tự do lại thêm một lần nữa bàng hoàng trước những trang sách Đại Học Máu của Hà Thúc Sinh, Đáy Địa Ngục của Tạ Tỵ, Trại Cải Tạo của Phạm Quang Giai, Những Năm Cải Tạo ở miền Bắc của Trần Huỳnh Châu, thi phẩm Tiếng Vọng Từ Đáy Vực của thi sĩ Nguyễn Chí Thiện... và bây giờ Hơi Thở Việt Nam của nhà thơ Luân Hoán.

Qua thi phẩm "Hơi Thở Việt Nam", Luân Hoán đã diễn tả nguyên vẹn những ấm ức, những phẫn nộ, những đắng cay và những kinh hoàng của một nhân chứng lịch sử đen tối nhất thời đại khi Luân Hoán còn ở Việt Nam, lao tù không biên giới. Mỗi đời sống là một thảm kịch diễn đi diễn lại hoài trên một sân khấu quê hương xiêu vẹo, nghèo đói xác xơ buồn nản.

Những dòng thơ đôn hậu nhưng đầy sắt thép lẫm liệt. Mang tới những mặt trời, những lượng sóng biển đông nồng nàn dõng mãnh. Tiếng thơ dội vang từ đáy vực sâu thẳm như một loài thú cô đơn. Mỗi bài thơ là một phản ảnh trung thực; là một thông điệp, là một bản tường trình chính xác của một tâm hồn chân chất Việt Nam, được chuyển đạt tới những người đồng hương đang lưu vong trên khắp thế giới. Để cùng chia sẻ, để cùng đau thương ngậm ngùi cho số phận những người còn ở lại, và đang cố giữ cho tâm hồn trong trắng."

Chu Vương Miện

Trích vài bài tiêu biểu:

TRÌNH DIỆN

chúng tôi ngồi chồm hổm
trong sân chùa Hải Châu
mắt lập lòe đom đóm
nắng đổ lửa trên đầu

đã bảy ngày như vậy
chúng tôi lo lắng chờ
miệng khô mồ hôi chảy
ngàn người cùng bơ vơ

gục đầu che lồng ngực
tiếng loa xoáy vào hồn:

"các anh là súc vật
nhân dân hằng căm hờn
nhưng cách mạng sáng suốt
bao dung và khoan hồng
hãy thật thà khai báo
tố cáo thật rõ ràng
lập công đầu chuộc tội
giữ trật tự, xếp hàng..."

chúng tôi là súc vật
hôm nay học làm người
xin chân thành đăng ký:
chúng tôi thừa trái tim

đã bảy ngày như vậy
chúng tôi lo lắng chờ
viết thật nhiều lý lịch
để làm người tự do!

■
VẾT THƯƠNG

uống nước lã mà say, say như chết
chết mà cười mà hát, hát tự nhiên
đời đẹp vậy sao vội vàng chấm hết
cái trò ta, trò của một tên điên

em không hỏi vì sao ta bỏ cuộc
giữa chợ đời không bán nốt lương tâm
phổi chưa rách vẫn còn quyền quẫy lật
chữ thánh hiền không lẽ cũng mang gông?

em không hỏi vì sao ta bất lực
ngồi bó đầu chờ đợi áo cơm em
giận cha mẹ ngày xưa cho đi học
dại làm thầy, bán chữ nghĩa, cho nên...

em không hỏi vì sao em không hỏi
can đảm, âm thầm, anh dũng, hy sinh
càng vùng vẫy ta càng thêm bất lực
dao ai kê sau cổ, chợt rùng mình

em không hỏi vì sao em không hỏi
ta còn không một trái tim yêu
rượu đã hết xin cho ta giọt lệ
giọt mồ hôi, em đổ sáng sang chiều

em không hỏi vì sao em yêu dấu
cứ nuôi ta thằng mất dạy vô lương
cứ yêu ta như nụ tình em vẫn nở
đóa hoa hồng trong cùng tận vết thương

■
THEO VẾT XE LĂN

ngày hai bận ba đạp xe đến sở
thân hắt hiu như chiếc bóng không màu
mặt ba cúi trên mặt đường nhựa nóng
tìm ra mình đã thất lạc nơi đâu

trời tháng bảy nắng vàng cây rực rỡ
đốt thân ba thân nhánh củi khô cằn
chiếc xe mỏi cũng như lười lăn bánh
tim trong người ba nhịp nỗi băn khoăn

sống với chết cũng hình như lẫn lộn
ở trong ba không ranh giới rõ ràng
tuổi chưa lớn nhưng đớn đau quá lớn
không các con chắc ba đã đầu hàng

ba tự hỏi có cần quay trở lại
điểm khởi đầu để thắp lại tương lai
tay đã yếu làm sao ghì cương nổi
trên dốc đời đang đổ xuống tàn phai

khi khổ quá ba ôm đầu ngồi nhớ
nghe trong tim từng tiếng nói các con
ba vùng dậy chống từng cơn mệt mỏi
nhịn nhục cười cho đỡ hờn căm

và không dám nghĩ quanh nghĩ quẩn
ôi mai sau các con được làm người?
được hy vọng được thương yêu chân thật
được thắp tình người khắp nẻo yên vui?

các con hỡi phải chăng ba bất lực
có được ích gì dăm bảy câu thơ
vết xe mỏi lăn hoài đời gió bụi
giữa quê nhà sao nghe quá bơ vơ

■
GÁC CHIỀU

ngủ ngồi trên gác tối
chiều nắng vây bên ngoài
muỗi xin hoài giọt máu
thôi, cho mày tương lai

ngủ ngồi trên gác tối
trong ngày vui hòa bình
tiếng tim đập trong ngực
vừa mơ vừa rùng mình

ngủ ngồi trên gác tối
bụng rỗng như bình hoa
cắm cành cây hy vọng
xanh biếc nỗi xót xa

ngủ ngồi trên gác tối
tôi mơ tôi là người
thịt xương này của đất
hơi thở này của tôi

ngủ ngồi trên gác tối
quyển vở chờ trên bàn
bài thơ là tiếng thở
vỡ òa trong dấu than

ngủ ngồi trên gác tối
tự do như đêm dài
chết cần gì hấp hối
sống cần gì tương lai

(Luân Hoán - Hơi Thở Việt Nam)

ĐỖ QUÝ TOÀN
SAU KHI ĐỌC THƠ TÌNH CỦA LUÂN HOÁN

1.

Nếu kiếp sau trời cho tôi làm thi sĩ, tôi muốn được làm thơ tình như Luân Hoán. Sáng làm thơ. Trưa làm thơ. Tối trước khi đi ngủ cũng hãy làm thơ đã. Làm thơ khi thức dậy, để lót dạ. Làm thơ khi đứng đợi xe, để qua thì giờ. Nhìn người yêu lên máy bay, muốn làm thơ. Nhìn người yêu lên đò qua sông, phải làm thơ. Thấy người yêu cũ ngồi xích lô bên cầu chữ Y (dầu có vợ đi bên cạnh) cũng liếc mắt ngó theo, rồi làm thơ Đến Chùa gặp em làm thơ. Đụng em khi đi lễ nhà thờ cũng làm thơ nữa...

"ngày đó tôi yêu em biết mấy
cứ mỗi ngày làm năm bảy bài thơ"

Như vậy chẳng phải là sung sướng lắm sao?

Tôi chẳng nói xạo, chính Luân Hoán thú nhận tình yêu giống như... ghiền:

"tiếc rằng chỉ một trái tim
viết hoài không hết cái ghiền yêu em"

Nhưng phải nói Luân Hoán ghiền làm thơ mới đúng. Nhất là ghiền làm thơ yêu em. Trong ba mươi sáu thứ ghiền có lẽ đây là món ghiền thích thú nhất, vô hại nhất, và dễ thương biết chừng nào.

2.

Mấy ông thi sĩ là cái giống đa tình, điều này đã được Chu Mạnh Trinh đem ra trước bạ "ta cũng giống nòi tình thương người đồng điệu".

Đa tình vì thi sĩ có thể sống hộ mối tình của mọi người. Sống như chính nhân vật của mình đang sống. Nếu không thì làm sao Nguyễn Du có thể sống cái phút "khách đà lên ngựa người còn ghé theo" hay "bóng trăng đã xế hoa lê lại gần". Chu Mạnh Trinh đọc Nguyễn Du còn rạo rực "ngàn liễu rung cương sóng gợn tình".

Những nhân vật mà Luân Hoán sống hộ, sống cùng, sống bằng mối tình của họ có những nhân vật của thời đại chúng ta. Nhìn một thi sĩ thấy mình đang sống tình tự của con người đó, đang khoác vô mình bộ xương thịt của con người đó. Bởi vậy thi sĩ mới tự nhủ:

"đổi đời ta đạp xích lô
chở em đôi bận đâm vơ vẩn buồn"
(Cũng May Còn Tình Yêu)

Người làm thơ đã làm ta sống giàu hơn, vì chính ta, khi đọc tới đó, cũng mang tâm sự vẩn vơ của kẻ thất thế đạp xích lô. Cũng chia sẻ mối tình ngẩn ngơ khi người đẹp bước lên chiếc xích lô cho mình chở đi. Người thi sĩ đã sống giúp cho người thất thế đạp xích lô, do đó giúp ta sống nhiều hơn, để vơ vẩn buồn và bâng khuâng nhớ nhiều hơn.

Một nhân vật khác cũng nhập vào thi sĩ:

"đổi đời ta ngồi sửa xe
ngã ba mượn bóng gốc me hành nghề
......
một hôm em rất vô tình
dắt xe vào vá...

vì sao kín đáo thở ra
ta về thao thức nhớ ba bốn ngày"
(Cũng May Còn Tình Yêu)

Và một nhân vật thất thế nữa:

"đổi đời ta bán cà rem
......
nghĩa là còn muốn làm duyên
còn nghe tim đập loạn thiên trong lòng"
(Cũng May Còn Tình Yêu)

Cũng may hoàn cảnh đó, người "vô tình" chỉ thấy một anh bán cà rem, một ông ngồi sửa xe, một chàng đạp xích lô, không dính dáng chi đến mình. Kẻ đa tình thấy mình ở trong mỗi nhân vật đó, chia sẻ tình yêu của họ, và đem chia sẻ với người đọc. Đa tình lắm, nên thấy ai mất tình yêu cũng xót xa muốn giúp:

"tốt hơn nên đổi người thương
ta xin thế chỗ tầm thường đó cho"
(Tán Người Đang Thất Tình)

Rồi sau đó lại thủ thỉ (thanh minh thanh nga) với bà xã:

"yêu em ta làm thơ
yêu ta em rộng lượng
thơ thì thường vu vơ
nhiều khi toàn tưởng tượng"
(Em Vẫn Là Người Tình)

Nếu không giàu tưởng tượng thì làm sao chúng ta có thể sống hộ trăm cuộc tình, ngàn lần yêu của nhân gian? Làm sao ở tuổi 40 mình vẫn sống hộ và nói giúp một chàng trai 15, 17:

"mỗi lần sắp sửa yêu ai
tự nhiên mặt mũi tóc tai lạ lùng
....
tưởng như có triệu vi trùng
ngo ngoe đòi được nhớ nhung với mình"
(Triệu Chứng)

Cho nên không có thứ thơ nào là không tưởng tượng. Và cũng không có thứ thơ nào mà không phải là sự thật. Nếu không sống thật tình yêu của con người thì làm sao có thể cảm thấy cả triệu con vi trùng đòi nhớ:

"đêm nay lại thức nữa, hình như
có ai đổ rượu vào ngôn ngữ
tôi nói ra toàn thơ rất thơ"
(Thắc Mắc)

Ai có thể tưởng tượng được người say bằng ngôn ngữ như thế? Vậy cơn say ngôn ngữ phải là sự thực.

Nếu thi sĩ không tưởng tượng thì làm sao có thể đa tình như... cái bàn gỗ, để dặn dò người yêu:

"nhớ đừng gục xuống mặt bàn
gỗ hôn trộm má môi hoàng hậu ta"
(Nhật Ký)

Bởi có thi sĩ nên cái mặt bàn bằng gỗ nó cũng đa tình. Như thi sĩ đã thấy gió đa tình "vô tình để gió hôn lên má" (Hàn Mặc Tử). Gió có hôn lên má người thiếu phụ thật chăng? Chúng ta không thể nghe gió trả lời, chúng ta cũng không biết người thiếu phụ đó là ai. Chỉ có giữa chúng ta với thi sĩ có một thông điệp, đó là nụ hôn của gió. Nếu chúng ta đọc xong câu thơ mà cảm thấy rùng mình, thì chắc là có thật. Người thiếu phụ của Hàn MặcTử, cô gái nhỏ tuổi học trò của Luân Hoán, vì nụ hôn của gió của gỗ lên má, lên môi. Chúng ta sống khoảnh khắc rạo rực của những nhân vật, mà nhờ ngôn ngữ thi sĩ, cuộc sống tình cảm của chúng ta bỗng giàu có hơn lên. Đọc thơ là để sống đa tình.

3.
Trong tất cả những cuộc tình nam nữ, Luân Hoán say sưa nhất với những mối tình học trò. Có gì lạ đâu? Nguyên Sa kể "tuổi của nàng tôi nhớ chỉ mười ba". Đinh Hùng tưởng lại: "Khi mới lớn tuổi mười lăm mười bảy", "Khi biếng gặp nhớ nhung phai màu áo". Và Vũ Hoàng Chương "nhớ xưa chừng tuổi hai mươi, cả một vườn hoa của bướm".

Thơ Luân Hoán mang lại cho tình yêu học trò nhiều điều mới lắm. Vì những bài thơ tình của Luân Hoán thật hơn, cụ thể hơn, lẩm cẩm ngu ngơ hơn tất cả những thi sĩ nổi tiếng trên. Nghĩa là học trò hơn. Thật sự học trò không khoác vô tình học trò một bộ áo của ngôn ngữ diễm lệ hay thêu dệt những tình tứ kiêu kỳ. Ngôn ngữ của Luân Hoán thật giản dị. Hình ảnh là hình ảnh bình thường của đời sống hàng ngày. Nguyễn Bính ngày xưa viết thơ tình cho xã hội nông nghiệp miền Bắc. Có thôn đông, thôn đoài, có vườn dâu có đồng lúa, con bướm tiếng gà:

"chiều nay bướm trắng ra nhiều quá
chẳng biết là mưa hay nắng đây?"

Cũng bằng một lối kể chuyện nhẹ nhàng và đơn sơ đó, Luân Hoán kể chuyện tình học trò đời nay:

"đã có nhiều lần giả vờ ngã bệnh
năn nỉ em chép hộ giảng văn
chữ em tròn trịa như hạt gạo
đều đặn như là những vết răng"
(T.Đ.Đ.M.T.M.X)

Có thi sĩ nào đã nhìn nét chữ người yêu tròn trịa như hạt gạo, đều như những vết răng chưa? Những tình tự rất muôn thuở, với các hình ảnh không thời gian:

"em yêu dấu giận hờn chi kỹ rứa
chim trong vườn chiều nay hót nhiều hơn
em có nhớ con chào mào mọi bữa
vẫn đứng một mình đổ giọng véo von"
(Làm Lành)

Và những tình tứ khác rất học trò, khi cô gái nhận thơ của bạn trai viết tặng, muốn dặn dò:

"anh phải viết chuyện con mèo con chó
chuyện con chim con cá gì thôi
hay cùng lắm chuyện trời mưa trời nắng
chuyện chúng mình kỳ lắm... thôi thôi"

Tôi rất yêu bài thơ "Trong Sân Trường Bữa Ấy" của Luân Hoán. Bốn đoạn thơ kể một câu chuyện ngắn. Câu chuyện tình của bất cứ một chàng trẻ và một cô bạn học trò nào. Mỗi đoạn thơ mở đầu với câu:

"Em có nhớ trong sân trường bữa ấy..."

Mở đầu là mối tình tưởng tượng của cậu học trò. Tuy tưởng tượng vì rất thẹn thò nhưng không thiếu say sưa:

"Chưa hôn nhau lòng đã vội say mèm
ta nghiêng ngả giữa bốn bề mộng mị"

Trong giai đoạn thứ 2, chàng trai lấy can đảm trao cho nàng một tập vở chép ca dao. Và chờ đợi nàng phản ứng. Và thất vọng và giận hờn. Tới đoạn 3 tình cờ gặp nàng được nàng trao vội vàng cho tập vở:

....
sợ bạn thấy ta kẹp vào dưới nách
đi một hơi không kịp cảm ơn em
trốn vào cầu hối hả giở ra xem
mảnh giấy nhỏ nét mực nghiêng nghiêng tím
....

Trang giấy nhỏ đọc trong cầu đó, mở đầu một cuộc tình lớn của chàng 15 nàng 14 tuổi:

"mối tình đẹp như Ngu Cơ Hạng Võ
như Roméo và Juliette vân vân..."

Cuối cùng tất nhiên mối tình đó chỉ còn là kỷ niệm, khi chàng trở về, trong sân trường bữa ấy, hai mươi năm sau.

Một câu chuyện êm đềm, như thể do Thạch Lam hay Thanh Tịnh kể, một câu chuyện không có chuyện và viết bằng thơ, cho nên để lại rất nhiều dư vị.

Bao nhiêu bài thơ tình học trò khác trong tập thơ này. Trên thế gian, trên mảnh đất Việt Nam đã có bao nhiêu ngàn vạn bài thơ tình học trò. Những thi sĩ mầm non thì còn vụng về muốn bắt chước người lớn quá. Những thi sĩ tài danh thì dùng ngôn ngữ kiêu kỳ hình ảnh ước lệ quá. Luân Hoán viết tặng chúng ta những mảnh tình học trò khác, cùng chúng ta sống thêm trăm mối tình khác, cũng chỉ vì:

"từ cổ chí kim đông lẫn tây
thơ tình yêu ngập cả trời mây
chẳng câu nào trúng tim tôi cả"
(Một Chút Tình Tôi)

Quả tình làm thơ tình là một nhu cầu như khi chúng ta muốn sống trăm lần, một trăm cảnh huống và tình tứ khác nhau, dù chỉ trăm cùng một lương duyên, thì chúng ta phải nói lên bằng trăm cách khác nhau. Để khi ta đóng vai Hạng Võ, Ngu Cơ, khi trở thành Roméo, Julielle. Ước ao các thi sĩ trẻ tuổi đời nay tiếp tục cho chúng ta chia sẻ những xúc cảm rộn ràng của các mối tình học trò, chân thật vì nồng nàn, say mê nhưng giản dị.

4.

Có rất nhiều điều muốn nói sau khi đọc thơ Luân Hoán. Khi đọc xong tôi chắc chắn quý vị cũng muốn gọi điện thoại cho một người bạn để kể chuyện một bài thơ vừa đọc. Có rất nhiều bài để kể lại trong tập thơ này và sẽ còn nhiều bài trong những tập thơ tới.

"thơ đâu hà tiện đôi bài
yêu em ta thở dài dài ra thơ
cau mi, bởi vẫn nghi ngờ
không tin thử lấy môi sờ thử môi"
(Ba Hoa)

Điều sau cùng chắc tôi muốn chia sẻ với bạn đọc, là nói về tình yêu của thi sĩ với mối tình duy nhất trong đời:

"ơi cô bé Phước Ninh Trần Thị....
cớ vì sao líu quíu bước chân hoa"
(Một Chỗ Cho Em)

Mối tình duy nhất đó cũng khởi đầu như một mối tình học trò:

"chậm chút nữa nắm chi tà váy ngắn
nắng choàng vai áo mỏng đó về đâu
trốn sao khỏi tâm hồn ta rộng lắm
phút giây này rực rỡ đến ngàn sau"
(MCCE)

Nguyên ủy câu chuyện tình cũng giản đơn như trong tiểu thuyết thời Tự Lực văn đoàn:

"ta đến trọ nhà em từ thuở
em chưa qua hết tuổi 13
....
một buổi sáng trời mưa buồn chi lạ
bâng khuâng nhìn em vọc nước ngoài hiên
gió mùa thu đùa trong tóc nghiêng nghiêng
bay lên má... nhận ra em đã lớn
....

từ bữa đó lòng ta đầy âm nhạc
....
ở chung nhà nhưng tương tư từng bữa
càng giận hờn càng tha thiết yêu thương
....
những lá thư tha thiết nỗi vui buồn
em kín đáo giấu trong lòng máng xối
(Chiều Mưa)

Mối tình đó bằng đánh dấu bằng lễ ra mắt, lễ hỏi, đám cưới:

"mắt em ta nhìn mãi
nhưng chẳng biết ra răng
chắc có giòng suối biếc
lóng lánh những ánh trăng"
(Coi Mắt)

Rồi 16 năm sau:

"chiều hôm nay ngồi vơ vẩn trông mưa
em ngoài hiên lại vọc nước như xưa
ta bỗng thấy em vẫn là con gái
em có biết em vẫn còn trẻ mãi
bởi vì ta còn mãi mãi yêu em"
(Chiều Mưa)

Rồi 18 năm và bốn mặt con:

"trời nắng tiếp trời mưa
mùa xuân qua mùa hạ
quẩn bên nhau bốn mùa
vẫn hoài hoài mới lạ"
......
em vẫn là người tình
dù đã thành chồng vợ
(Em Vẫn Là Người Tình)

Tình yêu thuở học trò, nay đã trở thành tình nghĩa tào khang. Tình nghĩa vợ chồng có lúc cũng đậm đà, cũng trân trọng, mà vẫn mặn nồng tình vợ chồng của Trần Kế Xương. Một ngày nhà thơ nghỉ bịnh nằm nhà lắng nghe người vợ đang làm việc:

......
bỗng thấy nhớ em như lâu ngày không gặp
bỗng thấy thèm em như thuở chưa từng
em đang chạy đua dành từng nhịp thở
tối mặt tối mày chân đạp không ngưng
máy dội lòng ta dập dồn thương xót
áy náy nằm nghe nước mắt rưng rưng
......
đóng cây đinh treo ảnh em lên vách
nhìn mắt em cười trong ảnh muốn hôn
xinh đẹp như ri sao mà lận đận
theo ta làm gì hỡi ả mèo con?
(Một Ngày Nghỉ Bệnh)

Tình cảm thuần hậu, thủy chung như vậy là trọn vẹn. Chúng ta còn dám nói gì hơn.

Đỗ Quý Toàn
1989

(Chân Dung Thơ Luân Hoán - 1992)

TRANG CHÂU

TỪ CÕI MÌNH ĐẾN CÕI NGƯỜI

Nếu chúng ta lấy mấy câu thơ sau đây của Nguyễn Bính và Chế Lan Viên, để diễn tả phớt qua cuộc đời Luân Hoán qua thơ của anh, chắc nhiều người sẽ cho là thích hợp:

"bao nhiêu đau khổ của trần gian
trời đã dành riêng để tặng chàng"
Nguyễn Bính

"với tôi tất cả đều vô nghĩa
tất cả không ngoài nghĩa khổ đau"
Chế Lan Viên

Tâm trạng u uất, cô đơn, buồn chán đôi khi yếm thế xuất hiện khá nhiều trong thơ Luân Hoán, nhất là trong tập Ngơ Ngác Cõi Người.

..."Ta thẹn làm người tự do viễn xứ
ngó lại đời mình trùng điệp số không"

"cánh chim nào chợt bay qua
hồn chao động giọt mưa xa xót buồn"

"thơ người tràn giòng ấm ức
mắt ta ráo hoảnh mà cay..."

"ta khuyên ta buổi sáng
ta dỗ ta buổi chiều
chớp mắt gặp ác mộng
đời cứ thế buồn thiu..."

"trời xanh xanh bát ngát
mà hẹp hơn đắng cay"

"ra đường mặt ngơ ngác
về nhà ngồi buồn xo
đắp mền nằm nghe nhạc
trong bụng đầy âu lo"

"ước chi có con muỗi
cho hút bớt máu buồn
ước chi ai gõ cửa
ta tặng đời ta luôn"

"không đâu em, chúng chính là đá trắng
đang xây dần phần mộ của riêng ta
hoa ngập nước lâu ngày đành phải rã
hồn ngấm sầu lâu quá phải phôi pha"

Tôi vừa trích dẫn mấy đoạn thơ tiêu biểu cho tâm trạng ưu phiền của Luân Hoán. Vui sao được khi mà chiến tranh đã cướp mất một phần thân thể của mình vào thuở hoa niên, làm cho đoạn đời kế tiếp thêm phần lạc lõng:

"ba năm ăn mặn ngồi thiền
đi cà nhắc giữa truân chuyên cuộc đời"

"sáng đi như đuổi ma
chiều về như ma đuổi
người hai chân bôn ba
ta cẳng rưỡi rong ruổi"

Biết được thân thế Luân Hoán, người đọc hầu như đã được chuẩn bị để đi vào mùa đông, để nhìn khung trời xám, để quen với bóng đêm.

Thế nhưng, ta chớ vội an ủi Luân Hoán vì không chắc đâu, Luân Hoán ước muốn gì hơn làm thi sĩ, nghĩa là được buồn nhiều hơn vui, một lần nữa, nếu được làm lại cuộc đời. Cho nên xót xa cho cuộc sống thì vẫn xót xa, thay đổi vẫn không muốn thay đổi:

... "ví như ta được thành ta nữa
thơ thẩn một đời lại thẩn thơ
bài thơ mai mốt ra sao nhỉ
có đỡ xót xa hơn bây giờ?"

Cũng vì nhìn thấy khía cạnh lạc quan trong hoàn cảnh đáng bi quan ấy, mà tôi đi tìm trong thơ Luân Hoán, hơi lửa ấm trong gió rét mùa đông, những áng mây hồng sau khung trời xám và những ánh đuốc rực sáng trong đêm. Và quả thực tôi đã tìm thấy. Luân Hoán không quay lưng với thời cuộc hay thời cuộc đã bắt anh không được phép dửng dưng với tình trạng đất nước thì không biết. Nhưng tôi nghĩ, điều đó không quan trọng. Luân Hoán đã phân định rõ ràng ranh giới. Sống dưới một chế độ mà "*thằng nào cũng bạc tóc râu, đứa nào cũng mộng ghe tàu trốn đi*", Luân Hoán vẫn tự hào về tư cách của mình: "*hồn vẫn sạch trong ao tù chủ nghĩa*", vẫn giữ niềm tin vào một ngày quật khởi: "*còn đời còn có mùa xuân, còn tin yêu, còn tin yêu, còn có ngày vùng lên*". Chia sẻ hoài mong chung của bao nhiêu người Việt đang sống dưới áp bức hay đang lưu vong xứ người, Luân Hoán hứa sẽ đóng góp tích cực phần mình trong vị thế của một người cầm bút:

"trăm câu thơ giấu trong lòng mắt
xin sẽ vì đời nở thiết tha"

Luân Hoán viết rất nhiều, nghĩ rất nhiều về bạn hữu. Ngoài những kỷ niệm dễ thương của thời cắp sách; đầy máu và nước mắt của thuở bị cải tạo tù đày. Anh còn nhắn nhủ bạn hữu anh hãy vững niềm tin vào tinh thần của anh, cõi người sẽ không bao giờ lung lạc được anh, tuổi đời sẽ không làm chùn ý chí phấn đấu của anh, cho dù:

"đời lưu lạc mỗi ngày là một tuổi
dài vô cùng nhưng không đủ xót xa"

Anh vẫn tin mình:

"hãy nhắc giùm tôi, lửa đấu tranh
vẫn hồng như thuở tuổi xuân xanh
tóc đôi ba sợi lăm le bạc
lòng vẫn cầm quân hô chiếm thành"

Với những bạn hữu còn kẹt ở quê nhà, đang công khai hay âm thầm tranh đấu, Luân Hoán hứa sẽ chiến đấu bên cạnh họ bằng thứ vũ khí của riêng mình:

"không hứa hẹn chi, nhưng hãy tin
các anh không chiến đấu một mình
thơ văn vũ khí khiêm nhường ấy
như thuốc cầm hơi để hồi sinh"

Thi phẩm Ngơ Ngác Cõi Người là tập thơ thứ 13 của Luân Hoán. Anh đang dẫn đầu về số lượng thơ được ấn hành. Anh làm thơ dễ dàng. Đôi lúc tôi tự hỏi bởi đâu? Có người chỉ làm thơ được khi một cảnh ngộ gây chấn động mạnh tâm hồn họ. Luân Hoán cũng tìm được cảm hứng trong hoàn cảnh tương tự. Nhưng có những lúc khác, anh mang dưỡng khí chính từ hai buồng phổi của mình thổi vào những sự thể khô chết, cho chúng một cái hồn để sống dậy, để cho nhà thơ rung cảm, với những gì chính mình vừa ban cho sự sống. Tôi nghĩ do đó, nhờ đó Luân Hoán lúc nào muốn làm thơ là có thể cầm bút viết được dễ dàng, không gượng ép.

Mặt nước có lúc do gió làm gợn sóng, cũng có lúc do hơi thở của nhà thơ làm xôn xao. Có người sẽ thích sóng do gió, nghĩa là thiên nhiên, hơn là do hơi thở, nghĩa là do nhân tạo. Nhưng vẫn có người khác, yêu những cái gì nhân tạo với điều kiện nó phải thật gần như thiên nhiên. Trong nhiều bài thơ, Luân Hoán đến được đầu cầu bên này, hoặc đầu cầu bên kia. Nhưng thi sĩ là người đã tỏ ra rất sành tâm lý. Anh biết anh không thể làm vừa lòng hết mọi người, cho nên trong bài thơ cuối của tập Ngơ Ngác Cõi Người, thi sĩ khiêm tốn mở lời:

..."Cảm ơn người, cảm ơn đời
cảm ơn chữ nghĩa mỉm cười bao dung..."

Trang Châu
(Chân Dung Thơ Luân Hoán - 1992)

LÂM CHƯƠNG
TÁN GẪU VỀ MỘT NGƯỜI LÀM THƠ

Có một thời, vào khoảng thập niên 60, tạp chí Bách Khoa ưu tiên dành đất cho các nhà thơ trẻ miền Trung, nhất là những 'chàng' được sinh từ xứ Quảng. Số Bách Khoa nào cũng thấy người của 'ê kíp' này thay phiên nhau chiếm lĩnh đất thơ. Thái Tú Hạp, Phan Nhự Thức, Hoàng Lộc, Đynh Hoàng Sa, Hà Nguyên Thạch, Hoàng Quy, Chu Tân, Lê Đình Phạm Phú, Tần Hoài Dạ Vũ, Thành Tôn, Hoàng Thị Bích Ni, Phương Tấn, Nguyễn Nho Sa Mạc, Đông Trình, Luân Hoán... Còn nhiều tên tuổi lừng danh khác nữa, trong một lúc tôi không thể nào nhớ hết. Một 'tập đoàn' thơ đông đảo như thế mà giành dân chiếm đất Bách Khoa thì còn chỗ đâu cho thiên hạ cắm dùi?

Tôi lúc đó chỉ đứng bên lề quan sát những nhà thơ xứ Quảng làm mưa làm gió trên một tạp chí xuất bản tại Sài Gòn (từ miền Trung mà vươn cái vòi bạch tuộc khuynh loát tới miền Nam, hơi dài đấy!).

Trong 'tập đoàn' làm mưa làm gió này, tôi đặc biệt chú ý một chàng có chiêu thức... thơ là lạ. Đó là Luân Hoán. Làm thơ như nói đùa. Làm thơ như chuyện giỡn chơi. Nhưng đã đọc vài câu thì tò mò phải đọc hết bài để coi Luân Hoán giỡn... chơi tới cỡ nào: *hằng ngày qua chợ Cây Me/ hình như tôi vẫn được nghe em cười/ khúc kha khúc khích thật vui/ em cười lừng lựng hay cười giễu ai?/ cặp chân tôi có hơi dài/ nhưng sao quấn quíu bước hoài chẳng xa/ không chừng nhà nọ có ma/ có hương kỳ ảo khiến ta khác thường/ mặt mày ngây dại dễ thương/ mà trong lòng đã bất lương đâm cành/ cây me Hoàng Diệu quá xanh/ mỗi ngày đành phải loanh quanh mấy vòng/ tinh ranh lá hỏi viển vông:/ này anh bạn trẻ phải lòng ai chăng?/ giật mình ta hỏi ta rằng/ đã mê con bé khểnh răng hay cười?/ từ thơ bén đến văn xuôi/ thất tình từ thuở mô rồi chẳng hay/ lá me bay lá me bay/ cái chợ chồm hổm vẫn lầy lội mưa/ nghĩ hoài không nhớ chuyện xưa/ cái hồi kết thúc đẩy đưa thế nào/ hình như chỉ tội dòng thơ/ còn chàng và ả lẳng lơ kia thì...*

Thì sao? Luân Hoán chấm ba dấu (...) một cách rất ỡm ờ. Ai muốn hiểu sao cũng được. Mấy mươi năm làm thơ vẫn vậy. Không khác chút nào. Nói rằng yêu, rằng thất tình nhưng lại diễn tả bằng thái độ bỡn cợt. Tất cả đều như thế, đều bình thường không có gì quan trọng lớn lối. Nhiều khi sự việc được nhìn dưới con mắt khôi hài, nhưng vô cùng sống động: *đêm nào tôi cũng nằm mơ/ không mơ, chắc chắn xác xơ, bất thường/ mơ em nằm ngủ ở truồng/ hai bàn chân nhốt phấn hương mượt mà/ còn tôi, ngồi ngắm cuống hoa...* Chẳng biết theo quan niệm của Luân Hoán, cái cuống hoa nằm ở chỗ nào trên thân thể của người đàn bà? Chứ riêng tôi, chưa chi đã nghĩ bậy rồi. Kể cả khi nói về quê hương, bè bạn, cuộc đời, Luân Hoán cũng không giấu được nụ cười ở phía sau lưng. Tôi tưởng tượng một hình ảnh Luân Hoán vui nhộn, đầy tính tiếu lâm, hiếu động.

Năm 1966, lần đầu tiên tôi gặp Luân Hoán trong quân trường Thủ Đức. Cao Thoại Châu giới thiệu một anh chàng rụt rè như con gái, bảo đấy là nhà thơ Luân Hoán. Tôi hơi ngỡ ngàng trước một Luân Hoán hoàn toàn khác với tưởng tượng của tôi. Thời gian đã xa lắm rồi, tôi không nhớ chúng tôi đã nói những gì trong lần gặp đó. Vài lần sau, tôi đến chơi với người bạn cùng đại đội với Luân Hoán. Thấy tôi, anh mỉm cười thay thế một lời chào. Chỉ vậy thôi, không quấn quít ba hoa chích chòe. Cuối tuần, anh em văn nghệ hay lên phòng chiến tranh chính trị họp bàn về tờ nguyệt san Bộ Binh Thủ Đức. Luân Hoán ít khi xuất hiện ở đây. Tôi ham vui, cũng léng phéng tới chơi nhưng không biết nói gì, nên ra đứng ngoài hiên hút thuốc. Có lẽ thấy cái mặt têu tếu của tôi phù hợp với giọng thơ Luân Hoán nên có người lầm tưởng. Nhà thơ Nguyên Sa theo ra ngoài vỗ vai tôi (một cử chỉ thân mật của bậc đàn anh ưu ái dành cho bọn đàn em) và hỏi, cậu là Luân Hoán đấy à? Thơ cậu có sắc thái đặc biệt lắm đấy. Người ta chỉ biết danh Luân Hoán, không ai biết đến tên tôi. Trong một lúc bốc đồng, tôi cũng muốn mạo nhận mình là Luân Hoán cho thiên hạ nể. Nhưng ở quân trường tới lui qua lại hoài, có ngày cũng bị lật tẩy thì chỉ còn có nước độn thổ. Tôi đành nói thật, tôi không phải Luân Hoán. Tôi là Lâm Chương. Nghe tên tôi, Nguyên Sa có vẻ thất vọng nói, à... thế à? Rồi mỉm cười bỏ đi. À... thế à là thế nào? Rõ ràng là nói cho có nói vậy thôi, chứ không muốn bắt chuyện. Tôi đứng hụt hẫng và... buồn 5 phút! Cái danh lợi hại thật. Người ta có cảm tình hay không cũng vì cái danh. Vô danh mà muốn chơi trội, khó lắm. Mạo nhận lại càng nguy hiểm.

Suốt 9 tháng quân trường, chúng tôi không có nhiều kỷ niệm với nhau. Luân Hoán luôn luôn khép kín. Ngày ra trường, anh em văn nghệ ngồi lại uống cà phê trong hội quán sinh viên ở khu dân sinh trước khi chia tay. Thiếu Luân Hoán. Có người chạy đi tìm nhưng không gặp. Không biết nhà thơ đi ta bà thế giới ở đâu. Bữa đó thật vui. Ngoài đề tài văn nghệ, chúng tôi còn lan man tán gẫu về người lính mang cái lon chuẩn úy mới ra lò. Có người bảo, lũ chúng ta ngồi đây sớm muộn gì cũng có vài thằng gục ngã ngoài trận địa. Vậy hãy thử nghĩ ra cách tống táng theo ý muốn của mình. Người muốn địa táng theo kiểu thường tình. Người muốn hỏa táng cho xong một đời vô nghĩa. Người muốn thủy táng theo kiểu Hải Quân, quăng xác xuống nước làm mồi cho cá. Người muốn điểu táng theo kiểu Tây Tạng, bầm xác cho kên kên ăn. Tống táng theo kiểu nào cũng rùng rợn. Tôi bảo tôi muốn ướp xác. Anh em bảo ướp xác vừa khó, lại vừa tốn kém quá nhiều. Tôi nói, vậy hãy đem tôi bỏ trên miền giá băng bắc cực coi như ướp lạnh, ngàn năm sau tim gan phèo phổi vẫn còn tươi rói. Dù là nói chơi với nhau, nhưng tử trận là có thật. Sáu tháng sau ngày ra trường, được tin Thiên Trường (chuyên viết khảo luận) là người đầu tiên trong số có mặt hôm đó, bỏ mình trong trận chiến Tết Mậu Thân.

Phần lớn những người không là con ông cháu cha, không có cổ thụ làm bóng mát che đầu, khi rời quân trường thường vác ba lô đi thẳng ra chiến trường. Nghe anh em văn nghệ nói Luân Hoán về Sư Đoàn 2 làm trung đội trưởng tác chiến. Nhà thơ mà vác súng đi lơ ngơ vào vùng sấm sét, e rằng không khá được. Tham dự vào guồng máy chiến tranh ác liệt với tâm hồn mơ mộng viển vông, đầu óc mải tìm thi hứng thì dễ bị trò chơi súng đạn làm tổn thương. Luân Hoán, Chu Tân và Phan Xuân Sinh ở trong trường hợp này (lại cũng dân xứ Quảng nữa. Sao chỗ nào cũng thấy các anh hết vậy?). Khả năng các anh thuộc về lãnh vực khác. Đã có một chỗ ngon lành trên chiếc chiếu văn nghệ rồi, làm người hùng chiến trường không được đâu. Tôi cũng có một thời mon men muốn ngồi vào chiếc chiếu dành cho các nhà thơ. Hằng đêm mất ngủ, bóp trán làm thơ. Có lúc gần đạt được danh hiệu thi sĩ, nhưng cuối cùng đành bỏ cuộc. Làm thơ thật vô cùng vất vả, phải kiên trì lắm mới được bài thơ cho ra hồn. Tôi vốn ù lì cục mịch, thiếu tính kiên nhẫn, lại không có năng khiếu đặc biệt về thơ thì làm sao có thể ngồi chung chiếu với những bậc thầy của chữ nghĩa mà tác phẩm của họ là tinh túy của ngôn ngữ? Biết mình không thể làm thi sĩ, tôi chọn làm chiến sĩ. Danh phận nào có chữ sĩ (viết dấu ngã) đi kèm cũng tốt. Mười năm lăn lóc chiến trường, đạn không bén đến da tôi. Có thể tôi gặp thằng xạ thủ bắn tồi, cũng có thể tôi né đạn giỏi. Nhiều người bảo phần số tôi may mắn. Tôi bảo không phải vậy, và đọc thơ Nguyễn Du: xưa nay nhân định thắng thiên cũng nhiều. Bởi không làm thi sĩ nên khi qua những làng mạc, tôi biết đề phòng du kích bắn sẻ. Bởi không làm thi sĩ nên khi vào những khu rừng hắc ám, tôi biết đặt mình trong tư thế sẵn sàng nổ súng vào bất cứ con gì nhúc nhích trước mặt (bắn chậm thì chết). Bởi không làm thi sĩ nên khi đi trên những con đường mòn, tôi biết quan sát mìn bẫy và coi chừng bị phục kích. Bởi không làm thi sĩ nên khi vượt qua một chiếc cầu, tôi biết phải làm sao để tránh bị làm bia bắn. Tóm lại, bởi không làm thi sĩ nên khi đi giữa làn tên mũi đạn, tôi không hề mơ mộng viển vông. Còn Luân Hoán thì sao? Hỏi tức là trả lời. Khó mà kiêm luôn một lúc hai cái danh hiệu có chữ sĩ đi kèm mà bản chất hoàn toàn đối nghịch nhau. Thi sĩ là người làm đẹp cuộc đời bằng thơ. Chiến sĩ là kẻ xung sát hủy diệt sự sống làm cuộc đời vốn đã đau khổ càng thêm đẫm máu. Luân Hoán thuộc dạng thứ nhất. Tôi thuộc dạng thứ hai.

Tôi quen nhiều người làm thơ. Xem ra phần đông là dân xứ Quảng. Hình như khí thiêng sông núi hội tụ lại ở khúc giữa của dải đất Việt Nam nên sản sinh ra lắm người làm thơ. Và đặc biệt khi nói về quê hương, anh nào cũng hết lời ca tụng. Ca tụng bằng miệng chưa đủ. Ca tụng luôn trên báo chí sách vở. Ca tụng đến nỗi không còn chỗ ký tên. Bởi vậy, những địa danh của Quảng Nam đã đi vào văn học. Có nhiều tỉnh bắt đầu bằng chữ Quảng như: Quảng Ninh, Quảng Bình, Quảng Trị, Quảng Nam, Quảng Ngãi. Nhưng hễ nói xứ Quảng là người ta nghĩ ngay đến Quảng Nam, chứ không phải Quảng nào khác. Đó là do người Quảng Nam đi đâu cũng xưng mình là dân xứ Quảng. Một tiếng duy nhất chỉ quê hương. Trong sâu xa, ý muốn độc chiếm chữ Quảng cho riêng mình mà thôi. Thảo nào nơi đây, và thời nào cũng có người làm cách mạng. Một điều lạ nữa, chơi với Quảng Nam lâu ngày, đến một lúc nào đó ta bất chợt thấy mình bị biến thành người Quảng hồi nào không hay. Một lối đồng hóa âm thầm tiệm tiến, nhưng chắc chắn. Một lối 'cải tạo' êm đềm nhưng từ từ sẽ biến chất. Tôi bây giờ là Quảng lai căng. Người Quảng ca tụng quê hương mình bằng nhiều cách. Chẳng hạn, với Hoàng Lộc thì qua bài 'Câu cá sông Hàn', cho rằng con cá ở sông Hàn ngon hơn cùng một loại cá bắt lên ở nơi khác. Và qua bài 'Mì Quảng', sợi mì phải pha chế bằng thứ nghệ trồng ở địa phương mình thì màu sắc mới đẹp, thơm ngon mới đúng điệu. Với Phan Xuân Sinh, mì Quảng hương vị đậm đà hơn bất cứ thứ mì gì trên thế giới. Phan Xuân Sinh còn khoe cả bánh bèo, bánh tráng rất đặc biệt ở quê mình, không ở đâu làm giống được như thế. Với Trần Trung Đạo, hột muối Quảng Nam cũng có cái vị mặn mà thanh tao hơn muối của bất cứ tỉnh nào (tôi gọi anh ta là ông thần nước mặn). Nổ dữ tới cỡ đó thì người sinh giữa kho đạn là Lê Mai Lĩnh (Quảng Trị) cũng chào thua. Tôi ít tiếp cận với Luân Hoán, không được nghe 'nhà thơ ta' ca tụng miếng ăn. Nhưng thử giở bất cứ tập thơ nào của Luân Hoán ra coi, đầy những địa danh xứ Quảng! Đã sinh trên mảnh đất được mệnh danh là ngũ phụng tề phi (chẳng biết có thiệt hay không), chắc hẳn anh nào truyền thống cũng giống nhau. Nam đã thế, nữ cũng chẳng vừa gì. Trước kia, tôi có quen với một cô bạn người Quảng. Cô hay nói về những danh nhân, sông núi, đất đai, cây trái, đặc sản quê cô. Đề tài nào quanh co một hồi rồi cũng dẫn tới Quảng Nam (làm như đường nào cũng dẫn về La Mã vậy). Cô rất sính thơ, khoe mãi về các nhà thơ đương thời xứ Quảng, dĩ nhiên không thiếu Luân Hoán. Cô thuộc nhiều thơ của 'chàng', và nhận xét Luân Hoán làm thơ tự nhiên mà yêu chết bỏ, đơn giản mà thấm đẫm tình tự quê hương. Nghe cô ca tụng Luân Hoán, tôi ngẫu hứng cũng làm thơ tặng cô:

bởi thương cái giọng miền Trung
tôi cũng liều theo em về xứ Quảng
ăn thử cá mòi muối mặn quê em
uống hết nước Thu Bồn chưa đã khát
buổi trưa trưa em đội nón lá Kim Bồng
dẫn tôi đi dạo vòng quanh phố Hội
nắng như nung rát bỏng da người
mà em bảo quê em vùng nắng ấm
gió Hạ Lào mở mắt không ra
em lại bảo gió Trường Sơn về thơm phố biển...

Bài thơ tôi viết chưa xong, cô bạn trừng mắt bảo phải ngừng ngay, bởi câu nào cũng có tính cách châm biếm. Hơn nữa, thơ không có niêm luật vần điệu chi cả. Vậy mà cũng bày đặt làm thơ. Ghê chưa? Đùa một chút cũng không được. Đối với cô, Quảng Nam là số 1, là đất linh thiêng. Khi nói đến Quảng Nam phải đàng hoàng nghiêm túc. Hơn ba mươi năm sau ngày ra trường Thủ Đức, tôi gặp lại Luân Hoán ở Canada. Mừng thấy anh vẫn khỏe, vẫn làm thơ đều đều. Mừng hơn nữa, anh còn làm được bài thơ 'Cỡi Ngựa' vững vàng đầy phong độ: *dẫu mòn mỏi qua trăm đường lối cũ/ vó ngựa ta còn thở vẫn còn phi/ mông em nở và cặp chân rất điệu/ khép càn khôn vào giữa nhụy xuân thì/ nhịp móng sắt từ ngàn xưa lóc cóc/ lối đi quen không phải lối đi buồn/ vẫn đường cũ mà mỗi lần qua lại/ hương trong lòng vẫn đổi mới luôn luôn/ em kiều diễm dẫu không ngừng sáng tạo/ thế trên yên giông bão tuyệt như nhau/ tay cương chùng theo vận tốc chậm mau/ và ta nữa, khi thong dong nước kiệu/ lắng sâu lòng hôn ngọn cỏ ngậm sương/ khi tung vó điên cuồng phi bán mạng/ hồng thủy trào dập tắt lửa kim cương.* Tôi không có ý bình thơ Luân Hoán, nhưng qua đó tôi thấy bạn tôi, một chàng kỵ mã phi như bay trong thơ và thời gian.

Luân Hoán ơi, chiến trường tha tội chết cho bạn, nhưng phải cúng lại một bàn chân ngoài trận mạc. Trong vận rủi vẫn còn có cái may. Chẳng phải ngày nào khi mới từ giã KBC 4100, bạn tự nói với chính mình: *hãy nắm chặt dây cương này, Luân Hoán, ra khỏi nơi này sẽ gặp nghĩa trang hay sao?* Chúng ta đã đi qua một thời kỳ khủng khiếp, nhìn lại mới biết ớn lạnh. Một đoạn đường gai lửa, tử thần rình rập theo mỗi bước chân. Vậy mà ta xách súng đi lơ ngơ như đi bắn chim. Hành quân vào rừng như đi picnic. Nhởn nhơ trên chiến trường như chốn rong chơi. Tàn cuộc, ta vẫn còn sống. Lạ thật! Tuổi đời càng cao, đời người càng lún xuống. Đất đã lên tới ngực rồi, nhưng với nền y khoa tân tiến bây giờ, bọn mình còn lâu mới bắt đầu xây kim tĩnh. Và ông Bùi Giáng cũng còn lâu mới gặp bọn mình. Hãy làm thơ, làm thơ và... làm thơ nữa đi.

Lâm Chương
Boston, 19 tháng 5 năm 2004
(Luân Hoán Một Đời Thơ - 2005)

HOÀNG KHỞI PHONG
BA CHỤC NĂM SAU ĐỌC THƠ CŨ CỦA LUÂN HOÁN Ở XỨ NGƯỜI

1.

Ở ngoài đời tôi chưa gặp Luân Hoán, nhưng ba chục năm trước đây vào khoảng cuối năm 1974, tôi đã một lần đọc bản thảo thơ anh ở Đà Lạt. Tôi không nhớ ai đưa cho tôi tập bản thảo này, chỉ nhớ thời gian đó tôi có giao tình rất kỹ với các bạn chủ trương tờ Ý Thức, và tập bản thảo của Luân Hoán đến tay tôi có thể qua một bạn nào đó trong nhóm Ý Thức như Lữ Quỳnh, Lữ Kiều, Nguyên Minh, Trần Hoài Thư, Lê Ký Thương... Cũng cần nói thêm trước khi đọc nguyên cả một tập bản thảo thơ Luân Hoán, thỉnh thoảng tôi bắt gặp tên anh nơi những bài thơ đăng rải rác trên các tạp chí văn học, và cả trong các tạp chí của Quân Đội.

Luân Hoán và tôi có những điểm chung: Cùng là những người lính, và cùng làm thơ. Tôi không biết anh bắt đầu làm thơ và sống với thơ từ bao giờ? Có thể trước khi khoác bộ áo nhà binh kệch cỡm trên người, hay cũng như tôi chỉ thực sự làm thơ sau khi đã làm một người lính. Dù đến với thơ trong giai đoạn nào của đời sống, tôi vẫn tin anh là người đến với thơ trước tôi một hai năm, chỉ giản dị vì anh lớn hơn tôi hai tuổi. Thế nhưng trong tiểu sử cũng như trong thơ của anh, tôi biết anh đi lính sau tôi vài năm. Thành thử nếu có sự khác biệt lớn nhất giữa hai chúng tôi có lẽ anh là nhà thơ rồi mới đi lính, còn tôi là một người lính trước khi làm thơ. Điểm khác nhau then chốt này cho thấy sau khi chiến tranh tàn đã mấy chục năm, anh vẫn còn làm thơ, và tôi tin rằng anh sẽ còn làm thơ cho tới khi ngừng hơi thở. Phần tôi thì trong gần ba chục năm ở xứ người tôi chỉ làm thêm dăm bài thơ không hơn kém. Nhưng tôi tin vào một ngày nào đó tôi sẽ làm thơ lại, tất nhiên với một hơi thơ khác cả về đề tài cũng như ngôn ngữ.

2.

Hơn ba chục năm trước đây khi đọc thơ Luân Hoán, tôi tưởng ra một người lính lơ đãng. Hãy theo gót người lính lơ đãng này từ những bước đầu của đoạn đường chiến binh:

"... Bỏ lệnh gọi trong túi quần
Ngồi lật chồng sách cũ
Không biết phải làm gì
Ngó loanh quanh chỗ ở
Chợt nhớ người mẹ già
Trên bàn thờ ám khói
Tôi thắp một nén nhang..."

(Một ngày trước khi trình diện)

Tôi không có những cảm giác như anh vì trước tiên khi bị đưa vào quân trường Thủ Đức, tôi còn mẹ. Mẹ tôi lo cho tôi từng lọ chà bông, từng hũ muối vừng mỗi tuần tôi về phép. Vả lại tôi không bị động viên như Luân Hoán, mà bị tình nguyện trong một biến động chính trị của miền Nam. Trước khi bị đi lính, tôi chưa làm thơ, và có thể nói là một cầu thủ giỏi, tôi không có cái bâng khuâng của một thi sĩ, khi cảm nhận chiến tranh đột nhiên phủ chụp lên đầu.

Thế nhưng đời sống của một quân trường đã tẩy xóa mọi con người, đồng hóa mọi con người thành một người khác. Chỉ với vài tháng ngắn ngủi trong Trường Sĩ Quan Trừ Bị Thủ Đức, khoảng cách của một người làm thơ đi lính, và một người cầu thủ đi lính đã thu ngắn lại, khiến cho tôi nhận ra tôi trong thơ anh ngay lập tức:

"... Sinh viên sĩ quan
Lê Ngọc Châu
Số quân
61/203.905
Trình diện

Giản dị chỉ có thế
Ngắn, gọn, đẹp
Như một bài thơ
Sao không?
Một bài thơ đồng phục."

(Như là thơ)

Từ nơi các lò luyện người Đà Lạt, Nha Trang, Thủ Đức, Quang Trung... đã đúc khuôn ra hàng triệu người lính, trong thế hệ của Luân Hoán và tôi. Nhưng sau khi rời khỏi quân trường mỗi người lính có một đoạn đường chiến binh khác nhau. Tôi may mắn hơn Luân Hoán, không phải thường trực một ngày 24 giờ chạm mặt với tử thần. Tôi chạm mặt với một hậu phương mỗi ngày mỗi lạ, tôi nhận rõ khoảng cách giữa thành phố và chiến trường. Nhưng không phải vì thế mà tôi không cảm nổi thơ Luân Hoán trong thời gian anh chiến đấu ở ngoài mặt trận. Tôi phải nói ngay tôi không hoàn toàn chia sẻ những suy nghĩ của anh, nhưng tôi hiểu được những suy nghĩ này.

"... Anh bây giờ là tên lính mù
Chỉ huy một trung đội điếc
Với chiếc còi trên môi
Và hàng trăm câu chửi tục
Anh ném vào lính của anh
Niềm âu lo thương mến...
....
Dù còn đủ tâm hồn
Anh cũng sẽ đốt nhà
Cũng sẽ bắn trâu bò gà vịt
Không hổ ngươi
Như lính của anh..."
(Trái tim hành quân)

Tôi ngờ rằng những câu thơ này chẳng những đã không giúp cho Luân Hoán vơi được nỗi buồn của cuộc chiến tranh nồi da xáo thịt, mà trái lại nó sẽ mang đến cho anh rất nhiều trái đắng. Ở hậu phương tôi có những loại trái đắng khác, không đến nỗi trí mạng như anh, nhưng nếu không giữ mình cho kỹ, thì sẽ chìm trong một loại bùn tanh tưởi khác. Có điều tôi biết chắc lòng yêu quê hương, tổ quốc của các thi sĩ. Chả thế mà một nhà thơ đã có lần nói: 'Hỡi những người làm văn nghệ và ăn lương chính phủ, các người hiểu thế nào được lòng yêu quê hương và dân tộc của một thi sĩ.' Tôi ghi lại đây trọn bài thơ 'Bữa cơm trên Kim

Sơn', chỉ bỏ một câu cuối vì tối nghĩa, để thấy được tâm tình này của Luân Hoán.

Ngửa bàn tay nhem nhuốc
Tôi đi qua từng binh sĩ
Cùng lúc mặt trời lên
Tìm xin một nắm muối

Ôi ba ngày đã qua
Nắm cơm khô lạt đó
Đã nói gì cùng chúng ta?

Nơi này không nhà cửa
Nơi này không đồng bào
Nơi này không súc vật
Nơi này là quê hương?

Nắm cơm nhem nhuốc bùn
Chợt dừng ngang cổ họng
Nghẹn ngào tôi đứng lên
Đồi cao buồn gió nổi

Tôi muốn rủ cỏ cây
Chung quanh cùng nói lớn
Nơi này là quê hương
Nơi này là tổ quốc

Mời anh bát nước đầy
Mời anh nồi rau luộc
Ôi mỗi người một trái tim
Là mỗi trụ cột rào nhỏ
Sao nỡ nào bỏ đi?
Thềm xưa ngơ ngác cỏ

Mặt trời lên mặt trời lên
Tiếng chim nào đầu lá
Xin hót lời tôi đây
Nơi này là tổ quốc
Nơi này là quê hương
Tôi chôn xuống ruộng đồng
Ngàn câu thơ hẹn viết

Mừng mọi người về đây
Bình an không đói rét

Nắm cơm nhem nhuốc bùn
Chợt vui trên tay đói
Tôi nghĩ đến máu mình
Vị mặn nồng thân thiết.

3.

Cuối năm 1974 ở Đà Lạt khi đọc bản thảo thơ Luân Hoán, tôi biết anh đã bị thương, đã bỏ lại chiến trường một phần thân thể anh. Trong một cuộc hành quân ở Thi Phổ Quảng Ngãi, Luân Hoán đạp phải mìn, bị cưa chân và trở thành một người tàn phế. Nói cho cùng cả thế hệ chúng tôi, đặc biệt là những người lính làm thơ viết văn, phần đông đã bị thương tích sẵn ở trong đầu, Luân Hoán còn không may mắn mang thêm một vết thương nơi thể xác. Anh giã từ chiến tranh ngoài trận địa, nhưng cuộc chiến ở trong đầu anh thì vẫn dây dưa cho tới tận bây giờ.

Chém giết mãi rồi cũng tới ngày chiến tranh tàn, cách mà kẻ chiến thắng từ rừng xanh núi đỏ trở về đã khiến cho Luân Hoán thấy đoạn kết của chiến tranh không giống như trong thơ của anh. Trong thơ anh khản cổ kêu gọi mọi người đừng bỏ đi, cho dù quê hương có không còn nhà cửa, không có đồng bào, vắng bóng súc vật. Nhưng đó vẫn là quê hương không thể bỏ đi. Anh lớn tiếng rủ cỏ cây nhận nơi này là quê hương, nhận nơi này là tổ quốc. Anh muốn chôn xuống ruộng đồng cả ngàn câu thơ hẹn viết. Anh mừng rỡ đón chờ mọi người về lại nơi quê hương bản thổ, bình an không đói rét.

Anh muốn sống nơi anh đã sinh ra, cho dù cuộc sống của một người chiến bại thương tật có tăm tối tới đâu chăng nữa, anh vẫn cam chịu *"nắm cơm nhem nhuốc bùn - Chợt vui trên tay đói"*. Cả một lòng yêu vô bờ đối với vùng đất khốn khó đã không được đáp ứng. Và rồi Luân Hoán phải làm đơn xin xuất cảnh. Trước khi đi anh quay về Thi Phổ, nơi anh đã rụng mất một phần thân thể. Tôi ghi lại đây trọn bài 'Chợt nhớ về nơi ngấm máu ta - Bùi ngùi lòng nhú chồi xót xa'

Bây giờ cái xóm Mồ Côi ấy
Chắc vẫn mồ côi như thuở xưa
Năm ba chồi rạ chen trong mía
Che tiếng thở thầm dưới nắng mưa

Bây giờ lá sắn xanh còn vẫy

Máu đỏ ta loang chiều hôm nào
Đất vẫn còn hằn bàn tay bấu
Giọt thầm nước mắt thấm về đâu

Bây giờ vũng giếng bên bụi chuối
Cũng vẫn đục ngầu như thế thôi
Con cá rô thia ta thả xuống
Sống còn quanh quẩn kiếp rong chơi

Bây giờ đôi mắt đen sau cửa
Còn hốt hoảng nhìn như hỏi thăm
Chẳng biết ai chôn mìn dưới đó
Tiếng nổ còn vang mãi trong lòng

Bây giờ Thi Phổ, ơi Thi Phổ
Vườn dừa đầu cụt gốc bật chưa
Máu khinh binh Thị gài lựu đạn
Lỡ sút tay xanh cỏ mấy mùa

Bây giờ Thi Phổ, ơi Thi Phổ
Mắc võng đong đưa đuổi nắng hồng
Suýt phá đời em du kích nhỏ
Giữa gian đại tự Phạm Văn Đồng

Bây giờ Thi Phổ, ơi Thi Phổ
Ta đã ngã rồi, ngã quá lâu
Trước khi xuất cảnh tìm đất sống
Nhìn cõi hận xưa, thương lẫn đau

Bây giờ Thi Phổ, ơi Thi Phổ
Mười bốn năm dài cách biệt nhau
Máu ta ngấm đất tan vào đất
Nên cảm được rằng em cũng đau.

4.

Sau cùng tôi muốn viết về Luân Hoán, do một tình cờ tôi có chung với anh một vùng đất Quảng. Anh sinh ở Quảng Nam, nhưng đơn vị anh trú đóng cho tới khi ngã xuống ngoài trận tiền là Quảng Ngãi, cũng là nơi đơn vị đầu đời của tôi.

Cuối năm 1963, vừa chẵn hai mươi tuổi, tôi ba-lô vác vai ra trình diện Sư Đoàn 25, làm một sĩ quan chuyên môn trực thuộc Bộ Tham Mưu của Sư Đoàn. Vào thời gian này Quảng Ngãi là một thị trấn nhỏ, với hai con đường chính là Quang Trung và Lê Trung Đình gặp nhau ngay tâm điểm của thành phố. Tôi nhớ chuyến máy bay quân đội đầu tiên trong đời tôi, từ Sài Gòn ra Quảng Ngãi, trong thời điểm Sư Đoàn 25 BB đang sửa soạn di chuyển vào miền Nam. Từ trong lòng phi cơ cao ba ngàn bộ nhìn xuống, qua khung cửa sổ phi cơ suốt từ lúc cất cánh cho tới khi đáp xuống phi trường Quảng Ngãi, hơn hai giờ bay tôi chỉ thấy núi tiếp rừng. Màu xanh của lá với những sắc độ khác nhau tuần tự lướt qua mắt tôi. Khi phi cơ đánh vòng để hạ cánh, thành phố Quảng Ngãi rõ dần dưới chân tôi. Trong thơ của Luân Hoán ghi lại cho tôi tất cả những địa danh này.

Tôi nhớ tới căn gác tôi thuê cùng vài người bạn thầy giáo trên đầu đường đi Nghĩa Hành, ở đó mỗi buổi tối tôi ngồi trên thành cửa sổ, nhìn vào bóng đêm, trong khi những trái hỏa châu thỉnh thoảng nở rộ trên trời cao. Tôi nhớ tới cái Tết đầu tiên xa nhà, trọn ba ngày Câu Lạc Bộ Sĩ Quan đóng cửa, tôi và mấy người bạn lang thang tìm chỗ ăn. Tôi nhớ tới con sông Trà Khúc mỗi buổi chiều tôi hay lái chiếc xe Jeep mui trần, tới bờ sông tìm một chỗ nằm dưới bóng những hàng cây phi lao bên bờ. Ở đó tôi bắt gặp dấu tích của hai trận chiến ngay trên dòng sông, nơi ba cây cầu bắc ngang dòng nước. Một cây cầu cũ bị phá hủy trong chiến tranh Việt Pháp, với những thành cầu còn ghi dấu nám đen in trên nền trời xanh, một cây cầu mới chưa kịp hoàn tất thì tạm ngưng lại vì chiến tranh Nam Bắc đang diễn ra khốc liệt trong vùng, và sau cùng là cây cầu nổi do Công Binh thiết lập để sử dụng tạm trong khi chờ cây cầu mới được xây tiếp. Bên kia sông là Quận Sơn Tịnh, với vài mái nhà ngói đỏ nổi bật lên giữa những mái lá nghèo nàn.

Trong thơ Luân Hoán tôi bắt gặp lại tôi, chẵn tròn hai mươi tuổi ngâm mình trong dòng nước của con sông Trà Khúc mỗi buổi chiều, nhìn những chiếc xe nhà binh, xe hàng, dập dình trên cây cầu nổi. Bên cạnh đó những chiếc xe Lam ba bánh phun khói mờ trên đất, và dân chúng tất tả ngược xuôi. Tôi đọc bài thơ 'Mặt trận Quảng Ngãi ngày xưa, bóng ta phơ phất hạt mưa nhạt nhòa', một bài thơ dài hơi, thể ngũ ngôn với 16 tiểu đoạn và cảm được từng hơi thở nhọc nhằn của anh trong chiến trận. Hơn thế nữa bên cạnh cái nhọc nhằn này, tôi cảm được cái nặng nhất mà anh mang trong người, bên cạnh mớ vũ khí, quân trang cồng kềnh của mỗi người lính, chính là sự lơ đãng tôi đã ghi lại trong đoạn trên. Sự lơ đãng của những người lính làm thơ, với một hồn thơ không một ai có thể cân đo, đong đếm, không một ai có thể nhìn thấy bên ngoài, nhưng chính cái đó là phần nặng nề nhất cho một người lính, cho dù người lính đó là một khinh binh đi đầu, hay là một Trung Đội Trưởng, Đại Đội Trưởng đi sau. Bản thân tôi cũng đã có những món quân trang ngoài cấp số như Luân Hoán, nhưng tôi may hơn anh ở chỗ không phải ra chiến trường, và nhờ vậy khi chiến tranh tàn tôi còn nguyên thân thể.

Lẽ ra tôi phải gặp Luân Hoán ở Đà Lạt từ ba mươi năm trước. Tôi nhớ đã nói với người bạn đưa cho tôi tập bản thảo thơ của anh, tôi sẽ chạy in tập thơ này cho Luân Hoán. Thời đó trên Đà Lạt có một tiệm in chuyên in cua cho các sinh viên, sử dụng một loại máy in tương tự như máy in AB Dick hiện nay, với bản kẽm là một tờ giấy và phí tổn ấn loát không cao so với các nhà in kiểu sắp chữ. Trước đó hai ba năm, tôi đã in một tập thơ của tôi bằng cách này, và tôi tin là tôi sẽ in tập thơ của Luân Hoán, như là một món quà giữa một người làm thơ, gửi tới một người làm thơ khác, để chia sẻ những cay đắng nhục nhằn. Câu chuyện chưa kịp tiến hành thì đùng một cái, tôi phải thuyên chuyển khỏi Đà Lạt.

Bài viết này đến với Luân Hoán, trong dịp anh in một tuyển tập như là một món quà tới trễ ba chục năm, giữa những người lính đã có một thời đi trong chiến tranh, bên cạnh những cái chết, với nón sắt nặng nề chụp trên đầu, bên cạnh khẩu súng vắt vẻo trên vai, bên cạnh những dây đạn chằng chịt trên người, bên cạnh cái lưỡi lê cài ngang hông... còn cố đèo bòng thêm một vũ khí nặng nề nhất trong người là trái tim không đập cùng một nhịp với tiếng đế giày trong lúc duyệt binh, và thường hay trật nhịp với tiếng súng nơi ngoài mặt trận.

Ba mươi năm sau ở quê người đọc lại thơ Luân Hoán, trong lúc tuổi ngoài sáu mươi, tôi cảm nhận được nhịp tim của anh giờ này không còn trật, nó đã gõ đúng nhịp của quê nhà.

Hoàng Khởi Phong
(Luân Hoán, Một Đời Thơ - 2005)

HOÀNG YÊN LƯU
"TRONG SÂN TRƯỜNG BỮA ẤY"

Tình đầu có rất nhiều điều đáng nói và tình ở tuổi trẻ lại càng thêm sôi nổi nhờ màu sắc và hương vị đậm đà. Mới đây, đầu tháng 7-05, trên màn bạc có chiếu một cuốn phim khá đặc sắc về "cái thuở ban đầu lưu luyến ấy". Cuốn phim mang tựa đề là My Summer of Love của đạo diễn Pawel Pawlikowski dựa trên cuốn truyện cùng tên của Helen Cross với các tài tử Natalie Press và Emily Blunt, tuy nhân vật thời đại táo bạo và nghịch ngợm nhưng nét thơ ngây, hồn nhiên vẫn rõ rệt trong hành động và trên nét mặt, làn môi.

Tuy nhiên, tình yêu trong phim chỉ nói lên được chất đam mê của tuổi trẻ trong yêu đương, đồng thời cũng là những gì rồ đại và nghịch lý nhất, khá quen thuộc trong văn nghệ, điện ảnh Tây phương nhưng không nói lên được những nét đẹp, nét buồn, chất lãng mạn trong tình yêu của tuổi trẻ Đông phương mà người thưởng thức dễ tìm trong thơ Xuân Diệu, Vũ Hoàng Chương và Nguyễn Bính trước 1945 và sau 1954 là trong thơ Luân Hoán, như trong bài *Trong Sân Trường Bữa Ấy*.

Trong Sân Trường Bữa Ấy là một thiên tình sử trường thiên gồm bốn phần, có khai-thừa-chuyển-hợp. Nhìn chung mở đầu rất đẹp và kết thúc khá buồn.

Các nhà thơ thường đa tình, đa cảm và giàu mộng tưởng. Chàng trai đứng trên lầu cao nơi hành lang lớp học nhìn xuống dưới sân trường, nhìn trộm người mình muốn nhìn và làm cõi lòng vương vấn. Cái tuổi mười lăm thường chỉ có cảm giác nhớ thương ai đó chứ chưa hẳn đã biết yêu.

Khởi đầu một câu chuyện có thực và rất thực, nhà thơ hồi ức dĩ vãng, trí tưởng tượng của một tâm hồn dễ bén nhạy đã vẽ lại cái cảnh trong sân trường bữa ấy, về người ấy và tâm trạng lúc ấy hết sức linh động và vô cùng đẹp.

Nhà thơ thú nhận "*ta nương náu bên em bằng mộng tưởng, bởi quá yêu nên ta giàu tưởng tượng*". Tưởng tượng nơi thi nhân phong phú vô cùng nên ở đây thực và mộng trộn lẫn, quan sát và hồi ức quấn vào nhau. Nhờ thế chất lãng mạn bàng bạc từng vần.

Phải là một "cây bút muôn màu" say mê ghi lại cái đẹp và cũng phải là "cây đàn muôn điệu" dễ rung động trước cái tình, Luân Hoán mới viết được những vần thơ chẳng khác bức họa giai nhân và cũng tương tư khúc nhạc lòng chưa dứt. Có mấy ai không mê hoặc trước hình ảnh cô gái và lời tâm sự của tác giả:

Tà áo trắng xòe như đôi cánh lượn
trải dịu dàng trên cỏ mượt màu xanh
nét thơ ngây đầy khuôn mặt tinh anh
đôi mắt biếc kiếm tìm và lẩn trốn
ngực dồn dập giòng máu thời mười bốn
vai no đầy nguyên liệu tuổi thèm yêu
tay đài trang lãng mạn trải trong chiều
từng ngón nhỏ như sẵn sàng mời mọc
ta đứng tựa trên hành lang lớp học
trên lầu cao nhìn xuống mộng bâng khuâng
lòng cúi theo từng ngọn tóc phân vân
hôn rất nhẹ trên tóc thề đen nhánh
môi em đỏ sao hình như quá lạnh
răng trắng thơm níu giữ lấy hồn ta
lưỡi rót hương tình rót mật đậm đà
ta nương náu bên em bằng mộng tưởng

Người ấy làm nảy sinh tình này, nhà thơ nói về mình và bằng những lời mà những kẻ nòi tình nghe là động lòng. Tình yêu ở tuổi trẻ là đam mê và điên cuồng. Các nhà tâm lý đều xác nhận tình đầu là biến cố tâm lý hết sức nguy hiểm trong giai đoạn thứ nhất trong đời mỗi người. Nó ào ào tới như cơn lốc cuốn theo mọi sinh hoạt của ta vào cuộc tình, vào người tình, tình yêu trở thành ám ảnh khôn nguôi, yêu đương biến thành điên dại. Các nghiên cứu gần đây về tâm lý đã chứng tỏ có các khuynh hướng nghịch lý, hành động điên dại ở mối tình đầu do khối óc của tuổi trẻ chưa phát triển trọn vẹn. Điều này giải thích tại sao tình đầu có thể đẩy người ta vào chỗ tự hủy hay hủy người, nói chung là dễ đưa người chung tình sa vào hố diệt vong.

Phần thứ hai của bài cũng vẫn là hồi ức, gồm những kỷ niệm ngây thơ và đậm nét "ngàn năm hồ dễ mấy ai quên". Ở đây chúng ta được biết, nhà thơ lúc đó ở tuổi 15 và cô bé chàng yêu mới vừa 13. Yêu trong lứa tuổi này Vũ Hoàng Chương đã viết bài U Tình, Nguyễn Xuân Huy viết bài Giận Nhau và gần chúng ta hơn, Nguyên Sa viết bài Tuổi 13. Tình tuổi nhỏ thơ ngây và có nhiều điều đáng nói. Một triết gia, Jean Lacroix, đã cho rằng có ba đức tính trong tình yêu. Khởi đầu của cuộc tình là can đảm, tiếp tục cuộc tình là hy sinh và kết thúc cuộc tình là chung thủy. Tuổi trẻ dại khờ, chẳng có phương tiện nào khác chinh phục người yêu bằng chân thật dù thể hiện một cách vụng về. Chàng trai đã nắn nót chép những bài ca dao trữ tình để bóng gió ngỏ lòng mình, nào là "trèo lên cây bưởi hái hoa", nào là "đêm qua ra đứng bờ ao"... Hình như ngỏ lòng bằng ca dao là một cách mà tuổi trẻ hay dùng để bày tỏ tấm lòng, vì giản dị, trong sáng, đầy chất thơ mà lại kín đáo nhất, khác hẳn ngày nay người ta tặng nhau bó hoa hay một món quà quý giá. Sang thì sang thực nhưng thơ mộng không nhiều. Ca dao có tác dụng không nhỏ vì chúng trữ tình. Có người kể lại một chàng trai viết cho cô gái một câu: "Trên trời có đám mây xanh". Đây là cách tỏ tình đầy thông minh vì nếu cô gái cũng nòi tình thì biết rằng đó là câu mở đầu của một bài ca dao có câu cuối nói rõ tâm sự:

"Trên trời có đám mây xanh / Ở giữa mây trắng chung quanh mây vàng / Ước gì anh lấy được nàng!" (Ca dao)

Chép ca dao rồi, nhưng còn cần can đảm đưa cho người mình yêu. Luân Hoán là bậc thầy mô tả diễn biến tâm lý và chỉ có kẻ đã yêu khi còn tay trắng mộng đầy mới nhận ra nhà thơ đã kể giùm ta những điều mà trí nhớ ta quá nghèo, tưởng tượng của ta quá cạn không ghi lại hết và ngôn ngữ ta quá vụng về nên có nhớ cũng chẳng nói nên lời.

chọn cách nào cho thật tự nhiên
bạn bè em ranh mãnh xỏ xiên
chưa có lửa chừng như đà có khói
thu can đảm đi ngang em, khẽ nói:
H, cầm về nhà đọc cho vui
em ngạc nhiên, rồi lưỡng lự mỉm cười

nắm nhè nhẹ sợ lây phong lãng mạn
chân vội vã đã theo tay chúng bạn
khúc khích cười nghe kiêu hãnh làm sao
ta nhận ta chìm giữa giấc chiêm bao
giữa buổi học, giữa giờ sử địa
mấy tuần qua, em không hề đếm xỉa
gặp ở trường em lạnh nhạt như không
tập ca dao ta chép những chuyện lòng
em có hiểu ta cố tình gởi gắm
em không nói, không cười, ta buồn lắm
thà trề môi, háy ngúyt còn hơn
ngậm chua cay nuôi dưỡng chút giận hờn

Đọc Luân Hoán tới chỗ này lại nhớ tới Ngày Xưa Hoàng Thị của Phạm Thiên Thư. Thì ra hai nhà thơ có thể nói như Chu Mạnh Trinh viết về Nguyễn Du: "Ta cũng nòi tình thương người đồng điệu". Họ là "tình chủng", họ có nhiều chỗ đồng điệu.

Phần ba của bài thơ khiến người ta nhớ tới Tạ Ký. Tạ Ký cũng nhà thơ đất Quảng gần kề Luân Hoán, đã mượn câu: "Tình đi mau sầu ở lại lâu dài" của Huy Cận để đặt tên thi phẩm, cả hai đều nói tới cái mong manh, ngắn ngủi của tình yêu đối lập với dư ba sầu muộn dằng dặc do tình ái mang tới.

Can đảm là bước đầu là nhịp cầu nối hai tâm hồn. Tình yêu làm người ta xôn xao mâu thuẫn, ngạc nhiên và đôi khi lo lắng, nhưng nhìn chung nó làm kẻ được yêu tràn đầy hạnh phúc và thêm tự hào. Luân Hoán với ngòi bút tâm lý sâu sắc vẽ rõ lòng mình và cũng họa giùm tâm trạng những kẻ được yêu:

rất tình cờ hai đứa chợt gặp nhau
em mở cặp vội vàng trao quyển sách
sợ bạn thấy ta kẹp vào dưới nách
đi một hơi không kịp cảm ơn em
trốn vào cầu hối hả giở ra xem
mảnh giấy nhỏ nét mực nghiêng nghiêng tím:
- anh đừng giận, H. mến anh nhiều lắm...
chỉ thế thôi nhưng quá đỗi hẹn hò
lòng mở cờ ta muốn hét thật to
ta vĩ đại bởi có người yêu mến...

Ai đã từng yêu đều dễ dàng chia sẻ cảm nghĩ với tác giả bài thơ. Hình như khi người ta yêu và được yêu thì ngoại cảnh như phụ họa vào niềm vui của ta. Như đã nói trên, yêu của tuổi trẻ là đam mê. Thế mà đam mê luôn luôn có một số đặc tính. Một là, nó là khuynh hướng mãnh liệt có khả năng bào mòn nhân cách, hay nói như Kant, "đam mê chẳng khác dòng nước chảy, mỗi ngày một đào sâu lòng thác". Hai là, đam mê là một thứ tình cảm độc tôn và chuyên nhất. Khi yêu và được yêu người ta chỉ nhìn thấy màu hồng, màu biếc. Còn khi mối tình tan vỡ thì sao? Kẻ đam mê sẽ chịu bi kịch có khi kéo dài một đời chẳng khác Vũ Hoàng Chương bị ám ảnh bởi ngày "12 Tháng Sáu" cho tới tuổi già.

Qua những giây phút hồi ức rất mực đoạn trường, tâm hồn nhà thơ bình thản lại phần nào, khác hẳn khi xưa Lamartine trở lại bên hồ Bourget tìm lại hình ảnh người yêu ngày cũ, Julie Charles, và chìm vào hồi ức.

Như trên đã nói, phẩm tính cuối cùng của tình yêu là chung thủy. Nhớ lại tình xưa, nhớ lại người cũ, điều gì đã khiến nhà thơ thấy dĩ vãng ở ngay trước mắt hay dĩ vãng hòa lẫn với hiện tại? Đó chính là nhờ lòng chung thủy và lượng bao dung. Chất nhân đạo và bản chất phóng khoáng là chất nổi trong thơ Luân Hoán dù trong thơ chiến tranh của ông người đọc cũng dễ dàng tìm thấy:

mình ta về nhìn lại gốc phượng xưa
con ve than trên cành nhớ đong đưa
hoa vẫn đỏ trong nắng vàng lộng lẫy
ta chợt thấy hình như em ngồi đấy
mới hôm qua mới một phút trước đây
tay vẫn hồng má vẫn đỏ hây hây
dẫn ta bước qua trăm đường dĩ vãng
em yêu dấu, hỡi con chim trúng đạn
rơi về đâu trong cõi sống mênh mông
ta vẫn còn đây mái tóc bềnh bồng
dù sương gió ươm đôi dòng bụi trắng
đời chìm nổi những ba cay bảy đắng
lòng vẫn xanh như cỏ dại thong dong
trái tim ta vẫn rộng rãi thư phòng
có em ngủ muôn đời trên vần điệu
ta mai mốt dù tài danh mệnh yểu
đã nhờ em tồn tại với thời gian

Chuyện tình Luân Hoán làm say lòng người một phần vì xuất phát từ rung cảm thực nên dù là một câu chuyện tình cổ điển có bố cục quen thuộc "ái tình sớm nở chiều phai rụng" nhưng nhà thơ khéo kể, kể có duyên nên cái bình thường thành cái đặc sắc, cái riêng của ông thành cái chung của chúng ta. Hơn nữa, Luân Hoán có bút pháp độc đáo, nói ra thơ, nói ra nhạc chứ không phải gọt giũa từng chữ, từng câu mới thành thơ, thành nhạc. Tất cả đã tạo thành giá trị cho *Trong Sân Trường Bữa Ấy* và ghi được ấn tượng sâu sắc mãi mãi trong lòng người đọc.

Hoàng Yến Lưu

(Thời Báo, số 1198, thứ bảy 23-07-2005)
Cựu giáo sư trung học, cây bút điểm sách phê bình thường trực của tuần báo Thời Báo Toronto Canada

(Đọc Nhịp Thơ Luân Hoán - 2014)

HẢI ĐÀ VƯƠNG NGỌC LONG
LOANH QUANH "TRONG SÂN TRƯỜNG BỮA ẤY"

"cho dù sông nước mông mênh
chắc chi đủ rộng như lòng đang yêu"
(Luân Hoán)

Tôi vẫn còn nhớ hồi học ở trường Phan Châu Trinh - Đà Nẵng, có một đêm sau khi làm bài tập xong, đạp xe lang thang đến nhà Lê Hân, tán gẫu chuyện trời trăng mây nước cho vui. Nhà Hân ở đường Đông Kinh Nghĩa Thục trong một ngõ vắng, cửa ngõ nhìn thẳng ra đường cái, và một khoảnh lưng bức tường bao quanh sân Vận Động Chi Lăng. Trước mặt nhà Hân, cách đầu một hẻm nhỏ là gác lầu cao, với cánh cửa sổ vẫn hé mở. Bên trong khung cửa thấp thoáng bóng dáng tha thướt của "người em sầu mộng" đêm đêm vẫn ngồi chăm chú học bài. Những tia đèn vàng từ căn phòng trên cao le lói chiếu ra ngoài trời, thật yên tĩnh thanh vắng. Ánh trăng vằng vặc tỏa sáng cả khu hẻm bên dưới. Mùi hương thơm dạ lý tấm sương đêm thoang thoảng đâu đây. Tôi dắt xe đạp dựng trước hiên nhà, Hân ngồi bên bàn học, đang chống tay lên cằm, thẫn thờ đưa mắt nhìn lên trên, nơi ánh đèn và ánh trăng quyện vào nhau... Tôi vào nhà lúc nào Hân chẳng hay, thấy trên bàn học một bài thơ đang viết dở... Tôi hỏi Hân: "Bạn đang làm thơ?". Hân trả lời: "Thơ của anh Châu đó". "Đọc được không?". Hân gật đầu. Tôi đọc qua đôi dòng lục bát, và vẫn còn đeo đẳng trong trí nhớ của tôi cho đến hôm nay...

cho dù sông nước mông mênh
chắc chi đủ rộng như lòng đang yêu
em đi khép nép trong chiều
hai bàn tay đánh dập dìu gió bay...

Hình như thời gian đó, anh Châu đã vào quân ngũ và đi về phép thăm nhà. Anh Lê Ngọc Châu tức là thi sĩ Luân Hoán, tác giả của 18 tác phẩm xuất bản trong và ngoài nước, anh là một nhà thơ đã thành danh, "văn kỳ thanh, bất kiến kỳ hình", tôi nghe danh mà chưa có dịp gặp gỡ và trò chuyện lần nào. Nhưng đám học trò hồn nhiên thơ thới như bọn tôi, đã thưởng thức những vần thơ trữ tình của anh được đăng rải rác trên các tạp chí, sách báo văn học hồi đó. Sau này được biết gia đình anh định cư ở Canada, và cứ mỗi khi anh xuất bản tập thơ nào, đều nhắn Lê Hân gửi tặng tôi.

Chỉ hai câu thơ "*cho dù sông nước mông mênh, chắc chi đủ rộng như lòng đang yêu...*" cũng đã nói lên cái triết lý vô tận của Tình Yêu Muôn Thuở. Dù trời Đông hay trời Tây, dù không sinh cùng thế kỷ, thì tình yêu đó, ngay trong chùm thơ tình thời học trò của Luân Hoán cũng đã triền miên mênh mang... chẳng khác gì nhà thơ Percy Bysshe Shelley (1792-1822) đã định nghĩa:

"The fountains mingle with the river.
And the rivers with the Ocean,
The winds of Heaven mix forever.
With a sweet emotion –
Love's Philosophy"

(Những con suối nhỏ hòa cùng sông rộng.
Bao nhánh sông dài nhập với biển khơi.
Vườn địa đàng gió thổi về lồng lộng.
Với tình yêu dịu ngọt mãi muôn đời... VNL phỏng dịch)

Những bài thơ tình của Luân Hoán ngan ngát mùi hương giấy trắng tinh khôi học trò. Chúng là bản hòa tấu của nhịp đập con tim với tiếng ve kêu rỉ rả những vui buồn; là bức họa muôn màu sắc của lá thắm sân trường, của phượng hồng, của bảng đen phấn trắng, của màu tóc, màu mắt, màu áo...

Có nhiều con đường khác nhau dẫn dắt những tâm hồn đồng điệu trở về với Trường Xưa, Lớp Cũ, với Lưu Bút Ngày Xanh... dù xa cách nghìn trùng, giữa trăm con phố lạ, và đất trời mênh mông biển rộng... Nhưng một con đường gần gũi, thân thiết nhất, đưa những thư sinh trở về một thời sách vở vẫn là con đường của hương Thơ diệu ảo. Con đường đó vẫn thầm thì muôn lời cây cỏ hoang dại đến nao lòng, với những tiếng chim non ríu rít khi ráng chiều chưa tắt, lấp lánh trên những tà áo trắng tha thướt khép mở thiên thần. Con đường mang mang hoài niệm đó, dịu ru lời gió, xao xuyến trời xanh, bềnh bồng mây trôi... thấp thoáng ẩn hiện dưới bầu trời thơ của Luân Hoán, một sứ giả của cõi Thơ Tình Thư Sinh… mà người thơ đã nói hộ giùm… như thi sĩ Pháp Claude de Trellon đã viết:

Allez, mes vers, allez annoncer la nouvelle,
Allez chanter partout la fin de ma langueur,
Celle qui dans ses veux cachoit tant de trigueur,
Se montre maintenant aussi douce que belle –
(Poèmes- Claude de Trellon)

Nàng thơ hỡi! Xin vì ta hãy nói
Hát lên đi, ta hết khổ đau rồi
Có một dạo nàng thờ ơ lạnh nhạt
Bỗng hôm nay dịu ngọt đẹp xinh cười...
(VNL phỏng dịch)

Nàng thơ dịu ngọt của Luân Hoán đã nói hộ cho những chàng thư sinh, sĩ tử những điều thầm kín, ẩn mật, ấp ủ mãi trong lòng, đôi khi chôn kín, dằn vặt, muốn nói mà lại khó nói nên lời, gây ra trạng thái giằng co, bứt rứt, lúc hy vọng, khi tuyệt vọng, lúc reo vui, lúc sầu muộn.... Chúng ta hãy nhìn... Dưới bóng mát của những tàn cây xanh rậm, thoang thoảng đâu đây những mùi chanh tóc mới, thoáng hương bồ kết tóc gội, làm ấm những buổi chiều rơi rớt những giọt nắng vàng tròn xoe đôi mắt của những giai nhân của một thời nhung lụa, như đang nhảy múa trên những ngọn cây, đọt lá, xen lẫn tiếng chim non lảnh lót trong một bụi hồng hay một góc cây nào đó trên sân trường... và khi yêu là mộng mơ tưởng tượng: cái ảo huyền của sự tưởng tượng vô cùng trìu mến, tuy dễ đấy nhưng chao ôi cũng khó vô cùng... muôn dặm cách xa... nhưng chàng thư sinh vẫn muốn đòi hôn lên mái tóc người yêu vốn rụt rè e thẹn...

ta đứng tựa trong hành lang lớp học
trên lầu cao nhìn xuống mộng bâng khuâng
lòng cúi theo từng ngọn tóc phân vân
hôn rất nhẹ trên tóc thề đen nhánh
môi em đỏ sao hình như quá lạnh
răng trắng thơm níu giữ lấy hồn ta
lưỡi rót hương tình rót mật đậm đà
ta nương náu bên em bằng mộng tưởng
bởi quá yêu nên ta giàu tưởng tượng
(Trong Sân Trường Bữa Ấy)

Chàng học trò Luân Hoán khao khát đặt một nụ hôn nồng ấm trên tóc, môi, mắt của người tình mộng mơ cũng bình thường quanh quẩn trong cái Triết Lý Tình Yêu: "Mọi trìu mến đều trở thành vô nghĩa, Nếu môi ta chẳng có nụ hôn nàng ..." (What are all these kissings worth, If thou kiss not me? - Percy Bysshe Shelley). Tóc, môi, răng, lưỡi, ... những hình tượng thực tế quá đỗi chân thật như muốn mời mọc người thơ phiêu du vào vùng trí tưởng tượng ngây thơ khờ dại đầy khát khao nóng bỏng, để từ đó người thơ bứt phá, tung hoành dựng tạo nên tình sử, một huyền thoại chìm đắm giữa đôi bờ thực ảo. Thi sĩ Nguyễn Nhược Pháp trước đây qua bài thơ Một Buổi Chiều Xuân đã diễn tả mối tình thơ của một thư sinh "Đi vui rồi vẩn vơ, Hay đâu thức còn mơ. Lạc vào trong vườn mộng, Mồm vẫn còn ngâm thơ!, Ô! Vườn bao nhiêu hồng! Hương nghi ngút đầu bông..." (NNP), ngôi vườn thơ của NNP có bao nhiêu đóa "hồng" thơm ngát... Nhưng thiên ký sự của Luân Hoán trong Sân Trường Bữa Ấy chỉ có một bông Hồng thôi, hình như cũng rất thơm. Thơm đủ để những vần thơ ướt át khoảnh khắc vụt đến, lung linh rực rỡ.. "tay hổ ngươi ôm tập vở chép ca dao". Có anh thư sinh nào khi yêu trong đêm không thao thức nhung nhớ, mất ngủ, trong ngày không thờ thẫn nhớ nhung, và đôi khi cẩn thận ép cánh hoa pensée vào trang vở học trò để đợi khi nào "mưa giăng giăng ngoài cửa lớp nàng, mà khép nép mang thơ đến, mang đi, lại mang về"... (ý thơ Phượng Hồng - Đỗ Trung Quân). Thì ra khi đến cái tuổi đã biết yêu con đường ngắn nhất, dễ nhất để đi đến với nàng Thơ là con đường Tình... dù trăm lần vui, vạn lần buồn, trong khổ đau và hạnh phúc chan hòa...

Luân Hoán không phải là người muốn đi tìm những hình bóng mới lạ để tạo niềm cảm xúc trong thơ anh, những bóng hình đó đến với

Luân Hoán thật tình cờ và tự nhiên như một thoáng mộng xuân thì, như cơn gió hây hẩy, mà anh nâng niu trìu mến, bồng bế vào khu vườn thi ca của anh. Tình yêu có là một mặt trận? Có thể lắm chứ, dù kẻ địch luôn luôn hiện diện mà vô hình. Chính vì thế, người làm thơ trở thành kẻ dũng sĩ đầy... can đảm, nghị lực:

thu can đảm đi ngang em, khẽ nói:
- " H, cầm về nhà đọc cho vui..."
em ngạc nhiên rồi lưỡng lự mỉm cười
nắm nhè nhẹ sợ lây phong lãng mạn
(Trong Sân Trường Bữa Ấy)

Trong lúc ông anh Lê Ngọc Châu hớn hở xông pha, can trường tiến bước trên trận mạc Tình Ái, thì cậu em Lê Hân với vốn liếng nghệ sĩ đào hoa ăm ắp đầy người thì lại là người "nhát gái" không ngờ? Thật hay không?:

tôi cũng gặp đường mắt xanh chết sững
đã bao lần á khẩu được nghiêng vai
nhìn kỹ lại mới hay người nhát gái
chàng thư sinh... là tôi đó chứ ai?
Lê Hân (tác giả thi phẩm "Tình Thơm Mấy Nhánh")

Em là ai? Em là nhân vật chính duy nhất "Trong Sân Trường Bữa Ấy"? Và bài thơ chỉ dành riêng cho một người hay sao? Có thể và cũng không có thể. Vẫn đúng cho một nhân vật, một cô gái mang tên H. nào đó. Nhưng qua ngôn ngữ bày tỏ nỗi niềm chân thật từ trái tim thơ Luân Hoán, sự đậm đà, nồng mặn gợi cảm tự nhiên, đã kỳ ảo biến hóa những tình cảm đó như chính nỗi niềm của người đọc và yêu thơ anh. Những lời tỏ tình thân thương, duyên dáng đó – của tác giả dành riêng cho H. – nhưng có thể là của bất cứ thư sinh nào của một thời để thương để nhớ. Làm sao cắt nghĩa được tình yêu? Có phải là tia nắng ngọt ngào, có là ngọn gió vi vu, là âm thanh trầm bổng, lâng lâng trong một khu vườn diệu ảo có tiếng suối reo, tiếng chim non ríu rít, có là cỏ xanh hương ngát, là những khúc hát ru người cho đời đầy mơ ước, là những tiếng khúc khích cười rộn rã... và tất cả thu gọn lại thành một âm thanh rất dịu dàng "em yêu dấu": "có em ngủ muôn đời trên vần điệu ...", "là nhờ em (anh) tồn tại với thời gian". Cái bóng dáng giai nhân chập chùng sương lụa, tha thướt kiều diễm, trên sân trường bữa ấy đã là xúc tác cho những lời tỏ tình diễm lệ mà tha thiết ngọt ngào…

Em yêu dấu, hỡi con chim trúng đạn
Rơi về đâu trong cõi sống mênh mông
Ta vẫn còn đây mái tóc bềnh bồng
Dù sương gió ươm đôi giòng bụi trắng
Lời chìm nổi những ba cay bảy đắng
lòng vẫn xanh như cỏ dại thong dong
trái tim ta vẫn rộng rãi thư phòng
có em ngủ muôn đời trên vần điệu
ta mai mốt dù tài danh mệnh yểu
đã nhờ em tồn tại với thời gian
hỡi em yêu thăm thẳm cánh phượng hoàng
có đậu lại trong sân trường bữa ấy...
(Trong Sân Trường Bữa Ấy)

Chân dung người yêu trong thơ tình Luân Hoán, hình như có đầy đủ nét đẹp "khuôn trăng đầy đặn nét ngài nở nang": này nhé: "má se hồng" (chẳng phấn son mà má em hồng), "ngực dồn dập" (cho tim chàng se thắt), vai no đầy (cho lòng dâng khao khát), "từng ngón nhỏ" búp măng (như sẵn sàng mời mọc), "khuôn mặt tinh anh" tiềm ẩn nét thông minh, thấu rõ tim "đen" người nhìn (làm cho chàng chắc phải "rét"), và nhất là "đôi mắt biếc" đang kiếm tìm và lẩn trốn, đó cửa sổ của linh hồn người tình yêu dấu, thêm mái "tóc thề đen nhánh" bao phủ một vùng cảm giác, khó mà đoán nổi vùng tâm tư tiềm ẩn... em đang nghĩ ngợi những gì?

gió bấc thu làm đôi má se hồng
cùng chúng bạn em ngồi quanh gốc phượng
tà áo trắng xòe như đôi cánh lượn
trải dịu dàng trên cỏ mượt màu xanh
nét ngây thơ đầy khuôn mặt tinh anh
đôi mắt biếc kiếm tìm và lẩn trốn
ngực dồn dập giòng máu thuở mười bốn
vai no đầy nguyên liệu tuổi thèm yêu
tay đài trang lãng mạn trải trong chiều
từng ngón nhỏ như sẵn sàng mời mọc
(Trong Sân Trường Bữa Ấy)

Tình yêu êm ái mà mãnh liệt vô cùng... Đôi khi là hiện thực, ray rứt, những lúc mông lung mờ ảo, "trở thành huyền thoại", cũng phải nhờ có một đối tượng "người yêu nào đó" với trái tim nồng thắm để khơi nguồn tình, dẫn mạch thơ tuôn trào... Những huyền thoại tình yêu đã đi sâu vào tâm thức của nhân gian, tiềm ẩn trong nhận thức mỗi người, để từ đó là những tấm gương mẫu mực so sánh qua mỗi cảm nhận của từng người. Victor Hugo có Drouet, Lamartine có Elvire… hay những chuyện tình đẹp đã đi vào văn học nhân gian như Roméo có Juliette. Roméo-Juliette là cặp tình nhân lý tưởng của nhân loại, là biểu tượng tuyệt vời của Tình Yêu, đã phá tan xiềng xích của đố kỵ, chia rẽ, hận thù. Hoặc xa hơn nữa câu chuyện tình của Hạng Võ-Ngu Cơ. Ngu Cơ là người yêu của Hạng Võ, trong lúc Hạng Võ gặp nguy khốn giữa khói lửa chiến trường, nàng cầm thanh kiếm đâm vào cổ tự vẫn để Hạng Võ không còn bịn rịn mà chạy thoát được. Tương truyền máu nàng chảy trên cỏ và cỏ mọc quanh mộ nàng qua bao mùa mưa nắng vẫn luôn giữ màu xanh biếc ngọc. Và "vân vân"… như trong lời thơ của Luân Hoán. Huyền thoại tình yêu… vân vân… đó có thể là Lương Ý Nương với hình ảnh sông Tương của hai người yêu nhau phải xa nhau, thương nhớ nhau, "Đầu sông chàng đứng thẫn thờ, Bẽ bàng mình thiếp đợi chờ cuối sông, Nhớ thương xa cách mịt mùng, Nước sông thắm thiết ta cùng uống chung". Hay có thể là Tư Mã Tương Như say đắm với khúc nhạc Phượng Cầu Hoàng tha thiết giục giã, "Chim phượng về làng cũ, chim phượng bay bốn bể tìm chim hoàng...". Người thơ Luân Hoán cứ như thế dùng thơ vun bón cho cuộc tình thăng hoa như những thiên tình sử vào vùng mộng mơ bướm hoa huyền ảo:

ngày tiếp tháng gội nắng mưa óng ả
tuổi thanh xuân ta rực rỡ đẹp trai
em thì ngoan như chiếc lá thuộc bài
thơm trang sách run run giòng chữ nhỏ
mối tình đẹp như Ngu Cơ, Hạng Võ
như Roméo và Juliette vân vân...
buồn theo vui vun đau đớn cao dần
rồi tan vỡ để trở thành huyền thoại
(Trong Sân Trường Bữa Ấy)

Cuộc tình đó "rồi tan vỡ để trở thành huyền thoại" để lại nhiều tiếc nuối bâng khuâng bàng hoàng, làm sống lại những tình cảm kỳ diệu trong lòng người thơ "Nghìn muôn năm tha thiết gởi về đâu"... khi nhà thơ phải vay mượn những "giọt thơ", những giọt nước mắt khô không lệ. Cuộc chia tay nào mà chẳng đong đầy nước mắt… đúng là "triết lý tình yêu" như trời cao, biển rộng, hạnh phúc cũng vô vàn, mà thương đau cũng vô hạn. Trong biển tình bao la có ai đong đếm được bao nước mắt của tình yêu? Niềm vui chan chứa, nỗi buồn lắng đọng, gặp nhau để rồi chia ly, hợp tan, tan hợp có phải là quy luật tất nhiên phải có của cuộc sống đời thường? Có hạnh phúc trong tình yêu, rồi sau đó là cảnh chia ly của mất mát, khổ đau và tuyệt vọng..." Nắng mọc chưa tin, hoa rụng không ngờ, Tình yêu đến tình yêu đi ai biết, Trong gặp gỡ đã có mầm ly biệt, Những vườn xưa nay đoạn tuyệt dấu hài – Xuân Diệu".

Dù mang giọng tiếc nuối hoài vọng, trái tim thơ Luân Hoán vẫn thổn thức, chờ đợi chuyên chở những gì đậm đà, chân thật, bao dung, không mang bản chất phải cố gắng chiếm hữu, mà chỉ chấp nhận những gì đã xảy đến, dù chua xót ngậm ngùi..., dù "bao thay đổi trong đời ta trôi nổi", dù cuộc tình thân quý đã dang dở, tình yêu đã cất cánh xa bay. Và Luân Hoán vẫn bao dung, tạ ơn một tấm lòng bằng những vần thơ kiều diễm "gửi tặng cho em làm son phấn"...

Hồn xa cách đậu bên ta có thấy
Bức tường xanh cánh cửa kín lung lay
Hai mươi năm trời ôi một thoáng chim bay
Bao thay đổi trong đời ta trôi nổi
Cành phượng vĩ vẫn no lời gió thổi
Nghìn muôn năm tha thiết gởi về đâu
Vay giọt thơ lưu niệm mối tình đầu
Và gởi tặng cho em làm son phấn...
(Trong Sân Trường Bữa Ấy - Đưa Nhau Về Đến Đâu)

Cái đặc sắc trong phong thái thơ tình của Luân Hoán là ngôn ngữ tự nhiên bộc lộ một niềm tin yêu tuyệt vời, đôi khi kín đáo thâm trầm, những lúc như bộc lộ trần tình. Nhưng không mang phong điệu ai oán, than van não nuột, thương mây khóc gió. Luân Hoán đã bày biện và "chơi chữ" tài hoa và điêu luyện... tặng em những vần thơ để em làm "son phấn" thì còn gì tuyệt vời hơn, vì phụ nữ muôn đời vẫn thích làm đẹp và duyên dáng, dùng thơ của thi nhân để tô điểm cho má hồng, môi thắm thì còn gì trữ tình, lãng mạn hơn nữa! Trong Sân Trường Bữa Ấy là bức thư tình diễm tuyệt mà Luân Hoán đã ưu ái tặng riêng cho người con gái tên là Hồng, mang một chút gì bí ẩn, nghi vấn ở đây: trường Phan Châu Trinh thời Luân Hoán, có bao nhiêu nữ sinh tên Hồng, không chắc hẳn phải học cùng lớp với anh...?

Khi đặt bút tản mạn về thơ tình thời đi học của Luân Hoán, tôi dự định chỉ Loanh Quanh Trong Sân Trường Bữa Ấy; nhưng bây giờ, hứng khởi vì thơ, tôi đành lan man rủ bạn qua một số bài khác của Luân Hoán. Và điểm đầu tiên tôi thấy, như một ám ảnh, vẫn là cái cái bóng "Hồng", dù không muốn bận tâm trong việc tìm hiểu sự chính xác lai lịch của một nhân vật. Chữ nghĩa của Luân Hoán đã làm hộ công việc của chiếc máy thu hình, qua nhiều góc độ, lăng kính khác nhau về chân dung của người đẹp anh si mê:

... thôi em cứ ngồi ở đây
chỗ của em, mười năm trời tôi dành sẵn
không có rượu, nhưng rồi em sẽ say
em sẽ say, để đừng bao giờ phải khóc...

tôi nguyện làm giường cho em ngả lưng
tôi nguyện làm đêm cho em nằm mơ mộng
...

sẽ trở thành vô duyên
nếu nhắc hoài kỷ niệm
...

sẽ không nói những vui buồn
khi em lấy chồng
(một người em không yêu)
khi em sinh con
khi chồng em bị mưu sát...
(trích Cùng Lời Tỏ Tình Này trong tập Rượu Hồng Đã Rót)

Đó cũng chỉ là tiếng lòng vang vọng tha thiết, bộc lộ tâm trạng con người trân quý tình yêu chân thật. Những điều huyễn tưởng mong muốn, không hiện thực, chẳng qua chỉ để minh chứng cho cái tội "yêu em, yêu em và yêu em" thế thôi!

em gắng kể đời hồng nhan trôi nổi
trong đớn đau nào tôi đã vờ quên
tôi cũng gắng ba hoa cười bình thản
cho buổi chiều này trẻ lại mười năm
.....
em hãy nhớ đừng bao giờ kể lại
với con em những đau đớn của mình
và cha nó không bị ai mưu sát
ngoài một người đã thành thật yêu em
đã cầu nguyện cho đời em cô độc
đã điên cuồng ao ước thế cho nên...
(trích bài Thơ Cho Buổi Chiều 03-3-1970 trong Rượu Hồng Đã Rót)

Bông Hồng Trong Sân Trường Bữa Ấy hay đúng ra trong Luân Hoán, dù được ưu ái thế nào đi nữa, nhân dạng, có lẽ cũng không khỏi một mẫu số chung mà chính thơ Luân Hoán đã vẽ ra:

mười sáu tuổi em tập làm thiếu nữ
vai tóc thề áo lụa trắng bay bay
quai nón đỏ ngậm hờ vành môi ướt
vuông khăn thêu kín đáo xếp trong tay

em đến lớp nắng theo đùa trên áo
cặp che ngang ngực thơm ngát ngọc lan
tay giở vở tưởng chừng như đệm nhạc
hồn thanh xuân em lót xuống từng trang

tôi đứng lặng vài giây trên bục giảng
giáo án thuộc lòng bỗng chốc lãng quên
nét phấn lạc giòng, chữ run mặt bảng
trở lại bàn hồn nghe đã lênh đênh

thôi tôi hiểu ra rồi, em bé bỏng
chẳng có gì mới lạ phải không em
trái tim đựng bao nhiêu điều bí mật
cũng chỉ là tôi đã chớm yêu em
(Điều Bí Ẩn Bình Thường)

hoặc:

Đôi nơ hồng nho nhỏ
buộc bím tóc xinh xinh
tan trường em qua ngõ
tôi tưởng chừng đứng tim

em đi bằng gió chắc?
gót em có bọc mây?

hương gì gieo trong đất
thơm ngát không gian này

da em không phải trắng
mắt em nào phải xanh

chẳng màu nào xứng cả
nhan sắc đời mong manh

tôi là tên thi sĩ
đã làm rất nhiều thơ
chẳng bài nào dám sánh
cùng ảo ảnh hư vô

em đi, đi qua ngõ
em về, về nơi đâu?
tôi hoài hoài cầu nguyện
xin Chúa cho kiếp sau...
(Ca Ngợi)

Bóng hồng, bóng vàng, bóng xanh... sẽ như thế nào, khi vào một buổi sáng mai nào đó, khi bạn bâng quơ nhìn qua cửa lớp, những giọt nắng vàng hoe đang nhảy múa trên sân trường, như chào đón những cành hoa phượng đang lơi lả trong cơn gió nồm nam, và đâu đó râm ran tiếng ve kêu sao mà thắt ruột não nùng... Lòng sẽ chùng xuống, một cảm giác đang thấm lặng trong da thịt, phải chăng một nỗi buồn vời vợi không tên đang xâm chiếm tâm hồn bạn... Tại vì sao? Mùa hè đã đến, mùa của chia biệt, của từ giã sân trường lớp học, thầy cô bạn bè, mỗi người một phương... Mùa hè tất bật, rộn rã của những vui buồn lẫn lộn, những lo âu, đắn đo, bồn chồn giữa mùa thi cử và ly biệt... Một bóng dáng dịu hiền tha thướt nào đó mà bạn không còn thấy trên sân trường dưới hàng me một hôm nào đó. Có thể hẹn nhau vào đầu thu tựu trường, nhưng có thể là nghìn trùng xa cách... biền biệt chân trời góc bể mỗi người một phương... Chính cái viễn ảnh "lo lắng" của những ngày xa cách đó... mà bạn chắc hẳn đã một lần chia sẻ với nhau những dòng chữ thân thương, những kỷ niệm trìu mến trên những trang giấy trắng tinh khôi học trò, thường được gọi là Lưu Bút Ngày Xanh. Nơi đó ẩn chứa những ô chữ vừa mở vừa đóng biết bao nhiêu tâm sự. Cũng như chúng ta, cậu học trò Lê Ngọc Châu đã làm công việc này:

tôi đã viết những gì trong lưu bút
một đôi dòng tạm biệt vu vơ?
chiếc ảnh nhỏ tôi dán vào bên góc
ghi khiêm nhường ba chữ đơn sơ
khi chụp ảnh nào đâu tôi có khóc
sao mắt buồn chan chứa, bao la
suốt niên khóa cùng chung trường chung lớp

chung thầy cô chung chúng bạn thân quen
sao hình như vẫn vô cùng xa cách
trai gái đôi đường cách trở chia ngăn
....

em có nhớ mấy lần đi du ngoạn
em vui đùa nhí nhảnh như con chim
không hiểu sao bỗng nhiên tôi buồn bã
tiếng em cười nghe đau nhói trong tim
sau ba tháng biết em còn đến lớp?
mùa hè này ai đi hỏi em không?
tập lưu bút của em tôi mở đó
viết làm sao cho hết những chuyện lòng?
(Lưu Bút, Đưa Nhau Về Đến Đâu)

Bên cạnh cái kỷ niệm vàng ngọc như thế, người ta thường nói "nhất quỷ, nhì ma, thứ ba... học trò". Trong đời học sinh thì ai chẳng có những cái láu lỉnh nghịch ngợm, phá phách thầy cô, chọc ghẹo bạn bè, nhưng những cái tinh nghịch đó vô tội và nhiều khi pha trộn rất nhiều thi vị lãng mạn, chẳng hạn như bài thơ "Đi Tìm Nguyễn Thị Liên Phượng". Cái trò đùa nghịch của một nhà thơ khác của đất Quảng vô tình trở thành một giai thoại văn chương trong đời thơ Luân Hoán. Liên Phượng là ai? Liên Phượng là tên của một cô gái làm bài thơ Vàng Lạnh để tặng Luân... đăng hẳn hoi trên một tạp chí văn học tại Sài Gòn thời bấy giờ, tạp chí Mai. Có người đẹp đề tặng thơ thì đâu còn gì hãnh diện hơn, chắc trái tim của chàng trai Luân phải xuyến xao, đập thình thịch... để đến nỗi người thơ đất sông Hàn phải đạp xe bao nhiêu cây số đường xa để vào Vĩnh Điện, tìm cô em... tên Liên Phượng:

đạp xe vào Vĩnh Điện
đúng vào giờ ra chơi
đứng trước Nguyễn Duy Hiệu
tôi thả lòng đánh hơi
tóc thề rợp ánh nắng
áo trắng đắp sân trường
cây phượng đang độ lớn
say hút những mùi hương
tôi thấy cái trống lớn
treo ở cuối hành lang
tôi thấy một cô giáo
gom bầy sáo sắp hàng

đứng ngoài cổng trường đóng
vói hỏi cái sân trường:
ai, Nguyễn Thị Liên Phượng?
làm thơ thật dễ thương
(Đi Tìm Nguyễn Thị Liên Phượng)

Nhưng cô em đó không phải là Liên Phượng, như chàng thư sinh Luân Hoán vẫn hằng nôn nao mong gặp, và tiếp tục lang thang:

đi đâu, tìm những đâu?
bài Vàng Lạnh vì đâu
đề tặng Luân... (chấm chấm)
phải chăng từng biết nhau?

Để cuối cùng, người thơ Luân Hoán khám phá ra rằng tác giả bài thơ đề tặng Luân cũng chỉ là một gã đàn ông – bạch diện thư sinh – như nhà thơ:

chàng trai trắng nước da
tiếp khách rất thật thà
nhận chuyển lời gởi lại
tôi nghe lòng trổ hoa
(Đi Tìm Nguyễn Thị Liên Phượng)

Chàng trai lấy bút hiệu "Nguyễn Thị Liên Phượng" chính là thi sĩ Nguyễn Nho Sa Mạc, bạn thân của Luân Hoán.

Trong đời thư sinh, cậu học trò nào mà không có những cuộc tình tưởng tượng hư ảo, và dĩ nhiên không thiếu những chuyện tình được thi vị hóa một cách lộng lẫy. Với nguồn thơ dạt dào lai láng, Luân Hoán dễ dàng thổ lộ tâm tư, qua những xúc cảm bộc phát dựa trên sự mường tượng vô biên của mình. Anh dẫn dắt người đọc phiêu du vào từng cuộc tình thơ lãng mạn của anh. Lời thơ tình tha thiết ngọt ngào êm ái của Luân Hoán cứ tiếp tục đơm lá trổ bông. Những bông hoa biết nói của đời thường nhờ vậy cứ rực rỡ mãi lên. Bù lại những nhan sắc này, giúp cái thế giới hư cấu, ảo tượng lênh đênh thơ mộng và trữ tình trong thơ Luân Hoán thêm sinh động, nhiều sắc thái:

chẳng nhớ nhờ đâu quen các em
một đôi bạn nhí nặng chân tình
má môi chưa thoảng mùi son phấn
mưa nắng vừa ươm những nhánh tình

vào mỗi cuối tuần thường kéo nhau
lang thang đội nắng gió lên đầu
ô mai, me, cóc... ta tập nhấm
nuốt cả nụ cười, chớp mắt nâu
....
đã vụt bay rồi hai cánh chim
ta yêu tha thiết cả hai em
chẳng qua vụng tính hơn thân phụ
đành gối thơ nằm trắng mấy đêm
(Chuyện Tình Không Có Thật)

"đành gối thơ nằm trắng mấy đêm", mấy ngày mất ăn, mấy đêm không ngủ, thì người thơ đã ngụp lặn trong biển tình tương tư rồi "bóng người yêu dấu trong tâm, mưa chiều mây sớm âm thầm chẳng hay, tương tư nở đóa mai gầy, nhìn qua song cửa, bóng ai... ngỡ mình" (trích Trường Tương Tư – Lý Bạch, Hải Đà phỏng dịch). Người thơ đã đưa tâm tình của mình dàn trải vào khu vườn địa đàng của trí tưởng vô cùng phong phú, ngụp lặn giữa cuộc tình éo le với hai người đẹp cùng một lúc: P. và H. (H. đây có phải tên là Hồng "Trong Sân Trường Bữa Ấy"?) ... pha trộn những bối rối thẹn thùng e ấp, lẫn lộn những quyết liệt nóng bỏng. Sự tưởng tượng, trong vô tư và toan tính lẫn lộn, đã dẫn dắt người thơ đến chỗ phải lâm vào "mê hồn trận" u muội, và chẳng hiểu gì cả.

đêm trước cùng P đi ciné
đêm sau lại rủ H, ciné
một phim xem tiếp liền hai bận
nhưng chẳng hiểu gì, đã u mê

rồi một buổi chiều nắng rất xanh
buồn chân ta ghé H xem tranh
đâu ngờ một lát sau P lại
bắt gặp môi liền với bức tranh
ta đạp xe theo... chẳng kịp P
quay lại, H xua, bảo đi về
đã đi theo họ thì thôi vậy...
chóng mặt ta vào giữa giấc mê
(Chuyện Tình Không Có Thật)

Những dòng thơ tình như những con suối ngọt mùa xuân cứ mãi tuôn trào, triền miên chảy mãi qua tâm hồn thi nhân. Bài thơ lục bát "Hẹn Em Bên Đường" của Luân Hoán bộc lộ cái khát khao giao cảm, giọng thơ liên tưởng giữa mơ và thực, mang sắc thái tươi mát, cảm giác hiền từ, trìu mến. Một nỗi buồn nhung nhớ "*tôi ngồi vẽ cái chữ P, lên chân trụ điện, chỉnh tề chờ em*", thật dìu dịu, bâng khuâng hoài không dứt:

nắng xô bóng ngã xuống đường
chiều rồi, chuẩn bị người tôi thương về
tôi ngồi vẽ cái chữ P
lên chân trụ điện, chỉnh tề chờ em
chờ em không để gọi tên
chỉ để liếc mắt một bên hông và...
cái lưng
khi em vượt qua
nếu trời có gió thật là thần tiên
hai tà áo trắng bay nghiêng
khoảnh lưng da sáp ong hiền, hiện ra
lằn dây lưng ẩn nhạt nhòa
thế thôi
em đã vuột xa mất rồi
đứng lên, tôi trở lại tôi
thảnh thơi về ngược hướng nơi em về
giữ nguyên được vẻ chỉnh tề
(Hẹn Em Bên Đường - Trôi Sông)

Luân Hoán đã so sánh cái cay đắng của cuộc tình như cái "dằm" xốn tay, một cái dằm lì lợm, cứ như một que diêm châm mồi cho ngọn lửa tình thơ cứ rực sáng cháy mãi. Cái lối so sánh xuất thần không bị ảnh hưởng bởi lý trí làm cho người đọc cảm được, nhận được, hiểu được những gì thầm lặng sâu kín nhất, lung linh diệu ảo, ẩn dật trong tâm hồn, tiềm thức của người thơ:

thơ đã cháy và ngọn tơ cũng đứt
không một lời thử với lại cầu may
em tự ái và tôi tin rất dại:
để yêu người phải biết chút đắng cay!
chút cay đắng quả nhiên là quá nhỏ
như cái dằm thỉnh thoảng xốn vài giây
cái dằm nhỏ nhưng vô cùng lì lợm
vừa xốn nên để rớt những dòng này
(trích Trôi Sông)

Luân Hoán đã không đem những cái thất bại, chua chát trong cuộc đời thư sinh của anh vào cõi thơ để mỉa mai, bi quan, oán hận... dù trên bước đường "công danh, sự nghiệp" lều chõng xách gói lên đường đi thi. Hồi thời gian của Luân Hoán tại trường Phan Châu Trinh, dân học sinh Đà Nẵng mỗi lần đi thi tú tài đều phải băng đèo Hải Vân, vượt biển Lăng Cô ra Huế dự thi Tú Tài... "học trò trong Quảng ra thi, thấy cô gái Huế chân đi không đành". Chàng thư sinh Luân Hoán cũng đủ bản lĩnh để noi gương các bậc đàn anh đi trước. Điều không may cho anh là hỏng thi Tú Tài 1 tại Huế. Không như Tú Xương ngày xưa với giọng thơ trào lộng, chua cay, châm biếm, giễu mình, giễu đời: "bụng buồn còn muốn nói năng chi, đệ nhất buồn là cái hỏng thi!, một việc văn chương thôi cũng nhảm, trăm năm thân thế có ra gì..." (Tú Xương), hay một Mạnh Giao thời Đường - Trung Quốc thuộc trường phái khổ ngâm với những bài thơ thi hỏng, nói lên cái nỗi khổ của kẻ hàn nho lận đận: Lạc đệ thi (thơ thi hỏng), Tái hạ đệ thi (thơ lại thi hỏng), Hạ đệ đông nam hành (Thi hỏng đi về phía đông nam) – trích giai thoại thơ Đường – Hoài Anh:

Nhất tịch cửu khởi ta
Mộng đoản bất đáo gia
Lưỡng độ Trường an mạch
Không tương lệ kiến hoa

(Chín lần than thở một đêm qua
Mộng ngắn sao không đến được nhà
Hai độ Trường An muôn dặm bước
Rưng rưng mắt lệ khóc nhìn hoa)

Luân Hoán thi hỏng, vì vừa ham vui vừa bị cái hồ hởi, háo hức mới lớn của mình:

gói cả bộ cờ mang ra Huế
đi thi mà như thể đi chơi
sáu giờ chiều nhảy lên tàu hỏa
sĩ tử đầy toa chật tiếng cười

tàu đi lịch xịch trong đêm tối
rúc hầm số 1 vượt Lăng Cô
biển xanh núi biếc đều đen cả
héo hắt đèn soi bóng nhấp nhô

khuya lắc khuya lơ ra đến Huế
theo về nhà ngoại của châu văn...
lạ nơi khép nép nằm nghe muỗi
năn nỉ như đòi chung gối chăn

tảng sáng hôm sau nghe bạn rủ
thuê phòng ngủ trọ mé sông Hương
suốt đêm trằn trọc đò ai gọi
sáng trễ giờ thi dựa cổng trường
(Ra Huế Thi Tú Tài, Cảm Ơn Đất Đá Trổ Thơ...)

Cõi thơ tình thư sinh của Luân Hoán là thế đó. Là những xao xuyến nhớ lại những ngày thơ mộng trên đồi trăng với những đêm chờ sáng giữa những bầy sao mọc lung linh lấp lánh. Nhớ những giọt nắng rơi đầy trên những cành cây trong buổi sáng sân trường. Nhớ những hờn dỗi, những nôn nao hẹn hò đợi chờ, những hân hoan nồng thắm. Đó những bông hoa hạnh phúc tươi thắm, ngan ngát hương thơm được nhà thơ nâng niu cất giấu trong những bức Tình Thư diễm tuyệt... Cõi thơ tình lúc nào cũng được Luân Hoán giữ xanh tươi mát rười rượi, rất hồn nhiên thơ thới, "trái tim đựng bao nhiêu điều bí mật, cũng chỉ là tôi đã chớm yêu em", đủ để dẫn dắt chúng ta vào một thiên đường ký ức của cái lứa tuổi đôi mươi, để tìm lại cái rung động ban đầu của tình yêu đôi lứa, chất ngất hạnh phúc, đầm ấm và ngọt ngào. Những cái bâng khuâng trìu mến, hòa với rung động mãnh liệt của con tim, quyện vào cái thiết tha nhung nhớ... để ủ thành men thơ ngầy ngật, say đắm... thân thuộc ngọt ngào, quyến luyến, truyền cảm đến nao lòng, có sức quyến rũ nhẹ nhàng, thanh thoát, chan chứa ngập tràn thi vị và thi ảnh say đắm tình yêu, rào rạt nhựa sống, nồng nàn quấn quít, rạo rực xôn xao, ngạc nhiên xao xuyến, rung động chung tình... rồi có thể là những đau đớn đắng cay, chia ly, cách biệt... Nhưng tất cả đều mang những xúc cảm bất ngờ, thân quen mà chắc hẳn ai trong chúng ta cũng đã trải qua thời niên thiếu, để mà thương cuồng nhiệt, mà nhớ da diết... Đó là hồi chuông tình yêu trong tiềm thức xa xăm vang vọng gọi về, là hoài niệm về những nỗi chia xa, trống vắng, là những tiếng sóng tình dội mãi vào đời khôn nguôi...

Với tấm lòng êm ái trước vẻ đẹp của nghệ thuật, nhân sinh, thơ Luân Hoán ăm ắp những hình ảnh sinh động thân thương, đậm đà tự nhiên, quyến rũ nồng nàn như muốn truyền hơi thở và sức sống vào tâm tưởng người đọc, có năng lực quyến rũ đặc biệt để lại một ấn tượng khó quên... Ấn tượng đó đã cắt nghĩa cho hai chữ tình yêu muôn đời phải là sự hòa điệu của hai tâm hồn, đơn giản thế mà thật mênh mông bát ngát như trời bể:

cho dù sông nước mông mênh
chắc chi đủ rộng như lòng đang yêu...

Cám ơn Luân Hoán và cũng cám ơn những hình bóng giai nhân, chập chờn ẩn hiện trên những dòng thơ của Luân Hoán. Cám ơn anh đã nói hộ tất cả cho những ai có những gì chất chứa tiềm ẩn trong con tim thầm kín mà không thể thốt nên lời:

yêu em yêu trang giấy
yêu em yêu cổng trường
bàn tay vẫn cầm bút
lòng vẫn đầy nhớ thương

em về một chỗ lạ
ta về mấy nẻo sông
mỗi lần ngồi nắn nót
lòng chập chùng bâng khuâng

mực xanh rồi mực tím
mực nào rồi cũng phai
chỉ mực trong lồng ngực
còn thắm thiết đỏ hoài

em ơi em có biết
đời sống ta quá dài...

Mực nào cũng phai cả... chỉ có mực trong lồng ngực của Luân Hoán, chỉ giòng máu trong trái tim thơ của Luân Hoán mới chẳng bao giờ phai nhạt. Đó chính là thông điệp tình yêu, rất nhân bản, thủy chung, mà Luân Hoán muốn gửi cho những người đã yêu, đang yêu, và sẽ yêu... Luân Hoán là nghệ sĩ vốn cũng có nhiều hoài bão và khao khát trong cuộc sống đời thường, cũng có những niềm khổ đau hiện thực, nhưng anh không dàn trải nó thành những cơn phẫn nộ, bi thảm trong những dòng thơ của anh, khiến thơ của Luân Hoán lúc nào cũng êm dịu, bình yên, rực rỡ "tươi nét mặt thư sinh lồ lộ" (theo chữ của Cao Bá Quát)... Anh đã xua đuổi những đám mây u ám, những cơn mưa buồn thảm, mà chỉ thổi vào hồn thơ con chữ của anh những cơn gió thanh xuân dịu mát, những buổi bình minh óng ánh nắng vàng, của tuổi học trò thư sinh hồn nhiên phơi phới một thuở nào...

Một chút về kỹ thuật thơ, Luân Hoán đã sáng tác để phát triển những vẻ đẹp duyên dáng trong ngôn ngữ, đã sử dụng sự so sánh đối chiếu, những hình tượng không phức tạp để gây tác động thú vị, âm hưởng dao động bất ngờ trong lòng người đọc: *"em đi bằng gió chắc?, gót em có bọc mây?"*, mây và gió là những hình tượng cảm giác được, nhưng không bắt giữ được, làm cho thơ sống động, tràn đầy sinh lực, đằm thắm thiết tha, giàu thanh điệu, tạo ra một dấu ấn đặc thù trong cõi thơ riêng của Luân Hoán. Nhà thơ đã thể hiện một năng lực sáng tạo phong phú, sự suy ngẫm tinh tế và đã tài tình chuyển hóa những ký hiệu của ngôn ngữ thành những cảm xúc sâu sắc, những hình ảnh hài hòa tương xứng.

Thơ là lẽ sống của Luân Hoán. Nhờ chúng, anh cảm thông và chia sẻ với những người đồng cảm. Do vậy, những câu chuyện tình của anh cứ mộc mạc tuôn trào ra, một cách sinh động, sôi nổi và phong phú. Bóng dáng giai nhân trong cõi thơ tình của anh đã mang đầy đủ những đức tính buồn vui lẫn lộn, giận hờn, e ấp, nũng nịu... Nhưng với ngòi bút không vòng vo, kiểu cách, anh diễn tả rất thật, rất tình... Thử nhìn khi người yêu nhõng nhẽo:

mang vào lớp bài thơ anh mới tặng
khoe bạn bè cho chúng lác mắt chơi
í mà chết, anh viết gì trong đó?
chuyện chúng mình? em hổng chịu đâu
anh phải viết chuyện con mèo, con chó
chuyện con chim, con cá gì thôi
hay cùng lắm chuyện trời mưa, trời nắng
chuyện chúng mình, kỳ lắm, thôi thôi...
(Nhõng Nhẽo - Đưa Nhau Về Đến Đâu)

Và khi người yêu giận hờn vì nhờ làm hộ một bài thơ để kịp nộp bài bích báo, mà thi sĩ nghĩ hoài, nghĩ mãi, vẫn chưa ra...

hay là anh cũng bí
tìm vần, vần không ra
tìm ý, ý trốn mất
khổ chưa, ồ chu choa!

chắc là em phải giúp
cho anh biết khổ đau
có thất tình mới sợ
và thơ dễ ra mau?

vậy bắt đầu anh hỉ
từ đây thôi đó nghe
em không yêu anh nữa
ai biểu cứ lè phè
(Giận, Đưa Nhau Về Đến Đâu)

Ngôn ngữ thơ của Luân Hoán bình dị và chân thật, không trau chuốt hoa lệ, màu mè, sáo ngữ: "anh ngu như thể con bò", một câu nói quen thuộc được ghép vào thơ. Luân Hoán đã quên đi tất cả tự ái của chàng trai mới lớn, nói thật tình, thẳng thắn chẳng lấp liếm, che đậy... mà lại thấy nên thơ, ngây thơ và thơ dại vô cùng, ẩn chứa một chút gì phóng túng ngang tang, lẫn chút đùa giỡn nghịch ngợm của tuổi học trò vô tư lự... Sự đối chiếu nhằm diễn tả một hình ảnh thực tế để liên tưởng, đó là ngôn ngữ mộc mạc thường tình mà nhân gian thường nói để biểu lộ hành động, nhân cách trong cuộc sống hàng ngày "ngu như bò, khôn như tinh, chậm như rùa, nhanh như thỏ...". Lối diễn đạt không che đậy "Anh ngu như thể con bò"... lại là lời trần tình thú tội, rất hồn nhiên vô tư... khi ngụp lặn trong vũng mê của tình trường:

anh ngu như thể con bò
lên yên xe đạp lò dò theo em
phố dài gót đỏ lênh đênh
thương con bóng vỡ hoài trên mặt đường
anh đầy tay vốc mù sương
rót quanh áo biếc nhận buồn thay em
cho dù sông nước mông mênh
chắc chi đủ rộng như lòng đang yêu
em đi khép nép trong chiều
hai bàn tay đánh dập dìu gió bay
sợi bụi sau áo thành mây
cuốn anh trôi nổi hết ngày thanh xuân
em đi luôn nhé đừng ngừng
kẻo anh thành trụ điện lưng phơi trời
thong dong em nhé, đi chơi...
(Chiều phố yêu em, Về Trời)

Nhìn chung, Thơ đã đến với Luân Hoán bằng trực giác, cái mẫn cảm của con tim anh, chứ không sơn phết lòe loẹt bằng lý luận, phân tích, lý giải (chẳng có gì giải thích được trái tim thơ) nên thơ tình của Luân Hoán qua lối dùng chữ bằng cảm nhận, xúc động một cách rất tự nhiên, đã tạo nên một hấp lực nồng nàn khôn nguôi trong lòng người đọc.

Đâu phải Luân Hoán chỉ có trái tim lãng mạn ướt át, một tâm hồn bay bổng để làm thơ và làm thơ... Luân Hoán còn có một tâm hồn dung dị, chân thật, chất phác, một tấm lòng vị tha trắc ẩn. Đó là những nguyên liệu làm cho thơ anh êm ái, ngọt ngào, thanh thoát, cởi mở, dễ hiểu, làm xao xuyến rung động lòng những người đọc thơ anh và yêu thơ anh. Tình yêu là vô giá, kỳ diệu trong cõi thơ Luân Hoán. Trái tim thơ của anh nồng ấm vô cùng, lúc nào cũng le lói chập chùng những ánh lửa yêu thương, mà những dòng thơ của anh lại chính là nhiên liệu để thắp sáng ánh lửa đó, cứ lung linh sáng mãi. Thơ là cái nghiệp của đời anh, một đời thơ mang kiếp tầm rút ruột nhả tơ... Vóc dáng thơ Luân Hoán có một lối sáng tạo riêng, không lẩn quẩn trong vòng cương tỏa nhàm chán, nhưng chan chứa những nét du dương nhã nhạc, tràn đầy tình ý lãng mạn, làm xao xuyến người đọc thì chắc hẳn là nhờ tâm hồn bình đạm, ôn nhu, độ lượng và mẫn cảm, cũng như khối óc tinh tế của người thơ.

Hải Đà - Vương Ngọc Long
(Luân Hoán, Một Đời Thơ - 2005)

VŨ ĐÌNH TRƯỜNG
ĐI RONG TRONG CÕI THƠ TÌNH

Vào cái thuở mà nhà thơ Luân Hoán thắp 'Nén hương cho bàn chân trái' để khóc cho một phần thân thể của anh bỏ lại trên chiến trường miền Trung, thì tôi vẫn còn ngày ngày cắp sách đến trường. Thời đó, hai chữ Luân Hoán đối với tôi chừng như quá xa nhưng lại rất gần. Xa vì anh có số tuổi đời lớn hơn, cộng thêm những thành công trong sinh hoạt văn học nghệ thuật. Gần vì những gì anh suy nghĩ, viết ra rất trẻ trung, thích hợp với chúng tôi. Trong mắt tôi và của những tên học trò yêu thơ khác, anh như là một mẫu mực, một điểm chuẩn để chúng tôi hướng tới. Bọn học trò chúng tôi đang ở tuổi biết yêu, cũng muốn vẽ vời ra những câu thơ ca ngợi tình yêu và người mình yêu như anh. Nhưng viết lui, viết tới, vẫn không thấy thú bằng những câu:

"Mỗi lần sắp sửa yêu ai
Tự nhiên mặt mũi tóc tai lạ lùng
tưởng như có triệu vi trùng
ngo ngoe đòi được nhớ nhung với mình"
(Triệu chứng - ĐNVĐĐ)

Những tên học trò mới lớn, học đòi yêu đương và tập tành làm thơ như bọn tôi cũng biết thế nào là nỗi ngầy ngật, ngây ngất của men yêu nhưng kỳ lạ, những câu dễ dàng như thế này lại không chịu viết ra:

"Lạ quá, khi không mà tương tư
đêm nay lại thức nữa, hình như
có ai đổ rượu vào ngôn ngữ
tôi nói ra toàn thơ rất thơ..."
(Thắc mắc)

Ở tuổi thanh niên, có lẽ ai cũng giống nhau. Anh cũng như chúng tôi, trong một ngày đẹp trời nào đó, bị ông thần ái tình, đột kích một cách bất ngờ, và như thế là *"ta yêu em thật tình cờ, như tia điện chớp có ngờ được đâu"*. Ông thần tình yêu ấy tràn đến mãnh liệt đến nỗi những kẻ đang yêu phải lúng túng trong hạnh phúc: *"Chưa hôn nhau lòng đã vội say mèm, Ta nghiêng ngả giữa bốn bề mộng mị"* (Trong sân trường bữa ấy). Đúng vậy, men tình yêu làm trái tim thanh niên đập dập dồn, thôi thúc có khi làm người yêu bé bỏng phải sợ hãi vì choáng ngợp, anh chàng không khỏi ái ngại, lo lắng: *"Em có sợ ta trở thành ác quỷ, Điên vì yêu, cuồng loạn cũng vì yêu"*. Tình yêu luôn luôn sinh nở những mâu thuẫn thật dễ thương trong lòng người đang yêu. Mới bắt đầu yêu, nhưng chưa được yêu thì cứ ngày đêm thấp thỏm, lúc nào cũng trông chờ, mong ngóng một dấu hiệu từ người mình yêu, như kẻ đang trôi lênh đênh trên biển mong thấy bóng con tàu. Nhưng khi nhận được tín hiệu nho nhỏ, như một mẩu giấy vụn kẹp giữa lòng quyển sách thì kẻ đang yêu vội vàng: *"Trốn vào cầu hối hả giở ra xem, mảnh giấy nhỏ nét mực nghiêng nghiêng tím, anh đừng giận, H mến anh nhiều lắm, chỉ thế thôi nhưng quá đỗi hẹn hò."* Thế là sau bao tháng ngày chờ đợi, bóng con tàu đã ló dạng, ánh sáng lóe lên từ cuối đường hầm đen sâu hun hút và kẻ được yêu mừng vui đến độ không còn gì có thể che giấu được: *"Lòng mở cờ ta muốn hét thật to, Ta vĩ đại bởi có người yêu mến..."*

Tình yêu đâu phải dễ đến và có phải bất cứ ai hễ cứ yêu là sẽ được yêu đâu! Nhân vật nam trong thơ tình Luân Hoán (hay chính nhà thơ?) khi đã yêu và được yêu lúc nào cũng thấy thấp thoáng quanh mình bóng hình người yêu. Hơn thế nữa, bất cứ cái gì hiện hữu trong cuộc sống cũng đều đáng yêu, cũng đều ngát hương của người mình yêu:

"hương đời hương dủ dẻ
hương tóc xanh mười ba
hương mực hương sách vở
sực nức hồn thiết tha"
(Hương hoa 13)

Người tình trở thành quê hương, một thứ quê hương trừu tượng, nên hương đồng cỏ nội cũng là hương của người tình: *"mong manh gió vải hương đồng, hít vào, kinh ngạc, quá nồng hương em"* (Một ngày ở quê Huỳnh Phú).

Luân Hoán khởi viết từ những năm còn ngồi trên ghế trường trung học, nên thơ anh viết cho tuổi học trò khá nhiều. Chúng ta, hãy cùng Luân Hoán trở lại cái thời gian trong sáng nhưng vô cùng thơ mộng ấy. Đầu tiên hình ảnh bích báo một thời được gợi nhớ:

"Mang vào lớp bài thơ anh mới tặng
Khoe bạn bè cho chúng lác mắt chơi
Í mà chết, anh viết gì trong đó
chuyện chúng mình, em hổng chịu đâu..."
(Nhõng nhẽo)

Khi đọc đoạn này có lẽ một vài người khó tính sẽ nói 'tại sao tác giả không giữ vần cuối câu thứ tư với vần cuối của câu thứ hai?'. Nhưng nếu phải giữ vận thì làm sao nhà thơ có thể diễn tả một cách xuất thần và tự nhiên cái nũng nịu dễ thương của một cô bé đang yêu, và biết chắc mình được yêu.

Nói đến tuổi học trò không thể không nói đến những bức thư tình vụng dại viết trên giấy vở bằng đủ màu mực khác nhau. 'Có hoa nào không tàn, có mực nào không phai', nhưng theo Luân Hoán thì vẫn có thứ mực trái tim là không bao giờ phai nhạt: *"Làm sao cho em biết, màu mực từ trái tim, mà tôi đã trót viết, thấm vào đời của em, Mực xanh rồi mực tím, mực nào rồi cũng phai, chỉ mực trong lồng ngực, còn thắm thiết đỏ hoài..."* (Nét mực). Khi yêu thời gian cũng được cho nhảy vọt nhanh hơn cả 'bóng câu qua cửa sổ': *"Đệ thất rồi đệ ngũ, đệ lục rồi đệ tam"*. Tại sao lại không là 'Đệ thất rồi đệ lục, đệ tứ rồi đệ tam' như diễn tiến thông thường? Có lẽ nếu chấp nhận cái thứ tự thường tình như vậy thì câu thơ mất đi vẻ mới lạ, và người đọc cũng không hình dung ra được cái luân lưu hoán chuyển quá nhanh của cuộc sống!

Ngày xưa các cụ nói 'thương nhau thương cả đường đi' thì nay nhà thơ Luân Hoán cũng có những câu tương tự:

"Yêu em yêu trang giấy,
Yêu em yêu cổng trường"
(Nét mực)

hay

"Yêu em yêu dòng sông,
Yêu em yêu bờ cát,
Em lội qua mấy dòng,

Cả giòng thơ bát ngát"
(Nhìn em tắm sông)

Đã yêu thì làm sao tránh khỏi chuyện ghen tuông, cho dù chỉ là ghen bóng ghen gió vì ghen chỉ là một phản ứng tất yếu của tình yêu. Cái ghen của Nguyễn Bính khi nhắn nhủ cô nhân tình bé nhỏ 'đừng ôm gối chiếc đêm nằm ngủ, đừng tắm chiều nay bể lắm người' vẫn không chi li bằng cái ghen của người tình trong thơ Luân Hoán: *"Mực nào vướng ngón tay xinh, Xin em chỉ nhớ một mình ta nghe"*. Và ích kỷ đến độ không muốn ai đụng đến người mình yêu cho dù đó chỉ là tĩnh vật vô tri: *"Nhớ đừng gục xuống mặt bàn. Gỗ hôn trộm má môi hoàng hậu ta"*. Hay:

"Đừng kê gối sát trong môi
Vải che khuất mất làn hơi ta về"

Hình bóng người yêu chiếm trọn cả con tim khối óc làm cho người ta có lúc như lộn hồn, lơ đãng:

"Ngoắt kêu một bác xe lôi
Một mình mà tưởng đang ngồi với em
Quanh co xe chạy đã thèm
Bác phu nhỏ nhẹ: 'Thầy quên chỉ đường!'
(Nhật ký chặng đường Đà Nẵng - Sài Gòn)

Thơ tình Luân Hoán rất tự nhiên và trong sáng với những đoạn như trò chuyện thì thầm to nhỏ:

"Mà thôi chắc không được
Ba mẹ chẳng chịu đâu
Anh người dưng nước lã
Đâu phải... xì, còn lâu"
(Tết mười sáu)

Nàng ngập ngừng và lửng lơ trong vài giây như đối tượng hồi hộp rồi nguýt dài 'xì, còn lâu' như để nhắc khéo rằng, giữa chúng ta chưa có gì với nhau đâu nhé. Đọc đoạn trên chắc ai cũng hình dung ra được một nàng con gái nhí nhảnh khôn ngoan đã làm cho người trong thơ (hay chính nhà thơ?) phải thốt lên rằng:

"Em có biết mỗi từng giây máu thở
Là từng giây ta dâng hiến thiết tha"
(Một chỗ cho em)

Nỗi thiết tha, lòng say đắm đến độ không bao giờ muốn xa người yêu dù chỉ một phút giây. Nhưng trong cuộc tình đâu dễ gì suôn sẻ. Một cuộc phân ly, một chuyến xa rời vĩnh viễn, có thể làm cho tình yêu điên cuồng, ao ước nông nổi:

"Xin hãy vì ta tàu hết xăng
rơi trên đỉnh núi ngợp mây hồng
cho ta được khóc không vô lý
và giữ mãi em ở trong lòng"

Nhưng rồi bỗng giật mình khi thấy như thế là ích kỷ và độc ác quá. Chàng si tình vội đổi ý van xin chiếc phi cơ hãy cất cánh và bay thật êm, đừng làm run sợ người chàng yêu:

"Ôi chẳng được đâu hỡi phi cơ
bay ngoan ngoãn nhé, đừng bao giờ
chao thân đảo cánh làm em sợ
dứt đoạn hồn đang thơm giấc mơ"
(Đưa chân người yêu thầm)

Đọc thơ tình Luân Hoán người ta nhận thấy có nhiều bài chứa đầy nhạc tính mà bài "Chiều chở em đi học" là một. Có lẽ không một nhạc sĩ nào lại không nhận ra giá trị âm nhạc của tác phẩm này. Lời thơ réo rắt khi trầm khi bổng kết hợp với tiết tấu của thể thơ năm chữ đã làm cho bài thơ trở nên một bản nhạc chỉ còn chờ được ký âm. Như một nhạc cảnh giàu âm điệu và hình tượng, bài thơ đã diễn tả sống động câu chuyện của hai kẻ đang yêu theo từng vòng bánh xe lăn trên đường đến trường:

"Xe qua từng dốc chậm
Gió nghiêng vai bụi mù
Vòng tay em khép chặt
Đời nhau vào thiên thu"

Không còn gì tình tứ và thơ mộng hơn hình ảnh nàng ngồi sau xe áp sát vào lưng chàng, sát đến nỗi hương tóc nàng quyện vào trong áo chàng:

"Chiều chở em đi học
Lưng ta ủ tóc nồng"

Chàng đã chờ đợi để nghe một lời tình tự nào đó phát ra từ đôi môi mọng của người mình yêu. Đến khi nghe được những gì muốn nghe, lòng chàng tràn ngập niềm vui:

"Lần đầu em biết nói
Niềm vui tràn mênh mông"

Nàng có phải là bé thơ đang tập nói đâu mà nhà thơ lại viết *"Lần đầu em biết nói"*, nhưng 'biết nói' ở đây là nói lên những lời giống như ta đã đọc trước đây trong bài 'Trong sân trường bữa ấy': *"Anh đừng giận, H mến anh nhiều lắm"*, vân vân và vân vân...

Nói được như thế mới thật là "biết nói", và chỉ có những lời nói như vậy mới mang lại được *"niềm vui tràn mênh mông"*. Nhưng nhà thơ đa tình của chúng ta đâu chỉ muốn dừng lại nơi đó! Chàng còn muốn tiến nhiều hơn, xa hơn. "Biết nói" không, chưa đủ. Phải "biết khóc" nữa cơ! *"Chiều chở em đi học, bao giờ đến cổng trường, bao giờ em biết khóc,"* và chỉ khi nàng biết khóc rồi thì chàng mới chịu: *"cho ta về nhớ thương"*.

Nhà thơ của chúng ta đa tình là thế nhưng cũng rất chung tình. Tình yêu anh dành cho người bạn đời không phai nhạt theo thời gian, mà lúc nào cũng tươi trẻ nồng nàn như khi nàng tuổi mới trăng tròn lẻ:

"Mười sáu năm qua đời dừng trong ga nhỏ
chiều hôm nay ngồi vơ vẩn trông mưa
em ngoài hiên lại vọc nước như xưa
ta bỗng thấy em vẫn là con gái"

Và nhà thơ rót những lời ngọt như mía lùi vào tai người phối ngẫu:

"Em có biết em vẫn còn trẻ mãi
bởi vì ta còn mãi mãi yêu em
nối tay nhau đan từng sợi võng mềm
Ta kính cẩn mời em yêu ngả xuống
Chiều bát ngát mưa ngoài hiên phiêu lãng..."
(Chiều mưa)

Cái buổi chiều phiêu lãng hiên mưa ấy đã làm cho những ngọn thơ mượt mà, phơi phới hơn. Nhưng cái đa tình vẫn lấp ló đâu đó trong Luân Hoán, và anh không thể giấu kín nổi một đoạn đời bay bướm của mình, khi bất ngờ gặp lại một cố nhân với những xao xuyến y như thời xa xưa *"trời xanh xanh ngát hàng cây, tay ta nắm tay vợ đẹp, bùi ngùi lòng nhẹ như mây"*.

Dù mặc cảm có lỗi nhưng vẫn bồi hồi tưởng nhớ vết hôn của một thuở nào trong quá khứ xa xưa còn đọng lại trên môi và tự an ủi, chạy tội: *"tình cờ chắc là vô tội, ta về rót rượu rửa môi, vết hôn ngày xưa đã mất"*. Một vài phút ngắn ngủi thấy lại hình bóng người xưa đáng quý và trân trọng biết bao! Vì thế, nhà thơ đã phải:

"Cảm ơn đôi phút bồi hồi"
(bên cầu chữ Y Sài-gòn)

Nhà thơ biết cá tính đa tình lãng mạn của mình ít nhiều cũng làm cho người bạn đời áy náy. Vì thế chàng khôn ngoan và lém lỉnh cam kết với nàng:

"Dù viết về một ai
cũng bằng tim em cả
hình ảnh em không phai
dù gọi tên kẻ khác"

Có lẽ một số người sẽ nói, 'chu choa, ông ni gớm rứa!'. Nhưng chắc cũng có người hiểu được rằng tình nghĩa với người bạn đời của Luân Hoán đã thấm sâu vào trong từng tế bào của nhà thơ, đủ để hai thân đã trở thành một, và chính vì thế cho nên mặc dù anh viết về một ai thì cũng viết bằng trái tim của nàng vì nàng là tất cả. Những gì còn lại đều chỉ là bóng mờ của một thời xa xưa, nhắc lại chỉ để tô điểm thêm cho cuộc sống, không có gì đáng ngại. Dù cho rằng những bài thơ tình dành cho vợ của Luân Hoán là một nghệ thuật 'nịnh đầm' cao tay. Nhưng sự thiết tha, chân thật trong từng con chữ có thể bào chữa cho anh. Và hơn thế nữa, thơ, qua thơ, vẫn minh chứng được vai trò người tình vẫn ở lại với người thiếu nữ đã là vợ, chị Lý, Lý Phước Ninh. Điều này đã có nhiều người nhắc tới với xác quyết lạc quan, ví dụ như nhà thơ Đỗ Quý Toàn trong lời bạt cho tập Đưa Nhau Về Đến Đâu. Đến ngay cả báo tại quốc nội, khi đề cập đến các nhà thơ tại hải ngoại, cũng đã nhắc đến nhận xét này: *"... người yêu mang tên một loại hoa các nhà thơ khó quên, nhưng hương muốn bay đi dễ thường ai giữ? Có! Lý, hương Lý trong Ly Rượu Cuối Tuần Cho Lý của Luân Hoán. Luân Hoán sinh năm 1941 tại Quảng Nam, hiện ở Canada tác giả tập thơ Ngơ Ngác Cõi Người, người tình trong thơ ông lại là người vợ chung sống với ông mấy chục năm qua...* (Thanh Niên số 179 ngày 03 tháng 12 năm 1995). Ta có thể nghiệm ra điều ấy:

"Trời nắng tiếp trời mưa
mùa Xuân qua mùa Hạ
Quẩn bên nhau bốn mùa
Vẫn hoài hoài mới lạ

Tóc em ngắn rồi dài
môi em hồng rồi đỏ
buồn vui trở hai vai
vẫn trẻ trung bé nhỏ"

Và nếu không có nàng thì chàng chắc đã không làm thơ được:

"Cảm ơn đời, cảm ơn
nhờ em ta thi sĩ"
(Em vẫn là người tình)

Yêu thương là chức năng cao quý nhất của con người. Những người sống cùng thi ca khả năng này hình như còn vượt trội. Do đó dưới ánh mắt đa tình của nhà thơ, con ve cái kiến cũng biết yêu và người thơ đọc thấy được tình yêu đó:

"Em ngồi thơ thẩn nhìn đàn kiến
Cụng đầu nhau giữa vách tường xanh
Chúng hôn nhau mãi mà không chán
Như những hôm nào em với anh"

Vậy tại sao người yêu của anh không là một thi sĩ? Đã có lúc nàng cũng ước mơ như vậy, nhưng kịp nghĩ ra: Nếu sự thương nhớ ký thác hết cho thơ thì còn gì trong lòng, nên quyết định khôn ngoan cuối cùng vẫn là:

"Phải chi em biết làm thơ nhỉ
em sẽ viết ngàn câu nhớ thương
mà thôi, em chẳng thèm cầm bút
sợ viết ra rồi vơi nhớ thương"
(Nhớ)

Đọc thơ Luân Hoán, nhất là thơ tình, tôi đồng ý với nhà thơ Đỗ Quý Toàn, quả có nhiều điều để nói. Ngôn ngữ và hình ảnh dẫn dắt người đọc cứ loanh quanh đi mãi trong một cõi tình mênh mông. Tôi xin dừng lại với một câu đơn giản, nhưng đủ để nói được những cảm nhận của tôi: Được đọc thơ và viết về thơ Luân Hoán là một hạnh phúc.

Trong cuộc sống bất trắc hôm nay, trên cõi đời nhiêu khê mà mỗi ngày giở trang báo ra chỉ toàn là những tin khủng bố, chiến tranh, chết chóc, tại sao ta không đọc thơ tình Luân Hoán để thấy đời và người vẫn còn có nét đáng yêu? Tại sao ta lại không đọc thơ Luân Hoán để được tắm gội bằng những giòng thơ ngọt ngào như suối mát, cho phiền muộn trôi đi, để ta trẻ lại đời xuân xanh và để ngọn lửa tình yêu thêm một lần bừng cháy. Tại sao không?

Vũ Đình Trường
cuối tháng 6 năm 2004
(Luân Hoán Một Đời Thơ - 2005)

ÁI CẦM

HỘI AN VẪN HỒN NHIÊN ĐẬM ĐÀ TRONG THƠ LUÂN HOÁN

Khi bước vào ngưỡng cửa Giáo Lý Phật Giáo, chúng tôi mới suy nghiệm trong đời sống mọi biến cố xảy ra đều do căn cơ trùng trùng duyên khởi. Ở đây chúng tôi kể lại những chuyện dông dài liên hệ đến những tình cảm giữa tình thân của chúng tôi với nhà thơ Luân Hoán cùng một địa danh, có thể nói đã trổ những nhánh thơ: Hội An.

Sau khi hoàn tất chương trình trung học trường Thọ Nhơn, tôi bị bạn bè bà con ở Sài Gòn rủ rê vào học cao trung ở trường Khải Trí - Chợ Lớn. Hơn một năm về Đà Nẵng nghỉ hè, không ngờ Ba tôi vì thương tôi quá - con một trong gia đình - nên Ba tôi nhất định giữ tôi lại và xin cho tôi vào học trường Phan Thanh Giản.

Chuyển qua chương trình Việt, tôi học được những áng văn chương tuyệt tác của bà Đoàn Thị Điểm, Bà Huyện Thanh Quan, những ông Nguyễn Khuyến, Nguyễn Du, Chu Mạnh Trinh... và đến những nhà thơ văn của thời cận đại như Nhất Linh, Khái Hưng, Thạch Lam, Xuân Diệu, Huy Cận, Lưu Trọng Lư, Đinh Hùng, Nguyên Sa... qua lời giảng của Thầy Nguyễn Văn Xuân cũng là một nhà văn nổi tiếng đương thời. Ngoài những bài giảng trong giờ Việt Văn trong lớp, tôi bắt đầu tìm đọc những tạp chí văn học ấn hành tại Sài Gòn như tờ Văn, Bách Khoa, Gió Mới, Văn Học... lần hồi những tên tuổi có đăng thơ trên những tạp chí văn học này như Mai Thảo, Nguyên Sa, Võ Phiến, Vũ Hoàng Chương, Nhã Ca, Viên Linh, Du Tử Lê... và những Tường Linh, Luân Hoán, Đynh Hoàng Sa, Hoàng Lộc, Thành Tôn, Thái Tú Hạp... ở miền Trung đã gợi cho tôi những cảm tình, những yêu thích văn chương.

Ở cái tuổi 'thích ô mai' và yêu văn nghệ, tâm hồn đầy mộng mơ, tôi tham gia vào ban văn nghệ của trường, cũng tập tành viết lách lăng nhăng và hát hò vào những cuối tuần rảnh rỗi. Có một lần tôi theo bạn bè đến trình diễn văn nghệ giúp vui cho các Anh Chiến Sĩ ở tiền đồn Hiếu Đức... Không ngờ mọi chuyện xảy ra như một định mệnh an bài. Tôi đã gặp nhà thơ Thái Tú Hạp... Anh cũng từ Đà Nẵng lên công tác tại đây... Và thời gian sau đó, qua sự giới thiệu của Thái Tú Hạp, tôi được biết thêm nhà văn Duy Lam, hậu duệ của nhóm Tự Lực Văn Đoàn, nhà văn Phan Du nổi tiếng với tác phẩm 'Hai Chậu Lan Tố Tâm'... Các nhà thơ Luân Hoán, Thành Tôn, Hoàng Quy, Hoàng Lộc, Đynh Hoàng Sa, Nguyễn Đông Giang, Lê Vĩnh Thọ, Hoàng Thị Bích Ni, Nguyễn Nho Sa Mạc, Nguyễn Nho Nhượn, Tần Hoài Dạ Vũ, Hạ Quốc Huy, Hà Nguyên Thạch, Vũ Hữu Định, Vương Thanh, Trần Dzạ Lữ, Phạm Thế Mỹ, Nhật Ngân, Vĩnh Điện, Cao Bá Minh, Hoàng Trọng Bân, Lâm Quang Phước, Hồ Đắc Ngọc, Hoàng Đăng Nhuận... Thời gian tạo điều kiện cho chúng tôi càng gắn bó thân thiết với nhau nhiều hơn. Rồi chiến chinh sôi động ở miền Hỏa Tuyến, tất cả bạn bè lần lượt lên đường vào Thủ Đức. Rồi chiến trường khắp bốn vùng chiến thuật mỗi ngày mỗi khốc liệt tàn bạo hơn. Rồi được tin Luân Hoán bị thương ở chiến trường Quảng Ngãi... Sau 30 tháng 4 năm 1975, bao nhiêu tang thương xảy đến trong mỗi gia đình chúng ta. Ở tù, vượt biển... đầy máu và nước mắt trên biển đông, để rồi mỗi người tìm cho chính mình một chỗ định cư an phận ở Paris, Sydney, Montréal, London hay Los Angeles... cho đến bây giờ. Trong số bằng hữu nặng nợ với thơ văn, miệt mài bền bỉ nhất phải kể đến Luân Hoán.

Luân Hoán được sinh ra trên đất Hội An. Một thành phố cổ kính rêu phong, được hình thành từ thế kỷ thứ 16, nơi chốn đầu tiên đánh dấu sự hội tụ nhiều sắc dân như Nhật, Bồ Đào Nha, Pháp, Hòa Lan, Ấn Độ và nhất là người khách trú Trung Hoa... Bây giờ Hội An đã trở thành di sản văn hóa của thế giới, nơi chốn đã lưu truyền bao nhiêu chứng tích lịch sử. Hội An được xem như trái tim của Quảng Đà, quê hương lẫy lừng trong lịch sử cách mạng, văn học của dân tộc, nơi sản sinh những tài hoa, lỗi lạc trong nhiều bộ môn sinh hoạt văn học nghệ thuật, như

Nhất Linh Nguyễn Tường Tam, La Hối, Lê Trọng Nguyễn, Dương Minh Ninh, Lan Đài, Dương Minh Hòa, Nguyễn Văn Xuân, Lưu Nghi, Hoàng Quy, Thành Tôn, Hoàng Lộc, Tần Hoài Dạ Vũ, Thái Tú Hạp, La Thoại Tân, Lưu Bạch Đàn...

Riêng Luân Hoán có sáu năm ấu thơ với Hội An, cùng một khoảng thời gian dài anh lui tới giao du cùng các bạn văn, đủ để làm thơ. Trong đề tài viết về quê hương, Luân Hoán thường nhắc đến Hội An và chúng tôi tìm thấy có năm bài anh viết riêng cho thành phố này. Hai bài 'Nụ Hoa Cho Người Em Hội An', 'Đêm Mưa Về Hội An' nằm trong tập Rượu Hồng Đã Rót. Bài 'Bài Gởi Hội An' trong Ngơ Ngác Cõi Người. Bài 'Hội An Hội An Hội An...' trong Cảm Ơn Đất Đá Trổ Thơ... và bài mới đây nhất trên tạp chí Gió Văn, bài 'Lượm Thơ Trên Đất Hội An'. Chúng ta có gặp được Hội An trong thơ Luân Hoán? Và cái tình của anh đối với con đất hiền hòa này ra sao?

"... lâu năm trở lại Faifo
nghe hồn Phố Hội dạt dào cỏ cây
Chiêm, Hà, Bồ, Pháp, Tàu, Tây...
còn vương trong hạt bụi bay hững hờ
chỉ giùm ta vạt đất nào
đã chôn cuống rún trổ thơ thành chùm..."

Trên con đất đã chôn cuống rún của mình, Luân Hoán đã thong thả dạo qua những nơi đã ký thác trong lòng anh nhiều kỷ niệm. Với *"Chân hôn lòng phố ngổn ngang ổ gà"*. Với *"Mắt theo lòng tột nóc nhà/ngói âm dương nở cỏ hoa ngóng trời"*, Luân Hoán ghé Cẩm Phô, để cảm nhận cảnh cũ vẫn còn nguyên đấy, nhưng với cái nhìn theo tuổi đời đã như khác đi *"... Cây vông đồng của ngày thơ như là/ Lùn hơn, nhỏ lại, trẻ ra/Cành sưa lá mỏng ba hoa cả ngày/Con chim cà cưỡng vừa bay/Bỏ quên tiếng hát rụng đầy lá sâu"*. Rồi từ đó, Luân Hoán ghé Chùa Cầu, Chùa Ông, Cẩm Nam, Cẩm Kim, Cẩm Sa... và khi đã mỏi, anh ghé lại những tụ điểm của đời thường trong thành phố. Một quán bán chè của bà Sõ, một chỗ ngồi lắm rệp trong rạp chiếu bóng Phi Anh, một góc trước tấm màn trắng của hiệu chụp ảnh Hồng Hưng..., đến những địa điểm rộng rãi thân quen hơn như Khổng Miếu, như sân trường Trần Quý Cáp... Ở đâu Luân Hoán cũng xác nhận anh đã gặp lại anh. Và trong những hình ảnh Luân Hoán vẽ ra, chúng ta tưởng chừng như có thể vói nắm được những gì thân thiết của chính mình.

Chẳng những cảnh sắc đặc thù, giàu nghệ thuật của Phố thu phục Luân Hoán, chúng tôi nghĩ con người được hấp thụ những tinh khiết nơi đây cũng cù rũ người thơ. Chúng tôi không biết cụ thể có hay không một người yêu nào đó của Luân Hoán, xuất thân từ Hội An, nhưng khá thú vị khi đọc những gì anh đã viết cho những người em Hội An:

"... Hình như tôi đã thưa rằng
Mê thơ Luân Hoán chi bằng mê tôi...
Vì em dại dột nên rồi
Tôi đành dành cả cuộc đời làm thơ".

Cái 'dại dột' không chịu yêu của người em Hội An hóa ra rất đáng tán thưởng, có thế chúng ta mới được một người mê làm thơ đến cả đời. Như vậy đã rõ, Luân Hoán đã thất bại, và xác nhận thất bại này một cách hóm hỉnh:

"... Sao còn ngại hỡi các em cắp sách
làm nữ sinh hay làm nữ giáo sư
mà chưa dám làm người yêu ta chốc lát
cho cuộc đời nồng thêm vị phù hư"
(NHCNEHA - Rượu Hồng Đã Rót)

Nỗi tình của Luân Hoán dành cho Hội An không nhất thời, anh vẫn ao ước mãi mãi tồn tại:

"... Lâu năm ghé lại thăm mình
cái hồn sắp vữa cái hình chực cong
bao nhiêu bèo bọt trong lòng
thở vào chữ nghĩa mặn nồng chua ngoa
gởi hoang vu lại quê nhà
xin cho thương nhớ lột da sống đời"
(Cảm Ơn Đất Đá Trổ Thơ....)

Từ cái thời còn thanh xuân lêu lổng đến khi thân thể sắp sửa cong rút, tâm hồn chuẩn bị phôi pha, vẫn đem cái tình của mình thở vào những con chữ, với ước mong đem những nồng mặn lẫn chua chát của đời mình gởi về quê nhà trong mục đích cầu mong sự nhớ thương được 'lột da sống đời' thật là chí tình. Nhưng Luân Hoán vẫn tự cho mình có một lầm lỗi gì đó với Hội An. Sự lầm lỗi vô hình này phải chăng là mặc cảm không tạo được tiếng thơm cho quê nhà? Trong mỗi chuyến trở về thăm, anh vẫn gượng nhẹ từng bước chân của mình *"Gió tha thướt vỗ trăm lời thân mật/Mừng ta về thăm lại ấu thơ xưa/Lặng nhìn nhau, Phố đã nhận ra chưa?/Ta vĩnh viễn một thằng con bất hiếu/Thân phiêu bạc, giờ đây lòng trải chiếu/Bước bâng khuâng xin thâm tạ ơn đời/Ba mươi năm hồn thả sợi tình lơi/Bao giờ buộc đời ta vào với Phố?"* (Đêm Mưa Về Hội An). Gần đây nhất, năm 2002, Luân Hoán bất chợt về thăm nhạc phụ bị tai biến mạch máu não ở Đà Nẵng, anh có ghé vội Hội An một lần, chẳng phải chỉ để thăm *"đền hoang dơi cư ngụ/ Tượng ngồi mạng nhện giăng/ Hồn xưa còn chút nắng/ Ngói vỡ dọi băn khoăn"* của thời sau tháng 4-1975, mà anh còn lang thang thăm viếng đây đó. Đi giữa những người đồng hương, những khách du lịch mang nhiều quốc tịch, vậy mà hình như Luân Hoán cảm thấy cô đơn. Anh chua xót chọn điểm nghỉ chân bên cái xác già nghèo khốn của Khổng Miếu. May thay dòng sông Hoài kịp thời giúp anh lượm được những câu thơ trên phố cổ của mình:

"rất tình cờ được về thăm Hội An
na ná như xưa, vui vẻ một đàn
thế chỗ bạn bè, năm mười đứa cháu
xế nổ thay cho xe đạp tàng tàng

ghé vội thăm qua vài nhà quen cũ
ngói mái âm dương ngái ngủ cả đời
nắng vẫn đỏ au nằm ôm cửa nhớ
gió hát bao năm rả rích một lời

bước khẽ qua đường bụi vây đầu gối
mơ hồ tay lụa vỗ nhẹ bên vai
chẳng hẹn chờ sao mắt tìm quanh quẩn
bằng hữu bà con còn, thiếu những ai

ghé những ổ tình thân thương thuở nọ
xớ rớ mắt sờ, tay đọc bâng quơ
con khỉ Chùa Cầu nhờ đâu trẻ mãi?
người đến người đi hương khói ơ thờ

Khổng miếu thay tên hồ đồ dị hợm
đá sống không yên tròn phận với người
thế gốc sen vàng xanh dòng rau muống
thảo mộc dường như cùng biết ngậm ngùi

nắng tháng tám trong như dòng sông ngọt
ngồi bệt giữa đường ăn chén xu xoa
nhớ câu hát xưa, che tay tủm tỉm
cũng mê cái tình như thuở ông, cha

chẳng gặp được ai, dân Trần Quý Cáp
để bắt tay xưng đây bậc đàn anh
tán dóc một hồi loanh quanh đỡ nhớ
truy niệm cái thời có chút tinh ranh

chờ mãi không nghe chuông chùa Phước Kiến
không buồn, cũng thả bước dọc bờ sông
ghe gối đầu nhau lơ mơ canh mộng
lượm được câu thơ ai rớt giữa dòng

biết cất vào đâu câu thơ nóng hổi
chẳng thấy ai tìm của lạc, đành thôi
sông Thu mấy nhánh tôi không biết
xin giữ trong lòng chỗ nằm nôi"

(tạp chí Gió Văn, Hoa Kỳ)

Trong gần 20 tác phẩm thi ca của Luân Hoán, chúng tôi khám phá thế giới thơ Luân Hoán là một dòng hải lưu đặc thù bản sắc. Thơ như hơi thở của đời sống. Thơ phát xuất từ cảm nghĩ chân thật. Anh như nhà nhiếp ảnh thiên tài nắm bắt từ những góc cạnh sâu sắc tình cảm của đời sống hiện hữu chung quanh chúng ta. Trong những nhà thơ sinh trưởng tại Hội An, hoặc chọn Hội An là nơi định cư trong một khoảng thời gian nào đó, không mấy ai gắn bó nồng nhiệt với Phố Cổ Hội An bằng Luân Hoán, chúng ta cảm nhận rõ nét về những con đường thân yêu, về những địa danh ngõ ngách đầy kỷ niệm của một thời để yêu và để nhớ. Những thương yêu, những ray rứt của một tình nhân ôm Phố Hội vào lòng. Từ thi phẩm Cám Ơn Đất Đá Trổ Thơ qua đến thi phẩm Rượu Hồng Đã Rót... Và Ngơ Ngác Cõi Người ở hải ngoại, Luân Hoán vẫn là người tình trăm năm với Hội An. Điều đó thật ra không lạ, bởi càng sống với Hội An càng lâu năm, chúng ta càng cảm thấy Hội An càng đẹp não nùng. Buổi chiều nắng vàng hiu hắt trên những mái chùa rêu phong. Những đêm mưa rả rích như người thiếu phụ khóc chồng ngoài vạn dặm quan san. Những đêm trăng tỏa sáng trên dòng sông Thu Bồn làm xao xuyến bao nhiêu nhà nghệ sĩ... Hội An như cô gái duyên dáng thắp mộng thuở ban đầu để lưu luyến ngàn sau. Tình yêu đâu có đánh dấu của thời quá khứ, và đâu có hiện trạng tương lai mà chỉ có sự rung động hiện tại. Từ thơ ta trao người và vỗ về cho mình. Từ thơ ta chuyển hóa từ ái đến cỏ cây, đến muôn loài và đến với mọi người một cách chân thật kỳ diệu, Luân Hoán đã làm được điều đó.

Nếu bảo 'Hội An là di sản văn hóa của thế giới' thì 'Hội An là kỳ quan tuyệt vời nhất trong trái tim người Hội An nơi viễn xứ'. Hội An như cô gái diễm kiều đã thức dậy trong khu rừng lịch sử hàng mấy thế kỷ trôi qua đầy bão lửa kinh hoàng, đầy hận thù tai ương nghiệt ngã. Hội An đã hát với dòng sông Thu Bồn, đã thở với rêu phong trên mái ngói âm dương Khổng Miếu, Phước Kiến, Lai Viễn Kiều, Viên Giác... Hội An vẫn hiền hòa, bao dung dang đôi tay đón những đứa con ra đi không kịp nói lời giã biệt. Những đứa con trở về từ bốn phương lưu lạc, như thuở Hội An còn mang tên Faifoo hồn nhiên trong sách vở, hồn nhiên trong thơ văn và hồn nhiên thơ mộng trong tâm hồn cõi sống đời thường. Ở cái mảnh đất linh hiển này hẳn còn có mãi một Luân Hoán, cùng các bạn bè của anh.

Ái Cầm

(Luân Hoán, Một Đời Thơ - 2005)

NGUYỄN MẠNH TRINH
THEO CHÂN "CẢM ƠN ĐẤT ĐÁ TRỔ THƠ LÒNG TA HẠT BỤI VU VƠ BÁM HOÀI"

Đã hơn mười năm nay rời xa quê hương, thế mà bây giờ tôi vẫn nhớ như in những ngày xưa cũ. Những buổi sáng phố xá xôn xao tiếng guốc với tóc thề xõa vai và đôi má đỏ hồng. Những buổi trưa giọt nắng lung linh trên tàn lá me và buổi chiều mưa bay bùi ngùi phơi phới. Những ấn tượng ấy càng ngày càng đậm nét trong tâm hồn tôi như những sợi đàn căng, chỉ cần đụng đến, là tạo thành những rung động, làm bàng hoàng cả óc não. Đọc tập thơ Cảm Ơn Đất Đá Trổ Thơ, Lòng Ta Hạt Bụi Vu Vơ Bám Hoài, tâm tư vang lên biết bao nhiêu âm thanh cộng hưởng và hình như ở một thoáng liên tưởng nào, đã chia sẻ được với thi sĩ Luân Hoán, những tấm lòng chất ngất gửi về quê hương.

Những nơi chốn, những không gian, thời gian như những cuốn phim của dĩ vãng dần dần trở lại. Tôi thấy mình trở về với những ngày tháng ở quê hương, lúc mơ mộng với ước mơ tuổi trẻ, hay lang thang phiêu bồng theo cuộc chiến. Thơ, như một bàn tay vẫy gọi như lôi kéo tìm về. Những bài năm chữ, bảy chữ, lục bát, như đẫm mùi hương của một thuở nào, lẫn lộn giữa mùi bụi rác, cọng cỏ, nhưng gây được xôn xao lắng đọng biết bao.

Thơ "Cảm Ơn Đất Đá Trổ Thơ..." của Luân Hoán, gồm 53 bài thơ mà tác giả đã gửi lòng mình đi theo từng địa danh đất nước. Với cảnh với người, thơ sinh động một đời sống riêng, ướp nồng nàn bằng những ngôn ngữ của kỷ niệm, của những tháng ngày rất xa, nhưng bao giờ cũng thân gần, như đời sống của hiển hiện da thịt trong tiềm thức.

Đà Nẵng, nơi chôn nhau cắt rún của thi sĩ, với những địa danh đáng yêu biết bao và cũng chân chất mộc mạc biết bao: Cầu Đỏ, Chùa Bà Quảng, Giếng Bộng, Chợ Mới, Ga Lớn, Xóm Chuối... và những nhân vật lãng mạn văn chương của nhan sắc một thời nổi danh đất Quảng: Quí Phẩm, Như Thoa, Phước Khánh, Bích Quân... hay những khuôn mặt bạn bè: Tường Linh, Phạm Thế Mỹ, Lê Vĩnh Thọ... Thơ Luân Hoán tha thiết tâm sự gửi về, của người đang lầm lũi trong mưa tuyết, mà nhớ đến ray rứt ánh nắng quê hương. Những nỗi buồn ấy, hình như không phai nỗi niềm tuyệt vọng, mà còn le lói hy vọng như thông điệp, trao gởi đàn con, để chờ mong một ngày về giữa đất trời tươi sáng của quê hương, những ngày không còn chế độ bạo ngược "hà chánh như mãnh hổ"

"Hỡi những cành me cành phượng vĩ
hỡi con kiến lửa lạc bâng quơ
hỡi con chim sẻ trên vồng ngói
tôi tưởng tôi về, đâu biết mơ!

trông ra cửa kính trời mưa tuyết
ngó lại đời mình ngồi bó ta
quê hương nhắm mắt như sờ được
sao vẫn buồn xo đến thế này
bạn nói giùm đi còn hy vọng
hay là toàn ảo tưởng khơi khơi
bàn tay lâu quá không cầm súng
ngón bóp cò như cứng lại rồi

tôi đã hết thời? vâng, đúng vậy
nhưng tôi còn có một bầy con
xin truyền giọt lửa qua tim chúng
chắc chắn sẽ về với núi sông"

Hội An với Cẩm Phô, Chùa Cầu, Chùa Ông, Cẩm Nam, Cẩm Kim, Cẩm Sa... của những cây vông đồng, của tượng khỉ ngồi bên Chùa Cầu, của tiếng mõ chùa, của sông nước mênh mang và tiếng ru em buồn. Thơ lục bát về Hội An, của những tấm lòng bi thiết theo cảnh tượng một đời:

... lâu năm trở lại Hội An
chân hôn lòng phố ngổn ngang ổ gà
mắt theo lòng, tột nóc nhà
ngói âm dương nở cỏ hoa ngóng trời
hình như ai mới gọi tôi
cả thành phố biết có người về thăm...

Huế của "*Cho ta giữ một chút gì thưa Huế...*" Cầu Bạch Hổ, cầu Tràng Tiền, Chợ Đông Ba, hẻm Cầu Kho, hồ Tịnh Tâm, kiosque Lạc Sơn, quán cơm Âm Phủ... những nơi chốn đã hằn dấu biết bao nhiêu kỷ niệm của một đời người. Ở đó, đậm nét tình yêu. Ở đó, đời sống có vẻ lãng mạn dễ thương, thơ của Huế cũng có vẻ tinh nghịch của nụ cười hóm hỉnh:

"nhíu mày dòm trán đến chân
em ngoay ngoảy háy phủi quần bỏ đi
coi tề, tôi có lỗi chi
lỗi tại hột nút xuân thì sút ra"

hoặc:

"dụi hoài mắt nhận không ra
xanh cây xanh nước xanh tà áo bay
ánh lên trong cõi xanh này
lòng con mắt Huế sắp đày đọa tôi"

Ngủ đò Huế, một đặc sắc của chốn thần kinh mà du khách nơi xa, khi ghé thăm Huế bao giờ cũng nao nức. Luân Hoán đã diễn tả cái nên thơ trong cái tục tằn, do đó chất sống lại đậm đà hơn. Những câu lục bát diễn tả một cảnh đêm mưa trên sông, khiến ta có cảm giác đọc một bài thơ nào đó của cổ thi xa xưa của Bến Tầm Dương, canh khuya đưa khách thuở nào:

"thút tha thút thít mưa hoài
lắt leo đèn úa sông dài bóng tôi
buông màn nghe cái tôi trôi
cùng vuông chiếu ố mồ hôi em nồng
em từ Đại Lược Kim Long
thả đời theo những nhánh sông qua ngày?
thôi thì nằm với nhau đây
kệ sông nước chảy mưa đầy bóng đêm
bùn rong thở xót xa em
đời bao nhiêu bận lênh đênh thế này?
thì thôi nằm dỗ nhau say
cần chi nhìn rõ mặt mày hở em?"

*

" Mặt trận Quảng Ngãi ngày xưa, bóng ta phơ phất hạt mưa nhạt nhòa" nơi chốn mà thi sĩ đã gửi lại một phần xương thịt của mình cho tổ quốc. Núi Ngang, Trà Khúc, Sơn Tịnh, Đức Hải, An Mô, Nghĩa Hành, Thu Xà... những chiến trường lửa khói, những đứt ruột quê hương trong ngày tháng miệt mài hành quân:

"hai mươi tháng chạp đi lùng giặc
Mộ Đức, Nghĩa Hành lội nhởn nhơ
súng lận lưng quần cho có chuyện
mắt đầy cỏ lá hồn đầy thơ

ba ngày thong thả theo mưa gió
lên núi băng rừng hát nghêu ngao
xuân hồng uyển chuyển vươn mình tới
lòng chuyển theo rừng lá xôn xao

chiều ngày thứ tư ngồi dựa ngửa
bên con đường sắt ở Nghĩa Hưng
trùng trùng lửa đạn từ âm phủ
ta chợt hết hồn chợt nổi xung..."

khi người lính bỏ đi xa, rồi nghĩ trở về ngày xưa cũ ấy, lúc máu mình loang trên đất và để lại một phần xương thịt, thì tiếng kêu thảng thốt vẫn là của cảm xúc của kẻ yêu tổ quốc nồng nàn:

"bây giờ Thi Phổ ơi Thi Phổ

ta đã ngã rồi, ngã quá lâu
trước khi xuất cảnh tìm đất sống
nhìn cõi hận xưa thương lẫn đau

bây giờ Thi Phổ ơi Thi Phổ
mười bốn năm dài biệt cách nhau
máu ta ngấm đất, tan trong đất
nên cảm được rằng em cũng đau"

*

"Sài Gòn thủ thỉ gọi ta, nhiều khi ta nhớ xót xa Sài Gòn" những kỷ niệm hiện về: ngồi quán, đi phố, gác tối. Trên đường Lý Trần Quán, duyệt binh... những chùm lục bát có tác dụng của ngón tay rung động dây đàn, để vang lên khúc ca hoàn lương réo rắt và mới xa nhau một bữa, dài như mấy năm:

"khi ta vào tới Lăng Cha Cả
trời tối bụi mưa bén gót chân
mở báo che đầu tìm thuốc lá
nốc cốc cà phê nghẹn mấy lần

phố lạ trông vời những bước mưa
đèn soi mưa rụng mỏng như là
tóc em lưu luyến dài ra mãi
chạm buốt lòng ta tiếng thở ra..."

Luân Hoán đôi lúc cũng tinh ranh quỷ quái như lúc "bắt cái nước" ở xóm Hòa Hưng, nghe tiếng pháo ròn rã, tự nhiên bỗng dừng nửa chừng:

"gặp em ở xóm Hòa Hưng
đang "đi" ta bỗng lừng khừng muốn thôi
sợ em lây cái bụi đời?
đang lên cao độ tuyệt vời bỗng ngưng
thì ra thơ viết dở chừng
trở về phá trận tưng bừng pháo xuân"

Và rồi "ta may mắn được làm thi sĩ, nhờ đã phải lòng gái Bến Tre" Rạch Miễu, Bình Đại, Giồng Trôm... những Bậu và Qua, những phơi phới xuân tình trải lòng theo những địa danh của một thời kỷ niệm:

" bậu ơi trời dẫu rộng
nhưng đâu bằng nhớ nhung
sông rạch như gân máu
man man nỗi mặn nồng
.....
ngậm nghe trời đất nhớ
cá bống kèn kho tiêu
hồn mênh mang khép mở
mùi ráng nắng lên chiều "

Khi thảm thương thân phận, người bại trận, người thi sĩ trở về dùng đoạn tre non làm đòn, gánh hai thúng rách đi bán ve chai kiếm ăn, thì "nhạt nhòa bóng gánh ve chai, nắng Bình Dương úa hai vai đổi đời":

... "tôi đi nhễ nhại mồ hôi chảy
đường nắng khan dần những tiếng rao
Bình Nhâm đẹp quá nhưng buồn quá
chằng chịt rạch sông chảy dạt dào

muốn ngẩng đầu lên ngắm lá xanh
óc đần độn thẹn ngẩng không lên
cúi luồn quanh quẩn trong đường cụt
nghĩa khí lênh đênh khóm lục bình

hỡi những linh hồn men gốm thơm
cho ta được phép ghé môi hôn
để nghe đất dưới chân ta thở
lòng Lái Thiêu nuôi vạn tấm lòng..."

Thơ tình tự dân tộc, ca ngợi quê hương ở bất cứ thời kỳ nào trong Văn Học Sử Việt Nam, cũng có phương vị riêng. Trong Văn Học Sử Việt Nam dưới chế độ Cộng sản cũng có, và nhiều nữa là khác, nhưng sao trong cách diễn tả, cũng như nội dung chuyển đạt, đều có một cái gì giống nhau, của sản xuất đồng loạt; từ đất nước, quê hương, thi nhân sống dưới chế độ cộng sản, đều lồng khẩu hiệu như chống Mỹ, như ca tụng lãnh tụ và thỉnh thoảng mới có được vài bài thơ có phong vị như thơ Luân Hoán. Nghĩa là có hồn thật và rung động thật. Luân Hoán khuôn mặt thi ca khá nổi tiếng trong văn học Việt Nam hải ngoại, hầu hết các tạp chí văn chương hải ngoại đều có thơ ông góp mặt. Trong vòng mấy năm qua, ông đã xuất bản 4 tập thơ: "Hơi Thở Việt Nam", "Đưa

Nhau Về Đến Đâu", "Ngơ Ngác Cõi Người", và "Cảm Ơn Đất Đá Trổ Thơ, Lòng Ta Hạt Bụi Vu Vơ Bám Hoài".

Đặt tên tập thơ của mình bằng một câu thơ lục bát không biết có phải đó là một phong cách làm mới, hay là một điều nhấn mạnh về tính chất của ca dao, của những bài thơ mộc mạc, dễ thương như của Nguyễn Bính ngày xưa.

Âm nhạc Việt Nam đã có "Con Đường Cái Quan", trong đó nhạc sĩ Phạm Duy đã là người lữ hành đi từ Bắc xuống Nam, với tấm lòng yêu nước nồng nàn, và từng địa danh đã được đánh dấu bằng những nốt nhạc, lời ca âm hưởng ngũ cung độc đáo. Bây giờ với tập thơ này, Luân Hoán đã làm nổi bật lên lòng yêu quê hương đất nước của mình. Cảm Ơn Đất Đá Trổ Thơ để có lục bát, bảy chữ, ngũ ngôn... Luân Hoán.

Và chúng ta, những độc giả, cũng cảm ơn thi sĩ với những rung động phổ vào vần điệu, vào ngôn ngữ để những câu thơ mộc mạc âm hưởng ca dao này, đi vào lòng người Việt Nam, nhất là những người đang lưu vong, lúc nào cũng như người khó tính:

- "Uống nước mưa ở Mỹ đắng cả mồm" *(1)

Nguyễn Mạnh Trinh
8-1991

*(1): Nguyễn Bá Trạc

(Chân Dung Thơ Luân Hoán - 1992)

HỒ TRƯỜNG AN
TIẾNG THƠ LUÂN HOÁN

Đọc được tập thơ với cái tựa dài ngoằng: ***Cảm ơn đất đá trổ thơ...*** tôi có cái cảm nghĩ rất đẹp. Trước hết tác giả Luân Hoán đã rót vào thơ một nguồn suối yêu đương lênh láng. Anh có thể tiết kiệm cái gì khác như: tư tưởng triết học, viễn tượng dự phóng về một thứ thơ cao siêu vân vân... Nhưng tình yêu trong thơ thì anh hào phóng, anh chơi xả láng. Anh cho mà không cần nhận.

Thật ra thi ca đâu cần tư tưởng. Nó chỉ cần tình yêu làm thơ có linh hồn, có trái tim, dễ đi sâu vào nội giới người thưởng ngoạn hơn, Luân Hoán yêu nhiều lắm: Tổ quốc, quê hương, người vợ, người tình, bằng hữu và luôn cả cuộc chống cộng cứu nước mà anh tham dự.

Đề tài thơ của Luân Hoán đâu cần xa vời. Những cái gần gũi với người đọc như: vườn cây chùa Bà Quảng, ngôi trường cũ, cột cờ, tượng đá, con đường đầy ổ gà, cành me, cây phượng vĩ, mái ngói âm dương, vườn chanh, mé nước, khóm lục bình, chiếc bình vôi, gốc đa, đìa cá nhỏ, chà tre, thanh chõng và trăm nghìn hình ảnh đầy ắp trên quê hương từ Huế tới Sài Gòn và đi xuống Rạch Miễu Bến Tre... cái vặt vãnh, xoàng xĩnh đối với rẻ rúng quê hương thì chẳng là cái gì hết. Nhưng khi chúng đi vào thi ca anh rồi thì chúng tràn ngập linh hồn. Chúng khua động tận các góc kín đáo nhất của nội giới chúng ta, biến thành hình ảnh mầu nhiệm tuyệt vời. Chính nhờ cái tầm thường đó, Luân Hoán đã mở tấm lòng ăm ắp tình yêu ra để độc giả cùng tham dự với tâm tình anh, chia sẻ tâm sự với anh. Những cái vặt vãnh xoàng xĩnh đó, đã làm cho anh trở thành một nhà thơ lớn, khả ái và đầy chân tình biết bao:

hỡi con sáo sang sông từ dạo ấy
có lần nào về Ái Nghĩa thăm hoa
dốc cây số 15 người có thấy
một cái gì? không lẽ trái tim ta?

Ai đó làm thơ về quê hương rất dễ khoác màu sắc của thơ Nguyễn Bính, Anh Thơ, Hằng Phương, Kiên Giang Hà Huy Hà... Luân Hoán thì không thế. Ngôn ngữ thơ anh cực kỳ đơn giản mà tinh khôi tân kỳ. Tài sử dụng ngôn ngữ của anh lạ lắm: anh làm thơ khơi khơi như nói chuyện, đôi lúc như hí lộng. Chúng ta không bắt gặp sự gọt giũa, trau chuốt trong thơ anh. Y vậy mà ngôn ngữ anh đẹp lạ lùng, nó chứa cả nguồn sinh lực vô biên, hồn nhiên tuyệt vời. Qua ngôn ngữ thơ đó, chúng ta bắt gặp một sự nhạy cảm rất thơ, một tâm hồn phóng khoáng kỳ diệu. Hồn thơ của anh qua ngôn ngữ đó khác nào một kẻ từ chối áo gấm xênh xang để mặc áo vải gai mà vẫn phong lưu, vẫn hào hoa lịch lãm:

... Phong Lệ ầu ơi, Phong Lệ ơi
ngủ ngon, đừng lẫy đạp lòng tôi
ví dầu kỷ niệm thành hơi thở
cũng thổi không tan nỗi ngậm ngùi

Hồ Trường An

(Chân Dung Thơ Luân Hoán - 1992)

LÊ NHẬT THĂNG

VÀO THĂM TRẠM THƠ THỨ 15 CỦA LUÂN HOÁN "CẢM ƠN ĐẤT ĐÁ TRỔ THƠ..."

Có độ tin cao, khi tôi trả lời một người bạn thân hỏi: "Sao hơn hai năm nay anh không làm thơ nữa?"

- Vì lòng không có sự lắng đọng, dạt dào như trước năm 1988 nữa. Vả lại, đã có những Luân Hoán, Hoàng Xuân Sơn, Nguyễn Mạnh Trinh, Cao Đông Khánh, Nguyễn Bá Trạc, Hà Huyền Chi, Trần Vấn Lệ, Hồ Công Tâm... và nhiều cây bút cũ mới khác nhau đã hiển hiện lộng lẫy khá đều đặn... Các anh ấy đã nói hộ mình rồi nên không muốn viết thêm nữa. Đọc khoái hơn. Có thể sau này..."

Gần đây, tôi đã xác nhận, cần dành nhiều thì giờ hiếm hoi để ấn xoáy vào các đề tài nóng bỏng trong các thể loại khác.

"Làm thơ đâu phải như bửa củi". Tản Đà "phán" như thế và sự thật như vậy. Nếu không tâm đắc, bức thiết với đề tài thì thà đọc của mọi người hơn là khiên cưỡng trong lãnh vực thơ.

Bạn đọc yêu thích thi ca ở hải ngoại xin nhớ: không lúc nào được thỏa mãn tưng bừng bằng lúc này, suốt chiều dài của lịch sử thi ca Việt Nam. Hầu như mỗi tháng lại có cả chục cuốn thơ của các thi sĩ Việt ở khắp nơi trên thế giới cho ra mắt. Tuy nhiên phẩm chất còn phải bàn tới và thỉnh thoảng mới có những thi phẩm vượt trội, tới được lằn mức nghệ thuật sáng tạo sau cuộc hành trình gian nan vào cõi thơ.

Hôm nay tôi muốn viết về một cuốn thơ xuất sắc trong "pho" thơ của Luân Hoán. Đó là thi tập: *Cảm Ơn Đất Đá Trổ Thơ/ Lòng Ta Hạt Bụi Vu Vơ Bám Hoài.* Tác phẩm mới nhất của anh do Kinh Đô ở Houston xuất bản và phát hành năm 1991.

Rất khó cho người đọc muốn viết nghiêm cẩn về thơ Luân Hoán. Bởi sự nghiệp thi ca của anh trải dài trên ba mươi năm, ba thập niên nhiều sóng bão lớn của lịch sử dân tộc và đã anh có những thành tựu rạng rỡ.

Tất nhiên "viết" xin hiểu theo cái nghĩa đơn giản, hạn hẹp nhất là xin chỉ giới thiệu một cách khái quát mà thôi. Trong hoàn cảnh hiện nay, rất khó có thể đọc hết, đọc kỹ toàn bộ tác phẩm của Luân Hoán. Nếu muốn làm việc đứng đắn, cần hỏi han, trao đổi với tác giả nhiều vấn đề liên hệ đến nội dung và kỹ thuật thể hiện của từng tác phẩm, của từng giai đoạn sáng tác.

Cũng may thơ Luân Hoán đã được nhiều người thưởng ngoạn từ năm 1964, đã được đón nhận nồng nhiệt, đã được nhiều cây bút phê bình có uy tín xác định tài năng trên các báo chí văn học. Do đó, nếu "luận" về thơ Luân Hoán nữa thì có thể lại làm công việc nhắc lại những phát biểu riêng tư của nhiều người hợp thành cái thành công chung nhất của một tinh tú Luân Hoán.

"Cảm Ơn..." được quảng cáo trên nhiều báo và gây được chú ý qua cái tên dài thoòng kỳ lạ. Tôi thầm nghĩ anh chàng Luân Hoán này làm điệu, làm dáng khiến hụt hơi người đọc. Song khi đọc xong tác phẩm mới thấy thấp thoáng tâm ý của tác giả: Chúng ta nên hiểu đất đá ở đây là vùng đất Quảng, quê hương nghèo khó của tác giả. Nghèo nàn nhưng là địa linh nhân kiệt. Chính vì lòng thương yêu dằn vặt về quê hương nghèo khó nên tấm lòng tác giả chưa thể nguôi quên được. Trạng từ vu vơ khiến ta nhớ lại hai câu thơ của Xuân Diệu: "không biết vu vơ có nghĩa gì" (gặp gỡ) và "cửa vu vơ nghe mãi tiếng kêu thầm" trong bài Cảm Xúc.

Luân Hoán khiêm tốn ví mình như hạt bụi trần gian thường bâng khuâng thương nhớ. Nếu hiểu rộng hơn, hạt bụi lại còn mang một ý nghĩa triết lý nào đó cũng nên. Tác giả cảm ơn miền đất sinh thành vẫn tồn tại lẫm liệt trong tâm hồn một trời thơ tưởng nhớ cũng như miền cỏ dại hoang vu vẫn bừng nở những cánh hoa vàng mong manh đẹp. Hạt bụi của Luân Hoán hẳn giống hạt bụi của Thanh Tâm trong Tống Biệt Hành.

Nhìn chung tác phẩm Cảm Ơn... là một dung chứa tấm lòng thiết tha về vùng đất và bạn bè quê hương của Luân Hoán. Trí nhớ kinh khủng của anh đã dựng lại nhiều kỷ niệm với bạn và đất của dĩ vãng đầy sôi nổi hiểm nguy.

Tác phẩm lên ngôi do 53 bông hoa kết thành vương miện. Mỗi bài phần nhiều được đặt tên bằng hai câu thơ lục bát. Qua đó, độc giả nắm bắt được tâm sự ngổn ngang của anh muốn gởi trao bằng thể thơ mềm mại và ngọt ngào này.

Không như các tác giả khác, thường lấy tên một bài thơ trong thi tập để đặt tên cho tác phẩm. Luân Hoán đặt tên gọi cho cuốn thơ bằng hai câu thơ riêng được coi như một tổng quan của ý hướng thơ Luân Hoán.

Các bạn hãy nghe anh vận dụng ca dao nhuần nhị trong câu:

"... khúc khích em cười 'khéo gió bay'

Và những từ dùng bạo, nhiều hình tượng đằm thắm:

"... lúc thúc quanh chân cụm Ngũ Hành...
"... tóc cù sau gáy đùa lên má...
"... nghe gót chân xưa gõ dạt dào...
"... giàu mãi trong lòng những vết thương...
"... trốn bao thương nhớ tôi ra phố...

Các bạn thấy đó, chỉ là bài đầu tiên với nhan đề *"Quê hương nhắm mắt như sờ được/ Đà Nẵng muôn đời trong trái tim"* mà tôi đã gom góp một số hạt ngọc long lanh tân kỳ. Riêng câu *"bùi ngùi thoảng tiếng Tường Linh thở"* đã gợi tôi nhớ bài thơ của Tường Linh viết về người thương binh đã mất năm ngón tay chan chứa niềm xót xa, tự hào về sự hy sinh của mình cho Tổ Quốc.

Vì không thể trích dẫn cả chục bài thơ mà bài nào cũng có những hóa thân của chữ nghĩa, cũng có những đoạn thành tựu của thi ca, tôi xin phép trích dẫn hai bài nữa. Một bài giữa tập số thứ tự 27 và bài cuối tập. Qua điểm này, các bạn thấy tôi là người rất vô tư chứ không phải chỉ muốn biểu diễn những đứa con tinh thần sớm trở thành những mỹ nhân được viễn vọng từ thiên nhất phương.

Bài trên là một bài thơ tình, thứ tình yêu nam nữ của chàng trai xứ Quảng gặp cô gái Huế chân đi không rời, nghiêng mình chào các o Huế học sinh, sinh viên bằng tất cả rạo rực, bàng hoàng của một người làm thơ hơi vung phí tình cảm. Ôi những câu thơ mới mẻ, tươi tắn làm sao, xin các bạn đọc:

"... mi xanh má đỏ chân dài
đánh tôi một chưởng rớt đài như không
mặc dù tôi đúng mãnh long
vừa qua sông đã mất lòng, mất tim...

"... bây chừ đau vẫn còn đau
gặp em 'trọ trẹ' cúi đầu chào thua...

"... cho tôi làm ngọn gió lồng
mang hương trong áo quần nồng nàn bay
không chia cho cỏ cho cây
không chia cho nắng cho mây giang hồ...

"... cho tôi thế kính gọng vàng em đeo
để nhìn suốt đáy trong veo
bóng tôi lộn ngược đang treo đàng hoàng...

"... đường dài nhớ đạp thảnh thơi
cho tôi uống trọn hương đời thơm tho
xin thề không dám làm thơ
chỉ thiêm thiếp mộng bên bờ tồn sinh...

(bài: ngàn năm người đẹp Hương Giang/ vẫn còn đi đứng đàng hoàng trong tôi)

Những bậc tiền bối về thơ tình như Xuân Diệu, Lưu Trọng Lư, Đinh Hùng, Vũ Hoàng Chương... đọc thơ tình Luân Hoán chắc cũng phải tấm tắc khen ngợi vì anh không đi vào con đường mòn cũ của họ.

Bài *Nhạt nhòa bóng gánh ve chai/ nắng Bình Dương úa hai vai đổi đời*, trái lại là một bài thơ mang tính chất thời sự, xã hội rất hiện thực.

Nói cách khác, đây cũng là một thứ tình yêu vượt thoát từ nỗi riêng đến niềm chung của Luân Hoán. Bài thơ trên chỉ cho vài đối tượng, còn bài thơ sau lại viết về đám đông đậm đà lòng trắc ẩn, phảng phất hy vọng:

"... một đoạn tre non làm đòn gánh
tám quai gióng đứt mất một quai
hai đầu thúng rách mươi chai vở
vừa đi vừa rống: ớ ve chai!
đường về chợ Búng còn xa lắc
đất đỏ cuồng theo cơn lốc khô
lưng còng áo rách phơi xương sống
mê nón bung vành bay phất phơ

...

ta sẽ cười vui với trẻ con
da nhăn bụng ỏng ngẩn ngơ buồn
cho em bao thuốc làm giấy vụn
phân lượng nào cân được mến thương?

Phải, tình cảm con người, tấm lòng nhân đạo có bao giờ cân đo được cụ thể? Giữa thơ Luân Hoán với thế nhân là lòng yêu thương mông mênh, vô hạn cảm.

Hà Huyền Chi đã đánh giá thơ Luân Hoán trong đêm sinh hoạt văn học 22 tháng 6 năm 1991 tại Orlando rằng: "thơ của Luân Hoán bốc lắm, hắn có nhiều cái bốc rất tới". Trần Vấn Lệ và nhiều người được tôi phỏng vấn tốc hành cũng đều kết luận thơ Luân Hoán có thể đứng vững được với thời gian lâu dài.

Cái "bốc" tức là cái hứng của thơ Luân Hoán tuy lên cao song anh cũng cân phân, điều tiết để cho từ ngữ không đi ra ngoài tâm điểm bài thơ, vẫn giữ được nhạc điệu, nhịp cắt, bố cục cần thiết.

Nói theo từ ngữ quân sự thì thơ Luân Hoán là lối xung kích, táo bạo, khẩn trương... hay nói theo từ ngữ miền Nam (VNCH) là thơ dấn thân, chuyển hóa, linh hoạt. Hoặc có người nói thơ Luân Hoán được cất từ những ngôn ngữ đã lên men hay được đào lên từ những tửu phần. Tôi nghĩ thơ Luân Hoán được viết từ bình máu thực sự của cuộc đời anh, kiến tạo nên những hàng chữ lửa thiêng liêng vì chính anh đã hiến dâng một phần thân thể cho cuộc đấu tranh tương tàn vừa qua.

Nếu chúng ta biết bút hiệu của anh đã hình thành bởi tên song thân anh, càng làm chúng ta cảm động và kính trọng anh thêm.

"Cảm Ơn Đất Đá Trổ Thơ/ Lòng Ta Hạt Bụi Vu Vơ Bám Hoài" là trạm thơ thứ 15 của anh. Hai thi phẩm "Thơm Ngát Muôn Đời Sau" và "Trái Tim Người Biết Yêu" sẽ lần lượt ra mắt người yêu thơ không lâu lắm đâu. Thú thực với bạn đọc, không hiểu sao khi đọc thơ Luân Hoán, tôi cứ tưởng tượng khi anh đương viết thì tay phải cầm bút, còn tay trái anh phải cầm một vật gì đó như vũ khí, như hồ rượu hay như một chiếc quạt trầm hương chẳng hạn. Hồi tưởng lại thập niên 60, mỗi khi tạm rời vùng hành quân trở về thủ đô Sài Gòn, trong vội vã, ngỡ ngàng tôi có dành thì giờ để mua sách báo, giở những tờ Bách Khoa, Văn Học... ra đọc sơ, bao giờ tôi cũng tìm đọc thơ Luân Hoán vì tiếng thơ anh đã để lại trong tim tôi nhiều vang bóng và sinh động.

Viết lá thư đầu cho anh Nguyễn Tăng Chương của báo Sóng ở Canada, Luân Hoán là người đầu tiên và duy nhất tôi hỏi thăm về tiến trình sáng tác của anh.

Quá trình làm thơ của Luân Hoán khởi đi bằng tác phẩm Về Trời năm 1964. Chỉ một năm sau Trôi Sông ra mắt, tiếp đến là Chết Trong Lòng Người, Viên Đạn Cho Người Yêu Dấu, Lục Bát Ca. Chỉ trong năm 1970 anh đẻ ra 4 đứa con tinh thần là Thơ Tình, Ca Dao Tình Yêu (chung với Khắc Minh), Hòa Bình Ơi Hãy Đến (cùng với Lê Vĩnh Thọ, Phạm Thế Mỹ) và Nén Hương Cho Bàn Chân Trái (cùng một số văn hữu). Trước năm mất nước, anh mời chúng ta nhắp Rượu Hồng Đã Rót. Sau tháng Tư đen lại phải bước thẳng vào thế giới thi ca với Hơi Thở Việt Nam (1986), Đưa Nhau Về Đến Đâu, Ngơ Ngác Cõi Người (1989) và cuốn thơ này (CƠĐĐTT/LTHBVVBH) đang giăng những sợi giao cảm tuyệt vời.

Ngước nhìn lên chùm thơ-sao Luân Hoán, chúng ta thấy anh còn sung sức, còn hăm hở lên đường tới những trạm thơ huy hoàng khác của nền văn học. Hỡi Lê Ngọc Châu xin hãy tiếp tục con đường bát ngát mà anh đã lựa chọn dầu phải chống nạng di hành vì hàng vạn bạn đọc đứng đón chào anh, sẵn sàng giúp đỡ anh, người thơ muôn thuở.

Lê Nhật Thăng
1990

(Chân Dung Thơ Luân Hoán - 1992)

BÍCH PHƯỢNG
TẢN MẠN VỀ TÌNH THƠ LUÂN HOÁN

Thơ của nhà thơ Luân Hoán đến với tôi thật tình cờ... và muộn màng... vì khi tôi vô tình lạc bước vào «Vuông chiếu Luân Hoán»... Thiệt là một khám phá bất ngờ đầy thú vị! Đọc xong những dòng thơ ông viết, tôi có một cảm giác thân quen cho dù tôi chưa từng được một lần biết đến nhà thơ này. Có thể vì tôi thuộc thế hệ sau ông nhiều lắm.

"mười sáu tuổi em tập làm thiếu nữ
vai tóc thề áo lụa trắng bay bay
quai nón đỏ ngậm hờ vành môi ướt
vuông khăn thêu kín đáo xếp trong tay

em đến lớp nắng theo đùa trên áo
cặp che ngang ngực thơm ngát ngọc lan
tay giở vở tưởng chừng như đệm nhạc
hồn thanh xuân em lót xuống từng trang"

Thi phong của thơ Luân Hoán nhẹ nhàng, trau chuốt như những dòng trên trong bài "Điều Bí Ẩn Bình Thường". Luân Hoán đã từng dạy học, nhưng ông có tâm hồn thi phú, có ai buộc tâm tư nhà thơ thôi đừng lãng mạn trong lời thơ đâu nhỉ:

"tôi đứng lặng vài giây trên bục giảng
giáo án thuộc lòng bỗng chốc lãng quên
nét phấn lạc giòng, chữ run mặt bảng
trở lại bàn hồn nghe đã lênh đênh

thôi tôi hiểu ra rồi, em bé bỏng
chẳng có gì mới lạ phải không em
trái tim đựng bao nhiêu điều bí mật
cũng chỉ là tôi đã chớm yêu em."
(Điều Bí Ẩn Bình Thường – Luân Hoán)

Thơ ông thuộc hệ phái thi ca lãng mạn diễm tình. Thơ ông có chiều sâu nhưng không kiêu kỳ. Nét độc đáo trong thơ ông là sự bình dị để diễn đạt trọn dòng tư tưởng của mình:

"mỗi lần sắp sửa yêu ai
tự nhiên mặt mũi tóc tai lạ lùng
tưởng như có triệu vi trùng
ngo ngoe đòi được nhớ nhung với mình"
(Triệu Chứng – Luân Hoán)

Lời thơ chân thật mộc mạc như người dân xứ Quảng quê hương của ông, nhưng người đọc lại cảm nhận cái tràn trề của nhịp thở trong cuộc sống:

"treo lòng lên mũi Chân Mây
lim dim nghe tiếng lá cây trở mình
thương em, khép nép ngồi rình
mây vào lá lá ổ tình đẻ thơ
trên tuyệt mù đỉnh hư vô
ta chìm nổi giữa phất phơ bụi trần"
(Mây Trắng Bay Nhiều Quá – Luân Hoán)

Tôi lại có cảm giác được rằng dưới cái sống tầm thường ấy ẩn chứa cái đời tinh túy của thi nhân. Như ông đã tâm sự: "Thơ cũng như người yêu vậy, đi qua rồi, nhưng vẫn còn thở trong lòng đó mà...". Tôi xem bài trong trang Hồn Quê. Trong mọi hoàn cảnh của cuộc sống, Luân Hoán đều có thể sáng tác thơ được. Thành ngữ Việt Nam mình có câu "xuất khẩu thành thơ" thiệt rất hợp với ông.

"lạ quá khi không mà tương tư
đêm nay lại thức nữa, hình như
có ai đổ rượu vào ngôn ngữ
tôi nói ra toàn thơ rất thơ "
(Thắc Mắc – Luân Hoán)

Nhà văn Đỗ Quý Toàn đã nhận xét về người bạn mình vài dòng tâm tình:

"Nếu kiếp sau trời cho tôi làm thi sĩ, tôi muốn được làm thơ tình như Luân Hoán. Sáng làm thơ. Trưa làm thơ. Tối trước khi đi ngủ cũng hãy làm thơ đã. Làm thơ khi thức dậy, để lót dạ. Làm thơ khi đứng đợi xe, để qua thì giờ...

... Thơ Luân Hoán mang lại cho tình yêu học trò nhiều điều mới lắm. Vì những bài thơ tình của Luân Hoán thật hơn, cụ thể hơn, lẩm cẩm ngu ngơ hơn tất cả những thi sĩ nổi tiếng trên. Nghĩa là học trò hơn. Thật sự học trò không khoác vô tình học trò một bộ áo của ngôn ngữ diễm lệ hay thêu dệt những tình tứ kiêu kỳ. Ngôn ngữ của Luân Hoán thật giản dị. Hình ảnh là hình ảnh bình thường của đời sống hàng ngày."

Nhà văn Song Thao trong bài «Quê hương, tình yêu trong thơ Luân Hoán» đã có nhận xét về thi sĩ Luân Hoán như sau:

"Thơ Luân Hoán không thể là thơ không hay được. Nó như một hòn đá: nhìn bên ngoài tưởng như thô sơ, mộc mạc nhưng thật ra bên trong có chứa ngọc. Chất ngọc tinh tuyền vì nó được chắt lọc từ cuộc sống muôn vẻ muôn sắc. Hình như bất cứ trong hoàn cảnh nào cuộc sống Luân Hoán cũng có thơ được. Lúc vui lúc buồn, khi đắng cay, khi phẫn nộ, lúc tủi nhục, lúc hiên ngang, khi dịu dàng, khi hờn dỗi... mà thơ nào cũng mang cái giọng chất phác, duyên dáng nhưng tiềm ẩn bên trong là cái tinh quái, sắc sảo. Đọc xong một bài thơ là mường tượng ngay ra được nụ cười của nhà thơ nằm đâu đó. Nụ cười có lúc ngọt, lúc bùi, lúc chua, lúc nồng nhưng cũng có lúc đắng lúc cay..."

Luân Hoán là một nhà thơ có nhiều tình mà lại đa cảm. Hình như bất cứ một hình bóng giai nhân nào đi qua đời ông dù chỉ thoáng qua một ánh nhìn cũng để lại trong ông những áng thơ tình bất hủ. Nào là:

"rập rình qua ngõ Minh Xuân
liếc cho đỡ nhớ dải lưng lụa vàng
nhìn nghiêng, nắng gác hành lang
nhìn xéo, nắng giữ hai hàng sứ xanh
long lanh mắt vượt qua thành
vén màn hỏi nhỏ bức tranh treo tường..."

Thi sĩ nghe tiếng nhạc dương cầm mà hồn phiêu lãng mười phương trên cành hoa chân dài. Phải chăng thi sĩ đã sống với hồn thơ bao la của mình:

"âm thầm gởi tặng mùi hương
lên bàn tay vãi tiếng dương cầm buồn
lòng tôi phiêu lãng mười phương
bỗng về ở trọ trên trường túc hoa"

hay tưởng như mình đang đến nhà thờ với lời xưng tội vẩn vơ trong lòng:

"ngập ngừng qua ngõ Lâm An
mưa dông hộ tống hai bàn chân thơ
tưởng như đang đến nhà thờ
thủ lời xưng tội vẩn vơ trong lòng
lỡ quên hái bậy nhành bông
ngửa tay hứng giọt mưa trong ngõ là
cổ em chưa vướng vòng hoa
chuỗi kim cương nước khác xa mọi người
trông qua cổng, thấy em cười
Chúa tha tôi tội yêu người sau lưng"

Còn ý tưởng diễn tả phải lòng người đẹp khi ông viết lên nỗi tưởng nhớ váy thơ đang độ thong dong, nhớ người yêu mà chàng đạp xe khi bỗng phải lòng quên đi:

"mon men qua ngõ Thu Hà
dẫu lơi chân đạp cổng nhà cũng qua
nắng chiều đang thở trên hoa
hình như có bóng thướt tha vói nhìn
quay đầu xe lại, khó tin
nụ cười thơm ấy vô tình thật sao?

gáy ngà đỡ mái tóc cao
rõ ràng có hạt bụi thao thức nằm
váy thơ đang độ thong dong
chiếc xe đạp bỗng phải lòng quên đi"

Phải nói thơ tình của ông rất phóng khoáng, phóng khoáng từ tư tưởng đến từ vựng. Tôi đã đọc nhiều nhà thơ hải ngoại đã viết những vần thơ tình hào phóng như Việt Hải trong ý tưởng tương phùng:

«Choàng vai ôm lấy yêu thương,
Cho ta ngày cũ vấn vương tơ lòng,
Nhớ em má thắm môi hồng,
Nhẹ hôn tóc xõa bềnh bồng say mê,
Tiếng cười như vỡ pha lê,
Ái ân che khuất đường về chiều xưa,
Gió lay khung cửa đong đưa
Thân trao môi gửi say sưa tình nồng,
Long lanh ánh mắt tỏ lòng,
Cho anh sống lại giấc mộng chiều xưa. »
(Phút Giây Chạnh Lòng – Việt Hải)

hay khi thi sĩ dùng ẩn ý của mượn rượu sầu thơ, nỗi buồn cô liêu nhớ người yêu mà say tình hay say tửu đều có nét gần nhau trong ý thơ:

«Chiều nay chợt nhớ em yêu,
Tóc huyền óng ả mỹ miều thướt tha,
Mắt tình tư lự tim ta,
Dù say hay tỉnh chỉ là yêu em,
Đêm nay say đắm đến thèm,
Rượu chưa quá chén say mèm hồn ta,
Hỏi trời có thấu tình ta?
Buộc ta xa cách chẳng thà tình say. »
(Cơn Say Tình Ái – Việt Hải)

Và một nhà thơ khác như Thái Tú Hạp, ông làm thơ trong tâm tưởng nhớ nhung người yêu, một tình yêu nhẹ nhàng, kín đáo được ươm trong thơ:

«Thả mây cuối phố em qua
Vừng trăng trên tóc quỳnh hoa chỗ nằm
Lược là vô tận hỏi thăm

Hương bồ kết nở trăm năm môi cười
Hoa cam hoa bưởi ngậm ngùi
Đã xa cố quận một đời viễn phương
Bao giờ trầm ngát rừng hương
Quế cay nồng tỏa suối nguồn thảnh thơi
Ta về hát giữa lệ rơi
Đại hồng chung điểm một thời xuân xưa"
(Mê Hoặc Trầm Hương – Thái Tú Hạp)

Tôi nhận thấy nét đặc điểm của Thái Tú Hạp là làm thơ tình, mà nghe như bao phủ cả tính chất "thiền" trong đó. Ví dụ trong bài sau đây:

"Mai ta về giữa non cao
Xé mây làm áo lụa đào cho em
Nghiệp từ mấy thuở trần duyên
Nắng thanh xuân đậu ngoài hiên ta bà
Đưa nhau dạo giữa ngân hà
Bỏ nhân gian lại chốn tà huy câm
Mai sau tình vỡ hư không
Có nghe tiếng hót tiền thân chim ngàn
Từ trong thiên cổ tri âm
Tiễn nhau xuống núi cưu mang kiếp sầu

Mai về khép cánh biển dâu
Giở trang vô tự trắng nhòa sắc không
Chờ nhau dưới cội vô thường
Soi tâm tư hiện một vừng trăng xưa"
*(*Thanh Tịnh Khúc – Thái Tú Hạp*)*

Những dòng thơ lục bát diễm tình của Việt Hải như những lời tự tình trong rực lửa nồng nàn say ý thơ. Cái lãng mạn trong thơ thi nhân cũng bóng bẩy như ánh sao rơi. Trong thơ Việt Hải tôi nhìn thấy nhà thơ này có rất nhiều thương nhớ, rất dễ thương nhớ và hình như thương nhớ tất cả. Giống như Percy Bysshe Shelley đã từng nói: "*Mọi trìu mến đều trở thành vô nghĩa, Nếu môi ta chẳng có nụ hôn nàng*"; thơ của nhà thơ Việt Hải đậm nét táo bạo, và đầy ắp những nụ tình hôn ngọt ngào.

Trái lại, thơ tình Thái Tú Hạp thì lại rất bình yên, trọn vẹn, dù tràn đầy yêu thương, hiền lành, không đắm đuối say mê, không lãng mạn ướt át, không cuồng nhiệt và không táo bạo. Đọc thơ Thái Tú Hạp, tôi thấy nhuốm một chút "thiền" rất vô vi. Cái tình cảm đó hạp trong tư tưởng thiền quán, và ý niệm thiền thì chuyên chở cả khối tình của nhà thơ.

Với tôi, Luân Hoán ở mức trung dung giữa chất thiền hiền hòa của Thái Tú Hạp và nét táo bạo của thơ Việt Hải. Nên thơ viết về tình yêu của Luân Hoán cho tôi có cảm giác như ông là một người khao khát tình yêu trong ý thơ bóng bẩy và có nhiều mộng tưởng. Dòng thơ ông nhất là những dòng lục bát ngọt ngào, đậm đà và trữ tình như những câu ca dao. Thơ ông khiến người đọc say ngây ngất mùi hương giấy trắng trinh nguyên học trò.

Đọc thơ ông tôi hoài niệm về một thiên đường ký ức, về cái thuở mộng mơ thơ ngây với những chuyện tình vu vơ, với những dòng lưu bút thơm màu mực tím mồng tơi, với những bài thơ chép tay vội vàng, những tà áo trắng duyên dáng, những hàng phượng đỏ, những cái bâng khuâng trìu mến, những hờn dỗi, những nôn nao hẹn hò đợi chờ, những hân hoan nồng thắm. Nhà thơ Mạc Phương Đình đã nhận xét về thơ Luân Hoán như sau:

"Trong thơ anh, ngòi bút tài hoa bay bổng, uốn lượn theo cảm xúc, chắp cánh cho từ ngữ đi vào từng ước muốn của bày tỏ, gởi nó đi theo dòng tình, nhịp nhàng như những nốt nhạc chính xác trên cung bậc. Cũng với những con chữ tầm thường trong hàng ngày giao tiếp, Luân Hoán đã chọn lựa, đã sắp xếp chúng đúng vào những vị trí, để biến chúng thành những dòng thơ tuyệt diệu..."

"em từ bụi chuối bước ra
ánh trăng làm nũng chao qua ống quần
niềm vui giấu dưới bàn chân
vỡ theo sợi gió lâng lâng ngậm ngùi"
(Trăng đêm nở hoa – Luân Hoán)

Thơ ông viết dùng ngôn từ giản dị, bình dân, dễ cảm thông, rất hồn nhiên dí dỏm. Thơ như rất gần gũi với cuộc sống. Cõi thơ tình Luân Hoán sao thật mênh mông, phong phú.

"cho dù sông nước mông mênh
chắc chi đủ rộng như lòng đang yêu

em đi khép nép trong chiều

hai bàn tay đánh dập dìu gió bay"

Cái yêu trong thơ của Luân Hoán là những mối tình xuyến xao, trong nét e ấp, rụt rè, e thẹn, rất dễ thương:

"ta đứng tựa trong hành lang lớp học
trên lầu cao nhìn xuống mộng bâng khuâng
lòng cúi theo từng ngọn tóc phân vân
hôn rất nhẹ trên tóc thề đen nhánh
môi em đỏ sao hình như quá lạnh
răng trắng thơm níu giữ lấy hồn ta
lưỡi rót hương tình rót mật đậm đà
ta nương náu bên em bằng mộng tưởng
bởi quá yêu nên ta giàu tưởng tượng"
(Trong Sân Trường Bữa Ấy)

Và với những lời tỏ tình tha thiết nóng bỏng của cậu thư sinh vừa mới chớm yêu:

"Em yêu dấu, hỡi con chim trúng đạn
Rơi về đâu trong cõi sống mênh mông

Ta vẫn còn đây mái tóc bềnh bồng
Dù sương gió ươm đôi giòng bụi trắng
Lời chìm nổi những ba cay bảy đắng
lòng vẫn xanh như cỏ dại thong dong
trái tim ta vẫn rộng rãi thư phòng
có em ngủ muôn đời trên vần điệu
ta mai mốt dù tài danh mệnh yểu
đã nhờ em tồn tại với thời gian
hỡi em yêu thăm thẳm cánh phượng hoàng
có đậu lại trong sân trường bữa ấy..."
(Trong Sân Trường Bữa Ấy)

Chữ tình trong thơ Luân Hoán là những đoản khúc giao cảm của huyền thoại tình yêu giữa hư và thực, giữa những chuyện tình có thật và không có thật. Trái tim thơ của anh nhung nhớ lửa yêu thương. Cái tương tư trong thơ anh là những nỗi nhớ nhung đầy mộng ảo trong chuyện tình không có thật:

"chẳng nhớ nhờ đâu quen các em
một đôi bạn nhí nặng chân tình
má môi chưa thoảng mùi son phấn
mưa nắng vừa ươm những nhánh tình

vào mỗi cuối tuần thường kéo nhau
lang thang đội nắng gió lên đầu
ô mai, me, cóc... ta tập nhấm
nuốt cả nụ cười, chớp mắt nâu
....
đã vụt bay rồi hai cánh chim
ta yêu tha thiết cả hai em
chẳng qua vụng tính hơn thân phụ
đành gối thơ nằm trắng mấy đêm"
(Chuyện Tình Không Có Thật)

Đọc những dòng tiểu sử về nhà thơ Luân Hoán, tôi được biết trong tình yêu, nhà thơ đã sống trọn vẹn cho người bạn đời mà ông đã để ý khi nàng vừa vào ngưỡng cửa của tuổi ô mai:

"ta đến trọ nhà em từ thuở
em chưa qua hết tuổi mười ba
bút mực thơm từng ngọn tóc đuôi gà
miệng liến thoắng vụng về như con sáo
hoa cỏ dại mọc đầy trong túi áo
gót chân hồng không mệt mỏi nhảy dây
trái mù u chuyền thẻ chạy quanh tay
cười với hát, ăn quà, vòi vĩnh mẹ
chừng nấy việc dắt dìu em nhè nhẹ
dạo vòng vòng trong thế giới ngây thơ."

Tình yêu của ông dành cho hiền thê rất sâu đậm và mặn nồng:

"lãnh thổ thơ tôi, một cõi Em
hàng trăm chánh thất, chỉ một tên
và không cung nữ, không hoàng hậu
lộng lẫy trong cùng một dáng Em"
(Mời Em Lên Ngựa)

Tuy thơ sáng tác bay bướm nhưng ông là người nặng tình nghĩa thủy chung của đạo lý phu thê:

"chiều hôm nay ngồi vơ vẩn trông mưa
em ngoài hiên lại vọc nước như xưa
ta bỗng thấy em vẫn là con gái
em có biết em vẫn còn trẻ mãi
bởi vì ta còn mãi mãi yêu em..."
(Chiều Mưa – Luân Hoán)

Luân Hoán trân quý sự hiền thục của vợ mình và biết ơn người bạn đời tri kỷ trăm năm đã bao năm chịu thương chịu khó đồng cam cộng khổ chia sẻ ngọt bùi đắng cay cảm thông cho chồng. Để nhà thơ chợt nhận thấy rằng nàng Thơ muôn thuở của ông vẫn là Phước Ninh hiền dịu kiêu sa của thuở nào, vẫn mãi mãi yêu dấu trong mộng và trong thực:

"tôi yêu em, tôi chỉ nói với riêng em
tôi chỉ muốn một mình em đập chén
trong hồn tôi chếnh choáng cơn say
chuyện chi phải ngợi ca từng ngọn lá
bởi nhờ em đời đã đẹp lâu rồi
và hơn nữa, tôi thiếu tài giả dối
không ngụy trang, che giấu những riêng tư"

và thấy muôn đời "tình tôi vẫn thuộc về em":

"Cổ sáp ong vẫn thường đeo thánh giá
tôi nhủ thầm: em ngoan đạo, từ tâm
muốn với tới ngôi trời, tôi xem lễ
Chúa của tôi là em ở trong lòng...."
(Chúa Tôi – Luân Hoán)

Tôi bỗng nhớ đến chuyện tình nổi tiếng mà tôi hằng yêu thích "Dr. Zhivago", đến tác giả Boris Pasternak và nguồn thi hứng và cảm hứng của ông, người tình văn chương Olga Ivinskaya. Và Luân Hoán cũng có một Phước Ninh giúp ông hoàn thành nghiệp thi ca. Thơ có sắc thái riêng của nó, khi đọc lên người ta có thể hiểu được tâm sự lòng của tác giả. Tôi có đọc đâu đó một nhận xét rất xác đáng của thi hào Valéry "*Những cõi thơ thuần chất giống như lửa, loài người chỉ có thể đi qua, không thể lưu trú tại đây được. Mà cũng chỉ có một ít người đặc biệt được quyền đi qua chốn ấy thôi. Những người đặc biệt ấy chính là các thi nhân*".

Đúng vậy, thi nhân Luân Hoán đã đưa chúng ta vào một vườn thơ ngát hương bách hoa dị thảo của ông. Trong thế giới Đường Thi có một danh tài thi quỷ Lý Hạ, trào lưu thi ca lãng mạn tiền chiến có một Vũ Hoàng Chương, và những dòng thơ diễm tình hiện đại không thể nào thiếu được những đóa Tình thư diễm tuyệt của Luân Hoán. Cám ơn ông đã dẫn tôi vào một thế giới huyền thoại quyến rũ muôn màu muôn sắc của tình yêu.

"trộn chút tình ta vào trong bột giặt
vò nhẹ nhàng bởi lo sợ em đau
vải còn đượm mùi thịt da em thơm ngát
tay bùi ngùi như đang vuốt ve nhau

trông thau nước đục lờ những cáu bẩn
ta bỗng thương lớp bụi nổi màng màng
chúng là những nhọc nhằn em gánh chịu
nuôi chồng con dài năm tháng gian nan"

Cũng xin cám ơn nhà thơ đã cho tôi thấy được cái đẹp mỹ miều của ngôn ngữ Việt Nam, giản dị, tầm thường nhưng lại chất chứa đầy thi vị thi ảnh hữu tình:

"vòi nước nhỏ chảy qua từng thớ vải
như chảy vào trong cùng tận lòng ta
em có thấy giọt lệ ta thầm nhỏ
và tan trên màu vải những thiết tha?

hơn bốn mươi lần đầu ta tập giặt
để tiêu xài cho bớt chút thời gian
thân nam tử ở trong thời mất nước
sao trói nơi này lẩm cẩm kêu than?

đời không giữ giùm ta hai chân đứng
có lẽ nào vô dụng mãi hay sao
giặt giũ làm thơ đọc vài trang báo
hai mươi bốn giờ thường trực chiêm bao"

Tôi nguyện chúc cho dòng thơ diễm tình của ông vẫn mãi mượt mà, vẫn như con sông, con suối chảy mãi không ngừng, cho ngọn lửa yêu thương luôn thắp sáng con tim người thi sĩ, và sự mẫn cảm của hồn thơ ông luôn được tuyệt vời.

"tình theo chữ thở trăm lời
hồn theo tình mở một trời nguyệt hoa
làm thơ là để lân la
chui từ cái nhớ chui qua cái buồn
làm thơ là để bình thường
cái ta cứ thích đứng đường ngó em
làm thơ là để lênh đênh
trên dòng rảnh rỗi chợt quên mất mình
làm thơ là để làm thinh
im nghe ta tự tỏ tình với ta"

Bích Phượng Paris
Viết tại Paris, ngày 17 tháng 5 năm 2006

Tiểu sử Bích Phượng
Tên thật: Trần Đức Tuyết-Tiên
Sinh quán: Sài Gòn
Trú quán: Bordeaux, Pháp
Trung học: Couvent des Oiseaux (Sài Gòn)
Nghề nghiệp: Y tá khoa tim tại Pháp.
Bút hiệu: Tiểu Vũ Vi, Bích Phượng, Diễm Vi, Nhã Khanh
Khuynh hướng: Thơ Đường, văn biên khảo, bình luận văn chương
Sở thích: âm nhạc, thơ văn, đọc sách, phim tình cảm, gia chánh.
Hiện cộng tác thi văn với Văn Đàn Đồng Tâm, báo Sân Khấu News, các websites Saigongate, Ninh Hòa, Hoa Sơn Trang và Bến Sông Mây

Tham Khảo:

Hồn Quê:
http://www.honque.com/PhongVan/pvLuanHoan/PhongVan_LH.htm
Song Vinh:
http://www.songvinh.com/luanhoan/phutrang/htm/ChanDungThoLH.htm
Xứ Quảng:
http://xuquang.com/vanhoc/vtd-luanhoan.html
oOo
(Đọc Nhịp Thở Luân Hoán - 2014)

NGUYỄN NAM AN
HIÊN NHÀ CŨ VÀ THƠ TÌNH LUÂN HOÁN

Lúc đó đâu chừng lớp nhất tôi thuộc bài Nhớ Rừng của Thế Lữ. Vào mùa thi lục cá nguyệt, thầy Quyền, Nguyễn Phú Quyền cho học trò đọc Học Thuộc Lòng hay hát. Cả hai tôi không chọn mục nào mà đọc thơ. Tôi đọc bài thơ dài thoòng nói trên. Thầy khen. Cho tám điểm! Mấy thằng khác đọc bài có thuộc mấy cũng bảy điểm là cùng. Khoái thật. Thừa thắng xông lên từ đó tôi thích thơ.

Chồng chị họ tôi ở Không Quân, thi tú tài, cần dẫn chứng về thơ mới. Anh ấy về kể lại đám em bà con nghe chơi. Trong đó có tôi, cứ tròn xoe mắt nghe 'anh vò đầu vỗ trán rồi làm luôn thơ' mới! Thơ của mình. Mấy ông thi sĩ thật đi chỗ khác chơi! Khóa ấy anh tôi trượt vỏ chuối. Trượt là phải. Thầy giám khảo chấm bài mệt, bực mình, lại đọc thơ không phải của một trong những ông thi sĩ thời tiền chiến thì câu đó được vài điểm cũng may. Những ngày đầu của tôi với thơ vậy đó.

Khi học bên Phan Chu Trinh, đọc được bài thơ Tình Qua Lộng Ngọc của Hạ Quốc Huy viết cho cô hàng cà phê, mấy thằng khoái quá lò dò tìm đến quán Lộng Ngọc đó để ngó. Bên ngoài này đường Phan Đình Phùng nhìn vào quán mờ mờ ảo ảo. Thơ ở đâu cà? Chẳng biết.

Nhưng ở Phan Chu Trinh thì có nhiều 'thơ'. Mấy chị mà anh Luân Hoán nhắc đến trong bài lục bát:

"một đời mê những mỹ danh/Thanh Thảo, Kiều Phúc, Kim Anh, Bích Đào/Phương Lan, Mộng Thúy, Lạc Giao/Bích Hường, Phước Khánh, Hồng Đào, Thái Thu/Huỳnh Thi, Phước Hạnh, Quỳnh Cư/Duyệt lai, Châu Yến Loan, Từ Thoại Chi.../mê tên người để làm gì?/Thu Liên vẫn lạ Hồ Hồng vẫn xa/hóa ra là để ba hoa/có chăng chữ nghĩa đậm đà sắc hương?/quý thay thuở bất bình thường/ước chi tiếp tục khác thường hơn xưa".

Mấy anh mấy chị làm tờ Trả Lại Tuổi Trẻ 'chiến' quá trời dầu báo quay ronéo. Còn học trò mà Trần Ngọc Văn (?) dám in thơ. Đi ngang trường thấy thông báo buổi ra mắt thơ của anh này bạn tôi phục. Lúc đó anh Luân Hoán đã vào 'nơi gió cát'. Anh đi tác chiến, Sư Đoàn 2 Bộ Binh. Thời gian này tôi đọc được thơ anh trong tập Lục Bát Ca của Vĩnh Điện phổ nhạc. Chịu quá! Giờ nghe nhắc đến Luân Hoán là nhớ bài lục bát đầu tiên đọc được thuở mười mấy, đã làm mình thích thơ thêm. Không phải mình tôi mà thêm vài thằng nữa trong lớp, như Nhân ròm Nguyễn Văn Nhân, và vài tên nữa mượn thơ thi sĩ viết thơ tình:

"Tóc xưa thôi bỏ đuôi gà/Môi xưa thôi bỏ mặn mà tay che/Mắt cười còn biếc ngọn tre/Lòng ai thôi cũng vàng hoe nắng chiều..." Dễ nhớ không, Sầu Biếc. Hình ảnh và ngôn ngữ quá gần nhưng đâu phải ai cũng đưa vào thơ được vậy. Luân Hoán viết như nói. Thi sĩ làm thơ dễ dàng như sống và thở nhưng thơ thật là thơ. *"Trong tay đầy nỗi tiêu điều/Choàng vai nghe lạc niềm yêu thương người/Lời sầu dài biết bao nguôi/Ai vun quén để ngậm ngùi lòng nhau/Xin trời một thoáng mưa ngâu/Vườn xanh lá chuối che đầu trao hôn/Chút hơi phù phiếm trong hồn/Dâng làm kỷ niệm héo hon một đời/Người về sầu lẫn trong tôi/Em về sầu lẫn trong lời thơ bay"...*

Đó là Luân Hoán thuở còn đi học, rất trẻ như trong hình chụp ở hội trường trường trung học Phan Chu Trinh 'sau giờ đọc thơ Luân Hoán và Vĩnh Điện trình bày Lục Bát Ca'. Trẻ nhưng thơ thuở ấy đã bay bổng ngoài Trung và Sài Gòn trong những tạp chí văn học sáng giá của đất nước. Cả Luân Hoán bây giờ, *"tiếp tục khác thường hơn xưa"* khi: *"đi giang hồ vặt trở về/nghe Đà Nẵng gọi bốn bề Thùy Trâm".* Đọc thấy gần gũi quá dầu tôi lớn lên sau anh mười mấy năm và không được giống chút ít 'thuở bất bình thường' của anh viết trong thơ chút nào.

Nhớ lại tháng ngày năm 1973, làm được những bài thơ khi xa nhà, tôi đem cất không dám cho ai đọc. Sau này đọc lại mới nhận ra rằng làm thơ lục bát dễ 'dở!'. Nhưng sao đọc thơ sáu tám, thơ năm chữ của Luân Hoán, tôi có cảm tưởng anh viết rất dễ dàng (như thơ tôi được đọc đã dễ dàng đi vào hồn người, nằm đó!): *"em mê thơ, chẳng tò mò?/hay là em chỉ giả đò vậy thôi?/chỉ cần một chiếc lá rơi/hình như em đã thả đời bay theo"*.

Lúc đó tên bạn người Hội An hay nhún vai bất cần đời và đọc thơ Quang Dũng. Có lúc hắn kể về những sinh hoạt văn nghệ ở Quảng Nam. Trong câu chuyện, tình cờ nhắc đến Luân Hoán và thi tập Nén Hương Cho Bàn Chân Trái. Nhờ hắn tôi được tin anh Luân Hoán bị thương giải ngũ. Trễ cũng vài năm!

Suốt thời gian ở Đà Nẵng, tôi chỉ biết anh qua thơ. Lớn lên, rời thành phố rồi lưu lạc, những ngày đi học lại ở Mỹ lại được đọc thơ Luân Hoán qua tạp chí Nhân Văn. Cũng chưa có dịp gặp anh khi Nhân Văn in 'Ngơ Ngác Cõi Người'. Tưởng Năng Tiến nhắc đến anh nhiều lần trong những buổi 'tao ngộ nhậu' nhưng anh ở xa quá. Sau này đọc được bài thơ 'Khiêng Nước' buồn buồn, tuổi nhỏ tôi chạy ngược về khi nao nao thấy lại bóng dáng mình đâu đó. Những điều anh viết quá gần gũi:

"Một cái thùng con con/ Một đoạn tre nho nhỏ/Chị khiêng chịu nặng hơn/ Lâu lâu hơi cau có/ Em đi trước run run/ Đòn nghiêng vì vai thấp/ Dốc đá vấp luôn luôn/ Thùng va vào sau gót...", và đi theo đến hôm nay.

Luân Hoán vẫn *"tiếp tục khác thường hơn xưa"*. Anh còn làm thơ, thơ tình thuở xứ người:

"đèn xanh, tôi quẹo theo đời
dấu hoa đã lạc chân trời còn thơm"

'Gởi tặng thiếu nữ của mọi thời đại' trong 'Em và Thơ':

"em yêu đâu chỉ làm thơ
vì em đâu chỉ vu vơ qua đường
em là tất cả nguồn hương
nằm trong những đốt xương sườn thi nhân"
...
"em đi tay đánh mượt mà
làm bao nhiêu bụi tà tà bay theo

thơ đời vốn rất trong veo
bỗng dưng trôi nổi bọt bèo nhớ nhung"
...
"trời sinh em, trời sinh thơ
nếu không chẳng biết phải thờ em đâu
trái tim dù rất là sâu
chắc gì em được ở lâu đời đời"

hay một mai đó về lại 'Đà Nẵng, 20..(?)' cũng vẫn rất tình:

"và tôi nghiêm chỉnh gặp tôi
gặp luôn em giữa đọt cười chớm xanh"

Có lẽ đây là niềm vui nhất của anh, anh Luân Hoán.

Nguyễn Nam An (An Phú Vang)
17 tháng 6, 2004

(Luân Hoán, Một Đời Thơ – 2005)

HOÀNG DỤC

ĐÀ NẴNG – CÕI BÉN TÌNH THƠ LUÂN HOÁN

Đã có những thời rất dài, thơ Việt Nam hiện ra trước mắt bạn đọc với bộ mặt nghiêm trang, nhưng vào khoảng những năm 70 của thế kỷ XX, ở miền Nam, đã xuất hiện những khuôn mặt thơ rất phóng túng từ cách lập ý đến sử dụng ngôn từ. Thơ đã có một điệu nói mang sắc thái trữ tình riêng, có một lối diễn đạt rất hiện thế pha một chút bụi bặm rất đời thường. Đấy là thơ của thế hệ những nhà thơ như: Nguyễn Tất Nhiên, Nguyễn Đức Sơn, Hoàng Lộc, Nguyễn Nho Sa Mạc, ... họ đã đem vào thơ chất liệu đời thường, nói bằng giọng điệu của giao tiếp hằng ngày, nhưng đã được thi hóa một cách tự nhiên và độc đáo. Họ đã đem chân dung thơ của mình, một chân dung chưa qua photoshop, mà hòa với khuôn mặt tự nhiên của mọi con người giữa cuộc đời tạo nên sự hiện sinh của thơ. Một trong những nhà thơ tạo nên chất đời giản dị cho thơ, đó là Luân Hoán, một Luân Hoán như "*... con chào mào mọi bữa – Vẫn đứng một mình đổ giọng véo von*" (Làm lành).

Luân Hoán bắt đầu sáng tác năm 1960, xuất bản tập thơ đầu tay "Về trời" năm 1964. Trước năm 1975, ông đã xuất bản năm tập thơ và in chung nhiều tác phẩm với nhiều bạn thơ khác. Sau 1985, định cư ở Canada, ông tiếp tục ra mắt bạn đọc nhiều tập thơ nữa. Thơ ông viết về nhiều đề tài khác nhau, trong đó có đề tài quê hương, Hòa Vang quê gốc,

Hội An nơi sinh thành (1941) và Đà Nẵng, mảnh đất đã nuôi dưỡng ông từ 1953, khi còn thơ bé cho đến lúc trưởng thành. Vì thế, Đà Nẵng đã trở thành nguồn cảm hứng thi ca, là một không gian nghệ thuật, một Cõi bén tình thơ của ông. Có lẽ thơ viết về Đà Nẵng của ông rất phong phú, nhưng đáng tiếc là tôi có ít tư liệu quá, không thể tiếp cận được nhiều tập thơ của ông! Cho nên, ở phạm vi bài này, tôi chỉ lạm bàn đến không gian thơ Đà Nẵng - Cõi bến tình thơ của Luân Hoán - qua ba bài: *Đà Nẵng* (Rượu hồng đã rót, 1974), *Ngũ Hành Sơn* (Cám ơn đất đá trổ thơ, 1991) và *Cõi bén tình thơ* (Cỏ hoa gối đầu, 1997).

Qua ba bài thơ, hồn thơ của Luân Hoán như bay nhảy trong không gian thơ của thành phố quê hương. Tình thơ của ông tha thiết với từng con đường, ngã tư, những phố, những phường, những xóm, những danh lam thắng cảnh của Đà Nẵng. Đọc những bài thơ viết về Đà Nẵng của ông, người đọc cảm giác như đó là một địa lý thơ. Đà Nẵng là một mảnh đất dồi dào chất phù sa trữ tình, rất giàu cảm xúc thơ, đã trở thành chất liệu thi ca không bao giờ vơi cạn của hồn thơ Luân Hoán. Có thể nói rằng, Đà Nẵng gieo hạt thơ vào mảnh đất tâm hồn màu mỡ của Luân Hoán và đến lượt mình, hồn thơ ấy đã nở ra những bông hoa thơ làm nồng nàn thêm chất thơ Đà Nẵng. Trong *Đà Nẵng*, nhà thơ tâm tình.

nhưng thôi nhé, những cành cây, chiếc lá
ta đã nằm trong mỗi một các em
hơi thở ta đã mang đủ họ tên
của Đà Nẵng đi trong đời vời vợi

Những gì nhỏ bé hay lớn lao, những gì là bình thường hay cao cả của Đà Nẵng đều có tên riêng, sống trong hơi thở, điều hòa nhịp thở của nhà thơ để ông “đi trong đời vời vợi”, đi bằng trái tim ấm nóng tình quê, đi bằng niềm tin cuộc đời mà quê hương đã hun đúc. Những con đường, những gốc rễ, những địa danh rất lạ, “những cành cây, chiếc lá” đã thoát xác nhập hồn tạo nên những vần thơ của Luân Hoán. Thế nên:

cổ họng khô uống cầm chừng nước lã
ôi quê hương ta xin vẽ lên thơ
chút đỉnh ba hoa, tài nghệ phất phơ
phơi ra hết nỗi tình ta ngờ nghệch
vụng dại đó mong đời tha thứ hết

Như thế là biện chứng. Nhà thơ hút hương mật của quê hương mà nuôi cây thơ, nên đến lượt thơ phải quay về dâng hoa trái làm thơm ngọt quê hương. Đó không chỉ là biện chứng trong mối quan hệ giữa thơ với đời mà còn là nét đẹp văn hóa Việt – nét đẹp tình nghĩa. Thơ Luân Hoán đã tiếp nối và phát huy hằng số văn hóa của dân tộc ấy.

ôi Đà Nẵng nhờ ngươi ta hiện diện
ta nhờ ngươi có những người tình
được nói về ngươi, như nói với chính mình
ta sung sướng trôi cùng thơ bát ngát
dù khổ nhục suốt đời ta vẫn hát
bài ngợi ca nhan sắc của quê hương

Thực ra, không riêng gì Luân Hoán làm thơ để ca ngợi nhan sắc Đà Nẵng, rất nhiều nhà thơ, những người con của mảnh đất bán sơn địa này, đã viết những vần thơ ca tụng vẻ đẹp nhan sắc của quê hương họ. Mỗi nhà thơ khám phá nhan sắc Đà Nẵng bằng những con mắt thơ khác nhau. Trần Khắc Tám đứng ở góc nhìn Đà Nẵng mùa thu của những năm tháng hòa bình mà cảm nghe phố thị nên thơ đến lạ:

Đà Nẵng vào thu sao chưa mưa ngâu
Chỉ thấy lá vàng rơi trên vai người dạo phố
(...)
Phía trước mùa thu là đại dương
Những con sóng vô tư cánh buồm trôi yên ả
Là đường nhà em thơm hương lá
Là Đà Nẵng ban mai sau giấc ngủ nồng nàn

Tôn Thất Phú Sĩ, nhìn Đà Nẵng từ bên ngoài Tổ quốc nên thao thiết nhớ dòng sông Hàn thuở học trò. Con sông đã trở thành biểu tượng của thành phố "đầu biển cuối sông" (Hồ Anh Tuấn) mà Phú Sĩ đã bao lần vùng vẫy, lội bơi đã ăn sâu vào ký ức không thể xóa nhòa:

Ai đã từng làm học trò Đà Nẵng
Mơ một lần tắm lại nước sông xưa
Mơ một lần ôm hôn dòng sông cũ
Sông Hàn ơi thương biết mấy cho vừa
(Sông Hàn Đà Nẵng)

Một bạn đồng môn Phan Châu Trinh với tôi, Vân An Nguyễn Hữu Tùng cũng ngoái nhìn quê hương từ trời Tây bằng con mắt nuôi mộng xuân thì.

Rồi chiều nay tóc dài ngang Lê Lợi
Nhớ con đường buổi tan học xa đưa
Ngã Năm ơi bao giờ người lại tới
Thạch Thảo buồn cho giọt nước đang rơi
(Đà Nẵng, Hàn phố ơi!)

Với Văn Đình Ưng, nhà thơ hân hoan bay lên cùng Đà Nẵng vào đêm lễ hội pháo hoa:

Đà Nẵng lung linh đêm pháo hoa
Pháo đỏ, pháo xanh, pháo sáng lòa
Mỗi khi màn pháo tưng bừng diễn
Thành phố - Sông Hàn bay bay lên...
(Đà Nẵng yêu thương)

Luân Hoán lại khác. Nhà thơ đã có khám phá riêng về nhan sắc Đà Nẵng. Là con người tình nghĩa nên thơ ông lóng lánh vẻ đẹp tình nghĩa với quê hương. Sống cùng năm tháng, nhà thơ khẳng định dù đời khổ nhục vẫn song hành cùng thơ đúng như nhà thơ tự họa: "Ốm nhom như con cò ma - Phất phơ giữa cõi thi ca tối ngày". Và thơ sẽ là khúc hát của một đời thơ, hát lên những lời "thơ bát ngát" "ca ngợi nhan sắc quê hương". Luân Hoán đã vẽ ra một nhan sắc Đà Nẵng riêng. Theo tôi, cái riêng của nhan sắc Đà Nẵng trong thơ Luân Hoán được khám phá và biểu hiện ở bình diện không gian, đó là: không gian đường phố, không gian phường xóm và không gian văn hóa - thiêng liêng.

Trả lời phỏng vấn của Song Vinh ở Nguyệt san Hồn Quê về sở thích của mình, Luân Hoán nói: thích thời gian đi đường, chiêm ngưỡng các vẻ đẹp của người, cảnh, chim, cá, ... Sở thích ấy là một đặc điểm của cá tính sáng tạo, hình thành nét độc đáo về phong cách của nhà thơ. Nhà thơ thích "thời gian đi đường" nên những đường phố Đà Nẵng đã chạy vào thơ ông với hồn cốt riêng của chúng, tạo nên những không gian đường phố đặc trưng. Không gian đường phố – Đà Nẵng thơ – được tái hiện từ hiện thực của những năm đất nước chiến tranh nên vừa rất bình yên vừa không yên bình. Đường phố trong cảm xúc của Luân Hoán vừa là "con đường tình ta đi" vừa là con đường có những lúc vang lên "tiếng thất thanh trên công lộ ban ngày". Ai đã từng sống ở Đà Nẵng, chắc cũng đã một lần đi trên con đường Quang Trung ngày xưa, con đường trùm bóng mát, con đường dịu dàng rất đỗi. Và chắc cũng sẽ đồng tình với nhà thơ.

trên con đường xanh bóng lá Quang Trung
cây giăng tay nối nhịp võng vô cùng
đưa ta giữa bồng bềnh yêu với nhớ
uống chút mật môi ta cho bớt sợ
cái tình yêu mỗi lúc một bao la
cái con đường mỗi lúc một tinh ma
cứ quyến rũ những người yêu nhau... đi dạo
(Đà Nẵng)

Người viết bài này, thời trung học cũng đã từng thả bộ dọc con đường "xanh bóng lá" này để được chiêm ngưỡng vẻ đẹp của các nàng Trung học Bồ Đề. Đi dưới những tán lá râm mát, nhìn những biệt thự im lìm, ngắm những tà áo trắng thướt tha, tôi nghe lòng tấu lên một khúc nhạc tình xao xuyến và bâng khuâng. Tôi nghe lòng rung động nhưng không thể diễn tả được lòng mình, may mà Luân Hoán đã nói hộ bằng những hình ảnh liên tưởng, nhân hóa hết sức sống động và gợi cảm. Những hàng cây hai bên đường Quang Trung hóa thân thành những chiếc võng ru tình khiến những người yêu nhau mãi sống trong tâm trạng "yêu và nhớ" bồng bềnh. Những hàng cây nhịp võng ấy "mỗi lúc một tinh ma" quyến rũ những cặp tình nhân tay trong tay đi theo điệu tình yêu nhằm tăng thêm vẻ đẹp lãng mạn của con đường. Đọc câu thơ "cái con đường mỗi lúc một tinh ma", tôi như cảm giác nếm được vị ngon của ngôn từ giản dị, quê mùa. Chữ "tinh ma" mang màu sắc khẩu ngữ nhưng khi đi vào thơ đã tạo hồn cho hình ảnh con đường. Con đường có tính cách của một kẻ khôn ranh, tinh quái, ma mãnh nhưng lương thiện; nói giảo hoạt thì không đúng nhưng nói có ma lực bí hiểm của một "từ trường tình yêu" có lẽ đúng hơn chăng, khiến câu thơ rất có duyên, hình ảnh con đường Quang Trung Đà Nẵng có vẻ đẹp riêng không lẫn vào đâu được. Đường Quang Trung không còn là mặt phẳng mà đã thành sự sống đa chiều trong thơ Luân Hoán. Tôi nghĩ, không yêu Đà Nẵng không thể nhìn ra cái "tinh ma" đáng yêu của "con đường xanh bóng lá Quang Trung" được. Thú vị hơn, những con đường của thành phố bên sông Hàn trong thơ Luân Hoán không hề náo nhiệt. Trong con mắt của thi sĩ đa tình, yêu cái đẹp, yêu con người và sự sống, những con phố Đồng Khánh, Độc Lập (bây giờ là Hùng Vương, Trần Phú) luôn mời gọi những bóng hồng lại qua. Những con đường ấy đồng lõa, đúng hơn rất tâm lý đã tạo điều kiện thuận lợi để nhân vật trữ tình.

chiều chiều luồn chợ Vườn Hoa
trôi theo Đồng Khánh bám tà áo bay

mắt hồng liệng cái ngoắt tay
dắt qua Độc Lập dựa cây đèn đường
chập chùng xuân ảnh vãi hương
ngó ai lòng cũng yêu thương tức thì
giả vờ châm thuốc nhâm nhi
nuốt thầm vóc đứng, dáng đi quanh mình
(Đà Nẵng)

Đúng là những con đường đến chợ là những con đường phù sa nhan sắc phái đẹp. Người xưa đã từng: "Trai khôn tìm vợ chợ đông – Gái khôn tìm chồng ở chốn ba quân", thì người nay cũng tìm đến những con đường đến chợ Vườn Hoa, chợ Hàn để ngắm "chập chùng xuân ảnh vãi hương". Có điều chàng thi sĩ Luân Hoán không tìm vợ mà chỉ để thỏa mãn tình yêu cái đẹp, cái đẹp của con người quê hương, cái đẹp thành phố quê nhà. Cho nên, nhân vật trữ tình trong thơ không vội vã, không ồn ào, không sỗ sàng mà chỉ bằng ánh mắt nhẹ nhàng và kín đáo "luồn chợ Vườn Hoa, "trôi theo Đồng Khánh", "dắt qua Độc Lập", "nuốt thầm vóc đứng, dáng đi quanh mình" mà "ngó ai lòng cũng yêu thương tức thì". Cái hay của ngôn từ thi ca trong đoạn thơ này là ở chỗ, nhà thơ điều khiển những động từ: luồn, trôi, liệng, ngoắt, dắt, dựa, ngó, nuốt thầm, ... những từ ngữ mang màu sắc dân dã, rất tinh tế khiến chúng vẽ ra được cái xôn xao của những con đường, biểu hiện trọn vẹn những làn sóng tâm tình của nhân vật trữ tình trong thơ.

"Đà Nẵng" là bài thơ viết vào những năm đầu của thập kỷ 70 của thế kỷ XX. Ở thời điểm này, không khí thành thị miền Nam đã có sự đổi khác, bên cạnh cái bình thường vẫn có cái không bình thường của chiến tranh. Đà Nẵng bấy giờ cũng thế. Hút nhụy từ hiện thực nên thơ Luân Hoán đã tràn đầy màu sắc thực khi tái hiện "Hàn phố" thông qua những con đường. Trong thơ ông, không gian đường phố có sự mở rộng, khái quát. Bên cạnh những con đường nên thơ, nên mộng, còn có những con đường dành cho những số phận gập ghềnh mà chiến tranh đã xô giạt họ tụ tập về đây. Nhà thơ không nêu lên cụ thể con đường nào nhưng qua cấu trúc song hành của thơ, qua điệp từ "thương", người đọc như cảm giác nhà thơ đang xuôi ngược trên những con đường quê hương, mắt nhìn, lòng rưng rưng thương cảm những mảnh đời nhàu nhã đang vất vả với con đường mưu sinh:

... ôi Đà Nẵng thân yêu

ta thương ngươi, ta thương biết bao nhiêu

thương từng bến xe đò, từng quán cóc
thương tất cả các trường trung tiểu học
thương tiếng rao hàng trôi nổi một giờ khuya
thương bác phu xe mồ hôi đổ đầm đìa
thương em bé đánh giày ghiền thuốc lá
thương xe rác mỗi ngày một già cả
thương đời người càng lúc càng điêu linh
có kể với em mới biết lòng mình
thương Đà Nẵng, yêu Quảng Nam đến thế
(Đà Nẵng)

Đọc Đà Nẵng của Luân Hoán bỗng nhớ đến Đà Nẵng mùa thu của Trần Khắc Tám. Những đường phố Đà Nẵng trong thơ, nếu Luân Hoán nghiêng về hiện thực trước 1975, thì Trần Khắc Tám lại nghiêng về cảm hứng lãng mạn về thành phố thủ phủ của miền Trung và Tây Nguyên sau năm 1990.

Những ngả đường loang loáng màu áo bay
Người như nước mát lành và ồn ã
Người như lá vỗ xanh trời cuối hạ
Người như hoa hương lẫn với màu

Những dòng người chảy dọc đường Hùng Vương
Chuyến xe muộn màng người đông như nêm cối
Nghe nhịp sống của phố phường nóng hổi
Tiếng còi tàu rộn rã phía bờ sông
(Đà Nẵng mùa thu)

Điều này cũng dễ hiểu thôi. Hai nhà thơ ở thời kỳ khác nhau, mỗi người chọn một góc nhìn khác nhau về quê hương, cho nên bức tranh đường phố trong thơ họ cũng không giống nhau. Khó nói bức tranh thơ nào đẹp hơn, nhưng để yêu thì tôi yêu những con đường thơ của Luân Hoán hơn vì chất thực, vì vẻ đẹp giản dị, rất mộc, hơi bùi bụi một chút của nó.

Yêu Đà Nẵng nên Luân Hoán yêu luôn những phường xóm. Đúng hơn tình yêu Đà Nẵng của nhà thơ bắt nguồn từ tình yêu những vùng đất làm nên sự đa dạng của địa lý Đà Nẵng. Vì vậy, đọc thơ ông, tôi thấy những tên phường, tên xóm cứ tự nhiên hiện ra với dáng vẻ riêng, có yếu tố địa lý riêng và do đó tạo nên nét riêng về không gian nghệ thuật - không gian phường xóm - trong thơ ông.

Ở bài thơ Đà Nẵng, phường xóm đã có mặt nhưng chưa có hình sắc riêng, chưa hiện ra cụ thể với đặc trưng địa lý, cảnh quang riêng mà chỉ là một góc của không gian:

nửa dốc Cầu Vồng, hay một khoảng bờ sông
cửa chính Chợ Hàn, hay Xóm Nại Hiên đông
hay dãy phố trên đường Trần Hưng Đạo
hay tất cả đất trời đầy huyên náo
cái hơi người Đà Nẵng thở hôm nay

Những mảnh đất quê hương ấy, trong ứng xử tình yêu, nhà thơ phóng khoáng làm tặng vật cho người tình, kể cả trái tim của mình

ta tặng em với cả trái tim này
em không nhận? Ta tặng ai cho hết?
(Đà Nẵng)

Nhưng với Cõi bén tình thơ, không gian phường xóm đã có hình nét rõ ràng cụ thể hơn. Bài thơ được viết theo thể lục bát chia thành nhiều khổ, mỗi khổ bốn dòng bộc lộ cảm xúc về một mảnh đất cấu thành hình hài thành phố Đà Nẵng. Dù chia khổ nhưng các khổ thơ vẫn nối mạch với nhau nhờ hình thức hiệp vần bắc cầu giữa dòng cuối khổ trước với dòng đầu khổ sau, nhờ cách tạo điệp khúc "người tôi yêu, ở...", nên các không gian thơ không đứt rời mà gắn kết, trải thành phố ra bát ngát hơn. Hình thức nghệ thuật ấy kết hợp với giọng kể trữ tình nhẹ nhàng mà cũng rất bâng quơ khiến cảm xúc tâm tình của nhà thơ dồn dập, tha thiết hơn. Cấu trúc bài thơ đi từ một không gian cụ thể "người yêu tôi, ở Lầu Đèn" đến không gian khái quát "người tôi yêu, ở tứ tung"; từ sự khẳng định "người yêu tôi" ở Lầu Đèn, Thanh Khê, Cầu Vồng, Tam Tòa, Thanh Bồ, Thuận Thành, Phước Ninh, Thạch Gián, Khuê Trung, Thanh Hà, Hải Châu, An Hải, Xuân Hà, ... đến sự phủ định: "người tôi yêu, ở mọi nơi - nhưng chưa có được một người yêu tôi".

Cái hay của bài thơ là ở chỗ, mỗi không gian phường xóm là một chốn ở người yêu. Lần theo tâm tình của nhà thơ qua từng không gian ấy ta có cảm giác nhà thơ rất đa tình, rất đào hoa

người tôi yêu, ở lầu đen
cây cao lá rậm ánh trăng khó vào
trèo rào, tôi lén dán thơ
mạch tình dẫn những đường thơ đi về

người tôi yêu, ở Thanh Khê
quanh năm cát đóng quân che hải triều
buộc thơ, tôi thả thay diều
sáng khoe khoang gió sẩm chiều về không

người tôi yêu, ở Cầu Vồng
hương luồn hẻm cỏ những vòng thanh xuân
nhiều khi gió lạc dấu lưng
treo thơ tôi ngóng ở từng ngã ba

Nhưng đặt từng khổ thơ trong chỉnh thể bài thơ ta mới thấy mình bị đánh lừa một cách đáng yêu. Mỗi vùng đất trong mỗi khổ thơ là một người tình của nhà thơ. Mỗi người tình đều có chung một nét đẹp e ấp, đều kín đáo, đều khó tiếp cận để trao lời tình yêu. Nhưng mỗi người có một diện mạo, có nét đẹp kín đáo theo một cách riêng. Người con gái ở Lầu Đèn lẩn khuất ảo mờ sau "cây cao lá rậm" đến nỗi ánh trăng cũng không thể lọt vào khiến ta nghĩ đến Kiều: "Êm đềm trướng rủ màn che – Tường đông ong bướm đi về mặc ai" hay cũng như tâm lý cô gái trong thơ Hàn Mặc Tử sợ: "Bóng nguyệt leo song sờ sẫm gối - Gió thu lọt cửa cọ mài chăn". Người yêu ở Thanh Khê thì "phòng thủ" hải triều ong bướm bằng những quân cát biển mịn màng đóng quanh năm. Người con gái ở Nại Hiên lại bắt những cây "vông đồng đóng chốt hữu biên canh chừng" những kẻ đa tình liều lĩnh. Người đẹp Thuận Thành thì nấp náu trong "mấy đường sắt rỉ cỏ xanh mòn dần" không chịu cho đời ngắm nghía dung nhan... Tất nhiên, cũng có những người tình phô phang những nét đẹp của mình ra để đời chiêm ngưỡng nhưng cũng rất ý tứ như:

người tôi yêu, ở Tam Tòa
con đường, bụi, tóc đuôi gà bay chung
mắt thơ khuyến khích, nhắc chừng
mê, xin tự tiện, nhưng.... đừng ghé vô

người tôi yêu, ở Thanh Bồ
tiếng cười đọng góc nhà thờ nuôi mây
ngày ngày tôi đợi gió bay
thở ra một ngụm thơ đầy mái hiên

Như thế, mỗi không gian phường xóm là một đường nét, một gam màu làm nên vẻ đẹp nhan sắc Đà Nẵng. Với mỗi một vùng đất, cảnh quang quê hương nhà thơ ứng xử tinh tế, thông minh và cũng rất lãng mạn như một người tình chung thủy. Với người Lầu Đèn thì trao lời bằng trèo rào "dán thơ", với cô gái Thanh Khê lại gởi tình bằng cách "buộc thơ tôi thả theo diều", với người đẹp Nại Hiên thì: "giả đò giày vướng lai quần - thò tay tôi lượm thơ từng búp xanh", ... Dù có ứng xử khác nhau: dán thơ, buộc thơ, treo thơ, mắt thơ, ngụm thơ, lượm thơ, ... thì vẫn có nét chung. Quê hương Đà Nẵng đã trở thành cảm xúc thơ ca, thành không gian tình yêu và nỗi nhớ của nhà thơ. Đà Nẵng, nói như nhà thơ: "nở tôi, tôi nở những con thơ tình" và đã thành: "đọng thành vết sẹo trong ngần nhớ nhung" trong tâm hồn ông.

Đà Nẵng trong con mắt người đa tình với quê hương Luân Hoán cũng được cảm nhận qua không gian văn hóa-linh thiêng. Ở bình diện này, thơ Luân Hoán trước 1975 có bóng nét trầm tư nhuốm màu yếm thế nên không gian cũng có những nhân dáng rũ rượi, có màu sắc ốm đau:

sân vận động Chi Lăng giờ mỏi mệt
đình Hòa Bình, sào huyệt của dế giun
Thư Viện ốm đau, Thư Viện buồn buồn
đói sách vở sinh ra người rũ rượi
(Đà Nẵng)

Nhưng đấy cũng chỉ là màu trầm ít ỏi trên bức tranh không gian văn hóa Đà Nẵng ở trong thơ ông. Nếu đến với những không gian như Cổ viện Chàm, Ngũ Hành sơn, những danh lam thắng cảnh của Đà Nẵng ta sẽ thấy sắc bổng, một đoản khúc dạt dào cảm xúc tích cực. Chẳng hạn, đọc những câu thơ viết về Cổ viện Chàm trong bài Đà Nẵng, ta cảm nhận trong mỗi một tượng nơi đây đều toát ra vẻ đẹp điêu khắc đậm màu sắc văn hóa Chăm, nhưng cũng ẩn giấu một triết lý sâu xa về nhân sinh "những tượng đá buồn - những khuôn mặt màu lam - đã thao thức mấy trăm đời u uất". Ý thơ này gợi nhớ suy tư của Huy Cận trước những bức tượng La Hán chùa Tây Phương ở Thạch Thất, Hà Tây (nay là Hà Nội): "Mặt cúi mặt nghiêng mặt ngoảnh sau - Quay theo tám hướng hỏi trời sâu - Một câu hỏi lớn. Không lời đáp - Cho đến bây giờ mặt vẫn chau".

em đã đến với cụm mây trên tóc
bay lang thang vào viếng Cổ Viện Chàm
những tượng đá buồn,
những khuôn mặt màu lam
đã thao thức mấy trăm đời u uất

hình với bóng của một thời tủi nhục
linh hồn ai đứng đợi những ai đây
đố lòng em đuổi được nỗi chua cay
cứ đột kích âm thầm vào đôi mắt

cứ khéo léo đôi bàn tay xếp đặt
vào lòng người cõi ray rứt hoang mang
cõi hoang vu, ôi cõi Cổ Viện Chàm
cõi độc đáo, đời thêm mê Đà Nẵng
(Đà Nẵng)

Từ đó, những ai được chiêm ngưỡng vẻ đẹp của quần thể tượng ở đấy khi ra về sẽ không bao giờ quên nét đẹp của Cổ viện Chàm, không quên từng cá thể tượng gợi linh hồn lịch sử xa xưa của dân tộc Chăm. Bởi từng dáng nét tượng phô bày những nét nghệ thuật độc đáo, có sức lan tỏa, thẩm thấu đến mê hoặc hồn người như nhà thơ diễn tả qua hình ảnh: "đột kích âm thầm vào đôi mắt" hay "cứ khéo léo đôi bàn tay xếp đặt - vào lòng người cõi ray rứt hoang mang" Và cũng từ đó, những ai được chiêm ngưỡng nghệ thuật điêu khắc của nghệ nhân Chăm sẽ mãi tấm tắc: Thật là một "cõi độc đáo, đời thêm mê Đà Nẵng".

Với bài thơ Ngũ Hành Sơn, không gian văn hóa – linh thiêng của mảnh đất Touran được miêu tả từ khái quát đến cụ thể. Ngòi bút thơ ký họa toàn cảnh:

Thủy, Kim, Mộc, Thổ, Hỏa sơn ơi
hít thở bao nhiêu thế kỷ rồi
những gì trong đá vôi già ấy
sinh dưỡng cỏ cây thanh tú vui

đến đặc tả từng ngôi chùa, từng hang động làm nên vẻ đẹp kỳ thú của Ngũ Hành sơn. Trước hết, nhà thơ đã để hồn "bay theo chuông mõ Tam Thai Tự" mà cảm giác "lạc vào tranh lụa của người xưa" để rồi thốt lên:

bồng lai tiên cảnh trong huyền thoại
hẳn cũng cau mày ấm ức thua

Khổ thơ đặc sắc nhờ hình ảnh liên tưởng, so sánh mới nhưng gần gũi, cách lập ý bất ngờ: mộng ghen với thực nên diễn tả được vẻ đẹp của chốn thiền môn cổ kính. Tiếp đến là những hình ảnh liệt kê:

này đây vòi vọi Vân Thông động
em muốn lên trời một chuyến không?
ngửa mặt mây vờn ngang sống mũi
trời xanh nằm gọn ở trong lòng

này đây huyền ảo Thiên Linh động
mái đời mưa nhẽo vệt rêu xanh
đứng bên bờ miệng Hang Âm Phủ
rùng mình tưởng hụt phận mong manh

Không gian trải mở theo không gian qua điệp từ chỉ trỏ có ý nghĩa khẳng định "này đây". Ở khổ đầu giọng điệu thơ mời gọi người con gái nào đó cùng lên Vân Thông động vòi vọi cao để có được cái thú giỡn mây, hoặc được mây đùa vui: "ngửa mặt mây vờn ngang sống mũi". Khổ tiếp tả không gian Thiên Linh động huyền ảo, Hang Âm Phủ bí hiểm thẳm sâu. Đọc khổ thơ người đọc hẳn cũng thấy gai người sởn ốc theo tâm lý của tác giả: "rùng mình tưởng hụt phận mong manh". Đúng như thế. Câu thơ toát ra sự rờn rợn, gợi sự cheo leo của phận người. Cảnh trong mắt nhà thơ đã thành tâm linh, thành tư tưởng triết học nhân sinh. Đối với Luân Hoán, Ngũ Hành sơn không còn là núi, không chỉ là huyền tích ra đời từ huyền thoại mà đã hóa thành đời, thành sự sống, thành tín ngưỡng văn hóa của bao người vãng cảnh:

ta đi ngắm kỹ từng gân đá
từng lá bồ đề từng rễ cây
mỗi hạt bụi đời như có máu
giai nhân hào kiệt từng đến đây

Trong khi vẽ ra không gian văn hóa – linh thiêng Ngũ Hành sơn, nhà thơ không khỏi ngậm ngùi thân phận. Bài thơ kết thúc bằng một câu hỏi qua những dấu dao khắc của bao người đến đây, người ngoạn cảnh "có gặp lòng ta đọng chỗ nào?". Nhưng bài thơ cơ bản vẫn là cảm xúc về không gian văn hóa độc đáo của quê hương. Và từ đó, nhà thơ biết ơn tiền nhân đã dùng bàn tay tài hoa của mình để nghệ thuật hóa, văn hóa hóa, công trình nghệ thuật mà trời đất ban tặng cho xứ sở mình.

tay ai lót đá làm thang bước
càng bước lên cao càng bâng khuâng
chân run ngỡ dẫm đau tay cũ
ngờ ngợ như vừa gặp cố nhân

Luân Hoán là một nhà thơ đa tình với quê hương nhưng tình nghĩa là vậy chăng? Và phải chăng khi đọc Vọng Hải đài của Phạm Hầu:

Trống trải trên đài du khách qua
Mây ngày vơ vẩn, gió đêm là
Muôn đời e hãy còn vương vấn
Một sắc không bờ trên biển xa.

ta mới thấy, trong tâm hồn Luân Hoán có một Ngũ Hành sơn riêng, một không gian văn hóa Đà Nẵng riêng mà chỉ hồn thơ ấy mới khám phá và biểu hiện được?

Trên đây là không gian Đà Nẵng trong ba bài thơ tiêu biểu của Luân Hoán: Đà Nẵng, Cõi bén tình thơ và Ngũ Hành Sơn. Không gian thơ này chỉ được nhìn qua lăng kính tâm hồn tôi nên có thể chưa nói được một cách toàn diện cái đẹp của thơ Luân Hoán viết về quê hương, chưa thể hiện được hết vẻ đẹp của thành phố Đà Nẵng. Nhưng tôi nghĩ qua bài viết này, tôi muốn bày tỏ tình cảm của tôi đối với thơ nói chung, thơ Luân Hoán nói riêng; đặc biệt là bộc lộ tình yêu Đà Nẵng của tôi qua không gian địa lý, cảnh quan Đà Nẵng, cho dù bây giờ có những cảnh quan chỉ còn là ký ức của một số thế hệ người Đà Nẵng yêu quê.

Hoàng Dục
7-2011
(Đọc Nhịp Thở Luân Hoán - 2014)

NGUYỄN SAO MAI
CÕI THƠ LUÂN HOÁN

Có lẽ, từ cái chỗ đã đến được và không còn phải đi đâu, nhà thơ, trong cõi của riêng mình, tự tại, thong dong, hạnh phúc với đầy đủ cảm nhận của một người đang thực sống, nắm bắt đời sống bằng những chứng nghiệm rất riêng. Với Luân Hoán, cái chứng nghiệm rất riêng đó, nhiều nhất ở trong tình.

Tình yêu, thật ra đã bàng bạc trong hầu hết 16 tập thơ in riêng cũng như chung của ông trước và sau năm 1975, trong nước cũng như ở hải ngoại, nhưng đến Cỏ Hoa Gối Đầu, mê tình đã trở thành nỗi mê đời, trong đó, sống là nghe được từng hơi thở của nhịp sống, từng hơi thở của xương da, ngay trong những bất trắc, đa dạng của cuộc đời có, không, sấp, ngửa. Nhà thơ sống với nó, trong từng mỗi giây phút, những kinh nghiệm sờ mó được. Những kinh nghiệm đó không phải chỉ là bóng dáng của thực tại: cõi miên viễn, cõi vô cùng, cõi mông lung, v.v... mà chính là thực tại. Cõi thơ Luân Hoán.

Trong cõi thơ đó, bởi vậy, không có những nghi vấn, những dò tìm. Khi đã đến được với nó thì còn gì để phải thao thức kiếm tìm? Còn gì để phải thắp đuốc viễn vông chạy đuổi? Cũng vậy trong cách sử dụng thơ vần của Luân Hoán. Giữa cơn sốt đang trăn trở của những tìm tòi và khám phá mới về cách diễn đạt trong sinh hoạt thi ca, Luân Hoán vẫn, bằng những cách thế bình thường nhất, thơ vần. Có lẽ, gắn bó với thơ vần, đối với LH cũng không phải là điều quan trọng. Quen vẽ bằng cọ, thì cứ vẽ bằng cọ, thế thôi. Và cũng chính điều không coi là quan trọng này sẽ xóa bỏ biên giới giữa thơ và người làm thơ. Chỉ còn lại Luân Hoán thơ. Thơ Luân Hoán.

Cỏ Hoa Gối Đầu hầu hết là những bài thơ tình với bóng dáng của tình thường.

Đó là nỗi mê đời. Đó là ở trong đời. Là chứng nghiệm thực tại. Thực tại chính là tim rung và máu chuyển, là nhựa trong cây, là tình trên lá, nhà thơ cần gì phải chống gậy thiền tăng tìm lật nghiêng sông núi?

Nguyễn Sao Mai (Luân Hoán, Một Đời Thơ - 2005)

DU TỬ LÊ
VÀ LUÂN HOÁN "CỎ HOA GỐI ĐẦU"

Nếu trận địa chấn nào cũng để lại sau đó những di họa ngày một hoắm sâu, thấy rõ, thì một trong những di họa mà trận địa chấn 30 tháng 4 năm 1975 đã để lại cho dòng văn học miền Nam Việt Nam sau hơn 20 năm ở quê người là sự bế tắc, tính lụi tàn của rất nhiều nhà văn. Những nhà văn đã thành danh trước thời điểm này. Thập niên đầu của bước đường tị nạn, người ta chỉ thấy sự bế tắc, tính lụi tàn nơi thế hệ nhà văn miền Nam ở lứa tuổi năm mươi. Những gượng dậy nơi những cây bút ở lứa tuổi kia những năm đầu lưu vong, nếu có, cũng chỉ là những gắng gượng mệt nhọc đầy tội nghiệp. Một số nhỏ, quá nhỏ trong hàng ngũ những nhà văn ở lứa tuổi ấy có cho thấy nỗ lực duy trì phong độ, tấm lòng thiết tha ăn ở với chữ nghĩa thì nó cũng chỉ nằm nơi số lượng mà không hề nằm trong phần sinh động, phần thực lực của những ngọn lửa sáng tạo tìm kiếm. Những tưởng thời gian sẽ mang đến mầu nhiệm về cho những quất khô, những nghèo khó trên mảnh đất trí tuệ của những nhà văn đi ra từ Việt Nam, nhưng dường như thời gian đã không giúp cho những người ở trong những trường hợp này. Hơn thế, bước qua thập niên thứ hai của cuộc sống lưu đày thời gian cũng đã đóng tiếp dấu ấn tàn nhẫn của nó lên thế hệ những nhà văn thành danh ở Việt Nam, ở lứa tuổi 40 và 30. Số nhà văn ở lứa tuổi này bước ra khỏi cuộc trường chinh chữ nghĩa, rời bỏ sân chơi văn chương ngày một nhiều hơn. Đây đó, khắp nơi, lặng lẽ diễn ra cuộc chia tay, cuộc quay lưng hay đầu hàng buồn thảm. Nhưng nói như thế, không có nghĩa toàn thể; nói như thế không có nghĩa hết thảy, bằng cớ nếu cần tìm một cây bút thành danh ở quê nhà trước biến cố tháng Tư, 75, ở lứa tuổi 30, 40 còn hăm hở dưới ngọn triều thi ca, phấn khích đi tới những chân trời bất tận của vần điệu thì đó là Luân Hoán.

Tôi muốn gọi ông là người tình nhân thủy chung của thi ca Việt Nam ở quê người. Tôi muốn gọi ông là trái tim Việt hẹn hò ở với tận cùng hơi thở Việt. Thật vậy, không kể hai thi phẩm tái bản ở hải ngoại, trong vòng hơn 10 năm, kể từ 1985, khi đặt chân đến thành phố Montréal trong chương trình đoàn tụ gia đình, Luân Hoán đã cho xuất bản 7 thi tập, mà Cỏ Hoa Gối Đầu là thi phẩm mới nhất.

Sinh tại Hội An Quảng Nam ngày 10 tháng Giêng năm 1941, Luân Hoán Lê Ngọc Châu bước vào quảng trường văn chương miền Nam rất sớm, ngay những năm đầu thập niên 60, ông đã có tác phẩm xuất bản. Những thi phẩm như Trôi Sông, Viên Đạn Cho Người Yêu Dấu... của ông ở thập niên này đã tạo được sự quan tâm của văn giới. Trong thập niên 70, với 7 thi phẩm xuất bản, thì thi phẩm Nén Hương Cho Bàn Chân Trái của ông đã gây cho người đọc những lượng xúc động lớn. Thi phẩm như một nhắn gởi, không chất ngất hận thù, không ngùn ngụt oán ngất, gởi cho người xạ thủ nào đấy bên kia nơi mặt trận, đã ghim lại viên đạn nghiệt ngã, tình cờ vào chân ông, đưa tới sự cắt bỏ bàn chân trái. Chính thi phẩm này đã quan định cho Luân Hoán một nhân cách thi ca. Nhân cách thi ca này ở với Luân Hoán bất biến nhiều chục năm. Phát biểu về nhân cách thi ca kia của Luân Hoán, nhà văn Song Thao mới đây viết:

một chân chống chỏi cuộc đời
còn chân nào giữ cái nòi thẩn thơ
cái tim, cái ruột lơ mơ
cái hồn nghe nặng ơ hờ cỏ hoa

hay như ghi nhận cũng mới đây của nhà văn Hồ Đình Nghiêm

ngày đứng gió
cởi áo ngồi bất động
đêm thoát y
nóng một giấc mộng đè

chim khản tiếng
ngủ không yên lồng hẹp
vỡ câu thơ
dâng mê muội cho đời

Từ góc độ tình thân, hai người bạn của Luân Hoán, bằng thi ca đã bày tỏ mối quan hoài của họ. Mối quan hoài này chắc chắn sẽ được nhiều người chia sẻ. Riêng tôi, dõi bước độc hành thi ca của tác giả Cỏ Hoa Gối Đầu, tôi thấy dường hồn tính Việt Nam không chỉ căng, ứa, nơi từng con chữ trong sinh mệnh thơ Luân Hoán, mà nó còn chứa căng trong từng mùi hương, từng sợi tóc, từng hạt bụi, được cụ thể hoặc nhân cách hóa một cách tài tình trong thơ ông...

Du Tử Lê

(Luân Hoán Một Đời Thơ - 2005)

KHẮC MINH
QUẢNG NGÃI, KHÚC RẼ MỘT DÒNG THƠ

Chọn mặt trận Quảng Ngãi để thi hành bổn phận của một quân nhân không biết Luân Hoán có hối tiếc? Nhưng một điều chắc chắn quê hương của núi Ấn sông Trà đã để lại trong anh những kỷ niệm khó phai mờ.

Trong cuộc sống biết thế nào là xui, thế nào là hên. Tôi có nhiều lạc quan, để tin rằng người bạn thơ của tôi đã không hối hận khi đến đây để sống, để chiến đấu. Bây giờ, người bạn ấy, đang ở nước ngoài, khá xa điểm đứng của tôi hiện nay. Nhưng mà lạ, trong giờ khắc ngồi hồi tưởng để ghi những dòng này, tôi có cảm giác mọi sự việc như vừa mới xảy ra ngày hôm qua.

Ngày đó tôi chưa quen Luân Hoán, chỉ biết đến một cái tên gọi khá ngộ, quen quen bởi rất gần với tuổi học trò. Trước đó cả tuần, Phan Như Thức, Lê Văn Nghĩa, Đynh Hoàng Sa...nhắc nhở đến tên Luân Hoán luôn. Rồi Hà Nguyên Thạch báo tin đã thuê sẵn một phòng cho Hoán ở khu Trùng Khánh, nằm sát phòng của Thạch. Trước những lo lắng, chờ đợi của các bạn, tôi cũng nôn nao chờ. Và sau nhiều ngày ngong ngóng, chúng tôi tưởng mấy ông sĩ quan sữa của trường bộ binh Thủ Đức đã 'xù' cái xứ 'mạch nha, chim mía', thì ông chuẩn úy Châu và ba người bạn đồng khóa xuất hiện.

'Các anh' đến không báo trước, nên được mấy người bạn xích lô đãi một vòng 'tham quan' thành phố, dù từ phòng vé kiêm đưa đón khách của chi nhánh hàng không Việt nam tại Quãng Ngãi chỉ cách chỗ 'các anh' sẽ ở một tiếng hú, hơn hơn một trăm mét. Nhận cái 'xí gạt' đầu tiên, các anh quân nhân non người, trẻ dạ không chửi thề mà chỉ cười, có thể là chưa điều chỉnh cái miệng cho thích hợp với cuộc sống sẽ đến.

Chỗ tạm trú đầu tiên của Luân Hoán tại Quảng Ngãi là một căn phòng với chiều ngang chừng 3 mét, chiều dài non non 6 mét nằm trong khu Trùng Khánh. Gọi là 'khu' nhưng thật ra chỉ là một bất động sản của một anh ba Tàu, sống lâu năm tại Quảng Ngãi. Mở đầu là căn bán tạp hóa nhìn mặt ra đường Phan Bội Châu. Dính liền sau lưng cửa hiệu này là một dãy nhà gồm độ sáu đến bảy căn phòng nhỏ ; mỗi phòng đều có cửa sổ và cửa ra vào riêng biệt, dùng để cho thuê. Ngày nay, khu Trùng Khánh đã mất dấu, bởi chủ nhân đã cúng nhà qui cố hương, và ' nhà nước ta' sau khi quản lý đã xây sữa lại 'to đẹp bằng trăm bằng mười lần hơn'.

Một cuộc họp mặt bạn bè tại khu Trùng Khánh được 'thông báo' và 'khẩn trương' thực hiện. Tôi đã đến bắt tay các bạn mới. Trong bốn người, Luân Hoán là thấp nhỏ nhất. Chiều cao của anh sàn sàn như tôi, có nghĩa là hơn hơn một mét sáu. Hoán ốm, nhưng có vẻ khoẻ mạnh, khuôn mặt được trai, miệng, mắt, tóc là những điểm nổi bật. Chúng có lẽ là những đầu mối giăng bắt những cuộc tình trong đời của một người lãng mạn.

Những người bạn đến với bốn tân sĩ quan của sư đoàn 2 hôm ấy, ngoài những bạn tạm trú tại khu Trùnh Khánh như Hà Nguyên Thạch, Minh Đường, nhà giáo Trí...còn có Đynh Hoàng Sa, Vương Thanh, Trung úy Lê Văn Nghĩa, trung úy Huỳnh Bá Dũng, nhà thơ Trần Thuật Ngữ...và đặc biệt là thiếu úy Nguyễn Văn Minh bút hiệu Phan Nhự Thức. Có lẽ khó có người nào mê tình bạn hơn ông nhà thơ Mê Kung (bút hiệu đầu tiên của Nguyễn Văn Minh) này. Tôi phục cái tính quí bạn, thương bạn của Minh. Ngay sau buổi chiều hôm đó, Minh-Phan Nhực Thức, đã vội vã xách Hoán đến ra mắt 'Nhà Quảng Ngãi học' Phạm Trung Việt, và nhà thơ Vũ Hồ ở tận Sông Vệ.

Luân Hoán và ba người bạn của anh chừng như đã có đủ thời gian, để đi chào từng con phố Quảng Ngãi. Bởi vì các anh thật khéo tính, cứ chọn đúng những ngày tiểu đoàn có cuộc hành quân thì lên trình diện. Trưởng ban 4 Trung Đoàn 4 thời bấy giờ là Trung úy Nguyễn văn Phượng, anh trai của Hà Nguyên Thạch (Nguyễn văn Đồng), do đó có sự du di cho các anh lính mới nhiều lần. Nhưng dù có 'phe đảng' thế nào đi nữa, Hoán và các bạn anh cũng đã phải về tiểu đoàn, về đại đội và thực hiện ngay những gì đã được học trong quân trường.

Quảng Ngãi chuẩn bị bước vào mùa mưa. Những cuộc đụng độ quanh vòng đai tỉnh thành vẫn xảy ra mỗi ngày. Cái chết quá sớm, chỉ một vài giờ sau cuộc hành quân đầu tiên, của Trần Mỹ Lộc, một trong ba người bạn cùng về, tưởng đã dứt luôn tinh thần chiến đấu của Luân Hoán. Nhưng không, anh không quên câu ' Cư An Tư Nguy' đã học.

Từ phòng trọ Trùng Khánh lên sân bay. Trên con đường Phan Bội Châu

Trên con đường rẽ ngang cống Ông Bố... Luân Hoán đi đi, về về trên các đoạn đường này trong những ngày không tham dự hành quân. Dù những ngày đó thật ít ỏi. Con đường Phan Bội Châu là một trong những con đường đẹp nhất của thành phố.Cùng với những sớm mai, những sẫm chiều, những giữa khuya, con đường có lẽ đã nói với nhà thơ một điều gì đó. Và những nhịp lộc cộc của những con ngựa chạy như là đi dưới sức nặng của những cỗ xe cục mịch, hẳn đã đem lại cho Hoán một chút gì thanh thản ngay "*trên con đường định mệnh tôi, trên con đường dẫn vào tiểu đoàn ¼...*". Những suy tư về thân phận, về cuộc chiến vẫn thường được xảy ra trong những lúc tạm an nhàn như thế? Và dù có lúc cho mình là "chiếc quan tài", hay là một loại "đá tảng", Hoán vẫn chấp nhận trực diện chiến đấu. Anh đã là một trung đội trưởng, một trung đội chính qui, tác chiến thứ thiệt với thành phần tham chiến:

...những người nào ra đi chưa đến tuổi nhập ngũ?
có năm người đưa tay
những người nào ra đi theo đúng lệnh nhập ngũ?
có hai người đưa tay
những người nào ra đi sau khi về quân trấn?
có ba mươi người đưa tay

Đây có phải là một cường điệu, bi thảm hóa của Luân Hoán?

Trong một đơn vị mà mạng sống rất bấp bênh, chuyện bị bắt đưa từ Quân trấn đến trại ngập ngũ hẳn nhiên phải cao hơn những thành phần tình nguyện và thi hành nghiêm chỉnh luật động viên.

Dẫn một trung đội như vậy, có lúc đơn độc, có lúc cùng với đại đội, tiểu đoàn hoặc phối hợp, liên kết với nhiều đơn vị, Luân Hoán đã tham dự hầu hết các cuộc hành quân trên địa bàn Quảng Ngãi vào những năm 1968-1970.

Những năm được ghi nhận là khắp chiến trường bắt đầu sôi động.

Vài năm ở lính chẳng là bao. Nhưng với cái thời gian ngắn ngủi nhưng đầy bất ổn ấy, cũng đã đủ để đổ máu, đủ để trồng những dòng thơ trên những vùng đã đi qua:

Đột kích lên Văn Bâng
Rơi đúng vào giờ tý
Trái, phải chân vấp chân
Quân cờ người đã thí
Từng phút từng phút qua
Địch quân không chường mặt
Ta ngồi bên bụi hoa
Đại tiện thật thong thả
(Đột Kích –VĐCNYD)

Đêm ngã tư Ba La
Ngào ngạt hương thịt da
nằm nghe lũ ếch nhái
vừa làm tình vừa ca
(Ở Ngã Tư Ba La-VĐCNYD)
...
Tám tuần chưa làm tình
Tám tuần chưa hớt tóc
đụng hoa năm bảy lần
bỏ lơ vì đầu trọc
về Núi Dẹp giữ đồn
tới lui hoài Sông Vệ
giọt Sương chưa kịp tròn
đã tan vào cốc rượu...
(Dưỡng Quân Ở Núi Dẹp-VĐCNYD)

Có ai biết bây giờ chúng ta đang ở đây?
mặt trời ngủ một mình
cơn mưa thì đui mù
và gió
gió nhức nhối rung chúng ta
những nhớ nhung thèm khát
hỡi đêm
đêm tối tăm bưng bít
chẳng thể nào giam nổi chúng ta
những mơ mộng, những yêu mến
bóng mát sâu thẳm
phải không đồi
hỡi đồi Lâm Lộc?...
(Đêm 30 Trên Đồi Lâm Lộc-VĐCNYD)

Cứ thế, thơ được dán lên vách núi Phú Sơn, thơ thả xuống giếng nước bị bỏ thuốc độc ở Sơn Kim, thơ rập rình chạy về Sơn Tịnh, thơ xuống miệt biển Đức Hải để lượm xác gói vào poncho, thơ qua Nghĩa Hành để tịnh khẩu nhớ em, thơ mang mắt mèo qua Châu Ổ. Thơ băng Rừng Lăng, thơ lên núi Tròn, thơ trải Núi Ngang, thơ rửa mặt trên sông Trà Khúc, thơ thòng chân xuống dòng Sông Vệ. Thơ không bỏ sót Thiên Ấn Niên Hà, Thiên Bút Phê Vân, Long Đầu Hí Thủy, La Hà Thạch Trận,Cổ Lũy Cô Thôn, Thạch Bích Tà Dương,Hà Nhai Văn Độ, An Hải Sa Bàn, Liên Trì Dục Nguyệt,Thạch Cơ Điếu Tẩu, Vu Sơn Lộc Trường, Văn Phong Túc Võ... Thơ chạy qua từng cửa nhà, qua từng hàng quán, qua từng cổng trường và thơ đổ máu bất ngờ giữa một buổi chiều êm ả ở Thi Phổ.

Bây giờ cái xóm mồ côi ấy
chắc vẫn mồ côi như thuở xưa
...
bây giờ lá sắn xanh còn vấy
máu đỏ ta loang chiều hôm nào?
đất vẫn còn hằn bàn tay bấu
giọt thầm nước mắt thấm về đâu?
....
máu ta ngấm đất tan vào đất
nên cảm được rằng em cũng đau
(CNVNNMT...Cảm ơn Đất Đá Trổ Thơ)

Nhờ Quảng Ngãi, Luân Hoán làm được khá nhiều thơ. Hơn thế nữa, vùng đất một thời của những chí sĩ Trương công Định, Lê Trung

Đình, Nguyễn Sụy..., của những văn tài Phạm văn Diệu, Nguyễn Vỹ, Bích Khê...đã cho Luân Hoán một số tình nhân đáng kể. Người tình Sông Vệ, người tình Nghĩa Hành, người tình Đức Hải... Là một sĩ quan tác chiến thường có rất nhiều cơ hội để đa tình, huống gì trong máu người lính ấy luôn luôn chất thơ. Nhưng theo tôi biết, khuôn mặt người tình lớn nhất của Luân Hoán là Th, một hoa khôi của trường Nữ Trung Học. Một người từng làm đẹp thành phố đầy xe nhà binh bởi những đường lượn, lách với chiếc honda dame rất tân kỳ của thời bấy giờ. Người đẹp cư ngụ ở bên cửa đông bộ chỉ huy sư đoàn 2; bốn mùa kề cận dòng Trà Khúc, đêm đêm nghe từng cánh bánh xe nước già yếu quay theo dòng chảy. Luân Hoán đã kể lại cuộc tình này:

cảm ơn phút cùng tình cờ ngó lại
đủ nuôi tình thơm ngát đến hôm nay
sóng bụi đỏ chập chùng sau xe-ngựa
tưởng như chừng vẫn vói nắm bàn tay

chừ ta ở rất xa nơi em sống
chừ em nằm rất sát giấc mơ ta
trong trời đất có vô vàn khoảng cách
trong tình yêu thương nhớ xóa chia xa
có buổi tối ta nằm nghe ta hát
nhìn ra em dối mẹ ghé qua nhà
có buổi sáng ta thèm đi xe đạp
nhớ chiều theo hương áo thở đôi tà
em có lượm giùm ta chùm gió mới
vừa thổi qua khe cửa sổ phòng em
nơi con muỗi than van xin giọt máu
nơi ta quì xin dâng tặng trái tim
em đã đốt giùm chưa bài thơ vụng?
tình cho em một thuở chạy nhật trình
lòng ta trải bao lần trên mặt báo
lặp lại hoài nhưng bảo đảm mới tinh
em cũng gói vừa xong nguồn kỷ niệm?
lót gối đầu hay chôn giữa ngã tư?
năm tiếp tháng người nối người qua lại
tình nhập thân cho đời biết tương tư
em chợt khóc như ngày xưa đó hả?
môi tìm môi tiễn giọt lệ qua đời
em đã cất ta sâu vào da thịt
sao nửa chừng cay đắng đánh rơi?

ta cứ hỏi... và thật thà nói dối
khi soi gương ta vẫn nhận ra em
sau em đã khá nhiều người ghé lại
cũng như thơ cứ phiêu dạt bồng bềnh

em nhớ nhé, ra ngã tư giùm nhé
xách guốc lên cho chân đất tìm vai
từ ngón biếc em đi, thơ ở lại
mặc ta đành tiếp tục mất cả hai...
(Sông Núi Cùng Người Thơm Ngát Thơ)

Với những cuộc tình lộng lẫy như thế, một người vốn không thể dễ quên như Luân Hoán chuyện **' về lại những địa danh nằm lòng'** là chuyện đương nhiên, một bài thơ khác, có đề tặng tôi:

Đêm qua tôi mới về Quảng Ngãi
hái trái mù u ở Nghĩa Hành
gió từ Mộ Đức vây tôi lại
rờ rẫm thăm từng gốc tóc xanh

tôi gặp bàn tay ai rất mềm
xâu từng chùm nắng xách hai bên
thân thương với níu tôi dừng lại
xối rửa đôi lòng mắt trót quên

tôi gặp đôi môi ai rất nồng
như tuồng vét hết nước trong sông
thiết tha mớm hết hương Trà Khúc
cho trái tim già lại trổ bông

tôi gặp mồ hôi ai rất hồng
trải thơm từng múi thịt da non
tấm lòng Đức Hải hay Sông Vệ
Quán Lát theo về đến Cửa Đông?

tôi gặp tôi qua núi với rừng
Trà Bồng Thạch Bích cõng trên lưng
đêm qua tôi mới về Quảng Ngãi
một đoạn chân lìa xưa đến thăm

Mừng thay, Luân Hoán vẫn vậy. Vẫn như những ngày ở khu Trùng Khánh, số 43 đường Phan Bội Châu, chung phòng với Lộc, Tùng, Pháp, rồi đến Nghiêu Đề, Vương Thanh. Vẫn như ngày có vợ bên mình, khi thuê nhà cùng vợ chồng Đynh Hoàng Sa, bên cạnh trường Kim Thông. Vẫn như ngày có vợ đợi chờ, trong căn nhà ngang của thân mẫu tôi, cho cặp vợ chồng nhà binh này tạm trú. *Ta về nằm lại trong sân. Nơi xưa em đỏ mắt nằm đợi ta... Ta về đi rảo quanh sân. Đánh hơi tìm những bước chân em hồng...*

Tôi có riêng với người bạn thơ này thật nhiều kỷ niệm. Hai tập thơ in chung, 2 tạp chí cùng với nhiều bạn khác xây dựng. Những bí mật tình cảm nam nữ phải giữ kín hộ anh. Vợ tôi thì chẳng thể về hùa với chồng. Bà ấy làm quân sư, làm hướng dẫn viên cho cô em gái quá bé bỏng, dành lại những gì của mình. Bao nhiêu là kỷ niệm. Bao nhiêu là hình ảnh.

Suy kỹ, số mạng Luân Hoán khá lớn. Ba lần lãnh chiến thương bội tinh.

Một lần đạp mìn bên mé lạch ở Đức Phụng. Mìn ẩm ngòi, không nổ. (Tôi tưởng như thấy và nghe lại rõ ràng những động tác, lời nói, khi anh kể lại cho cả đám chúng tôi cùng nghe, chuyện 'hú hồn' đó sau cuộc hành quân).

Luân Hoán đã không 'anh dũng đền nợ nước'. Quảng Ngãi đã trả nợ ân tình cho nhà thơ một cách sòng phẳng, xứng đáng: cho anh một khúc rẽ trong cuộc đời. Hai chân còn một, dù gì Hoán vẫn đứng vững như lời tiên đoán của Lê Vĩnh Thọ, một người bạn thơ của anh.

Tôi với Luân Hoán, tình như đã anh em, không cần phải có một vườn đào. Tôi vẫn nghe rõ những xót xa của mình ngày nào khi Luân Hoán bắt đầu rẽ qua một đoạn mới trong cuộc sống. Cặp nạng làm run cả ánh nắng buổi trưa,

Chúng tôi đã chợt khựng lại vài giây khi chỉ còn cách nhau vài bước. Mới đó mà đã gần ba mươi lăm năm.

Khắc Minh
(Luân Hoán Một Đời Thơ - 2005)

HOÀNG KIM OANH
GIẤC MƠ HÒA BÌNH
QUA CHÙM THƠ LUÂN HOÁN TRONG
"*THƠ MIỀN NAM TRONG THỜI CHIẾN*"

...
tôi đã đọc những bài thơ từ bên kia vĩ tuyến
những bài thơ của bè bạn bên này
những bài thơ từ hàng chục thế kỷ nay
không bay khỏi nỗi đau buồn u uất...
(Luân Hoán, *Thi ca*)

Khổ thơ này là khổ đầu và cũng được lặp thành khổ cuối theo cấu trúc đầu cuối tương ứng của bài *Thi ca*, một trong những bài thơ được viết trước năm 1975 của thi sĩ Luân Hoán mà tình cờ tôi đọc được. Bài này không nằm trong chùm 6 bài thơ Luân Hoán được sưu tập trong *Thơ miền Nam thời chiến* mà tôi chọn làm ngữ liệu cho bài viết cuối năm 2022 này. Nhưng những dòng thơ rất giản dị tự nhiên kiểu diễn ngôn đời thường bỗng chạm vào vùng ký ức tưởng đã lãng quên. Câu chuyện bên này - bên kia vĩ tuyến những ngày bom rơi đạn nổ đã trở thành quá khứ lùi xa hơn nửa thế kỷ, nhưng mấy ai từng đi qua lòng có thể dửng dưng? Cụm từ "bên kia vĩ tuyến" thoạt chỉ là một ký hiệu không gian địa lý song lại mở ra cả một cảm thức thời gian nhức nhối: những năm tháng đất nước cắt chia đôi bờ, những đau thương mất mát phần tư thế kỷ mà hôm nay nhìn lại vẫn là cơn ác mộng kinh hoàng của tuổi trẻ hai miền trên quê hương chúng ta. Và cũng những điệp khúc này đã thôi thúc tôi tìm lại những vần thơ Luân Hoán ngày ấy...

Góp mặt trong công trình giá trị có ý nghĩa đặc biệt gìn giữ di sản văn chương miền Nam *Thơ miền Nam trong thời chiến* (2 tập gồm 1610 trang với 407 tác giả) do Thư Ấn Quán, chủ trì là Trần Hoài Thư-Phạm Văn Nhàn sưu tập và xuất bản năm 2007 (tập 1), 2008 (tập 2), 6 bài thơ viết theo nhiều thể loại lục bát, thất ngôn, tự do... của nhà thơ Luân Hoán vừa mang đậm những nét chung của văn chương miền Nam 54-75: "tình tự, rất tự do, khai phóng, sáng tạo và nhân bản" (vừa ấn tượng bởi hiện thực thân phận chiến tranh, bi kịch tuổi trẻ, tình yêu... mà nhà thơ với tư cách một người trong cuộc đi qua đoạn đời mất mát đau thương bằng chính một phần thân thể gửi lại quê hương, hòa thành quê hương xứ sở ...

Đó là: (1) Nôi chiều (thơ lục bát)
(2) Cuộc họp mặt đầu năm Kỷ Dậu (thơ tự do)
(3) bàn giao cho bạn địa bàn/bàn giao cho bạn nghĩa trang vô tình (thơ thất ngôn)
(4) Chuyến xe mùa xuân (thơ tự do)
(5) Chiếc quan tài cho Trần Mỹ Lộc (thơ tự do)
(6) Ghé thăm người tình cũ (tổng hợp 7,8,9... câu)

Sáu bài thơ này được sáng tác những năm nhà thơ còn rất trẻ, có lẽ là những năm hoa mộng đầu đời, bắt đầu khi chàng thư sinh vừa "xếp bút nghiên theo việc đao binh" (*Chinh phụ ngâm*). Chất lính ban đầu chưa thể hiện rõ mà đậm tâm hồn sầu mộng trong bài thơ 14 câu lục bát *Nôi chiều,* tác giả xếp vào loại Thơ tình. Thật ra, ngay trong bài gọi là thơ tình này tâm trạng nhà thơ "vẫn nặng tháng ngày đau thương" và bất lực. (*Thơ miền Nam trong thời chiến*, tr. 326)

Trong tôi còn bấy nhiêu sầu
Nỡ nào vạch lá tìm sâu nữa người
Lời không nở nổi câu cười
Tôi làm sao hát ru người ngủ đây

Song, có thể nhận diện cảm thức xót xa của diễn ngôn mất mát khá rõ nét trong thơ Luân Hoán ở các bài còn lại. Bắt đầu từ bài thứ (2) *Cuộc họp mặt đầu năm Kỷ Dậu,* 115 câu thơ tự do: ngắn đớn đau, thẳng thốt, dài thống thiết ngậm ngùi cứ bật tuôn tràn bởi một tai họa chiến tranh ụp xuống: Luân Hoán - Lê Ngọc Châu "đã để lại cho quê hương chúng ta một ống chân trái vào ngày 25 tết vừa qua" (Kỷ Dậu). Trong đau đớn thể xác lẫn tinh thần, tiếng thơ Luân Hoán trào lên "những giọt lệ biếc". Nhà thơ gọi tên từng người bạn trong bút nhóm *Trước Mặt*-Quảng Ngãi: Khắc Minh, Trần Anh Lan, Vương Thanh, Hà Nguyên Thạch, Phan Như Thức... mà cùng khóc:

Hỡi toàn thể bạn bè
Những người tôi chưa hề biết tên quen mặt
Những người tôi từng bắt tay
Từng ôm nhau ngủ...

Ra khỏi bệnh viện trở về ngôi nhà có giàn hoa, có tổ chim se sẻ êm đềm, người lính ngang tàng trong anh chợt đắng lòng nhận ra sự thật phũ phàng bất lực:

Ôi những giọt nước mắt
Ta có khóc bao giờ đâu
Sao ta không nhìn được hai đứa mày
Sao ta cúi mặt
Hai bàn tay ta bận cầm nạng gỗ
Còn bàn tay nào để nắm tay nhau?
Còn bàn tay nào gạt trôi vết lệ?

Và đau đớn đến "không dám nhìn mái tóc bạc trên đầu mẹ già của Minh/đang run run mừng ta trở về", đau đớn khi anh được bạn bè ân cần ái ngại. Trở lại nơi chốn thân thương, nghẹn ngào trước những tình thân bè bạn, chợt giọng thơ đột ngột thay đổi tức tối, căm giận như ý thức thân đời từ đây tàn phế:

ta muốn nói ta muốn tỏ tình ta muốn hét
ta muốn đi chỗ này
ta muốn lại chỗ kia

thậm chí:

ta muốn ra chuồng heo
ta muốn ra giếng nước
ta muốn vào thăm cầu tiêu

Những đại từ 'ta" dõng dạc, những động từ "muốn" dồn dập, bức bách... Ôi, một ống chân quý giá mẹ tạo cha nâng giờ còn đâu? Còn đâu? Hiện thực quá phũ phàng nghiệt ngã, thậm chí những không gian tưởng vu vơ "chuồng heo, giếng nước, cầu tiêu", cả nhu cầu sinh lý thường nhật nhỏ nhặt nhất ta cũng bất lực bó chân không sao tự đến được..., đời còn gì đáng sống? "Nhưng than ôi ta phải nằm đây/dĩa mứt cuối cùng để dành cho ta/những cái bánh cuối cùng để dành cho ta/ta đã nhai thật lâu thật nhỏ/mà nuốt vào vẫn nghẹn". Bi quan, tủi hờn, mặc cảm, lẫn nghi ngờ bạn bè chung quanh "bố thí tình thương/hay chia nhau nỗi đau xót? Sau bao nhiêu nỗi niềm hoang mang đớn đau giằng xé, giận dữ... người lính đã kịp trấn tĩnh nhận thức thực trạng chính mình. Thương mình. Cảm động tình bạn quý giá. Những cung bậc tâm trạng rất thật được diễn đạt giản dị theo giọng kể làm bài thơ giàu tính tự sự như lời kể. Chàng khóc cho ống chân đã bị cối mìn hủy hoại hay khóc cho thân phận tuổi trẻ mất mát đau thương trong lửa đạn quê hương tội tình. Ôi chiến tranh. Chàng còn trẻ. Rất trẻ. Quá trẻ. Mới là một sinh viên sĩ quan ra trường. Mới vừa nhận lon Thiếu úy (trên được anh chuẩn úy trong đời binh nghiệp bị động viên dửng dưng cầm giấy gọi nhập ngũ song vẫn lên đường theo nghĩa vụ người trai thời chinh chiến).

Diễm phúc duy nhất trên đời chàng vẫn còn có các bạn.

Có những nỗi đau có thể khóc thành lời. Có những nỗi đau trở thành niềm ân hận. Bài thơ thứ 3 trong *Thơ miền Nam trong thời chiến* của Luân Hoán có nhan đề như hai câu lục bát *Bàn giao cho bạn địa bàn. Bàn giao cho bạn nghĩa trang vô tình.* Thơ Luân Hoán không chút gì úp mở, cầu kỳ đánh đố người đọc mà dung dị như lời kể. 8 khổ thơ thất ngôn 32 dòng thơ là bố cục một câu chuyện buồn. Ba khổ đầu giới thiệu không gian đồn Đức Hải, thời gian một chuyến về phép bàn giao căn cứ cho bạn, và khổ 4 là tình huống dẫn đến sự hy sinh quá bất ngờ của bạn:

bạn mới ngả lưng lim dim mộng
cạc bin bảy chín lẫn A.K
trời xanh thăm thẳm hồn nhiên quá
phận số dành riêng mỗi chúng ta?

Ngòi bút Luân Hoán tài tình ở chỗ lướt qua không dừng lại quá lâu miêu tả sự việc bi thảm. Chỉ liệt kê một loạt các loại súng. Không nghe tiếng nổ. Bạn ra đi khi vừa lim dim mộng. Chết mà không biết mình đã chết. Trời vẫn xanh thăm thẳm. Và bạn cũng ra đi hồn nhiên như đang say giấc mộng xuân... Người đi thật nhẹ nhàng. Tác giả không viết về cái chết nơi chiến trận mà viết về nỗi đau của sự ra đi ấy nơi người ở lại. Tôi đọc đi đọc lại và rất thương khổ thơ dùng từ ngữ, hình ảnh đầy tính ẩn dụ này:

"ta trở lại đồn qua xóm cũ
rút colt bắn lẫy cái lu sành
nước tràn lu vỡ, trời, ta khóc
bóng bạn chập chờn đóm lệ xanh.

Bao nhiêu là dồn nén. Bao nhiêu là tự trách. Bắn "lẫy" là biết mình bắn vô cớ, cái lu sành hoàn toàn vô tội, nhưng giận quá, tức quá, thương quá, đau lòng quá không biết làm sao giải tỏa nỗi đau thương này. Trút giận xong, lu vỡ, nước tràn, trời, ta khóc. Chiếc lu, dòng nước mang tính ám dụ rất cao. Lu là vật chứa đựng, tích tụ. "Nước" trong *Từ điển biểu tượng văn hóa thế giới* của Jean Chevalier và Alain Gheerbrant, vừa là nguồn sống, cũng vừa là sự thanh tẩy, vừa là sự tái sinh. Tất cả giận thương ray rứt ùa theo dòng nước tràn, và cả dòng nước mắt tiếc thương vô hạn chứa "bóng bạn chập chờn đóm lệ xanh". Tâm trạng cả đơn vị thật nặng nề. Tác giả cũng tự trách, tự phạt mình đến mơ hồ say tỉnh...

uống đi em út sao buồn vậy
hớp này đãi bạn hợp phạt ta
mực khô dai nhách? Ồ ngón út
máu rỉ hay là mắt ta hoa

Khổ thơ cuối cùng là một diễn ngôn khắc khoải thể hiện tinh thần phản kháng cái phi lý của chiến tranh bởi câu hỏi kết thúc bài thơ là cả một ẩn số tất yếu sẽ đến trong rủi may đời lính:

ngày mai nhổ trại lùng Đức Phụng
đến lượt ta hay đứa nào đây?

Phi lý cứ phi lý. Chiến tranh là chiến tranh. *Chiếc quan tài cho Trần Mỹ Lộc* cũng nằm trong đề tài những cái chết vội vàng của người đồng đội. Nếu ở *Bàn giao cho bạn địa bàn/bàn giao cho bạn nghĩa trang vô tình* là nỗi dằn vặt tự trách số phận oái oăm vô tình để bạn ra đi, lẽ ra là định mệnh của mình, thì trong bài thứ 4, cảm xúc có phần gay gắt hơn khi cái phi lý được nhận thức cao hơn, đầy đủ hơn. Hãy nghe tiếng gọi bạn nức nở mà cũng thật chua chát:

Lộc, Lộc hỡi Lộc
mày chẳng còn biết

mày đã chết nơi nào trên quê hương
và viên đạn trên bàn tay nào đã bắn
(...)
mày chẳng còn biết gì
dù đã "anh dũng đền nợ nước"
tao gọi to và chưa kịp nghĩ ra
mày có nợ gì với Tổ quốc

Người lính hy sinh cho Tổ quốc, bên này hay bên kia, bất kể, họ đều là những anh hùng. Như Sử thi *Iliad* của Homère, người chiến đấu vì quyền lợi cộng đồng dù thắng hay thua đều là anh hùng. Hector của thành Troy mặc dù thua sức mạnh Achille thần thánh và chết dưới ngọn giáo của Achille, nhưng dân thành Troy vẫn khóc thương và an táng Hector theo nghi lễ của một anh hùng. Ôi những người lính Việt Nam. Người ta tôn vinh. Người ta tán tụng. Ừ nhỉ, nhưng tình bạn trong Luân Hoán vẫn nức nở hồ nghi, uất ức "tao gọi to và chưa kịp nghĩ ra/mày có nợ gì với tổ quốc". Ngày xưa, trong xã hội Nho giáo, người con trai khi sinh ra là đã mang "nợ tang bồng", phải tận hiến tận trung để "đền ơn vua nợ nước". Song, trong bi kịch đất nước mình, hôm nay, họ đã "chết thật tình cờ, không hẹn hò nằm chết như mơ" (TCS). Thật sự khắc khoải làm sao câu hỏi trong thơ Luân Hoán:

ôi Việt Nam
ôi cuộc chiến Việt Nam
chết thế nào là anh dũng?

Cũng tâm cảm ấy, giữa phá Tam Giang lồng lộng, Tô Thùy Yên từng ví von:

Ta tự hỏi vì sao
(Còn ngươi, có bao giờ ngươi tự hỏi?)
Và ta tự trả lời
(Có bao giờ ngươi tự trả lời?)
Chúng ta khác nào cánh quạt phi cơ
Phải quạt, phải quạt
Chỉ vì nó phải quạt...
(Chiều trên Phá Tam Giang)[1]

Trong lời Giới thiệu tập *Thơ miền Nam trong thời chiến*" (2007) nhà phê bình Đặng Tiến nhận định "khát vọng thiết thân của người lính chính là hòa bình". Cho dù, cũng theo ông "Hòa bình là giấc mơ không

---

[1] Tô Thùy Yên, 2018, *Tuyển tập thơ*, tác giả giữ bản quyền, tr. 97

tưởng", con người lúc ấy, như Nguyễn Bắc Sơn, chỉ dám mơ ngày ngưng chiến:

Mai kia trong những ngày ngưng chiến
ta chắc rằng không thể yêu ai
nhà thương điên nếu còn chỗ trống
xin chiếc giường cho xác tàn phai
(*Thơ miền Nam trong thời chiến,* tr.383)

Giấc-mơ-hoà-bình-không-tưởng ấy được Luân Hoán viết trong *Chuyến xe mùa xuân* bằng một giọng điệu khác. Như một tưởng tượng. Như một ước mơ. Chuyến xe đi tới hòa bình của ông đầy vội vàng, hớn hở, kiêu hãnh gọi tất cả bà con "ngồi thật gần nhau, thật sát vai nhau". Niềm vui còn tràn cả trần xe, hai bên cửa xe và họ:

ngồi ngả ngồi nghiêng,
ngồi cười ngồi nói
ngồi thật đông ngồi cười tự do
không còn ai kiểm soát chúng ta

Cũng không còn ai "thu thẻ kiểm tra, lập danh sách", không cần dậy sớm, về muộn không "lo quá giờ giới nghiêm" hay "cổng đường chưa mở" của cái thời ngột ngạt tự do bị o ép mọi lúc mọi nơi bởi lý do chiến tranh. Nghĩa là đất nước thanh bình. Nghĩa là người người tự do đến bên nhau, chiếc xe chở qua các ổ mìn cản ngăn đe dọa chết chóc rập rình. Những khát vọng nhỏ nhoi làm sao: được nhìn "cánh đồng có bóng người", "thôn xóm có cơm thổi ấm áp", "ăn suốt cả đêm không núp hầm", "không tản cư lo sợ"...

Ôi bao giờ, bao giờ... Hòa bình ơi?

Diễn ngôn kháng cự cái chết, kháng cự những rào cản thép gai bom mìn chồng chất lên đầu cổ người dân được Luân Hoán thể hiện thật sảng khoái trong từng hình ảnh hiện thực đời sống.

chiếc xe là cuộc đời
hy vọng là cõi sống
tôi lăn tròn luôn luôn
lẽ nào không bắt gặp
một bóng cây hòa bình?

Hai câu cuối cùng của giấc mơ dài qua 79 câu thơ chợt bật lên lý do vì sao giọng thơ tràn trề lạc quan và khát khao hòa bình mạnh mẽ trào dâng như thế: Một sinh linh bé bỏng, một kết nối thế hệ tuyệt vời hay một vòng dây bi kịch oan trái tiếp tục mở ra cho đến đời đứa con trai sắp mở mắt chào đời:

ôi vợ tôi ở nhà
sắp sửa sinh con trai

Hòa bình. Hòa bình. Tự do. Và sự sống tiếp nối. Bài thơ như một thanh âm rộn rã xóa tan đổ nát tang thương chết chóc bủa vây...

Tôi cũng rất thú vị không thể không nhắc đến bài thơ thứ 5: *Ghé thăm người tình cũ* của Luân Hoán trong tập thơ này. Một bài thơ phá vỡ những thi pháp thể loại. Không phải thất ngôn, không phải ngũ ngôn cũng không thuộc lục bát, hay tự do. 9 khổ thơ với 36 dòng thơ câu 7 chữ, câu 8, câu 9 và có cả câu 10... lẫn lộn. Nhà thơ để mặc cho cảm xúc trào lên dẫn dắt ngòi bút theo kiểu thơ tự sự kể lại chuyện anh thương binh tình cờ trở về thăm người tình cũ. Chiến tranh sau khi làm tan nát đời anh thành thân tàn phế giờ lại chuyển hướng qua đổ những bất hạnh lên thân phận những người đàn bà. Một hiện thực khác ở hậu phương của người lính. Chồng em vừa mới hy sinh còn em trên hai tay hai đứa trẻ. Người tình cũ thương binh xót xa đời em, chỉ còn rót cho nhau chút lệ ấm tình người. Chất nhân văn đẫm trong từng câu chữ:

thôi đã trót đến đây rồi hãy rót
cho lòng nhau chút lệ ấm đi em
bàn chân trái ngày xưa em thường gối
giờ xin đời làm một quê hương

Anh cô độc. Em cô đơn. Nhưng bất hạnh của định mệnh không quật ngã được họ. Khổ thơ cuối cùng đẹp kiêu hãnh làm sao và lồng lộng một trái tim nhân hậu, thủy chung đẹp đến xúc động:

hãy thắp sáng cho con em ngồi học
cho con tôi ngồi tập vẽ bản đồ
đừng có khóc tôi đi đây đừng có khóc
nạng gỗ sầu lóc cóc đường khuya.

Tôi nghe trong hồn âm vang tiếng nạng gỗ lóc cóc trên đường khuya Luân Hoán đã gõ vào niềm tin nơi tương lai của đất nước. Con em sẽ học thành người hữu dụng cho đất nước. Con tôi sẽ cùng chung tay vẽ lại sơn hà gấm vóc mai sau...

Đặng Tiến cho rằng: "thơ là một tâm thế, một cách ứng xử với đời, đa đoan và hạn hẹp, một lối quản lý thời gian, xử lý không gian, và phản ứng với nhân gian. Có lẽ ở đâu, thời nào, thơ đích thực cũng vậy thôi, nhưng tại Việt Nam, thời ấy nó là một bức bách của một thế hệ, nó vừa hiện hữu (existentiel), vừa thiết yếu (essentiel). (Lời giới thiệu, TMNTTC, tr. xv)

Chiến tranh nào có gì vui. Gõ lại từng dòng thơ Luân Hoán trong tập này đúng là "như gõ vào chính tim mình những niềm đau buốt" (Trần Hoài Thư, dẫn theo Đặng Tiến). Nhưng tâm thế con người và giấc mơ hòa bình cho dẫu là không tưởng trong chiến tranh kinh hoàng của dân tộc ngày tháng ấy qua chùm thơ thấm đẫm nỗi đau và tình yêu dù đối mặt hiện thực binh lửa đau thương và những cái chết khốc liệt bao bạn bè đồng đội thân thiết của Luân Hoán trong *Thơ miền Nam trong thời chiến* đã cho chúng ta niềm tin ở con người và cái đẹp diệu kỳ của thiên lương.

Hoàng Kim Oanh
Thị Nghè, 22.12.2022

(tạp chí Quán Văn (Sài Gòn) số 93 tháng 01-2023)

NGUYỄN DUY LONG
LUÂN HOÁN PHONG SƯƠNG VÀ ĐIỆU ĐÀ

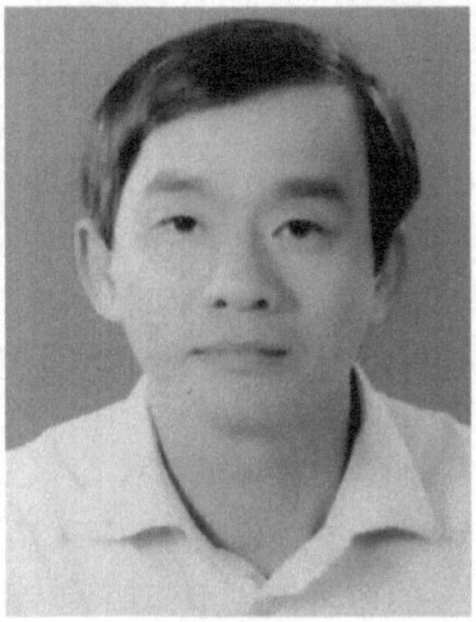

Nhà thơ Luân Hoán (sinh năm 1941) bén duyên với bút nghiên khá sớm, từ độ tuổi trăng rằm: "Khởi viết từ năm 1956 nhưng đến năm 1959 mới chính thức chọn thi ca và dùng bút hiệu Luân Hoán để đăng bài trên các báo, bán nguyệt san, nguyệt san, tạp chí"[(1)]. Và đến năm 2017, đời thơ đã có tuổi "lục thập hoa giáp", ông đã là tác giả của 17 tập thơ in riêng, 6 tập thơ in chung [(2)] và vẫn còn bền bỉ bút lực trên lữ trình thơ của mình.Từ năm 1985, cuộc đời bước sang nẻo khác, ông từ giã quê nhà vì bị "biếm trích" nơi chân trời góc bể (Montréal Canada). Bối cảnh văn hóa xã hội đã thay đổi, nề nếp sáng tạo đã đổi thay, không biết đời văn vẫn ngân vang khúc dạo đầu hay đã chuyển mình thành nguồn lạch khác.

Ở đây, tôi dừng lại tiếng thơ của chặng đường trước 1975, tập "Thơ tình" (Nxb Thơ, 1968, in chung với Khắc Minh) cách đây những nửa thế kỷ. Tất nhiên, đó chỉ là vài họa tiết trên bức phù điêu, chỉ là con suối nhỏ hợp thành dòng sông thi ca mang tên Luân Hoán. Văn tức thị nhân (Người sao văn vậy). Thêm nữa, "Người thơ phong vận như thơ ấy" (Hàn Mặc Tử). Quả thật, thơ ông gói ghém được hồn điệu của tạng chất "phong sương và điệu đà", "không quá nghiêm trang, đôi khi nghịch ngợm nữa". Có thể khi cầm bút Luân Hoán không nghĩ đến điều đó song biết đâu là bản sắc riêng mà ngòi bút này không tự ý thức. Nói thế, tưởng không có gì quá lời. Người đọc có cảm tưởng Luân Hoán làm thơ dễ dàng như không, không quá câu nệ thủ pháp nọ, phép tu từ kia. Thi hứng không phải từ chuyện cao xa mà là điều nhỏ nhặt, hăng vị đời mà ít ai để mắt tới mà cũng không dễ gì nói ra được. Và như chẳng nghĩ ngợi gì, thoải mái phóng bút, không có sự gò ép, gắng gượng nào, cứ thế mà câu chữ tự nhiên trôi chảy thành vần điệu sinh động như nó vốn có.

Tập thơ mở đầu bằng "Bài mở cánh tay" tươi tắn, không kém phần lả lơi và truyền cảm, *"mời người thành thật tự nhiên/lòng tôi mở đó không riêng kẻ nào"*. Không chút cầu kỳ, lời mời mọc trìu mến qua âm điệu từ tốn, nhỏ nhẹ mà không kém phần nồng hậu của tấm lòng rộng mở: *"guốc cao người cứ mang vào", "nón xin người vẫn đội đầu", "khăn xin người vẫn tay sầu miệng che"*. Những chất liệu thô nhám của đời thực "guốc cao", "khăn tay", "nón đội"... đi vào trang thơ thật dung dị. Cứ thế mà buông ra điệp khúc "mời người" dành riêng cho kẻ tri âm điệu đà, mà có phần đỏng đảnh. Từ tâm thức bất ổn của thời loạn ly đè lên từng phận người, từ suy tư cho thân phận tình yêu, Luân Hoán gợi tưởng đến một bến đỗ thanh bình: *"tạm quên đạn nổ bom rơi/nhà tan vườn cháy tràn bờ yêu thương/vào đây thơ kết thành giường/ôm nhau cùng vỗ giấc buồn muôn năm"*. Hai câu kết, âm điệu chuyển mạch như tiếng reo vui, níu giữ giọng hát ngọt ngào: *"rủi người chợt mến yêu tôi/ghế cô đơn đã đặt ngồi nơi đây"*. Lời ướm thử bình đạm và khoan hòa, cứ thế đưa đẩy từ câu này đến câu khác mà đến hết cảm thức nên thơ như say như tỉnh, như mơ như thực. Một cảnh điền viên yên ả. Chất giọng vẫn còn trong khuôn cửa truyền thống nhưng tiếng nói phần nào đã là tình ý hiện đại. Bài thơ đọng lại những giọt yêu thương bên bếp lửa hồng tình tứ: *"tay anh mười ngón xanh tươi/góp thêm mười củi ngọt bùi được không/lửa bay từng sợi phiêu bồng/ ta bay từng sợi tình nồng môi nhau"* (Bên lửa chiều và Lý). Đó là khúc nhạc lòng chuyển tải được thông điệp yêu thương.Tiếng thơ đậm nhạt chất ký sự có thể gặp đâu đó hàng ngày. Qua các nhan đề có thể nhận thấy một số bài thơ ra đời từ sự kiện nào đó, từ khoảnh khắc liên tưởng bất chợt nào đó: Rước dâu, Thơ trên mặt gối Viết cho ngày thành hôn. Từng chuyện xa chuyện gần, chuyện lớn chuyện nhỏ, người khác tưởng như không đâu vào đâu, ấy thế mà ông đã gảy lên những tình điệu ý vị. Đằng sau con chữ nôm na là nụ cười đượm chút đỏm dáng và tưng tửng: *"ba hoa lắm sợ lạc đàng/chân em sang lệch đôi đàng âm thanh/đời thừa đôi nét xuân xanh/lòng anh còn chút để dành yêu em"* (bài Ca dao). Ý mới, lời lạ, câu chứ được sắp xếp điệu đà đã bật lên nét nghịch ngợm, rời khỏi khuôn thước cổ điển. Ở đây, Luân Hoán đi xa hơn, tìm đến lối viết lấm láp đời hơn, gồ ghề hơn, góc cạnh hơn, tạo nên sắc thái thẩm mỹ khác (Đúng hơn, không mới lạ trong ngôn ngữ dân dã nhưng trước đây hiếm khi gặp trong thơ). Lòng xao xuyến nhưng lất phất cái giọng bông lơn, chẳng chút gì kiểu cách, không tỏ ra làm dáng hay đẽo gọt: *"tới đây lạ đất, lạ người/em nhìn cũng sợ, em cười cũng kinh/tới đây bước thấp bước cao/con đường cũng ngại tôi chào làm quen"* (Ở 43 Phan Bội Châu Quảng Ngãi). Điệu thức ấy gợi lại dư vị phóng khoáng và thân tình. Người đọc tủm tỉm trước chàng trai ngẩn ngơ bóng hình ai nơi đất xa người lạ. Thật ngộ nghĩnh hơn hình ảnh *"con đường cũng ngại tôi chào làm quen"*.

Những bóng hình quyến rũ đó hóa thành bao nhiêu giai điệu lui tới trái tim chàng lãng tử? Kẻ đa tình dễ đa mang và hệ lụy. Hình như ông chỉ dừng lại ở nguồn cảm hứng để thăng hoa sáng tạo, thôi chứ chẳng có chút "tình tang" nào trong đời thực. Không biết nhà thơ Luân Hoán có nghĩ thế không?

Như trên đã nói, ở đây chỉ một trong những khúc dạo đầu trên lữ trình dằng dặc của thi nhân. Ở đây, chỉ là đôi dòng lan man khi giở từng trang thơ. Và người viết có phần ngại ngần khi viết về người thơ là bậc phụ chấp, e rằng quá đà, thất lễ. Thực tình là vậy chứ không là rào đón, giao đãi lấy lệ.

8.2020

Nguyễn Duy Long

(1) Theo tiểu sử do chính Luân Hoán viết đặt ở đầu bản thảo đánh máy tập "Rượu hồng đã rót" (1974, trang 2).

(2) Lê Bảo Hoàng. Tác giả Việt Nam (Vietnamese Authors). Nhân ảnh. Columbia, SC. 2017: 312 – 3. (Bản đầu, 2005, Sóng văn, Miami, FL Bản lần hai, 2006, Nhân ảnh, Columbia, SC.).

Nguyễn Duy Long, người Quảng Ngãi, (con nhà thơ Khắc Minh), bác sĩ Y khoa, chuyên viết về biên khảo. Đã xuất bản 4 tác phẩm biên khảo.

(Gặp Luân Hoán Trong Đời Sống Thơ - 2022)

TUYỀN LINH NGUYỄN VĂN THƠ
LUÂN HOÁN VỚI GIAI NHÂN

1. Phần Đời

Luân Hoán tên thật là Lê Ngọc Châu, sinh ngày 10 tháng 01 năm 1941 (năm Canh Thìn) tại phố cổ Hội An. Cha anh là ông Lê Hoán và mẹ là bà Nguyễn Thị Luân. Bút hiệu Luân Hoán được ghép từ tên cha và tên mẹ của anh. Ngoài ra, anh còn các bút hiệu khác như: Châu Hải Châu - Cự Hải -Trần Gia Nam - Lý Phước Ninh - Lê Bảo Hoàng. Quê nội Luân Hoán ở làng Liêm Lạc, Hòa Đa, Hòa Vang Quảng Nam, quê ngoại tại Vĩnh Điện, Điện Bàn Quảng Nam. Trong nhiều năm chiến tranh (1945) gia đình anh di tản về sống ở vùng Tiên Phước Quảng Nam. Vào năm 1951, gia đình anh lại di chuyển về sống tại huyện Hòa Vang, và sau cùng về định cư tại thành phố Đà Nẵng. Đến ngày 02 tháng 02 năm 1985, anh được người em trai bảo lãnh để qua sống tại Montréal, Canada. Anh là cựu học sinh Trường Trung Học Phan Chu Trinh Đà Nẵng.

Tính tình Luân Hoán rất trầm lặng, ít nói, phong cách xuề xòa, lè phè, rất rõ nét là một nhà thơ từ khi còn ngồi ghế nhà trường. Luân Hoán sống nội tâm nên ít thích nhóm họp, tiệc tùng nơi đám đông. Anh đam mê nhất là Thơ, ngoài ra Luân Hoán cũng thích hội họa, âm nhạc, nhiếp ảnh, nhưng Thi Ca vẫn là con đường chính anh chọn và theo đuổi cho đến bây giờ. Luân Hoán biết làm thơ từ nhỏ, từ lúc lên mười, nhưng là những bài thơ rất ngô nghê của tuổi thiếu niên, như bài Hàm Tiếu v.v…

Luân Hoán bắt đầu viết chính thức từ năm 1960, thường có bài trên các báo: Gió Mới, Tuổi Xanh, Thời Nay, Bách Khoa, Văn Học, Mai, Ngàn Khơi, Kỷ Nguyên Mới, Văn, Trình Bầy (trước 1975). Anh cũng có chân trong Ban Biên Tập các Tạp chí Văn học Sài Gòn (1964 – 1975) Từ khi chuyển về sống ở Canada, thơ anh cũng góp mặt trên nhiều báo tại hải ngoại.

Tác phẩm đã xuất bản:

Về Trời (Văn Học-Sài Gòn, 1964); Trôi Sông (Văn Học-Sài Gòn, 1966); Chết Trong Lòng Người (Ngưỡng Cửa, 1967); Viên Đạn Cho Người Yêu Dấu (Thơ, 1969 - tái bản 1995); Hòa Bình Ơi Hãy Đến (Thơ, 1970, cùng Phạm Thế Mỹ và Lê Vĩnh Thọ); Nén Hương Cho Bàn Chân Trái (Thơ, 1970, với các bạn văn); Thơ Tình (in cùng Khắc Minh, nxb Thơ, 1970); Ca Dao Tình Yêu (nxb Thơ, 1970, cùng Khắc Minh); Lục Bát Ca (cùng Lê Vĩnh Thọ và Vĩnh Điện, nxb Thơ, 1970); Rượu Hồng Đã Rót (nxb Thơ, 1974, tái bản 1995).

Từ khi qua định cư tại Canada, Luân Hoán cũng đã xuất bản khá nhiều sách, như: Ngơ Ngác Cõi Người, Đưa Nhau Về Đến Đâu, Cám Ơn Đất Đá Trổ Thơ, Lòng Ta Hạt Bụi Vu Vơ Bám Hoài, Mời Em Lên Ngựa, Nuôi Thơm Chùm Kỷ Niệm Xanh, Cỏ Hoa Gối Đầu, Sông Núi Cùng Người Thơm Ngát Thơ, Tác Giả Việt Nam (Tự Điển dưới tên Lê Bảo Hoàng), Ổ Tình Lận Lưng, Em Từ Lục Bát Bước Ra, Theo Gót Thơ, Thanh Thi…

2. Thơ và Giai Nhân

Nói đến thơ của Luân Hoán thì bao la lắm, nói cả ngày cũng không hết, bao la như tình của anh đối với Giai Nhân vậy. Thơ Luân Hoán mang hơi thở rất riêng, không giống nhà thơ nào cả. Chính cái riêng đó làm cho tôi và các bạn cùng trang lứa, cùng Lớp cùng Trường mê mệt và luôn nhớ đến anh, như luôn nhớ đến thời hoa niên của mình – anh đúng nghĩa là một nhà thơ lớn của tuổi học trò. Anh làm thơ như đùa giỡn với thơ, trêu ghẹo ngôn ngữ. Những ngôn từ anh dùng trong thơ thật bình dị, chơn chất, y như đi đứng, ăn uống và tắm rửa hàng ngày. Thơ anh không trau chuốt, gọt giũa nhưng lại đầy sức sống, truyền cho người xem nhiều rung cảm. Chất ngọt ngào trong thơ Luân Hoán không phải vị ngọt của thứ đường đã được tinh luyện, mà là vị ngọt của cây mía lau mía đường nơi ruộng đồng thôn dã. Sự bình dị chân phương mà Luân Hoán có được trong thơ là cả một nghệ thuật, không phải ai cũng có thể viết được như thế. Nhờ tính chất chân phương này nên thơ Luân Hoán mang rất nhiều nhạc tính (musicalite). Tôi đã phổ nhạc thơ Luân Hoán rất nhiều, nhưng tiếc là điều kiện tài chánh chưa cho phép nên mới chỉ thu âm được ba bài (Em và Thơ, Hỏi Thật và Bệnh Rình Hương Sắc). Hy vọng một ngày gần đây, tôi sẽ trình làng tiếp những nhạc phẩm tôi đã phổ từ thơ Luân Hoán.

Với Luân Hoán, thơ chính là hơi thở, luôn hít vào thở ra từng giây... từng phút... từng giờ... và cứ thế nối đuôi nhau không bao giờ dứt được. Bởi thế, thơ luôn theo anh cả lúc ăn, lúc thức giấc, lúc đi đường, lúc đứng đợi xe, lúc làm việc, và ngay cả lúc đang dạy học:

tôi đứng lặng vài giây trên bục giảng
giáo án thuộc lòng bỗng chốc lãng quên
nét phấn lạc dòng chữ run mặt bảng
trở lại bàn hồn nghe đã lênh đênh

thôi tôi hiểu ra rồi em bé bỏng
chẳng có gì mới lạ phải không em
trái tim đựng bao nhiêu điều bí mật
cũng chỉ là tôi đã chớm yêu em
(Điều Bí Ẩn Bình Thường)

Như tôi đã nói ở trên, thơ luôn theo anh, và anh luôn theo thơ, cũng như anh luôn theo gái vậy. Nếu suy nghĩ của tôi không quá chủ quan thì trên đời này không có giai nhân, Luân Hoán chẳng bao giờ có được thơ hay (?). Anh yêu mỹ nhân như yêu chính bản thân mình, có nhiều khi còn hơn thế, phải không Luân Hoán? Vậy thì Luân Hoán biết đến mỹ nhân từ lúc nào? Chúng ta cùng nghe anh thổ lộ:

Khi gặp em độ chừng lên 8
Tôi chớm 10 rất đỗi ngô nghê
Em quá đẹp bởi vì em lai Pháp
Tôi lên rừng rồi trở xuống nhà quê
...

Tôi mỏi đớ nắm chân em lưỡng lự
Tay vụng về tinh nghịch úp lung tung

Em ú ớ nói gì như đang mớ
Tôi khi không nghe nhịp máu lạ lùng

Từ phút đó nằm thức hoài đến sáng
Tưởng tượng ra nhiều chuyện chẳng đầu đuôi
Da em ấm tôi hít hà ngộp thở
Nghe nhiều nơi rất khác lạ trên người
(Hàm Tiếu)

Đọc xong những câu thơ trên của Luân Hoán, tôi biết nhiều độc giả sẽ thắc mắc và muốn đánh đòn Luân Hoán. Tại sao biết yêu sớm vậy? Xin thưa, đây không phải là một tình yêu đúng nghĩa giữa đôi trai gái. Đây là một hiện tượng tâm sinh lý ở tuổi vị thành niên. Luân Hoán cũng như bao thiếu niên khác, do trong thời kỳ phát triển cơ thể mất cân bằng nên đã dẫn đến những thay đổi tâm sinh lý, làm xuất hiện cảm giác, cảm xúc mới lạ đối với người khác phái. Vì Luân Hoán có tài biết làm thơ quá sớm nên Luân Hoán bộc bạch ra được, thế thôi, còn những em thiếu niên khác thì luôn giữ kín trong lòng. Dẫu sao, cũng cám ơn Luân Hoán, anh đã cho mọi người thưởng thức những câu thơ rất ngô nghê, rất thật và không kém phần dễ thương (*da em ấm tôi hít hà ngộp thở / tay vụng về tinh nghịch úp lung tung*). Rất dễ thương!

Thơ của Luân Hoán luôn cuốn hút người đọc, thi phong thật đằm thắm, nhẹ nhàng, và rất diễm tình:

mười sáu tuổi em tập làm thiếu nữ
vai tóc thề áo lụa trắng bay bay
quai nón đỏ ngậm hờ vành môi ướt
vuông khăn thêu kín đáo xếp trong tay

em đến lớp nắng theo đùa trên áo
cặp che ngang ngực thơm ngát ngọc lan
tay giở vở tưởng chừng như đệm nhạc
hồn thanh xuân em lót xuống từng trang
(Điều Bí Ẩn Bình Thường)

Thơ anh không thể nói là không hay được, Luân Hoán dùng những từ ngữ rất mộc mạc, dung dị, nhưng cách dùng từ ngữ của anh rất uyển chuyển khiến thơ Luân Hoán luôn uốn lượn, bay bổng. Tiếng thơ anh chính là những cung bậc bổng trầm trong âm nhạc:

Em từ bụi chuối bước ra
Ánh trăng làm nũng chao qua ống quần
Niềm vui giấu dưới bàn chân
Vỡ theo sợi gió lâng lâng ngậm ngùi
(Trăng Đêm Nở Hoa)

Mỗi lần sắp sửa yêu ai
Tự nhiên mặt mũi tóc tai lạ lùng
Hình như có triệu vi trùng
Ngo ngoe đòi được nhớ nhung với mình
(Triệu Chứng)

Hình như Luân Hoán thật sự đi vào con đường tình ái năm mười sáu tuổi, cái tuổi đầy mộng mơ, thêu hoa dệt gấm. Tuy nhiên, tình yêu thời bấy giờ của chúng tôi không thực tiễn như thời a còng (@) này, hễ yêu nhau là tự nhiên, tự do đủ mọi mặt, thậm chí có thể sống thử với nhau. Ở thế hệ chúng tôi, giữa đôi trai gái yêu nhau, chỉ biết nhìn mặt nhau, trao gởi những tình thư rất kín đáo, người nào bạo dạn lắm thì cũng chỉ biết nắm tay nhau là cùng. Tất cả nỗi lòng của mình đều được giấu kín, chẳng ai biết, ai hay. Cũng vì thế đã có những mối tình đơn phương rất tội nghiệp, chẳng hạn như tôi đây. Tôi thầm yêu trộm nhớ một cô nữ sinh học dưới tôi hai lớp, tôi học Đệ Ngũ, cô ta học Đệ Thất, chúng tôi cùng học tại trường Trung học Phan Chu Trinh Đà Nẵng. Tôi và cô ta cùng cư trú trong làng Nại Hiên, cùng chung đường về nhà sau khi tan trường, nhưng suốt mấy năm trời tôi không dám hé một lời. Tôi cũng không hiểu tại sao lại như vậy. Để cuối cùng, buồn tình, tôi viết một bài thơ gởi đăng trên báo Bán Nguyệt San Phong Lan và bỏ đi biệt xứ. Tôi còn nhớ, năm đó là cuối năm Đệ Nhị. Mối tình đầu đời của tôi gói gọn trong bài thơ sau:

Áo tím em mang tự thuở nào?
Kinh kỳ ngập nắng rộn xôn xao
Áo em lả lướt trong gió thoảng
Hứng lại giùm ta chút máu trào

Ta đến nơi đây nén dặm đường
Mập mờ áo tím lướt trong sương
Mắt em xanh quá là xanh quá!
Ta biết rồi ta sẽ đoạn trường

Dáng liễu đong đưa tắm ánh hồng
Mây buông lõa xõa cợt thu phong
Trân Châu chừng tưởng là sương nhạt
Em nỡ không mang chiếc áo hồng?

Lê gót tìm hoa thỏa ước mong
Những tưởng em mang chiếc áo hồng
Ngờ đâu em đắp lên màu tím
Tím cả lòng ta mấy độ trông

Mây xám chiều nay đổ xuống rồi
Rớm sầu nguyệt lệ ánh sao rơi
Đường về lối nhỏ hoa tim tím
Cánh bướm bay qua tủi phận đời
(Áo Tím – Tuyền Linh)

Luân Hoán thì khác tôi, anh ấy bản lĩnh hơn tôi trong việc giao tiếp với phái nữ, chỉ hơn tôi thôi vì tôi quá nhát gái, chứ thật ra theo nhận xét của bạn bè thì Luân Hoán bạo thơ hơn bạo gái. Mối tình đầu đời của Luân Hoán chớm nở vào năm mười sáu tuổi, cũng mặn nồng trong cốt cách khù khờ của tuổi mới lớn:

Thuở mới yêu em độ chừng mười bảy
Sắc hương thơm đằm thắm nở nụ hoa
Ta lụt lịt chỉ thua em một tuổi
Sao khù khờ nhút nhát – nghĩ không ra
…………
Môi với lưỡi chưa một lần dám chạm
Nước bọt nhau mặn nhạt ngọt ra sao
Vào xi nê chỉ dính chùm mái tóc
Và mười ngón tay siết thật khít khao
(Nụ Trăng Đầu Đời)

Hình như đường tình của bất cứ ai trong thế gian này cũng đều như nhau, mối tình đầu chẳng bao giờ bền vững cả, như một quy luật. Luân Hoán cũng không ngoại lệ. Anh đã chia tay mối tình đầu một cách bất ngờ, không rõ nguyên do, để lại trong ký ức bao nỗi nhớ ngu ngơ… dễ thương… khó tả:

Yêu chẳng biết làm gì hơn ngoài nhớ
Nhớ lạ kỳ, nhớ tưởng phát cuồng điên

Mới chia tay vừa đến nhà đã viết
Trao gởi cho nhau liên tiếp nỗi niềm

Chữ chẳng nói thay lòng hay đều vụng
Để bất ngờ chia biệt chẳng nguyên do
Vết thương tình của nhau không hiện rõ
Vì hình như hai đứa giỏi giả đò

Giờ em đã là chim lồng quý phái
Ngậm nụ trăng đầu hay nhả từ lâu?
Ta nhờ nuốt đã như là thi sĩ
Nụ tình xưa thành nụ thơ nhạt màu
(Nụ Trăng Đầu Đời)

Thơ của Luân Hoán luôn gợi lên một hình ảnh rất đẹp của tuổi học trò, rất học trò. Những cử chỉ vụng dại nhưng ngọt ngào, ngây ngô nhưng sâu lắng. Anh dùng ngôn ngữ rất đẹp, rất trẻ con, rất đời thường nên người đọc dễ nhập tâm, thấm đẫm. Luân Hoán sắp xếp những từ ngữ bình dân này vào thơ một cách rất khoa học, làm cho thơ anh sinh động hẳn lên, khiến người đọc tưởng như đang thực sự sống với cảnh thơ, quên bẵng đi thế giới bên ngoài rẫy đầy gai góc:

mang vào lớp bài thơ anh mới tặng
khoe bạn bè cho chúng lác mắt chơi
í mà chết, anh viết gì trong đó?
chuyện chúng mình? em hổng chịu đâu
anh phải viết chuyện con mèo con chó
chuyện con chim con cá gì thôi
hay cùng lắm chuyện trời mưa trời nắng
chuyện chúng mình, kỳ lắm, thôi thôi...
(Nhõng Nhẽo – Đưa Nhau Về Đến Đâu)

Rất hồn nhiên, trong sáng, chơn chất:

mà thôi, chắc không được
ba mẹ chẳng chịu đâu
anh người dưng nước lã
đâu phải... xì, còn lâu
(Tết Mười Sáu)

Rất thật thà, ngây ngô, dễ thương:

em có nhớ trong sân trường bữa ấy
cô giáo đau, ta được nghỉ giờ đầu
rất tình cờ hai đứa chợt gặp nhau
em mở cặp vội vàng trao quyển sách
sợ bạn thấy ta kẹp vào dưới nách
đi một hơi không kịp cám ơn em
trốn vào cầu hối hả giở ra xem
mảnh giấy nhỏ nét mực nghiêng nghiêng tím
(Trong Sân Trường Bữa Ấy)

Thơ Luân Hoán không mang tính ẩn dụ cao, thỉnh thoảng ta mới bắt gặp, nhưng những tình huống ẩn dụ trong thơ anh rất tinh tế. Thơ anh luôn phơi bày ra tất cả những ngõ ngách của tâm hồn mình, nhờ vậy thơ Luân Hoán dễ đi sâu vào lòng người đọc:

tôi đã viết những gì trong lưu bút
một đôi dòng tạm biệt vu vơ
chiếc ảnh nhỏ tôi dán vào bên góc
ghi khiêm nhường ba chữ đơn sơ
khi chụp ảnh nào đâu tôi có khóc
sao mắt buồn chan chứa bao la
suốt niên khóa cùng chung trường chung lớp
chung thầy cô, chung chúng bạn thân quen
sao hình như vẫn vô cùng xa cách
trai gái đôi đường cách trở chia ngăn
....
em có nhớ những lần đi du ngoạn
em vui đùa nhí nhảnh như con chim
không hiểu sao bỗng nhiên tôi buồn bã
tiếng em cười nghe đau nhói trong tim
sau ba tháng biết em còn đến lớp?
mùa hè này ai đi hỏi em không?
tập lưu bút của em tôi mở đó
viết làm sao cho hết những chuyện lòng
(Lưu Bút – Đưa Nhau Về Đến Đâu)

Có nhiều người cho rằng Thơ chỉ là Thơ, Thơ không là đời sống thực. Tôi thì không cho như vậy. Tôi không quá mẫn cảm với thơ Luân Hoán, nhưng tôi tâm đắc dòng thơ anh vì thơ anh kết hợp được thế giới hiện thực với thế giới tưởng tượng, cái hay trong thơ Luân Hoán là ở chỗ này. Vì rằng,thế giới hiện thực có giới hạn, trong khi thế giới tưởng tượng là vô hạn. Như các triết gia Tây phương đã nhận định, tưởng tượng làm sống lại những kỷ niệm và tôn giá trị niềm vui sướng mà những kỷ niệm ấy gợi lên. Tưởng tượng sáng tạo như Luân Hoán được đánh giá là rất tích cực, mang đến cho con người phương tiện để thoát khỏi những buồn rầu trong cuộc sống; làm cho con người hạnh phúc hơn trong thực tế, làm phong phú cảm xúc con người.

Nghệ sĩ không thể không tưởng tượng trong khi sáng tác, bởi tưởng tượng là tự do vượt lên trên hiện tại, thực tại để trở về đó một cách sâu sắc hơn. Như Sigmund Freud đã nói: "nghệ thuật cũng chính là một giấc mơ (giấc mơ ban ngày). Nghệ thuật là một cách để con người ghi lại những giấc mơ. Giấc mơ nghệ thuật giúp con người được sống nhiều cuộc đời, trải nghiệm nhiều tình huống, thỏa mãn những khát vọng không phải lúc nào cũng thực hiện được."

Vâng, đúng thế. Vậy chúng ta hãy cùng xem thế giới tưởng tượng của Luân Hoán khi ra Huế đi thi Tú Tài gặp các cô sinh viên ra sao:

chào em lộng lẫy Luật Khoa
cho tôi thay cái cặp da tầm thường
kẻo không phí mất mùi hương
em đang bỏ lại trên đường em đi
xin thề tôi chẳng nói chi
nằm ngoan trong ngón xuân thì trổ thơ
(Ngàn năm người đẹp Hương Giang
Vẫn còn đi đứng đàng hoàng trong tôi)
....

chào em đài các Văn Khoa
cho tôi thế cái yên da em ngồi
đường dài nhớ đạp thảnh thơi
cho tôi uống trọn hương đời thơm tho
xin thề không dám làm thơ
chỉ thiêm thiếp mộng bên bờ tồn sinh
(Ngàn năm người đẹp Hương Giang
Vẫn còn đi đứng đàng hoàng trong tôi)

Dù thế giới tưởng tượng là vô hạn, nhưng không kết hợp được với thế giới hiện thực thì cũng chẳng có thơ hay. Chúng ta hãy nghe Luân Hoán ra Huế thi Tú Tài, ngồi đúng vào cái bàn có khắc tên các nữ sinh Đồng Khánh Huế. Anh nói gì đây:

ngồi thi nhìn cái mặt bàn
Thu, Sương, Bích, Thảo nhẹ nhàng hóa thơ
....
không biết chỗ này ngày mấy buổi
ai ngồi duỗi thẳng búp chân thơm
cánh tay chắc hẳn tròn ghê lắm
tựa nhẵn mặt bàn ửng nước thơm
....
này ả thơ cưng trường Đồng Khánh
tay ta cầm bút trả bài thi
hồn ta lơ lửng trong hương Huế
đạt cả hai tay chẳng có chi
......

Vâng, "chẳng có chi", và cậu học trò Lê Ngọc Châu, trường Phan Chu Trinh Đà Nẵng đã chẳng có chi, thi hỏng Tú Tài kỳ 1.

Có thể nói rằng, Luân Hoán kết hợp thế giới hiện thực và thế giới tưởng tượng một cách rất nhuần nhuyễn, bởi trí tưởng tưởng cũng nằm trong vùng tâm thức cá nhân anh. Nói như John Lennon: " Hiện thực để lại nhiều điều cho trí tưởng tượng". Vâng, đúng thế. Ở bất cứ hình ảnh nào trong thơ Luân Hoán, cái nhìn của anh luôn xuyên suốt, vượt qua tất cả sự vật bằng trí tưởng tượng của mình, nhờ thế hình ảnh trong thơ anh luôn mỹ miều dễ cảm:

ta đứng tựa trong hành lang lớp học
trên lầu cao nhìn xuống mộng bâng khuâng
lòng cúi theo từng ngọn tóc phân vân
hôn rất nhẹ trên tóc thề đen nhánh
môi em đỏ sao hình như quá lạnh
răng trắng thơm níu giữ lấy hồn ta
lưỡi rót hương tình rót mật đậm đà
ta nương náu bên em bằng mộng tưởng
bởi quá yêu nên ta giàu tưởng tượng)
(Trong Sân Trường Bữa Ấy)

Tưởng tượng như thế này thì thú vị biết bao!

ngoắt kêu một bác xe lôi
một mình mà tưởng đang ngồi với em
quanh co xe chạy đã thèm

bác phu nhỏ nhẹ: "thầy quên chỉ đường "
(Nhật ký chặng đường Đà Nẵng – Sài Gòn)

Hoặc dặn dò vu vơ:

nhớ đừng gục xuống mặt bàn
gỗ hôn trộm má môi hoàng hậu ra
(Nhật Ký)

Nhờ trí tưởng tượng phong phú nên không gian thơ Luân Hoán rất rộng: ở trường học, ở ngoài phố, ở chợ, ở hồ bơi, ở bãi biển, ở sông ngòi, ở vùng quê, ở miếu đình, và nhất là ở trước cổng nhà của các mỹ nhân; chỗ nào có giai nhân là chỗ đó có thơ anh. Tất cả hình như đều đến rất bất chợt, không hẹn trước. Chính sự bất chợt này đã phát triển năng khiếu bẩm sinh của anh một cách mạnh mẽ, nhanh chóng và đưa thơ anh lên ngôi. Trong thơ Luân Hoán, thỉnh thoảng ta thấy anh muốn hóa thân ra nhiều ảnh hình như: mây, gió, hạt bụi, ánh nắng mặt trời, cái yên da xe đạp, cái cặp da nữ sinh, con tàu bập bềnh trên sóng biển... Nói chung, tất cả những gì có thể tiếp cận được với mỹ nhân là anh hóa thân ra thứ ấy, để ve vãn, để trêu cợt hay nói một cách thực tế hơn là để được thưởng thức mùi hương của người đẹp (?):

gáy ngà đỡ mái tóc cao
rõ ràng có hạt bụi thao thức nằm

mây cao chốc chốc muốn sa
nắng soi từng góc thân hoa thiên thần
câu thơ biết phận cù lần
rút lui vào trái tim trần nằm mơ
(Thả Thơ Trên Biển)

chào em đài các Văn Khoa
chọ tôi thế cái yên da em ngồi

chào em lộng lẫy Luật Khoa
cho tôi thay cái cặp da tầm thường
(Ngàn năm người đẹp Hương Giang
Vẫn còn đi đứng đàng hoàng trong tôi)

Luân Hoán hóa thân trong thơ thật đẹp, thật dễ thương, thật diễm tình:

em nằm đắp nắng bãi chiều
cồn hoa che ngọn thủy triều trắng phau
tôi ngồi vốc cát xây lầu
hóa thân thả triệu con tàu viễn mơ
ngực em đè phải câu thơ
còn nằm trong trái tim khờ dại tôi

Một đôi lúc, trí tượng của anh vượt quá vùng hiện thực, anh vẫn cho ra đời những câu thơ rất ngộ nghĩnh:

nằm nghiêng
thừa cánh tay ôm
nằm ngửa
thiếu cánh tay thơm lạnh đùi
nằm sấp
bứt rứt cả người
ngồi lên
chạm mỹ nhân ngồi chung quanh
(Nhớ)

Như tôi đã nói ở trên, thơ Luân Hoán ít mang tính ẩn dụ, nhưng một đôi khi những bài thơ của anh mang tính ẩn dụ thì lại đầy sức sống:

em ngồi trải cánh chân phơi
nắng thơm nghiêng một góc trời săm se
tôi ngồi đờ đẫn tay che
com-chim-thơ-đội-mộng xòe cánh bay

gió rình trong nách lá cây
hồ đồ rơi trúng mình dây em mềm
hoảng hồn, gió vãi hương lên
thanh xuân cỏ biếc hai bên tôi nằm
mon men tôi ướm tay thăm
vô tình vướng phải cái dằm nhớ nhung
(Trên Đồi Cỏ)

Theo nhận định của tôi, thơ Luân Hoán và Giai Nhân luôn hòa quyện với nhau, có Giai Nhân là có thơ Luân Hoán và có thơ Luân Hoán là có hình bóng Giai Nhân. Hay nói một cách chính xác hơn, Giai Nhân chính là mạch nguồn của dòng thơ Luân Hoán. Trong lòng anh không lúc nào là không có hình bóng giai nhân ngự trị, bởi cõi lòng anh mênh mông quá như chính thơ anh tự nó đã lắm mênh mông. Chúng ta hãy đọc những câu thơ dưới đây sẽ hiểu anh hơn:

chiều chiều luồn chợ Vườn Hoa
trôi theo Đồng Khánh bám tà áo bay
mắt hồng liệng cái ngoắt tay
dắt qua Độc Lập dựa cây đèn đường
chập chùng xuân ảnh vãi hương
ngó ai lòng cũng yêu thương tức thì
giả vờ châm thuốc nhâm nhi
nuốt thầm vóc đứng, dáng đi quanh mình
(Đà Nẵng – 1960)

"Nuốt thầm vóc đứng, dáng đi quanh mình ". Vâng, thèm hơn thèm thuốc lá. Nhưng sự thèm khát của anh không phải là sắc dục, mà anh thèm hứng dòng mạch nguồn chảy ra từ tâm hồn mình. Bởi thế, cảm xúc anh lúc nào cũng tuôn trào để hóa thành thơ. Với anh, một ngày không làm được thơ kể như ngày ấy muốn bịnh. Anh tâm sự:

làm thơ là để bình thường
cái ta cứ thích đứng đường ngó em
làm thơ là để lênh đênh
trên giòng rảnh rỗi chợt quên mất mình
làm thơ là để làm thinh
im nghe ta tự tỏ tình với ta
làm thơ là để dần dà
trở thành ông thánh hóa ra ông khùng
làm thơ là sống ung dung
để cho óc khỏi lùng bùng nổi điên
làm thơ là có đủ quyền
ba hoa tưởng tượng đã ghiền mới thôi
với ta, thơ như bầu hơi
của hai lá phổi lôi thôi thở hoài
ngày nào thơ chẳng lai rai
kể như ngày đó coi mòi muốn đau
(Ta Phỏng Vấn Ta)

Đọc thơ Luân Hoán, ta cảm thấy thời gian như chậm lại, như chính cốt cách lè phè ngoài đời của anh. Với anh, thời gian luôn thong thả xuôi dòng, thong dong tự tại:

trong đầu nhú chút vẩn vơ
trong bụng vài ngọn chữ lơ mơ nằm
kể như cái ổ lót xong
nằm-ngồi-đi-đứng thong dong đẻ đều

Vâng, anh đẻ ra thơ thật đều, thật nhiều. So với tỷ lệ thời gian, anh là một trong những nhà thơ Việt Nam có số lượng sách xuất bản nhiều nhất. Tôi nghĩ, thơ anh được đa số học sinh, sinh viên yêu thích. Riêng tôi, tôi rất tâm đắc dòng thơ trữ tình của anh nếu không muốn nói là đồng cảm. Thơ Luân Hoán không mang tính ước lệ, thơ anh rất gần với đời thường. Luân Hoán không sáng tạo ngôn ngữ nhưng anh sắp xếp ngôn ngữ rất uyển chuyển, mới lạ:

em từ bụi chuối bước ra
ánh trăng làm nũng chao qua ống quần

hay:

mỗi lần sắp sửa yêu ai
tự nhiên mặt mũi tóc tai lạ lùng
hình như có triệu vi trùng
ngo ngoe đòi được nhớ nhung với mình

Chỉ chừng đó con chữ, rất đời thường, nhưng anh đưa vào những ý tưởng thật mới lạ. Theo tôi, thơ anh luôn sống mãi với thời gian, nó như đã được thẩm định thời tính, nó chính là tiếng thời gian, tuy vô hình nhưng hiện hữu. Thơ của Luân Hoán đi từ cái không đến có, từ quên đến nhớ. Vâng, sau bao thăng trầm trong cuộc sống, vật lộn với cơm áo gạo tiền, tha phương cầu thực, khi đọc được thơ anh, cả một Đà Nẵng lai hiện rõ trong tôi với bao hoài niệm. Từng con đường góc phố, từng hàng cây, từng những ngã tư, ngã ba hẹn hò, từng thôn xóm làng mạc, và nhất là hình ảnh những bóng hồng tha thướt một thời, tất cả đều đã được phát họa một cách rõ nét trong thơ anh. Tiện đây, tôi cũng xin phép các giai nhân một thời của Thành phố Đà Nẵng để ghi lại những dòng thơ trữ tình rất học trò và đầy tinh nghịch của Luân Hoán, một giọng thơ mà theo tôi nghĩ, các bạn (xin phép được xưng hô như vậy cho thân mật) khi đọc đến không khỏi phì cười lẫn bùi ngùi cho anh bạn học trò Lê Ngọc Châu. Phì cười vì nhìn được những cử chỉ rập rình như kẻ trộm của anh trước cổng nhà các bạn, và bùi ngùi khi thấy anh ghẹo gái thật nhiều nhưng rốt cuộc lại trắng tay. Nếu bạn nào chưa đọc, xin mời đọc những dòng này:

người tôi yêu, ở lầu đen
cây cao lá rậm ánh trăng khó vào
trèo rào, tôi lén dán thơ
mạch tình dẫn những đường thơ đi về

người tôi yêu, ở Thanh Khê
quanh năm cát đóng quân che hải triều
buộc thơ, tôi thả thay diều
sáng khoe khoang gió sẩm chiều về không

người tôi yêu, ở Cầu Vồng
hương luồn hẻm cỏ những vòng thanh xuân
nhiều khi gió lạc dấu lưng
treo thơ tôi ngóng ở từng ngã ba

người tôi yêu, ở Tam Tòa
con đường, bụi, tóc đuôi gà bay chung
mắt thơ khuyến khích, nhắc chừng
mê, xin tự tiện, nhưng... đừng ghé vô

người tôi yêu, ở Thanh Bồ
tiếng cười đọng góc nhà thờ nuôi mây
ngày ngày tôi đợi gió bay
thở ra một ngụm thơ đầy mái hiên

người tôi yêu, ở Nại Hiên
vông đồng đứng chốt hữu biên canh chừng
giả đò giày vướng lai quần
thò tay tôi lượm thơ từng búp xanh

người tôi yêu, ở Thuận Thành
mấy đường sắt rỉ cỏ xanh mòn dần
bóng tôi cùng nắng lần quần
đọng thành vết sẹo trong ngần nhớ nhung

người tôi yêu, ở tứ tung
Phước Ninh, Thạch Gián, Khuê Trung,Thanh Hà
Hải Châu, An Hải, Xuân Hòa

vun vun mấy cõi đất tà ma chôn
hạt tình bén giữa môi son
nở tôi, tôi nở những con thơ tình

người tôi yêu, những con tinh
ngo ngoe sống thật hiển linh muôn đời
người tôi yêu, ở mọi nơi
nhưng chưa có được một người yêu tôi
(Cõi Bén Tình Thơ)

Vào thập niên 60 – 70, không hiểu trời phú thế nào mà Đà Nẵng sản sinh ra nhiều mỹ nhân đến thế! Như tôi đã nói ở trên, nơi nào có giai nhân là nơi đó có thơ Luân Hoán. Lúc bấy giờ, dòng thơ anh tuôn trào như thác đổ. Tôi thấy trên toàn cõi đất nước Việt Nam chúng ta, chưa có một tỉnh thành nào có nhiều giai nhân được thi nhân ưu ái như Thành Phố Đà Nẵng cả. Có lẽ đó cũng là một nét đặc thù trong thơ Luân Hoán chăng? Dựa theo thơ anh, tôi tính tất cả là 23 Nữ Sắc được anh đưa lên ngôi và bắt anh hầu hạ mệt nghỉ. Tiện đây, tôi cũng xin phép có vài lời với các giai nhân Thành Phố Đà Nẵng một thời. Khi viết bài này, tôi đưa mỹ danh của các bạn lên với ý nghĩ trang trọng, và xin các bạn hãy hãnh diện khi thấy mỹ danh mình được ngồi chễm chệ trên dòng thơ Luân Hoán- một dòng thơ mượt mà, trữ tình, sâu lắng. Như anh đã từng nói:

trời sinh em, trời sinh thơ
nếu không chẳng biết phải thờ em đâu
trái tim dù rất là sâu
chắc gì em được ở lâu đời đời
(Em và Thơ) (*)

(*) Bài Thơ này đã được phổ nhạc, các bạn muốn nghe hãy vào Google và tìm "Tình Khúc Nguyễn Văn Thơ" sẽ gặp.

Vâng, đúng vậy, trái tim tuy sâu thật, nhưng trái tim rồi cũng sẽ chết theo người. Chỉ có thơ là sống đời với thời gian, mà thơ sống đời thì mỹ danh của các bạn cũng sống mãi... Xin được chúc mừng!

Vậy thì bây giờ, xin các bạn khe khẽ, theo gót anh chàng học trò Lê Ngọc Châu để mục kích cái tật rình mò của anh ta như thế nào nhé!

Tôi cũng xin thưa với các bạn ở đây, tôi chỉ ghi dấu bước đi của Lê Ngọc Châu qua các ngõ nhà của mỹ nhân để các bạn tiện theo dõi, tôi không tiện diễn giải nhân vật và địa danh nơi cư trú của các giai nhân.

Nếu bạn nào muốn biết thật rõ từng chi tiết, xin tìm đọc bài của tác giả Nguyễn Đông Giang, với tựa đề: "Sống Đời Với Thơ".

Bây giờ chúng ta hãy cùng theo bước chân Luân Hoán:

rập rình qua ngõ Minh Xuân
liếc cho đỡ nhớ dải lưng lụa vàng
nhìn nghiêng, nắng gác hành lang
nhìn xéo, nắng giữ hai hàng sứ xanh
long lanh mắt vượt qua thành
vén màn hỏi nhỏ bức tranh treo tường...
âm thầm gởi tặng mùi hương
lên bàn tay vãi tiếng dương cầm buồn
lòng tôi phiêu lãng mười phương
bỗng về ở trọ trên trường túc hoa

thấp thỏm qua ngõ Như Thoa
vòng cung Độc Lập nối qua Bạch Đằng
phóng mắt lên nóc lầu đen
lên bao lơn rọi thấy trăng Sơn Chà
trầm hương từ cõi thịt da
trải xanh ngọn gió ngấm ra sông Hàn
bàn tay cầm vợt bóng bàn
lỡ cho ai nắm lấm vàng tình thơ
tôi ngồi dựa gốc cây mơ
hóa thân thương nhớ thành tơ bắc cầu

e dè qua ngõ Trân Châu
cây vông đồng đứng phía sau nhắc chừng
bởi ai lỡ thắt dây lưng
lên voi làm sống bà Trưng thuở nào
cho tình thức cũng chiêm bao
cho tình ngủ cũng nhả thơ nhớ đời
hàng rào chẳng phải mồng tơi
ném thư không tới, vói lời chẳng qua
thôi đành làm đóa sao sa
rơi hoài chẳng lọt nóc nhà hoa lan

ngập ngừng qua ngõ Lâm An
mưa dông hộ tống hai bàn chân thơ
tưởng như đang đến nhà thờ
thủ lời xưng tội vẩn vơ trong lòng

lỡ quên hái bậy nhành bông
ngửa tay hứng giọt mưa trong ngỡ là
cô em chưa vướng vòng hoa
chuỗi kim cương nước khác xa mọi người
trông qua cổng, thấy em cười
chúa tha tôi tội yêu người sau lưng

lò dò qua ngõ Bích Quân
giú bàn tay ở túi quần, đăm chiêu
loanh quanh trong bóng sẩm chiều
nghe chân mày thả lời phiêu bồng chào
ngu ngơ dừng bước cổng vào
dòm anh khuyển rất bảnh bao cau mày
co chân buộc lại dây giày
tam sông, tứ núi... chút này ngán chi
ngại em...lững thững quay đi
bâng khuâng ngoái lại chung quy cũng là

mon men qua ngõ Thu Hà
dẫu lơi chân đạp cổng nhà cũng qua
nắng chiều đang thở trên hoa
hình như có bóng thướt tha vói nhìn
quay đầu xe lại, khó tin
nụ cười thơm ấy vô tình thật sao?
gáy ngà đỡ mái tóc cao
rõ ràng có hạt bụi thao thức nằm
váy thơ đang độ thong dong
chiếc xe đạp bỗng phải lòng quên đi

tà tà qua ngõ Quỳnh Chi
hai hành lang gió thầm thì quanh năm
nắng không vào lọt chỗ nằm
hạt thơ đâu dễ bén mầm bên hoa
mê người nhớ cái ngã ba
Đông Kinh Nghĩa Thục rẽ qua Nguyễn Hoàng
ba nhành nhan sắc đoan trang
có khi nào thấy anh chàng ngu ngơ
chỗ nào véo cũng ra thơ
yêu ai chưa biết vu vơ để dành
phất phơ qua ngõ Thúy Oanh
một gian cư xá long lanh mắt cười
ai cho phép một con ruồi

yêu người hóa điểm son tươi bên cằm
trang Kiều mở dưới gối nằm
thơm lừng hương tóc trăng rằm ngủ quên
cánh tay tròn mướt tơ mềm
làm sao dám gối chỉ thèm vu vơ
lỡ mang bệnh nghiện làm thơ
ngại chi đôi phút bất ngờ tà tâm

bâng khuâng qua ngõ Ái Cầm
chợ Cây Me ngó, thì thầm trên vai
chàng này coi cũng bảnh trai
tiếc rằng thiếu bước chân dài trổ hoa
phòng hồng đã chật tiếng ca
một nhà thơ ở phương xa đã vào
trời thừa bao nhiêu vị sao
thừa thêm vị nữa chẳng sao đâu tình
vẩn vơ vào cõi u minh
Tây cười dưới mộ giật mình làm thinh

lờ khờ qua ngõ Diệu Minh
trèo tường sân vận động nhìn mây bay
nhạc luồn theo những ngón tay
xoay lưng ong những vòng quay vật vờ
dáng hoa đài các thanh cao
bước dần ra khỏi vạt thơ mê tình
lầm bầm tụng một câu kinh
một câu kinh trị thất tình vô ngôn
ngó quanh trời đất vẫn tròn
ngả lưng đánh giấc thả hồn lưu linh

lừng khừng qua ngõ Phước Ninh
lolita hiện hiển linh cười cười
giá bứng được cánh môi tươi
lấy thơ lấp lại cho đời khỏi ghen
tình yêu là cái mặt bằng
xây bao gác gió lầu trăng, vẫn thừa
hôn nhau từ sáng đến trưa
từ chiều sang tối vẫn chưa thơm lòng
đường Phan Than Giản cong cong
cái chân đứng lại, cái lòng bâng khuâng
buồn buồn qua ngõ mỹ nhân

Quý Phẩm, Thạch Trúc, Ý Vân, Bích Hà
Xuân, Đông, Hồng, Phú, Phước, Nga...
những môi, những mắt, những da thịt nồng
những vồng đất biết trổ bông
thuận, không, tôi cũng đã trồng ra thơ
dài đời trôi nổi phất phơ
sờ trong ngực áo vẫn thao thức tình
gởi người thánh nữ siêu hình
nụ hôn này để tạ tình thế gian
nguyện đem theo xuống suối vàng
(Qua Ngõ Mỹ Nhân)

Từ đầu đến giờ, tất cả những hình ảnh giai nhân mà tôi đã đề cập qua bài viết, xem như là tảng băng nổi trong cuộc đời tình ái của Luân Hoán. Vậy phần băng chìm còn lại ra sao? Trước khi xem phần băng chìm còn lại, tưởng cũng cần tìm hiểu quan điểm về tình yêu của Luân Hoán. Dựa trên đời sống thực tại, tôi thấy Luân Hoán loại bỏ tất cả mặt tiêu cực và anh phát huy mặt tích cực. Quan điểm của anh thật rõ ràng:

đâu có yêu ai để thất tình
chỉ toàn thinh thích những em xinh
sóng là của biển vô cùng tận
chưa tiến thêm lên đã quay mình

cứ thế mà giàu những ước mơ
nhiều khi còn bạo phổi làm thơ
em Y, em X, em J nữa
thật giả thành ra khá mơ hồ

cho dẫu rằng yêu hay là không
thất tình cao lắm cũng vài năm
trái tim không hạn bao nhiêu chỗ
nhưng dễ dầu chi em mãi nằm

thơ thẩn nhiều khi chỉ vẽ trò
mười thằng thi sĩ chín ngài cho
nhớ thương bành trướng theo con chữ
một gã dường như giỏi giả đò

em cứ tha hồ hãnh diện đi
trăm năm còn mãi nét xuân thì

từ trong máu thịt người thi sĩ
lắng đọng thơm tình ngọn tuyệt thi

thơ mới cũ gì cũng có em
dẫu "tân hình thức" cũng xêm xêm
mắt môi mông ngực linh tinh nữa
những thứ tình yêu vốn rất thèm

tôi bảo chưa yêu, em có tin?
ghê chưa, tôi quá đỗi hợm mình
nhưng thôi, tha thứ em yêu nhé
em có tôi và tôi có em
(Yêu và Thất Tình)

Vâng, "*em có tôi và tôi có em*". Có thể đây là bước ngoặt trong đời sống tình cảm của anh chăng? Vậy ta thử tìm hiểu ra sao:

ta đến trọ nhà em từ thuở
em chưa qua hết tuổi mười ba
bút mực thơm từng ngọn tóc đuôi gà
miệng liến thoắng vụng về như con sáo
hoa cỏ dại mọc đầy trong túi áo
gót chân hồng không mệt mỏi nhảy dây
trái mù u chuyền thẻ chạy quanh tay
em cười hát, ăn quà, vòi vĩnh mẹ
chừng nấy việc dắt dìu em nhè nhẹ
dạo vòng vòng trong thế giới ngây thơ...
(Chiều Mưa)

Như anh đã nói:

"sóng là của biển vô cùng tận
chưa tiến thêm lên đã quay mình"

Vậy anh quay mình về đâu? Thực tế đã cho ta thấy, anh quay về ở trọ nhà cô học trò chưa qua hết tuổi mười ba. Mà chẳng ai xa lạ cả, đó chính là người đẹp Lý Phước Ninh mà trước đây anh đã nhiều lần rập rình qua ngõ mỹ nhân. Ở đây, anh đã cho và nhận được nhiều hương tình trong vườn hoa tình ái. Cũng dễ hiểu thôi, bởi tình yêu là sự cuốn hút cả tâm hồn lẫn thể xác, và tình yêu đích thực chỉ có thể có khi đi từ hai phía.

Rồi việc gì đến cũng phải đến, tảng băng nổi qua nắng cháy thời gian dần dần tan đi để nhường lại phần chìm nhô lên như một sự khởi đầu thách thức. Có thể nói rằng, suốt khoảng thời gian dài phất phơ qua ngõ mỹ nhân để rập rình, Luân Hoán đã cập bến tình với người đẹp Trần Thị Lý một cách êm ả. Nàng vừa là một người tình, vừa là tri kỷ, vừa là hiền thê mẫu mực đảm đang, lại vừa là nàng thơ của anh:

tên em, tên một loài hoa
thơm từ chạng vạng đậm đà suốt đêm
cánh mỏng mảnh, hương mông mênh
dịu dàng tẩm ướp hồn lên đời thường

Dạ Lý Hương, Dạ Lý Hương
cũng là bông Lý bình thường đơn sơ
đứng góc sân, ẩn ven rào
xác là thực vật, hồn thơ chập chùng
(Quý Danh)

Nếu không quá lời thì tôi có thể nói rằng, Luân Hoán là một nhà thơ lớn của tuổi học trò, lãng mạn, đa tình nhưng rất chung thủy. Tới đây, tôi xin phép không diễn giải thơ anh nữa, tôi chỉ trích đưa lên những đoạn thơ mà tôi cho tự nó đã nói lên quá nhiều về một mối tình thuần hậu, trường cửu...

em có biết em vẫn còn trẻ mãi
bởi vì ta còn mãi mãi yêu em
nối tay nhau đan từng sợi võng mềm

ta kính cẩn mời em yêu ngả xuống
chiều bát ngát mưa ngoài hiên phiêu lãng
(Chiều Mưa)

đóng cây đinh treo ảnh em lên vách
nhìn mặt em cười trong ảnh muốn hôn
xinh đẹp như ri sao mà lận đận
theo ta làm gì hỡi ả mèo con?
(Một Ngày Nghỉ Bệnh)

năm tháng bình thường không chậm nhanh
lúc nào em cũng rất xuân xanh

tuy rằng sương tuyết trên nhành tóc
chẳng ấm lòng thơm những hiền lành

em vẫn là thơ của những thơ
ngày xưa ta viết đến bây giờ
cho dù bay bướm đôi ba bận
tình vẫn về em hóa kiếp thơ
(Cho Lý ngày 61)

trộn chút tình ta vào bột giặt
vò nhẹ nhàng bởi sợ em đau
vải còn đượm mùi thịt da em ngát
tay bùi ngùi như đang vuốt ve nhau
trông thau nước đục lờ những cáu bẩn
ta bỗng thương lớp bụi nổi màng màng
chúng là những nhọc nhằn em gánh chịu
nuôi chồng con dài năm tháng gian nan
(Giặt Áo Quần Cho Vợ)

Thưa quý độc giả, trong bài viết này, mục đích của tôi chỉ muốn đưa lên những hình ảnh giai nhân, không nhiều thì ít, cũng liên quan đến dòng thơ và đời sống tình cảm của nhà thơ Luân Hoán; chứ nếu phân tích về thơ anh thì còn nhiều điều tích cực phải nói lắm. Bởi, khi đọc qua thơ anh thì ta thấy rất bình thường, nhưng suy nghĩ cho kỹ thì sẽ tìm ra được nhiều điểm lạ. Điểm lạ lẫm nổi cộm nhất trong thơ anh là các con chữ và ý từ. Anh luôn sáng tạo ý tưởng mới để đưa vào các con chữ cũ. Tôi không biết có nên cho đây là sự cách tân hay không, nhưng chắc chắn là rất lạ lẫm.

Tới đây, tôi xin mượn câu danh ngôn của M. Gorki để khép lại bài viết này: "Trên thế gian này, chẳng có vị Thần nào đẹp hơn Thần Mặt Trời, chẳng có ngọn lửa nào kỳ diệu hơn Ngọn Lửa Tình Yêu"./.

Sài Gòn 18.9.2013
Tuyền Linh Nguyễn Văn Thơ

nhạc sĩ, sinh ngày 16-8-1940 tại Quảng Nam, giáo chức, sinh hoạt cả 3 bộ môn thơ, nhạc và họa.
(Đọc Nhịp Thở Luân Hoán - 2014)

DIÊN NGHỊ
ĐỌC 6 ĐOẠN NGŨ NGÔN CỦA LUÂN HOÁN (a)

Nhân Ảnh

1.
sinh ký dòng mực đọng
lung linh xanh đường gân
bàn tay chuyền hơi thở
dung ảnh ngời nét thần
đâu chỉ ngắm bằng mắt
diện nhận từ chân tâm
người vật chợt vô động
hít thở cùng tháng năm

2.
không bão, chỉ là gió
trăm năm về một Phương
nối đôi vai Thị Lộ
gánh cho đời dòng hương
lạc thời, trôi với mộng
ngâm chơi khúc hồ trường

Chính Ca thơm mấy đoạn
lòng đã là quê hương

3.
quanh năm đeo kính mát
đời có bớt xốn xang
giọt rượu trong đáy mắt
đầy dòng thơ lan tràn
vẫn Mời Em Uống Rượu?
Những Na và những gì?
Bước Ngựa Hồng đã mỏi
nghiêng đầu hôn cỏ thi

4.
này bạn Chu... Tiệm Ly
sao chưa mở tiệm rượu
ngoại xứ, ngộ cố tri
nhậu vùi, phơi mặt mũi
vốc chữ vãi Trống Đồng
cầm chừng đời văn nghệ
kể như đã có lòng
chơi tuốt đời bóng xế

5.
thân phóng lên thiết giáp
hồn nhập Khóm Lục Bình
chống cằm ngồi điểm mặt
gió bụi bay vô tình
theo chân Thằng Bắt Quỷ
đâu ngờ ngộ được em
cõi người buồn thắp sáng
Nào Ai Tỉnh Ai Điên?

6.
thơ, là tay Cự Phách
tình, là tay đào hoa
Nhân Gian Không Thể Hiểu
trong chánh có ẩn tà
thân xác vốn của đất
chết về biển bao la
lưng oằn cõng văn nghiệp
quanh năm sống tà tà ...
luân hoán

Tôi có cảm giác ngờ ngợ về bóng dáng con người, thấp thoáng đâu đó, khi chạm mắt tựa đề bài thơ Nhân Ảnh của Luân Hoán. Nhân Ảnh trước tiên, như một hình ảo, một dáng dấp dạng khái niệm, đang được chấm phá, phác thảo từ đường nét, màu sắc sáng tạo... chuyển dần, tiệm tiến khuôn đúc thành mẫu người bằng ngôn ngữ chỉ định hiện thực. Với bốn dòng thơ mở, hoạt tính người nổi bật. Bàn tay chủ lực đang chuyển tải hơi thở sự sống vào ngũ quan, vận dụng những đường gân xanh, láng, rắn rỏi, cùng dung mạo tươi sáng, toát ra sinh khí « thần tướng », bản tướng khang kiện, đứng đầu hệ tứ tướng loài người:

sinh ký dòng mực đọng
lung linh xanh đường gân
bàn tay chuyền hơi thở
dung ảnh ngời nét thần

Thị giác thông thường dễ nhận ngoài diện người, vật, nhưng thấu được bản thể, nội giới cần đôi mắt của tâm - ẩn năng phản chiếu ánh sáng huyền nhiệm cuộc sống muôn loài qua giòng thời gian viễn biến:

đâu chỉ ngắm bằng mắt
diện nhận từ chân tâm
người vật chợt vô động
hít thở cùng tháng năm

Nhân ảnh đang đến gần tôi, khoảng cách cuốn rút, và dường như muốn được bày tỏ...

Nhóm Xuân Thu Nhã Tập, 80 năm trước, đã nêu lên một suy tưởng nghệ thuật. « *Thơ chỉ là một sự nhớ lại, một cuộc trở về của thi sĩ trong cái nôi của mình nằm trong sự vật* » (1). Luân Hoán cùng thơ đã trở về từ vùng bão xoáy thời đại, ngoảnh nhìn lui, cảm nhận hiện tượng bão ấy, may mắn chỉ là gió giữa không trung bình thường, không ngăn cản, xô đẩy người, vật vào tai họa...

Con người trở về, hiện hữu một lần nữa, tại một không gian khác, nghĩa vụ trăm năm, nối lại ý nghĩa cuộc đời trong vai Thị Lộ khiêm tốn gánh chiếu gon đi bán thuở xưa (nối đôi vai Thị Lộ) cũng chính là đóng góp cho đời giá trị lao động như hương hoa quý (gánh cho đời dòng hương).

Trở về mang dấu tính kẻ thất thời, lỡ thế, vỡ vụn mộng lớn, mộng con, nhận chịu hoàn cảnh mới, thách thức của cuộc đời đang trải rộng, chờ những kẻ sa cơ, xác định ý chí và tinh thần, hoặc kiên trì vượt qua, hoặc yếu hèn nằm nguyên chỗ! Kẻ sĩ có riêng một lối thoát, tư duy, lý luận, sáng tạo hoặc tiêu khiển mà không tổn phí thời gian bằng tìm lại những đoạn chính ca, bằng ngâm chơi khúc Hồ Trường:

lạc thời, trôi với mộng
ngâm chơi khúc hồ trường
Chính Ca thơm mấy đoạn

Chừng đó, cũng thể hiện tình yêu quê hương mà khỏi cần khua chiêng gõ trống ồn ào, hoặc tung hô bằng những khẩu hiệu suông bắt nguồn từ cảm tính, cực đoan (lòng đã là quê hương). Hai chữ quê hương dạt dào nội tại, tựa hồ dòng máu luân lưu cơ thể. Càng xa rời quê hương vật lý, càng gần gũi quê hương tâm lý. Quá khứ là quê hương, đậm ấn tượng trong tâm hồn kẻ ra đi quay quắt nỗi nhớ về.

Giọt lệ đôi khi ứa ra trên dòng thơ hồi niệm, đôi mắt khi che bằng cặp kính dưỡng mục, cũng khó tiếp cận với bức tranh, sắc màu chói chang của góc đời tương phản:

quanh năm đeo kính mát
đời có bớt xốn xang
giọt rượu trong đáy mắt
mời em cạn đêm vàng

Bày tỏ cùng thơ – tâm tình tri kỷ, khả dĩ gởi gắm, chia sẻ cô đơn, đang chờ đợi an ủi, cùng tìm kiếm tri âm nồng nàn men rượu nhân sinh:

vẫn Mời Em Uống Rượu?
Những Na và những gì?

Những tha nhân không thể thiếu, những hình bóng thân quen, những mơ ước tao ngộ, những gì ngoài Na – Đào, Mận, Hồng, Nhãn chẳng hạn. Chiếu rượu càng đông, càng nồng say thế sự, giải tỏa những ức chế tụ đọng góc sâu tâm lý, vỡ mòn u nhọt bám trụ vùng thương tích tâm can, chưa có phương thuốc hữu hiệu nào trị liệu.

Con chiến mã một thời hung hăng ngang dọc, khí phách xông tới lũy thành kiên cố địch thù, vượt qua núi rừng trùng điệp, dẫm đạp thảo nguyên mênh mông. Vạn dặm trường chinh cũng mòn hao móng ngựa, cũng mỏi vó cương hùng, cũng nghiêng ngả yên cương, đành cúi đầu tỉnh táo, hôn đám cỏ thi từng bị dẫm nát, úa tàn, từng vấy máu tỉ thí hai phe – máu riêng mỗi người mà cũng chung dân tộc:

Bước Ngựa Hồng đã mỏi
nghiêng đầu hôn cỏ thi

Kẻ sĩ chỉ dấu một thái độ không e ấp, dè dặt. Ý thức cuộc chiến tàn, sự trở về của người tham chiến không vênh vang chiến thắng, cũng không oán than chiến bại, chỉ vọng hướng tìm lại chính mình – cõi an bình mong mỏi...

Hận thù nào cũng nguội lạnh theo dòng chảy thời gian, pho tượng vinh danh tình người sừng sững giữa không gian muôn trượng. Một mẫu nhân ảnh khác lạc thời, mạt thế, né tránh soi lại bóng mình, sợ hãi chạm mặt thực tại khiêu khích, thu mình cùng lưu linh giải sầu, xóa nhòa nhục vinh trong chiến trận. Tuy thế, con người muốn dứt bỏ cuộc đời thật sự vẫn bị đời lôi kéo lại. Mỗi con người cuộn tròn trong mỗi cuộc đời đã định. Con người phải sống không chỉ trong đời, mà còn vì đời. Con người không dễ dàng trốn chạy cuộc đời, tạm thời quên đời bằng chất men cay tác dụng:

này bạn Chu... Tiệm Ly
sao chưa mở tiệm rượu
ngoại xứ, ngộ cố tri
nhậu vùi, phơi mặt mũi

Buồn, chán mượn rượu giải vây, mừng, vui cũng lấy rượu cổ xúy. Gặp bạn cũ giữa xứ người, nhậu vùi thỏa thuê mong đợi. Hứng khởi cũng chợt đến tràn đầy chữ nghĩa, khơi gợi tinh thần truyền thống văn hóa cội nguồn (Vốc chữ vãi trống đồng) xiển dương, phổ biến góp vào sự nghiệp văn hóa cho thế hệ kế thừa học hỏi chân lý xưa nay « làm văn hóa lầm thì giết muôn đời » - Lão Tử.

Hơn thế, tán đồng tư tưởng Goeth cho văn học, văn chương là món nợ của người trí thức - nợ chẳng ai đòi – mà người trí thức phải trả. Hiểu được trọng trách đó (cầm chừng đời văn nghệ) cũng kể như dấn thân, cống hiến vào cái chung của xã hội người lưu vong (kể như đã có lòng) nếu còn dòng máu nóng, hăng say, tích cực, năng động thì sá gì cuộc đời đang dần nghiêng xế:

« chơi tuốt thời đang xế », Luân Hoán đã diễn bày tâm trạng sôi nổi, lạc quan, cả với niềm tin bản thể mạnh mẽ... giữa quá trình phục vụ dưới cờ Tự Do. Cá tính nghệ sĩ được bộc lộ ngay thời điểm thách đố, nhận mệnh lệnh khẩn trương:

thân phóng lên thiết giáp
hồn nhập Khóm Lục Bình

Dù phải chuẩn bị sẵn sàng cho một đụng độ, một tao ngộ chiến trước mặt, thân đã bước lên xe bọc thép, hồn vẫn lang bạt hòa quyện vào một cõi nào... Hồn nhập vào khóm lục bình đang trôi nổi trên dòng sông đâu đó; hoặc hồn nhiên ngồi hoài tưởng những nhân ảnh loáng thoáng qua cuộc sống (chống cằm ngồi điểm mặt) để cùng đón nhận làn gió thoáng, lớp bụi mù vô tình chuyển động trong không gian, vô thủy, vô chung...

Mặc ngoài biên giới hiện hữu hồn nhiên, mặc nội tâm vô tư và trống vắng, mặc dòng thời gian không hề bất trắc ngưng đọng; và cũng mặc lực siêu hình lôi kéo, bằng lòng với những gì đang đến, đang chờ:

theo chân Thằng Bắt Quỷ
đâu ngờ ngộ được em

Bóng dáng phái đẹp, hình tượng bông hoa biết nói óng ánh cuộc hội ngộ bất ngờ, ngắn ngủi - một thoáng hạnh phúc vụt qua mau, chìm sâu cõi sáng, u uất nỗi buồn không tên gọi, cũng hoài nghi cõi sống và con người chung quanh – con người hai mặt, hai thành phần đối lập tâm lý:

cõi người buồn thắp sáng
Nào Ai Tỉnh Ai Điên?

Trạng thái Tỉnh (bình thường) và Điên (bất thường) đối lập, hai đối tượng khác biệt, tuy thế trong một bản thể, Tỉnh và Điên cùng song song tồn tại ở cấp độ hòa hợp khi sáng tạo nghệ thuật, gần như trạng thái Thực và Mơ. Thực lẫn Mơ cần thiết cho sáng tạo (Breton). Siêu thực mang tên từ đó. Thi sĩ bước vào cõi mơ, kiếm tìm những mới lạ cho nghệ thuật ngôn từ như một lúc nào của Bùi Giáng, hoặc nghệ thuật tạo hình của Picasso.

Luân Hoán thiên hướng định tính Thơ, Tình liên hệ khắng khít máu thịt. Thơ vốn bắt nguồn từ Tình, và Tình - nguồn cảm xúc của Thơ.

thơ, là tay Cự Phách
tình, là tay đào hoa

Tay cự phách gặp kẻ tài hoa ắt hẳn sẽ tạo dựng viên mãn giá trị thẩm mỹ nghệ thuật, loài người từng ước vọng, đồng thời cũng khám phá chiều sâu tư duy nhân sinh, với những phức tạp, hư thực:

Nhân Gian Không Thể Hiểu
trong chánh có ẩn tà

Bằng thủ pháp mượn sự vật, điển tích đối chiếu nỗi niềm, dùng biện chứng phản diện nâng ý tưởng sáu đoạn của bài thơ, khắc họa thành « Nhân Ảnh », không ai khác chính là mình...

Cái tôi ẩn giấu mà nhân ảnh tái tạc, thổi vào tư duy chiều sâu ý thức về nhân sinh quan thường tại bất cứ thời đại nào, hoàn cảnh nào, mà biết dung hòa triết lý sống, phương cách sống thích ứng với lẽ sinh tồn nguyên tắc hữu ích cho đồng loại, xã hội (lưng oằn cõng văn nghiệp) sống an ổn, tự trọng, lắng nghe mình (quanh năm sống tà tà).

Hai nhà thơ của Paris văn vật Rimbaud và Mallarmé đã nhìn thi ca hai phía tương phản. Rimbaud với cảm xúc dương tính cho rằng: « thơ chứa hết mọi điều », trong khi Mallarmé ngược lại « Thơ không chứa điều gì cả ».

Luân Hoán ngày nay cố vạch ra một đường biên hữu thể phân định sức sống của Thơ gần đến với trường phái tự nhiên. Tuy thế, một số ý tưởng cần giải mã, suy nghiệm, một số ngôn ngữ và cấu trúc mỗi đoạn thơ trong Nhân Ảnh phải kiên trì đánh vật, lùng sục dài hơi, chẳng khác người truy tìm mỏ quặng sâu dưới tầng địa chất.

Mạch liên tưởng diễn đạt qua thơ đôi khi rời rạc hoặc khúc mắc, chỉ ra ý nghĩa biệt lập viết bằng chữ hoa - một phương Thị Lộ, Chính Ca, Ngựa Hồng, Chu Tiệm Ly, Khóm Lục Bình, Thằng Bắt Quỷ, Tỉnh, Điên, Cự Phách, Na, Mời Em Uống Rượu v.v...

Thú nhận ước muốn nhàn nhã, sau quá trình dài thử thách trong cuộc chiến (quanh năm sống tà tà) Luân Hoán cũng đã mở ra được chiều kích tâm lý, thành khẩn với chữ nghĩa vụ người sáng tạo (lưng oằn cõng văn nghiệp) nặng nề, có trách nhiệm và biết cống hiến cho đời, trước khi muốn sống tà tà như thiên hạ.

Diên Nghị

(trích Cõi Thơ Tìm Gặp, Cội Nguồn xuất bản năm 2008)

ghi chú:

(1): trích Nhật Thịnh, Đất Đứng

(a): Đề bài tạm dùng, không phải của người viết
(b): 6 đoạn thơ mang tên Nhân Ảnh được trích trong bài viết có tên chung Giữ Riêng Vài Nét Như Là... gồm 100 đoạn, mỗi đoạn 8 câu, in trong trong Luân Hoán, Một Đời Thơ và Ổ Tình Lận Lưng

(Đọc Nhịp Thở Luân Hoán - 2014)

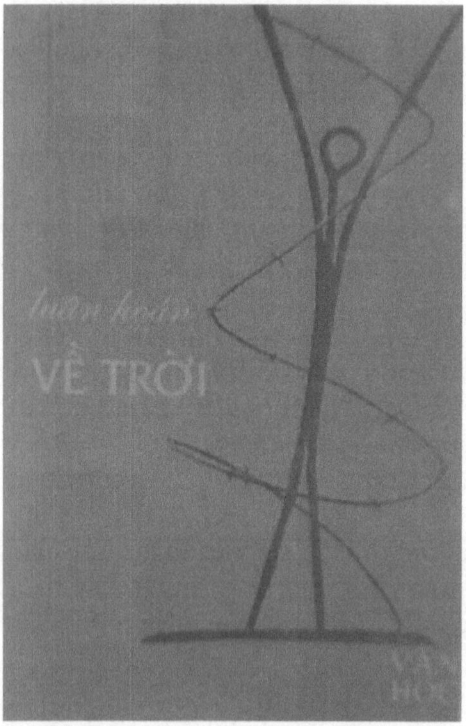

LƯƠNG THƯ TRUNG
NGOÀI SÁU MƯƠI, ĐỌC THƠ NGƯỜI ĐỒNG TUỔI

Không biết từ lúc nào, dòng sống một đời người thường hạn định ở tuổi trăm năm. Nguyễn Du thời 'trăm năm trong cõi người ta'; Nguyễn Công Trứ lại có 'ba vạn sáu ngàn ngày là mấy'; và người đời lại chỉ chúc đôi trẻ 'trăm năm hạnh phúc', sao không chúc nhiều trăm năm...? Cho chí đến thời cận đại, nhà nghệ sĩ lại sáng tác nhạc phẩm 'sáu mươi năm cuộc đời', làm cho cái thời gian được sống lại bị ngắn mất bốn mươi năm!

Nhưng đặc biệt, khi bàn về tuổi sáu mươi, Khổng Tử viết: 'lục thập nhi nhĩ thuận' qua kinh nghiệm chính đời mình, trong lời bậc thánh hiền đã để lại mà ai ai cũng đều biết: 'Ngô thập hữu nhi chí ư học; tam thập nhi lập; tứ thập nhi bất hoặc; ngũ thập nhi tri thiên mệnh; lục thập nhi nhĩ thuận; thất thập nhi tòng tâm sở dục, bất dụ củ.'(1)

'Lục thập nhi nhĩ thuận' là tuổi sáu mươi đã biết tuân theo mệnh trời. Đó là nói với người biết nhận ra dòng đời có giới hạn. Cái vô cùng không ở bền với cái hữu hạn của kiếp người. Người ta rồi ra, đa phần ai cũng phải một lần bước qua cái tuổi 'lục thập', nếu biết mình còn sức sống dài hơi. Nhưng những ngày tháng sáu mươi năm hơn, đó là những ngày cơ thể con người đã biết đau theo cái nóng hầm của cơn nắng lạ, đã biết mỏi nhừ xương khi trái gió trở trời, đã biết rêm mình khi mưa dậy nước dâng và biết chắc tháng ngày vui không còn mấy hiệp... Ở tuổi ngoài sáu mươi là cái lúc nhánh cành cây đã cằn theo ngày tháng tuổi, không thêm hoa và cũng chẳng vui mọc thêm chồi. Hoặc là đã thành cội cây già hay mục ruỗng tự bấy lâu. Ngày tháng ấy nếu lỗi lầm là đánh mất! Mệnh trời đất sẵn dành, biết theo trời là sướng nhất. Hợp thiên nhiên mà lại hợp vận tuần hoàn.

Ở đây, chúng tôi muốn nhắc đến thi sĩ Luân Hoán, một tên tuổi tài hoa được các giới văn học biết đến như một thi sĩ đã góp mặt với văn thơ có hơn bốn mươi năm, kể từ những ngày đầu thập niên 1960 tới nay (2), đã nghĩ gì khi tuổi trời bước qua những ngày đáo tuế, hầu tìm ra ở người nghệ sĩ về một nhân sinh quan đặc thù cùng cái lẽ biến thiên của trời đất đối với một đời thơ.

Với một thiên phú trời cho, với một tâm hồn đầy trữ tình và lãng mạn, thế nhưng vừa mấp mé ở bìa tuổi sáu mươi, tức vào năm 59 tuổi, thi sĩ Luân Hoán đã mẫn cảm nhận ra mình mỗi ngày qua thay vì cộng thêm một ngày tuổi, trái lại thi sĩ của chúng ta lại man mác nghĩ là dòng đời bị 'trừ thêm một ngày':

'tảng sáng nghe chim hót
xế trưa nhìn mây bay
sẩm chiều gác chân đợi
trừ đời thêm một ngày'
(59, tôi) (3)

Và dường như thi nhân cũng nghe được cái tuổi sáu mươi dù chưa bò qua, nhưng cũng nhận ra cái lẽ thuận mệnh trời như Khổng Tử đã để lại qua chính kinh nghiệm sống của thánh hiền, mà rồi Luân Hoán coi cuộc sống này không rẻ cũng không mắc, không thiếu cũng không đủ, đôi lúc là một 'đời thừa':

'không nặng như đá tảng
chẳng nhẹ như lông hồng
thỉnh thoảng nghe gió lọt
qua lòng chút bềnh bồng
có lẽ vào buổi sáng
không chừng vào buổi trưa
biết đâu vào chạng vạng
kết thúc đời dư thừa.'
(59, tôi)

Chính vì cái 'dư thừa' là cái không cần thiết lắm, nên chi nó cứ là một sự đeo đẳng dằng dai, dây dưa như một món nợ đời vô hạn định. Nhiều lúc nó có nghĩa, và nhiều lúc nó trở nên vô nghĩa lạ kỳ. Nhưng khi miên man nhận cái 'già cỗi' nó bám theo mình, Luân Hoán tiếc cho đời còn nhiều người mình chưa kịp yêu, còn nhiều ý thơ chưa kịp viết nên vần, và tự hỏi tại sao ta lại sắp dời cư đến một miền đất khác?; và rồi mai đây, biết có còn sinh sinh diệt diệt nữa không?:

'những người, chưa kịp yêu
những thơ, chưa kịp viết
còn quá nhiều trong ta
sao mon men cáo biệt?

'lòng người thơm núi sông
đất trời thơm da thịt
cõi cư ngụ sắp dời
có còn được sinh diệt.'
(xin)

Kể ra, người nghệ sĩ cũng không cầu dòng đời kết thúc quá sớm, nhưng thời gian trôi sao ai có thể vặn ngược lại kim đồng hồ. Nhưng cho dù thế nào chăng nữa, cả một đời đam mê với thơ, Luân Hoán chỉ xin có một điều nhỏ nhoi mà sao thiết tha biết dường nào, nếu phải mai kia mốt nọ thuận mệnh trời dành cho mình:

'sống, chết cũng vui thôi
miễn sao đừng quẫn quại
xin cho khi hấp hối
làm được vài câu thơ.'
(xin)

Dường như, lúc nào và có dịp để giãi bày chút lòng riêng của mình, tức khắc cái ý tưởng đời mình không cần cho đời này là cái ý tưởng làm cho thi sĩ an nhiên nhất, bởi lẽ nhận ra cái ý tưởng ấy, ngầm hiểu một điều là cái tôi của một người chỉ là cái thừa của một phần xã hội, và cuộc sống chỉ là một cuộc rong chơi, không hơn không kém:

'người đời
sống để chơi
không phải chơi để sống?

riêng tôi thì ngược lại
cứ (rong) chơi cầm hơi.'
(căn bản)

Mấy câu thơ trên như một khẳng định về nhân sinh quan của mình, Luân Hoán, khi bước vào tuổi sáu mươi, lại cứ theo cái con đường mình mà 'rong chơi cầm hơi' để tìm lại chính mình:

'tìm đến bạn là tìm về mình, có lẽ
nửa đêm thừa-ngủ, thức vẫn là tôi.'
(nửa đêm)

Mừng tuổi sáu mươi, tức là mừng mạng trời đã ban cho mình tuổi thọ, bởi lẽ theo tập tục Việt Nam, đến tuổi sáu mươi trở lên mới được gọi là thọ. Luân Hoán biết cái thọ là biết chuyện trăm năm, nhưng thi nhân như vờ chẳng biết Tết về mà hóa ra trong lòng vẫn có chút gì gờn gợn tựa hồ cái tuổi trời mỗi ngày thêm mòn mỏi, cằn khô:

'hôm nay, Tết lại đến nhà
giả lơ mà vẫn nghe già mấy phân
câu thơ khai bút nhắc thầm:
xa thêm chút nữa sân trần gian chơi...'
(bút khai xuân tình)

Ở vào những lúc đáng lo, và cần sợ thì trái lại thi nhân có thể dặm vào câu thơ chút dí dỏm, chút hóm hỉnh hoặc chút trào lộng chính mình như tảng lờ cho nỗi lòng sớm dịu lại mà xem chừng cũng có cái gì tê tái lắm. Người nghệ sĩ có cái hơn người là vậy:

'em mê thơ, chẳng tò mò?
hay là em chỉ giả đò vậy thôi?'
(hỏi thật)

Nhưng cái tự trào ấy không che nổi cái châu thân mềm đang chờ giờ giao thừa pháo nổ ngoài trời đất hay chính trong từng thớ thịt da mình. Và tất cả đã được chuẩn bị cho tuổi trời ở lúc sáu mươi, không phải lo lắng gì, cứ 'bồng bềnh bay' về bất cứ chốn nào theo thiên mệnh đã định:

'tay dìu nét chữ lâng lâng
pháo giao thừa khắp châu thân nổ dồn

trầm hương dự trữ trong lòng
sáu mươi năm sổ cánh bồng bềnh bay.'
(cùng xuân làm... thơ)

Mùa xuân đến, rồi xuân lại qua, sáu mươi mùa xuân rồi cũng không ai làm mới hơn cái vận hành của đất trời có mùa, có tiết vậy. Nhưng khi mùa hè sang, người nghệ sĩ bỗng thấy đời mình bừng khai giữa cái nắng ấm một đời vui lo lẫn lộn:

'thế là hoa lẫn vào hoa
và tôi trẻ lẫn tôi già vươn vai..(...)
mùa hè nhỏ nhẹ bước thầm
có cho tôi kịp giáp vòng chiêm bao?'
(hạ thi)

Luân Hoán không đi ra ngoài cái vòng nhớ cố hương như bao nhà nghệ sĩ khác; nhưng có lẽ cái làm cho người nghệ sĩ đa cảm như ông không sao quên được cái mảnh đất Quảng Ngãi ngày xưa, nơi mà mãi hoài ông sẽ nhớ cho đến ngày thôi hết nhớ. Đó chính là cái nơi ông đã để lại một đoạn chân lìa. Nhưng cái tài của tác giả là đã làm cho người thưởng ngoạn thơ ông bắt gặp chút gì là lạ mà cảm động biết dường nào! Đó là khi nằm mơ thấy mình về lại Quảng Ngãi, Trà Bồng, Thạch Bích, đoạn chân ngày xưa ấy đã đi tìm thăm người lính cũ thay vì người lính cũ nhớ phần thịt xương mình nơi cố thổ:

'tôi gặp tôi qua núi rừng
Trà Bồng, Thạch Bích cõng trên lưng
đêm qua tôi mới về Quảng Ngãi
một đoạn chân lìa xưa đến thăm...'
(về lại những địa danh nằm lòng)

Cùng với muôn loài trong trời đất, dường như cái thiên mệnh cũng có linh hồn, nên cứ bám riết vào tâm tư nhà nghệ sĩ như một cuộc sát hạch trong trường văn trận bút, hầu xem ra cho rõ cái thiên tài. Chính vì thế mà Luân Hoán không rời nghĩ về cái mệnh trời ấy. Nói quanh co, lòng vòng năm ba bài thơ tương tư đầy tình tự một đời nghệ sĩ, thi nhân lại không quên nhắc lại chút gì cái kiếp này, và cái kiếp sau nó sẽ bàn giao như thế nào trên chính thân xác đời mình:

'bắt đầu đã mấy năm nay
tôi rình tôi thoát kiếp này ra sao.'
(một sớm mai)

Cái độc đáo nhất ở trong hai câu thơ trên mà người đọc chúng tôi mê nhất là nhóm chữ 'tôi rình tôi', vừa trào lộng, vừa vui vui, mà có chút cay cay trong lòng khi nghĩ về một lần đổi dời, hóa kiếp.
Những ngày tháng đánh dấu sáu mươi năm cuộc đời của thi sĩ, chính là một lần bệnh nặng khó quên. Cách nào đó, đã làm chùn lại bước 'rong chơi' cho dù chỉ để 'cầm hơi' cho qua ngày:

'thơ đã tắt rồi? thơ đã chết?
máu chừng chảy vội để lạc thơ
ta nghe đâu đó trong da thịt
khởi kết vòng hoa, dựng nấm mồ.'
(viết trong đầu tại hôpital général de montréal ngày giáp tết Nhâm Ngọ)

Với bạn tình chung giữa cảnh đời nhiều rủi ít may ấy, bao nhiêu trang chữ đầy, mấy ngàn vần thơ ươm mộng đẹp, lúc bấy giờ đã hóa ra những gì vô ích nhất. Nó chẳng giúp được gì cho chính thi nhân và cũng chẳng ban phát được chút gì cho bạn tình chung đang 'thất thần lo lắng':

'nhìn em đứng thất thần trong lo lắng
xốn như gai ai chích khắp thân mình
không dám nghĩ ngày mai em ở lại
nuốt hương trầm lặng lẽ giữa tràng kinh.'
(viết trong đầu... ngày giáp tết Nhâm Ngọ)

Nhà thi sĩ một đời lãng đãng như mơ ấy cũng chính là chàng trai giàu cảm lụy mà rất chung tình. Luân Hoán, ông đã làm cho tôi cảm động đến xót xa. Ngoài sáu mươi tuổi, chúng tôi có những nỗi lòng không khác gì thi sĩ, nhưng vì mình bất tài, không nói lên được chút gì về cái thiên mệnh đã choàng vai mình từ bấy lâu nay. Nay sực nhớ, dù khi may mắn vờn vờn qua những vần thơ của bậc tài hoa mà lòng chợt dưng bàng hoàng với chính mình. Thì ra, nghệ sĩ với người đời thường khác nhau là vậy. Nó có niềm riêng mà rất chung, có nét đặc thù riêng mà rất gần gũi, cận kề tưởng quá quen nhau. Cảm thơ là dễ cảm nhất nếu ở cùng lớp tuổi, cùng cái mệnh trời dành. Nhận ra cái hay là nhận được cái mà mình chỉ nghĩ nhưng nhà thi sĩ diễn ra được những gì nó nằm tận trong lòng, trong tim, trong máu thịt mình mà mình thì đành chịu chết, không nói được chút gì.

Dù các nhà kinh điển, chỉ cho người đọc có quyền đọc sách để giải trí, mà không cho người đọc cái quyền được xác định thế nào là một tác phẩm văn học, mặc dù sau đó, có người còn rộng lượng ban cho việc đọc sách là 'cụ thể hóa một tác phẩm, là biến một văn bản thành một tác phẩm, cuối cùng, là làm cho một tác phẩm thành một tác phẩm văn học.'[4]. Nhưng ở đây chúng tôi không muốn bàn qua vấn đề này, mà là người đọc, chúng tôi không thể không nói với người nghệ sĩ, là nhờ các vần thơ mang tính văn học và nhân sinh quan của Luân Hoán, mà chúng tôi thấy cái bóng hoàng hôn của tuổi trời ngoài sáu mươi này dường như vui hơn nhiều, và rồi 'chợt ao ước nếu được là thi sĩ...' [5].

Lương Thư Trung

Boston, ngày 01-03-2004

Chú thích:

1. Theo Luận Ngữ của Nguyễn Hiến Lê, do nhà Văn Nghệ (Hoa Kỳ) xuất bản, năm 1994, dịch: Khổng Tử nói: 'Ta mười lăm tuổi để chí vào việc học (đạo); ba mươi tuổi biết tự lập (tức khắc kỷ phục lễ, cứ theo điều lễ mà làm); bốn mươi tuổi không nghi hoặc nữa(tức có đức trí, nên hiểu được ba đức nhân, nghĩa, lễ); năm mươi tuổi biết được mệnh trời (biết được việc nào sức người làm được, việc nào không làm được); sáu mươi tuổi đã biết theo mệnh trời (chữ nhĩ ở đây không có nghĩa là tai, mà có nghĩa là 'dĩ'= đã); bảy mươi tuổi theo lòng muốn của mình mà không vượt ra ngoài khuôn khổ đạo lý. (Không phải suy nghĩ, gắng sức mà hành động tự nhiên hợp đạo lý).
2. Theo bộ Văn Học Miền Nam của Võ Phiến, phần Thơ, mục Luân Hoán, trang 2906, nhà Văn Nghệ xuất bản (Hoa Kỳ), 1999.
3. Tất cả các thơ dẫn trong bài viết này đều trích trong thi tập 'Sông Núi Cùng Người Thơm Ngát Thơ' của Luân Hoán, do Thơ xuất bản, (Hoa Kỳ), năm 2002, kỷ niệm năm tác giả tròn 60 tuổi.
4. Trích trong bài viết: 'Người đọc, vinh quang và trách nhiệm' của Nguyễn Hưng Quốc, trên tạp chí Văn Học (Hoa Kỳ), số 165&166, tháng 1&2 năm 2000, Xuân Canh Thìn, trang 68.
5. Thơ của Luân Hoán, hai câu cuối trong bài 'Xem Ảnh', trong thi tập đã dẫn, trang 99:

'chợt ao ước nếu được là thi sĩ
tôi trải thơ lót gót bạn về thăm.'

(trích Luân Hoán, Một Đời Thơ - 2005)

TRẦN TRUNG ĐẠO
LUÂN HOÁN, THƠ YÊU ĐẤT NHƯ YÊU NGƯỜI

Tôi nhỏ hơn anh Luân Hoán 14 tuổi. Và nếu càng ngược dòng thời gian bao nhiêu thì mức độ trưởng thành của hai anh em chúng tôi lại càng xa hơn bấy nhiêu. Anh viết bài thơ đầu tiên khi tôi chưa khóc chào đời. Anh xuất bản thi phẩm đầu tay khi tôi còn ngồi trên ghế tiểu học. Anh trở thành một trong những hiện tượng nổi bật trong sinh hoạt văn hóa Quảng Đà nói riêng, và miền Nam nói chung, khi tôi còn là học sinh lớp mười trường Trần Quý Cáp. Thế hệ văn thơ của anh là những tên tuổi chúng tôi vô cùng ngưỡng mộ. Những Tạ Ký, Hoàng Trúc Ly, Hồ Thành Đức, Nguyễn Thùy, Trầm Tử Thiêng, Tường Linh, Hoàng Lộc, Thái Tú Hạp, Lôi Tam, Vũ Hữu Định, Hạ Quốc Huy, Phan Nhật Nam, Nhật Ngân, v.v..., đã góp phần làm rạng rỡ quê hương xứ Quảng chúng tôi. Trước 1975, tôi không được hân hạnh quen anh hay thậm chí biết mặt anh, đừng nói chi đến chuyện được viết về thơ anh. Nhưng rồi dòng đời rong ruổi. Tôi già nhanh, trong lúc các anh thì dường như ngày càng trẻ lại. Cuối cùng chúng tôi gặp nhau trên chặng đường lưu lạc ở xứ người. Trong dịp anh qua Boston tham dự buổi ra mắt thơ của nhà thơ Phan Xuân Sinh, anh Luân Hoán gọi tôi tới để chụp với anh một bức hình kỷ niệm. Tôi cảm động lắm, nghĩ thầm, ước chi mấy em trường nữ ngày xưa có mặt để chứng kiến giây phút lịch sử này.

Cám ơn đất đá trổ thơ
Lòng ta hạt bụi vu vơ bám hoài
(Thơ Luân Hoán)

Ngày khởi công xây dựng website xuQuang.com, mặc dù website có chứa thơ của hàng trăm nhà thơ xứ Quảng, chúng tôi đã mượn hai câu thơ trên của anh Luân Hoán làm chủ đề cho trang văn học Quảng Đà, và cũng để thay cho lời cám ơn về một quê hương đã hun đúc nên những tâm hồn yêu đất, yêu người của chúng tôi. Thơ Luân Hoán đậm đà tình đất. Anh viết về Hội An, thành phố nơi tôi lớn lên và nơi anh đã chào đời:

Hội An Hội An Hội An
rún ta trong thớ đất vàng trổ thơ
lâu năm trở lại Faifo
nghe hồn phố Hội dạt dào cỏ cây
Chiêm, Hà, Bồ, Pháp, Tàu, Tây
còn vương trong hạt mưa bay hững hờ
chỉ giùm ta vạt đất nào
đã chôn cuống rún trổ thơ thành chùm.
(Luân Hoán, Hội An)

Hay:

sao còn ngại hỏi các em xứ Quảng
hỏi các em kiều diễm của Hội An
của thành phố, ta ra đời làm khách
lúc về thăm ngại cả bước chân vang
sao còn ngại hỏi các em tóc lụa
mắt bồ câu chưa rộng quá cổng trường
tay xanh biếc thơm hàng rào dâm bụt
mắt trong veo mát rượi hạt sương.
(Luân Hoán, Nụ Hoa Cho Người Em Hội An)

Thơ ca gắn liền vào đời sống tinh thần của người dân Quảng từ bao giờ tôi không biết chính xác nhưng chắc là lâu lắm. Hình ảnh quê hương thân yêu ảnh hưởng sâu đậm trong hồn thơ của tất cả nhà thơ xứ Quảng. Dòng sông Thu Bồn, có lẽ không khác sông Vàm Cỏ trong Nam, sông Hồng ở Bắc bao nhiêu, nước vẫn là nước, bờ vẫn là bờ, ghe

thuyền vẫn ghe thuyền xuôi ngược. Thế nhưng, qua thơ của Luân Hoán, những rặng tre, dòng nước, chiếc ghe đã trở thành thánh tích. Nhà văn Lâm Chương có lần phát biểu, đọc một bài thơ của nhà thơ miền Nam hay miền Bắc, nhiều khi khó biết họ quê quán ở đâu, nhưng nhà thơ xứ Quảng thì khác, bàng bạc trong thơ là hình ảnh của dòng sông, đình làng, thôn xóm, bóng đa già đã một thời che nắng che mưa. Nhà thơ xứ Quảng nào cũng ít nhất đôi ba lần viết về những địa danh mà họ đã từng ghi dấu chân trong đời. Đúng thế, nhưng không ai viết nhiều về địa danh xứ Quảng như anh Luân Hoán. Anh đưa vào thơ gần như tất cả những nơi chốn anh đã một lần đi qua hay đã dừng chân.
Anh viết về

Hội An:

Đêm, trở lại, mưa sa mù Phố cũ
đường hoang vu thao thức ánh đèn vàng
dáng âm thầm muôn thuở của Hội An
bước khe khẽ sợ phố phường thức giấc
gió tha thướt vỗ trăm lời thân mật
mừng ta về thăm lại ấu thơ xưa
lặng nhìn nhau, Phố đã nhận ra chưa?
ta vĩnh viễn một thằng con bất hiếu
thân phiêu bạc, giờ đây lòng trải chiếu
bước bâng khuâng xin thâm tạ ơn đời
ba mươi năm hồn thả sợi tình lơi
bao giờ buộc đời ta vào với Phố?
(Luân Hoán, Đêm Mưa Về Hội An)

Tiên Phước:

chiều ba mươi, núi dặn rừng
cành oằn lá ướt, tạm ngừng trổ hoa
gió giăng hơi đá thướt tha
nhốt Tiên Châu giữa mượt mà mây rơi
vò đầu gối, ngó khơi khơi
mùa xuân sắp bước tới nơi mất rồi
từng giây, đất tiếp giáp trời
mẹ chưa về tới đứng, ngồi ngó quanh
(Luân Hoán, Tiên Phước, 1949)

Hòa Đa:

sáng ra thấy mẹ mỉm cười
thấy cha hút thuốc rung đùi ngâm thơ
thấy xôi bánh ấm bàn thờ
thấy con se sẻ bất ngờ vô hiên
thấy tôi coi bộ có duyên
giày quai rọ, bê rê nghiêng tóc bồng
cả làng Liêm Lạc sạch bong
nắng tơ gió lụa lòng vòng ngọn tre
(Luân Hoán, Hòa Đa, 1953)

Đà Nẵng:

chiều chiều luồn chợ Vườn Hoa
trôi theo Đồng Khánh bám tà áo bay
mắt hồng liệng cái ngoắt tay
dắt qua Độc Lập dựa cây đèn đường
chập chùng xuân ảnh vãi hương
ngó ai lòng cũng yêu thương tức thì
giả vờ châm thuốc nhâm nhi
nuốt thầm vóc đứng, dáng đi quanh mình.
(Luân Hoán, Đà Nẵng, 1960)

Một lần họp mặt văn nghệ, nhà thơ Phan Xuân Sinh đố chúng tôi, tại sao xứ mình thường bị nghèo đói quá. Hẳn nhiên tôi đổ thừa cho ông trời, theo lối "trời hành cơn lụt mỗi năm". Anh ta nói: "Không phải, lý do chính là xứ Quảng của mấy ông thơ mọc nhiều quá nên không còn đất để lúa mọc đó thôi." Nói xong cười khoan khoái. Mỗi khi có dịp thăm bà con xứ Quảng tôi thường kể lại chuyện vui này. Ở hải ngoại, dù thông tin liên lạc khó khăn, các sinh hoạt văn hóa Quảng Nam, từ Boston, California, Dallas đến Houston, Seattle, D.C., Atlanta, v.v... thường rất là đông đảo. Bà con xứ Quảng có thể chịu nghèo tiền, nghèo bạc nhưng nhất định không chịu để ai chê nghèo văn chương, thơ phú.

Trong đại hội Quảng Đà tại Dallas năm 2003, anh Phan Xuân Sinh được mời thuyết trình về sinh hoạt của văn nghệ sĩ Quảng Đà hải ngoại. Tôi khuyên anh đừng nhận trọng trách đó nếu anh không thích nghe trách móc về sau. Lý do, trong vòng 10 phút thì ngay cả để kể tên thôi cũng không đủ chứ đừng nói gì là hành trình sáng tác của mỗi người. Nhà thơ Phan Xuân Sinh tỏ vẻ không tin. Tôi đọc anh nghe danh sách gần một trăm vị tôi biết. Anh nghe xong, đổ mồ hôi và đồng ý là rất khó điểm danh hết các khuôn mặt văn nghệ Quảng Đà hải ngoại. Văn nghệ sĩ gốc Quảng Đà đông đến nỗi, có lần tôi nói vui với anh Lâm Chương: "Nếu ai cá với anh về gốc gác của một nhà thơ, cho dù anh không biết, vẫn cứ trả lời là Quảng Nam Đà Nẵng, tôi nghĩ xác suất ăn cá của anh cũng trên 70 phần trăm." Năm ngoái, khi nghiên cứu tài liệu để viết về Trà Kiệu, tôi đọc bài biên khảo của Linh mục Trần Quý Thiện dựa vào các khám phá mới nhất về Hàn Mạc Tử. Mẹ của nhà thơ Hàn Mạc Tử, cụ bà Nguyễn Thị Duy, là người làng Trà Kiệu, Quảng Nam. Giọt sữa mẹ và hùng khí Quảng Nam đã góp phần tạo nên một nhà thơ lớn của Việt Nam thế kỷ 20. Tuy không nói ra nhưng trong lòng tôi rất lấy làm sung sướng và hãnh diện.

Số lượng văn nghệ sĩ xứ Quảng ngày càng tăng, vì ngoài lý do là một tỉnh lớn, có nhiều nhân tài, Quảng Nam với hai thành phố lịch sử Hội An và Đà Nẵng còn là trạm dừng chân lâu dài của nhiều văn nhân thi sĩ khắp ba miền. Truyền thống Quảng Nam rất trọng văn hóa giáo dục nên tiêu chuẩn để được gọi là nhà thơ, nhà văn xứ Quảng cũng rất là văn nghệ. Nếu một nhà thơ hay nhà văn nào đó lớn lên ở xứ Quảng và tự nguyện chọn xứ Quảng làm quê hương, anh chị sẽ được xem như là nhà văn, nhà thơ Quảng Đà. Cho đến nay chưa một ai phiền trách chuyện này. Giới cầm bút Quảng Đà, dù sinh ra hay lớn lên trên xứ Quảng, đều sinh hoạt với nhau trong chân tình và bình đẳng. Không ai ngạc nhiên khi nghe một nhà thơ xứ Quảng nói giọng Huế, một nhà văn xứ Quảng nói giọng Quảng Bình. Trường hợp của các đàn anh Phan Nhật Nam, Nhật Ngân, Vũ Hữu Định là những thí dụ điển hình. Thời "Bỏ Trường Mà Đi", "Tôi Đưa Em Sang Sông", "Còn Một Chút Gì Để Nhớ" của các anh là ở Đà Nẵng. Dù hôm nay, các tác phẩm, những bài ca của các anh đã bay ra khỏi những mái nhà tôn nóng nực ở khu Chợ Cồn, vượt qua cả Thái Bình Dương bao la để đến nhiều nơi trên thế giới, nhưng hơn ai hết, các anh hiểu rằng tiếng chim hót trong vườn cây ở Garden Grove sáng hôm nay đã bắt đầu từ chiếc tổ ước mơ được đan trên những tàn cây Sao của trường Phan Châu Trinh thuở nọ.

Thật vậy, những kỷ niệm đẹp nhất trong một đời người của đa số nhà văn, nhà thơ xứ Quảng mãi mãi còn in dấu trên con đường Hùng Vương nhộn nhịp, bên bờ tường vôi Hồng Đức, Nữ Trung Học, trên lớp vỏ khô của hàng phượng đỏ trong sân trường Sao Mai, Phan Thanh Giản. Trong ngày họp mặt liên trường ở California cách đây hai năm, nhạc sĩ Nhật Ngân ôm đàn hát nhạc phẩm Cõi Bén Tình Thơ do anh phổ từ bài thơ rất dễ thương của nhà thơ Luân Hoán: "*Người tôi yêu, ở lầu đen, cây cao lá rậm ánh trăng khó vào, trèo rào tôi lén dán thơ, mạch tình dẫn những đường thơ đi về...*" Nhìn anh hát, tôi nghe lòng quay quắt nhớ về Đà Nẵng nên cũng ôm đàn lên hát với anh: "*Người tôi yêu ở bên sông, những hôm trở gió đò không sang bờ, chờ em tôi thả thơ trôi, thơ theo sóng nước bập bềnh lô nhô..."* Tôi thích nhất vẫn là hai câu cuối:

Người tôi yêu ở tứ tung
Nhưng sao chẳng thấy một người yêu tôi.

Khi bắt đầu cầm bút viết về thơ Luân Hoán, tôi cảm thấy phân vân nếu không muốn nói là khó khăn, lo ngại. Các anh Thái Tú Hạp, Lâm Chương, Trần Hoài Thư, Phan Xuân Sinh ít ra còn chuyện để nhắc, để kể. Tôi chẳng có gì. Chúng tôi thuộc hai thế hệ với không gian và thời gian xa cách. Tôi định viết cho anh một e-mail thoái thác nhưng sau đó lại đổi ý. Tôi nghĩ anh không phải là mẫu người chuộng vai vế hay quan tâm đến những lời ca tụng đầy sáo ngữ chúng ta thường đọc thấy ở những trang giới thiệu sách, mà là người biết trân trọng với một kẻ có lòng, dù đó là một người làm thơ thuộc thế hệ nối tiếp như tôi.

Nhưng tôi sẽ bắt đầu từ đâu để viết về anh, một nhà thơ thành danh khi tôi tóc còn để chỏm? Tôi sẽ bắt đầu từ đâu khi đứng trước một công trình đồ sộ của anh với 19 thi phẩm trải dài gần nửa thế kỷ không ngừng sáng tác? Tôi ngồi suốt buổi chiều đọc thơ anh và đọc luôn cả những bài viết của các nhà phê bình thơ viết về thơ anh, để tìm một điểm tương quan nào đó trong quê hương, trong tình yêu hay thân phận để bắt đầu cho bài viết của mình. Thơ anh trải rộng một cách tự nhiên theo cảm xúc vô cùng đa dạng. Thơ anh mênh mông và đầy ắp tình người. Thơ anh đi rất xa nhưng không lạc mất đường về. Thơ anh rất mới ngay cả trong những thể thơ lục bát, bảy chữ, tám chữ phổ thông và quen thuộc từ hàng trăm năm trước. Đọc thơ anh tôi cảm thấy mình nhỏ bé khi đối diện với một tấm lòng vô cùng nhân bản. Bài thơ Tâm Sự Cùng Em Trai, tuy nhẹ nhàng, đơn giản nhưng nói lên nỗi khát vọng của một người Việt Nam nhìn đất nước đang bị hút sâu trong cuộc phân tranh đẫm máu:

hình như có tổ chim trên mái rạ
anh nghe vui tiếng mẹ rỉa lông con
chao ôi nhớ chiếc lồng tre thơ dại
ôm say mê lên đôi mắt xưa tròn

giờ thì chúng tập nhau bay, có lẽ
cho anh xin viên sỏi nhỏ tay em
anh còn lại chút lương tâm này đó
nỡ lòng nào đem bắn chúng sao em
anh vẫn nhớ trên hoàng hôn bờ cỏ

đôi chim nào đạp mái, ngượng bàn tay
khi giương ná bàng hoàng nghe tuổi lớn
bỏ tình trôi theo đường cánh chim bay

cũng từ đó nguyện yêu đời mãi mãi
sao bây giờ bọt lệ trắng niềm vui
làn chăn mỏng hoang vu vòng ngực nhỏ
nghe gì em trong thăm thẳm môi cười

chắc vang vọng một vài viên đạn nổ
ngang lưng trời, ngang khúc ruột quê hương
người người chết cho tự do vẫn sống
xác thay phân bón cho cỏ xanh đường

anh ngại nói, đã từ lâu anh muốn...
tội cha già bán mệt nhọc nuôi con
may mẹ đã nằm yên trong lòng đất
anh em mình mỗi đứa mỗi cô đơn

em đừng trách anh bỏ nhà bỏ cửa
sống lang thang xao lãng cả học hành
em cũng khóc từng đêm nằm suy nghĩ?
nín đi nào, đừng xé nát lòng anh.
(Luân Hoán, Tâm Sự Cùng Em Trai - Về Trời)

Và bây giờ thì điều khó khăn không còn là ở chuyện tìm được câu mở đầu cho bài viết nhưng là việc phải dừng lại ở đây. Tôi muốn viết thêm nhiều nữa về thơ anh. Nếu có thời gian, tôi có thể viết say sưa cả một cuốn sách về thơ Luân Hoán. Thơ Luân Hoán như cánh bướm vướng trên những mái tóc thề, những tà áo lụa, nhưng thơ anh cũng chảy qua những cánh đồng khô cháy ở Tam Kỳ, Quế Sơn. Thơ Luân Hoán đuổi theo những bóng hồng kiều diễm trên bờ sông Saint-Laurent, trong cơn mưa mùa hạ Montréal, nhưng vẫn không quên ngọn đèn dầu héo hắt chiều cuối năm trong căn nhà nghèo nàn ở Hòa Đa, Tiên Phước. Thơ Luân Hoán, vì thế, mãi mãi là thơ của tình yêu đất và yêu người.

Trần Trung Đạo
Boston, Hoa Kỳ, cuối tháng 5 năm 2004
(Luân Hoán, Một Đời Thơ - 2005)

NGU YÊN
BỆNH VÀ THƠ

Cũng như mọi người làm thơ khác, tôi thường tự hỏi: Làm thế nào để làm thơ cho hay?

Tôi bệnh như thế đã hơn một tuần. Ho từ sáng tới chiều. Ho từ mở mắt cho đến nhắm mắt. Ho gập người. Ho xé phổi. Ho rướm máu đàm. Tôi sợ phải ho. Tôi sợ cái đau xoáy hút giữa lồng ngực, thốc lên rát rạt cho đến cuống họng, rồi tét bung ra hơi hám bọc âm thanh. Vậy mà chưa kịp sợ đã ho khan.

Ở Mỹ, hình như người nào cũng bận rộn. Có người bận không đủ giờ ngủ. Có người bận không có giờ ăn. Không vào biệt lệ, tôi cũng bận. Bận của tôi có thể tả rằng: Có vợ mà không đủ giờ.

Bệnh thì bận. Nếu người không biết tự nghỉ thì trời đất bắt phải nghỉ. Tôi đã nghỉ hơn một tuần. Không vướng víu công việc thường ngày. Ngày ngày lêu bêu trong căn nhà vắng tanh để nghe tiếng mình ho, thật là chán. Vợ đi làm. Con đi học. Bệnh làm tâm tình thêm bi quan. Tôi tìm đọc thơ. Tôi nhớ có người nói rằng: Bên cạnh Thượng Đế là Nghệ Thuật.

Người ta có thể tìm đến Thượng Đế để xin cứu rỗi. Người ta cũng có thể tìm đến Nghệ Thuật để lấy sức sống.

Tôi đọc vài tập thơ ngoại quốc, vài tập thơ Việt. Tôi đang đọc tập thơ Ngơ Ngác Cõi Người của Luân Hoán thì phát ho quá đỗi. Sau khi uống thuốc, nằm nghỉ ngơi, chợt tôi cảm ra: cái ho của bệnh cũng như cái thơ của đời. Có bệnh mới có ho. Bệnh càng nặng ho càng sâu. Đời càng thấu ho càng thấm. Nghe ho biết bệnh cũng như đọc thơ biết đời. Tự dưng tôi muốn viết vài cảm nghĩ về thơ Luân Hoán.

ta đã từng nói trước
qua đây là bó tay
một chân làm sao chạy
theo cái đời lăn quay

ngồi không, ừ, sướng lắm
mỉa mai hoài mà chi
sống liều mạng vẫn sống
ta chừ có ra gì!

...

và cơm cùng nước mắt
cúi mặt sợ em buồn
cổ như có ai bóp
ăn bánh mì mắc xương!

...

muốn chết mà sợ chết
ngồi ngó bốn bức tường
sợ chết mà muốn chết
tâm không còn bình thường
(hạnh phúc ta)

Có người đã từng nói rằng: không phải thơ hay làm cho đời người khốn khổ mà khốn khổ thì thơ mới hay. Tôi chưa từng được quen biết với nhà thơ Luân Hoán. Nhưng đọc thơ cũng đủ nhìn ra được cảnh đời của ông. Ở trong một xã hội bận rộn tranh giành suốt cả ngày đêm mà ông chỉ có mỗi một chân. Bị chen lấn xô đẩy mà không ngã đã là may. Đừng nói đến dấn thân bay nhảy. Cũng như nhiều người khác. Thoát ra khỏi vòng kềm tỏa của cộng sản, ai lại không ước mơ làm lại cuộc đời... ngơ ngác cõi người.

Tiến lên thì bất lực
ngó lại hết đường lui
cái cần ta không đạt
cái đạt người không cần
lỡ tay đời thầy thợ
ước gì mọc lại chân.

Cái chua chát của chuyện làm người không được toàn vẹn thành thử bị thua sút, ám ảnh bàng bạc trong thơ của ông. Cái buồn thầm kín, có lúc lộ liễu, che lên mặc cảm những giễu cợt hoặc hào phóng, khiến thơ của ông có sắc thái đã làm cho tôi phải hoài nghi. Có lúc ông ho ra thơ như người mắc trọng bệnh, lại có lúc ông ho ra thơ như người ngứa cổ ho chơi, lại có lúc ho như người không có gì làm, không có gì giải trí, ho cho đỡ nhạt cuộc đời.

Ví dụ như:

lên đồ đi kiếm job
từ mờ sáng đến chiều
job nào cũng hứa gọi
mỏi chân, ngồi đăm chiêu
...

thêm một ngày, ngày nữa
lang thang như đi chơi
cúi đầu chợt nhìn thấy
bóng ta trên đất người

vẫn bồng bềnh lọn tóc
vẫn tóp rọp chơ vơ
còn gì trong bộ óc
sẽ vọt ra bất ngờ?
...

một bầy bồ câu đậu
lẩn quẩn như đòi mồi
biết tìm đâu nắm thóc
làm bạn với chim chơi
(Mỏi chân ngồi bên đường Saint-Denis)

Bệnh đời của nhà thơ Luân Hoán không ghê gớm nan y nhưng đủ tái tê da diết để bật ra những câu thơ đọc vào thấm thía. Cảnh nặn óc, lết bộ đi xin việc mà không có. Rồi ngồi băn khoăn bên đường làm bạn với chim. Hiền lành quá. Không oán hận trời đất. Không bực bội nhân gian. Man man, buồn buồn như vậy, nhà thơ Luân Hoán đóng góp vào dòng thơ Việt những câu thơ để nhớ.

cứ mỗi lần rửa mặt
tò mò nhìn vào gương
thấy gì trong đôi mắt
phải chăng nỗi chán chường...

Có thi sĩ tự nhận mình là con chim lạc làm thơ vì ngứa cổ hót chơi. Những loại thơ này thường thấy nhiều tĩnh từ hoa hòe hoa sáo. Thường gối vào những hình tượng lãng mạn và những ý tưởng mơ hồ. Ngứa cổ hót chơi nên mới chú trọng nhiều về hình thức. Cấp thấp đẽo gọt vần điệu. Cấp cao thì chà mài ý tứ. Nếu không bóng bẩy thì mơ màng. Nếu không làm đẹp thì thả mù. Ho vì bệnh thì làm gì có tâm tư mà đẽo gọt chà mài. Vì đau đớn mà nhăn mày nhíu mặt thì cũng không làm sao khác hơn. Cứ như cả tập thơ của ông Mai Thảo, ho xoáy từ tâm sự phải là bài:

Mắt đã từ lâu mù dáng người
tai đã từ bao lạc tiếng đời
đứng lên gửi lại lời xin lỗi
của kẻ ra về giữa cuộc chơi
(Mai Thảo)

Ai đã từng uống rượu với ông, tất sẽ hiểu vì sao đứng lên gửi lại lời xin lỗi của kẻ ra về giữa cuộc chơi.

Thơ Luân Hoán không có nhiều sáo ngữ. Không tìm thấy những khéo léo tinh thuật của ngôn từ. Cũng gần đúng với thống kê như nhiều người nhận xét. Thơ của người miền Bắc thường tinh xảo. Thơ của người miền Nam thường mộc mạc. Thơ của người miền Trung thường thô thiển. Một trong những khuyết điểm của thơ Luân Hoán là những câu thơ ông viết vì ngứa cổ hót chơi. Những tứ thơ ấy không chuyên chở được cá tính và không diễn đạt được tâm tình thật sự của ông. Có những loại cá tính hoặc quá buồn hoặc quá vui, những cá tính mạnh cường độ. Ví dụ thơ Bùi Giáng, cá tính ở cường độ dương. Thơ Hàn Mặc Tử ở cường độ âm. Thơ Luân Hoán, cá tính ở giữa hai cực. Những bi lụy hoặc giễu cợt quá trớn đều không thích hợp với thơ của ông.

Tôi vẫn thường suy nghĩ về chốt điểm này vì nó cũng là khuyết điểm của riêng tôi. Người ta đã có nói: Nói nhiều thường sai nhiều. Viết nhiều thường dở nhiều. Có lẽ với bản chất cô đọng của thơ, thơ không nên sáng tác một cách phung phí.

Thơ là ngôn ngữ riêng của tâm tình sử dụng ngôn ngữ chung thông đạt. Ngôn ngữ thơ giống như ngôn ngữ bình thường hàng ngày, không nhất thiết phải cố tách biệt thơ bằng những danh từ, tĩnh từ « nên thơ ». Hoặc gắn lên thân xác của thơ những ý tứ « theo kiểu riêng của thơ ». Có đặc biệt chăng là thơ đi thẳng từ tâm tình ra ngôn ngữ. Vì tình cảm nào, kinh nghiệm nào cũng có hình ảnh và ý tưởng đính kèm, nên ý tứ trong bài thơ chỉ là nét vẽ lại của tình cảm và cảm xúc trong một khung cảnh của tâm tư. Nói một cách khác, nội tâm của thi sĩ như một cuốn phim được phóng qua nghệ thuật thơ, chiếu lên màn ảnh. Những ý tứ trên kia chỉ là nét phóng đại của những tấm ảnh trong máy chiếu.

Ước chi có con muỗi
cho hút bớt máu buồn
ước chi ai gõ cửa
ta tặng đời ta luôn
(Ngày qua ngày)

Chẳng có gì đặc biệt, chẳng có gì cầu kỳ. Buồn buồn, khơi khơi vậy thôi. Đơn giản như vậy mà nhà thơ Luân Hoán đã thành công.

Trong cái giản dị thô bén ấy ông đã viết lại nỗi buồn trong cuộc sống một cách nhẹ nhàng. Những mất mát trôi qua như vài đám mây đen. Và bầu trời trong lòng ông vẫn êm đềm màu xám:

một cái thùng con con
một đoạn tre nho nhỏ
chị thương chịu nặng hơn
lâu lâu hơi cau có

em đi trước run run
đòn nghiêng vì vai thấp
dốc đá vấp luôn luôn
thùng va vào sau gót

một đôi lần em khóc
ngồi chùi vệt máu tươi

rắc lên chút đất bột
thế mà vui rất vui

giếng trong xanh nước mát
uống lưng một vành gàu
chị múc em đứng hát
nắng chiều vàng tàu cau

ngày qua ngày qua vội
mới đó thế mà già
chị chồng con lận đận
em bỏ xứ bỏ nhà

ở đây trời đẹp lắm
sao chẳng hề thấy vui
chẳng phải vì em khổ
chợt nhớ nhà đó thôi

ước chi được nhỏ lại
như những ngày tản cư
cùng chị đi khiêng nước
bắt nòng nọc vọc chơi
(Khiêng nước)

Buồn khơi khơi, buồn man man là bản tính. Nét tượng hình dung trong thơ Luân Hoán là tình yêu của ông. Thi sĩ nào chẳng yêu đương lẩm cẩm. Nhưng đa số thơ tình của Luân Hoán lại dành cho vợ của ông. Một đặc điểm ít thấy trong dòng thi ca Việt. Những bài thơ ông viết cho vợ ngoài những lời lẽ, ý tưởng giản dị, còn chuyên chở cả sức trìu mến, lòng yêu đương dù đã chung đụng ít nhất hai mươi năm.

trộn chút tình ta vào trong bột giặt
vò nhẹ nhàng bởi lo sợ em đau
vải còn đượm mùi thịt da em thơm ngát
tay bùi ngùi như đang vuốt ve nhau

trông thau nước đục lờ những cáu bẩn
ta bỗng thương lớp bụi nổi màng màng
chúng là những nhọc nhằn em gánh chịu
nuôi chồng con dài năm tháng gian nan

...

đời không giữ giùm ta hai chân đứng
có lẽ nào vô dụng mãi hay sao
giặt giũ làm thơ đọc vài trang báo
hai mươi bốn giờ thường trực chiêm bao
....
(Giặt áo quần cho vợ)

Khi người vợ trở thành đối tượng của thơ tình thì sức ái tình ấy phải mãnh liệt gấp mấy lần những loại ái tình phơn phớt ngoài đường hay lân bang hàng xóm. Có người cho rằng ông ca ngợi vợ vì vợ ông phải bôn ba lo lắng chuyện sinh kế hàng ngày. Có người cho rằng ông bám lấy vợ vì không đủ hai chân. Cũng có thể như vậy nhưng khoan đã. Hãy ngừng lại một chốc. Hãy nhìn lại chung quanh. Tại sao người Việt ở xứ này ly dị nhiều quá vậy? Từ 15 cho đến 75, tuổi nào cũng có người ly dị. Quay qua quay lại những cặp mới yêu đương thắm thiết bỗng nhiên ly tán, thưa kiện một cách bất ngờ. Nói lý khó hiểu lắm. Đã ráng từ tuổi 20 đến bây giờ, sao hơn 60 rồi còn nhất định chia tay? Có trăm ngàn lý do khác nhau để giải thích. Chung quy vẫn là sự đánh đổi. Thời gian của mỗi người đều có giới hạn. Dù muốn hay không, hễ được cái này mất cái kia. Ở những tấm lòng nhạy cảm, tôi ủng hộ thái độ hạnh phúc của nhà thơ Luân Hoán. Đời người quả không được bao lâu, sao không vui mà khốn đốn?

Đêm trằn trọc nằm nhìn em say ngủ
muốn hôn lên nỗi mệt mỏi bơ phờ
nỗi chua xót mà em từng chịu đựng
sợ môi hồng làm vỡ giấc em mơ

hãy ngủ ngon hỡi em yêu hiền thục
mai cuối tuần em về sớm đọc thơ
gắng đừng khóc để mình anh gánh chịu
xứ lạ quê người lạnh nỗi bơ vơ
(Ly rượu cuối tuần cho Lý)

Đời có khó, lòng mới rách, thơ mới có dịp nên hay. Cao Bá Quát mất tất cả, mất luôn đầu, nên thơ mới hay. Hàn Mặc Tử bị bệnh cùi, mất tất cả nên thơ mới hay. Xuân Diệu, Huy Cận làm thơ hay ở tinh thuật của ngôn ngữ, nhưng không sâu bằng thơ của họ Hàn. Cái mất mát của thơ Luân Hoán không phải ai cũng muốn nhưng đã có thì nên dùng. Bậc cao nhân ngày xưa há chẳng biến chuyện riêng của mình thành thiên Ly Tao thiên cổ hay sao? Góp gió mới thành bão. Lãng phí tâm tình vào những chuyện vụn vặt sẽ mất đi sức mạnh để tự nhiên mà nên chuyện phi thường. Tôi chép cắp câu nói ấy của một người có tên tuổi.

Cho cùng không lẽ tôi lại chúc cho nhà thơ Luân Hoán những bệnh đời trầm kha, những tâm tình tan nát hay sao? Nghĩ và viết cho qua những ngày bệnh, thế thôi.

Ngu Yên
Tiểu Thạch, ngày 01 tháng 01 năm 1992

(Chân Dung Thơ Luân Hoán - 1992)

NGUYỄN QUỐC TƯỜNG
LUÂN HOÁN... NHÌN TỪ BÊN HÔNG

Chúng tôi dọn sang chung cư này tính ra đã hơn mười năm. Gọi là chung cư thì hơi khuếch đại một chút, thực ra đây là một khu nhà có bốn tầng và chỉ có bảy gia đình thuê. Mấy căn "appartement" này vào thời điểm đó vừa được tân trang lại toàn bộ và người thuê nhà cũng là người mới, chẳng ai biết ai.

Hôm đó, chúng tôi vừa xuống đến cửa thì gặp Hòa Bình, cô bé dễ thương chúng tôi quen biết từ rất lâu và coi như em. Hỏi: "Em đi đâu mà lạc bước đến đây?" Và được trả lời: "Dạ em đến thăm ba má em". Chúng tôi hơi ngạc nhiên hỏi lại: "Sao nghe nói ba em là thi sĩ Luân Hoán cơ mà?" Hòa Bình cười hóm hỉnh đáp: "Dạ thì em cũng chỉ có một người ba là ông đó mà thôi."

Trên đường đi chúng tôi cứ thắc mắc, chẳng lẽ Luân Hoán lại là cái ông lầm lì, khó ưa ở ngay tầng dưới, ông ta trẻ trung như thế sao có cô con gái lớn vậy, v.v... Bản thân chưa bao giờ làm nổi một câu thơ ra hồn, tôi rất nể phục những thi sĩ, coi họ là một thứ "nhân loại" khác thường! Bây giờ hàng xóm của tôi lại là thi sĩ, mà thi sĩ ở tầm cỡ Luân

Hoán! Nhìn mấy đứa con nhỏ lắp ghép từng mảnh "Lego" cho đến khi trở thành những thứ đồ chơi có hình dáng đẹp đẽ, lạ lùng, tôi tự hỏi không hiểu mấy thi sĩ có làm thơ kiểu này hay không? Rồi tôi tự trả lời được ngay, thi sĩ mà mang những từ, những ngữ lắp ghép vào với nhau cho thành vần điệu thì thơ sẽ trở thành những câu thơ "gỗ", chả ai thèm đọc! Từ đó tôi đâm tò mò quan sát anh Luân Hoán, xem nhà thơ làm việc và sinh hoạt như thế nào. Dĩ nhiên tôi chẳng biết được gì hết, nhà nào nhà nấy cửa đóng im ỉm, nghe cũng chẳng được nói gì thấy! Không nghe không thấy thì tưởng tượng, tôi hy vọng một ngày nào đó được thấy anh Luân Hoán uống rượu say sưa, ôm vầng trăng nhào vào đống tuyết trước cửa nhà đánh một giấc cho đến sáng! Tôi tưởng tượng đến những nàng thơ ái mộ anh, cứ đến bấm chuông gọi cửa liên tục, làm phiền lòng nàng thơ thứ thiệt đang ở ngay cạnh anh, khiến nàng nổi cơn tam bành, xuất chiêu sư tử Hà Đông, v.v...

Sự tưởng tượng của tôi mãi rồi cũng chỉ là tưởng tượng, không có gì xảy ra hết! Thời gian trôi qua, từ những gặp gỡ lúc đầu chỉ là chào hỏi xã giao, lâu dần trở thành quen rồi thân. Tôi nhìn thấy ở anh Luân Hoán một người bạn dễ chịu, cởi mở, không lầm lì, khó ưa tí nào. Cách sinh hoạt của anh còn điều độ, nghiêm chỉnh hơn tôi nhiều. Ngoài tài làm thơ, anh còn có tài nuôi chim, nuôi cá. Những sinh vật khó nuôi này vào tay anh trở thành những sinh vật đáng yêu, chúng sinh sôi, nảy nở hàng đàn hàng lũ. Nhìn vào bể cá của anh, tôi liên tưởng đến nước Trung Hoa vĩ đại, vì hồ cá của anh tuy khá đủ lớn cũng không chịu nổi nạn "cá mãn" ngày càng bành trướng! Ngoài ra, đừng tưởng thi sĩ không biết thể thao, anh bình luận về những giải bóng đá, quần vợt cũng điệu nghệ không kém gì những nhà bình luận thể thao chuyên nghiệp.

Trở lại với riêng chuyện làm thơ. Có lẽ biết vợ chồng chúng tôi là bạn đọc quen mặt của các bibliothèque de Côte des Neiges, bibliothèque du Mile End..., nên anh Luân Hoán, một hôm mang biếu chúng tôi một số thơ của anh đã xuất bản. Tuy không mặn với thi ca lắm, nhưng có sách cũng đâm ra tò mò. Từ đọc một vài bài đến đọc nhiều trang, rồi nhiều nữa. Cứ thế tôi biết được một ít đời sống của Luân Hoán tại Montréal khi chưa đến ở chung cư này. Thì ra, cũng như nhiều người Việt khác, ra tới nước ngoài, anh Luân Hoán đã phải vội vã*" Lên đồ đi kiếm job/ Từ mờ sáng đến chiều..."* nhưng có lẽ vì điều kiện sức khỏe của anh có phần không bình thường, do đó anh vấp khá nhiều trở ngại. Không nản, sau những lần 'Mỏi chân ngồi bên đường Saint-Denis', tâm sự với đàn chim bồ câu hoang, anh cũng có cơ hội để được *"Ta cõng trên lưng cái thùng thật lớn/ Còn nặng hơn cái tấm thân ta/ Cố nghiến răng* *giữ cho khỏi ngã/ Mỗi bước đi chếnh choáng như là...".* Anh đã học thuộc bài học 'lao động vinh quang' bởi tự biết *"... cái cần, ta không đạt / cái đạt người không cần...".* Nên cuối cùng, sau những buồn chán, thất vọng, anh đã tỏ ra lạc quan hơn trong những động tác thường nhật: *"Sáng đi như đuổi ma/Chiều về như ma đuổi.../"* và hòa mình vào xã hội một cách lặng lẽ *"Người hai chân bôn ba/ Ta cẳng rưỡi rong ruổi..."* Nghe đâu anh đã từng làm cho một cửa hàng nữ trang của người Ý ở một đường phố chính của Montréal, rồi làm công nhân cho hãng vải Aronof một thời gian. Dù lao động chân tay, anh vẫn không quên thơ và cái tính 'tri nhàn hà thời nhàn' nên, cũng qua thơ, tôi bắt gặp người bạn láng giềng của tôi đã từng 'Nhổ râu ngoài parc Olympique',' Phơi nắng ở parc Angrignon', 'Du xuân ở Complexe Desjardins', 'Quanh quẩn trong Jardin Botanique', 'Qua cầu Champlain', 'Dạo phố Sainte Catherine', 'Trong rừng thu La Chute'... thậm chí còn bay bướm 'Theo em sang Longueuil', (em tóc vàng sợi nhỏ) hoặc vui mừng khi 'Gặp em (tóc đen?) ở plaza Côte des neiges'...[1]

Trong một bài viết của nhà văn Nguyễn Đông Ngạc in trong tập Chân Dung Thơ Luân Hoán, ông Ngạc có trích dẫn một số câu của nhà thơ Đỗ Quý Toàn viết về Luân Hoán '*... Luân Hoán là thi sĩ của cuộc sống, như Nguyễn Khuyến, như Vương Tân. Nhà thơ Bạch Cư Dị của người Việt ở Montréal này đã giúp bà con thấy thành phố Montréal trờ nên thành phố Việt. Những phở Mai, Quán Huế, Plaza Côte des neiges... thành những tên gọi thân mật, những chuyến xe buýt buổi chiều, những đống tuyết cao trước cửa có thật hơn, vì thi sĩ thổi hơi sống vào các vật vô tri đó...*'.

Theo tôi, có lẽ anh Luân Hoán đã thương yêu cái 'xứ lạnh, tình... âm ấm này'. Có thế anh mới " *đứng hát giữa lòng Montréal/ Trời xanh, trời xanh, trời quá xanh/ Có con chim nhỏ bay trong nắng/Chở cả lòng tôi bay quẩn quanh*". Và thành tâm bày tỏ:

"được cười được khóc được than thở
không thể không yêu xứ sở này..."

Xứ sở mà Luân Hoán cùng gia đình đã trở thành những người công dân sau ba năm sinh sống. Cái ngày nhìn nhận phần đất tạm dung trở thành một tổ quốc thứ hai, thật khó quên. Giữ lại kỷ niệm này, anh Luân Hoán có viết một bài thơ, đăng trên tạp chí Làng Văn số 54, ấn hành vào tháng 2 năm 1989. Cũng chính nhờ tờ Làng Văn và cái bài 'Tuyên Thệ' này mà tôi đã biết đến tên Luân Hoán trước khi anh trở thành một người bạn, để bây giờ tôi ngó từ bên hông. Bài 'Tuyên Thệ' có lẽ không được chính tác giả yêu thích lắm, nên trong các thi tập của

Luân Hoán không thấy in lại. Tôi muốn được chép lại dưới đây, như một nhắc nhở cái thiếu sót của anh:

Xòe bàn tay mặt ngang vai, đứng
Tôi đọc theo người năm bảy câu
nước mắt khi không mà chợt ứa
vui buồn dồn dập dẫm lên nhau

lòng mở ra ôm đời trở lại
từng ngày trống rỗng đã qua mau
dẫu vì tủi nhục hay hãnh diện
giọt nước mắt tôi vẫn một màu

ai chứng giám cho lời tuyên thệ
tôi vừa lặp lại rất ngây ngô
lòng tôi chiếc lá phong nho nhỏ
hay vẫn lá tre buồn phất phơ?

cảm tạ Nữ Hoàng cho đất sống
cho đời vay mượn những tin yêu
quốc ca bập bẹ theo người hát
không hiểu vì sao lòng buồn thiu

xòe bàn tay mặt ngang vai, đứng
tôi có hai thằng tôi sáng nay
hai trái tim trong một cơ thể
nhìn ra rõ mặt kẻ lưu đày

Người bạn láng giềng của tôi đại khái như vậy. Còn người 'đi bên cạnh đời anh' thì ra sao? "Nàng thơ" bây giờ là vợ hiền của anh. Một người mà những độc giả và bạn văn của anh, ai cũng biết đó là một tình nhân của anh mãi mãi. Không biết cô nhân tình này đã mê thơ hay mê đôi mắt. Một đôi mắt mà tôi cảm thấy lúc nào cũng như hỏi han: "Anh muốn gì, cô cần gì, tôi sẵn sàng giúp...", hay "Yêu anh không, cứ yêu đi đừng lo"...

Đang vui vẻ trong tình 'hàng xóm' ngày một thân thiết, anh Luân Hoán cùng gia đình *"khi không nổi hứng dọn nhà"*. Anh dọn tuốt lên vùng Montréal Nord, xa chừng 15 cây số. Chung cư chỉ còn lại chúng tôi là gia đình Việt Nam duy nhất. Thỉnh thoảng nhớ đến anh chị Luân Hoán thì chỉ liên lạc bằng điện thoại; không thể chạy xuống nhà dưới xin củ gừng, cây hành... lúc cần. Cũng thưa hẳn những lần anh ghé lên nhờ thu một vài cái CD khi máy của anh bị trục trặc. Buổi chiều khi đi làm về, không còn thấy chiếc Toyata Corolla màu đỏ, đã có nhiều tuổi thọ của anh. Con đường Barclay thì vẫn vậy. Một con đường một chiều, dẫn ra xa lộ với lưu lượng xe trung bình, tóm lại không có gì đặc sắc, nhưng đã được nhà thơ Luân Hoán kêu gọi rất nhiều lần trong thơ anh. Ngày chia tay, sau hơn mười năm gắn bó với con đường, với người và cảnh thú chung quanh, anh không quên ghi lại:

Làm sao nhốt hết vô thùng
những tràn lan nhớ
những chập chùng thương
mười một năm sống sát đường
đã ghiền
nhân dạng thập phương bốn mùa
mười em,
đã chín dễ ưa
cái mặt
cái mũi
cái chưa thấy tường
khi không bỏ phí sắc hương
ai
ngồi thế chỗ,
biết thường ngồi hong?
em lơi tay lái liếc vòng
về đâu đôi mắt đứng tròng đông phương?
vài giây nhớ,
đủ ngấm buồn
em,
ngồi cho kín cặp trường túc hoa

bỗng dưng nổi hứng dọn nhà
bậc thang, ổ khóa
sứt da thịt mình
mặt tường thao láo lỗ đinh
những tranh, cùng ảnh... ngậm tình, rời ngai
cả nghìn sách báo... thở dài
nằm chờ, tuyển chọn... sánh vai theo đời
loại đi, tội nghiệp tình người
mang theo, dẹp lép tiếng cười nhỏ nhoi
nắm lên từng món

săm soi
vui tay sắp hết hẳn hoi vô thùng

ngồi im giữa đám đồ dùng
nhớ từng khuôn mặt
lạnh lùng, tươi vui
dĩ nhiên, tôi nhớ cả tôi
nhớ thời háo hức, nhớ thời thờ ơ
thời gian không chậm chân chờ
nhưng còn đọng đủ để vơ vẩn buồn
dồn từng nhóm bụi dễ thương
nằm lén sát dưới chân giường đã lâu?
hốt lên
không biết để đâu
cái từ tôi phế, đọng lâu mà thành
thương, nhưng không nỡ để dành
tôi xoa lên vách,
tròng trành lòng tôi

vài hôm nữa, bỏ đi rồi
nhà người, trả lại
đất người, chia tay
ơi con đường buồn Barclay
mai kia, tôi gắng qua đây cầm chừng
dĩ nhiên, ngoài những sợi lưng
còn trăm kỷ niệm mọc chung với tình
12-2003
(Đặc san Đất Quảng-Xuân Giáp Thân 2004)

Tình cảm của anh là vậy, "*bậc thang, ổ khóa sứt da thịt mình*" thì tôi làm sao có thể không có những tiếc nuối. Nơi xứ lạ quê người này, câu: 'Bà con xa không bằng láng giềng gần' càng có ý nghĩa sâu sắc,đích thực.

Nguyễn Quốc Tường

(1) Tên một số bài thơ trong tập Ngơ Ngác Cõi Người

(Luân Hoán Một Đời Thơ - 2005)

DU TỬ LÊ

NHỮNG "TẾ BÀO GỐC" TRONG THƠ LUÂN HOÁN

Ở những trang viết trước, tôi trích dẫn khá nhiều thơ liên quan tới chiến tranh của Luân Hoán. Đó là những bước tới (của thơ), sau khi bàn chân trái của ông đã vĩnh viễn gửi lại nơi chiến địa. Điều đó không có nghĩa tôi có chủ tâm phân chia từng mảng thơ của Luân Hoán / Lê Ngọc Châu thành những ốc đảo biệt lập.

Tôi hiểu có nhiều cây bút khi phê bình thơ, thường có thói quen phân vùng, chia khu, đánh đai cho cõi giới thi ca của một số tác giả mà họ đề cập.

Tôi cũng hiểu sự chia khu, phân vùng đó, sẽ giúp cho người đọc dễ tiếp cận từng mảnh vườn mà, nhà thơ kia đã lao tác cực lực, kinh qua nhiều giai đoạn nổi trôi đời người. Nhất là với những nhà thơ có số lượng sáng tác phong phú, giàu có, như trường hợp của Luân Hoán / Lê Ngọc Châu.

Tuy nhiên, ở một mặt nào khác, tôi cho sự thuận tiện, dễ dàng nọ, không thích ứng lắm với những kênh mạch tình cảm phức tạp của họ Lê.

Trong ghi nhận của riêng tôi thì, Luân Hoán không chỉ thả vào dòng sông thi ca của ông một lượng chữ, nghĩa dồi dào mà, dòng sông chữ, nghĩa của ông còn chảy qua nhiều tâm cảnh khác nhau - - Như những nét cắt sắc, sâu của một nhân chứng sống, giữa thời hoang, loạn.

Không ít người đã từng xếp bài thơ nhan đề "*Vết thương*" của Luân Hoán vào kênh thơ tình. Có lẽ bởi vì bài thơ là một đối thoại mang tính tự hỏi / đáp của tác giả với đối tượng người yêu (giả thiết hiện diện) của ông.

Riêng tôi, tôi không thấy dù chỉ thấp thoáng chút lãng mạn (ngay cả lãng mạn thương đau) trong những khổ thơ mở đầu bằng những câu hỏi (hay tự hỏi) của Luân Hoán, như: "*Em không hỏi vì sao ta bỏ cuộc / Em không hỏi vì sao ta bất lực/...*"

Người đọc có thể cảm nhận được tính chất tha thiết, lòng chân thành muốn giãi bày tâm sự của tác giả, với người con gái ông gọi bằng "*em*" trong bài thơ...

Nhưng, rốt ráo, những câu tác giả tự hỏi cũng chỉ là cái cớ để ông bộc bạch cái nhìn của ông về thế sự thăng trầm. Luôn cả người con gái được Luân Hoán chọn nhân xưng đại danh tự ngôi thứ hai "*em*" (có thể hiểu là người bạn đời của ông,) cũng chỉ là cái cớ để họ Lê nói được một cách tự nhiên những cảm nghĩ thật của một người lính được giải ngũ, trở về với gia đình, sau thương tích.
Thí dụ, những câu thơ như:

> *"... Giữa chợ đời không bán nốt lương tâm."*
> Hay:
> *"... Ngồi bó gối chờ đợi áo cơm em."*
>
> Hoặc nữa:
> *"... Rượu đã hết xin cho ta giọt lệ*
> *"Giọt mồ hôi em đổ sáng sang chiều."*

Tôi cũng không tìm thấy những chỉ dấu lãng mạn hay, thơ mộng nào trong bài thơ dài nhan đề "*Đôi mắt ngã tư Ba La,*" của Luân Hoán, để có thể gọi đó làm một bài thơ tình thuần chất.
Tâm bão hay nội dung bài thơ này, theo tôi là hệ quả tự thân của chiến tranh. Sự nhìn lại trần truồng, không ma mị, không nhân danh một lý tưởng to lớn nào, để "mỹ viện hóa" sự trần trụi, sần sùi, hầm hố... nhân sinh kia, khi ông viết:

> *"... Ta bỗng hiện nguyên một thằng thua cuộc*
> *"ngồi mé ngã tư, đứng dựa ngã ba*

“thơ thẩn bỗng không hơn gì giấy lộn
“đắp mặt không xong, phủ lòng xót xa”

.

“định mệnh bất ngờ giúp nhau mở lối
“trái mìn oan khiên như vị cứu tinh
“em chợt vội vàng làm cô dâu mới
“vợ đã yên lòng nuôi gã thương binh.”

.

“Ta phỉnh ai đâu, phỉnh ta đấy chứ
“cho đến bây giờ ta vẫn phỉnh ta
“nhớ nước sông Trà quay bờ xe nước
“lòng đậu hay trôi ngã tư Ba La?”
(Trích “Đôi mắt ngã tư Ba La”.)

Cách khác, tôi muốn nói, tôi thấy không nên phân loại thơ Luân Hoán một cách máy móc. Khiên cưỡng. Tôi không thấy đó là một bài là thơ chiến tranh thuần túy.

Trong thơ chiến tranh của Luân Hoán, không chỉ có súng, đạn, địch, ta. Mà trong thơ tạm gọi là chiến tranh của Luân Hoán vẫn thấm đẫm tình yêu. Như chiếc bóng mơ hồ của bi kịch.
Cũng thế, trong thơ tình Luân Hoán, tôi vẫn thấy những phân tranh, những cuộc chiến cam go giữa chân / giả. Giữa thất vọng và, niềm tin. Giữa dối trá hôm qua và, ngày mai ký thác trăm năm.

Tôi thấy, tất cả mọi kênh, mạch ý niệm, kinh nghiệm sống, chết của họ Lê, đã trộn lẫn trong thơ ông. Như máu, thịt. Tuồng chúng đồng nhất thể. Bất khả phân ly.

Chưa kể, cường lực sáng tác của Luân Hoán rất sung mãn. Nó không bị sút giảm theo thời gian. Và, thật đáng kể, nếu chúng ta nhớ rằng, môi trường sống ở những xã hội tây phương vốn dị ứng - - Nếu không muốn nói là khắc tinh của những rung cảm cần thiết, cho những ấu trùng văn chương nở thành những cánh bướm rực rỡ!

Nhiều người không giải mã được hiện tượng nghịch chiều này, nơi tác giả *“Nén hương cho bàn chân trái”*.

Cá nhân, tôi nghĩ, ngoài nguồn mạch tình yêu, thủy chung dành cho người bạn đời của mình, sinh-phần thơ Luân Hoán còn có những *tế-*

bào-gốc: Tế-bào-gốc-quê-hương. Tế bào gốc tình yêu ân nghĩa. Tế-bào-gốc-bằng-hữu...

Một cách ngắn gọn, tôi muốn gọi chung là: Tế-bào-gốc-Luân-Hoán / Lê Ngọc Châu.

Tôi không nghĩ tình cảm riêng tư của tôi, vốn có những góc khuất, những điểm mù khi viết những điều trên.

Thực tế cho tôi thấy, có những thi sĩ thành công với loại thơ đối kháng nhưng, thất lạc ở tự trào. Cũng có những nhà thơ nhuần nhuyễn với loại thơ khẩu khí; nhưng vẫn có thể gập ghềnh khi bước vào thể loại thơ khác.

Thực tế cũng cho tôi thấy, có những nhà thơ xuất sắc với loại thơ nói về một cuộc chiến, dù đứng ở góc độ nào (lên án chiến tranh / giễu cợt kẻ thù / trào phúng chính mình, như một sinh vật bất lực tội nghiệp trước những mù lòa súng đạn / thậm chí tố cáo tội ác đối phương ...) nhưng không có gì bảo đảm rằng, họ sẽ tiếp tục gặt hái hoa, trái tốt tươi khi trầm mình trong thế giới tình yêu đôi lứa..

Luân Hoán, ngoại lệ. Ông làm thơ dễ dàng. Phong phú. Thơ ông, như những cánh diều chữ nghĩa, tâm tưởng, bay được với bất cứ thời tiết nào. Dù cho đó là những dằn xóc hay, mịt mờ, u ám của những khoảng đất trời bất trắc thiên nhiên.

Người đọc có thể thích / không thích lượng thơ tuôn trào như thác đổ của ông, những năm quê người.

Người đọc có thể cảm / vô cảm trước những bài thơ ông viết xuống một cách hồn nhiên với mọi sinh hoạt diễn ra chung quanh đời sống hàng ngày của ông.

Nhưng, bằng vào những tế-bào-gốc như đã nói, dòng chảy của thơ Luân Hoán đã và, sẽ còn tiếp tục chảy tới. Với thời gian, chúng vẫn cuộn xiết những nụ cười tự trào. Ân nghĩa. Và, những đôn hậu tình bằng hữu...

Du Tử Lê
(California, Sept. 2012)

(Đọc Nhịp Thở Luân Hoán - 2014)

LÊ NGỌC TRÁC
ĐỌC THƠ LUÂN HOÁN LÊ NGỌC CHÂU

Từ năm 1970 tôi đã đọc bài thơ *"Nén hương cho bàn chân trái"* của Luân Hoán. Và, đó cũng là lần đầu tiên tôi tiếp xúc với thơ của nhà thơ Luân Hoán. Đến bây giờ đã qua hơn gần 50 năm, nhưng tôi vẫn không quên được những dòng thơ lục bát, vừa bồng bềnh, vừa miên man một nỗi đau tận con tim của một người bị mất đi vĩnh viễn một phần thân thể của mình:

"Nằm im mà thấy bềnh bồng
Nghe như mây đảo vòng vòng trong tim
Tỉnh ra sửng sốt giật mình
Một đoạn chân đã tuyệt tình bỏ đi

... Núi Vàng, cõi đặt mộ bia
Cho bàn chân trái nằm kia, mơ hồ
Cái chân một thuở đánh rơi
Hình như đang nhớ đến tôi, khóc thầm..."

Chúng tôi đọc bài thơ giữa bối cảnh quê hương tang tóc vì chiến tranh. Thời bấy giờ, tiếng súng nổ, tiếng bom rơi không còn ở những nơi núi cao rừng sâu, mà đã nổ ra ngay trong lòng phố thị. Cảnh hàng ngàn người rời xa quê hương tản cư chạy nạn lánh bom đạn và chết chóc tang thương diễn ra hàng ngày! Điều thực sự làm cho chúng ta xúc động là có một nhà thơ vì chiến tranh phải mất đi một phần thân thể ở Quảng Ngãi quê hương tôi. Luân Hoán viết *"Nén hương cho bàn chân trái"* trong nỗi đau sau khi bị tai nạn ở Đức Phổ. Qua bài thơ, chúng ta thảng thốt trước nỗi đau chiến tranh gây ra. Tuyệt nhiên không thấy tiếng oán hờn, căm giận hay trách móc ai cả! Người đọc nhận ra một tâm hồn nhân hậu của tác giả.

Lê Ngọc Châu sinh năm 1941 tại Quảng Nam. Khi đi vào con đường văn chương, ông đã ghép tên của cha và mẹ mình làm bút danh: *"Luân Hoán"*. Các văn thi sĩ, họa sĩ, nhạc sĩ... có người lấy tên làng quê nơi sinh ra làm bút danh; có người chiết tự tên thật của mình, chọn tên người yêu; cũng có người chọn những điển tích trong kinh sử mang những ý nghĩa cao đẹp để làm bút danh. Cách chọn bút danh của Luân Hoán cũng là một trường hợp hiếm, độc đáo, mang nhiều ý nghĩa cao đẹp. "Luân Hoán" cũng là tác phẩm lớn và là của quý của ông Lê Hoán và bà Nguyễn Thị Luân ở quê hương Quảng Nam.

Từ năm 1960, Luân Hoán đã là một trong những cây bút chuyên sáng tác thơ. Thơ của ông thường xuyên xuất hiện và thu hút được đông đảo người yêu thơ trên các báo, tạp chí văn học xuất bản ở Sài Gòn. Thơ Luân Hoán mới trong thể hiện, ngôn từ, nhịp điệu và ý tứ; gần gũi với cuộc sống. Luân Hoán có nhiều bài thơ viết về Quảng Ngãi quê hương chúng tôi - miền quê mà ông đã từng sống và gắn bó tình cảm:

"*Đêm qua tôi mới về Quảng Ngãi*
Hái trái mù u ở Nghĩa Hành
Gió từ Mộ Đức vây tôi lại
Rờ rẫm thăm từng gốc tóc xanh

Tôi gặp bàn tay ai rất mềm
Xâu từng chùm nắng xách hai bên
Thân thương vói níu tôi dừng lại
Xối rửa đôi lòng mắt trót quên

Tôi gặp đôi môi ai rất nồng
Như tuồng vét hết nước trong sông
Thiết tha mớm hết hương Trà Khúc
Cho trái tim già lại trổ bông

Tôi gặp mồ hôi ai rất hồng
Trải thơm từng múi thịt da non
Tấm lòng Đức Hải hay Sông Vệ
Quán Lát theo về đến Cửa Đông?
Tôi gặp tôi qua núi với rừng
Trà Bồng Thạch Bích cõng trên lưng
Đêm qua tôi mới về Quảng Ngãi
Một đoạn chân lìa xưa đến thăm"

Với bút danh Hà Khánh Quân, Lê Bảo Hoàng, cùng với sáng tác thơ, Luân Hoán còn viết tùy bút, hồi ký, phê bình văn học và biên soạn sách. Luân Hoán biên soạn tác phẩm: *"Tác giả Việt Nam"* đã được tái bản nhiều lần (2005, 2016 và 2017). *"Tác giả Việt Nam"* giới thiệu gần 1.000 chân dung và tiểu sử văn học của các tác giả văn, thơ, nhạc, họa, danh ca của Việt Nam từ năm 1905 đến 2015. Đây là một tác phẩm đồ sộ, kỳ công đã được phát hành toàn thế giới, rất có ích cho những ai nghiên cứu văn học sử Việt Nam trong thế kỷ 20 và đầu thế kỷ 21. (1)

Điểm nổi bật đáng trân quý của Luân Hoán là khi biên soạn công trình Tác giả Việt Nam là đã vượt qua những "định kiến thường tình". Luân Hoán chỉ chú trọng nêu những tác giả không phân biệt "phe ta hay phe địch", không phân biệt xuất thân hay xu hướng chính trị của cá nhân từng tác giả, miễn là tác giả có tác phẩm và công trình có giá trị và có đóng góp vào nền văn học nghệ thuật của đất nước thì Luân Hoán đều đưa vào công trình của ông. Ngược lại, có nơi người ta dùng tiền thấm đẫm mồ hôi nước mắt của nhân dân mà khi làm tuyển tập thơ văn thì chỉ đưa những tác giả là "phe ta", "cùng cánh hẩu". Có nhiều người dù tác phẩm hay nhưng không có chân trong Hội cũng không được nhắc đến dù một chữ. Thậm chí, khi tổ chức đêm thơ, người ta bỏ tiền ra in chân dung tác giả và tác phẩm như tờ phướn của phường chèo thả bay lên trời hay như những tờ sớ của thầy cúng làm phép cúng đình. Nhưng nếu là người ngoài Hội hay lý lịch không đỏ thì cũng không được chọn. Chỉ thường được nghe câu trả lời: "Nhạy cảm lắm! Tay ấy "lề trái"! Với kiểu làm như thế mà có người thường gào lên: "Tại sao mấy chục năm rồi chúng ta không có tác phẩm lớn!?". Nêu lên sự việc này để chúng ta thấy việc làm của Luân Hoán một lòng vì văn học nghệ thuật của đất nước và cảm phục những người viết và sống vì văn chương một cách vô tư.

Biến cố lịch sử 30/4/1975 của đất nước, người yêu thơ không còn được đọc những tác phẩm mới của Luân Hoán cũng như của nhiều nhà thơ tài hoa của miền Nam. Khoảng trống và đứt khúc này kéo dài gần 25 năm. Mãi đến sau năm 1990 người đọc trong nước mới có điều kiện đọc thơ của Luân Hoán cũng như những tác phẩm mới của các nhà thơ tài hoa mà mình đã từng yêu mến. Luân Hoán vẫn hấp dẫn người yêu thơ với những bài thơ viết về tình yêu:

"Tóc xưa thôi bỏ đuôi gà
Môi xưa thôi bỏ mặn mà tay che
Mắt cười còn biếc ngọn tre
Lòng ai thôi đã vàng hoe nắng chiều
Trong tay đầy nỗi tiêu điều
Choàng vai nghe lạc niềm yêu thương người
Lời sầu dài biết bao nguôi
Ai vun quén để ngậm ngùi lòng nhau
Xin trời một thoáng mưa ngâu
Vườn xanh lá chuối che đầu trao hôn
Chút hơi phù phiếm trong hồn
Dâng làm kỷ niệm héo hon một đời
Người về sầu lẫn trong tôi
Em về sầu lẫn trong lời thơ bay."
(Bài thơ: "Sầu biếc")

Luân Hoán là một trong những người gắn bó hết mình với thơ ca. Người đọc bắt gặp những câu thơ Luân Hoán viết cho bạn ông - nhà thơ Hà Nguyên Thạch:

"... Ta nghe nói người bây giờ rách lắm
Rách áo cơm, rách nát cả tâm hồn
Nhưng chắc chắn hồn thơ người chưa rách
Xin giữ giùm hơi thở đó muôn năm..."
(Trích: "Tâm sự với Hà Nguyên Thạch")

Tâm tình với bạn. Đây cũng là lời Luân Hoán tự nhủ với chính mình: *"Giữ hồn thơ như hơi thở đến muôn năm"*. Phải chăng đây chính là phương châm, mục đích của cuộc đời nhà thơ? Quả đúng như vậy. Đến hôm nay Luân Hoán đã qua cái tuổi "thất thập cổ lai hy". Gần 50 năm sống và viết, Luân Hoán đã có một gia tài đồ sộ. Kể từ tập thơ đầu tay *"Về Trời"* xuất bản năm 1964, đến cuối năm 2016, với tập thơ *"Khói Cuối Nguồn Hương"*, Luân Hoán đã xuất bản được 17 tập thơ. Thơ của ông còn xuất hiện trong 22 tuyển tập đã xuất bản trong và ngoài nước. Chân dung văn học của Luân Hoán còn hiện diện trong hơn 20 đầu sách giới thiệu tác giả, tác phẩm đã được xuất bản trong và ngoài nước. Một con số mà ai yêu văn chương đều phải bái phục sức lao động và sự sáng tạo của Luân Hoán. Theo chúng tôi, với con số trên chưa phải là cuối cùng. Hiện nay Luân Hoán vẫn thường xuyên sáng tác thơ văn và vẫn hấp dẫn người yêu thơ:

"...
Đêm nay lại thức nữa, hình như
Có ai đổ rượu vào ngôn ngữ
Ta nói ra toàn thơ rất thơ...".
(Trích: *"Đưa nhau về đến đâu"* của Luân Hoán)

Qua thơ của Luân Hoán và nhiều nhà thơ nổi danh, chúng ta nhận ra: Những bài thơ sống mãi với thời gian được viết ra từ cảm xúc chân thật, tác giả đã tài tình dùng ngôn ngữ diễn đạt đến đỉnh cao nghệ thuật, thì tác phẩm sẽ neo lại trong tâm hồn người đọc. Chính vì vậy, người yêu thơ nhận ra cuộc đời của Luân Hoán *"thơ và rất thơ"*.

Lê Ngọc Trác
Phố biển La Gi đầu tháng 7/2017

Lê Ngọc Trác, nhà văn, sinh năm 1952 tại Tư Nghĩa Quảng Ngãi, hiện định cư tại Bình Thuận

(Gặp Luân Hoán Trong Đời Sống Thơ - 2022)

MAI KHẮC ỨNG

ĐỘC GIẢ TRA ĐỌC TÁC GIẢ TRA THẤY TRẺ QUA THI PHẨM "THANH THI"

Chưa chi bập vào hai câu:

nếu như hấp hối đến nơi
tôi nằm vuốt cái bụng tôi mỉm cười
(Nếu Như)

đã thấy phải rồi.

Tác giả vượt dốc "cổ lai hy" 24 ngày đã bình thản, tỉnh bơ "*vuốt cái bụng*" với sự tự tại an nhiên. Sao mà THIỀN vậy. Độc giả "tòng tâm sở dục" dăm ba năm vẫn "*như chưa có gì*". Thì ra người xưa nói đúng: "Một lần tra hai lần con nít". Cái con nít trong Thanh Thi Luân Hoán "dễ ghét " làm sao.

"xuân này lên bảy chục / thừa thêm hăm bốn ngày
sao mà thọ quá vậy / với đời giàu đắng cay"
(Xuân Và Tuổi Thọ)

Vì "dễ ghét" nên kẻ viết những dòng này ôm ngay Thanh Thi vào lòng để "ngâm" cho lâu. Có "ngâm" lâu mới thấy trẻ.

Điều chia sẻ đầu tiên là nuối tiếc những gì đã qua. Càng nuối tiếc, càng trẻ trung.

ta xưa vốn chưa biết
yêu nhau làm những gì
nắm tay còn chưa dám
nói gì những chuyện chi
(Cố Tật)

Cái "Cố Tật" làm nên nuối tiếc tưởng lỗ hóa ra lời. Nếu mà đã có *"những chuyện chi"* thì làm sao viết nên được "Cố Tật". Trẻ khi tra là từ chỗ đó. Từ chỗ đó, để quá khứ trẻ trung ùa vào thơ tra Luân Hoán những dòng chia sẻ với mọi độc giả tra đã từng:

sóng là của biển vô cùng tận
chưa tiến thêm lên đã quay mình
(Yêu Và Thất Tình)

Sóng biển, sóng lòng, sóng của tuổi thanh tân sao mà cùng nhịp vậy, *"chưa tiến thêm lên đã quay mình"*. Sóng biển vượt khỏi sự bình thường "*tiến thêm lên*" là sóng thần. Tai họa khôn lường. Sóng lòng tiến thêm lên. Chuyện gì sẽ xảy ra. Khó nói trước. Và, nếu đã xảy ra về già trẻ sao đặng. Được vậy mới "Chợt Thấy Nụ Tình Xưa", mới viết nên "Chân Dung Một Người", mới có "Nhành Hoa Súng Ái Nghĩa", mới "Nhớ Tiểu Thư Đại Lộc"...

"sóng hình như không gọi cát...
như là dấu chấm tròn vo"
(Một Thoáng Thơ Lê Quyên Châu)

Trẻ gọi trẻ để trẻ bao quát hầu như toàn bộ Thanh Thi làm nên xanh giữa tuổi tra, càng đọc càng thấy mình trẻ lại. Thơ xanh hồn nhiên giữa cuộc đời đi, ở của một kiếp người không còn tra thêm nữa. Người xưa nói rồi. "Thân như điện ảnh hữu hoàn vô" mà.
Ngoài sự trẻ bao la giữa tình người, Luân Hoán còn để lại một phần thân thể thời trai trẻ giữa cuộc chiến mà ông lựa chọn.

"Mây trời đang dẫm dưới chân
Vẫn quằn quại muốn phân trần điều chi"
(Núi Vàng, Nghĩa Địa Một Bàn Chân)

Day dứt của một tâm hồn trong sáng khẳng định đường mình đi chưa tới đích đã đánh rơi mất một bàn chân trai trẻ trên chóp núi Vàng. Giá mà toàn vẹn. Giá mà đạt đích thì đâu đến nỗi xót xa khi đi giữa quê nhà ở buổi xế chiều với đất đá cô hồn. Máu trẻ trong tác giả tra lại mưng lên những ước mong mà bàn dân đang muốn:

"xin lòng làm được lớp da
bọc lên đất đá hương hoa tình người"
(Chạy Xe Trên Bạch Đằng Tây)

Lòng của lớp da trẻ, tâm hồn trẻ, nhân tình trẻ làm nên sức trẻ của Thanh Thi rồi cô đọng lại cho ta ngẫm dài dài.

"nhớ nhung lúc cạn lúc sâu
lòng trăm năm vẫn thắm màu tình yêu
trong bình thường có cao siêu
người trong cuộc hiểu, bấy nhiêu đủ rồi"
(Hương Chỗ Em Nằm)

Không chỉ *"người trong cuộc hiểu"* mà người ngoài cuộc cũng hiểu *"bấy nhiêu đủ rồi"*. Mỗi chúng ta, độc giả tra hay trẻ, đều đã được Luân Hoán đánh thức như một tay võ lâm cao cường bấm đúng huyệt. Mai Lan Cúc Trúc là gì nhỉ nếu không phải tứ quý, không phải non sông, không phải quê nhà. Trẻ mãi trong mọi lớp độc giả đều sẻ chia với niềm tâm sự này.

"cả quá khứ đời chúng tôi đọng đó
trên bốn tấm tranh thuộc loại xưa rồi
Trúc có thấy, Lan có nhìn rõ nét
nhưng linh hồn vẫn chỉ khoảng đời tôi"

"trên bốn tấm tranh", trên bốn mùa hay trên bốn nghìn năm! Một cõi *linh hồn*.

Saint Laurent, tháng 5 năm 2011

Mai Khắc Ứng

Nhà sử học, tên thật Mai Khắc Ứng, bút danh Tân Lĩnh, sinh ngày 05-01-1935 tại Can Lộc, Hà Tĩnh. Hiện định cư tại Montréal, Canada.
Đã xuất bản 12 tác phẩm biên khảo về lịch sử và 1 thi phẩm Bồng Bềnh Tháng Năm

(Đọc Nhịp Thở Luân Hoán - 2014)

NGUYỄN THỊ HẢI HÀ
ĐI TÌM BÓNG DÁNG NHÀ THƠ LUÂN HOÁN QUA TẬP THƠ "THANH THI"

Theo bìa sau của tập thơ "Thanh Thi" do Thư Ấn Quán xuất bản năm 2011, nhà thơ Luân Hoán tên thật là Lê Ngọc Châu sinh ngày 10 tháng 1 năm 1941 tại Hội An, nhập cư Đà Nẵng cuối 1952. Ông hiện đang định cư ở Canada từ tháng 2 năm 1985. Ngoài bút hiệu Luân Hoán, ông còn dùng các bút hiệu khác như Lý Phước Ninh, Cự Hải, Châu Hải Châu, Lê Bảo Hoàng, Trần Gia Nam, Hà Khánh Quân.

Trang mạng:

http://www.luanhoan.net
email: lebao_hoang@yahoo.com
luanhoan@hotmail.com

Tác giả đoán trước độc giả sẽ thắc mắc Thanh Thi là gì nên giải thích bằng hai câu thơ lục bát trên bìa sau của quyển sách. Câu lục ông viết: "*Thanh thi không phải thánh thi.*" Còn câu bát thì xin bạn hãy email ông mà hỏi, tác giả sẽ rất vui mà chuyện trò với bạn đọc.

Tôi thú thật là tôi rất dốt thơ, không biết làm thơ, do đó tôi không dám bình thơ. Hôm nay ở vai trò độc giả, tôi cố vẽ chân dung nhà thơ Luân Hoán bằng những bài trong tập thơ này.

Luân Hoán là một người si tình, vì si tình nên ông trở thành thi sĩ để ca ngợi tình yêu và người yêu. Tác giả là người mẫu mực ngay cả trong sự si tình. Yêu người ông yêu có quy luật hẳn hoi. Bài thơ đầu tiên, Nội Quy, có mười quy luật cho người trong cuộc tình. Từ một đến mười gồm có:

biết mơ màng, đừng quá chàng ràng kề bên, giả bộ lem nhem vẩn vè làm dáng, phỉnh em đúng lúc làm thinh đúng giờ, biết vào biết ra, sành điệu đào hoa, hài hước nghiêm trang đi đôi ăn khớp, hiền trước dữ sau, nuôi dưỡng cặp chim, chân thật đàng hoàng.

Luân Hoán yêu suốt đời, trong bài thơ Nếu Như ông viết:

nếu như còn sống một ngày
tôi quyết dành cả suốt ngày hôn em
nếu như còn sống một đêm
tôi sẽ nằm ấp lên em cầm chừng

Người mẫu mực nên ông không say sưa la cà. Ông làm thơ Say nhưng không say rượu, mà say người đẹp:

hóa ra là tại vì em
váy cao sải bước chênh vênh phố chiều.
quả nhiên em là rượu đào
loại rượu chẳng uống ào ào được đâu
phải ngậm cho môi ngấm lâu
cho mạch hạnh phúc len sâu tế bào
rượu em, say chẳng dật dờ
say chẳng cần phải làm thơ làm gì

Ông có nhiều bạn bè nhưng ông không thích uống rượu:

anh hùng hào kiệt đều mê rượu
ta không hảo tửu, làm tiểu nhân
so vai đứng ngó đời ngang dọc
té đái trong quần chuyện tiến thân
văn nhân thi sĩ đều hảo tửu
ta không mạnh rượu, làm thường nhân
(Vô Duyên Cùng Mỹ Tửu)

Ông uống nhâm nhi để chiều bạn nhưng không thích không khí ồn ào của tiệc rượu:

một phút ngồi nghe nói
sốt ruột hết một ngày
một giờ nghe rượu hót
một năm còn như say
(Nhậu)

Luân Hoán bảo là ngày xưa ông nhát gái, nhưng ông *chỉ toàn thinh thích những em xinh*. Theo đuổi tán tỉnh nàng mãi rồi cuối bài thơ thì chàng si tình lại lém lỉnh chối phăng *tôi bảo chưa yêu em có tin?*

Đã rõ ông là người si tình bây giờ tôi thử xem diện mạo ông ra sao. Đây rồi trong bài Nhìn, ông bảo *ta chừ đích thực đã già, cho dù ta vẫn là ta thuở nào*, có cái sống mũi *hơi hơi lồi*, có *mấy sợi râu dưới cằm*, ông nhìn chăm chú mình rồi bảo *già đâu mà già, tào lao, đầu gối mắt cá bảnh bao vô cùng*.

Ở một bài thơ khác, Chân Dung Một Người, ông nhận xét về ông:
tôi hôm xưa, tôi bây giờ, và trăm năm vẫn gã khờ vô duyên.

Thật ra ông không mẫu mực lắm đâu. Ông thú nhận là đã Ngoại Tình với nàng Thơ.

Làm thơ là đã ngoại tình
nhớ vu vơ loại ngoại tình dữ hơn
...
nhưng ngoại tình... rất đau đầu
phập phồng ngó trước nhìn sau tối ngày
thú vị nằm ở điểm này
lấm la lén lút mặt mày trầm tư

Ông để lại một phần thân thể ở núi Vàng.

Núi Vàng, Nghĩa Địa Một Bàn Chân (1)
gởi bác sĩ Kenyon Kugler và bé Phúc xa xưa
...
thế rồi tôi lên núi Vàng
bằng trực thăng giữa chiều loang cánh đồng
nằm im mà thấy bềnh bồng
nghe như mây đảo vòng vòng trong tim
tỉnh ra sửng sốt giật mình
một đoạn chân đã tuyệt tình bỏ đi
bỗng thành cậu bé tức thì
thút tha thút thít như khi bị đòn

Tôi đã thấy ông là người si tình, nhìn thấy dung mạo của ông, và tôi cũng biết ông là người thích triết lý Phật Giáo, phân vân giữa cái còn và mất, hữu hình và vô hình. Mời bạn đọc một đoạn trong bài Nhớ Tiểu Thư Đại Lộc trang 26:

ta đã làm thơ chép tặng em
nhiều bài ngớ ngẩn chẳng đáng xem
nên ta đòi lại và ta mất...
dù chưa bao giờ ta có em

Cũng cái phân vân giữa cái còn và mất, ảo và thật, ta lại thấy trong bài Thơ Dành Riêng trang 82

ta thiếu em lúc nào?
nhưng chưa hề đánh mất
vẫn còn em sờ sờ
trong lòng ta chất ngất

Luân Hoán làm thơ thật dễ dàng. Ông có thể đưa tên của tất cả các bạn, thi sĩ và văn sĩ, vào thơ. Không ngủ được, rón rén thức dậy tránh không đánh thức người nằm bên cạnh, ông làm thơ. Viết bài thơ xong ông lại *ngả lưng lên khép nép một bên tình, hơi thở ấm hâm trái tim trẻ lại* (Sớm Mai Làm Thơ). Nằm bệnh viện được người đi thăm, ông làm thơ (Một Lần Ghé Thăm) những câu thật nồng nàn *yêu không nói yêu một lần nào cả, môi khóa môi nhốt nhịp tim đầy*. Về thăm lại Đà Nẵng sau 18 năm xa cách ông làm thơ. Trong 125 trang với 56 bài thơ, hơn sáu mươi phần trăm của 56 bài này là thơ tình.

Điểm độc đáo nhất của thơ Luân Hoán là độc giả sẽ không tìm thấy những câu thơ diễm lệ trau chuốt, không có cách thôi xao của Giả Đảo, không có cách trau chuốt đánh bóng chữ của Lê Đạt, không hận đời như thơ Nguyễn Tất Nhiên; bước vào cõi thơ của Luân Hoán tôi thấy một tâm hồn dung dị chấp nhận cuộc đời với những thăng trầm của kiếp người. Bất cứ cái gì trong cuộc sống cũng có thể là nguồn cảm hứng của ông, các cô nữ sinh ở trường Hồng Đức, cú điện thoại của người quen, bức ảnh, chạy xe trên bến Bạch Đằng Tây, sinh nhật năm 67 tuổi. Khó mà tưởng tượng được một câu nói thường nghe trong cuộc sống hằng ngày vào tay ông lại biến thành một câu lục bát đậm đà. Không phải lúc nào cũng mẫu mực tuân theo luật lục bát, ông có những câu thơ lục bát trúc trắc, duyên dáng phá nhịp điệu như một chiếc răng khểnh nghịch ngợm của một cô gái xinh đẹp. Thơ của ông như tôm chua càng ăn càng nghiện, như rượu nếp than bà ngoại ủ trong bếp. Uống vào không biết là uống rượu, say mà không biết mình say, vì cái say rất đằm.

Tôi nói nhiều làm bạn đọc chán, xin mời thưởng thức thơ ông.

Nguyễn thị Hải Hà

Nguyễn thị Hải Hà hiện định cư tại New Jersey, Hoa Kỳ. Tốt nghiệp Kỹ sư Cơ khí, Cao học ngành Quản Trị Kỹ Nghệ và Xây Dựng ở trường New Jersey Institute of Technology.
Đã dịch Nửa Mặt Trời Vàng và Cuộc Đời Ngắn Ngủi Lạ Kỳ của Oscar Wao. Chủ yếu viết và dịch đăng trên mạng. Một số bài điểm sách, phê bình văn học, truyện ngắn, biên khảo, tạp ghi và tin văn học đã xuất hiện trên Thư Quán Bản Thảo, Sài Gòn Nhỏ, Tân Văn, Chiến Sĩ Cộng Hòa, báo Trẻ (ở Texas). Các trang mạng từng cộng tác có Da Màu, Hợp Lưu, Tiền Vệ, Gió O, Tương Tri, Văn Chương Việt, Newvietart, Blog Nguyễn Xuân Hoàng (VOA), Blog Nguyễn Xuân Thiệp (Phố Văn), tạp chí Ngôn Ngữ (Hoa Kỳ),

(trích Đọc Nhịp Thở Luân Hoán - 2014)

LH par Đinh Cường

LÃM THÚY

ĐỌC THƠ LUÂN HOÁN BẰNG TRÁI TIM NHẠY CẢM CỦA MỘT NGƯỜI PHỤ NỮ

Khi nhà văn Phạm Văn Nhàn nhờ Lãm Thúy viết cảm nghĩ khi đọc thơ Luân Hoán, thực lòng mà nói, anh đã ban tặng cho Lãm Thúy một hạnh phúc, một niềm hân hạnh và đồng thời cũng giúp cho Lãm Thúy một cơ hội làm việc.

Ở điều thứ nhất: Được đọc thêm thơ, nói lên cảm xúc của mình về một tác giả mà mình từng nghe danh, từng ngưỡng mộ, đó là hạnh phúc. Được tin tưởng, giao phó. Đó là hân hạnh. Còn điều thứ hai: Cảm ơn anh Phạm Văn Nhàn đã thúc đẩy một Lãm Thúy bận rộn để làm một việc hữu ích và có ý nghĩa, *" một công tác văn chương".*

Thật không dễ khi nói về thơ Luân Hoán: Một tác giả đã lừng danh từ trước 1975, những điều hay, điều đẹp, điều tuyệt vời về ông, thiên hạ đã nói hết cả rồi, mà lại toàn là những bậc *" tiền bối"* mới chết chứ. Thôi thì, có lẽ chỉ còn một lối thoát duy nhất đó là: Đọc thơ Luân Hoán bằng trái tim nhạy cảm của một người phụ nữ. Hay có thể thêm chút chăng? Một phụ nữ yêu thơ và cũng biết làm thơ.

Trước hết, mượn ý của nhà thơ Du Tử Lê, Lãm Thúy xin được ca ngợi sức sáng tác dồi dào của nhà thơ Luân Hoán. Theo thiển ý, điều ấy có được là do tác giả biết nuôi dưỡng những cảm xúc của mình, hay nói khác đi, trái tim thi nhân không bao giờ nguội lạnh những đắm say, những nồng nàn. Tình yêu trong tim ông chảy tràn bao ngõ ngách, ban phát cho bao nhiêu giai nhân trong đời, có khi thực, có khi mộng, có khi chỉ là những hình ảnh yêu kiều trong sách vở, trong truyền thuyết, trong giai thoại.

"Tình cờ mở đường táo bạo
Em cho ta những bất ngờ
Cũng may ta nhát như thỏ
Kịp làm một gã ngây ngô

Viết vội vài câu thật vụng
Như là dấu chấm tròn vo
Kỷ niệm vốn đầy một bụng
Đôi khi còn phải giả đò"
(Một thoáng thơ Lê Quyên Châu)

Thơ tình Luân Hoán vậy đó, êm ái, chân thành. Có khi chỉ là một "*gã ngây ngô*", "*nhát như thỏ*" để rồi khi trở thành người lính đã "*từng hư thân xấu nết*" nhưng tình yêu chân thành của những cô gái ngây thơ đã giữ tác giả bên này bờ thánh thiện:

Chỉ vuốt tóc, chỉ ngồi nghe em thở
Hương trinh nguyên con gái quả nhiệm mầu
Ta vốn dĩ từng hư thân xấu nết
Nhưng giữ lòng thánh thiện được nhờ đâu"

Bốn mươi hai năm, chưa một lần nhắc đến, vậy mà hình ảnh người con gái "*Tuổi bẻ sừng trâu - mộng*" "*Tuổi núm cau nâng vải mộc thành hoa*" vẫn hiện diện trong tim tác giả "*Em vẫn còn hít thở rất gần ta*", để niềm hồi tưởng bỗng rực rỡ, chan hòa:

"Mắt sáng quá và môi hồng thơm quá
Làm sao nhai, sao nỡ cắn cho đành
Chẳng lật áo đề thơ, chẳng tần mần ra chữ
Tình như dòng nước đọng giữa mây xanh"
(Nước mắt Đức Hải)

Và niềm xót xa, ray rứt bỗng bất ngờ đọng lại trong khổ cuối của bài thơ, dường như có pha lẫn chút hối tiếc:

"Ngày tháng cũ không có hoa để tặng
Hoa hôm nay cũng nở vụng, bất ngờ
Trong mớ chữ ta vừa xào nấu lại
Có nước mắt em ta cảm nhận mơ hồ"

Ngần ấy cũng chùng lòng người đọc thơ, đủ nghe nước mắt người con gái Đức Hải như muối biển thấm mặn trong hồn cho mối tình mong manh, ngắn ngủi, khi người tình chiến binh ra đi không tiếng giã từ.

Nếu "*Nước mắt Đức Hải*" là mối tình pha lê trong suốt, thì "*Chút tình Sông Vệ*" có phần "*Nhuốm mùi tục lụy*" bởi mỹ nhân đang có "*bạn tình trăng gió*" mà còn "*Hai tay bắt cá*" cùng thi nhân "*Vun cuộc tình cho xanh gốc thi ca*" để kỷ niệm cất giấu ỡm ờ trong "*Bãi dưa bãi cát trắng gì đâu*", hay "*những tiếng súng nổ cầm chừng khi ta trốn giữ cầu*"

Tình yêu trong thơ Luân Hoán thật chân thành, ông yêu nhiều người và với mỗi người đều lưu dấu những kỷ niệm ngọt ngào, nên thơ, vì thế, dù:

"Đã xa lắm, đã xa rồi Sông Vệ
Em hồng nhan giờ đã biệt thanh xuân
Nhưng chắc chắn tình yêu xưa còn đó
Cũng như ta tim vẫn đỏ thắm màu"

Với lòng tin vào người tình từ lòng tin chính mình, tác giả kết thúc bài thơ như một câu đùa cợt mà hết sức êm đềm:

" Một chút gì còn đẹp giữa chúng ta"
"Một chút gì coi bộ rất bao la"

Lãm Thúy đặc biệt thích câu cuối, chỉ một câu ấy thôi cũng đủ ấm lòng một đời xa cách. Trong bài thơ "*Đôi mắt xứ Ngọc Điền*" tình yêu lén lút, lẩn trốn mà vẫn nồng nàn, thắm đượm:

"Và những ngày sau chuyện gì không nhớ
Ngoài nỗi lâng lâng ta đã của nhau
Phố gọi không về, bạn kêu không ghé
Ta khờ dại như thuở mới lần đầu"
(Đôi mắt xứ Ngọc Điền)

Tâm trạng người đàn ông "*Trồng trầu thì phải khai mương*" thật đa đoan, hỗn tạp, mâu thuẫn:

"Khi ở bên em lòng thương bà xã
Vuốt tóc vợ hiền, lòng lạc về em
Nhiều bận ra đường chợt quay hướng khác
Đi quẩn đi quanh lạng quạng một mình"
(Đôi mắt xứ Ngọc Điền)

Định mệnh run rủi, trái mìn oan khiên đã giúp tác giả mở lối cho sự bế tắc ấy:

"Em chợt vội vàng làm cô dâu mới
Vợ đã yên lòng nuôi gã thương binh"

Mối tình nào cũng để lại trong lòng thi nhân những dấu ấn khó phai mờ:

"Mấy chục năm qua, tình thành cổ tích
Nhắc lại nao nao nhức nhối như là
Tội nghiệp chồng thư ta không giữ nổi
Để vắt tình cho chữ thêm thiết tha"
(Đôi mắt xứ Ngọc Điền)

Để giải thích cho hạnh ngộ trái ngang ấy, tác giả chỉ viết:

"Ta phỉnh ai đâu, phỉnh ta đấy chứ
Cho đến bây giờ ta vẫn phỉnh ta
Nhớ nước sông Trà quay bờ xa nước
Lòng đậu hay trôi ngã tư Ba La?"

Và thế là đủ, tình yêu vô tội, nào ai có lỗi khi rơi vào tiếng sét ái tình! Có lẽ bởi quan niệm phóng khoáng:

"Ôi yêu là thế nào
Tại sao phải từng cặp
Trái tim rộng biết bao
Sao quy định hạn hẹp"
(Thơ dành riêng)

Nên Luân Hoán đã trải rộng tình yêu, nỗi đắm say trên rất nhiều đối tượng. Có khi, đó chỉ là mối tình con trẻ, như trong bài "*Trốn mưa*" gan lắm thì cũng chỉ dám "*Tay trong tay cũng đã đến bất ngờ*". Có khi, là nỗi ngậm ngùi khi "*Chợt thấy nụ tình xưa*" để cho: *"Nghìn trùng xa chợt hóa gần/ Như hơi thở chạm tay chân ngày nào"*.

Và rồi:

"Cái gì như chút sắt se
Ngày xa xưa ấy thoáng đè nội tâm
Mảnh dằm yên ngủ bao năm
Chợt ngo ngoe thở, hương trầm xót xa
Hóa ra là vậy, hóa ra
Nụ tình khác với nụ hoa rất nhiều"

Một so sánh nghe như ngây ngô mà thực ra vô cùng thâm thúy. Cái ngạc nhiên ở hai lần lặp lại "*Hóa ra*" để đưa tới một kết luận nghe như ngớ ngẩn: "*Nụ tình khác với nụ hoa rất nhiều*" phải chăng, nhà thơ muốn nói hoa nở rồi tàn, nụ tình còn thắm mãi trong tim, dù năm tháng phôi pha. Nói như nhạc sĩ, thi sĩ, văn sĩ Nguyễn Đình Toàn trong một nhạc phẩm nào đó, mỗi lần nghe lại, Lãm Thúy vẫn rưng lòng xúc động.

"Tình là chi mà nhiều khi chôn được ở lòng ta?"
"Tình là chi mà nhiều khi chôn lại nở thành hoa"

Có bao nhiêu nụ hoa tình vẫn thắm mãi trong trái tim nồng nàn ấy, trái tim yêu hoài không mỏi mệt của nhà thơ Luân Hoán? Khi tưởng nhớ những "*Nụ tình*" (chữ của tác giả), nhà thơ Luân Hoán rất hào phóng trong ngôn từ ca tụng. Mỗi người đẹp của ông đều được vẽ lên với bao nét yêu kiều.

Người đẹp sông Vệ thì:

"Lộng lẫy giáng tiên"
"Với đôi mắt Điêu Thuyền thời Tam Quốc
Với cánh môi thơm ngát Vương Chiêu Quân
Với bàn tay Tây Thi mềm tơ lụa
Với Quý Phi hơi thở ngấm ngàn trùng
Em gom đủ tứ mỹ nhân cổ sử
Để làm nên một nhan sắc chân quê
Trăng lặn, chim sa, cá chìm, nhạn lạc..."

Còn trong *"Đôi mắt xứ Ngọc Điền"*, hình ảnh người thiếu nữ:

"Ai uốn cong vòng từng cọng chỉ đen
Những nguồn nước nào chứa đầy đôi mắt"

Thảo nào chẳng:

"Hai ánh mắt nhìn như nguồn điện chạm
Trời chẳng mưa dông, sấm chớp đường dài"

Vậy mà những nhan sắc ấy còn phải nhường cho một mỹ nhân mà tên nàng được ghép cùng tác giả thành Lê Quyên Châu:

"Phải xin công bằng xác nhận
Em là một đại mỹ nhân
Trong đám nụ tình ta có
Đứng đầu nhan sắc tuyệt trần"
(Một thoáng thơ Lê Quyên Châu)

Và còn bao nhiêu khuê các nữa, bao nhiêu hồng nhan đã lướt qua đời nhà thơ rồi tồn tại mãi với nhan sắc chẳng hao mòn như "*Tiểu thư Đại Lộc*":

"Ta vẫn chưa già, sắp bảy mươi
Và em vẫn vậy, tuổi hai mươi
Cho dù chỉ kém ta con giáp
Vẫn nhớ y nguyên giọng nói cười."

Hay "Nhành hoa súng Ái Nghĩa":

"Sẽ rất nhảm nếu vẽ em bằng chữ
Hay bằng thơ, bằng nhạc, bằng hoa
Xin nói gọn: em là tuyệt sắc
Đệ nhất giai nhân trong cõi người ta"

Trong bao la nhan sắc, *có:*

"Chân dung một người"
"Người ngày xưa, vẫn bây giờ
Da nâu mắt ướt môi chờ bâng quơ"

Mà cũng có khi:

"Đẹp thì không đẹp bao nhiêu
Chỉ lấp ló những diễm kiều bất nhơn"
(Say)

Đó là hình ảnh:

"Hóa ra là tại vì em
Váy cao sải bước chênh vênh phố chiều"

Nói sao bây giờ? Thơ hay quá, tình nồng quá, người thơ say đắm quá! Nên mới:

"Lim dim hít một hơi tròn
Nghe khắp da thịt bồn chồn nôn nao"

Nhạy cảm như thế, khi nghe Thu về, tác giả đã vội vàng:

"Gói vội một chút bâng khuâng
Ra xe xuống phố ngắm dung nhan người
Lạnh chưa hỡi những em tôi
Váy còn hở cả cánh đùi trắng thơm
Giày còn bày ngón chân thon
Màu sơn móng tợ môi son đậm đà."

Ngó thế, chẳng trách sao tác giả bày tỏ:

"Yêu em điều hẳn nhiên rồi
Trái tim mới rợi như hồi mười lăm"

Khiếp thật! Trái tim thi sĩ không già, vậy mới sáng tác hăng say ngần ấy. Nhưng điều đáng nể nhất là ông làm những bài thơ tặng vợ tuyệt vời!

"Đôi không đẹp và thường hay khắc khẩu
Chuyện tầm phào, gân cổ cãi văng răng"
Vậy mà vẫn:

"Anh yêu em vì những thứ trời cho!"
(Thêm một bài tặng vợ)

Một bài thơ khác, trước đó, đã viết:

"Hú hồn, thuở ấy... hôm nay
Chắc ta đã phải đưa tay vào còng
Cảm ơn chiều tặng cơn dông
Giọt mưa tiếp tục trổ bông đến giờ"
(Tình cho một nửa của nhau)

Vậy cho nên, nếu có thể nói như thi sĩ họ Lê đã nói:

"Ông là người tình thủy chung của thi ca" trong bối cảnh bế tắc, lụi tàn của rất nhiều nhà văn, nhà thơ sau biến cố 1975, hơn nữa ông còn là người chồng chung thủy và biết ơn như tiến sĩ Đàm Trung Pháp đã khẳng định. Riêng Lãm Thúy lại cho rằng ông là người tình thủy chung của bao nhiêu nhân tình, bởi trong trái tim rộng lượng của ông, những kỷ niệm êm đẹp không bao giờ phai mờ, những nhan sắc thanh xuân không bao giờ tàn tạ. Trong một bài viết về nhà thơ Luân Hoán, nhà thơ Hoàng Lộc (ông anh phía trước) có kể rằng hai anh em đã từng chung giường, chung mộng nhưng không hề nói với nhau về chuyện tình riêng. Theo thiển ý, những mảnh tình riêng người ta chỉ kể ra khi nó là những bí mật không có dịp phơi bày. Còn đối với nhà thơ Luân Hoán ông đã kể hết từng chi tiết những cuộc tình trong thơ rồi còn gì. Này nhé, mối tình trẻ con với cô học sinh đệ tứ khi tình cờ được đón nhận lòng trắc ẩn bao dung đã hé cửa cho vào trú mưa, rồi đến người thiếu nữ có tên được ghép cùng tác giả thành Lê Quyên Châu, cùng đi xe đò rồi xích lô để được ôm em thật chặt khi cùng đi thăm chị Hội An. Đâu đó, loáng thoáng hình ảnh cô bé Đức Hải tuổi mười bảy xuân nồng, đánh rớt trái tim bên trời biển mặn, mối tình chỉ ba tuần ngắn ngủi mà hương mật đẫm tràn dù thánh thiện bao dung. Đến "*Chút tình Sông Vệ*" chấp nhận cho người đẹp *"bắt cá hai tay"*, hay mắc võng hành quân nhờ hiên nhà của "*Đôi mắt xứ Ngọc Điền"*. Này là " *Tiểu thư Đại Lộc*", cùng nhau về quê thăm mái nhà lớn như đình nơi em lớn lên, thăm cây đa, cây mít dãy dọc, nhà ngang quê hương thi nhân; kìa là "*Nhành hoa súng Ái Nghĩa*" chỉ tình cờ qua ngõ một lần là đã lọt vào mê hồn trận của nhà thơ "*Yêu gái đẹp*". Nói về nội lực thi ca thâm hậu của nhà thơ Luân Hoán, về trái tim say đắm hừng hực lửa yêu đương, đã có Đức Phổ (Xin lỗi, Lãm Thúy không biết phải để từ nào trước tên ông), ca ngợi thơ ông đã có biết bao người. Điều đó không hẳn chỉ cho ta thấy tài năng của nhà thơ này, mà còn nói lên một điều quan trọng hơn bội phần: Đó là lòng yêu mến, quý chuộng của bao nhiêu văn nhân, bằng hữu dành cho ông. Có quá lời không khi Lãm Thúy, suy ra rằng ông là một thi sĩ khiêm cung, dễ mến và duyên dáng như thơ ông.

Luân Hoán không chỉ làm thơ, ông thở ra thơ, làm đẹp cuộc đời bằng ngôn ngữ, làm đẹp ngôn ngữ bằng thi ca, làm đẹp thi ca bằng tình yêu say đắm. Trong thơ ông, nhan sắc nở hoa. Trong thơ ông hương tình tỏa ngát. Lấy vài ba trang giấy để viết về một thi tài như thế, có quá hẹp hòi không?

Cuối cùng, để khép lại những cảm nghĩ lan man, Lãm Thúy xin bày tỏ lòng biết ơn đến nhà thơ Luân Hoán, đã để lại cho đời những bài thơ hay, duyên dáng, chân tình. Đã để lại cho đời những chân dung tuyệt mỹ. Cầu mong ông, cho dù vài mươi năm nữa, nếu phải trả lời câu hỏi của nhà thơ Hoàng Lộc, cũng sẽ sảng khoái đáp rằng:

- Nhờ trời, vẫn ngon lành.

Có thế, mới còn hứng thú để thở ra thơ tình.

Lãm Thúy

Sinh tại Nhơn Ái, Phong Điền, Cần Thơ.
Tốt nghiệp Đại học Sư phạm Cần thơ. Định cư tại Mỹ năm 1992
đã xuất bản Còn Nguyên Nỗi Buồn (thơ, Thư Ấn Quán xuất bản)

(Đọc Nhịp Thở Luân Hoán - 2014)

ĐẶNG CHÂU LONG
BÌNH YÊN MỘNG TƯỞNG
VÀ THƠ KHÁT VỌNG

Trong quyển thơ nhạc "Hòa Bình ơi hãy đến" của ba tác giả Luân Hoán, Phạm Thế Mỹ và Lê Vĩnh Thọ ra mắt năm 1969, ngoài 3 bài lên tiếng của cả 3 tác giả, còn có ba bài thơ xuôi của hai nhà thơ Luân Hoán và Lê Vĩnh Thọ.

Trong thời gian này, sở trường của hai nhà thơ là những giòng thơ tự do dài hàng trăm câu. Riêng thơ xuôi, Luân Hoán có 1 bài Giòng sông giấc mơ và trái tim và Lê Vĩnh Thọ 2 bài: Ngợi ca quê hương và Giấc mơ.

Cả 3 bài thơ đều nói lên khát vọng một tương lai hòa bình. Giòng thơ xuôi có nhiều người viết, phần lớn viết lên để ngợi ca tình yêu đôi lứa. Sự liên tục ý và dài lê thê chữ này làm người đọc có cảm giác mình sờ thấy được tình cảm nồng nhiệt của tác giả và tác giả cũng tha hồ tuôn trào tình cảm của mình mà không bị gò bó vào số lượng chữ của câu.

Với sự chọn lựa này, Luân Hoán đã chia sẻ niềm hân hoan hòa bình cùng thiên nhiên và đất nước:

"... hỡi giòng sông, giòng sông rực rỡ, ta muốn nhỏ to cùng em, ta muốn nỉ non cùng em, những âm thanh ta vừa nghe, những hình ảnh ta vừa thấy, vừa đóng khung triển lãm trong tim em, em phải hãnh diện em là người thứ nhất được cắt băng khai mạc, được đi nhởn nhơ trong tâm hồn một người cầm súng mà không cần xuất trình thẻ kiểm tra, không cần có sự vụ văn thư, không cần cả thiếp mời có ký tên đóng dấu."
Luân Hoán (Giòng sông giấc mơ và trái tim)

Nỗi niềm của Luân Hoán là nỗi niềm của người thương binh đã từng làm đám tang cho chiếc chân trái mình ở quê hương Quảng Ngãi. Trong niềm hân hoan hy vọng hòa bình, Luân Hoán vẫn nghe ra một sự mặc cả chính trị núp bóng bên trong:

"... Ôi rượu nào không say, tên buôn nào không ham lợi, tội cho cô nhân tình Việt Nam, tội cho cô bé hòa bình người ta muốn cô làm tiền, làm nàng Kiều của Nguyễn Du lưu lạc để những Từ Hải phải hy sinh một cách vô lý."
Luân Hoán (Giòng sông giấc mơ và trái tim)

Tôi chợt nhớ lại trong thời khắc đó, tại Nhatrang, anh bạn Trần Xuân Túc đã viết trong bản nhạc Cho em này để cay đắng cho số phận người dân:

"... cho em này giọt nước mắt vui, cho em ngày đình chiến giữa người, cho em này đã mỏi đợi trông...
... dù hòa bình chỉ một chữ ký, mà ngàn năm ngàn năm lạc loài."
(Trần Xuân Túc, bản nhạc Cho Em Này, 1969)

Trong niềm hy vọng hòa bình nghi ngại đó, Luân Hoán đã tâm sự và chia sẻ cùng đất trời khát vọng của mình dẫu biết là *không ai cho tôi vay chút sầu tôi hãy còn vui quá trước nỗi chờ đợi hư vô.* (LH, GSGM&TT)

@

Khác với bài thơ ngợi ca hòa bình trong thế thủ trên, Lê Vĩnh Thọ viết bài Ngợi Ca Quê Hương, một bài thơ xuôi vẽ ra một ngày tươi sáng hòa bình, lòng rộn ràng muốn chia sẻ niềm vui cùng cánh hoa ngọn cỏ:

"... vẫn khao khát giang hồ mộng viễn du vượt đại dương và biên giới nhưng nếu tham vọng không thành tôi còn một ước mơ đi khắp quê hương từ làng quê hẻo lánh đến đô thị phồn hoa

nào tôi muốn ngồi trên máy bay tàu thủy nhìn trên cao lờ mờ đường nét núi sông hay nhìn từ ngoài khơi chập chùng rừng cây bãi cát
tôi muốn đi giữa lòng quê hương, trên chiếc xe đò hay con tàu hỏa và có thể dừng chân bất cứ nơi nào

hành trang rất nhẹ với những vật dụng tối cần và giấy bút để làm thơ
một con đường vô danh đất đỏ hay một quốc lộ tấp nập lưu thông tôi đều muốn dừng chân"
(Lê Vĩnh Thọ, Ngợi ca quê hương)

Anh đã say sưa mơ tưởng niềm hạnh phúc tắm trong hòa bình, những câu thơ trào ra như giòng suối tuôn trào từ nguồn thác lớn. Không một dấu chấm, không một dấu phẩy và không cả một dấu hỏi cho một câu nghi vấn. Dường như anh sợ người khác tranh lời anh nói, sợ người khác cướp phần ngợi ca lúc còn đang choáng ngợp của anh:

tôi đã hẹn với quê hương như hẹn với người tình
huế hà nội ơi tôi sẽ chiếm đoạt các người
(Lê Vĩnh Thọ, Ngợi ca quê hương)

Có phải từ nỗi khát khao quá lớn này để sau này anh đã dựa vách lặng câm suốt chín năm dài, mặc cho tường mòn vôi loang một thuở. Anh đã không còn vung bút viết những bài thơ thác đổ hàng một hai trăm câu thuở nào, để chỉ viết những bài thơ haiku ngắn ngủn như bây giờ. Và anh Luân Hoán, chỉ thích thuận tay cho những bài lục bát 28 chữ giải sầu.

"Tôi cùng trời đất sống / không thờ ai như thần / để vách tường đỡ trống /treo hình gái khỏa thân"
(Lê Vĩnh Thọ, playboy)

Đọc thơ cũ, mới của hai người, những kỷ niệm một thời nhiệt huyết đã qua đi, như một viên sỏi ném vào hồ rộng, nhảy tung trên mặt nước dậy cơn sóng gợn trước khi chìm sâu vào đáy thẳm.

Tôi chỉ ước ao bây giờ thấy được một bài thơ của anh Lê Vĩnh Thọ khơi gợi lại tính cách ngày nào của anh.

Như dạo nào, năm 1969, anh viết gởi cho Luân Hoán, một bài ai điếu cho Luân Hoán để ngày đó Luân Hoán phải xúc động đến run cả tay cầm giấy (lời LH)

"... hỡi Luân Hoán / tao đâu muốn đùa dai / tao đâu muốn tàn ác / tao tưởng tượng mày đã chết / mày còn sống khác chi /trước sau mày cũng chết / thử khóc mày một bài thơ / để mày đọc trước / dù vợ mày giận tao / và dẫu mày đã chết / tao cũng khóc mày thế thôi / mắt tao vẫn ráo hoảnh /lòng tao vẫn thản nhiên / thương mày tao còn mối niềm tin / trái tim mày bất diệt / trái tim sẽ kết tinh / mà nước mắt vợ hiền / mà nước mắt bạn thân / không làm tan thành nước / chỉ có giọt lệ thơ / và giọt lệ quê hương / mới làm mày xúc động..."
(LVT 21-01-1969)

Dù với anh, bây giờ tay đã run, muốn cầm bút viết phải chờ từng thời khắc. Một câu thơ viết ra là vô vàn khó. Nhưng tôi vẫn có quyền mơ như anh đã một thời mơ cháy bỏng nàng tiên hòa bình ở chốn mộng tưởng giữa cơn đau.

Đặng Châu Long

(Đọc Nhịp Thở Luân Hoán - 2014)

LÊ HÂN
ANH TÔI NGƯỜI VUI THÚ CHƠI THƠ

Có một số ít người viết thơ, viết văn... được thân nhân giới thiệu bằng cả một cuốn sách, hoặc một bài viết, ví dụ như Quách Giao, con trai nhà thơ Quách Tấn cho xuất bản tác phẩm *"Quách Tấn Qua Cái Nhìn Phê Bình Văn Học"*, Nguyễn Bá Tín cho phát hành *"Hàn Mặc Tử, Anh Tôi"*, Phan Thị Vàng Anh viết *"Cha Tôi"* cho nhà thơ Chế Lan Viên, Thu Thuyền đăng trên mạng lưới điện toán *"Thân Phụ Tôi"* để nói về nhà thơ Hoàng Anh Tuấn... Không phải tôi muốn bắt chước các vị này, nhưng thật sự, để có một cái gì đó kỷ niệm với cuốn sách 'tán gẫu' về anh mình, tôi không biết viết gì hơn là ghi lại một đôi điều nho nhỏ, tôi chợt nhớ.

Năm 1986, qua sự tận tình giúp đỡ của hai anh Tưởng Năng Tiến, Thái Tú Hạp cùng nhiều vị mạnh thường quân khác, tập thơ Hơi Thở Việt Nam được hai cơ sở Sông Thu và Nhân Văn cho ấn hành tại Hoa Kỳ. Trong tập thơ này, anh tôi, đã phổ biến lý lịch của mình:

Ra đời tại Hội An/ Một thị trấn Quảng Nam/ tên cúng cơm là Huýnh/ dân mũi tẹt da vàng/ Dĩ nhiên tôi không giỡn/viết thật trăm phần trăm/ Lý lịch trình cách mạng/Đùa dai dễ bị bầm/Ông bà tôi đã chết/Cha mẹ đã làm ma/Tôi chừ cũng đã chết/Tất cả đều Quốc gia/ Sơ sơ là như thế/Đảng 'nắm' chắc cho chưa /Nếu cần thêm chi tiết/Nới tay cho tôi thưa:/Năm lên ba tuổi rưỡi/ theo cha lên Tiên Châu/Rừng núi dạy tôi học/Thương cu cườm, chim sâu/Hai năm sau xuống núi/Về quê nội Hòa Đa/ A.B.C chưa thuộc/Ra Đà Nẵng tà tà/tôi lớn lên như thổi/ Nhờ không có bác Hồ/Nhờ Đảng không 'quản lý'/Đỡ suy tôn hoan hô/Tôi học không mấy chữ/Nhưng mang bệnh làm thơ/ Ý cùn và vần cụt/Vườn đời xơ xác xơ/Rồi thì tôi đi lính/Đuổi giặc chạy dài dài/Tiếc rằng chưa giết hết/ Lũ khát máu độc tài/Chẳng may chân tôi rụng/Ngân hàng mời về đây/Tháng ngày ngồi "trừ cộng"/Nhìn người vay trả vay/Rồi thì cách mạng bắt/Một hai bảo tôi khai/Tôi khai hoài khai mãi/ Tôi khai mãi khai hoài/ Lý lịch tôi từ đó/Đâm ra thành truyện dài/Mai sau in thành sách/May ra thành thiên tài/... Xin cảm ơn cách mạng/Tôi nguyện cầm bút hoài.

(trích Hơi Thở Việt Nam)

Với những dòng tự khai như trên, thật đã quá rõ ràng, đầy đủ. Nhưng như đã nói 'để cho có một cái gì' tôi xin kể lể thêm một vài chi tiết: Thân phụ tôi, tên Lê Hoán người thôn Liêm Lạc xã Hòa Đa huyện Hòa Vang, tỉnh Quảng Nam. Tên thôn, xã ngày nay có thể đã đổi, tôi không được rõ. Thân mẫu chúng tôi, tên Nguyễn thị Luân, con gái của thị trấn Vĩnh Điện, Quảng Nam. Bà là vợ thứ ba của ông già chúng tôi. Do cha có nhiều vợ, nên chúng tôi có nhiều anh em. Và tuy là nhiều dòng, nhưng tất cả anh em chúng tôi đều thương yêu, giúp đỡ lẫn nhau. Ở đây, tôi xin phép bỏ trong dấu ngoặc những câu thơ anh Luân Hoán, vẽ cho mỗi người bốn câu, mà anh gọi là tâm dung, để các bạn đọc có thể 'nắm' chút ít về tình anh chị em chúng tôi:

nếu không non yểu nửa đời
tay tài hoa đã vẽ vời thêm tranh
đứng yên nhìn nét tay anh
nghe gân màu sắc long lanh máu cười
...
em dừng xe lại bên đường
ngắm từng hạt cát, bình thường xiết bao
ở đâu còn dấu máu đào
cho tôi được nắm tay vào chị tôi
...
lần đầu em gặp biển xanh
vừa mê vừa hận loanh quanh trên bờ
thương chồng, nằm đắp lá cờ
chị về quê mẹ, đâu ngờ hụt hơi
...

mười lăm tuổi, bỏ gia đình
lập thân, lập nghiệp hiển vinh một đời
hào hoa mã thượng chịu chơi
nước nhà thống nhất thủ thời, vợ nuôi
...
dứt nghiệp diễn kịch nửa chừng
chỉ vì có trái tim rung động nhiều
không lãi được nỗi buồn thiu
cũng lời khấm khá những điều đắng cay
...

cùng chung trong một bào thai
chị thương để cả đường dài cho đi
năm mươi năm chưa có gì
để vui lòng chị từ bi nhường phần
...
năm tư mở sách vỡ lòng
sáu sáu xách gói học khôn xứ người
khác ta, không biết hưởng lười
giống ta, cái tật cười cười vu vơ
...
bỏ học sang Cam Bu Chia
thi hành nghĩa vụ làm bia lót đường
rừng nuôi đất dưỡng trời thương
cho về lành lặn, đứng đường mưu sinh
...
nghe em vẫn đạp xe thồ
sắm được đôi dép bác Hồ mới toanh
nếu dư, 'tranh thủ' để dành
hớt tóc, chụp ảnh gởi anh xem nào
...
tốt nghiệp đại học đã lâu
ngày ngày lấy việc sờ râu đợi thời
tẩy xong lý lịch ba đời
không chừng em bỏ qua thời thanh xuân...
(trích Nuôi Thơm Chùm Kỷ Niệm Xanh)

Trở lại lý lịch anh Luân Hoán. Anh tên là Lê Ngọc Châu, sinh vào cuối năm Canh Thìn, rơi vào đầu năm 1941, tại nhà hộ sinh Tô Thành Giang, tục gọi là đốc Keng, là một người Hoa, lập nghiệp tại Hội An. Anh Châu là người thứ hai trong một bào thai kép, do đó èo uột, khó nuôi.

Ba má chúng tôi kể lại, phải bán khoán anh vào chùa Cầu cho đến năm anh lên tuổi 13. Nhưng rồi thời gian đến, vì lý do chiến tranh, gia đình chúng tôi không còn ở Hội An, nên vụ cầm bán này chưa được chuộc lại bằng một lễ cúng, theo đúng như tục lệ. Rất may anh Châu vẫn khoẻ mạnh và trưởng thành, một phần nào có thể nhờ sự nhường phần sống của chị Hạt, người chị ra đời trước anh không lâu.

Cái tên Huýnh, anh Luân Hoán nhắc trong bài thơ, là tên gọi ở nhà khi anh còn nhỏ, chưa đi học. Ngày nay, trong đại gia đình không ai còn nhớ cái tên gọi này. Nhưng anh Châu cho biết anh, anh vẫn nhớ rất rõ những châm chọc của đám bạn cùng thời ở truồng với anh: "cái thằng 'quýnh' con ông 'quáng' đó...". Phát âm của dân Quảng Nam vốn dễ bị hiểu sai và cũng có khá nhiều khả năng gây cười, nhiều người được gọi là 'danh hài' đã từng mang lên sân khấu để thọc léc thiên hạ, bất kể câu nói 'chửi cha không bằng giả giọng'.

Lý lịch của anh tôi chẳng có gì đáng nói nữa. Về nhân dáng, tâm dung anh, chúng ta có thể xem qua một số ảnh chụp, (Anh Châu rất thích chơi ảnh) cùng ngắm, ngẫm từ những vồng chữ anh tự họa khá nhiều, tôi tìm giúp cho các bạn một số như vầy:

... áo cổ bẻ, quần dây treo
chân đeo kiềng bạc, cổ đeo bùa vàng
gỡ tay chị, chạy làng quàng
chân phải chân trái hai bàn vấp nhau
chống tay, chùi cát lên đầu
đâu ngờ tóc sữa xanh màu đến nay...

... thấy tôi coi bộ có duyên
giày coi rọ, bê rê nghiêng tóc bồng...

... cái ta hồi biết soi gương
đã dòm thấy mặt nhiều đường đào hoa...

... chừ ông ở Canada
phất phơ bụi nám màu da phai dần...

... cái khôn ông chẳng có thừa
cái ngu, ông có thua ai bao giờ
thức làm thơ, ngủ làm thơ
mỗi vuông da thịt mỗi xơ xác đời
ham đi, ham mộng, ham chơi
ông xưa nay vốn thảnh thơi hơn người
ngắm ông tôi chợt thấy tôi

thì ra nhân dạng muỗi ruồi giống nhau...
(thơ tặng ông Châu, bạn tôi)

... tám năm mệt mỏi quên cười
bây chừ môi mắt đâm lười biếng ra
xuân về từ bữa hôm qua
hồn chưa quét lại nước da nám buồn...

... tôi ngồi ngắm cái lưng tôi
chong trên đường nắng hình như đã còng
co tay, vét một vốc lòng
vãi quanh, tạ ngọn gió vòng vo bay

... tôi ngồi ngó sững tôi, như
gốc đa thời ấu thơ mù khói hương...

Lý lịch, nhân dáng người anh chuyên nghề làm thơ của tôi đại khái chỉ có vậy.

Chúng tôi được ra đời cách nhau 6 năm. Tôi là cậu út của má chúng tôi. Sau 3 tháng tôi đến với cuộc sống, gia đình chúng tôi rời Hội An để vào vùng 'tự do' trên một chiếc ghe bầu. Anh Luân Hoán nhớ lại chuyến đi này qua một bài ngũ ngôn khá dài:

ra đi vào nửa đêm
trăng vừa lặn một bên
trời trải sao lấp lánh
đêm từ từ mông mênh

nằm ngửa giữa khoang ghe
lắng nghe mái dầm tre
chao nghiêng vào sóng nước
trôi lựng chựng, e dè

mẹ ngồi ẵm em trai
bỏ lọt tiếng thở dài
rơi qua dòng tóc dính
hương thơm chiếc trâm cài

.... tôi ngồi trong thúng tre
nắm quai gióng lắng nghe

tiếng cú cầm chừng nhắc
coi chừng con ma le

đòn gánh chợt trở vai
vừa đi vừa ngáp dài
bác phu không cần biết
tôi són đái hoài hoài...

Qua bài thơ này, lúc đó tôi đang là một baby được mẹ ẵm, trong lúc anh Châu và chị Kim Anh, chị của chúng tôi, thì được ngồi ở hai đầu thúng. Nơi gia đình chúng tôi dừng cuối cùng trong chuyến tản cư, là đất Tiên Châu thuộc huyện Tiên Phước Quảng Nam. Tôi không nhớ được gì về thời gian đầu ở đây. Đến khi tôi có thể nhận biết một chút thì anh Châu và chị Kim Anh đã theo ba tôi về quê nội, một vùng 'bị chiếm' thời bấy giờ. Mãi đến cuối năm 1953, gia đình chúng tôi mới đoàn tụ tại Đà Nẵng. Có thể sự chênh lệch quá rộng về tuổi tác, cùng sự hạn hẹp thời gian chung sống, nên tình cảm anh em của chúng tôi dù rất sâu đậm, nhưng gần như chẳng bao giờ tỏ bày.

Năm tôi chuẩn bị thi vào đệ thất trường trung học công lập Phan Châu Trinh Đà Nẵng, anh Châu là người dạy kèm tôi học. Tính anh nóng và cộc. Tôi thường bị anh cú vào đầu. Hơn thế nữa, những lúc quá bực mình, anh còn táng đầu tôi vào mặt cái bảng đen treo một góc tường. Một lần bị chị Kim Anh bắt gặp, chị giũa cho ảnh một trận, và tôi vĩnh viễn không còn là học sinh tại gia của anh.

Học cùng trường, ở cùng nhà, nhưng chúng tôi ít khi chơi với nhau. Anh có bạn của anh, tôi có đám bạn của tôi. Tôi rất ngưỡng mộ đám bạn của anh, trong đó có các anh như Trịnh Công Sơn, Đinh Cường, Hoàng Trọng Bân, Châu Văn Tùng, Vĩnh Điện, Thái Tú Hạp, Thành Tôn ... và biết bao nhiêu văn nghệ sĩ khác nữa... Anh Luân Hoán ham chơi cờ tướng. Tôi cũng rất mê môn này, nhưng hai anh em chưa hề thử tài nhau. Thời bấy giờ tôi hay làm trò chơi ô chữ, và thỉnh thoảng làm thơ học trò gởi đăng trên tuần báo Tuổi Xanh. Anh Châu có lấy báo tôi được tặng xem vài lần. Anh không hỏi han, nói năng gì. Nhưng sau đó, tôi phát hiện anh có nhiều thơ đăng trên tạp chí Gió Mới và anh cũng gởi đăng ở báo Tuổi Xanh nữa. Thơ anh vững vàng, nên chỉ một thời gian sau anh có bài được in trong một cuốn sách dạy Việt ngữ lớp nhất dùng để học thuộc lòng. Rất tiếc tôi không còn nhớ tên cuốn sách giáo khoa này và do ai soạn. Thời đó thân phụ tôi rất ghét chúng tôi làm thơ mặc dù chính ông cũng đã làm rất nhiều thơ (những bài thơ khuyên dạy con nên người) cho chúng tôi học thuộc lòng.

Rất ít khi chúng tôi ngồi chơi với nhau. Và lúc có cơ hội, chúng tôi đều hà tiện lời nói. Ngay đến bây giờ vẫn vậy. Tình nghĩa anh em tưởng như vô cùng lạnh nhạt. Nhưng ngó vậy mà không phải vậy. Chúng tôi rất hiểu tính nhau. Việc thương yêu là điều đương nhiên. Trong gia đình, tôi là người được anh Châu nhắc đến trong thơ anh nhiều nhất. Ngay trong tập thơ đầu tay, Về Trời, anh đã có bài cho tôi: Tâm Sự Cùng Em Trai. Bài thơ tám chữ liên vận, tỏ rõ nỗi tình của anh trong những suy tư của một người sắp lớn, giữa một bối cảnh gia đình lẫn đất nước không có nhiều lạc quan. Tôi không thể không ngậm ngùi khi anh viết "*... cho anh tránh nói lên niềm thương nhớ, trong tim này chỉ còn lệ em thôi...*". Trong một bài khác, vào một thời điểm anh đang để sinh mạng của mình ngay tại trận địa, anh đã nhớ và viết cho tôi trong Trái Tim Hành Quân:

... bài thơ này viết ra như một sự tình cờ
anh gởi Hân,
người em trai xa xứ
hãy cầm lấy nỗi tình anh

Tôi biết, bài thơ anh viết không phải là "một sự tình cờ' như anh nói. Đọc toàn thể bài thơ là nỗi chán chường, bất lực dù không thiếu hào sảng. Đó là những lời tự thú, những lời di ngôn. Tôi thương anh tôi xót ruột, nhưng cũng chỉ biết thầm cầu nguyện cho anh. Sự ngã ngựa, mất mát của anh đã làm cho cả gia đình chúng tôi ngậm ngùi, nhưng cũng rất vui.

Năm 1979, tôi cùng một người bạn, bác sĩ Nguyễn Ngọc Lang, ở Montréal, rủ nhau đi làm bảo lãnh cho anh Châu, và anh Lạng (anh của Lang). Nhưng mãi đến đầu tháng 2 năm 1985, anh Châu và gia đình anh mới đặt chân đến miền đất tự do. (Anh Lạng thì bây giờ vẫn còn ở Đà Nẵng).

Hiện tại, gia đình tôi và gia đình anh Châu cư ngụ trên hai thành phố khác nhau, tuy cùng một quốc gia, nhưng khá xa nhau. Mỗi năm chúng tôi gặp mặt nhau độ vài lần. Và mỗi tuần cũng chỉ gọi thăm hỏi đôi lần. Tuổi tác giúp chúng tôi có những câu chuyện dài dòng hơn. Tình cảm anh em không giống như tình bè bạn. Hình như điểm này, nhiều người giống nhau. Và chuyện viết một cái gì đó về người thân yêu của mình, quả là khó. Tôi chỉ biết chắc chắn là bất cứ lúc nào đọc những vần thơ của anh tôi cũng đem lại cho tôi rất nhiều thích thú, hạnh phúc và những tình cảm nhẹ nhàng lâng lâng trong người để vui mừng và hãnh diện có được một người anh đã ít nhiều đem lại cho đời này một chút hương thơm.

Lê Hân
(Luân Hoán Một Đời Thơ - 2005)

MẠC PHƯƠNG ĐÌNH

MÙA XUÂN VÀ NÉT HỒN NHIÊN, PHÓNG KHOÁNG TRONG THƠ LUÂN HOÁN

Thơ Luân Hoán đến với tôi khá muộn, nhưng có lẽ vì sự muộn màng đó, thơ anh đã tạo cho tôi những cảm xúc thật lạ lùng và nó nằm lại trong tôi thật lâu.

Cái cảm xúc lạ lùng đó bắt nguồn từ những bài thơ tình anh đã viết, có lẽ anh đã viết miên man qua suốt mấy chục năm của cuộc đời anh, viết không ngừng nghỉ, từ những ngày ấu thơ lánh nạn cùng mẹ cha nơi vùng núi rừng Tiên Phước, rồi trải dài theo thời gian, đi vào trường, vào lớp, vào quân đội, vào những tháng ngày đổi đời đầy gian nan, kéo lê cuộc sống trong tủi nhục, cay đắng và rồi theo biển trôi xuôi đến xứ lạ quê người. Với Luân Hoán nơi nào cũng có thơ, cây cỏ cũng nẩy mầm thành thơ, đất đá cũng trổ thơ và sông núi cùng người thơm ngát thơ.

Đọc thơ anh rồi tôi tự hỏi: thơ đâu mà lắm thế, nguồn thơ thật phong phú, thật dạt dào, chảy ra, chảy ra ào ạt như một dòng nước lũ, không ngưng lại, cứ xuôi đi trơn tru bất tuyệt. Thơ anh thấm đẫm đầy tình, tình thương, tình yêu của anh với cha, với mẹ, với vợ con, với bạn bè, với người yêu, người tình thời tuổi trẻ, người tình trong giấc ngủ, người tình trong mơ, người tình trong trí tưởng. Anh yêu người, yêu sông núi, yêu hoa lá, cỏ cây, yêu những nét đẹp bất ngờ; anh đã chộp được từ những cảm quan nhạy bén của một tâm hồn, một trái tim không một phút giây nào yên nghỉ. Cứ thế anh viết, viết thật hồn nhiên, viết thật phóng khoáng không chọn lựa, không né tránh, không cầu kỳ, mà thật đơn giản, đơn giản như một câu bông đùa một lời kể chuyện bình thường:

em từ bụi chuối bước ra
ánh trăng làm nũng chao qua ống quần
niềm vui giấu dưới bàn chân
vỡ theo sợi gió lâng lâng ngậm ngùi

(Trăng đêm nở hoa)

Với mười bảy tập thơ, vừa của riêng anh, vừa in chung với bạn bè, cùng với nhiều bài chưa in, Luân Hoán có đến mấy ngàn bài thơ, trong đó tôi đã đọc được mấy trăm bài, cái cảm tưởng nhất quán về thơ anh là sự trong sáng, hồn nhiên và luôn thoải mái với chữ nghĩa. Bạn bè tôi đã ca ngợi anh về tính ẩn dụ trong những hình ảnh gợi tình, về cách chọn từ, về cách nhìn, cách bày tỏ tuy tục mà thanh. Riêng với tôi xin được cùng theo anh ngược đường trở về những mùa xuân đã đi qua cuộc đời anh trong một chuỗi dài dâu bể, để tìm lại sự hồn nhiên của tuổi thơ, sự phóng khoáng của ngôn từ, đi vào từng nhịp hồi tưởng, bâng khuâng, nhẹ nhàng:

áo cổ bẻ, quần dây treo
chân đeo kiềng bạc, cổ đeo bùa vàng
gỡ tay chị, chạy làng quàng
chân phải, chân trái hai bàn vấp nhau

(Mấy Thời Lững Thững Theo Xuân - Hội An, 1945)

Để ghi lại cái hình ảnh chú bé 5 tuổi hiếu động, Luân Hoán chỉ cần một câu "*chân phải, chân trái hai bàn vấp nhau*" đơn giản mà vẫn đủ. Những gót chân mùa xuân như bay bổng:

Cẩm Phô trộn nắng vào mây
gió mùa xuân lót gót giày tháng năm

Rồi mùa xuân 49 theo cha mẹ tản cư lên vùng Tiên Châu, Tiên Phước, anh đón xuân với tuổi lên chín lên mười đã bắt đầu có cái nhìn xa hơn qua núi, qua rừng bằng những cảm nhận bóng bẩy hơn:

chiều ba mươi, núi dặn rừng
cành oằn lá ướt tạm ngừng trổ hoa
gió giăng hơi đá thiết tha
nhốt Tiên Châu giữa mượt mà mây rơi
vò đầu gối, ngó khơi khơi
và *"... mẹ chưa về tới đứng, ngồi ngó quanh"*

Chất hồn nhiên của tuổi thơ đã từ đó lan vào thơ Luân Hoán, trực giác của anh dường như cũng phát triển thật nhanh, thực khác thường để rồi với tuổi mười ba đã vượt lên tháng ngày, đột nhiên lòng rung động, những rung động không bình thường từ nụ cười của mẹ, từ nhịp rung đùi ngâm thơ của cha và ngay cả với hình ảnh con chim sẻ bất ngờ bay vào thềm trong ngày xuân nhật:

sáng ra thấy mẹ mỉm cười
thấy cha hút thuốc rung đùi ngâm thơ
thấy xôi bánh ấm bàn thờ
thấy con se sẻ bất ngờ vô hiên
thấy tôi coi bộ có duyên
(MTLTTX - Hòa Đa, 1953)

Từ *"thấy tôi coi bộ có duyên"* đánh dấu những biến chuyển tâm sinh lý của cậu bé biến thành chàng trai vào tuổi mơ, tuổi mộng, để rồi:

chiều chiều luồn chợ Vườn Hoa
trôi theo Đồng Khánh bám tà áo bay
mắt hồng liệng cái ngoắt tay
dắt qua Độc Lập dựa cây đèn đường
chập chùng xuân ảnh vãi hương
ngó ai lòng cũng yêu thương tức thì
giả vờ châm thuốc nhâm nhi
nuốt thầm vóc đứng, dáng đi quanh mình

Chỉ với tám câu lục bát thôi, Luân Hoán đã vẽ lên những nét thật đậm một anh chàng học trò mê gái, bằng những những hành động thật ngây ngô, dại khờ của tuổi trẻ thời đầu thập niên 60, mê gái, si tình, nhưng chỉ đi loanh quanh, để nhìn, để ngắm những bóng hồng dễ thương, tuy gần nhưng tưởng chừng như xa vời vợi. Cái hơi thơ hồn nhiên, bình dị của anh, mới đọc qua nghe như có vẻ nôm na nhưng sao mà thấm đến thế, những chữ *"luồn"*, *"bám"* rất ăn ảnh, thì những từ *"mắt hồng liệng cái ngoắt tay, xuân ảnh, vãi hương, nuốt thầm vóc đứng, dáng đi..."* ngọt ngào đậm tình.

Có lẽ lục bát là thể thơ mà Luân Hoán khoái nhất, – ở đây tôi không nói là 'sở trường' của anh, vì hầu hết các bài thơ thuộc thể loại khác anh đều viết rất nhuần nhuyễn – Anh khoái nó nên sử dụng như một trò đùa, lục bát anh viết dễ dàng mà không biến thành vè hay ca dao, quả là một biệt tài độc đáo.

Hoài niệm về những nét xuân đi qua trong đời, qua những chặng đường mấy mươi năm anh dùng lục bát để ghi, nhưng mỗi lúc mỗi cách bày tỏ khác, không những khác về suy tư, về kỷ niệm mà ngay cả trong lối dùng từ, sắp xếp tình tự cũng đã thay đổi thật nhiều. Vào lính năm 67, dòng thơ anh vẫn hồn nhiên nhưng nếp nghĩ chững chàng hơn:

đánh giày, chùi súng xong xuôi
trải bao thuốc lá lên đùi làm thơ
nắng xuân chín ửng ngọn cờ
vớt theo tình mộng vu vơ bên trời
nhớ em, quả thật nhớ rồi
nhớ thêm đôi mắt chịu chơi Biên Hòa
chẻ lòng trộn nét chữ hoa
đọc thầm cho cả bao la thấm đều

Xông pha vào lửa đạn trong vai trò một sĩ quan bộ binh, Luân Hoán vẫn đêm gối súng làm thơ, thả hồn theo những chân trời ngang dọc, và mùa xuân 69 về ngang Thi Phổ:

rút quân từ ngọn đồi Mười
về ngang Thi Phổ, đất cười chào xuân
mới hay giọt máu thơm lừng
phổ lên ngọn lá trùng trùng âm giai
anh thần chết lộn, chạy dài.

Đi giữa đạn bom, trong nỗi chết không rời, thế nhưng khi chân bước vào xuân, tâm hồn anh vẫn thanh thản trải ra, nét phóng khoáng mỉm cười với *'anh thần chết lộn, chạy dài'...*

Khi trang sử đã lật qua, Luân Hoán vẫn âm thầm làm thơ, dẫu thơ anh trong giai đoạn này có pha trộn thêm những cay đắng, nhưng vẫn giữ được nét hồn nhiên của tuổi trẻ, anh như người đứng bên lề cuộc đời, nói giùm cho thiên hạ, mỉa mai nhưng không thù hận, cái nhìn vẫn mở rộng tuềnh toang lên những khốn khó của cảnh đời:

sáng ra 1B Duy Tân
chiều về Lê Lợi phơi chân, uống trà
chưa đi xa, đã nhớ nhà
thả tình vào ướp xóm hoa qua ngày
ngó con đường, ngó hàng cây
buồn không khắc nổi dấu tay để đời
ghé lăng Ông, ngó qua thôi
hồi chuông mùng một bỏ tôi lâu rồi
(Sài Gòn, 1985)

Buồn thì có buồn đó, nhưng chỉ là chút buồn nho nhỏ, thoáng qua để rồi *"ghé lăng Ông, ngó chút chơi"* cái hồn nhiên trở lại trong tim anh, *"ngó chút chơi"* vô tư, không phiền muộn sâu nặng. Mùa xuân về trong thành phố của anh, nhưng anh vẫn nằm nhà, thả hồn trong veo rong chơi ngoài lộ:

xác nằm thơm cỗ quan tài
mặc hồn thả bộ gặp ai cũng chào
nơi này quả đẹp làm sao
đất mát, trời ấm nuôi thơ thành người
và tôi nghiêm chỉnh gặp tôi
gặp luôn em giữa đọt cười chớm xanh
câu thơ một đời để dành
mở ra, giản dị, loanh quanh thế này.

Đúng như lời thơ anh viết, thơ anh giản dị, loanh quanh. Giản dị nhưng sâu, giản dị mà không tầm thường, loanh quanh nhưng không trùng lặp, không sáo mòn, lại là những khám phá cách sử dụng ngôn ngữ bình dân vào văn chương bác học.

Không biết tôi viết như thế có quá đáng không, nhưng thực tình ngôn từ trong thơ Luân Hoán chắc chắn có một sắc thái riêng, tạo cho anh một chỗ đứng riêng trong thi đàn, ít có người bắt chước được.

Thơ Luân Hoán phóng khoáng trong tư tưởng, phóng khoáng trong câu, trong chữ, một đôi khi tôi bắt gặp một đôi vần hơi chệch choạc, không nghiêm chỉnh lắm, nhưng đó lại là những bất chấp có tính cách cố ý, không vì một vận thơ mà phải đổi đi cái chữ mà anh dùng để bày tỏ lòng mình, tuy nhiên khi đọc lên vẫn thấy mạch thơ trôi đi, không chút vấp váp nặng nề. Nhớ lại ngày còn nhỏ, ba tôi đã đọc cho tôi nghe những bài thơ Đường nổi tiếng, và nói rằng các cụ ngày xưa làm thơ rất thận trọng, đôi khi bí một chữ mà phải mày mò hàng tháng hay lâu hơn nữa, mới tìm được từ như ý.

Có lẽ Luân Hoán cũng làm rất nhiều thơ về mùa xuân trong suốt mấy chục năm cầm bút, riêng trong những tác phẩm của anh chỉ in những bài tiêu biểu cho một giai đoạn nào đó, tôi trích dẫn một số ít gọi là nói lên chút cảm nhận của riêng mình về những nét hồn nhiên, phóng khoáng mà thôi. Về sau này, khi ra hải ngoại dòng thơ lục bát về xuân anh có nhiều bài rất đặc sắc, tuy nhiên trong cái hồn nhiên vẫn còn phơi phới của anh có nhuốm ít nhiều chua xót, đắng cay của một thân phận lưu đày bất đắc dĩ:

cầm con gà kéo trên tay
tôi đơm tiếng gáy chào ngày thanh xuân
hai hàng môi ướp bánh chưng
dán tôi treo giữa vô cùng thơ ngây

dập dìu theo chiếc lá bay
một đời nhốt chặt gió mây túi quần
với tay về phía sau lưng
ước chi sờ trúng bàn chân tháng ngày

cái gì, không phải đắng cay
cái gì, như thể tôi đây? - đúng rồi...
(Xuân nhớ Tết)

Lòng anh lại lan man nghĩ về mùa xuân cũ thật dịu dàng:

tháng chạp cải nở hoa vàng
rủ con bướm chở hương sang hiên người
lỡ lòng gởi sợi thơ tôi
khiến em lộ mặt, ngó trời, thở ra

trái tim có dịp la cà
qua thăm nhánh khế sau nhà người dưng
rồi vì, em biểu rằng:
- đừng!

nên chi,
em với ta cùng của nhau...

em vào,
nhớ khép cửa buồng
giữ hương xuân ấm chiếu giường quanh năm
(Tình xuân lục bát)

Viết về thơ Luân Hoán thì vô cùng, bởi chỉ riêng về thơ tình (tình yêu gái trai) có nhiều hơn ngàn bài, đủ các dạng thức khác nhau, cách bày tỏ mỗi lúc mỗi phát triển thêm những khám phá, những cách nhìn thật mới mẻ. Mới đọc qua, cái cảm giác đầu tiên là rất dễ hiểu, dễ cảm thông, ngôn từ rất 'bình dân' nhưng sao nó hồn nhiên thế, giống như những câu nói bình thường, nhưng nó đi vào tâm tư người đọc bằng những nhịp rung động thật mạnh, tạo cái cảm giác say say như vừa uống xong cốc rượu nồng, thoáng chút ngây ngất. Ở đây, tôi không dám bình thơ anh, mà chỉ chọn đọc một số rất ít trong những bài thơ về mùa xuân, để thử tìm nét hồn nhiên, phóng khoáng của anh riêng về thơ lục bát, bởi anh làm thơ lục bát nhiều hơn các thể loại khác, mà thơ lục bát nhìn qua thì dễ nhưng rất khó viết cho hay. Với thiển nghĩ của riêng tôi, có thể ngoài Bùi Giáng ra (thơ Bùi Giáng không nhiều), đất Quảng Nam còn có Tường Linh và Luân Hoán là những thiên tài xuất sắc về thơ lục bát.

Trong thơ anh, ngòi bút tài hoa bay bổng, uốn lượn theo cảm xúc, chắp cánh cho từ ngữ đi vào từng ước muốn của bày tỏ, gởi nó đi theo dòng tình, nhịp nhàng như những nốt nhạc chính xác trên cung bậc. Cũng với những con chữ tầm thường trong hàng ngày giao tiếp, Luân Hoán đã chọn lựa, đã sắp xếp chúng đúng vào những vị trí, để biến chúng thành những dòng thơ tuyệt diệu. Anh làm thơ như đùa, nhưng ngòi bút anh viết xuống như có bàn tay phù thủy, tạo ma lực trong từng chữ, từng câu, ngỡ như tầm thường mà cuốn hút, khiến người đọc thơ anh không muốn dừng lại. Giọng thơ hồn nhiên, không ràng buộc, không hối hả. Tôi đã bắt gặp trong thơ về mùa xuân của Luân Hoán, câu lục bát như người khách nhàn du lững thững đi qua cỏ hoa, đi qua mảnh hồn chính tác giả đang trải ra, không mời mọc không đợi chờ, mà dịu dàng như hương nào trong tóc xưa cùng kỷ niệm.

Cùng nở ra trên đất Quảng, những đóa thơ tình Hoàng Lộc cũng rất dễ thương, cũng tài tình trong cách dùng những ngôn từ bình dân biến thành những dòng thơ ảo diệu như Luân Hoán, nhưng cung cách mỗi người lại khác, Luân Hoán thì đa tình mà hồn nhiên, nhẹ nhàng phóng khoáng, còn Hoàng Lộc như một gã si tình, yêu trong giận hờn trách móc, trách mình, trách người, nuối tiếc dĩ vãng. Tôi đề cập đến Hoàng Lộc ở đây, là muốn làm nổi lên cái tâm hồn nhiên trong veo của thơ Luân Hoán, anh cười cợt với người, với tình, với đời và với chính bản thân anh, không như Hoàng Lộc, mượn chén rượu để quên, để cay đắng, để ngậm ngùi.

Tản mạn về thơ Luân Hoán với những nét hồn nhiên, tôi còn thấy rất nhiều chất 'tếu', chất 'dí dỏm' đáng yêu của anh, dường như nó cũng không nằm ngoài cái nhìn phóng khoáng về cuộc đời, về tình yêu, về những khổ đau và hạnh phúc trong cái lẽ vô thường của mỗi kiếp người. Xin mượn lời thơ anh để tạm dừng, với chân dung của một người thơ xứ Quảng đáng yêu:

xưa ông ngụ đất Quảng Nam
phù trầm sương khói hai bàn chân ma
chừ ông ở Canada
phất phơ bụi nám màu da phai dần
nếu như ông chưa di dân
không chừng có được mộ phần đã lâu
khỏi cần vừa sống vừa đau
tội hai lá phổi thay nhau than phiền
trái tim bồ tát vẫn ghiền
hương hoa thí chủ triền miên bốn mùa
cái khôn, ông chẳng có thừa
cái ngu, ông có thua ai bao giờ
thức làm thơ, ngủ làm thơ
mỗi vuông da thịt mỗi xơ xác đời
ham đi, ham mộng, ham chơi
ông xưa nay vốn thảnh thơi hơn người...

Xuân Hạ Thu Đông sẽ vùn vụt trôi đi, Luân Hoán vẫn *"thức làm thơ, ngủ làm thơ"*. Anh tiếp tục VIẾT, để:

vẽ tâm, vẽ dạng, vẽ đời
từ sinh đến diệt, treo chơi mấy ngày

móc tôi lên nhánh chữ này
một giây cũng quý, nửa giây cũng mừng
đu đưa giữa cõi vô cùng.

Cám ơn sự hồn nhiên của ngàn lời thơ Luân Hoán, tôi đọc thơ Xuân, thơ Tình của anh và lây nhiễm được chút hồn nhiên phóng khoáng đó, để vui với đời, vui với người, dẫu trong chớp bể mưa nguồn, nhìn đâu cũng thấy nụ cười.

Milpitas, California, mùa Hạ 2004

Mạc Phương Đình

(Luân Hoán Một Đời Thơ - 2005)

NGUYỄN THU HÀ
CẢM XÚC CỦA MỘT NGƯỜI THƠ LÀM LÍNH CHIẾN

Sinh tại Hội An vào năm 1941, ấu thơ trôi qua các vùng Đông Bàn, Trung Phước, Tiên Châu Tiên Phước, Hòa Đa Hòa Vang, để rồi trụ lại và trưởng thành tại Đà Nẵng, người làm thơ ghép tên cha mẹ làm bút hiệu này, hẳn khó đoạn lìa với tình đất quê hương. Nơi chốn sinh ra cũng ảnh hưởng phần nào đến tính cách của con người. Với dải Trường Sơn trải dài vây quanh, sông Thu Bồn, phố cổ Hội An cùng nhiều thắng cảnh khác... tạo nên một cảnh sắc làm ta luôn lưu luyến và không nguôi nỗi nhớ thương, mỗi khi nhớ về chốn quê nhà. Tình yêu quê hương của ông luôn bàng bạc trong hầu hết các tác phẩm thơ. Với 2 câu dưới đây, ta có thể hình dung về tình yêu đất nước của Luân Hoán, nhà thơ và Lê Ngọc Châu, người lính Quốc Gia.

"Quê hương nhắm mắt như sờ được
Đà Nẵng muôn đời trong trái tim..."
(Cám ơn đất đá trổ thơ. Lòng ta hạt bụi vu vơ bám hoài)

Đà Nẵng, quê hương tuổi thơ của thi sĩ, với những địa danh đáng yêu và cũng đơn sơ mộc mạc như: Hòa Khánh, Cầu Đỏ, Chùa Bà Quảng, Giếng Bộng, Chợ Mới, Ga Lớn, Bến Mía, Xóm Chuối... cùng những bóng hồng một thời nổi danh đất Quảng: Quí Phẩm, Như Thoa, Bích Quân, Phước Khánh, Thu Hà... hay những khuôn mặt bạn bè: Tường Linh, Phạm Thế Mỹ, Lê Vĩnh Thọ, Vĩnh Điện, Thái Tú Hạp, v.v... Như thế hệ cùng trang lứa, khi đất nước lâm nguy, thi sĩ cũng xếp bút nghiên lên đường làm tròn nhiệm vụ với tổ quốc. Ông thụ huấn khóa 24 SVSQ Thủ Đức năm 1966.

Nhà thơ Luân Hoán vốn là một nhà thơ thành danh từ trước ngày ly hương. Thơ ông từng đăng trên các tạp chí có tiếng trước 1975 như Bách khoa, Văn, Văn học, Phổ thông... Học làm thơ từ năm mới hơn mười tuổi... Theo thời gian, càng ngày hồn thơ của ông cứ thế mà trôi chảy trong huyết quản. Để rồi từ đó trên văn đàn thơ miền Nam Việt Nam có thêm một nhà thơ đích thực bên cạnh các thi hữu khác. Thơ của ông đã in thành sách từ năm1964. Cả một đời sống với thơ, cho đến khi từ giã đời binh nghiệp vì bị trúng mìn, gửi lại một phần thân thể tại mặt trận Quảng Ngãi 1969 và giải ngũ năm 1970. Ông trở về đời sống dân sự sau đó và phục vụ tại một ngân hàng cho tới năm 1975. Và năm 1985, ông đã đi theo diện ODP định cư tại CANADA.

Tuy mất một phần thân thể. Nhưng không vì vậy mà ông quay lưng lại với thơ:

"Sáng đi như đuổi ma, chiều về như ma đuổi,
người hai chân bôn ba, ta cẳng rưỡi rong ruổi"

Và vẫn ước ao được làm thơ, không muốn thay đổi:

"ví như ta được thành ta nữa
thơ thẩn một đời lại thẩn thơ
bài thơ mai mốt ra sao nhỉ
có đỡ xót xa hơn bây giờ?"

Với ông, tôi cảm nhận thơ như bóng với hình. Thơ là hơi thở, là nguồn sống. Thơ là người tình thủy chung nhất, trong mọi hoàn cảnh cay nghiệt của cuộc đời. Thơ vẫn luôn hiện diện khắp nơi chốn đi về của ông. Thơ thay lời muốn nói. Với thi sĩ Luân Hoán, thơ là tất cả. Và trên bước đường ly hương ông vẫn miệt mài làm thơ. Mỗi bài thơ như một sợi tơ trong chiếc kén, cho ra những sợi tơ chắc và óng ả như thơ của ông vậy. Ông như con tằm đến thác vẫn còn vương tơ. Bước chân ra xứ người, hồn thơ của ông càng tinh tế hơn. Thơ của ông góp mặt trên văn đàn hải ngoại với số lượng đầu sách thật đáng kể.

Là một người vốn ham thích thơ, thật may mắn tôi đã được đọc một số tác phẩm thơ của nhà thơ Luân Hoán. Khi đọc lời bạt trong tập thơ "Về trời" (NXB Văn học năm 1964), mà tôi xin trích dẫn vài đoạn trong lời bạt của nhà thơ Dương Kiền:

Anh Luân Hoán,

... Có nhiều lần tôi tự hỏi, trong một cuộc thế mịt mù và hỗn độn, nhiều máu và nước mắt, thi ca và tiểu thuyết có làm được gì? có thay đổi được gì? với âm thanh nào, khi mỗi ngày hàng trăm người, dù có nhãn hiệu nào gục chết trên khắp phần đất quê hương? Nhiều lần tôi cầm viết lên những danh từ to lớn mà lòng cảm thấy hổ thẹn. Chúng ta có tự lừa dối bằng những ngôn ngữ xảo trá hay không? có những lời lẽ bi thương nào sánh được với tiếng khóc của mẹ già, trẻ dại... trong tối tăm, chết chóc.

...

Gia tài quê hương của chúng ta đã bị xâu xé gần hết, chúng ta chỉ còn lại một di sản quý báu: tình tự con người. Tình tự con người bất chấp mọi tương tranh, chia cắt, vùi dập, thủ đoạn... nó sáng ngời trong đêm tối kéo dài từ hai chục năm nay, nó là ngọn lửa sưởi ấm những tâm hồn còn biết hướng về nhau, những con tim còn biết xôn xao mơ ước. Nó làm thành một thế giới trên những thế giới của tham vọng và hận thù.

....

Nhưng tôi nghĩ rằng, tôi bắt buộc phải ghi lên giấy, một ý nghĩ có thực của tôi: thơ anh là những âm thanh tình tự thiết tha và tất cả giá trị của anh là ở điều đó. Vì thế đôi khi anh bất chấp những xảo thuật của ngôn ngữ để làm tăng vẻ đẹp hình thức; anh chỉ quan tâm tới một điều: nói tiếng nói của con người, tìm thấy nhau trong nhịp điệu của sự sống đầy yêu mến thiết tha."

(Dương Kiền)

Từ lời bạt trên của nhà thơ Dương Kiền, tôi liên tưởng và cảm nhận nhà thơ Dương Kiền đã nhận xét chính xác về thơ, cũng như con người của nhà thơ Luân Hoán, khi đọc một quyển thơ nhạc khác của Ông.

Tập thơ nhạc này xuất bản năm 1969 và đã ra mắt bạn yêu thơ từ rất lâu. Đó là quyển HÒA BÌNH ƠI, HÃY ĐẾN. Tập thơ này được viết chung với hai người bạn, đó là nhà thơ Lê Vĩnh Thọ và nhạc sĩ Phạm Thế Mỹ. Cả ba tác giả đều nói lên những tâm tư tình cảm, những bức bối, những suy tư trăn trở về mọi mặt của mình, khi quê hương Việt Nam đang oằn mình trong khói lửa của chiến tranh và được viết với tư cách là người VN sống trong chiến tranh. Tôi chỉ xin mạn phép nói cảm nhận về phần thơ của nhà thơ Luân Hoán mà thôi.

Trong phần của mình, Luân Hoán viết tất cả 13 bài thơ, theo thể tự do. Nội dung xuyên suốt là tiếng nói xuất phát từ trái tim của một người Việt Nam và là một người lính, trực tiếp chiến đấu bảo vệ đất nước. Trên mọi nẻo đường hành quân, dù trong lúc đi hay ngơi nghỉ, ông đã dùng trái tim mình để quan sát, nhận định về quê hương, về cuộc chiến, về tình đồng đội, về tình người, về hai mặt của chiến tranh. Tất cả những gì đã xảy ra, đang xảy ra, ông đều ghi nhận và nói lên những cảm nghĩ, những mong ước, những yêu cầu, thậm chí phẫn uất... Viết với tấm lòng của con người VN, luôn yêu thương, trăn trở, khắc khoải, suy tư... trước nỗi thống khổ của toàn dân tộc về hiện tình của đất nước. Khi cuộc chiến đang ngày càng đưa con người đi đến chỗ diệt vong. Quê hương phủ màu đen tối và hòa bình như một kẻ chơi trò trốn tìm, thoắt chốc ẩn hiện, cuối cùng cũng chìm dần vào bóng đêm. Xa xa hỏa châu vẫn sáng rực soi sáng một vùng tăm tối cùng âm thanh vang rền của đạn bom. Xác người vẫn cứ ngày càng chất chồng khắp nơi. Máu vẫn thấm đầy trên mọi nẻo đường của làng mạc, thôn xóm... Ôi quê hương yêu dấu: "Hòa bình ơi, hãy đến". Chúng tôi mong lắm đàn bồ câu hòa bình tung cánh trên bầu trời trong xanh VN. Hãy đến nhé, mong lắm... Một hy vọng thật mong manh. Hy vọng trong tuyệt vọng.

Mời các bạn hãy lắng nghe ông lên tiếng:

"Trên con đường tìm đến dòng sông, trên con đường tìm đến mặt trời, trên con đường tìm đến những nụ cười anh em, chúng tôi đang bước bằng những bàn chân tha thiết, những bàn chân hân hoan xót xa, những bàn chân đã làm quen với hy vọng. Chúng tôi không cầm trong tay vật báu nào, ngoài trái tim còn nồng nàn máu nóng và bộ áo quần còn ấm áp mùi khói lửa.

Trái tim chúng tôi sẽ bỏ lại trên mỗi bước chân đi, sẽ làm chiếu hoa trải đường hay sẽ làm những mũi tên hướng dẫn.

Bộ áo quần chúng tôi xin được giữ lại trong suốt cuộc hành trình để một ngày nào đó khi giáp mặt cùng niềm vui, chúng tôi cởi ra trân trọng đặt lên bàn thờ Tổ quốc, quỳ gối, cúi đầu thảng thốt kêu lên: "thôi giã từ chiến tranh, giã từ thần chết". Hỡi anh em, hỡi bà con toàn thể đồng bào Việt Nam có thể chúng tôi là những...

Ôi chúng tôi đã bắt đầu quá muộn hay đã quá vội vàng?

Ôi chúng tôi phải mời những ai cùng đi trên đoạn đường chào đón tự do này? Tay chúng tôi đã nắm chặt nhau. Lòng chúng tôi đã che chở nhau. Chúng tôi đã bắt đầu ca hát. Gió sẽ phụ họa, chim sẽ phụ họa, hát tưng bừng, hát âm thầm, hát nức nở, hát thảm thiết kêu gọi: "Hòa bình ơi, hãy đến"

Chúng tôi nguyện gào thét đến tắt hơi. Được an nghỉ trong bóng mát bình an là điều mơ ước độc nhất chúng tôi dám nghĩ tới. Quan tài của chúng tôi là đó.

Chào anh em
Chào bà con toàn thể đồng bào Việt Nam chúng ta".
(Lên Tiếng)

Là một người lính, trực tiếp thấy những cái được và mất trong cuộc nội chiến và cũng như thấy rõ nỗi buồn chiến tranh, nhất là thời điểm 1965 trở đi. Chiến trận hầu như đang bước dần vào giai đoạn khốc liệt. Nước Mỹ, mang danh là đồng minh, đã ồ ạt mang quân sang nước ta. Một trận chiến từ lòng quê hương Việt Nam. Chỉ vì ý thức hệ, vì tham vọng bá chủ của một vài cá nhân đại diện cho một đất nước... Để cùng một cội nguồn dân tộc mà nỡ tiêu diệt lẫn nhau. Chia đôi đất nước. Chim vẫn dang rộng cánh bay, và mây vẫn lang thang trôi trên bầu trời cao xanh lộng gió, sông vẫn chảy đời sông, cá vẫn tung tăng bơi lội dưới nước... Nào biết đâu là ranh giới chia cắt! Là người Việt Nam, sống trong lòng cuộc chiến khốc liệt này, chúng ta mong và luôn ao ước chỉ hai từ: HÒA BÌNH, chao ơi, sao thật khó! Niềm mơ ước đất nước thanh bình với những đàn bồ câu trắng chao liệng trên nền trời trong xanh. Với những thửa ruộng chín vàng óng, tỏa hương thơm ngát và rộn rã tiếng cười nói râm ran khi mùa gặt về. Với đàn trâu nằm nhai cỏ bên gốc đa già trong buổi trưa hè. Tiếng võng bà, mẹ đưa cháu con ngủ với những bài ca dao lục bát thân thương. Tiếng lũy tre xào xạc trong đêm trăng, nằm nghe bà kể chuyện cổ tích bên hiên nhà...

Nhà thơ, người lính Luân Hoán đã trăn trở, băn khoăn lên tiếng với những ước mơ, nỗi lòng của một con người trong một đất nước đang chiến tranh... Thoạt nghe, ta thấy điều mơ ước thật đơn giản, nhưng thật ra, rất khó thực hiện bởi nhiều lý do... "Hòa bình ơi, hãy đến". Chúng ta khản cổ kêu gọi, chúng ta tìm kiếm, nhưng hình bóng của hòa bình còn mơ hồ và xa vắng.

Khi quân Mỹ đổ người và của vào miền Nam Việt Nam chúng ta qua hình thức viện trợ, đồng minh... một cách vô vụ lợi (ta hãy tạm tin như vậy). Những người lính Mỹ, khi ra đi họ chưa kịp, hay chỉ mới biết sơ qua đất nước và con người VN. Qua các phương tiện truyền thông, họ cũng biết sang VN để chiến đấu, mang lại hòa bình. Họ là những người lính gồm nhiều thành phần, xa quê hương, chiến đấu cho một tổ quốc xa lạ, được trang bị vũ khí tối tân... Thế nhưng có lẽ họ thiếu tình người, thiếu sự tôn trọng con người và văn hóa của nước sở tại... Và với bản tính hiếu thắng của kẻ mạnh đi giúp nước yếu, vô hình trung họ đã gây nên biết bao nỗi căm phẫn, xót xa, đau khổ cho người dân ta. Hãy nghe Luân Hoán:

"Dù các bạn đã hãm hiếp người em gái quê hương của chúng tôi
Dù các bạn đã cao hứng mở hết số xe cán chết người lao động chúng tôi
Dù các bạn đã vô cớ đập phá những hiệu ăn, quán nước nghèo nàn chúng tôi
Dù các bạn đã có những hành động thiếu lịch sự kém văn minh
Những hành động không phải của con người
Chúng tôi cũng sẵn sàng thông cảm
Sẵn sàng tha thứ"

Những người lính Hoa Kỳ trẻ tuổi, xung phong sang giúp chúng ta, chiến đấu để mà chiến đấu. Họ đi vì nghĩa vụ đối với nước họ. Xa gia đình để sang một nước cách gần nửa trái đất về khoảng cách địa lý. Họ đi bảo vệ tự do không vụ lợi. Thế nhưng họ chưa hiểu gì về con người và tâm hồn VN. Họ ngang nhiên xem thường chúng ta. Họ đâu biết rằng dân tộc VN, vốn có truyền thống uống nước nhớ nguồn. Chúng ta biết ơn và ghi nhớ sự giúp đỡ của họ trên mặt trận mang lại hòa bình và tự do trên quê hương. Nhưng ngược lại cũng biết đau xót, biết nhục nhã trước những gì đã và đang xảy ra khi bước chân của họ đặt lên mảnh đất bé nhỏ này.

Với nỗi đau xót cùng niềm tự ái dân tộc khi quân đội Hoa Kỳ sang giúp chúng ta trên mặt trận bảo vệ tự do. Những việc họ đã và đang gây ra khiến nhà thơ của chúng ta phải thốt lên:

"Các bạn đã đến Việt Nam
Các bạn đã uống nước của quốc gia nhỏ bé này
Nhưng các bạn chưa hiểu được tâm hồn của dân tộc này
Các bạn chưa nhìn thấy nỗi khát khao mong ước của dân tộc này
Các bạn không điếc
Các bạn không đui mù
Tại sao các bạn vừa chiến đấu

Vừa tập luyện thui chột phá hủy những cơ quan trời sinh đó
Đừng tưởng các bạn đã đứng cùng chúng tôi một phòng tuyến
Mặc dù chúng ta đều nằm trong một mặt trận chống cộng
Và cùng đổ mồ hôi đổ máu
Đã cùng hy sinh
Nhưng máu và xương thịt các bạn dành cho xứ sở tôi
Chưa đủ để chứng tỏ các bạn thành thật chiến đấu cho tự do
Thành thật giúp đỡ một quốc gia nhược tiểu không vụ lợi
Ôi rất may
Dân tộc chúng tôi không biết căm hờn
Chỉ biết tha thứ và bao dung
Dù khổ đau vẫn còn tin tưởng
(Mặt trời sẽ mọc sau cơn mưa)

Là một người lính luôn suy tư, day dứt trước những tang thương khi chiến tranh ùa đến. Nhà thơ Luân Hoán đã từng đặt ra những câu hỏi với các binh sĩ Hoa Kỳ, những người bạn không phân biệt màu da đã từng cùng chiến đấu trên một mặt trận. Ông đã thấy rõ máu và nước mắt của họ. Không ai giết được tình người trong trái tim. Họ đã nhỏ nước mắt trên xác đồng đội. Lệ đã lem màu mực trên những lá thư thăm gia đình được viết từ một xứ sở xa xôi và nhỏ bé. Những dòng lệ thật hùng vĩ và cũng thật xót xa. Thế nhưng ông cũng hỏi họ tại sao vẫn chưa chiến thắng trong cuộc chiến tranh Việt Nam. Mặc dù những người lính được trang bị khí giới tối tân... nhưng ông vẫn linh cảm họ sắp nhượng bộ, sắp bỏ cuộc, sắp thua cuộc. Thua đây vì không phải thiếu yếu tố tàn ác, hay lòng can đảm... Ông muốn tất cả những người cầm súng tại VN, những người đang ngồi tại tòa Bạch ốc, hay có mặt tại bàn họp Ba Lê... phải tự vấn lương tâm và nói với chính mình là chiến đấu vì tự do, bảo vệ an ninh, vãn hồi hòa bình cho một quốc gia nhược tiểu. Lại càng không phải là một cuộc mua bán, trao đổi... Và họ phải hiểu người dân VN luôn khao khát hòa bình, muốn sống tự do... rất oán ghét chiến tranh... Và thi sĩ đã xác tín:

"Quốc gia của tôi không nghèo như các bạn đã lầm tưởng
Bao giờ chúng tôi còn hơi thở
Chúng tôi còn đủ sức để chiến đấu
Tìm tự do và bảo vệ hòa bình
Các bạn hãy từ giã Việt Nam
Nếu đã đuối sức
Nếu đã biết xấu hổ
Đã không thực tâm trước khi đến đây

Các bạn hãy mang lời cảm ơn này của chúng tôi
Làm một chút chiến thắng
Về ghi trong lịch sử các bạn
Chúng tôi cầu mong những trang sử đó không làm các bạn buồn phiền chua xót".

(Thư cho người Hoa Kỳ)

Chiến tranh trong lòng quê hương xảy ra, kéo theo cả một hệ lụy. Nhà tan, cửa nát, đồng ruộng hoang phế khô cằn. Trâu bò chết đói, xác người chất chồng... Mẹ mất con, vợ mất chồng, con mất cha... Thiếu nữ chưa vui với niềm hạnh phúc lứa đôi, đã trở thành quả phụ... Không khí trên quê hương đầy mùi tang thương, ai oán. Bom rơi, đạn nổ trên khắp nơi, thậm chí cả những nơi nghi có phe địch, khiến người dân thành kẻ trắng tay. Giữ được nguyên vẹn hình hài cũng là phúc! Giờ phải vào trại tị nạn... thành nạn nhân chiến tranh. Mang trong lòng nỗi niềm oán trách, ghét nhất là VC, ghét nhì là Mỹ. Ngẫm nghĩ cũng thật đúng. Nhà thơ Luân Hoán và cũng là người lính của chúng ta, ông cũng bức xúc, trăn trở khi nhìn thấy thực trạng của quê hương. Với tư cách người lính, ông đã mạnh dạn đặt ra những câu hỏi. Hỏi để nói lên những điều mắt thấy tai nghe, những nghi ngờ về cuộc chiến đã và đang xảy ra với người đứng đầu đất nước:

...
"Có mấy ai chờ đợi thực tâm hòa bình?"
Mấy ai thực tâm hân hoan đợi hòa bình
Ngoài ông tổng thống
Ông tổng thống nước Việt Nam Cộng Hòa
......
Ông đại diện cho chúng tôi
Ông đã thắng trong một cuộc tranh cử tương đối ít gian lận
Ông đã có chiếc ghế ngồi đủ để ăn nói
Cám ơn ông đã đau xót, đã buồn phiền
Đã tham khảo rất nhiều ý kiến
Đã cân nhắc đã đánh giá
Đã suy nghĩ mưu tính
Thế nào để giành phần thắng cho chúng ta
Để ông còn được lòng dân kính mến
....
Tôi nói có ngọn đèn
Tôi tin tưởng ở ông
Chúng tôi tin tưởng nơi lương tâm ông
Ông trong sạch hay ông bẩn thỉu

Ông nhỏ nhặt hay ông bao dung
Chắc ông sẵn sàng tha thứ
....
Và mới dám hỏi nhỏ
Hòa bình có lợi hay có hại cho những người đang lãnh đạo quốc gia
Câu trả lời chắc còn lâu tôi mới nhận được
Nhưng tôi tin
Tôi không thể vào tù
Hay không thể ra pháp trường
Trước khi sống một giây vui sướng
Bởi chúng tôi đang nói với ông
Ông là vị tổng thống
Không phải là tên cai ngục
Cũng không phải tử thần
Ông đang cho tôi tự do
Chút tự do ngôn luận
.....
Mong ông thật anh minh
Mong ông thật rộng lượng
Ông là vị tổng thống nước Việt Nam Cộng Hòa
Nửa phần đất của một quốc gia còn tự do
Ông hãy cho tôi nói
Ông hãy để tôi phát biểu lời của đám dân nghèo khổ
Lời của đám binh sĩ dưới quyền ông.
Chắc ông đồng ý
....
Tôi sẵn sàng đứng bên ông
Tôi sẵn sàng đổ máu
Không phải cho ông đâu
Mà cho tự do cho dân chủ
Cho toàn thể đồng bào chúng ta
Sống một đời an vui."

...

Với tấm lòng yêu quê hương, con người tha thiết. Bước chân của người lính nhà thơ đã in dấu trên mọi nẻo đường quê hương. Ông đã quan sát, ghi nhận hết mọi mặt của cuộc sống thời chiến qua con tim đầy nhân bản. Chiến tranh là một thực tại đang hiện hữu. Và người dân đã và đang sống trong tâm trạng vừa lo âu, sợ hãi, đau khổ lẫn oán trách kẻ gây ra cuộc chiến. Những nơi gần chiến tuyến, sống trong nỗi lo âu vì tên bay, đạn lạc, thiếu thốn mọi mặt. Họ đã được tập trung vào khu định cư. Chính phủ cũng có chương trình hỗ trợ, giúp đỡ vật chất để lợp lại mái nhà... Họ đã phải nghe giảng từng giờ về chính phủ của người nghèo, nhưng chính phủ có biết họ hiện sống như thế nào. Chính sách thật hay, nhưng liệu tiền bạc, vật phẩm có đến tay người dân? Có những kẻ chỉ vì mối lợi mà bỏ đi tình người trong cuộc chiến. Chúng lợi dụng chức tước, tìm cách moi móc những khe hở của chính sách. Trục lợi, và sẵn sàng tìm bất cứ thủ đoạn để thu lợi cho cá nhân, cho ê kíp của chúng. Càng chiến tranh, kiếm chác càng dễ. Chúng đúng là những kẻ hút máu người. Chúng nằm trong hàng ngũ tướng tá, nằm trong các bộ máy chính quyền. Lũng đoạn cả một chính thể với chiêu bài luôn vì dân, vì tình huynh đệ chi binh... Nhưng thật ra chỉ vì tư lợi mà thôi. Ăn chặn tất cả những gì mà có thể biến thành tiền. Và mặc dù chính phủ cũng đã hạ vài tên tham nhũng, nhưng chỉ là muối bỏ biển. Chúng vẫn còn hiện diện khắp nơi, tinh vi hơn... Ai chết mặc ai, để rồi nơi những vùng chiến tuyến xa xôi, muốn xây công sự hầm hố khi khan hiếm vật dụng, đành dỡ nhà dân! Họ hưởng thành quả trên cái chết của người lính. "Nhất tướng công thành vạn cốt khô": Ta hãy nghe thi sĩ hỏi trước cảnh bất công:

"Thưa ông
Tôi chỉ là tên lính của một nước có tự do dân chủ
Có thể tôi chưa đủ trình độ
Chưa có quyền ăn nói
Chưa hiểu thấu đàn anh chúng tôi
Những đàn anh cấp tá, cấp tướng.
Những đàn anh ngồi chỉ tay
Ngồi vẽ vời trên phóng đồ hành quân
Uống bia ăn đồ hộp
Họ nghĩ gì khi được tin chiến thắng
Họ nghĩ gì khi xác anh em chúng tôi
Mất đầu mất tay
Ai đã biết vui và ai đã biết buồn...

Là người cương trực, đã từng vào sinh ra tử. Vì thế, người lính Luân Hoán đã mạnh dạn nói và viết những điều cần thiết, những điều mắt thấy tai nghe. Những điều chướng tai gai mắt, về những cấp tướng tá đã quá quen sống trong một xã hội lợi dụng, khai thác chiến tranh đến độ không còn lương tri. Cho người đứng đầu đất nước:

Hãy nhớ là tôi vô cùng vui vẻ
Vì còn tin rằng
Chúng ta đang sống trong tự do

Và cánh cửa hòa bình đã có hy vọng mở
Lẽ nào tôi vào tù
Khi nói những điều cần nói
Khi phải viết những điều cần viết
Tôi phải được hơn Trần Dần
Tôi phải được hơn những văn nghệ sĩ miền Bắc
Nên không bao giờ ăn năn
Không bao giờ lo sợ
Khi phải đệ trình lên tổng thống
Lời quốc dân"
....
Ông mạnh dạn và cương quyết:

Tôi không có tội gì khi được hỏi:
"Có mấy ai thực lòng chờ đợi hòa bình
Đến với Việt Nam chúng ta"
(Câu hỏi của một người lính)

Sau những ngày hành quân gian khổ, trực tiếp vào sinh ra tử, những người lính tác chiến thường trực đối diện với cái chết, sống trong cõi chết. Nhưng không vì thế mà họ chai đá tâm hồn. Vẫn còn nhỏ được lệ và ngậm ngùi cho một người nằm xuống. Họ vẫn còn một trái tim thấm đẫm tình người. Biết xót xa và đau khổ cùng vận nước nổi trôi... Ta hãy nghe người lính Luân Hoán chia sẻ với đồng đội:

"Hỡi anh em
Xin ngồi thật gần nhau
Xin giữ một giây yên lặng
Tưởng niệm những người đã hy sinh
Rồi sau đó anh em có quyền hút thuốc
Có quyền ngồi tự do
......
Nhưng rất cần nghe nhau nói hôm nay
Và tôi xin được nói cùng anh em điều này
Chúng ta là những người lính

Những người lính tác chiến
Không tiền bạc không thân thế
Thường trực sống vào cõi chết
Nhưng chúng ta còn tâm hồn

Còn đủ tình yêu thương
Và không hổ thẹn làm con người"...

Nhận thấy anh em đồng đội đã cùng mình xông pha vào nơi có ngày đi, nhưng không biết ngày về. Chiến đấu vì quê hương, vì tự do hòa bình cho đất nước. Thế nhưng họ nào được gì khi hy sinh cả một thời tuổi trẻ. Ra đi, để lại gia đình, vợ con, người yêu dấu... Với tấm lòng nhân hậu, nhìn cuộc chiến ngày càng khốc liệt, máu đổ xương rơi... một viễn ảnh không tươi sáng cho toàn dân nói riêng cùng thân phận người lính. Nhà thơ xót xa đau đáu cõi lòng:

"Hỡi anh em
Tôi cũng là tên lính tầm thường
Chỉ hơn anh em chút cấp bậc
Nhưng thật kém xa anh em lòng hy sinh
Sự khổ nhọc
Nếu tôi có quyền nhân danh tổ quốc
Nhân danh lịch sử
Tôi sẽ xin được gửi đến anh em
Một lời cám ơn
......
Tôi cũng xin được ngợi ca anh em
Ngợi ca lòng dũng cảm
Không phải dũng cảm giết người
Mà dũng cảm chịu gian khổ
Chịu xa cách gia đình
Tôi biết anh em rất buồn chán
Trong cái tập thể ô-liu này
Giết giặc lấy súng giặc
Còn dễ hơn tìm một nụ cười sung sướng.

Tôi không dám chỉ trích
Cũng nào dám trách móc
Bởi chỉ trích anh em là chỉ trích tôi
Trách móc anh em là trách móc tôi
Chúng ta đều là một
Ôi xã hội
Ôi hoàn cảnh đáng thương của một
Quốc gia nhược tiểu
Biết bao cảnh đau lòng
......

Ngậm ngùi uất ức
Nhiều khi muốn thét lên như người mất trí
Trời ở đâu
Sao trời chẳng sụp giết cho hết chúng tôi?"

Trên con đường hành quân qua các thôn xóm, làng mạc nơi vùng quê xa xôi, hẻo lánh cùng các đồng đội. Tâm tư tình cảm của nhau, nhà thơ đều cảm nhận trong trái tim nhân hậu của mình. Từ đó ông đã bày tỏ những điều thao thức, cũng như những suy tư, khao khát... của mình, ta hãy nghe:

"Hỡi anh em
Tôi đã đọc những giòng chữ khắc trên tay
Trên ngực và trên vai anh em
Tôi cũng đã đọc những giòng chữ trên bờ tường
Trên vách nhà bỏ hoang
Anh em đã vội ghi trong những cuộc hành quân
Nhờ đó tôi rất hiểu anh em
Như đã hiểu chính tôi
Khi phải nói phải viết những giòng chữ này
.....
Ôi cuộc đời
Ôi tuổi trẻ Việt Nam quá đau buồn
Muốn cười không đủ giọng
Muốn hát không ra lời
Con đường muốn đi qua
Hầm chông rào kẽm
Ngôi nhà muốn vào thăm
Lựu đạn bãi mìn
Tuổi trẻ 20 năm sầu tủi
Tuổi trẻ Việt Nam hằn triệu vết thương."

Với cái nhìn đầy bi quan về chiến tranh trên quê hương. Với tâm hồn luôn đau xót trước những gì đang bị cướp đi một cách thật bất ngờ. Ông luôn mong các đồng đội mình hãy giữ chắc tay súng, cẩn thận đề phòng địch vì họ không biết chúng ta chỉ vì tự vệ. Thực tâm chúng ta đâu muốn máu đổ thây rơi. Chúng ta vẫn còn tình người. Và ông khuyên hãy giữ gìn mình. Người lính không chỉ sống cho mình mà hãy nhớ sống vì sự chờ đợi của cha mẹ già bên bếp lửa chiều. Vì những lời lẽ thắm tình thủy chung đầy nước mắt của người vợ trẻ trong lá thư sẽ gửi, cùng nụ hôn, tiếng cười thơ ngây của con trẻ... mong cha trở về, mà có lẽ chúng cũng chưa từng thấy mặt bố. Thời chiến nên việc về phép chỉ là may rủi. Tùy vào thời điểm thích hợp....

"Gắng mà giữ mình
Đạn tránh người hay người tránh đạn
Hòa bình đã sắp đến nơi
Nghe nói người ta đã lăm le đóng dấu ký tên
Đã đe dọa tuyên bố
Hỡi anh em
Thôi tôi dừng nơi đây
Chúc anh em ngủ ngon bên hố chiến đấu
Bên cô vợ không trái tim lì lợm của anh em"
(Trình bày cùng tâm hồn mũ sắt)

Xuyên suốt hành trình thành lập một đất nước, một quốc gia. Loài người chúng ta phải trải qua biết bao cuộc chiến đấu. Xương máu của bao đời đã thấm ướt mảnh đất. Mục đích để giành lấy hòa bình và thành lập nên một quốc gia. Và chúng ta gọi quá trình phát triển đã qua này của một dân tộc là lịch sử. Nhưng với nhà thơ, người lính Luân Hoán. Lịch sử đối với ông chỉ là tên chúa tể sát nhân, tên vua bạo ngược gian ác. Đã quyến rũ, dụ dỗ, lường gạt nhân loại qua nhiều thời đại. Là kho chứa máu và nước mắt. Và để hình thành nên một nước Việt Nam, biết bao sự hy sinh về người và của của hai phía. Máu và nước mắt đã thấm đẫm trên quê hương. Máu của bạn hay thù đều là giòng máu đỏ, cùng một cội nguồn mà thôi. Ông không thể nào yên tâm khi nhìn lại lịch sử của dân tộc. Với ông tất cả lời kêu gọi đấu tranh, chiến đấu vì một nền tự do, vì hòa bình cho đất nước chỉ là một sự dối trá, phỉnh nịnh. Là mưu đồ thống trị của kẻ muốn làm bá chủ... Ta hãy nghe:

"Hỡi lịch sử nhân loại
Tôi không dám nhìn đâu xa
Không dám ba hoa vẽ vời
Tôi chỉ xin được nhìn Việt Nam
....
Tôi biết toàn thể bạn bè tôi anh em tôi đồng bào tôi
Và cả tôi nữa
Đang nối gót theo sát tổ tiên đàn anh
Trong chuyến viễn du tạo lịch sử
Tất cả sẽ lần lượt gửi tặng những giọt mồ hôi
Những giọt máu
Ôi những giọt máu lịch sử đã cuồng nhiệt đón nhận

Đã hớn hở thu hút
Không giọt máu nào thừa thãi
Không giọt máu nào nhơ bẩn
Kể cả máu kẻ thù
Và mọi người bắt buộc phải đồng ý
Tất cả máu đều đỏ thắm
Đều thơm ngát đều nồng nàn đều trong sạch

Cám ơn lịch sử
Đã nhận máu không phân biệt không chia rẽ"

Dưới mắt ông, kẻ thù cũng cùng mục đích như ta. Cũng chiến đấu tiêu diệt lẫn nhau, không tìm hiểu nguyên nhân cuộc chiến... Hãy nghe:

"Hỡi người bạn đang hăm hở lùng kiếm tôi
Như tôi đang khao khát tìm gặp bạn
Bạn có biết chúng ta cần phải cám ơn nhau
Bởi chúng ta đang giúp đỡ nhau
Hăng hái cho lịch sử một giọt máu
Có thể chúng ta đều ngây thơ lãng mạn
Nhưng không thể dừng, không thể tránh được
Cái cử chỉ hào hiệp xót xa đó"

Và nhà thơ tự an ủi mình:
"Ôi rất may
Trời đã sinh tôi với hai bàn tay
Chỉ viết được thơ ca ngợi mặt trời tình yêu cuộc đời
Giá phải viết lịch sử
Còn khổ đến thế nào"

Trong cuộc đấu tranh giành độc lập tự do, ta phải kể đến công ơn của người mẹ. Thương người mẹ Việt Nam đã góp phần máu xương cho cuộc sống còn của một dân tộc, một đất nước. Ông đã ngậm ngùi và cũng tự hào về người Mẹ Việt Nam:

"Mẹ thân yêu
Mẹ đã hoảng hốt đã lẩn trốn đã đào tẩu
Cuối cùng mẹ cũng chết
Xin đừng buộc tội cho bệnh tật cho nghèo đói
Mẹ đã chết vì chiến tranh
Mẹ đã cho lịch sử một giọt máu

Cũng như rất nhiều người khác
Hãy tự hào và thổn thức gọi to
Giọt máu của tôi
Ôi giọt máu Việt Nam cao quý"

Tự hào về con người Việt Nam, không phân biệt bạn thù. Ông mong ước lẫn khẳng định:

"Tôi là người đa tình
Tôi cũng thừa mơ mộng
Tôi muốn dùng máu mình thay mực sơn
Nắn nót viết truyền đơn biểu ngữ
Thông báo cho tất cả đồng bào
Cho toàn thể anh em thế giới
Biết chúng ta là người Việt Nam
Biết chúng tôi là người Việt Nam
Người Việt Nam không mưu toan thủ đoạn
Không mơ đập đá vá trời
Cũng không bao giờ biết làm nô lệ
Và một điều nếu có thể ghi thêm
Là không mơ có lịch sử
Một lịch sử đầy máu người

Mỗi người Việt Nam phải là một Thích Ca
Mỗi người Việt Nam phải là một Jésus
Phải là một bài thơ sáng sủa hơn bài tôi đang viết.
(Tặng máu cho lịch sử)

Nhà thơ Luân Hoán đã trưởng thành trên quê hương đang chiến tranh. Với nhận xét tinh tế, với tâm hồn của người con Việt sống trong chiến tranh. Bước chân người lính Luân Hoán đã đi, đã thấy, đã đau đớn, đã xót xa cũng như ngậm ngùi khi nhìn thấy thực trạng của quê hương thời chiến. Một thực tại tàn nhẫn đầy máu và nước mắt. Bom rơi, đạn nổ giết chết không chừa một ai. Và trên mảnh đất quê hương, từ nơi thành thị hay vùng quê nghèo khó, nơi núi rừng xa xôi... biết bao máu xương của người dân vô tội, của người lính đã hòa tan, thấm vào lòng đất quê hương... Và trở thành nguồn dinh dưỡng cho cây cỏ, hoa lá đâm chồi kết nụ. Nói cụ thể hơn là họ đã được hóa kiếp, đầu thai thành nụ hoa. Những nụ hoa có tâm hồn. Những nụ hoa được kết tinh bởi xương máu của những con người đã ngã xuống cho quê hương, vì quê hương.

Một quê hương thống khổ. Chúng ta lặng lòng khi thi sĩ bày tỏ tấm lòng mình:

.....

"Một ngày nào biết bao nhiêu đạn nổ
Biết bao vạt đất khu vườn hoang vu cằn cỗi
Biết bao nóc nhà ra tro
Chim có cánh chim bay cao
Sao chim chẳng thấy giòng sông mất cầu
Sân ga mất con tàu
Con đường mất bóng người qua lại
Tôi chắc chim sẽ không vui
Và chim cũng biết buồn
Thôi chim đừng kiếm tìm người nữa
Họ đã trở thành những nụ hoa
Những nụ hoa đang bắt đầu tưởng niệm
Đang nắm chặt tay nhau
Buồn bã theo xe tang vào nghĩa địa
Ôi nắm đất này
Ôi trái tim này
Thôi vĩnh biệt quê hương"
Thương tiếc ngậm ngùi trong tim:
"Có tiếng khóc nào trong gió
Có tiếng khóc nào trong tim tôi
Hỡi quê hương
Xin quỳ chân cúi mặt
Cho anh em bạn hữu tôi
Cho những người đã ra đi làm nụ hương tươi sáng
Được làm vòng hoa
Thiết tha choàng cho quê hương tình yêu thương đó
Ôi vòng hoa bằng trái tim".

Cùng sự xúc cảm tràn ngập tâm tư khi nhìn thấy anh em đồng đội đã ngã xuống trên mảnh đất quê hương. Ông muốn bù đắp chút ít cho sự mất mát này của đồng đội, ông đã:

"Tôi xin được yêu cầu
Anh bạn nhạc sĩ hát một bài truy niệm
Để thay những chiếc huy chương, những cành dương liễu
Tôi cũng dám được đề nghị
Những đồng lương cuối cùng gọi là tiền tử tuất
Được đóng lại thành sách

Để viết tiểu sử người đã chết
Thay vì mua quan tài
Mua vải may quốc kỳ đưa tiễn
Dù chẳng là thi sĩ
Tôi cũng sẽ làm thơ để lót huyệt"

Xót xa:

"Quê hương ơi hãy quỳ gối cúi đầu
Đón nhận những nụ hoa đang choàng vai cho quê hương đó
Thôi một đời con trai
Trân trọng:
Tôi mang giày đội mũ
Cầm súng choàng hoa"
(Choàng hoa cho quê hương)

Trong hành trang của người lính, ngoài quân phục, giày bottes de saut, ... còn có tấm poncho. Sau những ngày hành quân cực khổ, thoát chết trong đường tơ, kẽ tóc... Với người lính, có một giấc ngủ yên, không bị rình rập, không bị ám ảnh bởi bom đạn sẽ rơi xuống bất ngờ... thật hạnh phúc! Một hạnh phúc không thật dễ dàng trên bước đường hành quân. Và khi được ngả lưng trên tấm poncho, người lính tìm kiếm một giấc ngủ bình an. Trong giấc ngủ, những suy tư, những nỗi niềm, những mong muốn, những trăn trở, những tâm tư tình cảm... về cuộc chiến nghiệt ngã đang xảy ra. Luôn nằm trong trái tim người lính, sẽ hiện ra trong giấc mơ như những thước phim đang quay. Nhà thơ mơ mình đang nói chuyện với dòng sông. Dòng sông tươi mát mới phiêu lưu về. Và ông mường tượng như một người tình. Nằm gối tay lên mình, thủ thỉ về những điều mắt thấy tai nghe, và những điều này như những mảng màu đầy màu sắc. Nhưng nổi bật nhất là đen xám do trộn biết bao máu, xác người lính, dân vô tội, ngọn cỏ, hoa lá thấm máu, nước mắt của người thân, vỏ đạn, mảnh bom, ruộng đồng xơ xác... mà một người lính như ông chỉ với nét vẽ nguệch ngoạc vẽ lên với cây cọ là con tim. Và bức tranh này đã được đóng khung, tặng lại cho lịch sử với mong muốn thế hệ mai sau biết về thời đại của cha ông...

Một thực tế thật đau xót khi việc mơ ước hòa bình. Sớm chấm dứt chiến tranh trên quê hương VN. Lại do những kẻ có sức mạnh của vũ khí, của đồng đôla quyết định. Ngồi bàn về hòa bình bên chai sâm banh... Chúng đúng là bọn người không tim, là con buôn chiến tranh. Một nỗi ngậm ngùi, chua chát:

"Ôi rượu nào không say, tên buôn nào không ham lợi, tội cho cô nhân tình VN tội cho cô bé hòa bình người ta muốn cô làm tiền, làm nàng Kiều của Nguyễn Du lưu lạc để những Từ Hải phải hy sinh một cách vô lý. Dòng sông dòng sông hiền từ ơi, anh đã chờ đợi. Anh còn phải chờ đợi nữa, em biết một ngày Việt Nam và giá trị của thời gian ngắn ngủi đó. Phút trước chúng ta cười, phút sau chúng ta nhắm mắt. Đoạn đường viên đạn đi có bao giờ dừng lại và ngón tay trên cò súng khó có lần ngủ quên, nên những người đợi chờ phải ra đi những người mong ước phải đào ngũ với chút hy vọng ngây thơ là tránh khỏi làm vật hy sinh cho viên đạn cuối cùng của một chiến tranh bẩn thỉu."

......

Mải thì thầm gửi gắm những suy tư, bức xúc, tiếc thương, oán ghét... về những điều đã thấy, nghe với dòng sông - người tình. Chợt tỉnh thức với sự hoảng hốt:

"Hỡi dòng sông dòng sông đâu rồi.

Hỡi anh em anh em đâu rồi, trên poncho trên mặt trời chỉ còn một bóng tối, sao không ai cho tôi mượn cây súng, không ai cho tôi vay chút sầu tôi hãy còn vui quá trước nỗi chờ đợi hư vô."

(Dòng sông giấc mơ và trái tim)

Hòa bình và quê hương. Có lẽ người dân Việt Nam chúng ta dù cho có bị chiến tranh chà đạp, gieo rắc nỗi tang thương, thống khổ, nhưng chúng ta vẫn còn một niềm tin vào hòa bình. Còn sống sẽ còn quê hương. Ý chí bám vào sự sống này làm con người tin tưởng hơn là tin vào mọi mưu đồ chính trị nào khác. Nhưng để sống còn, chúng ta phải chiến đấu bảo vệ non sông tổ quốc. Một cuộc nội chiến tương tàn, đã và đang xảy ra. Là một người lính, nhà thơ cũng trải qua vô vàn hiểm nguy trên mặt trận. Thời điểm từ 1967 đến 1969, tình hình chiến sự tại miền Nam Việt Nam ngày càng khốc liệt. Bộ binh là chủ lực quân của QĐ/VNCH. Nhưng vũ khí trang bị vẫn còn quá thô sơ so với địch cũng như các lực lượng trừ bị khác, nhưng không vì thế mà tinh thần quyết chiến sa sút, mà trái lại dũng cảm hơn. Mười trận cũng thắng được tám. Ông thuộc hàng ngũ Tiểu đoàn 1, Trung đoàn 4 Sư đoàn 2 Bộ binh. Dấu chân của ông đã dọc ngang từ Sơn Tịnh, Sơn Mỹ, Nghĩa Hành, Nghĩa Hưng... cùng nhiều nơi khác. Máu của đồng đội cũng như máu của địch cũng đã thấm xuống những địa danh đã đi qua.... Bom đạn không chừa một ai. Thoát chết tan xác sau lần hành quân vì đạp phải một quả mìn "ba râu". Quả mìn được chôn sát dòng sông. Nước lớn, nước ròng lâu ngày làm ẩm ngòi nổ. Và rồi trong mặt trận Quảng Ngãi năm 1969, sau sáu ngày chạm súng liên tục. Nhà thơ Luân Hoán đã dẫm phải quả mìn.

Và quả mìn thứ hai trong bước chân hành quân không mỉm cười với ông. Ông đã mất đi bàn chân trái tại Thi Phổ ngày 11/2/ 1969. Nhưng may còn giữ lại mạng. Trong những ngày nằm điều trị lại rơi vào thời điểm Tết nguyên đán. Nhận quà từ những người bạn đồng minh trong nước mắt. Buồn bã nghĩ về cha, xót xa nhói buốt về vợ và đứa con đầu lòng sắp ra đời... Tất cả nỗi buồn đã phủ kín hồn ông...

Nhà thơ Luân Hoán vốn có cái nhìn rất thật về chiến tranh trong đời binh nghiệp của mình. Từng va chạm cũng như đối diện với cái chết trong gang tấc. Ông luôn nhìn mọi việc tận cùng của chúng. Những cái chết của đồng đội, của người dân, những cái chết thật tình cờ... khiến ông có cái nhìn bi quan. Và nhất là sau khi một phần thân thể gửi vào cuộc chiến. Ông đã chua chát thốt lên tiếng nói của mình về mọi mặt về cuộc chiến của quê hương:

"Bây giờ tôi là tài nguyên thải của quốc gia
Tôi là tên què
Tôi là thằng cụt chân
Nhưng chắc tôi còn là một công dân
Máu tôi vẫn đỏ
Da tôi vẫn vàng
Trái tim tôi vẫn đầy tình yêu dấu
Và hai tay đã từng cầm súng
Bây giờ được thảnh thơi
Tôi sẽ làm gì nếu không cầm bút
Cầm bút viết gì nếu không viết những điều mắt thấy tai nghe."

Ông mạnh dạn nói lên những suy nghĩ cùng những câu hỏi rất thật của mình:

.....
"Vậy mà tôi phải nói
Hãy nghe tôi ai là người Việt Nam"

"Ôi mũi chúng ta thấp
Da chúng ta vàng
Tóc chúng ta đen
Thân hình chúng ta nhỏ bé
Nhưng chúng ta có thua ai
Chúng ta có 4000 năm văn hiến
Chúng ta có lịch sử oai hùng
Sao bây giờ mỗi ngày một lụn bại

Sao bây giờ mỗi ngày một tang tóc
Có ai cai trị chúng ta đâu
Có nước nào giữ chủ quyền quốc gia chúng ta đâu
Chúng ta có tổng thống
Chúng ta có quốc hội dân cử
Chúng ta có biết bao nhiêu cơ quan khác
Từ dân sự đến quân đội
Lực lượng nào chúng ta không mạnh
Lực lượng nào chúng ta không vô địch
Sao chúng ta không chiến thắng
Sao chúng ta còn gian nan"

Với ông, điều day dứt khi nghĩ về chiến tranh là tại sao chúng ta chưa chiến thắng. Khi mà mỗi ngày chúng ta nhận bao nhiêu viện trợ. Địch bắn một viên đạn, ta bắn ngàn viên. Ta có chính nghĩa, không phải kẻ xâm lăng, và có đồng minh, giàu phương tiện...

Luôn trăn trở, nghĩ ngợi về đất nước, ông cảm nhận những người thừa hành bộ máy chính quyền đã không sâu sát, quan tâm, nắm vững về tình hình chiến cuộc. Ông luôn tự hỏi tại sao và tại sao:

"Chúng có bao nhiêu làng mạc
Kiểm soát được bao nhiêu dân
Tại sao có nhiều nơi chỉ một viên đạn giặc
Đã vội xem là chỗ mất an ninh
Là vùng xôi đậu
Tại sao có những chỗ oanh kích tự do
Đất đai quê hương có chỗ nào không đẹp
Có chỗ nào cần hủy bỏ đi
Tôi vẫn nghĩ chúng ta có nhiều biện pháp
Có nhiều khả năng giữ gìn chiếm lại
Tại sao chúng ta chưa chiến thắng
Tại sao chúng ta còn gian nan"

Nhà thơ Luân Hoán với tấm lòng luôn nghĩ về quốc gia, về tiền đồ của một dân tộc. Là người lính, trực tiếp xông pha vào chiến tuyến. Ông đã từng vào sinh ra tử, suýt chết... và rồi, giờ đây khi giã từ vũ khí, ông luôn trăn trở, nghĩ chúng ta có Tổng thống, có bộ trưởng, có nghị sĩ, dân biểu. Có các trung tâm đào tạo cán bộ có tốt nghiệp có bằng cấp. Binh sĩ chưa đói rách, có tinh thần chiến đấu. Mặt khác quốc gia chúng ta còn có nhiều kế hoạch chính trị, có dự án xây dựng nông thôn mới, có bộ này bộ nọ... Thế mà không hạ nổi giặc thù. Trong khi giặc đang xuống dốc. Như vậy, đơn giản chưa lấy được lòng dân mà thôi. Dân đồng lòng, mọi việc đều xong. Theo ông còn rất nhiều vấn đề cần phải thay đổi. Nhất là tình người đối với nhau. Ta hãy lắng nghe ông nói lên sự thật:

"Tôi nào phải tên bi quan quá đáng
Dù đã bị thương nhưng tôi vẫn ước mơ
Ước mơ những điều nhỏ mọn
Như thay đổi không khí trong bệnh viện này
Tôi muốn những bàn tay tiêm thuốc phải được dịu dàng
Tôi muốn những đôi mắt đến thăm bệnh có nụ cười cảm thông chia sẻ.
Tôi đã thấy một trung úy không chết vì vết thương
Mà vì lộn thuốc
Tôi cũng đã thấy một chuẩn úy mới ra trường mới dự trận đầu tiên
Đã chết sau hai giờ đau đớn chờ bác sĩ
(Bác sĩ còn ở phòng mạch tư, y tá còn bận chích thuốc dạo)
Ôi những cái chết vội vàng đớn đau như vậy
Vẫn thường xảy ra trước những nụ cười dửng dưng
Thôi nói làm chi
....
Chiến tranh chính trị ở đâu
Sao không đến cùng viên thuốc
Sao không đến cùng vải băng
Địch ở ngay bên ta mà chưa đánh
Địch ở ngay bên ta mà bỏ qua
Giội bom giết người bắn phá
Ở đâu: ở đâu mà chưa đánh ngã giặc thù?"

Là người luôn ưu tư, trăn trở về quê hương và với những điều đã xảy ra trước mắt. Tuy đã không còn là người lính, thế nhưng với bản chất trung trực, xông pha của người lính, nhà thơ đã khẳng khái lên tiếng:

"Hỡi da vàng mũi tẹt Việt Nam
Tôi bây giờ có hai tay một chân và một chân giả
Nhưng tôi vẫn đi vẫn làm việc bình thường
Và nếu cần sẽ cầm lại cây súng
Để hy sinh cho tổ quốc còn chủ quyền

Có hòa bình có tự do
Cũng có thể tôi tự sát."
(Tiếng nói của một thương phế binh)

Xuân về, chúng ta ai cũng đều hân hoan đón chào. Mừng một năm mới đến với bao mơ ước và mong muốn được như ý nguyện của lòng. Xuân về cảnh sắc rực rỡ với hoa lá muôn màu muôn vẻ. Không gian như sáng bừng lên, chim chóc hót líu lo... tình người chan hòa rộng mở.

Nhưng trong hoàn cảnh đất nước đang chiến tranh, mùa xuân có về đi nữa, chúng ta chỉ mong tiếng súng im bặt, và mơ hòa bình. Một hòa bình trên khắp quê hương. Để không còn cảnh cứ phải thấp thỏm lo bom rơi, đạn lạc, máu đổ thây rơi, tiếng súng đạn tưởng chừng như tiếng pháo nổ... Đó đây ai nấy đều vui vẻ, chào hỏi nhau. Con trẻ vui mừng bên những phong bao lì xì...

Nhà thơ Luân Hoán đã nhìn, đã nghe, đã chua chát khi nghĩ về cuộc chiến từ lòng quê hương. Ông thấy con đường đi đến hòa bình thật diệu vợi. Bởi lẽ chưa có một hòa bình thực sự. Hòa bình của ta lại do phán quyết từ những kẻ mang danh đồng minh, từ bên kia bờ đại dương. Những kẻ chẳng có chút liên hệ máu mủ, hiểu biết gì về văn hóa của dân tộc ta. Họ chi phối bộ máy chính quyền, chia rẽ, phân hóa con người qua sức mạnh của đồng đô la. Làm lũng đoạn cả bộ máy chính quyền... Thế nhưng với tấm lòng nhân bản, ông vẫn luôn lạc quan, tin tưởng rồi hòa bình sẽ về, mùa xuân sẽ về. Mùa xuân là hòa bình, ông vui mừng mơ mình sẽ là:

"Hãy lên đây bà con
Hãy lên tất cả bà con
Lên vội vàng
Lên hớn hở
Lên kiêu hãnh chiếc xe Renault
4 máy 12 mã lực này
Hãy ngồi thật gần nhau
Thật sát vai nhau
....
Ngồi thật đông ngồi cười thật tự do
Không còn ai kiểm soát chúng ta
Dò xét hăm dọa chúng ta
Nhưng nhớ đừng giấu dao

Đừng giấu lựu đạn
Cũng đừng quảy gánh mang thùng
Chúng ta đi tay không đi thảnh thơi
Xin đừng sợ đói
Xin đừng sợ khát
Chúng ta có nụ cười có cả tiếng ca."

Trong niềm vui lẫn nước mắt khi thấy thấp thoáng bóng dáng của hòa bình trên con đường khi đi qua:

Bà con ơi
Đừng quên tôi là tài xế
Nhưng tôi sẽ không thu tiền lộ phí
Tôi không thu thẻ kiểm tra lập danh sách
Tôi chỉ điều khiển chiếc xe
Ôi chiếc xe ngoan ngoãn
Chiếc xe anh dũng
Chiếc xe biết cười biết sầu muộn
Chiếc xe đã chở tôi qua ổ mìn
Đã lắc say đời tôi trong nước mắt
Bây giờ tôi mới thấy được chiếc cầu
Mới được thấy con đường xanh bóng cây
Bà con ơi
.....
Nhưng tôi chẳng chạy nhanh
Để bà con còn nhìn được
Cánh đồng có bóng người
Thôn xóm có khói thổi cơm ấm áp...

Khi trên quê hương còn bóng dáng của chiến tranh. Cuộc sống của người dân vẫn còn bị ảnh hưởng về mọi mặt, nhất là về tinh thần, luôn sống trong lo âu sợ hãi. Thấp thỏm khi nghe tiếng đạn bom vang lên đâu đó. Vội vã chui xuống hầm trú ẩn. Thường xuyên nghe và thấy nói đến nơi này người chết vì bị pháo kích, nơi kia người chết vì dẫm phải mìn... Hình ảnh người dân lìa bỏ nơi chốn đang ở để lánh nạn... tất cả đã làm xáo trộn cuộc sống của người dân. Người Việt hiện tại là người Việt sống trong chiến tranh. Còn đâu cảnh thanh bình với khói chiều lan tỏa bên bếp lửa. Tiếng hò đối đáp của trai gái khi tát nước bên ruộng dưới ánh trăng thanh. Thương người và thương mình, nhà thơ hoài niệm về thời đã qua, nhưng cũng không quên hy vọng cho hiện tại:

Tôi sẽ đưa bà con về căn nhà và bếp lửa
Nấu bữa bình an
Ăn suốt cả đêm không núp hầm
Không tản cư lo sợ
....
Với tôi
Chiếc xe là cuộc đời
Hy vọng là cõi sống
Tôi lăn tròn luôn luôn
Lẽ nào không bắt gặp
Một bóng cây hòa bình
Và với lòng tin đó
Tôi đãi bà con một chuyến đi
Hãy cười cho tôi vui
Ôi vợ tôi ở nhà
Sắp sửa sinh con trai
(Chuyến xe mùa xuân)

Trong cuộc chiến, sự sống và cái chết luôn đe dọa mọi người. Là người lính xông pha giới tuyến, lòng luôn cầm chắc cái chết trong tay. Cố can đảm trong sợ hãi để vượt qua hiểm nguy mà chiến đấu giành tự do cho đất nước. Để bầu trời đất Việt luôn trong xanh và đàn chim hòa bình dang cánh rộng bay cao... Dân tộc nào cũng yêu chuộng hòa bình và căm ghét chiến tranh. Đau khổ nhất là chiến tranh từ lòng quê hương: nội chiến Nam Bắc. Mà chúng ta đã và đang phải đối đầu trực tiếp. Tâm hồn của người lính nhà thơ Luân Hoán luôn tự hỏi mình đã là kẻ sát nhân chưa? Rất may, ông chưa hề cầm súng bắn một ai. Tuy nhiên cũng có thể lắm vì những lần gọi pháo binh dọn chỗ sẽ đến, hay làm ấm một chỗ để nằm đã chắc gì không một ai tổn thương, bỏ mạng.

Và việc gì đến cũng phải đến. Ông đã đạp phải quả mìn địch cài. Mở mắt ông thấy mình nằm trong bệnh viện và đã mất bàn chân trái. Cha mẹ cho mình thân thể lành lặn, giờ đây lại mất một chân. Cảm xúc đau khổ, xót xa, hối hận... cứ thế day dứt tâm hồn ông. Và cảm xúc nhất khi nghĩ về người vợ đang mang thai đứa con đầu lòng. Không nghĩ về hiện tại tình trạng của mình. Giờ đây lòng ông thật hạnh phúc. Một nụ hoa cho cái thai hòa bình mà ông vẫn luôn chờ đợi, mơ ước đang tượng hình:

"Sáng nay má con vừa cho ba biết
Con đã cựa mình

Trong cái bụng tròn trịa ấy
Ôi con ôi con
Ba tầm thường ba ngu dốt
Ba chỉ biết vui mừng
Ba không thể tưởng tượng được
Con bây giờ như thế nào
Ôi trong cái bụng tròn trịa ấy
Con hiền lành con ngoan ngoãn
Con lớn lên theo từng giờ từng ngày
Trong hơi thở má con dịu dàng âu yếm
Ba hân hoan hôn con
.....
Chắc con biết
Từng ngón tay từng mũi len từng giọt hơi
Má con đan tình thương
Chắc con biết
Từng bước đi từng nụ cười từng giọt mồ hôi từng giọt máu
Ba nhỏ ra sẵn sàng mớm cho con khôn lớn
Ôi trông cái bụng tròn trịa xinh đẹp ấy
Con rực rỡ hơn mặt trời
Con tinh khiết hơn sương mai
Ba má trải đời làm tã lót
Đợi chờ con kiều diễm nở ra"

Trong nỗi vui mừng chờ đợi đứa con đầu lòng, kết tinh của tình yêu đôi lứa, một nỗi sống nhiệm mầu. Lòng cảm xúc, ông muốn truyền lại cho mầm sống sắp sửa ra đời tất cả những gì mà ông đã thấy, đã cảm nhận. Bằng một bài thơ để kỷ niệm. Bài thơ đầu cho con về tình thương. Với bao hy vọng chờ đón:

"Bài thơ đầu cho con là tình thương
Con gắng nằm ngoan trong bụng má con
Và hãy lớn, lớn trong hồi hộp mến yêu chờ đợi
Một ngày Việt Nam
Một ngày ba từ giã dây tử thần
....
Ôi một ngày
Đang được nâng cốc bắt tay bàn cãi
Dù sao ba cũng có quyền đợi chờ hy vọng
Và xin được hãnh diện đặt tên con
Ôi Lê - Ngọc - Hòa - Bình

Con hãy gắng lớn, chóng lớn
Chóng đến cùng ba má
Cũng như hòa bình chóng đến cùng Việt Nam.
(Nụ hoa cho cái thai hòa bình)

Quốc lộ số 1 là tuyến đường quan trọng hàng đầu Việt Nam, nối liền Nam Bắc. Trong chiến tranh, nơi đây xảy ra rất nhiều cuộc giao tranh giữa hai bên. Với người lính, tìm được một chút thì giờ nghỉ ngơi trong lúc hành quân thật là hiếm. Vì thế, khi có chút rỗi rảnh vội vàng viết vài dòng gửi cho người thân. Có thể là mẹ già, người yêu, hay người vợ... Bởi lẽ họ không thể biết sau cuộc hành quân này, mình có còn tồn tại hay gửi thân nơi giới tuyến. Và người lính Luân Hoán của chúng ta, cũng không ngoại lệ, ông đã viết:

"Em yêu
Bây giờ anh mới có thể bắt đầu
Viết cho em lá thư trong tuần lễ này
Sợ em đợi chờ phiền muộn
Sinh nghi ngờ hờn giận nhau
Vả lại lúc này không viết
Thì lát nữa đây chắc gì nhàn rỗi
Phải không bé cưng của anh.
Và trước hết anh muốn được hôn em
Muốn được thở vào mắt em lời sầu nhớ
Ôi đôi mắt đẹp vô cùng"

Lần hành quân này, ông đóng quân tại quốc lộ 1, nơi cống Ông Liếu, thuộc Thi Phổ, Mộ Đức, tỉnh Quảng Ngãi. Ngồi trong lán trại, ngoài trời mưa... viết cho vợ trong hoàn cảnh trời đất một màu buồn bã, khiến lòng ngậm ngùi thương nhớ. Nỗi nhớ điểm mặt người thân yêu:

"Em biết không?
Anh đang ngồi trên quốc lộ số 1
Tại một nơi được gọi là Cống Ông Liếu
Thuộc Thi Phổ, Mộ Đức, Quảng Ngãi
Anh đang nghĩ về em
Về những người thương mến
Và không dằn được nhớ nhung
......

Chiều mưa mù buồn thảm
Có những bóng đen chập chờn
Có chăng là kẻ địch
Cây súng nặng trên đùi
Giấc mơ không lùi bước
Giá bây giờ được hòa bình
Trên con đường anh đang ngồi
Sẽ có một người chạy bộ
Mang trái tim và nước mắt
Về hôn em."

Mỗi ngày trên quê hương còn tiếng súng, thì lòng người còn đau đáu trong lòng về cuộc chiến. Và luôn mong mỏi hòa bình. "Hòa bình ơi, hãy đến" với dân tộc tôi. Vì đâu nên nỗi huynh đệ tương tàn? Biết bao nhiêu giải pháp, bao cuộc hội họp, đàm phán... cũng mong đem lại cho đất nước VN một nền hòa bình. Thế nhưng hòa bình vẫn chỉ là giấc mơ. Vẫn còn nằm trên bàn của các bên họp. Đôi khi chúng ta tự hỏi họ thực tâm có muốn đất nước hòa bình không? Hay chỉ bàn rồi để đó. Và chiến tranh Việt Nam là miếng bánh béo bở, để bọn họ chia nhau tranh giành, chia chác lợi nhuận trên xác và máu của cả hai phía. Và là người trong cuộc, chúng ta ai cũng đều mơ, ta hay lắng nghe và hy vọng một nền hòa bình đích thực sẽ trở về, lúc đó, nhà thơ chúng ta sẽ:

"Em yêu
Chắc thế nào cũng có ngày
Anh làm kẻ điên cuồng sung sướng chạy bộ đó
Ôi quốc lộ số 1
Ôi con đường đau đớn Việt Nam
Những ổ gà những vũng bùn đen những vết đập phá
Ta sẽ lấy tình ta đắp lại
Ta sẽ lấy lòng ta trang điểm lại
Cho chiếc xe đầu tiên
Chạy từ Nam ra Bắc
Chở đầy những trái tim sung sướng.
Những nụ cười bao dung thân thiện
Chắc em đồng ý với anh
Và sẵn lòng giúp anh
Viết bài thơ ngợi ca hòa bình
Ngay bây giờ trên mặt đường nhựa
Và rồi thực tế đã trở về:

Em yêu
Anh vội vã dừng nơi đây
Và hôn em thật nhiều như ngày anh về phép
(Viết thư tình trên quốc lộ số 1)

Niềm mơ ước quê hương thanh bình. Không còn cảnh khói súng mịt mù. Quan tài phủ cờ. Cùng tiếng khóc của người vợ, người mẹ, người con, anh chị em... khi người lính nằm xuống. Cảnh người người bỏ quê cha đất tổ tìm nơi lánh nạn... tình người tan rã, niềm tin bị mất... Ai trong chúng ta cũng đều mong hòa bình. Rồi hòa bình sẽ đến và sẽ làm biến đi những bóng đêm, như cái bóng đêm dày dặc đã phủ lên quê hương mình suốt một phần tư thế kỷ của cuộc nội chiến. Cuộc sống dù có tồi tệ thế nào chăng nữa, thì còn sống chúng ta vẫn luôn hy vọng. Hy vọng để vươn lên.

Người lính Luân Hoán của chúng ta, tuy đã cầm súng và bước chân đã in dấu trên khắp mặt trận tác chiến. Đã chứng kiến máu của đồng đội, của địch cùng thân xác nằm xuống. Từng nhìn thấy khung cảnh tiêu điều xơ xác của làng mạc sau cuộc chiến... Tất cả những cảnh tượng đã xảy ra trong cuộc chiến. Đều đã lưu dấu trong tâm hồn nhà thơ. Với cái nhìn cùng cảm nhận tinh tế. Thấy được nỗi đau của quê hương trong chiến tranh. Ông đã nghĩ và mơ sẽ thực hiện thời dụng biểu, nếu:

"Nếu bây giờ chiến tranh chấm dứt
Tôi sẽ tu bổ nhà cửa
Sắm sửa cho vợ con
Áo quần giày dép mới
Và tôi sẽ đi thăm
Những hầm hố
Những bãi mìn
Tôi sẽ vào những mục tiêu
Tôi đã chạy
Tôi đã bò lết
Tôi đã chết giấc
Tôi sẽ thăm những nấm mồ
Những giao thông hào
Những địa đạo chôn xác người
.....
Tôi sẽ không nói cho ai hay hết
Chỗ này giọt mồ hôi tôi đã đổ

Chỗ này giọt máu tôi đã thấm
....
Em biết không
Giá bây giờ chiến tranh chấm dứt.
Anh sẽ là người đầu tiên
Hát nghêu ngao như trẻ thơ vui mừng"

Chiến tranh chấm dứt, hòa bình sẽ đến, tất nhiên. Người lính Luân Hoán nói với vợ những điều ông thường mơ ước thật giản dị trong tầm tay, đó là hãy để mọi việc thuận theo tự nhiên, đừng bó buộc, làm mất tự do:

"Nếu bây giờ hòa bình đến cùng chúng ta
Em hãy ở nhà
Nuôi con
Nuôi gà
Và nuôi chó
Em hãy dạy cho con ca dao
Em hãy cho gà ăn thóc của ruộng ta
Em hãy để tự do cho chó sủa
Tưởng cũng cần trồng một chậu hoa
Nên trồng một bụi ớt
Buổi chiều con chim sâu sẽ về
Chiếc tổ nó lắt lay đàn con và giọng hát
Em đừng tập con cầm ná
Em đừng giữ con trong phòng học
Hãy để nó quanh vườn
Hãy để nó ra ngoài lũy tre làng xanh tốt
Cho nó làm bạn với lá
Cho nó làm bạn với cây khế cây xoài
Cho nó làm bạn với con trâu con ngỗng
Cho nó tự do

Khi chiến tranh đã không còn hiện hữu. Nhà thơ muốn trở về với những điều mình muốn làm, muốn thực hiện đúng với bản chất thực của mình:

"Nếu bây giờ chiến tranh chấm dứt
Tôi sẽ làm thơ tình yêu
Tôi sẽ vẽ tranh mùa xuân

Tôi sẽ cầm gạch
Tôi sẽ cầm bay
Tôi sẽ đi đốn tre
Tôi sẽ đi lợp nhà
Tôi sẽ quét nước vôi
Tôi sẽ quét sân trường học
Tôi sẽ vào nhà thương
Sang máu tôi cho những người chưa kịp mạnh
Tôi sẽ vào nhà tù
Rước từng tội nhân của chiến tranh về làm bè bạn

Và ông còn mong muốn:

Giá bây giờ hòa bình vãn hồi trên quê hương
Tôi sẽ cho phép tôi khóc như đứa trẻ
Thật hân hoan"
(Thời dụng biểu cho ngày dứt chiến tranh)

Mỗi khi một đồng đội ngã xuống vì màu cờ sắc áo cho quê hương. Người lính của chúng ta ai không khỏi ngậm ngùi đưa tiễn và đọc điếu văn truy niệm. Và cái chết của người chiến sĩ không ai giống ai. Có người chết vì đạp phải mìn trên đường hành quân. Có người chết tại mặt trận. Có người bị chết khi ngồi trên xe, ngang qua cây cầu bị giựt sập. Có người chết trong rừng khi lùng quân địch. Có người chết vì bị bắn tỉa. Có người còn hình hài nguyên vẹn, nhưng cũng có người chết tan nát thịt xương... Ôi chiến tranh! Thật đau đớn cho kiếp người trên quê hương còn đầy rẫy bom đạn và lòng thù hận. Người lính Luân Hoán cũng đã biết bao lần viết lời chia buồn, viết bài truy niệm cho bạn bè đồng đội khi họ vừa nằm xuống. Gửi hình hài, xác thân vào mảnh đất quê hương. Trong một phút chạnh lòng nghĩ về bài truy niệm đã viết cho bạn. Ông nghĩ khi mình chết thì thế nào? Ta hãy nghe ông bộc bạch nỗi lòng:

"Trong phút cuối cùng đó
Chắc ta ngất xỉu
Trong phút tuyệt vọng đó
Chắc ta không còn nhớ ta
Chắc ta không gặp được người thân yêu
Chắc ta không nhận được bạn hữu
Ta đã nghĩ điều đó
Ôi có người chiến sĩ nào không chết ngoài mặt trận?
Chết kiêu hãnh

Chết vinh quang"

.....

Đã từ lâu ta viết cho bạn bè ta những bài truy niệm
Ta viết cho bạn bè ta những lời chia buồn
Tự xem đó là ngọn đèn là quê hương
Là chiếc quan tài đưa bạn hữu
Sao ta chưa viết cho ta một lời an ủi
Ta không tin dị đoan
Và ta biết ta còn phải sống

Tự nhận thấy mình không thể nào chết được, bởi lẽ ông cần phải sống để nhìn thấy hòa bình trở về. Một niềm xác tín trong tâm ông:

.....

"Để hy vọng
Ngày hòa bình sẽ trở về
Nhất định sẽ trở về
Lý do nào ta chết
Viên đạn nào bắn nổi ta
Chế độ nào quật nổi ta
Ta phải sống để pha tình yêu thay cà phê
Để pha tình thương thay khói thuốc

Ôi mỗi buồng phổi người Việt Nam
Ôi mỗi trái tim người Việt Nam
Nếu nhìn kỹ
Sẽ nhận ra bóng dáng ta
Máu mủ ta trong đó
Ta sống thật khiêm nhường
Nhưng thật cao cả
Vậy thì ta phải sống"

Để tồn tại trong hoàn cảnh chiến tranh, chúng ta chỉ có thể sống trong niềm hy vọng hòa bình sẽ trở về. Chính niềm hy vọng sẽ vực dậy tình yêu nước của chúng ta. Hãy nghe người lính Luân Hoán lý giải tại sao không viết bài truy niệm cho chính mình:

"Hỡi ta
Hỡi Luân Hoán
Mày không phải là nhân chứng
Mày không phải là nạn nhân

Mày không phải là chiến sĩ
Mày chỉ là niềm hy vọng
Của xứ sở đau thương
Và niềm hy vọng không thể chết
Không bạo lực nào giết được
Ôi ta làm sao viết nổi cho ta một bài truy niệm".
(Bài truy niệm tôi)

Là con người, chúng ta không thể sống mà không mơ ước. Dù mơ ước thế nào đi nữa, nó vẫn vạch cho ta một hướng đi vào cuộc đời. Và sống trong đời là phải đi về một hướng nào đó. Nhà thơ người lính Luân Hoán đã vạch cho mình một hướng đi. Hướng đi về cội nguồn qua những vần thơ đầy tự tình dân tộc. Ngay từ thuở bé,ông đã học tập và rèn luyện thơ. Tài năng luôn đi đôi với khổ luyện quả thật không sai. Tâm hồn ông càng ngày càng thăng hoa cảm xúc. Trước khi là người lính. Ông đã là một nhà thơ nổi tiếng trên văn đàn miền Nam từ năm 1964. Đã có những tập thơ đầy tình yêu quê hương với những chủ đề khác nhau. Nhưng ta vẫn thấy có tiếng nói chung là tình quê hương.
Và sau này, khi ông bước chân vào quân ngũ. Là người lính, sĩ quan của QL/VNCH, ông càng có những cảm nhận tinh tế hơn về mọi mặt và lòng yêu nước của ông càng bộc rõ hơn trong tất cả những tập thơ. Ông làm rất nhiều thể loại, 5, 7 chữ cũng như lục bát... Thể nào cũng thật hay. Thế nhưng ở đây tôi muốn nói về cảm xúc của ông khi viết "Hòa bình ơi, hãy đến". Trong tập thơ này ông viết theo lối thơ tự do. Và thể thơ này càng dễ cho ta trình bày những điều cần bộc lộ. Bước chân ông đi đến đâu, cảm xúc của ông vỡ òa đến đó thành những bài thơ. Có những bài thơ chúng ta nghe ngậm ngùi như "Choàng hoa cho quê hương", "Tiếng nói của một thương phế binh", "Trình bày cùng tâm hồn mũ sắt", "Giòng sông giấc mơ và trái tim". Căm phẫn như "Câu hỏi của một người lính". Thẳng thắn như "Lên tiếng", "Thư cho người Hoa Kỳ", "Tặng máu cho lịch sử", "Bài Truy niệm tôi". Mong chờ hòa bình như "Chuyến xe mùa xuân", "Nụ hoa cho cái thai Hòa Bình", "Viết thư tình trên quốc lộ số 1"...

Khi chúng ta đọc hết phần thơ của ông. Lòng chúng ta ngậm ngùi, thương cho dân tộc Việt Nam, luôn bị chiến tranh đe dọa. Thế nhưng mặc dầu bị chiến tranh, mặc dầu bị tàn phá, nhưng niềm tin về một ngày hòa bình vẫn luôn được ấp ủ trong trái tim của người Việt Nam. Bởi lẽ sự sống của quê hương, dân tộc mà chúng ta thừa hưởng của tiền nhân, cần phải truyền lại cho con cháu qua mỗi thế hệ, phải phong phú và nhân bản hơn. Và với tôi, nhà thơ, người lính Luân Hoán đúng là một người đầy cảm xúc. Và cái hay của ông, đó là ông đã truyền được ngọn lửa cảm xúc cho người đọc. Nghe và đọc "Hòa bình ơi, hãy đến", tôi càng thấm thía hơn về tình quê hương và càng thương quê hương Việt Nam.

Cám ơn nhà thơ Luân Hoán đã cho người đọc những món ăn tinh thần thật tuyệt vời.

Nguyễn Thu Hà
Sài Gòn,12.9.2001

Giáo chức, thích viết văn làm thơ, hiện ở Việt Nam, Từng phối hợp viết lời cho 2 trường ca Quê Hương Bên Trời (2012), Trọng Thủy Mỵ Châu (2013) của Vĩnh Điện

NGUYỄN CHÍ THIỆP
TÌNH THƠ LUÂN HOÁN

Lê Ngọc Châu và tôi cùng học lớp ba trường tiểu học Hải Châu. Ngôi đình làng và các nhà phụ hai bên và đằng sau chùa được ngăn ra làm phòng học cho các lớp từ mẫu giáo đến lớp ba. Lớp nhì và lớp nhất ngồi nhờ ở ngôi nhà gạch ở góc đường Hùng Vương và đường Nguyễn Thị Giang. Ngôi nhà này có bảng tên: Trung Tâm Bảo Trợ Nhi Đồng. Ngoài hai phòng cho mượn làm lớp học, Trung Tâm còn có một phòng dùng làm Thư Viện Thành Phố. Niên khóa 1953-1954 trường dựng lên ba dãy nhà vách phên lợp tôle trong khoảng đất trống bên ngoài sân chùa Hải Châu và đổi tên thành trường trung tiểu học tư thục Hoàng-Diệu. Châu còn giữ được chiếc hình chúng tôi chụp trước cửa lớp nhất niên khóa 1954-55. Nhanh thật, như mới đây mà đã 50 năm.

Châu và tôi thân nhau vì chúng tôi cùng thích đọc sách và nuôi chim... Mỗi buổi học chiều chúng tôi đi học thật sớm để có thì giờ đọc sách ở thư-viện thành phố. Thư viện mở cửa từ 11 giờ đến 3 giờ trưa. Giờ vào học buổi chiều, chúng tôi đọc sách báo tại chỗ vì thư viện không cho mượn sách mang về nhà. Gọi Thư viện nhưng nó chỉ có một tủ vài ba chục cuốn sách và một bàn độ năm sáu tờ nhật báo... Dù sao thư viện cũng giúp cho chúng tôi đọc được những cuốn truyện nhớ đời như truyện Thằng Người Gỗ Pinocchio, Truyện phiêu lưu của Gulliver từ nước Anh đến xứ người bé tí rồi đến xứ người khổng lồ; truyện Tâm Hồn Cao Thượng với bà mẹ dạy con rất dịu dàng ngọt ngào, "An Di ơi... An Di ơi...". Sau giờ học chúng tôi la cà đứng cả giờ ngắm những con chim yến xinh xắn dễ thương, ríu rít bay nhảy thảnh thơi trong chiếc lồng lưới mắt cáo rộng hơn nửa sân nhà ảnh Phụng Ký, ở ngay tại góc con hẻm nhỏ từ đường Hùng Vương đi vào trường. Chúng tôi kể lại những chi tiết thích thú đã đọc trong truyện chúng tôi vừa mới đọc. Bàn truyện là giai đoạn thú vị nhất sau khi đọc sách. Hào hứng nhất là khi chúng tôi đọc truyện trinh thám, với những tình tiết gay cấn, truyện kiếm hiệp đánh nhau long trời lở đất. Chúng tôi gần như thuộc làu cốt truyện của các bộ Bồng Lai Hiệp Khách, Đại Náo Bồng Lai Đảo, Long Hình Quái Khách, Thiếu Lâm Trường Hận, Hỏa thiêu Hồng Liên Tự, Châu Về Hiệp Phố... Các bộ truyện Tàu từ truyện Phong Thần, Tây Du Ký, Tam Quốc Chí đến Càn Long Du Giang Nam... Châu cũng bắt đầu làm thơ từ lúc này.

Lên trung học, trường Phan Châu Trinh, chúng tôi ngồi khác lớp, bạn bước tới tuổi con trai bắt đầu lớn, còn tôi vẫn còn tóc húi cua, quần sọt nên chơi riêng hai nhóm khác nhau

... cái hồi ta biết soi gương
đã dòm thấy mặt nhiều đường đào hoa
nhớ năm hết tuổi mười ba
cái lòng đã muốn lân la cái tình
đêm đêm thích ngủ một mình
trùm chăn mà tưởng tượng hình bóng ai...

Luân Hoán, Phan Duy Nhân, Hà Nguyên Thạch, Phan Nhự Thức, Huy Giang, Lam Hồ, Tô Yên là những thi sĩ học sinh sớm nổi tiếng, thơ văn được nhiều báo, tạp chí ở Sài Gòn chọn đăng. Luân Hoán đi vào lòng người bằng lời thơ hồn nhiên, nhẹ nhàng chân thật. Thơ Luân Hoán tự nhiên như nói, như thở. Luân Hoán sống để làm Thơ và anh làm Thơ để sống. Bất cứ nơi nào, lúc nào, tình huống, hoàn cảnh nào Luân Hoán cũng viết. Với Luân Hoán tất cả đều là thơ, đều trở thành Thơ, anh yêu cuộc đời vì anh yêu thơ, anh cần Thơ như cần hơi thở, cần không khí để sống:

... Yêu em ta nguyện yêu cây lá
cục đất Mân Quang cũng hữu tình

cảm ơn thổ địa thơm tay quá
xin nhận lạy này của vãn sinh

hay

... em vừa quày quả bước ra
lòng đà xốn xáng như xa lâu ngày
cái trời Nam Phước bữa nay
nắng không chịu nắng loay hoay mưa hoài
lòng ta cũng lạ em coi
y như thút thít muốn đòi cái chi...

Thuở học trò Luân Hoán tập yêu, tập thất tình để làm thơ. Hơn 50 người con gái Đà Nẵng được anh phong tặng danh hiệu Mỹ Nhân, đưa họ vào thơ như là anh đã yêu và thất tỉnh:

buồn buồn qua ngõ Mỹ nhân
....
những môi những mắt, những da thịt nồng
những vồng đất biết trổ bông
thuận không tôi cũng đã trồng ra thơ......
..
một đời mê những mỹ danh.....
hóa ra là để ba hoa
có chăng chữ nghĩa đậm đà sắc hương?
quý thay thuở bất bình thường
ước chi tiếp tục khác thường như xưa

tình yêu thời học trò, tình trai gái được anh viết rất nhiều nhưng Thơ tình Luân Hoán không phải là thơ ve gái. Bởi vì anh ghiền yêu chỉ để làm Thơ, anh ghiền làm thơ thì đúng hơn. Luân Hoán yêu rất nhiều người nhưng lại chung tình đậm đà gắn bó với một người đó là Lolita Trần Thị ở ngõ Phước Ninh, là nàng thơ cũng là người vợ tấm mẳn:

dù viết về một ai
cũng bằng tim em cả
hình ảnh em không phai
dù gọi tên kẻ khác

thông cảm sâu sắc với những nhọc nhằn truân chuyên gần như không thể chịu đựng được của người vợ trong cuộc đổi đời đột ngột:

trộn chút tình ta vào bột giặt
vò nhẹ nhàng bởi sợ em đau
vải còn đượm mùi da thịt em thơm ngát
tay bùi ngùi như đang vuốt ve nhau
trông thau nước đục lờ những cáu bẩn
ta bỗng thương lớp bụi nổi màng màng
chúng là những nhọc nhằn em gánh chịu
nuôi chồng con dài năm tháng gian nan
vòi nước nhỏ chảy qua từng thớ vải
như chảy vào trong cùng tận lòng ta...

rất chí tình, cảm động:

khoanh tay im lặng dường chăm chú
nhưng đầu óc nổi cuối chân mây
trái tim theo nhịp bàn chân vợ
ngồi thức một mình đạp máy may...

tha thiết mặn nồng:

năm giờ sáng em bắt đầu đến sở
trời lờ mờ tuyết lạnh vướng bên chân
ổ bánh nhỏ trong tay chừng đã mỏi
métro sang bus đã bao lần

Luân Hoán dạt dào tình yêu quê hương đất nước, nơi nào anh đặt chân đến là địa danh đó có đi vào Thơ của anh. Quảng Nam, Quảng Ngãi, Thi Phổ, Trà Mi, Tiên Phước, Sài Gòn, Thủ Đức, Rạch Miễu, Hòa Hưng, Lái Thiêu Chợ Búng... nhưng chắc phải là dân Đà Nẵng và Hội An sẽ cùng anh thổn thức:

Đà Nẵng của tôi, ơi Đà Nẵng
đâu ngờ còn có bữa hôm nay
vẫn hồn thuở trước bàn chân cũ
tôi dẫm lần trong bụi đất này

đường nắng dẫn tôi về Chợ Mới
ngập ngừng ngó lại cổng Mê Linh
áo em tà vướng vào rô-líp
lẫy, véo tôi hồng năm ngón xinh
....

theo nước Bạch Đằng qua Bến Mía
quẹo lên Độc lập nhớ nao nao
vòng quanh Đồng Khánh, Trần Hưng Đạo
nghe gót chân xưa gõ dạt dào.........

Và

.... Lâu năm trở lại Hội An
chân hôn lòng phố ngổn ngang ổ gà
mắt theo lòng tột nóc nhà
ngói âm dương nở cỏ hoa ngóng trời
hình như ai mới gọi tôi
cả thành phố biết có người về thăm.........

Trước năm 1975, Luân Hoán đã thực sự tham gia cuộc chiến chống Cộng Sản bảo vệ Miền Nam Tự Do. Anh đã để lại lòng đất quê hương một phần thân thể của anh. Thời gian này nếu anh có viết nên những lời thơ u uất buồn đau xót xa cũng là điều dễ hiểu... Quê hương tang tóc dân chúng cơ cực, anh em bè bạn chết hằng ngày... Mỗi ngày thêm tuyệt vọng vì những kẻ lãnh đạo bất xứng...

Sau khi Cộng Sản Bắc Việt cưỡng chiếm miền Nam, áp đặt một thể chế cai trị hà khắc. Xã hội miền Nam đã thật sự đổi mới theo chiều hướng đi xuống. Bằng một lời thơ nhẹ nhàng, Luân Hoán vẽ lại những gì đang xảy ra của thời bấy giờ khá trung trực, đi từ bản thân anh, một thương phế binh đã giải ngũ: *Chúng tôi ngồi chồm hổm, trong sân chùa Hải Châu... viết rất nhiều lý lịch, để làm người tự do... xin chân thành "đăng ký", chúng tôi thừa trái tim*

đến những bè bạn cùng trang lứa một thời:

còn thầy đây như các em đã thấy
thân xác này và những bánh bột khoai
cái kính trắng chút hương thừa trí thức
râu tóc dài như bóng tối tương lai
ngày mấy bận thầy lang thang trước cổng
bán bánh xoài bánh ít ngọt quê hương
lòng những tưởng đứng trên bục giảng
tim im nghe từng hơi thở sân trường...

rồi những hoạt cảnh từ xã hội, mà Luân Hoán nhận thấy *mỗi ngày trăm cảnh sống, mỗi cảnh trăm bài thơ, không viết thì uất ức, viết ra ngục đang chờ...* Biết thế nhưng *trăm câu thơ giấu trong lòng mắt, xin sẽ vì đời nở thiết tha.* Vì thế chúng ta được đọc thi phẩm Hơi Thở Việt Nam.

Luân Hoán không may mắn, hai lần vượt biên của anh thất bại. Năm 1985 anh đến CANADA do người em bảo lãnh. Ra đi như một giải thoát. Không có tham vọng của một người làm chính trị nhưng với lòng yêu quê hương tha thiết anh không khỏi bùi ngùi xót xa và không quên ý thức tranh đấu cho tự do:

không hứa hẹn chi, nhưng hãy tin
các anh không chiến đấu một mình
thơ văn vũ khí khiêm nhường ấy
như thuốc cầm hơi để hồi sinh

Đây có lẽ là tâm sự chung, bất đắc dĩ phải rời bỏ đất nước quê hương ra đi bằng nhiều cách khác nhau, nhưng hầu như người Việt Nam nào cũng mong có cơ hội chiến đấu trở lại. Thời gian qua tùy từng người từng hoàn cảnh mòn mỏi dần, phần vì khó khăn của cuộc sống thực tế "cái cần ta không đạt- cái đạt người không cần". Ngoài ra những điều bất như ý trong sinh hoạt chung của một cộng đồng thiếu lãnh đạo cũng làm một số người nản lòng. Đôi lúc Luân Hoán cũng cảm thấy chút muộn phiền, quê hương đau khổ tuy xa diệu vợi bên kia bờ đại dương, nhưng thật là gần trong tâm tưởng của những người yêu đất nước đến xót xa:

trông ra cửa kính trời mưa tuyết
ngó lại mình đang ngồi bó tay
quê hương nhắm mắt như sờ được
sao vẫn buồn xo như thế này
bạn nói giùm đi còn hy vọng
hay là toàn ảo tưởng khơi khơi
bàn tay lâu quá không cầm súng
ngón bóp cò như cứng lại rồi

nhưng rồi Luân Hoán vẫn không nản lòng:

đời lưu lạc mỗi ngày một tuổi
dài vô cùng nhưng không đủ xót xa

và nếu quá thời anh còn hy vọng vào những đứa con ngoan của anh sẽ tiếp nối lòng yêu nước thiết thạch và chí chiến đấu kiên cường của anh:

tôi đã hết thời? vâng đúng vậy
nhưng tôi còn có bầy con
xin truyền giọt lửa qua tim chúng
chắc chắn sẽ về với núi sông

Giữa phong ba bão táp của muôn trùng khó khăn Luân Hoán vẫn vững như thạch trụ, bởi anh rất lạc quan:

mười năm dài thật mà mau thật
tưởng chừng như mới cách qua đêm
đoạn đời trước mặt ta còn đủ
giữ vững cho mình một trái tim?

Luân Hoán đã giữ được trái tim yêu thương. Luân Hoán là thi sĩ của tình yêu. Anh tiếp tục làm thơ. Có thể gặp anh trong thơ ở sách báo Việt ngữ khắp nơi trên thế giới.

Nguyễn Chí Thiệp
Houston, tháng 8 năm 2004

(Tốt nghiệp Đại học Quốc Gia Hành Chánh, Đốc sự,
Tác giả tác phẩm Trại Kiên Giam)

Trường Hoàng Diệu trước sân đình Hải Châu ĐN
Năm lớp Nhì, ảnh trước lớp sau giờ tan trường, từ trái qua:
Trần Văn May, quên tên, LH (mũ trắng), Nguyễn Chí Thiệp
(nón cối trắng), Thung Coco (lai Pháp)

PHAN NHẬT NAM
ĐỌC THƠ NHỚ BẠN

Sáng cuối tuần, thức dậy nơi một chốn lạ (sau 18 lần thay đổi chỗ ở kể từ khi đến Mỹ), La Puente, có lẽ là một city nhỏ nhất của Cali; dân cư phần đông người Mễ, giới lao động làm nghề vận tải. Tóm lại lạ cảnh, lạ người toàn thể, nên tôi sống với trạng thái "lạ hoắc" như không thể có tình thế nào hơn. Khi mở đầu lá thư như thế trả lời cùng Luân Hoán (Canada) chẳng phải vì bạn tôi là người làm thơ, và tôi là kẻ viết văn nên cố ý xoay qua chuyện thơ văn, triết lý trong một lá thư thăm hỏi thông thường. Không phải vậy. Lá thư ngoài chuyện nhắc lại những kỷ niệm nhỏ thời niên thiếu nơi một chốn xa thẳm gọi là Đà Nẵng kia vào những năm 50, khi những đường phố còn mang tên Pháp... Avenue de France; Verdun... mà những đứa bé (tôi và các bạn) có thể dựng sân đá bóng bất kỳ ở đâu sau giờ tan học buổi chiều: trước vườn hoa Con Gà, chỗ Hội Cứu Tế... Ngay bên cạnh đường phố chính. Lá thư cũng nhắc tới những danh tính, vóc dáng, tính cách của Quí Phẩm, Hồ Thị Hồng, Thu Hà, Thạch Trúc... Những người đẹp "làm giông bão mấy gã trai tơ" như ngôn ngữ của thơ bạn tôi khi chúng tôi lớn lên những năm sau. Nhưng hơn thế nữa, lá thư của bạn tôi (như một tiên tri rất chính xác) đề cập đến một nỗi Đau.

Nỗi Đau này có thật - Vì bốn người mà bạn tôi đề cập trong lá thư gởi tôi thì đã có Nguyễn Văn Đồng (Hà Nguyên Thạch), Huỳnh Bá Dũng, Lê Vĩnh Thọ mà do một xếp đặt (kỳ lạ một cách bình thường) đã có mặt với tôi ở những đoạn đời không thể nào quên, cho dù trí nhớ có cạn kiệt bao nhiêu, hoặc người ta thường cố quên - cách muốn quên đi những điều quá cay nghiệt.

Đầu tiên là Đồng, người mà bạn đã vẽ trong 'Cỏ Hoa Gối Đầu': *Cho dù níu chặt Chân Cầu... Hồn thanh xuân vẫn phai màu gió bay. Phố xưa nhưng nhức dấu giày. Đi về lững thững hồn đầy cỏ hoa. Tiếng thơ chải chuốt mượt mà. Hồn phơi phới lạnh nét tà áo thơm. Vùi đời dưới gốc cô đơn. Tỉnh cơn, hương rượu chập chờn hóa thơ* - LH. Đồng, bút hiệu Hà Nguyên Thạch – (tôi vẫn chưa quen với bút hiệu này dẫu đã mấy mươi năm qua), hắn ta học cùng lớp với tôi từ ngày vào Phan Châu Trinh; đi một đoàn Hướng Đạo, diễn chung vở kịch đầu đời năm 1956 (Ngày 4 tháng 3 - Ngày bầu Quốc Hội đầu tiên ở nước ta...). Khi qua Sông Hàn (chỗ bến Hà Thân để đi diễn kịch bên xóm An Hải), từ trên đò, hai thằng bé nhìn về thành phố Đà Nẵng, và cùng nói lên lời: "Đà Nẵng của mình đẹp thiệt!!" (Ý nói cảnh đẹp của đất nước, quê hương nhưng vì chưa biết diễn tả văn vẻ, chữ nghĩa). Cảm giác này - phản ứng của hai đứa nhỏ khi thấy ra cảnh sắc quê hương kỳ ảo, rực rỡ - được tôi nói lại ra lời, viết nên thành những dòng chữ trong Chương "Đi Bắc Về Nam" (Tù Binh và Hòa Bình, Hiện Đại, Sài Gòn 1974) cũng đúng ngày 4 tháng 3, năm 1973, lần đầu tiên qua sông Bến Hải đi Hà Nội nhận tù binh Mỹ, và khi trở về, từ cửa phi cơ nhìn xuống quê hương Miền Nam trải rộng thuần hậu dịu dàng trong bóng chiều ngả sẩm tối, bập bùng những khóm lửa ấm áp vùng Long Khánh, Bình Long. Cảm khích làm nước mắt ứa ra không cầm được. Cảm xúc ngày nhỏ chúng ta thường có trong những dịp nghỉ hè, nghỉ tết khi trở về nhà, về làng; khi đi Huế vào, từ Đèo Hải Vân ngờm ngợp trước cảnh chói lòa rực rỡ của Vịnh Đà Nẵng trong nắng sáng... Hoặc chỉ cần ngồi trước Tòa Thị Chính nhìn lên Sơn Chà (mà tuổi nhỏ chẳng ai trong chúng ta gọi tên chữ Tiên Sa), tưởng ra từng cành cây bụi lùm bí ẩn trên ấy. Và chúng ta chưa biết nói thành lời, viết lên trang giấy.

Nhưng hơn ba mươi năm sau, người bạn Nguyễn Văn Đồng của tôi đã như thế nào, mà Luân Hoán đã phải kêu lên:

ta nghe nói người bây giờ rách lắm
rách áo cơm, rách nát cả tinh thần
nhưng chắc chắn hồn thơ người chưa rách
xin giữ giùm hơi thở đó muôn năm
hãy gắng sống gắng làm thơ uống rượu

rất bình thường như lao động chân tay
bỏ nghề dạy đâu phải là bỏ hết
ngón tài hoa của một kẻ râu mày
(Hơi Thở Việt Nam)

Thật sự, chẳng phải là tôi vô tâm, sau cuộc đổi chủ bất ngờ, người bạn tốt nghiệp Đại học Sư phạm Huế của tôi, người bạn từng đứng trên bục giảng, từng ở trong cương vị Phó Chánh Sở Học Chánh của một tỉnh, đã phải *bỏ làm thầy đi tìm củi chẻ thuê*, cũng chỉ vì *Giàu chữ nghĩa nhưng mơ hồ đạo đức (thứ đạo đời của chủ nghĩa vô lương - LH)*. Ngày nay anh vẫn còn tiếp tục vất vả bên một góc trời quê nhà.

Người thứ hai là Lê Vĩnh Thọ. Lúc ấy, đối với tôi là đang trong một đoạn đời vô cùng khủng khoảng với tuyệt vọng đơn độc nặng trĩu như tảng đá đè xuống lồng ngực. Thế nên, Thọ, dẫu là người liên hệ thân thiết độc nhất, mỗi lần gặp nhau, dù trong cơn say cũng chẳng ai nói với ai tiếng nào - Khoảng thời gian tôi bị quản chế tại Lái Thiêu (sau ngày đi tù về, 1991-1993). Tôi có một căn nhà tranh vùng Bình Nhâm cách Xã Búng của Thọ khoảng mười-lăm phút honda. Bữa rượu thường có vào chiều tối (khi Thọ từ Sài Gòn trở về - Đi dạy Anh Ngữ cho những cơ quan, hoặc nhân sự cộng sản muốn học sinh ngữ này để liên lạc với người Mỹ trong các dịch vụ thương mại, du lịch). Rượu loại rẻ tiền, thuốc lá đen, thức ăn chỉ là mấy hạt đậu phụng, hoặc vài trái cây địa phương. Ly rượu cũng chỉ là một cái cớ để hai chúng tôi ngồi với nhau. Ngồi dựa lưng vào vách nhà tranh nhìn ra khu vườn tối sẫm dày đặc những cây măng lão (loại măng-cụt tuổi quá trăm năm khi vùng đất này vừa được khai khẩn). Khu vườn chập choạng mù sương do hơi nước từ sông Sài Gòn loang tỏa, chập xuống những vũng bóng tối kỳ dị như tranh của Rubens, Rousseau. Chúng tôi, hai người độc nhất còn lại của Sài Gòn sau 1975, nay gặp nhau ở một vùng đất mà chắc trước đây cả hai không hề có ý niệm đến: ấp Bình Đức, Bình Nhâm, Lái Thiêu thuộc tỉnh Bình Dương. Từ tình cảnh này, lời nói, câu chuyện đã trở nên vô nghĩa. Tuy nhiên, mối liên hệ (dẫu lặng lẽ) vẫn vô cùng hòa hợp, thấm đậm (cũng bởi, chị Lan vợ Thọ là em ruột của Nguyễn Văn Minh, bạn cùng lớp của tôi và Đồng ngày nhỏ). Bỗng nhiên, một hôm sự việc xảy đến như một tai họa mà cả hai đồng linh cảm sau nhiều lần cố tránh: Chúng tôi nói về trách nhiệm, hậu quả của cuộc chiến vừa qua. Lẽ tất nhiên tôi trình bày với quan điểm người lính (như phản ứng hằng có, thêm cảnh sống thực tế trước, sau khi đi tù về). Thọ nhìn chiến tranh với cấp độ của một giáo sư văn chương, và (quan trọng hơn) của một Người Làm Thơ. Từ hai vị thế cách biệt này, câu chuyện biến thành lần tranh cãi không khoan nhượng.

Chúng tôi xa nhau với lời khẳng định (của cả hai phía): "Ông và tôi chẳng nên bao giờ gặp nhau nữa." Và chúng tôi giữ lời ấy cho đến ngày tôi ra khỏi nước (1993-1994).

Không gặp nhau, không có nghĩa không nhớ và quý nhau. Trước những cảnh huống bứt rứt, nhạt thếch từng ngày của chúng ta ở đây, càng tạo nhiều cơ hội nhớ quê nhà, nơi mà tôi đã một lần chia chung, gánh đủ. Bao nhiêu điều này cần phải nói đến nhưng (tôi hay cũng nhiều người) đã không còn sức lực nói nên lời (lẽ tất nhiên không phải vì thiếu phần chữ nghĩa, văn hoa), nhưng quả tình bởi nỗi mệt nhọc kiệt cùng từ quả tim không sinh khí nơi đất người (lẫn quê nhà) trong một thời đại cực độ khinh miệt Con Người-Kẻ Sĩ... Và dĩ nhiên, những lần buồn nhớ như thế, những khuôn mặt bè bạn lại hiện ra, trong đó không sót Lê Vĩnh Thọ, nhất là qua nhắc nhở từ Luân Hoán:

đời lưu lạc mỗi ngày là một tuổi
dài vô cùng nhưng không đủ xót xa
ta hổ thẹn muốn giấu người tất cả
giấu được người, nhưng đâu giấu được ta

thư viết cho người mấy lần không gởi
ta đốt để nhìn làn khói trắng bay
từng chữ của ta hóa thân trong lửa
ta cũng cháy vèo sao vẫn chưa hay
...
ta biết người chờ từng giây từng phút
bó gối quê nhà nhẫn nhục chờ trông
ta thẹn làm người tự do viễn xứ
ngó lại đời mình trùng điệp số không

đã hẹn với người sao ta chợt khóc
sống phải làm người xứng đáng đương nhiên
tội nghiệp thân ta trót già trước tuổi
ngơ ngác cõi người hiu hắt đuốc thiêng

xin gửi về người niềm tin chưa chết
cùng giòng thơ và chút nhớ thương

thơ hơi mặn vì hình như có máu
có lá cờ vàng đắp mặt quê hương.
(Ngơ Ngác Cõi Người)

Người thứ ba, Huỳnh Bá Dũng. Nỗi đau cố kết, đọng cứng lại nơi đây. Làm sao có thể nói hết mối thâm tình ân nghĩa giữa hai chúng tôi. Dẫu thuộc hai khóa sĩ quan khác nhau (18 và 19 Trường Đà Lạt); nhưng từ chiều thứ bảy đến chiều chủ nhật trong suốt hai năm (nếu không phải bận gác trực, tôi và Dũng luôn tìm tới nhau trong những thời giờ thuận tiện). Và điều thân thiết cảm động lý thú nhất (đối với lứa tuổi thanh niên, trong khung cảnh, môi trường sinh hoạt phiền hà, gắt gao kỷ luật của quân trường - lại là một quân trường nổi tiếng kỷ luật nhất trong số các học viện quân sự thế giới) là những giờ phút hiếm hoi kia là dịp để Dũng chia sẻ với tôi về niềm yêu thương trong sáng, thuần hậu đối với Đặng Nguyệt Thi (cô bạn gái cùng đường Nguyễn Hoàng, cùng lớp với anh từ những năm thơ ấu sau lần di cư vào Đà Nẵng, 1954). Tôi đã là tấm gương trung trực nhất (cũng là độc nhất) để hai người trải đủ lên tất cả những chi tiết, tiếng lời, cảm xúc về một tình nghĩa hiếm có (rất hiếm hoi) của thế kỷ nhiễu nhương, và nhiều điều tệ hại đổ vỡ tự lòng người. Tôi được chứng kiến tự ngày đầu Mối Tình Tưởng Như Không Hề Có Thật của Dũng-Thi cho đến nay hơn bốn-mươi năm sau, dẫu đã cách biệt vì một tai họa cắt xé không thể đền bù. Không bao giờ đền bù được bởi sự việc sau đây... Đêm Giao Thừa Mậu Thân, 1968, Trung Úy Huỳnh Bá Dũng, sĩ quan trực Bộ Tư Lệnh Hành Quân Sư Đoàn II Bộ Binh đóng tại thị xã Quảng Ngãi; lực lượng cộng sản chiếm hết những điểm then chốt trong thành phố, Trường Kim Thông, khu nhà của Dũng. Đợi đến trời tờ mờ sáng, lúc chiếc xe có thể len lỏi qua những khu vực đổ nát, xác người rải rác, Dũng vội vã trở về nhà dẫu tất cả nhân viên phòng hành quân đồng ngăn cản. Lòng anh là cơn lửa cháy với độ nóng nhất bởi Thi đang mang thai cháu bé thứ hai (sau này là Mỹ Linh, hiện tại là một trong những bác sĩ xuất sắc về thần kinh não bộ của Đại Học Berkeley, CA); Thùy Linh còn nằm nôi. Thi chỉ là một cô giáo hai-mươi lăm tuổi không biết gì, không làm được gì hơn những công việc bên trong lớp học, và gia đình. Bạn tôi ôm đứa con nhỏ trên chiếc bụng rộn đập tiếng động của sự sống thứ hai đang thành hình. Gần cổng Trường Kim Thông, xe Dũng bị bắn chặn lại, anh rút khẩu súng ngắn cầm tay, nhảy khỏi tay lái chạy vào xóm nhà quen thuộc... Nhà của Bạn - Nơi Luân Hoán, Đynh Hoàng Sa trú ngụ - Chốn thân thiết mà các bạn, những Hà Nguyên Thạch, Châu Văn Tùng, Lê Văn Nghĩa, Nguyễn Văn Pháp, Trần Mỹ Lộc... Bạn cũ từ ngày còn chung trường Phan Châu Trinh chọn làm địa điểm vui thú, gặp gỡ thường ngày. Nhưng oan nghiệt thay - Căn nhà đóng kín cửa. Luân Hoán đã về Đà Nẵng; Đynh Hoàng Sa đến nhà bên vợ; những bạn kia đang nơi chốn chiến đấu. Lực lượng cộng sản vốn đầy hiểm độc, kinh nghiệm trong kỹ thuật tác chiến, và cũng luôn khôn ngoan (cách khôn ngoan của kẻ chuyên nghiệp giết người), sử dụng căn nhà làm địa điểm phục kích, vì đã biết rõ một điều: Đấy là chốn của bọn ngụy hằng ngày thường tập họp để không ai sẽ nghi ngờ là một bẫy chết. Dũng chạy nhanh vào nhà... Toán lính cộng sản đồng loạt nổ súng với tất cả vũ khí chúng có được. Dũng ngã xuống không kịp kêu lên tiếng đau. Cũng không kịp hiểu Chốn Của Bạn nay đã ngụy trang nên thành Bẫy Chết. Cùng một lúc. Thi rú lên tiếng khủng khiếp, siết chặt hai con vào ngực. Đứa bé vụt khóc thét kinh hoàng. Xác của Dũng được xem như chiến công đầu tiên, đáng hãnh diện của toán lính cộng sản. Chúng lột truồng người chết. Úp mặt xuống đất để không ai nhận ra đấy là Trung úy Huỳnh Bá Dũng - Người sĩ quan có nét mặt trong sáng đầy nam tính của những pho tượng Hy Lạp, La Mã cổ.

Gần ba-mươi năm sau, ngày tôi đi tù về, bị chỉ định cư trú tại Lái Thiêu (đã nói ở phần trên), mỗi khi cần có chuyện phải về Sài Gòn, tôi thường chọn đường liên tỉnh qua lối Cầu Sắt Lái Thiêu, Nhị Bình, An Phú Đông... nơi đơn vị anh đã đụng trận suốt năm Mậu Thân, khởi đi từ những ngày đầu xuân khi ở Huế về, tháng Hai, 1968. Đi giữa đường quê yên lắng, thoang thoảng mùi hoa cau, nhưng quả thật lòng tôi nặng phần ủ dột... Nơi này, Nguyễn Ngọc Khiêm gục chết, chỗ vườn mía mà sau này Như Phong mướn đất, làm nhà trồng hoa hồng, hoa lan; đây là cầu Ông Đụng nơi Mai Ngọc Liên đã ngã ngửa, bung người lên cao do hứng nguyên băng thượng liên khi thúc đơn vị qua cầu; chỗ kia là của Nguyễn Văn Được phọt ra búng máu tươi khi đang ra lệnh xung phong... Nhưng đường về, tôi phải chọn ngả qua cầu Thanh Đa, lối Quốc Lộ 14. Vì tại căn nhà 321 Lô I, cư Xá Thanh Đa luôn có tiếng nói... "Mày hỏi bố mày ấy chứ, mẹ đâu có biết.. Mày có lớn đến bao nhiêu, bố vẫn mi mày trước khi đi làm cơ đấy..." Và khi tôi vừa bước vào thì luôn có lời chào: "Gớm, ông đi đâu mà mất mặt đến mấy tuần nay, bạn ông đợi ông đấy; vào chơi với ông ấy một chút xong tôi cho ăn cái món mà ông và bạn ông thích. Kỳ ở Đà Lạt mỗi chủ nhật đi phố, hai cậu ăn gì tôi cũng biết..." Bữa cơm được dọn lên, dĩa thịt đông, dưa chua, hai cái chén, hai đôi đũa để sẵn... Ông ăn đi. Ăn với bạn ông. Tôi ngồi nhìn cho vui thôi. Chắc Thi không phải nói riêng với tôi. Thịt đông dưa chua - Món ăn mà hai cậu thanh niên lần đầu tiên đi chơi phố Đà Lạt đầu xuân 1962 đã gọi dọn ra, "vì ngoài mình (Đà Nẵng) đâu có cái món của người Bắc này." Trong bữa ăn hôm xa xôi kia hình như Dũng có câu: "Sau này, khi hai đứa mình lấy nhau, mỗi khi tới nhà, mình nói Thi làm cho tôi với bạn món thịt đông dưa chua này." Tôi nhớ ra câu nói kia khi xắn đầu đũa vào dĩa thịt. Thi nhìn tôi ăn, cười cười như thể có người thứ ba đang ngồi ở đấy. Quả thật Dũng đang có với chúng tôi như một người không hề vắng mặt.

Hóa ra tôi đã chứng kiến, dự phần với bạn tôi, từ cô học trò nhỏ lần di cư 1954, tóc chưa dài tới vai, nay đã thành một lão nhân mệt nhọc, lạc lõng, vô hồn từng ngày nơi đất Mỹ - Cảnh sống kéo dài trong một nỗi chờ đợi thăm thẳm không hề được hiện thực - phi lý, bi thảm gấp vạn lần tình cảnh nhân vật của Beckett đợi Godot. Và bạn tôi, Đặng Nguyệt Thi thật sống với Dũng, bên Dũng, bằng Dũng qua trí tưởng, với ý niệm... Ông ấy làm thế này; ông ấy nói như thế đấy, ông ấy thích ăn cái món đồ do tôi nấu cho ông ăn đây này... Dũng hiện diện cùng bạn tôi trong suốt một cuộc đời - băng qua cái chết - vượt lên cái chết suốt ba-mươi-sáu năm không một ngày giờ đứt đoạn.

Những chữ nghĩa cào xé sau đây đáng ra tôi có bổn phận viết nên đối với Dũng. Và không phải chỉ chừng ấy, mà phải viết từng đêm, từng ngày, vào mỗi bữa ăn, khi nói đùa trong mỗi câu chuyện sinh hoạt gia đình với Thi, và hai cháu Thùy Linh, Mỹ Linh - Gần nửa thế kỷ chứ đâu ngày một ngày hai bạn ơi. Nhưng quả thật tôi có cảm giác kiệt lực, vô dụng, nên cuối cùng, tôi phải cậy đến những chữ nghĩa xót xa sau đây của Luân Hoán - Người Bạn của Huỳnh Bá Dũng - Bạn của chúng ta.

... em hỡi em có biết
bậc thềm chúng mình vẫn hôn nhau
trước khi anh ra trận
cánh cửa chúng mình vẫn hôn nhau
khi cuộc săn người tạm dứt
một người bạn anh
một người bạn thân của anh đã đến
đã nằm đó không biết bao lâu
với chiếc áo maillot, chiếc quần lót trắng
với vết máu loang
cùng nước mắt y
vào buổi sáng của một ngày đầu năm mới
Dũng có còn biết không?
mày là quê hương tao vừa thắp
cháy suốt cuộc đời tao
Dũng thân yêu
hãy về đó
về trên nụ lệ xanh
tao vay mượn vợ con mày và bạn bè cũ
hãy về đó
về trên lá quốc kỳ phủ quan tài
bay bay trước gió

về trên tay súng anh em
cùng nỗi đau trong ngực
hỡi Dũng, bạn có biết không
tôi gọi tên bạn ngoài phố chết
tôi viết tên bạn lên bậc thềm xưa
và quỳ xuống
bạn chết chưa kịp biết
khói lửa vây Sài Gòn
máu xương vỡ tràn ở Huế
và hầu hết nhiều thành phố chúng ta
hỡi Dũng,
bạn chết chưa kịp biết
nỗi đau xót nghìn đời không phai nhạt
hỡi những đầu cầu nào bắt tay nhau
những giòng sông nào kiếm tìm nhau
tôi biết vợ bạn người Hà Nội
bạn người Lăng Cô
gặp yêu nhau từ Đà Nẵng
hai cô chim sâu lộng lẫy ra đời
hát từng giọng Quảng Nam chân thật
sao bây giờ bạn nỡ nằm đây
trên bậc thềm tình tôi heo hút

em hỡi em
anh vẫn thường ao ước
một ngày nào vui tay
anh sẽ vẽ trái tim anh lên vách
đó là một bài thơ
suốt đời anh để lại
nhưng bây giờ anh chợt nhận ra
trên bàn tay anh tím bầm những máu
máu của quê hương
máu của bạn bè
máu của anh
máu của em
tất cả
Việt Nam Việt Nam
bài thơ tôi vẫn là thứ ngôn ngữ ba hoa
với chút tài vặt cũ
nên Dũng dễ gì hiểu cho
anh chết cho chúng ta thêm yêu nước

anh chết cho chúng ta quý tự do
tội cho anh không kịp thấy
trong sân trường Kim Thông
trên núi cao bên đầu cầu sông Trà Khúc
bên cửa đông doanh trại Sư đoàn
bên lòng dân Quảng Ngãi
những hung thần đã rụng cánh gãy vây
những hung thần đã rơi đầu ở đó
tôi có cần nêu lên
những con số chua cay buồn thảm?

Dũng hỡi Dũng
hãy thông cảm tôi
cho dù bạn đã chết
đã bị lột đi bộ quân phục xanh
vẫn mang ra mặt trận
hãy nhớ giùm tôi
cái chết nằm kề chiến thắng
tôi đứng nghiêm khe khẽ đưa tay
ngang mày tôi một trái tim sáng chói
.....

Cám ơn Luân Hoán thêm một lần với những bài thơ để tất cả Bằng Hữu luôn hằng sống, hiện diện đủ với chúng ta. Chân thành gởi đến Đặng Nguyệt Thi bởi đã hiện thực Sức Mạnh của Trái Tim Người một cách đơn giản, lặng lẽ, nhưng vô vàn cao quý. Dẫu Người đã vắng mặt từ những ngày tưởng như không thật cách đây rất xa.

La Puente, CA. 20 tháng 5, 2004.
(Ngày của LeThTr)

Phan Nhật Nam

(Luân Hoán, Một Đời Thơ - 2005)

PHAN VIỆT THỦY

NGÔN NGỮ THƠ LUÂN HOÁN

Trước hết xin thưa: tôi không phải viết phê bình thơ Luân Hoán. Viết nhận định, phê bình thơ Luân Hoán đã có nhiều người viết rồi. Từ lâu tôi muốn viết "Nội lực và phong cách Luân Hoán" nhưng thơ Luân Hoán quá nhiều, tôi chưa có thì giờ đọc hết (nói không ngoa có lẽ Luân Hoán là nhà thơ sáng tác nhiều nhất trong số những người Việt làm thơ hiện nay) cho nên tôi chưa viết được. Lần này nhân nghe bản nhạc "Phải lòng con gái Bến Tre", thơ Luân Hoán, nhạc Phan Ni Tấn. Tôi chỉ xin viết cảm nhận và thưởng ngoạn "Ngôn ngữ thơ Luân Hoán" dựa trên đặc điểm ngữ dụng học (Pragmatics) và tâm lý ngôn ngữ học (Psycholinguistics) để cùng chia sẻ những ai yêu thích thơ Luân Hoán. Một yếu tố khác nữa là khi cảm nhận thơ văn, yếu tố từ ngữ đóng vai trò rất quan trọng. Ngày xưa, khi ngành ngôn ngữ học chưa được phổ cập trong phê bình văn học:

"Nếu coi sự khảo sát văn chương là một khoa học, thì đó là khoa giải phẫu ***chữ***, theo hai chiều: đi từ ***chữ***, đến ***câu***, đến ***bài thơ, văn bản***; rồi đi ngược lại đi từ ***bài thơ***, văn bản đến ***câu***, và trở về ***chữ***. Hai hành trình này, nhà phê bình phải lặp đi, lặp lại, nhiều lần, mới có cơ hội tìm được giá trị của ***chữ*** trước, rồi đến ***câu, bài thơ***, và ***tác phẩm***.

Phê bình cũ, không chuyên chú đến ***chữ***, bởi vì ***ngôn ngữ học*** chưa phát triển, cho nên đã phải dựa vào những yếu tố khác, như tiểu sử, đạo đức, tâm lý, phân tâm, v.v... để giải thích văn bản và đôi khi đi xa, đi lạc ra ngoài tác phẩm.

Sự phê bình đích thực nào cũng phải có chủ đích là nói lên những điều nằm trong ***chữ nghĩa*** của nhà văn, tức là ***những điều có trong tác phẩm***, chứ không phải những ý chủ quan, võ đoán mà nhà phê bình ngoại suy và gán cho tác phẩm." (Thụy Khuê: Phê bình văn học thế kỷ XX, **Văn Việt**).

Một hiện tượng lạ là bản nhạc "Phải lòng con gái Bến Tre" đã gần 60 triệu người vào Youtube nghe (Youtube: Phải lòng con gái Bến Tre) và được nhiều ca sĩ nổi tiếng hát, ca sĩ Tố My hát được nhiều người nghe hơn cả và đặc biệt hai em bé Khánh Băng và Bích Tuyền hát dự thi song ca nhí.

Mở đầu bài thơ "Bậu qua phà Rạch Miễu, Qua **lẽo đẽo** theo sau". Luân Hoán dùng từ lẽo đẽo thật tuyệt vời để diễn tả mê gái mà nhút nhát, cứ lẽo đẽo theo sau. Cũng trong tình huống tương tự con trai mê gái, đi theo gái ở hai bản nhạc:

1. Ngày xưa Hoàng Thị, thơ Phạm Thiên Thư và Phạm Duy phổ nhạc: "em tan trường về, anh theo Ngọ về...": chỉ theo thôi, thật nhẹ nhàng vu vơ.

2. Gặp nhau làm ngơ, nhạc và lời của Trần Thiện Thanh: "... chung một đường kẻ trước người sau. Chàng lặng yên theo nàng, hát vu vơ mấy câu nhạc tình...": lặng lẽ theo thôi và hát vu vơ, thật lãng mạn không nói lên đam mê như hai từ lẽo đẽo của Luân Hoán.

Nếu ba hình ảnh mê gái theo gái trên đây so với ông bà chúng ta thì thua xa: "***Bây giờ mận mới hỏi đào, vườn hồng đã có ai vào hay chưa? Mận hỏi thì đào xin thưa, vườn hồng đã có nhưng chưa ai vào***". Ông bà ta gặp nhau là "chat" ngay.

Từ ***lẽo đẽo*** rất đời thương, nhưng trong câu thơ của Luân Hoán thể hiện mê mệt không rời được (con lẽo đẽo theo mẹ đi chợ). Lẽo đẽo theo sau và nhận diện áo bậu đỏ cánh kiến, da bậu màu phù sa, mắt bậu ngời xanh nước biển... Từ ***màu phù sa*** là một hình ảnh và ý nghĩa mới. Da màu phù sa là màu gì vậy? Chỉ cho cảm nhận màu nước phù sa trong các con sông Tiền sông Hậu và có lẽ hơn thế nữa, nước da ngăm ngăm, mặn mà chân quê Nam bộ. Từ quan sát kỹ áo, da, mắt, chàng/qua theo sát những hành động, cử chỉ, ở đây thể hiện cách dùng từ ngữ của Luân Hoán như "ngoe nguẩy xuống Bến Tre", "vô chợ Giữa nhởn nhơ", "Tức bàn chân quấn quýt". Các từ ***ngoe nguẩy, nhởn nhơ, quấn quýt...*** thể hiện ngữ nghĩa đặc tính, điệu bộ cô gái/bậu. Đúng là đặc tính Nam Bộ. Nhất là khi từ "***chèn ơi*** quá dễ thương" được giọng miền Nam hát lên. Từ chèn ơi thường sử dụng trong khẩu ngữ, hiếm thấy trong thơ, chỉ có thơ Luân Hoán nhưng ở đây từ chèn ơi khi hát lên thật tuyệt vời dễ thương trong giọng miền Nam.

Phải nói Luân Hoán xuất khẩu thành thơ, Luân Hoán cho những lời, từ ngữ hàng ngày vào thơ thành thơ. Trong một bài thơ Luân Hoán đã thú nhận: "***có ai đổ rượu vào ngôn ngữ, tôi nói ra toàn thơ với thơ***".

Bởi vậy, chúng ta sẽ gặp rất nhiều từ ngữ đời thường trong nhiều bài thơ Luân Hoán:

"tuần sau ***bò lạc*** nào vào,
tao hứa chia bớt mày ***xào khô*** chơi"
"bác thuộc loại lãng mạn,
nhưng hơi hơi nhát gan,
yêu cô em "***lựu đạn***",
chỉ biết ngồi mơ màng"
"Xin được ***chân cu li***
Tại hãng Aronoff
Ngày ngày ta ra đi
Như ***cán bộ đi họp***
Sáng đi như đuổi ma
Chiều về như ***ma đuổi***"
"Anh hùng hào kiệt đều mê rượu
Té đái trong quần chuyện tiến thân".
"Đôi không đẹp và thường hay khắc khẩu
Chuyện tầm phào, gân cổ ***cãi văng răng***".
"***hừ, em suỵt chó*** cắn chơi
Cho bỏ lảng vảng đánh hơi tỏ tình".

Và còn nhiều nữa trong những bài thơ của Luân Hoán.

Những từ ngữ in nghiêng trong những câu thơ trên đây chứng tỏ tài năng của Luân Hoán sử dụng ngôn ngữ đời thường vào trong thơ đã đưa những từ ngữ thêm nhiều hình tượng, ấn tượng tăng thêm cảm nhận và thưởng ngoạn cho người yêu thích thơ Luân Hoán. Theo ngữ dụng học, từ ngữ có nhiều ý nghĩa khác nhau trong những tình huống khác nhau và đôi khi nghĩa của từ đi xa hơn nghĩa gốc. Mặc dầu từ ngữ đời thường, rất thường nhưng đi vào thơ như thơ Luân Hoán quả thật tuyệt vời cho đời thường thành thơ.

Phan Việt Thủy

Phan Việt Thủy là bút hiệu dành cho truyện và thơ của Giáo sư Phan Văn Giưỡng, hiện định cư tại Úc; trưởng ban Ngôn ngữ Văn chương và văn hóa Việt Nam tại Viện đại học kỹ thuật Victoria; chủ nhiệm tạp chí Việt (Melbourne từ 1998). Ông sinh năm 1943, người Quảng Bình. Bắt đầu viết từ 1964. Đã có nhiều tác phẩm truyện, thơ, tự điển xuất bản.

(trong: Gặp Luân Hoán Trong Đời Sống Thơ - 2022)

TRẦN HUIỀN ÂN

NHỮNG MỸ NHÂN TRONG THƠ LUÂN HOÁN

Đọc thơ Bà Huyện Thanh Quan ta thấy thiên nhiên ở đó rõ ràng là thiên nhiên tái tạo. Như cảnh qua Đèo Ngang, cũng cây cỏ hoa lá, vài chú tiều, mấy nóc nhà, nhưng cơ hồ như ta đang ngắm một bức tranh thủy mặc, ta có cảm tưởng như Bà Huyện Thanh Quan tả bức tranh vẽ Đèo Ngang chứ không phải tả cảnh thực Đèo Ngang. Cảm nhận của ta đã bị cái "phong cách Thanh Quan" dẫn dắt từ cõi Thực sang cõi Mộng.

Đọc mấy bài "Thiếu nữ trong tranh" của Luân Hoán thì ngược lại. Anh dẫn ta đi từ Mộng sang Thực. Từ Mộng, là vì những thiếu nữ mà Luân Hoán miêu tả đâu phải là người, khác với cả những nữ hồ ly, nữ yêu quái trong truyện Liêu Trai. Khi nói với độc giả phu nhân này là con chồn tu luyện bao nhiêu năm, tiểu thư nọ là con ma chết tự đời nào. Bồ Tùng Linh bảo rằng đó là phu nhân có thực, tiểu thư có thực, họ đang sống kiểu sống của họ, con chồn đã tu luyện thực, con ma đã từng chết thực. Vậy mà, khi đọc dù có yêu thích hay lo sợ ta cũng biết chắc đây là chuyện "nói láo mà chơi nghe láo chơi". Trong lúc ấy Luân Hoán nói rõ những thiếu nữ kia chỉ là là thiếu nữ trong tranh, họ hoàn toàn là Mộng được Luân Hoán tái tạo qua nét bút của sáu họa sĩ ai cũng nghe danh. Luân Hoán bảo: "Tôi tả con người trong tranh vẽ của Đinh Cường, Hồ Thành Đức, Khánh Trường, Nghiêu Đề, Nguyên Khai, Thái Tuấn", thế nhưng qua thơ ta thấy họ là nhân vật Thực, người Thực.

Những nhân vật này có đủ hai phần Thể Xác và Linh Hồn. Đây là Thể Xác.

Với Đinh Cường:

màu gối màu, sống thảnh thơi
có tinh, có huyết, có đời sống riêng

Với Hồ Thành Đức:

em chằng chịt những sợi gân
thênh thang như suối như sông phiêu bồng

Với Khánh Trường:

búp gân tím, thỏi thịt hồng
mở bồng ngũ giác quan lồng lộng bay

Với Nghiêu Đề:

môi hờ hững ngậm sợi thơ
thân thơm dải lụa mắc vào hư không

Với Nguyên Khai:

mượn thân thể ngựa phiêu bồng
đạp lên ngàn ngọn gió lồng về đâu

Với Thái Tuấn:

tóc tơ lả ngọn thướt tha
vành khăn trăng bọc sóng tà áo lơi

Thân thể - tinh huyết - gân cốt - da thịt - tóc tơ - môi miệng. Ta đã có đủ một Con Người.

Đây là Linh Hồn:

sắc màu hít thở rong chơi
hồn đông phương lộng lẫy đời tóc tơ
(Đinh Cường)

sắc nhan em chẳng là em
em là nhan sắc trái tim con người
(Hồ Thành Đức)

em từ giọt máu lớn khôn
em từ bát ngát tâm hồn sáng trăng
(Khánh Trường)

dẫu từ đường nét hiển linh
nghìn năm em vẫn một mình khói sương
(Nghiêu Đề)

tượng hình nhật nguyệt lên ngôi
và em từ trái tim người bước ra
(Nguyên Khai)

Và thi sĩ của chúng ta:

mơ hồ tôi mộng thấy tôi
sống trong thi tượng một đời của em
(Thái Tuấn)

Tôi nhớ đọc trong cổ văn, Bài ca đề bức tranh sơn thủy của Ngô Dung, mấy câu cuối:

'Kinh niên hồ điệp phi bất khứ
Lũy tuế đào hoa kết bất thành
Nhất phiến thạch
Sổ châu tùng
Viễn hựu đạm
Cận hựu nùng
Bất xuất môn đình tam ngũ bộ
Quan tận giang sơn thiên vạn trùng'

Thấy giống hoàn cảnh bản thân hiện tại. "Không ra khỏi cửa năm ba bước. Xem hết non sông muôn dặm xa", chẳng phải đi đâu, chỉ bằng mấy vần thơ Luân Hoán tôi đã được chiêm ngưỡng dung nhan và tiếp xúc với các mỹ nhân. Họ thoát hồn từ trong tranh qua con đường thơ của Luân Hoán đến với cuộc đời. Họ khác với các danh tướng, chẳng những đã không bạc đầu mà vượt qua vòng sinh diệt để trường tồn.

Tôi cũng có làm thơ, nhưng thơ không vui, tình không đẹp, cuộc đời không được nhìn dưới con mắt sáng, cũng không có lăng kính màu. Để bù lại những chỗ yếu ấy của mình tôi đọc thơ Luân Hoán để yêu thương cùng thiên hạ.

Trần Huiền Ân
(Luân Hoán Một Đời Thơ - 2005)

TRẦN HOÀI THƯ
NHỮNG LỜI THƠ XÔN XAO

Đêm nay tôi không ngủ được. Tôi cần được thức. Tôi cần được cõi đêm vỗ về tôi. Ngoài đêm, dù mùa hè đã vào tháng bảy, nhưng có tiếng gió vọng về, và cả tiếng xôn xao của lá, của bóng đêm.

Đêm nay tôi chong đèn đọc thơ Luân Hoán, tập thơ kỳ lạ. Tập thơ đẩy đưa ở bến nào, đến đây, bắt tôi phải cảm động, phải thao thức, dằn vặt nhớ nhung. Có nơi nào, có tiếng gọi. Thi ca Luân Hoán và Thi ca. Thi ca và Luân Hoán. Hạt bụi là Thi ca. Thi ca là Hạt bụi. Đất đá là Thi ca.Thi ca là đất đá. Cứ hạt bụi, cứ đất đá. Thử hỏi trong vũ trụ này ai đếm bao nhiêu hạt bụi, và ai đếm bao nhiêu Luân Hoán thi ca.

Hình như có một sự chuyển biến quá kỳ diệu trong tập thơ mới nhất của anh. Đọc những tựa đề lê thê, trải rộng, dịu dàng. Thơ 6, 8. Ngay cả tượng cũng là thơ rồi. Chưa bao giờ tôi thấy một người thơ nào lại âu yếm cùng thi ca đến như thế. Tôi không nói đến chữ nghĩa như một số người đã bảo. Bởi Luân Hoán không phải là một phù thủy chữ nghĩa. Phù thủy chữ nghĩa chỉ là cái thùng rỗng, hay người kỹ nữ về già. Đọc kêu to nhưng không thấm thía, không bùi ngùi, tha thiết. Với anh, tưởng như mọi thứ, mọi điều, mọi vật, nhỏ vô cùng như hạt bụi, to lớn vô cùng như trời đất vô lượng, tất cả đều có linh hồn và tất cả đều được thi ca gìn giữ.

như:

nhốt trăm tên gọi vào trong cặp
tưởng những tên kia đã của mình

như:

ngờ đâu lệ chỉ là vết đạn
lỗ chỗ lòng ta những xót xa

như:

quê hương nhắm mắt như sờ được

như:

trốn bao thương nhớ tôi ra phố
trăm ngả đường vào một trái tim
trái tim tôi vẫn là tên Đà Nẵng

như:

hỡi con kiến lửa lạc bâng quơ

Ơi chú kiến lửa có lạc loài không nhỉ? Hay vơ vẩn rong chơi. Luân Hoán đã làm tôi xôn xao khi nhớ lại tuổi ấu thơ. Bây giờ tôi mới hiểu rằng tôi đã có bao nhiêu điều quý báu nhất mà tôi đã bỏ quên từ lúc nào không hay.

Tôi đã kể một phần nhỏ những gì đã gắn bó trong thơ Luân Hoán. Thơ anh dạt dào đầy ắp những Việt Nam, những Đà Nẵng, Huế, Sài Gòn. Những ngã ba Huế, Hải Vân, huyện Quế Sơn, Câu Lâu, Hương An, Yến Nê, Hội An, Ngã Năm, Đầm Dạ Trạch... Thơ anh cuốn làn mây mù đỉnh núi, *"bờ tre chịu gió"*, *"thẳng đường chim bay"*, *"nước xôn xao dưới cầu"*. Thơ anh quê hương tăng thêm vẻ đẹp, tình yêu cũng âu yếm hạnh phúc bội phần. Thơ anh *"mỗi hạt bụi đời như có máu"* và gió thì *"thở nhầm hơi thở của em tôi"* và *"nước xô nhau như chạy trốn nhọc nhằn"*. Thơ anh đất cũng được âu yếm: *"hốt giùm nắm đất đưa ngang mũi, thử có hương giày sư đoàn 2"* và mưa cũng tuyệt vời mộng mị *"ước chi triệu hạt mưa rào, dắt dìu hồn sít rịt vào với nhau"*.

Người ta vẫn thường đặt thơ ở một nơi thật trịnh trọng. Nói đến thơ, người ta sẽ nói đến cái gì tốt đẹp, tuyệt vời, vượt xa cõi ô trọc thường tình. Với Luân Hoán, trái lại, thi ca gần kề với quả đất, cõi trần gian. Với anh, qua tập thơ không còn những kỳ thị một thời. Trái lại, tất cả được thăng hoa, giữ gìn, chẳng hạn qua bài Giặt Áo Quần Cho Vợ (Ngơ Ngác Cõi Người, trang 67), Luân Hoán đã viết những câu thật đẹp:

"trộn tình ta vào trong bột giặt
vò nhẹ nhàng bởi lo sợ em đau
vải còn đượm mùi thịt da em thơm ngát
tay bùi ngùi như đang vuốt ve nhau

trông thau nước đục lờ những cáu bẩn
ta bỗng thương lớp bụi nổi màng màng
chúng là những nhọc nhằn em gánh chịu
nuôi chồng con dài năm tháng gian nan

vòi nước nhỏ chảy qua từng thớ vải
như chảy vào trong cùng tận lòng ta..."

Người ta nói nhiều đến người đàn bà Việt Nam với bao nhiêu ngưỡng mộ, khâm phục nhưng có vần thơ nào kể rõ hơn về cái nhọc nhằn, bất hạnh của người thiếu phụ *"vò nhẹ nhàng bởi lo sợ em đau"*. Tôi nhắm mắt lại. Tại sao Luân Hoán lại dùng chữ nhẹ nhàng? Thi ca cuồn cuộn ngay cả đến một thau nước bẩn, một cái vòi nước, một buổi trưa (có lẽ) người thi sĩ ngồi giặt quần áo cho vợ, thi ca không còn kỳ thị.

"vò nhẹ nhàng bởi lo sợ em đau". Ở thơ Luân Hoán tình yêu đầy ắp. Yêu mọi thứ, mọi điều. Yêu sự đau khổ, nhục nhằn. Yêu hạnh phúc, yêu vật, yêu người, yêu hoa, yêu lá. Những trang thơ của anh thảy đều bàng bạc tình yêu. Anh ướp chúng vào với tất cả độ lượng ngay giữa lúc người thi sĩ mạt vận nhất. Thật vậy, giữa lúc nước mất nhà tan, tội tù, giữa lúc anh mất đi một phần thân thể, anh vẫn:

" vò nhẹ nhàng bởi lo sợ em đau "

hay vẫn:

ta sẽ đãi ta bát nước xanh
điếu Vàm Cỏ thở khói mong manh
rung đùi nhấm nhí niềm hạnh phúc
mừng trái tim ta vẫn trong lành
ta sẽ cười vui với trẻ con
da nhăn bụng ỏng ngẩn ngơ buồn
cho em bao thuốc làm giấy vụn
phân lượng nào cân được mến thương"

Hỡi các em nhỏ của Bình Minh, Tân Quới, Phong Điền, tôi đã gặp các em, đã đứng bên đường lắc cái chuông đồng mời gọi các em tới. Các em xanh xao, da nhăn, bụng ỏng...

Hôm nào cây cà rem chảy tôi tặng các em, bây giờ tôi xin tặng các em bài thơ của một người. Bởi thơ luôn luôn tồn tại. Thơ sẽ sống mãi và giữ mãi nhịp cầu giữa em và tôi...

Trần Hoài Thư

(Chân Dung Thơ Luân Hoán - 1992)

PHAN NI TẤN

NGƯỜI BẠN ĐỜI TRONG THƠ LUÂN HOÁN

Mùa Hè Đỏ Lửa năm 1972 tôi đóng quân ở Pleiku, gần phi trường Cù Hanh khô khan, nắng cháy. Một hôm từ doanh trại trở về thị xã, ngang qua đường Hoàng Diệu tôi chợt nghe một giọng ca lanh lảnh phát ra từ một kiosque bán băng nhạc bên lề đường. Giọng tenor mạnh mẽ, truyền cảm qua bài hát chứa đựng một nội dung tha thiết, đầy nhân bản. Bước tới hỏi mới biết đó là giọng ca Miên Đức Thắng qua bài Lời Nguyện Pháp Trường của Phạm Thế Mỹ phổ từ thơ của Luân Hoán. Đó là lần đầu tiên cùng một lúc tôi nghe đến tên ba người, nhất là nhà thơ Luân Hoán, một bút hiệu hiền lành, dễ mến, rất Trung kỳ.

Bây giờ đã hơn 30 năm qua rồi, hồn bài ca Lời Nguyện Pháp Trường vẫn còn bay loáng thoáng đâu đó trong khi cả ba người theo dòng đời trôi giạt ba nơi: nhà thơ Luân Hoán ở Canada, ca sĩ Miên Đức Thắng ở Đức, còn nhạc sĩ Phạm Thế Mỹ vẫn ở tại quê nhà.

Ở hải ngoại, trong thời gian tôi cộng tác với tờ Văn, một hôm (tháng năm nào?) trong mục sổ tay hàng tháng nhà văn Mai Thảo loan tin chào mừng nhà thơ Luân Hoán và gia đình đã đến định cư tại Montréal, Canada. Tôi gọi anh Mai Thảo hỏi xin địa chỉ Luân Hoán và đã liên lạc được với Người Thơ lâu nay tôi từng ngưỡng mộ. Từ đó đến nay gần 20 năm, anh Luân Hoán và tôi vẫn thường liên lạc với nhau bằng thư từ, điện thoại, sau này là e-mail, riết rồi trở nên thân thiết, tự nhiên như người một nhà.

Trong suốt thời gian này thơ anh vẫn xuất hiện đều đặn trên báo chí Việt ngữ khắp thế giới. Ngoài hàng ngàn bài thơ nói lên lòng thương nhớ quê nhà, về thân phận con người, về tình yêu đôi lứa, đặc biệt nhất là những bài thơ anh viết về vợ mình.

Tuy liên lạc với anh lâu ngày chày tháng mà mãi cho đến hôm ra mắt cuốn Chân Dung Thơ Luân Hoán tại Montréal, lần đầu tiên tôi mới gặp chị Lý, vợ nhà thơ.

Chị, dáng người thon thả, nhẹ nhàng, nét mặt hiền hòa, tính tình mộc mạc, dễ thương. Nhưng cái dễ mến và dễ nhớ nhất ở chị vẫn là cái giọng Quảng trọ trẹ, nằng nặng, chậm rãi và hiền khô. Lạ một điều là lâu nay tôi quen bất cứ người bạn Quảng Nam Đà Nẵng nào thì dường như cái chất giọng đặc trưng của họ chẳng đổi khác bao giờ. Có trôi giạt xa quê ngàn trùng, theo thời gian đời sống có đổi có thay, có trầm có bổng, nhưng cái hồn quê xanh ngát kia cũng như cái giọng nằng nặng, âm hưởng riêng biệt kia vẫn cứ thủy chung như nhất. Không riêng gì tôi, hễ ai có dịp tiếp xúc với chị Lý cũng đều cảm mến cái tính hiền lành, hòa nhã của chị.

Mới kỳ hè năm rồi, 2003 anh chị Luân Hoán và anh chị Song Thao (nhà văn) từ Montréal đi Toronto ghé qua tệ xá nghỉ hè vài ba hôm. Buổi cơm chiều đầu tiên mọi người đang vui vẻ chưa kịp ngồi vào bàn ăn, chị Lý đã la mệt, coi bộ trúng gió nên mặt mày tái mét. Rứa là a-lê-hấp nhà tôi mau mau đưa chị lên phòng đè ra cạo gió. Gặp phải "bà Thầy cạo gió, giác hơi" là nhà tôi đây thì bao nhiêu con bệnh cũng một tay bà "cạo" sạch sành sanh. Nhìn nét mặt từ từ hồng hào trở lại, chị Song Thao chẳng nói chẳng rằng, dựng chị Lý dậy bắt tập Khí công điều dưỡng sức khỏe là vàng. Nghe ba bà vừa hô vừa tập vừa cười nắc nẻ cái nhà cũng phát vui theo.

Nhà thơ Luân Hoán có một tấm lòng rất thủy chung với cả hai... bà vợ: chị Lý và nàng thơ. Từ tinh chất của tình yêu như một thứ men tình chắt ra từ nguồn cội sâu thẳm trong hồn người, cả ba xoắn xuýt vào nhau, dắt díu nhau đi qua suốt chặng đường đời. Họ yêu nhau khởi từ cái hồi Người Thơ đến ở trọ nhà cô ba Lý, Phước Ninh lúc "em chưa qua hết tuổi mười ba". Bài Chiều Mưa trong tập thơ Đưa Nhau Về Đến Đâu là một dẫn chứng:

ta đến trọ nhà em từ thuở
em chưa qua hết tuổi mười ba
bút mực thơm từng ngọn tóc đuôi gà
miệng liến thoắng vụng về như con sáo
hoa cỏ dại mọc đầy trong túi áo
gót chân hồng không mệt mỏi nhảy dây
trái mù u chuyền thẻ chạy quanh tay
cười với hát, ăn quà, vòi vĩnh mẹ
chừng nấy việc dắt dìu em nhè nhẹ
dạo vòng vòng trong thế giới ngây thơ...

Khi mà trái tim thanh xuân của nhà thơ đã phát yêu rồi thì cái gì của Mân Quang quê em như cục đất, cây lá, màu lúa, đường bừa... anh cũng yêu một cách trân trọng. Xin mời đọc vài đoạn cuối trong bài 'Quê Em Lộng Lẫy Quá. Bởi Vì Đã Có Em' trong tập Cảm Ơn Đất Đá Trổ Thơ:

... yêu em ta nguyện yêu màu lúa
màu mái rạ thâm sì nắng mưa
Tay ta tuy đã quen cầm bút
Luống chữ hẹn thơm những đường bừa

yêu em ta đã yêu cây lá
cục đất Mân Quang cũng hữu tình
cảm ơn thổ địa thơm tay quá
tặng ngọc thơm lừng bút vãn sinh

Một bài hát nào đó hát "khi đã yêu thì mơ mộng nhiều" làm tôi nhớ Luân Hoán tình yêu lúc nào cũng cháy bỏng. Tình yêu đã đầy ắp trong tim thì phải cho, mà cho rồi ai cũng mong được đáp lại từ người bạn tình cũng rất thiết tha với tình yêu mênh mông. Ấy mà khi đôi chân vượt khỏi cái mênh mông tình ái kia thì con đường cuối cùng hai người phải đi tới không ngoài hình ảnh của hôn nhân. Bài 'Về Nằm Lại Nơi Mới Cưới' trong tập Rượu Hồng Đã Rót tặng cô ba Trần Thị... thật cảm khái:

ta về nằm lại bên nhau
ngày xưa tóc gối nặng đầu bên vai
ta về nằm lại bên ai
ngày xưa đứt nút áo gài kim găm

ta về nằm lại chỗ nằm
chật vừa đủ cựa âm thầm bên nhau....

Tôi vẫn nghĩ, trong yêu thương, Luân Hoán có một trái tim yêu vợ đằm thắm, tha thiết và dịu dàng. Sự yêu thương rất tự nguyện, một nghĩa cử tự nhiên như đời sống lâu dần đã un đúc thành thơ, những câu thơ hồn nhiên, giản dị, không làm dáng nên rất chân thật. Luân Hoán đã sớm nhận ra sự chân thật là một nghĩa cử, một phong cách rất riêng dành cho người trăm năm của mình.

Tuy đời sống gia đình chẳng lấy gì làm khá giả, nhưng anh chị Luân Hoán sống khá phong lưu. Từ cái xe tới cái bàn cái ghế, TV, máy ảnh, computer... chẳng thiếu món gia dụng nào trong cái căn nhà mà anh chị đã chắt chiu dành dụm tậu được sau rất nhiều năm. Chị Lý quan niệm gia đình thật rõ rệt: nhẫn nại, cáng đáng cho gia đình chồng con một đời sống êm đẹp nơi xứ người. Cuộc nội chiến 30 năm xảy ra cho cả một dân tộc, nhà thơ Luân Hoán là hình ảnh của một người thương binh, biết vậy nên qua đây một mình chị Lý lo toan mọi bề. Nhìn hai vai mảnh khảnh của chị gánh chịu hết mưa nắng cuộc đời, tôi liên tưởng tới hình ảnh cái cò trong thơ Trần Tế Xương: 'quanh năm buôn bán ở mom sông, nuôi đủ năm con với một chồng'. Có lẽ đây cũng là một trong những mạch nguồn để người bạn đời được đặc biệt ngợi ca trong cõi thơ Luân Hoán. Trải suốt hơn 40 năm làm thơ, hình bóng thủy chung nhất là người vợ vẫn bàng bạc, lấp lánh, trải dài qua suốt chiều dài đời thơ anh.

Bài 'Ly Rượu Cuối Tuần Cho Lý' trong tập Ngơ Ngác Cõi Người chính là sự bày tỏ nỗi cô đơn buồn bã của Luân Hoán để tự trách mình mà cũng để mình tự an ủi, vỗ về, tìm kiếm một chút bình yên cho nội tâm. Dưới bút pháp giản dị, chân tình với những lời lẽ vừa âu yếm vừa chua xót trước nỗi đau nhân thế, kiếp người đã tạo nên một Luân Hoán có phong cách của người nghệ sĩ có trái tim biết thương yêu người bạn đường nồng nàn. Hãy đọc vài đoạn thơ dưới đây để thương cảm một cái nhìn ngậm ngùi, rưng rưng như những giọt nước mắt:

"Năm giờ sáng em bắt đầu đến sở. Trời mờ mờ tuyết lạnh vướng bên chân. Ổ bánh nhỏ trong tay chừng đã mỏi. Metro sang bus đã bao lần? Đường thì rộng đời thì dài mệt mỏi. Em âm thầm như một bóng chim bay. Lọn tóc rối giấu trong vành khăn ấm. Mắt chong đèn trong ngọn bút anh đây. Ngồi trong sở em vừa làm vừa học. Câu đầu tiên hai chữ bonjour. Đời lận đận ở đâu rồi cũng khổ. Ça va bien em can đảm có thừa. Có nhiều lúc người chung quanh hỏi chuyện. Chẳng hiểu gì cũng OUI vội cho qua. Tối

về nhớ lần mò tra tự điển. Thắc mắc nhức đầu buồn bã thở ra. Đời như vậy phải chăng anh có lỗi. Vì yêu em vì quyết định lên đường. Cơm với áo Tự do và cộng sản. Mất hay còn hai tiếng QUÊ HƯƠNG. Đêm trằn trọc nằm nhìn em say ngủ. Muốn hôn lên nỗi mệt mỏi bơ phờ. Nỗi chua xót mà em từng chịu đựng. Sợ môi hồng làm vỡ giấc em mơ..."

Để bù đắp sự chịu đựng, lòng bao dung, đức hy sinh của vợ mình không còn cách nào hơn là ở nhà Luân Hoán tự chăm sóc cái nhà cái cửa, thay nước bồn cá, cho chim ăn, tỉa lá cây và tẩn mẩn... 'giặt áo quần cho vợ'

Bài thơ Giặt Áo Quần Cho Vợ trong tập Ngơ Ngác Cõi Người là một bài thơ hay và cảm động. Hay vì sự cảm xúc chân thật, đặc biệt trong ngôn ngữ và hình tượng. Ngay câu mở đầu đã thấy hay, *trộn chút tình ta trong bột giặt, vò nhẹ nhàng bởi lo sợ em đau*. Chỉ "vò" tấm vải thôi mà "cũng lo sợ em đau" thì quả là thương người bạn vàng hết ý.

Thương thì ai mà thích những thứ đồ bụi bặm, cáu bẩn nổi màng màng, ấy vậy mà cái thấm thía là khi *trông thau nước đục lờ những cáu bẩn, ta bỗng thương lớp bụi nổi màng màng*, thì bạn đọc như tôi, như chúng ta ai mà không thương cảm, vì rõ ràng *chúng là những nhọc nhằn em gánh chịu, nuôi chồng con dài năm tháng gian nan*.

Luân Hoán dù sao cũng còn may mắn, dù "đời không giữ giùm ta đôi chân đứng". Suốt ngày ở nhà chẳng biết phải làm gì, ngồi làm thơ cho vợ, ít ra anh vẫn còn có cái quần cái áo của vợ để mà tập giặt giũ, "để tiêu xài cho bớt chút thời gian".

Nhìn chung, những lời thơ phát tiết tự đáy sâu tâm hồn nhà thơ viết riêng cho vợ trong các tập thơ nói trên là cái khởi từ những cảm xúc đẹp đẽ, hiền lành, tươi tắn, nghịch ngợm đến chân thành, thiết tha, trìu mến pha chút bồi hồi nhằm vun xới những tình cảm cao đẹp làm nền tảng trong gia đình, trong tình yêu, quê hương và thân phận con người.

Phan Ni Tấn

(Luân Hoán, Một Đời Thơ - 2014)

PHƯỚC KHÁNH

THƠ LUÂN HOÁN, TỪ TÔI, MỘT BẠN ĐỌC

Nói đến nhà thơ Luân Hoán, một điều xác quyết khó phủ nhận. Đó là một nhà thơ có một trái tim thật nồng nàn. Trong ông là cả một bầu trời thơ. Lúc nào cũng chỉ có thơ và thơ. Giống như thơ là hơi thở, là lẽ sống của ông vậy! Những dòng thơ thật giản dị, không cầu kỳ, sướt mướt, không ước lệ khuôn khổ. Nhưng chân tình lẫn đa tình. Hình như trong hoàn cảnh nào, môi trường nào ông cũng làm thơ được. Ông viết như đang đối diện với nhân vật, chuyện trò, tâm sự với họ. Điều này có thể đã giúp thơ ông được nhiều người ưa thích.

Không chọn lối triết lý xa vời, từ ngữ cao siêu cũng là một thành công của Luân Hoán. Từ đó, dù chưa có đánh giá thiết thực nào, chúng ta cũng nghĩ, ít ra Luân Hoán đã có một chỗ khiêm nhường trong lòng người yêu thơ và đọc thơ.

Được biết ông sinh tại Hội An, một thành phố cổ hiền hòa của đất Quảng Nam. Với dòng sông Thu Bồn mơ mộng, một bãi biển sầm uất một thời, những ngôi nhà mái âm dương, và nhiều đặc thù khác, Hội An đã sinh sản khá nhiều nhân vật, tạo dựng được tên tuổi riêng qua nhiều bộ môn nghệ thuật. Những Nhất Linh Nguyễn Tường Tam, Thái Tú Hạp, Hoàng Quy, Hoàng Lộc, Tần Hoài Dạ Vũ, La Thoại Tân, Nguyễn Hữu Thiết... là những khuôn mặt cụ thể. Riêng với người viết, rất hãnh diện vì có được một hiền mẫu cũng từ vùng đất nổi danh này. Vùng đất đã cho tôi nhiều kỷ niệm đầy trân trọng, nên khi đọc thơ của những người Quảng Nam, nói chung, Luân Hoán nói riêng, đã sẵn có một thiện cảm chân tình. Có lẽ cũng từ đó đã dễ nhận ra những ưu điểm trong dòng thơ mà mình ưa thích.

Có sự ưa đãi trong nhận xét của cá nhân tôi chăng? Là một bạn đọc khiêm nhường, chưa hề viết ra những ý nghĩ của mình cho bất cứ ai. Tôi có thể tự hào không có sự đề cao không cần thiết ở đây. Những điều tôi viết, tôi nghĩ, những bạn khác cũng dễ nhận ra.

Trong thơ, qua thơ Luân Hoán, một tình yêu bất tận được nhìn thấy: Tình quê hương, bằng hữu, đấng sinh thành, anh chị em và nhất là sự chung thủy với người tình muôn đời, gọi thật thà là vợ hiền.

Không phải để minh chứng, nhưng ít ra cũng nên trích dẫn phụ họa cho vài nhận xét chân tình, tôi đã nêu trên.

Về tình yêu trai gái, hãy nghe nhà thơ thú thực:

Nhớ năm hết tuổi mười ba
cái lòng đã muốn lân la cái tình

Với cái lãng mạn khá sớm, Luân Hoán đã diễn đạt tình của mình bằng những tinh tế riêng: có ý tưởng, có hình ảnh, có màu sắc, không máy móc, không cầu kỳ, không đơn điệu. Nhanh chóng, dễ dàng nhưng không dễ dãi để cho thơ nhịp nhàng, giàu âm điệu như một ca khúc. Thử đọc:

Em từ bụi chuối bước ra
ánh trăng làm nũng chao qua ống quần
niềm vui giấu dưới bàn chân
vỡ theo sợi gió lâng lâng ngậm ngùi

Chắc chắn mỗi người đọc sẽ dựa lời thơ để tưởng tượng ra nhiều cảnh sắc tâm trạng riêng, thanh tục đều có đủ. Sự giản dị trong thể lục bát trở nên thơ hơn nhờ vào cách dùng chữ, cụ thể: *làm nũng, chao qua, giấu dưới, vỡ theo...*

Qua trả lời trên đài VOA, Luân Hoán công nhận mình nhút nhát. Những người ít gan dạ trong tình yêu thường rất nghèo những cuộc tình. Tôi vốn nghĩ vậy. Và vì vậy khá bất ngờ khi đọc thơ tình yêu nam nữ của ông. Lãng mạn dẫn đến si mê, si mê mở ra tha thiết, nồng nàn. Dĩ nhiên sẽ không thiếu những rạo rực, ước muốn, nói chung là đam mê. Thật khó tin Luân Hoán nhút nhát khi đọc:

Theo bóng hồng qua mấy phố vui
mắt em háy nhẹ, đẹp như cười
thơ ta, ta lót đường em dạo
trời ngát hương da thịt tiểu thư

hay:
yêu em, yêu quá nên không dám
viết bậy lòng ra năm bảy câu
dẫu chẳng cần khai em cũng biết
hồn vía ta chừ đang ở đâu

hay:
bao nhiêu mộng ước để dành
bao nhiêu tình cảm ngọn ngành lâu nay
dâng người với cả hai tay
lễ quà gồm cả gió mây lòng thành
người nghiêng má, mắt long lanh
dưới chân nhan sắc tôi đành nín hơi

và:
lạ quá khi không mà tương tư
đêm nay lại thức nữa, hình như
có ai đổ rượu vào ngôn ngữ
tôi nói ra toàn thơ với thơ

cũng như:
tôi tưởng tượng ra những chiếc răng
ngọc ngà óng ánh những giọt trăng
ước chi người cắn tôi nhè nhẹ
để ngắm tình yêu giữa kẽ răng

Thật đúng như chính anh tự thú:

tiếc rằng chỉ một trái tim
viết hoài không hết cái ghiền yêu em.

Một cái ghiền mà nhà thơ Đỗ Quý Toàn khi viết về ông, đã có những lời ngợi ca thật thú vị.

Chúng ta thấy Luân Hoán rõ ràng là một người rất si tình. Nhưng thật ra, chính xác hơn, ông chỉ lãng mạn, mê đắm trong thi ca mà thôi. Sự thương yêu, chung tình với người vợ, dù gì, cũng là một biện minh cho nhận xét này. Ông có một đời sống lứa đôi hạnh phúc. Phần đông bạn ông, những người sinh hoạt văn học nghệ thuật đều có chung sự nhận xét trên, không cường điệu.

Viết về người đầu ấp tay gối có lẽ người làm thơ nào cũng lì xì, nịnh vợ một đôi bài. Riêng Luân Hoán có thể nói ông đã viết "hơi bị nhiều". Tuy vậy đọc cũng không quá nhàm. Mời đọc thử:

Em vẫn là người tình
dẫu đã thành chồng vợ

chiều hôm nay ngồi vơ vẩn trông mưa
em ngoài hiên lại vọc nước như xưa
ta bỗng thấy em vẫn còn con gái
em có biết em vẫn còn trẻ mãi
bởi vì ta còn mãi mãi yêu em

yêu em, ta làm thơ
yêu ta, em rộng lượng
thơ thì thường vu vơ
nhiều khi toàn tưởng tượng

Và hạnh phúc biết bao cho người vợ:

đóng cây đinh treo ảnh em lên vách
nhìn mắt em cười trong ảnh muốn hôn
xinh đẹp như ri sao mà lận đận
theo ta làm gì hỡi ả mèo con?

Nói về thơ Luân Hoán thật vô cùng. Ở đây, tôi xin lặp lại và nhấn mạnh ưu điểm của thơ ông. Cuồng nhiệt, chí tình, chân thật. Với một kỹ thuật nhẹ nhàng, vững vàng, Luân Hoán giúp người đọc gặp chính họ trong cảm xúc, tư duy. Là một người không chuyên. Tôi viết về nhà thơ này như một sự chia sẻ. Và thú thật, tôi cũng từng là một trong nhiều nhân vật trong thơ ông. Thích thơ ông cũng là một thường tình.

Cuối cùng xin chúc ông có sức khỏe, để tiếp tục làm thơ tình.

Phước Khánh, 2011

(Đọc Nhịp Thở Luân Hoán)

PHẠM VĂN NHÀN
LUÂN HOÁN, NHÀ THƠ CỦA THẾ HỆ CHIẾN TRANH

Luân Hoán, nhà thơ, không phải tôi gọi anh như vậy, mà nhiều người khác cũng gọi anh như vậy. Ngay cả bạn bè của anh cũng gọi anh như vậy. Có sai không khi gọi Luân Hoán là nhà thơ mà không gọi anh là "thi sĩ". Tôi không thích gọi anh là thi sĩ. Tôi thích gọi anh là nhà thơ. Vì, với Luân Hoán, nhìn lại đoạn đường dài sáng tác thơ của anh, trong bài viết của nhà thơ Thái Tú Hạp: *Những tác phẩm của Luân Hoán trước 1975* (*... Luân Hoán học làm thơ từ năm mười một tuổi. Anh đã cho độc giả biết điều này, qua câu hỏi của nhà văn Hồ Trường An [dưới bút hiệu Đào Huy Đán]. Người dạy anh làm thơ đầu tiên là thân phụ anh...)*

11 tuổi, tính từ năm sinh 1941 anh đã học làm thơ. Nhưng 12 năm sau cộng thêm 11 năm trước đó "cậu bé" Lê Ngộ Châu đã trưởng thành. Và, tập thơ đầu tiên của anh đã xuất bản năm 1964 (Về Trời - Văn Học). Với bút hiệu Luân Hoán. Từ năm đó, Luân Hoán đã đi vào lòng độc giả và bạn bè. Chẳng những thế, Luân Hoán đã có một chỗ đứng trong "văn học miền Nam" ngay tập thơ Về Trời thời điểm ấy. Nhà thơ Thái Tú Hạp viết về tập thơ Về Trời, xin trích: *"Với gần 60 bài thơ đủ loại, viết về quê hương và thân phận nhược tiểu của một dân tộc giàu chiến tranh..."*

Và, nhà văn Dương Kiền viết lời bạt cho tập thơ Về Trời: "*Gia tài quê hương của chúng ta đã bị xâu xé gần hết, chúng ta chỉ còn lại một di sản quý báu: tình tự con người. Tình tự con người bất chấp mọi tương tranh, chia cắt, vùi dập, thủ đoạn... nó sáng ngời trong đêm tối kéo dài từ hai chục năm nay, nó là ngọn lửa sưởi ấm những tâm hồn còn biết hướng về nhau, những con tim còn biết xôn xao mơ ước. Nó làm thành một thế giới trên những thế giới của tham vọng và hận thù.*
Anh Luân Hoán, Chính thơ anh đã đưa tôi vào thế giới ấy..."

Về Trời, phát hành năm 1964 và những năm sau, anh tiếp tục cho ra đời nhiều tác phẩm khác trước 1975 và sau này ra hải ngoại, trên dưới gần hai mươi tập thơ. Với số lượng thơ đã phát hành, anh đã có một chỗ đứng rất trân trọng trong Văn Học Việt Nam.

Cho nên, với chủ trương của tạp chí Thư Quán Bản Thảo, chuyên làm những số chủ đề về những cây bút đã thành danh trên "văn đàn" miền Nam trước đây. Anh Trần Hoài Thư gọi điện cho tôi làm chủ đề về nhà thơ Luân Hoán. Như bao lần đề nghị của anh. *Luân Hoán, một nhà thơ sinh ra và lớn lên trong bối cảnh cuộc chiến Việt Nam khốc liệt nhất.*

Viết về Luân Hoán, đã có quá nhiều người viết về anh. Chỉ cần gõ trên bàn phiếm hai chữ Luân Hoán, nhấp chuột một cái nhẹ thôi, là ta đọc được nhiều bài viết về anh qua nhiều cây bút một thời nổi tiếng trong nước trước năm 1975. Chỉ có một vài người mới viết sau này khi anh ra định cư ở nước ngoài. Nhưng là những bài viết rất có giá trị, nếu ai cần đọc để hiểu và để nghiên cứu viết về thơ Luân Hoán.

Tại sao tôi viết Luân Hoán lớn lên trong bối cảnh chiến tranh khốc liệt nhất. Có đúng như thế không? Nhìn năm sinh của anh 1941, lớn hơn tôi một tuổi. Thử nhìn lại lịch sử cận đại một chút, vào những năm này Nhật nhảy vào Đông Dương giải giới Pháp (chiến tranh thế giới thứ II). 1945 chấm dứt Thế chiến thứ II. Một năm sau, Pháp quay trở lại VN lần thứ hai với khí tài của Mỹ. Chín năm kháng chiến (giữa Pháp và Việt Minh) cho đến năm 1954 hiệp định Genève ký kết, đất nước chia đôi. Trong tiểu sử của anh, *năm 1946, năm tôi lên năm. Chẳng thể là một tình cờ, ba tôi cõng tôi đến đây. Cuộc chiến Việt Pháp là gốc rễ cho một nhánh ấu thơ tôi bén lên vuông đất rừng Tiên Phước.*

Đất nước qua phân (1954). Quân Pháp rút về nước. Hai năm sau "tổng tuyển cử". Người dân chờ đợi mù tăm. Những năm đầu, miền Nam có chút "ánh nắng hòa bình". Nhưng mầm mống chiến tranh bắt đầu âm ỉ từ những tiếng súng lẻ tẻ nơi thôn ổ, nhất là ở miền Trung chúng tôi. Từ những tiếng súng lẻ tẻ đó, tháng 12-1960 hình thành "mặt trận giải phóng miền Nam". Và, cũng từ những tiếng súng lẻ tẻ đó, chúng tôi bắt đầu lên đường nhập ngũ. Người đi trước kẻ đi sau. Cái không khí ảm đạm chiến tranh bao trùm. Nhà thơ Thái Tú Hạp viết trong tập thơ đầu của anh, tập Về Trời: *"... và thân phận nhược tiểu của một dân tộc giàu chiến tranh..."* Ngẫm cụm từ " giàu chiến tranh" của nhà thơ Thái Tú Hạp viết về anh, tôi thấy hay và đúng quá. Luân Hoán lớn lên từ một mảnh đất giàu chiến tranh. Và, cũng từ mảnh đất này, quê hương anh ngập tràn khói súng. Từ đó, trong thơ của anh, ngoài tình yêu ra, hình bóng quê hương trong thơ anh lúc nào cũng "mãnh liệt" trong tâm thức của anh:

Bạn ở đâu? đang làm gì? Sao ngần ngại?
Sự xa lạ chẳng phải là khoảng cách
nếu bạn đã hoặc đang thở hít cùng hơi đá núi
đi loanh quanh qua những gốc chà là
và gói trong lòng những mùi hương dủ dẻ.

Xin hãy nói về quê hương mình cho nhiều người biết
cho nhiều người cùng được thưởng ngoạn
để xứ sở thân yêu ấy càng khởi sắc
càng giàu thêm tình người.

Bởi vì, quê hương anh "giàu chiến tranh" quá. Từ khi tiếng súng của Thực dân Pháp đã nổ phát súng đầu tiên để mở màn cuộc chiến tranh xâm lược Việt Nam trên cửa biển Đà Nẵng vào năm 1858. Đà Nẵng quê anh, cho mãi tới năm 1963 (?) lại cũng gót giày đinh của "ngoại nhân" những toán lính TQLC/Mỹ lại một lần nữa đổ bộ vào cửa biển này (Đà Nẵng) dưới chiêu bài bảo vệ Miền Nam Tự Do. Nhưng dưới hình thức nào, chiêu bài nào thì cuộc chiến Việt Nam sau năm 1954 càng ngày càng khốc liệt, nhất là ở quê anh nói riêng, và miền Trung nói chung. Cuộc chiến mang tính chính trị (Quốc Cộng) giữa hai miền Nam và Bắc. Và, đám thanh niên cùng một thế hệ với anh, cùng một năm sinh với anh, phải lên đường nhập ngũ. Cho nên, với một nhà thơ như anh nỗi ray rứt về quê hương, thân phận con người trong cuộc chiến, trong tình yêu "thơ" anh đã đánh thức lòng người.

Anh lớn lên trong cuộc chiến. Chúng tôi cũng lớn lên trong cuộc chiến. Thế hệ chiến tranh mà nhà văn Trần Hoài Thư thường nói với chúng tôi mỗi lần gặp nhau, không phải ngày hôm nay mà là những ngày xa xưa của 36 năm về trước (1975) khi chúng tôi còn khoác trên người bộ quân phục. Chiến tranh, đối với những người cầm bút đã viết nhiều. Nhiều lắm, như Y Uyên, Trần Hoài Thư, Huỳnh Hữu Võ. Mỗi người viết thật khi nhìn cuộc chiến dưới con mắt của người cầm bút tự do. Chiến tranh Việt Nam mà Nguyễn Bắc Sơn đã viết trong bài: Chiến Tranh Việt Nam và Tôi:... "*Ta bắn trúng ngươi vì ngươi bạc phước/ Vì căn phần ngươi xui khiến đó thôi/ Chiến tranh này cũng chỉ một trò chơi/ Suy nghĩ làm chi cho lao tâm khổ trí...*". Còn anh, nhà thơ Luân Hoán, trên quê anh là một "chứng tích" với bao thế lực từ bên ngoài đã ồ ạt đổ bộ vào đây. Với anh, chiến tranh chỉ cần vỏn vẹn vài câu thơ thôi, cũng đủ để ta suy ngẫm. Xin trích:

"một con gà trống đỏ
một con gà trống đen
cùng nhìn về phương đó
khát vọng và bản năng
cả hai cùng hăm hở
đá nhau không nói năng"
(Chiến tranh)

Quê hương của anh, của chúng ta cũng vì hai con gà trống "đen đỏ" này đã tạo nên một cuộc chiến khốc liệt; mà đã là chiến tranh thì xóm làng (đìu hiu), con người (tan tác, chết chóc). Trong bài thơ Tiên Phước, một nhánh ấu thơ của anh, Luân Hoán đã viết về một mảnh đất quê khi nhỏ anh chạy giặc:

Bạn hãy kể cho tôi một chút gì về Tiên Hội!
Bạn hãy nhắc cho tôi một vài hình ảnh Tiên Châu!
Những xã, những thôn của Tiên Phước một thời.
Đã bốn mươi chín năm xuống núi,
chưa một lần thăm lại
tôi nhớ
tôi thèm biết bao nhiêu.
Những đọt khói, những rẻo gió... ngào ngạt xanh một góc đời.

Bạn ở đâu? Đang làm gì? Sao ngần ngại?
Sự xa lạ chẳng phải là khoảng cách
nếu bạn đã hoặc đang thở hít cùng hơi đá núi
đi loanh quanh qua những gốc chà là
và gói trong lòng những mùi hương dủ dẻ.

Xin hãy nói về quê hương mình cho nhiều người biết
cho nhiều người cùng được thưởng ngoạn

để xứ sở thân yêu ấy càng khởi sắc
càng giàu thêm tình người.

Vâng, qua bài thơ này, tôi được biết vào năm 1946, năm *nhà thơ lên năm, chạy giặc về vùng rừng Tiên Phước.*

Có phải chỉ mới một năm, sau khi Thế Chiến thứ II chấm dứt. Tưởng rằng yên ổn, nào ngờ lại chạy giặc. Mà giặc nào đây. Ồ, lại là giặc Pháp, với tiếng súng nổ đầu tiên vào năm 1945, dẫn đến 9 năm kháng chiến khi Pháp trở lại lần thứ hai bắt đầu từ 12/1946, anh theo gia đình về Tiên Phước. Còn tôi được mẹ bỏ vào một đầu thúng gánh chạy về một làng quê Phú Hội vào năm tôi 4 tuổi, để tránh giặc Tây. Làng quê ấy tôi còn nhớ trong tâm trí của tôi, nhưng tôi không thể nào làm thơ như anh được. Đọc bài thơ của anh về Tiên Phước, tôi cũng nhớ làng quê Phú Hội một thời cứu mang gia đình tôi chạy giặc (dù địa danh có khác nhau).

Với Luân Hoán, anh viết nhiều thể loại. Chiến tranh. Thân phận con người. Tình yêu. Quê hương... Nhưng trong chiến tranh, chính anh là người tham dự trực tiếp (giai đoạn khốc liệt nhất). Nhưng, hình như anh cũng như tất cả những người cầm bút miền Nam trước đây, hay những người bạn của tôi chẳng mang trong lòng chút hận thù nào. Chỉ buồn thôi cho thân phận.

Cũng như những người bạn của anh một thời. Đọc tiểu sử, nhập ngũ 1966 (khóa 24 TĐ), ra trường cuối năm. Những câu thơ "dí dỏm, tưng tửng" nhưng rất dễ thương và rất thật khi: Một Ngày Trước Khi Trình Diện:

bỏ lệnh gọi trong túi quần
tôi đi qua từng đường phố
không biết phải làm gì
tôi trở về rửa mặt
quyết định ngủ một ngày
thản nhiên không mơ mộng

Rồi những ngày ở Thủ Đức, anh vẫn "dí dỏm, tưng tửng" qua những câu thơ đi vào lòng những ai xuất thân từ Quân trường này: *và rồi màn hít đất tập thể /bài học vỡ lòng, dằn mặt /tôi thèm đái /nín đã lâu/nghe tức/ cuối cùng rồi cũng xong/vất mình xuống ổ quân trang vừa tha về/nghĩ về em/ngủ thiếp/giá trái pháo kích rơi đúng chỗ nằm/đời đã đỡ ngang dọc.*

Nhưng đến năm 1969 anh bị loại khỏi cuộc chơi từ chiến trường Quảng Ngãi, để lại chiến trường một bàn chân trái. Tôi nhớ trước đó một năm, năm 1968, người bạn tôi, nhà văn Trần Hoài Thư, cùng khóa với anh, bị thương nơi cây xăng Ông Tề trên đường Gia Long, cửa ngõ vào thành phố Quy Nhơn. Cũng may, viên đạn của "người anh em bên kia" bắn chưa chính xác, chứ vào ngay tim thì THT đã bị loại ra khỏi cuộc chơi (chữ của Nguyễn Bắc Sơn) có thể đã đi về "Trung Nghĩa Đài" nơi mà chúng tôi đã một lần quỳ xuống nơi quân trường ấy.

Luân Hoán, đại diện cho những anh em chúng tôi, cũng như Trần Hoài Thư ở vào cái tuổi không sao tránh khỏi cuộc chiến này, nếu không có hai con gà "đen và đỏ" tranh giành một miếng mồi nhỏ bé trên quê hương chúng tôi, thì anh đâu có để lại chiến trường một phần xác thịt của Cha Mẹ anh tạo nên hình hài một Luân Hoán, phải không? Nếu không có những thế lực "đen đỏ" ấy, thì chắc chắn chúng tôi lớn lên trong cái không khí thanh bình ở một vùng quê nào đó. Như: *buổi sáng đi vào núi / gặp được một con chim / lặng lẽ nhìn chim hót / lòng vô cùng bình yên*

Nhưng đâu phải vậy. Anh đang tham dự vào cuộc chơi thì anh phải nhìn thấy cái thực trong cuộc chơi đó, do hai thế lực "con gà trống đỏ, con gà trống đen" gây nên.

Và, hơn ai hết, anh lại là người cầm bút, với cái nhìn thực như bao người trẻ tuổi khác trực tiếp tham dự vào cuộc chiến (không chạy chọt để về một nơi an toàn) thì chắc chắn những câu thơ hay những câu văn của người lính cầm bút viết lên sự thật không có nghĩa là "phản chiến". Hình như cũng có người cho anh là thế, cũng như có người cho Trần Hoài Thư là thế. Với tôi, cũng tham dự vào cuộc chiến này 10 năm thì lại cho là "không". Với cuộc chiến mà chúng tôi trực tiếp tham dự vào. Mù tâm. Trong bài: Trái Tim Hành Quân. Đọc để thấy tuổi trẻ của chúng tôi ngoài chiến trường. Xin trích:

....
"anh bây giờ là tên lính mù
chỉ huy một trung đội điếc
với chiếc còi trên môi
và hàng trăm câu chửi tục
anh ném vào lính của anh
niềm âu lo thương mến
biết chúng đã nghe được gì
ôi một trung đội điếc
lựu đạn nổ chẳng bằng tiếng gà gáy
lựu đạn nổ chẳng bằng dạ dày cháy lời thèm khát

chúng tiến
chúng tiến đến mục tiêu
anh dũng
chẳng phải một người bỏ mạng
cả bọn anh rồi sẽ hy sinh
ôi mục tiêu
mày là cái gì hởi?
có phải là miếng ăn
có phải là lá cờ tự do nào treo đó?
anh đã biết nó là gì
em hỡi em, làm sao anh nói
anh chỉ là tên lính mù
chỉ huy một trung đội điếc
dù còn đủ tâm hồn
anh cũng sẽ đốt nhà
cũng sẽ bắn trâu bò, bắn gà vịt
không hổ ngươi
như lính của anh
phải sống
phải ăn
phải tàn bạo nữa
đó là điều cần trong cuộc hành quân"
....

Hay:

bôi mặt vẽ mày mời các người xem
tôi văng tục luôn như thằng mất dạy
đã thế thì đừng cố gắng ngạc nhiên
khi mày không hơn gì tao mấy tí
lính tráng bây giờ như chiếc đinh đen
đóng chặt đời vào động cơ và nổ
bắn giết bình thường như bài tiết như ăn
vậy hỏi làm chi lương tâm bổn phận
bôi mặt vẽ mày đi đứng vô tri
đó chính là tôi
tôi là người lính trận
(Giới Thiệu)

Không hẳn chỉ có anh không đâu. Còn nhà thơ Huỳnh Hữu Võ, người lính trực tiếp ngoài chiến trường, đã viết: *tôi vào quê hương mang theo quà tặng/ carbine, Thompson, garand, tiểu liên/dành phát cho nhau mỗi thằng mỗi đứa/ dành phát cho nhau mỗi đứa một thằng.* Và Huỳnh

Hữu Võ còn viết Dưới Chân Đồi Xích Thố những dòng thơ: *Anh phải ngủ thật nhiều ban ngày/để đêm từng đêm ngồi ôm súng gác/anh phải cười nơi đây thật to/để khỏi nghe tiếng súng/anh phải văng tục nơi đây cho đã/vì thiếu bóng đàn bà suốt tháng/anh phải thủ dâm.*

Đấy, những người lính vừa cầm bút ở vào cái tuổi "Thế Hệ Chiến Tranh" nghĩ gì khi chiến tranh càng ngày càng khốc liệt trên quê hương mình. Người nuôi chiến tranh thì cho là phản chiến. Còn chúng tôi, những người trực tiếp ngoài mặt trận, thì: hòa bình ơi, sao lâu quá vậy!

Qua ngần ấy năm, từ năm 1964 (tập thơ đầu tay được phát hành) cho mãi đến tận hôm nay 2011. Với Luân Hoán, tôi vẫn nghĩ anh là một nhà thơ "đích thực" nặng tình với quê hương đất nước. Không phải trên mảnh đất miền Trung đầy bom đạn mà anh "khắc khoải" nhớ quê. Ngoài ra, những nơi khác anh đã một lần đến đều là những "ray rứt" trong anh qua những bài thơ anh đã làm với những con chữ rất "giản dị" không mang tính "phù thủy chữ nghĩa" trong thơ (chữ của Trần Hoài Thư). Gây cho người đọc một cảm nhận thích thú qua thơ của Luân Hoán.

Viết về Luân Hoán, như đã nói có nhiều người viết. Nhưng với anh, (một người cùng thế hệ chiến tranh với tôi) viết và nghĩ về anh, một người dù chưa lần gặp mặt. Dù anh đã gởi tặng tôi vài tập thơ anh đã xuất bản.

Viết về anh, với vài đoạn thơ ngắn được trích ra từ trang nhà của anh, chưa hẳn là đủ với một chiều dài làm thơ của anh. Nhưng, ít ra, tôi nghĩ, phải viết một cái gì đó về anh trên một tạp chí văn học, chứ không phải trên mạng, như lời đề nghị của Trần Hoài Thư.
Vâng, Luân Hoán, đã gần nửa thế kỷ qua, thơ anh đã hiện diện.

Phạm Văn Nhàn
(trong: 21 Khuôn Mặt Văn Nghệ Miền Nam
và Đọc Nhịp Thở Luân Hoán)

VÕ CÔNG LIÊM

LUÂN HOÁN, NHÀ THƠ ĐƯƠNG ĐẠI

Thuở chưa làm thơ yêu em, tôi đã đọc thơ Luân Hoán. Thơ hay một phần mà cái tên có phong vị của những nhà thơ lừng danh xưa bên Tàu. Từ đó tôi yêu thơ, yêu người làm thơ. Chưa một lần thấy nhau trong đời nhưng cái tên 'huyền thoại' đó như niêm phong trong trái tim cấm thành của tôi. Nghĩa là gì? Bởi thơ Luân Hoán như là phương pháp vật lý trị liệu, nó điều trị cả hai mặt nội quan và ngoại quan, thơ Luân Hoán giải độc mọi tình huống cho nên thơ anh trở nên bất tử là ở chỗ đó. Cùng thời văn nghiệp với anh có nhiều thi văn sĩ tăm tiếng, có kẻ đã đi và có kẻ còn ở lại, nhưng tựu trung đều nói lên một tấm lòng như-nhiên-tự-tại; ở mỗi người có một tư chất khác nhau, nhưng đặc biệt của Luân Hoán đã để lại một dòng chảy không ngừng từ khi khởi nghiệp cho tới tuổi quá ngoài thất thập, dòng sinh lực ấy đã làm cho thời gian đứng lại để thụ hưởng, nhân gian thụ hưởng đó là cái quý của người làm thơ, làm nên tác phẩm để đời. Thực ra nghe qua như có tính cực đoan, võ đoán. Nhưng không! Luân Hoán đã có mặt với đời ròng rã hơn nửa thế kỷ qua, một chặng đường đầy cam go, đối đầu qua nhiều biến động lịch sử, dẫu là gì anh vẫn hồn nhiên trong thi ca, anh không dùng thi ca để phản ảnh như một số nhà thơ, nhà văn, nhà nhạc khác, anh là một nhà thơ chân chính của người làm thơ. Thơ anh đã nói hết cái vui, cái buồn thời sự, nói lên: 'cái tình là cái chi chi' mà anh đã 'nhúng chàm'. Có lẽ; ngần ấy vẫn chưa lột hết tâm tư sâu kín trong anh, nhưng được cái lòng anh khoan nhượng và bao dung cho nên thơ Luân Hoán trở nên vô cùng vì ở chỗ thơ anh hiện thực và chơn chất do đó khó phai mờ với thời gian... Có vô số nhà thơ trên trần gian này; nói cho ngay ai làm thơ cũng được, từ trẻ cho tới già, từ kẻ cầm viết cho tới phu quét đường họ đều xuất thần để thành thơ nhưng làm thơ để có được một cảm nhận chí lý, hay ho mới là đáng giá. Tưởng thơ là "unlimited" là "unrestricted" ai muốn làm thơ là làm được; điều đó không ai cấm, dù thơ ở cõi phi gần như bất-khả-tư-nghị nhưng phải chân lý mới thành thơ. Ngữ ngôn của Luân Hoán bình dị, sống thực nhưng không bình dị, sống thực mà thực-thơ. Sao thế? Anh làm thơ dễ như cái đã có, xưa nói: "xuất khẩu thành thơ" cái chất đó thuộc về bẩm sinh thiên tài ít ai sánh kịp. Ngoại trừ cụ Nguyễn Du; nhưng ở Luân Hoán có một lãnh địa riêng biệt mà những người làm thơ khác không có, có chăng là có cho có mà không có là không có, chớ đâu phải ai làm thơ cũng là thi sĩ, là nhà thơ; điều ấy không thể định nghĩa một cách đơn phương -that's impossible!-. Cá nhân tôi khâm phục tài hoa thi tứ của Luân Hoán ở chỗ trước sau như một, vẫn phong thái đó, phong thái của thi nhân. Không rộn ràng, bon chen, không chủ quan kiêu hãnh qua cái nhìn trong đôi mắt anh. Luân Hoán trầm tĩnh là bản chất cố hữu của anh. Mắt môi anh là nụ cười khiêm ái làm tăng cái đẹp 'thẩm mỹ' trong chức năng của anh. Chất liệu trong thơ anh là tình tự dân tộc, tình bằng hữu lớn lao; tất cả anh để lại trong từng tế bào thơ, là nhịp thở đưa vào con tim. Đó là cái xót xa muôn vàn của một tâm hồn nghệ sĩ thơ. Luân Hoán xứng đáng được ghi nhận là nhà thơ đương đại thế kỷ. Quả không ngoa!

Trong âm thầm điềm đạm đó, phần lớn anh dồn vào trong thi ca và bên cạnh cái trầm tích mặc khải đó anh còn có những đam mê khác: văn, nhạc, họa mấy món nghiệp dư này như để tiêu khiển một vài chung lếu láo. Tôi chưa có cơ hội hay dịp may thưởng lãm những ngón nghề này; hơn thế nữa anh chưa bao giờ bày biện thì làm sao tôi cả quyết như thế được, nhưng tôi tìm thấy trong thơ anh những bộ môn đó. Cái hay của người làm thơ là ở chỗ đó. Cụ Nguyễn Tiên Điền mấy khi ôm đồm mấy thứ ấy mà nói cầm kỳ thi họa trong thơ cụ thật không hết lời bình luận. Với thi sĩ Luân Hoán cũng có họa, anh vẽ chân dung thiếu nữ khá nhiều. Mỗi người mỗi sắc khác nhau. Điển hình một hai câu thơ đọc lên thấy thiên nhiên và người đầy ngập sắc màu lồng lộng của người con gái năm nào:

"nắng hồng ngấp nghé hành lang
gót thơm Đỗ Thị Kiều Trang qua đường"
(Tình Thơ Một Thuở)

Phong cách thơ Luân Hoán đi theo với vận nước, anh sát nhập thơ qua từng hoàn cảnh, văn hóa, chính trị, kinh tế... anh ở lại với quê nhà để chứng kiến, rồi anh ra đi để phóng tầm mắt vào đất khách mà nhớ về cố quận. Đành rằng ai cũng có tình quê như anh có nhưng tình thơ anh đã nói lên ít nhiều hoài bão đó; vọng cố quốc nơi anh sinh ra và lớn lên là dấu tích của những ngày thơ mộng: con sông bến nước, chiếc cầu vắt ngang như dải lụa đào, đường đi vào làng có bụi tre, có con trâu, am miếu khói xây thành, đường ra tỉnh lộ loăng quăng và biết bao điều thương nhớ khác thì thử hỏi một con người vốn được trời cho mỏ-thơ thì làm sao không tức cảnh sinh tình. Luân Hoán trải nghiệm cuộc đời trên những bước đường đã qua, càng đi xa anh lại chồng chất tình hoài hương vì thế mà anh ray rứt, đòi đoạn như tiếng khóc trầm thống:

"người ơi người ơi người ơi
ta còn hay mất bên trời lưu vong"
(Cúi Mặt Chào Đà Nẵng)

Thật thế, Luân Hoán giàu tình hơn vật, anh đa cảm cho nên thơ anh vận vào từng người mà anh đã một lần sống với họ. Anh phóng vào thơ những cuộc tình lãng mạn, tượng trưng, siêu thực hài hòa chất Đông phương trộn vào cái hào phóng Tây phương:

"Montréal thơm lá thơm hoa
giữa xuân vàng đón Lyna vào đời"
(Chân Dung Giày Số 6)

Viết về Luân Hoán, đọc thơ Luân Hoán không cần phải chi tiết từng sợi nhỏ, không cần đem lên bàn mổ, không cần phải điều tra lý lịch, không cần kể công, kể trạng. Nhảm! Quá nhiều lập khuôn làm mất cái tinh túy của nhà thơ. Sao thế? - Đời anh trong thơ, quê quán anh trong thơ, vợ con anh trong thơ, tất cả cuộc đời sống, chết đều trong thơ, anh chỉ còn một ao ước: lấy thơ hỏa thiêu anh là anh mãn nguyện; là hồn anh phảng phất chốn trăng sao, lúc đó anh tha hồ với non nước với bè bạn. Chừng ấy chưa đủ sao mà chi tiết hóa cuộc đời lên như thế. Cứ để cho Luân Hoán trở thành huyền thoại của thi ca thì đó là đánh giá cho một nhà thơ đương đại. Cho một khám phá để tìm thấy cái hấp lực của tự nó, chớ đua nhau nói cùng một mô thức thì đâu còn ngạc nhiên; thế hệ về sau họ thích khám phá hơn là bày vẽ. Mà đó là lối phê bình mới!

Đọc thơ Luân Hoán cũng không cần dẫn chứng, chứng minh, bình giải, cước với chú. Dài dòng! Đành là thế nhưng rơi vào cổ điển, kiểu thức giáo khoa thư (thường hay bình giải) làm như thế không xuyên suốt dòng thơ. Cái hồn thơ nó lung linh, có khi nó là một thứ siêu vi (virus) ẩn trong tim của con người, nếu cứ đua nhau chú giải thơ Luân Hoán trong bài văn thời làm mất đi tính gợi hình mà lạc đường thơ; nhất là thể thơ phóng ngoại lấy từ nội cung thâm hậu của anh mà ra. Luân Hoán làm thơ qua nhiều dạng thức; lục bát chuẩn mực, bằng trắc hòa hợp câu trên đối câu dưới nhuyễn, không cần vặn chữ, nặn chữ, lục lọi con chữ để thần tượng hóa câu thơ, biến những câu thơ thành "monster", cái lối đi tìm thơ như thế không biết thể loại đó sắp xếp nó vào trường phái nào; vô hình trung làm khó hồn thơ. Luân Hoán làm thơ ngũ ngôn, thất ngôn là lối chơi chữ của người sành điệu, cũng nhảy vọt, múa may nhưng rất nhịp nhàng. Thành ra thơ Luân Hoán không phải đường một chiều mà "xa lộ không đèn" sáng và thênh thang rộng mở, biến chúng ta trở thành thuộc địa của nhà thơ. Sao thế? - thơ Luân Hoán đã được truyền khẩu hơn nửa thế kỷ qua trong bè bạn khắp năm châu cũng như trong đời thường với cái lực như thế thì e còn nhiều hơn tập truyện Kiều, e còn dày hơn đại tự điển thế giới. Lượng và phẩm như thế thiết tưởng không còn một đòi hỏi nào hơn. Chúng ta cứ nhâm nhi từng câu thơ hay từng bài thơ của Luân Hoán bất luận khi nào, hoàn cảnh nào chắc chắn sẽ cho chúng ta một cảm nhận siêu lý và một cảm thông sâu sắc cho người làm thơ.

Võ Công Liêm

(ca.ab. giữa tháng 10/2013)

Võ Công Liêm sanh 1943 tại Vỹ Dạ, Huế, VN. Tú tài ban văn-chương trường Quốc Học, Huế (1963). Theo học Triết học Đông Phương trường Văn-Khoa, Sàigòn, VN, niên khóa 1963-1966. - Triết học Tây Phương (Hàm-thụ). Năm 2000-2003, Đại học Cambridge (Anh). Bắt đầu viết 2005. Bài vở đã xuất hiện ở một số báo mạng và giấy trong, ngoài nước.
Tác phẩm đã xuất bản:
- Thơ võcôngliêm (2008). Tác giả tự XB.
- Tạp Văn võcôngliêm (2010). NXB Hội Nhà Văn

(Đọc Nhịp Thở Luân Hoán - 2014)

VÕ KỲ ĐIỀN
BUỔI ĐẦU GẶP NGƯỜI LÀM THƠ

Một buổi tối năm 1986, thi sĩ Đỗ Quý Toàn có nhã ý tổ chức một buổi họp mặt trong vòng thân hữu, các văn nghệ sĩ Montréal tại nhà. Thuở đó tôi mới làm quen với văn giới, thường liên lạc với anh em làm báo Dân Quyền. Tôi quen biết vài bạn văn gần gũi và hầu như còn xa lạ các bạn phuơng xa. Nhà anh Đỗ Quý Toàn trong khu Mont-Royal sang trọng nên dễ kiếm. Căn phòng dưới nhà tuy hơi nhỏ nhưng trang hoàng đẹp đẽ, trang nhã, ánh đèn vàng cam dìu dịu ấm cúng, tôi chú ý ngay đến pho tượng đồng đen huyền, đặt trên chiếc bệ nhỏ sát tường, tượng đức Phật ngồi trong tư thế kiết già, tay bắt ấn, nét mặt dịu dàng, ngực nở rộng bụng thon nhỏ. Đó là phó bản một tượng Phật cổ Trung Á nổi tiếng thời Con Đường Tơ Lụa, đường nét thẩm mỹ đạt mức tuyệt hảo, tôi đã xuýt xoa trầm trồ chiêm ngắm ở Bảo Tàng Viện bên Luân Đôn (British Museum) năm ngoái, cứ mãi hối tiếc đã bỏ lỡ cơ hội không mua. Thi sĩ chủ nhân họ Đỗ đã mua được từ hồi nào không biết và trưng bày trang trọng nơi đây.

Bắt đầu buổi mạn đàm thơ văn, chúng tôi được mời ngồi trên những tọa cụ. Lần đầu tôi được nghe và biết một vật dụng thiền phòng. Đó là những chiếc gối vải tròn nhỏ dùng để ngồi, đặt trên sàn gỗ bóng, đây đó những bức tranh thủy mặc Trung Hoa, những chậu trúc xanh cao, gian phòng phảng phất phong thái thiền vị lẫn thi vị. Chủ nhân có nhã ý giới thiệu từng khách tham dự, để mọi người quen biết nhau, đối đãi nhau trong tình anh em văn hữu, không phân biệt tuổi tác, địa vị. Nhân đó tôi được biết những vị mình hằng nghe qua tên tuổi, hâm mộ mà chưa từng hân hạnh làm quen..

Trước hết là vị lớn tuổi ngồi hàng đối diện, xéo bên phải, vóc người gầy cao và ốm, mặc áo lục bình xám như cư sĩ tại gia, điềm đạm trầm mặc, im lặng như một thiền sư, đó là bác sĩ Nguyễn Tấn Hồng (cựu Tổng Trưởng Bộ Thanh Niên của Việt Nam Cộng Hòa), người cùng Đỗ chủ nhân đã bỏ nhiều công sức, tiền của sáng lập Làng Cây Phong ở Montréal. Cạnh bên, người cao lớn gân guốc, giọng nói to và mắt sáng mạnh, là ông Tôn Thất Thiện (giáo sư đại học), người trẻ tuổi hơn, mặt mũi phương phi, chững chạc, đẹp trai là dân biểu VNCH Nguyễn Hữu Chung, anh bạn đồng song Hoàng Chiều Nhân đạo mạo, nhà văn Hồ Đình Nghiêm trẻ trung, rồi thi sĩ Lưu Nguyễn, thi sĩ Hoàng Xuân Sơn, thi sĩ Bắc Phong, mỗi người một sắc thái.

Tôi lần đầu tập ngồi xếp bằng trên tọa cụ, tuy có êm nhưng thiệt tình không thoải mái chút nào, tôi làm sao có thói quen tốt ngồi thiền khó khăn như vậy. Cái quần vải tây thô cứng, chật chội thật khó xoay trở, cứ chút chút phải thò chưn ra cho đỡ mỏi. Rồi tôi nghe giới thiệu tới vị ngồi đối diện, trạc tuổi tôi, người ốm ốm đen đen, dáng rắn rỏi nhưng thoạt trông da dẻ như cây khô nhăn nheo thiếu nước, đoán rằng gốc người miền Trung, tên tuổi quen thuộc này tôi đã từng biết nhiều qua các báo Bách Khoa, Văn, Văn Học, Khởi Hành... trên 20 năm về trước. Đó là thi sĩ Luân Hoán.

Tôi nhìn kỹ hơn nhà thơ mình hằng ái mộ, à té ra anh chàng này ngoại hình cũng giống mình (hay mình cũng giống anh ta!) cũng ốm ốm đen đen, cũng ngồi đưa hai chưn thẳng đơ ra trước, không xếp bằng đúng cách gì ráo trọi, giữa những vị thiền sư hoặc cố gắng tập làm thiền sư, gần bên. Tôi có đồng minh rồi và chịu anh chàng này quá. Vì ngồi đối diện nhau, nên khi vừa nghe chủ nhân giới thiệu xong, tôi gật đầu chào và anh bạn mỉm cười chào đáp lễ. Tôi thiệt tình vui mừng. Không ngờ đời mình lại có ngày quen được những người danh tiếng, trong đó có thi sĩ nổi danh Luân Hoán. Vừa vui mừng xong tôi lại giựt mình. Anh bạn người Trung đen đen ít nói này là thi sĩ nổi tiếng Luân Hoán đó sao, có thiệt vậy không. Tôi phân vân mà tự hỏi?

Ngày xưa tôi có học với thi sĩ Nguyên Sa, người mập mập, bụng phệ, cái môi trề trề, miệng luôn cười nói tươi vui. Thi sĩ Thanh Tâm Tuyền thì mặt nhiều mụn, bàn tay thon đẹp và nói năng hùng biện lưu loát, tuy không đẹp trai nhưng cử chỉ thái độ rất hấp dẫn, quyến rũ. Thầy Vũ Hoàng Chương thì ốm nhom, ăn mặc chải chuốt, thái độ hào hoa phong nhã... và hình như các người có vóc dáng cử chỉ, hình tướng đặc biệt như vậy mới làm thơ hay được. Thi sĩ Luân Hoán ngồi trước mặt tôi đây, sao thấy là lạ, không giống mấy thầy thi sĩ của mình.

Hồi mới vô làm hãng điện tử Philips ở Saint-Laurent (Québec) có anh bạn đồng nghiệp được hãng nhận vào tập sự, tự xưng là thi sĩ Cung Trầm Tưởng. Tin hấp dẫn lan nhanh như dòng điện xẹt trong đám gốc Việt da vàng. Thi sĩ Cung Trầm Tưởng mà cũng xin vô Philips tụi mình! Các cô bu quanh thi sĩ và sung sướng hãnh diện. Cô bạn ngồi bên cạnh đến giờ nghỉ, đến làm quen và xin chữ ký. Tôi cũng tò mò hỏi thăm vài chi tiết, được biết anh bạn thi sĩ Cung Trầm Tưởng đó nói giọng Hà Nội trau chuốt nhưng nhỏ hơn tôi gần 20 tuổi...

Vậy thì trường hợp thi sĩ Luân Hoán trước mặt tôi đây, có phải như Cung Trầm Tưởng ở Philips hồi trước không? Tôi thầm xin lỗi anh bạn mới gặp, mà phân vân tự hỏi? Nhìn hình dáng anh bên ngoài có thể là kỹ sư (mấy ông kỹ sư thường vóc dáng khô khan, tay chưn thô cứng...) cũng có thể gốc nhà binh (mấy ông quân đội cũng giống như kỹ sư vậy, đàn ông mạnh bạo mà, còn bộ đội thì xấu hơn nữa. Do đọc nhiều sách báo, tôi cứ tưởng là giới văn nghệ sĩ thường có vóc dáng mảnh mai, dịu dàng, đeo kiếng cận thị nặng, khá đẹp trai, càng trắng trẻo, càng xanh xao như Kim Trọng hay Lục Vân Tiên ngày xưa, như Mai Thảo, Vũ Hoàng Chương... bây giờ thì mới đúng).

Vì là khách mới tham dự lần đầu nên tôi rụt rè, ít nói. Thi sĩ Luân Hoán cũng không nói, thỉnh thoảng chúng tôi nhìn nhau, mãi cho đến khi anh Đỗ Quý Toàn giới thiệu tập thơ mới ra lò còn thơm mùi giấy mực mới, có hình của thi sĩ ở lưng bìa sau, tôi mới yên lòng, tin cái ông đen đen rắn rỏi nhưng khô khan đang ngồi trước mặt mình là thi sĩ Luân Hoán thứ thiệt. Hình như lúc đó anh mới từ Việt Nam qua nên trên làn da còn dính nhiều nắng mưa, gió bụi. Buổi mạn đàm diễn ra trong bầu không khí thật ấm cúng và thân tình. Có lúc chủ nhân mời thi sĩ Luân Hoán nói vài lời về tập thơ mới xuất bản và ngâm một hai bài trong đó. Nhưng Luân Hoán đã từ chối - anh không có thói quen nói trước đám đông, đồng thời không bao giờ nói về thơ mình.

Anh tặng chúng tôi mỗi người một quyển và góp mặt với nụ cười lặng lẽ trong suốt buổi họp, cho tới khi chia tay. Phải thiệt lâu, nhiều năm sau đó tôi mới được biết anh Luân Hoán bị thương mất bàn chưn trái trong cuộc chiến, tôi mới hiểu tại sao anh ngồi trên tọa cụ không bao giờ xếp bằng mà chưn lại đưa thẳng ra (tôi chưn cẳng lành lặn mà cũng duỗi thẳng ra như anh, thiệt là tệ...).

Cho tới bây giờ sau gần 20 năm, tôi có dịp gặp gỡ thêm nhiều văn hữu, tham dự nhiều buổi mạn đàm văn thơ, nhưng buổi gặp gỡ anh Luân Hoán ở nhà thi sĩ Đỗ Quý Toàn gây cho tôi nhiều ấn tượng vừa êm đềm vừa sâu sắc. Tượng Đức Phật mỉm cười, trầm mặc, bác sĩ Nguyễn Tấn Hồng tiên phong đạo cốt, điềm nhiên tự tại, thi sĩ Luân Hoán đơn sơ đen đúa, cười nói nhỏ nhẹ, căn phòng giống thiền phòng của Đỗ chủ nhân, giọng bình văn của giáo sư Hoàng Chiều Nhân, giọng ngâm thơ hào sảng của thi sĩ Bắc Phong..., các câu chuyện văn chương, cuộc đối thoại mạn đàm vừa phải tế nhị, tương kính, phong nhã, căn phòng như ấm hẳn lên đầy không khí thi vị, dù ngoài trời Montréal đang cơn giá buốt...

+++

Tôi vốn học về thơ, thích thơ, mê thơ tha thiết nhưng không biết làm thơ. Nhờ tham dự buổi họp mặt thân hữu tối hôm đó, tôi mới cảm nhận được cái dây liên hệ mật thiết giữa thơ và thiền. Thơ là gì và thiền là gì. Hình như cả hai giống nhau, giống nhau ở chỗ không giải nghĩa được.

Thi sĩ Bùi Giáng đã có lần nói:

'con chim thì ta biết nó bay, con cá thì ta biết nó lội, còn thơ là gì thì ta không biết'.

Đã không biết thơ là gì thì dù có nói muôn ngàn lời cũng vô ích. Cứ im lặng và làm thơ đi. Thời gian sẽ nói giùm, có phải những câu được viết ra đó là thơ không?

Cũng như hành giả hành thiền vậy, thiền làm gì có cửa mà đòi vô. Cho nên quyển sách dạy Thiền nổi tiếng có nhan đề là Vô Môn Quan (cái cửa ải mà không có cửa).

Im lặng và làm thơ, Luân Hoán đã thực hiện được. Anh làm thơ lúc trẻ, thuở trung niên cho đến tuổi xế già, đi, đứng, nằm, ngồi, cả một đời mê thơ, làm thơ, làm thơ và làm thơ không ngừng nghỉ... Anh mải miết làm thơ và không nói, không hề nói, đối với người thường, quả thiệt là khó khăn. Anh sống từ tốn ung dung, bình thản, bên ngoài có vẻ lạnh lùng nhưng bên trong lại ấm áp, thân mật. Giao tiếp với anh một thời gian dài, tôi chợt thấy được điều nghịch lý trong con người anh.

Ngày xưa mấy ông thiền sư đã từng nói những câu thiệt là rắc rối: "*núi xanh không phải là núi xanh, mà là núi xanh*". Hình ảnh Luân Hoán, buổi gặp gỡ đầu tiên ở nhà Đỗ Quý Toàn tôi không thể nào quên được, do đó tôi bắt chước cách lý luận theo mấy thiền sư bên Tàu, tạm nhận xét ông bạn thi sĩ dễ thương mà ít nói: "*thi sĩ Luân Hoán là người của đám đông, cũng không phải là người của đám đông nhưng thật sự là người của đám đông*".

Võ Kỳ Điền

viết nhân chuyến đi Panama gặp
Lê Hân, em Luân Hoán, 2004 August.

(Luân Hoán Một Đời Thơ - 2005)

VƯƠNG TRÙNG DƯƠNG
LUÂN HOÁN "GỐI SÚNG TÌM THƠ"*

Năm 2005, Luân Hoán thực hiện tuyển tập "Luân Hoán, Một Đời Thơ" để kỷ niệm bốn mươi năm từ thời thập niên 60 với các thi phẩm đã ấn hành: Về Trời (1964), Trôi Sông (1966). Sau khi nhập ngũ khóa 24 tại Trường Bộ Binh Thủ Đức, phục vụ tại Quảng Ngãi, ấn hành tập thơ Chết Trong Lòng Người (1967) và Viên Đạn Cho Người Yêu Dấu (1969) viết về đời sống, tình cảm người lính bộ binh.

Trong tuyển tập này gồm các bài viết của thân hữu: Võ Kỳ Điền, Ái Cầm, Du Tử Lê, Đàm Trung Pháp, Đức Phổ, Hoàng Khởi Phong, Hoàng Lộc, Hồ Đình Nghiêm, Khắc Minh, Lâm Chương, Lê Hân, Lê Vĩnh Thọ, Lương Thư Trung, Lưu Nguyễn, Mạc Phương Đình, Nguyễn Chí Thiệp, Nguyễn Đông Giang, Nguyễn Mạnh Trinh, Nguyễn Nam An, Nguyễn Quốc Tường, Nguyễn Sao Mai, Nguyễn Văn Diên, Nguyễn Vy Khanh, Nguyễn Xuân Hoàng, Phan Nhật Nam, Phan Ni Tấn, Phan Xuân Sinh, Phan Thị Trọng Tuyến, Song Vinh, Song Thao, Thái Tú Hạp, Thảo Nguyên, Thu Thuyền, Trang Châu, Trần Gia Phụng, Trần Huiền Ân, Trần Trung Đạo, Trần Văn Hùng, Trần Yên Hòa, Triều Hoa Đại, Trương Đức Thủy, Vĩnh Điện, Vũ Đình Trường, Vương Ngọc Long... và tôi với bài viết Nhìn Lại 40 Năm Luân Hoán.

Trước đó cũng có tuyển tập với các cây bút viết về Luân Hoán cùng những bài viết được phổ biến trên hệ thống truyền thông. Sự góp mặt, chia sẻ của thân hữu với sáng tác của anh (ngoài thi ca) hơn nửa thế kỷ cũng quá nhiều, không còn gì để viết thêm... Trên trang web Vuông Chiếu của Luân Hoán hình thành từ năm 1999 đến nay đã hai thập niên, trong đó có mục "Gối Súng Tìm Thơ", đăng tải các bài thơ của thân hữu trong thời binh lửa, tôi thích và chọn tựa đề này để viết về anh.

*

Luân Hoán với tôi, đồng hương, cùng những ngày trong quân trường Bộ Binh Thủ Đức khi khóa tôi được gởi sang học quân sự giai đoạn I ở Trường BB Thủ Đức cùng với khóa 24. Lúc đó Khối Chiến Tranh Chính Trị thành lập Ban Biên Tập liên khóa 23 & 24 Sinh Viên Sĩ Quan cho nguyệt san Thủ Đức nên được gặp nhau.

Tháng 5-1967, chúng tôi chia tay, Luân Hoán tiếp tục ở quân trường vào giai đoạn II, sau đó phục vụ đơn vị tác chiến ở Sư Đoàn 2 BB. Gần hai năm sau, tôi nhận được tin buồn của Phan Nhự Thức, Luân Hoán mất một bàn chân rồi!... Chiến trường ở Quảng Ngãi lúc đó rất khốc liệt, không còn gì ngoài lời an ủi *"thôi đành, để còn sống với vợ con"*. Trong cuộc hành quân vì đạp phải quả mìn "ba râu" chôn sát dòng sông, mất đi bàn chân trái tại Thi Phổ ngày 11/2/ 1969.

Năm 1987, gặp Phan Nhự Thức ở Sài Gòn, nhắc lại bạn bè, Phan Nhự Thức nói hồi Luân Hoán bị mất bàn chân trái, tội nghiệp nó quá, nào ngờ trong cái rủi có cái may, nếu nó không giải ngũ trở về đời sống dân sự ở ngân hàng thì cuộc đời nó cũng bị lao tù, khốn đốn như tụi mình! Đời là vô thường, không thể nào biết.

Luân Hoán, tên thật là Lê Ngọc Châu, sinh ngày 10 tháng 01 năm 1941, cuối năm Canh Thìn ở phố cổ Hội An, Quảng Nam. Quê nội ở Liêm Lạc, Hòa Đa, Hòa Vang, Quảng Nam, cách Đà Nẵng khoảng mười cây số về hướng Nam. Quê ngoại ở La Qua, Điện Bàn, Quảng Nam, cách Đà Nẵng khoảng ba mươi cây số về hướng Nam. Thân phụ anh là ông Lê Hoán, thân mẫu là bà Nguyễn Thị Luân nên anh ghép tên song thân thành bút hiệu Luân Hoán. Ngoài ra, anh còn có các bút hiệu: Lê Quyên Châu, Châu Thị Ngọc Lê, Đoàn Thị Bích Hà, Châu Hải Châu, Lý Phước Ninh, Lê Bảo Hoàng, Cự Hải...

Trong thời kỳ kháng chiến chống Pháp, như nhiều gia đình khác, năm 1947, gia đình anh di tản lên miền rừng núi Tiên Hội, Tiên Phước, Quảng Nam. Năm 1951, gia đình anh chuyển về Hòa Vang và năm 1953 dời về Đà Nẵng. Sau đó, thân phụ anh là viên chức ở Ngân Khố. (Trong thi phẩm Sông Núi Cùng Người Thơm Ngát Thơ có ba bài thơ của anh ghi lại địa danh: Hội An, 1945 - Tiên Phước, 1949 và Hòa Đa, 1953). Cụ Lê Hoán rất sính thơ văn nên từ nhỏ Luân Hoán được hấp thụ máu thi phú của thân phụ để tập tễnh làm thơ.

Trong hồi ký của Luân Hoán đã đề cập đến cội nguồn và tuổi thơ: Liêm Lạc, Làng Quê Nội - Tiên Phước, Một Nhánh Ấu Thơ Tôi và Hội An, Nơi Chôn Cuống Rún Thơ. Trích những đoạn LH viết về thời điểm đó:

"Nằm cách trung tâm thành phố Đà Nẵng, về hướng Nam, khoảng mười một cây số, tính theo đường trải nhựa, cộng với đường đất, quê nội tôi là một làng quê xinh xắn, bốn mùa ấm áp tiếng chim. Làng được mang tên Liêm Lạc, ý chừng muốn khoe khoang cái bản tính liêm khiết lẫn lạc quan của người dân trong làng...

Tôi đã có ba năm ở đây, ở trong ngôi nhà ngói lớn nhất làng này, kể từ năm 1951. Năm tôi theo phụ thân lén lút hồi cư...

Trước nhất tôi có thêm một người mẹ. Đó là người vợ cả của ba tôi. Tôi gọi bà bằng mẹ vì đã gọi người sinh ra mình là má. Mẹ tôi, người dong dỏng cao, khỏe mạnh, nhan sắc trung bình. Bà có quí danh là Ông Thị Thấp, sinh năm 1896, người làng Phong Lệ. Phong Lệ là quê hương của một danh tướng dưới triều Tự Đức. Phong Lệ nằm bên trong con đường sắt quốc gia, cạnh quốc lộ 1, nơi tôi có một đôi lần ghé qua...

Chắc chắn mẹ tôi có bà con gần xa gì đó với cụ Ông Ích Khiêm, ông tướng uy dũng nhưng không kém tài văn học, như lịch sử đã ghi chép. Tuy là dân quê nhưng mẹ tôi không trực tiếp làm nông. Bà thay chồng cai quản một số ruộng đất, cho tá điền làm ăn chia hoa màu. Trong thời gian chúng tôi đi tản cư, bà sống cùng với hai cháu nội...

Ông nội tôi là một nhà nho, đã già. Ông ở một mình trong ngôi nhà ngói cổ kính... Ông tôi chẳng mấy khi đi dạo ra sân. Thỉnh thoảng lắm tôi mới bắt gặp ông mở cánh cửa, nghiêng đầu nhìn bên ngoài giây lát, rồi lặng lẽ khép cửa. Tôi có cảm tưởng ông đang tự giam mình. Ngôi nhà của ông là một cõi huyền bí, luôn tạo cho tôi những cảm giác bất an...

Ông nội tôi, tục danh Lê Hữu Huy, có hai vợ. Bà nội tôi tên Trần Thị Dưỡng, xuất thân từ làng Mân Quang. Ngôi làng nằm bên kia sông Cái. Con sông mà ngày hồi cư tôi đã có dịp sang đò. Bà nội tôi sau khi sinh hạ ba tôi được hai ngày thì không may, qua đời. Người em gái của bà, Trần Thị Thừa, đã thay chị nuôi ba tôi và tiếp tục cùng ông tôi sinh thêm mười ba người con nữa...

Trong ba năm giữa đất trời quê nội, mẹ tôi đã thương yêu và lo lắng cho tôi như người con chính bà sinh ra..."

"... Năm 1946, năm tôi lên năm. Chẳng thể là một tình cờ, ba tôi cõng tôi đến đây. Cuộc chiến Việt Pháp là gốc rễ cho một nhánh ấu thơ tôi bén lên vuông đất rừng Tiên Phước...

Tiên Phước thời bấy giờ, hay đúng hơn khu vực chúng tôi ở vào thời ấy, dưới mắt tôi, không quá hai mươi nóc gia...

Những ngày sau cùng bỏ Hội An, tôi đã được sắm cho cặp táp, vở, bút chì, và cũng đã có một vài buổi đến một trường mẫu giáo, nhưng chưa học được quá mấy chữ a, b, c...

Trường học chính thức đầu đời của tôi là một đình làng trên vùng đất núi rừng Tiên Hội này... Lớp học không có bàn cũng không có ghế. Với sĩ số chín, mười đứa cao, thấp không đều. Chúng tôi đều nằm sấp, hoặc ngồi sắp bằng để học, tùy theo từng lúc tập đọc hoặc tập viết, đúng hơn là tập đồ lại những chữ đã được thầy viết sẵn. Chúng tôi không học i, tờ như các lớp bình dân học vụ sau này, mà vẫn bắt đầu bằng a, ă, ớ, e, ê, i...

Người thầy đầu đời chính thức của tôi là thầy Y. Danh xưng này chính xác trăm phần trăm, không phải vì sợ trùng lặp sự thật ở ngoài đời mà tôi viết tắt hoặc thay đổi. Tên gọi thân thương này đúng là tên tôi đã từng được gọi một thời. Tôi chỉ không rõ phải viết bằng y dài hay i ngắn, vì ngày đó hình như tôi không có dịp viết tên thầy một lần nào...

Gia đình ba mẹ chúng tôi chính thức tái lập nghiệp giữa núi rừng, nơi dung dưỡng nhiều loại thú quý lẫn dữ tợn như rắn rít, cọp beo...

Khởi nghiệp của ba mẹ chúng tôi là một ngôi nhà tranh khang trang trên một ngọn đồi. Ngôi nhà này ba mẹ tôi đã mua lại của một người đàn bà, ở tuổi ba mươi... Chị Bé cũng đã tìm được tình yêu. Sau khi bán nhà cho ba mẹ chúng tôi, chị Bé theo chồng lên tuốt Trà My...

Theo với sự chuyển dịch của thời gian. Tôi đã theo học tại một trường tiểu học ở Tiên Hội. Tiên Hội chẳng cách Tiên Châu bao xa. Nhưng cùng với vài quyển vở đóng bằng giấy 'tự túc' vàng xỉn, tôi còn mang theo một nắm cơm gói trong lá chuối. Rất kén ăn. Tùy tạng, khẩu vị không thích ứng được nhiều loại cá, mắm, nên tôi thường dùng cơm lạt nếu không có một cục đường đen, hoặc một trái chuối ăn kèm...

...

Tôi đã bỏ Tiên Phước mà đi như vậy đó. Và đi, đi mỗi ngày một xa, đi miết không một lần trở lại. Căn nhà của mẹ tôi sau đó là nhà lao Tiên Hội. Tội danh của bà được thành lập bởi mặt trận Việt Minh: buôn lậu, có chồng Việt Gian, đào tẩu về vùng địch. Cho đến một ngày của năm 1954, ba mẹ tôi đã trở về được với nhau. Bài đường thi của một ông phán ngày nào, ném vào lòng một chiếc nón của một cô bán cơm tháng, chừng như vẫn còn ngọt ngào âm vận...

Nhưng không lâu, mẹ tôi lại vội vã trở về với đất Đà Nẵng, vào năm bà lên 54 tuổi... Ba tôi cũng đã về với đất Đà Nẵng, năm 84 tuổi.

"... Hội An, Hội An, với tôi là một tên gọi đằm thắm, thân quen như tên một người yêu chung tình... Tôi có cái may mắn được chào cuộc sống trong lòng phố cổ nhỏ bé này. Lại càng được may mắn, chỉ có duyên hít thở liên tiếp cái không khí của cõi Hội An trong vòng năm năm đầu đời.

Năm năm, một chiều dài quá ngắn nhưng đã vừa đủ để một não óc non nớt, một trái tim trong suốt, chụp bắt, lưu giữ đến trọn đời những hình ảnh ngọc ngà nhất...

Trong vòng hơn 4 năm, kể từ ngày được ra đời, tôi đã sống với Hội An trong những tháng năm ấm đẹp...

Trong khoảng thời gian hai mươi năm kể từ 1955 đến 1975 tôi chỉ có được hai đêm để chuẩn bị vào làm học sinh trường trung học Trần Quý Cáp. Một đêm thức trắng tán dóc với Thái Tú Hạp ở một góc sân chùa Ông. Một đêm uống nước mía với Nga Đại Lộc. Một đêm ăn cao lầu với Quyên Thanh Bình. Một đêm lau nước mắt cho Lý Phước Ninh. Vỏn vẹn chỉ có thế. Những lần khác chỉ sáng đi chiều về, nhưng đều đều ba bốn tuần một bận...".

Với những địa danh và nơi chốn này, Luân Hoán đã sáng tác nhiều bài thơ với kỷ niệm ngày xưa. Có thể gọi Luân Hoán là nhà thơ của quê hương vì từ ngày đi học, trong quân ngũ và ở hải ngoại, hình bóng quê nhà thấp thoáng trong thơ.

Những năm đầu của thập niên 50, năm học Đệ Ngũ ở trường trung học Phan Chu Trinh, anh có thơ được đăng tải trên Tuổi Xanh, Gió Mới rồi dần dà đến các tờ Tiểu Thuyết Thứ Bảy, Ngàn Khơi, Kỷ Nguyên Mới, Mai, Bách Khoa, Văn Học...

Vào giữa thập niên 50 và 60, những nhà thơ trẻ đất Quảng xuất hiện trên nhiều tờ báo ở Sài Gòn như Luân Hoán, Thành Tôn, Thái Tú Hạp, Chu Tân (gốc Huế), Triều Hoa Đại (gốc Bắc) Nguyễn Thị Liên Phượng (Nguyễn Nho Sa Mạc), Phương Tấn, Hoàng Quy, Đynh Hoàng Sa, Hà Nguyên Thạch, Vương Thanh (gốc Bắc), Huy Giang... bên cạnh những khuôn mặt hiện diện ở Sài Gòn như Hoàng Trúc Ly, Tạ Ký, Bùi Giáng... Sau đó, xuất hiện thêm các khuôn mặt trẻ tạo thành phong trào thi ca trong giới trẻ cùng với các nhóm Sông Thu, Đất Hàn...

Mê thơ và cứ nhởn nhơ với đời nên đường học vấn không đi đến chốn, theo ước vọng của song thân như lời anh tự nhận. Cuối năm 1966 anh bước vào 'Ngưỡng Cửa Quân Đội' Khóa 24 Trường Bộ Binh Thủ Đức. Ra trường, anh đổi về làm Trung Đội Trưởng, Trung Đội II, Đại Đội II, Tiểu Đoàn I, Trung Đoàn 4, Sư Đoàn 2 Bộ Binh tại Quảng Ngãi. Ở đó, anh có dịp sinh hoạt văn nghệ với Hà Nguyên Thạch, Khắc Minh, Phạm Trung Việt, Vương Thanh, Đynh Hoàng Sa, Nghiêu Đề, Minh Đường, Trần Thuật Ngữ, Phan Nhự Thức... qua các tạp chí Trước Mặt, Tập Hợp.

Cũng như Trần Hoài Thư, hai que sậy văn nghệ, ra trường đã lao ngay vào đơn vị tác chiến. Và, tháng ngày quân ngũ kết thúc với bàn chân trái của anh vào cuối năm Mậu Thân, đầu năm Kỷ Dậu, 1969. Anh đã kể lại hình ảnh đau thương này:

"Cuộc hành quân bước qua ngày thứ 5, chúng tôi có lệnh trở về Núi Dẹp. Khi ngang một chòm mộ mồ côi, con đất Thi Phổ của Quảng Ngãi bỗng toét miệng cười, trải tôi nằm ngửa trên một thảm cỏ rất xanh. Có lẽ 4 giờ chiều, trời đất mênh mang yên lặng. Tôi nhịn đau chống tay ngồi tháo giày, cái áo giáp đè nặng trên lưng. Ba ngón chân sát cánh ngón cái bị dập nát. Với vết thương này, nếu ở Quân Y Viện, có lẽ tôi chỉ bị mất đi nửa bàn chân. Tiếc thay vì có chút xíu cấp bậc, người đồng minh sốt sắng đưa tôi về bệnh viện dã chiến Hoa Kỳ, trên ngọn núi Đức Phổ. Và sau đó, theo công thức ấn định, tôi bị cắt bỏ nửa phần chân dưới trong cơn mê. Kỹ thuật cưa cắt từ một phần xương thịt lành lặn, quả đã sớm giúp vết thương liền miệng an toàn. Nằm với thương binh Mỹ từ 24 tháng chạp đến mùng Ba Tết, tôi được đưa về Quân Y Viện Quảng Ngãi. Bạn văn tìm đến đủ mặt Vương Thanh, Phan Nhự Thức... khóc như trẻ thơ. Qua một đêm tôi được về Tổng Y Viện Duy Tân. Trong tay, ngoài cặp nạng, còn có cái khăn tay của Khắc Minh buộc sẵn. Gần một tháng sau, tôi nhắn tin buồn cho gia đình. Vợ tôi đang trong thời kỳ chuẩn bị sinh cháu đầu lòng, Lê Ngọc Hòa Bình..."

Cuộc tình của anh giống như cuộc tình của nhà thơ Hữu Loan với cô học trò Lê Đỗ Thị Ninh, năm Hữu Loan 33 tuổi và cô học trò mới tròn 16. Người tình, người bạn đời Trần Thị Lý gắn bó với Luân Hoán trong những thập niên qua cho biết: *"... Tôi đến với ảnh chẳng qua vì hồi đó tôi còn trẻ quá mà ảnh thì có cái mã được trai lắm. Ảnh đến nhà ba mẹ tôi thuê phòng ở trọ, rồi kèm tôi học, ngon trớn kèm luôn, quỷ thật"*. Chị nhỏ hơn anh tròn một con giáp nên phải man khai giấy khai sinh thêm hai tuổi cho khỏi vị thành niên mới hợp lệ để làm hôn thú.

Thi phẩm Nén Hương Cho Bàn Chân Trái (cùng với bạn văn) ấn hành năm 1970 với những bài thơ buồn rất tuyệt. Những bài thơ này hơi bi quan nhưng đã nói lên thân phận người trai trong cuộc chiến đẫm máu.

Giải ngũ, anh về làm việc ở ngân hàng Việt Nam Thương Tín Đà Nẵng. Tưởng cũng nên biết, trước khi vào quân đội, Luân Hoán làm việc tại Tòa Thị Chính, thời bác sĩ Mẫn, dưới sự chỉ huy trực tiếp của đại úy Tích, văn phòng Xây Dựng Nông Thôn. Sau tháng 4-1975, trong thời điểm này anh cho biết:

"Tôi chỉ phải tập trung cải tạo tại trại Ngô Văn Sở cũ. Và đến đợt thực thi chính sách đổi tiền một cách rầm rộ, đều khắp, tôi cũng như hầu hết viên chức cũ của ngành ngân hàng, đều được móc ra để trở về việc chuyên môn. Tôi trở lại bộ phận kế toán. Trước khi nhận việc, tôi bị gọi trình diện thủ trưởng. Lão cán bộ này, có lẽ chấp hành đúng chính sách, cho tôi xem lời phân loại trên phiếu lý lịch cá nhân của tôi: 'Thành phần

cặn bã của chế độ cũ'. Dĩ nhiên tôi không hề buồn và xấu hổ bởi sự đánh giá trên. Nhưng tinh thần bị bao vây và khủng bố tinh tế như vậy, tôi phải biết lo sợ, đề phòng và quyết tâm trốn ra nước ngoài. Sự thiếu hụt chân đi, chân chạy của tôi là một trở ngại quá lớn trong kế hoạch vượt biên. Nhưng tôi cũng đã tổ chức, tham dự hai lần. Cả hai đều thất bại trước khi bị phát hiện.

Lần đầu, trong lúc cả nhà đang đợi đến giờ ra đi, bất ngờ cách cửa nhà tôi độ 40m xảy ra một án mạng. Đường Hùng Vương, mặt tiền của nhà tôi bị phong tỏa. Lần thứ hai, ông già vợ tôi trù trừ tạm giữ lại một chiếc xe đò chạy Đà Nẵng - Quảng Ngãi. Chúng tôi trà trộn cùng hành khách đến điểm hẹn thứ nhất, bất ngờ xe hỏng máy giữa đường, sửa mãi không được. Bỏ cuộc. Cũng may vào năm 1979 tôi nhận được giấy bảo lãnh đoàn tụ của em trai tôi (Lê Hân) từ Canada. Có giấy, nhưng vẫn sợ và ngại, nên mãi đến năm 1981, bắt được mối lo lót, tôi mới lập thủ tục và ra đi vào năm 1985".

Ngày 02 tháng 2 năm 1985, anh định cư tại thành phố Montréal, Québec, Canada. Gia cảnh: vợ và bốn con, hai trai, hai gái.

* Dòng Thơ

Trả lời Đào Huy Đán (Hồ Trường An) trong cuộc phỏng vấn, Luân Hoán cho biết hành trình đến với thi ca:

"Tôi học làm thơ vào năm 11 tuổi, qua sự chỉ dẫn của cha tôi. Những bài luận văn vần ngây ngô thời đó đã giúp tôi sớm làm quen với vần điệu. Nhưng gần đến ba năm sau, khi đọc qua nhiều báo Tuổi Xanh tôi mới thực sự yêu thích thơ. Khởi đầu thơ tôi gởi đăng ở tuần báo học sinh Tuổi Xanh, rồi đến Gió Mới, tạp chí Mai, nguyệt san Thời Nay. Những năm sau, bài được gởi đăng nhiều ở: Ngàn Khơi, Tiểu Thuyết Thứ Bảy, Kỷ Nguyên Mới, v.v... Lúc này tôi ký nhiều bút hiệu, trong đó có tên Châu Thị Ngọc Lê được dùng nhiều nhất. Về sau tôi chỉ gởi bài đến Bách Khoa và Văn Học, một vài bài ở Văn... Ngoài các tờ báo ở Sài Gòn kể trên, tôi còn có thơ đăng ở các tạp chí, tập san khác: Nhận Thức (Huế), Trước Mặt, Tập Hợp (Quảng Ngãi), v.v...".

Trong những thập niên qua, nhà thơ Luân Hoán đã ấn hành nhiều thi phẩm, riêng anh và chung với bằng hữu. Trang web của anh, sân chơi của bằng hữu, được thực hiện đã lâu và rất công phu nên được phổ biến khắp nơi.

Những thi phẩm đã xuất bản theo dòng thời gian:

Thập niên 60: Về Trời, Trôi Sông, Chết Trong Lòng Người, Viên Đạn Cho Người Yêu Dấu.

Thập niên 70: Rượu Hồng Đã Rót, Nén Hương Cho Bàn Chân Trái (cùng với nhiều bạn văn), Thơ Tình (cùng với Khắc Minh), Lục Bát Ca (cùng với Lê Vĩnh Thọ, Vĩnh Điện phổ nhạc), Ca Dao Tình Yêu (cùng Khắc Minh), Hòa Bình Ơi, Hãy Đến (cùng Lê Vĩnh Thọ, Phạm Thế Mỹ), Viên Đạn Cho Người Yêu Dấu (nxb Thơ, Quảng Ngãi, tái bản năm 1995)

Thập niên 80 ở hải ngoại: Hơi Thở Việt Nam (Sông Thu, Hoa Kỳ), Đưa Nhau Về Đến Đâu (Sông Thu, Hoa Kỳ), Ngơ Ngác Cõi Người (Nhân Văn, Hoa Kỳ).

Thập niên 90: Cảm Ơn Đất Đá Trổ Thơ... (Kinh Đô, Hoa Kỳ), Mời Em Lên Ngựa (Sông Thu, Hoa Kỳ), Nuôi Thơm Chùm Kỷ niệm Xanh (Canada), Cỏ Hoa Gối Đầu (Sóng Văn, Hoa Kỳ),

Đầu Thế Kỷ 21: Sông Núi Cùng Người Thơm Ngát Thơ (Canada, 2003), Ổ Tình Lận Lưng (Canada 2007), Em Từ Lục Bát Bước Ra (Canada 2008)

Năm 2013: Thơ Thơm Từ Gốc Rễ Tình (Canada 2013)

Năm 2016: Khói Cuối Nguồn Hương (Canada 2016)...

Ngoài ra có hồi ký: Dựa Hơi Bạn Bè 1 & 2 (Nhân Ảnh 2006, 2007), Quá Khứ Trước Mặt.

Dưới bút hiệu Lê Bảo Hoàng đã thực hiện Tác Giả Việt Nam (Nhân Ảnh 2006, tái bản 2008).

Với bút hiệu Hà Khánh Quân qua các bài viết cảm nhận về thơ, đã ấn hành tác phẩm Theo Gót Thơ (Nhân Ảnh 2010).

Tác phẩm Văn Học Hiện Đại - Thi Ca & Thi Nhân của Cao Thế Dung (Sài Gòn, 1969) đã đề cập đến Luân Hoán.

Tiếp nối nguồn cảm hứng trong thi ca từ trước năm 1975 đến nay, có hai nhà thơ hiện nay (2018) vẫn sáng tác đều đặn, hình như thường nhật, dễ dàng như "món điểm tâm" là Hà Huyền Chi và Luân Hoán.

Đỗ Quý Toàn gặp Luân Hoán định cư tại Canada, nơi xứ lạnh, tâm tình của nhà thơ đến trước trao gởi đến người bạn mới:

"... Nếu kiếp sau trời cho tôi làm thi sĩ, tôi muốn được làm thơ tình như Luân Hoán. Sáng làm thơ. Trưa làm thơ. Tối trước khi đi ngủ cũng hãy làm thơ đã. Làm thơ khi thức dậy, để lót dạ. Làm thơ khi đứng đợi xe, để qua thì giờ...

... Thơ Luân Hoán mang lại cho tình yêu học trò nhiều điều mới lắm. Vì những bài thơ tình của Luân Hoán thật hơn, cụ thể hơn, lẩm cẩm ngu ngơ hơn tất cả những thi sĩ nổi tiếng trên. Nghĩa là học trò hơn. Thật sự học trò không khoác vô tình học trò một bộ áo của ngôn ngữ diễm lệ hay thêu dệt những tình tứ kiêu kỳ. Ngôn ngữ của Luân Hoán thật giản dị. Hình ảnh là hình ảnh bình thường của đời sống hàng ngày".(Đỗ Quý Toàn)

Qua các thi phẩm đã được ấn hành, Luân Hoán là nhà thơ của tình yêu, tình bạn, cảm xúc, cuộc sống và quê hương qua nhận định của văn hữu.

"Gia tài quê hương của chúng ta đã bị xâu xé gần hết, chúng ta chỉ còn lại một di sản quý báu: tình tự con người... Thơ anh là những âm thanh tình tự thiết tha và tất cả giá trị của anh là ở điều đó. Vì thế đôi khi anh bất chấp những xảo thuật của ngôn ngữ để làm tăng vẻ đẹp hình thức; anh chỉ quan tâm tới một điều: nói tiếng nói của con người, tìm thấy nhau trong nhịp điệu của sự sống đầy yêu mến thiết tha..."
(Lời Bạt của Dương Kiền trong tập thơ đầu tiên Về Trời).

"Chưa bao giờ tôi thấy một người thơ nào lại âu yếm cùng thi ca đến như thế... Nói đến thơ, người ta sẽ nói đến cái gì tốt đẹp, tuyệt vời, vượt xa cõi ô trọc thường tình. Với Luân Hoán, trái lại, thi ca gần kề với quả đất, cõi trần gian" (Trần Hoài Thư).

"Thơ Luân Hoán gần gụi với đời sống. Đề tài không cao xa, nó đứng gần thực tại một với tay. Tất cả có mặt trong dòng sống chất nghèo đói, thiếu thốn, bất công dãy đầy, nhưng tràn đầy mơ ước. Trong tiếng than van vẫn ẩn chứa cao ngạo. Trong cam chịu vẫn cố ý vượt lên..."
(Nguyễn Mạnh Trinh).

"Luân Hoán lúc nào cũng tha thiết, cuồng nhiệt như tuổi vừa biết yêu. Có thể nói dưới mắt của Luân Hoán, cuộc đời là một bài thơ bất tận. Thơ trải dài theo từng chặng đường đất nước, mang nỗi ray rức thương nhớ khôn nguôi qua cuộc bể dâu của vận nước nổi trôi, âm vang như tiếng thở dài trong đêm vắng của một kiếp người lầm than lưu lạc bên trời lận đận..."
(Lưu Nguyễn).

"Ngôn ngữ thơ anh cực kỳ đơn giản mà tinh khôi tân kỳ. Tài sử dụng ngôn ngữ của anh lạ lắm: anh làm thơ khơi khơi như nói chuyện, đôi lúc như hí lộng. Chúng ta không bắt gặp sự gọt giũa, trau chuốt trong thơ anh. Y vậy, mà ngôn ngữ anh đẹp lạ lùng, nó chứa cả nguồn sinh lực vô biên, hồn nhiên tuyệt vời. Qua ngôn ngữ thơ đó, chúng ta bắt gặp một sự nhạy cảm rất thơ, một tâm hồn phóng khoáng kỳ diệu"
(Hồ Trường An).

"Với ông, tôi cảm nhận thơ như bóng với hình. Thơ là hơi thở, là nguồn sống. Thơ là người tình thủy chung nhất, trong mọi hoàn cảnh cay

nghiệt của cuộc đời. Thơ vẫn luôn hiện diện khắp nơi chốn đi về của ông... Ông như con tằm đến thác vẫn còn vương tơ."
(Nguyễn Thu Hà).
*

Gối Súng Tìm Thơ

Cuối năm 1969, bước ngoặt của cuộc sống Lê Ngọc Châu khi bước chân vào "Ngưỡng Cửa Quân Đội:

Đêm Xuống Tóc
"mái tóc bồng bềnh đẹp nhất đà nẵng
đẹp nhất miền trung
đẹp nhất Việt nam
rụng xuống
rụng xuống
từng tảng từng tảng
trong tích tắc..."
Thế rồi Ngày Ra Trường:
"Hàng cây, con đường làm thinh
Gió không lên tiếng tiễn mình buồn chưa?"

Lên đường đáo nhậm đơn vị tác chiến, làm trung đội trưởng, nhà thơ chia sẻ:

"Cả đời chưa trói con gà
Đá đít con chó, vậy mà... cầm quân"

Rồi từ đó bước chân người lính trên chiến trận trải qua bao lần giao tranh, Luân Hoán đã vào sinh ra tử cùng đồng đội, khi dừng chân làm thơ gởi người bạn đời:

"Em biết không?
anh đang ngồi trên quốc lộ số 1
tại một nơi được gọi là cống Ông Liếu
thuộc Thi Phổ, Mộ Đức, Quảng Ngãi
anh đang nghĩ về em
về những người thương mến
và không dằn được nhớ nhung".

Và nào ngờ, chính nơi đó, anh "gởi" lại bàn chân trái. Những bài thơ trong thời chiến, cuộc đời quân ngũ, qua các thi phẩm của Luân

Hoán, có bài mang tư tưởng yếm thế, có bài nói lên tình chiến hữu trong cơn binh lửa.

Luân Hoán chia sẻ:

"Thơ viết trong giai đoạn cầm súng, xin gọi nôm na là thơ lính, của tôi khá nhiều, khó có thể nêu lên số lượng chính xác. Sự ra đời của chúng, dĩ nhiên ăn khớp với hơi thở của thời nhức nhối chiến tranh. Một phần thơ đã được trình diện trong những trang giấy mang tên Viên Đạn Cho Người Yêu Dấu...

Giữa cao điểm chiến trận của thập niên 70, cho trình diện Viên Đạn Cho Người Yêu Dấu, tôi không nhiều thì ít đã bị đánh giá là phản chiến, dù đang thường trực hành quân. Thơ lính của tôi lúc bấy giờ không được chấp nhận thở trên Chiến Sĩ Cộng Hòa, Tiền Tuyến... Chúng chỉ xuất hiện lẻ tẻ trên Văn Học, Thái Độ... Ngao Du Cùng Vũ Khí chắc dễ chấp nhận hơn, nhưng hồi đó tôi ngại ngần nằm trong hàng ngũ "anh tiền tuyến" của các "em gái hậu phương", nên gần như không phổ biến...

Số lượng thơ lính của tôi lớn cũng dễ hiểu. Vì cùng sống với đồng đội, súng đạn, các thứ phụ tùng chiến tranh, tôi còn sống thường trực với thơ. Thời gian làm lính là giai đoạn tôi dư giả thì giờ nhất. Những chuẩn bị, lo sợ trước và sau mỗi cuộc hành quân, khó lấp đầy khoảng trống khá rộng trong đời lính chỉ chuyên nghề hành quân...

Trước nhất, thơ lính của tôi khá linh tinh, tùy hứng lẫn tùy nghi. Một lần điểm danh trung đội, thấy thành phần của binh sĩ có đủ tình nguyện, thi hành đúng bổn phận, bị bắt lính... là có thơ ngay...

Viết về bản thân, viết về đồng đội, viết về những người đối đầu, tuy trôi trên dòng xúc cảm, nhưng tôi luôn cố gắng không để lòng xa rời sự chân thật. Mỗi dòng thơ với tôi là một tấm gương soi. Đọc chúng, tôi phải thấy lại tôi, thấy lại sự việc không hư cấu, mới rung đùi, huýt sáo, gật gù.

Là một người làm thơ cầm súng, đứng cạnh thần chết thường trực, tôi cũng sớm biết quân bình sinh hoạt hằng ngày. Hạn chế rất nhiều những vớ vẩn lãng mạn. Mỗi lần tham chiến, đương nhiên phải nghiêm chỉnh khi họp hành quân, để hiểu đại khái về mục tiêu, khoanh chúng lên bản đồ. Nghe tình hình khả năng của địch. Nắm rõ những đơn vị bạn tham chiến, yểm trợ. Trước giờ xuất phát, kiểm soát quân số, lương thực, cấp số đạn, hệ thống truyền tin. Có lo sợ gì không lúc này? Thật tình, sau vài trận đụng độ đầu, không thấy gì đáng lo sợ nữa. Cái gì đến sẽ đến.

Cái gì ở đây là: rách-áo (bị thương), đi-phép-dài-hạn (tử trận), đơn giản chỉ có thế. Thời gian di chuyển, dù ngồi GMC hay lội bộ, đều có thể làm thơ, dĩ nhiên không dùng viết. Trong mọi cuộc điều động quân, gần như đều có một khoảng trống thời gian nhỏ dừng lại, đủ để chép vội những gì đang đựng trong đầu. Mươi phút trước và trong giờ xung trận, thơ tuyệt nhiên không đến phá đám những suy tính, đo lường, tiên đoán, quyết định lẫn phản xạ. Thơ rất dễ trở lại khi mặt trận hoàn toàn yên tĩnh, giữa những đám khói vô tư...

Trong mọi mặt trận, lội núi là điểm đến, tôi thích nhất. Vóc dáng, không gian rừng núi, vốn có ấn tượng tốt đẹp với thời ấu thơ, nên tôi không ngần ngại vay mượn chữ nghĩa để trải lòng khá nhiều, nào là Trèo Núi Ngang, Trấn Núi Phú Sơn, Qua Đèo Bình Đê, Chạm Súng Ở Rừng Lăng, Dừng Quân Sườn Núi Tròn, Đứng Trước Núi, Đêm 30 Trên Đồi Lâm Lộc, Lên Rừng, Chiều Trên Sườn Đồi, Thơ Trên Vách Núi Phú Sơn, Lên Núi Nghĩ Linh Tinh... Còn, còn nhiều nữa. Tất cả đều ấm áp hình ảnh, nồng nàn tình cảm...

Với tôi, mỗi cuộc hành quân, ngoài việc thanh toán xong mục tiêu theo nhiệm vụ chung, còn mở ra cho riêng mình những điểm thưởng ngoạn mới, đầy hấp dẫn. Không có những chuyến ngao du sinh tử này, tôi hoàn toàn không có cơ hội để biết những Ba Gia, Ba Tơ, Trà Bồng, Núi Tròn, Núi Ngang, Núi Dẹp, Phước Sơn, Núi Vàng, Rừng Ná, Eo Gió, Suối Nun, suối Cà Đú, Sông Re, Sông Ring...

Quảng Ngãi là địa bàn của đại gia đình bộ binh mang tên Sư Đoàn 2 bình định, trấn giữ... Những nơi này ít nhiều tôi cũng đã từng lội qua, dừng lại. Có hoặc không những xúc cảm, tôi đều ký gởi chút ít trong luống chữ...

Bị và được đổ máu vài ba lần cho con đất xứ đường phổi, tôi được bồi hoàn một số thơ lụn vụn, chưa đạt trình độ thơ con cóc, nhưng thơ con rệp thì chắc với tới. Và chỉ chừng đó cũng đã là một phần thưởng lớn. Ngoài một số huy chương đổi máu để sờ mó, với tôi, Viên Đạn Cho Người Yêu Dấu, Ngao Du Cùng Vũ Khí là những (không phải là hai) tấm huy chương tôi quý nhất. Những tấm huy chương này, do sông núi ủy thác cho tôi hình thành, để truy tặng chính mình và đồng đội. Những quân nhân thuộc mọi binh chủng có thể dự phần, nếu không kỳ thị.

Thơ lính của tôi gần như một loại nhật ký bằng văn vần. Có điệu có vần không hẳn đã là thơ. Chất nghệ thuật may ra được một nửa. Xin cứ tạm gọi là thơ. Đời lính Bộ Binh theo tôi, không có nhiều cực khổ, chỉ có vất vả, nên tôi rất ít khi cố tình than thở. Tôi chăm chú vẽ lại cảnh sắc, hoạt cảnh mình mục kích. Những hình ảnh này hiện diện ngay trong đơn vị, hoặc nằm ngoài quần chúng, được bắt gặp khi hành quân. Cảnh đáng thương vì chiến tranh vô số kể. Phải thú thật, nhiều cảnh xốn lòng nhất, như nhìn các em bé nghèo khổ đứng lặng trước ngôi nhà của mình bị cháy, như các bàn thờ thật giả ảm đạm trong hầu hết những túp lá cư ngụ, cảnh thây phơi bên mâm cơm, xác treo trên rào dây kẽm gai... tôi đã viết không tới, nếu không muốn xác nhận là tệ. Tôi nghiệm ra, với riêng mình, khi buồn quá làm thơ khó hay.

Hình dạng, bản chất tôi không thể tiêu biểu cho người lính Bộ Binh. Bởi đồng đội tôi rất hiền hòa nhân hậu, thực tế hơn. Bộ Binh vốn được gọi là Nữ Hoàng Chiến Trường. Đồng đội tôi khi tham chiến thì gan dạ, tận tình, tích cực, nhưng ngay khi mặt trận ngưng tiếng súng, họ cư xử với những người thua trận rất nhân ái. Không có chuyện xẻo tai, lấy mật... như thường bị địch quân xuyên tạc... Binh sĩ Bộ Binh, đơn vị chúng tôi, cũng không cưỡng hiếp, dù quan hệ tình dục cùng dân nữ ở vùng xôi đậu đôi khi xảy ra. Nhưng những tế nhị bên lề này vốn luôn được đồng thuận, tự nguyện...".

Trong thi phẩm Ngao Du Cùng Vũ Khí có 163 bài thơ đã sáng tác trong thời chiến nhưng tác giả không ấn hành cho mãi tới năm 2016.

"cuộc đời - được gọi cuộc chơi
cuộc chiến - một đoạn cuộc đời phù du
lúc nào cũng biết ngao du
coi sinh tử nhẹ nhàng như nhau...
... cuộc đời - cuộc chiến - cuộc chơi
cái trò bắn giết có hơi bất thường
nguyện giữ lạc quan yêu thương
mang cây súng ngắn kiên cường ngao du".
(Ngao Du Cùng Vũ Khí)

Bài thơ Ngao Du Cùng Vũ Khí cũng là tựa đề tập thơ, với Luân Hoán thì khi làm lính trận sống chết cận kề, coi như số mạng, tác giả cũng tự nhận "nhát gan" nhưng trên trận mạc, bom đạn đâu có chừa ai, than vãn cùng bằng thừa, phó mặc cho số phận, coi như cuộc chơi. Quan niệm đó được thể hiện trong bài Hành Quân"

"hành quân có dữ có lành
gặp dữ bỏ mạng gặp lành lên lon
một nhành dương liễu con con
đổi cái tính mạng còn son cũng buồn...
... mục tiêu không có bất ngờ
ngoại trừ quân địch dật dờ vuốt râu
hành quân giản dị vậy thôi
tôi xem như cuộc dạo chơi thường ngày"
(Ngao Du Cùng Vũ Khí)

Và "sống lâu sinh lão làng" đụng trận riết cũng quen nên gan lì như ở Mặt Trận Phước Sơn:

"hành quân liên kết vùng Quảng Tín
gặp bạn thân hồi Phan Châu Trinh
hắn chi đoàn trưởng, ngồi thiết giáp
ta hành nghề lội của bộ binh...
... ta với núi rừng từng là bạn
từ thời Tiên Phước cho tạm cư
ham chơi thường ngủ trên mặt đá
nắng có mây che, gió hát ru
lội núi chưa bao giờ ta sợ
hình như ngực mọc sẵn niềm tin
lá bùa hộ mệnh thơm trầm ngải
hoa lá mưa mây trộn tiếng chim"
(Ngao Du Cùng Vũ Khí)

Bài thơ Đa Tình Lính Trận với lối ví von của người lính trận lãng tử:

"lên rừng mai phục địch quân
về phố rình rập ngóng chừng gót hoa
em đi thân ngọc vóc ngà
nón trắng áo bạch bao la gió hiền...
... địch trên rừng là con mồi
em của thành phố như trời cao xa
ngắm rồi lưu luyến bỏ qua
không thể nhả đạn tinh ma hồ đồ
lên rừng phục, ngó trời cao
thấy em dưới phố nhảy vô mây ngồi
chồm lên toan níu ông trời
nhớ ra quân địch đang ngồi chung quanh"
(Ngao Du Cùng Vũ Khí)

Trong bài Mục Tiêu, tác giả ghi rõ từng địa danh Quảng Ngãi thuộc địa bàn hoạt động của Sư Đoàn 2 BB, xảy ra chiến trận:

"tình báo đưa tin nhiều bóng địch
qua đèo Eo Gió đến Minh Long
chính qui, du kích, cùng hộ lý
hướng mũi dùi nghiêng về phía đông

Nghĩa Hành nằm giữa năm con đất
Đức Phổ, Ba Tơ phía bắc, nam
Minh Long, Tư Nghĩa cùng Mộ Đức
nắm lấy tay nhau miệt tây, đông
địch đổ dồn về nhiều vị trí
muốn chơi một thế đánh gọng kiềm
chiến lược quân ta vừa cố thủ
vừa dùng chiến thuật bẻ răng điên...
... ta máu lạnh ư? không đúng vậy
làm sao ghìm lại những ngón tay
đã vẽ đương nhiên là phải đến
sẽ phải làm chi những điểm này?
đại bác mấy ly gọi xin giội
phi cơ yểm trợ mấy mươi tràng
bao nhiêu rocket, đạn tác xạ
người, cây, nhà, ruộng... bình địa đàng
sẽ chiếm mục tiêu từ tảng sáng
sẽ vào trót lọt giữa đêm khuya...
... ta nuôi tổ quốc trong hơi thở
gắng giữ cho đời có yêu thương"
(Ngao Du Cùng Vũ Khí)

Trên chặng đường hành quân với bao chướng ngại vật, đầy gian khổ qua hình ảnh Lội Ruộng:

"nhúng bottes de saut vào mặt nước
rùng mình ngực nhói nỗi bâng khuâng
bùn đất mỉm cười hay chớm khóc
ai dẫm vào ta tận đáy lòng
mùa lạnh đang về mưa tầm tã
nước đầy mặt ruộng trống quanh năm
cỏ dại tự do còn èo uột
nhớ lúa hay sao yếu nảy mầm
ta thả thêm vào một chân nữa
và rồi bì bõm bước chân đi
nước chẳng chảy theo nhưng loang tỏa
những gợn vòng vo thở thầm thì...
... đồng không mông quạnh làm bia ngắm
nấm mộ cha ông hiện nhạt nhòa
khẩu súng đeo hông trì nặng bước
ta đi hồ dễ biết đi đâu

dù khoanh nhiều điểm cần thanh toán
chẳng có điểm nào không bể dâu!"
(Ngao Du Cùng Vũ Khí)

Có lúc phải Trèo Núi Ngang, ngoài hành trang của người lính tác chiến còn có cây bút để làm thơ:

"khi đổ xuống núi Ngang
ta làm trung đội trưởng
cổ đeo cái địa bàn
túi áo giắt bút mở...
... tìm thơ hay tìm giặc
tảng đá chạm mũi chân"
(Ngao Du Cùng Vũ Khí)

Vào thời điểm đó, chiến trường ở Quảng Ngãi sôi động, khi đơn vị về hậu phương Giữ Cầu Sông Vệ cũng bị du kích quấy phá:

"tiểu đoàn về Núi Dẹp
dưỡng quân nửa tháng trời
chia nhau đi kích gác
vòng đai quanh cụm đồi
một tuần trụ Quán Lát
một tuần đi trấn cầu
cầu trùng tên thị trấn
còn đông người, khá vui...
... hai đầu cầu lính gác
trong lô cốt ta nằm
mơ thấy giọt sương rụng
ngấm vào thân tiếng ngân
có đêm nghe loa gọi
đích tên ta, dụ hàng
gớm mấy ông du kích
tình báo khá rõ ràng
lính bực, chơi mấy quả
79 nổ giòn tan"
(Ngao Du Cùng Vũ Khí)

Với tâm hồn lãng mạn, ngay cả doanh trại đơn vị cũng xem là nơi làm thơ như trong Tiền Phương Tiểu Đoàn 1/4:
"tiền phương, hai tiếng, nghe oai

thật ra chỉ có một vài nóc tôn
không phên, trơ những cột chôn
nền xi măng vặn bù lon chỉnh tề
nhớ em kín cả bốn mùa...
... tiền phương của cả tiểu đoàn
đôi lần tôi ngỡ là bàn viết tôi".
(Ngao Du Cùng Vũ Khí)

Thơ Luân Hoán trong thời chiến hầu hết là lời tự tình, cảm nghĩ trung thực của người lính chiến với nỗi buồn, nỗi khổ, niềm đau trong cảnh tương tàn của cuộc chiến do đối phương gây nên. Với bản chất nhà thơ "cả đời chưa trói con gà" khi dấn thân trong đơn vị tác chiến, tự vệ phải chiến đấu. Với thơ, như người tình, hơi thở nên cho rằng tư tưởng yếm thế hơi quá đáng trong thời điểm đó.

Trong hồi ký của anh khi viết về hình ảnh quân trường: "Là cựu sinh viên sĩ quan, đã biết đổ máu cho chính nghĩa, cho tự do, chúng tôi không giấu những tự hào của mình. Chúng tôi vẫn là những người chiến thắng trong cuộc chiến bảo vệ tình người, bảo vệ nhân phẩm". Những dòng chữ đó thể hiện tấm lòng của anh như bao chiến hữu đã một thời bên nhau.

"Không anh hùng, cũng hiên ngang
Làm người lính trận Việt Nam Cộng Hòa"

Sau biến cố tang thương, sau cuộc đổi đời, Luân Hoán với sự hồi sinh cùng thi ca, Luân Hoán vẫn tự hào "Làm người lính trận Việt Nam Cộng Hòa", với tôi hình ảnh quá đẹp cho dù bị "thất trận" để sống cuộc đời lưu vong!

Cùng niềm đau mất nước của người lính, Luân Hoán chia sẻ với Lâm Hảo Dũng:

"... chiến tranh giúp chúng ta
cùng đi với khói lửa
vết thương liền ngoài da
ưu tư thêm giàu từng bữa
... tiếc thay chợt tan hàng
không trốn cũng đành chạy
mười thắng chỉ một thua
nghẹn ngào thơ máu chảy!"
(Ngao Du Cùng Vũ Khí)

Miền Nam VN bị "bức tử" bởi sự "tháo chạy, phản bội" của đồng minh làm chúng ta nghẹn ngào và Luân Hoán thay chúng ta để viết lên dòng thơ đó.

Vương Trùng Dương

tên thật Trần Ngọc Dưỡng, sinh năm 1945 Quảng Nam. Hiện định cư tại Quận Cam Hoa Kỳ. Nhà báo, nhà văn chuyên viết nhận định giới thiệu. Đã xuất bản hai tác phẩm.

(Gặp Luân Hoán Trong Đời Sống Thơ - 2022)

MAI KHẮC ỨNG
"EM TỪ LỤC BÁT BƯỚC RA", MỘT ĐỘC CHIÊU VỌNG MỸ NHÂN

Sau tập Thi nhân Việt Nam của Hoài Thanh, Hoài Chân mấy năm gần đây các hợp tuyển thơ ở nước ta được mùa, có nơi bội thu, kho hết chỗ chứa. Hợp tuyển thơ cổ nhân, cố nhân. Hợp tuyển thơ tân nhân, thi nhân. Hợp tuyển thơ nữ, thơ nam, thơ tỉnh, thơ huyện có nơi thơ làng, thơ hưu trí, thơ đồng hương, thơ đồng môn... không có sức mà đọc. Tất cả những hợp tuyển thơ vừa điểm danh của nhiều tác giả toàn viết về các đề tài cao rộng thuộc dạng danh thắng của ngôn ngữ để ca ngợi non sông đất nước, tình yêu con người, tình yêu lao động, tình yêu Tổ quốc...Thế nhưng chưa có một tập thơ nào nhóm họp hàng trăm cây viết chỉ để ngợi ca về "Một người duy nhất" như tập "Em từ lục bát bước ra" của nhà thơ Luân Hoán. Bởi vậy tôi coi tập thơ này như một độc chiêu vọng mỹ nhân. Mỹ nhân quả thật là "Một Người Duy Nhất".

"Một người duy nhất" của Luân Hoán khi nhỏ nhân loại gọi bằng Em. Lớn lên trên lục + bát một chút thì được gọi bằng Chị. Sinh nở xong thì được gọi bằng Mẹ. Lên chức thì gọi bằng Bà. "Một người duy nhất" ấy tầm thường một cách vĩ đại hay nói ngược lại Vĩ đại bởi sự bình thường.

Hồi thơ ấu còn nằm trong tao nôi tôi đã được bà ngoại mớm cho đôi làn ca dao nói về "Một người duy nhất" như sau:

'Ba đồng một chục đàn ông / Chị bỏ vào lồng chị xách đi chơi/ Dọc đường dây đứt lồng rơi/Chúng bò lổm ngổm mỗi nơi một thằng'.
Thuở đó dưới con mắt của "Một người duy nhất" ấy, cánh đàn ông chẳng là cái thớ gì. Đọc Luân Hoán tôi nhận ra Anh cũng đồng tình.

"nhờ Em đời có ca dao
nhờ Em trời đất sinh bao nhân tài". (LH)

Và trước Luân Hoán, chị Cả thơ nôm cũng đã viết:

'Bố cu lổm ngổm bò trên bụng.
Thằng bé hu hươ khóc dưới hông'.

Thì bố cu với thằng bé có khác gì nhau đều bò lổm ngổm cả đó sao. Nhưng nói gì thì nói, "Một người duy nhất" đó sinh ra nhân tài, sinh ra các bậc trượng phu, sinh ra các vị anh hùng kinh bang tế thế và sinh ra các nhà thơ cùng các thứ sĩ... Từ sự đồng tình, Người sáng tạo ra Độc Chiêu Vọng Mỹ Nhân này đã hạ lệnh cho một giàn Họa sĩ thân tình vẽ về "Một người duy nhất" như sau:

"vẽ sao cho đôi bờ vai
ngà ngà hương sáp ong cài khăn voan"

Và vẽ sao cho:
"ngôi cao thơm ngát mạch nguồn
đăm đăm mà giả như tuồng ngó lơ"

Ai đã từng "*đăm đăm*" nhưng lại "*như tuồng ngó lơ*" xin thầm lặng sờ lên gáy mình.

Sau dàn Họa sĩ thì tác giả mới điểm danh các vị thi nhân cổ kim đã có thời tơ vương với "Một người duy nhất". Đại Thi hào Nguyễn Du được mời ngồi chiếu trên.

"Nguyễn Du lần giở bọc điều
bước ra yểu điệu nhị kiều *thành thơ*
trăm năm *và chẳng bao giờ*
hồn thơ lục bát bỏ bờ bến xưa"

227 danh sĩ (xin cho loại tôi ra) tiếp theo được bấm đúng huyệt và chỉ một dòng, thậm chí một vài từ cũng đủ làm nên 896 câu như là bằng chứng của một thời dính líu.

« Chui qua hàng giậu mồng tơi
Lén nhìn cặp mắt có đuôi chỗ nào
Áo cài khuy bấm *ra sao*
Mà ông Nguyễn Bính đếm sao trên trời »

Bốn câu 28 cụm từ dành cho Nguyễn Bính, tác giả « Em từ lục bát bước ra » chỉ thỉnh của nhà thơ xứng đáng được xếp hàng sau Nguyễn Du này có 6 cụm (*mồng tơi, áo cài khuy bấm*). Vậy mà qua vài nét chấm phá đó ta nhận ngay được chân dung nhà thơ Chân quê tài danh này.

"Nhà nàng ở cạnh nhà tôi
Cách nhau cái giậu mồng tơi xanh rờn
Hai người sống giữa cô đơn
Nàng như cũng có nỗi buồn giống tôi
Giá đừng có giậu mồng tơi..."
(Người hàng xóm)

Viết đến đây xin cho phép tôi băn khoăn một phút. Ngày xửa ngày xưa tôi thuộc bài Chân quê của Nguyễn Bính có đôi câu hình như khác ngày nay. Ấy là:

'Áo cài khuy bấm, em làm khổ tôi!
Thị thành bôi nhọ em rồi'
(tôi nhớ)
Nay in mới là:

'Áo cài khuy bấm, em làm khổ tôi!
Nào đâu cái yếm lụa sồi'
(NXb Đồng Nai, 1996)

Tôi nghĩ rằng « Thị thành bôi nhọ em rồi » mới ăn ý với hai câu kết
'Hôm qua em đi tỉnh về
Hương đồng gió nội bay đi ít nhiều'.

Xin lỗi quý bạn đọc. Tôi lan man lạc đường khi đang nói về cái tài « điều quân khiển tướng » của Người tạo ra Độc Chiêu Vọng Mỹ Nhân. Bàn tay của gã ấy đã điều động 227 chiến sĩ thật là khéo léo, để chỉ vẽ vời về « Một người duy nhất » một cách nhất quán, mạch lạc.

Hãy xem, không chỉ rực rỡ một đám « phe ta », những đấng nam nhi mà « người duy nhất » từng hãnh diện khoe: *« tuy không bẻ gẫy sừng trâu, nhưng em nhấc nổi mày râu dễ dàng »*, còn có cả phe phái đối nghịch, gồm 66 nữ thi sĩ, không sắp xếp theo thứ bậc. Có Hồ Xuân Hương *« tặng chàng cả cái bánh trôi nước này »* Đến những Vi Thùy Linh « *vẫn thường ngắm mình trong gương* » hay « *Hoa Thi dắt cả một đoàn bướm bay* »... Và:

em qua nét lụa thơm lừng
mang tình Thanh Trí bay cùng bốn phương.

Đến đây xin thưa tiếp « Một người duy nhất » mà kẻ tài sơ lực thiểu này nhắc đến nhiều lần hiện đang ngồi chải tóc trước bìa tập thơ « Em từ lục bát bước ra » của Thi sĩ Luân Hoán.

Thưa quý vị:

Đó chính là chân dung đại diện Em ta. Chị ta. Mẹ ta. Bà ta vậy.

Sau phái nữ viết về chính mình là đợt động viên cuối cùng trước khi chính Người Có Độc Chiêu... xung trận. Ấy là những nhà làm nên tiếng hát. Trịnh Công Sơn, Đoàn Chuẩn, Lê Uyên Phương... Hùng hậu lắm. Ai ai cũng xông lên.

« về đâu em hỡi chiều nay
mưa soi từng dấu chân bày hoang mang
gió lay buồn ngọn thu vàng
hồn em đã ngủ mây ngàn thênh thang
dìu em qua sợi tơ đàn
Từ Công Phụng thở thơm ngàn năm sau"

Cuối cùng Người tạo ra Độc Chiêu... tung hoành ra sao? Dĩ nhiên gã đã bao toàn bộ sa trường, nên ở đâu có bóng dáng Giai nhân đã từng gọi "Em từ lục bát bước ra" thì ở đó có ngay bàn tay của gã. Từ nông thôn đến thành thị. Từ đồng bằng ven biển lên Cao nguyên miền Tây. Từ miền Trung ra miền núi Việt Bắc. Ở đâu có Em là y như ở đó có bàn tay ăn ké, tỉa ghép của gã. Xin mời xem đôi nét ba hoa một cách khó nổi giận:

"em là kho tài sản chung
của mọi thứ sĩ, anh hùng thế gian
'con trai đầu gối bịt vàng'
cũng quỳ ca ngợi đàng hoàng, chả sao

...

kể từ ngày biết nhảy dây
cả hai cái núm cau dày mãi ra
sau cổ mái tóc đuôi gà
lắc lư chân sáo hái hoa vin cành

...

mất rồi hàm răng cuốc bàn
mất rồi cái háy sỗ sàng hôm xưa
không còn những bữa tắm mưa
lỏng leo tay bụm cái thừa, bỏ không

...

bây giờ em đã rất là
một cô thôn nữ mặn mà nhà quê
tuy chưa chạm tuổi cập kê
cái trâm cài đã nằm kề tóc mai
cặp chân có vẻ hơi dài
vạt lưng vừa đủ chép vài câu thơ
bờ vai tròn lẳn phất phơ
tiểu-yêu nối với cơ-đồ liền nhau

...

ơ chị gà mái thật khùng
bỗng dưng nằm bẹp phơi lưng làm gì
ờ ra vậy... ờ ra thì...
cái tình dính với cái chi... tuyệt vời

...

áo pull cổ hở phập phồng
phơi đường biên giới hai vồng cầu non
trắng phau phau bụm bông gòn
rung rinh gốc ngọn gió bồn chồn bay
vòng vai trải xuống nhánh tay
mùi hương vạt tóc highlight hoe vàng
em đi nghiêm chỉnh đàng hoàng
nhưng qua mỗi bước tan hoang ổ gà
van em đừng bước chân xa
tà váy chạm gối làm hoa mắt người

...

em mặc xửa-cóm hồng đào
thân áo như dính chặt vào với thân

đôi tà trong cạp váy hồng
dường như thao thức phân vân điều gì

...

em không có cặp nhũ hoa
chỉ có hai cái vú ngà đây thôi
mười một, mười hai dậy rồi
mười ba, mười bốn vun lồi hơn ra
khe, truông, đèo, rú, góc nhà...
quanh năm suốt tháng phơi da ngoài trời
nắng mưa sương gió đắp bồi
vú em sừng sững vào thời thanh xuân

...

người xưa ngậm ngải tìm trầm
ta chừ ngậm rượu chạy vòng quanh em
trầm là dược thảo vang tên
em là thảo dược làm nên văn tài

...

để gần em, khó vô cùng
để yêu em, lại vô cùng dễ thôi
làm sao cấm được tình người
dễ gì ngăn trái tim tôi thất tình...

Trong cuộc chiến người lính hay kể cho nhau nghe giai thoại "Thủ trưởng có cách". Tôi nghĩ Người sáng tạo ra Độc Chiêu Vọng Mỹ Nhân này như một viên tư lệnh. Và tôi cũng nghi ông chắc đã có cách mới "ve vãn" được nhiều mỹ nhân đến vậy. Hai từ "ve vãn" tôi dùng không nằm trong nghĩa lập lờ, mà ở phía thông cảm sẻ chia với những ai đang đứng ở hàng thứ nhất trong cuộc sống hiện thời. Họ bị u ám và có rất nhiều người đang "đưa tay phủi giúp vẫn lai rai buồn". Không buồn sao được khi "cái buồn đeo dính trên da, rửa hoài không sạch, đâm ra lậm vào".

Riêng Luân Hoán, người đã tạo Độc Chiêu Vọng Mỹ Nhân thì vẫn tỉnh táo:

" ngó quanh thấy đủ mặt người
dù trong đồng loại đười ươi cũng nhiều".

Có lẽ vì vậy, người thơ càng thấy cần ca ngợi những nhan sắc quanh ta, ngay cả:

"gió mưa chuyện của gió mưa,
trái tim bầm dập vẫn thừa yêu thương,
phất phơ góc phố lề đường,
em đong từng bữa chán chường nuôi thân".

Luân Hoán là một người sống khá lâu với vần điệu. Lục Bát là một thể thơ cao quý của Việt Nam. Viết vội trong một lúc, dù cái hứng đưa đẩy người làm thơ cũng chợt thấy sợ, nên cuối cùng ông bày tỏ:

"câu thơ lục bát của đời
vốn mềm mại, vốn tuyệt vời biết bao
vừa chất phác vừa thanh tao
vừa bác học vừa hao hao quê mùa
vào tay tôi, thành trò đùa
vào tay tôi, thành nắng mưa bất thường
xin đời lượng thứ dung, thương
chừa cho tôi một con đường rút lui"

Rút lui? - có thật không? Rút đâu chưa thấy, chỉ lộ ra cái bệnh vọng mỹ nhân, không chừa được, đành phải rủ rê bè bạn:

"kính mời bạn tiếp sức tôi
ngợi ca em, chuyện cả đời chúng ta
câu thơ lục bát không già
và em hương sắc vẫn là sắc hương"...

Em Từ Lục Bát Bước Ra, dài 2600 câu, nhưng tôi tin Luân Hoán hình như vẫn còn muốn viết tiếp, dù nội dung chỉ có một mục đích Ngợi Ca Cái Xương Sườn của chúng ta. Sắc đẹp hình thể, nội tâm lẫn cách sống của những em, những chị, những mẹ, những bà của thế giới loài người đúng như người làm thơ quả quyết:

"ngàn năm em vẫn xuân thì
đời không lãng phí những gì của em
cảm ơn em, cảm ơn tình
cảm ơn mớ chữ chân tình trổ hoa".

Riêng tôi viết những dòng này như một lời cảm ơn gởi đến tất cả các nhà thơ bị Luân Hoán trích có nêu danh một số ngôn từ. Dĩ nhiên không quên thưởng thức sự tỉa ghép rất là thơm tay của người tạo ra "độc chiêu vọng mỹ nhân".

Saint-Louis, 08-9-2008

Mai Khắc Ứng

ghi chú: những câu thơ chữ nghiêng trong ngoặc kép của Luân Hoán. Những chữ đứng trong các câu thơ đó là của các thi sĩ Luân Hoán trích, có ghi chú tên tác giả ngay trong mỗi một chùm thơ 4 câu

Tranh bìa của nữ họa sĩ Thanh Trí

ở bìa sau chân dung LH do Thanh Trí vẽ.

(trích từ Đọc Nhịp Thở Luân Hoán - 2014)

CAO THOẠI CHÂU

"EM TỪ LỤC BÁT BƯỚC RA"
CÕI ĐỜI DÂU BỂ CÓ TA ĐI CÙNG

Tên thật Lê Ngọc Châu, sinh ngày 10- 01-1941 tại Hội An (Quảng Nam). Sống và lớn lên tại Đà Nẵng từ 1953. Làm tham sự ngân hàng Việt Nam Thương Tín – Đà Nẵng. Bị động viên vào quân đội Sài Gòn và mất chân trái tại mặt trận Mộ Đức (Quảng Ngãi) đầu năm 1969. Định cư theo diện đoàn tụ gia đình tại Montréal - Canada từ năm 1985.

Địa chỉ tác giả: luanhoan@hotmail.com hoặc: lebao hoang@yahoo.com

Có thơ - chủ yếu là thơ tình - đăng báo rất sớm, từ năm 1960 trên các tạp chí nổi tiếng tại Sài Gòn thuở đó như: Thời Nay, Mai, Bách Khoa, Văn Học, Ngàn Khơi, Kỷ Nguyên Mới, Đối Diện... Khi định cư ở Canada, Luân Hoán vẫn tiếp tục làm thơ đăng trên các báo Văn, Văn Học, Hợp Lưu, Thế Kỷ 21, Nhân Văn, Khởi Hành, Hồn Quê, ... *Về Trời*(1962), *Trôi Sông* (1964 và... 16 tập sau đó): *Viên Đạn Cho Người Yêu Dấu* (1969), *Thơ Tình* (1970), *Sông Núi Cùng Người Thơm Ngát Thơ* (2002)...

Và điều không thể tin nhưng lại có thực mà chưa một nhà thơ nào làm - kể từ sau Nguyễn Du – đó là Luân Hoán, vào năm 2008 đã hoàn thành tác phẩm *"Em Từ Lục Bát Bước Ra"* mà ông gọi là một "bài" lục bát. "Bài" này in ra hết gần 100 ngàn công in vì nó dày tới hơn... 200

trang A4, trên 2.600 câu có lẻ! Cái độc đáo là, "bài" thơ này vẽ chân dung của 228 tác giả VN, từ Nguyễn Du, Huy Cận đến Hoàng Cầm. Giang Nam, Bùi Giáng, Hoàng Lộc, Trần Huiền Ân, Cao Thoại Châu, Vi Thùy Linh, v.v... Những tác giả thuộc nhiều thế hệ, thuộc nhiều khuynh hướng, người còn kẻ mất, người ở quê nhà, kẻ sống tha phương…, mỗi người đều được Luân Hoán phác thảo những nét rất đặc trưng. Thí dụ

" Một lần nhưng chẳng dễ quên
Xuồng nghiêng *theo chút* hớ hênh *thế là*
Sầu riêng đang chín *người ta*
Nguyễn Duy thòng nhánh thi ca làm dầm".

Hoặc

" Ngậm ngùi nhớ ngọn Núi Đôi
Núi đời phơi phới núi người phân tan
Em còn trẻ lắm, nhất làng
Vũ Cao thắp mấy dòng nhan cho cùng", v.v...

Và

"... Luôn tiện cũng khai luôn, vài chi tiết cá nhân lẩm cẩm, nhưng cũng có thể cần thiết: Bản tính lè phè. Xã giao kém. Nói ít. Lười viết thư.
Thích: - thời gian đi đường, chiêm ngưỡng các vẻ đẹp của người, cảnh, chim, cá... - thể thao, âm nhạc, hội họa, nhiếp ảnh, xem vũ - sưu tập mọi thứ - các món ăn có chất ngọt. Không thích: - tham dự tiệc tùng, hội họp. - ăn các loại cá.
Thói quen: khi ăn: nhanh, gọn, thường ăn tại bàn viết hoặc ghế ngồi ở phòng ngủ. Khi ngủ: nằm nghiêng hoặc nằm úp. Khi đọc sách: khởi đầu đọc: một truyện, vài ba trang, hoặc vài ba bài thơ ở cuối tập sau đó có thể đọc lại từ đầu hoặc không (đối với những tác giả chưa được đọc qua). Khi viết: có thể nhìn, nghe loanh quanh, gõ thẳng lên bàn chữ, sửa hoặc thay đổi ngay từng đoạn ngắn vừa viết.
a/ Viết ngay khi bắt gặp một đề tài bắt nguồn từ một cảm xúc, một hình ảnh nào đó.
b/ Viết ra những xúc cảm, suy nghĩ, đã giữ một thời gian trong trí nhớ. đối với trường hợp a, thường viết dễ dàng và nhanh chóng, nhưng hoàn tất bài viết một cách ưng ý, đa số không bằng trường hợp b.
Thói quen tôi vẫn giữ: trang viết của tôi, thường phải sạch, ít gạch xóa. điều này hẳn nhiên dành cho thơ nhiều hơn, bởi mỗi bài thơ, số lượng chữ không nhiều. Nếu trang viết bị xóa, thay nhiều chữ, tôi thường chép sạch

lại những gì ưng ý sau đó viết tiếp, điểm này thích hợp khi làm thơ thẳng ở mặt màn ảnh computer. Trong thời gian viết sạch lại như vậy, tôi vẫn nghĩ tiếp những câu thơ sẽ viết ở trong đầu, vì thế mạch thơ không đứt đoạn, hơn nữa thơ thường có xảy ra những bất ngờ, những tình cờ trong lúc viết, do đó rất thường viết được những bài thơ mình ưng ý, hơn cả dự định. Tứ thơ thường đến với tôi trong những lúc đầu óc thật thảnh thơi, những thời điểm này thường là, những thức giấc bất ngờ không ngủ tiếp lại được, hoặc những lúc thong dong chờ đợi một cái gì đó, ví dụ như chờ một chuyến xe, chờ sẽ về tới nhà khi xe đang chạy, và nhất là khi lái xe chạy chơi khơi khơi. Tôi luôn luôn có sẵn một xấp giấy có kẻ dòng cùng một cây bút dưới gối nằm, một ngọn đèn 15 Watts, có khóa tắt, mở bắt sát dưới chân đầu giường ngủ, khi cần viết, tôi mở đèn, bỏ giấy xuống sàn nhà, nằm nghiêng trên giường thòng tay xuống viết, điều này giúp tôi đỡ phải ngồi dậy, đến bàn. Và ánh sáng cũng không đủ phá giấc ngủ của bà xã bên cạnh, có thể thói quen này, đẻ ra thói quen tôi ngủ thường nằm nghiêng hoặc nằm úp, vì vậy, thuần khiết, dù khi ngủ rất ưa gác chân.

Làm thơ khi lái xe một mình, thường viết ngầm trong đầu, để khỏi quên, sau vài đoạn, thường lợi dụng đèn đỏ, chép tắt rất vội, những bản viết này sau đó tôi phải chép lại liền, để lâu chính mình đọc cũng không ra, có lẽ có vài thói quen lẩm cẩm khác nhưng xin nói qua thói quen khi viết văn xuôi. Ở những bài viết này, tôi ngồi tại 'bàn viết' một cách nghiêm chỉnh. Tôi hoàn toàn chú tâm khi viết văn xuôi. Trang chữ vẫn phải sạch, sự sạch sẽ của trang chữ, và hiện nay sự tươm tất trên mặt ảnh luôn luôn là những hấp dẫn đối với tôi.

Ngày nay tôi cảm thấy thú vị khi đọc truyện, thơ, tin tức trên màn ảnh hơn trên những ấn bản..."

....

Nặc danh nói: Thơ tình Luân Hoán không day dứt bi lụy một niềm đau, mà phơi phới nhẹ nhàng dí dỏm một niềm yêu, trẻ trung trong suốt những giai đoạn sống của tác giả. Nhà thơ là người khá may mắn trong tình trường. Ngôn ngữ và hình ảnh trong thơ LH thì điêu luyện như một thứ Trời cho!

Cao Thoại Châu

100 giờ: Chân dung Luân Hoán | Rạng Đông Một Ngày Vô Định, thứ 7 tháng 2-2009

(Đọc Nhịp Thở Luân Hoán - 2014)

PHƯƠNG TRIỀU
ĐỌC THƠ LUÂN HOÁN
(Em từ lục bát bước ra...)

Em từ lục bát bước ra
Anh từ sương gió té vô góc trời...

Anh té ngồi. Và anh ngồi như vậy đã mấy thập niên. Không phải anh đã mất hết ý chí. Ý chí của anh chưa bao giờ mất. Thương tật của cuộc chiến đối với anh dầu cỡ nào cũng chẳng nhằm nhò. Anh đã bước qua bao nhiêu bẫy đời. Qua bấy gian truân. Và, qua những trầm luân. Vậy mà anh đã bình thản đến đỗi người ta tưởng anh chẳng biết thế nào là giận hờn, oán hận.

Nhưng... thôi nghe! Không lẽ tôi cứ viết hết dòng này sang dòng khác để chỉ ngợi ca một người bạn mà tôi hằng quý mến. Tôi viết bài này với một xúc động tự phát từ một tâm tình bằng hữu. Tôi đã nhìn thấy bạn tôi té vô một góc trời hay một góc đời. Như đã nói, anh té ngồi và ngồi xuống một vuông chiếu, vuông chiếu mà ai cũng muốn ngồi cùng. Ở đó có em lục bát, có chị thất ngôn và cả anh tứ tuyệt... Anh đã ở lại và chung thủy vô cùng với em lục bát. Bởi vì em không những từ lục bát bước ra mà chính em còn là lục bát... Nói vậy chắc tứ phương bằng hữu đã biết là ai rồi!

Đọc hết tập thơ EM TỪ LỤC BÁT BƯỚC RA, người đã biết cũng như người chưa biết sẽ biết tại sao người ta đã mến yêu Luân Hoán tới như vậy! Khiêm tốn không còn là một đức tính giáo dục mà là bản chất của Luân Hoán. Anh đã nổi tiếng từ hồi nẳm mà tới năm này anh vẫn vậy. Những dòng thơ dí dỏm, dễ thương không chỉ dành cho nhan sắc, cho giai nhân, cho những hồng nhan tri kỷ mà còn dành hết cho bạn bè bằng hữu.
Đọc thử:

Cám ơn mớ chữ chân tình nở hoa (*)

và:

... *Dù sao tôi cũng hy vọng vạt lục bát linh tinh này có được ít người ghé qua, vỗ tay hoặc chửi thề một câu chân tình.*
Đúng! Anh nói đúng bản sắc của hảo hớn. Hảo hớn sau hớp rượu, khè một cái, khi nghe một câu hoặc một đoạn thơ hay, đều cất tiếng chửi thề: “... Nghe đã quá, bầu Tèo ơi!....

Trở lại tập thơ.

EM TỪ LỤC BÁT BƯỚC RA

Đây là tập thơ tình kia mà! Mắc mớ chi mà tán hươu tán vượn? Tôi không nói tôi lạc đề hay không, cũng không nói mình không bỏ tật tào lao. Cũng tại ông Luân Hoán! Mỗi lần đọc thơ ông, một hai bài thì được, nhưng đọc năm bảy bài hoặc cả tập thơ là tôi nổi khùng. Và, tôi bắt đầu nói quàng. Thơ anh có nhiều chuyện để nói. Ngồi-lê-đôi-mách cũng được! Thèo lẻo cũng được! Tò tí du dương cũng được! Đàng hoàng nghiêm túc cũng được! Được tuốt! Nghiêm chỉnh Nguyễn Du hay chữ nghĩa thần sầu Hồ Xuân Hương hoặc Bà Huyện Thanh Quan cũng là một câu chuyện văn học, cũng không ai cho là sảng quàng lạc điệu. Tôi đã nói là cũng tại ông Luân Hoán. Ai đời đang nói về người yêu mà ông vẫn gài vô được một Phan Ni Tấn vang danh dí dỏm:

<u>nước trôi mất</u> buổi chiều tà (**)
bỏ Phan Ni Tấn la cà suốt đêm
<u>miếng tình</u>, con bạn chưa xem
hai chân đã gác hết lên <u>miếng lòng</u> (*)(**)

mà còn nói động tới ông Thái Tú Hạp nghiêm trang đạo mạo:

em tiền kiếp là trầm hương
quy y từ thuở hạt sương tượng hình
chân gầy nêu dấu xinh xinh (**)
nhà thơ Thái Tú Hạp rình mang đi (*)

Ông nói gì vậy, hả ông Luân Hoán? Ông nói ai đó quy y hay nói về con nhỏ nào phất phơ bẹo hình bẹo dạng trước mặt ông rồi mất hút?

Không tha, ông lôi cả Du Tử Lê vào:

dẫu tình khép ngọn khuya sau (**)
câu thơ nào lấp bóng nhau cho đành
chân con bói cá chạm cành (**)
Du Tử Lê chợt trở thành Thụy Châu (*)

Ý ẹ... dễ gì!... Mấy chục năm nay và mấy ngàn năm tới, hễ nói tới giai nhân là lập tức Du Tử Lê phong các bà các cô là Thánh nữ!... Thánh nữ!... Nghe rõ không, ông Luân Hoán? Năm trên năm? Về mặt này chưa chắc Hoán hay Lê ai đã ăn ai?
Tôi thì thích nỗi đau âm thầm của Nguyễn Đình Toàn hơn:

Trong tim ta có cái dằm
từ ngày em ghé tới thăm tình cờ
uống Nguyễn Đình Toàn câu thơ
hàm răng mật vẫn nhói vào chỗ đau (*)(**)

Tôi đang làm cái gì đây, hả? Làm công việc kết duyên thơ trong tình thơ vạn nẻo?

Ông Luân Hoán ơi!... Cũng tại ông hết! Ông viết thơ tình, tình thơ lục bát. EM TỪ LỤC BÁT BƯỚC RA...

Vậy, tình thơ đâu rồi? Sao không ngớt nhắc tới bạn già? Nói về thơ tình, vậy mà ông vẫn không tha các bậc đàn anh!

hạnh phúc nằm trong cổ cao (**)
từ môi em mớm tình vào đời anh
tim Đỗ Quý Toàn rất lành
chiết hương chế biến em thành thi ca (*)

chiết hương chế biến em thành thi ca... câu này là một câu bất hủ! Xin tâm phục khẩu phục.

Nói về thơ tình thì đâu thể quên Hoàng Lộc:

hừ, em <u>suỵt chó cắn</u> chơi (**)
cho bỏ lảng vảng đánh hơi tỏ tình
mừng Hoàng Lộc, nhà thơ tình
vẫn chưa bị sứt khúc tình, gốc thơ (*)

bị sứt khúc tình, ông muốn nói cái gì đây? sứt? Chơi chữ sứt ở chỗ này, ông quả có chút thiệt tình hay là một tay thần sầu chữ nghĩa? Và, Quan Dương có lảng vảng gần đó không mà bị ông chộp được?

Áo quần cuốn bỏ góc phên
<u>đợi khuya tàn bắt</u> một tên nô tài (**)
Quan Dương chộp nhằm lỗ tai
đôi tầm mười bốn... thiện tai!... mừng thầm! (*)

Hỏi thiệt tình nghe! Tên nô tài bị Quan Dương chộp nhằm lỗ tai, nhưng ai mới đích thực cuốn bỏ áo quần ở góc phên?
Cái kiểu thơ này mấy ai vượt được ông? Già rồi ông ơi, xin để lại một chút đức tình cho con cháu nhờ về sau!
Tới đây mới chỉ thấy ông nương tay với Triều Hoa Đại:

thân ngồi hồn vẫn đu đưa
Triều Hoa Đại đã từng thưa em rằng
hồng nhan kim cổ không bằng
<u>sương pha áo mỏng</u> em trăng <u>huệ hồng</u> (*)(**)

tới Hoàng Xuân Sơn thì ông lại chơi chữ. Hình như tôi thấy ông đang nheo mắt:

em <u>mang hương ảo</u> đi rồi (**)
Hoàng Xuân Sơn vẫn mê chơi điệu vần
vân vê từng búp ngón chân
cho thơ <u>Sử Mặc</u> nhích gần cõi em (*)(**)

Ông ạ, hương đã là ảo, còn ảo ở đâu mà ảo nữa? Chơi chữ kiểu này có phải ông đã vung tay múa đũa? Cặp đũa thần khiến ông nổi tiếng

lâu nay? Nãy giờ tôi thấy rõ ràng ông mượn bóng hình của em nào đó để khỏi nhớ quá một bóng hình lảng vảng trong ông?
Vậy mà ông đổ thừa cho Song Thao:

thơm tay vãi phiếm dài dài (**)
lâu lâu để lọt ra ngoài câu thơ
em phơi... tùy hứng, tình cờ (**)
mà Song Thao biết cao cờ, mấy ai? (*)

em phơi... cái gì? Ông ỡm ờ như vậy khiến người ta chồm tới, cặp mắt tròn xoe! Dùng thơ để dụ khị mấy anh già leo núi? Ông quả thật tài tình! Và, thấy được chưa có ai hiền như Nguyễn Nam An:

sưu tầm được những ai 'gò'
hỡi cô nương nhỏ thẹn thò năm xưa? (**)
nụ hoa kèn trắng nhớ chưa
Nguyễn Nam An vẫn như vừa theo sau (*)

một đời anh một đời em, cắt nghĩa thế nào với Trang Châu:

cắt nghĩa từ thơ Trang Châu (**)
tình yêu với chiều sâu đo lường
một đời anh là bốn phương (**)
một đời em cả nguồn hương ngút trời (*)

Trang Châu, từ hồi còn ở Việt Nam, là bác sĩ Quân y mà vung tay múa bút trong thơ khiến ai cũng ngưỡng mộ!

chỉ cần một chút vu vơ
đôi khi đời đã bất ngờ đơm bông
tóc em huyền hoặc nhánh sông (**)
Mạc Phương Đình mãi trên dòng lãng du (*)

tóc em huyền hoặc nhánh sông
Ông ạ, ông nói về Mạc Phương Đình như vậy khiến tôi ngẩn ngơ. Nhưng, ông nói về Mạc Phương Đình hay nói về nàng thơ của Mạc Phương Đình? Ở chỗ này bất giác tôi thấy mình lẩm cẩm. Ông nói rất rõ ràng mà tôi còn hỏi. Quả thật nãy giờ tôi vẫn chưa buông tập thơ của ông xuống. Hay tôi lại sảng? Tôi làm mất thì giờ của độc giả hay làm cho độc giả vui thích?

Tôi nói trước là tôi không có ý phê bình hay điểm sách về tập thơ EM TỪ LỤC BÁT BƯỚC RA. Chẳng qua là chỉ muốn giúp vui bằng hữu. Để rồi nghe bè bạn càm ràm, Phương Triều chỉ quen tật tào lao!

lênh đênh đầu ngọn gió mù (**)
em ngồi vắt vẻo xuân thu đông hè
Nguyễn Sao Mai ngậm kinh nghe
bước chân sinh tử em đè bao lâu (*)(**)

Hỏi như vậy mà ông cũng hỏi được! Và ông đã réo Trần Tuấn Kiệt. Trần Tuấn Kiệt của thập niên 60 còn ký là Sagiang Trần Tuấn Kiệt.

rồi mai này trăng của ai (**)
khi trăng ôm lấy vai ai trên đồi (**)
chán đời tại thiếu em thôi
Trần Tuấn Kiệt nhớ ra rồi làm thơ (*)

Thì vậy, trước 1975 cho tới bây giờ Trần Tuấn Kiệt vẫn là hảo hớn! Của Sa-Giang! Của miền Nam rong chơi tùy thích!
Và, từ đó đã làm ngậm ngùi Huy Trâm, làm bâng khuâng Huy Trâm!

em qua chưa hết tuổi thơ
đôi mắt trong vắt, chưa ngờ, ngại ai
lời em man mác hoa lài (**)
hương môi làm khổ dài dài Huy Trâm (*)

Ông tạt qua Phan Xuân Sinh:

xét cho cùng vẫn có lời
bài thơ và cả một thời yêu thương
em vừa bát phố, bình thường (**)
Vâng, Phan Xuân Sinh đã có buồn ít năm (*)

Ông hay Trần Hoài Thư đã nghe được:

loay hoay trời sụp tối rồi
Trần Hoài Thư bắc ghế ngồi nghe đêm
thèm vô cùng một tiếng em! (**)
tiếng giường cọt kẹt vách phên gió lùa (*)

Ông cũng không quên Phan Bá Thụy Dương:

vay ông Phan Bá Thụy Dương
chút buồn làm vốn lên đường tìm em
thảo trang đường trúc trăng lên (**)
em ngồi đâu hỡi trái tim hồng đào (*)

và, khều Ngọc Hoài Phương! Ê, ghé vô đây chơi một lát bồ tèo!. Ai chớ, Ngọc Hoài Phương, bạn già rủ một tiếng là nhào vô liền! Mặt mày đạo mạo, nghiêm trang nhưng thật sự là nòi tình! Mấy chục năm nay ai mà chẳng biết Ngọc Hoài Phương mê bạn còn hơn mê bất kể thứ gì trên cõi đời này.

con đường mây trắng phân vân (**)
em vào chùa tụng mấy lần chân kinh
chờ lâu sắp sửa bực mình
Ngọc Hoài Phương mở thơ tình đọc chơi (*)

Dịp này tôi cũng muốn ghé vô anh bạn Vô Tình một lát. Vô Tình mà chẳng vô tình!

mần răng mắt biết thôi miên
ôi chao con nhỏ có duyên chưa tề (**)
nghễ hoài nhỏ chắc phải mê (**)
Vô Tình như đỉa theo về tới nơi (*)

Ông nói vậy là phụ lòng bạn tôi. Để tới Cao Mỵ Nhân thì ông có chút nghiêm chỉnh:

chỉnh tề quần áo nhà binh
súng colt giày bottes đứng nghinh đất trời
rộn ràng nhạc khúc yêu đời (**)
em cùng Cao Mỵ Nhân ngồi vào thơ (*)

Ông nói thì chỉ là nói cho có chừng, chớ ông thừa biết với giai nhân thì cần chi súng đạn! Một cái liếc mắt cười nụ thì súng đạn đã nổ rầm trời!

Lẽ ra tôi không chưng cái tôi vào đây, nếu ông không cố tình ỡm ờ làm bạn đọc có thể hiểu sái chút đỉnh về thơ tôi. Người viết dầu thật tình có tinh nghịch hay không tội cũng nhẹ hơn anh cố tình lặp lại, bạn đọc nghĩ có đúng không?

hổng chừng có chút bất thường
dẫu tình cờ gặp nguồn hương diệu kỳ
ông Phương Triều van thầm thì:
<u>em ơi, khép lại chỗ gì</u>... giúp qua (*) (**)

Với hai ngàn sáu trăm câu lục bát, ông điều động tăng viện cho ông một nguồn nhân lực thật hùng hậu: 228 chàng và 66 nàng thi sĩ. Thêm vào đó, 25 người chuyên trau chuốt âm thanh, chưa kể họa sĩ, nhân sĩ... Thật tình, ông có phần tham lam. Tôi khó có thể kể hết một lúc với bạn đọc.

Đây mới chỉ là bài thứ nhứt. Tôi còn trở lại và còn rất nhiều điều để viết về tập thơ độc đáo này!

Ông Luân Hoán ơi, viết xong tưởng nhẹ lòng, vậy mà tới giờ này tôi vẫn còn thao thức! Trời đã gần sáng vậy mà cánh nhạn vẫn lạc loài sương gió!...

Austin, Texas 9-2008

Phương Triều

(Kỷ niệm Văn nghệ sĩ, Ký giả và Thân hữu)

(*) chữ in nghiêng thơ Luân Hoán
(**) những chữ in nghiêng có gạch dưới là chữ dùng của tác giả có tên trong đoạn thơ

(Đọc Nhịp Thở Luân Hoán - 2014)

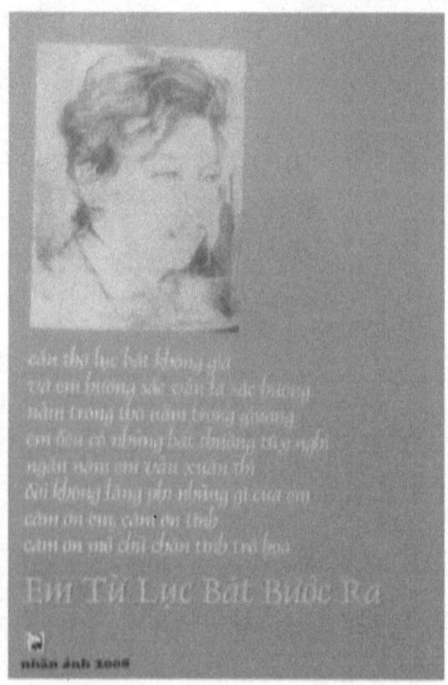

TRẦN MINH HIỀN
ĐỌC THƠ LUÂN HOÁN

Trong số tất cả các tác giả đã thành danh hiện nay, thi sĩ Luân Hoán dường như có thể được ngồi ở "vuông chiếu" riêng nhưng ông luôn khiêm tốn nhún nhường hòa đồng với mọi người. Là một nhà thơ đặc biệt với nghệ thuật dùng từ điêu luyện. Ông còn là tác giả của công trình đồ sộ Tác Giả Việt Nam với tên Lê Bảo Hoàng. Tôi rất thích bài thơ sau đây của thi sĩ Luân Hoán:

CHỢT THẤY NỤ TÌNH XƯA

tưởng rằng lòng rất bình an
hóa ra có chút bàng hoàng, bâng khuâng
nghìn trùng xa chợt hóa gần
như hơi thở chạm tay chân ngày nào

vẫn còn đây cái hàng rào
nằm trong hẻm nhỏ mở vào lòng ta
lẫy hờn tưởng chỉ thoảng qua
sao trong đuôi mắt mở ra ngàn trùng

vẫn còn nguyên nỗi ngại ngùng

buổi chiều gót biếc ghé chùng tiếng thơ
những con cá nhỏ trong hồ
thong dong hay chỉ giả vờ lắng nghe

cái gì như chút sắt se
ngày xa xưa ấy thoáng đè nội tâm
mảnh dằm yên ngủ bao năm
chợt ngo ngoe thở, hương trầm xót xa

hóa ra là vậy, hóa ra
nụ tình khác với nụ hoa rất nhiều.
LH – (trong Thanh Thi, 2011, Thư Ấn Quán xb)

Bài thơ thoạt nhìn đầu đề thì tưởng là một bài thơ tình nhưng kỳ thật có cái nét thiền định triết lý sâu xa vô cùng.

Có một bài thơ khác tôi (TMH) cũng rất thích là:

VÙNG THANH THOÁT

một bữa nọ tình cờ tinh nghịch đặt
bàn tay che vừa kín cửa thiên đường
thân phát sốt theo động tiên vun mãi
trời không mưa mà tay ngấm mật hương

sự mầu nhiệm vẫn từng giây biến hóa
từ u mê bỗng linh hoạt khác thường
rồi từ đó mỗi ngày tôi mỗi đặt
bàn tay lên cõi sống văn chương

nhận rất rõ mình trưởng thành từng phút
qua khe hoa mướt ngọt tình sương
đời ghen tức lắm lần ngăn tay đặt
nên đôi khi tâm thức thiếu bình thường

em, nghiệp chủ kho tàng vô giá đó
riêng mà chung nhờ đồng dạng môi trường
cùng thanh thoát mở lòng cho tay đặt
nên thơ thơm từ thềm cửa thiên đường

cảm ơn lắm ngọn đồi linh hiển mộng
chúm chím cười chờ phân phát yêu thương
đã quỳ gối bao lần không đếm nổi
và còn hơi nguyện tiếp tục cúng dường

em nghiệp chủ, nằm nghiêng hay nằm ngửa
đứng hay ngồi không sai biệt nguồn hương
điều kỳ diệu của từng lần tay đặt
đều ban cho những khác biệt lạ thường

tôi đã lớn đã khôn từng bữa một
vẫn nức lòng chờ đợi lớn khôn thêm.
LH – (trong Thanh Thi, 2011 Thư Ấn Quán xb)

Tác giả có vẻ "nghịch ngợm" với chữ nghĩa nhưng nếu chúng ta đọc kỹ thì sẽ thấy cả một tâm hồn sâu sắc hiểu biết thâm sâu huyền nhiệm của thế giới thiền niệm, tâm linh và cội rễ nguồn gốc của cuộc đời và của tất cả hỷ nộ ái ố.

Cả một cuộc đời sáng tác đồ sộ của một tác giả tài ba như Luân Hoán thì không thể chỉ đọc một vài bài thơ mà có thể nói lên hết những gì cần nói cần bàn vì thi sĩ nhưng chúng tôi (TMH) với sự cảm nhận cảm xúc mãnh liệt vẫn mạo muội viết lên những tâm tư của chúng tôi khi đọc thơ Luân Hoán.

Có một bài thơ khác cũng cần phải đọc, phải hiểu của thi sĩ Luân Hoán là:

BỘ SƠN MÀI MAI LAN CÚC TRÚC

cái tổ quạ lót bằng xương máu cũ
vua Hùng Vương thương cho ở bình an
từ đinh ván chuyển qua dần gạch sắt
thẳng đường bay xuôi ngược gió sông Hàn

tình bén đất bốn chồi hoa dần nở
bà mụ cưng đã nặn thật khéo tay
âm dương đủ đề huề như mong ước
không ngựa nhưng xe lộc cộc mỗi ngày

từ hai bánh đã chạm vào bốn bánh
đời tẩm đường dù chẳng phải gian thương
dính ít chữ, học đòi trao gởi sách
thơm trạm dừng chân cho kẻ qua đường

gió vẫn thổi quanh năm thành quen mặt
chợt bất ngờ hơi bão, tự tan hoang
nghiệp phải trả hay chỉ thuần tai nạn
dòng đời nghiêng theo hướng xuống suối vàng

tổ chưa sụp bản thân chao chân đứng
tròng trềnh hoài chắc hẳn sẽ chìm thôi
em xót ruột từ phương xa vói cứu
đổi đời xong, được tiếp tục đổi đời

nhờ quan chức vẫn di truyền hối lộ
tập ba hoa móc nối lợi ít nhiều
bỏ con tôm để chắt chiu con tép
được bật đèn bán đoạn tổ tình yêu

vài trăm cây chỉ ấm tay mấy lạng
vừa đủ lo cho ít bọc hành trang
khi cỡi gió bốn tay xòe sót được
nhẫn cưới tay em non một chỉ vàng

hành lý linh tinh chảo nồi muỗng đũa
lãng mạn đèo bòng hồn vía quê hương
dẫu xót lòng cũng loại dần phế thải
trải vết thương ra lót tiếp đoạn đường

rất may mắn trong lôi thôi vật dụng
đã biết đèo theo ít bộ sơn mài
vừa đủ khẳm lượng cân người quy định
cũng đỡ lo một khoản ngắn ngày mai

tranh bán chạy, may chú em giữ lại
cho ông anh một bộ kỷ niệm chơi
vốn bé nhỏ nên thường ưa vĩ đại
bộ tranh còn thuộc vào loại cao ngôi

nội dung cũ với Mai Lan Cúc Trúc
lồng từng đôi chim hạnh phúc bên nhau
nét uyển chuyển của cành hoa ngọn lá
đọng thong dong thời họa sĩ khởi đầu

năm tháng mỏng kỷ niệm dần có tuổi
tổ ấm xưa chỉ còn sót chút này
bốn mùa hoa từng năm theo nhau mãi
tôi vẫn ngồi, tâm thưởng ngoạn như say

qua từng dáng hoa, tên người thường mượn
tôi gặp mỹ nhân một thuở mê tình?
đâu có phải, giai nhân đâu dễ ngộ
tôi chỉ gặp hoài tổ ấm xinh xinh

bộ sơn mài hẳn nhiên là kỷ vật
gói cả ngôi nhà ấm áp thương yêu
mê man ngắm tranh khác chi về lại
bậc thềm xanh, cửa sắt ngấm hương chiều

chợt nhớ rõ thời bé Bình cảm sốt
anh Phạm Văn Lương chở xuống Đạt Sanh
rồi anh Hồ Minh de xe chở Bích
bốn tháng non, rớt lỗ cống, chẳng lành

thấy rõ quá Bảo leo trèo phá phách
Bách nhức răng lì lợm chỉ than đau
và con chó đêm nào tôi cũng khổ
dông xe tìm không biết nó đi đâu

cả quá khứ đời chúng tôi đọng đó
trên bốn tấm tranh thuộc loại xưa rồi
Trúc có thấy, Lan có nhìn rõ nét
nhưng linh hồn vẫn chỉ khoảng đời tôi"
sớm mai 06-01-2011
LH - (trong Thanh Thi, 2011, Thư Ấn Quán xb)

Thật là độc đáo khi chỉ nhìn bộ sơn mài Mai Lan Cúc Trúc mà thi sĩ đã liên tưởng tất cả về lịch sử dân tộc và cuộc đời của chính mình và bạn bè, những người thân yêu nhất.

Và có một bài thơ mà tôi nghĩ ít có ai viết nổi vì tác giả rất "táo bạo" dùng chữ mạnh mẽ, rất dễ gây hiểu lầm và dễ bị phê phán, nhưng chỉ có một nhà thơ bản lĩnh, siêu vượt hơn thế gian thường tình mới dám viết và diễn tả được hết ý của mình:

CHIỀU TRÊN SƯỜN ĐỒI

ngày trần truồng trên sườn đồi
tiếng chim đầu ngọn lá
tôi uống ngụm nước trong
con suối vuốt ve ghềnh đá
con suối khuyên nhủ lòng tôi
thản nhiên mày
thản nhiên mày, đừng nghĩ

ngày trần truồng trên sườn đồi
nhịp gõ trên báng súng

tôi liếm giọt mồ hôi
chiều nắng vuốt ve ngực áo giáp
chiều nắng khuyên nhủ lòng tôi
thản nhiên mày,
thản nhiên mày, đừng nghĩ

ngày trần truồng trên sườn đồi
cây lá hát trong chiều gió
tôi mất trăm kẻ thù
tôi mất trăm thằng bạn
tôi mất luôn hồn tôi
hỡi tôi, hỡi tôi, đừng nghĩ

ngày trần truồng trên sườn đồi
ngồi thở thầm trong lá
tôi nhìn thấy mặt người
tôi nhìn thấy trời cao
tôi nhìn thấy ngón tay
run run trên cò súng
thản nhiên mày,
thản nhiên mày, đừng nghĩ

ngày trần truồng trên sườn đồi
tiếng buồn đầy tiếng nổ
tôi chợt hiểu lòng tôi
con chim lìa cõi phúc
đường bay mù mù khơi
thản nhiên mày,
thản nhiên mày, đừng nghĩ
LH – (trong Viên Đạn Cho Người Yêu Dấu, 1969)

Tình đồng đội, tình chiến hữu đẫm đầy mồ hôi, máu và nước mắt và một phần thân thể của những người lính. Tôi đã đọc rất nhiều thơ và văn Luân Hoán nhưng trong bài viết ngắn này xin phép dừng lại ở đây.

Trần Minh Hiền
Orlando, 23-11-2015

nhà thơ, sinh năm 1970 tại Nha Trang tốt nghiệp Đại học Sư Phạm Huế, Đại Học UCF Hoa Kỳ năm 2003. Hiện ở Orlando, Chủ tịch Văn Bút Việt Nam Hải Ngoại vùng Đông Nam Hoa Kỳ từ 2009. Đã xuất bản 2 thi phẩm (dựa theo trang Ninh Hòa)

(Gặp Luân Hoán Trong Đời Sống Thơ - 2022)

MANG VIÊN LONG
"LIÊN HOA THI", NÓI RẰNG KHÔNG PHẬT MÀ PHẬT HIỆN TIỀN

Đọc qua trang - có thể gọi là "tự bạch" của Nhà thơ Luân Hoán cho "Liên Hoa Thi", tôi chợt có ý nghĩ, những điều Nhà thơ "tâm sự" là không cần thiết (với tôi); cho dù đó là những lời chia sẻ, bộc bạch rất chí tình, khiêm tốn.

Mở đầu "Liên Hoa Thi", Nhà thơ viết: "Liên Hoa Thi, gồm những bài viết có chủ đề thiên về tín ngưỡng, nhưng chỉ là những bày tỏ những cảm nhận riêng, không đủ sức cũng như không là mục đích đề cao một đức tin nào. Nội dung thi phẩm này không khác hơn tự sự tâm linh. Không triết không thiền. Tôi nguồn gốc thờ kính ông bà, thường được gọi là lương giáo, do đó có phần gần gũi với đạo Phật. Đơn giản chỉ vậy".

Tôi nghĩ việc "có/không" đã nằm trong những trang thơ "tự sự tâm linh" rồi, "đơn giản chỉ là vậy"!

Thật sự là tôi đã rất ngạc nhiên, và hạnh phúc, khi chỉ đọc 10 bài thơ đầu của toàn tập (gồm 110 bài thơ nhiều thể loại chung quanh "chủ đề" có liên quan đến Phật). Ngạc nhiên trước hết, là tôi đã có dịp đọc rất nhiều bài thơ, tập thơ, của những người làm thơ là Phật tử thuần thành

(đã quy y Tam bảo, có pháp danh, thậm chí có quan hệ mật thiết với quý tu sĩ, chùa chiền), tôi đã giữ chuyên mục "Hoa Tâm Trong Vườn Đạo" của Ts Vô Ưu trên 18 năm - nhưng hầu như chưa có ai "đường đột" làm thơ về các đề tài "to lớn" như Nhà thơ Luân Hoán:
Nói về "Đạo":

"... Đức Mâu Ni Phật trong tôi
luôn là hình ảnh tuyệt vời ngôi trên
Phật nhập diệt pháp chênh vênh
sinh độ hoằng hóa ba bên bốn bề

thờ lộn thờ trật thế nào
vẫn giữ giới luật nâng cao tâm hồn
tin mình chưa giỏi xảo ngôn
phù phép câu chữ ba lơn cuộc đời"
(Đạo)

Nghĩ về "Phật":

"... Phật tại chùa không khác
hình tượng chưng ở nhà
khác không gian Phật ngự
càng trang nghiêm càng xa

trầm hương nhà không thiếu
chuông mõ chùa vang hơn
tịnh tâm không xuống tóc
một cách tu trong hồn

chưa hề là Phật tử
pháp danh chưa cùng tên
ngưỡng mộ đời đạo hạnh
nguyện biến lòng thay sen

"... nhưng nhiều đêm say ngủ
tôi mơ thấy Phật cười
tôi nghĩ em cũng thấy
vì Phật của mọi người"
(Phật)

Cho đến "Phật Tượng":

" ... nhà tôi chưng Phật nhiều nơi
chỗ nào trang trọng ngài ngồi lim dim
và ngay trong cả phổi tim
tôi đây cũng có ngài lim dim ngồi
buồn vui chuyện của cuộc đời
dựa vào mắt Phật để đời sáng ra
đôi khi tôi rất ba hoa
nhưng xảo ngôn ấy thật thà lòng tôi"
(Phật Tượng)

Tiếp theo là các bài thơ dành riêng cho "Phật Thích Ca Mâu Ni/ Phật A Di Đà/ Phật Di Lặc/ Phật Quán Thế Âm" và "19 vị La Hán". Điều thú vị và ngạc nhiên tiếp theo đó là mười bài thơ đã "nêu danh" chư Phật và chư Bồ Tát của Nhà thơ đều trong trạng thái "nhất tâm" - một lòng ngưỡng vọng, rất chơn phác, khiêm tốn! Mở rộng tâm hồn nhiên đến với Phật, là sẽ "gặp Phật" vậy - Phật hiện tiền! Đơn giản là vậy!

Trong tĩnh lặng "nhất tâm", tôi tìm thấy hương vị của tấm lòng chân thành ngưỡng vọng, kính tin (Tín):

"... giữa chính điện cao sen đài
ngài ngồi trong thế kiết già bình tâm
tay trái cùng hai bàn chân
xếp thành khối ngọc cân phân hài hòa

tay phải nâng cánh sen hoa
thập-độ-thủ-ấn (2) bao la nhiệm mầu
hai đầu trỏ cái giao nhau
vượt đáo-bí-ngạn (3) lắng sâu tượng hình

Phật ngồi hào quang lung linh
tôi đứng khép nép vọng nhìn xa xa
phục ngài buông bỏ vinh hoa
đạp lên khổ nhục tìm ra đạo vàng

tôi vô phép chợt mơ màng
đắp y xuống tóc hân hoan theo hầu
hồn thanh thản chẳng về đâu
như mây muôn kiếp trắng màu phiêu du..."
(Phật Thích Ca Mâu Ni)

Lòng chí nguyện thủy chung rất mực (Nguyện):

"... Vô Lượng Thọ, Vô Lượng Quang
Vô Lượng Công Đức dung nhan Di Đà
ngài đứng trên tòa sen hoa
thòng tay phải thả vị tha xuống đời

Pháp Hoa Kinh ngát trầm hương
Cực Lạc một cõi Tây Phương cứu người
câu kinh theo liền đời tôi
A Di Đà Phật thơm môi ấm lòng..."
(Phật A Di Đà)

Sau cùng, dường như căn duyên với Phật cũng đã bén rễ trong tâm hồn Nhà thơ từ thuở nào (Hạnh) như một "bản tính" như nhiên không thay đổi:

"từ Nam Thiên Trúc sinh ra
một đấng Di Lặc rất là vô tư
ngoài tâm địa rất hiền từ
ngài luôn có vẻ như dư nụ cười

... ngài và Bố Đại một người?
thường vác cái túi tới lui bất ngờ
biết tính ngài thích làm thơ
ước gì thù tạc tình cờ, biết đâu"
(Phật Di Lặc)

"... xin thưa không dám dông dài
văn vần chẳng thể nói hoài quên thôi
thật ra dành suốt cả đời
viết về ngài, khó hết lời kính yêu."
(Phật Quán Thế Âm)

Hơn 100 bài thơ trong "Liên Hoa Thi" đã thể hiện rõ ba "yếu tố" Tín - Nguyện - Hạnh căn bản để đi vào cửa Đạo, tuy sự thể hiện có phong cách riêng, nhưng tựu trung đã giãi bày được sự chí tình, chí nguyện khẩn thiết, thì hỏi chi là "Có/Không"?

Ghi vội đến đây, tôi chợt nhớ đến một câu thơ của Nguyễn Du trong bài "Lỗi Dương Đổ Thiếu Lăng Mộ (Bắc Hành Tạp Lục):

"... Nhất cùng chí thử khởi công thi?"
(Một đời cùng khổ đến thế phải chăng là vì thơ?)

Một đời thăng trầm của Nhà thơ đã đưa Luân Hoán đến với Phật, tự nhiên như vậy chăng?

Quê nhà, những ngày đầu năm Kỷ Hợi

Mang Viên Long

MVL, là tên thật, sinh năm 1944, trên khai sinh ghi 04-06-1946 tại Qui Nhơn, khởi viết thập niên 60. Qua đời ngày 26-7-2020. Đã xuất bản trên 20 tập truyện ngắn

Bìa: Uyên Nguyên Trần Triết

HỒ ĐÌNH NGHIÊM

NGỌC CHÂU

Gia đình tôi theo đạo (nếu có thể xem đó là đạo) thờ cúng ông bà. Góc khuất trong nhà, khuất nhưng cao ráo sạch sẽ nhất, đặt để một cái bàn khá lớn dùng chưng ảnh những người đã khuất núi, bày biện hoa quả lễ vật nhang đèn có màn che bên ngoài. Đã là nơi dùng làm chỗ thờ phụng thì tự khắc giang sơn nhỏ bé kia vẫn toát ra được chút trang nghiêm, ai bước tới thảy kính cẩn cúi đầu, vụng dại tỏ bày thành tâm, lâm râm chừng như muốn sám hối một điều gì.

Tôi nghĩ những ai thờ cúng ông bà, không nhiều thì ít, họ có hấp thụ đôi điều cơ bản về triết thuyết Phật giáo. Từ nhà họ đến chùa, lối đi ngắn hơn so với những kẻ vô thần. Nếu muốn chứng nghiệm nỗi đau để tìm cách giải thoát, chỉ bảy bước họ có thể chuyển đổi cảnh giới để làm Tỳ Khưu (Bhiksu), là người phát nguyện tu hành, xuất gia theo giới luật của Phật. Đắc đạo hay không lại là chuyện khác. Đổ thừa cho phận mỏng, chẳng có căn tu. Tôi nhớ Bùi Giáng có hai câu, lạm bàn sự lầm lạc nọ:

tôi về nhà cửa sương thâu
bước đi mà chẳng thấy đâu con đường. (BG)

Lại có bốn câu khác, đọc lên là biết ngay do Trung niên Thi sĩ làm ra:

Phật ngồi dưới gốc bồ đề - Tiên nương dừng bước tóc thề chấm vai - Thưa rằng: "Phật thật là tài - Thấy mà như chẳng, tự ngoài vào trong." (Bùi Giáng)

Nói tới Phật, buộc phải nghĩ tới Tây Tạng, xứ cheo leo trầm lắng với độ cao khắc nghiệt nọ, từ 1960 họ đã xây dựng hơn 6000 ngôi chùa, hơn hai trăm tu viện chất đầy kinh sách hiếm quý. Thử nghe một bài ca của dân du mục hát, cũng đủ chứng nghiệm ra đôi điều (mượn tư liệu từ cuốn Hoa Sen Trên Tuyết do Nguyên Phong phóng tác. Nxb Văn Nghệ, California, 1990):

"tôi không tìm thấy người yêu - tôi đã cất công dọ kiếm khắp nơi - tôi lên núi tuyết, tôi xuống lũng sâu - tôi đi từ Đông qua Tây - từ Nam lên phương Bắc tôi tìm kiếm... tôi kiếm tìm... - rốt cuộc tôi thấy - người tôi yêu đang ở - ngay trong xó bếp.

Họ thôi hát. Họ đọc một câu chú quen thuộc mà đã là người Tây Tạng thì dường như ai cũng biết: "Om Mani Padme Hum".

Người Việt thì có vô số chữ chứa đầy thơm thảo: Duyên, Rằm, Nhập Thể, Buông Bỏ, Cà Sa, Từ Bi, Tràng Hạt, Bình Bát, Từ Thiện, Bồ Đề, Hoa Sen, La Hán... Bao nhiêu đó chừng cũng chưa vừa cho một người vừa viết nên ngàn trang thơ mang đủ Phật tánh.

Một thi sĩ từng kể cho "chúng sinh" nghe về đề tài chiến tranh, về hòa bình, về ngàn lẻ một con đường tình, về Ngơ Ngác Cõi Người, về đời ngập chìm trong bể khổ... và giờ đây, với từ tâm, anh dắt tôi tới chốn an trú bình yên nhất, Nam Mô A Di Đà Phật! Anh trao vào lòng sân si tôi những hình ảnh dễ thương, ví như:

Không dám mời Phật vào thơ
nhưng chắc Ngài đến đang sờ đầu tôi.

Anh là ai? Dạ thưa, tôi đang nói đến nhà thơ Luân Hoán. Hồi nhỏ nhà thơ được mẹ cho đeo lá bùa ở cổ, qua bao loạn lạc giờ này thế chỗ bằng tượng Phật ngọc xạnh. Nhà thơ tâm sự, rằng vấp hồ đồ và dễ nói ngọng khi dùng chữ nghĩa mang hơi hám Phật. Nhà thơ chỉ hiểu lờ mờ tới những rao giảng của kinh sách, biết chung chung rồi tự trào "thế cũng đủ tự cứu mình".

đôi khi tôi rất ba hoa
nhưng xảo ngôn ấy thật thà lòng tôi.

Với thật thà dùng làm kim chỉ nam, nên thi tập sắp ra đời mang tên Liên Hoa Thi biến thành một bài kệ dài dung dị, dễ hấp thụ. Trang sách sẽ mở ra, tụng nó mà chẳng cần nương vào tiếng mõ hồi chuông.

Thi sĩ tự lập ra một am tự bằng vào những con chữ hiền hòa thường gặp trong cuộc sống. Do từng được Phật sờ đầu nên thi sĩ quay lưng với những rao giảng cao xa tối nghĩa. Thơ như trốn trong bình bát, đầy tràn vì "khất thực" đã lâu trên cuộc lữ, lời trải theo chân đi bình thản, khác hẳn cảnh giới mà Tuệ Sỹ từng trăn trở vẽ nên:

"Đá mòn phơi nẻo tà dương
Nằm nghe con nước khóc chừng cuộc chơi". *(Tuệ Sỹ)*

Khác, do bởi Luân Hoán chưa từng bước lên những bậc thềm của thiền viện. Nhà thơ cũng chỉ là người riêng biết "thờ cúng ông bà" giống như tôi. Nhà thơ luôn đè nén tiếng khóc khi đứng bên cuộc chơi sắp tràn bóng tà dương. Tôi mến lời thơ thật thà kèm theo chút lạc quan của thi sĩ, an tâm khi chung hưởng với mộc mạc, hít thở được hương sen để nghe tâm tịnh đôi phần. Từ nhà tôi đến chùa, dọc đường được thi sĩ Luân Hoán đã đưa tay dẫn dắt, cho quá giang. Tôi u mê ám chướng trước câu nói của Lão Tử: "Người sáng suốt nghe đạo thì gắng sức mà thi hành, người bình thường nghe đạo thì nửa tin nửa ngờ, người tăm tối nghe đạo thì cười rộ. Nếu không cười thì đạo đâu còn là đạo nữa". Qua tới nhà thơ Luân Hoán, anh cho hay:

Riêng tôi tu đạo biết cười
Và cũng biết khóc tùy thời khắc riêng.

Đạo đó, với tôi e dễ tu tập, dễ thành "chánh quả", để ăn nằm qua vài đêm sẽ bỏ sa mù mà đắc đạo sáu phần. Tiêu biểu một vài lời kinh lạ:

đi tu không phải xa đời
mà mang cái đạo vào đời sâu hơn
...
ngã lòng nhiều lúc bon chen
xách thân bụi đất mon men cửa chùa
...
em nào còn tính ham chơi
muốn tu cứ ghé cùng ngồi viết kinh.

Muốn viết kinh liền lạc, có nên tập cho em đó ngồi xếp bằng trên bồ đoàn mà ngó lá rụng? Ngoài động từ rụng, thông báo việc lìa đời, nhà thơ Luân Hoán giải thích cho "em ham chơi" biết rằng:

lá rơi khác với lá bay

lá rơi chao đảo lăn quay rớt liền
...
lá rơi rụng một cái vèo
lá bay thong thả gắng gieo nỗi buồn

tôi khi hoàn tất vai tuồng
rơi bay quả thật chưa tường ra sao.

Đọc qua một vài bài bàn sơ chuyện vô thường của khổ nạn rơi, rời, bay, rụng; không dưng tôi lại nhớ đến thơ Bùi Giáng:

Cõi đời con én đưa thoi - Buồn rầu tôi định ra ngoài trăm năm - Bỏ vui gượng bỏ đau ngầm - Bỏ tình yêu bỏ điệu vần ngữ ngôn - Tuy nhiên tận đáy linh hồn - Tưởng chừng chẳng bỏ bồn chồn được tim. (BG)

Đời và đạo, suy ra chỉ là hai mặt của một hình tướng bất di bất dịch, muốn tách rời làm đôi, tùy thuộc vào nhân duyên của mỗi người. Liên Hoa Thi là một trong muôn ngàn cách tỏ bày bằng thơ ca khi nhà thơ vọng tưởng về điều khó bề dứt bỏ giữa cõi hồng trần này. Trang bị một lòng thành, không rõ có nghe ra lòng thôi vẩn đục? Đơn cử một bài, với giọng kể đặc thù của riêng nhà thơ, bài Đạo Tôi:

nhớ thời "nhất quỷ nhì ma..." –
bạn bè thường hỏi nhau sa đạo gì? –
nhiều thằng bợm trợn chai lì –
phán ngay đạo dụ, không tùy công văn

vốn nho nhã tôi thưa rằng –
thích tu ở cõi gió trăng bãi cồn –
gần gần như "Bà La Môn" –
mơ hồ khoái đạo độc tôn độc quyền =

tín hữu phái nữ ưu tiên –
dành cho nhan sắc có duyên mượt mà –
đạo không từ gốc chà và –
căn bản thờ cúng cỏ hoa đứng đầu =
khỏi xuống tóc được để râu –
dù chỉ lún phún ngọn sầu vu vơ –
miễn là có đượm chất thơ –
yêu em chữ dựng tượng thờ nghiêm minh –

đạo tôi theo đậm chữ tình –
ngoài tình trai gái linh tinh tình người
ảnh hưởng Phật Khổng tinh khôi –
Lão Trang đều có phà hơi thở vào –

cái thời học trò ồn ào –
nay còn lưu lại những nao nao buồn –
đạo tôi học ở nhà trường –
xã hội thu hẹp yêu thương đậm đà –

thầy cô nghiêm khắc nhưng mà
bọn tôi xếp loại thứ ba vẫn thành –
nhân sĩ một cách ngon lành –
đa phần rạng rỡ công danh đàng hoàng =

dù bắt đầu rất nghịch hoan –
thôi không kể nữa, sắp an kiếp rồi –
trả lời câu hỏi một thời –
thật tình chưa thấu đạo tôi rõ ràng…

Trong tập Liên Hoa Thi, nhà thơ sử dụng nhiều giọng kể mà hầu hết đều cố tránh chất u hoài, gạn bỏ phiền muộn. Có bài thơ 5 chữ Mười "Chín" Vị La Hán xem chừng là dài hơi nhất. Nhưng theo cảm nhận của đứa tăm tối mãi lần khân trước sân chùa như tôi, trong một sát na tôi đã đối diện với "thần sầu quỷ khốc" khi vấp phải bài Màu Hoa Vu Lan Chợt Gặp. Thần sầu quỷ khốc chỉ là cách nói đầy ước lệ, thực ra tôi đang quỳ gối:

mãn phần, mẹ mất thật chăng? –
không đâu, mẹ lặn theo trăng trên trời –
tròn sáu mươi năm cuộc đời –
tôi sống thiếu vắng bóng người sinh tôi =

mênh mông trong nỗi ngậm ngùi –
tôi lẩn tránh chỗ lắm người cài hoa –

lòng cầm không nổi xót xa –
chừng như mỗi bước đều là chiêm bao =

tôi đi đến những nơi nào -
tiếng chuông chùa mãi nao nao chạm lòng –

phảng phất hình bóng hoa hồng –
hiện cùng giọng hát tay bồng ru tôi =

dụi mắt xốn xang nụ cười –
trán non nớt ấm hương môi mẹ hiền –
tay thơm mùi sữa hồn nhiên –
tôi sờ má mẹ như ghiền đã lâu –

rõ ràng đã biết gì đâu –
kính yêu lòng đã ăn sâu khi nào –
vượt qua đầu đạn mũi dao –
cũng nhờ có mẹ luôn bao che mình =

người mất càng thêm hiển linh –
suy nghiệm theo những sự tình chính tôi –
càng tin mẹ vẫn trong đời –
khi tôi còn được làm người thế gian =

và hoa cho lễ vu lan –
không chỉ hồng trắng trang hoàng áo ai –
tôi nghe thoảng tiếng thở dài –
tiếng cười khe khẽ hoa cài áo em =

tôi chợt có hoa không tên –
nở từ thương nhớ ngày đêm thơm lừng –
khó ca ngợi nỗi mông lung –
với hư ảo với vô cùng linh thiêng =

cha là thánh mẹ là tiên –
nôm na chỉ vậy tùy duyên mỗi người –
bước tôi bất chợt thảnh thơi –
về đến nhà xếp bằng ngồi bình tâm.
(Vu Lan năm Mậu Tuất 2018).

Tựa đề bài viết tôi dùng chữ Ngọc Châu. Tên gọi đó thường được các cửa hiệu chuyên bán kim cương, ngọc quý, vàng bạc dùng cầu chứng môn bài, rất mực ăn khớp. Tuy nhiên từ xa xưa cũng có một nhà thơ đã mượn lấy, làm nhan bài "Những hàng châu ngọc" khi cất công sưu tập, ca ngợi tới những vần thơ tuyệt cú. Cũng xảy ra trường hợp có kẻ đọc kinh không thông, khi lãnh hội ra, họ ví cái sự "hiểu" nọ là nhờ vào phút linh cầu sáng ánh ngọc soi. Và sau hết, Ngọc Châu cũng là tên thật của nhà thơ Luân Hoán.

Chú thích: Tôi chưa kiểm chứng được độ dày mà Liên Hoa Thi mang, bởi thi tập sắp hoàn tất việc in ấn này chứa đựng rất nhiều bài liên quan tới chủ đề (Phật ở đâu xa? Phật ở ngay tâm mình). Tôi cũng không biết là bài tôi "vụng tu" có được nhà thơ Luân Hoán sắp cho nằm chung trong cõi thơm ngát hương sen, bài kệ nhập môn sâu lắng nhưng dung dị cho những ai, như tôi, tìm học lấy sự tử tế cuối đời. Cảm ơn anh Ngọc Châu, thi sĩ Luân Hoán.

Hồ Đình Nghiêm

17 tháng 2 năm 2019 (Gặp Luân Hoán TrongĐời Sống Thơ - 2022)

SONG THAO
CẢM THEO "LIÊN HOA THI"
CỦA LUÂN HOÁN

"Liên Hoa Thi" là tập thơ mới nhất của ông nhà thơ Luân Hoán. Bìa sách là một bông sen trắng nằm dưới khuôn mặt Đức Phật. Nghe tên sách, nhìn hình bìa, biết ngay là tập thơ... chùa.

Lạ! Ông Luân Hoán, theo tôi biết, chuyên môn đứng trước cửa chùa sao bây giờ lại có nguyên một tập thơ chùa. Bạn đã tặng sách, cũng phải vào coi, xem chùa của ông Luân Hoán ra sao.

nhớ mẹ cha từng nhắc
sống nhân cách là tu
ngôi chùa to lớn nhất
đó chính là cuộc đời

Có vậy chứ. Chùa của nhà thơ quả có khác. Tôi cũng nghĩ như ông bạn thi sĩ. Ngôi chùa to lớn nhất chính là lòng chúng ta. Thế giới chúng ta sống đang loạn chùa. Chùa lớn chùa nhỏ. Chùa nhỏ nhiều hơn nhưng hình như chùa nào cũng muốn thành chùa lớn. Tôi đã từng đi vãng những cảnh chùa lớn bất thường. Như một thế giới nguy nga nhiều màu sắc, đi mỏi chân cũng không khắp. Tính tôi vốn ưa cà rỡn, có lần đã nói với một ông bạn: "Chùa lớn như thế này chắc Phật cũng đi lạc!". Mà đã có Phật đi lạc thiệt. Tôi dẫn ông bạn tới một tượng Phật, phía dưới có đề: "Phật Di Lặc"!

Cà rỡn như vậy có vẻ phạm thượng nhưng chắc Phật Di Lặc cũng biết bông đùa.

từ Nam Thiên Trúc sinh ra
một đấng Di Lặc rất là vô tư
ngoài tâm địa rất hiền từ
Ngài luôn có vẻ như dư nụ cười.

Đó là Phật Di Lặc dưới con mắt ông Luân Hoán, một ông Phật ngồi bệt dưới đất, phơi bụng với một nụ cười không bao giờ dứt. Phật đã ngồi bệt dưới đất nên ông Luân Hoán cũng cà rỡn:

"biết tính Ngài thích làm thơ / ước gì thù tạc tình cờ biết đâu".

Phật của ông Luân Hoán rất cõi người, rất dễ thương.

"không dám mời Phật vào thơ
nhưng chắc Ngài đến đang sờ đầu tôi".

Phật tại chùa, trên bàn thờ, ngồi giữa khói hương nghi ngút, giữa ánh nến lung linh, trông rất xa cách nhưng Phật chính ra rất gần gũi. Kinh Pháp Hoa ghi: "Ta là Phật đã thành, các người là Phật sẽ thành". Ai cũng có thể thành Phật được cả nếu có Phật tánh.

Trong chùa có 18 ông La Hán nhưng ông Luân Hoán nhìn ra có tới 19 ông. Ông Luân Hoán, giống tôi, đều có bệnh về mắt, nhưng tôi nghĩ ông không nhìn lộn.

vị La Hán mười chín
chưa được đời biết danh
không chừng tôi hay bạn
khéo tu có thể thành.

Không chừng ông Luân Hoán thành Phật, không chừng tôi cũng thành Phật, không chừng bạn cũng thành Phật. Tôi đọc được trong website "Tâm An Lạc" lời khuyến khích mọi người thành Phật: *"Đức Phật vốn là một người bình thường như bao con người khác. Người vẫn đi, đứng, nằm, ngồi, ăn cơm, đi vệ sinh... nhưng Phật là người đã hoàn toàn giác ngộ hay tỉnh thức, còn chúng sinh vẫn còn đang phập phồng giữa giác và mê, nhưng khi chúng sinh thực tập và giác ngộ, chúng sinh sẽ thành Phật. Phật không có quyền năng ban bố, thưởng phạt chúng sinh mà Phật chỉ là Phật, người đã thành tựu đạo quả do tự mình tu tập, tự mình chứng ngộ. Chúng sinh cũng vậy, nếu biết buông bỏ những đòi hỏi của bản thân quay về bản chất thanh tịnh của chính mình, chúng sinh sẽ thành tựu giống như vậy. Trong vũ trụ có hằng hà sa số đức Phật và vị Phật nào cũng chỉ dạy duy nhất một cách là hành trì thoát khổ, tìm hạnh phúc chân thật trong hiện tại".*

Phật hiện diện tá lả mọi nơi như vậy, nhìn quanh ta chắc có Phật bên mình. Tiểu truyện "Pho Tượng và Tấm Lòng" ghi như sau: *"Như mọi ngày, hai ông bà cùng đi dạo một vòng, đi hóng mát buổi tối cho tiêu cơm trước khi đi ngủ. Đấy là thói quen của hai cụ từ nhiều năm nay. Trời tuy đã chập tối nhưng vẫn còn đủ sáng để cụ ông nhìn thấy vật gì nằm ngay dưới đất bên lối đi của mình. Cụ ông cúi xuống nâng lên và thấy một khối đất trông giống như một tượng Phật. Cụ ông chỉ cho cụ bà xem. Cụ bà cầm lấy trên tay và mang đặt cung kính ở tảng đá ngay ngã ba đường, miệng lẩm bẩm nói: mang tội chết. Trước khi quay đi cụ bà còn cung kính chắp tay vái tượng ba bái. Rồi ngày hôm sau, kẻ qua người lại, có người dừng lại chỉ để ngắm một vật lạ, có người gật gù mỉm cười, có người chắp tay vái. Cục đất sình hôm qua bây giờ đã thành một tượng Phật, và người ta lạy. Nghĩ xem họ lạy ai? Không ai lạy cục đất cả, người ta chỉ lạy tượng. Mà tượng mới chiều qua cũng chỉ là cục đất. Vậy Phật ở đâu? Hay Phật ở trong tâm người lạy? Cục đất chưa khô hẳn kia cũng chỉ là một biểu tượng".*

Cục đất đã có thể là Phật thì (xin lỗi!), bãi phân cũng có thể có Phật tính. Trong một giờ dạy Triết Đông của Giáo sư Nguyễn Đăng Thục tại giảng đường Đại Học Văn Khoa Sài Gòn khi tôi theo học, ông nói: *"Cục cứt bên đường cũng là Phật"* khiến đám sinh viên chúng tôi dội. Khi đó chúng tôi chưa ngộ nên sốc, thực ra đó chỉ là một công án của Hòa Thượng Vân Môn. Một vị tăng hỏi: "Phật là gì?". Ngài trả lời: "Que cứt khô!".

Tôi không là Phật tử nhưng thích chưng tượng Phật trong nhà. Phật đứng Phật nằm trên tủ sách của tôi. Ngắm tượng, tôi thấy lòng bình thản, yên ắng, mọi thúc phọc của cuộc sống dường như biến mất. Như vậy tôi vẫn phải dựa vào tượng để ru lòng. Lòng tôi vẫn chưa định. Khi định thì tượng ở trong lòng. Như câu của các nhà thiền: "Khi chưa học đạo thấy núi là núi, sông là sông. Học đạo một thời gian thấy núi không phải là núi, sông không phải là sông. Học và hiểu đạo rồi lại thấy núi là núi, sông là sông!".

Thiền của ông Luân Hoán cũng vậy:

quỳ chân thiếp giữa thiền đường
lơ mơ gặp Phật như tuồng rất thân
bàn tay Phật nhẹ nhàng nâng
tôi lên lưng ngọn bạch vân bay hoài
chẳng gặp ai, chẳng thấy ai
chỉ nghe thoảng tiếng thở dài của tôi

Ông Luân Hoán cũng như tôi, dù có dốc lòng thiền, vẫn bị cuộc đời níu kéo. Có chăng là có những giây phút lắng hồn xuống để rồi lại thả lòng lên. Lòng ông Luân Hoán muôn đời vẫn hướng về những trái thơm tho ngọt ngào của cuộc sống. Như đã từng. Như vẫn từng.

dựa vách chùa ngồi làm thơ
muốn đem hơi đạo nhập vào đời chơi
Phật học tuy chẳng trên trời
nhưng không thấu hiểu đành thôi vẽ trò
định dựa lời kinh vòng vo
thêm bớt chút ít thành thơ chân thiền
bất tài cộng với vô duyên
câu chữ chỉ lộ cái ghiền yêu em

Khi về với em, ông Luân Hoán mới đích thị là ông Luân Hoán. Em như một đóa "liên hoa"!

Song Thao
04/2019

Tên thật Tạ Trung Sơn, sinh ngày 01-8-1938 tại Hà Nội, vào Nam năm 1954. Viết trước 1975. Đã in trên 10 tập truyện ngắn và 33 tác phẩm cùng tên Phiếm

TRẦN THỊ NGUYỆT MAI

GIỚI THIỆU "THƠ THƠM TỪ GỐC RỄ TÌNH" CỦA LUÂN HOÁN

Khi đọc thơ đôi lúc tôi có thắc mắc. Khi thì không biết tên tác giả bài thơ, khi thì không biết câu thơ như vậy có đúng với ý tác giả không vì lỗi typo... Và, dù chưa hề quen biết với anh Luân Hoán, nhưng khi email hỏi, anh đều giúp câu trả lời. Lần này cũng vậy. Tôi đã thắc mắc một chữ trong câu thơ của thi sĩ Thương Nguyệt hồi xa xưa, thời ông chưa là họa sĩ Trịnh Cung, chẳng biết hỏi ai, nên lại email hỏi anh. Và đó là khởi nguồn của bài viết hôm nay.

Anh cho biết sẽ in một tập thơ mới, nếu tôi có hứng thú thì góp vài trang cảm nhận cho vui. Thật là một vinh hạnh quá lớn lao, làm sao tôi có thể từ chối được? Bởi anh là một nhà thơ đã thành danh từ rất lâu. Bắt đầu làm thơ từ năm 11 tuổi, tính đến nay anh đã sống với thi ca 61 năm. Có thơ đăng báo từ rất sớm (khoảng 14-15 tuổi) trên Tuổi Xanh, Gió Mới và các báo văn học Tiểu Thuyết Thứ Bảy, Ngàn Khơi, Kỷ Nguyên Mới, Mai, Bách Khoa, Văn Học... Là một trong những anh em miền Trung chủ trương tạp chí Trước Mặt - một tạp chí văn hóa xã hội - năm 1968 và cũng là người có thơ, sách xuất bản rất nhiều...

"Thơ thơm từ gốc rễ tình" là tập thơ mới nhất của anh, gồm có 5 tiểu tập:

1. tình vay sông núi quê nhà
2. mừng em linh hiển ăn nằm với thơ
3. nụ hồng cho bạn trăm năm
4. thường ngày hít thở linh tinh
5. cảm nhận từ nữ lưu

Phần 5 đặc biệt dành cho tiếng nói của nữ lưu, vì có nhiều nhà văn, nhà thơ, nhà phê bình nam giới đã viết về thơ của anh, như Đỗ Quý Toàn, Thái Tú Hạp, Du Tử Lê, Song Thao, Hồ Trường An, Nguyễn Mạnh Trinh, v.v... với những nhận xét chính xác mà tôi rất đồng tình. Như của nhà văn Hồ Trường An: "*Ngôn ngữ thơ anh cực kỳ đơn giản mà tinh khôi tân kỳ. Tài sử dụng ngôn ngữ của anh lạ lắm: anh làm thơ khơi khơi như nói chuyện, đôi lúc như hí lộng. Chúng ta không bắt gặp sự gọt giũa, trau chuốt trong thơ anh. Ấy vậy, mà ngôn ngữ anh đẹp lạ lùng, nó chứa cả nguồn sinh lực vô biên, hồn nhiên tuyệt vời. Qua ngôn ngữ thơ đó, chúng ta bắt gặp một sự nhạy cảm rất thơ, một tâm hồn phóng khoáng kỳ diệu.*"

Hay nhà thơ Thái Tú Hạp:

"*Bút pháp của Luân Hoán vững vàng, nhuần nhuyễn. Thong dong, xuôi suốt ở thể 7, 8 chữ. Mềm mại, nhẹ nhàng ở thể lục bát. Cô đọng, tự nhiên ở 5 chữ. Thơ của anh dồi dào hình ảnh, màu sắc với giọng giản dị đôn hậu, hay đưa tục ngữ vào thơ, đánh thức được xúc cảm của người đọc. Kêu gọi sự tham dự của người thưởng thức đến từng dòng, từng chữ... Tóm lại Luân Hoán là nhà thơ của cảm xúc. Và anh đã thành công trên đường đi của anh*".

Phải nói ngay rằng Luân Hoán làm thơ rất dễ dàng, bất cứ chỗ nào, thời khắc nào, không cần phải ngồi vào bàn viết, có bút mực hẳn hoi. Anh có thể làm thơ ngay trên giường ngủ, khi chờ vợ đi chợ, hoặc khi đang lái xe trên xa lộ... Vậy đó, nhưng hình ảnh, lời thơ rất đẹp tuy anh không cố ý gọt giũa hay trau chuốt. Chẳng hạn như:

không có áo vàng không hoa cúc
hình như đã có chút gì thu
cành xanh đã úa vài ba lá
như là đang nhuốm bệnh tương tư

ngày bước chậm chân theo sợi nắng
mây còn ngái ngủ ẩm sương mai
không chim không bướm không nguồn tóc
gió khẽ rùng mình lệch cánh vai
(Hơi Thu)

Những câu thơ thật đẹp và cũng quá đỗi ngậm ngùi khi anh viết về quê hương, tôi cứ thích đọc hoài:

vẫn gặp bình minh trên ngọn tóc
mỗi lần tay chải ngọn bâng khuâng
gió từ bờ ruộng qua bụi chuối
mang tiếng chìa vôi, thoảng hương bần

Hay:

gió lặng Sơn Chà tâm vẫn bão
không mưa mà lệ ngấm đêm sương
(Sông Hàn)

Và:

chết rồi, hồn phách, trái tim,
con chim cũng muốn đi tìm cố hương

gắng cho ta chỗ kê giường
trên mây trải bóng lên phường ấp xưa
(mất chỗ kê giường)

Tôi đọc mà rưng rưng nước mắt. Không cần những chữ nghĩa "đao to búa lớn", những lời thơ của anh nhẹ nhàng, thủ thỉ nhưng lại làm con tim xao động khi nhớ lại những ngày ấu thơ:

đêm đêm tức tưởi xốn xang lạ lùng
hàng tre gốc mít cành sung
đụn rơm bụi chuối... nhớ nhung xót lòng
...
cái đìa, con lạch, dòng sông
từ trong trí nhớ nối dòng chảy ra
...

nâng tay đè, xốn nặng thêm
vết tình đất nước chợt rên thành lời
(thả lỏng nỗi buồn)

Bất cứ nơi nào cũng làm anh gợi nhớ đến một quê hương đã nghìn trùng xa cách:

ở Cayo Coco
nhớ Thanh Bình Đà Nẵng
thấy trên sóng nhấp nhô
một thằng bé vọc sóng
(Ngồi Một Nơi Nhớ Một Nơi)

Hay khi nghe tiếng chim cu cũng vậy:

lần theo những tiếng cu gù
tôi đi tìm lại cái tôi thuở nào
vấp chân vào chùm ca dao
người xưa bỏ rớt bên rào tre thưa

lượm lên, ướm thử có vừa
cái lòng đang trống gió lùa bốn bên
bảy mươi năm tưởng đã quên
ai dè vẫn nhớ hương đêm trăng vàng
(Tìm Lại)

Hình ảnh đẹp quá phải không? Hương đêm trăng vàng. Chỉ bấy nhiêu thôi cũng đủ đưa ta về một vùng trời ấu thơ mà nhớ quắt quay cái thuở còn để chỏm, đã từng tắm hương đêm dưới ánh trăng vàng, ngây thơ cứ ngỡ trăng đang dạo chơi cùng mình...

Nhưng nhắc đến Luân Hoán là phải nhắc đến dòng thơ tình của anh. Tôi chưa được hân hạnh gặp anh ở ngoài đời, nhưng theo những dòng "tự họa" của anh, thì anh là một người:

tầm tầm một thước sáu
...
trọng lượng đủ đi lính
...
vừa hoang vừa lãng mạn
tính tình hơi nhút nhát
(Tâm Dung tự họa)

Nhưng với nàng thơ thì anh bạo gan lắm, anh “tán” ra trò, hỏi người đẹp nào lại không “đổ”:

riêng ta xin được thật thà
mê và yêu vốn bao la dạt dào
thôn quê thành thị rừng cao
biển sông đều chở em vào thênh thang
(ngợi ca mỹ nhân)

Nào là xin được làm “Chúa Chổm”:

nợ em cái háy nhẹ nhàng
cái nguýt tình tứ mở màn mộng xuân
nợ em cái véo đỏ lừng
ửng hồng da thịt thấm nhuần mạch tim
em không đòi, ta trở thành
chúa Chổm từ thuở xuân xanh đến giờ
(Hẹn Nợ)

Rồi còn hăm he:

ta mà cưa đổ được em
ngày đêm thường trực hành mềm em ra
...
ta xưa tim rộng mấy tòa
chừ thu hẹp đủ mái nhà nhốt em
(Hăm)

Chỉ cần người đẹp đi ngang qua:

dáng xuân như vệt nắng
hồn vương hương đôi tà
thơ ngây chợt bẽn lẽn
rùng mình chạm mắt ta

là tâm hồn nhà thơ đã thấy xôn xao:
gắng ngồi trong bủn rủn
á khẩu trước nguồn hương
bước em kéo dài mãi
sợi thơ tình nhớ thương
(Dáng Xuân)

Anh đã biết yêu rất sớm, từ những năm học đệ lục, đệ ngũ (lớp 7, lớp 8 bây giờ), dù chỉ là một buổi hẹn đi xem phim hay chạm vào tay nhau mà đã thấy rung động:

lần đầu tiên rủ em xem chiếu bóng
cứ như là chuyện trọng đại thế gian
đã tập trung tinh thần non nửa tháng
đến lúc ra đi tim vẫn rộn ràng
(Tình Năm Đệ Lục)

lòng chưa mở nhưng tình đã lộ
tay chạm tay rúng động mất hồn
mắt gặp mắt lập lờ bối rối
cả thân hình như đã bị chôn
(Người Tình Năm Đệ Ngũ)

Tình yêu thuở ấy thật trong sáng, chỉ là những nhớ nhung vơ vẩn, chưa có những đắm say nhục dục:

yêu chẳng biết làm gì hơn ngoài nhớ
nhớ lạ kỳ, nhớ tưởng phát cuồng điên
mới chia tay, vừa đến nhà đã viết
trao gởi cho nhau liên tiếp nỗi niềm
(Nụ Trăng Đầu Đời)

Tuy bông đùa ba hoa với nàng thơ thật nhiều nhưng anh là người rất yêu thương vợ. Tôi đã đọc những câu thơ anh làm cho chị Lý thật cảm động:

em muôn kiếp vẫn cành đào
nụ hồng nhánh quýt ngọt ngào mỏng manh
giọt mồ hôi mật long lanh
bón cho ta nở đầy cành hoa thơ
có nhau từ những kiếp nào
nghìn triệu kiếp nữa vẫn vào đời nhau
(Hứa Chắc)

Hay là:
năm mươi năm vẫn như còn
cái hồi môi ngậm môi nằm làm thơ
(Tiễn Em Đến Sở)

Chị thật hạnh phúc được anh trao trọn trái tim yêu thương:

món quà dành tặng cho em
vẫn là chất liệu trái tim hình thành
lượm thương yêu từng để dành
nhồi qua nắn lại hồng xanh đỏ vàng
(Quà Valentine)

Để rồi khi chị đi xa thăm con gái hai tuần, ở nhà một mình, anh nhớ chị da diết:

đêm nằm giường nệm rộng rinh
thấm thía nhớ nửa của mình thiết tha
gọi phôn nghe giọng dò la
dặn chừng như thể mát-xa dịu dàng

vợ chồng mà vẫn mơ màng
tuyệt hơn cả thuở mới chàng ràng nhau
thời gian ai bảo qua mau
sáng bò đến tối quá lâu thở dài
(Khi Em Vắng Nhà)

Những bài thơ viết về Mẹ của anh cũng thật tuyệt vời:

Mẹ tôi chưa chết được
vì tôi sống mỗi ngày
bằng tâm lành của Mẹ
với thương nhớ vơi đầy
(Mẹ)

Nhớ ngày còn nhỏ, bị mẹ đánh đòn, rồi mẹ lại thương, ban đêm sờ đầu con, để con mãi nhớ:

bàn tay mẹ ngấm đến già
nỗi thương nhớ viết thật không ra hồn
câu thơ nào đủ hương thơm
đủ cho mẹ biết lòng con bây giờ
(Lằn Roi)

Hay khi vợ luộc khoai lại gợi nhớ ngày còn nhỏ mẹ dặn đừng đào những củ khoai mụt mà phải trồng trả lại chỗ cũ:

đêm chùng xuống những giọt mưa
không ứa mà rớt lệ thừa hay sao
bàn tay mở nắm chiêm bao
nhớ khoai nhớ mẹ nao nao nỗi buồn
(củ khoai mụt)

Còn nhiều bài thơ hay lắm mà tôi không thể trích ra hết ở đây được. Xin mời các bạn tìm đọc "Thơ thơm từ gốc rễ tình" của nhà thơ Luân Hoán, để cùng nhau tìm về khung trời hoa bướm ngày cũ, để thấy lại hình ảnh của chính mình cùng với cha mẹ, bạn bè, anh chị em, người yêu và người tình của một thuở xa xưa. Để khi gấp sách lại, bạn sẽ còn thổn thức cùng với nỗi niềm của tác giả:

ta đã nhiều năm xa tổ quốc
nhưng nào tổ quốc có xa ta
sờ tay lên ngực nghe còn ấm
hơi thở cỏ cây ở quê nhà
(góc nhà)

Trần Thị Nguyệt Mai

sinh năm 1954 tại Sài Gòn, bắt đầu viết năm 1970, hiện trong nhóm Ngôn Ngữ (USA)

NGUYỄN THỊ THANH DƯƠNG
ĐÔI ĐIỀU KHI ĐỌC LUÂN HOÁN

Lâu rồi, đâu đó Thanh thỉnh thoảng có đọc thơ anh Luân Hoán đã thích, từ khi Thanh biết anh Phan Ni Tấn thì biết thêm về anh Luân Hoán và đọc thơ anh nhiều hơn. Càng thấy yêu thích. Khi Thanh tiếp xúc với vài bạn bè văn thơ, hoặc Thanh nghe bạn nhắc hoặc Thanh nhắc ra họ đều biết thơ Luân Hoán. Thì ra Thanh là người đọc thơ Luân Hoán khá muộn màng.

Nếu thơ anh Phan Ni Tấn, người miền Nam có chất đơn giản tự nhiên, thì thơ anh Luân Hoán, người của mảnh đất Quảng Nam cũng tự nhiên và đơn giản lắm. Những điều này hợp với "khẩu vị" thơ của Thanh.

Trong tập Thơ Thơm Từ Gốc Rễ Tình, ở tiểu tập 1: *Tình vay sông núi quê nhà*. Thanh thích những bài Chợt nhớ một chặng ấu thơ, Tìm lại, Thơ về anh... Ngồi một nơi nhớ một nơi nữa... nhiều lắm...

Tiểu tập 2 mới biết anh LH ngày xưa dẻo miệng lắm, anh yêu quá chừng cô, từ năm đệ lục, đệ ngũ, đệ tứ... rồi yêu một lúc 2 nàng, rồi yêu cả một đống nàng... may quá Thanh cũng tìm ra anh yêu các nàng họ Nguyễn. Trong bài thơ anh đạp xe đi tìm nhà cô gái qua nhiều con hẻm hay và dễ thương, (hành động dễ thương chứ không phải... khen anh dễ thương đâu nhé...)

Tiểu tập 3, đọc "Nụ hồng cho bạn trăm năm" thật cảm kích tình yêu của anh chị. Chắc chị Lý càng yêu anh nhiều thêm sau cuốn thơ này. Rất nhiều bài Thanh thích trong phần này như Quý Danh, Đôi bạn chung giường, Chuyện trò khi xe chạy, Có dịp em mặc áo dài, Hứa chắc, Kiếp sau đón em về lại, Cục vàng, Thơ của vợ hiền, v.v...

Tiểu tập 4 với các bài: Lẫy mẹ thương, giống như Thanh hồi nhỏ cũng hay hờn lẫy đợi mẹ thương và "làm lành", Bài ngồi nhà, Du lịch tại gia, Sinh nhật tôi 72 cùng với người chị sinh đôi của anh. Thanh cũng thích Kinh doanh và Làm thơ theo đơn đặt hàng... (Thanh cũng chuyên viên làm thơ theo đơn đặt hàng.)

Anh làm thơ đề tài nào thì hay đề tài đó, nhưng Thanh thích nhất đề tài về tình yêu, thời anh còn trẻ với bao nhiêu cô được anh yêu, anh mê. Dù rằng:

"Mê không có nghĩa là yêu,
Yêu không có nghĩa hai chiều đủ đôi"

Thì với tâm hồn lãng mạn của nhà thơ thế nào chẳng có những lần yêu đơn phương. Nhưng với tình yêu thực tế trước mắt, với người bạn đời của anh thì tình yêu đã được cộng thêm rồi.

"Chúng ta có tài sản chung,
Tình yêu chồng vợ trộn cùng tình nhân"

Sao mà Thanh thích 2 câu thơ này thế...!

Thơ anh viết ra rất nhiều, trong bất cứ lúc nào, khi anh đang đi xe cùng vợ, khi anh đi thay nhớt xe cũng thành thơ...

Anh Luân Hoán ơi, có lẽ anh làm thơ dễ dàng và tự nhiên như dòng suối chảy rạt rào. Xin cám ơn anh vì đã được đọc thơ anh. Mong dòng suối mãi chảy...

Nguyễn Thị Thanh Dương

tên thật Nguyễn Thị Thanh, nhà văn, sinh ngày 12 tháng 9 năm 1951
định cư tại Hoa Kỳ từ năm 1991, hiện cư ngụ tại Dallas Texas

ĐỒNG THỊ CHÚC
TÌNH QUÊ TRONG THƠ LUÂN HOÁN QUA "THƠ THƠM TỪ GỐC RỄ TÌNH"

Trải trước mặt tập thơ: Thơ thơm từ gốc rễ tình của Luân Hoán, Đồng Thị Chúc thật choáng ngợp. Một tập thơ khá nặng tay. Luân Hoán như muốn thâu hết tình cảm của mình vào tập thơ để gửi lại một khi bất chợt mình có mệnh hệ nào... Luân Hoán viết như để trả nghĩa với những người thân, bạn bè và những miền đất đã cho mình cuộc sống – những miền đất quê hương và những miền xa xứ. Trước hết là với người mẹ. Cũng như bao người con khác, Luân Hoán đã dành một góc thiêng dâng lên mẹ. Sự thương yêu tôn kính người mẹ được Luân Hoán bộc bạch một cách thật giản dị:

Mẹ tôi chỉ khuất bóng
Trong ngày tôi lìa đời.

Luân Hoán đã ghi lại được những giây phút của tình yêu ban đầu thật ngờ nghệch mà đáng yêu. Tình cảm với những người bạn gái đã cho mình những phút giây khó quên. Nhưng đặc biệt hơn cả, Luân Hoán đã dành tình cảm sâu lắng nhất, chân thành nhất với người vợ hiền thủy chung đi hết với mình cả chặng đường dài nhiều biến cải, để bù lại Luân Hoán đã đền đáp khá đầy đủ đức tính đó của vợ.

Trong bài viết ngắn này, tác giả Đồng Thị Chúc chỉ muốn chia sẻ với Luân Hoán về Tình Quê. Luân Hoán xa xứ khi tuổi đời đã trưởng thành, chính vì thế mà nỗi nhớ quê lúc nào cũng đau đáu bên mình:

Sờ tay lên ngực nghe còn ấm
Hơi thở cỏ cây ở quê nhà.

Ngay cả tác giả tập thơ cũng phải thốt lên:

Đã đi gần hết cuộc chơi
Nhớ không sót một góc thời tuổi thơ.

Phải rồi, tuổi thơ ở mọi nơi nào đó đều dễ in đậm vào ta bởi đây là những bước đầu đời cho mỗi kiếp người. Đứa trẻ nào khi sống ở một vùng quê mà chả được đùa mưa nhưng với Luân Hoán đã ghi lại được những phút giây này:

Thấy rõ từng hạt nước mưa
Thời giông chiều tắm không ưa mặc quần
Hoa bong bóng nở lung tung
Chạm tay hoa lẫn vào cùng thịt da.

Một sự tưởng tượng rất trẻ con:

Cọng rác máng xối trôi ra
Ngỡ như con cá thìa già vẫy đuôi
Vớt nhìn chợt phá lên cười
Cơn mưa vừa tạnh cả người run run.

Luân Hoán đã nhớ từng chi tiết nhỏ của ngôi nhà xưa của mình:

Trong ngôi nhà ngói nền cao
Cau, găng, tre, mít... xôn xao giữ tình.

Và nữa:

Gió từ bờ ruộng qua bụi chuối
Mang tiếng chìa vôi thoảng hương bầu.

Cũng có lúc trầm ngâm xa xăm:

Chiều nằm võng góc hành lang
Nhìn sân gạch rộng tìm bàn chân xưa.

Những kỷ niệm cứ ùa về, người xa xứ như bao người xa xứ, bất chợt gặp nón lá là rưng rưng. Thèm ngồi quán cà phê bên hè phố trong không khí hỗn độn đời thường:

Thèm về uống cốc cà phê
Bộn bề phố cũ lắng nghe chửi thề.

Rồi ngay cả những lúc ngồi ngắm biển trên đất bạn lại nhớ đến biển nước mình như trong bài Ngồi một nơi nhớ một nơi.

Nhớ quê thì như thế nhưng lại thấy tội tình, xa xót người con xa quê này khi mà Người Thơ muốn về nương náu lúc tuổi già. Những ký ức về quê chẳng còn được như khi mình đã sống đã tưởng tượng ra trước đây. Trở về thăm nơi cũ, cảnh đã khác xưa, lòng không khỏi nao nao:

Nền xưa đã lẫn giữa màu phù hoa
Đã tan hơi thở ông bà
Đã bình địa cả những nhà bà con.

Cũng như bao người xa xứ khác, Người Thơ khi về cõi cũng muốn trở về nằm trên đất mẹ như "Lá rụng về cội" vậy mà trước thực tế Người Thơ này không thể không nén tiếng thở dài bởi:

Dù về không bị đuổi đi
Quách nằm dẫu rộng một ly khó tìm

Và thật tội nghiệp! Như trước thực tại này, Người Thơ này đã tìm ra cho mình một giải pháp thật đơn giản khi phải từ giã cõi đời trong bài Di chúc dặn vợ, nghe HÀI đấy mà thật rưng rưng:

Đừng rao đăng cáo phó
Trên bất cứ báo nào
Cả trên trang Vuông Chiếu
Sớm gỡ xuống không sao.

Và kết lại:

Tro cốt – Nếu em muốn
Gửi tạm vào cửa chùa

Hoặc cứ rải xuống đất
Bất cứ nơi đâu thừa.

Thật xót xa nếu như phải thực hiện đúng như ý của người đã khuất. Tác giả bài cảm nghĩ này lại không cho là như vậy bởi với tình cảm bao la của người con xa xứ như Luân Hoán, quê hương và những người thân sẽ trân trọng đón nhận tình cảm ấy và chắc chắn sẽ đáp ứng được nguyện vọng hết sức đơn giản "Lá rụng về cội" này.

Tóm lược lại cho bài viết ngắn: Đồng Thị Chúc không thể là người *"Vui mắt liếc vài câu"*, đã đọc toàn tập và đã tìm ra những ý những tứ những tình cảm đáng quý của tác giả Luân Hoán thể hiện trong tập thơ.

Nhìn toàn tập, cũng có bài câu chữ còn dàn trải, dễ dãi nhưng đó cũng bởi lý do Luân Hoán muốn trải lòng mình thật nhiều, chính vì vậy toàn tập thơ đã nói lên được những tình cảm mà tác giả Luân Hoán muốn giãi bày.

Hà Nội 14g 10 – 22-8-2013

Đồng Thị Chúc

sinh năm 1944 tại Cao Xá, Tân Yên, Bắc Giang. Tốt nghiệp kỹ sư điện tại Đại học Công nghiệp Kim Sách, thủ đô Bình Nhưỡng. Tốt nghiệp lớp viết văn do hội Nhà Văn Hà Nội đào tạo năm 1990. Đã xuất bản: Gót Chân Trần (thơ 1992). Lục Bát Dâng Tặng Người Xưa (HNV 2011)

PHẠM HIỀN MÂY
BỐN BÀI VIẾT VỀ THƠ LUÂN HOÁN

- Thơ và Người Làm Thơ.
- Già Đời Ham Chơi
- LH, Một Người Thơ, Một Đời Thơ
- Tình Thơ Phơi Phới Thanh Xuân

1. Thơ Và Người Làm Thơ
(bài cảm nhận in trong thi phẩm **Ba Hoa Huê Tình**, xuất bản năm 2020)

Ngắm chân dung trên bìa sau tập thơ, thật khó để không buột miệng, người trong ảnh quả là đẹp giai....

Đẹp từ mái tóc phiêu bồng đến đôi mắt sâu đăm đắm, hút hồn; đẹp từ cái nhếch môi cười khẽ, nửa ẩn chút cao ngạo, nửa rất đỗi hiền lành, cái hiền đã sẵn từ mẹ cho, từ cha nặn... đến cái cằm nhìn rất phong sương, đẫm màu điện ảnh...

Chân dung ấy chính là chân dung của nhà thơ Luân Hoán...

Mươi ngày trước, anh ngỏ lời, rủ rê tôi đến chung vui cùng anh và nhiều bạn văn khác ở một cõi có cái tên rất gợi, do anh đặt - BA HOA HUÊ TÌNH.

Làm sao có thể từ chối được trước hấp lực anh, trước vẻ đẹp đa tình anh, trước chữ nghĩa hào hoa anh, trước một người đàn ông rất manly như anh…:

em về ngủ với tôi không
giường tre chiếu cói ủ nồng tình hoa
tôi không có cánh tay ngà
nhưng có thơ bọc mượt mà lót chân
em tha hồ nằm khỏa thân
thảnh thơi nhẩm đọc thúy vân thúy kiều
không cần tâm sự tình yêu
cùng nhau thoải mái phiêu diêu tuyệt rồi
câu huê tình ướt cánh môi
mớm cho bốn hướng đất trời ba hoa

Thơ Luân Hoán đấy, rặt tình. Tình trong thơ anh ngồn ngộn. Tình trong thơ anh, lần nào cũng như lần ấy, không lưng chừng, chúng ngất ngưởng, đạt đến chót vót, tột đỉnh của chất ngất đam mê….

Lạ ở chỗ, anh dùng từ rất huê tình, thậm chí có cả những tả thực cảnh làm tình…, vậy mà khi đọc lên, thơ anh chưa bao giờ bị người ta phàn nàn, chê trách… rằng nó bỗ bã hay sống sượng mà trái lại, khác hẳn với rất nhiều giọng thơ thuần túy tình xưa nay, thơ anh đến bây giờ vẫn giữ nguyên được cội rễ á đông, thơm mùi lúa rạ, chân chất mà hồn nhiên, quấn riết vào nhau mà vô cùng thoát tục:

mời em lên ngựa phiêu bồng
giữa mây thái cổ trời trồng thanh xuân
nghìn thu lưng nối nghìn trùng
búp sen em nắm thơm vùng cỏ hoa

Lơi lả của anh là lơi lả thần tiên hạ giới, hoang tính của anh là hoang tính địa đàng tự nhiên vốn sẵn và tinh túy của nó chính là… càn khôn của đất trời, cái làm điên đảo gió mây, làm say khướt ngày đêm bọn giang hồ, lãng tử:

khi em buông bỏ xiêm y
không riêng thi sĩ ta quỳ trước hoa
chính thượng đế tạo em ra
cũng sững chừng trước nõn nà tinh khôi

Không chỉ làm thơ hay, viết phê bình giỏi, với tôi, anh còn là một người làm văn chương đáng kính. Cái đáng kính ấy nằm ở chỗ anh chân thành, giản đơn, không tô vẽ, không làm dáng, làm điệu, không vay mượn áo mặc vào giả làm người khác. Anh sống như anh thở. Anh làm nghệ thuật như anh... làm tình. Không phải thế sao chứ - "thơ tôi sống đời không có tư tưởng, triết thuyết nào ngoài một chữ CHƠI":

đêm mênh mông lặng như tờ
nghe em ú ớ ngủ mơ trong mùng
cái mền chưa thể đắp chung
nhưng trong cái nhớ có cùng cả hai

Tóm lại, trong các bậc làm văn chương của thế hệ kế trên, anh là một trong những người gây được ấn tượng với tôi, làm tôi thích. Phải, tôi thích anh, thích thái độ với chữ nghĩa của anh, thích tính cách của anh đối với đời, đối với thơ và tất nhiên, đối với cả gái... đẹp:

mây cao chốc chốc muốn sa
nắng soi từng góc thân hoa thiên thần
câu thơ biết phận cù lần
rút lui vào trái tim trần nằm mơ

Ba Hoa Huê Tình, sao lại không.... Bởi vì, nói cho cùng, chúng ta đến cõi này cũng chỉ là tham dự vào một cuộc chơi ngắn, mà khi rời, lòng ai cũng muốn thênh thênh, khẽ cười nhẹ nhõm: vui thôi mà....

Ba Hoa Huê Tình, một thi phẩm tuyệt vời, với tôi và với nhiều bạn yêu thơ khác.

PHẠM HIỀN MÂY

2. Già Đời Ham Chơi

Từ cái tựa đề anh định đặt cho tập sách thôi, cũng phần nào nói lên được tính cách của anh rồi. Anh ở đây chính là nhà thơ Luân Hoán, một người làm thơ từ thập niên sáu mươi của thế kỷ hai mươi. Thơ anh đã vang dội thi đàn từ lúc còn rất trẻ, và tôi khi ấy cũng chưa kịp ra đời. Nhưng DO may mắn và do duyên nữa, tôi nghĩ thế, mà giờ đây, tôi được anh xem là một trong những người bạn thơ vong niên thân thiết... của anh.

Anh trong tôi là một nam nhân rất điển trai. Tôi có thể quả quyết như vậy dù chỉ mới nhìn anh qua những tấm ảnh mà anh đưa lên trang facebook cá nhân, chứ chưa từng gặp ngoài đời thật, cũng như vào thời trẻ tuổi hào hùng của anh. Tôi nói hào hùng, vì qua lời kể, tôi được biết, anh từng bỏ lại chiến trường một bàn chân của mình. Anh là một người lính. Anh đã mất một phần xương máu cho quê hương. Vì thế, tôi cảm phục và yêu quý anh. Khi quen anh, đọc thơ của anh mỗi ngày, và sau một ít trò chuyện riêng cùng anh, niềm cảm phục và yêu quý ấy, ngày cứ mỗi nhiều hơn.

Tôi thích mái tóc bồng bềnh của anh, nó rất nghệ sĩ, rất ấm áp, ngọt ngào và không "ba hoa" chút nào như anh thường nhận về anh như thế. Lời lẽ của anh khi trò chuyện cùng tôi, bao giờ cũng ân cần, trìu mến nhưng từng từ, từng chữ anh dùng đều hết sức cẩn trọng; rộng mở, đón chào nhưng có mức độ, vừa phải. Anh, văn nhân hào hoa rất mực nhưng luôn giữ được một khoảng cách cần thiết với người khác phái nên mãi mãi giữa họ là một giao tình vừa chân thành, thân thiết vừa kính trọng, tôn ti. Tôi cũng thích đôi mắt của anh, đôi mắt chứa đựng một tâm hồn phóng khoáng, nghệ sĩ. Nhiều người nói thơ anh bình dị, không màu mè, riêng tôi, tôi không nghĩ vậy. Tôi nghĩ tài thơ anh đã đạt đến một nội lực thâm hậu, có có không không, thoắt ẩn thoắt hiện, biến hóa khôn lường. Tưởng đơn sơ, không bóng bẩy nhưng thật ra lại hết sức cầu kỳ và trau chuốt. Tưởng chất phác, thực thà nhưng thật ra lại vô cùng ý tứ sâu xa, dí dỏm, thông minh, có thể xếp vào đệ nhất tinh nghịch chứ phải giỡn chơi đâu.

Đọc cùng tôi bài này, bạn sẽ rõ, rõ-về-món-đồ-chơi- một-thời... của anh ấy:

bạn đang cầm rổ ấu thơ tôi
đưa tay vào đụng đồ chơi một thời
đã xa xưa cũ mèm rồi
nhưng chưa mòn bởi tình tôi bọc ngoài
có giờ mời bạn săm soi
biết chừng đâu gặp một vài nhớ nhung
kỷ niệm kỳ diệu vô cùng
giúp nhiều thế hệ có chung đôi điều

có thể cảm thông không nhiều
nhưng không phai nhạt thương yêu bình thường
xin được tặng bạn mùi hương
giấu vào cặp sách để đầu giường thơm
chúng ta sẽ mãi mãi còn
ấu thơ trong lúc cô đơn bất ngờ.

Một trong những điều làm tôi kính nể anh, đó là sự an nhiên và tự tại nơi anh. Anh không bon chen, không thi thố, không cần những khẳng định về vị trí, về thứ tự ở chốn tao đàn. Anh chẳng màng danh, lại càng không cầu lợi; không ham tiếng khen; không cay cú, hơn thua; không nói qua nói lại với ai và với bất cứ đề tài gì. Anh lẳng lặng làm thơ từ hơn nửa thế kỷ qua và hữu xạ tự nhiên hương - anh chính là như thế. Thơ anh trẻ, trẻ lắm. Rất nhiều người làm thơ đã không thể được như anh, dù rất muốn. Thơ họ già đi theo năm tháng, thời gian, tuổi tác..., không cưỡng lại được.

Đọc cùng tôi một bài thơ này, bạn sẽ hiểu vì sao tôi nói thế:

thân thể em chia ba phần:
ngực mông và chỗ mênh mông đất trời
ba miền thánh địa dưỡng hơi
tu tâm rèn tính cuộc đời tuyệt hơn

tôi nào dám nói ba lơn
chỉ đọc ý nghĩ nằm trong mọi người
tôi tin "sự thật mười mươi"
ai thấy trật lất rủa tôi được rồi

nếu linh tôi bị đi đời
kiếp sau may được làm người mới tinh
và sẽ lặp lại điều mình
ngợi ca ba cõi em xinh tặng đời

nhớ học thuộc lòng đọc chơi
mỗi khi tán gái ngọng lời tình thơ
có thể áp dụng bây giờ
rủi bị cái tát càng thao thức tình
(03-10-2020)

Tôi rất muốn viết nhiều về anh nhưng như người ta thường nói, dài thì... dở. Vả lại, còn dành phần cho các anh chị em khác, ai cũng rất muốn được viết về Luân Hoán, nói về Luân Hoán, trao tình đến Luân Hoán nên tôi dừng ở đây. Chỉ nói riêng thêm với anh, ở trang sách này, vì không biết còn nhiều dịp để trò chuyện với nhau hay không. Một năm qua, với nhiều diễn biến bất thường, tôi đã hiểu, vô thường là thế nào trong đời này. Muốn nói rằng, anh Luân Hoán à, được quen biết và trở thành bạn thơ anh là một may mắn của đời Mây. Nếu có kiếp sau, xin được làm em gái anh như thế này một lần nữa, từ sớm, để được học từ anh, nhiều hơn, cả tính cách lẫn tài thơ của anh. Bình an luôn cùng anh, Mây mong thế. Và nếu được, anh cho đăng bài thơ này như lời kết của Mây về anh. Đây là chân dung anh, do chính anh vẽ một cách khéo léo. Bài thơ rất hay, anh ạ:

TỰ PHỤ
thói hư tẩn mẩn tần mần
rảnh rang mọ mạy lăng nhăng thi từ
ngỡ thừa nhưng chẳng thấy dư
vẫn thích nhai lại từ từ cái ta **
quá khó phân biệt trẻ già
qua đường tâm thức khác xa thế nào
bởi vẫn giữ nguyên chiêm bao
ngủ thức đều gặp ngọt ngào như nhau:
- rõ ra trần tục đứng đầu
dán tình thắm thiết lắng sâu dịu dàng
không hay biết những nồng nàn
chỉ nghe thống nhất nhịp man dại tình –

vẫn mơ đơn độc một mình
ngồi trên đá tảng rập rình ngắm quanh
mở tầm rộng mắt trời xanh
theo mây chuyển động vô thanh âm cùng
thân ta bay giữa không trung
không tì không níu không vùng vẫy chi
không định phương hướng đến đi
tự dưng thích chuyển tùy nghi bất ngờ
không xa không rộng thế nào
thời gian khoảng cách mơ hồ triệt tiêu
không vọng niệm chuyện tiêu diêu
thánh thần phật chúa cao siêu nằm ngoài
cái ta hiện hữu, tàn phai
tâm không quán tưởng đúng sai nặng nề

ra đời không phải để về
*một thế giới khác u mê, sáng ngời... ***

vẫn mơ gọn chừng nấy thôi
từ khi nhận biết tính người trong ta
khó làm sao biết ta già
chỉ biết khác thuở lên ba ít nhiều
thói hư thành tốt, một chiêu
hồn nhiên sống đẹp tiếp theo mỗi ngày
thọ dài thọ ngắn từ nay
không quan tâm nhưng chắc đặt bày còn thêm
không thần tượng hóa các em
cảm ơn nhan sắc đứng bên cuộc người
vạn thọ vô cương cái tôi
không hơn nhưng chẳng thua trời đất đâu.
(LH)

Phạm Hiền Mây
(06.12.2020)

3. Luân Hoán, Một Người Thơ, Một Đời Thơ

Căn cứ vào cái tựa bên trên, có lẽ, nhiều bạn sẽ nghĩ, văn bản ở dưới đây, tiếp theo, sẽ là một tiểu luận, hoặc ít ra thì nó cũng là bản tổng kết về cuộc đời một nhà thơ có tên là Luân Hoán.
Xin thưa, không phải như thế đâu ạ. Chỉ vì người viết bài, là tôi, muốn viết một đôi điều, trong giây phút hứng khởi, nhưng không tìm ra tựa nào đẹp hơn như thế, đủ hơn như thế, nên đành mạo muội, làm to chuyện chút.

Ảnh sinh năm một ngàn chín trăm bốn mươi mốt, qua năm hai ngàn không trăm hai mươi tư này, ảnh được tám mươi ba tuổi tây, tức tám mươi bốn tuổi ta.

Nói già, thì, ừ, ảnh già, bảy mươi thì là già rồi. Nhưng lão thì chưa. Ai muốn tranh luận với tôi thì nhứt định, tôi sẽ tranh luận đến cùng ở điểm này. Giờ, khắp đông tây nam bắc, người ta sống thọ lắm. Anh Luân Hoán, ảnh lại minh mẫn đến thế kia, mỗi ngày, ảnh vẫn tận tụy viết, như con ong chăm chỉ làm ra mật, ảnh hút lấy tinh hoa của đất trời, làm ra thơ.

Và, chúng ta, nhờ thế, được đọc thơ ảnh, chưa ngừng, chưa từng bao giờ ngừng, như nước chảy miệt mài, như suối nguồn đổ thác, suốt sáu mươi tư năm nay, và còn sẽ tiếp nữa.

******

Nói ảnh thở ra thơ, mở miệng ra thơ, cầm bút ra thơ, gõ computer ra thơ, là kiểu nói chẳng hề ngoa ngôn chút nào. Nếu còn ngờ vực, xin mời các bạn cứ thư thả vào trang facebook ảnh mà tìm hiểu, tìm hiểu về đời sống ảnh, đời sống thơ của ảnh, xem có thực như tôi nói không.

Ngày nào cũng một bài thơ, khi ngắn khi dài, thậm chí, vài ba bài thơ, cũng có.

Bài nào bài nấy, ra tấm ra món hẳn hoi. Nghĩa là, không chỉ có nội dung hoàn chỉnh, mà sự sắp xếp câu chữ, vần điệu, đi thành từng cặp với nhau, hoặc bộ tứ, bộ bát, cứ gọi là bậc thượng thừa, mới đích xác.

Nhạc tính ư? Đầy. Chất thơ ư? Đầy.

Nói vui một tí, chớ thiệt là, thơ ảnh làm trong năm phút, chắc còn hơn cả những bài, người khác vặn vẹo cả ngày, mò mẫm cả tuần, thậm chí cả tháng, cả năm.

Đừng vội tự ái, không phải là chuyện dở hay, các bạn ơi. Vì, thơ ấy mà, thơ văn ấy mà, nó thuộc lĩnh vực nghệ thuật. Nó cần cái thứ trời cho, trời ban, ấy chính là năng khiếu.

Người ta nói, năng khiếu chiếm năm mươi phần trăm của chuyện thành bại. Tôi nghĩ khác. Ông Phạm Duy, ổng có học sáng tác ngày nào ở nhạc viện đâu, mà ổng giữ vị trí số một trong làng tân nhạc suốt một thế kỷ qua. Bà Thái Thanh, bả có đi học hát ngày nào trong quốc gia âm nhạc đâu, hay thầy bà nào đâu, mà bả luôn giữ vị trí hàng đầu mỗi khi bả lên sân khấu.

Năng khiếu, với tôi, quyết định bảy mươi phần trăm. Ba mươi phần trăm còn lại, thuộc về duyên thơ, thuộc về nợ thơ, thuộc về số phần, thuộc về định mệnh, tức là, ông Luân Hoán ổng sinh ra vào lúc Sao Thơ xẹt ngang đỉnh trời, nên từ đó, ổng được sắp đặt để trở thành nhà thơ.

Cái chỗ này, là tôi nói vui thôi. Bạn ơi, ba mươi phần trăm còn lại là nhờ vào nỗ lực của bạn. Nỗ lực đây, không có nghĩa là, ngày nào, bạn cũng rị mọ, ráng nặn, ráng nhào cho ra được thơ thì mới thôi. Nỗ lực đây, có nghĩa là, bạn phải cần học, tự học, đọc thêm cho thiệt nhiều, tìm hiểu thêm cho thiệt nhiều chuyện thơ và chuyện làm thơ.

Rồi, sẽ một ngày, thơ bỗng đầy trong túi áo bạn, thơ bỗng ngập trong tâm hồn bạn, thơ bỗng trào lên môi mắt bạn. Thơ bật tuôn ra ngoài.

Tự nhiên. Một cách rất tự nhiên, như trường hợp Luân Hoán.

******

Luân Hoán làm thơ với đủ loại đề tài. Sau khi xem một trận đá banh. Sau khi xem vài tấm ảnh nghèo. Sau khi lái xe vòng vòng đi đâu đó, chở vợ đi làm, chở vợ đi chợ, đến nhà thăm bạn, đi uống cà phê với bạn bè, đi khám bệnh....

Trong túi áo ông, lúc nào cũng có cây bút và tờ giấy. Chẳng phải do ông dư thừa thời gian, theo kiểu, thừa giấy thì vẽ voi. Mà ông tự biết ông, cái hứng thơ ấy mà, cái hứng muốn làm thơ ấy mà, nó ập tới, ngang nhiên, chẳng xin phép chủ nhân bao giờ.

Nó bất chợt tới, nên nó cũng bất chợt đi. Nếu không kịp ghi lại, thì sẽ mất ngay lập tức, cái ý, cái tứ, cái từ, xinh xinh, ngồ ngộ, hay hay, mới vừa vụt thoáng qua đầu.

Lúc nhìn tuyết rơi, khi ngủ dậy, một ngày sinh nhật của cháu con, Luân Hoán đều có thể, xuất ngón tay là thành thơ. Những câu thơ ngọt ngào, chở đầy trên chuyến thuyền tình, ngang qua dăm bến thơ, ghé vào, gửi gắm.

Còn ngày xưa ư. Thơ đến với ông lúc khoác lên người bộ chinh y. Khi chiến trường vừa vơi tiếng súng. Lúc bạn bè anh em, còn sống trở về trong bộ dạng, người chống gậy, kẻ xe lăn.

Luân Hoán cũng gửi lại chiến trường một phần của bàn chân, một phần thân thể. Khóc, chắc anh cũng đã khóc rồi. Buồn, chắc anh cũng đã buồn rất nhiều rồi. Giờ thì phải sống thôi.

Sống thôi, nghe thật dễ dàng, nhưng ai từng có đời sống đủ dài thì mới biết, chẳng dễ dàng chút nào, nhất là đối với những người xa xứ, biệt quê.

Ly hương, buồn lắm ai ơi.

Và, hàng loạt những bài thơ, được nối tiếp nhau ra đời, đến nay, cũng chưa có dấu hiệu ngừng, là những bài thơ, anh viết dưới vòm trời, quanh năm, lạnh giá.

******

Luân Hoán, cũng như hết thảy các nhà thơ tài danh miền nam thuộc thời Việt Nam Cộng Hòa, anh có tác phẩm đăng nhật báo và các tạp chí tên tuổi từ rất sớm, tuổi anh lúc ấy, đồ chừng, chưa chạm mốc hai mươi.

Anh làm thơ rất hay, và tất nhiên, đa dạng về thể loại. Nhưng như một người tình, anh đào hoa, rất đào hoa, ghẹo nguyệt giỡn trăng, không phải là không có, nhưng cuối cùng, anh chỉ chọn nàng lục bát để trao gởi trái tim mình, trao gởi phần hồn mình.

Nếu nói những người thường làm thơ bảy chữ, tứ tuyệt hay thất ngôn bát cú, là những người hoài cổ, thì, với những người trót đa đoan với nàng lục bát, tôi cho rằng, đó là những người, đã thuộc về, đã mãi mãi thuộc về cái gọi là quê hương Việt Nam. Tuy hoàn cảnh có xô đẩy họ đến chân trời nào đi nữa, thì máu chảy trong thân thể họ, tiếng nói họ, tâm hồn họ, luôn thuộc về cái gọi là bản quán, quê xưa.

Mời các bạn cùng tôi, đọc một bài thơ, mới nhất trên trang, anh vừa viết, lúc năm giờ sáng ngày 01.12.2023

Cùng Đám Bạn Tôi Xưa

luôn đi ngược hướng mặt trời
phơi lưng nắng dọi thấu đời bụi bay
người ta đi, đánh hai tay
tôi tay thọc túi và tay đưa đều
phong lưu trong cuộc luôn nghèo
vốn là cốt cách nhận đeo nghiệp trời
ăn chơi hai vế đủ đôi
dù chơi, ăn, chỉ dựa hơi bạn bè
thật ra có bạn không bè
thân nhau một đám lè phè cùng vui
thằng nào cũng nghĩ hơn người
sống vương giả thở thuốc mồi khói bay
một tuần năm bảy lần say
rượu trong suốt trắng, em mày mặt hoa
triết lý đời: sống nhẩn nha
việc chi cũng biết đủ qua sông dài
"cái tài cõng thêm cái tai"
ý Nguyễn Du nói, Kiều sai được à
vậy nên cả đám tà tà
thằng này thằng nọ tiếp sa sút dần
thằng tôi cúng một bàn chân
riêng đám cúng mạng gần gần một mươi
nhiều thằng sự nghiệp thụt lùi
chửi thề bằng cách nhếch cười bâng quơ
khổ thân đám chữ văn thơ
bị hành đủ cách phơi khô từng thằng

gọi ông nhưng chính thực thằng
hoặc con chi đó, trời trăng không chừng....

******

Rất xúc động. Thơ viết mỗi ngày, vậy mà khi đọc lên, rất xúc động.

Bài thơ là một văn bản hoàn chỉnh, cả nội dung, cả hình thức. Giờ, mà có ai không ưa anh ấy, muốn vạch lá tìm sâu trên một văn bản vừa hoàn thành tích tắc sau giờ ngủ dậy, nói thiệt, tôi e rằng khó lắm đó, chớ chẳng phải chơi.

Cái tứ của bài thơ đã nằm sẵn trên tựa đề - cùng đám bạn tôi xưa.

Đấy, các bạn thấy không, là tôi vẫn hằng lặp đi lặp lại, thơ ấy mà, nó khác văn xuôi, nó có quyền không tuân theo bất cứ loại ngữ pháp nào mà ta đã được học ở trường.

Ngữ pháp Việt Nam, một câu hoàn chỉnh phải là câu có đủ chủ ngữ và vị ngữ. Các thành phần khác chỉ là thành phần phụ. Không đủ một câu thì không được sử dụng dấu chấm cuối câu và cũng không được xuống hàng, bla, bla, bla, bla....

Nhưng ở trong thơ, các câu, hoặc không có chủ ngữ, hoặc không có vị ngữ, hoặc không có cả chủ lẫn vị, nó chỉ là một ngữ động từ, một ngữ tính từ, thậm chí, nó chỉ là trạng ngữ..., mà nó vẫn được xem là một câu.

Tiểu luận gia, nhà phê bình văn học Đặng Tiến, khi sinh thời, đã từng tuyên ngôn: "Thơ, là quyền uy tuyệt đối".

Nghĩa là, nó tuyệt đối đúng theo cách của nó, đúng theo kiểu của nó. Bạn đọc, chấp nhận hay không, thì nó vẫn cứ là như vậy. Nó là một văn bản hoàn chỉnh, đối với thơ.

Ví dụ, tựa đề ở trên - cùng đám bạn tôi xưa.

Nếu viết hoàn chỉnh theo kiểu văn xuôi thì phải viết thế này, tôi cùng đám bạn xưa. Mà ngay cả khi viết "tôi cùng đám bạn xưa", thì đây cũng vẫn chỉ là một chủ ngữ, chưa có phần vị ngữ.

Dài dòng như vậy để muốn nói với các bạn, dùng chữ cho thơ, sắp xếp vị trí chữ trong thơ, coi vậy chớ, hổng dễ ăn à nghen. Thơ mà viết giống văn xuôi thì tôi không đề cập ở đây. Còn thơ mà viết theo thể này, thể kia, thì nó là con dao hai lưỡi. Viết hay, thì thành thơ. Viết tào lao, tầm bậy tầm bạ, không có tứ, không có ý, không có tài dùng chữ, thì thành vè. Đọc nghe trơn tru vậy thôi, chớ thiệt ra, là kiểu sắp chữ, bài thơ chẳng chứa đựng được điều gì, và cũng chẳng truyền tải đi được một thông điệp gì.

"Cùng đám bạn tôi xưa", là những lời anh muốn tâm tình riêng, chỉ với những bạn quen từ hồi còn ở quê, cùng trang lứa, hoặc từng cùng trong quân ngũ, hoặc từng trong nhóm bạn văn chương.

******

Mặt trời lên ở đằng đông, thì anh đi về hướng tây, hướng của chiều tà, hoàng hôn bóng xế. Xế, như tuổi anh vậy, phía dốc xuống, bụi bay đầy. Người trẻ thì họ đi nhịp nhàng. Còn anh, mỏi rồi, nên anh đi theo cách của mình, cách của kẻ đã thấu lắm, cuộc đời.

Giọng thơ nhịp nhàng, làm ta dễ hình dung ra tác giả trong cảnh đi bộ đời thường, mỏi thì mỏi chớ không buồn, thậm chí, còn nghe vui vui, bởi giọng thơ mang hơi hướm như tự trào vậy đó:

luôn đi ngược hướng mặt trời
phơi lưng nắng dọi thấu đời bụi bay
người ta đi, đánh hai tay
tôi tay thọc túi và tay đưa đều

Giọng tự trào ấy lại tiếp tục. Sống với cuộc nghèo mà sao như tác giả cảm ra rất phong lưu. Phong lưu ấy là phong lưu của cốt cách, con nhà. Phong lưu ấy là số phần, được ông trời định sẵn, bày sẵn.

Phong lưu nên có nghĩa cũng rất ăn chơi. Từ một từ ghép "ăn chơi" theo kiểu phá phách, thì anh lại ngắt chúng ra làm đôi, và khẳng định, dù là ăn, ăn uống, dù là tụ tập nói chuyện phiếm hay tiệc tùng, cà phê cà pháo, thì, anh cũng chỉ luôn là kẻ được bạn bè rủ, nói khác đi, là dựa hơi bạn bè thôi:

phong lưu trong cuộc luôn nghèo
vốn là cốt cách nhận đeo nghiệp trời
ăn chơi hai vế đủ đôi
dù chơi, ăn, chỉ dựa hơi bạn bè

Rồi anh lại tếu táo, ồ quên mất, là bạn, chớ không phải bè. Các bạn anh, hết thảy, đều là bạn chí thân, chí thiết. Coi lè phè vậy chớ đứa nào cũng có một cái đầu rất siêu, rất giỏi. Đứa nào cũng thành công nơi xứ người. Đứa nào về già cũng có một cuộc đời vương giả.

Anh cũng vương giả chớ sao không. Nhìn cuộc đời anh đi, nhàn hạ thở, với thuốc - thuốc lá hay thuốc uống chữa bệnh, bạn muốn hiểu theo nghĩa nào cũng đặng - mồi lên, khói trắng bay bay:

thật ra có bạn không bè

thân nhau một đám lè phè cùng vui
thằng nào cũng nghĩ hơn người
sống vương giả thở thuốc mồi khói bay

Một tuần có bảy ngày, thì anh đủ bảy lần say. Mà bạn ơi, cái say của ông Luân Hoán, không phải say rượu đâu, mà ổng say cái khác.

Ổng say cái làn da trong suốt như màu rượu trắng, say cái dung nhan tươi như hoa, xinh hơn hoa. Với triết lý sống, từ lâu, đã chọn cho mình, ông quyết không sống vội, không sống gấp, mà sống nhẩn nha, từ từ.

Từ từ, cái gì cũng nhừ. Là người ta hay nói thế.

Chuyện gì vào tay ổng, cũng xong. Chuyện gì, ổng cũng giải quyết trọn vẹn, ngon lành. Bạn đã hiểu điều ổng muốn ẩn dụ chưa. Nghĩa là, gì gì đi nữa, ổng cũng đều rành rẽ. Không dám khoe tài cán chi, nhưng khẳng định, đủ để vượt sông dài:

một tuần năm bảy lần say
rượu trong suốt trắng, em mày mặt hoa
triết lý đời: sống nhẩn nha
việc chi cũng biết đủ qua sông dài

Đủ là đủ của cái thời còn trai trẻ, trung niên thôi. Chớ bây giờ, anh thú nhận, theo tuổi tác, cũng sa sút dần.

Tuy vậy, cách diễn đạt trong thơ vẫn rất vui. Kiểu như, đổ thừa, tại tụi tui có tài, mà, có tài thì kèm theo tai, tai họa. Ông Du ổng nói rồi nên đố chạy vào đâu cho thoát:

"cái tài cõng thêm cái tai"
ý Nguyễn Du nói, Kiều sai được à
vậy nên cả đám tà tà
thằng này thằng nọ tiếp sa sút dần

Vì là tác giả bài thơ nên ảnh cũng "tả oán" cho mình hơn chút. Rằng thì là, ở tuổi đôi mươi, ảnh đã tình nguyện hiến cho quê hương, đã tình nguyện cúng cho cuộc chiến, một-bàn-chân.

Đó là còn nhẹ đấy. Hồi còn quân ngũ, ảnh đã chứng kiến cả chục cái chết, bỏ mạng ngoài sa trường của đồng đội. Dù muốn dù không, ảnh cũng vẫn đỡ hơn. Những thương tật khác, nhiều khi, mất đến quá nửa người, đau đớn lắm:

thằng tôi cúng một bàn chân

riêng đám cúng mạng gần gần một mươi
nhiều thằng sự nghiệp thụt lùi
chửi thề bằng cách nhếch cười bâng quơ

Không chửi thề bâng quơ thì biết làm gì hơn bây giờ. Số mạng đã định thế thì đành phải thế.

Kết thúc, anh lại trở về với cái ba lơn thuộc tính. Anh ba lơn, không nhằm để chòng ghẹo người khác. Anh dùng nó để cười cợt chính mình và để xem nhẹ mọi điều. Ông ông thằng thằng, xuống chó lên voi, vẫn là cuộc đời xưa nay.

Nói trời nói trăng, nói thiên nói địa, cũng chỉ là tìm vui trong dăm ba phút:

khổ thân đám chữ văn thơ
bị hành đủ cách phơi khô từng thằng
gọi ông nhưng chính thực thằng
hoặc con chi đó, trời trăng không chừng....

******

Anh Luân Hoán, cùng Khánh Trường, Nam Dao, Nguyễn Vy Khanh, Trần Vấn Lệ, Đào Hiếu, Du Tử Lê, Đặng Tiến, cô giáo Nguyễn Thị Dư Khánh..., là những ân nhân của đời thơ tôi.

Nói ân nhân, là vì, từ ngay những buổi đầu, còn ban sơ, các anh đã tin tưởng tôi mà khích lệ tôi ra sách. Các anh viết nhiều bài để giới thiệu tôi, để làm lời bạt hoặc là làm tựa cho sáu cuốn thơ tôi, lần lượt ra đời.

Công tâm. Bất vụ lợi.

Những ân tình ấy, tôi không thể nào quên. Kiếp này, chúng ta là anh em bạn văn. Xin kiếp sau và nhiều kiếp sau nữa, cũng vẫn là cùng chung ý hướng trong nghiệp viết đa đoan, buồn vui có đủ.

Các anh, hen!

Sài Gòn ngày 02.12.2023

Phạm Hiền Mây

4. LH - Tình Thơ Phơi Phới Thanh Xuân

(bài cảm nhận phần 2 trong thi phẩm **Tay Chạm Vai Gần**, xuất bản năm 2024)

I/ VÀO ĐỀ

Về nhà thơ Luân Hoán thì chắc khỏi phải giới thiệu phần tiểu sử, phải không các bạn.

Ông nổi tiếng, không chỉ vì làm thơ hay. Nhiều người biết đến ông, còn vì ông là một người làm văn nghệ giỏi, khái tính, thẳng thắn, chỉn chu, đàng hoàng, đâu ra đó, và, rất mực quan tâm đến bạn bè khắp nơi.

Tôi nhớ đâu như, tôi cũng có viết về ông mấy lần. Nhưng lần nào cũng giống như cưỡi ngựa xem hoa, là bởi vì, ông viết thơ nhiều lắm, mà bài nào cũng hay, bài nào cũng thơ rất mực, nên cố kiểu nào thì cố, cũng chỉ là muối bỏ bể so với gia tài thơ đồ sộ của ông.

Thơ Luân Hoán là thơ tình, trước hết là phải khẳng định như vậy cái đã. Tình thì nhiều loại tình lắm, tình yêu quê hương, tình yêu gia đình, tình cảm bạn bè, tình yêu thiên nhiên, và, cả tình yêu dành cho em nữa.

Ông viết nhiều thể loại thơ. Nhưng với riêng tôi, thơ lục bát của ông, vẫn là thể loại giòn giã, dí dỏm, thi vị, tinh tế và khéo léo nhứt của ông.

******

II/ THƠ TÌNH SÁU TÁM

Thơ viết cho em, thơ làm vì em, chiếm số lượng nhiều nhứt trong thơ của ông.

Và ông cũng huỵch toẹt ra chớ chẳng giấu giếm gì, chuyện ông mượn thơ mỗi ngày, trò chuyện linh tinh, kiểu như phiếm, nhưng thiệt ra là để viết cho em:

yêu em anh biến thơ tình
thành câu chuyện phiếm linh tinh mỗi ngày
từ lông chân đến lông mày
vui tay chẳng ngại múa may vẽ vời
(Già Tay Thơ)

**

Vì đây là tình của thời phơi phới thanh xuân nên giọng thơ, hơi thơ của ông, phải nói là nghịch ngợm ghê lắm. Nhưng như người ta bảo, đi đêm cũng có ngày gặp ma, nghịch quá là nghịch nên cũng có lúc bị tổ trác chớ chẳng phải không:

đầu đời chạm ngọn thanh xuân
sợi dây lưng rút bỗng dưng cản đường

líu quíu bày tỏ yêu thương
kéo lộn, thắt gút, tai ương bất ngờ
(Khai Mở Xuân Tình)

**

Sáu tám thì cũng có dăm đường sáu tám. Thơ sáu tám cũ nhưng lại được trình bày theo cách mới. Đó cũng là một trong những sáng tạo của người làm thơ:

sáng ra
luôn ngộ con chim
sửng-cồ gân cổ
ngóng tìm tứ tung
(Hình Như Là Có Nhớ)

**

Bông lơn, hay đùa giỡn, tất nhiên trong thơ thôi, chính là nhà thơ Luân Hoán. Nhưng nói vậy mà không phải vậy, ông đùa giỡn có nơi có chỗ, chỉ trong phạm vi thơ mình, còn ở đời sống thường, cả trên trang facebook, ông cũng rất giữ ý. Đặc biệt, mười năm qua, từ lúc biết ông tới giờ, tôi chưa từng thấy ông vô trang ai để tán tỉnh hay ghẹo chọc bao giờ.

Thơ ông, ngoài tỏ tình, ngoài tán tụng, nhiều lúc cũng suy tư lắm, cũng triết luận lắm chớ chẳng phải không:

không chừng em viết mươi câu
tiễn người còn thở về đâu cứ về
bao la vũ trụ là quê
cuối cùng hay có cõi mê khác nào?
(Lo Gần)

**

Khi ngợi ca, khi mô tả về vẻ đẹp của nữ giới, ông hệt như một họa sĩ tài danh. Tay ông thoăn thoắt vẽ, đưa lên đưa xuống vài nhát thôi mà khắc họa ra cả một tấm chân dung hoàn hảo:

vai thon trần ngực trắng ngần
chạm mạch thơ chợt bần thần ngượng tay
hương không trung hương cỏ cây
hương huyền bí lạ bủa vây đất trời
(Ngợi Ca Sắc Nữ - 1)

**

Nhan sắc người nữ trong thơ ông, có lẽ, còn có phần trội hơn cả Hằng Nga, tiên nữ:

em không thể gọi là xinh
"chim sa cá lặn" thường tình như ai
em là sắc nữ không ngai
tim ta đúng chỗ đựng hài em thơm
(Ngợi Ca Sắc Nữ - 2)

**

Cách mời mọc tình yêu của ông cũng vậy, cũng khác những thi sĩ khác, táo bạo đấy nhưng nghe vẫn nên thơ, và nhất là, trong tình của ông, không khi nào thiếu vắng sự chân thành trong đó:

người ta mời rượu mời trà
mời điếu thuốc ấm mời cà phê ngon
ta mời em nụ môi hôn
bốn cánh tay khít vòng ôm nồng nàn
(Mời Tình)

**

Thơ tình thường không phân biệt tuổi tác, phái nam, dầu có tám, chín mươi thì cũng vẫn cứ rất đàn ông tính như thường. Huống hồ gì, đây là những bài thơ ông làm thời phơi phới thanh xuân.

Lời thơ Phân Bì của ông, là lời tị nạnh của giới. Đó là những lời tị nạnh dễ thương. Qua đó, ông phân bua, đàn ông khi tỏ tình, cũng nhiều khó khăn, cản trở lắm, chớ không dễ dàng chi:

con gái liếc tình con trai
môi cười mời gọi ít ai quở gì
tội cho đám trẻ tu mi
trầm trồ, ngó lén bị quy tội liền
(Phân Bì)

**

Bài Ra Giá của ông cũng vui. Ở đời, chẳng có gì mà không có giá của nó. Nói vui nhưng cũng là nói thiệt. Từ cái chạm tay, chạm môi, hay cái hôn sâu, tất cả đều có điều kiện thỏa thuận. Và ông nói tiếu lâm, tưởng gì khó, chớ nếu tặng bài thơ mà được chạm môi em, thì ông có hàng ngàn bài thơ như thế:

nghe em treo giá
tỉnh người
ta thừa cả đống thơ trời ơi thơm
đổi thơ để ngọt môi hôn
dại gì không gắng thả hồn vào thơ
(Ra Giá)

**

Ông làm thơ rất khéo. Chữ ông nhiều, như câu chuyện lưu truyền trong dân gian về câu nói của ông Cao Bá Quát ngày xưa: Trong thiên hạ có hai bồ chữ, mình tôi chiếm hai bồ.

Tôi không dám ví Luân Hoán như thế, nhưng người làm đến vài ngàn bài thơ như ông, mà chữ nghĩa cứ rời rợi, mới mẻ, tinh túy, tinh lọc, thì số người được như ông, chắc chỉ đếm được trên một bàn tay:

chỉ có ta, chả có chi
đặt lưng nằm xuống vu vi gió trời
không gian nhòe những sợi hơi
sợi ta đóng góp đang trôi dập dềnh
(Sau Khi Trăng Lặn)

**

Không chỉ ca ngợi người nữ với sắc đẹp mỹ miều, ông còn ca ngợi cả mùi hương của họ. Hương thơm ư, chuyện đó hẳn dễ. Nhưng hương thơm ở mỗi vùng cơ thể mỗi khác nhau, để tả cho ra được điều đó, thì cần lắm đến sự tài tình riêng của tác giả:

nơi thoang thoảng tỏa hương cau
nơi dai dẳng đậm dài lâu nồng nàn
nơi gây mê thật nhẹ nhàng
nơi đánh thức những cơ quan yêu đời
(Mùi Hương)

**

Làm thơ mà được như Luân Hoán, người ta gọi là bậc thượng thừa. Mà quả thật như vậy, nói lái hay chơi chữ, là chuyện nhỏ, ngay cả khi đưa tiếng tây, đưa tiếng tàu vào trong thơ, ông cũng nhuyễn nhừ:

"faire l'amour" gốc tình yêu
"thiên kinh địa nghĩa" giáo điều tự nhiên
tâm lành nên tôi rất hiền
có chi trong bụng khai liền cùng thơ
(Thơ Tình Hồng)

******

III/ THƠ TÌNH NĂM CHỮ, BẢY CHỮ, TÁM CHỮ

1. Năm Chữ

Khi chuyển qua thể thơ năm chữ, ông bỗng trở nên lí lắc, trẻ trung làm sao. Và không phải là kiểu lí lắc trẻ con đâu nha, mà là một kiểu của nghịch chữ, đùa chữ. Nghịch đùa nhưng không quá trớn, nghịch đùa mà không gây hại hay làm phiền lòng ai. Thế mới siêu. Thế mới tài:

một ví dụ cụ thể
hai động từ rờ sờ
cùng ngữ âm đồng nghĩa
(chạm vào một nơi nào)

có một món quý lạ
dùng từ sờ không hay
dùng rờ mới lột tả
cái sướng của bàn tay
(Rờ Và Sờ)

**

Thi sĩ có lòng tham không? Tôi nghĩ là có. Cứ dựa vào thơ ông Luân Hoán mà xét ra, thì chữ tham, phải viết in hoa mới vừa với ổng.

Nhưng tham gì mới được chớ. Đời, thiếu chi cái để tham. Tham tài giỏi, tham đẹp trai, bảnh tỏn. Tham làm thơ hay, tham tán gái đổ liền. Tham gái xinh gái đẹp. Và, tất nhiên rồi, tham trái tim đủ chỗ để chứa đủ muôn vạn tình nhơn, đủ muôn vạn tình yêu.

Các bạn không tin tôi ư. Vậy thì các bạn cứ đọc đoạn thơ sau, sẽ rõ:

em chậm chân, đừng lo
tim ta còn rộng chỗ

hãy cứ là nàng thơ
cho ta vào ở đợ
yêu và yêu thế thôi
yêu ra sao tùy ý
ngôn ngữ là chỗ ngồi
nhưng tim ta mái đựng
(Nàng Thơ)

**

Ông thường dùng phương ngữ Quảng Nam trong thơ của mình. Nhiều thi sĩ cũng hay dùng phương ngữ như ông, nhưng tôi đọc, không hiểu sao rất ngượng, rất ngại. Ấy là vì họ không có tài biến tục ra thanh.

Luân Hoán khác, từ "mắc tịt" được ông sử dụng ngon lành trong thơ. Đọc, không thấy ngại, mà chỉ thấy dễ mến, dễ thương:

nhưng có điều đã nói
"anh yêu em" ngon lành
trước mặt đám con cái
dịp chúng chúc ngày sanh

ôi cái chuyện mắc tịt
xưa dễ thương vô cùng
nay dễ thương hết sức
như bài thơ không cùng
(Mắc Tịt)

**

Ông viết chuyện yêu đương và đụng chạm thể xác dễ dàng như lấy từ túi ra. Bởi tôi mới nói ông giàu chữ là vậy. Giàu chữ nhưng mà phải có tài à nghen. Chớ giàu chữ mà như thợ sắp chữ, thì người rành đọc thơ, sành đọc thơ, họ nhận ra ngay. Các bài thơ của ông, rất nhiều bài được ông khuấy động vào "chuyện đó" một cách tỉnh bơ, ngon lành, không vấp váp:

nếu em không vừa ý
liền trợn mắt phùng mang

tiện tay cho cái tát
bất thần hiện rõ ràng

thật ra thời mới lớn
ta ngỏ lòng tài tình
tất cả nhờ cặp mắt
còn môi lưỡi làm thinh.
(Tỏ Tình)

******

2. Bảy Chữ

Như bao thanh niên khác, Luân Hoán cũng có một thời trai trẻ đầy mộng mơ của mình. Chỉ một mái tóc, một bờ vai, một dáng ngồi trên chiếc xe honda dame cũng làm ông bần thần, cũng làm ông ngẩn ngơ, cũng làm ông nghe trái tim như nhói lên một cơn đau vừa chớm:

ta bỗng mơ hồ thấy thoáng qua
người tình ta đó, chạy honda
bờ vai quen quá, lưng thân quá
ừ đã mê nhau nhưng đã xa
(Người Lướt Honda Trong Phố Nhỏ)

**
Ông luôn tự nhận ông là người đa tình. Tôi không chắc lắm, đây là thơ nhận hay thực sự, ông đang mượn thơ để nói về mình. Nhưng thôi, chuyện đó hậu xét đi.

Ông có nhiều bài thơ, bày tỏ sự "mê" gái của mình, hay nói đúng hơn, là mê vẻ đẹp của phụ nữ. Mà vẻ đẹp của phụ nữ, theo ông, tuổi nào cũng đẹp, và cũng theo ông, không chỉ sắc, không chỉ hương, mà tính cách, mà tâm tánh, mà lời ăn tiếng nói, sự giỏi giang của người phụ nữ mới là vẻ đẹp vĩnh cửu, vạn người mê:

nhớ nhớ như mê đôi mắt liếc
mê đường chỉ môi hồng hồng thơm
mê má lụa mềm như giấy quyến
mê vóc dịu dàng nét liễu cong
(Mê 2)

**

Luân Hoán có bài thơ Lú hay quá chừng hay. Ông làm tôi nhớ đến một quán cà phê bên Mỹ có tên này, Lú. Không biết bây giờ, quán cà phê ấy còn không.

Vì nó chỉ có ba khổ thôi, nên tôi gắng đưa hết vào đây. Bỏ khổ nào tôi cũng thấy tiếc.

Mê gái đến Lú, chắc chẳng phải chỉ mình nhà thơ Luân Hoán đâu nhỉ:

nói không mê gái hình như xạo
bởi trong nhi nữ chứa chan tình
càng ngắm càng mê càng kỳ bí
nữ nhân nhan sắc là thần linh

trước giống đẹp này, đâu thể trách
tôi thời ngơ ngác thuở mười hai
mất hồn một phút đành đi miết
sau lưng thơm phức cánh lưng dài

tôi thuở mười hai, em thấy đó
rõ ràng phơi phới nét con trai
đâu biết u mê lâu quá vậy
đến tuổi này còn lú dài dài
(Lú)

**

Không phải bài thơ nào của Luân Hoán cũng vui đùa, nghịch ngợm đâu. Có quá chừng bài, đọc, mà buồn thiu, đọc, mà muốn rơi nước mắt.

Thì đấy mới là thi sĩ đích danh. Làm thơ, mà không làm người ta bật cười theo, mà không làm người ta rơi nước mắt theo, mà không làm người ta ngậm ngùi, xót xa, cay đắng theo, thì đó nào phải là nhà thơ:

muốn mừng em nghĩ không ra cách
đạp xe qua ngả phố buồn buồn
vào quán sách, ngồi cà phê quậy muỗng
khói thuốc mơ hồ đậy nỗi tủi thương

chỉ có vậy rồi thôi rồi hết
thơ cùng văn chẳng dấu tích gì
may mắn vậy nên chừ nhớ lại
ngỡ cuộc tình như bụi li ti
(Thơ Tình, Viết Bất Ngờ)

******

3. Tám Chữ

Theo tôi, bài thơ Cuộc Tình Ở Cố Đô là một bài thơ rất hay của Luân Hoán. Chỉ tiếc là, bài thơ có mười khổ, nên dù hay mấy, tôi cũng không thể đưa hết vào đây. Các bạn nếu thích, có thể tìm đọc ở các tác phẩm thơ của ông.

Những bài thơ tình hay như bài Cuộc Tình Ở Cố Đô, xưa đã hiếm, nay, lại càng khó tìm hơn:

cuộc tình Huế đã hành tôi bầm dập
nhưng rồi quên, quên miết đến Mậu Thân
khi Huế chết bởi vài người tôi quen biết
nhớ chực em xưa, lòng nặng những bần thần

Huế vẫn Huế cho dù còn cục gạch
đất có hương vẫn tiếp tục ngát thơm
em áo trắng môi đắp môi thuở nọ
có còn ngang nhà sát hồ tịnh tâm?
(Cuộc Tình Ở Cố Đô)

**

Tôi không biết ông Luân Hoán đã từng bao giờ cầm cọ để vẽ chưa, nhưng thú thực, khi đọc thơ ông, tôi có cảm giác như ông là một họa sĩ vậy đó.

Và đương nhiên rồi, trong bức tranh của ông, luôn là một người nữ. Vẻ đẹp người nữ của ông, cũng không hề giống với bất kỳ lời ngợi ca nào của các thi sĩ mà chúng ta từng đọc.

Mô tả và ngợi ca của ông, không chỉ chân thành mà còn say đắm, không chỉ như mộng mà còn rất say mê:

ai họa sĩ không vẽ qua thiếu nữ
ai làm thơ không ngợi ca mỹ nhân
tự cảm biết ta đam mê nhiều thứ
bởi nữ nhi là nguồn gốc nguyên nhân

mỗi phụ nữ đều là một người mẫu
và mỗi người đều là thơ là tranh
viết chưa đạt, vẽ vời chưa khởi sắc
lỗi ở yêu, trân quý kém chân thành
(Người Nữ Và Họa Phẩm)

**

Lại một bài thơ nữa, mà nếu như tôi không đưa vào bài viết này của tôi trọn vẹn, thì tôi cũng giống như người có lỗi với bạn đọc vậy.

Vì sao ư? Vì bài thơ quá hay.

Quá sức hay.

Nội dung thơ không gì lớn lao, nó chỉ là "cảm xúc" thôi. Đúng vậy, tôi đang dùng từ rất chính xác, là cảm xúc, là sự rung động chỉ một thoáng, một thoáng bên đường, thế mà Luân Hoán cũng kéo được người đọc, là tôi, tham dự vào, để rồi ngẩn ngơ theo, bồi hồi theo, và nghe như mình vừa đánh mất một điều gì không rõ.

À, tôi nghe như mình vừa đánh mất một điều mà tôi không sở hữu. Và đây, xin mời các bạn:

mệt, tôi tắt máy xe ngồi lặng lẽ
bên con đường vàng óng nắng hoàng hôn
chợt ngó thấy hai cánh chân bước nhẹ
mắt nương theo lòng xao xuyến bồn chồn

dáng người dạo thon thon lưng dài lẳn
vai tóc đầy đổ xuống một nguồn thơ
không thấy kịp mặt mày ngoài chóp mũi
nhưng sắc nhan kiều diễm khó nghi ngờ

thân thể tôi chừng như vô trọng lượng
đang xuyên qua lớp cửa kính âm thầm
hồn lơ lửng như hồn tranh trừu tượng
nhập theo người từ đỉnh tóc xuống chân

sự si dại không khởi từ thương nhớ
đâu kịp yêu để bất giác thất tình
lòng thánh thiện trong veo hương gió thoảng
tôi mất hồn tôi trong giờ khắc hiển linh

vụt khuất mất eo thon vòng mông đẹp
đừng ngờ tôi manh động chút tà tâm
sự chao đảo bất ngờ như gió lốc
bất lực tôi không kịp cả mê thầm

nắng tắt hẳn chiều vẫn còn ánh sáng
tôi nghe tôi đánh mất một điều gì
hạ kính cửa hít đầy không khí loãng
hương ai mồi hồn lấp lánh cổ thi
(Người Qua Đường Chiều Hôm Qua)

**

Ở trên, tôi mới vừa đặt nghi vấn, liệu, Luân Hoán là một người mê gái thật, hay, ông chỉ mê gái trong thơ thôi, thì xuống dưới đây, đọc tới bài Khai Thật - 2, tôi đã được nghe ông thú nhận, rõ ràng, rành mạch. Không những đã không có một chút giấu giếm gì, không có một chút xảo ngôn gì, mà lại còn rất chân thành và dễ mến nữa chớ.

Để có thể hiểu rõ hơn, có lẽ tôi phải đưa vào đây trọn vẹn bài thơ mà không cắt xén gì cả:

mê và yêu một đời tôi bề bộn
nhưng chung quy chỉ một rưỡi mối tình
một chính thức đang dài ngày bền vững
nửa phần kia vớ vẩn thuở học sinh

thành tích vậy thất tình làm sao được
dẫu nhớ yêu lắm lúc ngỡ điên cuồng
người quen biết hay người nhìn nhân ảnh
chỉ gây buồn chút đỉnh khó bị thương

tôi ma giáo mượn quý danh nhan sắc
cũng chỉ là xảo thuật để làm thơ
may tất cả mỹ nhân đều rộng lượng
làm lơ cho kẻ vọng tưởng tôn thờ

yếu kiến thức cao xa thành giản dị
thơ ăn theo lòng người viết bình dân
nên khoác lác ba hoa thành như thật
hóa ra mình cũng rất có cái tâm

và đùa mãi lâu ngày thành yêu thật
nhưng không sao tôi tập luyện thất tình
em yêu dấu quý danh nào đây nhỉ
ăn cắp câu ai "thú tội trước bình minh".
(Khai Thật - 2)

******

IV/ Kết:

Mười chín tuổi, Luân Hoán đã có thơ đăng ở những tạp chí lừng danh như: Thời Nay, Phổ Thông, Bách Khoa, Văn Học, Ngàn Khơi, Văn, Trình Bầy. Ông từng làm trong ban biên tập của Tạp Chí Văn Học, Sài Gòn.

Tính đến năm nay, tám mươi ba tuổi, ông đã có sáu mươi tư năm làm thơ. Nếu tính sáu mươi năm là một đời người, thì thời gian làm thơ của ông đã lớn hơn đời người bốn tuổi rồi đó.

Thật đáng nể!

******

Người ta thường nói ông Bùi Giáng, ổng ăn, ổng ngủ, ông rong chơi, ổng bụi đời, và cả lúc tỉnh lẫn lúc điên, ổng cũng đều làm thơ. Nghĩa là, thở cũng ra thơ. Và còn thở là còn làm thơ.

Thì ông Luân Hoán cũng khác chi. Y hệt như Bùi Giáng, còn thở là còn làm thơ.

Năm nay, đã sang tuổi tám mươi ba nhưng ông vẫn minh mẫn, và chất lượng thơ, thì không hề hao hụt chút nào, cũng như số lượng thơ, vẫn rào rào như tằm ăn rỗi.

Chỉ có thể thốt ra một từ về ông, khâm phục, thật là khâm phục!

******

Nể nang và khâm phục lắm tài thơ của ông, nhà thơ Luân Hoán. Một tài thơ, một tài hoa đúng nghĩa, mà không ai có thể lên tiếng phân bì hay tị hiềm, so sánh, bởi vì chính cuộc đời thơ của ông đã là câu trả lời nghiêm chỉnh nhứt, hoàn hảo nhứt, nó dư sức dẹp tan mọi đố kỵ thường tình của người đời, nếu có.

Hôm sinh nhật vừa mới đây của ông, 10.01.2024, tôi đã có một bài viết tặng ông. Chưa đầy nửa năm, tôi lại viết thêm bài LUÂN HOÁN - TÌNH THỜI PHƠI PHỚI THANH XUÂN.

Anh Luân Hoán và anh Khánh Trường, hai người anh vô cùng quý mến của tôi, cũng là hai nhà thơ mà tôi viết về, nhiều nhứt.

Tôi không ngại viết, nhứt là với những người mà tôi yêu mến trong đời. Nên muốn nhắn với anh Luân Hoán thế này, Mây chỉ mong anh khỏe, anh hoài khỏe, và mỗi lần kỷ niệm gì đó, Mây lại được tiếp tục viết về anh, như từng đã.
Anh Luân Hoán nghen!

Sài Gòn 22.05.2024
Phạm Hiền Mây

HỒ ĐÌNH NGHIÊM

"TÂM CHÂN DUNG", LUÂN HOÁN

Tôi phân vân trước khi đặt tựa. Những chữ đồng loạt dồn tới trong một lúc: Đại Gia. Ngũ Ngôn. Ông, Tôi. Nặng Tay Cầm...

Cuối tuần, không dưng ở đây trời làm mưa. Nhà thơ Luân Hoán dừng xe bên lề, chiếc quạt nước không làm rõ nhân diện, chỉ nhìn ra cái nón quen thuộc và cánh tay vừa dong lên vẫy. Phu nhân thi sĩ đã đứng ngay cửa, co ro để trao tặng "Tâm Chân Dung" được bảo bọc trong bao ny-lông khô ráo, ấm áp một lây lan đón nhận.

Thời tiết một phần, phần khác do bởi tôi đang cảm động. Tôi nhớ có ai đó nói, ví von: "Mưa ngoài trời và mưa cả trong lòng". Nghịch lý ở chỗ: Đội mưa mà thân không ướt, thân bị dột đâu đó nên bất ngờ úng thủy, giọt ngắn giọt dài nằm đọng vũng, khó bề bốc hơi!

Vì sao Đại Gia? Vì đâu ai giàu có tác phẩm bằng người? Giàu có luôn cả bạn văn chương, không thể đếm được vẹn toàn trong nhất thời.

Vì sao Ngũ Ngôn? Vì Tâm Chân Dung sử dụng thể thơ năm chữ khi khắc họa mặt mày bằng hữu. (Chỉ dăm bài cá biệt dùng tới lục bát).

Cớ sao Ông, Tôi? Cớ là dù già trẻ lớn bé, hạng tuổi chênh lệch thấp cao, đã là bạn, là đối tượng được nhắc đến, tôi đều thống nhất gọi bằng ông cả, chẳng phân biệt. (Tôi là tác giả).

Tại làm răng Nặng Tay Cầm? Dạ xin thưa vì Tâm Chân Dung có bề dày tới những 450 trang. Nhẹ răng được? Mỏi tay trước, nặng lòng sau.

"riêng tại Montréal
tuy rằng không lập nhóm
cũng chỉ chơi loanh quanh
sáu, bảy tên liều mạng".

Chữ liều mạng này rất hay, không cứ phải ở chung phường, khóm với nhà thơ mới ngộ ra. Khác địa phương, bạn có từng liều mạng vọc hoa, liều mạng không đi làm, ở không ngồi rung đùi làm thơ, xăm mình ra mắt sách, uống thuốc liều đủ loại. Khi bạn điếc bạn có sợ súng không?

Vậy thì thoát ra khỏi chốn nọ, đông đúc những ai có chút tên tuổi, nhà thơ Luân Hoán đều quen biết cả. Ấu thời đến hiện tại, trong nước tới biển ngoài, cắc cớ (không làm tính nhẩm được đâu) dùng máy điện toán có thể hiện ra kết quả: 2018. Năm tháng mà nói làm gì, người thân sơ kẻ chung đụng quen hơi, vẫy tay ở góc phố cho tới khề khà an tọa chung một mặt chiếu hoa dễ chừng cũng lên tới con số ngất ngưởng ấy, chẳng hàm hồ đâu. Thành thử "sáu, bảy tên liều mạng" như thưa thốt khiêm nhượng kia... nói dzậy chớ hổng phải dzậy đâu!

Lương Sơn Bạc: Đất chứa dách lệnh pạt (108) vị anh hùng, theo truyền thuyết giả tưởng.

Tâm Chân Dung: Sách chứa nhiều hơn trăm linh tám, đếm ra sương sương con số 113 đại trượng phu, đã mất hoặc còn tại thế giữa đời thực này.

Nhắc Lương Sơn Bạc, danh xưng làm nghĩ tới một thứ gì rất gió bụi, rất giang hồ, rất san cơm sẻ áo. Trong khi nghe đến Tâm Chân Dung, lại mường tượng ra hình ảnh một am tự, cõi miền mong được trú thân, giũ bỏ đao to búa lớn mà thuần chỉ chân chất xưng tụng đề cao tâm lành.

Để làm rõ nghĩa hơn, xin đọc khổ cuối trong bài thơ mà tác giả tự vẽ lấy mình:

"nhớ, nhắc tôi nên gọi
ơi thằng Châu đủ rồi
hạn chế gọi bút hiệu
cha mẹ tôi nghỉ ngơi".

Một thứ tự trào vừa dí dỏm, vừa nhạy cảm, vừa ký gửi chút lòng thành. Tác giả tên thật là Lê Ngọc Châu, ông mượn tên Cha, Mẹ dùng làm bút danh. Và so với tên cúng cơm đầy cả châu ngọc giàu có, chữ Luân Hoán đã lỡ đi vào lòng người đọc kèm theo một hương mùi, thơm hơn cả sự trả hiếu. Một nhân vật trong truyện Tàu (chắc không nằm ở Lương Sơn Bạc) từng lập ngôn: Sinh ra ta là cha mẹ ta mà đứng vững trên giang hồ này cũng do công của song thân ta tác thành vậy! Nhân vật giả tưởng kia so với nhà thơ Luân Hoán cũng bên tám lạng người nửa cân, hồ dễ đã hơn nhau.

Nhưng khổ nỗi, buồn miệng "ơi thằng Châu" thì chốn hồng trần này sẽ có 108 (?) vị cùng ngoái đầu dỏng tai lên: Đứa nào vừa gióng gọi ta thế? Bánh mì Ba Lẹ, phở Hòa, phở Bắc, phở 75 thì vô số tiệm mọc lan tràn trên từng cây số, rất dễ đụng hàng thật giả khó phân minh cãi chày cãi cối ưa làm chủ thương hiệu chính gốc. Dĩ thực vi tiên, ăn no bò cỡi, có thực mới vực được đạo. Đạo ấy cô đọng vào duy bốn chữ "Độc cô cầu bại". Bạn suy nghiệm xong chưa? Bạn làm ơn chỉ giúp tôi ở cuộc đời ba chìm bảy nổi này có người làm thơ thứ hai nào mang danh Luân Hoán? Không riêng mỹ danh người vừa cho chào đời "Tâm Chân Dung", cuốn sách này cũng thuộc dạng xưa nay hiếm "cổ lai hy". Anh Nguyễn Thành, hiện ở Sài Gòn, người được nhà thơ Luân Hoán giao layout cuốn Thơ Việt Đầu Thế Kỷ 21 (đã phát hành hai tuần trước) cũng sẵn trớn lo giúp dàn trang cuốn Tâm Chân Dung đã đưa nhận xét: "Đây là tập thơ độc nhất vô nhị". Dài dòng thêm đôi chút: "một tâm hồn lớn đối với văn thi hữu và chỉ từ trái tim yêu thương vô bờ bến mới có thể làm được như vậy" (ngưng trích).

Tôi mang đồng cảm với "người tốt bụng" kia. Tâm Chân Dung là một cuốn sưu tập "tiểu sử, cuộc đời và sự nghiệp" lạ thường, dùng thi ca để khắc họa, vẽ nên khuôn mặt của các bạn đồng hành chung lối trong cuộc lữ khát khao đi tìm cái đẹp vĩnh hằng núp bóng văn chương, xem thi ca là chiếc chìa khóa duy nhất nhắm vào việc mở, giới thiệu, trình bày, gạn lọc bớt ảo ảnh.

Đặc biệt trong Tâm Chân Dung chỉ vẽ dung mạo có 113 "anh hùng" quy tụ mà không có bóng mỹ nhân chen vào. Xưa nay, mỗi khi luận tới anh hùng người đời ắt không quên bàn tới mỹ nhân. Cớ sự "lôi thôi" xưa ba đời vương nọ còn dây dưa tới "triều đại" hôm nay. Một nhà thơ nữ đưa ra lời bình:

"Phát hờn khi không thấy bất kỳ một bóng hồng nào..."

Một "bóng hồng" khác thỏ thẻ, sau khi uống ly nước chanh:

"một đống mày râu!".

Một nữ lưu chơi chữ, súc tích, thâm thúy, nhiều ẩn ý:

"Thế giới của đàn ông thật an bình giống như trên một hoang đảo..."

Chữ hoang đảo mà nhà thơ nữ dùng đúng là gợi hình theo kiểu thiên hình vạn trạng, thậm hàm dưỡng... (3 ý kiến trên, có thể thiếu sót, trích từ nguồn facebook). Muốn đừng giạt vào hoang đảo, nhằm tương quan lực lượng cương nhu thì phải nên có anh có em sánh vai đồng lòng tát biển Đông cũng cạn. Cho tôi mượn thơ của Lê Vĩnh Thọ (cũng 5 chữ cho khớp với thơ Luân Hoán) để thêm mắm dặm muối về bí quyết đừng ra hoang đảo:

"tôi không tin rằng có
cái gọi là tình nhân
nhưng chắc chắn em có
cái gì đó trong quần".

Một tình tự khác, cũng dễ thương của Lê Vĩnh Thọ:

"vào mật khu là dại
vẫn liều lĩnh dấn thân
tôi sa cơ thảm bại
rút quân và mặc quần".

Đối cực với hoang đảo chính là mật khu trong khi gò bồng đảo là bạn đồng minh của mật khu vậy! Thơ của Luân Hoán nhiều xiết cơ man nào là (đặc khu) "đắc địa những lời ve gái" tựa hai lá bùa trên. Nhưng trong Tâm Chân Dung, phần Bạt in ở trang 443, nhà thơ thổ lộ về điều thiếu sót không may (và không hay) nọ. Thày lay, ưa ăn chay, chẳng vén tay, xin tình ngay:

"phải chăng là đồng tính
sao đực rựa hết trơn?

đời vốn giàu mỹ nữ
ta thiếu hẳn mỹ nhơn!
chán phèo một cõi sống
an bình bọn đờn ông
sao không thử mơ mộng
vài ngọn lá thơm nồng
đờn bà khó có thể
phác họa nét dông dông
nói giỡn hay nói thật
đều có thể phật lòng
vẽ chơi một nhúm bạn
luôn có mình bên trong
ngỡ như thêm nhiều mạng
giàu thêm nhiều tâm hồn."

Nhà thơ Luân Hoán giàu có hơn kẻ hèn này nhiều mặt. Mặt súng ống, mặt va chạm, mặt lăn lóc, mặt gió sương, mặt vọc chữ, mặt thất tình, mặt nuôi chim, mặt ve gái – nói theo Bùi Giáng là "quen vui với chị thuộc phiền cùng em". Tôi nhớ lại ngày xưa, anh tôi mang lon Trung tá làm Tiểu đoàn trưởng một tiểu đoàn thuộc Sư đoàn 2 Bộ binh đóng quân ở Quảng Ngãi có đứa "đệ tử" nói lời chân chất cảm động: Trong gia đình thì có cha mẹ, ngoài mặt trận thì có "ông thầy", thầy bảo ban thì em xin nghe chớ em biết nghe ai bây chừ? Tôi nào khác gì thằng lính trơn ấy, vậy thì tôi xin học ngay câu chú "nói giỡn hay nói thật, đều có thể phật lòng" cho dù có bị đày ra hoang đảo. Phu nhân nhà thơ, chị Lý hẳn sẽ khen tôi "mi đã tu thân", thiện tai, lành thay, thậm chí lý thay! Mặt trận miền Montréal do vậy sẽ yên tĩnh suốt.

Rứa thì sinh hoạt của nhúm mày râu "chán phèo một cõi sống, sao đực rựa hết trơn" ấy nó tội nghiệp tới mức nào? Tôi xin kê ra đây đôi ba hoàn cảnh tượng trưng. Bức chân dung dụng công quẹt nhiều nét đường ngang nét dọc, tôi làm trái ý ông thầy tự tiện giản lược chỉ trong bốn câu nhằm "dem thèm" quý mỹ nhơn, đại khái:

"khởi từ một ánh mắt
của cô bé mê thơ
ông thả chữ tán gái
làm báo lớn, bất ngờ" (Lâm Chương)

"ngay trong khi ông động
vẫn cứ tĩnh như thường

không chi phối, tận hưởng
phút chao đảo chiếu giường" (Ngu Yên)
"ông vừa cõi tiên về
chúng tôi chờ ông hú
khoe em luôn một thể
chúng tôi vỗ tay mừng" (Lưu Nguyễn)

"ông cũng rất hào sảng
nghe tôi cần có em
làm đối tượng vớ vẩn
ông làm chim xanh liền" (Hồ Trường An)

"thằng nào không thế nhỉ
nhưng ông trội rất nhiều
đúng tim đen tất cả
khi mới lạng quạng yêu" (Đỗ Trung Quân)
"đám hậu sinh khả ái
có mặt khắp năm châu
rủi để ông gặp mặt
nhốt vào thơ làm hầu" (Hoàng Lộc)

"nhiều người giàu đạo đức
đánh giá: thơ ruồi bu
có thể rất chí lý
cu mu đều ba xu" (Đỗ Kh.)

"gặp ông là chắc chắn
được đãi bữa tiệc cười
chỉ chuyện đứt dây sướng
rầu thúi ruột cũng vui". (Hồ Thành Đức)

Bây chừ thì dài tới 6 câu, hòng gom đủ chút phận đờn ông, một tiểu sử không thể ngắn gọn hơn, nhờ động từ "Đi" dẫn lối:

"đi tu rồi đi học
đến tuổi, ừ đi lính
ông bị bức đi tù
xuất trại liền đi Mỹ
rồi đi làm đến chừ
may chưa mất con cu" (Nguyễn Ý Thuần)

Để tránh việc trích dẫn dài dòng, lòng thòng, mơ mòng, đừng hòng, rớt tròng. Tôi xin chốt lại ở phần nói về nhân vật Nguyễn Lệ Uyên, chỉ đưa ra bốn câu như chính tâm sự của tác giả. Nhà thơ Luân Hoán trải lòng:

"tôi cũng thường tọc mạch
khen người thật dài hơi
miễn là gắng khen đúng
không làm buồn cuộc chơi".

Cuộc chơi này chỉ buồn duy một chỗ, xưa nay vẫn thế, ấy là càng ngày chúng sinh càng vơi bớt việc chí thú ham bầu bạn cùng thơ văn (trong học đường thì có thầy cô mà ngoài cuộc sống đời thường nếu không nghe theo sách vở bày lối thì em biết học hỏi ở nơi mô?). Nhà thơ Luân Hoán vốn xem in thơ là một trò chơi lãng mạn tuyệt vời, vui thú nhưng ông cũng chao lòng bày tỏ, là Tâm Chân Dung nằm trong hạng mục thuộc loại khó bán. Và tôi đã từng thưa rằng, những ai còn để tâm muốn tìm hiểu dòm ngó chân dung, lý lịch trích ngang dị thường của các tác giả từng sinh hoạt trong lãnh vực nghệ thuật xứ mình, ắt họ sẽ nóng lòng tìm kiếm, đọc lấy, "ngâm cứu". Nó chẳng khô khan như nhờ vào Google đưa ra thông tin, nó ướt át hơn, nó sinh động hơn và trên hết, nó trình bày bằng một góc độ đầy thi vị hóa được phân tích qua ngòi bút dí dỏm, tinh tế của tâm vô lượng.

Tôi cũng giống như nhà thơ Luân Hoán, sợ mang "chứng bệnh" áo thụng vái nhau. Thú thật là khi viết văn làm thơ chúng tôi vẫn luôn cởi trần, trong lần trả lời cuộc phỏng vấn nhà thơ Luân Hoán cho hay là thích làm thơ trên giường. (Các bóng hồng có ai mắc cỡ chăng? Đực rựa vẫn có thứ đáng yêu của đực rựa, dễ gì lạc trôi ra ngoài hoang đảo). Trần trùng trục, xẻ ruột moi tim thì có đúng với quy trình vái nhau? Tuy vậy, sách dạy làm người vẫn khuyên "cẩn tắc vô ưu". Tôi rất ưu tư nếu không biết cách tán tụng người thơ Lê Ngọc Châu (tên như một bóng hồng không có râu ria) nhưng đành để dành vào dịp khác, bởi tôi tin chắc rằng "Ơi thằng Châu" đang rục rịch tuyệt vời lãng mạn để in thêm một Tâm Chân Dung nữa, chỉ gộp toàn các giai nhân tuyệt sắc, hoa nhường nguyệt thẹn, công dung ngôn hạnh, thi phú diễm lệ, điện nước đầy đủ và... ba đảm đang. Anh hùng đã nằm ở cuốn thượng vậy thì mỹ nhân ắt sẽ nằm trong cuốn hạ. Đời luôn bày ra thế, anh trên em dưới. Thượng đã minh thì hạ tất an lòng thôi phụng phịu dỗi hờn trên bảo mà dưới không nghe.

Tâm Chân Dung với bìa của Khánh Trường, bức tranh mang tên Trăng Đỏ. Trình bày: Nguyễn Thành. Đọc bản thảo: Trần Thị Nguyệt Mai. Kỹ thuật: Tạ Quốc Quang. Nhân Ảnh xuất bản 2018. Bìa sau ghi giá US $20. Liên lạc với nhà xuất bản Nhân Ảnh, bạn email cho: han.le3359@gmail.com hoặc (408) 722-5626.

Nhược bằng muốn mua sách có chữ ký của nhà thơ Luân Hoán, xin vui lòng dùng địa chỉ điện thư: lebao_hoang@yahoo.com.

Xin trân trọng cảm ơn quý bạn đọc yêu thơ, yêu công trình biên soạn đặc biệt mà nhà thơ Luân Hoán vừa trang trọng bày ra giữa "đời là bể khổ". Xin được hẹn gặp lại ở một lần được vái nhau, mai hậu (đời vắng vái nhau, vui với ai?) Thưa thốt thêm: Nếu quý vị có tác phẩm nào ưng ý muốn gửi mùi hương đi xa, tôi xin sẵn lòng được một phen "thắp tạ" (chữ của nhà thơ Tô Thùy Yên). Với tôi, văn chương chẳng bao giờ rẻ như bèo cả. Đừng hòng. Nó mắc cho phỏng tay. Tạm biệt bà con cô bác "năm châu bốn bể thảy đều nổi trôi", chỉ còn chữ viết là chung tình trụ lại. Mong lắm thay!

Hồ Đình Nghiêm
13.10.2018

NGUYỄN AN BÌNH

NÉT TƯNG TỬNG TRONG THƠ LUÂN HOÁN QUA "TÂM CHÂN DUNG"

Mấy ngày trước tôi có dịp ngồi uống cà phê cùng nhà nghiên cứu Lý Nhân Phan Thứ Lang tại quán cà phê cóc 58 Trần Quốc Thảo, trước 1975 ông là chủ nhiệm kiêm chủ bút tạp chí Văn Học với cái tên thật là Phan Kim Thịnh, tự nhiên ông lại nhắc đến nhà thơ Luân Hoán vì mấy lần gặp trước tôi có nói với ông tôi hiện đang cộng tác với trang Vuông Chiếu và tạp chí Ngôn Ngữ mà anh đang chủ biên. Về nhà tự nhiên muốn viết một chút gì đó về thơ của anh mà từ lâu tôi mãi nấn ná.

Tôi biết nhà thơ Luân Hoán từ những năm trước 1975 khi tôi gởi bài cộng tác cùng tạp chí Văn Học của ông Phan Kim Thịnh vì thơ anh xuất hiện thường xuyên trên đó nhưng tôi chưa có dịp quen biết anh, hình như lúc đó anh có chân trong BBT thì phải. Nhiều năm trôi qua từ sau biến cố năm 1975, một thời gian rất dài tôi đã từ bỏ văn chương và chỉ trở lại viết chưa đầy 10 năm nay. Tôi biết và quen anh khi tham gia cộng tác cùng trang Vuông Chiếu sau này có thêm tạp chí Ngôn Ngữ. Thơ anh người đọc không lầm lẫn với ai được vì nó rất bình dị, thơ viết ra như nói hay như hơi thở vậy, không màu mè, không dùng chữ cầu kỳ nhưng vẫn làm người đọc thú vị nhất là cái giọng tưng tửng trong nhiều bài thơ.

Thật ra cái tưng tửng trong thơ Luân Hoán không chỉ nằm trong tác phẩm Tâm Chân Dung mà nó rải rác gần như trong các tác phẩm thơ của anh, nó biến hóa thiên hình vạn trạng và ở tất cả các thể loại chủ đề: Từ thơ viết về tình yêu, gia đình, quê hương, bạn bè, thời đi lính mà nội dung diễn đạt người đọc khó đoán trước được mạch thơ của anh sẽ chuyển hóa theo một hướng nào. Phần này tôi xin để những người am hiểu hơn sẽ viết tường tận về thơ anh, ở đây tôi chỉ đề cập đến tính chất tưng tửng đó trong tác phẩm Tâm Chân Dung của anh thôi.

Đối với họa sĩ khi ký họa một nhân vật nào đó ông ta dùng cây cọ kéo từng nét đơn giản chủ yếu khắc họa được cái thần của nhân vật còn trong quyển Tâm Chân Dung, nhà thơ Luân Hoán lại ký họa nhân vật bằng thơ. Nhân vật mà Luân Hoán chọn để ký họa bằng thơ là bạn bè thân quen của anh hoạt động nhiều mặt trong giới văn nghệ: Họ có thể là họa sĩ, nhà văn, nhà thơ, điêu khắc, nhạc sĩ, dịch giả... mà anh quen năm nảo năm nào, từ thời xa lắc xa lơ cho đến những bạn văn anh mới biết sau này khi đã ra định cư ở nước ngoài, đặc biệt là anh không phân biệt họ là ai, ngày trước có đứng ở hai bên chiến tuyến hay không, hoặc mấy ông văn thi sĩ miền Bắc sau này nếu lọt vào... tầm ngắm của anh là anh chơi luôn.

Trong suốt tác phẩm ta thấy anh chọn thể loại thơ 5 chữ để diễn đạt. Điều này cũng dễ hiểu vì nó ngắn dễ khắc họa tính cách nhân vật hơn. Việc tôi muốn đề cập ở đây là những nét anh ký họa về những nhân vật đó bằng cặp mắt và dòng suy tưởng lạ lẫm và với giọng thơ rất là... tửng tửng. Nói như thế không có nghĩa là anh phóng bút tùy tiện, vẽ hươu vẽ vượn như thế nào cũng được. Tôi nhận thấy trước khi ký họa ai đó anh đã đọc, tìm hiểu về gia thế, hình thể, nghề nghiệp... rất ư là... chuyên nghiệp trong tầm hiểu biết có thể được và với giọng thơ giễu nhại mà chính nhân vật được anh ký họa họ bằng cái lối cà tửng đó cũng phải bật cười bao dung không nỡ giận anh trái lại còn ngạc nhiên: Quái! Thằng cha Luân Hoán này sao tinh ý đến thế kia chứ.

Tôi không có bản in sách tác phẩm Tâm Chân Dung của anh chỉ có bản PDF được upload lên trang Vuông Chiếu của anh mà thôi nên chỉ biết nó có số trang cũng không khiêm tốn chút nào: Nó dày 443 trang với hàng trăm người được ký họa, hãy xem bút thơ của anh vẽ về họ thế nào nhé:

Nhân vật đầu tiên anh hí lộng ngòi bút của mình là nhà thơ Cao Thoại Châu:

rảnh rỗi bưng một bác
phác họa loạng quạng chơi

không mục đích bôi bác
không bốc thổi lên trời
vẽ bậy từng nét thật
theo tác phẩm theo đời
chẳng mục đích gì khác
trám giờ trống vậy thôi

Mèn ơi! Thơ tả bạn như thế thì sao không nói là tưng tửng cho được kia chứ.

Với Bùi Bảo Trúc được vẽ với một hình thể khá ngộ nghĩnh:

ông cao ráo bụ bẫm
dềnh dàng như quan công
nhưng mặt trắng kính cận
kinh thư thuộc nằm lòng?

Với bạn bè thời quân ngũ ở Thủ Đức K 24, K 25 gì đó thì không cần tìm tài liệu anh cũng "phang" ngay những câu 5 chữ có vần có vè rất có hồn về họ nhưng với Bùi Chí Vinh gần như không quen biết chỉ nghe bạn bè nói chơi được thì chơi luôn. Thật cũng hết biết:

khoái thơ ông, phác họa
thay đôi lời cảm ơn
một nguồn thơ hào sảng
cõng đầy đủ vía hồn
thật ra đã hỏi trước
Hoàng Lộc, Cao Thoại Châu
đều bảo: "gã chơi được!"
thế là tôi được chơi

Dí dỏm cùng Du Tử Lê. Viết thế này thì tác giả "Khi tôi chết hãy đem tôi ra biển" chắc cũng chỉ biết cười trừ mà thôi:

ông kém tôi một tuổi
sao bàn chân quá dài
đích nào cũng tới trước
có trừ cái quan tài?

Với Đinh Cường coi bộ nghiêm chỉnh hơn một chút:

lông mày ông khá rậm
nhưng chưa quá huê tình
lòng mắt luôn chứa đọng
cảnh sắc cõi nhân sinh
mũi ông thuộc loại đẹp
biểu thị sự thành công
ăn ý cùng môi miệng
thở hít những thật lòng

Viết thế thì ai mà không biết nhà thơ Đỗ Nghê hay bác sĩ Đỗ Hồng Ngọc kia chứ:

gói tài hoa lãng mạn
Thư Cho Bé Thư Sinh
Và Những Bài Thơ Khác
lấp lánh ngát chân tình

Với Đỗ Trung Quân ngoài sự ngưỡng mộ còn là sự lo lắng vì thấy nhà thơ đang đùa với lửa:

sự ngưỡng mộ "tăng tốc"
qua Tạ Lỗi Trường Sơn
ông giúp cho tôi lớn
thêm một khúc tâm hồn
gần đây phải thú thật
ái ngại khi nhìn ông
xuống đường chống Tàu cộng
không có gậy tầm vông

Chân dung Hạ Quốc Huy lại được anh miêu tả sát sườn luôn:

ông thành danh võ sĩ
vóc gân guốc xương xương
tính ngang ngang lập dị
không quen, nhìn khó thương

Đôi khi câu thơ cũng chùng xuống một chút khi viết về nhà thơ Hoài Khanh:

từ Dâng Rừng, Thân Phận
qua Hương Sắc Mong Manh,

Trí Nhớ Hoang Vu, Khói...
tôi vẫn gặp Hoài Khanh
nhà thơ không có tuổi
nhà thơ chỉ có tình
mây trời mang em mất
nên đời còn trái tim

Với đoạn thơ thế này thì ai mà không biết anh đang nói đến nhà thơ Lâm Hảo Dũng với bài thơ "Ngày đi thương sợi khói bên nhà" được nhiều người biết đến:

sợi khói ông nhớ thương
"Ngày đi..." đành bỏ lại
xót xa lòng vấn vương
làm oằn tâm trí mãi

Và cũng rất chân tình với bạn thơ Lê Vĩnh Thọ khi một thời cùng đứng chân trên tạp chí Văn Học:

ới Lê Vĩnh Thọ ơi
mày trách tao đủ thứ
tao chỉ nhắc nhỏ thôi
vẽ mày, tao nhớ lắm
sao chưa thấy gởi qua
những gì mày đã hứa
tao sắp sửa thành ma
chờ tin mày từng bữa

Rồi lại đùa vui với cái chết cùng nhạc sĩ Từ Công Phụng:

tôi không nhắc sức khỏe
bởi ông quá tuyệt vời
trời kêu không cần dạ
đất gọi tỉnh bơ chơi
soi nhau trên cõi lạ
thấy ra cùng xế chiều
đùa chơi cười một chút
sao nắng trời hắt hiu

Đến cả mình anh cũng tự họa bằng những câu thơ cà tửng thì ta biết anh có chừa ai đâu nhỉ:

vẽ vời đám quen biết
mà không tự vẽ mình
y như giả đui điếc
rõ ràng không thật tình
ôm trong bộ dạng đó
lòng đầy đủ sân si
háo danh và háo sắc
mình vái mình, đã lì
thơ dỏm và thơ dở
nhưng không xạo bao giờ
có thể thỉnh thoảng giỡn
không lạc hồn vía thơ

.....

Còn rất nhiều câu hay nữa đó nhưng thôi để các bạn tự tìm đọc tập Tâm Chân Dung sẽ khám phá cái ngóc ngách tưng tửng trong thơ Luân Hoán. Kết thúc bài, tôi xin được gởi đến anh lời nhắn gởi chân tình của ông chủ bút tạp chí Văn Học năm xưa: Khi nào Bình có liên lạc với Luân Hoán cho tôi gởi lời thăm ông ấy và gia đình nhiều sức khỏe nghe cùng một cái nheo mắt đầy ý nghĩ. Tôi không biết điều gì ẩn sau cái nheo mắt đó, nhưng chắc anh hiểu phải không anh Luân Hoán?

Nguyễn An Bình
Bên bờ Kênh Tẻ, tháng 11-2020

nhà thơ tên thật Lương Mành, sinh năm 1954 tại Cần Thơ, tốt nghiệp Đại học Sư phạm. Hiện ở Việt Nam.

MANG VIÊN LONG
ĐỌC 3 BÀI THƠ LUÂN HOÁN

Nhà văn Mang Viên Long

- LH và Nhành Hoa Súng Ái Nghĩa
- Cuối Chạp Mưa Dầm Đọc "Buồn Như Tết Thơ Luân Hoán
- Lan Man thơ tình

1. Luân Hoán Và Nhành Hoa Súng Ái Nghĩa

Năm nhà thơ Luân Hoán xuất bản tập thơ đầu tiên cũng là năm tôi vào học năm thứ nhất, khóa 3 trường QG Sư phạm Qui Nhơn: Đó là tập *"Về Trời"* (nhà xuất bản Văn Học Saigon – 1964). Trước khi được đọc "Về Trời", tôi đã đọc nhiều thơ anh trên Bách Khoa, Văn Học, Khởi Hành, Văn, Nghiên Cứu Văn học, Vấn Đề... từ vài năm đầu thập niên 60.

Ngay từ thuở ấy, tôi đã có cảm nhận dòng thơ Luân Hoán bao giờ cũng thật dịu dàng, tươi mát, sâu sắc và rất đỗi hồn nhiên, cho dầu đôi khi anh phải đối diện với "*nén hương cho bàn chân trái*"! Sự hồn nhiên sảng khoái trong thơ anh đã cho tôi niềm vui, niềm tin và nhất là niềm say mê mỗi khi được "gặp" thơ anh trên các tạp chí, tuần báo văn học... Đôi khi tôi nghĩ, sự hồn nhiên (thơ ngây) trong sáng, có chút khịnh bạc ấy, luôn tiềm ẩn trong từng dòng thơ anh; đã thể hiện rõ nét bản chất của "con người" anh mẫu mực, chân thành trải lòng, vô tư khi đến với cuộc đời...

Tôi lại có ý nghĩ: xứ Quảng dường như "thích hợp" với những người làm thơ tình? Cuộc đất xinh đẹp yên vắng mà lắm truân chuyên Hội An – Quảng Nam, đã nâng bước thơ cho nhiều nhà thơ xứ này nổi danh với những dòng thơ tình in đậm bản sắc rất riêng: Tôi yêu những bài thơ Luân Hoán – nhất là những bài thơ tình, chính vì cái thật thà, chơn chất, mà vô cùng đằm thắm, dễ thương của một miền đất đầy ắp tình người!

"Nhành Hoa Súng Ái Nghĩa" là một bông hoa thôn dã thắm tươi trong vòm trời "*Hơi Thở Tình Nhân*" của anh, là tiếng lòng khẽ khàng mà âm vang, là xúc cảm tinh khôi của tình yêu chân chính dạt dào muôn thuở!

Lời chàng trai "tự bạch" một cách giản dị, mà rất bản lĩnh với cô gái ở thị trấn Ái Nghĩa (huyện Đại Lộc – Quảng Nam) như sau:

"ta chẳng có tài gì hay ho cả
ngoài ngón nghề tán gái rất nên thơ
em khuê các, ta như chàng bán dạo
nhưng đã yêu, chưa biết ngại bao giờ..."

Ngay từ đầu, chàng khẳng định hai điều: "*tán gái rất nên thơ/ đã yêu, chưa biết ngại bao giờ*".
Đó là hai "điều kiện cần và đủ" để cho người con gái yên tâm tin tưởng. Dù đã (tỏ ra) khiêm tốn nhìn nhận mình "chẳng có tài gì hay ho cả"; nhưng "ngón nghề tán gái rất nên thơ" và ngay sau đó là " đã yêu, chưa biết ngại bao giờ" thì "người đẹp" khó tính nào mà không xiêu lòng?

Chàng kể:

"lần thứ nhất tình cờ em qua ngõ
quá bất ngờ đành ngẩn mặt trông theo
ánh mắt ta, điện dưới tần cao thế
chỉ đủ giúp em biểu diễn vòng eo"

Sự "tình cờ em qua ngõ" một lần như duyên lành đã làm cho chàng, ngay phút ấy, chỉ biết *"ngẩn mặt trông theo"* thôi (mà không biết làm gì khác!). Ngẩn mặt = có nghĩa là "đơ mặt", nét mặt biểu lộ một xúc cảm như khi bị "sét đánh ngang tai"; tái xanh vì quá đỗi ngạc nhiên trước dung nhan mặn mà, và vô hồn (tê dại) vì bị giai nhân "hút hồn mất"! Rồi sau đó chỉ phút giây, chợt nhận ra ánh nhìn đăm đắm của mình cũng chỉ là "điện dưới tần cao thế" không ăn thua gì; nhưng tia nhìn mê đắm dõi theo kia, đã đủ "năng lực" để người đẹp "biểu diễn vòng eo" quyến rũ của mình! Cũng có nghĩa là, dù "điện dưới tầng cao thế" nhưng đã "chạm" được đến người đẹp, và nàng cũng đã nhận ra "tín hiệu dòng điện" chàng đang soi chiếu theo từng bước chân nàng...

Rồi tiếp theo:

"sau mánh lới điều tra vội vàng hiệu quả
ta mở ngay chiến dịch trông vời
phải nắm chắc từng phân nhan sắc
để mở tình đón nhận cánh chim rơi"

Không chút giấu giếm, sau lần nàng "tình cờ qua ngõ" đã để lại dấu ấn khá sâu đậm không thể nào quên; chàng vội dùng ngay "*mánh lới điều tra*" đơn giản nhưng vô cùng "hiệu *quả*". Đi điều tra (dò hỏi) = nhất là điều tra về người đẹp, thì chắc chắn phải có "mánh lới" (có thể gọi là kỹ thuật, phương cách) mới có thể giữ được bí mật an toàn (và có hiệu quả)! Khi biết được "tọa độ & lực lượng" của "địch" rồi, thì chàng "*mở ngay chiến dịch trông vời"* = đây là chiến dịch theo dõi, thăm dò, lắng nghe "động tĩnh" của đối phương, để "tùy cơ ứng biến"! Sự chuẩn bị khá kỹ theo binh pháp xuất quân "*nắm chắc từng phân nhan sắc"* = đồng nghĩa với biết rõ "lực lượng & động tĩnh" đối phương (biết địch biết ta, trăm trận trăm thắng), thì chiến dịch mới thành công: "*mở tình đón nhận cánh chim rơi".* Người đẹp, trong đôi mắt chàng, đã là một cánh chim xinh xắn yêu thương mà chàng phải "nắm bắt" trước khi vuột bay...

Và:

"em mới đến trọ, sau nhà ta mấy bữa
có nghĩa là em thường phải về ngang
chẳng có thể bắc ghế ngồi ngoài cửa
để hồ đồ thưởng thức nét dung nhan"

Biết rõ "đường đi nước bước" hằng ngày như vậy, nhưng kẻ "tán gái rất nên thơ" không thể "*bắc ghế ngồi ngoài cửa/ để hồ đồ thưởng thức nét dung nhan"* được. Sự tôn trọng trước cái đẹp, sự tự trọng với tình yêu thương, là điều kiện quan yếu để thăng hoa tình yêu, nâng cao phẩm cách của con người. Có lẽ, đây cũng là quan niệm sống của nhà thơ trước cuộc đời?

"ta lập tức xoay lại chiều bàn học
mặt hướng ra đường nay thay lại tấm lưng
một chiếc gương đủ to để thu đời phản chiếu
có cả em trong dáng bước ngập ngừng"

Không thể ngồi chờ đợi ngoài hiên để ngắm nhìn, để *"hồ đồ thưởng thức"*, chàng đã nghĩ ra cách *"xoay lại chiều bàn học/ mặt hướng ra đường nay thay lại tấm lưng"*. Đã xoay bàn học rồi, ngồi nhìn thử ra đường, với tư thế kín đáo ấy vẫn chưa thấy "ưng bụng"; chàng lại thêm "sáng kiến" mới, dùng *"một chiếc gương đủ to để thu đời phản chiếu/ có cả em trong dáng bước ngập ngừng".* Yêu thương là sáng tạo. Nhờ tình yêu thương, loài người luôn có sáng tạo mới cho đời, bởi *"những tư tưởng lớn đều xuất phát từ trái tim"* (Vauvenargues). Giống như chàng nhà thơ đang *"mở tình đón nhận cánh chim rơi":*

"rất nhiều bữa em liếc vào kín đáo
rất nhiều lần em ngoái lại bâng khuâng
đôi mắt to hàng chân mày khá đậm
cánh mũi thon giúp đỉnh ngực phập phồng"

Chiêm ngưỡng dung nhan người đẹp qua tấm gương to, chàng đã nhận ra: *"rất nhiều bữa em liếc vào kín đáo/ rất nhiều lần em ngoái lại bâng khuâng"*. Không yêu thương, không "để tâm" thì "liếc vào" để làm gì nhỉ? Lại nữa *"rất nhiều lần em ngoái lại bâng khuâng"*= sau cái "liếc vào kín đáo", thì nàng đã ngoái nhìn lại mà không trông thấy bóng dáng chàng, nên mới "bâng khuâng" thương nhớ chăng? Tình yêu đã bắt đầu làm cho tâm hồn cả hai trở nên thơ trẻ, rất dễ thương! Bên này khung cửa, chàng cũng đã thấy *"đôi mắt to hàng chân mày khá đậm/ cánh mũi thon giúp đỉnh ngực phập phồng".* Cái "sự thấy" này của chàng, tôi nghĩ – là do lòng thương nhớ, tưởng tượng nhiều hơn! Nhưng không sao, đó lại là một "nét đẹp" trong sáng cần thiết của tình yêu.

"ta quả thật rất vụng về mô tả
chân dung em không thuộc dạng Thúy Kiều
cũng chẳng giống Kiều Nguyệt Nga của Lục
giản dị bởi vì đúng dạng ta yêu"

Ban đầu đã khiêm tốn tự giới thiệu *"ta chẳng có tài gì hay ho cả",* bây giờ lại *"ta quả thật rất vụng về mô tả"* = nhưng sau khi so sánh người mình yêu thương với hai giai nhân tuyệt sắc Thúy Kiều, Kiều Nguyệt Nga, thì chàng cũng phớt lờ hai giai nhân kia, bởi không "đúng dạng ta yêu"! Chỉ có nàng = "Nhành hoa súng Ái Nghĩa", mới đích thực là người ta yêu, thương nhớ! Đây là một cách nói "ngây thơ & trẻ con" mà đã đạt được tình cảm cao độ cho người đọc, nhất là với nàng!

Chàng đã khẳng định:

"sẽ rất nhảm nếu vẽ em bằng chữ
hay bằng thơ bằng nhạc ba hoa
xin nói gọn: em là tuyệt sắc
đệ nhất giai nhân trong cõi người ta"

Cách "nói gọn" sau khi cho *"vẽ em bằng chữ/ thơ/nhạc/họa"* đều "ba hoa" (nghĩa là đều bất lực) = bởi khi đã yêu, người mình yêu thương là "tuyệt sắc" nên phải là: *"đệ nhất giai nhân trong cõi người ta"* cũng là chuyện rất đỗi bình thường! Không có ai đẹp & tốt hơn người yêu của mình, là vậy!

"ta thú thật chưa làm thơ tán gái
ngộ em rồi cũng muốn thử tài chơi
ngồi một chặp thơ tình ra cả đống
chỉ hình như chưa đúng độ tuyệt vời"

Một lời "tự thú" nữa cũng rất "tuyệt", đã góp phần tô điểm cho tình yêu của chàng đối với nàng, bằng lời lẽ rất tự nhiên. Những từ ngữ *"thú thật/ ngộ/ một chặp/ cả đống"* diễn tả rất chân xác hoàn cảnh, xúc cảm của chàng khi ngồi nghĩ nhớ về nàng. Khi đã yêu, ai mà không vậy?

"thơ viết nhiều làm sao cho em đọc
gởi báo đăng là chuyện đương nhiên
báo chạy đủ cả tên người được tặng
mà xem chừng rất đỗi vô duyên"

Điều quan trọng hơn là *"thơ viết nhiều làm sao cho em đọc"?* Đây mới là điều khiến chàng đêm ngày ăn ngủ không yên. Nếu nàng không đọc được, thì làm sao hiểu rõ tấm chân tình của mình đây? Thơ làm nhiều hóa ra vô ích hay sao? Nhưng, *"gởi báo đăng là chuyện đương nhiên/ báo chạy đủ cả tên người được tặng/ mà xem chừng rất đỗi vô duyên"*.

Không chọn theo cách làm "vô duyên" (và thiếu tự trọng) ấy, chàng đã:

*"tìm mọi cách quen cậu em sau xóm
và trời xanh không phụ kẻ có lòng
ta đã được theo em về Ái Nghĩa
ta đã nhìn thật rõ nét mi cong".*

Rồi cuộc tình, cuộc đời của cả hai, cũng lênh đênh *"như áng mây trôi"* một ngày nào không xa, sau đó:

*"chỉ vậy thôi rồi từ từ phai nhạt
cũng sau khi thăm chị ở Hội An
em hiền hậu đã trở thành y tá
còn ta đây là thương binh tan hàng*

*đời chẳng như sông chỉ vài ba nhánh
ta trôi xa thật quá đổi tứ tung
mỗi một chặng lượm một nhành hoa súng
em cũng là... đóa hoa lạc trên sông".*

"Tất cả tướng đều từ duyên sinh, cũng từ duyên diệt" = đây là định luật bất biến của vạn hữu, nhưng trong cõi vô thường này = với "*Nhành hoa súng Ái Nghĩa*" của Tình yêu thương; nhà thơ Luân Hoán đã lưu mãi hương thơm cho đời!

Mang Viên Long
(tháng 12 năm 2014)

2. Cuối Chạp, mưa dầm, đọc "Buồn Như Tết" thơ Luân Hoán

Đã qua Rằm, mà trời ngày đêm mưa dầm! Mùa Đông năm nay đến hơi muộn, mà trôi qua thật chậm, từng ngày mưa lai rai, lai rai hoài! Mưa vào mùa Đông (hay Hạ, Thu) thì ít buồn hơn mưa tháng Chạp. Sau hơn hai tháng mưa bão lũ lụt giá rét khó khổ, ai cũng mong ngóng nắng Xuân, như chờ đón niềm vui, niềm hy vọng. Vậy mà mưa...

Người xưa có nói *"cám tháng Giêng, tiền tháng Chạp"*, nhưng mưa gió sụt sùi kiểu ấy suốt ngày, thì bươn chải làm sao cho có chút tiền để gia đình "ăn Tết"? Có lẽ, lại phải gặp một cái Tết buồn!

May thay, lang thang, gặp nhà thơ Luân Hoán, đã được nhà thơ chia sẻ:

"không xa nhà chỉ xa quê
xuân về tết đến không thê thảm buồn"

"Nhà" thì ở đâu cũng có thể có, nhưng "Quê" thì chỉ có một! Đúng là nhà thơ đang "xa quê", đang tha hương - mà "xa quê" là xa tất cả kỷ niệm, dĩ vãng một thời; nỗi buồn xa quê thật mênh mang, vời vợi; nhưng tác giả vẫn đủ tỉnh giác, nghị lực, để giữ cho Tâm an trước mọi biến chuyển, đổi thay của cuộc vô thường: *"xuân về tết đến không thê thảm buồn"*. Nhà thơ "không thê thảm buồn" - nghĩa là có buồn, buồn vừa phải, nhẹ nhàng thôi! Ai đang xa quê, nhất là trong dịp Xuân đến, Tết về, mà lòng không cảm thấy bâng khuâng, thao thức? Lời tâm tình rất đơn giản, rất thực.

Sau cái cảm giác "không thê thảm buồn" ấy, nhà thơ đã tự nhận:

"chỉ hơi nhớ nhớ thương thương
hương hoa mùi bánh mái từ đường xa"

Cái *"hơi nhớ nhớ thương thương"* kia thật tình không phải chỉ "hơi" thôi đâu, mà là rất nhiều đấy! *"Nhớ nhớ thương thương"* - hai lần "nhớ" và hai lần "thương" là số nhiều: nhớ nhiều, thương nhiều lắm (nhưng đành nói vậy cho lòng mình đỡ buồn đau, mà thôi). Ở đây, nhà thơ chỉ nói nhớ *"hương hoa mùi bánh" (mái từ đường xa)*, cũng là một cách tế nhị, nói để "tự an ủi mình"; chứ hương hoa mùi bánh còn nhớ đến vậy, thì biết bao thứ khác quan trọng và cần thiết hơn cho đời sống, thì sao? Tôi chợt nhớ đến lời nhà thơ Quách Tấn khi bàn về thơ: *"Thơ ẩn – Văn hiện"* là vậy!

"tuổi xuân vui tết quê nhà
đón tết hải ngoại tuổi già hồi xuân
không vui nhưng vẫn gắng mừng
tham gia, tổ chức tưng bừng cuộc chơi"

Đến bây giờ thì nhà thơ không thể tự dối lòng, mà đã bộc bạch rất chân tình: *"tuổi xuân vui tết quê nhà/ đón tết hải ngoại tuổi già hồi xuân"* - lúc thanh xuân thì ăn Tết ở quê nhà, khi về già thì ăn Tết hải ngoại để được "hồi xuân", cũng là vui thôi!

Ngay sau đó, là *"không vui nhưng vẫn gắng mừng"* - tuy rằng được "hồi xuân", là vui - nhưng làm sao mà vui lâu hơn? Phải *"gắng mừng"*... "Mừng" là một trạng thái tình cảm mạnh mẽ hơn vui, lớn hơn vui; đã cho thấy nhà thơ đã "gắng hết sức" để tự mình tìm thấy niềm an ủi còn lại, không muốn ai thấy được nỗi lòng sâu kín bấy lâu bằng những *"tham gia, tổ chức tưng bừng cuộc chơi"*! Nhà thơ đã "gắng vui" với niềm vui của tất cả, gắng sống vì đời sống của những người thân yêu quanh mình ở quê xưa! Nói vui theo chữ của nhà thơ Hoàng Lộc là "vui ké" với bà con... Ở đây, chúng ta nhận được tình cảm gắn bó với Quê nhà của nhà thơ thật sâu đậm, bền vững!

"nhìn người vui tôi học vui
lạ kỳ xuân đến ngậm ngùi nhiều hơn
cả năm nhặt nhạnh cô đơn
ngày tết muốn tặng nhưng không ai thèm
họa hoằn vẫn chỉ một em"

Chữ của nhà thơ Luân Hoán (khác với HL) là *"học vui"* - anh đang "học vui" bằng niềm vui của bà con thân quyến. Vui mà còn phải *"học"* - thì đủ biết rằng, tìm kiếm niềm vui không dễ dàng chút nào, và muốn "vui" cũng không dễ! Và, nhà thơ đã thú nhận: *"lạ kỳ xuân đến ngậm ngùi nhiều hơn".*

Nỗi "ngậm ngùi" sẽ lớn hơn, dai dẳng hơn, nhất là vào dịp Xuân về, đối với người đang tha phương. Đó là một tình cảm tự nhiên đã nẩy nở từ trong máu thịt mỗi người từ thuở nằm nôi. Dù đã là "tình cảm tự nhiên" nhưng ở đây, nghe lời thầm thì của nhà thơ, chúng ta lại thấy thật xúc cảm!

Nhà thơ tiếp tục tâm sự, rất mực chí tình:

"cả năm nhặt nhạnh cô đơn
ngày tết muốn tặng nhưng không ai thèm"

Với nhà thơ, Tết đến, chỉ còn lại "một trời cô đơn"- mà "cô đơn" thì ai dám nhận mà cho? Nhận "cô đơn" là nhận nỗi buồn, nỗi bất hạnh lớn nhất của đời sống!

Nhưng hạnh phúc thay cho nhà thơ - đã có người tự nguyện:
"họa hoằn vẫn chỉ một em!"

Em yêu anh là hy sinh cho anh. Tôi nhớ lời một nhà văn Pháp *"Yêu nhau, mà không hy sinh vì nhau, là tình yêu không chân thật!"*. Ở nơi "xa Quê", buồn đã đành; nhưng ở "trong Quê" mà cũng chẳng có gì là vui!

Xin chúc mừng nhà thơ Luân Hoán, dù sao vẫn đã có "Em" - người yêu, trọn đời nguyện hy sinh cho anh rồi! Có phải vậy không?

Quê nhà, những ngày gần cuối Chạp Bính thân
16.01.2017
Mang Viên Long

3. Nhà Thơ Luân Hoán, Lan Man Thơ Tình.

THƠ TÌNH - không mới, bởi vì tính chất "thơ tình" đã có từ thuở loài người vừa biết sử dụng ngôn ngữ, để bày tỏ cảm xúc về mối quan hệ đời sống, tình cảm, chung quanh mình. Cuộc tình giữa Adam và Eva trong Kinh thánh, cũng cho thấy "chuyện tình" là việc tự nhiên, cần có của con Người trên trái đát này.

Nhà thơ Luân Hoán gần như đã dành nhiều thời gian "chơi thơ" để lan man thơ tình trong nhiều thi phẩm của anh. Đặc biệt,"BA HOA HUÊ TÌNH" thể hiện "chất thơ tình" muôn thuở của con Người một cách mới mẻ, tự nhiên - đôi khi (có người) coi như thô tục, lộ liễu; nhưng rất trung thực:

"Quạt nan đậy quạt mỹ nhân
Em an bình tạo dáng chân dung hiền,
Kín hở phong thái thanh tiên.
Người xem tự giác tâm thiền vô ưu!"

Ba hoa - theo nguyên ngữ là "nói nhiều, phóng đại quá sự thật, có ý khoe khoang". Còn huê tình là "quan hệ trai gái lẳng lơ, ngoài khuôn phép".

Từ xưa, ca dao đã nhìn nhận:
Gặp lúc trăng thanh gió mát,
Thú vui nào bằng thú hát huê tình." (Ca dao).

Nhà thơ Luân Hoán cũng đã chọn cho chính mình "thú vui chơi thơ" qua "Ba Hoa Huê Tình", rất chí tình, chí lý:

Khi em chưa thoát xiêm y,
Dịu dàng đức hạnh nhu mì thanh cao,

Khi em phơi phới hồng đào,
Khó ngăn nguồn mạch thơ dào dạt dâng"

Xét theo "nguyên ngữ" (cũng như phong tục xưa), thì sự "ba hoa" của Nhà thơ rất giới hạn, rất chí tình - nhất là rất tự nhiên vì cái Đẹp (và sự thật). Sự thành thật giãi bày cảm xúc, không hề che giấu, là một điều đáng trân trọng. Đó là một "cái mới" trong rừng thơ tình (đôi khi trùng lặp) của nhân loại. Tính "lẳng lơ" (chữ huê tình - mà người xưa nói) trong Ba Hoa Huê Tình, cho đến thế kỷ này, theo tôi, chỉ là "gió thoảng/mây bay" thôi! Cốt lõi của hồn thơ, vẫn luôn là sự ca ngợi tình yêu & cái đẹp. Sự quan hệ trai gái (dù tinh thần/thể xác) đều là mối quan hệ sinh tồn thiêng liêng, mầu nhiệm của vạn vật!

Xin mời quý bạn đọc lời tâm sự qua bài "Nhụy Hoa":

sinh ra để làm nhụy
của muôn loài dị hoa
ta một đời hoan hỉ
làm lá noãn đậm đà
mỹ nhân là chỉ nhị
là bao phấn mượt mà
vây quanh ta tha thiết
nuột nà mở lòng ra
nhịp tim ta phơi phới
các em cùng góp hương
mọi mùi thơm lan tỏa
cùng theo lên thiên đường
ta chỉ duy có một
các em muôn vạn loài
mỗi nhan sắc mỗi vẻ
không dành ai hơn ai
nhi nữ trong cuộc sống
hẳn nhiên cũng là hoa
mượn tình ta làm phấn
thụ giống nở thi ca
ngoa ngôn cùng loạn ngữ
chưa bày trọn thiết tha
một đời ta sống chết
đa phần cùng nõn nà

Xin cảm ơn Nhà thơ Luân Hoán đã cho tôi nhiều niềm vui & cảm hứng sáng tác, khi đọc thơ anh! Tặng anh thêm mấy câu:

Nhà thơ Luân Hoán mần thơ,
Ba hoa trời đất, nhưng mà rất hay!
Huê tình nặng nợ xưa nay,
Bi giờ mới được giãi bày bà con,
Phơi tim, moi óc ví von,
Nhận về hai chữ "..." vuông tròn trước sau! - MVL

Mang Viên Long
Tháng 12.2019

MH HOÀI LINH PHƯƠNG
MỘT THUỞ... NGỰA HỒNG TRÊN ĐỜI THƠ LUÂN HOÁN

"Đồi 25, đồi 30, "địa hình", "căn cứ".
Vang rừng chồi xanh ngắt bước quân ca.
Dây tử thần... như tráng sĩ Kinh Kha
Kiêu dũng lắm, đời chiến binh gian khổ
Nung chí trai nơi thao trường nắng gió
Quyết một ngày về nối dải non sông
Đồi Mẹ Bồng Con ôm ấp trong lòng
Gươm súng khắc ghi lời thề son sắt..."
(Với người một thuở Cư-An - MHHLP) (1)

Như một cơ duyên không tên gọi, thật tình cờ tôi gặp lại Luân Hoán trên trang Vuông Chiếu của anh cách đây khoảng ba năm, trong khi lang thang đi tìm địa chỉ một người làm thơ trên Blog.

Trước 1975, tôi chỉ là một cô bé con làm thơ tình học trò với đầy ắp mộng mơ, lãng đãng vu vơ bên ngoài khung cửa lớp. Nhưng đâu đó... bên cánh phượng vĩ ép khô cuối mùa, tôi cũng đã từng đọc thơ anh trên những tạp chí, nguyệt san văn học... cùng với Mường Mán, Trần Hoài Thư, Cao Thoại Châu...

Nhưng người rồi xa, đời rồi qua...

Bao nhiêu năm xứ người, tôi chìm trong một góc riêng lặng lẽ, với sách vở trở lại trường, lãng quên dòng văn học Việt vẫn âm thầm chảy trên nghiệt ngã, nổi trôi của người ly xứ, mà Luân Hoán vẫn không nguôi thở những hơi thơ ấm áp, dạt dào trên Vuông Chiếu cùng bằng hữu.

Và tôi đã đến, ngồi cùng anh trên Vuông Chiếu đó, tưởng chừng như đã đậm tình thân, dù chưa lần gặp gỡ... trong từng chiếc lá thu phai, giữa mùa đông đến sớm, hay xuân muộn, hạ vàng nắng đỏ đường vui...

Tôi gặp lại tôi qua "Hoàng Tiểu Thư". Tôi ngậm ngùi tôi với "Thay Trả Lời". Tôi ướt mắt miên man về một thời tổ quốc điêu linh "Ngao du cùng vũ khí"...

Như một tấm gương soi, tôi nhìn tôi trong đó...

Khi nhận lời viết cảm nghĩ về thơ anh, là lúc tôi vừa trải qua những cơn mộng dữ của thời gian buồn im nhất. Nhưng một chặng đời thơ anh của một Việt Nam đau thương với súng đạn vô tình để quyết dành từng tấc đất cho lý tưởng tự do đã dỗ dành trái tim tôi đừng khóc nữa...

Theo chân Luân Hoán, ta hãy cùng nhau "Ngao du cùng vũ khí", trên một chuyến tàu ký ức, nhìn lại một bến bờ tưởng đã nghìn xa...

Xếp áo thư sinh, chàng tuổi trẻ lên đường theo tiếng gọi của hồn thiêng sông núi. Những ngày tháng bắt đầu cho quân phong, quân kỷ, nhưng vẫn nghe phảng phất chút hương hoa của người ở lại:

"Tìm đâu ra được tấm gương
Soi lại mái tóc đời thường vài giây
Hương gì vuốt rối ngón tay
Tình em ủ ấm trong này còn thơm"
(Đêm xuống tóc)

Nắng gió quân trường Tăng Nhơn Phú vẫn nhẹ như mây khi người sinh viên sĩ quan có chút dí dỏm tự trào:

" Đồi Tăng Nhơn Phú trọc đầu
Còn tên lính sữa lâu lâu nằm dài."...
......

" Đồi Tăng Nhơn Phú chiều vàng
Gió bay mặc gió, lòng hoang mặc người"
(Đồi Tăng Nhơn Phú)

Những bãi tập, sân bắn, dây tử thần, dây tự tin, tụt Giả Sơn… vẫn không làm nao lòng người lính chiến:

"Góc ba mươi nhón lấy đà
Buông chân ăn nhịp tay tà tà rơi
Gió lồng khô giọt mồ hôi
Giả Sơn cũng chỉ trò chơi bình thường"
(Tụt Giả Sơn)

Và ngụy trang theo từng bước quân đi:

"Khắp người cài giắt lá xanh
Làm cây di động tập hành quân xa"
(Ngụy trang)

Rồi đến giờ địa hình quan trọng, như một dấu mốc căn bản trên đường hành quân, nhưng hơi thơ lục bát của Luân Hoán nghe ra vẫn có gì nghịch ngợm:

"Trước tiên thám thính địa hình
Thử chấm tọa độ xem mình đứng đâu
"Thật khó học được hờn căm
Ghét người quả thật khó hơn thương người"
(Giờ địa hình)

Chấp nhận lên đường, nhưng tác giả vẫn chưa yên, còn chút chạnh lòng với kẻ thù cùng chung màu da, tiếng nói. Cái tâm của Luân Hoán vẫn ngun ngút tình người trong hơi thở Việt Nam. Anh đã chênh vênh theo những khúc tình ca gọi người về từ bên kia giới tuyến:

"Về đây nghe tiếng nhớ thương
Tiếng lòng dân tộc, mở đường tư do..."
(Xót lòng nghe khúc tình ca)

Tôi không nghĩ thơ anh phản chiến như anh hồn nhiên tự nhận khi không thể nào gửi bài đăng ở nguyệt san Chiến Sĩ Cộng Hòa – tiếng nói của những người lính quốc gia chân chính. Mà hãy lắng lòng nhìn thẳm sâu một Luân Hoán, đã đứng trên những bi thương khi cuộc chiến đã kết thúc với nỗi quặn đau của miền Nam bị bức tử, với tất cả hào hùng của một người cầm súng cho lý tưởng tự do qua hồi ký rời chan chứa yêu thương, quặn thắt về ngôi trường Mẹ đã hun đúc chí nam nhi:

"Trường Bộ Binh Thủ Đức thân yêu của tôi, hậu thân của trường Sĩ Quan Nam Định, ra đời năm 1951. Qua bao thăng trầm biến động của lịch sử, đã thật sự khép lại một trang đời anh dũng với gần 70 khóa, đào tạo hơn 55 ngàn sĩ quan trừ bị cho Quân Lực Việt Nam Cộng Hòa. Là cựu sinh viên sĩ quan, đã biết đổ máu cho chính nghĩa, cho tự do, chúng tôi không giấu những tự hào của mình. Chúng tôi vẫn là những người chiến thắng trong cuộc chiến bảo vệ tình người, bảo vệ nhân phẩm."
(Những ngày đầu quân và thời ở KBC 4100 – LH, Hồi Ký Rời)

Chín tháng quân trường rồi cũng trôi qua, cung kiếm tang bồng mười phương, tám hướng... Nhưng nghe như tiếng thở dài quyến luyến về một nơi chốn đã rèn luyện chí trai:

"Hàng cây, con đường làm thinh
Gió không lên tiếng tiễn mình buồn chưa?"
(Ngày ra trường)

Đề tài trong sinh hoạt quân trường của Luân Hoán rất phong phú, đa dạng. Là một bức tranh phác họa toàn cảnh từ sân bắn, bãi tập, đồi 25, đồi 30, ngụy trang, địa hình, mặt trận giả, vượt sình lầy, đến nếp sống sinh viên sĩ quan từ trực đại đội đến ngày phép rong chơi phố xá, quân phục đi phép, hình ảnh kỷ niệm với bạn hữu, v.v...

Rất chân tình, với những lời tâm sự đầy kiêu hãnh, sau vài năm từ giã trường xưa:

"Viết bao nhiêu cũng không vừa
Một đời dang nắng dầm mưa quân trường
Bốn ngàn một trăm (4100) muôn năm
Ít ra là ở trong lòng của tôi"
(Vài năm sau)

Từ chiến tuyến xa xôi, hồn vẫn hướng về thành đô vào ngày 19 tháng 6. Nơi ấy, trong đoàn hùng binh của Trường Bộ Binh Thủ Đức, chân anh đã từng nhịp bước bên bạn bè vang khúc hùng ca, mừng Ngày Quân Lực Việt Nam Cộng Hòa rạng rỡ núi sông.

"Muốn bắn vài tràng thay pháo nổ
Nhưng thôi pháo đã nổ trong lòng"
(Ngày Quân Lực 1969)

Tiếng lòng của một người thơ cầm súng nhẹ như sương, hiền như lá, nhưng đong đầy nhiệt huyết của tuổi trẻ Việt Nam. *"Thơ bỗng thay mình chào núi sông"*.

Bước chân quân hành của anh đã đi qua những địa danh của Vùng I Chiến Thuật và tham dự những trận đánh ở Sơn Tịnh, Sơn Mỹ, Nghĩa Hành, Nghĩa Hưng, Đức Phụng, Đức Hải, Núi Tròn, Núi Ngang, Mộ Đức, Trà Bồng, Quảng Tín, Văn Bâng, Bình Đê, An Mô, Lâm Lộc, Sơn Kim, Phú Sơn...

Tôi chợt nghe mình lặng đi giây lát... Bởi những câu thơ dễ thương nhưng pha lẫn xót xa của một người con gái Saigon mang tên Ý Quân gửi về giày saut, áo trận, đóng quân trên miền đất Quảng Tín bé nhỏ, hoang vu một thời nào... vẫn còn đầy trong ký ức...

"Em bé nhỏ dưới giày saut anh bước
Đường anh đi thương biết mấy cho vừa?
Mai anh về, trời Quảng Tín có mưa?
Xin hãy nhớ lệ buồn em nhỏ xuống"
(thơ Ý Quân)

Trên đường di quân, trái tim người lính trẻ cũng đã một thoáng xôn xao, như chút ngọt ngào tạm quên đoạn đường chiến binh gian khổ:

"Nếu mà không bận hành quân
Tôi đây quyết rủ em cùng ngồi chơi
Kể em nghe chuyện trên trời
Dạy em biết chuyện hai người yêu nhau
Vườn nhà em có sẵn cau
Tôi nhờ chú lính mua trầu về ngay"
......
Má em hồng như trái đào
Hương mưa, hương nắng trộn vào hương môi
Hương em cộng với hương tôi
Thành hương trời đất, hương người biết yêu"
(Thôn nữ Mộ Đức)

Chất lãng mạn đã bay cao hơn khi từ chiến trường nhận thư Xuân của người em gái hậu phương còn vương màu mực tím:

"Thư em từng chữ bọc nhung
Từng câu bọc lụa, khiêm cung thật thà
Ta là "lính trận miền xa"
Nhưng hồn đang quấn hiên nhà của em.
Chỉ nhìn không dám đọc tên
Đã vang từng tiếng nhịp tim nồng nàn
Đêm nay chắc được mơ màng
Ngay trong phiên gác rừng hoang sao trời
Tên em thật, giả cũng vui
Tình em giả, thật cũng bùi ngùi thương
Tạ tình em gái hậu phương
Cho ta vài phút chợt thương chính mình"
(Thư Xuân em gái hậu phương)

Như một lời khẳng định, người lính Việt Nam Cộng Hòa trong nhiệm vụ bảo quốc, an dân, chỉ giữ lại chút hương thơm nhẹ nhàng sương khói.

"Tôi không là kẻ qua đường
Là người đi giữ bốn phương quê nhà
Gặp em chỉ dám ngó qua
Để vừa đủ nhớ hương xa có gần"
(Hạnh ngộ tình cờ)

Lục Bát của Luân Hoán dễ dàng, gần gũi... nhưng vẫn đậm chất thơ, giàu chất nhạc với lời cám ơn tha thiết, chân tình:

"Cám ơn vài mái tóc dài
Cho lòng cư ngụ trổ tài linh tinh
Đi cùng cuộc sống bộ binh
Tôi tha thiết trổ nhánh tình thanh xuân"
(Chỗ cư ngụ thời săn người)

Trở lại chuyện buồn vui đời lính, Luân Hoán nghịch đùa, ta thán:

"Cả đời chưa trói con gà
Đá đít con chó, vậy mà... cầm quân"
(Tôi thời tác chiến)

Như để giễu cợt chính mình:

"Không anh hùng, cũng hiên ngang
Làm người lính trận Việt Nam Cộng Hòa"
(Một lần ngớ ngẩn)

Súng đạn vẫn vô tình... Thời chinh chiến xưa nay đã có mấy người đi trở lại:

"Túy ngọa sa trường quân mạc tiếu
Cổ lai chinh chiến kỷ nhân hồi"
(Lương Châu Từ - Vương Hàn)

Ở một góc rừng nào, trong trận giao tranh, những giọt máu anh đã đổ xuống... Được tải thương về bệnh viện Dã Chiến I, anh vẫn lạc quan, an nhiên giễu đời, đùa vui, cười cợt về mạng số:

"Khi chuyển đến nhà thương
Mang gọn tên Dã Chiến
Ta lận theo lá bài
Bức thư tình mới nhận

Rõ ràng ta đã tin
Bổn mạng mình vững số
Và biết chắc tình em
Không xù dù có cớ."
(Khi nằm bệnh viện Dã Chiến 1)

Với tâm trạng trên, Luân Hoán tự trào nếu may mắn sẽ được thăng cấp trong nến, hoa "Tổ Quốc Ghi Ơn, Bảo Quốc Huân Chương kèm Anh Dũng Bội Tinh với nhành dương liễu":

"Cuộc đời được gọi cuộc chơi
Cuộc chiến một đoạn cuộc đời phù du
Nghệ thuật sống biết ngao du
Coi sinh tử nhẹ nhàng như nhau... là
Vui chơi thơ súng tà tà
Cùng em xinh đẹp trong ta... sống còn
Nếu may... Tổ Quốc ghi ơn
Gắn nhành dương liễu lên lon bất ngờ

Sớm được đưa lên bàn thờ
Công thành danh toại ngoài mơ ước rồi....
(Ngao Du cùng vũ khí)

Cũng tưởng chừng như cái cao ngạo với nụ cười châm biếm của Tú Xương trở về trong thơ Luân Hoán:

" "Trời kêu ai nấy dạ"
Riêng ta chắc chỉ Ừ
Nên chắc ông Trời ngán
Không thèm gọi thằng hư"
(Làm Dáng)

Tự nhận mình là một người lính trừ bị, nhưng vẫn ưa chuyện chiến trường:

"Chỉ là tay súng trong mùa
Động viên nhưng lại rất ưa chiến trường"
(Tôi thời tác chiến)

Và có phải từ đó, mà tác giả bỗng chua chát hơn khi nhận ra nỗi khổ triền miên của người dân quê nghèo trong chiến tranh nghiệt ngã, khi tuổi thơ bị đánh mất, bị tàn phá bởi đạn bom. Nhà đã cháy. Người đã chết.

"Trời chẳng động lòng cho cơn mưa đổ
Ta xuôi tay cam đứng tần ngần..."
......

"Ta quay gót hận mình bất lực
Chiến tranh ơi, máu mủ tương tàn
Đâu ranh giới của hai chiến tuyến
Ai chọn giùm ai một chỗ dung thân"
(Lửa cháy tuổi thơ)

Nhưng vẫn còn chút gì êm ả khi nghe một tiếng hát quen từ thành phố vọng về, như khúc tình ca hàng hàng lớp lớp. Hình ảnh Đặng Dung hào khí mài kiếm dưới trăng bỗng soi bừng trong trí tưởng:

"Lính bố trí quanh khu vườn rộng
Mơ hồ nghe giọng hát Hoàng Oanh

"Anh đi chiến dịch" bi hùng quá
Giòng nhạc trôi cùng ánh mắt xanh"
......
"Đang nghĩ về em, lòng sao lạ
Nhìn trăng chợt nhớ... tướng Đặng Dung
Đầm đìa hương nguyệt lưng đầu bạc
Hương kiếm mài thơm chí anh hùng"
(Trăng đêm xóm Ngọc Điền)

Chuỗi ngày hành quân, chỉ nhìn thấy đồi núi vây quanh, vẫn không làm phai nhạt mộng mơ của người lính chiến:

"Ba ngày trấn giữ Phú Sơn
Đồi cao, núi thấp trên tròn, dưới vuông
Khói lên mây xuống buồn buồn
Nắng vô ra núi ngát hương xuân thì"
(Trấn núi Phú Sơn)

Trên nẻo quân hành gian khổ, Luân Hoán luôn giữ trong ba-lô những tạp chí, nguyệt san, mang hơi thở thi ca của những khuôn mặt bạn bè văn nghệ cùng thời... Lâm Chương, Lê Vĩnh Thọ, Cao Thoại Châu, Trần Hoài Thư... để đồng cảm cùng nhau trên từng ngôn ngữ...
(Thói quen quân hành)

Rừng tiếp nối rừng, những cuộc hành quân không giờ ngưng nghỉ:

"Đâu là Tam Quan Nam?
Đâu là Tam Quan Bắc?
Nơi đâu Mã A Sầu?
Nơi đâu cầu Nước Mặn?
Trước ta xanh nghít rừng
Sau ta sừng sững núi
Tìm môi hường lận lưng
Quả nhiên là quá khó
Hành quân, rồi hành quân
Để giày không kịp thở"
(Hành quân Tam Quan)

Tuy nhiên, vẫn giữ vững một niềm tin tất thắng:

"Lội núi chưa bao giờ ta sợ
Hình như ngực mọc sẵn niềm tin
Lá bùa hộ mệnh thơm trầm ngải
Hoa lá mưa mây trộn tiếng chim."
(Mặt trận Phước Sơn)

Chấp nhận, nhưng không bao giờ lùi bước:

"Quyết chẳng thể nào nằm đâu đó
Dù trên đất Mẹ, lòng quê hương
Ta nuôi tổ quốc trong hơi thở
Gắng giữ cho đời có yêu thương
Chẳng dám trách ai gây chiến cuộc
Quê nghèo nhược tiểu, không buông xuôi
Lặng xếp bản đồ cho vào túi
Thắp sáng tự do đứng thẳng người."
(Mục tiêu)

Cũng có lúc dừng chân trên con sông Trà Khúc nổi tiếng quê em, bỗng nhận ra thân phận lạc loài, nổi trôi theo giòng định mệnh:

"Ta người lính đang hành quân, được lệnh
Tạm dừng chân bố trí đợi, bất ngờ
Ngồi bên bờ chen cùng hoa cỏ dại
Lòng buồn buồn theo mắt ngó bâng quơ"
(Bên một đoạn sông Trà Khúc)

Nên làm sao không mơ hồ trong hư ảnh:

"Nhớ em hôn cái chỗ nằm
Hơi ta còn đọng hương trầm từ em?"
(Thư gởi người tình trăm năm)

Nhưng trên đoạn đường chiến binh mịt mù lửa đạn, cận kề bên nhau, vẫn là tình đồng đội sáng ngời, chia sẻ hiểm nguy, gian khổ.

"Mày đừng vội chê tao hiền
Áp dụng chưa tốt cái quyền chỉ huy

Lính trận là phải biết lì
Sớm thành danh một tay chì hành quân"
(Thư gửi đồng đội cũ)

Cùng chung trường Mẹ, lại gắn bó trên bước tử sinh đã là nỗi đau khổ không nguôi khi bâng khuâng nhớ lại sự hy sinh của một người bạn đồng môn.

"Bây giờ nói gì nữa?
Mày trả xong nợ đời
Món nợ của tổ quốc
Vay khi chưa ra đời"
(Cũng chỉ vậy)

Ôm xác bạn vài phút trong tay trước giờ trực thăng cất cánh, Luân Hoán ngậm ngùi *"Mày đi nhẹ hơn thơ"*.

Trước đời sống và nỗi chết chỉ cách nhau một lằn chỉ mỏng, người lính cũng cần có chút men cay. Rượu như một người bạn quý, không thân nhưng dễ gần, cho cảm giác yêu thương hơn đời chiến binh mưa rừng, gió núi.

"Hớp một hớp chua chua, đắng đắng
Tu một hơi ngọt ngọt, cay cay"
(Rượu thời làm lính)

Mang chút ngông nghênh "Uống rượu tiêu sầu" của Cao Bá Quát, Luân Hoán đảo ngược thơ ca, ngà ngà tỉnh thức:

"Kỳ vô phong giống nam vô tửu
Vô tửu rồi bứt rứt ngồi không
Nhớ mặt trận lòng đầy hậm hực
Bắn vào đâu, đạn đã lên nòng"
(Hớp rượu giữa khuya)

Nhưng vẫn không quên:

"Vừa đánh giặc, vừa làm thơ
Vẫn luôn giữ vững ngọn cờ quốc gia"
(Theo câu vịn chữ)

Và nỗi nhớ nhà đã mênh mông trong thơ Luân Hoán

"Núi cao, trời bao la
Oằn ruột nỗi nhớ nhà
Em yêu và cha già
Trước mặt mà xa quá!"
(Hoàng hôn xanh)

Bóng dáng người mẹ rõ nét qua cánh cò trên mặt sông rộng, như một nén hương lòng kính yêu, tưởng niệm:

"Thả lòng qua ruộng, qua sông
Thương cánh cò trắng vẫy vùng buồn tênh"
(Đoạn viết ở Thu Xà)

Lời ai ru con theo gió đưa xa, bỗng cho hồn chông chênh, xúc động. Có phải ta chỉ thực sự là ta khi bên đời ta vẫn còn có mẹ?

"Xuống rừng khói đạn chưa nhòa
Chợt quần áo trận thơm hoa bất ngờ
Lời ru mầu nhiệm hơn thơ
Mang ta trở lại đời bao la tình
Vườn nhà cây lá lung linh
Tạ ơn giọng hát ấm tình ru con
Bước chân lựng chựng chưa mòn
Nhờ lòng Mẹ bọc gót son theo đời..."
(Tạ ơn giọng hát ru con bất ngờ)

Đời lính phong sương với núi rừng ngút ngàn, giăng phủ..., nhưng khi được về phép qua phố đông vui, Luân Hoán cũng không khỏi se lòng:

"Phố vui làm mình thêm buồn
Thấy em nào cũng thoảng hương học trò..."
(Một lần đi phép thường niên)

Chinh chiến quê hương trải dài trong thơ Luân Hoán, dù anh vẫn ví như mình vào cuộc ngao du vui chơi cùng vũ khí. Và anh đã thực sự vĩnh viễn rời bỏ cuộc chơi, khi một bàn chân trái đã gửi lại cho chiến trường vào mùa xuân 1969.

"Giã từ vĩnh viễn cuộc chơi
Giã từ một chặng đời tôi, bất ngờ"
(Rách áo, rời hàng)

Chỉ khoảng hơn hai năm mặc áo lính, nhưng những nét chấm phá trong thơ Luân Hoán, đã cho chúng ta hình dung được cả một tuổi trẻ Việt Nam thật sống động, hào hùng.

"Tuy không nói ra, nhưng ta hãnh diện
Đã có chút gì đích thực con trai
Quân sử không tên, chìm vào quên lãng
Một chặng đời thơm suốt cả đời dài."
(Binh nghiệp)

Dưới góc nhìn của một người cầm bút có suốt tuổi thơ ngây "đại bác đêm đêm vọng về thành phố", tôi thành thật ngưỡng mộ và cám ơn anh – người đã để lại một phần thân thể trên chiến trường cho những người còn sống hôm nay trong hơi thở tự do trên vùng quê hương mới. Tiếng thơ anh sẽ không bao giờ tắt, bởi tự nó đã là những lời tự tình dân tộc. Như bước chân mùa thu âm thầm trong gió. Lặng lẽ trên từng khúc hát yêu thương. Từng mùa, và từng mùa... Trong chờ mong mênh mang bất tận.

M.H. Hoài Linh Phương
Washington D.C., tháng 11/2013.

[1] thơ M.H. Hoài Linh Phương
Cư An Tư Nguy: tôn chỉ trên phù hiệu của các sinh viên sĩ quan xuất thân từ trường Bộ Binh Thủ Đức Quân Lực Việt Nam Cộng Hòa.
MH Hoài Linh Phương, tên thật Huỳnh Thị Mỹ Hương, bút hiệu khác Sóc Nâu, sinh tại Sài Gòn, ái nữ một tiến sĩ Công Pháp Luật Khoa SG, cựu đại tá QLVNCH.

NAM DAO
TỪ MỘT BÀI THƠ

Trái đất đang nóng dần lên.

Buổi sáng, người nữ ra vườn, áo xanh, trời xanh, lá xanh, khuôn mặt đẹp, mix thêm chiếc nón, cả khu vườn được tưới ánh nắng buổi sớm mai: mùa hè đã đến rồi đấy, không hâm hấp nóng bỏng mà dung dị, dịu dàng như thơ, như ngọc. Ngắm nhìn chân dung thiếu phụ, nhà thơ Luân Hoán tức cảnh sinh tình, phóng bút:

bóng người nối liền bóng cây
xanh thêm một nhánh vươn tay vói trời
nắng cao cúi tìm hương người
hai chiều hạnh ngộ sáng ngời niềm vui

Bức tranh ban mai đã hình thành lung linh qua bốn câu thơ mướt rượt, đầy thi vị ở hai từ ngữ: "*vươn*" & "*cúi*" *nhánh cây vươn lên*" "*nắng ban mai cúi xuống* " và "*cuộc hạnh ngộ hai chiều*" tạo ra một không gian có sắc, có hồn. Nơi đây thi ca đã hóa thân thành hội họa, hai lãnh vực không còn biên giới nữa thơ đã thành tranh và bức tranh có hương vị đầy cảm tính như Leonardo de Vinci [1]:

"Hội họa là thi ca được ngắm thay vì được cảm nhận, và thi ca là hội họa được cảm nhận thay vì được ngắm."

mặt nghiêm nhưng trong bụng cười
đón chào nhan sắc cuộc đời trẻ trung
cây đầy lá trái ung dung
lòng tôi đầy nụ hoa xuân giữa hè

Đối tác trong thơ thật đẹp và thật yêu đời. Một khúc nhạc xuân bất tận, một bài luân vũ mùa hè phơi phới đằm thắm, ngọt ngào. Chị có phải là giai nhân không? Hay chỉ có chút duyên thầm như chị tự nhận:

gió nhìn tôi có duyên thầm
với cái nón lá ai chằm bài thơ

Có lẽ chị hơi khiêm tốn đó thôi. Ái mỹ là thiên tính của con người, riêng đối với nhà thơ đặc thù ái mỹ còn hơn người bình thường gấp mấy trăm lần, chị là vợ nhà thơ, trong cuộc so tài với các người đẹp để sở hữu trái tim & con người thi nhân, chị đã chiến thắng từ đó suy ra chị là hoa hậu thiệt tình không bàn cãi gì nữa...

Giai nhân của nhà thơ đương nhiên không phải là "*bình hoa di động*" chữ tâm trong chị vời vợi, đau đáu diết da, xưa nay con gái đi lấy chồng mỗi lần nhớ về quê cũ đều có cảnh:

"Chiều chiều ra đứng ngõ sau
Hướng về quê mẹ ruột đau chín chiều" [(2)]

hay tự trách mình:

"Đi đâu mà bỏ mẹ già
Gối nghiêng ai sửa, chén trà ai dâng?" [(3)]

Nỗi buồn của chị mờ mịt hắt hiu hơn vì nhìn tới, lui, trái, phải, mông mênh quá biết đâu tìm về nguồn cội:

đứng yên giữa vạt nắng chiều
sân nhà con gái hiu hiu nỗi buồn
nếu có Bụt hiện lên trong cõi đời này thì chị cũng chỉ xin:
ước chi bắt gặp mùi hương
theo gió Đà Nẵng thuận đường sang thăm

Ôi! Ước mơ của chị nhỏ nhoi và dễ thương như vậy đó, nên trong nhà của người tha hương lúc nào cũng tận dụng miếng đất nhỏ trong vườn trồng vạt rau, dây bầu bí, khổ qua để ở đâu vẫn còn chút gì để nhớ... quê xa. Ở đây hình ảnh chiếc nón lá làm cho dung nhan người nữ lồng lộng thấm đẫm tình quê trong không gian êm ả của những nhớ thương và thương nhớ...

Chồng chị, anh Luân Hoán có được vốn trời cho đó là làm thơ, đây là bộ môn nghệ thuật làm lay động lòng người, bởi nó là tiếng lòng của người nghệ sĩ gởi đến tha nhân, từ buổi ban sơ thơ đã có sẵn trong tế bào, mạch máu, theo thời gian chất thơ ấy thêm phần ung dung, tự tại, tròn trịa, độc đáo hơn, ngôn ngữ thơ đơn giản, không cầu kỳ, thêm chút dí dỏm, trào phúng tạo cho thơ anh trong trẻo tự nhiên, đó là một kiểu thơ rất riêng Luân Hoán, trong sức sáng tạo dồi dào của nhà thơ, hơn một nửa dành cho các giai nhân đã đến trong đời. Thi sĩ mà. Trong 4 đặc điểm để xếp loại Thi Sĩ thì Đa Tình là đặc điểm đứng vị trí số 1 đương nhiên thi sĩ nhà ta không nằm ngoại lệ, biết vậy, nên chị chỉ yêu cầu:

thương con là đã thương tôi thật nhiều

Trời ạ! Không lẽ chị tiếp nối sứ mệnh của bà Tú Xương nữa hay sao? Không đâu để trị cái bệnh hoa lá cành của nhà thơ chị cũng biết xuất chiêu độc đáo:

có chồng mãi sống viễn mơ
tôi cũng nhiễm bệnh hồ đồ đôi khi...

Bái phục chị, như vậy thì mới cầm cương nhà thơ từ buổi yêu nhau đến cuối cuộc đời. Người nữ này đẹp về mọi phương diện, ngoài một nhan sắc trời cho chị còn thêm một cái tâm trong trẻo, buồn mà vẫn thư thái, không nghiêng ngả rũ rượi, yêu chồng thương con mà không mê muội, đôi khi có chút góc cạnh mà không cố chấp nên nhan sắc nàng càng hấp dẫn bội phần, e rằng qua 24 câu lục bát chưa diễn tả hết nét duyên dáng của chân dung nàng, tính thủy chung khéo léo của người bạn đường của nhà thơ là bậc Thầy của các thi sĩ đương đại, nhưng thôi hiểu chút chút về thơ của anh khi ca ngợi chị, hiểu chút chút về cảm xúc của thơ anh khi viết về chị cho dù không viết được dòng thơ nào thì chắc cũng được George Sand (4) cho được nửa phần là thi nhân...

Nam Dao
2015

Ghi Chú:

(1) Leonardo de Vinci (1452 – 1519) Thiên tài toàn năng người Ý trong các lĩnh vực: phát minh, hội họa, điêu khắc, kiến trúc, khoa học, âm nhạc, toán học, giải phẫu học, thiên văn học, lịch sử.

(2) (3): ca dao Việt Nam.

(4) George Sand (1804-1876) nhà văn, nhà biên kịch Pháp, tác giả câu nói: "Người tìm được niềm vui sướng cao quý từ những cảm xúc của thi ca là thi nhân thực thụ, cho dù anh ta không viết được dòng thơ nào trong cả cuộc đời."

NGUYỄN MINH NỮU

LUÂN HOÁN, NHẬT KÝ VIẾT BẰNG THƠ

Tính tới năm 2022, với 29 tập thơ đã xuất bản của thi sĩ Luân Hoán, không có tập thơ nào mang tên là Nhật Ký. Nhưng với suy nghĩ của tôi, thơ của Luân Hoán là Nhật ký một đời người viết bằng thơ, với những cảm xúc dạt dào chân thật, ngọt ngào cũng có, dằn vặt đắng cay cũng có, nhưng đều được ghi lại bằng trái tim nhân hậu, bằng nỗi yêu đời thiết tha và bằng cảm xúc rất sâu lắng của cõi người mải miết bước đi.

thơ nằm chung với văn vần. cho tôi sống ké một phần đời tôi. mốt mai tôi mãn phận người. sợi tình hưởng lượng đất trời đến đâu.

Tôi gặp bút danh Luân Hoán năm 1968, khi vừa tròn 18 tuổi. Không nhớ rõ đọc từ tạp chí nào, bài thơ Một Ngày Trước Khi Trình Diện vào thời điểm tôi chuẩn bị lên đường trình diện. Mọi việc đều không bất ngờ và cũng không có gì để vướng bận, hay nói chính xác hơn là giữa những bộn bề suy nghĩ không nghĩ được cái gì phải làm để chuẩn bị. Bài thơ nhẹ nhàng bình thản:

"bỏ lệnh gọi trong túi quần, tôi đi qua từng đường phố, không biết phải làm gì, tôi trở về rửa mặt, quyết định ngủ một ngày

... bỏ lệnh gọi trong túi quần, cứ làm thơ cái đã, không biết phải làm gì, tôi dán trên vách cửa: một người sắp hy sinh, bạn bè đừng ca ngợi, và bỗng thèm hôn em.

... tôi vui vẻ đứng cười, đêm bắt đầu vây phủ, tôi hoàn toàn vô tư.

Tháng 4 năm 1968, một đêm sinh hoạt văn nghệ do Sinh Viên tổ chức ở rạp Thống Nhất. Cả hội trường gần như điếng người với một tiết mục đơn ca hoạt cảnh, người trình diễn mặc áo tù nhân, mắt bịt kín, ánh sáng lập lòe sáng tối, và tiếng hát đã vang lên: *Chắc trời còn xanh lắm, cho tôi quỳ xuống đây, tiếng ca nào đã dậy, chắc buồn mà không hay... Cho tôi xin mở mắt, nhìn tay người đang run, chiến công nào to lớn, hơn mạng người đau thương, ... lạy trời tôi đừng biết, tôi là người như anh, lạy trời tôi đừng biết, tôi chết vì tay anh.*

Tôi không thuộc bài nhạc, chỉ nhớ lõm bõm, nhưng cảm giác rợn người xúc động thì còn nguyên. Qua người bạn, tôi biết đó là ca khúc Lời Nguyện Pháp Trường, thơ Luân Hoán, nhạc Phạm Thế Mỹ mà Miên Đức Thắng đã thu âm trước đó. Lời bài thơ là lời tuyên dương nhân bản, tuyên dương con người. Lời thơ cuồn cuộn giữa không gian đầy máu lửa chiến tranh của cái thời mà sinh mạng con người bị đem ra thí bỏ cho những chủ nghĩa xa xôi.

Sau đó, khi ở quân trường, rồi khi ở rất xa Saigon, tôi vẫn tiếp tục theo dõi thơ của Anh và càng lúc càng yêu thơ của Luân Hoán nhiều hơn.

Yêu thơ Luân Hoán nên tôi quen biết với hầu hết những địa danh trong đời sống Luân Hoán, từ Hội An, Chùa Cầu, Tiên Phước, Liêm Lạc, Miêu Bồng, La Qua, Quảng Ngãi, Đà Nẵng...

Theo dòng thơ của ông với mối tình thơ dại nơi phố cổ:

cây nghiêng bóng cho lá cùng đi dạo. cùng ta qua, qua mấy nẻo u buồn. lòng nhẹ nhàng vướng trong sợi nắng vươn. Phố trầm lặng, Phố của ta thuở trước.

....

Nhớ một thuở mê cháu Trần Quý Cáp. May chưa yêu nên chưa được thất tình. Thơ chưa sầu, đời chưa biết lênh đênh. Giờ người đẹp chắc đã đầy bổn phận.
Và cả lúc lưu luyến rời Hội An:
ra đi vào nửa đêm. trăng vừa lặn một bên. trời trải sao lấp lánh. đêm từ từ mông mênh. nằm ngửa giữa khoang ghe. lắng nghe mái dầm tre. chao nghiêng vào sóng nước. trôi lựng chựng e dè.

Đi theo ông về Quảng Ngãi:

nửa đêm qua thành phố. nhà cửa ngủ, rập rình. xe chạy về Sơn Tịnh. không lạnh mà rùng mình

Thơ Luân Hoán hay và lạ. Hay bởi vì đơn giản và gần gũi, lời thơ như lời nói, thủ thỉ như tâm sự mà chen vào cái cảm xúc tự đáy lòng. Lạ là thơ ông không trùng với một tác giả nào từ trước tới nay, giọng điệu thơ thanh thản, ngôn ngữ đời thường, kể cả xót xa, đớn đau vẫn ẩn giấu đâu đó một nụ cười bỡn cợt với bi ai.

Tôi thích cảm nhận của Nguyễn Xuân Hoàng khi nhắc đến thời xuất hiện thơ Luân Hoán:

Vào cái thời mà chúng ta vừa có Quách Tấn, Đông Hồ, Vũ Hoàng Chương, rất cổ... điển. Chúng ta lại cũng có Thanh Tâm Tuyền, rất mới, rất hiện đại, và cùng lúc là Viên Linh, Du Tử Lê, Nguyễn Tất Nhiên, Vũ Hữu Định.... Luân Hoán từ miền trung với Mường Mán, Hà Nguyên Thạch... đến với chúng ta nhẹ nhàng như một hơi thở. Gọi anh là thi sĩ của tình yêu - thi sĩ nào mà không làm thơ từ tiếng gọi của tình yêu? - không có gì ngạc nhiên, nhưng anh là một thi sĩ toàn phần cho tình yêu.

Sống với thơ như sống cùng hơi thở. Sáng ngủ dậy: làm thơ. Ăn sáng: làm thơ, nhớ bạn: làm thơ. Bên vợ: làm thơ... Hầu như bất cứ sinh hoạt gì trong ngày, trong năm, trong đời đều tìm thấy trong những dòng thơ Luân Hoán.

Từ những bài thơ làm thời trẻ cho đến bây giờ, Thơ Luân Hoán vẫn đều đặn viết nhật ký đời mình với Tình Yêu, Tình quê hương và thân phận con người. Thơ của Ông là những lời chân thực, không sử dụng hoa mỹ của văn chương làm đẹp cho câu cú, chữ dùng đôi lúc chuẩn mực và thường khi rất ĐẮT bởi là từ ngôn ngữ đời thường đi vào thơ tự nhiên và trân quý lạ thường. Như Luân Hoán tự nói về thơ của mình:

... Tôi không làm dáng cho thơ tôi, nhưng tôi cũng không thể, không tiến chiếm mục tiêu... Thời gian hoàn tất một bài thơ, (với tôi, thường là một loạt, vài ba bài) quả không có thời gian nhất định. Nhưng trung bình độ 3 đến 4 tiếng đồng hồ là nhiều nhất, dĩ nhiên không - những bài thật dài. Sau khi hoàn tất, thường chỉ thay đổi một ít chữ. Nếu phải sửa lại nhiều, tôi viết lại bài mới, có khi đổi cả thể loại... Và, làm thơ là để giãi bày tâm sự của chính mình và viết cho người khác..."

Ngôn ngữ thơ Anh hồn nhiên như trò chuyện, nhưng trau chuốt trong ý tưởng mới lạ tinh khôi và đạt được cảm xúc trực tiếp khi tiếp cận ngay lần đầu với bài thơ. Cái tuyệt diệu chính là lúc phát giác ra cái ông viết xuống chính là những điều chúng ta muốn nói mà chưa nói ra được.

Từ khi định cư ở Mỹ, tôi vẫn mong có dịp hội ngộ với nhà thơ mà mình yêu thích từ thời thanh niên với những hình tượng mà mình mường tượng. Dịp may đến, vào mùa đông 2018, khi gia đình người con gái có chuyến đi Canada. Khi biết Mont Tremblant nằm cạnh thành phố Montréal. Đây là ngọn núi hùng vĩ và tuyệt đẹp dành cho trượt tuyết bằng ván mở cửa vào năm 1939. Với 18 mẫu Anh đường dốc, thực hiện theo kích thước Olympic, được coi như lớn thứ hai ở Canada. Sau khi gọi điện thoại tới Luân Hoán xin cái hẹn gặp mặt được nhận lời, tôi nói với con là muốn đi theo, các con tròn mắt, Bố muốn trượt tuyết? Tôi bật cười, không, chả có ông bà già nào ở tuổi 70 mà đi trượt tuyết đâu, nhưng bố muốn đi Montréal thăm bạn. Tôi chỉ là người nghe danh Luân Hoán và mến mộ tài năng của anh chứ chưa có một giao tình nào bên ngoài. Không biết chất hào sảng, thoải mái trong thơ có là con người Luân Hoán bên ngoài. Lái xe từ Virginia đi Montréal hơn 16 giờ, đi giữa mùa đông lại là mùa bão, hầu như trời chỉ quang đãng vài tiếng khi rời khỏi nhà, bắt đầu vào New York là xe chạy giữa tuyết, và tuyết càng lúc càng nhiều đi vào biên giới với Canada. Sau một đêm ngủ trên đỉnh Mont Tremblant lạnh buốt, sáng hôm sau, khi gia đình con cháu kéo nhau đi trượt tuyết thì tôi lần theo bản đồ, hai vợ chồng tìm đường đến nhà Luân Hoán.

Luân Hoán xuất hiện trước cửa, nụ cười hiền và ánh mắt lóe vui. Căn nhà nhỏ, phòng khách ấm cúng với tranh, ảnh, sách, băng nhạc, và các ấn phẩm mới cũ, bàn thờ Phật sáng đèn, tất cả hòa điệu với nhau một không gian Việt Nam không cần giới thiệu. Câu chuyện chỉ ngần ngại chừng 5 phút ban đầu, rồi hòa điệu với nhau trong từng ký ức xa gần, bạn bè cũ mới, câu chuyện râm ran không muốn chia tay. Trước khi tới, tôi nói với anh rằng nhân tiện đến gần nên ghé lại thăm chút rồi đi. Nhưng lời nói dối ấy cả hai cùng quên khi ngồi với nhau từ sáng, tới trưa, kéo nhau đi ăn, rồi đi chợ Việt ở Montréal cho biết, lại kéo về nhà ngồi cho tới hoàng hôn. Tôi còn phải lái xe về núi trước khi trời tối vì lạ đường nên không thể nán lại lâu hơn. Không nhớ những gì đã nói với nhau, nhưng thấm đẫm trong đầu là cái tình của chị Trần Châu Lý đằm thắm, tế nhị, con người Luân Hoán nhẹ nhàng, sâu lắng và chân chất tới độ tưởng như bằng hữu cố cựu. Anh trao tặng tôi một số sách, trong đó có tập thơ mới nhất và tôi ngỏ ý xin một cuốn Hà Khánh Quân (một bút hiệu khác của Luân Hoán) viết về Thơ nhiều người, và một cuốn nhiều tác giả viết về Thơ Luân Hoán.

Mấy năm sau, bất ngờ Luân Hoán nhớ lại và ghi một đoạn thơ:

"Một trong vài bài trước khi tạm ngừng

GIỮA TRỜI SÔNG NƯỚC LÁ HOA
ĐỒNG LÒNG GỬI KHÚC HOAN CA YÊU ĐỜI
biết nhau không phải tình cờ
gặp nhau không hẳn bất ngờ xảy ra
đầu dây mối nhợ, rõ là
đất-nước-facebook = quốc-gia-tân-thời
cho chơi chùa vẫn kiếm lời
kinh-doanh-theo-dạng-tuyệt-vời-thông-minh
tôi đặt một vài tên trên
đúng sai không chắc - xui hên chưa tường
chúng ta rải rác bốn phương
đổ về một chỗ tìm đường vui riêng
riêng đẻ ra chung tùy duyên
biết danh nghe tiếng hồn nhiên giao tình
*

tôi xưa lấp ló miếu đình
bình dân bác học hòa mình lập thân
dân tỉnh lẻ cũng nhập dần
thủ đô văn hóa vị nhân đậm đà

từ tích cực tới tà tà
nghe như nghịch lý nhưng mà đúng y
*
bạn xưa khởi sự ra đi
một chín bảy mốt - xuân thì hai mươi
(cộng một năm) đủ làm người
được quyền uống rượu mua vui tơ đào
bạn đi nhanh, bước nhẹ vào
những Văn, Nghệ Thuật cùng vô Khởi Hành
các tạp chí giàu tinh anh
văn hóa đại chúng ngon lành vang danh
quốc gia nhân bản hiện hành
còn trong hoài niệm sử xanh chỉnh tề
rồi đi từng bước đề huề:
sáng lập, thư ký... thu về một tay
Văn-Phong-tạp-chí nằm bày
giữa phố rộng lớn mặt-mày-cờ-hoa
tôi từng được ngắm nhẩn nha
ngưỡng mộ từng đã xuýt xoa khen thầm
hai năm đứt gánh tang bồng
Tuần-báo Văn Nghệ gánh gồng đứng lên
Ông chủ nhiệm sức khá bền
Mười năm liên tục lưu tên giữa làng
Washington báo Việt Nam
anh chàng chủ báo da vàng trẻ măng
dĩ nhiên sáng tác gia tăng
tạp ghi, thơ, truyện, nhạc... chen chân vào
cuộc sống vật chất càng cao
tinh thần hỗ trợ múa dao đi quyền
gia đình đầm ấm bình yên
có chăng canh cánh lòng riêng nhớ nhà?
*
hôm anh chị tin đang qua
Montréal, muốn ghé nhà thăm chơi
tôi lo, bà xã tôi cười
lòng hiếu khách đó giúp tôi vững lòng
ổ tình tôi nhỏ, không thơm
cũng không hôi lắm, đủ thong dong ngồi
lần đầu nhìn chị thảnh thơi
hòa nhã hoạt bát ấm đời giàu sang
dĩ nhiên mặn mà dung nhan

con gái nước Việt (khó gian dối lời)
cởi mở trẻ trung yêu đời
(vợ tôi khen khi chị về rồi - nguyên văn)
trong chừng vài giờ ngồi ăn
rồi lội chợ Việt nói năng thả dàn
ở đây tuy đông Việt Nam
chuyện trò cơ hội hoàn toàn hiếm hoi
phần tôi luôn ngại nói sai
nên quen thói góp lai rai cầm chừng
uống trà ăn bánh dựa lưng
phòng khách tôi đựng tưng bừng giọng anh
chuyện mới chuyện cũ ngọn ngành
chắp nối như vẽ bức tranh nhiều màu
xa quê đâu dễ gặp nhau
bắt tay muốn nắm thật lâu thân tình
hai bà bỗng chốc thật xinh
ôm nhau như thể hòa mình chia vui
tiễn anh chị chúng tôi cười
nhưng ngay sau đó ngậm ngùi vu vơ
và bỏ trống khá nhiều giờ
uống trà tiếp tục như chờ đợi ai
*
Hôm nay, cũng vẫn sớm mai
bốn giờ dậy tắm, khoan thai ngồi nhìn
microsoft word trắng tinh
viết chi, chẳng phải thình lình đâu nghe
cuộc chơi nhìn ảnh thơ đề
như bài ra trước, không hề, khô khan
chờ hứng thú mới dễ dàng
thở chùm hơi đủ mở toang lòng mình
trước mắt không là tấm hình
đón bạn thân mật tận tình hôm nao
cũng hai bạn đó nhưng vào
một không gian khác dồi dào tình thơ
đôi song ca tuổi hơi cao
nhưng thừa nội lực rải vào trời mây
núi sông hùng vĩ tràn đầy
'địa linh nhân kiệt' nơi đây lẫy lừng
tay micro ung dung
nét mặt tha thiết đi cùng tiếng ca
không nghe nhưng đoán chừng là

một bài ca ngợi nước nhà bình an?
một tâm ca hồn nhạc vàng?
một tình tứ khúc mơ màng anh em?
tôi ba phải vẽ chân thêm
nhiệt tình anh chị vui trên xứ mình
nhìn ảnh quả thật thanh bình
nao nao lòng thiếu ảnh hình tự nhiên
trong lòng sân khấu lộ riêng
thật may có cặp điền viên tỏ lòng
núi xanh liền với mặt sông
liền tôi vạn dặm ước mong có ngày...

Luân Hoán
8h45AM, 01-11-2022
(Lai Rai Sau Tám Mốt)"

Đúng như là một Nhật Ký bằng thơ, trong đó tên người, tên đất được nhắc lại như Luân Hoán tâm sự:

Được gọi lại tên người, tên đất, tôi cảm thấy như sờ được, nắm được trong tay những thân thương đã cách xa. Gọi tên, dù gọi trong thơ, tôi vẫn cảm thấy được hồi đáp. Và cái khoảng cách chia xa được rút ngắn lại một cách thần diệu.

Viết về Thơ và Đời Luân Hoán thì đã có rất nhiều người viết, nếu viết nữa sẽ trùng lắp và lặp lại. Bài viết này chỉ là những điểm xuyết thêm và cái lòng trân trọng với một tài năng sống một đời với thơ, thơ như hơi thở, như nhật ký đời người viết xuống với lời tinh khôi chân chất. Xin kết bài này bằng một đoạn ghi ngắn của Vũ Đình Trường, một bạn văn khác của tôi, cùng lứa tuổi và cùng cư trú ở vùng Hoa Thịnh Đốn bây giờ. Phải chăng cùng lứa và cùng niềm yêu thích nên cái nghĩ của Vũ Đình Trường và tôi phù hợp với nhau quá nhiều. Bài viết từ năm 2004:

Vào cái thuở mà nhà thơ Luân Hoán thắp 'Nén hương cho bàn chân trái' để khóc cho một phần thân thể của anh bỏ lại trên chiến trường miền Trung, thì tôi vẫn còn ngày ngày cắp sách đến trường. Thời đó, hai chữ Luân Hoán đối với tôi chừng như quá xa nhưng lại rất gần. Xa vì anh có số tuổi đời lớn hơn, cộng thêm những thành công trong sinh hoạt văn học nghệ thuật. Gần vì những gì anh suy nghĩ, viết ra rất trẻ trung, thích hợp với chúng tôi. Trong mắt tôi và của những tên học trò yêu thơ khác, anh như là một mẫu mực, một điểm chuẩn để chúng tôi hướng tới. Bọn học trò chúng tôi đang ở tuổi biết yêu, cũng muốn vẽ vời ra những câu thơ ca ngợi tình yêu và người mình yêu như anh. Nhưng viết lui, viết tới, vẫn không thấy thú bằng những câu: "Mỗi lần sắp sửa yêu ai, Tự nhiên mặt mũi tóc tai lạ lùng. Tưởng như có triệu vi trùng. Ngo ngoe đòi được nhớ nhung với mình."

Nguyễn Minh Nữu | 8-12-2022

PHAN TRANG HY

TẢN MẠN VỀ BÀI THƠ: "TƯỞNG VỌNG HOÀNG SA ĐẢO" CỦA LUÂN HOÁN

Đối với tôi, nhà thơ Luân Hoán là người lấy thơ làm sự sống. Ông yêu thơ, làm thơ từ thuở thiếu niên và có tiếng trên văn đàn khi tập thơ "Về Trời" xuất bản năm 1964. Từ đó đến nay, ông cống hiến cho độc giả biết bao tác phẩm thơ. Đủ thể loại, đề tài; bỡn cợt có, nghiêm túc có; có bình dị, có tân kỳ; có vui có buồn; ngắn có, dài có… Viết về ông, nhiều người đã viết, nhận định về thơ ông cũng có nhiều nhận định rồi. Do vậy, trong phạm vi bài viết này, tôi xin nêu những tản mạn về bài thơ "Tưởng Vọng Hoàng Sa Đảo".

Trước tiên là nhan đề bài thơ. Như mỗi con dân nước Việt đều biết: quần đảo Hoàng Sa là của Việt Nam, bị Trung cộng xâm chiếm vào tháng 01 năm 1974. Dù quần đảo Hoàng Sa dẫu bị Trung cộng cưỡng chiếm, nhưng nó vẫn mãi trong lý trí, trong từng cõi lòng người Việt. Và theo tôi, tác giả đặt nhan đề "Tưởng Vọng Hoàng Sa Đảo" là hay, là hợp lý. Hay và hợp lý là vì người đọc chỉ cần nhớ nhan đề bài thơ là nhớ nội dung cả bài, và nhớ những câu thơ hay, những hình tượng thơ tâm đắc.

Đặt nhan đề như vậy quả là tác giả đã dụng công, nghiền ngẫm, đắn đo. Và tôi nghĩ, tác giả nghĩ nát óc để có nhan đề ấy, như tác giả đã viết: *"lòng không trơ, đầu không trống rỗng/ sao để yên trang giấy nằm chờ"*. Rồi từ nhan đề ấy, khai thông một mạch thơ, hình thành cả bài thơ trọn vẹn.

Tiếp đến, tác giả thể hiện sự sắp đặt nghệ thuật thời gian, không gian trong thơ. Từ thời gian, không gian trong một căn phòng ấm dù ngoài trời có gió như bão, có cả tuyết lẫn mưa, để rồi nghe như tiếng sóng biển gọi trong lòng: *"hôm nay gió lớn như là bão/ cả tuyết lẫn mưa cùng hoành hành/ ngồi trong phòng ấm nghe sóng biển/ từ đại dương xa gọi thất thanh"*. Từ thời gian, không gian cụ thể, Luân Hoán đưa người đọc đến thời gian, không gian về quần đảo Hoàng Sa với những trở trăn từ tấm lòng của người thi sĩ – công dân. Một loạt cụm từ chỉ thời gian như "ta đã ghé chưa", "còn dịp nào lên" (lặp lại 9 lần), "ta sẽ..." (lặp lại 3 lần) cùng với một loạt không gian là đất trời, gió khơi, là tên gọi đảo lớn, đảo nhỏ như Đảo Cây, Đá Bắc, Linh Côn, Hữu Nhật, Quang Ảnh, Nguyệt Thiềm, An Vĩnh, Duy Mộng, Bạch Quỷ, Quang Hòa, Tri Tôn, Phú Lâm... của Hoàng Sa, như là nơi chốn đi về, và thực sự là nơi đi về của tâm thức, của hồn thơ Luân Hoán. Nơi chốn ấy luôn chảy trong huyết quản thi nhân, trở thành những câu thơ trăn trở:

"còn dịp nào lên hòn Hữu Nhật
trình diện cùng ông Quảng Ngãi ra
đo vẽ chi li từng tấc đất
ngấm xương máu Việt mà trổ hoa"
...
"còn dịp nào lên Phú Lâm đảo
ngóng về Đà Nẵng gọi không không
tiếng tình vượt mấy trăm cây số
để nhắc chừng người nhớ núi sông"

Khi viết những câu thơ đầy trăn trở ở trên, theo tôi, Luân Hoán như nói hộ nỗi lòng của biết bao người dân Việt. Bởi "Thơ là sự mặc khải rằng người làm thơ tin rằng cảm xúc của họ chính là tiếng lòng độc giả" (Salvatore Quasimodo). Đọc những câu thơ sau, tôi nghĩ đó vừa là cảm xúc của Luân Hoán, vừa là của tôi, và có lẽ là mong ước và nuối tiếc của bao người:

"ta đã ghé chưa ghềnh đá dựng
đời đời sóng vỗ ấm quanh lưng
Đảo Cây, Đá Bắc, Linh Côn... đợi

tiếc một thời qua, đã lừng khừng"

Thường thì những gì chưa đạt được trọn vẹn những gì mong ước, con người thường tiếc nuối. Tác giả, trong bài thơ này, như nói hộ bao người tiếc nuối về một quá khứ hào hùng của cha ông trong giữ gìn, bảo vệ biển Đông, tiếc nuối vì hiện giờ quần đảo rơi vào tay giặc:

"còn dịp nào lên hòn An Vĩnh
tưởng về Vạn Lý Hoàng Sa Châu
Nguyễn triều một thuở trang trọng giữ
từng trái mù u cũng nhiệm mầu"

Đọc cả bài thơ, những gì đáng viết về Hoàng Sa, tác giả viết cả rồi. Viết bằng tấm lòng thơ, bằng sự trân trọng lịch sử, bằng lòng yêu Tổ quốc Việt Nam. Biết rằng, hiện Luân Hoán đang ở Montréal, Canada, thế mà lòng thơ vẫn hướng vọng về đất Mẹ, tưởng vọng Hoàng Sa. Điều đó chứng tỏ Hoàng Sa đâu dễ gì quên trong lòng ông. Và theo tôi, những gì đáng ghi nhớ trong cuộc sống của ông có hình ảnh Hoàng Sa. Thật đúng khi "thơ là những gì đáng ghi nhớ trong cuộc sống" (William Hazlitt). Những gì đáng ghi trong cuộc sống của ông, cũng như của bao người Việt yêu nước chính là tình yêu tổ quốc Việt Nam:

"tình yêu tổ quốc không cần học
vẫn dậy từ tâm rất nhiệm mầu"

Luân Hoán làm thơ như nói, như viết thường ngày. Đọc thơ ông đủ thứ tình cảm của con người. Đủ cả thất tình, lục dục. Và thơ ông viết về mọi thứ của tình yêu. Thế nhưng, trong các tình yêu có tình yêu nào hơn tình yêu Tổ quốc? Riêng đối với tôi, sự dụng công của ông trong bài thơ này, so với các bài thơ khác, là sự chắt lọc ngôn ngữ tạo hình ảnh thơ ấn tượng. Có thể khẳng định rằng ngôn ngữ trong bài thơ này là ngôn ngữ chưng cất mạnh mẽ nhất của bản thân của Luân Hoán đúng như Rita Dove khẳng định: "Thơ là ngôn ngữ chưng cất mạnh mẽ nhất của bản thân tác giả":

"còn dịp nào lên hòn đảo chính
Hoàng Sa, da thịt của quê cha
ba mươi cây số vuông lồi lõm
thơm ngát hơi người lính Quốc gia"

và:

"bỗng chợt lạnh mình, ai thở ra?
hồn anh hạm trưởng Ngụy Văn Thà

cùng bao đồng đội theo về đất
mộ nước vỗ hoài sóng xót xa"

Những câu thơ trên, theo tôi, mang hồn cốt chắt chiu ngôn ngữ của Luân Hoán.

Và cuối cùng, tôi muốn đề cập đến "Tưởng Vọng Hoàng Sa Đảo" là sự giải tỏa những những trăn trở, những ham muốn của một con người thành ngôn ngữ thi ca. Bởi theo S. Freud, văn học, trong đó có thi ca, trước hết là một giấc mơ, phản ánh thực tế hiện hữu trong tâm thức, kể cả ý thức và vô thức. "Tất cả cảm hứng thi ca đều chỉ là giải mã những giấc mơ" (Hans Sachs). Chính vì vậy, khi đọc bài thơ này, từng câu chữ hiện ra giấc mơ của tác giả. Đó là giấc mơ về lại Hoàng Sa. Tôi từng đọc và biết những người Do Thái lưu lạc khắp nơi, thường nhắc nhở nhau: "Sang năm gặp nhau ở Jerusalem". Và người Việt chúng ta, trong tâm thức cũng luôn thao thức: "Ngày mai về lại Hoàng Sa". Đó là mơ ước lớn nhất của tác giả cũng như của bao người Việt là được về lại Hoàng Sa, về lại nơi cha ông ta từng canh giữ biển trời, quỳ gối trước bia chủ quyền thấm máu người Việt Nam, nghe hồn hòa vào con chữ. Mong ước ấy cứ vọng mãi, là lẽ tự nhiên như từng con sóng vỗ. Mong ước ấy chính là giấc mơ đẹp biết chừng nào khi trở lại Hoàng Sa:

"và lẽ dĩ nhiên ta quỳ gối
sờ lên mặt chữ đã bao năm
chủ quyền bia đá không là đá
là máu Việt Nam sống thâm trầm"

Viết tản mạn như trên, với tôi như là sự đồng cảm với tác giả, như là tấm chân tình với biển đảo quê hương. Mong lắm thay!

Phan Trang Hy
Tháng 12/ 2020

nhà văn Phan Trang Hy tên thật Phan Thanh Bình, sinh năm 1966 tại Đại Lộc Quảng Nam; giáo chức hiện định cư tại Đà Nẵng. Ông đã có ba tác phẩm xuất bản gồm thơ, truyện và tiểu thuyết.

Đọc toàn bài:

TƯỞNG VỌNG HOÀNG SA ĐẢO

tưởng dễ viết bài thơ thời sự
như thời luận chinh chiến bằng thơ
lòng không trơ, đầu không trống rỗng
sao để yên trang giấy nằm chờ

hôm nay gió lớn như là bão
cả tuyết lẫn mưa cùng hoành hành
ngồi trong phòng ấm nghe sóng biển
từ đại dương xa gọi thất thanh

trước mặt lù lù trăm đảo mọc
xanh xanh cây lá thở thong dong
vô tư ngàn loại chim đua hót
trời biển chờ nghe những tiếng lòng

ta đã ghé chưa ghềnh đá dựng
đời đời sóng vỗ ấm quanh lưng
Đảo Cây, Đá Bắc, Linh Côn... đợi
tiếc một thời qua, đã lừng khừng

còn dịp nào lên hòn Hữu Nhật
trình diện cùng ông Quảng Ngãi ra
đo vẽ chi li từng tấc đất
ngấm xương máu Việt mà trổ hoa

còn dịp nào lên hòn Quang Ảnh
cao nhất Nguyệt Thiềm hóng gió khơi
thả bộ giáp vòng hình bầu dục
vớt san hô làm báu vật tạ trời

còn dịp nào lên hòn An Vĩnh
tưởng về Vạn Lý Hoàng Sa Châu
Nguyễn triều một thuở trang trọng giữ
từng trái mù u cũng nhiệm mầu

còn dịp nào lên hòn Duy Mộng
đất không cây mọc, xếp chân ngồi

con đò ai rẽ vào lạch nhỏ
chở nặng lòng ghe tiếng chim trời

còn dịp nào lên hòn Bạch Quỷ
bảy chìm ba nổi đá, san hô
thủy triều rút xuống bao lâu nhỉ
có kịp chớm vừa một ý thơ

còn dịp nào lên Quang Hòa đảo
đông tây địa chất khác biệt nhau
chim muông thảo mộc tùy phương thổ
lộng lẫy tồn sinh những sắc màu

còn dịp nào lên Tri Tôn đảo
thấp đủ thòng chân chạm nước sâu
hải sâm chao cánh ba ba lội
ai phủ san hô lộng lẫy màu

còn dịp nào lên Phú Lâm đảo
ngóng về Đà Nẵng gọi không không
tiếng tình vượt mấy trăm cây số
để nhắc chừng người nhớ núi sông

còn dịp nào lên hòn đảo chính
Hoàng Sa, da thịt của quê cha
ba mươi cây số vuông lồi lõm
thơm ngát hơi người lính Quốc gia

ta sẽ vào ngay Đài khí tượng
báo tin thời tiết thẳng về em
biển lặng, trời xanh hằng chờ đợi
công bình, lẽ phải cùng trái tim

chợt thả tầm nhìn về phương bắc
lập lòe chớp tắt ngọn hải đăng
mười hai hải lý còn trông rõ
hướng-về-quê-mẹ sáng như trăng

chẳng nhắc làm gì ta cũng ghé
Miếu Bà thời Minh Mạng lập bia

hãy nhìn thẳng góc tây-nam-đảo
thấp thoáng hồn ta đứng chầu rìa

và lẽ dĩ nhiên ta quỳ gối
sờ lên mặt chữ đã bao năm
chủ quyền bia đá không là đá
là máu Việt Nam sống thâm trầm

ta sẽ nhìn sâu những bãi ngầm
ngâm thân trong biển đã bao năm
bàn chân của đảo ngàn năm ấy
sẽ bước về đâu theo tháng năm

ta sẽ trèo từng mỏm đá cao
hai bàn tay bám gió hư vô
nghe hương, phân loại đàn chim đậu
xem chúng định cư từ thuở nào

bỗng chợt lạnh mình, ai thở ra?
hồn anh hạm trưởng Ngụy Văn Thà
cùng bao đồng đội theo về đất
mộ nước vỗ hoài sóng xót xa

chiến sĩ, anh hùng nối tiếp nhau
máu xương chẳng mai một về đâu
tình yêu tổ quốc không cần học
vẫn dậy từ tâm rất nhiệm mầu

chợt giận, chợt thương, chợt hổ ngươi
câu thơ chợt lấm những ngậm ngùi
ai lần hồi bán từng hạt cát
để sống không ra một kiếp người./.

LUÂN HOÁN

TRẦN THỊ CỔ TÍCH
ĐỌC THƠ LUÂN HOÁN

Ngay từ lúc học lớp bảy (lớp đệ lục - 1968) ở trường Nữ Trung Học Quảng Ngãi, Cổ Tích đã nghe chị mình và nhiều người nhắc đến bút danh Luân Hoán với niềm cảm mến, thán phục. Nghe và biết vậy nhưng ở cái tuổi còn ham chơi lò cò, u mọi, CT chẳng hề đọc thơ người lớn mà chỉ thấy tò mò với bút danh này vì nó lạ lạ và khó hiểu. Nó làm CT liên tưởng đến cuốn sổ có tên gọi là Sổ luân hoán khi còn học ở bậc tiểu học. Đây là cuốn sổ được các tổ trực nhật dùng để ghi đề bài của từng môn học và chuyền luân lưu ngày này qua ngày khác. CT cứ thắc mắc mãi vì cho rằng làm thơ thì liên quan gì đến cái sổ đó mà ông nhà thơ này lại lấy bút danh như vậy. Thắc mắc vậy thôi rồi cũng quên bẵng. Mãi đến năm 2014, ở tuổi gần 60, khi bắt đầu gửi bài cho Vuông Chiếu, đọc tiểu sử của ông, CT mới biết bút danh đó là tên của ba mẹ ông ghép lại. (Bỗng dưng thấy mình hồi đó thật vớ vẩn!)

Dù biết ông là một trong những nhà thơ nổi trội của Quảng Ngãi những năm ông là lính bộ binh ở đây, nhưng CT chỉ đọc thơ ông lần đầu trên trang mạng Văn Chương Việt vào khoảng năm 2012. Đó là một chùm thơ hay mà ấn tượng nhất là bài thơ "Giặt áo quần cho vợ". Đọc xong CT giật mình! Là một người đã từng làm vợ, CT rất xúc động với bài thơ này. Một công việc rất đỗi bình thường hàng ngày được ông đưa vào thơ mới đẹp làm sao! Bài thơ tràn ngập niềm yêu thương thắm thiết và được diễn tả thật khéo, thật khác lạ. Không có tình yêu lớn, không có tài năng đặc biệt thì khó mà viết được bài thơ này.

GIẶT ÁO QUẦN CHO VỢ
Trộn chút tình ta vào bột giặt
vò nhẹ nhàng bởi lo sợ em đau
vải còn đượm mùi thịt da em thơm ngát
tay bùi ngùi như đang vuốt ve nhau
trông thau nước đục lờ những cáu bẩn
ta bỗng thương lớp bụi nổi màng màng
chúng là những nhọc nhằn em gánh chịu
nuôi chồng con dài năm tháng gian nan
vòi nước nhỏ chảy qua từng thớ vải
như chảy vào trong cùng tận lòng ta
em có thấy giọt lệ ta thầm nhỏ
và tan trên màu vải những thiết tha?
...
đời không giữ giùm ta hai chân đứng
có lẽ nào vô dụng mãi hay sao
giặt giũ làm thơ đọc vài trang báo
hai mươi bốn giờ thường trực chiêm bao
Luân Hoán

Nể quá trời luôn! Từ đó Cổ Tích vào trang Vuông Chiếu đọc thơ Luân Hoán nhiều hơn, sau đó đọc trên Facebook.

Trời thơ Luân Hoán gây cho ta cảm giác choáng ngợp vì nó bao la bát ngát với đủ sự đời - đời học sinh, đời lính, đời thường, đời thi sĩ... Đủ cung bậc cảm xúc và vô vàn khuôn mặt thân sơ được ông phác họa trong thơ với một giọng thơ khi da diết, khi phẫn nộ, khi cợt đùa tưng tửng, khi yêu thương nồng nàn. Chúng ta thử đọc vài bài thơ của ông:

Chiều Phố Theo Em

anh ngu như thể con bò
lên yên xe đạp
lò dò theo em
phố dài gót đỏ lênh đênh
thương con bóng vỡ hoài trên mặt đường
lòng anh chứa vạn mùi hương
đổ ra lót gót chân nương bóng chiều

em đi
khép nép trong chiều
hai bàn tay thở dập dìu gió bay
sợi bụi sau áo thành mây
cuốn anh trôi nổi hết ngày thanh xuân
đều chân em nhé
đừng ngừng
kẻo anh thành trụ điện lưng phơi trời
thong dong mặc sức rong chơi...
(1964)
Luân Hoán

TÂM HỒN

ai đang gõ cửa hiên ngoài
đừng vào, vỡ tiếng thở dài cuộc tôi
trái tim đã hết chỗ ngồi
vỏ bia tàn thuốc lá phơi phận người
ngọn đèn soi tôi thấy tôi
đầu kê giữa gối tìm đời dưới chân
tôi thu tôi nhỏ lại dần
vừa tròn một tiếng thở bâng khuâng buồn
tâm hồn tôi, một giọt sương
nằm chờ nắng bốc về nguồn cội tôi
(Về trời- 60)

Chút tình với QUẢNG NGÃI:

Tám tuần chưa làm tình
Tám tuần chưa hớt tóc
đụng hoa năm bảy lần
bỏ lơ vì đầu trọc
về Núi Dẹp giữ đồn
tới lui hoài Sông Vệ
giọt Sương chưa kịp tròn
đã tan vào cốc rượu...

(Dưỡng Quân Ở Núi Dẹp -
Tập thơ: Viên Đạn Cho Người Yêu Dấu)

Có ai biết bây giờ chúng ta đang ở đây ?

mặt trời ngủ một mình
cơn mưa thì đui mù
và gió
gió nhức nhối rung chúng ta
những nhớ nhung thèm khát
hỡi đêm
đêm tối tăm bưng bít
chẳng thể nào giam nổi chúng ta
những mơ mộng, những yêu mến
bóng mát sâu thẳm
phải không đồi
hỡi đồi Lâm Lộc?...

(Đêm 30 Trên Đồi Lâm Lộc - VĐCNYD)

Đêm qua tôi mới về Quảng Ngãi
hái trái mù u ở Nghĩa Hành
gió từ Mộ Đức vây tôi lại
rờ rẫm thăm từng gốc tóc xanh
tôi gặp bàn tay ai rất mềm
xâu từng chùm nắng xách hai bên
thân thương vói níu tôi dừng lại
xối rửa đôi lòng mắt trót quên
tôi gặp đôi môi ai rất nồng
như tuồng vét hết nước trong sông
thiết tha mớm hết hương Trà Khúc
cho trái tim già lại trổ bông
tôi gặp mồ hôi ai rất hồng
trải thơm từng múi thịt da non
tấm lòng Đức Hải hay Sông Vệ
Quán Lát theo về đến Cửa Đông?
tôi gặp tôi qua núi với rừng
Trà Bồng Thạch Bích cõng trên lưng
đêm qua tôi mới về Quảng Ngãi
một đoạn chân lìa xưa đến thăm
(?)

Nhìn ảnh chân dung ông trên FB, CT nhận ra một con người với vẻ ngoài tỉnh rụi, trầm lặng mà ánh mắt như say với nụ cười nửa miệng và mái tóc bồng bềnh ẩn chứa chút ngông nghênh bất cần. Ông luôn tự nhận mình ba hoa và dùng chữ "ba hoa" trong khá nhiều bài thơ, nhưng thật ra ông đã gửi gắm trong thơ mình những nghiền ngẫm chín rục, thú vị, sâu sắc của người trải đời.

Cái tâm dành cho văn chương nghệ thuật của ông cũng mênh mông biển rộng sông dài. Ngoài những bạn bè thân quen từ những ngày trai trẻ, những nhân vật đã thành danh, đã lừng danh, ông thường quan tâm đến những bạn văn nam nữ già trẻ mới tập tành viết lách, bỡ ngỡ những bước ban đầu vào cánh rừng văn chương bí ẩn. Tâm hồn phóng khoáng nhưng không hề dễ dãi ấy luôn chắt lọc những thân tình quanh mình để làm thành một vành đai bạn bè tương cảm. Yêu quý ông, thán phục sức sáng tạo và những sáng kiến ngồ ngộ của ông, CT có viết tặng ông mấy dòng nhân đọc một status của ông trên facebook tỏ vẻ lo lắng cho sức khỏe về chiều của mình:

TRĂM NĂM LỪNG LẪY

thói thường trong mỗi người ta
quan tâm sức khỏe nghĩa là đang lo...
bảy mươi mấy năm trời cho
trần gian xoay xở giằng co với đời
vẫn còn gân, trái tim chơi
ba hoa tá lả cợt cười với thơ
chúc người vui suốt cõi mơ
trăm- năm- lừng- lẫy bên bờ nhân sinh
dĩ nhiên không chỉ một mình
phu- nhân- tri- kỷ tận tình sống theo.

Cảm nhận về nhà thơ Luân Hoán, CT chỉ biết nói như thế thôi. Còn thơ ông thì mọi người hãy tìm đọc thêm và cảm theo cách của mình.

Trần Thị Cổ Tích

nhà thơ tên thật Trần Thị Trầm. Sinh năm 1955 tại Quảng Ngãi, gốc Huế, giáo chức. Đã xuất bản thi phẩm Lắng Đọng Thanh Xuân, NXB Hội Nhà Văn, 2020.

TRẦN HOÀNG VY

MỘT BÀI THƠ HAY ĐẦY ẮP PHƯƠNG NGỮ NAM BỘ DỄ THƯƠNG VÀ TÀI HOA

Buổi trưa, ở một vùng sâu sông nước thuộc Vên Vên, Gò Dầu Hạ, bỗng nghe văng vẳng tiếng Cẩm Ly hát có lẽ từ trong radio ở một chiếc thuyền hạ bạc ven sông Vàm Cỏ: "*Bậu qua phà Rạch Miễu. Qua lẽo đẽo theo sau... Áo bậu đỏ cánh kiến. Da bậu vàng phù sa...*", lòng chợt nôn nao quá đỗi. Mới hồi hôm chạy xe từ Mỹ Tho đất Tiền Giang băng qua cầu Rạch Miễu thăm xứ Bến Tre. Chiếc phà Rạch Miễu còn sót lại, buồn hiu hắt cạnh con sông Tiền mơ mộng. Tất cả chỉ còn lại là ký ức xa lắc, xa lơ... như đám mây trên trời trôi về phương vô định...

Buồn, mở Smartphone, vào Google, tra từ khóa "Bậu qua phà Rạch Miễu", hiện lên bài hát "Phải lòng con gái Bến Tre" của nhạc sĩ Phan Ni Tấn, phổ thơ của thi sĩ Luân Hoán. Tìm kiếm nữa, ra bài thơ với các tựa đề "Phải lòng con gái Bến Tre" rồi "Tình thơ Luân Hoán", v.v... Đọc một mạch bài thơ trên mạng, cảm xúc dâng trào theo từng câu chữ tài hoa mà chơn chất. Hóm hỉnh mà đằm sâu với những phương ngữ "rặt ri" Nam bộ dễ thương cùng các địa danh và tên người của xứ sở miệt dừa, sông nước Tiền Giang. Nhớ những đêm Hàm Luông, men rượu Phú Lễ...

Song cái cảm giác tựa đề của bài thơ cứ theo ám ảnh, cùng một câu thơ chỉ có 4 chữ "Hờn giận cù lao.../ cáu tức cầu Ba Lai", mà tra trên mạng cũng cứ trêu ngươi câu thơ bỏ sót. Thời may cơ duyên được trao đổi qua Email cùng thi sĩ Luân Hoán, hiện đang định cư tại Canada, mới biết bài thơ mang cái tựa là hai câu thơ 7 chữ: "Ta may mắn được làm thi sĩ/ Nhờ đã phải lòng gái Bến Tre" mà một số người đã tự ý sửa đổi lại như đã nói ở trên! Và cũng theo thi sĩ Luân Hoán, một con người gốc gác Quảng Nam, có thời gian chinh chiến ở Quảng Ngãi lại rất am hiểu ngôn ngữ và địa danh ở Bến Tre thật đáng khâm phục. Thi sĩ cho biết: Bài thơ dài gồm 35 khổ, mỗi khổ 4 câu, sáng tác từ năm 1990, in trong tập thơ "Cám Ơn Đất Đá Trổ Thơ/ Lòng Ta Hạt Bụi Vu Vơ Bám Hoài" vào năm 1991, do NXB Kinh Đô ở Houston ấn hành, họa sĩ Vi Vi vẽ bìa. Cuối cùng là câu thơ bị sót một chữ, nguyên văn là: *"hờn giận cù lao Ốc/ cáu tức cầu Ba Lai..."*. Vậy là rõ, cám ơn những chi tiết mà Thi sĩ đã cung cấp.

Trở lại bài thơ mà nhạc sĩ Phan Ni Tấn đã trích và phổ nhạc, được nhiều ca sĩ tài danh chọn hát như Phú Danh, Phi Nhung, Cẩm Ly, Đàm Vĩnh Hưng, Tố My... và được đông đảo bạn trẻ cả nước yêu thích. Tác giả Nguyễn Võ Khang Hạ đã viết một bài dài đăng trên báo Đồng Khởi, tờ báo của tỉnh Bến Tre, trong đó có đoạn: "Bài hát "Phải lòng con gái Bến Tre" (thơ: Luân Hoán - nhạc: Phan Ni Tấn) gần đây được công chúng yêu nhạc đón nhận. Lời bài hát với những đại từ nhân xưng "qua", "bậu" tuy xưa nhưng lại là những lời tán tỉnh khá dễ thương của một "gã thương hồ" với một cô gái Bến Tre nên được giới trẻ yêu thích.

Đặc biệt, lời bài hát nhắc đến nhiều địa danh nổi tiếng của Bến Tre. Đáng tiếc là theo thời gian, một số địa danh đã trở thành quá khứ hoài niệm vì nhiều lý do khác nhau. Dù còn tồn tại hay không, những cái tên đất, tên sông, tên cồn, tên chợ... đã trở thành "thương hiệu" tạo nên cốt cách, diện mạo của con người Bến Tre. Đối với các chàng trai đã từng "phải lòng con gái Bến Tre" chắc cũng thuộc lòng lời người xưa: Nết đất nết người."

Đúng, hai đại từ danh xưng "qua" và "bậu" là hai từ rất xưa, được người miền Trung và cả miền Nam sử dụng trong quá trình đi mở đất, đã in dấu ấn vào ca dao như " Ví dầu tình bậu muốn thôi/ Bậu gieo tiếng dữ cho rồi bậu ra..." hay trong văn chương của Hồ Biểu Chánh, Phi Vân... Ngày nay, một số người già, lớn tuổi ở quê vẫn còn sử dụng, chẳng qua là để thay cho hai từ "chàng, nàng" hay "anh, em" song có một cái gì đó rất chơn chất, mộc mạc và thật dễ thương. Bên cạnh là hàng loạt các từ như "lẽo đẽo, ngoay ngoảy, hổng nghe, cầm đậu lòng, mắc cỡ, giả bộ, quấn quíu, phát khùng, cáu tức, bén rễ, hết xẩy, phất phơ" chỉ là những phương ngữ đâu cần những gọt giũa sang trọng hay đài các mà cũng thấm đậm hồn người? Đó chính là cái tài hoa của Thi sĩ.

Toàn bài thơ nhắc đến 8 lần câu "bậu qua (sang) phà Rạch Miễu" như một khẳng định chuyến phà ắt là từ Mỹ Tho qua Bến Tre và trên 28 lần gọi tên các địa danh của Bến Tre trong đó có cả xưa và nay, mà chưa chắc người Bến Tre bây giờ đã nắm rõ. Ví như địa danh "trường Nam Phương" một trường dạy "Nữ công gia chánh" có từ những năm 1950, nơi có nhiều cô con gái đẹp theo học "công dung ngôn hạnh". Bài thơ ngoài tình cảm nhắn gửi gái trai, còn nặng trĩu những tâm tư với các nhân vật lừng danh của xứ dừa Nam bộ như Nguyễn Đình Chiểu, Phan Thanh Giản, đặt biệt là nhân vật văn chương Lục Vân Tiên và nhân vật dân gian "ông già Ba Tri" hay "ông Đạo Dừa" in sâu vào tâm khảm người dân xứ dừa. Bài thơ còn nhắc đến những cây trái miện sông nước như chôm chôm, măng cụt, sầu riêng, v.v... cùng với "ghe bầu, xuồng ba lá" làm nên một sắc thái rất riêng và sinh động của một vùng quê hiền hòa, hiếu khách.

Nào đâu phải chỉ là lời tỏ tình của *"có nhớ gã thương hồ" "lẩn thẩn sầu bán thơ"* mà còn là mong ước cháy bỏng của tình nghĩa thủy chung trai, gái và cả với đất nước quê hương để mà "bóng dừa vương áo mỏng/ in đậm chùm yêu thương...". Nói không ngoa, từ trước đến nay chắc có lẽ chưa có bài thơ nào hay hơn bài thơ này khi nói về Bến Tre?..

Trần Hoàng Vy

TB: Khi bài viết này được post lên Facebook (tháng 7/2018), có một bạn văn nêu thắc mắc: "Trong câu thơ "Cá bống kèn kho tiêu", là BỐNG KÈN hay BỐNG KÈO? Chợt rất thú vị, vì BỐNG KÈN một loại cá bống được miêu tả "cá bống kèn to chỉ bằng đầu đũa, thân lốm đốm, thịt dai, đem hấp chín kẹp với bánh tráng mè thì không còn gì ngon bằng" chỉ có ở sông Trà Khúc, Quảng Ngãi. Ở miền Tây Nam bộ chỉ có cá BỐNG KÈO? Có lẽ khi viết về cá bống nhà thơ bỗng nhớ... Quảng Ngãi, nơi tác giả sống một thời chinh chiến? Người viết bài có gửi Email hỏi nhưng không thấy nhà thơ trả lời...

Nhà thơ tên thật Trần Vĩnh, sinh năm 1952 tại Bình Sơn, Quảng Ngãi, hiện định cư tại Tây Ninh, truyện và thơ phổ biến trên nhiều tạp chí, đã phát hành 2 thi tập.

Nguyên văn bài thơ:

TA MAY MẮN ĐƯỢC LÀM THI SĨ NHỜ ĐÃ PHẢI LÒNG GÁI BẾN TRE

bậu qua phà Rạch Miễu
qua lẽo đẽo theo sau
Tiền Giang sông Cửu rộng
cứ xem mình của nhau
áo bậu đỏ cánh kiến
da bậu vàng phù sa
mắt bậu xanh nước biển
tim bậu hồng lòng qua
phà băng nghiêng sóng vội
rạo rực hồn mênh mông
mắt bậu buồn quá đỗi
thương đời cù lao Rồng?
nhớ ai ngó Cồn Phụng?
phải lòng ông đạo Dừa
hay tương tư ống khói
tàu Nhật chìm năm xưa
bậu sang phà Rạch Miễu
ngoay ngoảy về Bến Tre
qua quyết lòng ở rể
năn nỉ hoài không nghe
hổng nghe mà ngoái lại
hỏi ai cầm đậu lòng
ngớ ngẩn qua chợ Giữa
cầu Chẹt Sậy, Mỹ Lồng
bậu về Lương Hòa hả
hay Lương Quới, Giồng Trôm?
guốc quau rụng tiếng lá
thoang thoảng mùi hương bần
bậu về miệt Hương Điểm?
hay Sơn Đốc, Giồng Tre?
Ba Tri nồng muối ngấm
biển hát đất nằm nghe
bậu sang phà Rạch Miễu
bậu qua bắc Hàm Luông
về Cái Mơn, Thạch Phú
rừng lá ngút ngàn buồn
qua đi đi theo bậu
hát nho nhỏ trong lòng

thơm thơm mùi măng cụt
mùi sầu riêng, chôm chôm
bậu ơi trời dẫu rộng
nhưng đâu bằng nhớ mong
sông rạch như gân máu
man man nỗi mặn nồng
dùng dằng chi nữa bậu
tay nắng nắm tay hồng
mắc cỡ chi giả bộ
chạm nhẹ hồn vai gần
bậu sang phà Rạch Miễu
về Cầu Móng Tân Hương
bóng dừa vương áo mỏng
đọng xanh chùm yêu thương
qua theo vào Bình Đại
qua theo bậu đến cùng
ghe bầu, xuồng ba lá
quanh quẩn nẻo thủy chung
qua theo vào Sóc Sải
hôn ô rô cóc kèn
bẻ gai trích máu vẽ
nụ thơ tình sáng trăng
thơ thơm thơm mùi nhớ
mùi khép nép làm duyên
mùi hơi Nguyễn Đình Chiểu
mùi tình Lục Vân Tiên
bậu sang phà Rạch Miễu
về thăm trường Nam Phương
lắc lư xe thổ mộ
ớ sao mà dễ thương
ví dù không ống kính
tài danh Lê Quang Xuân
lòng qua thay dương bản
lộng lẫy nét thân thương
ví dù bút không bén
như Nguyễn Thị Ngọc Nhung
như Phan Thị Trọng Tuyến
cũng thắm thiết thơm lừng
qua thương thương bậu quá
buổi sáng chờ buổi trưa

buổi chiều đợi buổi tối
ngày tháng không nhốt vừa
bậu sang phà Rạch Miễu
mây nghiêng theo ngập ngừng
huống chi qua thi sĩ
không quắn quíu phát khùng
hờn giận cù lao Ốc
cáu tức cầu Ba Lai
hồn theo đuôi hứng bóng
cớ sao cà lăm hoài?
ước chi đôi thần ngỗng
quậy lòng sông Bến Tre
cho bậu giật mình sợ
qua kề vai bao che
bậu ơi tin qua chớ
lắng lòng nghe qua thề
trước thần Phan Thanh Giản
nếu như mà u mê
bậu sang phà Rạch Miễu
tìm ông già Ba Tri
làm mai cho nhau hả
đời đẹp, đẹp quá đi
lòng em phơi dưới nắng
lòng qua bén gót chân
lòng qua nương hạt bụi
được thở được bâng khuâng
bớ chàng Ngô Nguyên Dũng
bớ nàng Cao Bình Minh
ta qua phà Rạch Miễu
lênh đênh theo giọt tình
mách giùm ta, quẹo trái?
quẹo phải? hay thẳng luôn
giữa lòng ngã ba Tháp
chân vấp hồn nhớ thương
bậu ơi đừng khó dễ
yêu thật hay giả vờ
coi chừng qua bén rễ
sang phần đất Mỹ Tho
dọa chơi cho vui vậy
thưa cô em Lương Hòa

gái vườn dừa hết xẩy
qua cũng nòi tài hoa
xứng đôi lấy nhau trớt
đây bánh tráng Mỹ Lồng
đây bánh phồng Sơn Đốc
sính lễ lòng gởi lòng
ngậm nghe trời đất nhớ
cá bống kèn kho tiêu
hồn mênh mang khép mở
mùi ráng nắng lên chiều
bậu qua phà Rạch Miễu
qua Mỏ Cày nhởn nha
Trúc Giang đang chờ đợi
thôi, chúng ta về nhà
Bến Tre Bến Tre hỡi
có nhớ gã thương hồ
khua dầm loang nắng đục
lẩn thẩn sầu bán thơ
thơ bán hoài không hết?
nên cà đời phất phơ
bậu ơi ta lỡ dại?
hay vinh hiển? bây giờ...

LUÂN HOÁN

SONG THAO
GIỚI THIỆU
VÀI TÁC PHẨM CỦA LUÂN HOÁN

- Hư Ảo Cõi Hương
- Nhánh Tình Thời Chưa Mê Gái
- Đường Chữ Sau Lưng

1. "Hư Ảo Cõi Hương"

Nhà thơ Luân Hoán hình như không bao giờ ngồi yên. Dĩ nhiên làm thơ là "nghề" chính của chàng. Thường thi sĩ phải yên vị trên bàn viết nhưng thơ của Luân Hoán là thơ... chạy. Anh làm thơ trên đường phố. Có khi vừa chạy xe vừa làm thơ nhưng cũng có khi gác xe ngồi làm thơ. Dù cách nào cũng là thơ đường phố.

Thơ đường phố thật thà như đếm, như cuộc đời sinh động chung quanh, chẳng thơ một chút xíu nào. Bảy giờ sáng một ngày nắng tháng 8, chàng ngồi trên xe trước cửa nhà tôi mần thơ.

mang theo mình hai nghĩa trang
di ảnh hồn vía bạn vàng khá đông

trong này vài bà lẫn ông
đến Nại Hà Kiều vẫn không chịu vào
ví như bác phiếm Song Thao
và bác Hồ (nhưng chỉ Hồ Đình thôi)
hai bác góp tay lôi tôi
tờ mờ ra khỏi cái nôi nhùng nhằng
đường quen, ít qua vẫn quen
xe đi nhịp ngựa bánh lăn đều đều
vì thơ đâu dám bay vèo
đường dài nhiều chặng cộng theo đường vừa

Hai "nghĩa trang" anh mang theo tới trước cửa nhà tôi, một cho tôi một cho Hồ Đình Nghiêm, là hai cuốn "Hư Ảo Cõi Hương". Đây là một... phát minh của nhà thơ. Người ta phát minh ra điện thoại di động, anh phát minh ra "nghĩa trang di động". Nghĩa trang của anh là những câu thơ làm bia mộ cho những người quanh anh đã khuất. Phần lớn là bạn văn bạn thơ của anh đã nằm xuống. Anh là người giàu bè bạn nên chúng ta gặp bia mộ của hầu hết các tác giả Việt Nam bỏ cuộc chơi trong những năm qua. Ra đi sớm nhất là Nhất Linh, Doãn Dân, Đynh Hoàng Sa, Nguyễn Tất Nhiên cho tới những người vừa rời xa chúng ta như Du Tử Lê, Nguyễn Thị Vinh, Hồ Trường An, Chân Phương. Và mới nhất là họa sĩ Bé Ký.

nét bút chị từng vẽ tôi
vẫn treo phòng khách tôi ngồi thường xuyên
nhìn tôi nhớ nụ cười hiền
không quên thằng bạn huyên thuyên chọc cười

nhưng tôi bỗng khựng tay rồi
nỗi buồn không lạ ngậm ngùi ngồi im
khói hương trong đầu nhói tim
quanh tôi đêm vắng đang chìm vào tôi

Ngoài bạn văn thơ, nhà thơ Luân Hoán còn xúc động với sự ra đi của những người anh mến mộ nhưng không quen biết. Khi Quỳnh Giao, Mai Hương, Lệ Thu nghỉ chơi với cuộc đời, Luân Hoán cũng đặt bia mộ. Bia mộ của người ca sĩ khả ái Lệ Thu đột ngột từ giã chúng ta vì dịch bệnh, anh ghi:

biết chị vướng bệnh không lành
trong thời "dịch lạ" hoành hành tứ tung

lo thầm cầu nguyện chung chung
vững tin không có cuối cùng xót xa

thật buồn thêm người tài hoa
qua bao chống chọi chị xa thế trần
tôi ngồi chọn chữ phân vân
mường tượng chị thở khó khăn mà buồn

Nghĩa trang di động của Luân Hoán, ngoài những người thân trong gia đình như mẹ, chị, nhạc phụ của anh, còn có những người thân của các bạn văn của anh. Nằm trong mảnh đất này có thân mẫu của nhà văn Nguyễn Đông Ngạc và nhạc mẫu của tôi. Hai cụ đều ra đi khi đã ngoài trăm tuổi, đủ dài để anh thân tình với các cụ. Anh gắn bó với cụ nhạc tôi còn là vì những trùng hợp khá lạ lùng. Anh sanh cùng ngày tháng với cụ và cả hai đều tuổi Thìn.

sinh, mất cùng tháng đầu năm
cụ đi như thể trăng rằm lặn thôi
nhẹ nhàng thầm lặng thảnh thơi
khác chi một cuộc dạo chơi cõi trời

Đọc trên những mộ bia trong nghĩa trang trên giấy của Luân Hoán, tôi thấy còn có những sinh mạng xa tít xa tắp, chắc nhà thơ không với tới, nhưng anh vẫn trang trọng rước vào. Minh tinh Elizabeth Taylor, cầu thủ Maradona, tổ sư playboy Hugh Hefner, ông bầu René Angélil, chồng của danh ca Céline Dion, chúng ta đều biết. Nhưng Aylan Kurdi, cậu bé tỵ nạn người Syria bị chết trên biển vào năm 2015, thi thể được nhà báo Nilüfer Demir chụp hình và phổ biến gây nên một cơn sốt giúp người tỵ nạn; hay Li Wenliang, bác sĩ nhãn khoa người Hoa đã báo động dịch Covid bị nhà cầm quyền cộng sản đầy ải tới chết vì dịch, cũng được anh trân trọng ghi bia mộ trong nghĩa trang của nước mắt thương cảm.

nghĩa trang của nước mắt
xanh biếc màu tiếc thương
mộ không nuôi cỏ lá
tinh khiết mùi hương buồn

Anh đắp mộ cho những người thân sơ đã nằm xuống trong phần chính của cuốn sách, phần "Niệm Hương". Nhưng sách còn có phần thứ hai được anh gọi là phần "Cáo Tồn". "Cáo Tồn" là chi, anh giải thích: "Cáo Tồn hiểu đơn giản là khóc thương người chưa chết, ngược lại với Cáo

Phó. Vậy tại sao tôi lại muốn bày trò ngược đời này? Tôi là người sợ cô độc, ngại cô đơn, đời cho quen biết được người nào thì gắng giữ thân tình chân thật đậm đà. Mọi giao hảo đều cho tôi những linh tinh kỷ niệm. Rủi có một người ra đi, đương nhiên là thương tiếc. Thuận tiện thì đến nhìn mặt lần cuối, vái mấy vái cùng lầm thầm ít câu. Không đưa hồn lần cuối bằng sự hiện diện thì tôi viết mấy câu tỏ lòng thay hương khói. Sự việc này lần lần tạo cho tôi một thói quen, và đẩy tôi đi xa hơn, viết về cả những người mình cảm mến mà chưa được quen biết, gặp gỡ qua. Số lượng bài tiễn đưa, thương tiếc những người chết thật cứ thế giàu lên, cho đến một hôm, tôi lẩm cẩm nghĩ, nếu mình bỗng chết đi trong lúc những người bạn thân còn đó, thì trong đám đưa tang họ thiếu mất mình, tiếc quá. Vậy là, tôi liên tưởng đến chuyện không may của từng người còn hít thở ngon lành và thử khóc trước. Trò chơi dại thực sự bắt đầu sau khi tôi tham khảo lấy ý kiến một số bạn và bất ngờ được đa số đồng ý. Tôi hứng thú và chân tình xuống tay, khai tử sớm một số bạn để khai sanh một số bài lẩm cẩm".

Tôi có lẽ là một trong số những người đầu tiên được anh hỏi khi anh khởi đầu "trò chơi dại" này. Và gật đầu liền chẳng nghĩ ngợi chi. Lứa tuổi chúng tôi, dư sức được người đời gọi là cụ, nhưng vẫn cứ tếu táo như những lão ngoan đồng. Ai rủ chơi là chơi. Chẳng care con ma nào! Và anh đã dụ chơi được 29 tên. Những người bên cạnh anh như Hồ Đình Nghiêm, Lưu Nguyễn, Võ Kỳ Điền, Phan Ni Tấn. Những người ở xa như Khánh Trường, Lê Hân, Ngu Yên, Nguyễn Trọng Khôi, Phan Xuân Sinh, Quan Dương, Thành Tôn, Trần Hoài Thư, Trịnh Cung, Vĩnh Điện. Những người còn ở lại Việt Nam như Cao Thoại Châu, Hồ Chí Bửu, Lê Vĩnh Thọ. Những nữ nhi như Bích Quân, Ngô Tịnh Yên, Phan Thu Hà. Tất cả đều bị anh dụ vào trò chơi ma mị của anh.

Nhưng cũng có những người rét lắc đầu lia lịa chưa muốn nghe kèn khi còn giữ nhịp thở. Trò chơi chưa ai làm này còn dẫn tới nhiều trường hợp dở khóc dở cười. Anh chơi như thiệt nên khi được phổ biến, nhiều người có thân nhân ở xa tưởng thiệt, nước mắt nước mũi thăm hỏi khiến phải năn nỉ anh rút lại bài để tránh cảnh bi lụy.

Những người mới dừng lại ở cổng nghĩa trang này được anh vẽ vời ra sao? Biết Luân Hoán là người khó qua ải mỹ nhân nên thử đọc vài câu anh tiễn sống các giai nhân. Tiễn nhà thơ Ngô Tịnh Yên, anh đề bia:

"tôi nằm chết thử nào hay
chiều tang nghi quán lạnh dài khói hương"
bạn nằm chết đẹp như sương
chờ tan trên ngọn cỏ buồn cô đơn

Bích Quân là bạn của anh, không trong văn giới, nên lạ lẫm với tôi. Nhưng tôi khoái những câu thơ tiễn biệt với người đẹp có cái tên rất "truyện Tàu" này:

Chiêu Quân xưa ngủ bên trời
Hô Hoa Hạo Đặc sáng ngời Nội Mông
Bích Quân chừ ngủ trong lòng
bao nhiêu thi sĩ bềnh bồng như tôi
yêu người trong giấc mơ thôi
nhớ nhung xin liệm hồn người vào thơ

Phan Thu Hà có lẽ là bạn thiếu thời của anh ở Đà Nẵng. Đọc thơ anh thấy nhân vật này nhiều lần xuất hiện rất thân thương. *Mon men qua ngõ Thu Hà / dẫu lơi chân đạp cổng nhà cũng qua*. Nhiều lần định hỏi anh nhưng ngại mỹ nhân Trần Thị Lý nên trong lòng vẫn ôm cái dấu hỏi bự thù lù. Vòng quay của bánh xe thời gian không làm nguôi nhung nhớ của người làm thơ đa cảm. Nhớ cho tới phút tận cùng của đời sống.

giai nhân tiếp tục mỹ nhân
âm ty địa phủ dương trần như nhau
cho dù người có về đâu
tôi còn hơi thở vẫn hầu hạ theo

Giai nhân thứ tư anh "cáo tồn" là Phước Khánh. Tôi cũng mù tịt về người đẹp này nhưng coi hình mới thấy bạn tôi có lý khi mặn mà với mỹ nhân Phước Khánh. Thỉnh thoảng Luân Hoán dùng bút danh Hà Khánh Quân. Anh cho biết cái tên ba chữ này anh ghép tên ba người đẹp (không biết có đi qua đời anh không?) là Phan Thu Hà, Ngô Phước Khánh và Hoàng Bích Quân.

tôi tưởng tượng ra những chiếc răng
ngọc ngà óng ánh những giọt trăng
ước chi người cắn tôi nhè nhẹ
để ngấm tình yêu giữa kẽ răng

Luân Hoán tiễn bốn người đẹp tôi trình làng cả bốn, âu cũng là đồng khí. Ba cái chuyện thẩm mỹ, anh và tôi hình như hợp. Tôi không là người quen biết anh từ những ngày non dại. Anh với tôi hai người hai mảnh đất xa cách nhau. Anh Đà Nẵng, tôi Sài Gòn. Những ngày đó chúng tôi chỉ biết nhau trên sách vở báo chí. Anh và tôi cùng viết cho tạp chí Văn Học của Phan Kim Thịnh. Thịnh nói với tôi về anh, tôi nghe vậy biết vậy. Biết anh nhiều hơn là qua thơ anh, thơ của một người lính ra trận như đi dạo tìm vần thơ. Vô ý như vậy nên anh để lại chiến trường nửa khúc chân trái. Tôi cũng là loại vô ý. Ở xa thì nghe danh anh, khi gặp anh thì chẳng biết cái ông Đà Nẵng mang tên Lê Ngọc Châu này là ai. Ngày đó, đúng chục năm sau ngày nước mất nhà tan, chúng tôi cùng tìm đường rời quê hương. Chẳng ai muốn rứt rời đất nước nhưng cũng chẳng ai muốn cam phận dưới ách đọa đày. Con đường của chúng tôi không gập ghềnh biển cả sóng lớn. Anh và tôi có duyên biết nhau khi cùng lo thủ tục bảo lãnh rời xa xứ sở. Biết nhưng không nhận ra nhau. Chúng tôi chỉ biết nhau như hai người đồng cảnh ngộ. Cho tới khi định cư cùng thành phố, vẫn chưa hề biết cái ông Đà Nẵng này chính là ông Luân Hoán của Văn Học xưa. Một ngày đẹp trời tôi tình cờ đọc được bài phỏng vấn anh của Hồ Trường An trên báo Làng Văn mới thấy hình anh và biết anh là Luân Hoán. Thiệt vô duyên đối mặt bất tương phùng. Khi cái ông Đà Nẵng ngày xưa rủ tôi chơi trò chết giả, tôi ừ liền. Chúng tôi chẳng đã từng "chết" trong mười năm sau cuộc chiến sao? Vậy nên tiễn tôi, anh thả ga ba hoa:

tôi còn khỏe đề huề ăn ngủ đái
bạn còn ngon hít đất hít lung tung
đời lạ kỳ vẫn khoái chuyện sửa lưng
chắc nhờ vậy chúng ta cùng viết khỏe

đang tử tế ngon lành sao xé lẻ
bạn đi đâu không báo cáo với tôi
chuyện rong chơi là nghề của bạn rồi
năm mấy tháng chu du cùng thiên hạ

nhưng quả thật lần này bạn kín đáo
làm thinh mà đi không nói với ai
khi hay tin tôi ngã ngửa thở dài
không tin được bạn mau chân đến vậy

Luân Hoán trông củ mỉ cù mì nhưng trong bụng rất lắm chiêu. Không biết sau trò chơi tới tận nghĩa trang này, ông thần hay bày chuyện này có còn mưu toan chuyện chi khác không. Xin chờ hồi sau sẽ rõ.

Song Thao

2. "Nhánh Tình Thời Chưa Mê Gái"

Để mừng thọ 80 tuổi, nhà thơ Luân Hoán đã cho ra mắt tập thơ "Nhánh Tình Thời Chưa Mê Gái". Dòng đề tặng tôi, anh ghi: "Bản tặng anh chị Song Thao, một ngày trước khi tôi lên 80 tuổi". Tôi nghĩ ông bạn già tính ăn gian, mừng 80 tuổi bằng tập thơ viết về thời… 8 tuổi. Nói vậy tôi không có ý cho là ông bắt đầu mê gái từ năm 8 tuổi. Oan cho ông. Tới 10 tuổi ông mới mê gái. Gái chỉ 8 tuổi.

khi gặp nhau em độ chừng lên 8
tôi chớm 10 rất đỗi ngô nghê
em quá đẹp bởi vì em lai Pháp
tôi từ rừng về làm cậu nhà quê

Cô bé này tên Đỏ là học trò trong lớp học do cha tác giả mở tại nhà. Một bữa trời mưa, cô bé không về nhà được, phải ngủ lại. Cậu bé 10 tuổi ngủ cùng cô bé 8 tuổi.

chẳng nhớ nửa khuya hay mấy giờ đâu biết
tôi giật mình thức giấc, nặng bên hông
em thoải mái gác chân trên đầu gối
hương chi thơm theo hơi thở bềnh bồng

tôi mỏi đớ, nắm chân em lưỡng lự
tay vụng về tinh nghịch úp lung tung
em ú ớ nói gì như đang mớ
tôi khi không nghe nhịp máu lạ lùng

từ phút đó nằm thức hoài đến sáng
tưởng tượng ra nhiều chuyện chẳng đầu đuôi
da em ấm tôi hít hà ngộp thở
nghe nhiều nơi rất khác lạ trên người

Nhận được tập thơ viết về thời chưa mê gái, tôi có phần hững hờ. Ông bạn nòi tình, thơ thẩn chỉ mặn mà chuyện gái trai, vậy thì thơ thời chưa biết mê gái chắc chẳng có chi hay ho. Thường đọc thơ tình được bỏ rất nhiều chất mặn của ông Luân Hoán, tôi nghĩ thơ của ông thần này mà không có tí tình đọc chắc oải lắm. Nhưng tôi bé cái lầm. Khiếu thưởng thức thơ Luân Hoán bấy lâu nay của tôi bị hư theo những vần thơ ma mị nên tưởng như vậy. Thơ viết về thời ngu ngơ của ông

Luân Hoán cũng hấp dẫn không kém. Có lẽ vì tôi tìm được tuổi thơ của tôi qua tuổi thơ của ông.

ấu thơ tôi rất bình thường
chẳng chi khác lạ bạn đường cùng đi
giữa thời bom đạn loạn ly
quê nhà mấy cõi sớm đi phiêu bồng

Tuổi ấu thơ như có chung một tâm tình. Tôi nhớ lại những trò chơi tuổi nhỏ. Nhớ trước nhất là những buổi tắm mưa, tắm sông. Trai gái ngây ngô như nhau. Chỉ biết giỡn vui với nước. Nước từ trên trời đổ xuống cũng vui như nước lừng lững trôi trên dòng nước hẹp. Phải công nhận tắm mưa thời nhỏ rất đã. Mải mê chẳng thèm nghe tiếng gọi vào nhà của người lớn khiến ăn đòn thường xuyên. Ông Luân Hoán cái chi cũng hơn tôi. Tôi chỉ biết tắm mưa, ông tắm lung tung. Tắm mưa rừng, tắm nước chứa trong lu, tắm giếng, tắm sông.

tôi hình như ít chơi hoang
chỉ hơi hơi nghịch ngang hàng quỷ ma
mỗi lần tắm sông Tứ Hòa
bao nhiêu đá nước vỡ òa theo tôi.

Tuổi thơ không chỉ biết chơi đùa mà còn có những kỷ niệm thiếu êm ái, đó là những trận đòn. Không ít thì nhiều, thế nào cũng có lúc phải nằm sấp, ngốn những vệt roi lằn mông. Roi của anh chị lớn, của thầy giáo, của cha và nhất là của mẹ. Lằn roi của mẹ là những lằn roi nhớ đời. Có khi mẹ vừa đánh vừa kể tội, có khi mẹ vừa đánh vừa khóc. Con dại cái mang.

mỗi khi bị mẹ đánh đòn
tôi bụm miệng khóc bên hòn đá cao
cụng đầu vào đá nghẹn ngào
chợt như nghe được lời chào hỏi thăm

Nhiều khi không phải con dại mà lằn roi của mẹ là sự ấm ức bị dằn nén đổ trên mình con. Những bà mẹ ngày xưa, phận làm dâu, mang nhiều ẩn ức khi phải sống với đại gia đình chồng, đánh con có khi chỉ là cho hả sự tức tối trong cuộc sống chung đụng mang nhiều uất ức thiệt thòi. Đứa con bị đòn oan cũng uất ức. Lẫy là một thứ vũ khí tội nghiệp của kẻ yếu thế. Cả mẹ cả con đều xót xa.

mỗi khi lẫy không ăn cơm
mẹ dành một chén và đơm thật đầy
trứng vịt luộc, cải-tàu-bay
được úp dưới cái rổ dày nan tre

Ngày nay nghĩ lại thấy thương mẹ. Khổ đau ngày đó chia đều cho hai mẹ con. Ngày nay có muốn chia cũng chẳng còn mẹ để chia.

bây giờ có lẫy có hờn
cũng không còn được bữa ngon ngày nào
nhiều đêm nằm nhớ nao nao
dậy đứng lặng trước bàn thờ hồi lâu

Ông Luân Hoán nì thật ác. Ông làm tôi khóc khi đọc thơ nhớ tới tuổi thơ của ông. Chừ già có hột mới thấy cái tuổi nhỏ nhóc đó là thần tiên. Tôi có chung với ông cái thú đi bắt ve sầu. Chỉ khác chút đỉnh. Tôi bắt ve trên đường phố Hà Nội nên "văn minh" hơn. Buổi trưa mùa hè nắng chang chang, chúng tôi vác những cây sào dài phía trên có dính nhựa. Nhựa là những đế dép cũ bằng kếp ngâm xăng cho chảy ra. Chúng tôi kiếm những con phố có hàng cây cao ngất rậm rạp, nghe tiếng ve râm ran, ngẩng đầu tới sái cổ tìm ve đậu trên cành. Thấy mục tiêu, chúng tôi ì ạch giơ những cây sào dài lên, nhắm lưng ve dính vào. Trăm lần như một, chú ve nạn nhân hết đường trốn tránh. Nhốt ve vào chiếc túi vải, mang về cột sợi chỉ cho ve đậu trên đám cây cảnh cho ve kêu râm ran thưởng thức một mình.

Ông Luân Hoán dân quê nên đâu có thứ keo làm bằng kếp và xăng. Ông dùng mủ mít. Dính không thua chi thứ keo Hà Nội của chúng tôi. Có phần hơn nữa. Vì mủ mít thơm chứ không nồng như thứ keo tỉnh thành. Trò chơi bắt ve sầu của ông thập phần thú vị hơn của tôi. Vì ông bỏ công ra nhiều hơn. Tự túc tự cường có cái thú riêng.

xách rựa chặt nhánh tre non
về trảy hết mắt làm con sào dài
phơi trên giàn mướp hẳn hoi
màu xanh bắt nắng vừa phai dần dần

mít chín cây ở cuối sân
mùi thơm phưng phức hương nồng mái hiên
chờ mẹ về hái ăn liền
xong quấn cục mủ nằm riêng đầu sào

nửa buổi, trưa, gió lao xao
râm ran tiếng hát ve gào khắp nơi
vói sào, nhón gót... được rồi
cánh ve dính mủ bắt chơi dễ dàng.

Những thân cây vạm vỡ chẳng chỉ có ve mà còn là chỗ chim nghỉ bay đứng hót líu lo. Ông Luân Hoán lúc đó chưa làm thi sĩ nên kể chi tới tiếng chim hót. Ông bắn ná. Bắn ná là trò chơi ác ôn đầy máu me. Vậy mà tuổi thơ của bất cứ thằng con trai nào cũng có chiếc ná bên người. Chiếc ná tuổi thơ có lẽ là thứ gây nỗi nhớ chì chiết nhất. Đầu năm ngoái, 2020, lúc con vi khuẩn Covid ác ôn chưa níu bước kẻ lữ hành, tôi qua Hawaii, vào một cửa hàng tạp hóa, thấy họ bán những chiếc ná. Tôi bâng khuâng đứng nhìn. Cả tuổi thơ ập về. Ná của họ "văn minh" hơn vì được đúc bằng nhựa cứng. Những chiếc ná của tuổi thơ tôi được làm bằng chạc ba cây ổi. Nhất định phải là gỗ ổi vì chúng dẻo dai hơn gỗ các thứ cây khác. Những ngày thơ dại đó, tôi hay cùng chúng bạn ra bãi cát sông Hồng chơi đủ trò. Chỗ chúng tôi hay lai vãng là vườn ổi hồi đó được gọi là "rặng ổi". Vườn có chủ nên mỗi khi xâm nhập gia cư bất hợp pháp, đứa nào đứa nấy mắt la mày lét, sẵn sàng chẩu khi nhà vườn xuất hiện. Đứa đứng dưới phải canh chừng cho đứa trèo cao. Nhưng cũng có khi bị nạn. Chủ vườn xuất hiện ngoài tầm nhìn. Đứa dưới đất chạy trốn. Đứa trên cây cuống cuồng. Nhà vườn sợ có tai nạn nên, thay vì la hét, ôn tồn trấn an cho đứa nhỏ leo xuống. Xuống tới gốc là giở bài khóc. Chủ vườn cảnh cáo qua loa rồi nhỏ nhẹ khuyên về nhà đừng leo trèo nguy hiểm nữa. Nhưng nước mắt của lũ chúng tôi là nước mắt giả, chữ thời đại ngày nay là fake tear. Làm sao mà không leo trèo được. Ngoài những trái ổi có khi xanh lè, cắn tới gẫy răng, thứ mà chúng tôi săn lùng là những chạc ba đẹp. Đẹp có nghĩa là cân cái, vừa đúng khổ để làm ná bắn chim. Chạc ná bắn chim có hình chữ Y, hai đầu trên được cột hai sợi cao su cắt từ săm xe đạp phế thải xin được nơi các tiệm sửa xe. Hai đầu kia của hai sợi cao su được cột vào một miếng da cũ, thường là từ những chiếc cặp đi học, để làm chỗ để đạn. Đạn là những viên sỏi tròn nho nhỏ. Khi bắn, một tay giữ cọc ná, một tay nắm miếng da có đạn, căng sợi cao su, nhắm đích là những chú chim ngơ ngáo trên cây hoặc trên dây điện, buông đạn cho bay vèo đi.

Tuy Hội An và Hà Nội xa nhau vời vợi, nhưng tuổi thơ nơi nào cũng như nhau. "Kỹ nghệ" làm ná của ông Luân Hoán cũng y chang như của tôi. Có điều ông có hai chọn lựa: hoặc ná bằng gổ ổi hoặc ná bằng gỗ găng.

tôi lục soát đã vài mươi cây ổi
da bị gai găng trầy sướt tứ tung
đã chọn lắm nhánh ba thật vừa ý
lén uốn thầm che, đợi, chặt về dùng

đôi dây ná vốn từ săm xe đạp
đỏ hoặc đen khi chúng đã hồi hưu
cắt thật đều lớn hơn sợi mì Quảng
dài ngắn tùy nghi tầm tay mỗi người

một miếng da để bọc đưa viên sỏi
có hình ô-van bào mỏng mặt trong
chừa đuôi buộc dây bền hơn đục lỗ
dùng dây thun ráp nối lại là xong

Có một thú chơi văn hóa hơn tôi không ngờ ông Luân Hoán cũng chơi. Đó là sưu tập những tờ programme nơi các rạp xi-nê. Hồi đó, mỗi phim được chiếu, khán giả khi mua vé sẽ được trao cho một tờ programme. Ngoài phần quảng cáo các phim sắp chiếu, nội dung chính của tờ chương trình này là kể chuyện phim sắp được coi. Thường họ kể xuôi rót nhưng khúc cuối được giữ bí mật để "coi xong sẽ rõ". Tờ chương trình này thường được in trên giấy màu, cái xanh cái đỏ. Thời đó, chúng tôi có cái thú sưu tập những tờ xanh đỏ này. Tiền đâu mà vào rạp để có tờ programme một cách bảnh chọe đàng hoàng, chúng tôi lang thang khắp các rạp gần nhà hay gần trường, vào quầy vé xin. Bị xin nhiều lần quá, họ không cho. Vậy là đón khi tan xuất chiếu, xin các khán giả ra về. Thường họ cho. Về nhà, sắp xếp từng hồ sơ, cất kỹ. Mang khoe nhau những tờ đứa này có, đứa kia không có, ăn thua nhau từng chút. Rồi thi nhau học thuộc lòng, đọc vanh vách từ đầu tới cuối truyện phim. Bài học ở trường có khi không thuộc nhưng "bài" của tờ programme thì không bao giờ quên. Tôi có tên bạn, đầu to hơn bình thường, bị chúng tôi chọc là "quái thai", nhưng thuộc programme vào loại siêu. Nói tên phim là hắn mở máy đọc từ đầu tới cuối, không vấp váp chỗ nào. Tận trong miền Trung, ông Luân Hoán cũng có trò chơi đầy "văn hóa" này. Nghĩ cũng ngộ, con nít đúng là... đại đồng.

thả chân cửa rạp chiếu phim
tìm tờ quảng cáo chương trình cất chơi
mấy tờ programme tuyệt vời
có cảnh có vật có người mới tinh

Ai cũng có tuổi thơ nhưng ít ai nhớ được tuổi thơ một cách phong phú như ông Luân Hoán. Cuốn "Nhánh Tình Thời Chưa Mê Gái" được ông phân chia trước sau đàng hoàng phân minh. Có tất cả 5 phần của từng địa danh theo thứ tự thời gian sinh sống của tác giả. Ngoài phần mở đầu nói chung chung, thời gian và không gian diễn ra tuổi thơ của ông chia ra những thời kỳ sau: đầu đời ở Hội An Quảng Nam, những năm sống cùng Tiên Phước, nơi Liêm Lạc Hòa Đa Quảng Nam, tháng ngày trên đất Tourane sông Hàn. Vậy là ông long đong từ nhỏ nhưng nhờ đó, tuổi thơ của ông phong phú và đa dạng.

Bài thứ 100, bài thơ cuối sách là bài "Dậy Thì".

chỉ một thoáng mình nghiêng em gởi lại
môi kẹo đường tôi nhiễm nỗi bâng khuâng
mắt chớp vội lòng ngăn không còn kịp
ngỡ ngàng cưu mang dấu ấn nợ nần

cảm xúc lạ xóa tan dần run sợ
từ mắt em từ xinh xắn núm cau
tôi thuần phục hơn là chống đỡ
chấp nhận mình mất chi đó không hay

Gấp cuốn "Nhánh Tình Thời Chưa Mê Gái" lại, tôi thầm trách ông. Ông dối tôi. Ông mê gái rõ rành rành từ thời "rất đỗi ngô nghê" mà nói "chưa mê". Có điều trái trứng chưa kịp chín thôi!

Song Thao
tháng 02-2021

3. "Đường Chữ Sau Lưng" Hồi ký về Tác Phẩm của Luân Hoán

Tôi có một tập truyện ngắn mang tên "Bên Lưng Những Con Chữ" khiến ông Hoàng Xuân Sơn théc méc. Ống hỏi tôi: "Bộ chữ cũng có lưng hay sao?". Chữ cũng có lưng chứ. Bởi vì chơi với chữ là dễ bị dập mặt, nếu không có lưng lấy chi mà giơ ra để đỡ! Nay ông nhà thơ Luân Hoán coi bộ hợp với tôi. Chữ của ông không ở bên mà ở sau lưng. Sau lưng có nghĩa là bỏ lại. Khi cho ra đời một tác phẩm, tác giả phó thác đứa con cho đời, mặc chúng chống chỏi với phong ba bão táp hay nắng dịu gió hiền. Tác giả bỏ nó sau lưng.

Ông Luân Hoán có lẽ là người cần bỏ nhất vì ông vung vãi con cái hơi nhiều. Không thấy ông tổng kết có bao nhiêu đầu sách đã ra đời. Tôi chỉ biết là nhiều lắm nhưng cũng không đếm vì mỏi tay chết.

"Đường Chữ Sau Lưng" là chuyện ông viết về những cuốn sách của ông. Thường độc giả cầm một cuốn sách, chỉ biết những con chữ trong cuốn sách. Và cũng chỉ sống với những con chữ. Tại sao tác giả lại viết thế này mà không viết thế kia, tại sao chỗ này lại thế này, chỗ khác lại thế khác. Hỏi là hỏi vậy thôi. Tay đang cầm sách chứ đâu có đang ôm tác giả mà thông tỏ được sự tình. Thường các tác giả cũng chẳng bận tâm tới những tra vấn cùng kiệt như vậy. Họ tỉnh bơ. Nếu có thấy họ xuất hiện thì lại là một cuốn khác, vẫn kín bưng không một chút bày tỏ. Ông Luân Hoán không vậy. Ông này thường có những chiêu lạ. Ít ngại chuyện phơi bày. Có lần ông bỏ lên Facebook video ông cởi trần trong phòng tắm khi làm vệ sinh buổi sáng. Tôi có hỏi ông cơ bắp có mấy mà cũng bày đặt phô trương, ông chỉ cười. Ông này có cái cười rất đặc biệt, kiểu cười huề, ai muốn hiểu sao thì hiểu.

Chuyện đời thường đã vậy, chuyện sách vở nay ông cũng vậy. "Đường Chữ Sau Lưng" là cuốn sách vạch trần ra tại sao ông in những cuốn sách của ông. Một thứ "sau lưng" những con chữ. Nói theo kiểu trình diễn thì đây là cuốn behind the scene. Hậu trường những cuốn sách đã trình làng. Nghe đã thấy thỏa cái tính thích nhảy xổ vào những chỗ... huyền bí!

Tính tôi thích coi cái chi cũng coi tới nơi tới chốn. Vậy nên tôi chẳng thèm coi "hậu trường" những cuốn đã được ông Luân Hoán trình làng mà lại chúi mắt vào những cuốn ông không cho ra đời. Vậy là ông này cũng đã... hư thai.

Tập thơ "Điểm Trang Cho Vợ" không bao giờ ra đời. Vì sao? Ông khai như thế này:

"Điểm Trang Cho Vợ, một tên sách quê quê, có vóc dáng mong manh, trọng lượng nhẹ hều, chỉ gồm 37 trang với hai mươi bài thơ được chép cẩn thận, đóng bìa chắc chắn để kỷ niệm cho ngày cái xương sườn của mình lộ ra ngoài; ngày khởi sự trăng hoa trên giường chiếu tinh khiết; ngày chung sức sáng tác, mưu cầu có những tác phẩm biết nói, biết cười, biết làm người... Chuyện vĩ đại ấy đâu phải là chuyện tầm phào. Một

tập thơ viết nắn nót đi kèm với chiếc nhẫn cưới, trị giá cả hai có thể bèo, nhưng tính chất lãng mạn quả không nhỏ".

Tuy tập thơ không được in ấn nhưng cũng có cái... lưng.

Ngày 27 tháng 12 năm 2018, đúng 50 năm sau khi tập thơ "Điểm Trang Cho Vợ" được làm quà cưới, ông ngồi vạch lưng. Cái lưng của câu chuyện tình khá riêng tư nhưng ông khơi khơi mách cho bà con thiên hạ biết. Chàng hơn nàng 11 tuổi. *"Từ cô bé tôi thường sai vặt mua thuốc lá, mang trà vào phòng... cho đến một hôm trời mưa, cô bé bỗng lớn lên dưới mắt tôi, khi em đứng vọc nước mưa trước hiên nhà. Diễn tiến cuộc hành trình thương yêu, được viết lại chân thật trong bài "Chiều Mưa". Ta đến trọ nhà em từ thuở / em chưa qua hết tuổi mười ba".* Ông nhà thơ dẫn em vị thành niên này trốn nhà đi ngao du cả tuần lễ. Chuyện tày trời này khiến bố mẹ và bạn bè ông xoắn vó. Cuối cùng phải khai sanh lại, tăng tuổi cho cô bé để có thể cưới hỏi như người ta.

tình em đàn áp tôi rồi
hơn hai mươi tuổi quên đời độc thân
tra cùm vào hai ống chân
dù người cai ngục lâng lâng ngọt ngào
....
chia vui, thầm lén nhận rồi
còn tình trọn vẹn em tôi gối đầu
kể từ nay chỉ có nhau
hai tên trong bản hôn rồi thú sau

Tôi mường tượng như cuốn "Đường Chữ Sau Lưng" này là cuốn... trối trăng của ông nhà thơ hay dọa bạn bè về ngày ông rũ áo xa rời cuộc sống. Có vẻ như ông thu vén mọi chuyện, bày tỏ trung thực câu chuyện sau lưng của mỗi tập thơ, rồi phủi tay. Cuối sách ông còn dành rất nhiều trang in hình ông chụp với bạn bè, những người đã ra đi cũng như những bạn còn ở lại. Nhưng không phải vậy. Cuốn này ông chưa trối trăng xong.

Từ vài chục năm nay, mỗi khi Montréal bắt đầu vào đông, ông Luân Hoán lại than van với bạn bè *"không biết có qua khỏi mùa đông này không"*. Lúc đầu bạn bè còn bi lụy, nhưng, hết mùa đông này qua mùa đông khác, ông vẫn cười toe, lời đe dọa của ông bỗng thành chuyện cười cợt cho bè bạn quanh ông. Có lẽ ông cũng thấy kỳ nên mấy năm trước đây ông chơi dại. Lấy cớ là ông không chắc có còn trện cõi đời này khi bạn bè rời xa trần thế nên ông xin tế sống trước. *"Trong một ngày nọ, tôi ngồi nghĩ vớ vẩn: nếu mình chết trước, một số bạn mình ra đi sau, sẽ thiếu lời phân ưu của mình. Tiếc, nên tôi buồn tay viết trước một số bài. Để viết những bài nhạy cảm, tế nhị này dĩ nhiên tôi phải xin phép trước các đương sự"*. Chà! Ông này chơi ngặt! Nhận được lời hỏi của ông, tôi gật đầu liền. Chuyện chơi thôi mà. Nhiều người cũng vui chơi như tôi. Vậy là ông... khóc. Ông post những bài này trên trang "Vuông Chiếu Luân Hoán". Tiếng khóc của ông cũng... vui thôi. Nhưng trò chơi của ông xảy ra hai tai nạn. Thứ nhất, bạn bè của chị Trần Mộng Tú dồn dập gửi mail cho chị xác nhận thực hư làm chị mệt quá xin ông rút bài xuống. Thứ hai, nhà văn Phạm Phú Minh có nhiều họ hàng ở Việt Nam, tưởng chuyện thật, tới tấp thăm hỏi tin tức làm bạn này mệt quá, chết sướng hơn, nên cũng muốn nghỉ chơi. Tính ông Luân Hoán vốn lành nên ông chiều bạn bè hết. Bảo ông xóa thì ông xóa. Nhưng ông cũng cố vớt vát: *"Có một điều kỳ diệu: những người tôi khóc trước, cho đến lúc này vẫn "an toàn trên xa lộ" trong cuộc sống. Như vậy rõ là không phải một trù ếm, gây xui rủi. Sống chết xem ra có số thật".*

Lạc quan như vậy nên ông đang âm mưu in một tập thơ khác. Tập thơ này chưa in nhưng ông cũng đã giơ lưng ra:

"Tôi đang ở trong lứa tuổi mà bè bạn, người thân quen theo nhau đi về cõi vô cùng nên không thể không ngậm ngùi nghĩ về chính mình. Việc làm thơ tiễn đưa bỗng trở nên dồn dập. Không còn mấy tạp chí để thông tin ngoài tấm lòng của trang Facebook. Việc thơ thẩn này cũng khiến tôi nghĩ đến chuyện sưu tập và in một cuốn riêng biệt, ít nhất là giữ trong tủ sách gia đình. In thơ không còn là nhu cầu để bán và cũng đã nhẹ việc mưu có thêm mươi người nữa biết đến mình. Không việc gì phải minh hóa điều này, nhưng ngón tay đã tự nhiên gõ rồi, cứ để vậy đi".

Ngón tay đã gõ, ông còn đi xa hơn là đã có bìa sách với cái tên: "Niệm Hương và Cáo Tồn". Trên bìa sau, ông có ít hàng thơ:

xác tan hồn lạc về đâu
đỉnh trời lòng đất khác nhau thế nào
người chết vũ trụ thêm sao
tỏ mờ thao thức nao nao chong tình
có dòm cõi sống cũ mình
còn lưu luyến những ảnh hình nào chăng
có thấy ra người quen quen
vun ngôn từ lập mặt bằng nghĩa trang
chuyện chơi hết sức tạp nham
là mong tạo chút bình an riêng lòng
gió bay nam bắc tây đông
ngày mình đi biết thong dong hướng nào

cõi nào mà chẳng hư vô
đưa người mong có người sau tiễn mình

Cuốn sách, có lẽ là khúc cuối của cuộc chơi trần gian, đã định hình. Đã nằm trên dàn phóng, chỉ một cái bấm nút là bay ra. Khi nào cái nút được nhấn, câu hỏi được ông nhà thơ rong chơi từ những cuốn thơ tình cho tới cuốn... đoạn tình, minh định: *"Tập "Hư Ảo Cõi Hương", dù định in nhưng chưa phải sẽ in nay mai. Tôi sẽ layout sẵn để đó. Phần nội dung được sắp xếp theo thứ tự ngày, tháng, năm qua đời của mỗi người".*

Cuộc chơi nào chẳng có lúc tàn. Nhưng tàn một cách có tính toán gọn ghẽ như ông nhà thơ Luân Hoán, mấy người biết chơi và chịu chơi như vậy. Lời cuối sau lưng của cuốn "Hư Ảo Cõi Hương" là một lời nhắn nhủ: *"Đây sẽ là tập thơ cuối cùng trong đời, có thể tôi không nhìn được nó"!*

Montréal vừa bắt đầu những ngày hè. Phải nhiều ngày tháng nữa mùa đông mới lại lững thững tới!

Song Thao
tháng 05/2020

THU THUYỀN
LUÂN HOÁN, NHÀ THƠ
CỦA NHỮNG GỐC CHANH, GỐC CÀ

Nhà thơ Luân Hoán gặp Thuyền từ khi tóc anh còn xanh mướt, thuở anh hay ngồi ngắm cô tươi xinh giữa những cây si rậm rễ. Đến bây giờ, mỗi khi nghĩ đến cô, trái tim anh không đến nỗi nhảy sai nhịp như ngày xưa nhưng đầu anh chắc chắn còn lấn cấn. Đấy là nói về Thuyền, hoa khôi Tam Kỳ. Nàng thơ:

T,
ngắt gởi cho ngọn tóc
để ta cầm mùi hương
đưa tình ngang mắt ngắm
thấy em thơm đầu giường
ký gởi cho hạt đất
để ta nâng bàn chân
lót tình thay lớp phấn
nghe thân liền với thân
lượm gởi cho ngọn gió
quanh đời thuyền thong dong

trải thơ chêm đọt sóng
cho em trôi trong lòng

Còn tôi chỉ hân hạnh được quen anh Luân Hoán vài năm gần đây, qua nhóm văn nghệ internet quán Cây Me của anh Trần Trung Đạo. Biết anh quen cô Thuyền Tam Kỳ, tôi gửi một điện thư lên Cây Me, viết lấp lửng: 'Anh Luân Hoán ơi, Anh vẫn khỏe? Ký tên: 'Thuyền'. Viết xong xoa tay, khoan khoái chờ. Quả nhiên tôi nhận thư trả lời trong nhấp nháy. Thư cỡ chục hàng, hàng nào cũng chứa ít nhất hai ba dấu hỏi. Tôi hối hận ơi là hối hận! May quá, khi khám phá ra 'n(h)àng giả mạo', anh chẳng giận, còn gửi thêm thơ cho tôi lai rai thưởng thức.

Hôm ra mắt thi tập Đứng Dưới Trời Đổ Nát của anh Phan Xuân Sinh, tôi rất cao hứng vì ngoài cơ hội gặp bạn văn nghệ Cây Me, tôi còn được xem mắt nhung anh Luân Hoán. Nhưng vừa xuất hiện, bằng hữu anh đã vây kín, không cách nào chen chân lại gần. Thôi thì đành đứng ngoài nhìn anh tay bắt mặt mừng với bạn hiền! Cuối cùng, anh lách ra khỏi hàng rào kiên cố và kịp giúi vào tay tôi thi tập Cỏ Hoa Gối Đầu. Tôi mừng quá quên cả tủi thân. Buổi hội ngộ đó coi như không tính vì chẳng nói chuyện được câu nào. Đến lần gặp thứ hai tại nhà anh Khải Minh, cũng không hơn gì. Bữa đó, hội nghị bàn dài có các anh Võ Kỳ Điền, Lâm Chương, Hồ Đình Nghiêm, Phan Xuân Sinh, Song Thao, Trần Doãn Nho... nói chuyện vui hơn Tết. Ngồi nghe rồi cười bò cũng hết hơi. Đến ba giờ sáng mệt lử, tôi phải xin kiếu. Anh Luân Hoán chỉ kịp chạy vội ra xe lấy tập thơ Mời Em Lên Ngựa cho tôi. Nếu gặp lần thứ ba, tôi nhất định phải kéo anh Luân Hoán ra khỏi đám đông để xin anh cho xem hai bàn tay thi sĩ tài hoa ra sao.

Mỗi lần đọc thơ anh Luân Hoán, là một lần khám phá thêm tài năng đùa cợt với chữ nghĩa. Anh Luân Hoán làm thơ dễ dàng như... rung đùi:

cái tâm trôi giạt về đâu
để cho cái mộng lộn đầu lộn đuôi
ngắm QUÊ TÌNH, khoái, rung đùi
thả thơ vãi những ngậm ngùi đi quanh
nửa đời trường mặn, thành danh
nhà thơ của những gốc chanh, gốc cà?
Qua Mấy Vườn Nam Trân
(Cỏ Hoa Gối Đầu - Sóng Văn 1997)

Tôi mượn thơ anh Luân Hoán để đặt biệt hiệu cho anh: nhà thơ của những gốc chanh, gốc cà. Anh nhìn sự vật bằng trái tim nhạy cảm đặc biệt, một tâm hồn bình dị và đôi mắt tinh nghịch. Những hình ảnh quanh anh được thi hóa hết sức sống động:

ở không dựa cửa ngó ra
thấy em đi đánh đòng xa giữa chiều
cánh phải đẩy nắng dập dìu
cánh trái lùa gió phiêu diêu bềnh bồng
Nhìn
(Cỏ Hoa Gối Đầu - Sóng Văn 1997)

Khi đọc tới bài Thất Tình Thơ trong tập Mời Em Lên Ngựa thì (xin lỗi anh Luân Hoán!) tôi không nhịn được cười. Bài này tôi mạn phép chấm giải nhất về Tứ Thơ Trào Lộng:

mừng ta còn được thất tình
y như thuở mới vươn mình mười lăm
bây giờ, thơ thế dao găm
đâm em chí tử, đâm nhầm cả ta

Đang lúc cao hứng. tôi lấy thơ thất tình của một số bằng hữu anh Luân Hoán ra ngâm ngợi. Thơ Chua Chát nhất thuộc về anh Lâm Chương:

'ta dẫu lầm quỷ kế
cũng có chút lưu tình
không nỡ trù em chết yểu'
(Mắt Xanh Mỏ Đỏ, Lâm Chương)

Anh Hoàng Lộc Ngang nhất:

'Cái xương sườn xưa tôi quyết đòi cho được
Em chối từ ư? Em có quyền gì?'
(Đòi Lại Cái Xương Sườn, Hoàng Lộc)

Ngậm ngùi nhất là anh Đức Phổ:

'đã hết thời áo trắng, lá me xanh
đã xa rồi mái tranh, hoa khế
khi anh hiểu sự tình, quá trễ
người mời lơi, em ghé. Sao đành?'
(Kỷ Niệm, Đức Phổ)

Đau Đớn nhất, phải chọn anh Nguyễn Nam An:

'Buồn dâng buốt ngực anh ngồi
Muốn hết không được-muốn rời không xong'
(Hình Như Có Lúc, Nguyễn Nam An)

Bâng Khuâng nhất đương nhiên về tay anh Hoàng Xuân Sơn:

'Vàng xưa tóc mộ
chân hài xảo
Áo mỏng
xa rồi
mây khói mây...'
(Liễu Y, Hoàng Xuân Sơn)

Anh Phan Xuân Sinh Xui nhất:

'Huế có em của một thời xe đạp
Quanh đi quẩn lại những con đường
Mà cũng chính em. Cho ta tuột dốc
Đàn Nam Giao. Đầu cắm xuống dòng Hương'
(Gái Huế, Phan Xuân Sinh)

Và anh Luân Hoán đoạt thêm một giải nhất nữa: Tự Trào 'lộng lẫy' nhất:

đời ta rực rỡ mấy thời
ở truồng, cắp sách, chơi bời, yêu em
trội hơn bốn thuở kể trên
thất tình lộng lẫy chênh vênh một thời
(Thất Tình Thơ, Luân Hoán)

Thất tình một cách 'lộng lẫy' thì thật là... Luân Hoán. Nếu kiếp sau trời cho làm nàng thơ, chắc chắn tôi sẽ chỉ ngay anh Luân Hoán. Xem thơ thất tình của thi sĩ gốc chanh gốc cà, đỡ bị lương tâm cắn. Không chừng lại được vài trận cười ra nước mắt!

Thu-Thuyền
6/2004

TRANG THÙY
TÌNH THƠ NỐI ĐÔI BỜ VĂN HỌC

Từ lâu, nhà thơ Luân Hoán luôn là người tôi thật lòng kính quý. Tuy nhiên, có lẽ tôi cũng chưa nghĩ rằng mình sẽ viết một điều gì đó về ông, ít ra đối với thơ ông vì e rằng những gì tôi biết về ông chưa đủ nhiều, hoặc có thể do tầm nhìn tôi còn hạn chế, cũng có thể tôi và ông là hai thế hệ cách xa nhau cả về tuổi tác lẫn địa lý. Nếu hôm nay tôi không đọc những bài thơ ông viết về chân dung rất nhiều người, đa phần trong giới văn nghệ sĩ trí thức là bạn thơ của ông, trong đó có bài thơ "nhà thơ Võ Quê".

Tôi không nghĩ rằng mình đang bình thơ. Tôi rất ngại viết về chân dung ai đó cũng bởi rằng tính tôi hay rụt rè. Không khéo người trong cuộc sẽ không đồng tình, người ngoài nhìn vào sẽ bảo mình muốn lấy lòng "cây cao bóng cả", v.v... Tôi chỉ muốn nói lên những suy nghĩ chân thật nhất của tôi sau khi tôi đọc xong bài thơ đầu tiên của ông: *Vài nét về một tác giả làng Chuồn* viết về Võ Quê - một nhà thơ tôi dành sự quý trọng không kém.

Trong bài tôi ấn tượng nhất là khổ cuối của bài thơ. Sau những khổ thơ đầu là những dòng giới thiệu về chân dung nhà thơ Võ Quê, nhà thơ Luân Hoán viết: *"Viết về anh, hơi ngại ngần/ Bởi tình đất nước có phần khác nhau/ Trong tim máu cùng một màu/ Hy vọng dị biệt bắt đầu nhạt phai."*

Vâng, hai nhà thơ chung một nòi giống Việt. Những con người vốn chỉ quen nhìn cuộc sống qua những hình ảnh rất đẹp, bàn tay chỉ quen cầm bút, tâm hồn vốn chỉ yêu thích nhìn ngắm cái đẹp, cái hay nhưng hoàn cảnh đất nước khiến những người đương thời buộc phải đi trên những lối riêng cho cuộc đời mình. Tôi không thích bàn về chính trị, ở đây tôi chỉ muốn nói về một tình thơ, thật đẹp, thật sự khiến tôi ngưỡng mộ. Tình thơ ấy vượt qua những góc nhìn đối lập, vượt qua những định kiến hẹp hòi ấu trĩ, tình thơ giữa những con người yêu văn chương. Đó là Luân Hoán - Võ Quê.

Nhà thơ Luân Hoán và nhà thơ Võ Quê – Giờ đây hai nhà thơ đang ở hai miền đất nước sau những hoàn cảnh đẩy đưa. Vậy điều gì có thể khiến hai con người vốn đi những con đường khác nhau ấy lại cùng bắt gặp ở nhau một sự đồng điệu lớn đến như vậy. Có thể thấy sự thân mật của nhà thơ Luân Hoán khi viết bài "Vài nét về một tác giả làng Chuồn" đã dùng những câu thơ rất dí dỏm biểu lộ sự thân tình đối với nhà thơ Võ Quê: *"Nhờ anh cung kính nhẹ nhàng/ Gởi từng mỹ nữ dịu dàng nụ hôn/ Gọi là tha thiết cảm ơn/ Nguồn thi hứng của thi nhân bọn mình/... Chờ anh góp ý tình chung/ Để thành lời nguyện kính mừng mỹ nhân".*

Vâng, Luân Hoán không thể dùng từ nào có thể dễ thương hơn, thân mật hơn ngoài hai chữ "bọn mình". Trong khi đó nhà thơ Võ Quê cho biết ông đã đọc và thích thơ Luân Hoán từ những năm 1960, khi đang còn là học sinh trường Trung học Nguyễn Hoàng, Quảng Trị. Từ thơ Luân Hoán, ông nhận ra nhà thơ Luân Hoán có một niềm đam mê thơ đến tận cùng. Chính tình yêu thơ mãnh liệt của nhà thơ Luân Hoán đã kết nối những nhà thơ Việt hội tụ nhau ấm áp nghĩa tình qua các tuyển tập "Thơ Việt đầu thế kỷ 21", "Tình thơ mùa thu", "Tình nghĩa mẹ cha" trong đó có thơ Võ Quê. Cũng từ thơ Luân Hoán, ông Võ Quê tìm thấy nơi nhà thơ Luân Hoán một tâm hồn nhân hậu, phóng khoáng, lạc quan yêu cuộc sống ngay cả trong lúc phải nhận chịu nỗi đau tột cùng của cơ thể: *"Nằm im mà thấy bồng bềnh/ Nghe như mây đảo vòng vòng trong tim/ Tỉnh ra sửng sốt giật mình/ một đoạn chân đã tuyệt tình bỏ đi.../ Núi vàng, cõi mộ đặt bia/ Cho bàn chân trái nằm kia, mơ hồ/ Cái chân một thuở đánh rơi/ Hình như đang nhớ đến tôi, khóc thầm."* (Núi Vàng Nghĩa Địa Một Bàn Chân – Luân Hoán)

Chiến tranh đi qua chỉ làm những vết đau thêm nặng trĩu. Những đứa con cùng một mẹ sinh ra nay loạn ly theo thời cuộc. Nhưng thẳm sâu mỗi người vẫn luôn mang trong mình dòng máu Lạc Hồng, khao khát tự do, hòa bình, nắm tay nhau đi trên những lối đi bình yên không tiếng súng.

Và tâm hồn của những nhà thơ luôn ngợi ca cuộc sống, ngợi ca con người nay bằng tình yêu văn học đã có những hành động, cử chỉ tích cực hơn. Nhiều lần có dịp trò chuyện với nhà thơ Võ Quê, tôi luôn nhận thấy ông là một người rất ôn hòa. Tôn trọng, yêu thương và thân thiện, đó là những gì tôi được biết về ông. Nói đến những điều trong quá khứ, ông rất tâm đắc cụm từ "tình tự dân tộc". Đã có lần ông đưa đoàn nghệ thuật Ca Huế sang biểu diễn ở đất Mỹ. Trước những sự bày tỏ lo lắng, e dè cho ông và đoàn, ông vẫn mỉm cười tự tin vì tin rằng con người Việt Nam dù bôn ba chân trời góc bể nào cũng giữ cho mình lòng nhân hậu, ông chỉ với một tấm lòng muốn giới thiệu nền nghệ thuật của quê hương xứ sở mình với bạn bè trên thế giới, với đồng bào mình đang sinh sống ly hương.

Nhờ tinh thần quảng giao rộng rãi của nhà thơ Võ Quê mà tôi có dịp tiếp cận với Tạp chí Ngôn Ngữ, từ đó biết đến nhà thơ Luân Hoán, chủ biên tờ tạp chí với sự cộng tác của nhiều tác giả tên tuổi trong và ngoài nước cách xa hơn nửa vòng trái đất. Tôi nghĩ điều đầu tiên về nhà thơ Luân Hoán chắc chắn rằng ông là một người rất yêu tiếng mẹ đẻ của mình, ngôn ngữ tiếng Việt mà nhạc sĩ Phạm Duy đã thao thiết tự hào: *"Tôi yêu tiếng nước tôi, từ khi mới ra đời người ơi. Mẹ hiền ru những câu xa vời. À à ơi tiếng ru xa vời"*. Hẳn rằng ông không thể quên những lời ru của mẹ, những phương ngữ của xứ Quảng nơi ông từng được sinh ra và lớn lên.

Một người yêu và say mê văn học, tôi nghĩ những điều đó chưa thật sự đủ để nói về ông mà phải nói rằng nhà thơ Luân Hoán là người kết nối đôi bờ văn học mới phải lẽ. Bởi những tuyển thơ, văn tập hợp nhiều tác giả đều do Nhà xuất bản Nhân Ảnh của Luân Hoán và người em, nhà thơ Lê Hân làm chủ trương, đã là những gì thể hiện rõ nét nhất. Văn chương vượt lên tất cả những khoảng cách do con người vô tình hoặc cố ý tạo dựng. Năm tháng qua đi, đời người ai cũng có những lần bước trên những chênh vênh khúc khuỷu. Lợi và danh rồi cũng tàn phai. Chỉ có tình người là ở lại, cây đời mãi xanh tươi nếu hiện tại này ta biết chăm sóc nuôi dưỡng. *"Mỗi con người là một đài hoa/ Ta trân trọng đời nhau ta sống. Mỗi con người là một cung đàn/ Ta tìm đến đời nhau hy vọng"*. Đó là những câu thơ đầy tình của nhà thơ Võ Quê - người luôn quý trọng thơ và nhà thơ Luân Hoán.

Trang Thùy
Huế, 28.3.2023

CAO THANH TÂM

"NHÀ THƠ BUỔI TRƯA"

Viết về thi sĩ Luân Hoán thì không thể nào tới được tay mình nhưng tôi có được một niềm hãnh diện khi đã tự đặt cho anh một cái tên: NHÀ THƠ BUỔI TRƯA.

Thật ra tôi không biết Luân Hoán là ai, hồi đó mới mười hai, mười ba, mười bốn, mười lăm tôi đã mê đọc sách. Ba tôi có một tủ sách lớn như thư viện có nhiều tầng; trên cao là tiểu thuyết của người lớn phần nhiều là Tự lực văn đoàn, Liêu trai chí dị... tôi vẫn nhớ từng tầng rồi là sách tiếng Anh, tiếng Pháp nhiều nhất trong tủ sách. Tiếp theo là loại sách Học làm người mà tôi có thể với tới, hai tầng cuối là truyện dịch của Hà Mai Anh Tâm hồn cao thượng, Vô gia đình, Dế mèn phiêu lưu ký, Tuổi Hồng, Tuổi Xanh, Tuổi Hoa, Tuổi Ngọc và truyện bằng tranh Tây du ký, Na Tra lóc thịt...

Không biết sao tập thơ Giòng nước ngược của Tú Mỡ và Hoa vông vang của Đỗ Tốn lại lọt vào đây, có lẽ ông anh họ của tôi từ Đà Nẵng ra học Quốc học xem xong tiện tay cho vào đây. Cũng là một trong những định mệnh đã gắn chặt tôi vào thơ.

Mải mê đọc truyện bằng tranh, truyện dịch, chuyện cổ tôi tìm qua những sách chưa đọc, vì không thể trèo lên cao nên tôi đọc đi đọc lại sách trong hai ngăn này đến thuộc lòng. Khi vớ được Giòng nước ngược rất mới mẻ so với sách truyện làm tôi mê man đọc hoài không chán. Rồi chính Hoa vông vang đưa tôi vào mộng mơ trước khi có thể bắc ghế trèo lên cao để lấy xuống... Anh phải sống, Gánh hàng hoa, Đời mưa gió, Hồn bướm mơ tiên, Thế rồi một buổi chiều... vào những mùa hè ba tôi thường đi chấm thi Sài Gòn, Nha Trang, nhất là những ngày me lên chùa thăm bà nội tôi đã xuất gia tại đây chùa sư nữ Hồng Ân, chúng tôi thay phiên nhau theo me lên chùa vào những mùa hè tuổi thơ.

Những khi ở nhà tôi tha hồ tung hoành tủ sách, thiên đường tuổi thơ của tôi. Bây giờ bơi lội là thứ yếu, tủ sách lôi cuốn hơn. Tôi đọc rất nhanh, quyển nào thích thì đọc đi đọc lại rồi bắc ghế trả lại chỗ cũ.
Tôi đọc không biết bao nhiêu mà kể cho tới khi có báo Bách Khoa thì ba cho đọc tự do. Tôi đã lớn có thể đọc Đoạn tuyệt, Nửa chừng xuân để làm quen với luận đề tiểu thuyết trong chương trình Việt văn lớp đệ nhị. Có Bách khoa tôi vui hơn bao giờ trong đời đi học, ngoài việc đợi đọc tiếp Vòng tay học trò của Nguyễn thị Hoàng tôi còn mê đọc thơ, rất khác với thơ của Giòng nước ngược, mới mẻ hơn, trẻ trung hơn và lôi cuốn hơn.

Tôi bắt đầu làm quen với Trần Huiền Ân, Vũ Hoàng Chương, Thanh Tâm Tuyền và đặc biệt là với thơ Luân Hoán, không biết tại sao! Me tôi chỉ cho đọc truyện đọc thơ vào buổi trưa buổi tối phải học bài và đi ngủ sớm để ngày mai đi học đúng giờ. Đó là thời gian tôi mê đọc thơ hơn truyện và gọi nhà thơ Luân Hoán là NHÀ THƠ BUỔI TRƯA.

Hồi đó tôi thường hỏi me tôi Luân Hoán là gì, bà thường vừa đan len những tối mùa đông trước khi ngủ vừa trả lời... là một cái tên... nhưng em muốn biết tên đó nghĩa là gì?- anh em tôi thường xưng em với ba me không đứa nào xưng con, ba me muốn như vậy từ lúc biết nói-

... Me tôi chăm chú nhìn mũi đan và nói... Luân và Hoán theo me là xoay chuyển thay phiên không đứng yên. Để mẹ hỏi ba có thêm nghĩa gì không... Tôi ra vẻ hiểu biết... nghĩa là tên ông thi sĩ này cũng như thơ luôn trôi đi không dừng lại không đứng yên phải không me?... Ngừng đan me nhìn tôi... ngủ đi mai dậy sớm đi học, đọc thơ buổi trưa thôi nghe chưa, lo mà học thêm toán lý hóa...

Tôi giữ nguyên ý định của mình không bao giờ dám hỏi ba sợ ông lặp lại những câu mà mình đã nghe hoài đến thuộc lòng... Thơ từ chi cũng để đó lo học giỏi rồi sẽ hiểu hết. Phải chi em tìm hỏi về toán lý hoá như thơ văn thì hay biết mấy...

Sau này khi ông xã tôi thường về nhà chơi tôi lại mang ra hỏi và ông trả lời... có lẽ ba má của ông thi sĩ này muốn ông ta trở thành những vần thơ bay hoài trong đời...
Một điều nữa khi đọc thơ tôi thường hay quên tên tác giả và cũng xem là của Luân Hoán.

Cách đây đã lâu khi được quen biết anh trên FB tôi mới biết Luân Hoán là bút hiệu của anh và có bài thơ tôi vẫn nghĩ là của anh từ trí nhớ hồi còn thơ thì anh cho biết không phải, nếu muốn biết anh có thể tìm giúp tên tác giả. Tôi đã cám ơn và thấy không cần thiết. Hồi đó còn nhỏ đâu đã biết nhận thức gì chỉ là một cảm nhận, một ấn tượng mà mình khắc ghi.

Khi đọc bài viết của anh Tùng Nguyễn tôi đã ghi nhớ thêm ba bài thơ khác của Luân Hoán: HỨA, KHÁC CHI MỘT THUỞ TỎ TÌNH, SINH NHẬT TÌNH 100 NĂM tôi đã đọc đi đọc lại nhiều lần và vui mừng thấy ấn tượng từ nhỏ của mình về thơ LH là đúng, một thi sĩ lãng mạn có tâm hồn bơ vơ tràn ngập ý thơ mà vẫn yên vui hạnh phúc một đời bên người yêu, người vợ, người mẹ của những đứa con mình.

Ngày còn thơ tôi đã thường hỏi TÚ MỠ, TTKH, LUÂN HOÁN là ai, dần dần đã biết Tú Mỡ của Giòng nước ngược, TTKH của một chuyện tình lãng mạn và NHÀ THƠ BUỔI TRƯA của tôi là một sĩ quan quân lực VNCH đã hy sinh một phần thân thể của mình cho quê hương, một người làm thơ suốt đời bằng tất cả tim óc chân thiện mỹ cho đời và trên hết một người chồng người cha... số một!

Lẽ ra tôi đã kết thúc bài viết nơi đây nhưng còn một chuyện chưa nói ra thì còn ấm ức chưa yên, dài dòng hơn không phải vì khoe khoang phù phiếm...

Cách đây không lâu tôi nhận được một lời comment cho một bài thơ mà tôi đã quên là bài gì, người viết là Nhà thơ Hoàng Xuân Sơn. Một người học trò cũ của ba tôi mà tôi xem như anh ruột và thường gọi anh là Sư huynh.

Anh cũng là người thường gọi tôi là BH (Thanh Tâm = Blue Heart).

Anh Hoàng Xuân Sơn viết: Thơ BH có một nét gì như thơ LH...

Tôi hoảng lên: ...phạm thượng rồi Sư huynh ơi, rồi tôi kể cho anh nghe về những liên hệ từ mấy mươi năm của thơ LH và tôi ngày xưa...

Nghe xong anh vẫn điềm đạm nói:

Dĩ nhiên là không ai đem ra so sánh khập khiễng như vậy nhưng biết đâu BH đã nhập tâm thơ anh LH từ nhỏ thì có một chút ít ảnh hưởng cũng đúng thôi!

Cao Thanh Tâm

1/17/2022

cựu giáo sư Trung học Hồng Đức, Đà Nẵng.

ĐỖ TRƯỜNG

LUÂN HOÁN, NHỮNG TRANG HỒI KÝ BẰNG THƠ

Cách nay hơn chục năm, tôi đã viết: Luân Hoán, người kể chuyện bằng thơ. Tuy nhiên, ngay sau đó tôi đã nhận ra, bài viết chưa thực sự mở ra được hồn cốt, kiến thức và khối lượng sáng tác đồ sộ của ông. Vì vậy, hôm rồi, nhận được tập bản thảo: Nỗi Nhớ Quê Nhà Từ Montreal, do Luân Hoán gửi tặng, dù đang rất bận, tôi cũng dành thời gian đọc ngay. Một cảm xúc khác, Luân Hoán đã để lại trong tôi, khi đọc xong tập thơ dày đến 300 trang này. Thật vậy, Nỗi Nhớ Quê Nhà Từ Montreal như một cuốn hồi ký về tình yêu, cuộc sống chìm vào nỗi nhớ quê nhà được Luân Hoán viết bằng thơ: *"càng già càng bớt nhớ nhà?/ quẩn quanh nhớ mỗi cái ta thật nhiều/ nhớ từ thời bé hạt tiêu/ phơi nắng dang gió thả diều, đi rông"* (Trí nhớ về chiều)

Ở tuổi 84, với gần bảy mươi năm cầm bút, có thể nói Luân Hoán là nhà thơ kỳ cựu, quý hiếm còn lại của Văn học Việt hiện nay. Do vậy, ở thể loại nào thơ của ông cũng mộc mạc, dễ hiểu đi sâu vào mọi tầng lớp người đọc. Tuy nhiên, không chỉ ở tập thơ này, mà xuyên suốt sự nghiệp sáng tạo, ta có thể thấy, sở trường Luân Hoán vẫn là lục bát. Tính trào lộng cùng những câu lục bát ngắt nhịp, vắt dòng (bắc cầu) này, Luân Hoán cho người đọc sự mới mẻ, với tiếng cười thật nhẹ nhàng:

"gốc gác nguồn cội Quảng Nam
ruột rà da thịt Hội An, thế mà
tôi như cục đất rã ra
trên sông Thu chảy mù xa bóng chìm (...)
Quảng Nam, tôi nuôi dưỡng hoài
trong âm nặng trịch lời sai nhạc vần
nhiều người nghe, trố mắt trông
lắng tai không chịu lắng lòng cảm thông (Xa Nguồn Mất Gốc)

***Tuổi thơ với những tháng năm quê nhà.**

Bốn mươi năm lưu lạc nơi xứ lạnh Montréal, nỗi nhớ quê dường như thường trực trong hồn Luân Hoán. Một kỷ niệm nhỏ chợt hiện về, hay đọc một trang báo, một tấm hình về Hội An, nơi sinh trưởng cũng làm Luân Hoán bồi hồi xúc động. Và có lẽ, Văn học sử Việt ít có thi nhân văn sĩ nào giàu cảm xúc viết nhiều, viết kỹ về tuổi thơ như Luân Hoán. Thật vậy, chỉ bắt gặp Hội An qua một bức ảnh cũng đủ rung động, để ông viết nên những câu lục bát ngắt nhịp (xuống dòng) làm cho người đọc bâng khuâng, đồng cảm:

"nhìn ghe quá bộ thăm nhà
nhận mặt quen
nhớ ngả qua
một thời:
phố này, nơi tôi ra đời
đến hơn bốn tuổi mới dời thân đi
rồi về thăm,
rồi lại đi
ngày ăn đêm ngủ đôi khi qua vù" (Hội An Qua Ảnh Chụp)

Chẳng (phải) riêng Luân Hoán, mà dường như kẻ xa tổ quốc nào cũng vậy, mỗi khi nhớ đất Việt, thường nghĩ về đồng quê hương lúa, dù được sinh ra, lớn lên nơi phố thị. Và: Nhạt Nhòa Không Rõ Tứ Thơ, một bài thơ được Luân Hoán viết trong tâm trạng như vậy. Với lời thơ tự sự, cùng bốn khung cảnh, diễn biến tâm lý đến hành động như đoản văn có mở... và kết thúc. Có thể nói, Nhạt Nhòa Không Rõ Tứ Thơ điển hình về thi pháp, kỹ thuật sáng tạo (ngắt nhịp, vắt dòng) trong thơ lục bát của

Luân Hoán. Và nó cũng là một trong số những bài hay, có hình ảnh rất đẹp, toàn bích nhất ở tập thơ này của ông:

"lọt lòng không ở nhà quê
lạ kỳ tôi khoái màu mè nông thôn

mê sắc tươi xanh mạ non
màu lúa-con-gái, màu rơm ngả vàng
màu khói bếp ấm nhẹ nhàng
trắng hồng bay bổng chuyển sang lam buồn

tàu cau ươn ướt mù sương
vàng pha trắng nở mùi hương ngọt trời
bộ lông lưng trâu bóng ngời
đen nhánh khi buộc phải rời đầm nông..."

Đọc Nhớ Chim Làng Thời Ấu Thơ, Luân Hoán làm tôi nhớ đến truyện ký Con Sáo Của Em Tôi của Duyên Anh. Cả hai cùng kéo hồn người về tuổi thơ, với những năm tháng buồn cô đơn, song thật hồn nhiên, trong sáng. Và ở đó, nhà thơ mượn những con chim nhỏ ấy, để gửi hồn mình về nơi quê nhà. Nhớ Chim Làng Thời Ấu Thơ làm cho nhiều người đọc đồng cảm và rung động, không hẳn bởi bài thơ hay, mà vì thi sĩ đánh đúng vào tâm lý những người xa quê, xa tổ quốc gần bốn chục năm như chúng tôi. Một bài thơ hay, đôi khi chẳng cần đao to búa lớn, từ ngữ trừu tượng cao siêu, mà chỉ vài ba chi tiết, hình ảnh giản dị đặt đúng tâm trạng, văn cảnh cũng đủ làm rung động, găm sâu vào hồn người đọc: *"một thời tôi chưa lớn/ mà biết mê rất nhiều/ chim là bạn quý nhất/ trong lòng tôi thương yêu/ chừ đã xa tất cả/ nghe đồn chim bỏ đi/ tôi nhớ từng chiếc lá/ nhiều loại cây thầm thì/ chim ơi cành nào đậu/ hơn là đất quê tình/ trót dại hồi hương nhé/ hãy nhớ nơi miếu đình"*.

Và sông nước nơi đây đã nuôi dưỡng hồn thơ Luân Hoán. Để thi sĩ tìm đến cái rung động đầu đời ấy: *"dòng sông sáng nhờ cái duyên/ cây cầu nho nhỏ nghiêng nghiêng mở đầu/ tôi dắt xe-đạp lên cầu/ không phải vì mỏi, vì màu áo bay..."*

Phải nói, Luân Hoán có cái tài nắm bắt, khai thác tâm lý con người. Do vậy, dù viết về xã hội, hay tình bạn, tình yêu ông cũng làm cho người đọc phải bật ra tiếng cười. Rất nhẹ nhàng, song sâu sắc, và đôi khi vỡ ra như một thắt nút đã được gỡ bỏ vậy. Bởi, nhà thơ theo "*màu áo bay*" qua cầu. Một hình ảnh hoán dụ về người con gái, chẳng biết đẹp (hay xấu) làm cho Luân Hoán bỏ chạy. Và "Vĩnh Điện, Dòng Sông Mẹ

Hiền" là một bài thơ như vậy. Nó điển hình về đặc điểm này trong hồn thơ Luân Hoán:

"dọc theo sông có hàng rào
cây xanh dẫn thẳng đường vào nhà em
nhưng rồi ngoài cổng ngó em
liền lui trở lại vịn lên tay cầu

mơ hồ nhìn nước chảy mau
thấy Thoan quá đẹp lắc đầu trốn luôn
Đynh Hoàng Sa *đã bị thương*
còn tôi có lẽ chỉ buồn sơ sơ"

Thời gian làm cho Luân Hoán thay đổi thẩm mỹ văn chương, cái đẹp của tình yêu con người chăng? Nên thi sĩ khoái: *"mê em màu mắt nâu nâu/ màu da lụa nõn ngả màu ngà voi/ yêu em dưới ánh nắng soi/ vàng nghiêng tóc chảy xuống vai dòng tình".* Vì vậy, Luân Hoán dừng lại (không chạy nữa) để làm người họa sĩ, chỉ vẽ linh hồn em: *"vẽ đời chỉ dụng mùi hương".* Và ngoài tính tự giễu, ta còn thấy được sự chân thực rất đậm nét trong hồn thơ Luân Hoán:

"yêu em tay lướt lung linh
nguyệt treo vàng tỏa thủy tinh lên đàn
tháng ngày mê mải sắc nhan
tôi thành họa sĩ hạng sang ngoài luồng"
(Nhạt Nhòa Không Rõ Tứ Thơ)

Nếu được phép lựa chọn, với tôi: Kỳ Vỹ Hải Vân Sơn là bài thơ hay, đẹp nhất về đề tài quê hương đất nước trong tập thơ này của Luân Hoán. Ở đó, nhà thơ hình tượng hóa (hay ví) Hải Vân như một cô gái đoan trang, mỹ miều. Bởi vậy, ta không thể làm phép so sánh nhiều ít, nông sâu giữa Hải Vân và em trong sự xúc cảm, tình yêu của Luân Hoán. Nhưng chắc chắn có sự lầm lỡ, hối tiếc của em về một thời đã qua với thi nhân:

"mỗi chiếc lá mỗi trái tim
của rừng núi thật thiêng liêng nơi này
Hải Vân có mấy cánh tay
cánh nào cho phép tôi đây dựa vào?

*đóa hoa loa kèn mỹ miều
dịu dàng tinh khiết đáng yêu, bây giờ?
phải chi em dám chọn thơ
biết đâu sống mãi trên tờ hoa tiên"*

***Người lính với năm tháng nơi chiến trường.**

Tốt nghiệp Trường Sĩ Quan Trừ Bị Thủ Đức, cầm quân ngoài mặt trận, sinh tử là vậy, song vẫn thấy Luân Hoán hồn nhiên, luôn tự giễu mình, giễu đời: *"tôi tham chiến liền sau khi tốt nghiệp/ cũng đàng hoàng hết khóa học chỉ huy/ ra cầm quân tập thêm vốn gan lì/ thật chưa kịp đủ chì bao nhiêu lắm"*. Sự bông phèng ấy của Luân Hoán tuy giảm bớt cái nóng bỏng nơi chiến trường, song cho người đọc đồng cảm, xót xa thêm cho thân phận người lính trận:

*"dính mảnh đạn vài lần cho em ngắm
hăm chín ngày tái khám mấy lần thôi
mặt trận tôi chơi, xứ địch đông người
và hầu hết người dân đều nhảy núi*

*tôi thuộc loại cảm thông người bất tử
nên nhiều khi lúng túng bị phản đòn
kể như ở hiền không được lên lon
mà bị loại chưa thâm niên chi mấy"*
(Rớt Giọt Máu Mà Nhớ Chi Nhớ Miết)

Với tư tưởng, giọng thơ giễu nhại như vậy, nên đọc Luân Hoán, đôi khi ta cứ ngỡ, ông đi vào chiến tranh, đi vào cái chết dường như lãng mạn, thi vị lắm: *"ai bảo hành quân không là du lịch/ phiêu bồng hay không tự ở lòng ta/ vượt bao núi xanh ngủ ăn bờ bụi/ hương sắc cảnh tình đuổi địch ra xa"* (Đi). Nhưng không, chính lãng mạn, tự tại ấy đã cứu rỗi linh hồn cũng như thể xác thi nhân: *"sáng ngắm Sa Huỳnh, nhìn chiều Thạch Bích/ Nghĩa Hành hôn em chùng lén sau nhà (1)/ cảnh đã cứu em lẫn ta đổ ngã/ thân áp thân không tì nát nhụy hoa"* (Đi)
Đến Tam Kỳ - Lần Thứ Năm bài thơ mới được Luân Hoán viết vào tháng 6-2024. Tuy viết về chiến trận, song ta vẫn thấy tình bạn, cùng sự phi lý của chiến tranh, với quyết định khó hiểu, bất ngờ của các tướng tá chỉ huy, đưa đến sự chán chường của người lính. Bài thơ phảng phất tính thời sự, một sự bất bình, không hiểu sao lời thơ Luân Hoán vẫn rất nhẹ nhàng? Nhiều lần tôi lần tìm, song không ra được lời giải đáp. Âu có lẽ cái tạng thơ văn Luân Hoán là vậy:

"bò lên cao nữa, dàn chào
AK khai hỏa thật giao tranh rồi
mỗi trận đánh mỗi tuyệt vời
khác nhau từ vã mồ hôi, máu người

đang thắng thế, lệnh rút lui
hành quân nhiều lúc dở hơi, bực mình"

Nếu ta bắt gặp sự tàn khốc chiến tranh trong thơ Tô Thùy Yên, hay Linh Phương, thì ở Luân Hoán một khoảnh khắc nào đó, ta vẫn tìm thấy sự yên bình ngay nơi chiến trường. Và Sa Huỳnh nơi chiến trường, hay một mảnh đất xôi đậu được Luân Hoán lấy làm lời tựa cho một bài thơ như vậy. Có thể nói, Sa Huỳnh có hình ảnh, lời thơ rất đẹp trong diễn biến tâm lý của người lính nơi chiến trường. Với tôi, đây là bài thơ hay nhất ở thể ngũ ngôn trong tập thơ này của Luân Hoán. Chúng ta đọc lại những đoạn trích dưới đây, (mà tôi không thể lược bỏ thêm được nữa) để thấy rõ điều đó:

"... chợt thấy dạng người tới
liếc mắt năm sáu sư
đầu chân trần bình bát
một hàng dọc từ từ (...)

con đường sát dòng nước
khi các thầy ngang qua
nắng xô bóng ngã xuống
nghiêng nghiêng trôi thướt tha

một khoảnh khắc kỳ diệu
thanh bình trong lòng tôi
buổi chiều chính thức đẹp
ít phút đời tuyệt vời

khi bóng lưng cuối, khuất
tưởng như nhẹ cả người
muốn mở bản đồ đọc
nhưng vẫn yên lặng ngồi..."

Chẳng biết đường tình của Luân Hoán thế nào, song có thể nói, rất hiếm nhà thơ viết về tình yêu nhiều và mãnh liệt như ông. Mãnh liệt đến độ đang hành quân người sĩ quan Luân Hoán cũng trốn, bỏ để vào trường Trần Quốc Toản tìm dáng thơ: *"có hôm lười bỏ hành quân/ một mình lững thững vào lùng dáng thơ/ bác cai lịch sự cười chào/ hỏi khéo: thầy gặp thầy nào ở đây?"*. Khí thế là vậy, nhưng gặp em, dường như Luân Hoán bị quê độ, hụt hẫng: *"hình như có đám quỷ ma lén cười/ khi vào phơi phới niềm vui/ lúc ra nặng những bùi ngùi bâng khâng"*. Bởi, có lẽ nhà thơ chưa đủ độ dày, độ chín chăng: *"ta như chưa đủ phong trần/ lính trận đọng nét cù lần thư sinh"*. Vâng, đây là bài thơ Ve Gái Trường Trần Quốc Toản (Quảng Ngãi). Tuy không nằm trong số những bài thơ hay của Luân Hoán, song ta thấy được sự pha trộn ngôn ngữ vùng miền trong thơ. Một trong những đặc điểm làm nên hồn vía thi ca Luân Hoán.

Thời gian cho ông quan (trai tơ) Luân Hoán dày dạn, trán bóng hơn. Do vậy, ông không vào trường nữa, mà dù về café phố phục kích dáng thơ của mình. Cùng tâm trạng ấy của người lính trận, nếu thơ của Nguyễn Bắc Sơn thiên về giang hồ, chán chường, và buông xuôi: *"Mai ta đụng trận ta còn sống/ Về ghé Sông Mao phá phách chơi/ Chia sớt nỗi sầu cùng gái điếm/ Đốt tiền mua vội một ngày vui"* thì thơ Luân Hoán nghiêng về cái lãng mạn, học đường: *"những em trường nữ dữ, hiền?/ đồng phục trắng nõn đương nhiên hẳn là/ những nàng tiên xoa dịu ta/ trong giờ bỏ trại tiêu pha nỗi buồn"*. Như những trang hồi ký được viết bằng thơ, cho nên tính chân thực, hay tên người, làng xóm hiển hiện rõ trong con chữ của Luân Hoán. Và, Trưa dù về phố uống café là một bài thơ điển hình như vậy:

"trưa dù về phố giấu lon
ông quan bé xí rất còn trai tơ
uống ly cà phê, ngồi chờ
từ quán Tám Hú, ngó giờ thường xuyên (...)
ai dè nắng giữa thinh không
sáng lên một gã quân nhân thất thường
câu thơ bụi hết nằm suông
vào "Miền Trú Ẩn Hoang Đường" mất tiêu
tìm địch quân lì ra chiêu
tìm "hồn thơ" chẳng dám liều bỗng nên"

Kết thúc chiến tranh, cũng như những bạn đồng ngũ, người phế binh cụt chân Luân Hoán phải ra đi khi: *"khổ nhục tiếp theo cũng đã qua/ kẻ thắng mở ra "Đại Học Máu"/ chính nghĩa bất ngờ rõ nét ra"*. Và từ đó, Luân Hoán có cái nhìn khách quan, chân thực sâu sắc, rõ nét hơn. Vì vậy ngòi bút của ông: *"lý tưởng tin yêu càng dồi dào/ suy tư đơn giản theo câu viết/ màu mực chuyển sang màu máu đào"*. Và với Luân Hoán chỉ có tình yêu chân thực mới có thể vá lại những linh hồn rách nát của con người, nhất là những người lính buộc phải rời xa tổ quốc:

"làm kẻ nửa đời vô tổ quốc
bạn và tôi viết để yêu thương
chính mình, quá khứ và đơn giản
khỏa lấp từng đêm ngấm nỗi buồn" (Gửi nhà văn Hà Thúc Sinh)

***Năm tháng ly hương, với ước nguyện sau cùng.**

Có lẽ, không có nỗi đau, nỗi buồn cô đơn nào bằng phải sống xa tổ quốc. Và Luân Hoán cũng vậy, ngày thân đất khách, hồn đêm quê nhà. Nỗi nhớ thương thường trực trong lòng, buộc ông cô lại thành thi tập: Nỗi Nhớ Quê Nhà Từ Montreal. Và cùng một nỗi nhớ thương, song dường như mỗi người có sự biểu hiện, cảm xúc hay hành động khác nhau. Tuy nhiên, Luân Hoán nhớ nhà sinh tật đứng đường, kể cũng lạ. Dường như căn bệnh này chỉ có ở nơi ông: *"mỗi khi se sắt nhớ nhà/ tay thường chà nhẹ lên da thịt mình/ cảm nhận nhịp máu về tim/ lâng lâng vang vọng tiếng chim gọi đàn"* (Nhớ nhà sinh bệnh đứng đường). Và trong sương khói mờ ảo, với căn bệnh đứng đường như vậy, Luân Hoán không chỉ nhìn thấy miền quê yên bình, nơi mình đã được sinh ra: *"mơ hồ thấy vồng khói lam/ nổi theo ngọn nắng chiều tràn nhánh sông/ vi vu theo gió thinh không/ giọng ru em trải mênh mông ruộng đồng"* mà ông còn thấy bi thương của Đà Nẵng, thành phố mấy chục năm gắn bó. Với biện pháp tu từ so sánh, Luân Hoán làm cho ai đọc cũng phải bật ra tiếng cười xót xa: *"một thành phố không ăn xin ăn trộm/ chuyển nhanh qua ăn hối lộ như rươi/ bọn xếnh xáng không còn mua gái nữa/ mua đất xây nhà lập căn cứ "trồng người"* (Sót lại trong trí nhớ)

Đọc bài, Mì Quảng từ tay em, chợt cho tôi nghĩ: Hiện nay, Luân Hoán và Trần Mạnh Hảo là hai thi sĩ làm thơ nhanh, với bất kể đề tài nào dù là nhỏ, và tầm thường nhất. Tôi đã đọc, và liên lạc với Luân Hoán mấy chục năm nay, nên hiểu khá rõ tài năng này của ông. Còn Trần Mạnh Hảo cách nay chục năm, tôi rong ruổi chở ông bằng xe hơi hàng ngàn cây số khắp Đức - Tiệp. Nơi đâu ông cũng có thơ, từ cây cầu, bức tường, tảng đá... một cảm xúc nào đó, cũng bật ra thơ. Tất nhiên, nhanh ứng khẩu như vậy, không phải câu thơ, bài thơ nào của Luân Hoán, của Trần Mạnh Hảo cũng hay.

Và Mì Quảng từ tay em, là một bài thơ ra đời (trong tích tắc nhanh gọn) như vậy của Luân Hoán. Ở đó, Luân Hoán đã mượn tình yêu của người vợ, cứ như định luật bắc cầu trong toán học vậy, để thổ lộ nỗi lòng của mình với quê hương Xứ Quảng. Có thể nói, đây là bài thơ dân dã, song mang nhiều thông điệp đến người đọc, mà tôi rất khoái:

"nhờ nhai luôn nghĩ tới
quê hương trong miệng ta
không dám nịnh vợ quá
nhưng em nấu mì ngon
ăn như đang hưởng lộc
ăn như đang được hôn
mì Quảng ơi mì Quàng
nhạt quốc túy còn hồn"

Vẫn cọng mì, và đôi đũa tre thuở ấy, Luân Hoán không chỉ cho thấy tình yêu, thủy chung nơi quê nhà, mà còn cho ta thấy sự quan sát tỉ mỉ, tinh tế với lối so sánh ẩn dụ: *"im nhai từng cọng lòng thòng/ hương cao lầu thuở phải lòng ai xưa/ ngọn đũa nhựa hình như thua/ chất tre thấm nước lèo đưa đẩy tình"* (Thăm nơi ra đời).

Ở cái xứ lạnh Canada, có lẽ may mắn nhất cho Luân Hoán luôn nhận được sự ấm áp từ người vợ. Bởi bà luôn bao bọc, an ủi thúc giục Luân Hoán làm thơ, viết văn. Sự cảm thông, cùng đồng hành này của người vợ giúp cho Luân Hoán đi đến tận cùng trang thơ. Thành thật mà nói, tình yêu, đức hy sinh ấy của bà dành cho Luân Hoán, rất ít nhân văn thi sĩ nào có được. (Trách gì, nhìn ông Luân Hoán mặt lúc nào cũng phơi phới). Do vậy, đọc Hệ Lụy Cùng Ràng Buộc của Luân Hoán làm tôi xúc động. Lời tự sự ấy của người vợ không đơn thuần chỉ an ủi chồng, mà nó như một châm ngôn, triết lý sống vậy:

"anh viết tự nhiên đơn giản
như anh thở
anh hắt hơi
anh trân quý khi viết
sao như lạnh nhạt lúc xong rồi một bài thơ
và chúng thật sự đã chết
khi anh cho vào những trang giấy in thành sách.
sách là nấm mồ chăng?
chẳng có ngày nào anh không làm thơ
kể cả vào bệnh viện
em mừng"

Với thi sĩ Du Tử Lê: *"Khi tôi chết hãy đem tôi ra biển"*, còn Luân Hoán ước nguyện cuối cùng: *"chỉ là mộng ước tào lao/ thằng em mua được chỗ nào vùi sơ/ hồn người trộn lẫn hồn thơ/ có mùi quê quán trộn vào hư vô"* (Hồi Hương). Sự trộn thể xác, linh hồn của hai thi sĩ Du Tử Lê, và Luân Hoán vào đất vào hồn nơi quê nhà đều cho người đọc cảm giác chờn chờn, rợn rợn. Chỉ là tám câu thơ lục bát, Hồi Hương như những lát cắt tâm trạng của Luân Hoán. Tôi nghĩ, bài thơ này được vắt ra từ nước mắt của thi nhân. Đọc nó làm tôi cứ bâng khuâng, lửng lơ cả mấy buổi chiều, khi chiếc lá thu vàng đã rơi rơi trước hiên nhà:

"ra đi
    nước mắt chảy thầm
trở về
    mất dạng điếc câm đời thường
cái hũ nho nhỏ
            ngấm buồn
nhúm cốt
        nguội lạnh
                như tuồng lao chao"

Có thể nói, tập thơ Nỗi Nhớ Quê Nhà Từ Montreal là những trang hồi ký nỗi buồn đau của Luân Hoán và của cả những thân phận lạc loài như chúng tôi. Lời tự sự cùng giọng thơ giễu nhại cho người đọc tiếng cười sảng khoái, nhẹ nhàng. Gần bảy mươi năm cầm bút, ông để lại cho đời nhiều tác phẩm giá trị về cả nội dung lẫn nghệ thuật. Tuy chốt bài viết này bằng bài thơ Hồi Hương, nhưng tôi nghĩ, Nỗi Nhớ Quê Nhà Từ Montreal chưa phải là tập thơ cuối cùng của Luân Hoán. Bởi, bước vào tuổi 84 sức khỏe cũng như hồn thơ ông vẫn còn rộn ràng, tươi trẻ lắm.

Leipzig ngày 27. 9. 2024

Đỗ Trường

UYÊN NGUYÊN

QUÊ HƯƠNG, NỖI NHỚ VÀ CUỘC LỮ HÀNH TRONG TÂM THỨC CỦA NHÀ THƠ LUÂN HOÁN

Giữa muôn trùng ký ức đan xen hiện thực, con người thường gắn kết đời mình với một vùng đất, một miền quê mà ta thân thương gọi là "quê hương". Quê hương không chỉ là nơi chôn nhau cắt rốn, nơi bàn tay mẹ cha dịu dàng nâng niu từng bước đi đầu đời, mà còn là miền thổn thức của tâm hồn, là bến bờ để trái tim neo đậu giữa dòng đời phiêu bạc. Đối với những người Việt tha phương, hình ảnh quê hương chẳng bao giờ phai nhạt, vẫn in đậm trong từng câu ca, khúc hát, trong từng giấc mơ về một quá khứ xa xôi. Cái "nhớ" ấy như sợi dây vô hình buộc chặt tâm hồn mình vào nơi chốn cũ, nơi mà dù có cách xa về không gian, nhưng tâm tưởng thì vẫn còn vang vọng mãi.

Tác phẩm "Nỗi Nhớ Nhà Từ Montreal" của nhà thơ Luân Hoán như một tấm gương phản chiếu trọn vẹn nỗi niềm ấy. Từng câu thơ giản dị mà thấm đẫm tình yêu, ông dẫn dắt người đọc vào hành trình nội tâm, nơi mà ký ức và hiện thực hòa quyện như một dòng sông cuồn cuộn bao xúc cảm. Nhà thơ, trong cái nhớ da diết về quê nhà, không chỉ hồi tưởng về những địa danh thân thương mà còn soi chiếu vào chính tâm can mình, nhận ra sự mong manh của đời người và sự bền bỉ vô thủy vô chung của tình yêu quê hương, dù cách trở muôn trùng.

Quê hương không chỉ là mảnh đất cưu mang tuổi thơ mà còn là nơi định hình bản vị, nơi nuôi dưỡng nguồn mạch sáng tạo và tình yêu sâu thẳm với cội nguồn. Với nhà thơ Luân Hoán, quê hương là ngọn nguồn bất tận của cảm hứng, là nơi mà mỗi câu thơ được dệt nên bằng cả tấm lòng chân phương, giản dị mà chứa chan nghĩa tình."Thơ về Quê Hương tôi viết khá nhiều... gần như tập nào cũng có vài bài dành cho chủ đề này lồng cùng tình yêu nam nữ..." (Luân Hoán). Những hình ảnh như *"tàu cau ươn ướt mù sương / vàng pha trắng nở mùi hương ngọt trời"* hay *"bụi bám gót bước lầm lì / tuổi thơ trên bãi cỏ quỳ thòng chân"* không chỉ gợi lên cảnh vật quen thuộc mà còn khắc họa tâm hồn tinh tế, nơi ký ức và hiện thực đan xen như một bản giao hưởng của nỗi niềm.

Thơ của Luân Hoán như dòng sông êm đềm nhưng đầy sức mạnh ngầm. Dù xa xôi vạn dặm, quê hương vẫn là nguồn cảm hứng không bao giờ kiệt cạn, là gốc rễ mà ông không bao giờ quên. Những mảnh ký ức đan xen với cuộc sống hiện tại, tạo nên một bức tranh tinh tế của tâm thức người xa xứ.

Trong lòng người Việt, nỗi nhớ nhà không chỉ là sự hoài niệm về nơi chốn mà còn là cuộc hành trình tìm về cội rễ, về những giá trị vĩnh hằng đã hun đúc nên tâm hồn và đời sống. Với người xa xứ, nỗi nhớ ấy như một dòng sông âm ỉ chảy qua năm tháng, không bao giờ cạn. Trong bài thơ "Nhớ Nhà", Luân Hoán viết: *"Nhớ nhà, loại nhớ đỉnh cao / ngồi không chán nản nao nao lòng buồn"*. Nỗi nhớ ấy không chỉ là cảm xúc thoáng qua, mà như một dòng chảy không dứt, khắc sâu trong từng câu chữ, dòng thơ.

Quê hương, với những giá trị tinh thần và văn hóa, đã in dấu đậm nét trong tâm hồn mỗi người. Khi xa quê, chúng ta không chỉ nhớ những cảnh vật thân quen mà còn nhớ những giá trị tinh túy đã kết tinh thành bản sắc. Ông viết: *"quê nhà là chị gốc đa sân đình"*, hay *"mùi quê quán cũ châu trân vẫn còn"*. Mỗi câu thơ của ông như một tiếng thở dài khẽ khàng, nhưng mang theo cả một bầu trời kỷ niệm, khiến người đọc cảm nhận được nỗi buồn man mác và tình yêu vô hạn với quê hương.

Sống nơi đất khách, con người không tránh khỏi những cảm xúc đối lập. Trái tim bị giằng xé giữa việc hòa nhập với cuộc sống mới và sự lưu luyến với quê hương. Trong thơ Luân Hoán, sự xung đột nội tâm này được thể hiện rõ nét qua những câu thơ tinh tế: *"quê hương địa lý xa xôi / nhưng trong thương nhớ tâm tôi quá gần"*. Không gian xa cách, nhưng tâm hồn luôn bồi hồi, rạo rực với những ký ức về một quê nhà xa ngái.

Đối với người Việt lưu vong, việc giữ gìn bản sắc văn hóa, truyền thống là một nghĩa vụ thiêng liêng và khó khăn. Sự mâu thuẫn giữa việc ở lại hay trở về, giữa việc chấp nhận cuộc sống mới và giữ gìn những giá trị cũ đã trở thành một phần không thể thiếu của hành trình nội tâm. Nhưng cũng chính nhờ những giằng xé ấy, tình yêu quê hương của chúng ta lại càng sâu sắc, mãnh liệt hơn.

Dẫu thời gian có thể bào mòn tất cả, dẫu cuộc sống có đưa đẩy con người đi đến đâu, quê hương vẫn mãi là biểu tượng vĩnh cửu trong tâm hồn. Với Luân Hoán, quê hương không chỉ là nơi ông sinh ra và lớn lên, mà còn là nơi tâm hồn ông tìm về, nơi chứa đựng những giá trị bất biến. Trong bài thơ "Nỗi Nhớ Quê Nhà Từ Montreal," ông viết: *"quê hương tổ quốc vô cùng"*, một câu thơ ngắn gọn nhưng đong đầy cảm xúc, như thể quê hương là điều gì đó vô hạn, không thể đo đếm bằng không gian hay thời gian.

Với ông, quê hương không chỉ là một mảnh đất địa lý mà còn là nguồn sống tinh thần, là nơi tâm hồn tìm về giữa những đêm dài trăn trở. Và dù cuộc sống có thay đổi thế nào, tình yêu ấy vẫn mãi còn, không bao giờ phai lạt.

Tình yêu quê hương trong thơ của Luân Hoán không ồn ào, mà lặng lẽ như dòng suối nhỏ giữa rừng sâu, âm thầm mà bền bỉ. Nó không phải là nỗi nhớ đơn thuần, mà là sự kết nối sâu xa, là dòng chảy ngầm len lỏi qua từng vần thơ. Ông viết: *"quê hương là mẹ, quê nhà là chị"*, một phép ẩn dụ giản dị nhưng đầy xúc cảm, như thể quê hương là máu thịt, là phần linh hồn không thể tách rời.

Nỗi nhớ nhà trở thành nguồn động lực, nguồn cảm hứng để ông tiếp tục cuộc sống nơi đất khách, dù biết rằng quê hương giờ đây chỉ còn là ký ức. Những ký ức ấy không chỉ giúp ông vượt qua những khó khăn về vật chất, mà còn là nơi nương tựa tinh thần, nơi ông tìm thấy sự an ủi giữa những ngày tháng xa quê.

Quê hương không chỉ là nơi chốn, mà còn là nơi mà tâm hồn tìm thấy sự bình an, nơi mà những giá trị văn hóa và tinh thần của một dân tộc được lưu giữ và bảo tồn: *"quê hương còn trong trí người / ngẩng đầu còn thấy mây trời cũng vui"*. Chỉ cần nhìn thấy mây trời, nghe tiếng gió thổi cũng đủ để gợi lên hình ảnh quê nhà, khiến ông cảm thấy mình chưa bao giờ rời xa nơi ấy.

Những hình ảnh ấy không chỉ là sự hoài niệm mà còn là nguồn khích lệ tinh thần, giúp ông tìm thấy niềm vui trong những khoảnh khắc nhỏ bé nhất của cuộc sống tha phương.

Sống nơi đất khách, mỗi ngày trôi qua là một cuộc hành trình nội tâm đầy giằng xé giữa việc ở lại hay trở về. Trong thơ Luân Hoán, ta cảm nhận được sự dằn vặt, sự phân vân giữa việc hòa nhập với cuộc sống mới và nỗi niềm tha thiết với quê nhà. Ông viết: *"ở xa không lẽ ở hoài / về trong lụm cụm dẫu sai đường giày".* Sự mâu thuẫn này là tâm trạng chung của nhiều người xa xứ, khi không ngừng đối mặt với sự đứt gãy giữa hai miền đất nước.

Những câu thơ của Luân Hoán không chỉ là tiếng lòng của riêng ông, mà còn là tiếng nói chung của bao người con đất Việt đang sống xa quê, vừa đau đáu về quá khứ, vừa đối diện với hiện thực.

Khát vọng trở về quê hương luôn là một chủ đề xuyên suốt trong thơ ca của Luân Hoán. Đối với ông, trở về không chỉ là sự đoàn tụ về thể xác mà còn là sự tìm lại chính mình, tìm về với những giá trị cội nguồn đã bị lãng quên. Nhưng ông cũng hiểu rằng, sự trở về đôi khi chỉ là một khát vọng không bao giờ thành hiện thực. Trong bài thơ "Bất Ngờ Gặp Lại Mưa Dông", ông viết: "giá sống hoài tuổi dễ thương không già", một ước nguyện được mãi mãi trở về thời thơ ấu, nơi mà quê hương vẫn còn nguyên vẹn trong trí nhớ.

Dù cho cuộc hành trình trở về ấy có thể không bao giờ hoàn thành, nhưng nó vẫn là nguồn động lực lớn lao để ông tiếp tục sống, tiếp tục sáng tác. Những vần thơ của Luân Hoán không chỉ là sự hoài niệm về quá khứ, mà còn là lời nhắn gửi về giá trị vĩnh hằng của quê hương trong tâm hồn mỗi con người.

Với Luân Hoán, quê hương không chỉ là nơi chốn mà còn là phần hồn không thể thiếu của mỗi con người. Tình yêu quê nhà không bao giờ mất đi, mà chỉ ngày càng đậm sâu, thấm vào từng câu thơ, từng dòng cảm xúc. Những vần thơ của ông là sự hòa quyện giữa nỗi nhớ, niềm đau và khát vọng trở về, là lời khẳng định rằng dù có đi xa đến đâu, quê hương vẫn mãi mãi là bến bờ bình yên nhất của tâm hồn.

Uyên Nguyên Trần Triết

NGUYỄN VÕ KHANG HẠ

"PHẢI LÒNG CON GÁI BẾN TRE" ĐỊA DANH VÀ NÉT ĐẸP

Bài hát "Phải lòng con gái Bến Tre" (thơ: Luân Hoán - nhạc: Phan Ni Tấn) gần đây được công chúng yêu nhạc đón nhận. Lời bài hát với những đại từ nhân xưng "qua", "bậu" tuy xưa nhưng lại là những lời tán tỉnh khá dễ thương của một "gã thương hồ" với một cô gái Bến Tre nên được giới trẻ yêu thích.

Đặc biệt, lời bài hát nhắc đến nhiều địa danh nổi tiếng của Bến Tre. Đáng tiếc là theo thời gian, một số địa danh đã trở thành quá khứ hoài niệm vì nhiều lý do khác nhau. Dù còn tồn tại hay không, những cái tên đất, tên sông, tên cồn, tên chợ... đã trở thành "thương hiệu" tạo nên cốt cách, diện mạo của con người Bến Tre. Đối với các chàng trai đã từng "phải lòng con gái Bến Tre" chắc cũng thuộc lòng lời người xưa: Nết đất nết người.

Nhớ phà Rạch Miễu

"Bậu sang phà Rạch Miễu, qua lẽo đẽo theo sau
Đôi bóng trăng trên đầu hường như áo cô dâu

Áo bậu đỏ cánh kiến, da bậu vàng phù sa
Mắt ngời xanh nước biển, tim bậu hồng lòng qua".

Thời sinh viên đi học, trên đường về quê mà xuống được phà Rạch Miễu thì xem như đã tới nhà. Cái cảm giác được đứng bên lan can của con phà "hải trình dài nhất Việt Nam" đón gió mát từ dòng sông rộng sau khi bước ra từ những chiếc xe chật cứng hành khách của những năm 1980 thật là sảng khoái. Thường mỗi thời điểm phà chạy hai chuyến qua lại. Nhớ lại mỗi lúc hai phà chạy ngang qua cũng ráng nhìn qua bên kia để… tìm người quen. Hóa ra phà cũng chạy nhanh chớ không chậm như mình tưởng. Thấy Cồn Phụng và nghe mùi nước mắm phảng phất từ những cơ sở ở Tân Thạch là đến Bến Tre.

Nhà văn Nguyễn Ngọc Tư viết trong một tạp văn: *"Bến Tre lần đầu, tôi ngơ ngác như một cô dâu mới, con phà Rạch Miễu chạy chậm như chiều. Một chuyến phà thong dong, người ta bỏ ra khỏi xe, ngồi ngắm sông, người ta cười nói chậm, đốt thuốc và nhả khói cũng chậm rì. Thời gian như ngưng đọng, trên gương mặt người, trên dòng sông, trên cái cồn đất xanh rì cây trái…".*

Một người bạn thân ở ngoài tỉnh, không biết có "theo bén gót" cô gái Bến Tre nào không cũng từng nhận xét: "Phà Rạch Miễu là phà sạch nhất miền Tây!". Dù sạch thì vẫn phải xây cầu Rạch Miễu, vì đó là một xu thế tất yếu. Gần đây, lãnh đạo cấp trên cũng đã chấp thuận chủ trương xây dựng cầu Rạch Miễu 2. Vậy nên, từ lâu đã không còn nghe câu nói quen thuộc từ các anh phụ xe: "Cô bác vui lòng xuống xe qua phà!" cũng như không còn thấy hình dáng thon thả của các cô gái Bến Tre "ngoe nguẩy" xuống phà.

Trúc Giang hữu tình

"Bậu sang phà Rạch Miễu / vô Chợ Giữa nhởn nhơ /
Về Trúc Giang đang chờ / hay về Cù Lao Ốc trăng mơ?
Tức bàn chân quấn quýt / quanh quẩn vòng thủy chung /
Bóng dừa vương áo mỏng / in đậm chùm yêu thương".

Chợ Giữa thuộc xã Phú Hưng, cách trung tâm TP. Bến Tre ba kí-lô-mét. Tôi nhớ rõ chi tiết này vì một anh bạn viết cho biết nó nằm "giữa" chợ Bến Tre và chợ Mỹ Lồng, khu vực nơi đây, đất giồng cao, nổi tiếng trồng được bắp ngon:

"Xoài chua, cam ngọt Ba Lai
Bắp thì Chợ Giữa, giồng khoai Mỹ Hòa".
(Ca dao)

Sẵn đây nhắn các bạn muốn *"quyết lòng ở rể"* Bến Tre. Khu vực Chợ Giữa còn là nơi tọa lạc của đình Phú Tự, với cây Bạch Mai cổ thụ trên ba trăm tuổi chỉ nở hoa thơm ngát vào đêm Nguyên tiêu mà các bậc tiền nhân đã trồng lưu dấu chứng tích thời mở cõi. Theo truyền thống, Ngày Thơ Việt Nam tại Bến Tre tổ chức tại đình này vào đêm trăng tròn tháng Giêng âm lịch hằng năm. Nơi linh khí đất trời hội tụ, văn chương thi phú giao hòa hẳn là nơi tốt nhất cho đêm hẹn hò đầu tiên với cô gái mặc áo "đỏ cánh kiến" xứ Dừa.

Trúc Giang là một quận của tỉnh Kiến Hòa cũ, bao gồm nhiều xã, phường thuộc TP. Bến Tre và huyện Châu Thành ngày nay. Trúc Giang hiện tại là tên chính thức của một cái hồ tuyệt đẹp giữa trung tâm TP. Bến Tre mà người dân quen gọi là Bờ Hồ. Trước đây hồ này có tên là hồ Chung Thủy. Tên gọi là hồ Trúc Giang nhưng xung quanh không có cây trúc mà chỉ có những cây me tây cổ thụ tạo bóng mát quanh hồ. Tuổi của những cây này có lẽ rất lớn. Tôi đi học, ra trường, học tiếp, đi làm... mà cây không biết có tự bao giờ vẫn sừng sững đứng đó thách thức với thời gian. Có một điều, khi hồ chưa được cải tạo, thành hồ bằng đất dễ bị sạt lở, một số cây me tây trốc gốc ngã vào lòng hồ. Có lẽ cũng đã mang theo những cái tên khắc vào cây lồng trong hình trái tim chìm sâu dưới nước.

Bây giờ, nếu quan sát kỹ ven hồ, chỗ công viên tượng đài Liệt sĩ Trần Văn Ơn sẽ thấy một cây thân ngã rạp gie tàn ra mặt nước, như thể sắp ngã vì trốc gốc. Nhờ thành hồ được gia cố nên cây vẫn sống đến giờ như một nhân chứng sống cho những hoài niệm đi qua.

Tôi sinh ra ở vùng đất Trúc Giang và tuổi thơ đi học quanh quẩn cái hồ thơ mộng này. Lớn lên một chút là những quán cà phê quanh hồ, nhà thủy tạ đợi giờ tan trường. Thời tôi đi học, rất nhiều bạn đi bộ từ nhà đến trường nên hình ảnh một anh chàng "lẽo đẽo" theo sau một tà áo dài "nhởn nhơ" nào đó cũng thường thấy. Dân Bến Tre mà không "phải lòng con gái Bến Tre" mới là chuyện lạ!

Vầng trăng Cồn Ốc

Cù lao Ốc hay Cồn Ốc trên sông Hàm Luông, cách trung tâm TP. Bến Tre hơn mười kí-lô-mét, nay là xã Hưng Phong, huyện Giồng Trôm.

Đây là vùng đất của vườn dừa và vườn cây ăn trái. Dân thương hồ chắc thường qua nơi đây và ngủ lại đêm ở "Cù lao Ốc trăng mơ". Lời bài hát chỗ này viết rất nặng tình, không phải kiểu chọc ghẹo qua đường: *Bóng dừa vương áo mỏng, in đậm chùm yêu thương.*

"Bậu sang phà Rạch Miễu
Thăm trường cũ Nam Phương
Lư lắc lư xe thổ mộ... | Chèn ơi quá dễ thương!
Tức mình theo bén gót | năn nỉ hoài hổng nghe
Ước gì đương trắc trở | gặp nụ cười Bến Tre!"

Hình ảnh một cô gái đẹp ngồi lắc lư trên xe thổ mộ từ phà Rạch Miễu về thăm trường cũ thì đúng là "Chèn ơi, quá dễ thương!". Rất tiếc là từ lâu rồi "xe ngựa" không còn được xem là phương tiện giao thông phổ biến nữa. Gần đây, loại hình "xe ngựa trên đường quê" đã và đang được các khu du lịch sinh thái ở huyện Châu Thành đưa vào khai thác rất hấp dẫn với du khách, đặc biệt là khách nước ngoài.

Trường cũ Nam Phương tên chính thức là "Trường Nữ công Nam Phương" được xây dựng vào những năm 1950 chuyên dạy "nữ công gia chánh". Tài liệu chính thức về ngôi trường này không có nhiều nhưng có chi tiết đáng tin cậy là nữ sinh trường này nổi tiếng là các cô gái đẹp.

Về vị trí tọa lạc của ngôi trường này, chưa có sử liệu chính xác, qua tham khảo nhiều nguồn thì ở "đâu đó chỗ Miếu Tiên sư, gần Sở Giáo dục và Đào tạo!". Còn tên của trường này có phải được đặt theo tên của Nam Phương hoàng hậu hay không, theo tôi là có hai nguyên cớ. Một là, bà Nam Phương quê ở Gò Công, thời điểm này thuộc tỉnh Mỹ Tho, giáp với Bến Tre, nhiều địa danh bây giờ thuộc tỉnh này nhưng ngày xưa thuộc tỉnh kia. Lý do thứ hai, nghe nói sinh thời, bà Nam Phương luôn nhiệt tình ủng hộ và bảo trợ cho những phụ nữ làm nghề thêu may.

Nụ cười Bến Tre

"Bậu sang phà Rạch Miễu | ngoe nguẩy xuống Bến Tre |
Về Cái Mơn, Lương Hòa | hay là về Sơn Đốc, Ba Tri? |
Guốc bậu rụng tiếng lá | thoang thoảng mùi làm duyên |
Thoáng mùi thương quá đỗi | mùi tình Lục Vân Tiên".|

Đoạn này gồm toàn địa danh nổi tiếng của tỉnh, nếu ai đến xứ cù lao mà chưa đặt chân những nơi này xem như thiếu sót. Này nhé, Cái Mơn được mệnh danh là "vương quốc của cây cảnh", tham quan vườn trái cây "bao bụng" với cô chủ nhà xinh đẹp làm hướng dẫn viên chắc là kỷ niệm khó quên đối với du khách. Lương Hòa với Khu lưu niệm Nữ tướng Nguyễn Thị Định, một địa điểm về nguồn, một nơi giáo dục truyền thống lịch sử đấu tranh cách mạng của nhân dân nói chung và phụ nữ Bến Tre nói riêng. Sính lễ họ nhà trai đã mua "bánh tráng Mỹ Lồng" thì phải mua thêm "bánh phồng Sơn Đốc" cho đủ bộ. May mắn nữa là, nếu lấy được vợ Ba Tri, xem như không uổng "kiếp thương hồ".

"Sông Bến Tre nhiều hang cá ngát
Đường Kho Bạc cát nhỏ dễ đi
Gái Ba Tri nhiều đứa nhu mì
Lòng thương em bậu sá gì đường xa".
(Ca dao)

Nhà báo Minh Trường (Báo Sài Gòn Giải Phóng) gửi cho tôi nguyên bản bài thơ "Ta may mắn được làm thi sĩ nhờ đã phải lòng gái Bến Tre" của tác giả Luân Hoán. Nhiều câu thơ rất hay nhưng khi phổ nhạc đã "bỏ sót". Nếu không thật sự "phải lòng" không thể viết *"Ba Tri nồng muối ngấm/ Biển hát đất nằm nghe".*

**

Ước gì đương trắc trở, gặp nụ cười Bến Tre!

Tôi muốn nhắc lại câu này một lần nữa như là câu hay nhất tôi bình chọn trong bài hát "Phải lòng con gái Bến Tre". Đi qua nhiều địa danh, gặp gỡ nhiều con người để thấy rằng mỗi nơi, mỗi người đều có những nét đẹp riêng. Có lẽ, nét đẹp về con người là khó phai mờ trong tâm khảm mọi người. Phà có thể không còn nhưng khó có thể quên những giây phút chia tay khi phà cập bến. Trường có thể không còn nhưng dáng ai đó trong tà áo dài học sinh vẫn đọng mãi trong trí nhớ của các chàng trai trẻ.

Tôi nghĩ gã thương hồ *"khua dầm loang nắng đục"* đã *"phải lòng con gái Bến Tre"* một nét đẹp: Nụ cười Bến Tre.

Nguyễn Võ Khang Hạ
(nguồn từ một tạp chí trong nước)

CẨM LOAN

LUÂN HOÁN, CON TẰM NHẢ TƠ

Thi sĩ Luân Hoán là một nhà thơ có đẳng cấp, nhiều nhà văn, nhà thơ cũng đã nói về con đường thơ ca của anh. Tôi "lực tàn, ý mỏng" cho nên không vẽ nổi anh, mà chỉ biết nói hai chữ "bái phục" mà thôi. Với tôi, nhà thơ Luân Hoán, là một Luân Hoán độc đáo từ bút danh cho đến chất thơ, không nhầm lẫn với ai...

Những không gian thơ, nói về chiến tranh, thân phận, quê hương. Là tình tự của anh, mà tình tự con người là một "di sản quý báu"... Ngoài ra, thơ tình học trò, tôi rất thích, lời thơ dí dỏm nhưng ngạo mạng, kiêu kỳ... Đôi khi đọc thấy vui, mà làm mình " lộng hồn"... không nhịn nổi cảm xúc... Bởi những mối tình thầm kín của tác giả mà tưởng như của mình. Thế mới gọi là thơ "có hồn" – nhà thơ Luân Hoán sáng tác nhiều nhưng tôi đọc cũng chưa hết, (nếu đọc thoáng qua thì rất nhanh, nhưng không cảm nhận hết hồn thơ, chất thơ)... Hình như nhà thơ Luân Hoán ít có thơ thất tình, nhưng trong bài "Thơ tặng một người trong thời học trò"... Tạm gọi thất tình, hay có thể nói là "tình chưa chín".

Lời thơ mộc mạc, chân thành nhưng thật sâu sắc và quyến rũ.

"Chẳng nói chia tay mà vĩnh biệt
Tình còn chưa tỏ một đôi câu
Hoàn toàn cảm nhận y như thiệt
Tiền kiếp muôn đời đã của nhau"

"Tiền kiếp muôn đời đã của nhau"- rõ ràng ỡm ờ vu vơ, nhưng lời thơ dễ thương.

Những bài thơ tình học trò thì nhiều. Mà thơ tình là thơ "hay nhất trong cõi nhân sinh". Thơ không phải hoa mà lại có hương, cũng nhiều nhà văn, nhà thơ trích dẫn, kể cả thơ "yêu vợ" – Rất tình, thiết tha mà trong sáng... Người ta bình luận về anh đã khá nhiều - Mà tôi chẳng còn chỗ để chen chân... Nhưng cái "chất nghệ sĩ" nó cũng báo đời tôi... Mê thơ, để cảm nhận về nhà thơ Luân Hoán là: CON TẰM NHẢ TƠ. Đúng như vậy! hơn "thất thập" mà anh vẫn ôm mối tình lãng mạn đi theo nàng thơ – Như trong bài "Thơ và chân":

"vừa đi bộ vừa làm thơ
không còn là thú vẩn vơ ban đầu
bây giờ mỗi bước về đâu
hồn thơ túc trực theo hầu bên tôi
chẳng là một thói quen thôi
chính là sinh lực khí hơi điều hòa
đất trời vang tiếng chim ca
hồn tôi thơ nở thành hoa bốn mùa"

Nàng thơ cũng không phụ lòng Thi sĩ, bởi vậy đến bây giờ anh vẫn làm thơ đều đặn, lời thơ bóng bẩy, mượt mà... Đọc thơ anh vẫn hấp dẫn như thường và cho ta đầy cảm xúc...Nghệ sĩ nào cũng vậy. Làm nghệ thuật thì say mê đến cực độ, Thi sĩ Luân Hoán yêu thơ, làm thơ một cách tham lam lắm...

"thủng thỉnh đi chẳng hơn thua
nơi đến không chọn - tới, chưa không màng
bước đi không chỉ từ chân
từ tôi hồn vía xác thân nhẹ nhàng"

Về tính cách "tham lam làm thơ" này thì chính Thi sĩ Luân Hoán cũng đã nói ra, rất thiết tha:

"cho dù đi xuống suối vàng
chân cũng nhất quyết mang nàng thơ theo"

Kỳ thực, nghệ sĩ nào mà chẳng mê say làm thơ. Với cái " chất nghệ sĩ" say mê làm thơ của thi sĩ Luân Hoán là một người tài hoa, đến gần cuối đời vẫn còn "nhả tơ" đáng khâm phục!

Cẩm Loan
3.10.2015

KIM CHI
ĐỌC ĐỂ MỈM CƯỜI

Thơ Luân Hoán khi đọc làm tôi nhớ người Đà Nẵng, rất "ngang", thẳng thắn và đơn giản. Lại thêm vào đó là sự liều lĩnh nên thơ anh lại lãng mạn như thời mới lớn khi chưa biết toan tính:

xã giao đơn giản mà cố tưởng
em lồng tình ý vào bên trong
hí hửng đường về thơ mấy nụ
mọc theo yêu nhớ nở trong lòng

Tôi có cảm tưởng anh làm thơ như nói chuyện, cứ viết thì giòng chữ sẽ êm ái chảy ra như giòng suối, dễ dàng không gò bó trau chuốt hay cần phải dùng những sáo ngữ để thơ hay:

tôi đạp xe đi dọc bờ sông
thảnh thơi chính hiệu gã lông bông
sau lưng gió núi Sơn Chà thổi
hồn chẳng theo mây cũng bềnh bồng

Đọc thơ anh, nếu không dám "nghi" là viết cho mình, thì cũng ước gì mình là người trong thơ:

thơ làm, đâu chỉ để chơi
để cho em đọc, để đời đẹp thêm
cái khó là trao cho em
cách nào hiệu quả tự nhiên mới là
nhiều lần tôi đã lân la
bỏ hộc bàn học em và thắng xe
thơ đi tình chẳng có về
nhưng không bỏ cuộc mải mê viết hoài

Thơ Việt Nam hay thì không hiếm, nhưng thơ để khi đọc xong mà cứ muốn đọc đi đọc lại, cười mím mím một mình cứ như là bài thơ trong hộc bàn thời đi học thì chắc không nhiều...

Cảm ơn những bài thơ hay anh Luân Hoán.

Kim Chi

NGUYỄN THIÊN THỤ
THƠ LUÂN HOÁN

Luân Hoán tên thật Lê Ngọc Châu sinh năm 1941 ở Quảng Nam, sĩ quan Quân Lực Việt Nam Cộng hòa, sau một thời gian bị cộng sản cầm tù, ông đến Montréal, Canada năm 1985. Ông có khoảng 20 thi tập như Rượu Hồng Đã Rót (1974,) Hơi Thở Việt Nam (1986), Ngơ Ngác Cõi Người (1989), Sông Núi Cùng Người Thơm Ngát Thơ (2002)), v.v...

Thơ của Luân Hoán chủ yếu về chiến tranh. Chiến tranh đối với ông là vô nghĩa, là phi lý. Cả hai bên như hai con gà chọi nhau:

một con gà trống đỏ
một con gà trống đen
cùng nhìn về phương đó
khát vọng và bản năng
cả hai cùng hăm hở
đá nhau không nói năng"
(Chiến tranh)

Anh bây giờ là tên lính mù
Chỉ huy một trung đội điếc
Với chiếc còi trên môi
Và hàng trăm câu chửi tục
Anh ném vào lính của anh
Niềm âu lo thương mến...
(Trái tim hành quân)

Chiến tranh chấm dứt, cờ đỏ lên ngôi, những bại binh rời tổ quốc:

Giữa gian đại tự Phạm Văn Đồng
Bây giờ Thi Phổ, ơi Thi Phổ

Ta đã ngã rồi, ngã quá lâu
Trước khi xuất cảnh tìm đất sống
Nhìn cõi hận xưa, thương lẫn đau
Bây giờ Thi Phổ, ơi Thi Phổ
Mười bốn năm dài cách biệt nhau
Máu ta ngấm đất tan vào đất
Nên cảm được rằng em cũng đau.
(Chợt nhớ về nơi ngấm máu ta – Bùi ngùi lòng nhú chồi xót xa)

Từ đây thơ lưu vong như hoa xuân nở rộ trong lòng viễn khách.

- người ơi người ơi người ơi
ta còn hay mất bên trời lưu vong
(Cúi Mặt Chào Đà Nẵng).

- Hát lên đi hỡi thằng ta
Bài lưu vong đã xót xa chín muồi
(Ngồi lê)

Ra hải ngoại, Luân Hoán cũng như bao triệu người Mỹ, Canada phải đi làm. Ông mang nỗi niềm tủi nhục của kiếp "cu li" xứ người.

Ta cõng trên lưng cái thùng thật lớn
còn nặng hơn cái tấm thân ta
cố nghiến răng giữ cho khỏi ngã
mỗi bước chân chếnh choáng như là...
....

bốn dollars một giờ lao động
chiều thứ năm lãnh check như ai
tối thứ sáu túi tiền đã rỗng
may không thằng nào rủ nhậu lai rai.
(nghề nghiệp mới)

Bài thơ này cũng là một bài thơ xuất sắc trong chủ đề lưu đày:

Xin được chân cu li
Tại hãng Aronoff
Ngày ngày ta ra đi
Như cán bộ đi họp

Sáng đi như đuổi ma
Chiều về như ma đuổi
(Đi Làm Cu Li Ở Đường Iberville)

Cao Tần, Luân Hoán, Nguyễn Tất Nhiên đã đạt đỉnh cao của cay đắng lưu đày và nghệ thuật hí họa.

Luân Hoán có cả một trời thơ tình, và hàng tá mỹ nhân trong mộng:

một đời mê những mỹ danh
Thanh Thảo, Kiều Phúc, Kim Anh, Bích Đào
Phương Anh, Mộng Thúy, Lạc Giao,
Bích Hường, Phước Khánh, Hồng Đào, Thái Thu.
(Tình thơ một thuở)

Đặc biệt là những nữ sinh áo trắng đã làm cho thi nhân điên đảo:

dòng tóc biếc che hững hờ mắt ướt
nhìn về đâu từ cửa sổ mở toang
vồng mây trắng sững sờ nghiêng vào lớp
nền trời xanh cũng chợt biết bàng hoàng.
(Gởi Người Em Hồng Đức)

Tình yêu của Luân Hoán đôi khi là tình dục:
bàn tay che vừa kín cửa thiên đường
thân phát sốt theo động tiên vun mãi
trời không mưa mà tay ngấm mật hương
(Vùng Thanh Thoát)

...

Thơ Luân Hoán cũng có tính chất hoài hương. Ông đã về thăm cố hương trong một đêm mơ:

đêm qua tôi mơ về Quảng Ngãi
Hái trái mù u ở Nghĩa Hành
gió từ Mộ Đức vây tôi lại
rờ rẫm thăm từng gốc tóc xanh
tôi gặp bàn tay ai rất mềm
xâu từng chùm nắng xách hai bên

thân thương vói níu tôi dừng lại
xối rửa đôi lòng mắt trót quên
...
tôi gặp tôi qua núi với rừng
Trà Bồng, Thạch Bích cõng trên lưng
đêm qua tôi mới về Quảng Ngãi
một đoạn chân lìa xưa đến thăm!
(Về lại những địa danh nằm lòng)

Nguyễn Thiên Thụ
(những chủ đề thơ văn hải ngoại)

SỸ LIÊM

BƯỚC 6-8 LƯU DẤU TRONG THƠ LUÂN HOÁN

nằm nghiêng... thừa cánh tay ôm
nằm ngửa... thiếu cánh tay thơm lạnh đùi
nằm sấp... bứt rứt cả người
ngồi lên chạm mỹ nhân ngồi chung quanh

Người ta nói nhiều về thơ Luân Hoán, mỗi người một kiểu, cảm nhận một cách, thích cũng có, không thích cũng có, nhưng trên hết, anh Luân Hoán của tôi, nhà thơ Luân Hoán của chúng ta đã làm cho tôi say mê lục bát, ghiền lục bát và bắt chước anh làm thơ lục bát. Đọc thơ anh, tôi thấy mình như được trở về nhà của chính hồn thơ mình... Tôi thường khoe với mọi người rằng tôi đã học được "giáng long lục bát chưởng" của anh. Tôi mê thơ anh từ một duyên phận với hai câu thơ:

"Yêu em là chuyện tình cờ
Mất em thêm một tình cờ thứ hai..."

Vì sao?

Đó là, anh Luân Hoán kết hợp rất điêu luyện thế giới hiện thực quanh mình đã thấy, đã cảm và thế giới mộng tưởng qua con mắt thi ca một cách nhuần nhuyễn trong vùng tâm thức của anh qua Việt ngữ lục bát dường như bất tận ngôn từ...

Tôi thần tượng thơ lục bát Luân Hoán là vì anh Luân Hoán của tôi, của chúng ta, một trong những thi nhân Việt đã có và cố công tiếp sức, hà hơi cho lục bát, quốc thi của dân tộc, lâu dần hóa thành ca dao, linh hồn văn hóa của người Việt mình. Luân Hoán chính là câu thơ của anh

"Em từ lục bát bước ra"

Chỉ là thế thôi, mà như đã góp phần làm mọi từ ngữ Việt của anh trở nên có chỗ đứng trong thi ca đương đại.

Ngôn ngữ Việt gắn liền với Hán Việt, như một thứ son phấn để trang điểm cho thơ. Nhưng anh Luân Hoán chỉ sử dụng khi cần thiết hay thật tối cần thiết mà thôi. Không son phấn thi ca, nhưng đó lại là một dấu vàng son của anh trong dòng thơ Việt cuối thế kỷ 20, đầu thế kỷ 21.

Khẩu ngữ trong thơ Luân Hoán bởi những liên từ "thừa cánh tay ôm, bứt rứt cả người ", động từ "nằm nghiêng, nằm ngửa, nằm sấp" đã dọn cho anh một chỗ ngồi riêng biệt so với những tên tuổi cùng thời của anh.

"Em từ lục bát bước ra", từ đó thi phẩm EM VỀ TỪ CÕI THI CA ra đời cùng với những bạn thơ cùng thời của anh và những thế hệ tiếp theo, trong đó có tôi..

Nói về anh Luân Hoán, nhiều lắm, đây chỉ là một phần trong nhiều điều không thể nói hết.

Tôi hy vọng trong tương lai tôi sẽ là người tiếp nối dòng thơ lục bát của anh. Hình như anh chưa có đệ tử chân truyền. Mong rằng anh công nhận tôi là đệ tử chưa một lần gặp và bái sư! Trân trọng!

Sỹ Liêm

nhà thơ họ Hà, con nhà văn Sỹ Trung, sinh năm 1963, hiện định cư tại Pháp, đã xuất bản trên vài chục thi phẩm và vài ba tác phẩm văn xuôi.

TRƯƠNG VĂN NGHĨA
DÁNG HUẾ TRONG
"CẢM ƠN ĐẤT ĐÁ TRỔ THƠ..."

Tôi không mê thơ. Nhưng không hiểu sao, mỗi lần cầm bất cứ tờ tạp chí Việt ngữ nào, tôi cũng tìm đọc những bài thơ trước tiên. Lâu ngày trở thành thói quen lúc nào không hay. Một hôm, nhờ thói quen này, tôi đã liên lạc lại được một người bạn láng giềng xưa, xa cách đã hơn hai mươi năm.

Mặc dù biết anh làm thơ đã lâu, in thành sách đã khá nhiều. Nhưng sẵn có chút ít phương tiện và điều kiện, tôi đã đề nghị và giúp anh xuất bản thêm một thi phẩm mới. Đó là tập thơ

Cảm Ơn Đất Đá Trổ Thơ
Lòng Ta Hạt Bụi Vu Vơ Bám Hoài

Tác giả là anh Châu, bút hiệu Luân Hoán, hỗn danh là "Châu Lật Đật", về sau thành "Châu... Cụt". Tôi thấy cần bỏ trong ngoặc đơn để phổ biến chút chút cái đời tư của nhà thơ, nếu anh không ưng ý thì cứ tùy tiện đục ra. Luân Hoán sở dĩ được gán cho cái tên "Châu Lật Đật" vì tính tình anh khá nôn nóng, ưa đi, ưa về liền liền, ngồi không nóng đít một chỗ. Có bận năm bảy đứa cùng rủ đạp xe hơn 35 cây số vào Hội An chơi.

Nhưng khi đến Hội An, chỉ đạp quanh bờ sông vài vòng, anh phán: "Thôi về, chán bỏ mẹ!" và thực hiện ý định liền. Nhưng chỉ hơn một tuần sau anh lại cù rũ bạn bè vào Hội An nữa. Bạn bè cự nự, anh nói: "Tuần trước khác, tuần này khác, hơn nữa Hội An mỗi ngày một khác, con bé Ỷ Vân ở gần Chùa Cầu hôm nay dĩ nhiên phải khác tuần trước nhiều". Tóm lại, Luân Hoán ưa đi, nhưng không thích đến, lúc nào cũng như có vẻ bồn chồn. Rất mê cảnh vật hai bên đường đi.

Theo thời gian, theo thương tật của đương sự hai chữ "Châu Cụt" được đám bạn thân quen của anh dùng.

Bạn bè thời đó cũng có nhiều cánh khác nhau. Cánh sính văn thơ có Vương Thanh, Nguyễn Nho Sa Mạc, Hoàng Trọng Bân, Châu Văn Tùng... Cánh đạo mạo, gạo bài có tôi, Phan Quảng, Trần Lục, Bửu Chánh... Cánh ưa đánh nhau có những Lê Cai, Xếp, Hiển Hiền, Sĩ... Cánh nào cũng thấy Luân Hoán chơi thân. Về bạn gái của anh thì nào... ga lớn, lầu đen..., biển Thanh Bình..., cà phê Chí..., nhiều lắm, nhưng đêm nào cũng thấy anh lọc cọc đạp xe về một mình như một gà trống, bình thản đánh cờ tướng suốt đêm với Hoàng Anh hoặc chơi guitar trước hiên nhà... không hề thấy làm thơ. Tôi biết về Luân Hoán chỉ đại khái như thế.

Thôi xin trở lại với tập thơ.

Trong khi chăm sóc ấn loát, tuy đọc lướt qua, tôi cũng đã đặc biệt thích những bài Luân Hoán viết về Huế, viết cho Huế. Không biết có phải vì tinh thần cục bộ địa phương hay không? Thực ra tôi sinh quán tại Lăng Cô, tuy cũng là dân Thừa Thiên nhưng xa Huế lắm. Cái tình với Huế của tôi chắc cũng na ná như tình của nhà thơ xứ bánh tráng mì Quảng Luân Hoán mà thôi.

Đọc những bài thơ Huế của Luân Hoán không hiểu sao tôi chợt nhớ đến hai câu ca dao:

"học trò trong Quảng ra thi
thấy cô gái Huế chân đi không đành"

Và không thể không mỉm cười khi hình dung ra những bồn chồn, háo hức của anh chàng Châu trong ngày đầu ra Huế dự thi tú tài.
Đà Nẵng thời bấy giờ chưa mở khóa thi này.

Luân Hoán đi xa thi cử trên chuyến xe lửa khởi hành vào khoảng 6 giờ chiều với một hành lý rất ngộ:

"gói cả bộ cờ mang ra Huế
đi thi mà như thể đi chơi "

Quả nhiên vừa thi vừa chơi. Chỉ buồn giùm tác giả ở keo đầu đã phải đạp nhằm vỏ chuối, chỉ vì:

"lạ nơi khép nép nằm nghe muỗi
năn nỉ như đòi chung gối chăn"

hoặc tệ hơn nữa:

"suốt đêm trằn trọc đò ai gọi
sáng trễ giờ thi dựa cổng trường"

Mặc dù Luân Hoán được liệt vào danh sách "Học Tài Thi Phận" và với những nguyên cớ trên, nhưng tôi ngờ lắm. Nếu không bị muỗi phá ở nhà bà ngoại Châu Văn Tùng (cùng đi thi với anh) phải ra ngủ trước cửa thư viện đại học, để nghe đò gọi cả đêm háo hức trăn trở, Luân Hoán có thể lấy nổi cái Tú Tài, rất tối ư quan trọng của thời bấy giờ không? Khi anh ngồi làm bài mà thả lỏng hồn chu du đâu đâu theo những cái mỹ danh của các o nữ sinh trường trung học Đồng Khánh ghi tinh nghịch trên mặt bàn gỗ:

"ngồi thi nhìn cái mặt bàn
Thu, Sương, Bích, Thảo... nhẹ nhàng hóa thơ..."

Đối với những thí sinh bình thường như tôi, những cái tên trên mặt bàn kia sẽ chẳng có một ảnh hưởng tâm lý nào, nhưng với một tâm hồn lãng mạn, giàu tưởng tượng, Luân Hoán đã cảm nhận ở đó, từ đó những tín hiệu, những làn hương của những tuyệt thế giai nhân, biết đâu rất đồng điệu, nên thay vì chú tâm làm bài thi, nhà thơ lại lang bang trong ngôn ngữ:

"không biết chỗ này ngày mấy buổi
ai ngồi duỗi thẳng búp chân thơm
cánh tay chắc hẳn tròn ghê lắm
tựa nhẵn mặt bàn ửng nước thơm"

Gỗ vì da thịt khuê các đã phải ửng hồng lên nước, bốc thơm huống hồ một tấm lòng si.

"này ả thơ cưng trường Đồng Khánh
tay ta cầm bút trả bài thi
hồn ta lơ lửng trong hương Huế
đạt cả hai hay chẳng có chi"

Câu trả lời thật giản dị "chẳng có chi" và như thế thí sinh Lê Ngọc Châu, lại có dịp ra Huế lần khác nữa.

"hỏng tú tài anh đi trung sĩ
em ở nhà làm đĩ nuôi con
bao giờ xong việc nước non
anh về, anh có Mỹ con anh bồng "
(Vô danh)

nên nhà thơ hạ quyết tâm lấy cái tú tài, còn cái hương Huế thì hình như cứ mỗi ngày một xa cách. Nghĩ mà thương. Suốt thời kỳ trọ học ở cạnh Hồ Tịnh Tâm, đèn sách không lo chỉ chuyên trị:

" làm thơ tán gái quanh năm đâm ghiền "

Những người đẹp nào được lọt mắt thơ đây?

"Công Tằng Tôn Nữ... Tiểu Thư
loay hoay lẩn trốn lòng tôi sao đành"

"Chào em lộng lẫy Luật Khoa
cho tôi thay cái cặp da tầm thường
kẻo không phí mất mùi hương
em đang bỏ lại trên đường em đi
xin thề tôi chẳng nói chi
nằm ngoan trong ngón xuân thì trổ thơ"
"Chào em đài các Văn Khoa
cho tôi thế cái yên da em ngồi
đường dài nhớ đạp thảnh thơi
cho tôi uống trọn hương đời thơm tho
xin thề không dám làm thơ
chỉ thiêm thiếp mộng bên bờ tồn sinh"

"này em tóc kẹp... phân vân
gật đầu dễ ợt đâu cần nói chi
lòng tôi bằng phẳng dễ đi
năm mười giây tới tức thì trái tim"

Tán ngọt đến như thế, nhưng chỉ thu nhặt về được một mớ thất tình, nên khi dời chỗ tạm trú về Cầu Kho, công việc hàng đầu là:

"đi về nghiền ngẫm làm thơ thất tình"

Thế mới hay cái lợi hại của những kiều nữ sông Hương núi Ngự, và Luân Hoán xuôi tay bái phục:

"quả nhiên danh bất hư truyền
em là con gái Thừa Thiên rặt nòi
mi xanh má đỏ chân dài
đánh tôi một chưởng rớt đài như không
mặc dù tôi đúng mãnh long
vừa qua sông đã mất lòng mất tim"

Những O gái Huế của tui nhờ nội công thâm hậu đã biết dùng "đôi mắt Huế hữu duyên vì biết háy" mà vận dụng những ngón tay của Luân Hoán ghi ra thơ, tài thật.
Mà không làm thơ sao được, khi:

"ửng lên trong cõi xanh này
lòng con mắt Huế sắp đày đọa tôi"

Buộc nhà thơ phải lang thang qua cầu Tràng Tiền, qua cầu Bạch Hổ, lội chợ Đông Ba, vào quán sách Ưng Hạ, vào Lạc Sơn, quán cơm Âm Phủ... để chịu đựng cái vẻ hiền thục nhưng lẳng lơ, nét dịu dàng nhưng xa cách... cứ quyến rũ, cứ chọc ghẹo, cho không cho, từ chối không từ chối, lơ lơ lửng lửng, thực thực hư hư làm điêu đứng một tấm lòng không hề biết hờn giận, tháo chạy:

"ngàn năm người đẹp Hương Giang
vẫn còn đi đứng đàng hoàng trong tôi"

Luân Hoán đã từng dâng thơ "Xin Huế Một Người Tình" trong Rượu Hồng Đã Rót, không rõ từ đó đến nay, đã có O nào hồi đáp lòng thi sĩ chưa? Có lẽ chưa, tôi nghĩ thế, vì anh bạo thơ nhưng lành người, mắc cỡ như con gái nhà lành, nói năng ấm a ấm ớ, gặp gái thì đỏ mặt tía tai. Mấy bài ngủ đò, coi mòi không có thật. Mà cho có thật, cũng chỉ giả bộ ăn chơi sành điệu như thiên hạ mà thôi, vì trên mặt sông, rõ ràng chúng ta thấy:

"thút tha thút thít mưa hoài
lắt leo đèn úa sông dài bóng tôi"

hoặc:

"nửa đêm nghe tiếng thầm thì
té ra mưa tạnh trăng-thi-sĩ về
ta nằm chân gác mũi ghe
dòm ra trời đã vàng khè những thơ..."

Đẹp hỉ. Có ai trách được trôi trên mặt nước một giòng sông đẹp như sông Hương, một giòng sông mà Luân Hoán nhìn ra nghe thấy:

"hương thơm từ một tấm lòng
hương nuôi triệu triệu tấm lòng ngát hương"

Luân Hoán có duyên với Huế bao lâu? Tôi không rõ lắm, nhưng qua thơ, tôi thấy ngoài những hoàng thành, danh lam thắng cảnh, anh còn yêu thích những tập tục cúng tế của thành phố hoàng tộc này. Mê điệu chầu văn, nhớ ngày cúng cô hồn, trong máu Luân Hoán có lẽ đã có một chút hơi hám của Huế. Cỏ hoa cây trái sinh sản tại đất cố đô cũng đã bén rễ lên lục bát Luân Hoán. Thế Miếu với Đào. Mỹ Lợi, Hương Cầm với Quýt. Nguyệt Biều với Thanh Trà, An Cựu với gạo de, Phụng Tiên với vải... Ngọt ngào cây trái để khi xa chỉ ước ao:

"môi tìm môi ngậm mà nghe
hương vườn đất Huế sắt se u hoài"

Thơ về Huế trong Cảm Ơn Đất Đá... của Luân Hoán không chỉ có những vóc dáng trên. Còn nhiều, nhiều lắm nhưng tôi thực sự đang làm một công việc không quen tay nên tự nhủ phải dừng lại. Điều tôi vẫn băn khoăn, là chưa trả lời được một câu hỏi của Luân Hoán:

"làm rể người xứ Huế khó hay không?"

Mặc dù hôm nay câu trả lời đã trở thành vô ích với tác giả Về Trời. Xin lỗi và cảm ơn anh vẫn tha thiết mở lời:

"cho ta giữ một chút gì thưa Huế
một đôi ngày sống vội cũng không sao
vài kỷ niệm đủ thắp lên tất cả
những ngọn đèn thương nhớ sáng trong thơ"

Luân Hoán đã thắp đèn trong lòng anh, trong lòng tôi, trong lòng những người con của "*HUẾ MÌNH*"

Trương Văn Nghĩa

SONG VINH
CHỖ NGỒI CỦA BẰNG HỮU

Luân Hoán lúc nào cũng bận rộn với thơ. Khi không làm thơ thì nghĩ đến thơ. Từ *mùi hương từ cái vạt giường, lót tình gối tay...*, đến *một thời hò hẹn ngã ba, thơ tình dán ở ngã tư...* qua *một ngày nghỉ bệnh, đi theo...*, trở lại *cầu ao, cùng xuân làm thơ...*, và rồi *vui tay lúc ngồi không* cũng *lai rai vài sợi xuân tình, xông đất, ăn cưới...* Cứ như thế Luân Hoán cứ bị thơ dắt đi chơi dài dài.

Đọc thơ Luân Hoán, là tìm gặp những cái thâm trầm nằm ngay ở điểm giản dị, trong sáng, do vậy người đọc cảm thấy có cái gì đó rất thân quen thong thả đi thẳng vào lòng mình, để lại những nhẹ nhàng bình an. Thơ Luân Hoán súc tích tình yêu, đầm ấm tình mẹ, trân quý tình cha, luyến lưu về từng nơi chốn, quay quắt trong nỗi tha hương... Qua hơn 18 tác phẩm đã xuất bản trong và ngoài nước cũng như những bài thơ đăng rải rác trong những báo in cũng như những báo trên Net, Luân Hoán khai phá không thiếu đề tài nào. Điểm đáng ghi nhận trong thơ Luân Hoán, là tình bạn lúc nào cũng được trân trọng, hết lòng, dù ở bất cứ thời điểm nào.

"bỗng nhớ cả trăm thằng bạn cũ
mỗi thằng phiêu bạc mấy mươi nơi..."
(Trên vuông chiếu đời ta - RHDR)

Bỗng nhớ, chợt nhớ, thèm nhớ... gần như trở thành thường trực nhớ của Luân Hoán. Trong chuyến về thăm tưởng không bao giờ sẽ có, vào năm 2002, anh "bất ngờ vào thăm trường cũ" để rồi ngậm ngùi:

"tôi nhìn trong nỗi bơ vơ
không thấy mà gặp thầy cô bạn bè"
(Bất ngờ thăm trường cũ - LRTLBT)

Tình bạn của Luân Hoán sâu là vậy, đậm là vậy. *Không thấy mà* vẫn *gặp* được, thật kỳ diệu. Bởi vì những người thân quen vẫn nằm trong tiềm thức.Trong lòng anh, trong cái Vuông Chiếu, mà lúc nào Luân Hoán cũng cảm thấy chật. Hình ảnh bạn bè như ánh đuốc soi hướng đi của nhà thơ trong chân tình lan rộng: bạn học, bạn đồng đội, bạn văn nghệ, bạn đồng nghiệp, bạn xã giao... Trong mọi giao tình, dẫu thân thương trở thành kỷ niệm, Luân Hoán vẫn giữ khoảng cách tương kính, thân mật: *tôi muốn thở vào môi hai đứa bé, nhưng ngại buồn lòng người quá cố, không nên*. Hãy lặng nghe chữ "không nên" vang dội. Gần vài thập niên sống nơi hải ngoại, hấp thụ văn hóa tây phương, tấm lòng Luân Hoán vẫn thể hiện qua những vần thơ thật gần với "không nên" khiêm nhường đáng quý của tấm lòng người Việt đúng nghĩa của nó. Thời gian làm nhiều đổi thay nhưng tình bạn trong Luân Hoán vẫn vậy, vẫn bao la,vẫn chân chất. Ngoài những bài thơ rời, rải rác trong nhiều thi tập như *Ngủ Trên Đồi Xanh, Gọi Tên Bạn Bè, Mừng Nghiêu Đề Đến San Diego Cali, Phúc Thư Châu Văn Tùng, Bài Mừng Nguyễn Đông Ngạc Thuận Buồm Xuôi Gió, v.v...* Luân Hoán còn ấn hành một tập thơ để nhắc nhở với bạn những kỷ niệm đã may mắn có được. Tập thơ này mang tên, đúng với nội dung của nó 'Nuôi Thơm Chùm Kỷ Niệm Xanh'. Và những người hiện diện trong thi phẩm này gồm: Đặng Văn Hải, Hoàng Anh, Châu Văn Tùng, Hoàng Trọng Bân, Nguyễn Văn Pháp, Nguyễn Lập, Nguyễn Văn An, Nguyễn Văn Tám, Đặng Văn Ngoạn, Nguyễn Văn Xuân, Hà Nguyên Thạch, Khắc Minh, Lê Vĩnh Thọ, Vĩnh Điện, Bắc Phong, Bùi Bảo Trúc, Chân Phương, Lâm Chương, Du Tử Lê, Dương Kiền, Dương Quốc Chỉnh, Đinh Cường, Đỗ Quý Toàn, Hoàng Phúc, Hoàng Chiều Nhân, Hoàng Xuân Sơn, Hồ Đình Nghiêm, Hồ Thành Đức, Khánh Trường, Kiệt Tấn, Lê Tấn Lộc, Lê Quang Xuân, Lưu Nguyễn, Lưu Trọng Hồ, Mai Bá Trác, Nguyễn Văn Ba, Nguyễn Đông Ngạc, Nguyễn Minh Đức, Nguyễn Tăng Chương, Nguyễn Tấn Hưng, Nghiêu Đề, Phạm Nhuận, Phạm Đình Cường, Phan Ni Tấn (ND), Song Thao, Song Vinh, Quỳnh Mi, Trang Châu, Trần Hoài Thư, Trần Văn Khê, Trịnh Viết Đức, Trịnh Công Sơn, Trịnh Cung, Thái Tuấn, Võ Kỳ Điền, ViVi, Viên Linh, Võ Đình, Vũ Ngọc Hiến, Triều Hoa Đại, Phan Xuân Sinh, Đynh Hoàng Sa, Nguyễn Nho Sa Mạc, Hà

Nguyên Thạch, ... cùng những khuôn mặt một thời tại các trường Hoàng Diệu, Phan Chu Trinh Đà Nẵng, như Nguyễn Chí Thiệp, Thung Coco, Hảo, Trần Công Viên, Khiết, Vũ, Phan Quảng, Trần Lục, Nguyễn Văn Thơ, Trần Hữu Chí... tất cả đều hiện diện mênh mang trong nỗi nhớ. Người đọc đã thú vị, tôi nghĩ, người được nhắc nhở, gợi nhớ càng thú vị hơn. Bởi một chút kỷ niệm nho nhỏ đủ dựng lại cả một thời. Thử đọc một số đoạn trong **"Nuôi Thơm Chùm Kỷ Niệm Xanh"**:

Với **Bùi Giáng**: *Buồn chân đặt đít bên trời, Anh đâu có biết tôi ngồi kề bên, Đang rình từng ngón tay tiên, Chờ xem hoàng thượng nhập thiền khai thơ.* Với **Châu Văn Tùng**: *Mấy mươi năm ăn chực mày. Cà phê, thuốc lá, thịt cầy, rượu, hoa. Quốc nạn đành lạc bạn già. Lấy ai ăn chực xót xa của mày?* (xin chú ý các chữ ăn chực xót xa). Với **Hồ Thành Đức**: *Ghé nhà hiền hữu năm kia. Lai rai chim mía uống bia, nói đùa. Nắng mưa trăn trở bao mùa. Thời gian quả thật chịu thua chân tình.* Với **Kiệt Tấn**: *Anh bốn chai, tôi hai chai. Tôi say, anh tỉnh, cả hai cùng buồn. Ngó nhau chỉ biết cười suông. Chúng ta mà chẳng ai thương, phí đời!* Với **Lê Ngộ Châu**, báo Bách Khoa Sài gòn trước 1975: *Tôi hơn anh một chữ C. Thua một dấu mũ nằm kề chữ O. Nhìn ảnh anh mới gởi cho. Thấy trong đôi mắt được tự do buồn!* Với **Lê Vĩnh Thọ**: *Bài thơ mày phúng điếu tao. Lâu lâu đọc lại nao nao xót lòng. Lệ Già dành dụm bao năm. Dám đâu phung phí, nhưng không giữ đành.* Với **Mai Thảo**: *Vác thân qua tới xứ người. Anh chào mừng một đôi lời, khỏe ra. Cõi Văn anh vẫn tà tà. Kính anh một chén rượu hoa vô hình.* Với **Phạm Ngọc Niên**: *Dách, thùng, cù lũ cũng thua. Cái khe cửa hở gió đưa Tam Kỳ. Chẳng hay bạn sùng đạo chi? Bốn mùa tâm nguyện chân quỳ trước hoa.* Với **Phạm Duy:** *Gặp anh ở nhà Đỗ huynh. Anh nói như hát, hết mình, thảnh thơi. Hình như giọt tuyết đang rơi. Cũng xôn xao ngưỡng mộ lời tâm ca.* Với nhà thơ "anh biết em đi chẳng trở về"... **Thái Can:** *Ngồi cho thi sĩ nghe tim. Thấy mắt bác sĩ lim dim, giật mình. Biết đâu trong phút vô tình. Bệnh nhân bị bác sĩ tìm ra thơ.* Với **Trịnh Công Sơn**: *Xương vai cụng với vai xương. Đứng phơi mặt giữa lòng đường tuyết bay. Chia đều hơi ấm hai tay. Cả hai, khoảnh khắc, thơ ngây vô cùng.* Với **Trần Phong Giao**, người chăm sóc tạp chí Văn ở Sài Gòn trước 1975: *Vô duyên chưa được gặp anh. Làm sao có kỷ niệm hành hạ tôi? 'Tình thân' anh gói trong thư. Thời xa xưa vẫn hình như thở hoài...* Với cô **Bích Xuân** bên trời Pháp: *Gởi cho năm đóa hồng gai. Thách tôi tìm cánh Xuân đài các Xanh. Phong lưu, hào sảng bẩm sanh. Nên phong luôn ngũ ái khanh một lần.* Với **Cao Thoại Châu**: *Cùng trong diện tích bài thơ. Hai ông dại gái phất phơ trách đời. Mười mấy năm lạc cuộc chơi. Lưng thơ vẫn cõng tình người trồng thơ?* Với **Đinh Cường**: *Phóng tay vẽ nụ hoa đào. Vẽ nhầm thi sĩ ngọt ngào ướm hoa. Tôi nhờ vậy được* *lân la. Vào thăm từng ngón tài hoa chân tình.* Với **Đặng Văn Hải**: *Kết bè đảng từ lớp ba. Đánh bi, đá bóng, độ gà, lang thang. Đã nhiều bận muốn đầu hàng. Lòng anh choàng cánh tay vàng đỡ lên.* Với **Đặng Tiến**: *Gởi lời thăm nắng thăm mưa. Nhờ xin bè bạn năm xưa tấm hình. Anh mang qua đủ chân tình. Đọc thơ thấy nước mắt mình gặp nhau.* Với **Hà Nguyên Thạch:** *Sát vai ngồi dưới hiên người. Cành cây khuya vọng tiếng cười vô danh. Tàn quân thuốc lá nằm quanh. Vỏ trứng vịt lộn sắp thành hư vô.* Với **Hoàng Quy:** *Hăm chín tháng ba bảy lăm. Chia tay nhau tại Ngã Năm dặn rằng: Thằng nào sống, phải nhớ ăn. Thêm tô Mì Quảng cho thằng chết đi.* Với **Khắc Minh**: *Xe thồ dừng giữa sân trưa. Nhói vai, rơi nạng, mày đưa tay quàng. Cắn môi, sao lệ cứ tràn? Ta chưa tử trận, bạn vàng khóc ai?* Với **Ngô Phước Hạnh**: *Rủi chừ vơ vẩn nhớ ai. Anh nào thay tớ tìm sai cho nàng? Mỗi lần phải ghé ngân hàng. Khi không mà chợt bàng hoàng chiêm bao.* Với **Nguyễn Âu**: *Bạn là người thứ ba. Xử lý thường vụ cho tôi thăm nhà. Tại sao bắt chước tà tà. Cho thân hảo hớn hóa ra đất vàng?* Với **Nguyễn Hải Bình**, cha đẻ thuế kiệm ước một thời: *Đến nhà anh, ngồi làm thinh. Không ăn, không nói như rình rập ai. Quả nhiên anh đoán không sai. Tôi đang rình đống tuyết ngoài hành lang.* Với **Nguyễn Tấn Hồng**, một thời tổng trưởng: *Hôm xưa đái vất bên chùa. Gặp ông bác sĩ hay đùa, giũa luôn. Lỡ rồi, đành phải cười suông. Thơ làm, tôi chịu thập phương tha giùm...*

Cứ như thế hình ảnh kỷ niệm nào của Luân Hoán, cũng đẹp cũng đáng trích dẫn nhưng diện tích một bài lan man như thế này vốn có hạn. Tôi xin dừng lại để kể vài câu đối thoại giữa hai cha con trong một chuyện ngụ ngôn của Pháp: Có người lính về thăm cha. Trò chuyện một lát người con "xin phép cha để đi thăm người bạn". Người cha nhìn con trìu mến bảo "như vậy là con hạnh phúc lắm vì con có người bạn. Trọn đời cha vẫn chưa tìm được bạn". Luân Hoán, với số bạn đông đảo kể trên (mà danh sách, có lẽ, vẫn còn thiếu sót), mỗi hình ảnh đượm nét thân thiết trong từng lời thơ, có làm nhà thơ hạnh phúc hay bóp mạnh trái tim những phút "Đưa Nhau Về Đến Đâu".

Với Luân Hoán, bạn bè không phải đùa giỡn, nhưng là thân thiết của tôn trọng và chí tình cùng tất cả. Không bao giờ có sự phân biệt thân sơ. Với những bạn vàng đang còn ăn ở với đất trời, nhà thơ nâng niu gìn giữ. Với những bạn vàng đã ra đi, nhà thơ luôn tưởng nhớ hoài niệm. Anh xem thơ anh như những cỗ quan tài. Và đã dành cho những Trần Mỹ Lộc, người sĩ quan hy sinh ngay trong trận đánh đầu tiên của đời binh nghiệp, cho Huỳnh Bá Dũng, người sĩ quan bị bắn hạ ngay trước thềm cửa nhà anh (mời hãy đọc hai bài này trong tập Viên Đạn Cho

Người Yêu Dấu). Những cỗ áo quan bằng ngôn ngữ như vậy cũng đã dành cho những Nguyễn Khắc Ngữ, Trịnh Công Sơn, Nguyễn Đông Ngạc... Có những cái chết của bạn hữu làm cho nhà thơ xót xa, thầm thì: "*Bây giờ chỉ còn nước mắt và tao, trong con đường bao la kỷ niệm*". Có những cái chết của bạn hữu làm nổi bật những cay đắng, như cái chết của **Thiếu tá Thẩm phán Hồ Minh,** người được đề tặng, tưởng nhớ trong bài "Ngủ Trên Đồi Xanh": *Mười mấy năm học luật. Chưa vào đâu, thấm đâu. Bây giờ lên rừng núi. Anh học nghề chăn trâu... Giáo điều xin gắng thuộc. Đạo đức chớ ngậm ngùi. Bình tâm như cây cỏ. Hạnh phúc thay điếc đui!... Cả đời chưa sáng mắt. Sao anh bỏ nửa chừng?* (HTVN).

Có những cái chết chợt lóe trong thơ Luân Hoán một chút oán hận, tuyệt vọng: ... *Ta trở lại đồn, qua xóm cũ. Rút colt bắn lẫy cái lu sành. Nước tràn, lu vỡ, trời, ta khóc. Bóng bạn chập chờn đóm lệ xanh... Uống đi em út sao buồn vậy. Hớp này đãi bạn, hớp phạt ta. Mực khô dai nhách? Ồ, ngón út. Máu rỉ hay là mắt ta hoa? Nam ơi, Đức Phổ trưa nay nắng. Biển lặng ngồi không, xót phận mày. Ngày mai nhổ trại lùng Đức Phụng. Đến lượt ta hay đứa nào đây?* (CƠĐĐTT)

Ngoài ra Luân Hoán còn thử "Đưa Đám Những Bạn Vàng Còn Sống" dí dỏm như:

"Vậy là, bạn chết khỏe re. Hai bàn tay duỗi so le bên sườn. Cái miệng rộng, cái cằm vuông. Vẫn nằm dưới mũi bình thường, bên môi. Và con chim rất ham chơi, Hình như cũng rất thảnh thơi mơ màng... Mười mấy năm lộng lẫy qua. Làm thầy, làm thợ, làm cha, làm tù. Từ nhân cách đến con cu. Chợt chìm chợt nổi trên mu cuộc đời. Kể ra cũng sướng quá rồi...

Bạn không mắc bệnh ung thư. Cũng không thuộc dạng ruột dư, đái đường. Chỉ vướng cái chứng dị thường. Lục phủ ngũ tạng yêu thương xuề xòa. Nguồn hương, khe suối, mạch hoa. Cấy thơ cất rượu tà tà rong chơi. Chẳng ngại ma, ngán chi người. Đời khen cũng khoái, đời cười cũng vui... Sống không làm nụ ca dao. Chết, không lẽ biến thành sao trên trời. Bạn nằm chết, tuyệt lắm rồi. Cội tình lơ lửng mộ đời góc riêng..."

Bạn đọc không rõ hai người được tiễn chân trên là ai. Bài thơ này được in trong tập "Cỏ Hoa Gối Đầu". Dưới mỗi đoạn có để trong ngoặc số 1 và số 2, có lẽ, cốt để ghi chú tên người được đề cập, nhưng lại không thấy ghi. Hai bạn của nhà thơ hẳn đã nhận ra mình?

Nói về tình bạn trong thơ Luân Hoán, mà hạn chế trích dẫn thì thiếu thú vị. Nhưng trích dẫn thì chi bằng đọc cả tập. Chỗ ngồi của bằng hữu là cõi thơ Luân Hoán. Cõi thơ đó đã được nhà thơ xem như một Vuông Chiếu. Ước mong rằng cuộc sống tiếp tục thỏa mãn trông mong của một người có tình:

"*... Thôi nhé, thôi đành yên phận vậy. Nằm Buồn vơ vẩn viết bậy chơi. Tình dài giấy đắt in chi thấu. Viết để mà chơi, viết đốt chơi. Mai sau ta lỡ thành thi bá. Dẫu chết, hậu sinh cũng bắt ngồi. Nhớ để cho ta vuông chiếu rộng. Ta mời bè bạn của ta luôn.* (RHĐR)

Song Vinh

(Luân Hoán Một Đời Thơ - 2005)

TIỂU NGUYỆT

"BA HOA HUÊ TÌNH"
NHỮNG BÀI CA DAO MỚI

Đọc thơ Luân Hoán - nhất là thơ tình, tôi từng có suy nghĩ: Thơ của anh có nhiều tính chất của ca dao, tính chất rõ nét đặc biệt là "Huê tình".

Cách nay nhiều thế kỷ, ca dao đã thể hiện chất huê tình khá đậm nét, nhất là nội dung phản ảnh: Thẳng thắn và hồn nhiên - ngoài "quy luật đạo đức" cũ.

"BA HOA HUÊ TÌNH" của Nhà thơ Luân Hoán ở thế kỷ 21, có sự trưởng thành vượt bậc về sự tiến bộ của nhận thức tình cảm, cảm xúc và cái "Đẹp"! Tôi đã tìm thấy trong thơ Luân Hoán sự gần gũi, tự nhiên của ca dao xưa.

"đêm mênh mông lặng như tờ
nghe em ú ớ ngủ mơ trong mùng
cái mền chưa thể đắp chung
nhưng trong cái nhớ có cùng cả hai".
(Nhớ Nhung - Luân Hoán)

"nghe em ú ớ ngủ mơ trong mùng", chúng ta có thể thấy rõ ràng, người con gái nằm ngủ "mơ" trong mùng tự nhiên, giữa đêm mênh mông vắng lặng, thật gần gũi, thật hiện thực. "cái mền chưa thể đắp chung /nhưng trong cái nhớ có cùng cả hai" - cho dù chưa nên duyên chồng vợ, nhưng trong nỗi nhớ nhung sâu lắng, luôn có đôi, dù là trong giấc ngủ. Lời thơ tình ý nhẹ nhàng nhưng mặn nồng, mộc mạc; như những câu ca dao rất hồn nhiên - vì có cái hồn nhiên mà cảm động đến lời thơ.

"ầu ơ... thò tay mà ngắt ngọn ngò
thương em đứt ruột giả đò ngó lơ".
(ca dao)

"thương em đứt ruột", nhưng vẫn cứ "giả đò ngó lơ"; để rồi lén nhìn, yêu thương canh cánh bên lòng. Những câu hát huê tình là những câu thơ, những đoạn thơ rất đáng yêu, với tình ý nhẹ nhàng mà những nhà thơ vô danh của miệt ruộng, miệt vườn đã phổ vào mỗi câu mỗi chữ.

"Lan huệ sầu ai lan huệ héo
Lan huệ sầu tình trong héo ngoài tươi"
(ca dao)

Chúng ta hãy nghe nhà thơ Luân Hoán "thả thơ trên biển":

"mây cao chốc chốc muốn sa,
nắng soi từng góc thân hoa thiên thần.
câu thơ biết phận cù lần
rút lui vào trái tim trần nằm mơ".
(Thả Thơ Trên Biển - Luân Hoán)

Mây trên cao, chốc chốc muốn sa xuống, nắng thì "soi từng góc thân hoa thiên thần" - trước một khung cảnh đẹp trời mây, hoa nắng; có lẽ nhà thơ rung cảm theo cái nắng, theo áng mây xa; rồi tự ví câu thơ mình có phận "cù lần", rồi rút lui - không phải vào nơi chốn nào khác, mà là vào "trái tim trần nằm mơ", sự ví von thật đẹp!

Thơ Luân Hoán không triết lý, tư tưởng cao siêu, mà dung hòa Chân Thiện Mỹ (thanh tục), để thấy rõ "bản thể" của sự việc vốn cũng là bản chất chung của đa số con người có ý thức. Sự thành thật giãi bày cảm xúc, ghi nhận về huê tình, không che giấu, là một điều đáng trân trọng; bởi đó là mối quan hệ sinh tồn thiêng liêng của loài người.

"... Không ra đường chẳng gặp ai
Họa hoằn ngắm các chân dài ti vi
Vài chồng bánh tráng thùng mì
Lai rai đủ có thơ tùy hứng thôi
Đi ít bữa không có đôi
Ngủ ít bữa thiếu hơi cũng thường..."
(Đôi Bạn Lẩm Cẩm - Luân Hoán)

Nhà thơ hứa với vợ "không ra đường chẳng gặp ai" cho vợ yên tâm mà về thăm quê; nhưng "đùa vui" một chút rằng, *"họa hoằn ngắm các chân dài ti vi"* - chỉ ngắm nhìn trên ti vi thôi, không hề gì! Đã có "bánh tráng, thùng mì", đủ no lòng, để có thơ tùy hứng. Sự dí dỏm dễ thương trong thơ Luân Hoán thường tạo sự bất ngờ thú vị cho người đọc.

Vậy mà:

"... em cứ lo dại cho ta bên này
Rủi ro không kịp giờ bay
Trở qua vuốt mắt nắn tay cuối cùng".
(Đôi Bạn Lẩm Cẩm - Luân Hoán)

Lời thơ như đùa, nhưng lại rất chí tình, chân phác. Cái lo sợ không có mặt trong giây phút "tử biệt sinh ly", ray rứt, nao lòng, tình nghĩa.

"Ba Hoa Huê Tình" của Nhà thơ Luân Hoán, thể hiện thơ tình mới mẻ, tự nhiên, giàu cảm xúc - *"đi ít bữa không có đôi/ngủ ít bữa thiếu hơi cũng thường".* Có khi nào, nhà thơ cũng như lời trong câu ca dao: "đêm nằm tơ tưởng, tưởng tơ/chiêm bao thấy bậu, dậy rờ chiếu không" (ca dao) chăng?

Ngay đến đại thi hào Lý Bạch của Trung Quốc, cũng làm bài thơ Tương tư để nhớ một mỹ nhân:

"Mỹ nhân tại thời hoa mãn đường,
Mỹ nhân khứ hậu dư không sàng.

Sàng trung tú bị quyển bất tẩm,
Chí kim tam tải văn dư hương".

Ngô Tất Tố dịch là:

"Người đẹp khi còn hoa đầy phòng,
Người đẹp đi rồi giường bỏ không.
Trên giường mền gấm cuốn không đắp,
Đến nay ba năm hương còn nồng".

"Ba Hoa Huê Tình" - những bài ca dao mới, thật mới, thật tự nhiên, cho người đọc nhiều cảm hứng, yêu thích.

"... nhi nữ trong cuộc sống
Hẳn nhiên cũng là hoa
Mượn tình ta làm phấn
Thụ giống nở thi ca
Ngoa ngôn cùng loạn ngữ
Chưa bày trọn thiết tha
Một đời ta sống chết
Đa phần cũng nõn nà".
(Nhụy Hoa - Luân Hoán)

Tiểu Nguyệt
Bên dòng sông Tắc VN - 12.2019

TRẦN VẤN LỆ
ĐỌC "NỖI NHỚ QUÊ NHÀ TỪ MONTREAL"

Tôi nhận được tập thơ Nỗi Nhớ Quê Nhà Từ Montreal của anh Luân Hoán đã một tuần lễ nay (thượng tuần tháng Mười Một năm 2024), Anh không gửi từ Canada, địa chỉ của anh, mà từ một Nhà In bên Mỹ ở Texas. Nhà Xuất Bản Nhân Ảnh là cơ sở xuất bản Sách của nhiều tác giả Việt Nam trên khắp Thế Giới (tôi thấy có tác giả ở Úc, ở Pháp, ở Đức, ở Canada...) Nhà Xuất Bản Nhân Ảnh khi mới thành lập thì đóng trụ ở San Jose, California; sau một thời gian thì dời về Nam California, hiện đóng trụ tại Huntington Beach. Nhà Xuất Bản Nhân Ảnh do một Nhóm chủ trương có danh sách như sau: (1) Luân Hoán, Song Thao, Nguyễn Vy Khanh, Hồ Đình Nghiêm Lê Hân, Trần Thị Nguyệt Mai và Uyên Nguyên Trần Triết. Theo tôi biết thì Luân Hoán, Lê Hân là Thi Sĩ, Nguyễn Vy Khanh là nhà nghiên cứu Văn Học Việt Nam Cận & Hiện Đại Quốc Nội & Quốc Ngoại, Hồ Đình Nghiêm là Nhà Văn, Trần Thị Nguyệt Mai và Uyên Nguyên là nhà Phê Bình Văn Học. Song Thao là "cây" bút viết Truyện Phiếm rất nổi tiếng. Những "danh sĩ" trong nhóm chủ trương Nhà Xuất Bản Nhân Ảnh đều có tâm hồn trẻ trung dù tuổi đời có vài người cao ngất ngưởng như Nhà Thơ Luân Hoán, Nhà Văn Song Thao, phần còn lại thì là thanh niên trên dưới sáu mươi, bảy mươi! Chi tiết này viết ra đây như là cái cười tủm tỉm mà chan chứa mến yêu... cái lứa tuổi của họ thì ai cũng giống... Cây Thông Của Nguyễn Công Trứ! Hai chữ Nhân Ảnh thì chắc chắn không phải nụ cười mà nó là Bóng Sương Chùm Khói! Tôi là khách hàng có lẽ đậm tình với Nhà Nhân Ảnh. Tôi in ở đây (qua Nhân Ảnh giới thiệu đến Amazon) khá nhiều tập thơ. Nhà Nhân Ảnh chẳng lấy một đồng nào, tôi chỉ tốn tiền cho nhà in và chút đỉnh thủ tục để đưa tác phẩm của mình vào Thư Viện Quốc Hội Mỹ. Mình in vài cuốn hay vài chục cuốn, tùy ý, quan trọng là mình trả ấn phí và phí chuyển nhận hơi "nhiều" chớ chẳng cao... Sách in đẹp, là công trình của nhà in. Nội dung thế nào là tâm hồn và công sức của tác giả. Niềm vui của Nhóm Chủ Trương là... Chủ Trương! Vậy thôi!

*

NỖI NHỚ QUÊ NHÀ TỪ MONTREAL là nhan đề tác phẩm thứ 31 của Luân Hoán in ở Mỹ (dù anh ở Canada ba thập niên nay). Nó là Gia Tài của Luân Hoán để lại cho con cháu đúng hơn là tác phẩm văn chương nhưng tính Văn Học của tác phẩm này là điều đáng trân trọng (vì nó là Sự Thật mà nó cũng là Huyền Mơ Ảo Diệu của... từ, ngữ, giấy, bút, trình bày theo phong cách nghệ thuật của một tay nghề... văn thơ có "chất lượng" là Luân Hoán. Điểm đặc biệt toát ra từ tập trung ở phần đời, phận đời của một trang thanh niên Việt Nam thời Nước Loạn: Luân Hoán có công ăn việc làm vững chãi trước khi vào Lính Việt Nam Cộng Hòa, anh để tất cả sang bên, thi hành phận sự công dân và gửi lại chút đỉnh thân xác trên chiến trường. Luân Hoán trở thành một Thương Binh (mất một phần chân, phải mang chân giả, đi giày giả... lái xe thật!). Sau thời gian chữa thương để lành lặn, anh lại đi làm Sở cũ và nuôi gia đình bình thường! Luân Hoán có nhân dáng đẹp, uy nghi và rất nghệ sĩ. Cái ưu điểm đáng chê của anh là thủy chung như nhất trong đạo vợ chồng, không dòm ngang ngó dọc... cho nên nhiều người nói Luân Hoán Cù Lần! Được vợ thương là Tốt; ít bạn, nhiều thơ, đủ nói lên cái Tình Bất Tận của người Quảng Nam đúng điệu "Bàn Làm Không Bàn Lùi" theo lời diễu văn của Thủ Tướng Họ Phạm tên Minh Chính thường xuyên truyền bá, ngay cả ở Đà Nẵng khi Ngài tới đây thăm dân... Cù Lần không xấu đâu. Ưu điểm mà đáng chê thì chỉ có "tầm bậy" như tôi, tôi mới nói... chơi! Ở Đà Lạt, sau năm 1975, giới tư bản mới có lập một khu du ngoạn, đặt tên Làng Cù Lần, hấp dẫn rất nhiều du khách. Du khách đến đây vì tò mò hai chữ Cù Lần và họ nhìn thấy những con Cù Lần thật rất dễ thương. Cái gì thời này, Thế Kỷ Hai Mươi sang Thế Kỷ Hai Mươi Mốt, tức là thời Hiện Đại, chuyện gì cũng "nên" nói cho vui, trước thì gọi là "tuyên truyền", bây giờ là "truyền thông". Sau khi Học Tập Cải Tạo về (từ 6-1975 đến tháng 4-1981) tôi có đi thăm bà con ở vài tỉnh miền Nam (Nam Phần Việt Nam), tôi không nghe ai nói ngày 30-4-1975 là ngày Giải Phóng mà chỉ nói "kể từ ngày Hòa Bình", tôi hỏi tại sao tránh hai chữ Giải Phóng? Họ bảo thích Hòa Bình vì có ông làm thơ nói về Hòa Bình hay lắm. Tôi xin họ đọc và tôi nghe: "Hòa Bình ơi hỡi Hòa Bình, ôi hai tiếng biết bao Tình Chứa Chan!". Tôi hỏi tiếp: "Hai câu này của ai?". Nghe đáp: "Của ông Kiên Giang". Tôi nhớ rồi, đúng là của Kiên Giang, bài Hòa Bình, đăng trên báo Đời Mới của ông Trần Văn Ân hồi năm 1954 xuất bản tại Sài Gòn thời kỳ Hội Nghị Đình Chiến Đông Dương đang họp tại Genève bên Thụy Sĩ do Pháp chủ trương cùng với Việt Minh để mong có giải pháp ngưng bắn, quân Pháp rút đi...

*

Anh Luân Hoán gửi tặng tôi sách của anh qua cách vận hành của Nhà In Mỹ là cái chuyện "lực bất tòng tâm", tôi hiểu và tôi đã có thư báo anh biết tôi rất cảm động và cảm ơn món quà văn nghệ của anh dành cho tôi. Sách dày (382 trang), nặng ký... nặng cả giá đề trên bìa sau, 30 $US. Phải "giàu" lắm mới dám chơi hết sức với anh em, tôi suy từ bụng tôi ra đấy! Tôi còn tệ hơn anh Luân Hoán nhiều: chỉ một lần tôi gửi tặng sách tôi tới anh, anh chưa kịp đem vào nhà, mưa đã làm "mềm" hết trơn! Tôi gửi lại... có đau đau trong lòng. Dĩ nhiên là anh Luân Hoán không đồng ý để tôi gửi lại, anh nói: "Mình để khô rồi ráng đọc". Tôi thì... muốn ứa nước mắt: "Biết tỏng nhau mà...", nghĩ thầm. Tôi chỉ gửi qua Canada vài ba lần rồi không gửi cho ai nữa! Tôi đuối... Anh Luân Hoán "suy nghĩ" về tôi rất đúng và viết về tôi, làm cả thơ tặng tôi rất dễ thương, nhưng tôi chưa hề làm gì cho anh tới nơi tới chốn, chỉ lửng lơ con cá vàng thôi. Chắc chắn anh không giận tôi, anh biết tôi đã tàn tạ, còn làm thơ là còn thở chớ chẳng làm gì nên trò. Chúng tôi có thương nhau thì còn "lợi dụng" cơ hội nào bày tỏ được gì cứ bày tỏ. Bài này tôi viết như một bức thư, anh Luân Hoán đọc. Có thể anh sẽ đưa lên Ngôn Ngữ, tờ báo mà anh có phần góp công sức sáng lập, để coi như là gửi gió-cho-mây-ngàn-bay... Tôi nhắm mắt. Tôi lim dim. Nhớ lời Kim Thánh Thán, chuyện gì ảnh cũng phán một câu: "Nghĩ vậy chẳng sướng sao!".

Tập Thơ NỖI NHỚ QUÊ NHÀ TỪ MONTREAL đúng là Tập Thơ bạn ạ. Tôi đếm, hơi mau, 160 bài. Nhiều bài dài hai ba trang. Đa phần thì hai trang. Uyên Nguyên viết bài Tựa như giới thiệu tổng quát về tác phẩm đặc biệt NỖI NHỚ QUÊ HƯƠNG, dù dài nhưng vẫn cứ như là ngắn vì... chưa thể nói hết số lượng Thơ Luân Hoán dành cho Quê Nhà, Quảng Nam, Hội An, Đà Nẵng - ba nơi, một là sinh quán, một là thời đi học và một là thời đi làm. Trong rất nhiều tập thơ Luân Hoán đã xuất bản (trong nước và ngoài nước) đều đã có một số bài mang tính chất Nhớ Quê Hương. Tôi đọc và cảm Luân Hoán hồi tôi rất trẻ, chưa hai mươi. Chúng tôi cùng khóa Lính, 24 SQTB Thủ Đức năm 1966. Cùng khóa này có ba điều đặc biệt: Một là có mặt các nhà thơ nhà văn nổi tiếng như Nguyên Sa, Lưu Trung Khảo, Trần Hoài Thư, Luân Hoán... một nữa là tờ báo Bộ Binh Thủ Đức thay đổi hình thức & nội dung rất đẹp... và một cuối là Khóa bắt đầu dựng tượng, mở màn cho các khóa sau bắt chước - mỗi Đại Đội phải có một pho tượng như bắn cung, bắn chim... Có Đại Đội "bí quá", sẵn cái tên là Đại Đội 35 bèn làm tượng Con Dê! Khóa tôi, 24, Đại Đội 18, là Đại Đội chót. Thời tôi chỉ mới có vài tượng, tôi không nhớ tên...

Tôi chưa gặp Luân Hoán bao giờ, kể cả hồi ở quân trường. Ra trường, Luân Hoán về Quảng Ngãi, tôi về Bình Thuận. Tôi thấy hình Luân Hoán trên sách, trên báo. Thơ Luân Hoán thì được đăng khắp nơi. Báo tư nhân, có. Báo Quân Đội, có. Báo chuyên về Văn Học, có. Thơ Luân Hoán cũng có bài được phổ nhạc. Bài Bến Tre, nhạc sĩ Phan Ni Tấn phổ, rất "Nam Bộ"! Sau 30-4-1975, anh có bị tập trung nhưng không Cải Tạo vì anh không thể đứng "nghiêm" để chào cờ "giải phóng" (lúc Đà Nẵng thay đổi chưa có cờ đỏ sao vàng, chỉ có cờ 3 màu đỏ, xanh, sao vàng) nhưng dù được cho về nhà anh vẫn phải họp Tổ, họp Khóm dài dài, được tặng bằng Khen Ông (không có ăn) và các cuộc họp như vậy nhân dân TA thành Giáo Chức hết trơn tức là Giứt Cháo (cùng nghĩa Khỏi Ăn Cơm). Ở nhà mình mà như ở đâu đâu hổng biết, lòng nhớ quê chứ chất ngất - đúng ra là nhớ... những ngày hôm qua, ấm no... tự do, hạnh phước - anh vẫn có thơ và hầu hết nội dung là Nhớ Quê, vì thế... kéo dài cho tới khi dọt lẹ được qua Canada, ở tận Montréal Nhớ quê càng chất ngất! Chúng ta có tập thơ Nỗi Nhớ Quê Nhà từ Montreal thật chẳng phí tài năng của anh!

Mãi mãi tôi coi Luân Hoán là Thần Tượng. Tôi bắt chước anh làm thơ. Tôi có thành công chút nào cũng nhờ anh. Anh không truyền trực tiếp (hai đứa không biết mặt nhau). Anh sinh ra trước tôi vài năm, trên phương diện nào, anh cũng là bậc đàn anh của tôi. Tôi đọc thơ Luân Hoán nhiều và càng ngày gặp thơ Luân Hoán càng thấy mừng, đọc thơ Luân Hoán càng thích. Tôi nghĩ, thơ Luân Hoán nếu như truyền bá được ở miền Trung và miền Nam một cách rộng rãi thì chắc ai cũng thuộc và nhớ như ca dao! Tiếc một nỗi: đi lại khó khăn vì tiền vé xe, ở đâu chỉ cần xin tạm trú. Nói chuyện gì thì cũng nghe câu: "Mày nói mày nghe nha, tao không có nói". Hai mươi năm anh ở với nơi chôn nhau cắt rốn, tôi thua anh, tôi chỉ có 15 năm đoạn trường. Tôi rời Việt Nam trót lọt từ 1989, anh thì phải năm, sáu năm sau. Dù sao thì cũng qua rồi, sáu vài mười hai nhịp... cầu Trường Tiền ở Huế dài cũng chẳng bao nhiêu!

*

Tôi đọc thơ Luân Hoán, hết tập Nỗi Nhớ Quê Nhà Từ Montreal, bài nào cũng vừa cười vừa nghe nhoi nhói trái tim. Có thể tôi bị đau tim thật. Lâu nay tôi phải uống thuốc Losartan, Diltiazem... đều đặn, một phần do tôi "yếu cơ bản", một phần do thơ Luân Hoán ám ảnh.

Tôi viết bài này không do áp lực nào. Chỉ vì tôi muốn đáp tạ tình anh Luân Hoán, tôi muốn "cộng hưởng" với những người quý mến anh Luân Hoán (như Uyên Nguyên, Hồ Đình Nam, Đỗ Trường, Trần Thị Nguyệt Mai, Song Thao, Nguyễn Vy Khanh...) đã có lời giới thiệu tác phẩm Luân Hoán với quần chúng. Trường hợp của tôi còn có thêm lý do: Tôi mới thấy có bài thơ này của Luân Hoán đăng trên net trích từ tập Nỗi Nhớ Quê Nhà... độ dài vừa đủ cho bài viết của tôi có "chất lượng" đảm bảo số lượng của con chữ... đâu cần cất dành làm chi.
Tôi không phải đánh máy lại!

Đây, bài thơ của Luân Hoán trang trải tấc lòng của một thi nhân:

"NỖI NHỚ QUÊ NHÀ TỪ MONTRÉAL"

tình quê hương
thơ quê hương
tôi viết hết sức tầm thường,
giản đơn
là những phác họa cùn mòn
hoặc những bản vẽ trẻ con học đường
có hình
có khối
thật luôn
rõ ràng màu sắc, chân phương đất trời
lập thể, trừu tượng
bốc hơi
truyền thần,
kiểu chụp ảnh phơi hiện tình
y như vật chứng để trình
tòa án hình sự chứng minh làm bằng
*
ảnh thơ quê hương,
tôi chen
ít nhiều tình cảm mon men cận kề
nhà quê sáng nét chân quê
thành thị đậm chất đề huề phồn hoa
cũng luận chơi
chuyện nhớ nhà
vui buồn hợp chất kiểu cà phê pha
quê hương là mẹ quê nhà

quê nhà là chị gốc da sân đình...
*
trong thơ,
chủ thể hoạt hình
cái tôi dựng cảnh sống mình trước tiên
nhân vật phụ cũng được quyền
bày ra những mảnh đời riêng
đã rồi
*
tôi giữ mạch viết thảnh thơi
chữ vần luôn được đi đôi với tình
tôi không được nhiều thông minh
nhưng tin chắc
phổi tim mình trẻ trung
kể chuyện cũ
sẽ đi cùng
hình ảnh tình cảm
những vùng sống qua
kỷ niệm không có tuổi già
là nhân chứng tốt xưa xa vẫn còn
tôi xem đó,
những vết son
quê mùa tường thuật
đậm hồn vía tôi
*
làm thơ đúng là trò chơi
bằng cả mạng sống làm người tôi riêng
bạn đọc,
phê bình,
điều nghiên
luôn có trí não ngẫu nhiên bất ngờ
thơ, văn
hay chẳng dạng nào
chữ câu
tôi vẫn tự hào biết chơi
*quê nhà, địa lý xa xôi
nhưng trong thương nhớ,
tâm tôi quá gần
xin lỗi,
hương của cục phân
mùi quê quán cũ châu trân vẫn còn

*

nằm sẵn đây, đợi đón đòn
bốn phương tám hướng dập dồn gởi cho
lằn roi tâm thức thơm tho
giúp tôi tăng sức xuất lò những thơ
không trang thơ
chẳng tản thơ
mà viên hay cục
có sao, tâm mình
ý từ hình ảnh lung linh
tùy theo giai đoạn
cứ linh hiển là
thơ trôi nổi cõi bao la
cảm ơn cơn gió vui tha hương đời
hôm nay còn đó ông trời
và tôi dưới ổng vẫn ngồi làm thơ.
LH, 8h55AM,
Mưa nhẹ mát trời
Armand Lavergne Montréal nord Canada

Bài Thơ Thay Lời Tựa của tác giả thật chí tình! Tôi mong các anh chị em bạn thân tôi đều có điều kiện khả quan đọc thơ Luân Hoán in thành sách để thấy mình yêu đời hơn, yêu Quê Nhà hơn...

Không đâu đẹp bằng Quê Hương!
Một ngày kia... chúng ta đi hết biển, chúng ta về lại cái làng của mình!
Nha! Nha!

Trần Vấn Lệ

NGUYỄN TÙNG

(Chu Trầm Nguyên Minh)

LỤC BÁT CA

Tác phẩm chia làm hai phần, phần đầu: Lê Vĩnh Thọ và phần hai của Luân Hoán, gồm 12 bài lục bát, Vĩnh Điện soạn thành ca khúc, theo lời nhà xuất bản, thì: Nhạc sĩ Vĩnh Điện đã liều lĩnh trong một cố gắng vượt bực, một thử thách khó khăn... – khi anh thực hiện việc làm trên - một cách liên tục và trong một thời gian rất ngắn, 12 ca khúc theo sát khuôn khổ những bài thơ lục bát - Bỏ qua phần hình thức, vì theo tôi, bây giờ ở vào một hoàn cảnh bị bủa vây mọi mặt, mọi bề, những khó khăn và trở ngại mà tất cả những người viết lẻ loi, cô đơn, xa cách... phải khứng chịu, một tác phẩm ra đời được trong hoàn cảnh đó, đã là điều đáng quý.

Lê Vĩnh Thọ, đọc thơ lục bát của ông, mới thấy cái "chất" của ông đa diện, vào những năm trước, trên tờ Văn Học, những bài thơ của ông phần lớn khô, nặng, và cực nhọc, người đọc có cảm giác đang dấn thân thực sự vào thời cuộc, cái hoàn cảnh mà ông khuyết tán ra, hay chụp nguyên lại, cái không khí oai ức, nhiễu nhương sa đọa... của xã hội. Thơ ông có tác dụng mạnh, và sâu, cũng như dư âm của nó còn lâu dài trong lòng người đọc, có người nói - đọc thơ họ Lê phát nổi da gà - thật cũng không quá đáng. Bây giờ, những bài lục bát, sự tương phản rõ ràng:

yếu đuối, lả lơi, mềm mại, một họ Lê của tình yêu, bâng khuâng, mơ mộng...

xin một làn môi rất tươi
cho ngây ngất mỗi nụ cười trao nhau
xin một giọng nói ngọt ngào
ru tôi giấc ngủ quên sầu trăm năm

một họ Lê cô đơn, hờn dỗi...
em về gối hận ôm sầu
mưa hờn, nắng tủi, bạc màu áo anh.

Luân Hoán, năm trước anh đã gởi lại trên chiến địa bàn chân trái, như Vũ, như Lộc, như Uyên, như Phượng... đã gởi thân xác và trái tim vào lòng đất mẹ, nếu tôi không lầm thì đây là tác phẩm thứ 8 của ông, một sự góp mặt như tình thân bằng hữu, thật đầm ấm thân thiết. Ông đã gây xúc động độc giả không ít từ vần điệu lục bát thân thiết, thật thà, những hình dung từ ông dùng rất bình thường, có thể thấy ngay trong lời đối thoại thường nhật, hay bàng bạc trong ca dao...

tóc xưa thôi bỏ đuôi gà
môi xưa thôi bỏ mặn mà tay che

vì vậy, có lẽ ông viết dễ và viết nhanh. Nói vậy, không có nghĩa tác phẩm ông thiếu chiều sâu, mà ngược lại, người đọc vẫn bị chìm đắm...

người về sầu lẫn trong tôi
em về sầu lẫn trong lời thơ bay
(sầu biếc)
thân người tròn kiếp bao lơn
tay trời nở vịn cô đơn đến cùng
(lòng sớm mai)
tình nương tựa nhẹ bên em
lòng nghe rượu ngọt say quên cuộc đời
(ca buồn)

Riêng về phần thơ, 12 bài lục bát, nhìn chung nhẹ, êm và nồng nàn...

Nguyễn Tùng
(Ý Thức số 6 tháng 10-1969)

TRẦN DZẠ LỮ

NHỚ VỀ NHÀ THƠ LUÂN HOÁN

Thêm một người hiện rõ trong hồi ức tôi: Anh **LUÂN HOÁN**. Từ thập niên 60 anh đã nổi tiếng và là một người mà tạp chí Văn Học luôn quan tâm. Hai tập thơ của anh được nhà xuất bản Văn Học Sài Gòn ấn hành năm 1964. Tôi quen biết anh từ năm 1970. Một cây bút tài hoa của đất Quảng. Trần Trung Thuần đã viết về anh như sau:

"... Luân Hoán là một người làm thơ có tiếng tăm, điều này ai cũng công nhận – từ thập niên 60 thế kỷ 20, các báo miền Nam Việt Nam đều thường xuyên đăng thơ Luân Hoán, anh cũng có nhiều tập thơ xuất bản đàng hoàng ở tuổi khi còn rất trẻ. Luân Hoán nổi tiếng nhờ tài làm thơ mau, hay... và xuất chúng. Anh là người sinh trưởng ở đất Quảng Nam, nơi có nhiều người làm thơ nổi danh nhất Việt Nam mình, cả hai miền Nam - Bắc, nhưng anh là người làm thơ sung sức và trường thọ. Nào Vũ Hữu Định, Hoàng Trúc Ly, Tạ Ký, Bùi Giáng... đều đã chết, họ làm thơ một thời với Luân Hoán đấy thôi. Sau Luân Hoán không bao lâu thì có Hoàng Lộc, Thành Tôn, Phan Xuân Sinh, Nguyễn Lương Vỵ, Hồ Thành Đức, Thái Tú Hạp, Ý Nga, Bích Xuân... Những người này hay lắm về thơ, tức về "chất lượng", nhưng "số lượng" thơ thì tùy theo thời tiết, tức không bình thường, nay trồi, mai sụt, nay tăng, mai giảm, tùy hứng mà có thơ! Bền bỉ thi gan cùng tuế nguyệt thì duy nhất Luân Hoán. Anh vốn không "bình thường" về thể chất, chỉ còn một chân, một chân gửi trên chiến trường Quảng Ngãi năm 1969, mà anh làm thơ "bá cháy" và không bài thơ nào

của anh bị gọi là "thơ sượng" hay "thơ gượng". Anh em đọc thơ Luân Hoán đều tấm tắc: "cha này còn ngon", và ngon thật... ở cái tuổi hết chừng mực rồi, Luân Hoán vẫn có thơ cho... nữ sinh Huế ngày xưa! Luân Hoán... như một người bình thường, làm tròn bổn phận đối với đất nước, với bạn bè (trai và gái), với vợ, với con, với thân thuộc còn ở quê nhà... Tôi không thấy trong thơ Luân Hoán lời ai oán nào, lời than van nào, thơ anh đượm tình và đậm tình... Quả thật xưa nay hiếm vậy!"

Đến năm 1973 tôi vào SG thì không còn gặp anh nữa. Năm 1985 anh được gia đình bảo lãnh qua CANADA. Trước khi đi anh có ghé thăm tôi. Hai anh em chở nhau lên Lái Thiêu thăm nhà thơ Lê Vĩnh Thọ. Khi qua xứ người, dù mất một bàn chân trái nhưng anh vẫn làm việc cật lực và đã xuất bản thêm nhiều tập thơ nữa. Nhớ và thương anh. Nhất là khi đọc được bài thơ viết cho vợ có những khổ thơ khiến tôi giật mình.

Dù ở nơi đâu, chân trời góc bể nào mà cái CHÂN - THIỆN - MỸ ta lấy làm đầu cho văn chương thì đó là ĐẠO vậy...

Trần Dzạ Lữ

TRẦN YÊN HÒA

MỘT KẺ LẠ, RẤT QUEN

Năm 1966, tôi đang học Đại Học Luật tại Sài Gòn, cha tôi từ ngoài quê Tam Kỳ gởi thư vào báo tin, 'địch đã đánh xuống tận quê mình rồi, cha mẹ phải tản cư xuống quận lỵ ở, bỏ ruộng bỏ vườn, bỏ đất bỏ đai, con ráng tự túc mà theo học'. Tôi buồn bã và lo lắm. Hàng ngày, tôi tìm trong các nhật báo Chính Luận, Công Luận, ở trang Cần Người, tôi đi dạy kèm, đi giặt và phơi áo quần cho một hãng thầu Mỹ. Cũng chẳng được bao nhiêu tiền mà thời gian làm việc choán hết thời gian học. Tôi bèn nộp đơn lên Bộ Giáo Dục xin đi dạy giờ. Mấy tháng sau tôi được bổ về dạy tại trường Trung Học Mộ Đức, Quảng Ngãi.

Trường Trung Học Mộ Đức là trường mới mở, chỉ có từ lớp đệ thất đến lớp đệ ngũ. Giáo sư có đâu được 4, 5 người. Thầy Quả, hiệu trưởng, thầy Trung dạy Toán, tôi dạy Việt văn và Lý Hóa. Còn mấy thầy nữa tôi quên tên dạy Pháp văn, Vạn vật. Tôi dạy ở đó cũng hơn một năm.

Ở đây tôi gặp một thầy giáo tiểu học tên Lê Văn Thí. Thí là giáo viên tốt nghiệp trường Sư phạm Quy Nhơn, dạy trường tiểu học quận lỵ. Thí có giọng hát hay, làm thơ cũng hay nữa, tôi khoái Thí, kết bạn, rồi thuê nhà ở chung, ăn cơm tháng chung.

Hồi này nhạc Trịnh Công Sơn đang dấy lên như là một phong trào, từ Tình Khúc Trịnh Công Sơn đến Ca Khúc Da Vàng. Lê Văn Thí hay hát nhạc Trịnh Công Sơn cho tôi nghe và đưa tôi đọc những bài thơ anh mới viết. Thơ anh có hồn, tôi đọc thích lắm. Tôi cũng đã từng làm thơ, thơ đã được đăng báo ở Sài Gòn, nhưng là báo lá cải, như Tiểu Thuyết Thứ Năm, Tuần San Thứ Tư. Lúc đó, dĩ nhiên tôi cũng biết phân biệt tờ báo nào có giá trị, nhất là các tạp chí văn học như Văn, Văn Học, Bách Khoa... Tôi biết, nhưng chưa dám gởi bài tới những tạp chí này.

Bây giờ thì tôi ăn cơm tháng với Thí, ngủ chung một phòng với Thí và chúng tôi cùng thích một người con gái. Ở trường tiểu học quận lỵ Mộ Đức có hai chị em cùng giáo viên. Hai chị em là cô Tín và cô Tưởng. Cô Tưởng đẹp hơn cô Tín nên hai đứa chúng tôi cùng khoái cô. Lê Văn Thí có lợi thế hơn tôi là dạy cùng trường với cô Tưởng (và cả cô Tín nữa). Thí biết tôi cũng thích cô Tưởng nên 'bỏ nhỏ' với tôi và khuyến khích tôi hãy 'vô' cô Tín, nhường cô Tưởng cho anh, nhưng tôi cũng như Thí (chỉ thích cô Tưởng). Nếu không 'vô' cô Tưởng thì không 'vô' ai hết. Vì thế, tôi tự nguyện đứng ra ngoài vòng chiến, để cho Thí tự do 'khoái' cô Tưởng. Tôi không biết mối tình sau này đã đi đến đâu?

Những lúc riêng tư, Lê Văn Thí thường 'nổ' với tôi, là chàng đã làm thơ đăng trên nhiều tờ báo văn học có tầm cỡ ở Sài Gòn, đã cộng tác với tờ Trước Mặt ở Quảng Ngãi, tờ Cùng Khổ ở Đà Nẵng. Tôi 'lé' mắt. Rồi Thí còn hứa hẹn, một ngày đẹp trời nào đó, khi về thị xã Quảng Ngãi, sẽ dẫn tôi đến gặp một số 'bạn văn nghệ' của Thí, những tên tuổi này tôi đã nghe và đã phục, như Hà Nguyên Thạch, Phan Nhự Thức, Đynh Hoàng Sa, Luân Hoán, Khắc Minh, Vương Thanh... Tôi cũng vui trong bụng vì mình làm thơ, mà được gặp những bậc 'đàn anh trong thi ca' này thì sẽ vui biết mấy.

Rồi ngày đẹp trời hứa hẹn của Thí cũng đến. Một ngày cuối tuần, tôi chở Thí về thị xã trên chiếc xe Suzuki cà khổ của tôi. Tôi nhớ tụi tôi có đi uống rượu ở đâu đó, rồi lái xe đến khách sạn Việt Nam, nơi tụ họp của anh em văn nghệ Quảng Ngãi. Tôi hồi hộp đến ngộp thở, dù trước đó, để lấy can đảm, tôi đã 'nạp' ba, bốn lon bia Ham Mỹ vào bao tử, đầu óc tôi quay cuồng, nhưng cái rung động vẫn tồn tại, vì tôi sẽ gặp những anh em văn nghệ Quảng Ngãi, những tên tuổi tôi đã đọc một số bài thơ ở đâu đó, trong Văn, Văn Học hay Bách Khoa cũng nên, các tên tuổi quen thuộc.

Hôm đó là ngày gần cuối năm, nên các anh em văn nghệ này định ra một tờ Đặc San Tết. Nghiêu Đề lấy tên 'Người Ngồi Đội Mũ'. Tôi không hiểu tại sao lại lấy tên đó, tôi không dám hỏi vì tôi là cắc ké. Hôm đó tôi đã 'thấy' họa sĩ Nghiêu Đề, nhà thơ Phan Nhự Thức, Hà Nguyên Thạch, nhà văn Vương Thanh và chàng đại úy Thiết Giáp tên Nghĩa, (sau anh Nghĩa đã tử thương ở trận Hạ Lào).

Bạn tôi, Lê Văn Thí, bút hiệu Xuân Thao, mù khuất giữa đám đông tên tuổi Quảng Ngãi ồn ào hôm đó.

Tôi vẫn không thấy Luân Hoán xuất hiện, dù nhiều người đã nhắc đến tên anh. Tôi rất mong gặp anh, thơ anh tôi đã đọc một số bài. Tên anh thì tôi rất nhớ, cái tên rất quen với tuổi học trò tiểu học. Hồi học tiểu học, trong lớp, tụi tôi học có một quyển sổ gọi là sổ luân hoán, sổ được chuyền luân phiên cho mỗi học trò chép bài vào sổ ấy mỗi ngày. Học trò tiểu học đứa nào cũng biết tên cái sổ ấy, nên tôi nhớ cái tên Luân Hoán là vậy.

Từ đó và sau đó, tôi quen với một số bạn văn nghệ (trong đám bạn văn nghệ thuở ấy) như Nghiêu Đề, Phan Như Thức, Hà Nguyên Thạch và đọc thơ Luân Hoán thật nhiều, kể cả ngày Luân Hoán bị thương đứt một bàn chân trái ở Quảng Ngãi tôi cũng biết, anh sau này có tập thơ 'Nén Hương cho bàn chân trái', nhưng tôi vẫn chưa gặp mặt anh một lần.

Sau này, nghe tin anh giải ngũ, về làm đâu ở Hội Thương Phế Binh Đà Nẵng và thành lập nhà xuất bản Da Vàng (1) cho đến mãi đến ngày tan hàng 'cố gắng'.

Bẵng đi sáu bảy năm đi ở tù trở về, tôi rạc rài và tôi biết anh em văn nghệ ai cũng rạc rài thấy rõ. Tôi gặp Phan Như Thức bán bún bò, bán cơm, bán cà phê ở những con hẻm Sài Gòn, gặp Hà Nguyên Thạch đi lang thang, gặp Huy Tưởng bán cà phê ở đường Bà Lê Chân, gặp một số anh em làm thơ (mới mà cũ) như Trần Dzạ Lữ, giữ xe đạp và bán rau muống ở chợ Trần Hữu Trang, Đynh Trầm Ca làm công nhân hãng kem đánh răng, Hà Nguyên Dũng làm công nhân trong hãng dệt tư nhân, tôi có hỏi về Luân Hoán thì được biết, Luân Hoán đã vượt biên ra nước ngoài, Canada (2). Tôi rất mừng cho anh.

Có một lần, tôi nghe trộm đài BBC, trong mục tạp chí Văn Học thì phải, có giới thiệu Luân Hoán với một bài thơ của anh, bài thơ anh viết về ngày đi trình diện (hay bị bắt) tập trung cải tạo ở Đà Nẵng, một bài thơ tự do (tôi nhớ mang máng vậy), đọc lên nghe u uất nhưng đầy hào khí. Hồi đó, ở trong nước nhìn ra nước ngoài, nghe đọc thơ Luân Hoán trên đài BBC, tôi phục Luân Hoán lắm.

Năm 1995, tôi đi Mỹ theo diện HO. Năm 1997, tôi cùng anh Thành Tôn chung làm một tờ Đặc San, viết về một ngôi trường học cũ, trường Trung học Trần Cao Vân. Tôi tìm tòi địa chỉ Luân Hoán và xin thơ anh. Anh gởi cho tôi một bài thơ viết về ngôi trường anh theo học chỉ 48 tiếng đồng hồ. Bài thơ hay, tôi rất thích, nay tôi xin viết lại ra đây để hầu bạn đọc:

LẴNG HOA GỞI MỘT TRƯỜNG XƯA

Nhớ đến Tam Kỳ là nhớ trường Trần Cao Vân
Một miếng đời tôi đã có lần
Bốn tám giờ hơn ngồi trong cửa lớp
Tay ngủ trên bàn, mắt chạy ngoài sân

Nhớ Trần Cao Vân nghĩa là đang nhớ
Cái trống, trụ cờ, tiếng guốc trong hiên
Con chim sẻ nâu lạc vào cửa sổ
Nhánh tóc nhung run che mặt làm duyên

Nhớ Trần Cao Vân nghĩa là đang nhớ
Một cậu Đà thành được chuyển trường xa
Mới nứt mắt ra đã toan mê gái
Để bị cách ly, phạt phải xa nhà.

Nhớ Trần Cao Vân nghĩa là đang nhớ
Chí quyết đòi về, lãng học làm reo
Những mắt bồ câu quay nhìn ái ngại
Lòng chợt chao nghiêng giữa ở hay về

Bốn tám giờ hơn trong đầu niên khóa
Có được trở thành một cựu học sinh
Xin phép cho tôi gởi về đầu cổng
Một lẵng thơ, quỳ, tạ lỗi, tạ ơn.

Tôi viết thư xin thơ, mấy tuần sau Luân Hoán gởi tôi bài thơ trên, tôi cảm thấy như Luân Hoán làm thơ dễ lắm, làm thơ như nói, hay là xuất khẩu thành thơ vậy. Lần đó, hình như tôi có điện thoại cho Luân Hoán, anh nói chuyện với tôi qua ống nghe, giọng anh nhẹ nhàng, hiền lành, còn đặc âm Quảng Nam Đà Nẵng. Anh có cái nhu hòa, không có cái phách lối của kẻ làm thơ ngồi ghế trên. Tôi cảm tưởng như vậy.

Khi đọc qua tiểu sử anh ở một số tập thơ anh, tôi biết anh đã in 17 tập thơ, tôi cúi đầu bái phục. Lúc đó, năm 1997, tôi chỉ có một tập thơ hồi còn học ở Đà Lạt, mà tập thơ in chung với bạn bè, tôi biết in một tập thơ đâu phải là dễ dàng gì, cả về hai mặt, phẩm và lượng. Thế mà Luân Hoán đã in 17 tập thơ, mà tập thơ nào cũng hay và đẹp. Thật là dễ nể.

Sau này, tôi đứng ra làm tờ Đặc San Quảng Nam cho Hội Đồng Hương Quảng Nam Đà Nẵng, Nam California, tôi xin địa chỉ Website của anh. Tôi đọc ở Website Luân Hoán, thật là một công trình đồ sộ. Trên Web, ngoài chuyện cá nhân, gia đình, tình yêu, vợ con, Luân Hoán còn có một số trang viết về Quê Hương Quảng Nam Đà Nẵng và một danh sách gần đầy đủ tiểu sử của tất cả văn nghệ sĩ Việt Nam, nhất là Văn Thi Sĩ rất đầy đủ. Trong Đặc San Quảng Nam, tôi 'cóp' các Tác Giả Quảng Nam ở đây. Tôi 'cóp' trước rồi xin phép sau, anh cười hiền lành qua ống nghe, tôi nghĩ là anh đang gật đầu.

Sau này, mỗi năm tôi làm một số Đặc San Quảng Nam, tôi đều lục tìm thơ anh, khi thì trong tập Cỏ Hoa Gối Đầu, khi thì trong tập Ngơ Ngác Cõi Người, tìm xem có bài nào tôi khoái, thấy thích hợp với tình yêu, với quê hương xứ Quảng, là tôi trích ra đăng. Nghĩa là có thơ Luân Hoán, thơ Hoàng Lộc, thơ Thành Tôn trong Đặc San, tự nhiên tập Đặc San Quảng Nam có giá trị thêm lên một chút, tôi nghĩ thế mà chắc là đúng thế.

Trong đầu óc tôi và tình cảm tôi, vẫn nghĩ đến một Luân Hoán đa tình trong thơ, yêu người, yêu đời rất mực. Với Thơ, anh tha thiết hơn bao giờ hết, suốt đời anh tận tụy với thơ, cặm cụi với thơ (không tận tụy, cặm cụi sao được với 17 tập thơ đã trình làng, bây giờ con số có thể đã hơn). Có thể nói Thơ là đời sống, là hơi thở của anh được không, hở anh Luân Hoán?

Trong lần tiếp xúc với anh gần đây, qua eMail rồi qua điện thoại, tôi vẫn nghe giọng nói anh thật là hiền. Thơ anh hay và anh nổi tiếng, ai cũng biết vậy, nhưng trong cách nói chuyện của anh, anh có sự khiêm nhường cùng sự khiêm tốn đáng yêu và đáng kính. Với tôi, tôi chỉ là một kẻ đi sau, là đàn em trong văn nghệ, tôi kính trọng anh, cả về thơ và con người khi đọc anh, qua tiếp xúc, tôi càng có cảm tình với anh nhiều hơn. Giọng nói anh thật hiền, nhỏ nhẹ. Và kể cả phong cách nói, cũng nhẹ nhàng, hiền lành như vậy.

Khi nói chuyện xong, tôi nghĩ là Luân Hoán rất quen thân với tôi, mấy mươi năm rồi, từ ngày ở Quảng Ngãi 66-67, từ ngày ở Đà Nẵng 71, 75. Rồi qua Mỹ, tôi vẫn thấy Luân Hoán gần gụi tôi quá.

Thơ anh đăng rất nhiều trên các tạp chí văn học và cả những tờ báo chợ khắp thế giới. Anh lúc nào cũng hiện diện quen thân như vậy, và như là chúng tôi đã thân thiết nhau lâu đời lắm vậy.

Nhưng đến bây giờ, tôi vẫn chưa gặp Luân Hoán một lần. Đi ra đường, nếu bất thần Luân Hoán qua Cali, tôi gặp Luân Hoán ở Phước Lộc Thọ hay ở Phố Bolsa, hay ở đâu đó, chạm mặt nhau, tôi vẫn không biết Luân Hoán là ai, không biết đó là Luân Hoán.

Anh vẫn là kẻ lạ. Một kẻ lạ rất quen

Trần Yên Hòa
(Cali tháng 6/2004)

THÁI TÚ HẠP

LUÂN HOÁN, NHỮNG LƯU NIỆM KHÓ QUÊN

Khi chúng tôi mới đến định cư tại khu phố lao động trên con đường Sunset kéo dài đến trung tâm Hollywood lừng lẫy danh tiếng của Los Angeles vào cuối năm 1980. Sau đó vài năm chúng tôi có dịp đọc một số tài liệu đề cập đến sự du nhập Phật Giáo vào xứ sở Hoa Kỳ từ hơn nửa thế kỷ trước do những Nhà Sư Trung Hoa Thái Lan, Ấn Độ mang vào các thư viện ở Los Angeles. Lúc đầu cũng tỏa đầy hương sắc triết học Đông Phương qua niềm tin tôn giáo do các thiện nam tín nữ tiếp tay mang đến. Tuy nhiên trải qua vài thế hệ chùa chiền tu viện cũng giảm dần số lượng tín đồ Phật Giáo. Chúng tôi liền nghĩ đến các thế hệ con cháu chúng ta - đối tượng tiếp nhận và nuôi dưỡng - rồi thực tế đau lòng sẽ tái diễn hiện tượng như thế. Khi đã quên tiếng Mẹ thì làm sao đủ trình độ đọc sách vở mang nội dung Văn Học Việt Nam?
Bài thơ Thề Non Nước của Tản Đà tiếng tăm vang dội khắp nước:

"Nước non nặng một lời thề
Nước đi đi mãi không về cùng non
Nhớ lời: "nguyện nước thề non"
Nước đi chưa lại non còn đứng trông
Non cao những ngóng cùng trông
Suối khô giòng lệ chờ mong tháng ngày..."

Cụ Phạm Quỳnh đã từng nhắc nhở "Chữ Quốc Ngữ còn, Nước Việt còn". Hãy cố gắng giữ gìn nước Việt trong hồn người Việt nơi viễn xứ. Bài toán quá khó cứ trăn trở mãi trong tâm thức chúng tôi từ thuở mới bước vào con đường thơ văn ca ngợi tình thương yêu đời yêu người... ở hải ngoại.

Lịch sử đã sang trang.

Càng ngày đồng hương Việt Nam càng đông đảo nối kết thành một chuỗi tài hoa ngọc ngà hiếm quý, đã thay đổi hoàn toàn mọi sinh hoạt trong cộng đồng người Việt chúng ta nơi viễn xứ. Mọi suy nghiệm bi quan trở thành lạc quan về các lĩnh vực kinh tế, văn hóa, chính trị, quân đội, tôn giáo và văn học nghệ thuật nơi xứ người. Ở đây chúng tôi chỉ đề cập đến lĩnh vực bảo tồn và phát huy văn hóa chính thống, tự do, nhân bản và khai phóng của truyền thống cội nguồn Dân Tộc. May mắn mỗi gia đình là một tiền đồn kiên cố gìn giữ ngôn ngữ Việt Nam từ các thế hệ cha ông đến con cháu. Cám ơn các trung tâm Việt ngữ của các tôn giáo và các hội đoàn.

Tiếng Việt thăng hoa từ đấy và đã đem lại niềm tin yêu cho những tài năng phát huy văn hóa Việt với Thế Giới khai mở những tâm hồn đồng điệu cùng thưởng ngoạn và tạo cho đồng hương chúng ta niềm hãnh diện là người Việt Nam với 4 ngàn năm Văn Hiến.

Trong tất cả những thành quả đạt được chúng tôi xin đan cử điểm son đầu tiên đề cập đến sưu tập của Lê Bảo Hoàng (Luân Hoán) Tác Giả Việt Nam - Vietnamese Authors - Sóng Văn Magazine xuất bản 2005. Tác Giả Việt Nam là một sưu tập về sinh hoạt văn hóa nghệ thuật trong cũng như ngoài Việt Nam trong những thập niên qua. So với những sách ghi chép về tác giả và tác phẩm xuất bản ở Hoa Kỳ, có thể nói đây là công trình sưu tập được coi là đầy đủ nhất, một cách chung phản ảnh được bộ mặt văn học nghệ thuật tại hải ngoại và miền Nam Việt Nam trước năm 1975.

Sách dày trên 770 trang, tranh và bìa Họa Sĩ Rừng. Đẹp trang nhã và nghệ thuật. Một công trình tốn nhiều thời gian đáng kể. Giá bán chỉ có $25 Mỹ kim.

Nói đến nhà thơ Luân Hoán chúng ta đều phải công nhận anh là một cây bút hoạt động rất tích cực trong lĩnh vực văn học Việt Nam hải ngoại. Anh làm thơ hay phong phú và dễ dàng như hơi thở trong đời sống. Chúng tôi là bạn thân cùng sinh trưởng tại thành phố thơ mộng cổ kính Hội An đã được tổ chức Giáo Dục Khoa Học Văn Hóa Liên Hiệp Quốc (UNESCO) công nhận là một di sản văn hóa thế giới vào năm 1999. Cùng tuổi cùng vào quân đội cùng yêu thơ văn từ thuở mới biết yêu... Giữa chúng tôi có với nhau quá nhiều kỷ niệm. Đã từng có thơ đăng trên các tạp chí văn học ở Sài Gòn như Bách Khoa, Văn, Văn Học, Mai, Nghệ

Thuật, Gió Mới, Giữ Thơm Quê Mẹ, Khởi Hành, Quần Chúng, Phổ Thông, Thời Nay, Tiền Phong và Chiến Sĩ Cộng Hòa... cùng nhóm Văn Nghệ Hội An - Đà Nẵng gồm có nhà văn Phan Du, Nguyễn Văn Xuân, Hà Nguyên Thạch, Lam Hồ, Luân Hoán, Thái Tú Hạp, Phạm Xuân Đài, Thành Tôn, Hoàng Lộc, Hạ Quốc Huy, Hoàng Trọng Bân, Vĩnh Điện, Nguyễn Nho Sa Mạc, Đynh Trầm Ca, Vũ Hữu Định, Đynh Hoàng Sa, Hoàng Quy, Lâm Quang Phước, Phan Nhự Thức, Châu Văn Tùng, Hoàng Thị Bích Ni, Huy Giang, Lê Đình Phạm Phú, Lê Trọng Nguyễn, Trần Quang Lộc, Tần Hoài Dạ Vũ, Hà Kỳ Lam, Lưu Nguyễn, Lan Đài...

Đặc biệt trong thơ Luân Hoán tràn ngập những mỹ nữ như lạc vào Thiên Thai. Nhưng anh không bao giờ quên đường về căn nhà hạnh phúc trăm năm với nàng Ly Tao xinh đẹp và hiền hậu như chị Trần Thị Lý nhà ta. bạn thân với Ái Cầm. Một vài kỷ niệm đáng nhớ giữa chúng tôi. Khi về Phòng Tâm lý chiến Bộ Tư Lệnh Quân Đoàn I, Quân Khu 1 sau khi thụ huấn khóa trung cấp Chiến Tranh Chính Trị tại Trường Đại Học CTCT tại Đà Lạt - Có lần trung tá Nguyễn Kim Tuấn nhà văn Duy Lam chánh văn phòng Trung Tướng Tư lệnh gọi tôi và nhà thơ Cao My Nhân cho biết đã liên lạc Sư Đoàn 2 và tiểu khu Quảng Tín đề nghị cho nhà thơ Luân Hoán Lê Ngọc Châu và nhà thơ Thành Tôn về Quân Đoàn đảm trách tập san Văn Nghệ Quân Đội Miền Hỏa Tuyến. Nhưng họ cho biết Luân Hoán vừa bị thương ở chiến trường Quảng Ngãi và tiểu khu Quảng Tín không thể cho Thành Tôn về quân đoàn. Nếu tin này đến trước một tháng thì Luân Hoán sẽ không bị nỗi đau thương tội nghiệp này.

Luân Hoán được giải ngũ về sum họp gia đình ở Đà Nẵng. Trong thời gian này, tôi thường hay ra Huế ở bộ tư lệnh tiền phương của cuộc hành quân Lam Sơn 719 nên chúng tôi ít gặp nhau. Sau ngày 30-4-1975 tôi vào trại tù cải tạo Kỳ Sơn Quảng Nam. Hơn 3 năm cuộc chiến bùng vỡ giữa Trung Quốc và Việt Nam khốc liệt ở biên giới Cao Bằng Lạng Sơn. Chính sách của chế độ Cộng Sản Việt Nam là bắt buộc người Việt gốc Hoa phải cống hiến tài sản và nộp vàng quy định cho mỗi người trong một gia đình ra đi theo diện bán chính thức gọi là vượt biên. Nhờ "kẽ hở lịch sử" đó mà Ái Cầm vợ tôi chạy cho tôi về với gia đình để chuẩn bị từ giã quê hương. Trước vài ngày tôi tìm đến thăm người bạn thân quý Luân Hoán... và rủ nhau ra bờ sông Đà Nẵng nói lời chia tay... thật là xúc động. Giây phút này tôi không bao giờ quên... và tôi viết bài thơ "Người Thương Binh Uống Rượu Bên Giòng Sông" không ngờ bài thơ này nhạc sĩ Anh Bằng đọc trên tập thơ Miền Yêu Dấu Phương Đông của tôi vào năm 1987 tại Los Angeles... Đổi tựa đề Người Thương Binh và được ca sĩ Đặng Thế Luân trình diễn trong chương trình văn nghệ của trung tâm Asia tại Houston Texas... và được khán giả ngậm ngùi tưởng niệm đến những chiến sĩ thương binh Việt Nam Cộng Hòa ở quê nhà.

NGƯỜI THƯƠNG BINH
Thái Tú Hạp

để nhớ bạn trước ngày chia tay
trên bến sông Đà Nẵng

Rượu uống bao nhiêu chiều rồi nhỉ
Chỉ thấy giòng sông đỏ ráng trời
Chỉ thấy lòng ta mưa chẳng tạnh
Sóng sầu nghiêng ngả mảnh hồn trôi

Bạn cứ đi. Thôi hãy đừng lưu luyến
Ta một mình. Sống được: Yên tâm
Như mãnh thú khép mình trong phố nhỏ
Đốt hết tuổi đời nghiệt ngã đau thương

Bao lần bên giòng sông soi mặt
Thoáng nhớ mây trời đỉnh Chu Phong
An Lộc - Khe Sanh - Đèo Lao Bảo
Tử sinh ta xem nhẹ như không!

Ngày tháng rong chơi lửa reo đầu đạn
Ta giờ lạc mất những đường chim
Đời cũng trôi tan trên dòng bi sử
Uống giọt cuối cùng máu rỉ từ tim

Chia với cỏ cây nỗi niềm tri kỷ
Nhân gian chừng như lãng quên ta
Chiều uống rượu bên giòng sông tủi nhục
Hát một mình bài hát cũ: Quốc Ca

Bao năm thấu triệt đời hư huyễn
Tâm động hồi chuông nhung nhớ quê
Tưởng đến ngày mai thầm ước nguyện
Giòng sông thắp nắng đón nhau về

Lâu quá hai phương trời cách biệt
Bạn hiền nay đã giạt về đâu!?
Phố cũ người qua đời nhạt nắng
Trong gió vọng nghe tiếng hát sầu...

Khi Luân Hoán định cư tại Montréal Canada 1985, đã liên lạc với chúng tôi và nối lại những chuyện vui buồn với nhau.
Sau đó chúng tôi nhận được bài thơ "Chia Tay Bên Sông Hàn" của Luân Hoán hồi âm bài thơ Người Thương Binh:

CHIA TAY BÊN SÔNG HÀN
Luân Hoán

thong dong trong âm thanh buồn
dòng sông có tuổi rời nguồn qua đây
nhạt nhòa lòng đựng bóng mây
sóng đưa đẩy nhẹ ánh ngày vào đêm

thỉnh thoảng thả lòng lênh đênh
chúng tôi đang muốn được quên phận người
xót xa tôi ngẫm cuộc tôi
bạn tôi cố nuốt ngậm ngùi vào tâm

tiếng đêm như giọt nhạc trầm
nhịp tim bè bạn hiểu ngầm lòng nhau
tối mai bạn sẽ bắt đầu
một cuộc vượt thoát về đâu chưa tường

nhưng đi cầm chắc đi luôn
nửa đời người bỏ quê hương đoạn đành
mang gì trong chuyến hải hành
trên đầu, Tổ Quốc sắp thành hư vô

khi nghe bạn tin bất ngờ
lòng tôi hụt hẫng nao nao lạ kỳ
bạn có điều kiện ra đi
lời tôi chúc tiễn thầm thì hẳn ra

lặng nhìn qua hướng Sơn Chà
cửa sông Hàn mở bao la bên ngoài
không bắt tay chẳng vỗ vai
cả hai giấu tiếng thở dài không xong

cũng may kịp lúc dòng sông
bỗng xôn xao sóng bềnh bồng nhắc chung

không còn giờ nghĩ lung tung
chia tay mà vẫn về cùng đường đi

hình như không mình bạn đi
mà tôi cũng thấy chia ly quê nhà
sớm hôm sau tôi trở ra
ngồi vào chỗ cũ nhìn bao la trời

con sông vẫn ở đó thôi
chỉ dòng nước mải miết trôi không ngừng
gió Sơn Chà không ngại ngùng
đỡ tôi đứng dậy ung dung chờ thời

Luân Hoán | 6.56 sáng 19.9.2017
vượt ngàn dặm biển phân vân
tử sinh may rủi hai phần đều nhau

***

Để tránh khỏi hải tặc nên chuyến tàu chở trên 200 người đã xuôi về hướng bắc hy vọng cặp bến Hồng Kông hay Đài Loan. Rời khỏi Đà Nẵng hai ngày hôm sau một cơn bão lớn nổi lên thật kinh hoàng nguy hiểm sự sống đang thách đố "thập tử nhất sinh". Con tàu bị sóng đẩy lên cao đánh mạnh vào bờ như ngọn giáo cắm sâu đầu tàu trên bờ cát... cuốn mất đi 13 thuyền nhân. May nhờ Trời Phật hộ trì nên gia đình chúng tôi thoát qua cơn bão tố. Mọi người lên bờ Đảo Hải Nam với bộ đồ trên người và hai bàn tay trắng...

Cuối cùng nhờ sự can thiệp của Cao Ủy Tỵ Nạn Liên Hiệp Quốc chúng tôi và những đồng hương đến được trại tỵ nạn Hồng Kông và sau đó đến định cư tại California, Hoa Kỳ cuối năm 1980.

Kỷ niệm về một chuyến đi đầy thú vị như Luân Hoán đã từng tâm sự:

Trong những câu chuyện, Luân Hoán cứ hứa mãi nhưng rồi cũng thu xếp công việc thực hiện cùng với gia đình về chuyến đi thăm "Thủ Đô Tinh Thần của người Việt tỵ nạn tại Westminster Nam California". Chuyến đi khởi đầu từ Canada xuyên qua các tiểu bang Hoa Kỳ như Idaho, Utah, Nevada, California, Arizona và Montana... dĩ nhiên đến Los Angeles mà không đến thăm những thân hữu văn học nghệ thuật quả thật là điều thiếu sót, nhất là nhà văn Võ Phiến mà Luân Hoán cảm mến từ lâu ở Việt Nam. Buổi trưa hè thật đẹp tại Orange County và vào ngày 20 tháng 7 năm 2006.

Bao nhiêu năm mới gặp lại nhau tay bắt mặt mừng với bao nhiêu cảm xúc giữa vợ chồng Luân Hoán và người tình trăm năm Trần Thị Lý và mấy cháu. Chúng tôi và anh chị Lê Thành Tôn - Phan Thị Trinh đưa đến thăm ông Võ Phiến. Được báo trước nên khi chúng tôi vừa đến cửa Ông Bà Võ Phiến đã ra đón chúng tôi thật niềm nở vừa bắt tay Luân Hoán hỏi: "Luân Hoán và gia đình vẫn khỏe luôn chứ?" như một lời xã giao thâm tình. Vừa ngồi uống tách trà ông Võ Phiến hỏi về nhà văn Nguyễn Văn Xuân, ông khen tác giả Dịch Cát... hỏi thăm về nhà văn Phan Du tác giả nổi tiếng qua tác phẩm "Hai Chậu Lan Tố Tâm"... cùng với thời kỳ Mùa Lúa Mới, Nhân Loại... một cách chân thật của người Bình Định. Trong khi bốn Bà Viễn Phố, Trần Ái Cầm, Trần Thị Lý và Phan Thị Trinh nói chuyện vui về sinh hoạt tại trung tâm thương mại Phước Lộc Thọ ở Little Saigon. Có thể theo chương trình nên đến khoảng 4 giờ chiều chúng tôi từ giã ông bà Võ Phiến đưa Luân Hoán đến gặp các bạn văn nghệ Nguyễn Mộng Giác, Nguyễn Mạnh Trinh, Bé Ký - Hồ Thành Đức, Phạm Phú Minh, Nguyễn Nam An, Hà Nguyên Du, Đặng Hiền, Trần Yên Hòa, Hạ Quốc Huy, Nguyễn Xuân Hoàng, Nhật Ngân, Rừng - Nguyễn Tuấn Khanh, Nguyên Khai, Đạm Thạch...

Cuộc vui nào rồi cũng chấm dứt, Luân Hoán cám ơn chuyến đi thăm thủ đô một cách nồng thắm tình bạn văn nghệ mặc dù chỉ gặp nhau thật tình cờ vội vã... "Cái thuở ban đầu lưu luyến ấy. Ngàn năm hồ dễ đã ai quên..."

Đề cập đến những công trình văn học của Luân Hoán: Một Đời Thơ.

Với gia tài sáng tác thật phong phú về mọi thể loại Luân Hoán đã xuất bản gần 30 tác phẩm: Về Trời (Văn Học - Saigon 1964), Trôi Sông (Văn Học - Saigon 1966), Chết Trong Lòng Người (Ngưỡng Cửa 1967), Viên Đạn Cho Người Yêu Dấu (Thơ 1969), Hòa Bình Ơi Hãy Đến (Thơ 1970) cùng Lê Vĩnh Thọ - Phạm Thế Mỹ, Nén Hương Cho Bàn Chân Trái (Thơ 1970), Thơ Tình (cùng Khắc Minh, thơ 1970), Ca Dao Tình Yêu (cùng Khắc Minh, thơ 1970), Lục Bát Ca (Thơ 1970 cùng Lê Vĩnh Thọ - Vĩnh Điện).

Khi ra đến hải ngoại định cư tại Canada Luân Hoán tiếp tục viết văn làm thơ và đã ấn hành nhiều tác phẩm từ Rượu Hồng Đã Rót (Thơ

1974 tái bản 1995), Hơi Thở Việt Nam (Sông Thu - Hoa Kỳ 1986), Ngơ Ngác Cõi Người (Nhân Văn Hoa Kỳ 1989), Đưa Nhau Về Đến Đâu (Sông Thu 1989), Cám Ơn Đất Đá Trổ Thơ - Lòng Ta Hạt Bụi Vu Vơ Bám Hoài (Kinh Đô - Hoa Kỳ 1991), Mời Em Lên Ngựa (Sông Thu - Hoa Kỳ 1994), Nuôi Thơm Chùm Kỷ Niệm Xanh (Thơ - Canada 1995), Cỏ Hoa Gối Đầu (Sóng Văn - Hoa Kỳ 1997), Sông Núi Cùng Người Thơm Ngát Thơ (Thơ Canada 2002), Quá Khứ Trước Mặt (Nhân Ảnh 2006), Dựa Hơi Bạn Bè (Nhân Ảnh 2006), Ổ Tình Lận Lưng (Nhân Ảnh 2007), Em Từ Lục Bát Bước Ra (Nhân Ảnh 2008), Theo Gót Thơ (Nhân Ảnh 2010), Thanh Thi (Thư Ấn Quán 2011), Thơ Thơm Từ Gốc Rễ Tình (Nhân Ảnh 2013)...

Chân dung thơ Luân Hoán đã lên đến hàng trăm thân hữu ngoài những tên tuổi thành danh trên Văn Thi Đàn Việt Nam từ trong nước trước năm 1975 đến nay hải ngoại cùng với những tình cảm trân quý bè bạn xa gần đều quý mến và yêu thích thơ văn Luân Hoán. Với thành quả cao quý về tinh thần mà Luân Hoán đã hân hạnh đón nhận cho chúng tôi nghĩ đến sự phấn đấu không phải để đạt đến thành công mà chính Luân Hoán tự cho mình những ích lợi cho dù bé nhỏ (bản chất khiêm nhượng) thực tế Luân Hoán cũng đã góp phần vào công trình Bảo Tồn Và Phát Huy Văn Học Việt Nam nơi hải ngoại với Tâm Huyết Và Thiện Chí miệt mài bao nhiêu năm đủ để cho chúng ta cảm mến và ngưỡng phục.

Riêng về tình cảm giữa chúng tôi với Luân Hoán những lưu niệm không bao giờ quên.

Luôn tạo hạnh phúc trong đời sống cho chính mình là hãy quan tâm đến người khác một cách chân thật vì nguồn gốc tất cả hạnh phúc là ý nghĩa hướng về Người.

Chúng tôi nhớ đến Giáo Sư và Học Giả Vũ Ký phát biểu trong một buổi sinh hoạt ra mắt sách Bộ Luận Cương về Văn Hóa Việt Nam tại San José, Bắc California, Hoa Kỳ. Ông đã kết thúc một câu nói thật cảm động trước khoảng 400 quan khách, trí thức, đại diện các hội đoàn giới truyền thông báo chí và đồng hương tham dự: "Tiếng Việt là hơi thở của Mẹ Việt Nam, xin đừng để Mẹ tắt thở..."

Thái Tú Hạp
Rosemead, Los Angeles tháng 10, 2021

NGUYỄN VĂN DIÊN
NGƯỜI BẠN LÍNH LÀM THƠ

Năm 1966, học hành không kết quả, rong chơi mãi cũng chán, tôi vào lính. Đây cũng là giải pháp của nhiều bạn cùng lớp, không đủ điều kiện để học thêm, hay đã đến tuổi phải nhập ngũ.

Tôi vào khóa 24 Trừ Bị Thủ Đức. Khóa này, ngoài một số nhỏ thuộc dạng volontaire còn lại toàn dân bị tổng động viên, nên đủ cả "mặt mũi bá quan" ngoài xã hội tụ tập về, nào là giáo sư, luật sư, kỹ sư, văn nghệ sĩ... rất đông vui.

Đoàn tân binh chúng tôi, được máy bay C130 chuyển tới Sài Gòn vào buổi chiều, nhưng đến khoảng tám giờ tối, chúng tôi mới có mặt tại quân trường. Ngay trong đêm đầu tiên, chúng tôi được phân chia về các đại đội. Viên sĩ quan trực tiểu đoàn hôm đó là một trung đội trưởng của đại đội tôi sau này, Thiếu úy Thám. Ông có vẻ lõi đời, khi đẩy đi đại đội khác những chuẩn sinh viên mang kính cận và có tầm vóc không thích hợp dưới mắt nhìn của ông.

Tôi không nằm trong thành phần bị gọi ra, xếp hàng riêng. Bạn của tôi là Dương Em cũng được ở lại, để cùng một số bạn khác gốc miền tây và miền nam, lập thành đại đội 20. Bốn trung đội của đại đội này cũng tức khắc thành hình, và tôi được xếp vào trung đội 40.

Trước khi đi lãnh quân trang ngay trong đêm đó, đại đội có cuộc tuyển chọn những người có khả năng, để đảm nhiệm những công việc chuyên môn trong sinh hoạt ở quân trường như báo chí, văn nghệ, thể thao, v.v... Tự biết không có khả năng và cũng chẳng biết ai có những chuyên môn đặc biệt, nên tôi không tình nguyện, không đề cử. Nhưng rất hào hứng đưa tay biểu quyết. Tôi không còn nhớ những bạn nào đã trở thành sinh viên được giao nhiệm vụ trong đêm ấy. Ngày hôm sau rồi ngày hôm sau nữa, cứ thế cuộc đời làm lính được rèn luyện dưới phương châm 'Thao trường đổ mồ hôi, chiến trường bớt đổ máu'.

Thời gian huấn luyện ở trường bộ binh Thủ Đức được chia làm 3 giai đoạn chính. Tám tuần huấn nhục đi đầu không được kể là một giai đoạn. Đây là thời gian hành xác lẫn chịu đựng những sỉ vả hầu rèn luyện thân thể, ý chí. Giai đoạn 1 là giai đoạn học về tác chiến cá nhân. Trong giai đoạn này sinh viên không được ra phép. Những giờ 'tùy quyền' ít ỏi gần như dành cho việc làm vệ sinh doanh trại. Giai đoạn hai được bắt đầu sau một buổi lễ gắn alpha thật long trọng. Những con 'nòng nọc' bây giờ, được học những điều cần thiết để chỉ huy một tiểu đội, và đã được phép nhởn nhơ chút đỉnh trong quân trường, cũng như được thoải mái thăm nhà, thăm phố, được thực hiện sau mỗi 2 tuần, một lần. Giai đoạn 3, ít ai gọi tên giai đoạn này, đây là thời kỳ con nòng nọc có đuôi, alpha thêm một gạch, và đã trở thành đàn anh, đang lo học cách chỉ huy một trung đội.

Trong giai đoạn đầu đại đội của chúng tôi nằm khá xa văn phòng liên đoàn. Kỷ luật quân trường có phần nới hơn các đại đội khác. Theo thứ tự A,B,C, giường nằm của tôi khá gần với giường của các anh có tên khởi đầu bằng chữ C. Nhớ lại, hình như có Cư. Có Chỉ có Cho, và có nhiều anh Châu. Hai trong những nhiều anh Châu này là Mai Xuân Châu, Lê Ngọc Châu... Đây là hai nhân vật thuộc diện có số tuổi đời lưng chừng, không trẻ cũng chưa gọi là già. Anh Xuân Châu nói giọng Huế, anh Ngọc Châu nói giọng Quảng, nhưng hai người rất thân nhau. Hình như anh Xuân Châu thường giúp đỡ anh Ngọc Châu nhiều việc, như sửa lại đôi 'giày đi phép' để cho ngay, hoặc kéo thẳng mặt chiếc mền trải trên nệm căng thêm chút nữa, v.v... Tôi để ý đến hai bạn này vì cái màn viết thư của cả hai anh. Họ cũng là hai người nhận được thư đến nhiều nhất của trung đội. Qua một thời gian, tôi biết anh Ngọc Châu có tham gia trong ban báo chí của nhà trường. Anh không sinh hoạt cho đại đội anh trực thuộc, mà làm việc cho liên đoàn. Dù anh rất kín miệng nhưng rồi tôi cũng biết anh là một người làm thơ, và còn thích thú hơn khi tôi biết anh là anh của một bạn học cùng lớp với tôi ở Phan Châu Trinh Đà Nẵng, Lê Hân.

Anh Ngọc Châu, khi biết tôi là bạn học của em anh, anh đã xem tôi như em út. Nhiều cuối tuần về Sài Gòn, tôi đi theo anh. Mỗi lần tháp tùng như thế, tôi để ý và biết thói quen này của anh. Sau khi xe thả sinh viên xuống sau lưng nhà thờ Đức Bà, lần nào anh cũng ghé bưu điện trước tiên, anh mua tem cò, anh ngắm loanh quanh cả gian nhà bưu điện, hình như anh hít thở mạnh nữa, sau đó mới nghĩ đến chuyện đi đâu, ở chỗ nào, hình như cũng hoàn toàn tùy hứng, không định trước.

Anh không có nhiều bà con, bè bạn ở Sài gòn, có lẽ vậy. Anh Xuân Châu nói anh Ngọc Châu có một người anh trung tá, làm việc tại Tổng Tham mưu, nhưng anh không muốn ghé đến đó nhiều. Tôi được biết anh có thơ đăng trên một số tạp chí ở Sài Gòn, nhưng ra phép cũng không thấy anh ghé thăm, có thể những lần anh đến tôi không biết chăng?

Trước khi về phép Tết năm 66-67, anh Xuân Châu, anh Ngọc Châu và tôi có đi vòng vòng chợ Hoa Sài Gòn, tối đến ba người gặm bánh mì cho qua đêm, phòng ngủ rẻ tiền ở Sài Gòn lúc bấy giờ khá giản tiện và 'thanh bạch'. Dĩ nhiên không có cái màn 'bia ôm', 'massage' như bây giờ. Sau ngày Tết, trở lại quân trường để tiếp tục đổ mồ hôi là chuyện đương nhiên. Anh Ngọc Châu học hành khá chăm chỉ. Anh có vẻ không khỏe mạnh, nhưng sức chịu đựng của anh thật bền bỉ. Anh không hề ốm đau, cũng từ chối không chịu viếng thăm phòng 301 lần nào. (Phòng này là phòng tạm giam cảnh cáo những sinh viên phạm kỷ luật nhà trường). Ngay đến chuyện hít đất, nhảy xổm, ngoài những lần phải thực hiện vì bị phạt tập thể, anh Ngọc Châu gần như được sĩ quan cán bộ giả lơ trước một ít sơ sót khó tránh. Tôi còn nhớ kỳ về phép cuối tuần nào anh Ngọc Châu cũng bị gọi ra khỏi hàng, bắt đi hớt tóc lại, nhưng anh lẩn quẩn đâu đó một chặp rồi lại được lên xe với mái tóc xanh tốt như trước đó.

Anh Ngọc Châu vẫn tiếp tục viết thư mỗi tuần. Anh không những viết cho chính anh mà còn viết hộ cho một số bạn. Sinh viên sĩ quan ai mà không có trình độ để viết thư? Ấy thế mà anh vẫn được nhờ giúp đỡ trong những lá thư gởi cho các em bò lạc đã bị bắt. Chắc có lẽ lời thư anh bay bướm, văn hoa. Anh không làm công không đâu đấy. Bạn bè trả công anh bằng cách thông nòng giùm khẩu garant, hoặc thay anh trong phiên anh phải đi lãnh bánh mì sáng cho trung đội v.v... Cùng với viết thư, anh Ngọc Châu còn làm thơ, hẳn thế. Thơ làm xong, ngoài việc ký tên anh, anh ký còn tên một số bạn quen để đăng trên tạp chí Bộ Binh, cho họ có dịp đổi lấy ngày phép đặc biệt cuối tuần. Tôi cũng được anh Ngọc Châu cho một lần như vậy. Hơn thế nữa anh còn cho tôi một tập thơ của anh vừa in xong, tập Chết Trong Lòng Người. Lính chưa ra ràng mà nhận món quà có ngay chữ " chết" ớn quá. Nhưng không ngờ cũng từ đó, tôi thỉnh thoảng đọc thơ.

Bước vào giai đoạn 2, tôi được chuyển qua thụ huấn tại trường thiết giáp và trở thành sĩ quan của Thiết đoàn 11, sư đoàn 3 sau này. Anh Xuân Châu về sau mang "con rùa chậm tiến" trên cánh tay. Còn anh Ngọc Châu tiếp tục trong đại đơn vị chủ lực quân bộ binh. Anh về sư đoàn 2, ngay trong lúc mặt trận Quảng Ngãi đang sôi động. Mất một bàn chân ở chiến trường này kể ra cũng là một cái giá nhẹ nhàng cho người đồng đội nghệ sĩ của tôi.

Khoảng năm 1978, tôi gặp anh Ngọc Châu tại Đà Nẵng. Anh cho tôi biết Lê Hân đang ở Canada, (Lê Hân đã đi du học tại Mỹ trong những năm chúng tôi còn ở quân trường) và không quên khoe với tôi chuyện Lê Hân đang bảo lãnh gia đình anh ra đi. Bạn bè lâu ngày gặp nhau chớp nhoáng, không kịp uống một cốc cà phê, nhưng cả hai đều rất vui.

Bây giờ, sau gần 26 năm. Tôi đã ở Hoa Kỳ, anh Ngọc Châu định cư ở thành phố Montréal Canada. Khoảng cách có thể xa mà cũng có thể gần với phương tiện di chuyển hiện tại. Nhưng chúng tôi chưa một lần gặp lại nhau. Tuy vậy, nhờ sự phát triển ngành điện toán hiện nay, tôi được biết khá rõ về anh Ngọc Châu. Trang nhà của anh đã giúp tôi có dịp hồi tưởng, nhớ lại rất nhiều. Và nhất là biết thích thú đọc thơ hơn. Tôi không thể không mỉm cười khi đọc hai bài thơ dưới đây. Một thời nhức nhối chiến trận đã qua. Chúng tôi vẫn luôn luôn hãnh diện đã làm một người lính của Việt Nam Cộng Hòa. Kỷ niệm một thời ở k.b.c 4.100 thật là đẹp. Tôi ghi lại tặng anh Châu ít dòng, nhân dịp biết Hân đang thực hiện một tập sách tập trung những kỷ niệm của ông anh mình. Tôi cũng không quên gởi thăm hỏi tất cả các bạn đồng khóa 24 còn may mắn tồn tại trong cuộc sống này, dù đang ở Việt Nam hay tại một quốc gia nào đó. Các bạn đừng quên đọc hai bài thơ của anh Châu bên dưới để nhớ lại chính mình. Thân ái.

Như là thơ

sinh viên sĩ quan
Lê Ngọc Châu
số quân
61/203.905
trình diện
sinh viên sĩ quan
Lê Ngọc Châu

số quân
61/203.905
trình diện
giản dị chỉ có thế
ngắn. gọn. đẹp
như bài thơ
sao không?
một bài thơ đồng phục.

đêm xuống tóc

mái tóc bồng bềnh đẹp nhất đà nẵng
đẹp nhất miền trung
đẹp nhất Việt nam
rụng xuống
rụng xuống
từng tảng từng tảng
trong tích tắc
tôi giống con gà chọi
trống hốc
ngượng ngập khó chịu
thiếu thiếu một cái gì
nhẹ nhõm, lẻ loi, kỳ quặc
soi mình vào đám bạn bè
cười lấp nỗi buồn bất chợt
tóc
tóc
tóc đen như đêm
dợm cúi xuống vốc lên
nhưng chợt vung chân hất
tôi rời ghế
không nhớ, mình có thở ra

Nguyễn Văn Diên

NGUYỄN VŨ SINH

NHÀ THƠ LUÂN HOÁN NHƯ TÔI BIẾT

Nhờ cái chân gỗ đi cùng
Bàn tay táy máy nơi vùng chữ thơm
Một đời nặng nợ ba lơn
Nên thơ cùng thẩn trải hồn nhẹ tênh
"Châu lật đật", bạn đặt tên
Mông ngồi chưa nóng vội lên yên rồi
Dễ đâu anh bỏ cuộc chơi
Vì men thi ngấm tận nơi tim mình.
NVS. 22-12-2019

“Châu lật đật” trong tám câu thơ của tôi ghi trên, là hỗn danh bạn bè vui gọi nhà thơ, theo tính thường nóng vội của ông. Con người là vậy, còn thơ? Xem thơ Luân Hoán, tôi có cảm giác như lạc vào khu vườn đích thực thi ca, mang đầy sắc màu kỳ hoa dị thảo: Có tiếng chim thanh, bướm lượn, tiếng suối chảy óng ả, ngân nga những giai điệu mượt mà...

Gần như luôn bắt gặp "cái tôi" rất đời thường của nhà thơ, khi ông trải lòng trên từng con chữ. “Cái Tôi” riêng rẽ ấy rất mực sôi nổi, cuồn cuộn, tự tin. Nội dung chính, nhân vật chính của những bài thơ này, hầu hết chính là ông, dù không có từ "tôi" trong những câu chữ.

Thử đọc:

- Về tình yêu:

"Một thời mê những ngã ba
Xóm đêm lấp ló con ma yêu đời
Hẻm buồn bước vấp lá rơi
Chòm sao vô ý rớt lời thở ra
...
Chờ em nhẫn mặt ngã ba
Vài đuôi mắt liếc đâm ra ngại ngùng
Giả đò vung vẩy dàn thun
Tìm con chim ngủ phơi sương đầu cành
...
Chờ em thủ sẵn trong người
Bài thơ mới viết còn tươi rói tình
Chờ em xin phút rùng mình
Cho bài thơ được hiển linh đời đời"
("Một Thời Hò Hẹn Ngã Ba" - Luân Hoán)

- Về cuộc chiến:

"Nắng rồi mưa có kể gì
Cái thân lính chiến lầm lì ngu ngơ
Đụng rồi, quả thật bất ngờ
Tự nhiên cảm thấy tỉnh bơ, nhẹ nhàng
...
Cái chân một thuở đánh rơi
Hình như đang nhớ đến tôi, khóc thầm
Nỗi buồn bất chợt nẩy mầm
Gió mang về nở nụ bông núi Vàng."
("Núi Vàng, Nghĩa Địa Một Bàn Chân" - Luân Hoán)

- Về bản chất cá nhân, tính mê nhan sắc:

"Ta xưa vốn nhát gái
Gặp em thường quay đầu
Rồi len lén ngoái lại

Nhìn trộm từ phía sau.
Ta xưa vốn dại gái
Gặp em nào cũng mê
Tưởng chết nếu không thể
Được cùng em hẹn thề."
...
("Cố Tật" - Luân Hoán)

hoặc các đoạn sau:

"Em như con chó giữ nhà
Tôi như kẻ trộm thụt ra thụt vào
Trời đêm nay không có sao
Tôi lần mò đến hàng rào nhìn em.
Em lơ láo đứng trước thềm
Không ho một tiếng cho đêm bớt buồn"
...
("Những Bài Nhớ Nhung" - Luân Hoán)

"Thấy cả trái tim rung rinh
Vì bao nhiêu mỹ nhân rình giành nhau
Một cô chiếm lĩnh khúc đầu
Hai cô nắm giữa cái bầu tình yêu.
Năm bảy cô bơi dập dìu
Lềnh bềnh nổi giữa thủy triều đỏ đen
Mùi hương xuân nữ mon men
Vào hai tâm thất nở sen thơm hồng"
("Nhìn" - Luân Hoán)

Với số lượng đầu sách đã xuất bản, các thi phẩm của Luân Hoán hẳn đã đóng góp tích cực vào kho thơ phong phú của Việt Nam.

Lúc này, nhà thơ tuổi đời đã cao. Nhưng ngỡ như "nhà thơ không có tuổi"! Thơ vẫn sôi nổi, dạt dào như thuở nào. Lại còn tâm huyết cùng với vài người bạn thân quen, tạo ra sân chơi phong phú cho các bạn văn góp mặt trên tạp chí "Ngôn Ngữ", Trang web "Vuông Chiếu... Qua đó, tạo điều kiện cho các bạn văn trong và ngoài nước tham gia góp bài.

Tôi cũng làm thơ, nên một lần nữa, xin thay lời kết cho những nhận xét trong bài viết ngắn này, bằng hai khổ thơ bảy chữ:

"Thơ Luân Hoán, dòng sông vô tận
Thuở xưa từng uống nước sông Hoài
Lớn lên ở sông Hàn gió lộng
Ngỡ thơ dài như dải sông Ngân.
Tuổi trẻ sống cùng đời chinh chiến
Áo "trây-di" vai bạc phong trần
Nợ núi sông cắt phần thân trả
Đất mẹ thâm tình nhận bàn chân.

(Diên Khánh - Khánh Hòa - 11-5-2021)

Nguyễn Vũ Sinh

TRIỀU HOA ĐẠI
LUÂN HOÁN, NGƯỜI VUI CÙNG THƠ

Đất nước loạn lạc hơn một triệu người từ miền Bắc đã phải khăn gói quả mướp bỏ cả mồ mả tổ tiên, sản nghiệp bồng bế nhau leo tàu há mồm vào Nam trên tay may ra chỉ kịp mang theo một ít bó rau muống và một sợi dây thừng (từ Bắc vô Nam tay cầm bó rau, tay kia cầm sợi dây để bắt con cầy). Gia đình chúng tôi cũng nằm trong số những người khốn khổ ấy. Tàu há mồm cập bãi biển Thanh Bình Đà Nẵng vào một đêm tăm tối, một đêm không trăng! (miền Trung nước Việt). Lạ nước, lạ cái chẳng biết mô, tê, răng, rứa là cái chi chi, đang lo âu không biết mai này tương lai rồi sẽ ra sao thì đùng một cái lại thêm một nỗi lo âu khác ập đến đó là: Ngôn Ngữ.

Trẻ nhỏ như chúng tôi thì không sao chỉ một thời gian ngắn rong chơi cùng những trẻ nhỏ khác cùng trang lứa thì chúng tôi "cảm thông" nhau nhanh chóng cái ngôn ngữ khó nghe kia, nhưng chỉ khổ cho những người lớn tuổi như Cậu, Mợ tôi cùng với những người ngang tuổi thì thật là khó khăn vô cùng vì là lần đầu tiên là phải nghe một thứ tiếng nói mà giọng phát âm sao mà "khó hiểu, khó nghe", sao mà nó "nặng chình chịch" đến thế, hơn nữa nếp sống cùng phong tục hai miền Bắc, Trung hoàn toàn xa lạ. Chúng tôi bọn trẻ con lúc bấy giờ nghiễm nhiên bỗng trở thành "thông dịch viên" cho người lớn mỗi khi Bắc, Trung "giao lưu văn hóa", mỗi khi Bắc, Trung "tay cầm nắm tay".

Từ những không quen và chưa quen lúc ban đầu bọn nhóc con chúng tôi dần dà bạn bè đầy đàn, đầy đống. Sau những giờ học ở trường chúng tôi rủ nhau đi đá bóng, đi bơi lội ở sông Hàn; những khi có những trận đá banh lớn chúng tôi rủ nhau đi coi cọp. Lớn thêm một chút nữa chúng tôi đã bắt đầu biết yêu, tập viết những lá thư tình để gửi về "người em yêu dấu" (nhưng thật sự chẳng có ma nào). Chúng tôi tập tành viết văn, làm thơ và những áng văn "nhả ngọc phun châu ấy" gom lại thành từng "đống" và gửi về thủ đô văn hóa Sài Ghềnh và hồi hộp đợi chờ thơ văn của mình được đăng tải. Chúng tôi bắt đầu lập nhóm, lập hội văn, thơ cùng sinh hoạt với nhau có rất đông "văn, thi hào" trẻ tuổi nhưng tài thì chưa cao tham dự.

Tôi quen biết nhiều người trong số đó có như Lê Ngọc Châu (Luân Hoán), Nguyễn Văn Nuối (Lam Hồ), Tôn Thất Chơn Tu (Chu Tân), Hạc Thành Hoa, Vương Thanh, Thành Tôn, v.v... và v.v...

Khi đã quen biết nhau rồi tôi mới "ngộ" ra là giữa Lê Ngọc Châu và tôi có nhiều cái giống nhau và cũng có những thứ khác nhau chẳng hạn như:

Thời Trung Học, chúng tôi cùng học một trường nhưng khác lớp, khác ban, cùng sinh hoạt thơ, văn này nọ nhưng khác nhóm, và hình như Luân Hoán không ở trong một nhóm nào cụ thể.

Ngã rẽ cuộc đời bắt đầu sau trung học phổ thông tôi từ giã thành phố tuổi thơ để vào thủ đô Sài Gòn tiếp tục "dùi mài kinh sử"; còn Luân Hoán thì chàng ta lang thang ở Huế (có lẽ vì chàng thấy và mê gái Huế chăng? học trò xứ Quảng ra thi, thấy cô gái Huế chân đi không đành), và rồi sau này trở thành công chức và tùng sự tại Tòa Thị Chính Đà Nẵng. Trong thi phẩm: Chết Trong Lòng Người in năm 1966 anh có lưu dấu sự việc này qua một bài thơ mà gần đây ở trong tập: Đường Chữ Sau Lưng, Luân Hoán đã có nhắc lại và cho rằng: Có khi thơ đến từ sự việc liên quan mật thiết đến bản thân qua bài (Đi Làm Công Chức – trang 92-93).

"... thôi vĩnh biệt tóc mai
vĩnh biệt râu
vĩnh biệt áo rằn ri
vĩnh biệt quần ống túm

vĩnh biệt hết các em
anh đi làm công chức
hỡi gương
dạy cho ta cách chải đầu
dạy cho ta làm quen với cặp kính trắng
chọn giúp ta bộ quần áo dáng ông thầy
chọn giúp ta đôi giày làm chân trí thức
tập ta đi
tập ta biết cúi đầu
tập ta nói
tập ta nghe
tập ta ngoan ngoãn
Tập ta trung thành
Tập ta trong sạch
Còn những gì
Ta xin tập hết
cảm ơn gương soi
ta đã có tác phong
ta đã thành công chức
hơn anh em ta, không thua bạn bè ta
cuối tháng lãnh lương
ta là một phần của chính phủ
cảm ơn, cảm ơn"
(Đi Làm Công Chức – trang 92-93).

Đất nước mỗi ngày một tang thương vì chiến tranh chúng tôi chẳng ai bảo ai đều "chui" vào "lò" luyện thép: Quân trường Bộ Binh Thủ Đức để rồi mỗi sáng mỗi chiều nghêu ngao ca khúc "Đường trường xa muôn vó câu bay dập dồn…" Đôi chân có lê la khắp bốn vùng chiến thuật nhưng với những "đứa" như chúng tôi có chút máu văn nghệ trong người thì ở lính cũng chỉ là bắt đầu một cuộc chơi mới mà thôi vậy thì có gì mà than với vãn. Đi lính như đi chơi, cũng hành quân, cũng bắn súng bèng bèng nhưng thực ra những tiếng bèng bèng từ nòng súng phát ra cũng chỉ như là tiếng tán tỉnh của yêu thương một nàng Tôn nữ nào đó, một dáng dấp của một cô bé Tây Hồ Trần Thị... trong sân trường xanh um bóng phượng với tiếng ve gọi hè… Cuộc chơi (nếu gọi là thế) thì thật là thi vị biết chừng nào? Nhưng con người ai cũng có số phận riêng của đời mình là bởi ngẫm cho cùng đôi giày, đôi dép, cái quần xì líp còn có số nữa là. Và vì cái số cho nên nhà thơ Luân Hoán đã không "TRỤ" được lâu chàng đã phải giã từ "vũ khí" để trở về "Thắp hương cho bàn chân trái".

Chúng tôi "xa" nhau kể từ dạo ấy nhưng vẫn theo dõi bước chân chàng đi qua, đi lại trong văn thơ. Ngày ngày "thắp hương cho bàn chân trái" Luân Hoán bắt đầu quay về nghề công chức cũ có nghĩa là chàng ta sẽ "sáng cắp ô đi, tối cắp về" và đã chuyển sang ngành thuần chất kế toán tại ngân hàng Việt Nam Thương Tín, từ đây "chàng tuổi trẻ vốn giòng hào kiệt, xếp bút nghiên theo việc đếm tiền" (tha hồ mà đếm tiền của thiên hạ). Chàng ngày ngày, tháng tháng sống "chung" với những con số khô khan, bạn bè đều tưởng một đời tài hoa, một thời vùng vẫy từ nay khép lại "thôi thế là thôi đành thế nhé" nhưng không bạn bè đã sai, mọi người quen biết đều không đúng Luân Hoán đâu dễ dàng buông bút như thế, chàng lại bắt đầu làm thơ nhiều hơn và còn nhiều hơn trước nữa. Luân Hoán không thể bỏ THƠ mà đi và THƠ cũng chẳng khi nào phụ chàng để giận hờn mà không ở lại..

Luân Hoán làm thơ không bao giờ biết mệt mỏi có lẽ ngay từ trong huyết quản đã có dòng máu tổ tiên truyền tiếp và cũng chính vì chàng làm thơ và "GHIỀN" thơ cho nên chúng ta có thể nói: Luân Hoán là THƠ và THƠ là Luân Hoán, thơ chàng chất ngất giọng đa tình, chất ngất bao khổ lụy của một kiếp nhân sinh: "đổi đời ta đạp xích lô", thơ Luân Hoán chứa chan bao yêu thương cuộc đời, đa tình và khổ lụy nó cũng như đã ngấm sâu khó lòng tẩy xóa, khó ai mà "cải tạo" được những nét tài hoa ở nơi CHÀNG!

Nhớ năm hết tuổi mười ba
Cái lòng đã muốn lân la cái tình
(NNCN).

Luân Hoán không những chỉ sống cho riêng mình mà lắm khi, nhiều lúc ông cũng thiết tha để sống cùng và sống cho tha thân giữa một thời đại đảo điên, nhưng dù gì chăng nữa cái chất thi sĩ ở nơi ông chẳng lúc nào, không bao giờ nhạt nhòa:

Đổi đời ta đạp xích lô
Chở em đôi bận đâm vơ vẩn buồn
(ĐNVĐĐ)

Thơ Luân Hoán tràn ngập những hình ảnh thân thương, bất kỳ chỗ nào, nơi đâu có bước chân của ông, ông đều ghi lại rành rọt, chi li từ cảnh những người lính khi qua đò Rạch Miễu với sông nước Tiền Giang mênh mông trời biển:

Bậu qua phà Rạch Miễu
Qua lẽo đẽo theo sau

Tiền Giang sông Cửu rộng
Cứ xem mình của nhau
(CƠĐDTT...)

Ông đa tình lắm lắm, ông mượn hình ảnh của người lính (mà người lính ấy có lẽ lại chính là ông) để mà bảo rằng: Qua đây dù bận quân hành nhưng có sá gì chút đường xa mà chẳng vì người đẹp để mà "lẽo đẽo theo sau". Đấy, theo tôi cái "lẽo đẽo" theo sau chỉ là cái "vớ vẩn" nhưng là cái vớ vẩn thật đáng yêu mà đã gọi là đáng yêu thì sao nó "SƯỚNG" rên một bên mé đìu hiu quá vậy, cái "vớ vẩn" ấy dễ gì đã có mấy ai làm được như cái anh chàng Thi Sĩ này, người ta qua phà thì mắc mớ chi đến mình mà lại "lẽo đẽo theo sau" và thật là "vô dziên" ai quen biết chi mà đã vội nhận vơ là "cứ xem mình của nhau".

Đọc thơ Luân Hoán, người ta MÊ thơ ông và người ta YÊU thơ ông bởi vì không ai mà không "thương" cái anh chàng Thi Sĩ đa tình này, một kiểu đa tình khó bề mà ai cũng làm được:

Người tôi yêu, ở lầu đen
Cây cao lá rậm ánh trăng khó vào
Trèo rào, tôi lén dán thơ
Mạch tình dẫn những đường thơ đi về
(CHGĐ)

Đạt đến cái trình độ đa tình như thế thì chỉ có Luân Hoán mà thôi, thi sĩ muốn biến mình thành những giọt nước để chỉ chảy lòng vòng theo gót hồng của người đẹp thì thật là quá quắt, và quả tuyệt vời:

Xăn quần, em thả gót hồng
Nghịch cho nước chảy lòng vòng quanh chân
Lòng tôi trong nước lần quần
Mon men tìm lỗ chân lông bám vào
(CHGĐ)

Tuyệt! Xưa nay ít có người nào làm thơ như ông, bất cứ chuyện gì trên cõi đời này qua mắt ông, qua ngòi bút của ông và qua trái TIM của ông đều trước sau cũng trở thành vật đáng yêu, đáng trân quý.

Nhưng có điều những dạo gần đây những người yêu thích thơ ông bảo với tôi rằng: Sao dạo này trong thơ của ông (tôi cũng có để ý đến chuyện này) hình như ông hay đề cập đến sớm, muộn sẽ đi về một cõi khác, nhiều khi thư từ qua lại, meo nọ meo kia ông cũng hay la cà nói đến chuyện "nấp sau nải chuối ngắm mông con gà", đọc thơ ông nhiều khi cũng quyện vào cái không khí nhuốm mùi "nhang khói" nhưng cứ mỗi lúc như thế hoặc cảm thấy như thế người ta lại thấy thơ ông hay hơn và tha thiết hơn với cuộc đời này.

Bạn nào không tin thì cứ việc mở Facebook ra mà xem không cần phải tinh ý lắm chúng ta cũng thấy Luân Hoán làm thơ ở mỗi một đề tài mà đề tài nào qua ngòi viết của ông cũng đều tinh xảo, đáng yêu. Người ta sống, ăn, ngủ, sinh hoạt, hít thở mỗi ngày, một đêm 24 giờ, Luân Hoán cũng không ngoại lệ nhưng cái khác giữa ông và mọi người ông SỐNG VÌ THƠ, cho THƠ, chính vì vậy mà ông dành 23 tiếng đồng hồ cho thơ, khi đang ăn ông cũng làm thơ, khi ngủ cũng làm thơ, chở vợ đi chợ ngồi chờ ở parking lot ông cũng làm thơ, chờ đèn xanh đèn đỏ cho xe chạy ông cũng làm thơ, những khi âu yếm vợ hiền ông cũng mần thơ, cái đề tài của thơ thì với ông không bao giờ cạn kiệt, từ củ khoai lang ăn sáng đến tô phở, tô bún, từ cái bàn, cái ghế cái gì ông cũng làm được mà lại làm hay, thật hay là đằng khác mà không dễ gì mấy ai bắt chước được như thế mới gọi là tài tình, như thế thì chỉ có THI SĨ LUÂN HOÁN làm được mà thôi.

Luân Hoán là một nhà thơ có tình cái tình nồng nàn tỏa ra từ trái tim, ông không những sống riêng cho bản thân mà cho cả muôn người, ông sống và hít thở hạnh phúc gia đình, ông ôm ấp phà những thương yêu vào cái gia đình ấy từng giây từng phút. Đây ta hãy xem khi tiễn chân đứa cháu về quê ăn tết chỉ một vài tuần, ấy thế mà lòng ông đã xốn xang lo lắng, lo từ lúc "gà chưa gáy sáng", ông đã thức giấc trong khi mọi người còn đang mơ màng, để lo đủ thứ:

Chuẩn bị khuya nay lên đường
Lần đầu bay một chặng đường rất xa
Cháu cùng mẹ về quê nhà
Ăn một cái tết đậm đà Việt Nam

Sẽ thay nội chúc bình an
Đến bà ngoại tuổi rồng vàng hồn nhiên
(6g02 AM 12-01-2020 - 14/2020 - nôn nao đêm)

Ở trong ông, nơi ấy tỏa ra một tình yêu thương tràn đầy ấm áp, ông vẽ ra một bức tranh lớn của một tấm lòng biển cả mênh mang.

Không đưa được cháu đi đến trường lòng ông phập phồng lo lắng dặn dò đủ thứ nào là:

Hôm nay không có nội
Đi phòng hờ sau lưng
Nhớ cẩn thận chân bước
Đến stop tạm dừng

Cháu đi trước ông theo sau nhưng bài học năm xưa ở quân trường thì ông vẫn còn nhớ nên luôn sẵn sàng "ứng chiến":

Bà nội không sau gót
Nhưng thường trực có ông
Không tiếp sức bằng mắt
Luôn ứng chiến tấm lòng

Còn với người vợ đã đi sát với cuộc đời ông thì sao, đây chúng ta hãy xem cái anh chàng thi sĩ này sống ra sao trong những ngày vắng NÀNG:

Qua chơi, giữ nhà giúp dâu
Cả ngày bó gối đối đầu tivi
nghĩ không ra nên làm chi
Ngó ra cửa kính người đi dưới đường
Nhà vắng phòng rộng càng buồn
Thỉnh thoảng dán mắt vách tường ưu tư

Vợ vắng nhà lòng ông cũng buồn teo như lá vàng giữa giá băng mùa lạnh, rồi ông nghĩ:

Nhiều lần em ở bên ta
Câu nói bất chợt rất là thi ca
Loại thơ không có xót xa
Nở vui từ cánh môi hoa em cười

Tiễn vợ đi (tiễn em về với mẹ/ anh nói bằng tiếng hôn/ không còn gì lâu hơn/ một trăm ngày xa cách) lòng ông cũng buồn trăm nỗi ngổn ngang nhưng miệng ông thì vẫn giục:

Đi chơi vui nhé, đi đi
Vài giờ bay đâu có gì là lâu
Hãy xem như về Việt Nam
Ăn tô mì Quảng bên đàng bụi bay

Thế thôi, giản dị là thế miệng ông thì nói vậy nhưng lòng ông thì không thế, "tiễn em về với mẹ/ anh nói bằng tiếng hôn..."
Mẹ Việt Nam đang chờ em bên ấy, hãy vui đừng vì ta mà bịn rịn, nhưng thực ra lòng ông còn bịn rịn, âu lo hơn cả người ông dặn dò "đưa nàng lòng dặc dặc buồn":

dán lên môi những tiếng cười
giống như ta kể chuyện vui ấy mà

Rồi ông không quên móc ngoéo, cò queo:

Một tuần nhung nhớ chia xa
Ta bù đầy đủ em nha, khi về...

Vợ ông chỉ đi thăm con một vài tuần, thăm nhà một đôi bữa ông cũng bồn chồn lo lắng, ông "báo cáo" những sinh hoạt hàng ngày với "NÀNG" không thiếu một thứ gì. Được làm vợ một nhà thơ, một thi sĩ như Luân Hoán theo tôi là một diễm phúc, chị Lý có thấy vậy không?

Đã có rất nhiều người hỏi thi sĩ: Làm thơ dễ hay khó? Câu trả lời thì cũng còn phải TÙY. Stefan George trong bài " Ngôn Ngữ" bảo thế này:

Để nàng Thơ thẩn chập chờn
Tìm ngôn ngữ ở chập chờn mà thôi
Tìm ngôn ngữ đứng trong tôi
Nở bung thành ánh sáng ngời trước hiên

Cái hay của thơ là tìm ở trong đó những ngôn ngữ "chập chờn" bởi vì cũng vẫn chính Stefan George thì:

Thôi còn chi nữa mà mong
Hễ không ngôn ngữ thì không có gì

Với tôi, Luân Hoán là một người sử dụng ngôn ngữ một cách tuyệt vời cũng giống như Stefan George người đã gọi những dòng chữ là: "Trong yên lặng có ngôn ngữ trở về".

Vì thế nhiều khi chúng ta tự hỏi giữa chúng ta và cái ngôn ngữ ấy nó liên hệ như thế nào với nhau, nó trong sáng hay tối tăm hay nó chỉ là những mơ mơ, màng màng. Cũng vì thế mà khi chúng ta tìm đọc một nhà thơ và rồi chúng ta yêu thích nhà thơ ấy là bởi chính cái ngôn ngữ mà anh ta, chị ấy sử dụng đã như là một thứ "bùa mê, thuốc lú" làm cho chúng ta quên mất cái có, cái không của chính mình để chỉ còn một cách nhập hồn vào với thứ ngôn ngữ mà nhà thơ sử dụng:

Những gì còn lại trong đời
Đều tưng bừng nở trong lời thi nhân (Stefan George)

Luân Hoán là một nhà thơ đã sử dụng ngôn ngữ một cách tài, cái tài tình mà không dễ gì mấy ai có thể làm được. Tôi sinh hoạt cùng ông và rất nhiều bằng hữu khác, nhưng từ đã lâu nghiệm ra rằng trên cõi đời này nếu ai đó chưa đọc thơ Luân Hoán, nếu không đọc thơ Luân Hoán người nào đó, ai đó đã đánh mất đi già nửa cái thi vị của đời sống.

Triều Hoa Đại
2021

tên thật Đỗ Xuân Nho, người Nam Định, trưởng thành tại miền Trung và Nam Việt Nam. Viết trước 1975, nhà thơ, nhà báo.

VÕ CÔNG LIÊM
LUÂN HOÁN

Tôi đọc thơ Luân Hoán từ thuở còn ở ghế nhà trường và cho tới khi vào đời. Mỗi bài thơ của anh đăng trên báo hay bạn bè chép lại tôi đều 'gậm nhấm' với những lời thơ tuyệt cú, ấp ủ nó như tình thư một đóa. Đọc thơ Luân Hoán là một nhận thức sâu sắc qua từng con chữ từ mở cho tới kết, nó song hành và quyện vào nhau như mạch thở, luân lưu trong hệ thần kinh siêu thoát không vướng đục, đượm nhiều sắc tố khác nhau đưa thơ vào một thế giới riêng biệt không ảnh hưởng một trường phái nào khác, có nghĩa rằng Luân Hoán có lập trường để dựng thơ với tư cách không vị nể mà vị tình. Thơ anh làm hầu hết theo thể lục bát có khi ngũ ngôn, thất ngôn mà trong mỗi câu thơ đan kết vào nhau rất duyên dáng nhờ có âm điệu, nhạc điệu, một thể thơ vắt dòng đúng điệu tưởng như thơ mới hơn thơ mới; cho nên chi thơ Luân Hoán dễ dàng đi vào lòng người, đặc biện ngôn ngữ thơ Luân Hoán biến mình vào âm điệu bình dân tợ như ca dao, tục ngữ hay ngụ ngôn. Ấy là điều hiếm và khó cho những người thường hay làm thơ. Từ chỗ đó mà tên tuổi anh không lạ đối với quần chúng từ trước cho tới nay. Tôi nghe nói anh làm thơ từ khi còn học ở bậc tiểu học, anh lớn dần với thời gian và trưởng thành từ thể xác đến tâm hồn. Thế nhưng anh vẫn giữ nguyên trạng của một nhà thơ chân chính, một nhà thơ 'phong vị phú' dẫu đời là 'nhãn trung phù thế' biến đổi thăng trầm, nhưng; anh một mực là kẻ sĩ không thuộc về ai mà thuộc về thi ca. Trung với thơ và hiếu với tình do đó mới có bút danh Luân Hoán là vậy. Cái hay của Luân Hoán là trầm lắng, anh không tỏ một dấu hiệu gì là thi sĩ giữa quần chúng hay bạn bè. Anh trở thành người 'Việt trầm lặng' không nói nhiều ngay cả đối thoại hay thư từ. Có thể cho nhà thơ quá hà tiện chữ nghĩa? - Luân Hoán rộng đường thơ nhưng đó là bản chất của con người khi đã mang thân phận thi nhân là biến mình trong thế thủ hơn biểu dương; đó là bản chất trung trực của người làm thơ hôm nay. Cũng có thể là 'behavior' của con người. Tôi thích tánh khí đó. Thơ Luân Hoán bình dân không cầu kỳ, không sáo mòn đọc lên tưởng như đùa cợt với con chữ; nhưng, trong sâu thẳm đó là cái nhìn nhân sinh quan cho một tổng thể của thơ và người -Of poems and man- nói thế cho cạn lời người bạn thơ của tôi. Đào sâu thơ Luân Hoán thì thấy cách hành thơ, vận thơ là một cấu trúc đặc biệt; đó là một thứ triết lý thi ca. Không ngạc nhiên! Bởi, thi sĩ phơi mở tột độ cảm thức siêu thoát trong thơ một cách đích thực.

Trước thời chiến hay hậu chiến, trong nước hay ngoài nước, Luân Hoán không đổi tư chất, không lấy chuyện xưa bàn chuyện nay. Gần như anh chấp nhận mọi thứ trên đời như một định hệ; về sau anh có thái độ ẩn dật theo tinh thần nhà nho ngày xưa? Hay anh đứng lại để nhìn, nhìn ở chính mình và nhìn ở chính người đâu là chân lý cuộc đời. Nghĩa rằng anh dựa vào phép lưỡng phân là tâm không biệt để hành xử cuộc đời. Hay trong sâu thẳm của thơ Luân Hoán là thứ: 'văn chương tàn tức nhược như ty' (ND) biết đâu đó chăng!

Năm 2013 ngồi đợi vợ đi chợ, mở máy gặp thư Luân Hoán gởi thăm. Tôi ngạc nhiên được nhà thơ tôi yêu để tâm với lời lẽ chân tình. Theo suy nghĩ có lẽ anh bắt gặp văn thơ của tôi trên các báo mà đâm ra tâm đắc đến với tôi. Tiện thể gợi ý muốn viết về Luân Hoán. Anh đáp lời và sẽ cung cấp những gì tôi cần đến; rất thật tình! Trả lời thư: 'Tất cả những gì về thơ và hình ảnh của anh tôi đã có trong trí'. Mấy ngày sau giữa tháng 10 tôi viết: 'Luân Hoán nhà thơ đương đại' bài đã được nhận đăng trên một số báo trong và ngoài nước như một cảm thông sống thực về người bạn thơ của tôi. Tình thân hữu đó kết nối cho tới bây giờ.

Võ Công Liêm

(trích từ Bạn Tốt Bạn Xấu, Một Thuở Xưa Nay)

VĨNH ĐIỆN
NHẮC LẠI THỜI PHỔ LỤC BÁT CA

Năm 1969, khi đang làm việc tại Sở hành chánh tài chánh số 2 Đà Nẵng, tôi quen với nhà thơ Lê Vĩnh Thọ, thiếu úy trưởng ban báo chí tại tiểu đoàn 10 Chiến tranh chính trị, thuộc quân lực Việt Nam Cộng Hòa, bản doanh đặt tại Đà Nẵng (gần biển Thanh Bình). Qua Lê Vĩnh Thọ tôi quen thêm nhà thơ Luân Hoán, lúc đó đang dưỡng thương tại Tổng Y viện Duy Tân.

Thời gian này ba chúng tôi (Lê Vĩnh Thọ, Luân Hoán, Vĩnh Điện) cùng nhạc sĩ Phạm Thế Mỹ có những sinh hoạt văn học nghệ thuật khá liên tục. Và mặc dù chúng tôi không thành lập hội, nhóm gì, nhưng vẫn thường xuyên gặp gỡ, trao đổi đủ mọi thứ chuyện với nhau. Riêng tôi, trong giai đoạn này, sau những nhạc phẩm được nhạc sĩ Phạm Duy và Nhạc sĩ Ngọc Chánh (Shotguns) giới thiệu ở Sài Gòn, và được giới yêu nhạc bắt đầu biết đến, qua các ca khúc:Tôi Chỉ Muốn Làm Người (Julie), Từ Việt Nam, Vết Thương Sỏi Đá, Đó Quê Hương Tôi, Hãy Ngồi Lại Gần Nhau (Elvis Phương), Hỡi Người Em Hòa Bình (Thái Thanh), Bài Ca Hòa Bình (Connie Kim), Ca Nguyện (Thanh Thúy), Xa Xôi (Lệ Thu)... tôi tập trung phổ một loạt thơ lục bát của Lê Vĩnh Thọ và Luân Hoán. Chỉ trong một thời gian ngắn 12 ca khúc được hoàn tất. Thơ Lê Vĩnh Thọ gồm: Ngày Xưa Một Lần, Ưu Phiền Trên Tay, Lời Xin, Dạ Hành,Tiễn Người, Dạ Cảm. Thơ Luân Hoán gồm các bài: Sầu Biếc, Mắt Chiều, Ngõ Trống, Lòng

Sớm Mai, Ca Buồn, Giấc Nhớ. Tác phẩm mang thơ phổ nhạc mang tên Lục Bát Ca.

Lục Bát là một thể thơ thuần túy Việt Nam. Nó gần gũi với đại đa số quần chúng bởi khởi nguồn từ ca dao. Có thể nói đa số người Việt sinh trước 1975 đều có dịp nghe mẹ, chị hoặc những thân bằng quyến thuộc, hát những câu trữ tình mộc mạc của đất nước để đưa trí óc non nớt của mình vào đời. Lục bát do đó gần như một phần gia sản có sẵn của mỗi người Việt. Phổ thơ lục bát không phải là việc làm mới mẻ. Trước đây đã có nhiều nhạc sĩ thành công trong công việc này, cụ thể như nhạc sĩ Phạm Duy, đã chắp cánh, làm sáng hơn một Ngậm Ngùi của Huy Cận. Nhịp điệu thơ lục bát đơn giản và đều đều chính là điểm khó nhất cho những người muốn phổ thơ lục bát. Tôi không liều lĩnh, nhưng với lòng mê những bài thơ thích hợp với mình, cộng thêm một chút tình thân hữu, tôi đã làm công việc này, và được bè bạn cùng một số khán giả công nhận không đến nỗi gọi là thất bại.

Thơ phổ xong, Luân Hoán lo trình bày bìa, tôi kẻ nhạc và cùng Lê Vĩnh Thọ lo in ấn.

Tập nhạc không đẹp, nhưng trang nhã, có in 3 khuôn mặt của chúng tôi ngay bìa trước. Để phổ biến tác phẩm, một buổi chiều ra mắt, với phần trình bày của chính tôi cùng với giọng ca học trò Tâm Nguyên, giọng ngâm Trần Thị Hường, được tổ chức tại thính đường trường trung học Phan Châu Trinh Đà Nẵng.

Luân Hoán là một cựu học sinh của trường này, nhưng việc được ban giám hiệu chấp thuận cho mượn chỗ tổ chức không đơn giản. Mặc dù vừa mất một bàn chân ngoài mặt trận, nhưng Luân Hoán được đặt trong thành phần những người phản chiến, bởi một số sáng tác của anh trong Viên Đạn Cho Người Yêu Dấu. Một người bạn của Luân Hoán, nhà giáo Tống Nhạn, đang mang lon thiếu úy, nhưng giữ chức phụ tá Thị Trưởng Đà Nẵng, đã tích cực vận động để buổi sinh hoạt được khai diễn.

Nội dung chương trình gồm đọc một vài bài thơ của Luân Hoán như một lời chúc mừng anh trở lại đời sống dân sự, sau khi đã lưu lại cho chiến cuộc một ít máu thịt. Tiếp theo là phần trình bày trọn vẹn 12 ca khúc, tôi đã phổ thơ.

Thính đường trường Phan Châu Trinh khá rộng, nhưng ấm áp nhờ sự hiện diện của đông đảo nam nữ học sinh. Bên cạnh họ là những khuôn mặt sinh hoạt văn học tại tỉnh nhà cùng một vài nơi khác tình cờ có mặt. Sợ nhớ thiếu sót, nên tôi không dám liệt kê các vị hiện diện trong dịp sinh hoạt đó ở đây.

Sau 1975, chuyện đã xảy ra cho chúng tôi không có gì nên nhắc, bởi đây là một tai ương chung mà chúng ta đã cùng chịu. Tôi được ra đi trong chương trình H.O. năm 1991. Đến Mỹ, trú tại thành phố Baltimore, tiểu bang Maryland. Trong số những người bạn có mặt ở Mỹ, nhà thơ Thái Tú Hạp, Luân Hoán là những người đầu tiên gọi điện chúc mừng tôi. Cũng như Luân Hoán là người đầu tiên tôi ghé đến vào buổi chiều ngày tôi ra khỏi trại tù, trên đường ngang qua Đà Nẵng trước khi về nơi sinh quán, được chỉ định là nơi quản chế trong thời gian 5 năm. Tôi đã hỏi xin chị Luân Hoán đi mua cho tôi hai ổ bánh mì kẹp thịt (chắc chị Lý đã mua chịu) để ăn sau một ngày đi đường đói lả (tôi cùng đi với một người bạn tù). Chắc vợ chồng Luân Hoán đã quên chuyện này. Sau đó, gia đình Luân Hoán qua Mỹ thăm tôi và hai năm sau tôi cũng đáp lễ, qua Montréal Canada thăm anh cũng như để biết thêm về quê hương thứ hai của bạn mình.

Cuộc sống giai đoạn đầu không khá, nhưng dần dà ổn định. Luân Hoán vẫn làm thơ, vẫn in thơ, vẫn gởi tặng bè bạn, nên tôi lại có dịp đọc thơ anh và dĩ nhiên lại đem thơ ra phổ. Phải nói rằng tại hải ngoại, tôi đã phổ thơ của nhiều thi sĩ như Hoàng Lộc, Lê Hân, Thái Tú Hạp, Du Tử Lê, Phó Ngọc Văn, Trường Đinh, Lãm Thúy, Nghiêu Minh, Dư Mỹ...

Riêng Luân Hoán tôi đã chọn và phổ những bài Chiều Chở Em Đi Học, Thu-Tình Em, Mưa Vẫn Mưa Ngày Cũ, Thức Dậy Cùng Mặt Trời, Và mới nhất là đoạn cuối cùng bài trường ca Trong Sân Trường Bữa Ấy trong tập Đưa Nhau Về Đến Đâu, mà tôi dựa theo ý thơ, đặt tên là Truy Niệm.

Dùng thơ thay lời để đứng chung với nhạc đương nhiên phải có sự đồng cảm về nội dung của bài thơ. Tôi không đề cập hoặc khen chê thơ Luân Hoán. Điều này không phải chức năng của tôi. Đọc thơ anh, thấy thích, thấy có cảm hứng là ôm đàn, và những nốt nhạc nảy ra như một chia sẻ với người bạn thơ. Ca khúc, dù phổ thơ hay thuần túy lời và nhạc của một tác giả, ngày nay được phổ biến gần như phải qua một trung tâm giới thiệu có quy mô, và đòi hỏi không ít tài chánh, do đó các ca khúc của tôi chỉ gởi đến một ít bạn bè.

Gần đây, tôi được bằng hữu tổ chức một vài buổi để ca hát, như Đêm Tình Ca Vĩnh Điện tại Hội quán Thùy Dương (quận Cam, nam Calif., tháng 6 năm 2003), Buổi Hội Ngộ Bạn Tù Kỳ Sơn, Tiên Lãnh, An Điềm (tại San Jose, bắc California, tháng 7 năm 2003), Đêm Nhạc Tác Giả Tác Phẩm (tại Orlando, Florida, tháng 6 năm 2004). Các buổi trình diễn này làm tôi tha thiết nhớ đến những lần hát cách đây vài thập kỷ trên chính quê hương Việt Nam mình, trong đó có thời của Lục Bát Ca ngày nào.

Vĩnh Điện

XUYÊN TRÀ
THI SĨ LUÂN HOÁN

Viết về một nhà thơ, nhận định về một tác phẩm, đối với tôi, thật vô cùng khó khăn, nhất là tác giả đó đã thành danh và được nhiều người nhắc đến.

Với thi sĩ Luân Hoán, không cần thiết đề cập đến phần tiểu sử, quê quán, thân phận cũng như mười tác phẩm đã xuất bản trước năm 1975 (1) và hơn mười đầu sách khác được in tại hải ngoại... Một số lượng không nhỏ, tuy không (đồ sộ) nhưng đã đủ (để đời) cho một tài hoa...

Tôi vẫn chỉ là kẻ đi sau những nhận định của các bậc tiền bối và cũng rất tiếc tôi chưa có dịp đọc hết những dòng thơ của ông trong suốt chiều dài kể từ khi ông cho in tập thơ đầu tiên năm 1964 với cái tên thật "ngộ": Về trời.

Ngoài khả năng thiên phú, làm thơ, hình như ông còn đam mê về hội họa, điều này thể hiện qua nhiều câu thơ do chính ông thổ lộ...

Có thể nói cuộc hành trình lãng mạn, đầy phiêu lưu trong chốn tình trường, ông có nhiều dịp may, nhưng cũng có khi lại thất tình trước những bóng hồng diễm lệ, chập chờn trong giấc mơ, hay ngập ngừng trước ngõ nhà mỹ nhân, ở quanh thành phố Đà Nẵng thời trai trẻ, sự kỳ ngộ bất ngờ tạo nên những cảm xúc hồn nhiên, trong trắng, thơ mộng...

Điều đáng nói, ông làm thơ rất dễ dàng, như móc trong túi ra một chai rượu nhỏ, nhâm nhi ngồi chờ nội tướng đi siêu thị, kể cả lúc đợi trước cổng chùa. Hình như những vần thơ đã nằm chờ, mai phục sẵn từ lúc nào, có dịp là tuông ra, chữ nghĩa như biết nói, bình dị, không cường điệu, không màu mè, đọc thơ ông không nhức đầu, không bị tra khảo, không bị hành hạ bởi những con chữ làm dáng, nghẹt thở...

Có khi ông sử dụng những từ ngữ chơn chất quê nhà, Quảng Nam tính, nhưng có hồn, làm rung động lòng người, chuyên chở ngọn lửa tình yêu qua nhiều lăng kính, trải nghiệm những nghiệt ngã, đau thương trước cuộc đời, trong đó thấp thoáng "nỗi buồn chiến tranh" mà thế hệ ông đã phải gánh chịu...

Tôi luôn tâm đắc những câu thơ lục bát của ông, rất đời thường nhưng tiềm ẩn cái chân lý tình người, ngất ngưởng cái hào phóng và tạo nên những tịnh khúc êm ả cho chính mình và tha nhân, khi ta đối diện với cái ta đang có cũng như cái ảo rất hữu tình trong cõi mộng...
Trở lại những thi tập của thi sĩ Luân Hoán, từ Về Trời, Trôi Sông, Chết Trong Lòng Người, Viên Đạn Cho Người Yêu Dấu... và tới bây giờ: Em Từ Lục Bát Bước Ra, đầy ắp nhân cách của một người cầm bút, ông sống (thanh bần lạc đạo) hồn nhiên, có khi hơi gàn, một chút dung tục, nhưng lại rất đa tình, phụng hiến một đời cho chữ nghĩa, cho trái tim, cho mình và cho người.

Với hơn hai mươi tác phẩm đã xuất bản từ năm 1964 cho đến năm 2007 ở hải ngoại, một số lượng không nhỏ, trong hoàn cảnh ở quê nhà trong thời kỳ bom đạn cũng như trên bước đường lưu vong ở xứ người, theo tôi đó là một nỗ lực đáng trân trọng. Có thể nói "Đường Vào Tình Sử" của ông hơi sớm, bởi những rung động đầu đời của thời mới lớn, hãy nghe ông tâm sự:

Khi gặp em độ chừng lên tám
Tôi chớm mười rất đỗi ngô nghê
Em đẹp quá bởi vì em lai Pháp
Tôi lên rừng rồi trở xuống nhà quê
...
Từ phút đó nằm thức hoài đến sáng
Tưởng tượng ra nhiều chuyện chẳng đầu đuôi

Da em ấm tôi hít hà nghẹt thở
Nghe nhiều nơi rất khác lạ trên người.
(Hàm Tiếu)

Cớ gì khi gặp người đẹp lai Pháp mà ông phải lên rừng, rồi lại xuống quê? Ông chạy trốn giai nhân hay biết mình trong "thời kỳ trổ mã" nên không muốn đối diện với chính mình trước bóng hồng rực rỡ? để rồi từng đêm thao thức nằm nghe nhiều nơi rất khác lạ trên người.

Đến khi trưởng thành, biết suy nghĩ, ông cũng tự hỏi minh, tự hoài nghi bản thân, dường như có một cái gì trục trặc, bất thường khi vô tình đi ngang và thấy:

Em nằm phơi rốn với chân
Chiều đờ đẫn, trải một sân nắng vàng
Đúng vào lúc tôi đi ngang
Hai con mắt níu hai bàn chân đi
Đố em tôi đã nghĩ gì
Hình như trục trặc cái chi trong lòng
Nắng trời ai bẻ cong cong...
(Đi Ngang)

Khi yêu hình ảnh nào cũng đẹp, không gian nào cũng hòa nhập vào trái tim vào hoàn cảnh khi bất chợt gặp một chiếc áo bà ba giữa dòng sông nước:

Chèo xuồng đi hái trái bần
Gặp em trố mắt tần ngần ngó ra
Nắng vàng rớt áo bà ba
Cho nên sông nước nở hoa giữa dòng.
(Yêu)

Hoặc:

Nắng hồng ngấp nghé hành lang
Gót thơm Đỗ Thị Kiều Trang qua đường.

Rất trữ tình và rất thơ mộng...

Trên dòng sinh mệnh, đâu phải lúc nào cũng êm ả, lúc nắng lúc mưa, chiều chuộng người yêu thuở mới nhân tình, có khi thách thức cả với ông trời, ta hãy nghe một bài thơ bảy chữ của Luân Hoán:

Mới nắng tức thì lại đổ mưa
Làm tàng như thế có ai ưa

Để ta lên thế thằng cha đó
Mà chữa giùm em bệnh đổ thừa...
(Một Thuở Có Nhân Tình)

Cái hữu hạn, cái vô thường, cái đã đến, cái đã đi, như một định luật khắc nghiệt của tạo hóa, đối với thi sĩ Luân Hoán nhiều khi còn là một khích lệ, không u sầu, trách móc. Khổ thơ lục bát trong bài Thất Tình Thơ là một ví dụ cho những ai cùng cảnh ngộ:

Yêu em là chuyện tình cờ
Mất em thêm một tình cờ thứ hai
Cả ngày ngồi nhậu lai rai
Thấy ta xứng đáng được hai tình cờ.

Trôi chảy mãi giữa dòng tình, khi đất nước chìm đắm trong khói lửa chiến tranh, ông cũng đã một thời khoác áo nhà binh và để lại chiến trường một bàn chân có đôi khi hận thời thế trong cuộc chiến tương tàn:

Một con gà trống đỏ
Một con gà trống đen
Cùng nhìn về phương đó
Khát vọng và bản năng
Cả hai cùng hăm hở
Đá nhau không nói năng...
(Chiến Tranh)

Cuối cùng cuộc chơi nào cũng tới hồi kết thúc, nhưng hậu quả sẽ mãi còn dai dẳng, vết thương đến bao giờ mới khép miệng? Thân phận thi nhân trước ngày ly hương vẫn an nhiên tự tại ngồi thiền trước sở Công An, và tự nguyện từ bỏ tất cả chỉ mang theo màu da của dân tộc. Ta hãy nghe bài Đường Trường trong thi tập Mời Em Lên Ngựa:

Đã mất tiêu rồi những dối gian
Ngồi thiền ngay trước Sở Công An
Cam đoan rời nước vô điều kiện
Và chỉ mang theo lớp da vàng...

Nhà thơ Luân Hoán định cư tại Canada cùng gia đình, mang theo nhiều lớp da vàng hậu duệ, mang theo cả những mối tình lãng mạn nhưng trước sau vẫn thủy chung với người vợ hiền tên Lý, vẫn trọn vẹn trước, sau và bát ngát như những vần thơ cho người tình trăm năm:

Em vẫn là thơ của những thơ
Ngày xưa ta viết đến bây giờ
Cho dù bay bướm đôi ba bận
Tình vẫn về em hóa kiếp thơ.
(Cho Lý Ngày 61)

Khó mà cô đọng tất cả đời thơ của một thi nhân trong một bài ngẫu hứng trên vài trang giấy với trên hai mươi tác phẩm vừa thơ và văn, xin ông Luân Hoán bỏ lỗi cho nhiều thiếu sót, vụng về của tôi. Tuổi đời đã xế, một ngày nào đó, chắc tôi xin phép cùng đứng bên ông để Cúi Mặt Chào Đà Nẵng như ông từng than thở:

Người ơi, người ơi, người ơi
Ta còn hay mất bên trời lưu vong...

Chào Đà Nẵng, Về Đà Nẵng hay Vĩnh Biệt Đà Nẵng? Thưa ông...?!

Xuyên Trà
Georgia, USA, ngày 14 tháng 5 năm 2021

THANH VÂN
MỘT GÓC THƠ TÌNH

Trong kho tàng Văn Học Nghệ Thuật của nhân loại, đề tài tình yêu bao giờ cũng chiếm một vị thế đáng kể. Ở đây chúng ta chỉ đề cập đến lãnh vực thi ca. Không biết tình yêu đã hiện hữu trên quả địa cầu này từ bao nhiêu tỷ năm? Có cùng thời điểm với sự hiện hữu đầu tiên của đôi tình nhân thời tiền sử? Hay từ khi có tiếng chim hót trong rừng và khi loài hoa nguyên khai trên những bờ đá mộng mơ? Bản sắc thi ca tình yêu Việt Nam không biết có phải xuất hiện từ những câu ca dao thần tiên trong tâm hồn dân tộc từ hơn bốn ngàn năm dựng nước và giữ nước? Ở Trung Hoa, phát hiện thơ tình nhiều nhất trong đời Đường, được ngợi ca như thời đại hoàng kim của nền thi ca Trung Quốc, đã có hơn một ngàn hai trăm năm. Cho đến bây giờ ảnh hưởng của những bài thơ tình trong cõi Đường thi đó vẫn còn truyền đạt những ấn tượng tuyệt vời sâu sắc. Ở cuối thế kỷ 19, những trào lưu thi ca lãng mạn diễm tình của Pháp cũng chiếm một ưu thế đáng kể trong giới sinh hoạt văn học Tây Phương và lan rộng đến khắp thế giới, dĩ nhiên trong đó các nhà thơ Việt Nam tiền chiến chịu ảnh hưởng nhiều nhất. Những khuynh hướng sáng tạo chuyên chở đề tài tình yêu, đa số đều hy vọng vượt qua không gian và thời gian. Dĩ nhiên điều kiện tác phẩm thực sự phải tồn tại trong niềm yêu thích của quần chúng. Chính mỗi tác phẩm định đoạt số phận của nó. Một học giả Tây Phương đã nhận định: *một tác giả cũng như một tác phẩm, có số phận của nó.* Trong văn học sử Việt Nam đã ghi nhận có đến hàng ngàn nhà thơ, nhưng mấy ai đã vượt qua thử thách của thời gian và lịch sử.

Tình yêu, mỗi ngày mỗi hiện hữu chung quanh đời sống chúng ta, cần thiết như hơi thở, như nhịp đập của trái tim loài người. Vì lý do đó, đề tài đề cập đến tình yêu bao giờ cũng được ưu ái nhắc nhở đến trong mọi thế hệ. Những tên tuổi lừng lẫy trên thi đàn văn học nước nhà cho đến nay gần nửa thế kỷ, vẫn còn được nhắc nhở đến như Đinh

Hùng, Hàn Mặc Tử, Xuân Diệu, Vũ Hoàng Chương, Hồ Dzếnh, Thâm Tâm, TTKH, Lưu Trọng Lư... Trong thời gian trước 75, ở quê nhà như Nguyên Sa, Du Tử Lê, Nhất Tuấn, Luân Hoán, Hà Huyền Chi, Viên Linh, Nguyễn Tất Nhiên, Tô Thùy Yên, Cao Mỵ Nhân, Vũ Hữu Định... và bây giờ ở hải ngoại, đa số các nhà thơ tỵ nạn đều quy về bản sắc thơ tình. Tình yêu không phải chỉ đơn thuần giữa đôi trai gái, mà tình yêu tỏa rộng đến quê hương, đến tha nhân với tâm lượng từ ái, bao dung biển trời. Tình yêu nối kết từ tiểu ngã, đến đại ngã để tan thành mây thành nước, thành vũ trụ ngân hà lấp lánh yêu thương. Trong những nhà thơ chung thủy với thơ tình khi còn rong chơi trên quê hương nồng thắm, cũng như bây giờ tự tại với kiếp sống nhân sinh nơi hải ngoại, trước sau như một, đó là Du Tử Lê và Luân Hoán. Một nhà thơ đang định cư tại California, Hoa Kỳ và một nhà thơ đang cư ngụ tại Montréal, Canada. Đề cập đến Luân Hoán là nhắc đến một thời họp mặt của những người làm thơ Quảng Đà gồm những Hà Nguyên Thạch, Đynh Hoàng Sa, Vương Thanh, Vũ Hữu Định, Khắc Minh, Lê Đình Phạm Phú, Thành Tôn, Hoàng Quy, Hoàng Lộc, Huy Giang, Hà Nguyên Dũng, Trần Dạ Lữ, Đynh Trầm Ca, Phương Tấn, Nguyễn Nho Nhượn, Nguyễn Kim Phượng, Lê Vĩnh Thọ, Triều Hoa Đại, Chu Tân, Hạ Quốc Huy, Nguyễn Nho Sa Mạc, Hạ Đình Thao... đã từng xuất hiện trên Bách Khoa, Văn Học, Văn, Nghệ Thuật... xuất bản tại Saigon. Riêng với Luân Hoán trước năm 1975, ông đã trình diện với đời, với bằng hữu có hơn hàng chục thi phẩm như Về Trời (Văn Học 1964), Trôi Sông (Văn Học 1966), Chết Trong Lòng Người (Ngưỡng Cửa 1967), Viên Đạn Cho Người Yêu Dấu (Thơ 1969), Hòa Bình Ơi, Hãy Đến (thơ 1970 cùng Lê Vĩnh Thọ, Phạm Thế Mỹ), Nén Hương Cho Bàn Chân Trái (Thơ 1970, với nhiều người viết), Thơ Tình (1970), Ca Dao Tình Yêu (Thơ 1970, với Khắc Minh), Lục Bát Ca (Thơ 1970, cùng với Lê Vĩnh Thọ - Vĩnh Điện), Rượu Hồng Đã Rót (Thơ 1974)... Khi định cư đến Montréal Canada, Luân Hoán vẫn tiếp tục làm thơ và xuất bản các thi phẩm mới nhất của ông ở hải ngoại như Hơi Thở Việt Nam (Sông Thu 1986), Ngơ Ngác Cõi Người (Nhân Văn 1989), Đưa Nhau Về Đến Đâu (Nhân Văn 1989), Cảm Ơn Đất Đá Trổ Thơ (Kinh Đô 1991), Mời Em Lên Ngựa (Sông Thu 1994), Nuôi Thơm Chùm Kỷ Niệm Xanh (Thơ 1995), Cỏ Hoa Gối Đầu (Sóng Văn 1997), Tác Giả Việt Nam (sưu tập, Nhân Ảnh xuất bản năm 2006), Dựa Hơi Bạn Bè (Nhân Ảnh xuất bản năm 2006). Chúng tôi đã có diễm phúc đọc hết gần hai mươi thi phẩm của Luân Hoán, đã cùng chia sẻ buồn vui với thi sĩ hơn bốn mươi năm qua ở quê nhà Quảng Nam - Đà Nẵng. Luân Hoán sáng tác đều đặn hăng say, phong phú như người ghiền thuốc phiện lâu năm, thơ đã ở trong máu, trong tim, trong nhịp thở hàng ngày của ông. Qua mười bảy thi phẩm của Luân Hoán vừa đan cử cho thấy tâm hồn ông mênh mông, ông viết về mọi đề tài quê hương đất nước, bằng hữu đệ huynh từ ngoài đời đến trong cuộc sống quân ngũ, nhưng có lẽ ông thành công và ưng ý nhất vẫn là cõi thơ đầy ắp tình yêu. Thực sự ông là một người hạnh phúc nhất thế gian, thơ ở chung quanh ông trong đời sống. Buổi sáng súc miệng bằng thơ, buổi trưa ăn uống, rong chơi, đọc sách với thơ và buổi tối ngủ cùng thơ suốt cả một đời. Không biết có phải ẩn ý sâu xa, ông muốn mượn ý nói thơ mà chính là ông muốn nói đến ý trung nhân đã sống thủy chung mặn nồng với ông suốt những chặng đời gian khổ buồn vui, chia sẻ ngọt bùi, thăng trầm với định mệnh.

... Lãnh thổ thơ tôi, một cõi Em
Hàng trăm chánh thất, chỉ một tên
Và không cung nữ, không hoàng hậu
Lộng lẫy trong cùng một dáng Em

Em nhận ra chưa hương sắc thơm
Từng trang em đọc, chữ trong lòng
Đừng kinh ngạc nhé, nàng thơ ấy
Đang ngắm mình trong ngôn ngữ hồng

Em thoáng hổ ngươi một chút. Vâng
Lòng em. Ông ấy dám phơi trần
Trái tim. Kỳ quá. Em không biết
Tay chống cằm nghe mộng bâng khuâng

Em thoáng bực mình một chút. Vâng
Ta chăng? Miệng lưỡi kẻ ba lăm
Soi gương. Soi lại. Ai vô nữa?
Mày nhíu không che nổi má hồng

Em thoáng dửng dưng một chút. Vâng
Ai thì ai. Mặc. Gã cù lần
Mà sao giống quá. Hay là chính...
Thơ cứ y như lòng lâng lâng

Thưa đúng là Em đó chớ ai
Những môi những mắt những vành tai
Những lời chưa nói, hơi chưa thở
Vinh hiển cùng tôi, thơ, sánh vai

Thưa đúng là Em, một cõi Em
Giai nhân thiên hạ chỉ một tên
Trái tim lãng mạn không hề cũ
Và nặng bằng cân sợi thơ tình

Em của tôi, không chỉ một người
Mà là tất cả các giai nhân
Trái tim đủ chứa tôi cư ngụ
Sống một đời thơ. Một cõi tâm.
(Mời Em Lên Ngựa)

Cho đến bây giờ ông đã vượt qua khá lâu tuổi tri thiên mệnh nhưng ông vẫn cảm thấy như còn thanh xuân:

Ngoảnh lại, một đời bát ngát thơ
Đời ta lộng lẫy quá, không ngờ
Cảm ơn thiên địa cho ta thở
Cảm tạ giai nhân dạy ước mơ

Ta đã yêu em đến thế à?
Lòng ta, em còn hiểu hơn ta
Lâu nay cứ tưởng mình vay mượn
Một chút tình em để thở ra

Chợt hiểu rằng: Em quý hơn thơ
Chợt hay ta sống đến bây giờ
Chẳng qua là để làm thi sĩ
Trau chuốt em thành những áng thơ

Tội lỗi này đây sám hối chăng?
Bao nhiêu kinh kệ hẳn không bằng
Thả rơi thân xác vào cát bụi
Trằn trọc làm chi nữa ánh trăng!

Ta đã về sai chỗ ta đi?
Hồn đâu linh hiển mà em quỳ
Câu thơ tuyệt mệnh không đành viết
Em vuốt mắt giùm, có những chi? (Mời Em Lên Ngựa)

Qua đến Cỏ Hoa Gối Đầu, người chủ trương tạp san Sóng Văn đã nhiệt tình tiếp tay thực hiện cũng tỏ bày chân tình *"Cỏ Hoa Gối Đầu hầu hết là những bài thơ tình với bóng dáng của tình thường. Đó là nỗi mê đời. Đó là ở trong đời. Là chứng nghiệm thực tại. Thực tại chính là tim rung và máu chuyển, là nhựa trong cây, là tình trên lá, nhà thơ cần gì phải chống gậy thiền tăng tìm lật nghiêng sông núi?"*. Thơ của thời điểm ông đang ngồi ngất ngưởng ở cửa tri thiên mệnh, nên thơ đã nhuốm vẻ thong dong mây trời, coi thường lẽ tử sinh của tạo hóa.

Vẽ tâm vẽ dạng vẽ đời
Từ sinh đến diệt treo chơi mấy ngày?
(Chân Tướng)

Thiên đàng một cõi em riêng
Thành tâm đắc đạo ưu tiên tôi thờ
Động vàng tiềm ẩn mạch thơ
Ngấm vào thân thể tôi chờ khai hoa

Em còn cõi niết bàn riêng
Mình tôi tốt phước được quyền nhởn nhơ
Ra vào kính cẩn làm thơ
Sống vương giả bởi biết thờ phụng em

Ông đã vượt ra ngoài cái tâm thức Bát Nhã, tiếng vọng lại bên kia trời Tử Sinh chỉ là cõi tâm động của tình yêu. Một thi sĩ Tây Phương nào đó đã tận tình thi hóa mối tình thơ mộng của ông với người yêu Paris tóc vàng mắt biếc... *Anh sẽ khắc lên bia đá "Nơi nào em đến, nơi ấy là Thiên Đường"*.

Cổ sáp ong vẫn thường đeo thánh giá
Tôi nhủ thầm: em ngoan đạo, từ tâm
Muốn với tới ngôi trời, tôi xem lễ
Chúa của tôi là em ở trong lòng...

Thiên Đàng hay Niết Bàn cũng chỉ ở nơi người tình thủy chung. Ông quả là một tín đồ ngoan đạo tình yêu, mà tình yêu trân quý cao đẹp nhất chỉ có một người thôi đi bên cạnh ông đến suốt đời. Trong Cỏ Hoa Gối Đầu, ông xem như tặng phẩm ngọt ngào dành tặng cho người yêu, một vài ý tưởng thầm kín thơ mộng và bộc trực chân tình, ông quả can đảm và tế nhị hơn những nhà thơ nổi tiếng cùng thời với ông. Ông rất thực thà hồn nhiên với chính ông, nên lời thơ giản dị, hài hòa, chất phác, gây cho đối tượng cảm kích một cách thoải mái vì giá trị tự ái được nâng cao như một hoàng hậu không ngai. Đôi khi ông không quan tâm chải chuốt ngôn từ. Yêu là nói yêu cái đã. Tỏ tình thẳng thắn, nhanh như ánh sáng, và con đường tình sử chỉ có từ đường thẳng duy nhất và gần nhất trong không gian một chiều. Tuy nhiên, trong thế giới thơ ông, phán xét, thẩm định toàn Tình Yêu suông sẻ thì hơi quá hồ đồ, nông cạn, chẳng khác chúng ta mới nhìn cảnh bao quát đầy sắc màu rực rỡ của ngàn hoa, mà không hiểu những tư duy của đá, những thâm trầm của cổ thụ, những vô thường hư huyễn của khói sương suối nguồn?! Thỉnh thoảng trong thơ ông cũng phảng phất hương vị cay đắng, ẩn ức những tiếng thở dài ngao ngán thế sự trầm luân, của tâm trạng u sầu, ngơ ngác trong những thành phố lạ tha phương.

... Bưng mặt ngó mông, trời bão tuyết
Khí lạnh như tuồng giảm bớt đi
Bài thơ viết dở nằm dưới gối
Lòng rỗng, đầu không một ý gì

Mệt mỏi đang luồn quanh xương thịt
Nằm im nghe ngóng bước thời gian
Vô phương chống đỡ tàn phai phủ
Từng tế bào treo trắng cờ hàng

Mười năm đủ để thay toàn bộ
Một giấc mơ thơm, một cái nhìn
Ra đi đâu nghĩ câu cầu thực
Sao rụng rơi dần những niềm tin

Lấy kim trích máu tìm hương vị
Của Hùng Vương, Lê Lợi, Quang Trung
Thừa tự bao đời nguồn nghĩa khí
Để buồn trói đến phút lâm chung?

Ngó quanh trống vắng người tâm huyết
Soi lại mình trơ nỗi chán chường
Già hơn chúng bạn cùng con giáp
Quên phứt từ lâu một vết thương

Chẳng lẽ chưa quen đời lưu lạc
Sống ở nhà thuê, chết hỏa thiêu

Sớm tối đi về cây đất lạ
Cách biệt không hàn băng mến yêu

Ứa bao nước mắt lần tuyên thệ
Khoác thêm một quốc tịch lên người
Thi hành nghĩa vụ công dân mới
Môi mỗi ngày quên một nét cười

Từng tiếp mồ hôi cho nhịp sống
Thay nghề đổi nghiệp đã bao phen
Trăm nghề một nghĩa chung lao động
Sao nhói lòng theo nỗi nhọc nhằn

Xưa kia chưa ngả tay đầu chợ
Chừ gắng đệ đơn để xin ăn
Cũng may chưa hội đủ điều kiện
Bị bác đơn, lòng nhẹ băn khoăn

Mười năm đủ để thay toàn bộ
Một giấc mơ thơm, một cái nhìn
Cũng may chưa thể mòn hao nổi
Trái tim rực rỡ quý yêu em

Mười năm dài thật mà mau thật
Tưởng chừng như mới cách qua đêm
Đoạn đời trước mặt ta còn đủ
Giữ vững cho mình một trái tim?

Giữa cõi sống mà mỗi ngày, chúng ta thường trực đối diện với thực tế phũ phàng, chạy đuổi theo miếng cơm manh áo, thử hỏi đâu còn chút thì giờ để lắng nghe chính tâm thức mình vọng động những yêu thương khắc khoải? Giữ được tâm hồn thanh tịnh, an nhiên tự tại với thơ, cho thơ, tất cả trọn vẹn vì thơ như Luân Hoán không phải nhà thơ nào cũng thực hiện được. Quả thật ông đã ngộ. Thơ được tôn sùng như một đạo giáo của Tình Yêu. Là một cõi Thiên Đàng hay Niết Bàn nơi trần thế tuyệt vời. Cám ơn thi sĩ Luân Hoán đã tạo cho chúng ta cảm giác không biên giới giữa thực và mộng trong cảnh sống chói chang xô bồ, lạnh giá, cô đơn.

Thanh Vân

THIÊN NGUYÊN

THƠ LUÂN HOÁN, MỘT CHÚT TẢN MẠN

Một ngày buồn giữa lúc đại dịch Covid lan tràn khắp nơi, tin ca sĩ Phi Nhung là một trong hàng ngàn người chia tay cõi tạm khiến nhiều người nghẹn ngào. Đâu đâu cũng vang lên tiếng hát của cô. Mọi người nghe cô hát như một sự tưởng niệm.

Riêng tôi, từ trước đến nay gần như tôi không nghe dòng nhạc Phi Nhung hay trình diễn. Tôi nhớ và chú ý nhiều hơn đến cô ca sĩ xinh đẹp này chủ yếu là những việc làm thiện nguyện cô ấy đã góp cho Vườn Hoa Từ Tâm của cuộc đời này thêm sắc, thêm hương. Ngày Phi Nhung mất và nhiều ngày sau đó nữa, hàng xóm nhà tôi mở tới mở lui một nhạc phẩm mà tôi cũng lẩm bẩm hát theo. Đến lúc đó, tôi mới biết bài "Phải Lòng Con Gái Bến Tre" do Nhạc Sĩ Phan Tấn Ni phổ thơ của Thi Sĩ Luân Hoán. Từ "phát hiện" này, tôi mon men tìm và nghe hẳn một list các bản nhạc phổ từ thơ của anh trên

https://www.saigonocean3.com.

Tôi đọc thơ của Thi Sĩ Luân Hoán từ khá lâu, có nhiều bài tôi rất thích vì nét hóm hỉnh, hồn nhiên, duyên duyên. Kể từ khi biết các bài hát trên, tôi đến với thế giới thơ của Thi Sĩ Luân Hoán thường xuyên hơn trước. Sự thường xuyên hơi muộn màng, tôi biết vậy.

Tuy nhiên, sự muộn màng vẫn không khiến tôi phải vội vã. Cứ từng bước, thật rón rén tôi bước vào rừng Thơ của ông bạt ngàn hương sắc. Với một người không biết làm thơ nhưng rất mê đọc thơ như tôi, sự rón rén thận trọng đó hoàn toàn có lý do rất thuyết phục: vì Thi Sĩ Luân Hoán là người nổi tiếng.

Tôi đã vô cùng thích thú theo bước chân Thi Sĩ đi ngược thời gian, qua từng "ngõ mỹ nhân" với tâm thế mỗi nơi một khác. Từ *"rập rình, thấp thỏm ...* tới *"lò dò, mon men..."*, rồi bắt đầu "*bâng khuâng, lờ khờ..."* Cuối cùng, hùng dũng hơn, chàng cất tiếng "*Chào em, ...*"

Bao nhiêu giai nhân đã trở thành nàng Thơ của Thi Sĩ, cũng như mọi người, tôi không thể đếm được.

...
Thanh Thảo, Kiều Phúc, Kim Anh, Bích Đào
Phương Lan, Mộng Thúy, Lạc Giao
Bích Hường, Phước Khánh, Hồng Đào, Thái Thu
Huỳnh Thi, Phước Hạnh, Quỳnh Cư
Duyệt lai, Châu Yến Loan, Từ Thoại Chi....
mê tên người để làm gì?
Thu Liên vẫn lạ, Hồ Hồng vẫn xa
hóa ra là để ba hoa
có chăng chữ nghĩa đậm đà sắc hương...

Chỉ biết rằng mỗi "ngõ mỹ nhân" ông dừng lại dù theo cách nào, những chiếc áo thơ đẹp lung linh đã được dệt và để lại cho đời, để lại cho người đọc sự ngây ngất, say say ....

Và "ngõ mỹ nhân" ông chọn dừng chân cuối cùng, nàng Thơ ấy mãi mãi dịu dàng, vĩnh hằng cả trong thơ và trong đời thực

em vẫn là thơ của những thơ
ngày xưa ta viết đến bây giờ
cho dù bay bướm đôi ba bận
tình vẫn về em hóa kiếp thơ
(Cho Lý Ngày 61)

lãnh thổ thơ tôi, một cõi Em
hàng trăm chánh thất, chỉ một tên

và không cung nữ, không hoàng hậu
lộng lẫy trong cùng một dáng Em
(Mời Em Lên Ngựa)

Tôi cũng chăm chỉ đọc những bài các Thi hữu viết về Thi Sĩ Luân Hoán và thơ của anh. Mỗi người đứng ở mỗi góc khác nhau nhìn về thơ Luân Hoán, thấu cảm thơ Luân Hoán nên nét đẹp của thơ anh được khai thác đa dạng vô cùng.

*

Rồi một chiều, thật tình cờ tôi được đọc một bài thơ nho nhỏ của anh. Bài thơ không có bóng giai nhân, không cỏ hoa gối đầu nhưng cứ dâng lên trong tôi với những cảm xúc thật lạ. Có lẽ do tôi giữ ấn tượng về Thi Sĩ từng là một người lính chăng, mà chỉ một "Chiều Trên Sườn Đồi" với tất cả sự hoang hoải, mịt mù đã khiến cảm xúc của tôi đẩy lên hết mọi cung bậc của nó.

Bài thơ có 5 khổ, đều bắt đầu từ câu "*ngày trần truồng trên sườn đồi*".

Phải chăng đây chính là sự trần truồng của chiến tranh (?) Cuộc chiến tranh mà khi tôi lớn lên đã không còn nhìn thấy nhưng dư âm của nó thì vẫn còn vang vọng suốt nhiều năm qua; để lại nhiều nỗi đau, nhiều vết thương mãi chưa chịu lành.

"Ngày trần truồng" vẫn vang lên đâu đó những âm thanh nhỏ nhất, dịu dàng nhất và cũng chát chúa nhất.

Trong khoảnh khắc im lặng giữa cuộc chiến, tay ôm súng nhưng tai người lính trẻ vẫn nghe được tiếng chim đầu ngọn lá, nghe được tiếng hát của cỏ cây trong gió, cả tiếng gõ trên báng súng theo nhịp bài hát nào đó bất chợt vang thầm trong đầu. Anh vẫn nhìn thấy con suối ngoan hiền vuốt ve ghềnh đá và tự thưởng cho mình một ngụm nước trong veo, trong như giọt nước mắt người yêu ngày tiễn anh ra trận.

Lãng mạn lắm chứ! Sự lãng mạn này, theo tôi, không đơn giản chỉ vì trước khi là người lính, anh Luân Hoán đã là Thi Sĩ.

Rồi chút lãng mạn ấy cũng qua nhanh, khi cuộc giao tranh đã diễn ra và phải kết thúc. Nắng miền Trung hay nắng cao nguyên cũng vậy thôi, chói chang, bỏng rát. Tôi tưởng tượng những mặt người nhấp nhô, những mũi súng di động và cuộc chiến một mất một còn. Đau quá, đều là con Lạc cháu Hồng máu đỏ da vàng!

Tôi đã quặn thắt khi anh – người lính ấy đã thay ngụm nước suối mát lành bằng những giọt mồ hôi đang chảy ngang môi mặn đắng. Ngón tay trên cò súng run run… Không, không phải anh run sợ và đó chính là sự xúc động mạnh khi chứng kiến chiến hữu mình ngã xuống và rất có thể mình là người tiếp theo.

Sự sống và cái chết biên giới mong manh. Trong khoảng mong manh đó, con suối ngoan hiền chảy bên sườn đồi, chiều nắng vàng vuốt ve, khuyên nhủ:

con suối vuốt ve ghềnh đá
con suối khuyên nhủ lòng tôi
thản nhiên mày
thản nhiên mày, đừng nghĩ

…
chiều nắng vuốt ve ngực áo giáp
chiều nắng khuyên nhủ lòng tôi
thản nhiên mày,
thản nhiên mày, đừng nghĩ

Cả khi ngón tay trên cò súng run run, anh cũng tự trấn an mình như thế.

Khi cận kề cái chết, anh cũng tự trấn an mình như thế.

tiếng buồn đầy tiếng nổ
tôi chợt hiểu lòng tôi
con chim lìa cõi phúc
đường bay mù mù khơi
thản nhiên mày,
thản nhiên mày, đừng nghĩ

Tôi gọi đó là sự Thanh Thản.

May mắn thay, người lính trong bài thơ đã trở về, dù trở về trên đôi nạng gỗ… Vút lên, trong tôi những câu hát quen thuộc của bài "Kỷ

Vật Cho Em" của Nhạc Sĩ Phạm Duy nhưng cái kết ở đây đẹp hơn rất nhiều. Tôi nhẹ nhõm.

"Chiều Trên Sườn Đồi", một bài thơ ngắn của Thi sĩ Luân Hoán, đã đủ phơi hết những gì thực nhất, xót xa, đớn đau nhất mà một người lính đã trải qua.

Một lần nữa *"tiếng buồn đầy tiếng nổ"* đã ám ảnh tôi thật sự.

Tôi nhớ Hoàng Bình Dung, bạn học suốt thời hoa niên. Sau đó, tôi vào Sư Phạm để thực hiện ước mơ làm cô giáo, còn Dung đi lính qua Campuchia và hy sinh tại đó vào một chiều cuối đông lành lạnh. Mìn nổ, thân thể bạn tôi không còn nguyên vẹn. Ngày trở về của Dung là hình hài thu gọn trong chiếc tiểu sành nho nhỏ. Hôm làm lễ truy điệu, tôi và các bạn cùng lớp khóc nhiều, nhiều lắm.

Bạn tôi đã không trở về. Bạn ấy có lẽ cũng chưa kịp nắm tay ai và trao nụ hôn gợi một ban mai trong suốt.
Và tôi nghĩ đến những người từng là lính và là Thi Sĩ.

Sự Thanh Thản hôm nay tôi cảm nhận từ bài thơ anh cũng là một Giá Trị, Giá Trị rất riêng.

Thiên Nguyên

Tên thật Nguyễn Thiên Nga, Sinh năm 1965 tại Đà Lạt, Giáo chức, hiện ở Việt Nam.

LÊ MAI LĨNH

LUÂN HOÁN NHÀ THƠ

Thoạt đầu, tôi định gọi ông là nhà thơ lớn. Nhưng lại nghĩ, lớn là lớn cỡ nào. Nên tôi lại thôi. Thứ đến, tôi định gọi ông là thi hào, thi bá. Nhưng tôi biết, điều này ông không muốn. Biết người ta không muốn, mà mình cứ gọi, là mình không phải phép, thất lễ.

Khi tôi đang lúc phóng bút, cũng là lúc ngồi bên cửa sổ nhìn ra rừng thu trước nhà. Mùa thu, hình như đang độ dậy thì. Lá vàng, chưa vàng lắm. Lá đỏ, chưa độ chín tới. Và lá tím, lá hồng đang e ấp, thẹn thùng.

Mùa thu đông bắc, muôn màu, không khác gì thơ của người viết nhiều như Luân Hoán, cũng muôn màu muôn sắc. Tôi, đã có lần luận đàm với nhà văn Lâm Chương, và chúng tôi đi đến kết luận, chỉ một mình LH, không ai khác, làm thơ dễ dàng và bao trọn gói mọi đề tài của cuộc đời.

Điều gì, với LH cũng ra thơ, thành thơ. Người sống, anh có thơ. Người chết, anh có thơ. Em bé mới sinh, anh có thơ. Cụ già mới quy tiên, anh có thơ. Anh làm thơ, như anh thở, như hơi thở...

Anh làm thơ 24 giờ mỗi ngày, bảy ngày một tuần và 30 ngày của tháng, 12 tháng của năm. Nói xa ra, là 100 năm.

Nay, tôi biết thêm, anh có một ngón nghề khác là VIẾT TIỂU SỬ BẰNG THƠ.

Một bài lục bát dài 107 câu, viết, cho và về, một nhan sắc O Huế… Người được hân hạnh này, là phu nhân của nhà văn Hồ Đình Nghiêm.

Bài thơ có tựa đề

RẤT CHÂU NGỌC BÍCH CỦA HỒ
TỊNH TÂM THÀNH NỘI MỌC VÔ SÔNG HÀN

"Đố bạn O này Việt/ Hoa
hỏi là đã đáp - dễ mà, rõ ra"
O là "con của người ta"
Hay gọi người "lạ", chẳng qua quá gần.

O là một đại mỹ nhân
Của ông họa sĩ văn gần hơn tranh
Đệ nhất thiên hạ hiền lành
Đệ nhị thiên hạ loanh quanh ở nhà.

Gần đây bứt phá đi xa
Châu Âu ghé lắm quốc gia chụp hình
(cái thú này hơi giống mình
Là tôi, lão viết linh tinh mỗi ngày)
…

O từ núi Ngự sông Hương
Lén ra biển bãi đại dương trôi liều
Hơn người, rủi ít may nhiều
Tấp vào đại quốc thương yêu rộng lòng

Trải qua vài tỉnh mênh mông
Đến Québec ngỡ xứ thông quê nhà
Lên đồi xuống đồi tà tà
Sợ lạnh Đà Lạt chuyển qua quê tình.

Montréal vốn dĩ rất xinh
Thêm O đến nữa chuyển mình đẹp hơn
Việt, Tàu, Anh, Pháp giọng trơn
Y như chim hót véo von quanh đời
Đi học, đi làm, đi chơi

Không quên mang những nụ cười đi theo
Con nhà giàu sống như nghèo
Khiêm nhường mọi thứ trong veo tâm hồn

Nhớ xưa O sống trong lòng
Đại gia xứ núi cùng sông kinh thành
Là cố đô nước trong lành
Đông Ba, Gia Hội, nội thành cỏ hoa.

O gần như không biết già
Hơn 20 tuổi rề rà đứng luôn
Bí quyết? Nhờ không biết buồn
Hoặc là không dám nhớ thương chuyện gì..."

Sau đây là bài lục bát tiểu sử của nhà văn Tiểu Nguyệt, dài 52 câu:

ĐẦU NGÀY BẤT KỂ NẮNG MƯA
THƠM LỜI CHÚC ĐẸP VUI ĐƯA BƯỚC ĐỜI

"Mỗi sáng ấm áp một câu
Thân chúc bạn hữu trong lâu đài chùa
(Facebook mở cửa bốn mùa
Liên-tu-bất-tận-búa-xua chuyện đời).

Chị chào các bạn cùng chơi
Mừng giàu hạnh phúc yêu đời thường xuyên
(lời chị gọn nhẹ, tự nhiên
Tôi lụy âm vận huyên thuyên thành lời)

Cảm ơn xin lỗi chị tôi
Người chị thua kém tuổi đời tôi xa
Còn đang ổn định quê nhà
Viết văn đọc báo nhởn nha đời thương

Chuyện trong ngõ, tin ngoài đường
Chính trị xã hội mạch nguồn buồn vui
Tôi quen chị qua một người
Văn đàn đã có ghế ngồi từ lâu.
....
Nhà văn thuộc giới Trâm anh

Hai mươi... tác phẩm phát hành quy mô
Truyện ngắn, tiểu luận, văn thơ
Truyện dài, tùy bút loại nào cũng chơi...".

Những tưởng, lo làm thơ, vẩn vơ, quên mất chị nhà. Nhưng không, ông siêu to, khổng lồ, vẫn nhớ về chị, đêm đêm, ngày ra, đêm xuống, vẫn một lòng Hiếu thảo với người tình xưa Trần Châu Lý. Bài thơ tặng vợ có tựa đề

CHỜ NGỘ ĐƯỢC ẢNH CÓ THẦN
HỐI LỘ GIÁM KHẢO TRĂM NĂM CỦA MÌNH

"Tương tự ngậm ngải tìm trầm
Ngậm thơ, ta quyết sưu tầm Mỹ nhân
Muối tiêu đầu mộ-vôi nằm
Nữ sắc ái ngại bần thần bỏ đi

Ơi người ngọc bích xuân thì
Các em xứng đáng vào thi ca ngồi
Xin mời thanh thản ghé chơi
Vui làm người mẫu cho đời dung nhan

Sáng ra trong bụng rao hàng
Nhớ trực cái đóa hoàng Lan trong nhà
Em này không chỉ là hoa
(hoa khôi hoa hậu) Hoa Đà tái sinh

Em là thầy thuốc riêng mình
Chuyên trị bá bệnh, bẩm sinh, bất ngờ
Đơn kê hai chữ "làm thơ"
Thúc giục ta viết Vẩn vơ - hết mình

Lành ngay, nhưng dễ tái sinh
Một cái liếc mắt, thần tình ngó qua
Tự nhiên ta từ nhởn nha
Gõ suông một mạch chính tà thi ca.
...

Lúc vợ khi mẹ - nắm quyền
Bao dung độc đoán, hồn nhiên dễ dàng

Ta không gọi em - bạn vàng
Cũng chẳng đồng chí - nồng nàn mình ơi.

Giản dị, gọn nhẹ vậy thôi
Hay là "má nó" khơi khơi đậm đà
Năm mươi bốn năm chung nhà
Vắng nhau mươi phút lo ra, nhớ chừng

Nhưng không hiếm khi nổi sùng
Chờ tối thương lượng - thư hùng mới yên
Cuộc sống êm ả triền miên
Gần đây em được ưu tiên nói nhiều..."

Bài thơ dài 106 câu, những ai muốn, sau nổi sùng, chờ tối thương lượng. Trả bao nhiên yên, thì nên đọc hết. Vào fb ông LH mà đọc.

Cho tới lúc này, tôi không còn hỏi tại sao, ông cho nhiều bạn văn, thân hữu, người đọc như thế và được nhiều người yêu mến, trân quý. Bởi vì, ông có nhiều vũ khí sắc bén, những chiêu trò, thủ thuật, trời trao ban, như những quà tặng hiếm hoi.

Trước mắt, khuôn mặt ông không đẹp, không xấu, nhưng rất nam nhi, đàn ông. Cùng với khuôn mặt đó, tiếng nói đó và nét bút đó, chưa kể tài làm thơ, ông đã có thể, trở nên một tay "sát gái" nếu như ông muốn điều này.

Trong thơ của ông, qua thơ của ông, đôi khi ông nói về những chiến công của mình, trong những lần săn đuổi, chinh phục, những nàng thơ, là các em, đang lúc tuổi học trò.

Ông nói, với lòng tự tin và kiêu hãnh. Và tôi tin ông nói thật, không "nổ".

Tiếng ông, lần nói chuyện đầu tiên qua điện thoại, ông làm tôi ngạc nhiên. Cái âm vực lạ lùng quá, khi biết ông là người xứ Quảng. Tiếng nói đó, âm vực đó, không có chi là một người "hay cãi". Phải chăng, ông là một gã xứ Quảng lạc loài. Còn chữ viết của ông, nếu vào thời thơ dại, học trò, mà trao thư tình cho một cô nào đó, chắc hẳn, cô về cô ốm tương tư. Chưa biết nội dung viết gì, chắc hẳn phải hay lắm. Thi sĩ mà. Những lo ngại, hồi hộp, thấp thỏm, hé mở, nhìn nét chữ thôi, đủ làm mê đắm, người nhận thư, dưới gầm bàn, trong cuốn sách hay nhờ một ai đó trao thay. Ông ít nói hay không nói. Ông im lặng. Ông chỉ suốt buổi cười mỉm chi. Ông nhẹ nhàng như tiếng nói của ông. Ông sợ chạm đau không khí, hơi gió thoảng. Tất cả đó, là thứ vũ khí đó ông nhà thơ ạ.

Đàn bà, họ thích những mẫu đàn ông như thế. Như Nai. Để họ dễ dàng làm cọp. Đàn bà, họ thích những dáng điệu dịu dàng, như con trẻ, để họ dễ dàng làm bà nội. Đàn bà, họ thích những người có tác phong vụng về, chậm chạp, vì những người như thế, họ nghĩ không biết đếm tiền và giữ tiền. Đàn bà, họ nghĩ, những người làm thơ như ông, không bộp chộp, không lơ đễnh, chí thú làm ăn, không đánh nhanh rút lẹ.

Những người quê quê, thương ăn chắc, mặc bền...

Đàn bà. Đàn bà. Thôi tôi không nói thêm, vì tôi đã biết sợ. Ôi đàn bà. Ôi nhà thơ. Ông nhìn lại xem. Kết toán thành quả, chiến lợi phẩm, xem xem, đã bao nhiêu con nhạn bay lên và hạ cánh.

Ông nhìn lại xem, kết toán thành quả, chiến lợi phẩm, xem xem, đã bao nhiêu nàng thơ đã đi vào, sống chết, trong gia tài thơ của ông.

Tôi cũng đã nhìn lại, đã kết toán và nói lời cám ơn, nếu không có đàn bà, không có thi sĩ, không có người tình, sẽ không có thơ tình.

Xin ông nhà thơ, hãy cùng tôi, hô to:

HOAN HÔ NGƯỜI ĐÀN BÀ / MUÔN NĂM NGƯỜI NỮ / VẠN TUẾ NHỮNG NGƯỜI TÌNH.

Lê Mai Lĩnh
(phóng bút)

SONG THAO
ĐÙA VỚI LUÂN HOÁN

Tôi mới đọc được ở đâu đó một chuyện vui cười. Tạo hóa sanh ra con người cái chi cũng có đôi có cặp. Hai tai, hai mắt, hai lỗ mũi, hai tí, hai tay, hai chân. Nhưng những thứ ở chính giữa thì chỉ có một. Miệng, rốn và thứ dưới rốn. Vậy nên những thứ lẻ loi này mới phải đi tìm thứ lẻ loi khác để cặp thành đôi.

Định đùa với ông Luân Hoán, không hiểu sao tôi lại nhớ tới chuyện vui này. Chắc tôi nghĩ tới chân của ông. Cả nước đã biết là ông Trung úy Lê Ngọc Châu đã hy sinh chân trái trong một lần ra trận tại Quảng Ngãi. Vậy nên từ mấy chục năm nay, ông Luân Hoán vẫn không nguôi đi tìm một chiếc chân khác cho đủ cặp. Chuyện cắc cớ là ông chỉ đi tìm chân dài. Thơ ông la liệt chân dài nằm ngang nằm dọc.

mình chân ngắn họ chân dài
bước "đi" tuy vững khó xài tự nhiên
giữ tính mặc cảm di truyền
hóa ra nhờ vậy ngả nghiêng khá bền

Ông này khoái chân, nhất là chân dài, nên có lần ông chơi ép bạn bè. Ông khởi xướng một câu thơ: "Em từ lục bát bước ra" và bắt bạn bè làm thơ tiếp. Bạn bè ông đông đảo, cả ở trong nước lẫn hải ngoại, đua nhau làm tiếp. Tôi gần với ông quá chẳng lẽ không đáp lời tuy tài làm vè của tôi rất ẹ. Tôi vè một bài tới nay chỉ còn nhớ hai câu đầu. *Em từ lục bát bước ra / Dáng đi khệnh khạng leo qua khỏi giường.* Tôi dại dột gửi cho ông. Chẳng thấy ông đáp trả chi. Chắc ông ấy giận. Trong nhà ông có tượng Trương Phi nên tính tình ông ấy tôi thừa biết, như lửa rơm. Vèo một cái là xong.

Ông còn nhiều trò khác. Như sáng tinh sương ngày Tết ta, ông lái xe đi khắp nhà bạn bè trong thành phố, treo trước cửa mỗi nhà hai câu thơ chúc. Rồi lẳng lặng lái xe đi. Chủ nhà chỉ phát giác ra thơ mừng tuổi đầu năm khi mặt trời đã lên tới đỉnh. Hay trò phỏng vấn các bà vợ của các tên dính tới chữ nghĩa về ông chồng của các bà, khiến các phu nhân này lâm vào thế kẹt. Nói không thiệt thì lương tâm không chịu ngủ, nói thiệt thì xấu chàng hổ ai.

Có lần ông nhà thơ Ngu Yên từ Houston qua Montréal đàn đúm với bạn thơ văn. Ông này râu ria phát khiếp, tình tình cũng ngủng ngẳng không thua chi ông Luân Hoán. Khi đó ông có một đài phát thanh ở Houston chỉ phát vào đêm khuya. Hỏi cớ sao ông lại chọn cái giờ oái oăm như rứa, ông bảo giờ đó giá thuê mới rẻ. Trong một tối cà phê cá pháo, ông nảy ra ý làm náo động làng văn thơ bằng cách phịa ra tin ông này chết, ông kia chết. Ông Ngu Yên biết tính ông Luân Hoán hay hù dọa anh em nên đề nghị loan tin ông Luân Hoán quy tiên trước. Ông râu ria này hứng chí nói vậy chứ chắc không thực hành vì sau đó tình hình vẫn lắng dịu, không thấy có nước mắt cho ông Luân Hoán. Ít lâu sau, tôi lò mò qua Houston, ông cho đi ăn tối, ăn xong ông rủ tôi lên đài nói chuyện suốt đêm. Tôi hoảng hồn từ chối vì lỡ ông loan tin chết chóc ở Montréal thì tôi hết đường về.

Không biết có phải ông Ngu Yên gợi ý không mà ông Luân Hoán lại bày ra trò mới. Ông viện cớ sức khỏe ông không tốt, có thể ông sẽ đi bất cứ lúc nào nên xin phép anh em cho ông vái trước cho trọn tình nghĩa. Ông gửi *mail* hỏi ai bằng lòng cho ông tế sống, ông sẽ tế. Mấy tên viết lách coi trời bằng vung nên phần lớn đều gật đầu. Vậy là ông "cáo tồn". Ông này vốn khoái dùng từ oái oăm! Ông giải thích "cáo tồn" ngược lại với "cáo phó", chưa chết mà coi như chết. Ông "cáo tồn" 29 mạng tất cả. Có điều tức cười là cả 29 ông bà được tế sống này đều còn sống nhăn răng. Ông Luân Hoán quả không được trang bị lưỡi hái của tử thần. Dĩ nhiên trong số 29 trụ được tế sống này phải có nhà thơ Ngu Yên. Như một cuộc trả thù ngọt ngào.

bạn từng dọa phao tin thất thiệt
qua làn sóng, bạn xướng ngôn viên
tin giật gân thường nhiều người biết
đại khái thế này, rất tự nhiên
tin giờ chót: nhà thơ Luân Hoán
chiều hôm qua, xe đụng chết tươi

khi ông từ ngã năm Chuồng Chó
vừa bước đi vừa hí hửng cười

Ông Luân Hoán ở ngay xứ tuyết nhưng rất kỵ mùa đông. Trời bắt đầu trở mặt là ông nai nịt kỹ càng, chỉ để hở đôi mắt, chẳng biết để làm chi vì mùa đông các chân dài cũng kín mít từ đầu tới đuôi. Mỗi năm, cứ khi gió đông thổi tuyết về, ông lại nhắn nhủ với anh em bằng cái giọng buồn bã: "Không biết *moi* có qua khỏi mùa đông này không!". Bao nhiêu mùa đông trôi qua, mỗi lần anh em tụ tập ăn nhậu vẫn thấy mặt ông. Nói hoài chuyện thân cận với cái chết mỗi khi đông tới lâu dần cũng hết ép-phê. Anh em chỉ cười. Ai cũng biết ông này khó đi lắm vì chăm sóc sức khỏe là chuyện ông rất cần mẫn. Mỗi năm chích ngừa cúm, bao giờ ông cũng bon chen chích trước anh em. Tới chích ngừa Covid ông cũng nhanh chân vén tay áo trước hết. Chích xong ông *post* hình can đảm đón kim chích lên Facebook cho bà con thiên hạ coi chơi. Hơi khó ở, ông vội tới phòng mạch bác sĩ ngay. Bác sĩ cho thuốc, ông uống gấp đôi. Có lần ông đã ngự xe cứu cấp rú còi inh ỏi vì uống thuốc quá liều! Che chắn kỹ lưỡng như vậy, ông có hù anh em cũng chỉ cười trừ. Năm nay ông đổi chiêu, không hù nữa mà tính toán đàng hoàng. Ngày 2/11 vừa qua, ông trịnh trọng tuyên bố trên Facebook: "Dự Định Cá Nhân Tôi Cho Những Năm Cuối Đời, Không Còn Xa". *"Tôi ra đời và sống cùng tổ quốc được 44 năm. Dời chỗ cư ngụ sang Montréal Canada đến nay được 36 năm. Nguyện vọng cân bằng thời gian sống của mình trên hai phần đất, (mỗi phần 44 năm), như vậy tôi cần sống tốt trong 8 năm nữa. Năm tôi mất mong sẽ là năm 2029. Lúc đó tôi sẽ được 88 tuổi, một con số rất đẹp. Tính theo truyền thống gia đình, cha ông, rất hy vọng tôi qua cầu được. Nhưng dựa theo sức khỏe, thời tiết, dịch bệnh hiện tại thì khá khó khăn".*

Vậy là ông có dự định thời gian ra đi đàng hoàng. Tám năm nữa. Lứa tuổi chúng tôi, đã bỏ xa tuổi "cổ lai hy", sống coi như đủ, ngày mai ra sao, mặc xác nó. Cái mức "cổ lai hy" dân ta vẫn đinh ninh là do ông Khổng Tử ấn định. Thiệt oan ôi ông... Khổng! Ông chỉ viết: "Ngô thập hữu ngũ nhi chi vu học, tam thập nhi lập, tứ thập nhi bất hoặc, ngũ thập tri thiên mệnh, lục thập nhi nhĩ thuận, thất thập nhi tòng tâm sở dục bất du củ". Diễn nôm là: ta 15 tuổi để tâm trí vào việc học hành, 30 tuổi có thể tự lập được, 40 tuổi đủ thấu hiểu để không nghi ngờ, 50 tuổi biết được mệnh trời, 60 tuổi nghe thông phải trái, 70 tuổi theo lòng của mình mà hành động mà không vượt khỏi khuôn khổ của chân lý. Khổng Tử không nói chi tới chuyện hiếm có "cổ lai hy" chi cả. Vậy do đâu mà có chuyện "cổ lai hy"? Tác giả Trần Thanh Cảnh cho biết: *"Sau này đến đời Đường, nhà thơ vĩ đại Đỗ Phủ, trong bài thơ "Khúc giang đầu - kỳ nhị", một đoản khúc tự bạch lừng danh về thú mê rượu chè say sưa đến mức, cứ ở triều ra là ngài cởi áo của mình gán lấy rượu uống, cũng đã viết: "Nhân sinh thất thập cổ lai hy". Thật ra thì nhà thơ cũng chỉ hầu như định tự bào chữa cho mình là, từ xưa đến nay có mấy người sống được đến 70 đâu, nên ta cứ say sưa thoải mái, hết tiền thì đã có áo vua ban!".* Đỗ Phủ chỉ say được tới năm 52 tuổi.

Với đà tiến của khoa học ngày nay, tuổi thọ của con người kéo dài như tay vuốt của anh bán kẹo kéo. Muốn dài bao nhiêu cũng đặng, bảy chịch có là cái chi chi. Nhìn quanh, thế hệ chúng tôi đều qua tuổi này cái vù. Cỡ "trẻ" như các ông Lưu Nguyễn, Hồ Đình Nghiêm cũng dư sức qua cầu huống chi cỡ via như Trang Châu, Phạm Phú Minh và Thành Tôn. Dĩ nhiên có Song Thao nữa nhưng tôi khiêm nhường nên không muốn nói tới cái tôi!

Trong một cuộc trò chuyện qua điện thoại với ông Thành Tôn, tôi nói chuyện về vụ 88 tuổi của ông Luân Hoán, ông Thành Tôn cười cười "vậy à?". Bẵng đi vài tuần, ông điện thoại lại cho tôi. Chuyện ông Thành Tôn điện thoại là chuyện hiếm. Ông này tối ngày lo khâu sách vở, ai phôn thì vội bắt ngay "Tôn đây". Ông hiền lành, thật thà như đếm, chẳng ai giận được ông và ông cũng chẳng bao giờ giận ai. Ông sống như một ông thủ thư tự nguyện. Nhà ông là một rừng sách, sách từ trong phòng ra tới ngoài hành lang. Tới thăm ông thấy ông chìm lỉm trong sách. Mỗi lần mưa xuống là ông lo chạy sách cho khỏi ướt. Ai ới sách là ông có liền. Ai quên trả sách ông cũng chẳng thèm nhắc. Người ta có cần mới giữ, vậy là tốt. Ông yêu sách như người tình mê người tình. Nhưng khác với thông thường, ai rinh mất người tình của ông, ông lại rất vui.

Nghe chuyện ông Luân Hoán, người ông quen biết từ thời lính thú, ông cảm động. Hai người là bạn văn thơ rất tâm đắc với nhau. Cái khác nhau là cho tới nay ông Luân Hoán vẫn bộn bề thơ văn còn ông Thành Tôn gác bút từ thời mất nước. Năm 1969, ông tự ấn hành cuốn Thắp Tình. Thằng con ông là độc đinh, chẳng anh em chi. Thơ trong Thắp Tình của ông rất lạ và mới. Tới nay tôi đọc vẫn thấy hơi thơ của ông chẳng phai nhạt theo thời gian. Hỏi sao ông không tiếp tục mần thơ, ông cười xòa: "Làm thơ như vậy đủ rồi!". Sau hơn bốn chục năm không có một bài thơ nào, nghe chuyện 88 tuổi của ông Luân Hoán, ông lại cảm khái ra thơ. Cú điện thoại của ông **Thành Tôn** tôi bất ngờ nhận được hôm qua mục đích để ông khoe thơ ông mới làm. Ông đọc cho tôi nghe. Tôi nghe xong mà mừng. Mừng vì nguồn thơ của ông hình như lại thông. Bài thơ "Với Luân Hoán" của ông như ri.

Ta biết bạn làm hàng ngàn bài thơ
Và bạn có hàng vạn độc giả

Bạn đã trải hết lòng mình cho thiên hạ
Có khi nào chạm đến nỗi hư vô

Ta biết bạn có vợ đẹp con ngoan
Bạn lại có nhiều thân tình khác phái
Cứ ray rứt hoài nay mới dám hỏi
Có khi nào hoạn nạn giống ta không

Ta biết bạn gửi một chân trên chiến trường Quảng Ngãi
Đứng vững vui-đời chỉ một chân thôi
Bạn đau nhức hoài hoài ngoài đoạn chân còn... khi giá rét
Có giống ta đau đáu một nỗi lòng ở chốn... ngoài quê hương

Nghe nói độ này bạn hay buồn
Và lấy tám-tám làm mốc đến cùng thơ
Ta thích bạn rất-bi-quan-thi-sĩ
Thơ-muôn-đời – chỉ thay đổi cách-xưng-hô

Ta không nói văn chương luôn cao cả
Nhưng ít ra đủ diễn tả được nét đẹp của tâm hồn
Có kẻ bảo chúng ta loài dại người khác phái
Mà quên đi trái táo ngọt... Adam đã từng trao

Nghĩ cho kỹ, mọi người đều có đam mê
Và khai thác nỗi đam mê đến tận cùng cái đẹp
Xin được chết theo dòng thi pháp đã
Làm nên câu thơ lung linh cùng ngày tháng nồng nàn

Có những luận bàn rồi bỏ ngỏ...
Để mà chi, trong một kiếp rong chơi
Với nhà thơ thân yêu, bạn Luân Hoán
Là-con-người làm sao tránh đụng nỗi-cô-đơn

Vịn vào bài thơ rất thiệt tình của nhà thơ Thành Tôn, tôi đùa với ông Luân Hoán. Thiệt việt vị! Nhưng viết về ông Luân Hoán tôi không đùa đâu có được. Nhà ông gần xịt nhà tôi, không giỡn ông giận. Tôi đang chờ một sáng tinh sương, mở cửa ra sẽ thấy ông treo thơ trước cửa nhà. Ai chứ ông Luân Hoán không đoán trước được. Ông này vốn lắm chiêu!

Song Thao
12/2021

NGUYỄN VĂN NHÂN

TÌNH GIÀ NHÀ THƠ XỨ QUẢNG

Đầu thập niên bảy mươi, mười sáu tuổi, hỉ mũi chưa sạch, tôi đã nhiễm vi-rút thơ. Đà Nẵng, những trưa hè nóng chảy mỡ, nằm trên gác vắt óc rặn từng câu thơ. Cực thấy mồ tổ. Mà khi gởi báo được đăng đã gì đâu. Rồi duyên may, hết khóa học đàn, thầy thưởng cho cuốn Lục bát thơ. Tôi biết đến thơ Luân Hoán từ đó. Thêm mê thơ. Mê luôn lục bát. Thiệt cám ơn anh.

Bẵng đi nhiều năm, gặp lại thơ Luân Hoán trên facebook. Ngọn lửa thơ trong tôi tưởng tắt ngóm rồi, giờ bùng lên dữ dội. Xin cám ơn anh lần nữa.

Càng đọc anh, càng thấy anh mê thơ đến cỡ nào. Ăn nằm với thơ. Vui buồn, hạnh phúc với thơ. Sống với thơ. Cả đời thơ.

Một giáo sư toán, cũng là nhà thơ, có lần ghẹo tôi: - Nếu có quyền, tao sẽ cấm tiệt dân Quảng mày làm thơ. Mười người hết chín người rưỡi mê thơ. Quá đáng.

Té ra nhà thơ Luân Hoán là dân Quảng rặt. Hèn chi. Chắc hồi con nít toàn nghe bà nghe mẹ ru thơ. Lậm vô máu luôn rồi.

Bất ngờ có tin nhắn của anh. Nhờ viết vài dòng cảm nhận về phần thơ tình già trong tập thơ anh sắp xuất bản. Cảm kích hết sức. Trước 75, anh đã có chỗ ngồi đĩnh đạc trên chiếu thơ Miền Nam. Vậy mà. Càng hiểu. Càng quý trọng anh hơn.

Thơ tình trẻ mướt rượt của anh nè:

Người tôi yêu ở tứ tung
Phước Ninh, Thạch Gián, Khuê Trung, Tam Tòa
Hải Châu, An Hải, Xuân Hòa
Vườn ươm mấy cõi thơ tình trong tôi.

Người tôi yêu ở tứ tung
Nhưng sao chẳng thấy một người yêu tôi?
(Cõi bén tình thơ)

Tội nghiệp!

Để coi tình già của anh ra sao. Đằm thắm hơn, nồng nàn hơn. Thăng hoa hơn. Hay tinh nghịch hơn.

Nhà thơ, trái tim như cỏ lá. Một cánh hoa rơi, một dòng sông vắng, một buổi chiều mưa, một bờ vai nhỏ... Trái tim đã run lên bần bật. Nhà thơ, không cảm xúc trước cái đẹp mới là kỳ. Mà phụ nữ, ai chẳng đẹp. Tuyệt phẩm của thượng đế. Biết sao giờ.

Trái tim cỏ lá, đâu có già đi. Tình già là nói vậy thôi. Gừng càng già càng cay.

Đây:

Ngày mỗi tới đêm mỗi qua lặng lẽ
Mây đầy trời vẫn lúc đậu lúc bay
Thiên hạ chẳng nghe ra lời gió thoảng
Nhưng hình như ta cảm được mỗi ngày
(Ngẫm nghĩ một đời tình)

Ngồi thắp lại chữ tình u uất nhớ
Mà thấy mình có đủ dại đủ khôn
Yêu thật dữ từng chặng đời để lớn
Chừ sắp xuôi tay lòng vẫn bồn chồn
(Ngẫm nghĩ một đời tình)

Khôn dại chi hè. Anh nói vui vậy thôi. Và tôi tin chữ yêu của anh chắc cũng khác người. Cảm mạo đó mà. Không phải ba lăng nhăng. Một đời tình vẫn chưa bưa.

Nữa nè:

Ta may có cả đời mê gái
Từ thanh xuân lạng quạng đến lão niên

Mắt biết ngó lòng biết mơ vẻ đẹp
Hồn bao la mơ mộng nhớ thuyền quyên
(Mê gái 2)

Thiệt tình. Cô nào cũng là bức tranh toàn bích. Không mê sao đặng. Mê vô sở vô cầu. Thiền vị quá chớ.

Thơ tình già, chất tinh quái Quảng Nam càng đậm nét:

Bây chừ thời đại thoáng hơn
Em thả rông cả cái hồn vía thơ
Phủi tay bay sạch chất khờ
Dù tôi mát mắt vẫn vơ vẩn buồn
(Yếm tình)

Tuổi này rồi, yêu tuốt luốt, chẳng ngán thằng Tây nào:

Em đang ở đâu tiểu thư
Sài Gòn, Đà Nẵng, Pleiku, Biên Hòa
Hay ở tuốt luốt bên Nga
Bên Tàu, bên Ý, Xiêm La không chừng
(Nhớ những tiểu thư)

Tình già, nhớ đâu có mông lung sương khói như hồi trẻ:

Nhớ như đói bụng cồn cào
Nhớ như thèm rượu ngáp trào bọt trong
Nhớ run tay viết lệch dòng
Chữ yêu thành yếu dài thòng vẩn vơ
(Nhớ những tiểu thư)

Vẩn vơ mà, có cụ thể ai đâu.

Đọc hai khúc thơ sau, tôi mường tượng anh đang cười tủm tỉm:

Cày qua núi vác đi thôi
Em ơi trăng lặn xuống rồi, vô tư
Đại sự không thể chần chừ
Làm sao có được thánh thư để đời
(Làm tình)

Nghĩ đi nghĩ lại thiệt đúng là đại sự.

Áo quần nên hở vừa vừa
Đậy chỗ đáng đậy hoặc chừa sơ sơ

Tránh giùm cho hình thức thơ
Chuyển tình thứ thiệt trên tờ bích chương
(Ba lơn thơ tình)

Ai dám nói anh ba lơn. Chắc anh đang nghĩ đến hình ảnh Yoni Linga ở thánh địa Mỹ Sơn. Đẫm chất nhân văn. Thiêng liêng, chẳng phàm tục chút nào.

Thơ tình già của anh, hình tượng Nàng thơ đã hóa thân thành Quan Âm hay Đức Mẹ, đầy bao dung, từ ái:

Em Quan Âm hay là Đức Mẹ
Lạc phương nào ta vẫn một Giáng Sinh
Và chọn cho ta một khúc kinh tình
Như đoạn viết này đây em yêu dấu
(Tưởng niệm một cuộc tình giáng sinh)

Em xinh tuyệt đối hiển linh
Tôi cạn ngày tháng sợ mình hụt tay
Bầu trời cùng em thơ ngây
Xin nhận cung kính tình đầy rượu thơ
(Bầu trời, nữ sắc và tôi)

Đọc thơ anh, chắc nhiều cô thấy thấp thoáng bóng dáng mình trong đó. Có sao đâu. Cô nào chẳng phải Nàng thơ:

Em trong thơ ta, người không có thật
Đời nhân danh yểu điệu Nàng thơ
Em có thể cũng đủ đầy thói tật
Với ba vòng cùng với cái thanh cao
(Em trong thơ, em trong đời)

Qua mấy chục bài thơ tình già của anh, mới hay mê gái quá sức là phiền. Vậy mà lâu nay tôi đâu có biết. Nghe anh thú thiệt nè:

Mê gái kể cũng khá phiền
Suy đi ngẫm lại tu tiên khó bằng
Thưa em còn đủ lưỡi răng
Mời cùng hôn gió trẻ măng hoài hoài
(Mê gái thời thượng thọ)

Muốn viết nữa nhưng thôi. Sợ thành kẻ vô duyên, dẫn dắt cảm xúc của độc giả.

Xin có đôi lời kết thúc bài viết:

Đọc thơ tình của anh, tôi liên tưởng tới cuốn Siêu hình tình yêu siêu hình sự chết của Schopenhauer. May phước, thượng đế đã ban tặng tình yêu cho nhân loại. Đội ơn ngài biết mấy cho vừa. Yêu thì già trẻ gì chớ. Còn thở là còn yêu. Thiệt quá đã.

Cám ơn nhà thơ Luân Hoán với những bài thơ tình trẻ tình già hết sức bay bướm mà cũng hết sức chân thành. Để con người còn thấy cuộc đời đầy nghĩa sống. Cám ơn anh.

Nguyễn Văn Nhân
Sài Gòn, 12.5.2024

PHÁC HỌA LUÂN HOÁN

(ghi chú: tên họa sĩ sắp theo thứ tự a, b, c)

par Bé Ký

par Đinh Cường

par Đinh Cường

par Đinh Cường

par Đinh Cường

par Đỗ Duy Ngọc

par Đỗ Duy Ngọc

par Hoàng Trọng Bân

par Hồ Đình Nghiêm

par Khánh Trường

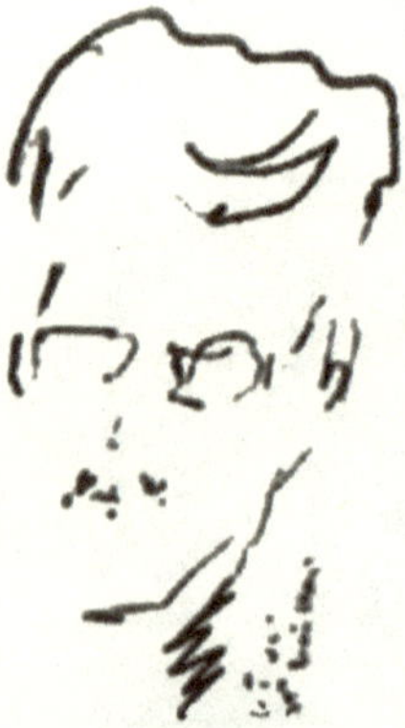

par La Toàn Vinh

par Luân Hoán

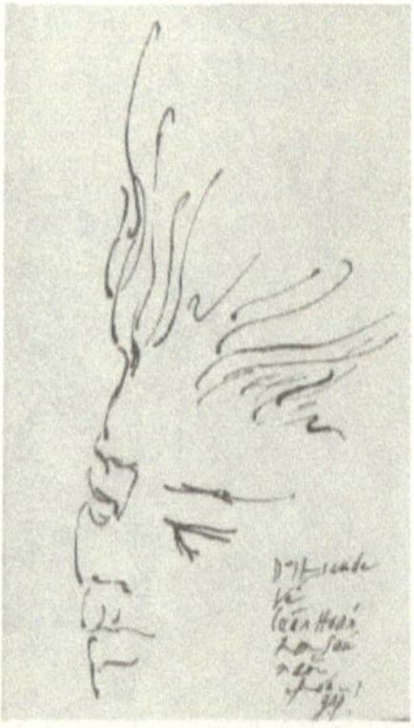

par Nghiêu Đề

par Nguyên Hạo

par Nguyễn Quốc Tuấn

par Nguyễn Sơn

par Nguyễn Sông Ba

par Nguyễn Tuấn

par Phan Nguyen

par Phạm Thế Trung

par Thanh Trí

par Thái Tuấn

par Thúy Hương

par Trần Nho Bụi

par Trịnh Công Sơn

par Trịnh Cung

par Trương Đình Uyên

par Trương Đình Uyên

par ViVi

par ViVi

par Võ Đình

par Vũ Uyên Giang